बृहत् गीताशास्त्र

खंड २

श्रीमद्भगवद्गीता तत्त्वज्ञानाचे
आधुनिक दृष्टिकोनातून निरूपण

राजेन्द्र खेर

सकाळ प्रकाशन

सकाळ प्रकाशन

Bruhat Geetashastra : Khand 2

बृहत् गीताशास्त्र : खंड २

प्रथम आवृत्ती	:	जून, २०२५
प्रकाशक	:	सकाळ मीडिया प्रा. लि. ५९५, बुधवार पेठ, पुणे ४११ ००२
मुखपृष्ठ	:	यशोधन लोवलेकर
मांडणी	:	उमेश कंवर, अपूर्वा सेलूकर
मुद्रणस्थळ	:	विकास प्रिंटिंग ॲण्ड कॅरिअर्स प्रा. लि. प्लॉट नं. ३२, एमआयडीसी, सातपूर, नाशिक
ISBN	:	978-93-48048-41-7
संपर्क	:	९८८१५ ९८८१५ / ८८८८८ ४९०५० sakalprakashan@esakal.com

ज्यांच्या आशीर्वादामुळे मला
सरस्वतीपूजन करण्याची प्रेरणा मिळाली, त्या
स्वाध्यायप्रणेते प. पू. पांडुरंगशास्त्री आठवले
यांना
सविनय समर्पित

अनुक्रमणिका

ॐ श्री परमात्मने नमः

अध्याय आठवा

अक्षरब्रह्मयोग

उपनिषदांमध्ये अक्षरांचे ज्ञान विस्तारले आहे; आणि गीतेमध्ये त्याला अक्षरांचे सार म्हटले आहे. अक्षर ब्रह्म परम, मानवाची म्हणजेच आत्मा आणि शरीर यांची एकत्रित निर्मिती, याचे नाव अध्यात्म आहे. गीतेच्या शब्दात सांगायचे तर ॐ हा एकाक्षरी ब्रह्म आहे.

अर्जुन उवाच

किं तद्ब्रह्म किमध्यात्मं किं कर्म पुरुषोत्तम।
अधिभूतं च किं प्रोक्तमधिदैवं किमुच्यते।।८.१।।
अधियज्ञः कथं कोऽत्र देहेऽस्मिन्मधुसूदन।
प्रयाणकाले च कथं ज्ञेयोऽसि नियतात्मभिः।।८.२।।

श्री भगवान उवाच

अक्षरं ब्रह्म परमं स्वभावोऽध्यात्ममुच्यते ।
भूतभावोद्भवकरो विसर्गः कर्मसञ्ज्ञितः ॥८.३॥

अर्जुन म्हणाला, 'हे पुरुषोत्तमा! ते ब्रह्म काय आहे? अध्यात्म काय आहे? कर्म काय आहे? अधिभूत शब्दाने काय सांगितले आहे? आणि अधिदैव कशाला म्हणतात?

हे मधुसूदना! येथे अधियज्ञ कोण आहे? आणि तो या शरीरात कसा आहे? तसेच अंतकाळी युक्त चित्ताचे पुरुष तुम्हांला कसे जाणतात?

जे (सर्वांहून) परम अविनाशी आहे ते ब्रह्म. प्रत्येक वस्तूचा जो मूळ भाव (स्वभाव) त्याला अध्यात्म असं म्हणतात. (अक्षरब्रह्मापासून) भूतमात्रादी(चराचर) पदार्थांची उत्पत्ती करणारा, त्यांची वृद्धी करणारा विसर्ग म्हणजे सृष्टिव्यापार; त्याचं नाव कर्म.'

आठव्या अध्यायाच्या पहिल्या व दुसऱ्या श्लोकात अर्जुन प्रश्न करतो, 'ब्रह्म म्हणजे काय? अध्यात्म म्हणजे काय? कर्म म्हणजे तरी काय? अधिभूत आणि अधिदैव कशाला म्हणतात? या जगात अधियज्ञ कोण आणि कशा स्वरूपात आहे? इंद्रियनिग्रह करणाऱ्या योग्यांना अंतकाळी तुझं ज्ञान कशा प्रकारे होतं?'

अशा अनेक प्रश्नांमधूनच अर्जुनाची बुद्धिमत्ता कळून येते. अर्जुनाच्या या गहन प्रश्नांना भगवान आता या तिसऱ्या श्लोकात उत्तर देतात.

अर्जुनाचा पहिला प्रश्न आहे, ब्रह्म म्हणजे काय? त्याचं उत्तर देताना भगवान

सांगतात, जे अविनाशी असं श्रेष्ठ तत्त्व आहे, ते म्हणजे ब्रह्म. या दृश्य कालबद्ध विश्वापलीकडे जे एकमेवाद्वितीय असं मूलतत्त्व आहे ते ब्रह्म आहे, अशी संज्ञा वेदान्ततत्त्वज्ञानातही आढळते. असं हे ब्रह्म अक्षर आहे. म्हणजे त्यात कोणतीही विकृती संभवत नाही. हे ब्रह्म अविच्छिन्न आहे. म्हणजे ते एकरूप आहे. ते स्थल-कालापलीकडे असल्यामुळे द्वैतसृष्टीतले कोणतेही भेद त्यामध्ये नाहीत; किंवा कोणतेही नियम त्याला लागू होत नाहीत. स्त्री-पुरुष, इतर जीव, सर्व जीवांची इंद्रियं, वृक्षराजी, त्यांच्या फांद्या अशा प्रकारचे कोणतेही पृथक् भेद त्यामध्ये नाहीत. ते स्थलकालातीत म्हणजे time & spaceच्या पलीकडे असल्यामुळे कालाची सापेक्षताच तिथे नाही; जवळ आणि लांब हे संदर्भही नाहीत; ते स्थिर आणि अस्थिरतेच्याही पलीकडे आहे. ते सर्वव्यापक असल्यामुळे त्याचं वेगळेपण दाखवता येणं शक्यच नाही. ब्रह्म स्वयंसिद्ध आहे. त्यामुळेच ब्रह्म हे बुद्धिगम्य नाही. मात्र ब्रह्म हे सत्य आहे आणि त्याची अनुभूती हेच आपलं अंतिम ध्येय आहे - असायला पाहिजे. त्याचबरोबर ब्रह्म हे पूर्णानंदाचं अढळ असं स्थान आहे.

सांख्यशास्त्रात अव्यय प्रकृतीलाही 'अक्षर' म्हणतात; मात्र वेदान्त्यांना अभिप्रेत असलेलं ब्रह्म अव्यक्त आणि अक्षर प्रकृतीच्याही पलीकडचं आहे. म्हणूनच इथे 'अक्षर' शब्दापुढे 'परम' हे विशेषण लावून सुस्पष्टता आणली आहे. जगाचं मूळ कारण असणारं परम अविनाशी तत्त्व म्हणजे 'ब्रह्म'. ज्याचा कधीही नाश होत नाही आणि जे सर्व जगाच्या कारणाचंही कारण असतं ते म्हणजे ब्रह्म!

पाण्याने भरलेलं खापराचं मडकं बाहेर मोकळ्या जागेत ठेवलं, तर मडक्यातील पाण्यात आकाशाचं प्रतिबिंब उमटतं. समजा, ते मडकं फुटलं आणि पाणी पार सांडून पाण्याबरोबरच आकाशाचं प्रतिबिंबही नाहीसं झालं. तर प्रतिबिंब नाहीसं झालं म्हणजे आकाशही नाहीसं झालं, असं समजायचं का? या दृष्टान्ताप्रमाणे आकाश कधीच नाहीसं होत नाही, त्याप्रमाणे ब्रह्महो कधी नाहीसं होत नाही. ते शाश्वतच असतं आणि म्हणूनच त्याला 'अक्षरं ब्रह्म परमं' असं म्हटलेलं आहे. प्रत्येक वस्तुमात्रात-प्राणिमात्रात ते ब्रह्म ओतप्रोत भरलेलं असतं. सत्यं-शिवं-सुंदरम् हे त्याचं स्वरूप आहे. असं हे ब्रह्म केवळ अनुभूतीनंच जाणायचं असतं.

यानंतर भगवान अध्यात्माविषयी सांगतात. पंचकोष-मन-बुद्धी यांसह देहाच्या आधाराने जो 'अहं' राहतो, त्याला 'जीव' म्हणतात. प्रत्येक देहातला हा जीवात्मा ज्या शक्तीमुळे काम करतो, त्या शक्तीला 'प्रत्यगामा' म्हणतात. त्याचप्रमाणे देहात जीवभावाने स्थित असलेलं असं जे ब्रह्म असतं, त्यालाच स्वभाव म्हणतात आणि त्या

स्वभावाला ओळखण्याचा प्रयत्न करणं म्हणजेच अध्यात्म!

आदि शंकराचार्य त्यांच्या 'गीताभाष्या'त म्हणतात,

तस्य एव परस्य ब्रह्मणः प्रतिदेहं प्रत्यगात्मभावः स्वभावः।
आत्माने देहं अधिकृत्य प्रत्यगात्मतया प्रवृत्तं परमार्थब्रह्मावसाने
वस्तु स्वभावः अध्यात्मं उच्यते॥

या स्वभावामुळेच अव्याकृत निर्गुण ब्रह्म ईश्वररूपाने सगुण होऊन आपल्या योगमायेच्या साहाय्याने सृष्टीचा आविष्कार घडवतं, सृष्टीला नटवतं. म्हणून तो परमात्मा म्हणजेच ब्रह्म. ब्रह्मस्वरूपात तोच निर्गुण-निराकार असतो आणि स्वभाव धारण केला की तोच सगुण साकार होतो. पर्यायाने प्रत्येक आकारात तेच ब्रह्म व्यापून राहिलेलं आहे. असं ब्रह्म जाणण्याचा प्रयत्न करणं हेच अध्यात्म असतं. जीवरूप प्रकृती जाणण्याचा प्रयत्न करणं हा अध्यात्ममार्ग असतो. साखर तीच असते, जी उसाच्या रसात, फळांमध्ये किंवा मिठाईत असते; तसंच अक्षर ब्रह्मरूपी तत्त्व सर्व जीवांमध्ये वास करून असतं.

पण जेव्हा जीव स्वतःला परब्रह्मापासून भिन्न समजतो, तेव्हा त्याच्या स्वभावामध्ये सामावलेला अहंकार जागृत होतो. मग 'मन माझं आहे, बुद्धी माझी आहे किंवा मी माझ्याच शक्तीमुळे कर्म करतो' अशा प्रकारचा त्याचा अहंभाव पुष्ट होतो. मग तो अनात्म वस्तूंमध्ये म्हणजे शब्द, स्पर्श, रूप, रस आणि गंध आदी विषयांचा जीवनभर अनुभव घेत राहतो. हे सारे विषय मग त्याला मोहात अडकवतात. त्याचा परिणाम म्हणजे जीव आयुष्यभर सुख-दुःखांचा अनुभव घेत राहतो. आपल्या वृत्तीनुसार तो कर्म करत राहतो आणि त्यामुळे कर्मबंधाच्या चक्रात अडकून पुनर्जन्माच्या फेऱ्यात फिरत राहतो.

मात्र जेव्हा त्याला उमजतं की बुद्धी माझी नाही, मी म्हणजे मन नाही आणि या सर्वांच्या ठिकाणी ममत्व बाळगणारा अहंकारही मी नाही, तेव्हा तो प्रत्यगामास्वरूपाची अनुभूती घेण्यासाठी सिद्ध होतो. ही अवस्था त्याला मुक्तीकडे नेते. बद्धावस्थेतून मुक्तावस्थेपर्यंत जाण्याची ही त्याची भूतसृष्टीतील अस्मिता जागृत होणं हेच अध्यात्म असतं. जीव असा विचारपूर्वक पुन्हा आपल्याकडे यावा हाच ब्रह्माचा स्वभाव असतो. या आपल्या स्वभावानुसारच ब्रह्म विश्व तयार करतं आणि तेच स्वतः विश्वमय होतं.

अशा तऱ्हेने अक्षरब्रह्मापासून भूतमात्रादी चराचर पदार्थांची उत्पत्ती करणारा जो विसर्ग असतो, त्यालाच कर्म म्हणतात. विसर्ग म्हणजे सृष्टिव्यापार! जगाची उत्पत्ती आणि विनाश हा कर्मांमुळेच होत असतो. म्हणजे विसर्ग हे कर्माचं उगमस्थान असतं, हे विशद करताना भगवान म्हणतात, 'भूतभावोद्भवकारो विसर्गः।' म्हणजे विसर्गाचं

हे स्वरूप अत्यंत व्यापक आहे.

थोडक्यात, मूळ ब्रह्मापासून सर्व भूतमात्रांचा स्वतंत्र भाव निर्माण होणं, त्याची स्थिती होणं, वृद्धी होणं आणि पुन्हा मूळ स्थितीला जाऊन पुन्हा उत्पन्न होणं या साऱ्या क्रिया भूतभावात येतात. असा भूतभाव निर्माण करणारी ईश्वराची क्रियाशक्ती अर्थात creative force हाच विसर्ग असतो आणि हा विसर्ग म्हणजेच कर्म असतं. हे कर्म ब्रह्मापासून उत्पन्न होतं आणि ब्रह्मातच विलीन होऊन जात असतं.

ताणली जाणारी रबरी दोरी लावलेला चेंडू रबर आपल्या हातात ठेवून दूर फेकला तर तो आपल्यापासून दूर जातो आणि पुन्हा आपल्याच हातात येतो. त्याप्रमाणे ब्रह्मोद्भव विसर्ग सुरू झाला की गती आणि काळ सुरू होतो आणि मग सर्व कालबद्ध सृष्टी आकार धारण करते. त्यात अब्जावधी जीव जन्म पावतात. या जीवांना स्वतंत्र इच्छाशक्ती मिळून त्यांच्याकडून कर्माचा प्रारंभ होतो. हे कर्म त्या चेंडूप्रमाणे केव्हा ना केव्हा तरी जीवाला पुन्हा आपल्यात सामावून घेणारच असतं.

म्हणजेच सृष्टीत ज्या कारणामुळे माणसांसह सर्व प्राणिमात्र निर्माण झाले किंवा पुन्हा त्या अतींद्रिय शक्तीत ते एकरूप झाले किंवा होणार आहेत इथपर्यंतचा सर्व प्रवास म्हणजे कर्म. त्यामुळे आपण जे कर्म करतो, ते या विसर्गाचाच प्रभाव असतो. स्वतंत्र इच्छाशक्ती, त्यामुळे जीवांकडून होणारी त्रिगुणस्वरूप कर्मं, कायिक-वाचिक-मानसिक आणि बौद्धिक कर्मांनुसार होणारे पाप-पुण्य असे फलस्वरूप परिणाम, त्यानुरूप होत जाणारे पुनर्जन्म, सूक्ष्मातीत सूक्ष्म स्तरावर जीवाचा होत जाणारा उत्कर्ष आणि मग आत्मदर्शन होऊन जीवाने पुन्हा ब्रह्मस्वरूप होऊन जाणं अशी ही सारी कर्मं जीवसृष्टीत घडतात आणि तो सारा विसर्ग असतो. हा गहन सिद्धान्त भगवान या एकाच श्लोकात सांगतात.

ब्रह्म हे आद्यतत्त्व आहे. ते तत्त्व स्वयंभू आहे. अव्यक्त आणि अक्षर प्रकृतीच्याही ते पलीकडे आहे. प्रत्यगात्माच्या रूपाने प्रत्येक देहात हेच ब्रह्म स्थित असतं. त्या ब्रह्माला ओळखण्याचा प्रयत्न करणं म्हणजेच अध्यात्म असतं तर चराचराची उत्पत्ती करणारा जो विसर्ग तेच कर्म असतं, इथे कर्माला एवढा भव्यदिव्य अर्थ आहे.

अधिभूतं क्षरो भाव: पुरुषश्चाधिदैवतम् ।
अधियज्ञोऽहमेवात्र देहे देहभृतां वर ॥८.४॥

हे नरश्रेष्ठा, अधिभूत म्हणजे नाशिवंत कार्यरूप पदार्थ म्हणजे नश्वर पदार्थ, या पदार्थमात्रांमधील अविनाशी चैतन्य हेच अधिदैवत आणि देहात वसून असणारा प्रत्यगामा म्हणजेच अधियज्ञ अर्थात सर्व यज्ञांचा अधिपती मीच आहे.

जे जे उत्पन्न होतं ते ते नाश पावतं असा जो विनाशी भाव त्यालाच अधिभूत म्हणतात. बदलणारं शरीररूपी वस्त्रही क्षर म्हणजेच नाशिवंत आहे. आकाशात ढग निर्माण होतात आणि ते नाहीसे होतात. यालाच अधिभूत म्हणतात. थोडक्यात सांगायचं तर पंचमहाभूतं आपापसात मिळून जे निर्माण करतात पण नंतर जे नाहीसं होतं, त्या प्रक्रियेला अधिभूत म्हणतात.

यामध्ये सर्व जीवांसह मानव, त्यांमधील सर्व ज्ञानेंद्रियं-कर्मेंद्रियं, पंचमहाभूतं, सर्व नातेसंबंध, पिंड ते ब्रह्मांड सर्व नामरूपात्मक सृष्टी ही नाश पावणारी आहे. कारण हे सर्व परिवर्तनशील आहे. जिथे वृद्धी आहे तिथे क्षय आहे. वृद्धी जशी क्षणोक्षणी चाललेली असते, तसा क्षयसुद्धा क्षणोक्षणी चाललेला असतो. असं हे सर्व नश्वर विश्व हे अधिभूत असतं. थोडक्यात, इंद्रियांना जाणवणारं भौतिक जगत् हे अधिभूत असतं. असं असूनही रावण किंवा हिरण्यकशिपूसारख्यांनी देवांना प्रसन्न करून त्यांच्याकडून भौतिक शरीराचंच अमरत्व मागितलं, पण ते त्यांना मिळू शकलं नाही. कुणालाच ते मिळू शकणार नाही. कारण ते परिवर्तनशील आणि नाशवंतच असतं.

आता अधिदैवताविषयी भगवंत सांगतात.

अधिदैवत हे चैतन्यस्वरूप असतं. अर्थात परमज्ञानयुक्त ती 'बॅटरी' असते! चालणारी-बोलणारी जी बाहुली असते, तिच्यात बॅटरी घालावी लागते तरच ती चालते-बोलते. पण इथे परमतत्त्वयुक्त आणि परमज्ञानी बॅटरी स्वत:च प्रकृतीचा आधार घेऊन बाहुली म्हणजे जीव तयार करते आणि त्यामध्ये स्वत: राहून त्या

बाहुलीच्या विचार-कृतींसह ती तिला अंतर्बाह्य जाणते. असं असूनही ही स्वतंत्र अस्तित्व मिळालेली 'बाहुली' केवळ अहंकारामुळे स्वत:ला परमतत्त्वापासून वेगळी समजते! आणि मग सुरू होतो सुख-दु:खमय जीवनाचा खेळ!

जाणून घेण्याची वस्तू ती अपरा आणि जाणणारा तो परा! ही जाणण्याची वस्तू क्षर असते म्हणजे नाशवंत असते. अर्थातच ती अधिभूत असते आणि जाणणाऱ्या परा प्रकृतीला जीवात्मा म्हणतात. तोच अधिदैव पुरुष असतो! समष्टीतील परमात्मा हाच व्यष्टीमध्ये प्रत्यगामा स्वरूपात वसून जीवाच्या अहंकारापासून त्याच्या इंद्रियांना प्रेरणा देणारा असतो. म्हणूनच इंद्रियांमागील अशा भिन्न भिन्न शक्तींना देवता म्हणतात. इतकंच नाही तर सूर्य-चंद्रांसह आकाशस्थ ग्रहगोलांमागील प्रेरक शक्ती ही देवतास्वरूप असते. म्हणजेच त्या अधिदैवत असतात. थोडक्यात, शरीररूपी वस्त्रात तोच 'पुरुष' म्हणून वसती करून राहतो. आदित्यमंडलातील हिरण्यगर्भ तोच आहे. तो सर्व प्राण्यांच्या इंद्रियांवर अनुग्रह करतो. अशा या पुरुषाला अधिदैव म्हणतात.

हे अधिदैव चैतन्यस्वरूप असतं. त्या चैतन्यरूपी पुरुषाला चेतना निर्माण होते. प्रकृतीने निर्माण केलेल्या सर्व वस्तूंचा तो पुरुष आपल्या ज्ञानाच्या योगाने उपभोग घेऊ शकतो. शरीरातील सर्व इंद्रियांना तो ज्ञानसंपन्न करतो. देह नष्ट झाला म्हणजे तो संकल्परूपाने राहतो. खरं तर तो परमात्मस्वरूपच असतो परंतु अहंकारामुळे तो त्याच्यापासून वेगळा होतो. निर्मम किंवा निरहंकारी अवस्थेत त्याला जे सुख होतं, त्यापासून हा अहंकारी पुरुष दूर जातो. जगाच्या व्यवहारात निमग्न झाल्यामुळे त्याला सुखदु:खाचाच अनुभव घ्यावा लागतो. त्यामुळेच त्याला जीव ही संज्ञा प्राप्त होते!

सोन्यात हीण मिसळतं तेव्हा ते सारं सुवर्णमय झाल्यासारखं वाटतं परंतु सोने हे हीणापासून वेगळं, स्वतंत्रच राहतं. अग्निसंस्कार झाल्यावर सोने वेगळं होतं, हीण वेगळं पडतं.

अधियज्ञ म्हणजे विनाशी अधिभूत आणि अविनाशी स्वयंसिद्ध परमतत्त्व मिळून देहामध्ये जो 'यज्ञ' चालतो तो अधियज्ञ! पर्यायाने हा यज्ञही परमात्म्यामुळेच घडून येत असतो. माणूस या सर्व क्रियांचा कर्ता स्वत:ला समजतो. शरीरांतर्गत अधियज्ञ केवळ परमेश्वरामुळेच सुरू असतो याचं भान बहुधा कुणालाच नसतं. म्हणजे सर्व प्रकारच्या यज्ञकर्मांची प्रेरणा जिच्याकडून मिळते, सर्व यज्ञकर्मं ज्याच्यापर्यंत पोहोचतात आणि जो त्या यज्ञकर्मांचं फल देतो, तो हा सारा मनुष्य आणि देवांमध्ये होणारा अधियज्ञ असतो. हा यज्ञ केवळ कर्मकांडांमधील नाही तर जीवांतर्गत होणारा, समष्टीत होणारा, एवढंच नाही तर संपूर्ण सृष्टीत सिद्ध होणारा तो अधियज्ञच असतो.

मागील श्लोकाच्या संदर्भाने सांगायचं तर अध्यात्म, अधिभूत, अधिदैव आणि अधियज्ञ हे सर्व ब्रह्मस्वरूपच आहे. हीच भगवंताची लीला आहे. याची जेव्हा मनुष्याला जाणीव होते, तेव्हा ब्रह्मानंदप्राप्तीसाठी तो ब्रह्माचीच उपासना करू लागतो. हे सारं विज्ञान आहे. त्याचा जर बोध झाला तर मनुष्याला आत्मज्ञान आणि पुढे परमात्मज्ञान होऊ शकतं.

अधिभूत, अधिदैव, अध्यात्म, अधियज्ञ, अधिदेह असे उपासनेच्या दृष्टीने अनेक भेद जरी केले, तरी हे अनेकत्व खरं नसून वस्तुतः एकच परमेश्वर सर्वत्र व्यापून उरला आहे. सृष्टी व्यक्त झाल्यानंतर अधिभूतादी विषय उत्पन्न होतात, पण साधक पुन्हा ब्रह्माचीच उपासना करू लागताच त्याला आत्मज्ञान आणि पुढे परमात्मज्ञान होऊ शकतं.

अर्जुनाने मागील श्लोकांमधून प्रश्नांची सप्तपदी भगवंतांपुढे ठेवली :

अध्यात्म म्हणजे काय? कर्माचं स्वरूप कसं आहे? अधिभूत म्हणजे काय? अधिदैव कशाला म्हणतात? अधियज्ञ म्हणजे कोण? तो कशा स्वरूपात असतो? आणि आता सातवा प्रश्न आहे की, अंतकाळी योगीजनांकडून तू कसा जाणला जातोस? या प्रश्नाचं उत्तर भगवान पुढील श्लोकात देणार आहेत.

अन्तकाले च मामेव स्मरन्मुक्त्वा कलेवरम् ।
यः प्रयाति स मद्भावं याति नास्त्यत्र संशयः ॥८.५॥
यं यं वाऽपि स्मरन्भावं त्यजत्यन्ते कलेवरम् ।
तं तमेवैति कौन्तेय सदा तद्भावभावितः ॥८.६॥

आणि जो अंतकाळी माझंच स्मरण करत देह सोडतो, तो माझ्याच स्वरूपाला येऊन पोहोचतो, यात संशय नाही. अथवा कौन्तेया, (जन्मभर त्यातच रंगून गेल्यामुळे) ज्या ज्या वस्तूचं स्मरण करत मनुष्य अंतकाली देहाचा त्याग करतो, त्याच त्या भावाला (वस्तुप्रत) तो पुढे जाऊन प्राप्त होतो.

हा फार महत्त्वाचा श्लोक आहे. ज्याचं सातत्याने चिंतन केलं जातं त्याच अवस्थेला जीव मरणोत्तर जातो, असा स्पष्ट उल्लेख या श्लोकात केलेला आहे. म्हणजे सतत भयप्रद चित्रपट पाहत राहिलं, तर त्या तशाच भयप्रद वातावरणात जीव मरणोत्तर जाऊ शकतो. डोक्यात सतत कामवासना असेल तर तशाच कामिक जीवनाचा जीव मरणोत्तर अनुभव घेत राहतो अथवा पुनर्जन्मात जिथे कामवासनांचा प्रकोप आहे, अशाच ठिकाणी जीव जन्म घेतो आणि तृप्ती मिळवण्याचा प्रयत्न करतो.

संगीत-साहित्य किंवा इतर कोणत्याही कला एखाद्याने आयुष्यभर जोपासल्या आणि त्याचंच चिंतन मनात मरेपर्यंत सातत्याने ठेवलं, तर असा जीव मरणोत्तर त्याच भावाला जातो. अथवा पुनर्जन्म होऊन तो त्या अंगभूत कलांची पुढील जन्मी साधना करतो. आदल्या जन्मी जर एखाद्या कलेची भरपूर साधना केली असेल आणि मरेपर्यंत त्याच कलेचं चिंतन केलं असेल, तर पुनर्जन्मात ती कला त्या त्या व्यक्तीकडून अल्पवयातही सादर होते. त्या व्यक्तीला त्याचं सभोवताल त्या कलेला पोषक असंच मिळतं. कर्मामुळे ते तसं मिळालं नाही तरी अशा व्यक्तीला आपल्या त्या जन्मजात कलेचाच ध्यास सतत असतो. तीच गोष्ट व्यायाम अथवा अन्य खेळांची. याचप्रमाणे मनुष्य सतत 'माझं कसं होईल, मला रोग तर होणार नाही? मी लवकर मेलो तर..'

अशा प्रकारच्या चिंता सतत करत असेल, तर तेच भाव त्याच्या मागे लागू शकतात. मग मनुष्य भीतिग्रस्त होऊन जातो. त्याला फ्रस्ट्रेशन येतं. याउलट, 'मी अगदी धडधाकट आहे, मला काहीही होणार नाही, मी दीर्घायुषी आहे' असं चिंतन मनात होत राहिलं, तर मनुष्याचं जीवन सकारात्मक होऊ शकतं. ताणतणाव दूर होतात. अर्थात आपण केलेल्या कर्मांतून आपली सुटका मात्र होऊ शकत नाही. आपल्या या विचारसरणीत ती कर्मं अडथळाही निर्माण करू शकतात.

यावर मात करण्यासाठी पहिल्या अध्यायापासून गीताविचारांचा अभ्यास केला पाहिजे. त्यावर मनन, चिंतन केलं पाहिजे आणि ते कृतीत आणण्याचा प्रयत्न केला पाहिजे तरच जीवनात सकारात्मकता येईल. मन दैवी होऊन जाईल. ते मग दैवी सौंदर्याचाच विचार करू लागेल. मन जेव्हा दैवी सौंदर्याचंच सतत चिंतन करत असेल, तर तशाच सुंदर अशा दैवी सृष्टीला तो मनुष्य मृत्युपश्चात जातो. हाच सिद्धान्त भगवान या श्लोकात सांगतात. जो ज्या भावाचं सातत्याने चिंतन करतो, त्याच भावाला तो मरणोत्तर प्राप्त होतो. म्हणून आयुष्यभर कशाचं प्रकर्षाने चिंतन करायचं, हे विचारपूर्वक ठरवलं पाहिजे.

मानसिक स्तरावर होणारा परंतु प्रत्यक्ष जगण्याचा अनुभव देणारा हा सारा आभासिक खेळ असल्यामुळे मन ज्या विषयांचं सातत्याने चिंतन करतं, त्याच सृष्टीचा ते मरणोत्तर अनुभव घेत राहतं. किडा-भ्रमर न्याय इथे शतशः लागू होतो. म्हणजे, आपणच आपलं मृत्युपश्चात गंतव्यस्थान ठरवत असतो. अर्थात या खेळात कर्मविपाक काम करत असतोच. तथापि मन ज्याचं सातत्याने चिंतन करतं, तोच भाव त्या जीवाला मरणोत्तर प्राप्त होतो.

अंतकाळी जी व्यक्ती परमेश्वराचंच स्मरण करत, देहत्याग करते, ती मात्र परमेश्वरालाच जाऊन मिळते, असं भगवान सांगतात. जणू भगवंतांनी या श्लोकातून हा वचननामाच म्हणजे bondच लिहून दिला आहे. मग आता प्रश्न उपस्थित होतो की, आयुष्यभर जर परमेश्वराचं निरपेक्ष भावाने आणि कृतज्ञतापूर्वक स्मरणच केलं नसेल तर अंतकाळी तरी ते कुठून होणार?

या श्लोकातून मृत्युसमयी परमेश्वराचं स्मरण करण्याची आवश्यकता आणि त्याचं जीवाला मिळणारं फळ सांगितलं आहे. पण यावरून केवळ मृत्युसमयी असं परमेश्वराचं स्मरण केलं तरी तो मनुष्य परमेश्वराला प्राप्त होतो, अशी गैरसमजूत होण्याचाही संभव आहे. उलट जन्मभर जे मनात असतं, तेच मृत्युसमयीदेखील तसंच मनात उफाळून येत असतं. त्यामुळे केवळ मृत्युसमयीच नाही तर जन्मभर निदिध्यासाने परमेश्वराचं स्मरण, त्याची उपासना आणि त्याचं कार्य करण्याची आवश्यकता असते.

तरच अंतकाली त्याच्या नावाचं स्मरण होईल. आता अंतकाल म्हणजे तरी काय समजायचं? अंतकाल म्हणजे देहाचा मृत्यू आहेच; पण त्याचबरोबर दैनिक मृत्यू, अज्ञानाचा मृत्यू आणि अवस्थांतर मृत्यू अशा विविध मृत्यूंचाही विचार व्हायला हवा.

दादाजींनी त्याविषयी मार्गदर्शन केलं आहे. दैनिक मृत्यू म्हणजे निद्रा! अज्ञानाचा मृत्यू म्हणजे ज्ञान होणं. अवस्थांतर मृत्यू म्हणजे एका अवस्थेतून म्हणजे बाल्यावस्था वगैरे यातून दुसऱ्या अवस्थेत जाणं आणि अखेर देहाचा मृत्यू! असे निरनिराळे 'अंतकाल' माणसाच्या आयुष्यात येत असतात. या प्रत्येक अंतकाली जो परमेश्वराचं स्मरण-चिंतन करतो, तो त्यालाच प्राप्त होतो. त्यामुळे आयुष्यभर मौजमजा करून केवळ देहान्तकाली परमेश्वराचं स्मरण करा आणि त्याला प्राप्त व्हा इतकी ही गोष्ट सोपी नाही! सृष्टीचा आणि त्यातल्या आसक्ती-वासना आणि कर्मबद्ध पुनर्जन्माचा एवढा विशाल खेळ परमेश्वराने उभा केला आहे तो सहज कुणाला भेदून जाता येईल का, याचाही विचार केला पाहिजे.

थोडक्यात, आयुष्यभर परमेश्वराचं स्मरण आणि चिंतन केलं पाहिजे. तरच अशा प्रत्येक अंतकाली परमेश्वराचं नाव आठवेल! सहाव्या श्लोकातून भगवंतांनी ही गोष्ट स्पष्ट केली आहे.

आयुष्यभर केवळ पैशाचाच विचार केला असेल, किंवा देव नाही याच विचारावर निष्ठा असेल, तर देवाचं नाव अखेरीस तरी कुठून आठवणार? उलट देहान्तकाली मनच थाऱ्यावर नसतं. त्यामुळे जो भाव आयुष्यभर जोपासलेला असतो तोच भाव त्या क्षणी प्रगट होतो; त्याच भावाला जोडला जाऊन मनुष्य नवीन देह धारण करतो. जन्म-मृत्यूचं रहाटगाडगं असंच सुरू राहतं. पूर्वजन्मीचे संस्कार मग कार्यरत होतात.

जो ज्ञानी असतो, तो मात्र जीवनभर शास्त्रशुद्ध रीतीने कर्म करतो. मग अंतकाली भगवंताचं नाव घेऊन देह सोडतो आणि मग त्यालाच जाऊन मिळतो. त्यासाठी मनुष्याची वृत्ती प्रथम तयार झाली पाहिजे. वृत्तिपरिवर्तनासाठी भगवंताविषयी श्रवण-मनन आणि निदिध्यास ठेवला पाहिजे. भगवद्कार्यासाठी तत्परता ठेवली पाहिजे. या उपायातून त्याला जाणायचा प्रयत्न केला पाहिजे. तर अंतकाळी त्याचंच स्मरण राहील आणि जीव कृतकृत्य होऊन जाईल.

अंतकाळी परमेश्वराचं नाव घेऊन देहत्याग करणं हे एक रूपक आहे. एखादी ज्ञानी व्यक्ती जर कोमात गेली आणि तिला देहभानच उरलं नसेल, तर ती व्यक्ती देह सोडताना परमेश्वराचं नाव तरी कसं घेणार? म्हणजे ज्ञानी असूनही केवळ देह सोडताना नाव घेतलं नाही म्हणून ती परमेश्वरापर्यंत जाऊ शकणार नाही का? असं कसं होईल? म्हणजेच या श्लोकातून भगवंतांना काही वेगळंच सांगायचं आहे.

त्यासाठी या श्लोकातला गूढ अर्थही जाणून घ्यायला हवा.

देह सोडतानाच्या अवस्थेत व्यक्तीच्या इंद्रियांनी नाव घेण्याचं काहीच कारण नसतं. तिच्या अर्धजाणीवयुक्त मनात त्याच्या कर्मांचा ताळेबंद सुरक्षित असतो. आयुष्यभर त्या व्यक्तीने समजपूर्वक भगवंताचं स्मरण ठेवलं असेल, निष्काम कर्मयोग करून भगवंतांचं नाव घेतलं असेल, तर अशी ज्ञानी व्यक्ती अंतर्बाह्य शुद्ध झालेली असते. भगवंताचं नाम त्या व्यक्तीच्या रोमारोमांत-अगदी अर्धजाणीवयुक्त मनात भिनलेलं असतं. अर्जुनाच्या रंध्रारंध्रांतून, केसाकेसांतून कृष्णनाम ऐकू यायचं इतकं ते त्याच्यात भिनलेलं होतं.

अखेर शुद्धत्वच भगवंतापर्यंत पोहोचू शकतं; अशुद्धत्व नाही! देह सोडताना जे जीवाबरोबर जाणार असतं तिथे भगवद्नाम आणि भगवद्कार्याचा ताळेबंद जोडलेला असतो - म्हणजे attached file असते. त्यावरूनच जीवाचा प्रवास परमेश्वरापर्यंत होणार किंवा नाही हे ठरत असतं. आयुष्यभर कुकर्मं करावीत आणि देह सोडताना परमेश्वराचं नाव घ्यावं, की पोहोचला परमेश्वरापर्यंत... इतकं हे सोपं नाही.

त्यामुळे समजून-उमजून आणि निष्काम कर्म करूनच परमेश्वराविषयीचं चिंतन आपल्या रोमारोमांत भिनवलं पाहिजे. तर मग देह सोडताना केवळ तोंडाने त्याचं नाव घेण्याचं कारणच उरणार नाही. स्वत: परमात्मा आपलं आनंदानंच स्वागत करील!

आता या श्लोकाचा आपण आणखी सखोल विचार करू... परमेश्वराचं चिंतन करायचं म्हणजे नक्की कशाचं चिंतन करायचं? परमात्मा तर निर्गुण-निराकार आहे पण आपण त्याला मूर्तीत सगुण साकार करतो आणि त्याच्यामधील विविध गुणांचं नियमित पूजन करून ते गुण ग्रहण करण्याचा प्रयत्न करतो. म्हणजे त्याचं सौंदर्य, त्याचं सामर्थ्य, त्याची समृद्धी, त्याची बुद्धिमत्ता, त्याचा रंग, उत्पत्ति -स्थिती आणि लय करण्याचं त्याचं समर्थ्य आदी गुणांचा आपण विचार करतो; त्याचं स्मरण करतो.

मात्र, तेवढ्यावरून आपल्याला परमात्मस्वरूप उमजेलच असं नाही. कारण संपूर्ण सृष्टीत भरून राहिलेले त्याचे गुण किती असतील, ते आपण जाणू शकत नाही. म्हणजे परमेश्वराचं एकत्वाने स्मरण करताना त्याच्या गुणांच्याही पलीकडचा विचार केला पाहिजे. विविध कलावंतांमध्ये अनेक गुण असतात. कुणी उत्तम चित्र काढतो तर कुणी उत्तम सतारवादन करतो. कुणी उत्तम अभिनय करतो तर कुणी श्रेष्ठ संगीतकार असतो; पण असे जे सारे गुण असतात त्यामागे एक अव्यक्त तत्त्व काम करत असतं. परमात्म्याच्या शक्तीनंच काम करणाऱ्या त्या तत्त्वाला म्हणतात 'प्रतिभा!'

परमेश्वराचं स्मरण-चिंतन करायचं म्हणजे विश्वात व्यक्त झालेल्या त्याच्या अनंत गुणांचं स्मरण करतानाच त्या गुणांमागे असलेल्या त्याच्या अलौकिक प्रतिभेचं

स्मरण करायचं. त्याच्या प्रतिभेचं स्मरण करताना एक क्षण असा येईल, की विश्वात ओतप्रोत भरून राहिलेल्या त्याच्या प्रतिभेचं समग्र स्वरूप त्याच्यामध्ये एकरूप होऊन गेल्याची अद्वितीय अनुभूती मिळेल आणि आपल्याला पूर्णतेची अनुभूती मिळेल. हेच ते परमात्मज्ञान. मग कोणत्याही अंतकाली त्याचं असं स्मरण सातत्याने ठेवलं तर आपणच परमात्मस्वरूप होऊन जाऊ.

किडा सतत भ्रमराचं चिंतन करत असतो त्यामुळे एक दिवस तो स्वतःच भ्रमर बनून जातो! त्याचप्रमाणे परमेश्वराचं अहोरात्र चिंतन आणि त्याला साधर्म्य असणारं निष्काम कर्म केलं पाहिजे. श्वासासह स्वतःला शुद्ध केलं पाहिजे. ईश्वरी प्रतिभेला जाण्याचा प्रयत्न केला पाहिजे. त्यामुळे जीव अखेरीस त्याच्याशी एकरूप होऊन जाईल. शुद्धत्वच परमशुद्धत्वाला मिळू शकतं हे ध्यानात ठेवलं पाहिजे.

तस्मात्सर्वेषु कालेषु मामनुस्मर युध्य च ।
मय्यर्पितमनोबुद्धिर्मामेवैष्यस्यसंशयम् ॥८.७॥

म्हणून तू सर्वकाळ माझं स्मरण कायम ठेव आणि युद्ध कर म्हणजे कर्तव्यतत्पर राहा. संशयरहित होऊन तू मन व बुद्धी माझ्या ठिकाणी अर्पण केलीस म्हणजे तू निःसंशय मलाच प्राप्त होशील.

हा श्लोकही अत्यंत महत्त्वाचा आहे. इथे भगवंत कर्मही करायला सांगत आहेत आणि भक्तीही करायला सांगत आहेत. तू माझं नित्य स्मरण ठेव हेही भगवान या श्लोकात सांगतात. सर्वकाळ माझं स्मरण ठेव हे सांगतानाच केवळ देहान्तकाली स्मरण करून उपयोगाचं नाही याचा ते स्पष्टपणे निर्देश करतात. त्यामुळे आधीच्या ५ आणि ६ या दोन श्लोकांच्या अर्थाचा पुरावाच इथे मिळतो. तो म्हणजे सर्व प्रकारच्या अंतकाळी माझं स्मरण ठेव! म्हणजे दैनिक मृत्यू, अवस्थांतर मृत्यू आणि अखेरीस देहाचा अंत अशा सर्वकाळ माझं स्मरण ठेव, असं भगवान सांगतात.

थोडक्यात, विचार करताना, काम करताना, जेवताना, झोपताना, प्रवास करताना, संकल्प करताना, विकल्पाला तोंड देताना, सुखात-दुःखात अशा सर्व काळी भगवंताचं स्मरण ठेवलं पाहिजे. म्हणजेच त्याच्या साक्षीभावानंच आपण आपलं नियत कर्म केलं पाहिजे. संत सावता महाराज मळा फुलवतानाही नित्य विठ्ठलाचं नाम घेत. त्याच्याशी अनुसंधान ठेवूनच आपलं कर्म करत. असे अनेक संत विठ्ठलाशी अनुसंधान ठेवून नियत कर्मं करत असत. ते देह सोडल्यानंतर नक्कीच परमात्मस्वरूप होऊन गेले.

भगवद्गीतेत संसाराला तुच्छ लेखून केवळ भक्तीच करायला सांगितलेली नाही; तर भगवंतांनी त्यांचं स्मरण ठेवतानाच 'युद्ध कर' असंही म्हटलं आहे. म्हणजेच माझं स्मरण करताना कर्म मुळीच सोडू नकोस, असाच याचा अर्थ होतो. किंबहुना कर्मात माझंच अधिष्ठान म्हणजे जाणीवपूर्वक स्मरण ठेव, असं ते सुचवतात.

भगवंत गीतेतून केवळ भक्ती किंवा केवळ कर्म सांगत नाहीत. कर्म करताना भगवंतांचं स्मरण ठेवलं पाहिजे; उत्तरोत्तर मन व बुद्धी त्यांनाच अर्पण केली पाहिजे. अर्थात मन आणि बुद्धी माझी आहे हा अहंभाव सोडणं साधलं पाहिजे; तरच मनुष्य भगवंताला प्राप्त होऊ शकतो. म्हणजे विहित कर्म केलंच पाहिजे; परंतु प्रत्येक कर्म करताना भगवंताला साक्षी ठेवून ते केलं पाहिजे. मग पुढचा मार्ग भगवंतच दाखवतील. अशा एकेका इयत्तेतूनच माणसाने विकास साधत गेलं पाहिजे.

मन-बुद्धी भगवंताला अर्पण करायची म्हणजे नेमकं काय करायचं, असा प्रश्न प्रारंभीच उपस्थित करता कामा नये. प्रथम आपलं विहित कर्म निरलसपणाने पार पाडत जावं. ते करतानाच भगवंताचं चिंतन सुरू करावं. हळूहळू चिंतनाचा आणि भगवंतासाठी केलेल्या निष्काम कर्माचा कालावधी वाढवत न्यावा. असं कर्म करता करताच तिन्हीत्रिकाळ त्याचं नाव घेणं साधावं. मनातच भगवंताच्या नावाची आंदोलने निर्माण झाली पाहिजेत. नाम श्वासावर स्थापित झालं पाहिजे. नाम घेणं ही केवळ भौतिक क्रिया नाही; तर भगवंताचं जीवाबरोबर चोवीस तास सान्निध्य असणं आणि प्रत्येक कर्म भगवंताच्याच शक्तीमुळे सिद्ध होत आहे, हा भाव वृद्धिंगत करणं हेही महत्त्वाचं आहे. असं आत्यंतिक प्रेमाने जर नाम घेणं साधलं, तर त्याचं प्रतिबिंब आपल्या कर्मातही निश्चितच उमटेल.

भगवंतांचं सर्वकाळ स्मरण ठेवून कर्तव्यतत्पर होण्याबरोबरच भगवान संशयरहित व्हायला सांगत आहेत. संशय घेणं हा मनुष्यस्वभावच असतो. दोन व्यक्ती जरा दूर जाऊन बोलत असतील तर त्या आपल्याविषयीच बोलत असतील संशय मनुष्याच्या मनात उगाचच उत्पन्न होतो. असे अनेक संशय निर्माण होण्यात बरेचदा मनुष्याची आर्थिक, कौटुंबिक आणि शारीरिक दुरवस्था कारणीभूत असते. बाह्य जगाशी आणि कौटुंबिक प्रश्नांशी सतत झगडा करावा लागल्यामुळे मनुष्य अगदी मेटाकुटीला येतो; त्यातून पळ काढण्यासाठी तो विकारांचा आश्रय घेतो. विकारवश व्यक्ती अधिक संभ्रमित जीवन जगते. अंत:करणात उसळणाऱ्या इच्छा-आकांक्षा, विकार आणि नकारात्मक विचार मनुष्याला हैराण करतात.

सामान्य मनुष्यालाच नव्हे तर महात्म्यांनाही असा संघर्ष भोगावा लागतो. या परिस्थितीचं संत तुकाराम महाराजांनी यथार्थ शब्दात वर्णन केलं आहे,

रात्रंदिन आम्हा युद्धाचा प्रसंग; अंतर्बाह्य जग आणि मन!

मनुष्याला बाह्यजगताशी झगडा करावाच लागतो आणि झोपेतसुद्धा अनेक दुष्ट विचार आणि दृश्यं त्याला सतावतात. दारिद्र्य, व्याधी, संकटं इत्यादी गोष्टी चित्त सैरभैर करतात. मग अशा कौटुंबिक-सामाजिक जीवनातील संशयांबरोबरच एखादी व्यक्ती

थेट परमेश्वराच्याच अस्तित्वाविषयी संशय व्यक्त करते. ‘खरंच देव असेल का? असेल तर तो मदतीसाठी धावून का येत नाही? ज्या अर्थी तो काही करत नाही, त्या अर्थी देवबिव काहीही खरं नाही!’ अशा प्रकारचे अनंत नकारात्मक विचार संशयी व्यक्तीचं मन ग्रासून टाकतात.

मनावरचा ताण कमी करायचा असेल तर सर्वप्रथम मनातून शोक दूर केला पाहिजे. नकारात्मक विचारांना तिलांजली दिली पाहिजे. जे काही आपल्या बाबतीत घडत आहे ते आपल्याच पूर्वकर्मांचा परिपाक आहे, अशी मनाची धारणा बनली पाहिजे. मनातला शोक दूर झाला की बुद्धीची विवेकशक्ती जागृत होते. बुद्धी विचार करू लागते. संशय दूर होऊ लागतो. मग संशयरहित झालेलं मन आणि बुद्धी हृदयस्थ परमात्म्याशी संलग्न केली की व्यक्ती भगवंतांना प्राप्त होऊ शकेल.

भगवान या श्लोकातून आश्वासन देतात, तू मनातून सर्वप्रथम संशयाला हद्दपार कर आणि मग मन-बुद्धी माझ्याच ठिकाणी अर्पण कर. म्हणजे तू निःसंशय मला येऊन मिळशील.

अंधारात बॅटरी वीस फुटांपर्यंतचाच मार्ग दाखवते पण वीस फूट चालून गेल्यावर पुढचा वीस फूट मार्गही ती प्रकाशित करायला चुकत नाही. आपण भगवंतांनी सांगितल्याप्रमाणे नाम-कर्म करून काही पल्ला गाठला, तर पुढचा मार्ग तोच प्रकाशित करील. आपली पावलं मात्र भगवंताच्या मार्गावरूनच पडली पाहिजेत! लहान बाळ जेव्हा चालायला लागतं, तेव्हा ते अडखळत दोन पावलं टाकतं. ते मध्येच पडायला लागलं की आई धावत जाऊन त्याला सावरते. त्याप्रमाणे कशी का होईना, आपण भगवंताच्या दिशेने दोन पावलं टाकली पाहिजेत. आपण अडखळलो तर भगवंत धावत येऊन आपल्याला हात देईल हे निश्चित! संशयरहित होऊन आपण भगवंताला मन-बुद्धी अर्पण करून निश्चिंत झालो तर निःसंदेह त्याला प्राप्त होऊ.

भगवंतानी सांगितल्यानुसार माणसाने प्रथम कर्म केलं पाहिजे. ते करता करता भगवंताचं चिंतन साधलं पाहिजे. चिंतन मनातच केलं पाहिजे. कारण भक्ती ही आंतरिक बाब आहे. बाह्यतः दाखवण्याची बाब नाही! ते साधलं तर पुढचा मार्ग भगवंतच दाखवील.

अभ्यासयोगयुक्तेन चेतसा नान्यगामिना ।
परमं पुरुषं दिव्यं याति पार्थानुचिन्तयन् ॥८.८॥

हे पार्था, अभ्यासयोगाने युक्त असल्यामुळे एकाग्र चित्ताने ध्यान करणारा मनुष्य दिव्य परमपुरुषाला म्हणजेच परमेश्वराला प्राप्त होतो.

'अभ्यास कर' म्हणजे मन स्थिर कर. स्थिर झालेलं मन म्हणजेच चित्त. आसन-प्राणायाम यांनी चित्त स्थिर होतं. चित्त अन्य ठिकाणी जाऊ न देता अभ्यासाच्या साहाय्याने म्हणजेच प्राणायाम-आसनादी क्रियांनी स्थिर करून दिव्य परमपुरुषाचं ध्यान केलं म्हणजे अखेरीला त्याचीच प्राप्ती होते. स्थिर झालेल्या चित्तात परमात्म्याचेच विचार असायला हवेत हे गृहीत धरलं आहे.

आपल्याला एखाद्या खेळात प्रावीण्य मिळवायचं असेल तर त्या खेळाचा सतत सराव करावा लागतो. त्या खेळातल्या बारकाव्यांचा अभ्यास करावा लागतो. समजा आपल्याला बुद्धिबळामध्ये प्रावीण्य मिळवायचं आहे पण आपण सराव मात्र फुटबॉलचा केला, तर बुद्धिबळामध्ये प्रावीण्य मिळणार नाही - ते फुटबॉलमध्ये मिळेल. त्याचप्रमाणे आपल्याला ज्या अंतिम अवस्थेला जायचं आहे त्या परमतत्त्वाचंच आपण ध्यान, चिंतन केलं पाहिजे.

परमेश्वराचं ध्यान म्हणजे केवळ त्याच्या मूर्तीचं ध्यान नव्हे (ते तर केलंच पाहिजे); तर त्याच्या कलाकृतीसह त्याच्या भव्य-उदात्त परम तत्त्वाचं ध्यानही साधलं पाहिजे. त्याच्या गुणांवर ध्यान केंद्रित करता आलं पाहिजे. ते गुण आपल्यामध्ये आणण्याचा प्रयत्न केला पाहिजे. परमेश्वराचं अशा तऱ्हेने चिंतन केलं तर परमेश्वर होता येतं. परमेश्वर जर आपल्याला प्रिय असेल तरच त्याचं स्मरण होईल. ही गोष्ट सरावाने साध्य करता येते, पण त्याकरता मुळात परमेश्वराबद्दल आत्मीयता वाटली पाहिजे.

मात्र अविकारी, अव्यक्त, अचिंतनीय परमेश्वराचं ध्यान तरी कसं करणार? इथे मूर्तिपूजेचा विषय येतो. परमेश्वराला साकार कल्पून त्याचं ध्यान केलं पाहिजे आणि

त्यासाठी मूर्तिपूजेचं शास्त्र समजून घेतलं पाहिजे. *(पू. पांडुरंगशास्त्री यांचं 'मूर्तिपूजा' हे तत्त्वदर्शक पुस्तक अभ्यासावं.)*

मुलगा, पत्नी, पती हे एकमेकांना प्रिय असतात. परस्परांविषयी परस्परांना प्रेम वाटत असतं. त्यामुळे जेव्हा मुलाला सोडून वडील गावी जायला निघतात, तेव्हा त्यांच्या मनात सतत त्याचीच आठवण असते. त्याचप्रमाणे गावाहून परतताना त्याचाच चेहरा त्यांच्या डोळ्यांसमोर तरळत असतो. आपल्या मुलाविषयी आपल्याला वाटणारं हे प्रेम जसं स्वाभाविक असतं, तसंच भगवंताविषयीही स्वाभाविक प्रेम वाटलं पाहिजे. मुलाकडे बघताना आपल्याला भगवंताची आठवण झाली पाहिजे. कारण मुलं म्हणजे देवाचं देणं असतात. भगवंताची आपल्यावर कृपादृष्टी असल्यामुळेच त्याने त्याची ही ठेव आपल्यापाशी ठेवायला दिली आहे, या भूमिकेतून मुलांचा सांभाळ केला तर त्यांच्यात गुंतून न पडता आपल्याला भगवंताचीच आठवण येत राहील. भगवंताविषयी प्रेम वाटायला लागेल.

आपल्याला मिळालेलं यश, कीर्ती, संपत्ती हे भगवंताचं देणं आहे असं मनापासून वाटलं तर त्याचं सतत स्मरण होत राहील. त्याने जे दिलं आहे त्याकरता आपण त्याचे सतत आभार मानले पाहिजेत. म्हणजे कृतज्ञता मानली पाहिजे. भगवंत आपल्याला आपला आप्त वाटला पाहिजे, आत्मीय वाटला पाहिजे. त्यामुळे लाचारीने किंवा भीतीपोटी त्याचं स्मरण होणार नाही. भीतीपोटी केलेलं स्मरण हे टिकाऊ नसतं. प्रेमापोटी केलेलं चिंतन हेच टिकाऊ आणि वृद्धिंगत होणारं असतं.

आता या श्लोकात भगवान दिव्य अशा परमपुरुषाचं एकसारखं चिंतन करायला सांगतात. हे चिंतन एकदम होऊ शकत नाही. त्यासाठी एकेका पायरीने म्हणजे स्टेपने त्याकडे जावं लागतं. त्यासाठी भगवान या श्लोकात योगाचा उल्लेख करतात. योग हीच ज्ञानाची गुरुकिल्ली असते. हा योग दोन प्रकारे साध्य होऊ शकतो. एक अष्टांगयोगमार्ग आणि दुसरा भक्तिमार्ग. दोन्ही मार्गांपैकी कोणत्याही एका मार्गाने आपण परमतत्त्वापर्यंत पोहोचू शकतो.

आसक्ती-वासना कमी केल्यानंतर हा योग साध्य होऊ शकतो. म्हणजे अनात्म विषयांमधून मनाला जाणीवपूर्वक काढून धारणा, ध्यान आणि समाधीच्या योगाने ते आत्मसृष्टीकडे प्रथम वळवावं लागतं.

या श्लोकात भगवान परम दिव्य पुरुषाचं चिंतन करायला सांगतात. त्या परम दिव्य पुरुषाचं चिंतन करणं ही गोष्ट सहजसोपी नक्कीच नाही. त्यासाठी हे चिंतन तीन प्रकारे चढत्या क्रमाने केलं पाहिजे. प्रथम कूटस्थ म्हणजे आपल्या शरीरातील प्रत्यगात्मा स्वरूपातील भगवंताचं चिंतन करणं साध्य झालं पाहिजे. पण भगवान केवळ

व्यक्तीमध्ये नाही तर तो समष्टीमध्येही आहे. म्हणून कूटस्थानंतर समष्टीतील परमात्म्यापर्यंत पोहोचता आलं पाहिजे. परंतु भगवान केवळ व्यक्ति -समष्टीमध्येही नाही; तर तो निसर्गातही आहे. म्हणून त्याचं ते वैश्विक स्वरूप जाणायचा प्रयत्न झाला पाहिजे.

शास्त्रशुद्ध मार्गाने हा योग साध्य झाला तर तीन प्रकारांनी योग्याला त्याची अनुभूती मिळते. प्रथम त्याला 'तत्त्वमसि'ची अनुभूती मिळते. ही अनुभूती प्रत्यगामा स्वरूपाची असते. म्हणजे कूटस्थात 'शिवोहं शिवोहं' ही स्फूर्ती अविरत जागृत असते.

त्यानंतर योग्याला 'अहं ब्रह्मास्मि'ची प्रतिती येऊ लागते. इथे समष्टीतील पुरुषोत्तमाशी तद्रूप झाल्यामुळे त्या दिव्य पुरुषाची अपरोक्षानुभूती म्हणजे direct experience मिळतो. त्या अवस्थेत योग्याला परमात्म्याच्या ब्रह्मस्वरूपाची ऊर्मी अनुभवायला येते. त्यापुढची अवस्था म्हणजे निसर्गासह सर्व सृष्टीत भरून राहिलेल्या परब्रह्माची अनुभूती घेणं. या अवस्थेला *सर्व खल्विदं ब्रह्म* असं म्हणतात. हेच मोक्षाचं स्वरूप असतं. यालाच *ब्रह्मनिर्वाण* अवस्था म्हणतात. त्या दिव्य पुरुषामध्ये मिळून गेल्याशिवाय ही अनुभूती मिळू शकत नाही.

अशा तऱ्हेने त्या दिव्य पुरुषाला प्राप्त व्हायचं असेल, तर सहा गुणऐश्वर्यांने युक्त अशा परमेश्वराच्या सगुण भक्तीने प्रारंभ करावा लागतो. अर्थात योगाभ्यासाने परमतत्त्वात आपल्या चित्ताचा लय करणं साधलं पाहिजे. त्यानंतरच यापूर्वी सांगितलेल्या क्रमाने ब्रह्मनिर्वाणापर्यंत योग्याला पोहोचता येतं.

अभ्यासाने आणि सरावाने चित्ताचा विलय परमतत्त्वामध्ये करणं साधलं पाहिजे. योगमार्ग किंवा भक्तिमार्गातूनच ते साध्य होऊ शकतं. मग शास्त्रशुद्ध पद्धतीने व्यक्तिगत 'तत्त्वमसि', समष्टीतील 'अहं ब्रह्मास्मि' आणि अंतिमतः सृष्टी व्यापून उरलेल्या परमतत्त्वाची 'सर्व खल्विदं' ही अनुभूती प्राप्त केली तर योगी त्या दिव्य पुरुषाला प्राप्त होतो.

कविं पुराणमनुशासितारम् अणोरणीयांसमनुस्मरेद्यः।
सर्वस्य धातारमचिन्त्यरूपम् आदित्यवर्णं तमसः परस्तात् ॥८.९॥
प्रयाणकाले मनसाचलेन भक्त्या युक्तो योगबलेन चैव ।
भ्रुवोर्मध्ये प्राणमावेश्य सम्यक् स तं परं पुरुषमुपैति दिव्यम् ॥८.१०॥

सर्वज्ञ, अनादि, नियामक, सूक्ष्माहून सूक्ष्म (अत्यंत तरल), सर्वांचा आधार किंवा कर्ता, अचिंत्यस्वरूप, सूर्याप्रमाणे नित्यचेतन-देदीप्यमान, अंधकाराहून (अविद्ये) पलीकडचा अशा परम पुरुषाचं जो एकाग्र चित्तानं, भक्तिपूर्वक आणि योगबलाने युक्त होऊन, प्राण दोन्ही भुवयांमध्ये (भ्रूमध्यात) नीट ठेवून ध्यान करतो, तो त्या तेजस्वी परमपुरुषास प्राप्त होतो.

दहाव्या श्लोकात भगवंतांनी परमपुरुषाचा उल्लेख केला आहे. परमपुरुष म्हणजे परब्रह्म नव्हे हे ध्यानात घेतलं पाहिजे. ईश्वर किंवा परमेश्वर म्हणजे पुरुष. गीतेतला पुरुषोत्तम आणि सांख्यांचा पुरुष हा तोच परमेश्वर. अशा पुरुषाचं या श्लोकात थेट संबोधन आहे. म्हणजे ताऱ्यांमधील अथवा ब्रह्मांडातील आत्मा हा पुरुष आहे.

पण ब्रह्म हे अनिर्वचनीय आहे. ते सर्वव्यापक आणि एकजिनसी असलं तरी त्याचं मूर्त अथवा अमूर्त स्वरूप सांगता येऊ शकतं. आकाश हे ब्रह्माचंच अमूर्त स्वरूप आहे तर यज्ञ हे ब्रह्माचं मूर्त स्वरूप आहे. पण पंचमहाभूतांच्या जड प्रकृतीला ब्रह्माचं मूर्त आणि अमूर्त स्वरूप मानता येणार नाही. ते स्वरूप येण्यासाठी शिव-पार्वती म्हणजे स्पिरिट आणि मॅटर अर्थात जड आणि चैतन्य यांची आवश्यकता असते. म्हणजे इथे या श्लोकात जो गुणवैशिष्ट्यांचा उल्लेख आहे, तो ब्रह्माचा नसून संपूर्ण विश्वाच्या अधिपतीचा आहे.

असा हा अधिपती म्हणजे पुरुष कवी आहे. 'जे न देखे रवी ते देखे कवी,' असं म्हणतात. कारण जो सर्वज्ञ असतो तोच कवी असतो. कवी म्हणजे ज्ञाता, सर्वज्ञ किंवा तत्त्ववेत्ता असा कवी शब्दाचा खरा अर्थ आहे. परमेश्वराच्या स्वरूपाचं या श्लोकात

वर्णन आहे. ब्रह्मांडातील सर्व व्यापार तो जाणतो. अगदी सूक्ष्मातीत सूक्ष्म अणू-रेणू-परमाणू यांपासून विश्वात होणारे सर्व व्यापार तो जाणत असतो. भगवान सर्वज्ञ असल्यामुळे आपल्यासाठी बरंवाईट काय आहे किंवा आपल्याला काय हवं-नको, ते सारं त्याला कळत असतं. आपल्याला काय हवं, ते त्याला सांगायची आवश्यकता नसते पण आपण नेहमी परमेश्वराजवळ मागणीच करत असतो. ही मागणी कमी व्हायला पाहिजे तरच खरा विकास शक्य आहे. भगवंताचे गुण मनुष्याने स्वतःमध्ये बाणवण्याचा प्रयत्न केला पाहिजे. भगवंताप्रमाणे ज्ञाता होण्यासाठी, तत्त्ववेत्ता होण्यासाठी प्रयत्न केले पाहिजेत.

ज्ञानाचा चष्मा मिळाला म्हणजे जगाकडे आणि जीवनाकडे बघण्याचा दृष्टिकोन बदलतो. भगवंत हे सनातन म्हणजे नित्यनूतन आहेत आणि म्हणूनच त्यांच्यातला उत्साह कमी झालेला नाही. सनातन आणि नित्यनूतन असण्याचं कारण म्हणजे भगवान कालबद्ध नाहीत. सर्व दृश्य-अदृश्य सृष्टी, अनेक मितीतली सृष्टी, अनेक विश्वं ही निरनिराळ्या कालाच्या परिमाणाने बद्ध आहेत. पण या सृष्टीला व्यापूनही भगवान काळात अडकलेले नाहीत. जे काळात अडकतं त्यांच्यासाठी भूतकाळ किंवा भविष्यकाळ असतो. असं कालबद्धत्व नसल्यामुळेच भगवान सनातन आहेत. सृष्टीचा हा खेळ तरुणाला लाजवील अशा उत्साहाने ते नित्य खेळत आहेत. म्हणून मनुष्यानंही ही खिलाडूवृत्ती आणि उत्साह अंगी बाणला पाहिजे.

परमात्मा अचिंत्य आहे. म्हणजे आपली बुद्धी त्याच्या स्वरूपाचं आकलन करू शकत नाही. ज्या गोष्टीचा संदर्भ असतो, त्याच आधाराने बुद्धी काम करत असते पण परमेश्वर-स्वरूपाचा दुसरा कोणताच संदर्भ नाही. त्यामुळे मनही त्याच्या स्वरूपाचं चिंतन करू शकत नाही.

भगवंत या सृष्टीचे कर्तेही आहेत आणि अनुशासकही आहेत. सृष्टी ही निर्मितच आहे म्हणजे created आहे या सिद्धान्ताला या श्लोकातून पुष्टी मिळते. विचारपूर्वक आणि नियोजनपूर्वक त्यांनी हा विश्वाचा पसारा निर्माण केला आहे आणि सांभाळला आहे. तसंच अनुशासन आपल्याही जीवनात आपण आणलं पाहिजे.

भगवान नित्यचेतन तसंच देदीप्यमान आहेत. त्यांच्या ठिकाणी अंधकार नाही. अंधकार याचा अर्थ अज्ञान किंवा अविद्या. सर्वांचे पालनहार तेच आहेत. भगवान तेजस्वी आहेत. आपणही अगतिकता, लाचारी, दीनता सोडून तेजस्वी जीवन जगलं पाहिजे. अंधकाराच्या पलीकडेच म्हणजे अज्ञान आणि दुःख यांच्या पलीकडे जाण्याचा प्रयत्न केला पाहिजे.

यानंतर भगवान ध्यानाचा उल्लेख करतात. अविद्येच्या पलीकडे असलेल्या परमात्म्याचं एकाग्र चित्ताने ध्यान करायला पाहिजे. त्यासाठी योगबल हवं तसंच भक्तिरसही जागृत व्हायला हवा. कारण नुसत्या योगक्रिया करण्यातून वृत्तीत शुष्कताही येऊ शकते. भावनिर्मितीच होत नसेल तर योगही सिद्ध होऊ शकणार नाही. भगवंताच्या विचारानं, त्याच्या अशा देदीप्यमान स्वरूपाच्या चिंतनानं अंतःकरणात ओलावा निर्माण झाला पाहिजे. नेत्र ओलेचिंब झाले पाहिजेत. समष्टी आणि ब्रह्मांडातील त्याच्या वैश्विक प्रतिभेच्या अनुभवाने आपल्या अंतःकरणातला निर्झर खळाळला पाहिजे. त्यासाठीच भक्तीची आवश्यकता असते. भगवंताच्या सगुण स्वरूपाची भक्ती आणि आराधना म्हणूनच करायची असते.

ही पूर्वतयारी झाल्यानंतर चित्त एकाग्रतेचा अभ्यास करायला हवा. ध्यानाला बसल्यानंतर प्राण यौगिक क्रिया करून दोन भुवयांच्या मध्ये अर्थात भ्रूमध्यात स्थिर केला पाहिजे. सहाव्या अध्यायातील तेराव्या श्लोकात भगवंतांनी ध्यानासाठी नासाग्रावर दृष्टी ठेवायला सांगितली होती; कारण त्या अवस्थेत केवळ ध्यान करणं त्यांना अपेक्षित होतं. चित्त स्थिर होणं अपेक्षित होतं. नव्याने योगाभ्यास करताना एकदम भ्रूमध्यात चित्त एकाग्र केलं तर दृष्टिदोष उद्भवणं, डोकं दुखू लागणं किंवा चक्कर येणं असे परिणाम घडू शकतात. म्हणून केवळ नासाग्रावर लक्ष केंद्रित करायला सांगितलं होतं.

पूर्वतयारी झाल्यानंतर आता पुढचा मार्ग प्रकाशित होण्यासाठी भगवंत योगबलाने प्राण भ्रूमध्यावर स्थापित करायला सांगत आहेत. त्यासाठी श्वासावर प्रथम ध्यान केंद्रित करून तो हळूहळू भ्रूमध्यात स्थिर करणं जमलं पाहिजे. या क्रियेतून भगवंतांना परमतत्त्वापर्यंतचा मार्ग प्रकाशित करायचा आहे. भ्रूमध्यावर मानसिकदृष्ट्या चित्त लवकर स्थिर होतं. भ्रूमध्य हे आज्ञाचक्राचं स्थान आहे. तिथले ज्ञानतंतू केंद्राच्याद्वारे मन आणि शरीरावर अधिकार गाजवू शकतात. त्यामुळे चित्तवृत्तिनिरोधाला साहाय्य मिळतं. तिथे 'पिट्युटरी ग्लँड' नावाची ग्रंथी असते. त्या ग्रंथीचं कार्य अलौकिक असंच असतं. त्या ग्रंथीवर चित्त एकाग्र केलं की योग्याला असामान्य शक्ती लाभतात. योग्याचा तृतीय नेत्र उघडला जातो. त्याला अनेक सिद्धी अनायासे प्राप्त होतात. विज्ञानमय कोशाच्या पलीकडे असणाऱ्या जाणिवा जागृत होऊन मग योग्याला तुरीयावस्थेपर्यंत पोहोचता येतं.

ही एकाग्रता साधल्यानंतर ब्रह्मरंध्रातील पिनियल ग्लँडचं म्हणजे सहस्रार चक्राचं कार्य सुरू होतं. या दैवी ग्लँडचा थेट विश्वाशी संपर्क असतो. त्यामार्फतच परमसत्तेचे संदेश स्वीकारले जातात. योग्याचा त्या परमसत्तेशी संपर्क प्रस्थापित झाला, की तो

स्वत: परमात्मस्वरूपच होऊन जातो. असा मनुष्य मग तेजस्वी परमपुरुषाला प्राप्त होतो असा उल्लेख भगवान या श्लोकात म्हणूनच करतात.

नियमितपणे आपण त्याचं शास्त्रशुद्ध रीतीनं, भ्रूमध्यात प्राण ठेवून ध्यान केलं तर मग आपणही परमपुरुषाला प्राप्त होऊ शकतो. त्यासाठी भगवंतांप्रमाणे कर्म करून चित्त एकाग्र करण्याचा अभ्यास करायला हवा. तसंच या साऱ्या यौगिक क्रिया योग्य गुरूच्या मार्गदर्शनाखालीच केल्या पाहिजेत.

हे सारे भगवंताचे अलौकिक गुण अंगी बाणवण्याचा प्रामाणिक प्रयत्न केला तसंच प्रतिक्षणी आणि मरणसमयी एकाग्रचित्ताने, मन भक्तिपूर्वक त्याच्या ठिकाणी अचल ठेवलं, केंद्रित केलं, योगबलाने प्राण दोन्ही भुवयांमध्ये व्यवस्थित स्थापन केला म्हणजे अशा मनुष्याला परमपुरुषाप्रत पोहोचता येतं.

यदक्षरं वेदविदो वदन्ति विशन्ति यद्यतयो वीतरागाः।
यदिच्छन्तो ब्रह्मचर्यं चरन्ति तत्ते पदं संङ्ग्रिहेण प्रवक्ष्ये।।८.११।।
सर्वद्वाराणि संयम्य मनो हृदि निरुध्य च ।
मूध्न्यार्धायात्मनः प्राणमास्थितो योगधारणाम् ॥८.१२॥
ओमित्येकाक्षरं ब्रह्म व्याहरन्मामनुस्मरन् ।
यः प्रयाति त्यजन्देहं स याति परमां गतिम् ॥८.१३॥

वेदवेत्ते विद्वान ज्या सच्चिदानंदघनरूप परमपदाला अविनाशी म्हणतात, आसक्ती नसलेले यत्नशील संन्यासी महात्मे ज्याच्यात प्रवेश करतात, आणि ब्रह्मचर्याचे आचरण करणारे ब्रह्मचारी ज्या परमपदाची इच्छा करतात, ते परमपद मी तुला थोडक्यात सांगतो. सर्व इंद्रियांचं नियमन करून, हृदयाच्या ठिकाणी मनाचा निरोध करून आणि प्राणवायू मस्तकामध्ये स्थापित करून, ध्यानयोगात स्थिर झालेला ॐ या एकाक्षरी ब्रह्म-मंत्राचा उच्चार करत आणि माझं स्मरण करत जो देह सोडून जातो, त्याला परमश्रेष्ठ गती मिळते.

अकराव्या श्लोकात भगवान म्हणतात, अक्षरब्रह्म, अभ्यासयोगी आणि ॐकार यांविषयी थोडक्यात सांगतो. या दोन श्लोकांमध्ये भगवान त्यांचं स्वरूप विशद करतात. वेदवेत्ते ज्याला अविनाशी म्हणतात, वीतराग होऊन यती ज्यात प्रवेश करतात आणि जे याची इच्छा करून ब्रह्मचर्यव्रताचं पालन करतात, असं ॐकार ब्रह्माचं स्वरूप इथे संक्षेपाने सांगितलं आहे.

यापूर्वी भगवंतांनी परब्रह्माचं गुणवर्णन केलं. आता इथे शब्दरूपाने ते त्याचं वर्णन करत आहेत. ॐ ही भगवंताची महान शक्ती आहे. याच अक्षरब्रह्माचं वर्णन करताना ज्ञानेश्वर माउली म्हणतात : *ॐ नमोजी आद्या, वेद प्रतिपाद्या जय जय स्वसंवेद्या आत्मरूपा ।* ॐ हे ईश्वराचं आद्यस्वरूप आहे. वेदांनीसुद्धा याचं प्रतिपादन केलेलं आहे. हे जणू आत्मरूपच आहे.

‘छांदोग्य उपनिषदा’त ॐकाराविषयीची आख्यायिका सांगितलेली आहे. मृत्यूच्या पाशातून सुटण्यासाठी देवांनी वेदत्रयींचा आश्रय घेतला परंतु तिथेही मृत्यूने देवांचा पिच्छा पुरवला. तेव्हा मग देवांनी ॐकाराचा आश्रय घेतला. ॐकाररूपी दुर्गम आणि अभेद्य अशा किल्ल्यामध्ये मृत्यूला जाता आलं नाही आणि त्यामुळे देव अमर झाले.

या आख्यायिकेचा मथितार्थ असा की, ज्या व्यक्तीला मृत्यूचं भय वाटत असतं, तिने ॐकार साधना केली तर तिची त्या भयापासून सुटका होते. म्हणजेच मृत्यूचं भय न वाटता ती व्यक्ती सहजतेने मृत्यूला सामोरं जाऊ शकते. मृत्यूची टांगती तलवार मनुष्याच्या डोक्यावर कायमची असते. त्यातून स्वतःचा बचाव करण्यासाठीच अनेकविध उपाय केले जात असतात; परंतु मृत्यू जेव्हा यायचा तेव्हाच येतो. त्याला कुणीही अडवू शकत नाही.

एक परिचित महिला होती. ती दर सहा महिन्यांनी ब्रेस्ट कॅन्सरची तपासणी करून घ्यायची. अनेक वर्षं तिचा हा उपक्रम चाललेला होता. जेव्हा तिने शेवटची तपासणी करून घेतली तेव्हा ती पूर्णतः निर्दोष होती - म्हणजे नॉर्मल होती, परंतु त्यानंतर अगदी थोड्या दिवसातच तिला कॅन्सर झाला आणि काही दिवसांमध्येच तिने जगाचा निरोप घेतला. दुसरा एक मनुष्य पूर्णतः धडधाकट होता. रोज नियमित व्यायाम आणि योगासने करत असे. त्याला कोणतीही व्यसनंही नव्हती. कोणताही रोग नव्हता, परंतु एके दिवशी एका किरकोळ अपघातात त्याचा मृत्यू झाला. याउलट एका व्यक्तीची आयुष्यभर प्रकृतीची कुरबूर होती. ती सतत आजारी असे. पण ती दीर्घायुषी झाली! अशा असंख्य घटना आजवर घडल्या आहेत. त्याला कोणतंही तर्कशुद्ध उत्तर देता येत नाही.

तरीपण आपण मृत्यूला दूर ठेवण्याचे उपाय केलेच पाहिजेत. व्यायाम-प्राणायाम आदी क्रिया केल्याच पाहिजेत, परंतु आपली इथली मुदत संपली की जावंच लागतं. मृत्युदेवाला कुणीही अडवू शकत नाही.

तथापि, छांदोग्य उपनिषदात सांगितलेल्या या कथेच्या आधाराने विचार करायचा झाल्यास देवांनी ॐकाराचा आश्रय घेतला आणि त्यामुळे मृत्युदेव त्यांच्यापर्यंत पोहोचू शकला नाही. देव अमर झाले.

ही कथा म्हणजे एक रूपक आहे. ते समजून घेण्याचा प्रयत्न केला पाहिजे. म्हणून या कथेसंदर्भात तीन गोष्टींचा विचार करावा लागेल.

पहिली गोष्ट म्हणजे देवांनी मृत्यूच्या कचाट्यातून सुटण्यासाठी वेदत्रयींचा आधार घेतला तरी मृत्यूने तिथेही देवांचा पिच्छा पुरवलाच. ‘वेद’ हा शब्द इथे

प्रातिनिधिक आहे. वेद म्हणजे कर्मकांड, अनेकविध उपाय, उपचार किंवा मागणी. अर्थात अनेक कर्मकांडात्मक उपाय करूनही मृत्यूपासून सुटका होऊ शकेलच असं नाही. कारण मृत्युदेव तिथेही आपला पिच्छा पुरवतोच, ही पहिली गोष्ट या रूपक कथेतून ध्यानात येते.

दुसरी गोष्ट म्हणजे ॐकाररूपी दुर्गम आणि अभेद्य किल्ल्यात मृत्यूला शिरकाव करता आला नाही असं ही कथा सांगते. ॐकार ही परमेश्वराची महान शक्ती आहे. म्हणजे ती परमेश्वरस्वरूपच आहे. ॐकाराचं उच्चारण म्हणजे अनाघात उच्चारण असतं. सृष्टी अस्तित्वात आली आणि तिला गती मिळाली ती एका हमिंगमुळे. ते हमिंग म्हणजेच ॐकार. त्याच हमिंगच्या स्पंदनांनी म्हणजेच ॐकाराच्या आधाराने मूळ स्पंदने उमटायच्या अगोदरच्या स्थितीत जीवाला जाता येऊ शकतं. ॐकारामध्ये पृथ्वी, अंतरिक्ष आणि देवलोक यांचा समावेश होतो.

त्याचप्रमाणे अ, ऊ, म ही अक्षरं उत्पत्ती, स्थिती आणि लय यांची सूचक आहेत. म्हणजेच ॐकाराच्या आधाराने जीव उत्पत्ती, स्थिती आणि लय यांच्या पलीकडे जाऊ शकतो. अर्थातच तो अमर होऊ शकतो. ॐकाराच्या साहाय्याने उत्पत्ति-स्थिति -लय यांच्या पलीकडे जाणं म्हणजेच परमेश्वराप्रत जाणं. कारण हे त्याचंच स्वरूप आहे. म्हणून ॐकार साधना म्हणजे ॐकाराच्या ध्वनीतून त्या अनादि अनंत परमेश्वराचीच आराधना करणं साधलं पाहिजे. ॐकार जसा अव्यक्त आहे, तसाच परमात्माही अव्यक्त आहे. त्यामुळे परमात्म्याविषयीच्या आत्यंतिक प्रेमभावनेने ॐकाराची साधना केली तर मनुष्य उत्पत्ती, स्थिती आणि लय यांच्या पलीकडे जाऊ शकतो.

आता तिसरी गोष्ट म्हणजे ॐकार साधनेमुळे देव अमर झाले असं ही छांदोग्य उपनिषदातील रूपक कथा सांगते. अमर होणं याचा अर्थ याच शरीरात कायमचं राहणं नव्हे; तर मरण हा संदर्भच जीवामधून कायमचा निघून जाणं म्हणजे अमर होणं. कर्मबंध आणि आत्मविकास यासाठीच जीव कायम जन्म घेत राहतो आणि पर्यायाने मृत्यूलाही जवळ करतो. पण एकमेवाद्वितीय परमेश्वराविषयीच्या आत्यंतिक प्रेमापोटी ॐकार साधना केली तर जीवाला चिकटलेला कर्मबंध नाहीसा होतो आणि मग तो मनुष्य पूर्ण विकसित होतो. म्हणजेच तो परमात्मस्वरूप होऊन जातो. मग तो स्थल-कालातीत अवस्थेत आनंदसागरात डुंबत राहतो. या अवस्थेत मृत्यू संभवतच नाही. म्हणजेच तसं अमरत्व त्या जीवाला येतं.

अशा या ॐकाराचं ध्यान केलं म्हणजे उत्पन्न होणं, स्थितिकाली असणं आणि लय होणं हे भाव जिवंतपणीच निघून जातात. मग जीवनात एकप्रकारची सार्थकता येते. जीवन अमृतमय बनून जातं.

मृत्यूची भीती संपली म्हणजे जगण्यातही आनंद वाटायला लागतो. नाहीतर मृत्यूची टांगती तलवार शिरावर घेऊन जीवन जगणं कठीण जातं. ॐकाराच्या उपासनेमुळे मृत्यू ही टांगती तलवार न वाटता प्रभूचा वरदहस्त वाटू लागतो. त्याच्याशी असलेला आपला दैवी संबंध ध्यानात येऊ लागतो. मग आत्यंतिक प्रेमभावाने ही उपासना करत राहिलं तर भगवंताचंही प्रेम अनुभवायला येऊ लागतं. त्यामुळे त्याला परमगती प्राप्त होते, मिळते.

म्हणून केवळ कर्मकांड न करता परमेश्वराच्या या ॐकाररूपी महान शक्तीची अनुभूती घेतली पाहिजे. त्यासाठी अव्यक्त अशा परमेश्वरावर आत्यंतिक प्रेम करता आलं पाहिजे. तोच परमात्मा आपल्या हृदयात बसून आपलं शरीर चावलवत आहे हा भाव मनात दृढ झाला की मग त्याचं अव्यक्त स्वरूपही जाणवायला लागतं. त्याचं प्रेम उमजायला लागतं. मग ॐकाराच्या साहाय्याने त्याची आराधना केली की यापूर्वी सांगितल्यानुसार जीवाला अमरत्व प्राप्त होऊ शकतं. अर्थात जीवाची पुनर्जन्माच्या कचाट्यातून कायमची मुक्तता होते. अशा तऱ्हेने परमगती मिळविण्याचं तंत्र भगवान इथे सांगतात.

ॐकार साधना करताना प्रथम इंद्रियसंयमन केलं पाहिजे. इंद्रियांचं संयमन याचा अर्थ सतत भोगविषयांकडे जाणाऱ्या वृत्तीत आमूलाग्र परिवर्तन आणायला हवं. म्हणजे वृत्ती सात्त्विक बनवायला हवी. विषय, वस्तू आणि मौजमजेकडे धावणाऱ्या मनाचं संयमन करून ते स्थिर करण्याचा प्रयत्न केला पाहिजे. मन एकाच ठिकाणी स्थिर झाल्यानंतर श्वासाचं नियमन करून तो भ्रूमध्यात स्थिर केला पाहिजे. ही क्रिया साधण्यासाठी ध्यानाला बसल्यानंतर आपलं सारं लक्ष फक्त श्वासावर केंद्रित करायला हवं. काही वेळातच श्वासोच्छ्वासाची गती कमी झाल्याचं जाणवेल. मग मंदपणे होणारा श्वास हृदयापर्यंत, घशापर्यंत आणि पुढे भ्रूमध्यात स्थिर होईल. ही अवस्था गाठली की नाभीपासून ॐकाराचं उच्चारण करावं. म्हणजे घशातून ॐकाराचा ध्वनी न काढता तो बेंबीपासून आला पाहिजे. त्या आवाजात एकप्रकारचा घुमक म्हणजे हमिंग यायला हवं. त्या ध्वनीमुळे मस्तकात तरंग म्हणजे व्हायब्रेशन्स उमटू लागतात. मात्र एकदम ही ॐकार साधना करू नये. रोज थोडा थोडा वेळ करत अवधी वाढवत न्यावा.

एक गोष्ट मात्र ध्यानात ठेवली पाहिजे. ही साधना ज्यांना जीवनात केवळ मौजमजाच करायची आहे त्यांच्यासाठी नाही. कारण इंद्रियसंयमन केल्याशिवाय ही साधना शक्य नाही. कारण ॐकाराच्या उच्चारणातून प्रचंड शक्ती निर्माण होत असते. राजसी आणि तामसी वृत्तीच्या लोकांना ती ऊर्जा झेपणं कदाचित शक्य होत

नाही. मग त्याचे विपरीत परिणामही होऊ शकतात. शिवाय काही वेळा ॐकारसाधना करताना संसारातून निवृत्ती येण्याचीही शक्यता असते. म्हणून अशी साधना करताना आपण कुठे आहोत, म्हणजे अध्यात्मशास्त्राच्या दृष्टिकोनातून आपण कोणत्या स्तरावर आहोत, याचा प्रथम विचार केला पाहिजे. आणि मग योग्य गुरूच्या मार्गदर्शनाखालीच ही साधना केली पाहिजे. आणि महत्त्वाचं म्हणजे परमेश्वराचंच अधिष्ठान आपल्या या साधनेत निर्विवादपणे असलं पाहिजे. कारण हा ब्रह्माचा मंत्र आहे आणि ब्रह्म हे परमेश्वराच्याच अधिकारातलं आहे. म्हणून समजपूर्वक ॐकार साधना केली आणि देह सोडतानाही ही क्रिया साधली, तर जीवाला परमगती मिळते. मृत्यूच्या कचाट्यातून त्याची निरंतरची सुटका होते.

इंद्रियांची दारं बंद करून, विषयांना आत प्रवेश न देता, मनाचा हृदयात निरोध करून, प्राणवायू मस्तकात ठेवून हे योगाचरण रोज करावं. अशा तऱ्हेने ॐ या एकाक्षरी ब्रह्म-मंत्राचा उच्चार करत परमेश्वराचं नित्य स्मरण केलं पाहिजे. म्हणजे मग जन्ममृत्यूचा फेरा चुकतो. अशी नित्य ॐकार साधना केली तर जीवनही भयरहित होऊन जातं; जीवाची मृत्यूच्या कचाट्यातूनही कायमची सुटका होते.

अनन्यचेताः सततं यो मां स्मरति नित्यशः ।
तस्याहं सुलभः पार्थ नित्ययुक्तस्य योगिनः ॥८.१४॥

हे पार्था, जो सतत अनन्यभावाने एकाग्रचित्त असून माझं (परमेश्वराचं) नित्य स्मरण करतो, त्या नित्ययुक्त योग्याला मी सुलभ असतो. (म्हणजेच त्याला माझी प्राप्ती सुलभ रीतीने होते.)

भगवंताचं अनन्यभावाने नित्य चिंतन केलं पाहिजे म्हणजेच भगवंताचं दर्शन सुलभ होतं. या श्लोकातला अनन्यभावाने हा शब्द फार महत्त्वाचा आहे. आपण भगवंताला आळवतो. त्याची आराधना करतो. त्या आळवण्यामागे भक्तिभाव ओतप्रोत भरलेला असला पाहिजे. भगवंत म्हणतात, 'जेव्हा तू मला बोलावशील तेव्हा तुझ्या मनात माझ्याशिवाय कोणताही 'अन्य भाव' म्हणजे हेतू असता कामा नये.' या अर्थानंच 'अनन्य भाव' हा शब्द वापरला आहे. म्हणजेच भगवंताशिवाय अन्य कसलीही जाणीव किंवा विचार मनात नसावा तरच भगवंताचं यथार्थ स्मरण होऊ शकेल.

आपल्या घरामध्ये काही पाहुणे मंडळी आलेली आहेत. त्यांची आवभगत चालू आहे. तेवढ्यात आपण दुसऱ्या संबंधितांनाही मुद्दाम बोलावून घेतलं तर घरामध्ये गोंधळ माजतो. शिवाय जे अतिथी आहेत त्यांचाही नीट आदरसत्कार करता येत नाही. त्याचप्रमाणे आपल्या मनामध्ये आधीच अन्य भाव भरलेले असताना भगवंताची आराधना केली तर मनात गोंधळ माजेल आणि भगवंताचा नीट मान राखला जाणार नाही, त्याची आराधना यथायोग्य होणार नाही. म्हणजे सुखदु:खादी भाव हे मुख्य ठरून भगवान गौण ठरतील.

ज्याप्रमाणे शेतामध्ये तण माजलं म्हणजे मुख्य धान्याचं पीक नीट येत नाही. ते तण साफ केलं म्हणजे पीक जोमाने येतं. त्याप्रमाणे मनामध्ये माजलेलं अन्य भावभावनांचं तण साफ केलं, तरच भगवद्भक्तीरूपी पीक जोमाने वर येईल. अशा तऱ्हेने मनाची मशागत करून त्यात अनन्यभावाचं बीज पेरलं म्हणजेच परमब्रह्माचं

योग्य प्रकारे ध्यान होईल. खऱ्या भक्तीची जोपासना होईल. अनेक ठिकाणी फुटलेल्या पाइपातल्या छिद्रांमधून पाणी निष्कारण वाहून जातं आणि जिथे पाणी हवं तिथे चांगल्या प्रवाहाने पोहोचत नाही. त्याचप्रमाणे मनात अनेक विषय आणि चिंता वसत राहिल्या तर परमेश्वरावर चित्त एकाग्र होणार नाही.

आता प्रश्न उपस्थित होऊ शकतो की चोवीस तास काय भगवद्चिंतनच करायचं? मग इतर कामं कशी आणि कधी करणार? जीवन उत्तमपणे जगायचं का नाही? संसार करायचा का नाही?

जीविका चालण्यासाठी आपली प्राप्त कर्मं तर केलीच पाहिजेत पण असं भौतिक जीवन जगतानाच आत्म आणि अनात्म या गोष्टींचाही विचार केला पाहिजे. ज्या अनात्म म्हणजे भौतिक गोष्टी असतात त्यांना आणि त्यांपासून मिळणाऱ्या सुखांना खूप मर्यादा असतात. मन-बुद्धी आणि इंद्रियांसह सर्व भौतिक जगत् हे नाश पावणारं आहे, ही गोष्ट लक्षात आली की वैराग्य नावाची आत्मशक्ती प्रकट होते. असा मनुष्य आत्मजाणिवेच्या प्रांताकडे वळतो. मग त्या मनुष्यामध्ये विवेकजागृती होते. विवेकाने मनादी इंद्रियं आत्मचिंतनाकडे वळवल्याचा फायदा असा होतो की, इंद्रियं-मन-बुद्धीसह सर्व उपाधींची क्षमता वाढत जाते. त्या मग जीवाला साहाय्य करू लागतात. जीवाला सतत परमेश्वराचं स्मरण राहावं म्हणून या साऱ्या उपाधी आपापल्या कार्यांचं नियोजन करतात.

अशी व्यक्ती दैनंदिन कर्मं करतानाही आपल्या कार्यात देव पाहते. किंबहुना ईशशक्तीमुळेच आपण कार्य करू शकतो ही भावना वाढीला लागते. आपल्या इंद्रियांची खरी प्रेरक शक्ती मन नसून किंवा बुद्धी नसून ती ईशशक्ती आहे याची जाणीव होऊ लागताच मग इंद्रियं-मनाला शुभकर्मांचीच सवय जडते. वाईट कर्मं करण्याची प्रवृत्ती नाहीशी होते. मनातून वाईट विचारांचा निचरा होऊ लागतो. त्यामुळे एकप्रकारची दैवी सकारात्मकता जीवाला व्यापून राहते.

थोडक्यात, मनाला ईशचिंतनाकडे वळवल्यानंतर जीवाची सारी इंद्रियंसुद्धा ईशभावनेने प्रेरित होऊन त्यांना बळ प्राप्त होतं आणि ती अधिक कार्यरत होतात. त्यामुळे मनाचीसुद्धा शुद्धी होत जाते. वृत्ती सात्त्विक बनत जाते. इतकंच नाही तर सारी इंद्रियं मन-बुद्धीकडून शुद्ध कर्माच्या प्रेरणा स्वीकारत अधिक कार्यतत्पर होतात. म्हणजे ईशचिंतनाचा परिणाम दैनंदिन शुभ जीवनासाठीही अधिक प्रभावी ठरतो. ही स्थिती कायम राहिली आणि नियमितपणे ईशचिंतन केलं, तर मनुष्याचा कर्मामागचा अहंकार आपोआप गळून पडतो. इंद्रियांकडून निरहंकारतेने शुभ कर्मं घडू लागल्यामुळे ती सारी कर्मं ब्रह्मार्पण होतात. म्हणजे त्या कर्मांचा बंध त्या

मनुष्याला होत नाही. म्हणजेच पुनर्जन्माला कारण ठरणाऱ्या कर्मबंधातून जीवाची सुटका होते आणि तो देह सोडल्यानंतर परमात्मस्वरूप होऊन जातो.

म्हणूनच आत्मचिंतनाची सवय जडली पाहिजे. परमेश्वराची भक्ती म्हणजे त्याचं सातत्याने केलं जाणारं चिंतन. भक्ती वेगळी आणि प्रत्यक्ष जीवन वेगळं असं असू शकत नाही. काम करताना, खेळताना, प्रवास करताना, जेवताना, झोपताना अशा सर्व काळी त्याचं चिंतन हवं. म्हणजे त्याच्यामुळे आपली ही सारी कर्मं होत आहेत हा व्यापक भाव मनात सतत बाळगता आला पाहिजे. हेच ते ईशचिंतन. हे ईशचिंतन करता करता शरीर वृद्ध झालं - अगदी विकलांग झालं तरी अशा भक्ताची बुद्धी स्थिर राहते. मग अशा योग्याला परमेश्वरप्राप्ती सुलभ होते.

कोणत्याही हेतूशिवाय भगवंताची आराधना केली पाहिजे. अनन्यभावाने त्याला साद घातली पाहिजे. भगवंत माझ्याबरोबर आहे याची खात्री बाळगली आणि त्या परमात्म्यावरच आत्यंतिक प्रेम केलं म्हणजे भगवंत सुलभ रीतीने प्राप्त होतो. अशा अनन्य भक्ताच्या कार्यामध्ये तो साहाय्य करतो. मनुष्याची इंद्रियंही त्याच्या या भगवद्कार्यात साथ देऊ लागतात. मग अशा योग्याचा कर्मबंध नाहीसा होऊन तो परमात्मस्वरूपाला प्राप्त होतो. हे साधण्यासाठी कर्म करता करताच कोणत्याही विकल्पाविना परमेश्वराला मनात स्थिर केलं पाहिजे आणि त्याचंच चिंतन केलं पाहिजे.

मामुपेत्य पुनर्जन्म दुःखालयमशाश्वतम् ।
नाप्नुवन्ति महात्मानः संसिद्धिं परमां गताः ॥८.१५॥
आब्रह्मभुवनाल्लोकाः पुनरावर्तिनोऽर्जुन ।
मामुपेत्य तु कौन्तेय पुनर्जन्म न विद्यते ॥८.१६॥

मला प्राप्त झाल्यावर पूर्णावस्थेला पोहोचलेले महात्मे क्षणभंगुर आणि दुःखाचं आगर असलेल्या पुनर्जन्माला प्राप्त होत नाहीत. म्हणजेच जन्ममरणादी दुःखापासून ते मुक्त होतात. अर्जुना, ब्रह्मलोकापर्यंत सर्व लोक पुन्हा पुन्हा उत्पन्न होणारे आहेत. अर्थात पुनर्जन्माच्या चक्रात जीव ब्रह्मलोकातून पुन्हा माघारी पृथ्वीवर येऊ शकतो, परंतु मला प्राप्त झाल्यानंतर जीवाला पुनर्जन्म नाही.

जसे संस्कार तसा स्वभाव, जसं कर्म तसं फल आणि फलप्राप्तीनुसार मृत्यूनंतर त्या त्या लोकाला जाणं; असं हे एक विराट चक्र आहे. या चक्रामध्ये माणसासहित प्रत्येक जीव फिरत असतो. वृक्ष-पाषाणादी स्थावर लोकांच्या जीवापासून सप्तस्वर्ग आणि पुढे ब्रह्मलोकापर्यंतसुद्धा एखादा जीव फिरत राहतो. हे सर्व लोक नश्वर आहेत आणि त्या पलीकडे मात्र अंतिम आणि चिरंतन सुखानंद आहे. भगवान त्याच गोष्टीचा इथे निर्देश करतात. यापूर्वीच्या श्लोकांमध्ये सांगितल्यानुसार अनन्यचित्ताने जे महात्मे परमसिद्धीला पोहोचलेले असतात, ते थेट परमेश्वरालाच जाऊन मिळतात. त्यांना पुनर्जन्म प्राप्त होत नाही.

परमात्मा हा नित्य आहे आणि तो कालातीत आहे. मात्र हे प्रकृतीने निर्माण केलेलं जग जन्म, मृत्यू, जरा आणि व्याधी अशा चार प्रकारच्या दुःखांनी अगदी परिपूर्ण आहे. शिवाय या चारही अवस्था क्षणभंगुर आहेत. या अवस्थांमध्ये जीवाला निरंतरचं अडकवलेलं आहे. मोहवश झाल्यामुळे जीव या चार अवस्थांनाच पकडून राहतो. त्यातच आनंद शोधू पाहतो. अविकसित जीवांना स्वतंत्र प्रज्ञा नसल्यामुळे ते विकासक्रमानुसार मनुष्ययोनीत येतात. मनुष्ययोनीत इतर षड्रिपूंबरोबरच मनोराज्यं

करणं आणि आशेवर जगणं हे भाव ओघानंच येतात. मी कसा सुखी होईन, नावलौकिक मिळवीन, धनधान्य जमवीन, घरदार करीन, अधिकार प्राप्त करीन, परदेशप्रवास करीन अशा प्रकारच्या कामना आपापल्या बौद्धिक कुवतीप्रमाणे मनुष्य करत राहतो. मग अशी सुखं मिळवण्यासाठी त्याचा प्रयत्न सुरू होतो. संकल्प आले की विकल्पही येतातच. ताणतणावही वाढत जातात. मग त्यावर मात करता करता मनुष्य आपले संकल्प पुरे करतोसुद्धा, पण प्रत्येकाची मनोराज्यं फलित होतातच असं नाही. मग नैराश्यादी भाव मनाला व्यापून राहतात.

आता मनुष्याचा हा सारा आटापिटा चालू असताना त्याचं वय मात्र त्याच्या नकळत वाढतच असतं. देह सोडण्याची वेळ कधीही येऊ शकते. मग मनात राहिलेल्या वासना पुऱ्या करण्यासाठी तो जीव पुन्हा नवीन जन्म घेतो. हा जन्म पृथ्वीवरच घेतला जातो किंवा मनुष्याच्या कर्मानुसार तो अधोसृष्टीत अथवा उन्नत सृष्टीतही घेतला जातो. म्हणजे जन्म घेतला की त्या त्या स्तरावरचे भोग, वृत्ती आणि त्याचे पुनर्जन्मरूपी परिणाम ओघाने आलेच. पृथ्वीस्तरच नव्हे तर ब्रह्मलोकापर्यंतचे सर्व लोक हे पुन्हा पुन्हा उत्पन्न होणारे आहेत आणि तिथे उत्पत्ति-स्थिति आणि लय हे भावही आहेतच. याच चक्रात जीव अनंत काळ फिरत राहतो.

देह सोडल्यानंतर जीवात्मा त्याच्या योग्यतेनुसार 'देवयान' किंवा 'पितृयान' या दोन मार्गांपैकी कोणत्यातरी एका मार्गाने ब्रह्मांडातल्या त्याच्या योग्यतेच्या स्तरावर जातो. या अनंत अवकाशात अनंत ब्रह्मांडं आहेत. भारतीय ज्ञानी ऋषींनी या ब्रह्मांडातील अनेक उपस्तरांसह सात ऊर्ध्व लोक (Higher planes) सांगितले आहेत आणि सात अधोलोकही (Lower planes) सांगितले आहेत. ऋषींनी या सांगितलेली या सर्व लोकांची अवकाशातील निश्चित स्थाने अशी :

पृथ्वीपासून वर प्रथम लघुचंद्रमंडल आहे. त्यानंतर पृथ्वीमंडल, त्यावर आदित्यमंडल आणि मग त्यावर अनुक्रमे परमेष्ठिमंडल आणि स्वयंभूमंडल आहे. ही सारी मंडलं आणि त्यावरचे देवादिक जीव हे वेग, मिती आणि काल (Space, Dimensions & Time) यांसंदर्भात भिन्नपणे व्यक्त होतात. त्यामुळे मानवी दृष्टीसाठी ते ती अव्यक्त मंडलं आहेत. या पाच मंडलांमध्ये भूलोक, भुवर्लोक, स्वर्लोक, महर्लोक, जनलोक, तपोलोक आणि सत्यलोक असे एकापेक्षा एक श्रेष्ठ लोक आहेत. या सर्व लोकांमधून जीव त्याच्या कर्मबंधानुसार जन्म-मृत्यूच्या चक्रात अनंतकाल फिरत राहतो.

उच्च श्रेणीच्या आत्मज्ञानी जीवात्म्याला मात्र देह सोडल्यानंतर अशा दुसऱ्या लोकात जाण्याची आवश्यकताच उरलेली नसते. असा जीवात्मा इथल्या इथे ब्रह्मीभूत

होतो. 'आत्मा' हाच लोक त्याला देह सोडल्याबरोबर प्राप्त होत असतो. म्हणजेच तो आत्मस्वरूपात विलीन होऊन जातो. भारतीय अध्यात्मशास्त्रात यालाच जीवाशिवाची गाठ पडणं किंवा आत्मा-परमात्मा मीलन होणं असं म्हणतात. या प्रक्रियेत जीवात्म्याच्या स्वतंत्र जीवभावाचंच परमात्मभावात विलिनीकरण होत असतं. हे कसं होतं, हे समजण्याचंही एक गहन शास्त्र आहे.

आत्मज्ञानी व्यक्तीचा चार कोषांनी युक्त असलेला सूक्ष्मदेह मनुष्यजन्मातच पूर्णतः शुद्ध झालेला असतो. चांगला-वाईट असा कोणताच कर्मबंध त्याला राहिलेला नसतो. कोणत्याही प्रकारची मलिनता त्याच्या सूक्ष्मदेहातील कोषांमध्ये अंशमात्रही उरलेली नसते. मानवी जीवन जगत असतानाच त्याचा संकुचित 'अहं' (self) वैश्विक बनून गेलेला असतो. त्यामुळे सर्व जीवांमध्ये पृथक पृथक्पणे भासमान होणारं आत्मरूप त्याला एकरूप असल्याचाच साक्षात्कार होतो. परमात्मस्वरूपानंच संपूर्ण सृष्टी व्यापली आहे याचंही त्याला ज्ञान होतं. मनुष्याच्या आत्मिक विकासाची ही परमावधी असते. ही विकसित अवस्था कोणत्याही भौतिक शास्त्राने सिद्ध करता येत नाही. ती केवळ अनुभवायचीच गोष्ट असते. अशा आत्मज्ञानी व्यक्तीसाठी मग लोक-परलोक किंवा स्वर्गाच्या कर्मबंधयुक्त स्तरांमधून फिरण्याची आवश्यकताच उरलेली नसते.

एका लौकिक उदाहरणाने या अवस्थेचं स्पष्टीकरण करता येईल. परदेश प्रवासासंदर्भात काही नियम असतात. व्हिसा, पासपोर्ट आणि इतर कागदपत्रांसह अनेक सोपस्कार प्रवाशाला पार पाडावेच लागतात, तरच आंतरराष्ट्रीय सीमा ओलांडता येते. पण समजा, संपूर्ण पृथ्वीवर एकाएकी जलप्रलय झाला, सर्व देश बुडाले, मानवनिर्मित साऱ्या यंत्रणा आणि सीमारेषा नामशेष झाल्या, तर अशा परिस्थितीत जे थोडे मानव त्या प्रलयातून वाचतील त्यांच्यासाठी आंतरराष्ट्रीय सीमारेषांसह मानवनिर्मित कोणतेच कायदेकानू लागू पडण्याचं कारणच उरणार नाही. सर्वत्र जलप्रलय झाला असता विहिरींच्या स्वतंत्र अस्तित्वाला ज्याप्रमाणे काही अर्थ उरणार नाही, त्याचप्रमाणे ज्या जीवात्म्याला आत्मज्ञानामुळे वैश्विकता प्राप्त होते त्याच्यासाठी लोक-परलोक, स्वर्ग-नरक या यंत्रणेतून जाण्याचं कारणच उरत नाही.

या मायाचक्राची एखाद्याच मुमुक्षूला जाणीव होते आणि हे चक्र भेदून जाण्याचा तो प्रयत्न करतो. गीतेत मार्गदर्शन केल्याप्रमाणे जर त्याने योग्य मार्गाने आत्मोन्नती केली तर असा जीव परमसिद्धी प्राप्त करतो आणि परमधामाला पोहोचतो. मग इथून तो पुन्हा या उत्पत्ति -विनाशरूपी जगामध्ये येण्याची इच्छा करत नाही.

वेदांमध्ये अशा परमलोकाचं वर्णन 'अव्यक्त', 'अक्षर' आणि 'परमगती' अशा शब्दात करण्यात आलं आहे. हा लोक अविकृत आणि अवर्णनीय असाच आहे. त्या

परमलोकाला प्राप्त होणं हीच जीवाची पूर्णावस्था असते. पृथ्वीवर उत्तम कर्मं केली की जीवाला चंद्रलोक, इंद्रलोक अथवा ब्रह्मलोक असे उन्नत लोक प्राप्त होतात. याउलट ब्रह्मलोकादी या उन्नत लोकांमध्ये विकासार्थ कर्म केलं नाही तर तिथल्या जीवांचं पृथ्वीवर जन्म घेऊन अध:पतन होतं. प्रकृतीशी संबंधित हे सारं विज्ञानच आहे.

आपण भौतिक विज्ञानाच्या आधारेसुद्धा हे पराविज्ञान समजून घेऊ शकतो.

पृथ्वीवरच्या GPS प्रणालीसाठी, हवामानाचा अंदाज घेण्यासाठी किंवा दुसऱ्या काही कारणासाठी जे उपग्रह पृथ्वीच्या कक्षेत सोडले जातात, त्यासाठी विशिष्ट क्रिया करावी लागते. उपग्रह वाहून नेणाऱ्या अग्निबाणाला ठरावीक मर्यादेतच गती द्यावी लागते. म्हणजे पृथ्वीभोवती परिभ्रमण करण्यासाठी तो उपग्रह सोडताना ठरावीक अंतरानंतर अग्निबाणाला विशिष्ट कोन म्हणजे angle द्यावा लागतो. ती गोष्ट बिनचूक साधली तर उपग्रह पृथ्वीभोवती परिभ्रमण करायला लागतो. याला 'क्रिटिकल व्हेलॉसिटी' म्हणतात; परंतु ठरावीक कक्षेच्या अगोदरच angle दिला गेला, तर उपग्रह पुन्हा पृथ्वीवर कोसळण्याची शक्यता असते. त्याला 'ऑरबिटल व्हेलॉसिटी' म्हणतात. आणि पृथ्वीच्या कक्षेतच सुयोग्य ठिकाणी जर कोन दिला गेला नाही, तर उपग्रहासहित अग्निबाण अंतराळात निघून जातो. त्याला 'एस्केप व्हेलॉसिटी' म्हणतात. अशा वेळी उपग्रह पृथ्वीभोवती फिरत राहत नाही तर तो मुक्त होतो.

हाच नियम जीवरूपी उपग्रहालाही लागू पडतो. कर्मानुसार माणूस मृत्यूनंतर पुन्हा नरजन्माला कोणत्या ना कोणत्या लोकी प्राप्त होतो; म्हणजे पृथ्वी ते ब्रह्मलोक असा फिरत राहतो. ही 'क्रिटिकल व्हेलॉसिटी!' आयुष्यभर माणसाने कुकर्मं किंवा हीन कर्मं केली, तर त्याला मृत्युपश्चात प्राणियोनीत जावं लागतं. म्हणजेच त्याचं अध:पतन होतं. ही 'ऑरबिटल व्हेलॉसिटी!' पण आयुष्यभर निष्काम कर्मयोगाचं आचरण करून आणि परमेश्वराचं सातत्याने चिंतन करून जे योगी श्रेष्ठ स्थिती प्राप्त करून घेतात, ते या कोणत्याच लोकांत न अडकता या जन्म-मृत्यूच्या सापळ्यातून सुटून परमेश्वराप्रति जातात. ती 'एस्केप व्हेलॉसिटी!' अर्थात जीव इतर स्तरांवर भरकटत न जाता थेट परमेश्वरालाच प्राप्त होतो.

परमेश्वराला प्राप्त झाल्यानंतर श्रेष्ठ महात्म्यांना पुन्हा जन्म नाही, पण ब्रह्मलोकापर्यंत जेवढे लोक आहेत, ते सर्व पुन:पुन्हा उत्पन्न होऊन नाश पावणाऱ्यांसाठी आहेत.

सहस्त्रयुगपर्यन्तमहर्यद्ब्रह्मणो विदुः ।
रात्रिं युगसहस्रान्तां तेऽहोरात्रविदो जनाः ॥८.१७॥

एक सहस्त्र युगांचा कालावधी म्हणजे ब्रह्मदेवाचा एक दिवस आणि तसाच एक सहस्त्र युगांचा काळ म्हणजे ब्रह्मदेवाची एक रात्र असते. हे ब्रह्मदेवाचे अहोरात्र जाणणारेच खरे कालवेत्ते असतात.

ऐहिक लोकातील दिवस-रात्र आणि ब्रह्मलोकातील दिवस-रात्र यांतील विभेद भगवंतांनी अर्जुनाला समजावून सांगितला आहे. ब्रह्मलोकातील दिवस पृथ्वीवरील सहस्त्र युगांपर्यंत असतो आणि रात्रही तेवढीच असते. त्याचा दिवस जेव्हा सुरू होतो, तेव्हा सर्व प्रजा अव्यक्तातून उत्पन्न होते. अव्यक्त अवस्था म्हणजे ब्रह्मदेवाची सुषुप्तावस्था असते आणि ब्रह्मदेवाचा दिवस संपून रात्रीला प्रारंभ झाला म्हणजे त्याच अव्यक्तात ती सर्व प्रजा विलीन होऊन जाते.

आता भगवान इथे युगांचा उल्लेख करतात. ब्रह्मदेवांच्या अहोरात्रींचा आणि युगांचा हिशेब करतानाच ओघाने सृष्टिनिर्मितीचाही विचार करावा लागतो. ब्रह्मदेवांचे अहोरात्र जाणणारे हेच खरे कालवेत्ते असतात, असं भगवान या श्लोकात स्पष्टपणे म्हणतात. सृष्टीचं स्वरूप आणि निर्मिती यांचा विचार करणाऱ्या कालवेत्त्यांचे दोन विभाग आहेत. पहिला म्हणजे भौतिक संशोधनाचा आणि दुसरा आध्यात्मिक तत्त्ववेत्त्यांचा.

भौतिकशास्त्रज्ञ बिग बँग थिअरी मानतात. त्यांच्या मतानुसार, या घटनेनंतर सृष्टीत सर्वत्र परमाणू पसरले. हे परमाणू धनविद्युत आणि ऋणविद्युत अर्थात प्रोटॉन्स आणि इलेक्ट्रॉन असतात. त्यांची धनविद्युत आणि ऋणविद्युत संख्या आणि भ्रमणाची कक्षाही मग ठरून गेली. परस्पर ताणावर हे परमाणू विश्वपोकळीत सारखे फिरत असतात. जेव्हा दोन परमाणू परस्परांच्या सान्निध्यात येतात, तेव्हा ते एकमेकांवर आपटून त्यातील हलका परमाणू फुटतो. आणि मग त्या घर्षणामुळे

उष्णता निर्माण होऊन हलका परमाणू जड परमाणूमध्ये मिळून मोठा परमाणू तयार होतो. हा मोठा परमाणू मग प्रचंड गतीने फिरत आपल्या गुरुत्वाकर्षणाच्या शक्तीने अंतराळातील अनेक लहानसहान परमाणूंना आपल्यात सामावून घेत जातो. त्यामुळे एक विशाल असा परमाणूंचा मेघ तयार होतो.

या महाकाय परिभ्रमणात परस्परांवर आदळून स्फोट होतानाच एक अजस्र असा तेजोमेघ म्हणजेच नेब्युला तयार होतो. प्रचंड गतीने हा नेब्युला अंतराळात परिभ्रमण करताना तो महाकाय बनत जातो. वातावरणाचा प्रचंड दबाव त्यावर असतोच. त्या प्रचंड दाबामुळे तो हळूहळू घट्ट होत जातो आणि त्याचा परिणाम म्हणून या महाकाय गोळ्याचे तुकडे पडतात. मधला केंद्रभाग मोठा असल्यामुळे त्याचं गुरुत्वाकर्षण मोठं असतं. त्यामुळे आदळून तयार झालेले असंख्य तुकडे किंवा खंड त्या केंद्राभोवती फिरत राहतात. थोडक्यात अशा तऱ्हेने सूर्यमाला तयार होतात. अशा अनंत सूर्यमालांचीच आकाशगंगा बनली. अब्जावधी सूर्यमाला आणि तिथल्या ग्रहांच्या भिन्न कालिक परिभ्रमण कक्षा यांमुळे कालाची सापेक्षता अस्तित्वात आली. विविध ग्रहांवर भिन्न काल सुरू झाले. याच कालगणनेचा उल्लेख भगवान या श्लोकात करतात.

याच कालातील अब्जावधी वर्षं मागे सरली की, विशाल सूर्यांमधील सौरशक्तीचा ऱ्हास होत जाऊन ते सूर्य विश्वपोकळीत लुप्त होऊन जातात. म्हणजे अशा तऱ्हेने विश्वाची उत्पत्ती होत असते आणि लय होत असतो, असा भौतिकशास्त्रज्ञांचा सिद्धान्त आहे; आणि दृश्य भौतिक सृष्टीसंदर्भात तो योग्यच आहे.

मात्र एवढ्यावरून ब्रह्मदेवांचा दिवस आणि युगं यांची कालनिश्चिती कळू शकत नाही. तो जाणून घेण्यासाठी आध्यात्मिक तत्त्ववेत्त्यांच्या सिद्धान्तांचा मग विचार करावा लागतो. सनातन भारतीय तत्त्ववेत्ते सूक्ष्मातूनच या वैश्विक विसर्गाचा उलगडा करतात. मनुष्यात जसं सर्व इंद्रियांसह स्थूल शरीर, सूक्ष्म शरीर आणि आत्मा मिळून संपूर्ण मनुष्य तयार होतो, त्याचप्रमाणे या वैश्विक समष्टीमध्ये ब्रह्मा, विष्णू आणि महेश ही तीन कार्यतत्त्व मिळून एकच ईश्वर असतो. हे तीन स्वरूपांतील एकाच ईश्वराचं कार्य सप्तलोकांपैकी सत्यलोकावर प्रथम सुरू होतं आणि तपोलोकावर या विश्वाची रूपरेषा आखली जाते. प्रजापती ब्रह्मदेवाची विश्वनिर्मितिकार्याची भूमिका ठरल्यानंतर त्या ब्रह्माचं 'ब्रह्मभुवन' हेच या संपूर्ण विश्वाचं मूलस्थान आहे, हे सिद्ध होतं. या मूलस्थानासह सप्तसर्गांवर परमेश्वराची अधिसत्ता आहे. अशा तऱ्हेने जेव्हा ब्रह्मदेवांचं कार्य सुरू झालं, तेव्हापासून ब्रह्मदेवांच्या आयुष्याला प्रारंभ झाला अशी मान्यता आहे.

या निर्मितीच्या कार्यात आपली सूर्यमाला अस्तित्वात आल्यानंतर तत्त्ववेत्त्या ऋषिमुनींनी अतिंद्रिय शक्तींनी मनुष्य आणि ब्रह्मदेव यांच्या संदर्भातील सापेक्ष

कालगणना जाणली त्यांची युगांमध्ये विभागणी केली. त्यानुसार दक्षिणायन आणि उत्तरायण मिळून बारा महिन्यांचं एक वर्ष त्यांनी ठरवलं. अशा सतरा लक्ष अठ्ठावीस हजार (१७,२८,०००) वर्षांचा काल म्हणजे कृतयुग, बारा लाख शहाण्णव हजार (१२,९६,०००) वर्षांचा काल म्हणजे त्रेतायुग, आठ लाख चौसष्ट हजार (८,६४,०००) वर्षांचा काळ म्हणजे द्वापरयुग आणि चार लाख बत्तीस हजार वर्षांचा (४,३२,०००) काल म्हणजे कलियुग अशी मानुषी युगांची त्यांनी निश्चिती केली. ही चार युगं मिळून त्रेचाळीस लाख वीस हजार (४३,२०,०००) इतका होतो. ही चार युगं मिळून एक दैवी युग होतं. अशी एक हजार दैवी युगं म्हणजे चार अब्ज बत्तीस कोटी (४,३२,००,००,०००) मानवी वर्षं म्हणजे ब्रह्मदेवांचा एक दिवस होतो आणि तेवढाच काळ ही ब्रह्मदेवांची रात्र होते. ब्रह्मदेवांच्या दिवसाला एक कल्प आणि रात्रीला दुसरा कल्प म्हटलं जातं.

अर्थातच दोन कल्प मिळून ब्रह्मदेवांची एक अहोरात्र होते. अशी तीस अहोरात्रं म्हणजे ब्रह्मदेवाचा एक महिना होतो. असे बारा महिने म्हणजे ब्रह्मदेवांचं एक वर्ष होतं. अशा प्रकारची शंभर वर्षं म्हणजे सूर्यदेवांचं संपूर्ण आयुष्य; त्यांचं आयुष्य संपल्यानंतर ब्रह्मांडातील यच्चयावत सूर्यदेव परमेश्वरस्वरूपात लुप्त होऊन जातात.

ज्ञानी तत्त्ववेत्त्यांच्या म्हणण्यानुसार आपल्या सूर्याचं अर्धं आयुष्य संपलेलं आहे. त्याच्या वयाच्या एक्कावन्नाव्या वर्षाचा पहिला दिवस प्रारंभित झाला आहे. या त्याच्या दिवसाला 'श्वेतवाराहकल्प' असं म्हणतात. या एका कल्पात चौदा मन्वंतरं येतात. त्यांपैकी सहा मन्वंतरं पुरी होऊन सध्या सातवं वैवस्वत-मन्वंतर सुरू आहे. म्हणजेच या मन्वंतरातल्या एकाहत्तर महायुगांपैकी सत्तावीस महायुगं संपून अठ्ठाविसाव्या महायुगातील कलियुग सध्या चालू आहे. या कलियुगाची पाच हजार वर्षं आता कुठे मागे सरली आहेत!

ही कालगणना जाणणारे सिद्ध महापुरुष असतात. तेच खरे कालवेत्ते असतात, असं भगवान या श्लोकात सांगतात. याच वैश्विक कालाच्या मायाजालात सर्व जीव अडकवलेले आहेत. भू, भुवर् आणि स्वर् अशा तिन्ही लोकांत हे जीव जन्म-मृत्यूचा अनुभव घेत लक्षावधी वर्षं फिरत आहेत. मागील श्लोकांमध्ये भगवंतांनी सांगितल्यानुसार ब्रह्मलोकापर्यंत पुन्हा पुन्हा जन्म घेत जीवाला फिरतच राहावं लागणार आहे. मग कधी तरी ज्ञानमार्ग प्रकाशित झाल्यानंतर आणि त्यानुसार कर्मं केल्यानंतर जीव या त्रिलोकाच्या पलीकडील आणि कालातीत अशा दिव्य जीवनाचा अनुभव घेऊ शकतो. ही मुक्तीसुद्धा एकदम मिळत नाही. ती क्रमाक्रमाने मिळत असते. त्याला क्रममुक्ती म्हणतात. त्याविषयी भगवान पुढे सांगणारच आहेत.

थोडक्यात, दृश्य भौतिक सृष्टीची ही कालगणना ब्रह्मदेवांच्या कालगणनेसंदर्भात किती मोठी आहे, याची कल्पना येते. पराकोटीच्या ज्ञानी अशा प्राचीन भारतीय ऋषींनी केवळ गणिताच्या आधारे नव्हे; तर आत्मज्ञानाने हे सृष्टीचं विराट स्वरूप आणि त्याची सापेक्ष कालगणना याविषयी सिद्धान्त मांडलेले आहेत. त्यांचं ज्ञान खरोखर थक्क करणारं असंच आहे. आज पाश्चात्त्य विचारवंतही या ज्ञानी भारतीय ऋषींच्या सिद्धान्तांवर प्रचंड विचारमंथन करत आहेत. त्या आधारे नवे सिद्धान्त मांडत आहेत. केवळ अपरा म्हणजे भौतिक दृष्टिकोनातून हे गहन तत्त्वज्ञान कळणं शक्य नाही. त्यासाठी परा आणि अपरा या दोन्ही प्रकृतींचा विचार करावा लागतो. भारतीय ऋषींच्या या ज्ञानात या दोन्ही बाजूंचा विचार आहे.

काल हा सापेक्ष असतो. दोन ग्रहांवरचे काल एकसारखे नसतात. संपूर्ण विश्वाचं गणित मांडताना मानवाची सुमारे साडेचार अब्ज वर्षं ही ब्रह्मदेवाच्या एका दिवसाइतकी असतात. ब्रह्मदेवाच्या दिवसकालात प्रजा (सृष्टी) निर्माण होते आणि त्याच्या रात्रकालात ती प्रजा पुन्हा अव्यक्तात विलीन होते.

यानंतर भगवान ब्रह्मामध्ये संपूर्ण सृष्टीची उत्पत्ती आणि विलय कशा प्रकारे होतो, हे सांगणार आहेत.

अव्यक्ताद्व्यक्तय: सर्वा: प्रभवन्त्यहरागमे ।
रात्र्यागमे प्रलीयन्ते तत्रैवाव्यक्तसञ्ज्ञके ॥८.१८॥

ब्रह्मदेवाच्या दिवसाला प्रारंभ झाला म्हणजे अव्यक्त (प्रकृती) पासून सर्व व्यक्त स्थावर-जंगम पदार्थ उत्पन्न होतात आणि रात्र सुरू झाली म्हणजे त्याच अव्यक्तसंज्ञक प्रकृतीमध्ये त्या सर्व पदार्थांचा लय होतो.

गीतेतला हा श्लोक मनुस्मृतीत आलेला असून यास्काचार्यांच्या निरुक्तांतही त्याचं याच अर्थानं वर्णन केलं आहे. गीतेतील १७, १८ आणि १९ हे तीन श्लोक ब्रह्मस्वरूप सृष्टीविषयी अतिशय गहन वर्णन करतात.

ब्रह्मदेवाच्या एका दिवसालाच कल्प असं म्हणतात. कल्पारंभ झाला म्हणजे अव्यक्तापासून सृष्टीतील सर्व व्यक्त पदार्थ निर्माण होऊ लागतात आणि ब्रह्मदेवाच्या रात्रीस सुरुवात झाली म्हणजे सर्व व्यक्त पदार्थ पुन्हा अव्यक्तात लय पावतात.

अव्यक्त म्हणजे परब्रह्म नव्हे. कारण ब्रह्मरूपी अव्यक्त हे या श्लोकात सांगितलेल्या अव्यक्तापलीकडचं आहे; ते भिन्न आहे. प्राचीन ग्रंथकर्त्यांना विश्वाचा पसारा बऱ्याच अंशी ज्ञात असावा. त्यासाठी काही उपलब्ध साधनंही त्यांच्याजवळ असावीत. त्यातून त्यांना विश्वातील गणिताचा उलगडा झाला असावा. मानवी वर्षं आणि ब्रह्मदेवाची वर्षं या संदर्भातील गणित मुळीच कपोलकल्पित वाटत नाही. तत्कालीन ऋषींचं ज्ञान आजच्यापेक्षा खूपच प्रगत असावं, हेच अशा असंख्य पुराव्यांवरून उमजतं. कालाचा सापेक्षता सिद्धान्त त्यांना पूर्णपणे अवगत होता हे या आणि इतर उल्लेखांवरूनही कळून येतं.

ब्रह्मदेव म्हणजेच परमेश्वराचं मन किंवा संकल्प. जेव्हा एकच परमात्मा सृष्टीच्या उत्पत्तीला चालना देऊ लागला की मग घटित होणाऱ्या कार्यप्रसंगी जे सर्जनशील तत्त्व असतं, त्या तत्त्वालाच 'ब्रह्मदेव' म्हणतात. वैदिक वाङ्मयात यालाच परमेष्ठी,

हिरण्यगर्भ अथवा प्रजापती वगैरे नावांनी संबोधलेलं आहे. म्हणजे ब्रह्मांडाचा ईश्वर म्हणजेच सूर्य अथवा तेज यालाच ब्रह्मदेव म्हटलेलं आहे.

या सृष्टीचा वेध घेताना भौतिकशास्त्र स्थूल-सूक्ष्म आणि दृश्य-अदृश्य यांचा विचार करतं, परंतु भारतीय तत्त्वज्ञान या घटकांबरोबरच व्यक्त-अव्यक्ताचाही विचार करतं. त्याचप्रमाणे सर्व भौतिक सृष्टीमध्ये जे लिंगशरीर असतं आणि त्यालाही चेतना देणारं आत्मतत्त्व असतं, त्याचाही विचार भारतीय अध्यात्मशास्त्र करतं.

म्हणजे ज्या अर्थी मनुष्याला मन, बुद्धी आणि आत्मा आहे, त्या अर्थी law of causationनुसार मनुष्य हा पृथ्वीतूनच निर्माण झालेला आहे; तर पृथ्वीची निर्मिती ही सूर्यापासून झाली असल्यामुळे मनुष्याच्या इंद्रियांना जे काही दिसतं-जाणवतं, ते सर्व पृथ्वीत प्रभावीपणे असलं पाहिजे; आणि त्याही पुढे ते सूर्यात अत्यंत प्रभावीपणे असलं पाहिजे, ही गोष्ट तर्कशुद्ध आहे. सूर्यतत्त्व म्हणजेच संपूर्ण ब्रह्मांडाला व्यापून उरलेलं हेच तेज असल्यामुळे मनुष्य हा चैतन्यमय आहे आणि त्याच्यामध्येच मानसिक, बौद्धिक आणि आत्मिक शक्ती सुप्तपणे वास करून आहे. हीच ती अव्यक्त प्रकृती आणि मन-बुद्धीला चेतना देणारी आत्मिक शक्ती म्हणजेच परा प्रकृती. हीच अव्यक्त प्रकृती परमेश्वराच्या अंतर्भूत सुप्तावस्थेत असते. याच प्रकृतीला परमेश्वर कार्यप्रवण करतो, तेव्हा हीच प्रकृती कार्यप्रवण होऊन सृष्टीची उभारणी करते. सांख्यांच्या भाषेत पंचवीस तत्त्वं, वैशेषिकांच्या भाषेत परमाणू, उपनिषदकारांच्या भाषेत शब्दब्रह्मांडातल्या सप्त व्याहृतीतून आणि पौराणिक भाषेत सप्तस्वर्ग-पाताळासह चतुर्दश भुवने ही सारी व्यक्त सृष्टी म्हणजेच परमेश्वराचं व्यक्त विराट स्वरूप! याच विराट स्वरूपाचं एकत्रित दर्शन भगवंतांनी अर्जुनाला घडवलं.

आता हे जे सृष्टीचं सर्जन असतं, ते अव्यक्तातून व्यक्त होतं आणि स्थिति-काल संपताच पुन्हा व्यक्तातून अव्यक्ताकडे जातं. ही प्रक्रिया कल्पांतावेळी घडते. जेव्हा कल्पांत होतो तेव्हा व्यक्त सृष्टी बीजरूपाने उरते. ती अव्यक्त राहते. आपल्याला जेव्हा स्वप्न पडतं, तेव्हा आपलं दैनंदिन जीवन हे सुप्तावस्थेत गेलेलं असतं. म्हणजे ते अव्यक्त होऊन बीजरूपात जीवामध्ये उरलेलं असतं. त्याचप्रमाणे ब्रह्मदेवांच्या रात्री सारी सृष्टी बीजरूपात त्यांच्यात अव्यक्तपणे सामावलेली असते. मग जेव्हा ब्रह्मदेवांचा दिवस उजाडतो, तेव्हा पूर्वकल्पातील जी सृष्टी ब्रह्मदेवांच्या रात्रीमध्ये लुप्त होऊन गेलेली असते, ती व्यक्त होते.

व्यक्त झालेली सृष्टी केवळ एकाच मितीतील नसते हे उघड आहे. जेव्हा एखाद्या ताऱ्याचा अंत होतो तेव्हा तो दृष्टीआड होतो, परंतु तो ब्लॅकहोल किंवा तत्सम

स्वरूपात अव्यक्त रूपात असतोच. त्याचप्रमाणे भौतिक सृष्टीतही ही व्यक्त-अव्यक्त अवस्था येत असते. मात्र ही सृष्टी केवळ भौतिक आणि इंद्रियांना जाणवणारी नाही. त्यापलीकडेही या सृष्टीचं स्वरूप अव्यक्त आहे. उदाहरणार्थ, आपल्याला जे सृष्टीचं दर्शन घडतं, ते केवळ भूलोकातील असतं, पण त्या पलीकडे असलेल्या भिन्न मितीतील अर्थात डायमेन्शन्समधील भुवर्लोक आणि स्वर्लोकाचं दर्शन आपल्याला घडूच शकत नाही. पण त्या त्या मितींमधील जीवांना मात्र ते घडत असतं. म्हणजे अशा असंख्य मितींमध्ये व्यक्त झालेल्या सृष्टीचाच कल्पांती ब्रह्मामध्ये विलय होतो. त्यामुळे ब्रह्मदेवाच्या दृष्टिकोनातून मानवी काळाचं भूत-भविष्य-वर्तमान हे पूर्णतः निरर्थक असणार हे उघड आहे.

तथापि, मानुषी काळाचाच विचार करायचा झाल्यास एका कल्पात चौदा मन्वंतरं होतात. पहिल्या मन्वंतरात पूर्वकल्पातील सृष्टी जशीच्या तशी निर्माण होऊन पुढच्या प्रगतीचा मार्ग आक्रमू लागते. मानवाच्या संदर्भात, पहिल्या मनूचा मानववंश उत्क्रान्त होत होत दुसऱ्या मनूपर्यंत येतो. मग याच क्रमाने सात मन्वंतरांत मानववंशाची उत्क्रांती होऊन कल्पाचा अंत होतो. पुन्हा पुढच्या कल्पारंभी मनुष्य आपला पुढचा विकास साधतो. हा विकास भिन्न स्तरावर होत असतो. सूर्याच्या आयुष्यापर्यंत हा प्रवास जीवाला करावा लागतो. मात्र त्यासाठी जीवाला अनंत कल्पांचा प्रवास करावा लागतो. मनुष्याच्या जन्म-मृत्यूपेक्षा हे अनंत काळाच्या प्रवासाचे संदर्भ वेगळे आहेत. ते मनुष्याला उमजू शकत नाहीत. मात्र प्रारंभीच्या कल्पांमधील अनेक सदाचरणी मानव, सिद्ध, ऋषी आणि मुनी हे पृथ्वीच्या कालगणनेनुसार अनेक कल्प प्रवास करत परमोच्च स्थितीला पोहोचून महर्लोक, जनलोक, तपोलोक आणि सत्यलोकापर्यंत जाऊन तिथे आपलं जीवन निश्चितच जगत असतील.

मानवांप्रमाणे इतर भूतयोनीही अनेक कल्पांमधून उत्क्रांत होत असतील. पण त्यांच्या उत्क्रांतीचे मार्ग कोणते असतील आणि त्यांची तिथल्या स्तरावरची जीवनशैली कशी असेल, याची आपण कल्पनाही करू शकत नाही.

गीता सांगते, अशा तऱ्हेने ब्रह्मलोकापर्यंत जरी जीव गेला, तरी त्याचा जन्म-मृत्यू टळलेला नसतो. ब्रह्मलोकात जीवाच्या जाणिवेची नक्कीच फार मोठी प्रगती झालेली असते. तो जीव ब्रह्मलोकात असीम आनंद उपभोगत असतो. अशी ब्रह्मविलीनता प्राप्त झाल्याशिवाय मायेच्या बंधनातून कुणाला सुटता येत नाही.

म्हणून नराचा नारायण होण्याचा भाव सतत राखला गेला आणि व्यक्ती म्हणून आपला अहंकार परमात्म्यात विसर्जित करता आला, तरच जीवाशिवाची गाठ पडू

शकते. तोपर्यंत जीव ब्रह्माच्या व्यक्त-अव्यक्त स्थितीत अनेक कल्प अडकून पडतो. यातून सुटका होऊ शकत नाही.

तथापि, यातून सुटकेचा मार्ग भगवान आपल्याला या गीतेतून दर्शवतात. त्यावर पराकोटीची श्रद्धा ठेवून ते विचार जर आपल्या जीवनात उतरवले, तर या विराट चक्रातून आपली सुटका होऊ शकेल आणि आपण परमानंदाला प्राप्त होऊ शकू.

ब्रह्मदेव म्हणजेच परमेश्वराचं मन किंवा संकल्प. जेव्हा एकच परमात्मा सृष्टीच्या उत्पत्तीला चालना देऊ लागला की मग घटित होणाऱ्या कार्यप्रसंगी जे सर्जनशील तत्त्व असतं, त्या तत्त्वालाच 'ब्रह्मदेव' म्हणतात. त्याच्या दिवसाला प्रारंभ झाला म्हणजे अव्यक्तातून सृष्टी व्यक्त होते आणि स्थिति-काल संपताच पुन्हा व्यक्तातून ती अव्यक्ताकडे जाते. जेव्हा कल्पांत होतो, तेव्हा व्यक्त सृष्टी बीजरूपाने मात्र उरतेच. जीव जेव्हा ब्रह्मस्वरूप होतो, तेव्हाच तो या पुनर्जन्माच्या चक्रातून सुटतो.

भूतग्रामः स एवायं भूत्वा भूत्वा प्रलीयते।
राम्यागमेऽवशाः पार्थ प्रभवत्यहरागमे ॥८.१९॥
परस्तस्मात्तु भावोऽन्योऽ व्यक्तोऽव्यक्तात्सनातनः।
यः स सर्वेषु भूतेषु नश्यत्सु न विनश्यति ॥८.२०॥
अव्यक्तोऽक्षर इत्युक्तस्तमाहुः परमां गतिम्॥
यं प्राप्य न निवर्तन्ते तद्धाम परमं मम ॥८.२१॥

हे पार्था, ब्रह्मदेवाचा दिवस होतो तेव्हा सर्व जीव अस्तित्वात येतात आणि ब्रह्मदेवाची रात्र होते तेव्हा त्यांचा लय होतो. अशा तऱ्हेने सर्व भूतसमुदाय पुनःपुन्हा उत्पन्न होतो- जन्म पावून नष्ट होतो, परंतु याहूनही एक व्यक्त-अव्यक्तापलीकडे एक सनातन आणि श्रेष्ठ अशी अव्यक्त प्रकृती आहे. सर्व भूतमात्रांचा विनाश झाला तरी ती नष्ट होत नाही. या अव्यक्त मायेपलीकडच्या तत्त्वाला 'अक्षर' म्हणतात. तीच सर्वोत्तम गती आहे. ती गती प्राप्त झाल्यावर जीव पुन्हा परतून या भौतिक सृष्टीत येत नाही. तेच माझं परमधाम आहे.

श्लोक १७ आणि १८ मध्ये आलेल्या विषयाची समाप्ती भगवान या श्लोकांमधून करतात. या कथनातून ते थोडक्यात म्हणजे (in nutshell) सृष्टीचा उद्‌भव आणि विलय यांविषयी ज्ञान देतात.

ब्रह्मदेवांनी निर्माण केलेलं ब्रह्मांड एकापेक्षा एक सूक्ष्म अशा सप्तद्रव्यांनी भरलेलं आहे. या सातही लोकांमध्ये अनेक प्रकारची भूतसृष्टी आहे. या सर्व भूतसृष्टीची जशी उत्पत्ती झाली, तसाच विनाशही ठरलेलाच आहे. तथापि, भू, भुवर् आणि स्वर् या त्रिलोकातील जीवांच्या नाशाचं कालमान आणि प्रकार भिन्न आहेत. त्याचप्रमाणे त्यावरच्या महर्लोकादी लोकांच्या प्रलयाचं कालमान आणि स्वरूप हे त्रैलोक्यापेक्षा भिन्न आहे. ब्रह्मदेवाचा जेव्हा दिवस संपतो, तेव्हा या त्रैलोक्यातील सर्व भूतसृष्टीचा विनाश होतो.

आता या त्रैलोक्यात कोण वास्तव्य करून असतं, याचाही विचार केला पाहिजे. पुराणांमध्ये नऊ प्रकारचे सर्ग म्हणजे सृष्टीची उत्पत्ती सांगितलेली आहे. त्यांपैकी पहिला म्हणजे मुख्य सर्ग, दुसरा तिर्यक सर्ग, तिसरा देव सर्ग आणि चौथा मानुष सर्ग. ही चार प्रकारची सृष्टी आपापल्या उत्क्रान्तीनुसार या चार सर्गांवर वास्तव्य करून असते. या मुख्य नामक सर्गात वृक्षवेली आणि वनस्पतिसृष्टी यांचा समावेश होतो. तिर्यक सर्गात पशुपक्ष्यादी सृष्टीचा समावेश होतो. देवसर्गात अधिक उत्क्रांत झालेल्या देवांचा निवास असतो. आणि अर्थातच, मानुषसर्गात मानवांची सृष्टी असते. मुख्य सर्ग, तिर्यक सर्ग आणि मानुष सर्ग हे तिन्ही सर्ग एकाच ठिकाणी दिसत असतात. देव हे उच्च स्तरावरचे आणि मितींमधले जीव असल्यामुळे ते या तीन सृष्टींसाठी व्यक्त नसतात. या सर्गांमधील भूतमात्रांचा कल्पांती विनाश होतो. याला 'नैमित्तिक प्रलय' असं म्हणतात. ब्रह्मदेवांच्या रात्रीचा आरंभ झाला की भू, भुवर् आणि स्वर् हे तिन्ही लोक जळू लागतात, असं पुराणात म्हटलेलं आहे. या वेळी त्रैलोक्यात उत्पन्न होणाऱ्या उष्णतेमुळे महर्लोक संतप्त होतो आणि तिथे वास्तव्य करून राहणारे सिद्धगण तो दाह असह्य झाल्यामुळे जनर्लोकात निघून जातात. त्या वेळी भगवान विष्णू शेषशय्येवर निद्रिस्त होतात. तेव्हा मूळ महर्लोकातील आणि जनलोकातून महर्लोकातील सिद्ध त्रैलोक्यातील भूतमात्रांविषयी भगवान शेषशायींची करुणा भाकतात.

पुराणाप्रमाणेच सांख्यदर्शन प्रलयाचा आणखी एक विचार मांडतं. प्रकृती आणि पुरुष यांच्या संयोगातून ही महत्तत्त्वरूपी सृष्टी प्रथम तयार झाली. या सृष्टीला 'ब्रह्मसर्ग' म्हणतात. त्यानंतर पंचतन्मात्रांची जी सृष्टी तयार झाली, तिला 'भूतसर्ग' म्हणतात. पंचकर्मेंद्रियं, पंचज्ञानेंद्रियं आणि मन मिळून जी अकरा इंद्रियांची उत्पत्ती झाली, तिला 'वैकारिक सर्ग' म्हणतात तर ब्रह्मदेवाचे मानसपुत्र सनत्कुमार यांच्या सृष्टीला 'कौमार सर्ग' म्हणतात. या चारही सर्गांचा ब्रह्मदेवांची रात्र सुरू झाल्यानंतर महाप्रलय होतो. या प्रलयाला 'प्राकृतिक प्रलय' म्हणतात.

याशिवाय उत्पत्तीनंतर या सर्गांमध्ये क्षणाक्षणाला जो ऱ्हास होत असतो, त्याला 'नित्यप्रलय' म्हणतात. त्याचप्रमाणे आणखी एक प्रलय म्हणजे 'आत्यंतिक प्रलय.' जेव्हा शास्त्रशुद्ध आचरण करून सद्सद्विवेकरूपी शस्त्राने आत्म्यावर असलेलं मायानिर्मित अहंकाररूपी बंधन तोडलं की मग अविनाशी अशा आत्म्याचा नित्य अनुभव येऊ लागतो. त्यालाच 'आत्यंतिक प्रलय' म्हणतात.

प्रलयासंदर्भात आपण विविध विचारधारा पाहिल्या, पण या सृष्टीपलीकडे अशी एक गोष्ट आहे की, तिचा कधी विनाश होऊच शकत नाही, असं भगवान सांगतात. योगमायेच्या शक्तीने भगवान ब्रह्मा-विष्णू आणि महेश या तीन कार्यस्वरूपांनी प्रकट

होतात परंतु सृष्टीचा विलय झाल्यानंतर ती अव्यक्त प्रकृती म्हणजेच योगमाया त्यांच्यातच विलीन होऊन जाते. मात्र योगमायेसह व्यक्त-अव्यक्त अशा सर्व सृष्टीचा विनाश झाला तरी त्या पलीकडे असलेल्या त्या परमेश्वराचा मात्र लय होऊ शकत नाही. कारण तो अनादि आणि स्वयंसिद्ध आहे. यालाच गीता क्षराक्षरातील पुरुषोत्तम म्हणते. सांख्यदर्शनातील पुरुष तो हाच. तोच अक्षर आहे. याच अव्यक्त अक्षराचं ॐकार हे प्रतीक आहे. तीच सर्वोत्तम गती आहे. म्हणूनच भगवंतांनी मागे सांगितल्यानुसार ॐकाराच्या साधनेनंच अक्षरपद प्राप्त होत असतं.

जोपर्यंत हे अक्षरपद जीवाला प्राप्त होत नाही, तोपर्यंत मात्र त्याला सांसारिक बंधनात पडावंच लागतं. जन्मोजन्म फिरत राहावंच लागतं. त्यातून सुटका होऊ शकत नाही. अगदी ब्रह्मभुवनाची जरी प्राप्ती झाली तरी या उत्पत्ति-लयाच्या खेळातून त्याची सुटका होऊ शकत नाही. कोणत्या ना कोणत्या स्वरूपात या जगड्व्याळ चक्रात त्याला भाग घ्यावाच लागतो.

अशा ज्ञानाविषयी ज्यांना जिज्ञासा नसते किंवा ज्यांचं आचरण आत्मविकासार्थ नसतं, ते लोक बाह्य सुखाच्याच मागे लागून या संसारातल्या कटकटींमध्ये अडकून पडतात. भौतिक सुख हेच अशा जीवांना श्रेष्ठ वाटत असतं.

> असंच एक गलिच्छ डबकं असतं. त्यात दोन बेडूक राहत असतात. त्यातल्या एकाला त्या घाणीत अत्यंत सुख वाटत असतं. एके दिवशी एक मासा पलीकडच्या विशाल आणि सुंदर सरोवरातून चुकून त्या डबक्यात येतो. बेडकांचं जीवन पाहून त्याला दया येते. तो म्हणतो, ''तुम्ही इथे कशाला राहता? पलीकडे मोठं आणि सुंदर सरोवर आहे. चला माझ्याबरोबर.''
>
> शंकेखोर बेडकाचा त्याच्या बोलण्यावर विश्वास बसत नाही. त्या डबक्यातल्या सुखाशिवाय आणखी श्रेष्ठ सुख कुठे असतं याची त्याला जाणीवच नसते. दुसऱ्या बेडकाचा मात्र त्या माशाच्या बोलण्यावर विश्वास बसतो आणि तो त्या माशाबरोबर त्या सरोवरात जातो. जेव्हा तो त्या सरोवराचं सुंदर, प्रशांत आणि विशाल रूप पाहतो, तेव्हा तो कृतकृत्य होऊन जातो.

म्हणून श्रेष्ठ आत्मज्ञानी पुरुष साधकालाच उपदेश करतात बद्धाला नाही! परंतु भगवद्वचनावर विश्वास ठेवून आपल्या जीवनविचारात आणि कर्मांत परिवर्तन

आणलं, त्याचबरोबर अक्षराचं स्वरूप समजून घेऊन योग्य मार्गाने साधना केली, तर कोणताही मुमुक्षू साधक जन्म-मरणाच्या भयकारी आवर्तनातून सुटून अविनाशी परमतत्त्वाला प्राप्त होईल.

ब्रह्मदेवाचा दिवस सुरू होतो, तेव्हा सर्व जीव अस्तित्वात येतात आणि ब्रह्मदेवाची रात्र होते तेव्हा त्यांचा लय होतो. संपूर्ण सृष्टीत उत्पत्ती आणि विनाश सुरूच आहे, परंतु याहूनही एक सनातन आणि श्रेष्ठ अशी अव्यक्त प्रकृती आहे, तिचा मात्र विनाश होऊच शकत नाही. अव्यक्त मायेपलीकडच्या त्या तत्त्वाला 'अक्षर' म्हणतात. तेच परमेश्वराचं परमधाम आहे. ती गती प्राप्त झाल्यावर जीव पुन्हा परतून या भौतिक सृष्टीत येत नाही.

पुरुषः स परः पार्थ भक्त्या लभ्यस्त्वनन्यया ।
यस्यान्तःस्थानि भूतानि येन सर्वमिदं ततम् ॥८.२२॥

हे पार्था, ज्याच्या अंतर्गत ही सर्व भूतं आहेत आणि ज्याने हे सर्व विश्व व्यापलेलं आहे तो परम पुरुष म्हणजे परमात्मा हा अनन्यभक्तीनंच प्राप्त होणारा आहे.

अव्यक्ताहून म्हणजे मूळ प्रकृतीहून अगदी निराळी, श्रेष्ठ, अनादि आणि अक्षर अशी एक अवस्था आहे. तिला परमगती म्हणतात. मनुष्य त्या गतीला जाऊन मिळाला म्हणजे तो पुन्हा संसारात परत येत नाही, असं यापूर्वीच्या विसाव्या आणि एकविसाव्या श्लोकात सांगितलं. त्या दोन श्लोकांचा उत्तरार्ध भगवंत या श्लोकात वर्णन करतात.

'अक्षरब्रह्म' म्हणजे ज्या ठिकाणी पोहोचल्यावर मनुष्याला पुनर्जन्म प्राप्त होत नाही असं ते स्वरूप. हा जो अव्यक्त आणि अक्षर भाव असतो, त्यालाच सर्वोत्तम गती असं म्हणतात. त्या भावाला प्राप्त होऊन जीव पुन्हा संसारमार्गात येत नाही. तेच भगवंताचं परमपद असतं.

नदीचं आणि सागराचं एकदा मिलन झालं म्हणजे नदी कधी सागरापासून विलग होत नाही. रात्र एकदा दिवसाला जाऊन मिळाली म्हणजे ती पुन्हा त्या दिवसापासून परत फिरत नाही. बंदुकीतून गोळी सुटली की ती फिरून मागे येत नाही. मुखातून शब्दफेक झाली की तिला मागे घेता येत नाही. अनन्य भक्तीचा ओघच मानवाला त्या आनंदसागराकडे नेत असतो.

त्यासाठी भक्ती अपेक्षित आहे. भक्तीनंच ती गोष्ट साध्य होऊ शकते. भक्ती म्हणजे जीवभावाने ईश्वरी भावामध्ये मिळून जाणं. साखर दुधात मिळून जाते त्याप्रमाणे. भक्तिमार्ग साध्य करताना काही गोष्टी गृहीत धरलेल्या आहेतच. पहिली गोष्ट म्हणजे ईश्वराच्या अस्तित्वावर पराकोटीचा विश्वास असला पाहिजे. नंतर त्याच्याविषयीची समज वृद्धिंगत व्हायला हवी. मग स्व-बरोबरच समष्टीमध्ये त्याची अनुभूती घेणं ही गोष्ट ओघानंच आली. त्यानंतर त्याचंच नित्य चिंतन सातत्याने

ठेवता आलं पाहिजे. उठता-बसता, काम करताना, जेवताना, झोपताना केवळ त्याचं स्मरण ठेवलं पाहिजे. या मार्गानंच जोडलं जाण्याची क्रिया साधू शकते. ईश्वरी तत्त्वाशी नित्य जोडण्याच्या क्रियेलाच भक्ती म्हणतात. जो ईश्वरी विचारापासून विभक्त राहू शकत नाही, तो भक्त, ही भक्तीची व्याख्या आहे.

आता या श्लोकात भगवान 'अनन्य भक्ती'चा उल्लेख करतात. भगवंताची भक्ती करणं म्हणजे भगवंताचं मायेच्या पलीकडील नामरूपविरहित असं सत्य स्वरूप ओळखण्याचा प्रयत्न करणं. त्यासाठी ज्ञानाची आवश्यकता असते. वस्तुतः ज्ञान आणि भक्ती यांमध्ये भेद नाहीच. उपासनेतून भक्तीची वृत्ती तयार होत असते. त्यासाठी पूजा-अर्चना-पोथीवाचन-श्रवण-मनन वगैरे क्रिया आपल्या आवडीनुसार करायच्या असतात. या क्रियांमधून वृत्ती तयार झाली की मग त्या सर्वांतर्यामी ईश्वरी तत्त्वाला जाणण्याचा प्रयत्न झाला पाहिजे. या जाणण्याच्या क्रियेतून भक्ती सिद्ध होते.

म्हणून परमेश्वराची अनुभूती मिळण्याच्या संदर्भात बुद्धी, भावना, ज्ञान, प्रेम आणि भक्ती हे सारं अभिन्न होऊन जातं. म्हणजे अनात्म वस्तूंमधील आत्मतत्त्व कोणतं आणि नामरूपात्मक असत् अशा या विश्वातील सत्याची प्रतीती येऊ लागणं म्हणजे ज्ञान. बुद्धीचा आत्मतत्त्वाशी संयोग झाल्यानंतर हे ज्ञान होतं. त्यासाठी इंद्रियंही साहाय्यभूत ठरतात. म्हणूनच उपनिषदकार म्हणतात,

आत्मा वा अरे द्रष्टव्यः श्रोतव्यः मन्तव्यः निदिध्यासितव्यः ।

हळूहळू अनुभवाने मनुष्याला जसजसं जीवनातील सत्यस्वरूप कळत जातं, तसतसं त्याच्या मनात सत्य जाणून घेण्याची इच्छा उत्पन्न होते. मग निदिध्यासाने सत्याचा प्रकाश त्याच्या अंतःकरणात पडू लागतो. त्यानंतर त्याला सत्याचं ज्ञान होऊ लागतं. हे ज्ञान होऊ लागलं की आपोआप अंतःकरण सत्याकडे ओढलं जातं आणि त्यामुळे अनित्य वस्तूंवरचं प्रेम आटत जातं. मग सत्यावरील श्रद्धा वृद्धिंगत होऊन तिला निष्ठेचं स्वरूप प्राप्त होतं. त्यामुळे मनन आणि निदिध्यासन या क्रिया आपोआप घडू लागतात. हेच ते भक्तीचं स्वरूप असतं.

भगवंतावर अनन्य भक्ती जडणं म्हणजेच अनात्म अशा असत् वस्तूंविषयी वैराग्य येणं. अर्थात हे वैराग्य वस्तूंच्या वापराविषयी नसून विषयांविषयी असतं. म्हणजे भोग्य गोष्टींना दिलं जाणारं प्राधान्य संपुष्टात येतं. असा भक्त तन-मन आणि धनाने ईश्वराला पूर्णपणे समर्पित होतो. हेच भक्तीचं स्वरूप असतं. याचा अर्थ तन-मन-धनामागे असणारा अहंकार आणि ममत्व वृत्तीतून सर्वस्वी निघून जाणं. भक्त आणि भगवंत या दोन भिन्न गोष्टी आहेत अशी सूक्ष्म जाणीव जरी शिल्लक राहिली असेल तरी भक्तीची परमावधी होऊ शकत नाही. म्हणजेच भक्त आणि भगवंत

यांमध्ये अभेदता निर्माण झाल्याखेरीज खऱ्या भक्तीचा आनंद लुटता येणार नाही. ही ज्ञानपूर्वक अभेदता म्हणजेच उत्कट अशी अनन्य भक्ती!

अर्थात भक्त आणि भगवंत हे एकच अद्वैत आहे याचं संपूर्ण ज्ञान होणं ही अनन्य भक्ती. ही अवस्था म्हणजे दाखवायची गोष्ट होत नाही. किंबहुना असा भक्त कोणतंच बाह्य दर्शन घडवत नाही. अशा अनन्य भक्तीनंच परमपुरुषाचा लाभ होतो, असं भगवान या श्लोकात सांगतात.

थोडक्यात, अनन्य भक्ती म्हणजे आत्मज्ञानरूप भक्ती. मीच स्वतः भगवान आहे, अशी साक्षात्काररूपी अनुभूती येणं म्हणजे अनन्य भक्ती! भक्तीमध्ये बुद्धिनिष्ठभावाचा ओलावा हवा. आपल्या 'भक्ती'मुळे दुसऱ्याला त्रास होत असेल तर अशी भक्ती कधीच फलद्रूप होणार नाही. कारण अनन्य भक्तीमध्ये व्यक्ती आणि समष्टीसह सृष्टीचाही विचार केला गेला असतो. दुसरा हा दुसरा नसतो. तो परमात्म्याचाच अंश असतो. त्याला दिले जाणारे क्लेश हे खऱ्या भक्तीचं स्वरूप असू शकत नाही.

ज्या वेळी दुसऱ्यामध्ये असलेल्या परमेश्वराला ओळखण्याची समज येईल, त्या वेळी अशी बाह्यतः दुसऱ्याला क्लेश देणारी भक्ती माणूस सोडून देईल. मग अंतर्मुख झाल्यानंतर खऱ्या अर्थाने त्याच्या भक्तीला प्रारंभ होईल. त्या भक्तीचं अंतिम स्थान म्हणजेच 'अहं ब्रह्मास्मि'ची अनुभूती. ती स्थिती जेव्हा गाठली जाईल, तेव्हाच भक्त भगवंतस्वरूपात विलीन होऊन जाईल.

परमगतीला जो प्राप्त होतो तो पुन्हा संसारात परत येत नाही. अनन्य भक्तीनंच ही गोष्ट साध्य होऊ शकते. अनन्य भक्ती ही आंतरिक भक्तीची अवस्था आहे; बाह्यभक्तीची अवस्था नाही. ही भक्ती अज्ञानस्वरूप नसून पूर्ण ज्ञानस्वरूप असते. असा अनन्य भक्तच परमतत्त्वाला प्राप्त होतो.

यत्र काले त्वनावृत्तिमावृत्तिं चैव योगिनः।
प्रयाता यान्ति तं कालं वक्ष्यामि भरतर्षभ॥८.२३॥
अग्निर्ज्योतिरहः शुक्लः षण्मासा उत्तरायणम् ।
तत्र प्रयाता गच्छन्ति ब्रह्म ब्रह्मविदो जनाः ॥ ८.२४ ॥
धूमो रात्रिस्तथा कृष्णः षण्मासा दक्षिणायनम्।
तत्र चान्द्रमसं ज्योतिर्योगी प्राप्य निवर्तते॥८.२५॥

हे अर्जुना! ज्या काळी शरीराचा त्याग करून गेलेले योगी परत जन्माला न येणाऱ्या गतीला प्राप्त होतात आणि ज्या काळी गेलेले परत जन्माला येणाऱ्या गतीला प्राप्त होतात, तो काळ अर्थात् दोन मार्ग मी सांगेन. जेव्हा ज्योतिर्मय अग्नी असतो, दिवसा, शुक्ल पक्ष आणि उत्तरायणाचे सहा महिने, ह्या अवधीत ज्या ब्रह्मवेत्त्यांचं देहावसान होतं, ते या देवतारूप मार्गाने ब्रह्मपदाला प्राप्त होतात... धूर, रात्र, त्याचप्रमाणे कृष्णपक्ष आणि दक्षिणायनाचे सहा महिने या काळात मृत्यू पावलेला योगी चंद्रलोकास जाऊन परत या लोकी येतो.

केवळ पारमार्थिक दृष्टीने विचार करायचा झाला तर देवयान, पितृयाण किंवा धूम्रमार्ग इत्यादी गोष्टी मायिकच आहेत. ज्ञानेश्वर माउली म्हणतात,

तरी आता देह असो अथवा जावो। आम्ही तो केवळ वस्तूचि आहों।
कांजे दोरी सर्पत्व वावो। दोराचिकडूनि॥
मज तरंगपण असे की नसे। ऐसे हे उदकासि कही प्रतिभासे।
ते भल तेव्हा जैसे तैसे। उदकचि की॥

ही सृष्टी जरी मायिक असली तरी तिचा साक्षात अनुभव मात्र आपल्या सर्व इंद्रियांना मिळतोच! विशेषतः जे जीव पुनर्जन्माच्या चक्रात अडकलेले आहेत त्यांना मिळतोच. म्हणूनच देह सोडल्यावर मिळणारे अनुभव कुणाला आणि कसे मिळतात, हे या श्लोकांमधून भगवान सांगतात. तेविसाव्या श्लोकात भगवान निर्देश करतात की,

देह सोडल्यानंतर काही योगी पुनर्जन्म घेऊन येतात तर काही या चक्रातून मुक्त होतात. हा संदर्भ कर्मयोगी आणि ज्ञानयोगी यांच्या संदर्भात असावा. कारण स्थलकालाची कल्पना ही द्वैत जीवनातील आहे. अद्वैतात लीन झाल्यावर स्थलकालाचा संदर्भच नाहीसा होतो. काल ही कल्पना तत्त्वतः भ्रामक आहे; हे जरी खरं असलं तरी मनुष्याची जाणीव या कालचक्रातच भ्रमण करत असल्यामुळे कालाचं स्वरूप आणि त्यापासून निर्माण झालेल्या स्थलाचंही स्वरूप समजून घेणं आवश्यक आहे.

या दृष्टिकोनातूनच सामान्यतः मनुष्यांचं कोणत्या कालात देहावसान झालं असता ते जन्ममरणांपासून मुक्त होतात आणि कोणत्या कालात देहत्याग केल्यानंतर पुनर्जन्माला प्राप्त होतात, हे भगवंतांनी या श्लोकात सांगितलं आहे.

या श्लोकांचा केवळ एकाच आध्यात्मिक अथवा तात्त्विक दृष्टिकोनातून विचार न करता आपण आधुनिक वैज्ञानिक संदर्भ आणि प्राचीन इतिहास यांचाही या अनुषंगाने विचार करू.

प्रथम आपण तात्त्विक दृष्टिकोनातून या श्लोकांचा विचार करू. या श्लोकांमध्ये कोणत्या कालखंडात मनुष्य मृत झाला की तो कोणत्या अवस्थेला जातो हे सांगितलं आहे. आता या श्लोकात सांगितलेली गमनाची परिस्थिती म्हणजे शुक्लपक्ष, दिवसा, उत्तरायणाचे सहा महिने वगैरे परिस्थितीत एखादा अज्ञानी आणि दुष्ट मनुष्यही मरतो. मग तो थेट ब्रह्मलोकाला जातो असं समजायचं का? याउलट एखादा ज्ञानयोगी किंवा संत कृष्णपक्षात, रात्री अथवा दक्षिणायन कालात मृत झाला तर तो ब्रह्मलोकाला जाऊ शकणार नाही असं मानायचं का? किंवा जीवाच्या जाणिवांच्या संदर्भात हा श्लोक आहे का?

भूलोकातील स्थलकालाच्या संवेदना आणि भुवर्लोकातील स्थलकालाच्या संवेदना वेगळ्या असतात. शिवाय सुषुप्ती आणि तुर्यावस्थेतील संवेदनाही भिन्न असतात. मग या श्लोकांमध्ये सांगितलेल्या ठरावीक कालात मनुष्य मृत झाला तर त्याच्या जाणिवेत फरक पडून तो थेट ब्रह्मलोकाला जातो अथवा पुन्हा पृथ्वीवरच जन्म घेतो असा अर्थ लावायचा का? पण तेवढ्यानंही प्रश्न सुटत नाही. कारण धूम आणि अग्नी या दोन घटकांचाही उल्लेख या श्लोकात केला आहे. अग्नी हे प्रकाशाचं स्वरूप आपण समजू शकतो. पण धूमाचा संदर्भ कसा लावायचा?

म्हणूनच या श्लोकांच्या संदर्भात आपण प्राचीन, ऐतिहासिक, वैज्ञानिक आणि परामानसशास्त्राच्या दृष्टिकोनातूनही विचार केला पाहिजे तरच थोडंफार गूढ उकलू शकेल.

या दृष्टिकोनातून पहिला विचार म्हणजे, उत्तरायणाचा संबंध इथे येण्याचं कारण

कदाचित तत्कालीन भौगोलिक परिस्थितीसुद्धा असावी-म्हणजेच आर्यांचं मूल वसतिस्थान असावं. वैदिक आर्यांचं मूलस्थान उत्तरध्रुव प्रदेशात होतं अशी लोकमान्य टिळकांसह कित्येकांची मान्यता आहे तर कित्येकांचा या विचाराला विरोध आहे. काही अभ्यासक एका विशाल उल्केच्या टकरीमुळे पृथ्वीचा ध्रुवच बदलला असंही मानतात. म्हणजे ध्रुव मेरुपर्वतापाशी होता - अर्थात हिमालय किंवा मध्य आशियापाशी होता असं काही जण मानतात. तथापि, देवांची आणि ऋषींची वस्ती ही ध्रुवप्रदेशात होती, असं महाभारतात नि:संदिग्धपणे सांगितलेलं आहे.

ध्रुवप्रदेशात सहा महिन्यांचा दिवस आणि सहा महिन्यांची रात्र असते. दक्षिणायन कालातील अडीच मास अशा प्रदेशात पूर्णपणे अंधकाराचं साम्राज्य असतं. त्या कालात एखाद्याचा मृत्यू झाला तर त्याच्या मृत शरीरावर अंत्यसंस्कार करता येत नसत. कारण सूर्यकिरणं मृत शरीरावर पडल्याशिवाय ते शरीर शुद्ध होत नाही, अशी तत्कालीन आर्यांची श्रद्धा होती. त्या कालात नद्यांचे प्रवाह थांबायचे. वनस्पतींची वाढ खुंटायची. ज्योतिर्मय अग्नी नसायचा. अशा वेळी मृत शरीराची विल्हेवाट कशी लावावी, हा प्रश्न उभा राहत असे. हिवाळा संपेपर्यंत ते शव मग एका पेटीत योग्य रीतीने ठेवण्याची तत्कालीन प्रथा होती. पारशी धर्मग्रंथ 'अवेस्ता'मध्ये त्याचं सविस्तर वर्णन केलेलं आहे.

मग पुन्हा उत्तरायण सुरू झालं, पक्षी उडू लागले, वनस्पती वाढू लागल्या, जलप्रवाह वाहू लागले की त्या शवाची रीतसर विल्हेवाट लावली जायची. उत्तरायणातील सहा महिने सूर्य ध्रुवप्रदेशातच सतत क्षितिजावर फिरत असल्यामुळे मृत शरीराच्या विल्हेवाटीत कोणतीच अडचण येत नसे. म्हणून उत्तरायणाचा काल मृत व्यक्तींसाठी पवित्र मानला जायचा. त्याच संदर्भाने या श्लोकात उत्तरायणाचा उल्लेख केला आहे का? आज आपण कोणत्याही निर्णयाप्रत येऊ शकत नाही. इजिप्तमधल्या पिरॅमिड्समध्येदेखील मृत व्यक्ती थेट सूर्यलोकी जाव्यात म्हणून त्यांच्या ममीज् करून त्या जतन केल्या जायच्या. सूर्यलोकाला म्हणजेच प्रकाशलोकाला तेव्हा किती महत्त्व होतं, ते मात्र दिसून येतं.

आता दुसरा विचार म्हणजे, विशिष्ट वेळी आणि विशिष्ट परिस्थितीत विश्व-द्वारं अर्थात Star-Gates उघडली जातात का? मग अशी वेळ साधणारी कुणीही व्यक्ती मग ती पापी असो वा पुण्यवान; ती ग्रहगोलांमध्ये फिरत न राहता थेट ब्रह्मलोकापर्यंत निसटून जात असावी. रॉकेट्सही विशिष्ट कोनातूनच पृथ्वीच्या कक्षेबाहेर सोडावी लागतात. नाहीतर ती पृथ्वीवर कोसळतात! भीष्माचार्यही उत्तरायणासाठी प्राण धरून होते, हे महाभारतात लिखित आहेच. त्या काळी लोकांना असं कोणतं ज्ञान होतं,

म्हणून ते उत्तरायणकालाला इतकं पवित्र मानत होते, हे एक गूढ आहे. आत्ता सांगितलेला पहिला किंवा दुसरा विचार त्यामागे होता का? आज आपण त्याविषयी काही सांगू शकत नाही.

आता तिसरा विचार म्हणजे जीवनभर शुद्ध कर्मं केली तर त्या जीवासाठी या उत्तरायण कालात आपोआप स्टार-गेटस् मुक्त होत असावीत आणि अशी व्यक्ती थेट ब्रह्मलोकाला जात असावी. सव्विसाव्या आणि सत्ताविसाव्या श्लोकांच्या संदर्भाने हा विचार तपासून बघितला तर तोही योग्य वाटतो.

या पंचविसाव्या श्लोकात भगवंतांनी दक्षिणायन, कृष्णपक्ष, धूर आणि रात्रकाली जे प्राणत्याग करतात, त्यांची गती सांगितलेली आहे. असे योगी चंद्रलोकास जाऊन पुन्हा याच लोकी परत येतात असं स्पष्टपणे म्हटलेलं आहे. विशेष म्हणजे ऋषींनीही मृत्युपश्चात जीवाच्या प्रवासाविषयी उपनिषदांमधून सांगताना 'चंद्रपरिवेष्टित मंडल'चा उल्लेख केला आहे. चेंडू जेव्हा जमिनीवर आपटला जातो, तेव्हा तो वर जाऊन पुन्हा खाली येतो. त्याचप्रमाणे देह सोडताना जीवात्म्याला असाच झटका बसून तो वेगाने चंद्रपरिवेष्टित मंडलापर्यंत जातो आणि तिथून पुन्हा पुढच्या विकासासाठी पृथ्वीवर जन्म घेतो.

या संदर्भात आपण चंद्रासंदर्भात होत असलेल्या आधुनिक संशोधनाचाही विचार करू. आज नासातील संशोधकांसह इतर अनेक संशोधक चंद्राचं सखोल संशोधन करत आहेत. चंद्रावर होत असलेल्या अतर्क्य अशा हालचालींची नोंद या संशोधकांनी केलेली आहे. चंद्रावर गेलेल्या 'नासा'च्या अंतराळवीरांनाही अतर्क्य अनुभव आल्याचं आता सिद्ध होत आहे. कोणतं तरी अगम्य असं अस्तित्व आपल्यावर लक्ष ठेवून आहे आणि परत चंद्रावर न येण्याचे ते संकेत देत आहे, असाही काही अंतराळवीरांचा अनुभव आहे. ऋषींच्या मते त्याच भागात अव्यक्त असा पितृलोक आहे. त्याच भागात प्रत्येक जीवाच्या कर्माचा ताळेबंद असतो. थिऑसॉफिस्ट त्यालाच 'आकाशिक रेकॉर्ड' म्हणतात. त्या कर्माच्या रेकॉर्डनुसार आत्मिक विकास करू इच्छिणारा जीव पुन्हा पृथ्वीवर जन्म घेऊन येत असतो. पाच हजार वर्षांपूर्वी ऋषींना हे ज्ञान निश्चितच होतं. 'योगवासिष्ठा'तही चंद्रासंबंधी असे थक्क करणारे उल्लेख आहेत. त्या ज्ञानाचा अर्थ लावणं आज जिकिरीचं होऊन गेलं आहे. म्हणजे आपण निश्चित अशा कोणत्या अनुमानापर्यंत येऊ शकत नाही. प्रो. एच. एच. प्राइस यांनी म्हटलं आहे,

Where science envisages a one-level universe, religion envisages a many level or many-storied universe.

म्हणून तात्त्विक दृष्टिकोनातून विचार करायचा झाल्यास जीवलोकाची व्याप्ती पृथ्वीपासून 'चंद्रमंडला'पर्यंत आहे. चंद्राचा पृथ्वीशी असलेला संबंध सर्वश्रुत आहे. पृथ्वीवरच्या सागराची भरती-ओहोटी ही चंद्राच्या कलांवर अवलंबून असते. माणसाच्या शरीरातही पृथ्वीवर जेवढ्या प्रमाणात पाणी असतं, साधारणतः तेवढंच पाणी असतं. सागरजलावर परिणाम करणारा चंद्र अर्थातच मानवी शरीर-मनावरही परिणाम करत असतो. चंद्रामुळे औषधी वनस्पतींमध्ये रस भरला जातो. स्त्रीचं ऋतुदर्शन साधारणतः दर सत्तावीस दिवसांनी होतं. जीव नऊ महिने गर्भात राहतो म्हणजे चांद्रमासाने ते दहा महिने होतात.

म्हणून या श्लोकात केलेला चंद्राचा संदर्भ अतिशय महत्त्वाचा आहे. या श्लोकात ज्याला 'धूम' म्हटलं आहे ते 'धूर' म्हणजे Smokeया अर्थाने नव्हे. तर 'धूम' शब्दाचा विवक्षित अर्थ 'अतिवाहिक देवता' असा आहे. ही देवता आत्यंतिक वेगाने जीवात्म्याला चंद्रलोकापर्यंत नेते.

म्हणून या श्लोकांमधून गीताकारांना नेमकं काय सांगायचं आहे, यावर बुद्धिनिष्ठ दृष्टिकोनातून पुष्कळ संशोधन होणं आवश्यक आहे. त्यासाठी अनेक विचारप्रणालींचा सांगोपांग विचार केला पाहिजे. मी केवळ काही नवे दृष्टिकोन या भागात मांडले एवढंच. पुढील सव्विसाव्या श्लोकात भगवंतांनी शुक्लगती आणि कृष्णगती यांविषयी सांगितलं आहे. त्या अनुषंगाने मी त्या संदर्भात आणखी थक्क करणारी माहिती देणार आहे.

शुक्ल पक्ष आणि कृष्ण पक्ष हे सुर-असुर वृत्तीशी संबंधित असावेत. माणूस आसुरी वृत्तीने जगला तर त्याला उत्तम गती मिळत नाही, पण जे सात्त्विक योगी असतात, त्यांना शुक्लगती म्हणजे उत्तम गती मिळते. ते ब्रह्मापर्यंत जातात. भौगोलिक परिस्थिती किंवा खगोलशास्त्रीय कारणंही याला असावीत.

शुक्लकृष्णे गती ह्येते जगतः शाश्वते मते।
एकया यात्यनावृत्तिमन्ययावर्तते पुनः ॥८.२६॥
नैते सृती पार्थ जानन्योगी मुह्यति कश्चन ।
तस्मात्सर्वेषु कालेषु योगयुक्तो भवार्जुन ॥८.२७॥

शुक्ल आणि कृष्ण असे हे दोन प्रकाशमय आणि अंधकारमय मार्ग निश्चित मानले गेले आहेत. एका मार्गाने जीव मोक्षाला जातो तर दुसऱ्या मार्गाने पुन्हा पुनर्जन्म घेऊन येतो. हे पार्था, दोन्ही मार्गांचं ज्ञान असल्यामुळे कोणताही योगी मोह पावत नाही. म्हणून तू सर्व काळी योगयुक्त राहा.

या मायिक द्वैत सृष्टीत शुक्लगती आणि कृष्णगती असे दोन प्रकार आहेत. शुक्लगती म्हणजे शुद्धगती आणि कृष्णगती म्हणजे कुटिलगती. सुर-असुर वृत्तींचाही इथे संबंध असावा. म्हणजे ज्याची जशी वृत्ती तशी त्याची गती!

सव्विसाव्या श्लोकात भगवान सांगतात, देवयान मार्गाला शुक्लगती म्हणतात आणि पितृयाण मार्गाला कृष्णगती म्हणतात. एक मार्ग प्रकाशमय तर दुसरा अंधकारमय आहे. देवयान मार्गात अग्नी, ज्योत, शुक्ल पक्ष इत्यादी प्रकाश असून हा मार्ग उपासनेने प्राप्त होणारा आहे. पितृयाण मार्ग हा कर्म, अज्ञान आणि धूमादी अंधकार यांनी युक्त आहे. हे दोन्ही मार्ग ज्ञान आणि कर्म यांचा अधिकार असलेल्या प्राण्यांकरिता शाश्वत म्हणजे नित्य आहेत. विशुद्ध योगी शुक्ल अथवा देवयान मार्गाने ब्रह्मलोकाला प्राप्त होऊन कल्पांती तिथूनच मोक्षाला प्राप्त होतो. जो खऱ्या अर्थाने विशुद्ध उपासक नाही, तो मात्र कृष्णगतीने अथवा पितृयाण मार्गाने पितृलोकी जाऊन दुसरा जन्म घेण्यासाठी पृथ्वीवर पुन्हा परततो. म्हणजे इथल्या जन्म-मृत्यूच्या चक्रातच अडकून पडतो.

कुणी आणि केव्हा प्राण सोडला तर तो कुठे जातो, हे भगवंतांनी चार श्लोकांमधून सांगितलं आहे. शुक्लगती आणि कृष्णगती अर्थात देवयान मार्ग आणि पितृयाण मार्ग यांविषयीच्या कथनात फार मोठं गूढ दडलेलं आहे. उपासनेबरोबरच काही भौतिक-

खगोलशास्त्रीय सिद्धान्तही भगवान सांगत असावेत असं वाटतं. अंतर्यामीचं विश्व जर भगवान उलगडतात, तर हे बाह्य भौतिक विश्व का नाही उलगडणार? शिवाय स्वतःच रचलेल्या या विराट चक्रात किंवा जाळ्यात न अडकता पुढे जाण्याचा उपायसुद्धा ते सांगतात. ते म्हणतात, अर्जुना, शुक्लमार्ग मोक्षाला नेतो आणि कृष्णमार्ग पुन्हा संसारात आणतो. ह्या दोन्ही मार्गांना जाणणारा योगी मोहित होत नाही. या गतीचं केवळ चिंतन करणाराही कर्ममार्गात पडत नाही.

कर्ममार्गात म्हणजे दैनंदिन उदरभरण करण्यासाठीची कर्मं असा अर्थ इथे अभिप्रेत आहे. अर्थात 'कर्मयोग' हा अर्थ अभिप्रेत नाही. वासनापूर्तीसाठी केवळ कर्मच करणं हेच अंतिम साध्य आहे आणि तेच कर्तव्य आहे; दुसरं काहीही नाही, अशी मनाची समजूत करून घेणं असा मोह योग्याला होत नाही. त्याला कर्माचे विविध भाव आणि प्रभाव उमजलेले असतात. आणि त्यामुळे तो निःसंदिग्धपणे विहित कर्म करत योगस्थ राहत असतो. म्हणजे तो अविचलतेने त्याची साधना करत असतो. म्हणूनच मृत्युपश्चात तो थेट ब्रह्मलोकी जातो.

सामान्य मनुष्य जेव्हा देह सोडतो, तेव्हा तो अत्यंत वेगाने पितृलोकात म्हणजेच चंद्रपरिवेष्टित मंडलापर्यंत जातो. तिथे त्या जीवाच्या अंतर्मनाला त्याच्या कर्मांचा जो ताळेबंद चिकटलेला असतो, त्या चांगल्या-वाईट कर्मांचं तिथे क्षणात विश्लेषण होतं आणि त्यानुसार तो जीव पुन्हा पृथ्वीवर परततो अथवा अन्य स्तरांवर जातो. त्याचं कर्म जर अतिशय वाईट असेल तर तो नरकाच्या कोणत्या तरी स्तरावरसुद्धा जातो. कर्म शुद्ध असेल तर तो स्वर्गात जातो.

मागील भागात आपण भगवंतांनी सांगितलेली शुक्लगती, अग्नी, उत्तरायण, धूम यांचा थोडक्यात विचार केला. त्याचविषयी या श्लोकांच्या अनुषंगाने आपण आणखी खोलवर जाऊन विचार करू.

आज E-mail म्हटलं की आपल्या डोळ्यांसमोर इंटरनेटच्या साऱ्या क्रिया क्षणात येतात. त्यासाठी या संपर्कयंत्रणेची फोड करावी लागत नाही. त्याचप्रमाणे जातवेद, अग्नी, धूम, वायू, शुक्लगती वगैरे नामनिर्देशाने त्या काळच्या लोकांच्या दृष्टीसमोर साऱ्या क्रिया चटकन येत. आज आपल्याला त्या गोष्टींचा उलगडा करण्यासाठी पुष्कळ कष्ट घ्यावे लागतात, कल्पना कराव्या लागतात आणि तौलनिक अभ्यास करावा लागतो. आजपासून पाच हजार वर्षांनी जर e-mail या शब्दाचा अर्थ त्या वेळच्या मानवाला माहीत करून घ्यायचा झाला तर ती गोष्ट जितकी अवघड किंवा गुंतागुंतीची असेल, तितकाच ऋषींच्या शब्दांचा अर्थ आज लावणं गुंतागुंतीचं होऊन बसलं आहे. त्यांच्या प्रत्येक शब्दामधला किंवा नावांमधला भावार्थ उलगडणं

ही सोपी गोष्ट खासच नाही. या दृष्टीनंच आपण ऋषींच्या ज्ञानाकडे बघितलं पाहिजे. ऋषींनी मोजक्या शब्दात या देवतांचं कार्य सांगून ठेवलेलं आहे.

जीवात्मा जेव्हा दुसऱ्या लोकात जाण्यासाठी सिद्ध होतो, तेव्हा पृथ्वीवरचा प्रमुख देव 'अग्नी' आपल्या दहा सहकारी देवांसह त्या जीवात्म्याला साहाय्य करतो. त्यानंतर द्यूलोकातील आदित्य आणि अंतरिक्षातील वायू हे प्रमुख देव आपल्या सहकारी देवांसह जीवात्म्याला योग्य ठिकाणी नेण्यासाठी मदत करतात. पृथ्वी, द्यूलोक आणि अंतरिक्षाचे अधिपती देव म्हणजे एक विशाल आणि मानवी बुद्धीसाठी अनाकलनीय अशी यंत्रणा आहे. लाखो इ-मेल्स एकाच वेळी एका विशिष्ट यंत्रणेतून जगभर जात असतात तशीच ही अजब यंत्रणा आहे. पृथ्वीवर लाखो लोक एका दिवसात मरत असतात; प्रत्येकाचं रेकॉर्ड तपासून त्यांची योग्य ठिकाणी रवानगी या वेगवान आणि अद्‌भुत यंत्रणेच्या माध्यमातून केली जाते.

जीवात्मा जेव्हा देह सोडतो, तेव्हा त्याचा ताबा 'अतिवाहिक' देवता म्हणजे Demi Gods who have extreme velocity या घेतात. पुढचा परलोक-प्रवास जीवात्म्याच्या कर्मबंधानुसार दोन विभिन्न मार्गांनी होतो. या दोन मार्गांना अनुक्रमे 'देवयान' आणि 'पितृयाण' मार्ग म्हणतात. त्याचाच निर्देश भगवान या श्लोकांमध्ये करतात. स्पेस शटलसाठी संस्कृतमध्ये 'यान' हा शब्द आहे, ही गोष्ट इथे विशेष लक्षणीय वाटते.

परलोकातील गंतव्य स्थानाविषयीचं रहस्य उलगडताना ऋषींनीही या दोन मार्गांचा ऋग्वेदातील दहाव्या मंडलात उल्लेख केला आहे. 'छांदोग्य उपनिषद', 'तैतेरिय ब्राह्मण', 'शतपथब्राह्मण', 'वेदान्तदर्शन' या ग्रंथांमधूनही उल्लेख आहेत.

थोडक्यात जीवात्म्याला परलोकातील विविध स्तरांवर नेणारे हे दोन भिन्न मार्ग आहेत. यांपैकी 'देवयान मार्गा'चे चौदा पर्व म्हणजेच वैशिष्ट्यं किंवा टप्पे आहेत. ही वैशिष्ट्यं एकत्र आली, म्हणजे त्यांच्यात सुसूत्रता आली तरच जीवात्मा 'देवयान मार्गा'ने परलोकातील उन्नत स्तरावर जातो. हे चौदा टप्पे पुढीलप्रमाणे :

१. अर्चि : अग्निज्वाला २. दिवस ३. शुक्लपक्ष ४. उत्तरायणाचे सहा महिने
५. संवत्सर ६. देवलोक ७. वायू ८. आदित्य ९. चंद्र-परमेष्टीमंडल
१०. विद्युत ११. वरुण १२. इंद्र १३. प्रजापती १४. ब्रह्मलोक अर्थात सत्यलोक.

ऋषींनी सांगितलेल्या 'देवयान मार्गा'च्या या चौदा वैशिष्ट्यांची नावं केवळ इथे दिली आहेत. या प्रत्येक वैशिष्ट्याच्या कार्याचा नेमका अर्थ लावणं आज कठीण आहे. हे सारे टप्पे जुळून आले तरच जीव 'देवयान मार्गा'ने सत्यलोकापर्यंत पोहोचू शकतो. अन्यथा तो ब्रह्मांडातल्या अनेक स्तरांवर जन्म घेत फिरत राहतो.

याप्रमाणे 'पितृयान' मार्गाचेही सात पर्व अथवा टप्पे ऋषींनी सांगितले आहेत. या मार्गाला 'धूमयान' असंही म्हणतात. धूम, रात्र, कृष्णपक्ष आणि दक्षिणायनाचे सहा महिने हे या मार्गाचे प्रमुख टप्पे आहेत. या काळात जीवात्मा देह सोडून निघाला की तो पुढे पितृलोक, आकाश आणि मग चंद्रलोक असे टप्पे घेत जातो. या 'पितृयान' मार्गात- ज्याला 'धूम' म्हटलं आहे ते 'धूर' या अर्थाने नव्हे- तर 'धूम' शब्दाचा विवक्षित अर्थ म्हणजे 'अतिवाहिक देवता' असा आहे. याच धूमाचा उल्लेख भगवंतांनी पंचविसाव्या श्लोकात केलेला आहे : *धूमो रात्रिस्तथा कृष्णः षण्मासा दक्षिणायनम्।* ही देवता आत्यंतिक वेगाने जीवात्म्याला चंद्रलोकापर्यंत नेते. NDE म्हणजे आत्यंतिक वेगाने देह सोडण्याचा जो अनुभव अनेकांना येतो, तो या 'धूम' नामक अतिवाहिक देवतेमुळेच. 'देवता' शब्दाचा अर्थ इथे System किंवा प्रणाली असा आहे.

ज्या वेळी जीव नरक-स्तरावर जातो, तेव्हा त्या जीवाला त्याचा पृथ्वीवरचाच सूक्ष्म देह चिकटलेला attached असतो. त्याला 'भूतसूक्ष्म' देह म्हणतात. तळलेला वडा पाण्यात कितीही धुवून पिळला तरी त्यात तेलाचा थोडाफार अंश हा शिल्लक राहतोच, त्याचप्रमाणे पृथ्वीवरचा भौतिक देह सोडल्यानंतरही त्या देहाचा थोडासा अंश जीवात्म्याला चिकटलेलाच राहतो. पापकर्मांमुळे जीव जर नरक स्तरावर गेला तर तो भूतसूक्ष्म देह जीवात्म्याबरोबर तसाच राहतो आणि त्यामुळेच जीवात्म्याला नरकयातनांचा अनुभव मिळत राहतो. पण जीव जर स्वर्ग-स्तरावर गेला तर मात्र भूतसूक्ष्म देह गळून पडतो आणि जीवाला नवा दिव्य स्वर्गीय देह प्राप्त होतो.

जे ब्रह्मोपासक योगी असतात, ते हे दोन्ही स्तर उल्लंघून शुक्लगतीने ब्रह्मलोकी जातात आणि ब्रह्मलोकाचा क्षय झाला की, तिथल्या प्रजापतीबरोबर मुक्त होतात. या मुक्तीला क्रममुक्ती म्हणतात. म्हणजे ही मुक्ती क्रमाक्रमाने होते. ज्यांना आत्मसाक्षात्कार होतो, ते मात्र इथल्या इथेच ब्रह्माला मिळतात. त्यांना कोणत्याच मार्गाची आवश्यकता राहत नाही.

'म्हणून पार्था, या दोन गती जाणणारा योगी मोह न पावता कर्म करतो. तूही असा कर्मयोगयुक्त हो. म्हणजे पुनर्जन्माच्या फेऱ्यांतून तू मुक्त होशील आणि मोक्ष देणाऱ्या उत्तरमार्गी ध्यानयोगाचा तू आश्रय करशील,' असं भगवान सांगतात.

देवयान मार्ग आणि पितृयाण मार्ग जाणणारा योगी मोह न पावता खऱ्या अर्थाने कर्मयोगी बनतो. कोणत्या मार्गाने गेलं तर काय परिणाम होईल, हे तो जाणत असतो. त्या अनुषंगाने शास्त्रशुद्ध कर्मं करून तो योगी पुनर्जन्माच्या फेऱ्यांतून मुक्त होतो.

वेदेषु यज्ञेषु तपःसु चैव दानेषु यत्पुण्यफलं प्रदिष्टम्।
अत्येति तत्सर्वमिदं विदित्वा योगी परं स्थानमुपैति चाद्यम्॥८.२८॥

दोन्ही मार्गांचं ज्ञान असणारा योगी, वेदाध्ययन, यज्ञ, तपश्चर्या अथवा दान यांमध्ये जे जे पुण्यकारक फल सांगितलेलं आहे, ते ते सर्व मागे टाकून मूळच्या अत्यंत श्रेष्ठ अशा स्थानाप्रत जातो.

हा अठ्ठाविसावा श्लोक हा आठव्या अध्यायातील अखेरचा श्लोक आहे. या अध्यायाच्या प्रारंभी अर्जुनाने जे प्रश्न उपस्थित केले, त्याचं सार या श्लोकात आहे. ते म्हणजे देवयान आणि पितृयान मार्गाचं ज्ञान झाल्यानंतर योगी या दोन्ही मार्गांच्या सापळ्यात न अडकता थेट ब्रह्मपद प्राप्त करून घेतो. सत्ताविसाव्या श्लोकात केलेल्या विवेचनाला या श्लोकातून जणू पुष्टीच मिळते.

अर्जुनाच्या प्रश्नानंतर भगवंतांनी या आठव्या अध्यायात सात प्रश्नांचा निर्णय केला आहे. तो उत्तम प्रकारे जाणून त्याप्रमाणे माणसाने स्वतः आचरण आणि सातत्याने ईश्वराचं चिंतन केलं पाहिजे. असा योगी वेदाध्ययन, यज्ञानुष्ठान, तप, सत्पात्री दान यांचं जे फळ सांगितलं आहे, ते फळ उल्लंघून त्याच्याही पलीकडे असलेल्या परमस्थानी ब्रह्ममार्गाने प्राप्त होतो. थोडक्यात, योग्याने त्यासाठी देवयान आणि पितृयाण मार्गांमधील तत्त्व प्रथम ओळखलं पाहिजे.

पितृयाण मार्ग स्वर्गप्रद असला तरी तो मोक्षप्रद नाही. वेदाध्ययन, यज्ञ, तप, दान यांपासून माणसाला उत्तम फळ मिळतं. अर्थात याही गोष्टी शास्त्रशुद्ध केल्या तरच फळ मिळतं. नुसतं शुष्क कर्मकांड करून कोणतंच फळ मिळत नाही. तथापि, या कर्मांमधून मिळणारं फळ हे स्वर्गप्राप्ती करून देत असतं; परमप्राप्ती नाही. कारण स्वर्गप्राप्ती म्हणजे मोक्षप्राप्ती नव्हे. मनुष्यजन्मात केलेल्या सत्कर्मांची फळं स्वर्गात उपभोगायला मिळतात. स्वर्ग म्हणजे भूतलापेक्षा उन्नत जीवांचा लोक. तो लोक केवळ उपभोगाचा लोक आहे. त्याचं नेमकं स्वरूप आज ज्ञात नाही, परंतु प्राचीन ऋषींना आणि तपस्वींना

स्वर्गाचं ज्ञान असावं. तो स्वर्गलोक अतिमानवांचा किंवा त्याही पलीकडील उन्नत लोकांचा म्हणजेच देवांचा लोक असतो. तिथे कर्मबंध नाही. पृथ्वीवर केलेल्या सत्कर्मांचं फल तिथे उपभोगून झालं की त्या जीवाला विकासार्थ पुन्हा पृथ्वीवर जन्म घेऊन यावं लागतं. म्हणजे सत्कर्म करावं, स्वर्गात जावं आणि उपभोग घेतल्यावर पुन्हा पृथ्वीवर यावं अशा प्रकारे जीवांच्या येरझाऱ्या सतत चाललेल्या असतात. तिथली आयुर्मर्यादाही पुष्कळ असते. पृथ्वीवर जन्माला आल्यानंतर कुकर्म केलं तर स्वर्गही मिळत नाही आणि पृथ्वीही मिळत नाही. जीवाला त्यापेक्षाही हीन अवस्थेला जावं लागतं. या चक्रात अडकायचं का हे चक्र भेदून त्या पलीकडे असलेल्या शाश्वत सुखाकडे जायचं, ते ज्याचं त्याने ठरवायचं असतं.

म्हणून ज्याला ब्रह्मलोकी जायचं आहे आणि पुनर्जन्माच्या खेळातून सुटायचं आहे त्या योग्याने पृथ्वी, स्वर्ग-नरक आणि ब्रह्मांडातील इतर अनेक स्तर यांविषयी ज्ञान करून घेतलं पाहिजे. ही जाणण्याची क्रिया शास्त्रशुद्ध कर्म करून योग साधण्यातूनच होत असते. त्यासाठी सर्वप्रथम मन शांत करावं लागतं. बाह्य जगात संचार करणारं बिथरलेलं मन हे ज्ञान मिळवू शकत नाही. मन बिथरण्याचं कारण वासना असतात. आसक्ती असते. सतत काही तरी उपभोग मिळवण्याची आस असते. त्यामुळे सामान्य मनुष्य हे ज्ञान मिळवू शकत नाही. देवयान आणि पितृयाण या दोन मार्गांविषयी तो पूर्णतः अनभिज्ञ असतो.

आपण आपला दृष्टिकोन संकुचित न ठेवता वैश्विक केला तर भव्यदिव्य ज्ञान मिळण्याची शक्यता असते. दिसणारी-जाणवणारी सृष्टी ही नाशवंत आहे आणि आत्मिक सृष्टी हीच काय ती खरी आहे, हा विचार मनातून काढला पाहिजे. कारण तसं पाहिलं तर व्यक्त आणि अव्यक्त या दोन्ही सृष्टी परमात्मानिर्मितच आहेत. पर्यायाने सर्व काही आत्मस्वरूपच आहे. भौतिक घटकांमध्येही इलेक्ट्रॉन्ससह चेतनामय तत्त्वं असतात आणि अवकाशही असतं. तसंच मनुष्य देहाच्या आणि जाणिवांच्या बाहेर म्हणजे ब्रह्म आणि भौतिक सृष्टीच्या मध्येही आपण कल्पनाच करू शकत नाही, अशी विशाल सृष्टी आहे. त्या मध्यावधी सृष्टीतच मनुष्यासाठी अव्यक्त असे देवयान आणि पितृयाण हे दोन मार्ग आहेत. पितृयाण मार्गाने जर जीव गेला तर तो चंद्रपरमेष्टिमंडलापर्यंत जाऊन तिथल्या कर्माच्या रेकॉर्डनुसार पृथ्वीवर अथवा इतर स्तरांवरच्या पुनर्जन्माच्या फेऱ्यात अडकतो. तो मार्ग टाळून जर देवयान मार्ग जीवाला मिळाला, तर तो ब्रह्मलोकापर्यंत जातो आणि कल्पांती तिथूनच त्याला मोक्ष प्राप्त करता येतो.

देवयान आणि पितृयाण या दोन वाटांचं स्वरूप योग्याला निश्चित ज्ञात झालेलं असतं. पितृयाण मार्गाप्रमाणेच देवयान मार्गानंही योग्याला लगेच परमात्मप्राप्ती होत

नसते. त्यासाठी त्याला ब्रह्मलोकात प्रतीक्षा करावी लागते. मग पुढे कल्पांती प्रजापतीबरोबर त्याला मुक्ती मिळत असते.

या दोन्ही मार्गांचं स्वरूप समजल्यावर योगी तिसऱ्या मार्गाची निवड करतो. तो मार्ग म्हणजेच इथल्या इथे मोक्षप्राप्ती! त्यासाठी कर्मयोग साधून, कर्मापासून मिळणारी फलप्राप्ती टाळून आणि मग शास्त्रशुद्ध पद्धतीने योग साधून योगी परमात्मस्वरूप होऊन जातो. कर्म, त्याचं फळ, उत्तम कर्माचं स्वर्गरूपी फळ, वाईट कर्मांचं नरकप्राप्तीरूपी फळ, निष्काम कर्माची महती, कर्म करूनही ते अकर्म करण्याचं तंत्र याविषयीचं जे ज्ञान भगवंतांनी आत्तापर्यंत दिलं, ते समजून घेऊन त्यानुरूप योगाचरण केलं त्याचप्रमाणे देवयान-पितृयाण या दोन मार्गांची गती आणि स्वरूप समजून घेतलं, तर जन्म-मृत्यूच्या खेळातून निसटून परमशांतीचा लाभ मिळू शकतो. हेच ते आत्मपरमात्म मिलन असतं. योग्याला त्याचं ज्ञान झालेलं असतं. म्हणूनच तो देह सोडल्यानंतर श्रेष्ठ असं परमपद मिळवतो.

या आठव्या अध्यायात भगवंतांनी दिलेलं ज्ञान हे अतिशय गहन ज्ञान आहे. त्याविषयी पुष्कळ अभ्यास केला पाहिजे. त्यावर मनन-चिंतन केलं पाहिजे. या आठव्या अध्यायापर्यंत भगवंतांनी अतिशय शास्त्रशुद्ध पद्धतीने ज्ञानमार्ग समजावून सांगितला आहे. गीतेतल्या अध्यायांचा अनुक्रमही अतिशय तर्कशुद्ध आहे. तो समजून घेतला तर नक्कीच आपला ज्ञानमार्ग प्रकाशित होत जाईल आणि जीवनात काही तरी गवसल्याचा आनंद मिळेल. एकप्रकारची संतृप्तीची भावना जागृत होईल.

वेदाध्ययनादी ज्या ज्या म्हणून कर्मकांडात्मक गोष्टी आहेत, त्यांचं पुण्यकारक फल मिळतं. ते फल स्वर्गाला कारण ठरतं; मोक्षाला नाही. कर्मयोगी देवयान-पितृयाण मार्ग समजून घेऊन त्यापलीकडे असलेलं श्रेष्ठ स्थान मिळवतो.

ॐ श्री परमात्मने नमः

अध्याय नववा

राजविद्या राजगुह्ययोग

सर्व आध्यात्मिक ज्ञान आणि गूढ ज्ञानांमध्ये राजविद्या श्रेष्ठ आहे. मनातील दैवी शक्तींना ब्रह्मसदृश कसे बनवायचे याचे रहस्य म्हणजे राजविद्या. या भागात ब्रह्मतत्त्वाचे प्रतिनिधित्व सर्वात महत्त्वाचे आहे. वेदांतील सर्व विधी, यज्ञ, अमृत आणि मृत्यू, संत आणि असंत आणि सर्व देवदेवता, सर्वांचा अंत ब्रह्मामध्ये होतो.

श्रीभगवानुवाच

इदं तु ते गुह्यतमं प्रवक्ष्याम्यनसूयवे ।
ज्ञाने विज्ञानसहितं यज्ज्ञात्वा मोक्ष्यसेऽशुभात् ॥९.१॥

श्री भगवान म्हणाले, तू असूयारहित असल्यामुळे अत्यंत गुह्य असं हे ब्रह्मज्ञान प्रपंचज्ञानासह तुला आता सांगतो. हे जाणल्याने तू दुःखप्रद संसारापासून मुक्त होशील.

समाधीच्या मार्गाने अक्षरब्रह्माचं ज्ञान होणं ही गोष्ट सामान्य जनांना अशक्यप्राय अशी आहे. त्यामुळे या लोकांची समस्या ध्यानात घेऊन सर्व लोकांना परमेश्वराचं ज्ञान सुलभ होईल असा राजमार्ग भगवान आता दाखवतात. यालाच 'भक्तिमार्ग' असंही म्हणतात. हा राजमार्ग ज्ञानविज्ञानाचाच एक भाग आहे. म्हणूनच भगवान सांगतात, 'हे गुह्यातलं गुह्य ज्ञान विज्ञानासहित मी तुला सांगतो. हे ज्ञान झालं म्हणजे तू पापातून मुक्त होशील. तू मत्सररहित असल्यामुळे मी हे ज्ञान तुला सांगत आहे.'

या ठिकाणी 'अनसूयवे' हा शब्द फार महत्त्वाचा आहे. म्हणजे हे गुह्यज्ञान जाणून घेण्याचा अधिकार कुणाला आहे? तर जो असूयारहित आहे, त्यालाच हा अधिकार आहे. दुसऱ्याच्या दुःखाने दुःखी होणं ही सोपी गोष्ट असते; परंतु दुसऱ्याच्या सुखाने सुखी होणं आणि त्याच्या सुखात आनंदाने सहभागी होणं ही गोष्ट कठीण असते.

एका गरीब ब्राह्मणाला, त्याचं दारिद्र्य पाहून वनदेवता एक अक्षयपात्र देते. ते अक्षयपात्र घेऊन तो ब्राह्मण घरी येतो. त्या पात्राकडे तो पंचपक्वान्ने मागतो. त्याबरोबर ते पात्र पंचपक्वान्नांनी भरलं जातं. ब्राह्मण कुटुंब आनंदाने त्या पक्वान्नाचा आस्वाद घेतं. हे दृश्य शेजारचा माणूस हळूच बघतो. त्या ब्राह्मणाला भोजन-सुख मिळालेलं त्या शेजाऱ्याला बघवत नाही. मग तो त्या अक्षयपात्राविषयी माहिती काढतो. त्यामुळे तर त्याच्या मनात असूया निर्माण होते. रात्री सारी निजानीज झाल्यावर तो शेजारी

मागच्या दाराने हळूच त्या ब्राह्मणाच्या घरात शिरतो आणि त्या पात्रांची अदलाबदल करतो. या गोष्टीचा अंत अखेर सुखदच होतो. खोट्याच्या कपाळी धोंडा येतो आणि त्या ब्राह्मणाला त्याचं पात्र वनदेवता परत मिळवून देते. तात्पर्य असं की, कित्येकांना अशाच तऱ्हेने शेजाऱ्याचं सुख बघवत नाही.

असूयेची बीजं व्यक्तीमध्ये मुळात असतातच. दुसऱ्याचं चांगलं झालं, त्याला पुरस्कार किंवा पद मिळालं, त्याच्याकडे मोटार आली, त्याचा बंगला झाला किंवा आपली पात्रता असतानाही दुसऱ्यालाच मोठा मानसन्मान लाभला की असूयेच्या बीजाला पालवी फुटते. असूयेची मुळं मग हळूहळू वृत्तीत घट्ट होत जातात. हे असूयेचं रोपटं वेळीच मनातून उखडून टाकलं पाहिजे. अन्यथा ते मनुष्याचाच घात करतं. म्हणून ज्यांना ही राजविद्या आत्मसात करून घ्यायची आहे, त्यांनी दुसऱ्याच्या सुखाने सुखी व्हायला शिकलं पाहिजे. असूयेचा त्याग केला पाहिजे.

ही असूया वृत्तीतून कशी काढायची? त्यासाठी आपल्याला जे काही मिळालं आहे ते योग्यच मिळालं आहे, हा भाव सर्वप्रथम मनात दृढ केला पाहिजे - मग ते सुखस्वरूपात असो की दुःखस्वरूपात असो. जे काही आपल्या वाट्याला आलेलं असतं, ते आपल्याच कर्माचे भोग असतात; हा विचार मनात स्थिर केला पाहिजे. दुसऱ्याला आपल्यापेक्षा जे काही जास्त मिळालं त्याचा नेहमी विचार केला जातो; पण त्याला काय मिळालं नाही, याचा विचार होत नाही. तुलना करताना तोही विचार करणं जमलं पाहिजे. म्हणजे एखाद्याकडे कोट्यवधी रुपये पडून असतात, समाजात त्याला पुष्कळ मानसन्मान मिळालेला असतो; पण त्याला सांसारिक सुख मिळालेलं नसतं. याउलट एखाद्याला सांसारिक सुख मिळालेलं असतं, पण मानसन्मानापासून तो वंचित राहिलेला असतो. त्यामुळे दुसऱ्याची एकच बाजू बघायची नसते तर दुसऱ्याही बाजूचा विचार करायचा असतो. यालाच सारासारविवेक म्हणतात. म्हणून ब्रह्मज्ञान मिळवण्याच्या मार्गावर असूयेचा त्याग करणं हा प्रारंभ असतो.

महाभारतातील एक कथा आपण यापूर्वी ऐकली आहे. ती पुन्हा सांगितली तरी हरकत नसावी. कारण अशा कथा पुन्हा पुन्हा सांगूनच त्या मनात स्थिर होत असतात आणि आपल्यासाठी मार्गदर्शक ठरत असतात.

अर्जुनाच्या जन्मापूर्वी व्यास महर्षी पांडुराजाला भेटायला हिमालयात येतात. कुंती आणि पांडुराजाला ते एक व्रत देतात. त्या व्रताचं नाव 'शुभव्रत.' एक वर्ष शुभच बोलायचं, शुभभाषणच करायचं, परनिंदा करायची नाही;

परनिंदेचा विचारसुद्धा मनात आणायचा नाही, असं ते शुभव्रत होतं. त्याप्रमाणे पांडुराजा आणि कुंती या दोघांनीही त्या व्रताचं पालन केलं.

बुद्धी आणि मनाला आपण जशी सवय लावू तशीच ती लागते. अशी सवय लागली की ती तशीच कायम राहते. एका वर्षाची ती शुभव्रताची सवय त्या दोघांना निरंतरची लागली. मग बरोबर एका वर्षाने कुंतीला उत्तरा फाल्गुनी नक्षत्रावर अत्यंत शालीन अशा पुत्राची प्राप्ती झाली. तोच अर्जुन!

परनिंदा तर सोडाच; पण अर्जुन स्वत:विषयीसुद्धा कधी बोलायचा नाही. किंबहुना त्याच्याविषयी कुणी गौरवाने बोलायला लागलं तर तो सभेतून उठून निघून जायचा. संस्कार किती सूक्ष्म स्तरावर काम करतात, हेच यावरून दिसून येतं.

म्हणून असूयेचा सूक्ष्म भागसुद्धा मनातून काढता आला पाहिजे. त्यासाठी आपण जसा उपवास करतो तसं ठरावीक काल तरी शुभव्रताचं आचरण केलं पाहिजे. असं असूयारहित जीवन जगता आलं तर अशुभाचा नाश होतो. ज्ञानमार्ग प्रकाशित होऊ लागतो. मग हे गुह्य ज्ञान प्राप्त झालं की दु:ख पूर्णत: नाहीसं होतं. आपण एकाकी आहोत, सारं काही आपल्यालाच करावं लागतं आणि या जगातून आपल्याला एकट्यालाच जायचं आहे, यांसारख्या अशुभ कल्पनांमधूनही मनुष्याला मुक्ती मिळते. मृत्यूची भीतीही नाहीशी होते. म्हणजे मृत्यू अशुभ न वाटता तो शुभ वाटू लागतो. मृत्यू म्हणजे या जीवनरूपी खेळातला प्राणच आहे, अशा तऱ्हेची व्यापक दृष्टी येते. शिवाय ब्रह्मज्ञान झाल्यावर जन्म आणि मृत्यू हा संदर्भच वृत्तीतून नाहीसा होऊन जातो.

दुसऱ्याच्या सुखाने सुखी होण्याची कला अवगत झाली, जीवनाकडे बघण्याचा व्यापक दृष्टिकोन निर्माण झाला, तरच हे गुह्यज्ञान प्राप्त होतं आणि दु:खातून मुक्ती मिळते. शुभव्रत घेणं त्यासाठी आवश्यक आहे. त्याचे मोठे सुपरिणाम असतात.

राजविद्या राजगुह्यं पवित्रमिदमुत्तमम् ।
प्रत्यक्षावगमं धर्म्यं सुसुखं कर्तुमव्ययम् ॥९.२॥
अश्रद्दधानाः पुरुषा धर्मस्यास्य परंतप ।
अप्राप्य मां निवर्तन्ते मृत्युसंसारवर्त्मनि ॥९.३॥

सर्व विद्यांमध्ये श्रेष्ठ, सर्व गुह्यांमध्ये श्रेष्ठ, पवित्र, उत्कृष्ट, अनुभवसिद्ध, धर्माला अनुसरून असलेलं, आचरण्यास सहज आणि अक्षय फलदायक असं हे ज्ञान आहे. हे अर्जुना, या उपासनास्वरूप धर्मावर ज्यांच्या अंत:करणात दृढ श्रद्धा नसते त्यांना त्यामुळे माझी प्राप्ती न होता ते जन्ममृत्युरूप संसारमार्गावर फिरत राहतात.

गीतेमधून भगवंतांनी जी भक्तिमार्गरूपी विद्या सांगितली आहे, ती सर्वात श्रेष्ठ आहे. ज्ञानमार्गातल्या विद्येप्रमाणे इथे अव्यक्ताचं ध्यान सांगितलेलं नाही. जे प्रत्यक्ष दिसणारं आहे, त्याचंच ध्यान करायला सांगितलं आहे. सगुणोपासनाच यातून स्पष्ट केली आहे.

मागील श्लोकात भगवान अर्जुनाला सांगतात, 'मी तुला आता विज्ञानासहित ज्ञान सांगणार आहे.' ज्ञान म्हणजे आत्मानुभूती झाल्यावर होणारं ब्रह्मज्ञान. ज्ञानाबरोबरच विज्ञानाचाही काहीसा विचार यामध्ये होणार आहे.

विज्ञान म्हणजे अनात्म अशा विश्वाचं ज्ञान हा रूढ अर्थ आहे; परंतु आत्मज्ञान हेसुद्धा एकप्रकारचं विज्ञानच असतं. कारण आत्मज्ञान होण्यासाठी काही तंत्रंही असतात. अध्यात्ममार्गावर पहिला प्रांत विकारांचा असतो, तो विकारांशी संबंधित असतो. दुसरा प्रांत मनाचा असतो, जो विचारांशी संबंधित असतो. तिसरा प्रांत विवेकाचा असतो, तो बुद्धीशी संबंधित असतो. चौथा प्रांत विज्ञानाचा असतो, तो आत्म्याशी संबंधित असतो. त्याच आत्मविज्ञानाचा उल्लेख भगवान इथे करतात.

असं हे ज्ञान पवित्र असून साधकाला त्याचा प्रत्यक्ष अनुभव घेता येईल याची ग्वाही भगवान देतात. आतापर्यंत भगवंतांनी अर्जुनाला ज्ञानाविषयी पुष्कळ उपदेश

केला. पण या नवव्या अध्यायात ते ज्ञानाचं स्वरूप अधिक विशद करणार आहेत. ईश्वराचं सगुण-निर्गुण स्वरूप, अर्थात त्याचं व्यक्त-अव्यक्त स्वरूप, त्याची षड्गुण ऐश्वर्यता, अनन्यभक्तीचं फळ, साक्षित्वभाव राखून त्याचं सृष्टिनिर्मितीचं सामर्थ्य इत्यादी विषयांचा ऊहापोह भगवान या अध्यायात करणार असल्यामुळे यातील ज्ञानाला सर्व विद्यांचा राजा अर्थात गूढ अशी 'राजविद्या' म्हटलेलं आहे. ही ब्रह्मविद्या असून ती प्राप्त झाल्यावर अखिल सृष्टीचं रहस्य उलगडतं.

ही विद्या अनुभवसिद्ध असून तिचं आचरण सहज आहे, असं भगवान सांगतात. इतकंच नव्हे; तर ही विद्या मनुष्यामध्ये पापाचा लवलेशसुद्धा राहू देत नाही, असंही ते सांगतात. मनुष्य जेव्हा अज्ञानात जगत असतो, तेव्हा त्याच्या जीवनात पापाचा सहज शिरकाव होतो, पण हे ज्ञान झाल्यानंतर त्याच्यामध्ये पापच उरत नाही.

इतर कोणत्याही भौतिक विषयांचं ज्ञान मिळवण्यासाठी खडतर परिश्रम करावे लागतात. इंजिनिअरिंगचा अभ्यास, डॉक्टरकीचा अभ्यास, खगोल शास्त्राचा अभ्यास किंवा इतर तशा कोणत्याही भौतिक विषयांचा अभ्यास करताना वर्षानुवर्षं घालवावी लागतात. खूप झटावं लागतं. त्याचप्रमाणे एखाद्या कलेमध्ये करियर करतानाही खूप कष्ट घ्यावे लागतात. भौतिक विषयांच्या या ज्ञानसाधनेमुळे बुद्धीवर कमालीचा ताण पडतो. बरं, इतके परिश्रम करूनही त्यातून केवळ अनिश्चित अशा भौतिक सुखांचीच झाली तर प्राप्ती होते. मग या राजयोगाचं आचरण करून आत्मज्ञान प्राप्त करताना किती परिश्रम घ्यावे लागतील! केवढे कष्ट उपसावे लागतील!!

इथे भगवान आपल्याला सांगतात, 'मुळीच निराश होऊ नका. इतर भौतिक ज्ञान मिळवण्यासाठी अपार कष्ट करावे लागतात, परंतु आत्मज्ञान, ईश्वरीज्ञान किंवा ब्रह्मज्ञान मिळवण्यासाठी तसे काहीच कष्ट करावे लागत नाहीत. कारण ते ज्ञान स्वयंभू आहे आणि ते प्रत्येकाच्या अंतःकरणात वसून असतं. ते ज्ञान मिळवण्यासाठी मन-बुद्धीच्या शक्तीचा अपव्यय करावा लागत नाही. उलट मन-बुद्धीच्या सामर्थ्याचा अपव्यय थांबवून त्यांना अंतर्मुख केल्यास आणि त्या सामर्थ्याचा संचय केल्यास आत्मज्ञान सहज होऊ शकतं. म्हणूनच भगवान या संदर्भात *कर्तुम् सुसुखम्* असा उल्लेख करतात.

म्हणून हे ज्ञान मिळवण्यासाठी सर्वप्रथम भगवद्वचनावर दृढ श्रद्धा हवी. ती श्रद्धा बसावी म्हणूनच भगवंतांनी मागच्या आठव्या अध्यायात ब्रह्म, अध्यात्म, कर्म, अधिभूत, अधिदैवत आणि अधियज्ञ या ज्ञानविज्ञान विषयांचा मुद्दामच ऊहापोह केलेला आहे.

जे दिसत नाही, त्यावर सामान्य जन विश्वास ठेवू शकत नाहीत. त्यामुळे अशा अदृश्य आणि अव्यक्ताची आराधना करणं त्यामुळेच त्यांना शक्य होत नाही. त्याचसाठी भगवंतांनी हा विद्येमधला आणि गूढांमधील राजमार्ग सामान्यजनांसाठी खुला केला असावा. भक्तिमार्गाच्या या विवेचनामुळे गीतेमध्ये गोडवा भरला आहे आणि रस निर्माण झाला आहे. त्यामुळेच विद्वान पंडितांप्रमाणेच सामान्य मनुष्यदेखील गीतेकडे आकृष्ट होतो.

मात्र या मार्गावरून ज्यांना जायचं आहे, त्यांना काही पथ्यंही पाळावी लागतील, असं भगवंत सांगतात. संसारातील सर्व समस्यांवरचा, दुःखांवरचा हा रामबाण उपाय आहे. आयुर्वेदात ज्याप्रमाणे औषधाबरोबरच पथ्य पाळणंही महत्त्वाचं असतं, त्याप्रमाणे ही विद्या प्राप्त करून घेण्यासाठी अश्रद्धा आणि कुतर्क यांना बाजूला ठेवण्याचं पथ्य पाळायला हवं. ही जी श्रेष्ठ राजविद्या आहे, ती भाकरी देणारी विद्या नाही; तर जीवनाचं मर्म सांगणारी आणि जीवनातला अर्थ समजावणारी कला आहे. या कलेमुळे विश्वनिर्मात्याचं ज्ञान होतं. जीवन, जीवनाची कला आणि जीवनाच्या निर्मात्याचं दर्शन करून देणारी ही विद्या सर्व विद्यांचा राजा आहे. ही विद्या पवित्र असल्यामुळे सहजपणे ती साधकाला पूर्ण सुखाकडे घेऊन जाते.

भक्तिमार्ग हा राजरस्ता आहे; खडबडीत लांब पल्ल्याचा रस्ता नाही. हा मार्ग पवित्र असल्यामुळे याच्याविषयी शंकाकुशंका घेता कामा नये. ज्याप्रमाणे देवघरात आपण शुचिर्भूत होऊन जातो, त्याप्रमाणे या विद्येचा अभ्यास करतानाही मन शुचिर्भूत आणि शंकाकुशंकाविरहित असलं पाहिजे. म्हणजे हा राजयोगाचा राजमार्ग सहज प्रकाशित होत जाईल.

धूतवस्त्रं घालून आपण देवघरात पूजेसाठी जातो, त्याप्रमाणे आपलं मनरूपी वस्त्रदेखील धुतलेलं असावं. ते सश्रद्ध असावं. त्यावर शंका आणि तर्क यांचे डाग पडून मलिन झालेलं नसावं, अन्यथा अशा अश्रद्ध मनुष्याला ही राजविद्या आत्मसात करता येणार नाही.

मया ततमिदं सर्वं जगदव्यक्तमूर्तिना ।
मत्स्थानि सर्वभूतानि न चाहं तेष्ववस्थितः ॥९.४॥
न च मत्स्थानि भूतानि पश्य मे योगमैश्वरम् ।
भूतभृन्न च भूतस्थो ममात्मा भूतभावनः ॥९.५॥

अव्यक्तरूपाने मी हे सर्व जग व्यापलेलं आहे. सर्व सृष्ट पदार्थ माझ्या ठिकाणी आहेत; पण मी त्यांच्या ठिकाणी स्थित नाही; आणि माझ्या ठिकाणी सर्व भूतसृष्टीही नाही! असा हा माझा ऐश्वर्ययोग म्हणजे अचिंत्य सामर्थ्य कसं आहे ते पाहा. तसंच माझं तत्त्व सृष्टीला धारक आणि पोषक असूनही ते सृष्टीवर अधिष्ठित नाही. म्हणजे सृष्टी हा त्या माझ्या तत्त्वाचा आधार नाही.

या श्लोकांमधून ब्रह्मस्वरूप सांगितलेलं आहे. सर्व भूतमात्र माझ्या ठिकाणी आहेत; पण मी त्यांच्या ठिकाणी नाही. माझ्या अव्यक्तरूपाने संपूर्ण विश्व व्यापलेलं आहे. सर्व विश्व इंद्रियगोचर आहे. त्यात व्यापून उरलेलं ब्रह्म इंद्रियगम्य आहे आणि इंद्रियगम्य नाहीही! ब्रह्म इंद्रियातीत असूनही ते इंद्रियगोचर विश्वाला व्यापून उरलेलं आहे. दृश्य विश्वापेक्षा ब्रह्म काहीसं वेगळं असतं तर त्याचं एवढं महत्त्व वाटलं नसतं. गावच्या पाटलाची माडी इतरांपेक्षा थोडी वेगळी, असा प्रकार झाला असता! पण ब्रह्माचं तसं नाही. ते म्हटलं तर व्यापलेलं दिसतं, म्हटलं तर व्यापलेलं दिसत नाही! म्हणजे मूर्त विश्वाला अमूर्त तत्त्वाने धारण केलं आहे. मूर्त तत्त्व अमूर्तापर्यंत पोहोचू शकत नाही.त्यासाठी मूर्ताला आपलं मूर्तस्वरूपच त्यागावं लागेल!

परमात्मा कसा आहे? पुन्हा एकदा चक्रधर स्वामींचा दृष्टान्त पाहू.

> एकदा चार अंध एकमेकांच्या आधाराने मार्गावरून जात होते. तेवढ्यात त्यांना वाटेत एक हत्ती आडवा आला. हत्ती हा प्राणी त्यांनी अंधत्वामुळे कधी बघितलेला नव्हता. त्यामुळे या प्राण्याला काय म्हणायचं किंवा त्याचं स्वरूप कसं आहे, हे त्या चौघांना समजत नाही. चौघांपैकी एका

अंध व्यक्तीचा हात मग हत्तीच्या शेपटीला लागला. हत्ती हा दोरासारखा आहे हा त्याने निर्णय केला. ज्याचा हात हत्तीच्या पायाला लागला होता त्याला हत्ती खांबासारखा वाटला. तिसऱ्याचा हात हत्तीच्या पाठीकडे गेला. त्याला पाठ म्हणजे भिंत वाटली. म्हणजे हत्ती भिंतीसारखा! त्याची समज पक्की झाली. चौथ्या अंध व्यक्तीच्या हातात हत्तीचा कान आला. तो म्हणाला, हत्ती तर सुपासारखा आहे! अशा तऱ्हेने एकाच हत्तीविषयी चौघा अंध व्यक्तींनी चार वेगवेगळी मतं दिली. त्यावरून त्या चौघांमध्ये वाद निर्माण झाला. त्या चौघांचा वाद अगदी भर रस्त्यामध्येच विकोपाला गेला. एक डोळस गृहस्थ तेव्हा तिथून जात होता. त्यांचा वाद ऐकून तो थांबला. चौघांचं म्हणणं त्याने ऐकून घेतलं. मग त्या चौघांना समजावत तो गृहस्थ म्हणाला, 'अहो, हा हत्ती नावाचा प्राणी आहे.' मग प्रत्येकाला समजावत तो म्हणाला, सूप म्हणजे याचे कान आहेत. तर दोरी म्हणजे याची शेपटी. जी तुम्हांला भिंत वाटली, ती याची पाठ आहे, तर खांब म्हणजे पाय आहेत. हे सारे अवयव मिळून एक संपूर्ण हत्ती आहे.'

आता त्या प्रत्येक अंध व्यक्तीचा अनुभव खोटा म्हणायचा का? तर मुळीच नाही. त्यांचा अनुभव खराच होता, परंतु तो समग्र नव्हता. जेव्हा डोळस व्यक्ती तिथे येते, तेव्हा तिच्याकडून त्यांना हत्तीच्या समग्र स्वरूपाची माहिती केवळ शब्दांमधून कळते. तरीही हत्तीचं स्वरूप मात्र त्यांना दिसत नाही किंवा त्या स्वरूपाचं अंतर्बाह्य ज्ञान त्यांना होत नाही.

भगवान सांगतात, अव्यक्तरूपाने मी हे सर्व जग व्यापलेलं आहे आणि सर्व सृष्ट पदार्थ माझ्या ठिकाणी आहेत, पण मी त्यांच्या ठिकाणी नाही. आपण म्हणतो, भगवान सर्वांच्या हृदयात वसून असतो. आणि इथे ते म्हणतात, मी सर्व सृष्टांमध्ये नाही. यावरून अर्थाचा अनर्थ होण्याची शक्यता आहे. मी सर्व सृष्ट पदार्थांमध्ये नाही याचा अर्थ भगवान सृष्ट पदार्थांच्या आधारावर अधिष्ठित नाहीत. म्हणजे ते सृष्टीचे धारक आणि पोषक असूनही त्यांचं अस्तित्व सृष्टीवर अधिष्ठित नाही. आपल्याला जगण्यासाठी सृष्टीचा आधार लागतो, परंतु भगवंतांना कशाच्याच आधाराची आवश्यकता नसते. त्यांचं अधिष्ठान स्वतंत्र आहे. म्हणूनच ते म्हणतात, माझ्या ठिकाणी सर्व भूतसृष्टीही नाही! असं भगवंतांचं अचिंत्य सामर्थ्य आहे. ते कसं असावं, याचा आपण विचारच करू शकत नाही. पण या अध्यायात भगवान आपल्याला त्यांच्या आपल्यामध्ये असलेल्या स्वरूपापर्यंत नेतात. अखेर ज्याने त्याने ते स्वरूप जाणण्याचा प्रयत्न करायचा असतो.

आत्मज्ञानी महापुरुष सांगतात, 'मी म्हणजे तोच आहे' अर्थात *अहं ब्रह्मास्मि*. जे

आत्मज्ञानी त्याच्या स्वरूपाविषयी असं सांगतात, ती त्यांची आपल्यासाठी केवळ माहिती असते. अशा आत्मज्ञानी अनुभवी व्यक्तींच्या म्हणजे त्यांच्या ज्ञानाचा समाजाला निश्चित उपयोग होतो. त्यामुळे समाज सद्विचारधारेत बांधला जातो. मग ते ईश्वराचंच कार्य ठरतं.

हे सर्व सत्परिणाम समाजात घडून आले तरी त्यामुळे आपल्याला ईश्वरस्वरूप समजलं असं होत नाही. आपण ते स्वरूप समजून घेण्याच्या मार्गावर जातो, एवढंच आपण म्हणू शकतो. कारण प्रत्येक जीव कर्म करण्यासाठीच या धरतीवर आलेला असतो. जीविका चालण्यासाठी कर्म करावंच लागतं. मानवी जीवनात एकाच वेळी दोन ठिकाणी अपरिहार्यतेने निष्ठा ठेवली जाते. अशी निष्ठा ठेवणाऱ्यांचेही दोन प्रकार असतात. जीविका चालवण्यासाठी कर्म करणं आणि वेळ मिळाला अथवा कारणपरत्वे ईश्वराची उपासना करणं हा पहिला प्रकार. आणि ईश्वरानुभूती मिळवण्यासाठी अथक परिश्रम करणं आणि आत्मज्ञान व्हावं म्हणून देह उत्तम आणि अबाधित राखण्यासाठी कर्म करणं हा दुसरा पहिला प्रकार. पहिल्या प्रकारात संसाराला प्राधान्य असतं तर दुसऱ्या प्रकारात ज्ञानाला असतं.

थोडक्यात, सामान्य मनुष्याचा जीवनाविषयीचा दृष्टिकोन आणि प्राथमिकता ही भोगांची असते - परमात्मस्वरूप जाणण्याची नाही; आणि दुसऱ्या प्रकारच्या व्यक्तींचं प्राधान्य ईश्वरानुभूती हे असतं.

ज्यांची प्राथमिकता ईश्वरानुभूती घेणं असतं त्यांना आत्मज्ञानरूपी अनुभूती मिळू शकते. मात्र, त्यामुळेही ईश्वरी स्वरूपाचा समग्र उलगडा होईलच असं नाही. कारण भगवान सांगतात, 'माझं ज्ञान अचिंत्य आहे.' म्हणजे त्यांच्या स्वरूपाचं आणि कार्यकर्तृत्वाचं आपण चिंतनच करू शकत नाही. आपण केवळ त्यांच्या कार्याकडे पाहून थक्क होऊन जातो. अतिसूक्ष्म सृष्टी आणि अनंत ब्रह्मांड त्याने कसं तयार केलं असेल, असे अनुत्तरित प्रश्नच केवळ आपण उपस्थित करू शकतो. म्हणूनच भगवंतांच्या या कथनातून, त्यांचा हा ऐश्वर्ययोग बुद्धीने आणि मनाने जाणणं शक्य नाही, ही गोष्ट ध्वनित होते. हा ऐश्वर्ययोग म्हणजेच माया. मायावादातील अध्यास कल्पनेचा विचारसुद्धा मोठमोठ्या बुद्धिमंतांना संभ्रमात टाकतो. म्हणजे बुद्धीलाही हे ज्ञान झेपू शकत नाही. अर्जुनालाही भगवंतांचं विश्वरूपदर्शन मुळीच झेपलं नाही, याचाही आपण विचार केला पाहिजे. किंचित काल ते कालातीत विश्वरूप पाहून अर्जुनाच्या मनाची काय अवस्था झाली, याचं वर्णन अकराव्या अध्यायात मिळते.

ज्याला कोणतेही अवयव नाहीत, ज्याला कोणत्याही प्रकारचं मूर्त स्वरूप नाही अशा परब्रह्माचं अनंत विश्वाद्वारे होणारं दृश्यमान स्वरूप तसंच त्याचं त्यामागचं

कौशल्य समजणं ही गोष्ट खूप कठीण आहे. समोर टीव्हीच्या पडद्यावर दिसणाऱ्या मालिकेतील कलाकाराला टीव्ही पाहत असलेल्या दर्शकाचं स्वरूप समजणं जितकं कठीण आहे, तितकंच परमात्मस्वरूप समग्रपणे जाणणं ही गोष्ट कठीण आहे. तथापि, जीव आत्मज्ञानातून ईश्वरानुभूती मात्र घेऊ शकतो.

म्हणून हे श्लोक तात्त्विक दृष्टीनंच समजून घेतले पाहिजेत. सर्व भूतमात्रं माझ्यात स्थित आहेत, पण मी मात्र त्या भूतमात्रांमध्ये स्थित नाही, असं भगवान सांगतात. परमेश्वर सर्वव्यापक आहे. पण तो मग भूतमात्रांच्या शरीरात कसा काय वास्तव्य करून राहतो? मेरूपर्वत समग्रपणे, पण अंशरूपाने मुंगीच्या शरीरात कसा काय वसती करू शकेल? काय केलं असता मेरूपर्वत किंवा हिमालय प्रत्येक जीवाच्या अंतरंगात, पूर्ण स्वरूपात, त्याच प्रमाणात सूक्ष्म स्वरूपात कसा काय सामावला असेल? परमेश्वर असंग आहे. त्यामुळे तो कुणाचा आधार घेत नाही, असं इथे म्हटलेलं आहे. म्हणजे असत् अशा जीवांमध्ये आधारहीन अवस्थेत हे सत् स्वतंत्रपणे कसं काय राहू शकतं? आपण विचार करू शकत नाही.

द्वैत सृष्टीत कर्म एक करतो, परंतु त्याचा साक्षीदार वेगळाच असतो. एक जण स्वादाची रुची घेत असतो आणि दुसरा स्वादाचं ज्ञान ठेवत असतो. स्वादाचं ज्ञान ठेवणारं एक स्वतंत्र तत्त्व आहे. ते अंशरूपाने जीवात असतंच. स्वाद घेणारा मात्र पराश्रित असतो, पण स्वादांचं ज्ञान ठेवणारं तत्त्व पूर्णतः स्वतंत्र असतं.

म्हणजे कर्मामागची प्रेरणा, कर्माचं साक्षित्व, स्वादाचं ज्ञान ठेवणारा, रुची ठेवणारा, आश्रित-पराश्रित यांना सामावणारा, पण तरीही त्यापासून निःसंग राहून स्वतःचं स्वतंत्र अस्तित्व ठेवणारा असा परमात्मा जाणणं किती कठीण आहे, हे यावरून समजून येतं. अमूर्त रूपात त्याचं चिंतन करता येत नाही; म्हणूनच आपण त्याला मूर्तीत पाहून त्याचं चिंतन करतो, आराधना करतो. त्या आधारेच आपण असीम आनंदावस्थेची अनुभूती घेऊ शकतो. जीवाला तेवढंच स्वातंत्र्य आहे.

अमूर्ताने मूर्ताला व्यापून टाकलं आहे. त्यामुळे मूर्तात अमूर्त आहे, पण अमूर्ताला मूर्त कसं काय व्यापणार? म्हणूनच परमेश्वर ज्ञानगम्य आहे. इंद्रियांनी तो न समजणारा आहे. आपण केवळ त्याची अनुभूती घेऊ शकतो. त्याची अनुभूती येण्यासाठी प्रेम आणि ज्ञान हाच मार्ग आहे.

यथाकाशस्थितो नित्यं वायुः सर्वत्रगो महान् ।
तथा सर्वाणि भूतानि मत्स्थानीत्युपधारय ॥९.६॥

सर्वत्र संचार करणारा महत् परिणामाचा वायू (म्हणजे वातावरण) आकाशाच्या ठिकाणी जसा नित्य स्थित आहे, त्याप्रमाणे ही सर्व पंचमहाभूतात्मक सृष्टी माझ्या ठिकाणी स्थित आहे, असं समज.

प्रकृतीदृष्ट्या सर्वप्रथम जी तन्मात्रा अस्तित्वात आली ती म्हणजे आकाश. आकाशाला उपमा कशाची द्यायची? म्हणून शास्त्रकार म्हणतात, *गगने गगनाकारं.* आकाश म्हणजेच अवकाश, पोकळी, असंख्य ब्रह्मांडं ज्याच्यात सामावलेली आहे अशी जागा. अणूतही आकाश आहे आणि ब्रह्मांडही आकाशातच आहे. या आकाशातच ईशशक्ती किंवा चैतन्यशक्ती भरून राहिलेली आहे. त्या चैतन्याची गती ही आकाशातच दिसून येते. हे गतिमान चैतन्य म्हणजेच प्राण. म्हणजे प्राणशक्ती म्हणजेच हा वायू. आकाश जेवढं व्यापक, तेवढा प्राणही व्यापक! तरीही ब्रह्माच्या तुलनेत आकाश हे मर्यादितच म्हणावं लागेल. आपण आकाशाला अनंत म्हणतो ते आपल्या दृष्टिकोनातून - म्हणजे पर्सेप्शनमधून. परंतु, तात्त्विकदृष्ट्या ते अनंत नाही. कारण आकाशतत्त्वाचा लय हा प्रकृतीत होत असतो आणि प्रकृतीचा विलय परमेश्वरात होत असतो. परमेश्वर तर परब्रह्मस्वरूप आहे. सर्वव्यापक परब्रह्माला कशाचीच उपमा देता येत नाही म्हणून केवळ आपल्यासाठी भगवंतांनी या श्लोकात आकाशाची उपमा घेतली आहे. याच आकाशात वायुतत्त्वादी तत्त्वं राहतात.

वायू आकाशात संचार करत असतो. त्याची व्याप्ती फार मोठी असते. तथापि त्याने कुठेही जरी संचार केला, तरी तो शेवटी आकाशातच राहत असतो. फुग्यातील वायू जोपर्यंत फुग्यात असतो, तोपर्यंत फुग्याचं फुगा म्हणून अस्तित्व राहतं आणि फुग्यातील वायू फुग्यातच राहतो, तो फुग्याबाहेर जात नाही. प्रकृतीरूपी ब्रह्मांड हे असेच एक किंवा अनेक विशाल फुगे आहेत. त्यातले वायुरूपी जीव सहसा या

फुग्यातून बाहेर पडू शकत नाहीत. ते तिथेच फिरत राहतात. आपण फुग्याचं हे एक उदाहरण घेतलं, परंतु अनेक पाश्चात्त्य विचारवंतांनी ब्रह्मांडरूपी अनेक फुग्यांची हीच कल्पना अलीकडे मांडली आहे. प्रत्येक ब्रह्मांड म्हणजे एकेक फुगा. त्यात अनंत ग्रहतारे, त्यातल्या काही ग्रहांवर जीवसृष्टी, स्वर्गादी स्तर, कर्माची रेकॉर्ड्स - सारं काही त्या एका फुग्यातच! आपण ब्रह्मांडाविषयी किती कल्पना कराव्यात! पण हे कोडं सुटत नाही. आपल्याला ब्रह्मांड उमजू शकत नाही तर ईश्वराचं स्वरूप आणि त्याचं कार्य कसं काय उमजणार?

म्हणून आपल्यासाठीच भगवंतांनी आकाशाचा दृष्टांत सांगितला आहे. आकाश हे एकच वातावरणाचं स्थान असतं. त्याप्रमाणे पंचमहाभूतात्मक सृष्टी माझ्यामध्येच स्थित असते आणि ती माझ्याबाहेर जाऊ शकत नाही, असं भगवंतांनी सांगितलं आहे. मग खरोखर ब्रह्मांडांचे विभिन्न फुगे त्यांच्यामध्ये कसे काय सामावलेले आहेत, त्याची आपण कल्पना करू शकत नाही. शिवाय ते कसे निर्माण केले ही गोष्ट तर आपल्या बुद्धीच्या कक्षेतच ठेवलेली नाही.

माणसाचा मृत्यू झाल्यानंतर तो कुठे जातो हे जरी समजलं नाही, तरी तो जीवात्मा सृष्टीमध्येच म्हणजे या फुग्यातच कुठेतरी फिरत असतो. त्याची बाह्य रूपं केवळ बदलत असतात.

वारा शांत झाला काय किंवा त्याचं वावटळीत रूपांतर झालं काय; त्याचं स्थान केवळ आकाश हेच असतं. त्याचप्रमाणे कोणताही जीव जन्माला आला किंवा मृत्यू पावला, तरी त्याचं स्थान ही सृष्टीच असतं, म्हणजे प्रकृती असते. चित्रपटातलं रॉकेट कितीही उंचावर गेलं तरी ते मूळ फिल्मच्या बाहेर जाऊ शकत नाही! ते रॉकेट फिल्ममध्येच बद्ध असतं. स्वप्नात एखादा महाकाय राक्षस आपल्यामागे लागला तरी तो बाह्य जगात येऊ शकत नाही. तो स्वप्नातच राहतो. स्वप्नातला सूर्य जागेपणीच्या जगताला प्रकाशित करू शकत नाही किंवा जागेपणीचा सूर्य स्वप्नातला अंधकार दूर करू शकत नाही. घंटानाद सर्वत्र घुमला तरी तो अखेर घंटेतच विलीन होऊन जातो. पंचमहाभूतात्मक सृष्टीतील जीव कुठेही फिरले तरी ते परमेश्वराच्या प्रकृतीच्या बाहेर जाऊ शकत नाहीत.

त्यामुळे माणसासहित सर्व जीवसृष्टीला मृत्यूनंतरही सृष्टीतच फिरत राह्यचं आहे. मृत्यूनंतरही आपली सुटका नाही या गोष्टीचा खोलवर विचार केल्यास अंगावर शहारे येतील. मग मोक्षाचं महत्त्व समजेल. या जन्मी भोगलेल्या त्रासातून कायमची सुटका व्हावी अशी पुष्कळांची इच्छा असते, परंतु जन्म बदलला तरी दुःखोपभोग संपत नाहीत. गाव बदललं तरी नशीब बदलत नाही. स्वर्गात जरी काही काळ सुख उपभोगलं

तरी पुन्हा दु:खमय जगतात जीवाला यावंच लागतं आणि जे काही घडत असतं ते या विशाल, अव्यक्त आणि कल्पनातीत फुग्यांमध्येच घडत असतं. हे ब्रह्मांडरूपी फुगेसुद्धा परस्परांना जोडलेले अर्थात इन्टरलिंक्ड आहेत. एका फुग्यातून विकास पावत दुसऱ्या फुग्यात जायचं आहे. जीवाला या चक्रात कसं अडकवलं आहे पाहा!

मग या चक्रातून सुटका करून घेण्याचा काही उपाय नाही का, असा प्रश्न उपस्थित होऊ शकतो. तोच उपाय आणि या चक्रातून सुटण्याचा मार्ग आतापर्यंत भगवंतांनी सांगितला आहे. अहंकाराचा त्याग करून आसक्ती-फलाशारहित कर्म केलं तर निष्काम कर्मयोग साध्य होईल. देहासहित आपला संपूर्ण मालकी हक्क परमेश्वराचा आहे हे उमजून जो पुरुष अनन्यभक्ती करेल, तोच या साऱ्या फेऱ्यातून सुटून परमेश्वरात विलीन होईल. सृष्टीच्या फेऱ्यातून तो कायमचा निसटून जाईल. अन्यथा वायू जसा आकाशातच कायम संचार करत राहतो तसाच संचार जीवाला अविरत करावा लागेल.

सूर्यकिरणं सर्वत्र संचार करतात, परंतु ती सूर्यातच विलीन होतात. घंटानाद सर्वत्र पसरतो, परंतु तो घंटेतच विलीन होतो. त्याप्रमाणे सर्व पंचमहाभूतं कुठेही फिरली तरी ती परमेश्वराच्या प्रकृतीतच स्थिर असतात. शास्त्रानुरूप वर्तन केल्याशिवाय त्यातून सुटका होऊ शकत नाही.

सर्वभूतानि कौन्तेय प्रकृतिं यान्ति मामिकाम्।
कल्पक्षये पुनस्तानि कल्पादौ विसृजाम्यहम् ॥९.७॥
प्रकृतिं स्वामवष्टभ्य विसृजामि पुनः पुनः ।
भूतग्राममिमं कृत्स्नमवशं प्रकृतेर्वशात् ॥९.८॥
मच्चित्ता मद् गत प्राणा बोधयन्त : परस्परम् ।
कथयन्तश्च मां नित्यं तुष्यन्ति च रमन्ति च ॥९.९॥

अर्जुना, कल्पांती सर्व भूतं (सृष्टी) माझ्या अव्यक्त प्रकृतीत लीन होतात. पुन्हा पुढच्या कल्पारंभी मीच त्यांना पुन्हा उत्पन्न करतो. आपल्या प्रकृतीचं अवलंबन करून घेऊन प्रकृतीच्या अधीन असलेल्या या सर्व पराधीन भूतमात्रांना मी पुनःपुन्हा निर्माण करतो. निरंतर माझ्यातच मन लावणारे आणि माझ्यातच प्राणांना अर्पण करणारे (मज वासुदेवांसाठीच ज्यांनी आपले जीवन अर्पण केले, त्यांना *मद् गतप्राण* म्हणावे.) माझे भक्त जन माझ्या भक्तीच्या चर्चेने परस्परांत माझ्या प्रभावाचा बोध करत निरंतर संतुष्ट होतात आणि मज वसुदेवातच नेहमी रममाण होत असतात.

सृष्टीतला विविध ठिकाणांचा काल हा वेगवेगळा असतो. पृथ्वीपासून जवळ असणारे कित्येक तारे काही हजार प्रकाशवर्षं दूर आहेत. म्हणजे त्या ताऱ्यांपासून निघालेला प्रकाश पृथ्वीवर पोहोचायलाच कित्येक हजार वर्षांचा कालावधी लागतो. त्यामुळे ब्रह्मदेवाचा एक दिवस म्हणजे मानवाची चार अब्ज बत्तीस कोटी वर्षं होतात, हे सहज शक्य आहे. दुसऱ्या कल्पाच्या आरंभी परमेश्वर पुन्हा अव्यक्तातून सारं सृष्टिजात निर्माण करतो. म्हणजे परमेश्वर असंग आणि निर्विकार असूनही सर्व भूतमात्रांच्या लयाला आणि उत्पत्तीला तोच कारणीभूत ठरत असतो. कारण परमेश्वराचा मूळ स्वभाव हा त्याच्या स्वाधीन आहे. त्याच्या मूळ प्रकृतीनुसार हे कर्म करत असल्यामुळे त्याच्या स्वरूपात काही विकार होत नाहीत. प्रकृती म्हणजे Matter आणि पुरुष म्हणजे Spirit हेच शिवपार्वतीचं रूपक.

भगवंतांनी मागे म्हटलेलं आहे, मी अकर्ता आहे. मी काहीच करत नाही, पण इथे मात्र ते म्हणतात, मी पुन्हा पुन्हा सृष्टी उत्पन्न करतो. हे त्यांचं सांगणं कदाचित गोंधळात टाकू शकतं.

सूर्यकिरणं जरी सूर्योद्भव असली, तरी त्या किरणांना बाहेर पाठवण्यात किंवा परत विलीन करून घेण्यात सूर्याला काहीही करावं लागत नाही किंवा लोहचुंबकाजवळ म्हणजे मॅग्नेटजवळ लोखंड नेलं तर ते आपोआप मॅग्नेटला चिकटतं; त्यासाठी मॅग्नेटला काहीच करावं लागत नाही, किंवा चंद्रोदय होताच सागराला आपोआप भरती येते. त्यासाठी चंद्राला काहीही करावं लागत नाही. तसंच हे आहे. भगवंतांच्या केवळ उपस्थितीमुळे सृष्टीचं पुन्हा पुन्हा सर्जन होत असतं आणि विलय होत असतो.

सृष्टीच्या आरंभकाली मूळ अव्यक्त आणि निर्गुण परब्रह्म सगुण शक्तींनी व्यक्त झालेलं दिसतं. त्यालाच वेदान्तशास्त्रात 'माया' हे नाव आहे. मायेतच कर्माचा समावेश होतो. किंबहुना 'माया' आणि 'कर्म' हे दोन समानार्थी शब्द आहेत, असं म्हटलं तरी प्रत्यवाय नाही. Illusion आणि unreal हा विषय पूर्वी येऊन गेलाच आहे. नित्य आणि चिरंतनरूपी परमेश्वराने नामरूपात्मक जड सृष्टी का आणि कशासाठी निर्माण केली, असा प्रश्न कुणालाही पडेल. ऋग्वेदातील दहाव्या मंडलातील नासदीय सूक्तात वर्णन केल्यानुसार हा विषय माणसांना तर सोडाच; पण वेदांना आणि देवांनाही अगम्य आहे. 'तैतेरिय ब्राह्मण' या ग्रंथातही हेच म्हटलेलं आहे. (ऋ.१०.१२९ तै. ब्रा.२.८.९)

जेव्हा सृष्टीचा कल्पांती विनाश होतो, तेव्हा प्रकृती अव्यक्त होते. पण ती जरी अव्यक्त झाली तरी मनुष्याच्या जीवासह सारे जीव तिच्या गर्भात आपापला कर्माचा ताळेबंद बरोबर घेऊनच अव्यक्त होतात. जेव्हा कल्पारंभ होऊन सृष्टी पुन्हा व्यक्त होऊ लागते, तेव्हा सारे जीव एकदमच आपापल्या कर्मांसह प्रसवतात आणि कर्माच्या ताळेबंदानुसार त्यांचा पुढचा सुखदु:खाचा खेळ सुरू होतो. 'अवशम्' या शब्दाची योजना या श्लोकात मुद्दामच केली आहे. म्हणजे या उत्पत्ति-विनाशामध्ये जीवाचं कोणतंच कर्तृत्व नसतं. ते सारं भगवंतांच्या हातात असतं. जीव केवळ आपली कर्मं राखून असतात. योग्य काली ते पुन्हा व्यक्त होऊ लागतात.

पहिल्या पावसानंतर जमिनीत वाफसा धरून जमिनीतच अव्यक्त राहिलेलं बीज अंकुरावं तसाच हा प्रकार आहे. किंवा करोना काळात जेव्हा लॉकडाउन झालं तेव्हा सारे जण घरात बसून होते. सर्वत्र शुकशुकाट होता. परंतु लॉकडाउन संपल्यावर पुन्हा लोक बाहेर पडले; काम करू लागले, पण लोक जेव्हा घरी बसले होते तेव्हा त्यांचं कर्म त्यांच्याबरोबर होतंच! घरी बसल्यामुळे कर्म संपुष्टात आलेलं नव्हतं. त्याचप्रमाणे

सृष्टी अव्यक्त होते तेव्हा जीव प्रकृतीत अव्यक्त राहतात, पण त्यांचा कर्माचा ताळेबंद पुसला गेलेला नसतो. किंबहुना कर्माचा ताळेबंदच प्रकृतीला प्रस्फुरित करत असतो. कर्माचं महत्त्व यावरून ध्यानात येऊ शकतं.

त्यामुळे कल्पारंभ आणि कल्पांत ही परमेश्वराचीच अतर्क्य लीला आहे यापेक्षा अधिक काही विशद करता येत नाही. गीतेतल्या सातव्या अध्यायातही भगवंतांनी म्हटलेलं आहे की, प्रकृती ही माझीच माया असून माया आणि पुरुष हे दोन्ही अनादि आहेत. या श्लोकात भगवंत तेच सांगत आहेत. प्रकृतीच्या अधीन झालेले म्हणजेच मायेत गुरफटलेले, कर्मातच अडकलेले सर्वस्वी पराधीन असे भूतमात्र मी पुनःपुन्हा निर्माण करतो, असं भगवान सांगतात. म्हणजेच जी जी वस्तू, गोष्ट अथवा जीव प्रकृतीच्या अधीन आहे, ती ती पराधीन आहे आणि जे पराधीन आहे त्यांची उत्पत्ती आणि विनाश हा ठरलेला - पूर्वनियोजित कार्यक्रमच आहे. विनाश झाल्यानंतर परमात्मा पुन्हा उत्पत्ती करतोच करतो. म्हणजे त्याच्या केवळ अस्तित्वाने आपापली कर्मं घेऊन जीव एकदमच व्यक्त होतात.

कोणत्याही माध्यमातून, भौतिक साधनांच्या साहाय्याने मानवाला, वेदांना, एवढंच काय पण देवांनादेखील सृष्टीच्या उत्पत्तीचं रहस्य उलगडलेलं नाही! कल्पांती सर्व सृष्टी अव्यक्तात जाऊन ईशप्रेरणेने ती पुन्हा व्यक्त होते. म्हणजे भगवंतांच्या उपस्थितीत जीवांचं कर्म हेच कार्यरत होऊन सृष्टी पुन्हा आकार घेते.

मयाध्यक्षेण प्रकृतिः सूयते सचराचरम् ।
हेतुनानेन कौन्तेय जगद्विपरिवर्तते ॥९.१०॥

हे धनंजया, माझ्या अध्यक्षतेखाली ही अव्यक्त प्रकृती स्थावर-जंगमासह सृष्टी निर्माण करते आणि या कारणामुळे म्हणजेच प्रकृती ह्या जगाची साक्षात उत्पादक असून विकार हा प्रकृतीचा स्वाभाविक धर्म असल्यामुळे जगाची घडामोड होते आहे.

भगवंतांच्या अध्यक्षतेखाली प्रकृती सर्व चराचर सृष्टी प्रसवते. सृष्टीच्या निर्मितीमध्ये भगवंतांची आसक्ती नसते. म्हणजे सृष्टीनिर्मितीची भगवंतांना इच्छा असते, परंतु त्या इच्छेमध्ये आसक्ती नसते. उदासीनवत होऊन भगवंत सृष्टीची निर्मिती मायेकडून करवून घेतात. म्हणजेच त्यांना उत्पत्ती आणि विनाश या दोहोंचं संपूर्ण ज्ञान असतं. अशा तऱ्हेने ही जगाची घडामोड चाललेली असते. व्यक्ताचं अव्यक्त आणि अव्यक्ताचं पुन्हा व्यक्त हे चक्र रहाटगाडग्याप्रमाणे अव्याहतपणाने चालू असतं.

भगवान म्हणतात, विकार हा प्रकृतीचा स्वभावधर्म असतो. अर्थातच जीवांमध्ये असलेले विकार हे वासनांना जन्म घालतात. मग त्या वासना जीवांना कर्म करायला प्रवृत्त करतात आणि वासनापूर्तींसाठी केलेले प्रयत्न हे जीवाला कर्मफळाच्या फेऱ्यात अडकवतात. म्हणजे मागच्या श्लोकांमध्ये जीवांच्या कर्मांमुळे पुन्हा कल्पारंभ होतो, या विचाराला या श्लोकांमधून पुष्टीच मिळते.

परमाणुवाद, परिणामवाद आणि विवर्तवाद या तीन प्रकारांनी मानवाने सृष्टीच्या निर्मितीचा शोध घेण्याचा प्रयत्न केला आहे. एका अणूतून सृष्टी निर्माण झाली अशी ही परमाणुवादी विचारधारा आहे. एका अणूचा दुसऱ्या अणूशी संयोग होऊन द्व्यणू तयार होतात, असा सिद्धान्त परमाणुवादी मांडतात. परिणामवादाने याचं खंडन केलं. मूळ अणूला गती कुणी दिली, हा प्रश्न परिणामवाद्यांनी त्यांच्यापुढे उभा केला. त्याचं निश्चित उत्तर परमाणुवाद्यांना देता आलं नाही. पशुपक्षी, वृक्ष, वनस्पती, माणूस यांची उन्नती कशी होत गेली, ते हे अणुवादी सांगू शकत नाहीत.

सृष्टी एक परिणाम आहे आणि प्रकृती त्यात उत्क्रांत होते असा विचार सांख्यांच्या परिणामवादाने मांडला. त्यानंतर तिसरा विवर्तवाद आला. जडाला सत्ताच नाही असं ते म्हणतात. म्हणजे जे काही आहे, ते चैतन्यच आहे असं त्यांचं म्हणणं आहे.

भगवंत सांगतात, हे संपूर्ण जग केवळ माझ्या अस्तित्वामुळेच भासतं. इथे दुसऱ्याला सत्ताच नाही. भगवंत म्हणजेच परमतत्त्व हे एकमेव तत्त्व आहे. जे एकमेव तत्त्व आहे ते वेगवेगळ्या रूपाने भासमान होतं. म्हणजेच या सृष्टीमध्ये स्वतःचं जीवनदेखील स्वतःच्या म्हणण्याप्रमाणे चालत नाही. ते परमतत्त्वच हे जग निर्माण करवतं आणि चालवतं. मी माझं जीवन चालवत नसून माझ्यामध्ये वास करून असणारी, माझं जीवन चालवणारी एक परमशक्ती आहे, हे एकदा मनात ठसलं म्हणजे मनुष्याची वासना व अभिमान कमी होत जातात. ही समज जसजशी दृढ होत जाते, तसतसं भगवंताबद्दलचं निस्सीम प्रेम वाढत जात निष्काम भक्तीला प्रारंभ होतो.

सूर्याला अस्तित्व आहे म्हणूनच त्याची किरणं सर्वत्र फैलावतात. त्यासाठी सूर्याला काहीही करावं लागत नाही, पण सूर्याचं अस्तित्वच नसतं तर किरणं तरी कुठून उत्पन्न होणार होती? त्याचप्रमाणे भगवंतांच्या केवळ अस्तित्वामुळे सृष्टी उत्पन्न होते. त्यासाठी भगवंताला काही करावं लागत नाही, हे मागच्या भागातही आपण वाचलंच.

भगवान पुढे सांगतात, अव्यक्त प्रकृती या जगाची साक्षात उत्पादक आहे. कारण 'विकार' हा प्रकृतीचा धर्म आहे. जीवाच्या संदर्भात बघायचं झालं तर विकारच व्यक्तीला कर्म करायला प्रवृत्त करतो. होणं, मिळवणं, साध्य करणं, आशा निर्माण होणं, महत्त्वाकांक्षा जोपासणं हे भाव एका 'विकारा'मुळेच मनात उद्‌भवतात. त्यामुळे व्यक्ती कर्मप्रवृत्त होते आणि जगरहाटी सुरू होते.

विकार म्हणजेच अविद्येचा पाया. ईश्वरी योगमायेच्या प्रभावामुळे हा अविद्यारूपी भ्रामक विश्वव्यापार असाच सुरू होतो. विकार आला की, अज्ञान येतं. मग अज्ञानवश होऊन जीव कर्मं करत राहतात आणि सृष्टीचं संचालन सुरू ठेवतात. प्राण्यांच्या बाबतीत सहजप्रवृत्तीतून म्हणजेच पूर्वजन्मातील अवस्थेतून उत्क्रान्त होऊन नव्या अवस्थेत आल्यानंतर अंतःप्रेरणेतून मर्यादित विकार उद्‌भवतात. म्हणजेच संपूर्ण सृष्टी भिन्न भिन्न विकारांनी वश होते आणि जगरहाटी सुरू होते.

तथापि, जग स्वतंत्रपणे कर्म करत असलं, तरी ते अविकारी परमेश्वराच्याच अधीन असतं. म्हणूनच सृष्टी ही भासमान आहे, असं श्रेष्ठ भक्त म्हणत नाहीत. तर जग हे सत्य आहे, स्वतंत्र आहे, परंतु ते पूर्णपणाने ईश्वराच्या अधीन आहे. किंबहुना ईश्वर म्हणजेच जग आहे, असं ते म्हणतात. विकार हेच जगाचं कारण आहे आणि विकारांमुळेच जगाची घडामोड होत असते.

अवजानन्ति मां मूढा मानुषीं तनुमाश्रितम्।
परं भावमजानन्तो मम भूतमहेश्वरम्॥९.११॥
मोघाशा मोघकर्माणो मोघज्ञाना विचेतसः।
राक्षसीमासुरीं चैव प्रकृतिं मोहिनीं श्रिताः ॥९.१२॥

माझं परमश्रेष्ठ स्वरूप न जाणणारे मूढ लोक मला मनुष्यदेहधारी समजून माझी अवज्ञा करतात. व्यर्थ आशा बाळगणारे, निष्फळ कर्मं करणारे, व्यर्थ पढिक ज्ञानवान आणि विवेकशून्य लोक राक्षसी आणि आसुरी अशा मोहमय प्रकृतीचा आश्रय घेतात.

ध्यानासाठी भगवंताची साकार मूर्ती आवश्यक असते. त्यामुळे भक्तच भगवंतांना मनोमन साकार करत असतो. अर्थात मनोमन साकार करण्यासाठीसुद्धा भगवंताची भौतिक मूर्ती काही काळ समोर असावीच लागते. आकाशाचं ध्यान होऊ शकत नाही. म्हणून ध्यानाला icon म्हणजे प्रतिमा-मूर्ती डोळ्यांसमोर आवश्यक असते. त्यावर हळूहळू चित्त एकाग्र करून भगवंताचं साकार स्वरूप मनात ठसवावं लागतं. त्यानंतर त्या मूर्तिमय स्वरूपाचं मनोमन ध्यान करण्यातून योग साधला जातो. सविकल्प समाधी अवस्था गाठून मग पुढे निर्विकल्प अवस्थेपर्यंत प्रवास करता येतो.

ध्यानाचं हे एक ऋषिप्रणीत शास्त्र आहे, पण याचा अर्थ भगवान मानवी जडदेहाचा आश्रित झाला असं होत नाही. अविवेकी लोक भगवंताला तसा जडदेहधारी समजून त्याची पराकोटीची अवज्ञा करतात. कारण मूर्तीचा मूळ हेतूच त्यांच्या विचारातून हद्दपार झालेला असतो. ते भगवंताला आपल्यासारखाच जड समजतात. जड देहाला शरण गेलेला पराधीन समजतात.

या संदर्भात मनुष्यांमध्ये दोन विचारप्रणाली असतात. एक असते मूर्तीलाच देव मानणारी आणि दुसरी असते मूर्तीला देव न मानणारी. मूर्तीला देव मानणारे मूर्तीतही देव पाहतात आणि विश्वव्यापी परमेश्वरालाही मानतात. मूर्तीला देव न मानणाऱ्यांमध्येही दोन उपविभाग असतात. ते म्हणजे एक विचारसरणी मूर्तीला देव

मानत नाही पण विश्वव्यापी चैतन्याचा मात्र स्वीकार करते, तर दुसरी विचारसरणी मूर्तीसह कोणताच देव मानत नाही. परमेश्वर म्हणून कुणी नसतो, जे काही घडतं आहे, ते निसर्गाच्या स्फुरणातून आपोआप घडतं आहे यावर त्यांचा विश्वास असतो. म्हणजे केवळ बुद्धीनंच ते या विषयाकडे बघतात. मनुष्यामध्ये अशा तऱ्हेने दोन विचारप्रणाली असतात. म्हणजे मनुष्याला कोणत्या तरी विचारसरणीचा आश्रय हा लागतच असतो.

आश्रय घेण्याची दोन ठिकाणं असतात. एक भगवंत आणि दुसरी प्रकृती. बहुधा सामान्य व्यक्ती जडदेहरूपी भगवंताच्या म्हणजे त्याच्या मूर्तीच्या आश्रयाला केवळ स्वार्थासाठी जात असते. तिला भगवंत नको असतो; तर त्याच्या कृपेने प्रकृतीच्या प्रभावातल्या अनेक भौतिक गोष्टी हव्या असतात. म्हणजे मूर्तीतील देवाला खूश करण्यासाठी कर्म करायचं आणि लगेच कर्मफलाची आशा धरायची. मूर्तीची आवश्यकता, त्याची मूळ विचारधारा, मूर्तीतून परमतत्त्वाशी जोडण्याची कला किंवा मूर्तीचं शास्त्र याची सामान्य भक्तांना कल्पनाही नसते. अशाच मूर्तीला मग परमेश्वर समजून आपल्या आशा-आकांक्षा फलद्रूप होण्यासाठी मनुष्य नवस-सायास करतो - तोडगे करतो. आशा सुफलित झाली की, तो उपकारकर्त्याला विसरतो. नाही झाली तर त्याला दूषणंही देतो. मग कित्येकांना मानसिक ताण येतो किंवा फ्रस्ट्रेशन येतं. कित्येकांना आपल्यावर अन्याय झाला आहे, असं वाटतं. मग ते भगवंतालाही नावं ठेवायला कमी करत नाहीत.

हे सर्व टाळण्यासाठी जीव-जगत आणि जगदीश यांचा संबंध काय आहे तो प्रथम समजून घेतला पाहिजे. शिवाय आपलं जीवन काय आहे, त्याचा संबंध कुठपर्यंत पोहोचतो आणि जीवनाचं खरोखर अंतिम साध्य काय आहे, हा विचारही करायला हवा. मात्र मनुष्य भलत्याच आशा-आकांक्षा बाळगून आयुष्याचा बेरंग करून घेतो. त्याला वाटतं, मरेपर्यंतचं आयुष्य सुखाने जगता आलं पाहिजे आणि तसं जगायचं तर मनासह सर्व इंद्रियांच्या गरजा संपूर्णपणे भागवता आल्या पाहिजेत. पण तसं होताना दिसत नाही. कारण सृष्टीचेही काही कायदेकानू आहेत; नियम आहेत. त्यानुसार जेवढं काही सुख मिळणार असतं तेवढंच मिळत असतं. मनुष्याच्या अविवेकी अपेक्षा या नैराश्यालाच कारण ठरत असतात. शिवाय या प्रकृतीमधील जी काही मर्यादित सुखं आहे, तीसुद्धा कष्टसाध्यच आहेत. क्लेश आणि दुःखाविना ती मिळत नाहीत; आणि ती कायम टिकणारीही नाहीत. मग अनेक व्यक्ती अमर्यादित सुख मिळवण्यासाठी कदाचित दुष्कर्माचीही कास धरतात, पण त्याचा परिणाम म्हणजे ती व्यक्ती आणखी दुःखी होते; मग ती निराश होते. जीवनात नैराश्य येण्याचं कारण हे अज्ञान असतं. अज्ञानवश झाल्यामुळेच अनेक लोक देहधारी परमेश्वराकडे जातात. म्हणजे अज्ञानवश मूर्तिपूजा

करतात. भगवान या श्लोकात तोच निर्देश करतात. ते म्हणतात, अज्ञानी लोक मला मनुष्यधारी समजून माझी अवज्ञा करतात. हे म्हणजे बहुरूप्याला पोलिस महानिरीक्षक समजण्यासारखं होतं. किंवा नाटकातल्या पंतप्रधानाला खरा पंतप्रधान ठरवलं जातं. एवढंच नाही तर त्याच्याशी त्याच भावनेने व्यवहार-वर्तन केलं जातं. एखाद्या खऱ्या पंतप्रधानाशी अशा सलगीने वर्तन केलं आणि अविवेकी मागण्या केल्या, तर तो त्या पंतप्रधानाचा अपमान नाही का होणार?

इथे तर मनुष्य केवळ आपले भोग पुरे करण्यासाठी परमशक्तीला मूर्तीत पाहतो आणि तिच्याशी अविवेकी सलगीने वर्तन करतो. त्या परमशक्तीचा तो केवढा मोठा अपमान होतो, अवज्ञा केली जाते! अज्ञानवशात मनुष्याकडून परमेश्वराच्या बाबतीत असा उपमर्द होत असतो आणि त्याची त्याला जाणीवही नसते हे विशेष! भगवान तीच गोष्ट या श्लोकांमधून सांगतात.

थोडक्यात, कर्माची प्रेरणा प्रकृतीची, फळही प्रकृतीमधलंच आणि ते मिळवण्यासाठी शरण जायचं ते प्रकृतीतील मूर्तस्वरूपालाच! अपेक्षित फळ मिळालं नाही तर शिव्याशापांचा धनीही परमेश्वरच! स्वार्थप्रेरित कर्मं करण्यासाठी तर आज सारं जग धावतं आहे. एखादा पढिक प्रवचनकार किंवा कथाकार परमेश्वराचं स्वरूप श्रोत्यांपुढे असं काही रंगवतो की श्रोते मंत्रमुग्ध होऊन जातात. कथा सांगताना तो विनोद करतो, कोट्या करतो आणि प्रवचन-कथा रंगवतो; पण हे सारं करण्यातून जर त्याचा मानमरातब, भौतिक भोग, प्रतिष्ठा, धन किंवा नमस्कार मिळवण्याचाच हेतू असेल, तर भगवान म्हणतात त्याप्रमाणे अशा पढिक ज्ञानवान आणि विवेकशून्य जनांकडून प्रकृतीचाच आश्रय घेतला जातो. अर्थात परमेश्वराचा आधार हा केवळ स्व-प्रतिष्ठेसाठीच घेतला जातो. अशा तऱ्हेने प्रकृतीचाच आश्रय घेऊन जे विवेकशून्य पढिक ज्ञानवान निष्फळ कर्मं करतात, त्यांना भगवान 'आसुरी वृत्तीचे लोक' अशी उपाधी या बाराव्या श्लोकातून देतात.

जी कर्मं करून कोणताही विकास संभवत नाही, ती कर्मं करण्यातच आज सर्वत्र अहमहमिका लागलेली दिसते. त्यामुळे स्वास्थ्य, सरलता, सात्त्विकता अशा गुणसमुच्चयांची सर्वत्र वानवा दिसते. जे बरोबर येणार नाही ते मिळवण्यासाठी सर्वत्र धावाधाव दिसते. समाजाला दिशा द्यायचं ज्यांनी काम करायचं, ते स्वतःचं भौतिक अधिष्ठान पक्कं करण्यासाठी अहोरात्र झटत असतील तर तो प्रकृतीचाच प्रभाव मानावा लागेल.

जे ज्ञानी नसतात ते विवेकशून्य असतात. उत्तम वक्तृत्व असणारे, कथा रंगवणारे हे ज्ञानी असतातच असं नाही. भगवान या श्लोकातून ती गोष्ट स्पष्टपणे सांगतात.

समाजात जे भौतिकवादी असतात, त्यांची जशी जीवनपद्धती असते, ते जसा मानमरातब मिळवतात तशाच जीवनपद्धतीची ओढ अशा विवेकशून्य लोकांना असते. शिवाय दुसऱ्यावर अधिकार गाजवण्याची जी प्रवृत्ती असते, तीसुद्धा राक्षसी वृत्तीतूनच आलेली असते. राक्षसी महत्त्वाकांक्षा पूर्ण करण्यासाठी असे विवेकशून्य लोक प्रकृतीचा आश्रय घेतात, असंही भगवान या बाराव्या श्लोकात सांगतात.

मग असे लोक भगवंताला देहधारी समजून, प्रसंगी त्याची अवज्ञा करून त्याच्यावर मनुष्यधर्म लादतात. मनुष्य ज्याप्रमाणे स्तुतीने खूश होतो आणि निंदेने नाखूश होतो, त्याप्रमाणे भगवंतही स्तुतीने प्रसन्न होईल, असं या लोकांना वाटतं. त्यांना फळ मिळालं नाही तर भगवान शिव्याशापांचासुद्धा धनी होतो.

वास्तविकत: भगवंताच्या मानवी मूर्तीची उपासना करण्यामागे एक गहन शास्त्र आहे. जीव-जगत् आणि जगदीश हा संबंध समजून घेऊनच त्याची उपासना केली पाहिजे, पण असमंजसपणे जर भगवंताला मानवी देहधारीच मानलं तर तो त्याचा अवमानही ठरू शकतो. भगवान तीच गोष्ट या श्लोकातून सुचवतात.

भगवंताला योग्याने ध्यानासाठी साकार केलेलं असतं, परंतु भगवंत प्रकृतीचा आश्रय कधीच घेत नसतो. अन्यथा प्रकृती भगवंतापेक्षा श्रेष्ठ नाही का ठरणार? विवेकशून्य भक्त एकीकडे प्रकृतीलाच श्रेष्ठ समजून आणि तिच्या अधीन राहून कर्मं करतात आणि मनुष्यदेहधारी ईश्वराकडून कर्मफलाची अपेक्षा धरतात. प्रकृतीचे गुलाम होण्याऐवजी भगवंतालाच प्रेमभावाने शरण गेलं पाहिजे. आश्रय भगवंताचा केला पाहिजे; प्रकृतीचा नाही.

भगवंताच्या मूर्तिपूजेचं शास्त्र समजून घेतलं पाहिजे. पांडुरंगशास्त्री आठवले यांनी ते शास्त्र त्यांच्या 'मूर्तिपूजा' या पुस्तकात समजावलेलं आहे. ध्यानासाठी परमेश्वराची साकार मूर्ती आवश्यक असते. मात्र परमेश्वराला प्रकृतीमध्ये पाहू नये.

महात्मानस्तु मां पार्थ दैवीं प्रकृतिमाश्रिताः ।
भजन्त्यनन्यमनसो ज्ञात्वा भूतादिमव्ययम् ॥९.१३॥
सततं कीर्तयन्तो मां यतन्तश्च दृढव्रताः ।
नमस्यन्तश्च मां भक्त्या नित्ययुक्ता उपासते ॥९.१४॥

हे पार्था, पण दैवी प्रकृतीचा आश्रय करणारे महात्मे, मी सर्व भूतांचं आदिकारण आणि अव्यय आहे असं जाणून अनन्य भक्तियुक्त अंतःकरणाने माझीच उपासना करतात. सदा योगयुक्त असणारे, मला भक्तिपूर्वक वंदन करणारे पुरुष माझ्या गुणांचं संकीर्तन करतात, दृढनिश्चयपूर्वक व्रतस्थ राहून माझी उपासना करतात.

जगात आढळून येणाऱ्या दैवी पुरुषांचं इथे संक्षिप्त वर्णन केलं आहे. प्रत्येकाला परमेश्वराला जाणून घ्यायचं आहे. हजारो वर्षं या भूलोकावर तसा प्रयत्न झालेला आहे. श्रेष्ठ लोकांच्या अनुभूतीनुसार त्या त्या काळात सिद्धान्त मांडले गेले. परमेश्वराचा शोध घेताना केवळ बुद्धी कामाची नाही; तर बुद्धीच्या जोडीला भाव आणि श्रद्धाही हवी. बुद्धीसह भाव आणि श्रद्धा म्हणजेच अनन्य भक्ती होते. पण बुद्धीविरहित भाव आणि श्रद्धा म्हणजे आंधळी भक्ती होते!

परमेश्वराला जाणून घेताना तसंच त्याचं कर्तृत्व समजून घेताना जे लोक बुद्धी आणि भाव जागृत ठेवतात, त्यांना परमेश्वराची सर्वव्यापकता प्रतीत झालेली असते. त्यामुळे अशा सर्वव्यापक परमेश्वराला प्राप्त होण्यासाठी ते योग्य मार्गाने दृढतेने उपासना करतात. अशा दृढतेत निश्चितच पुण्य सामावलेलं असतं. कारण अशा बैठकीतूनच भगवंताशी असलेला आपला संबंध आणि भगवंताचा सृष्टीशी असलेला संबंध उलगडत जातो. समविचारी लोकांबरोबर मग उघडपणे त्याविषयी चर्चा केली जाते. ही चर्चा निष्फळ किंवा शुष्क निश्चितच नसते. कारण परमेश्वराचं सर्वव्यापकत्व मान्य करून अनन्य भक्तीने व्यक्ती त्याच्याशी जोडली गेलेली असते.

भक्तियुक्त अंतःकरणाचा लवलेश नसेल तर मात्र अशा माणसाला अनन्य भक्त

म्हणता येणार नाही. पुष्कळ लोकांचं वक्तृत्व चांगलं असतं, परंतु आपल्या वाणीचा जे स्वार्थासाठी उपयोग करतात, त्यांना मात्र अनन्य भक्त म्हणता येणार नाही. कारण असे स्वार्थी वक्ते लोकांना प्रभावित करतात; भोळ्या भाविकांना भुलवतातसुद्धा. भक्तीचा देखावाही ते उत्तम उभा करतात. शिवाय हेतुपूर्वक दानधर्म करून ते आपला उदोउदोही करवून घेतात. मात्र त्यांच्या अशा अनेक कार्यांमध्ये भगवान दुय्यम किंवा केवळ नावापुरता असतात. बाकी सारी प्रतिष्ठा अशा व्यक्तींमागे उभी केली जाते.

भगवंतांना असा भक्त मुळीच अपेक्षित नाही, हे मागील बाराव्या श्लोकामधून त्यांनी सांगितलेलंच आहे. या संदर्भात छांदोग्य उपनिषदात एक सूचक कथा आहे.

प्राचीन काळी जनश्रुती नावाचा एक राजा होऊन गेला. त्याच्या पणतूचं नाव होतं जानश्रुती. हा जानश्रुती अत्यंत उदार होता. तो श्रद्धापूर्वक दानधर्म करत असे. अन्नवस्त्रादी साहित्याचं दान करून तो अनाथ लोकांचं रक्षणही करत असे. आपल्या राज्याच्या चारही दिशांना त्याने अन्नछत्रं उघडली होती. ही अन्नछत्रं मी उघडली आहेत, त्यामुळे त्यांचा लाभ सर्वांना झाला पाहिजे, असा त्याचा त्या कार्यामागचा हेतू होता, परंतु कोणत्याही सत्कार्यामागे 'मी' म्हणजे अहंकार आला की सारी कार्यं फोल ठरतात.

एके दिवशी राजाचं कार्य पाहण्यासाठी हंसपदाला पोहोचलेल्या मुनींचा एक गट हंसांचंच रूप घेऊन राजवाड्याच्या गच्चीवर उतरला. आपल्या गवाक्षातून राजा त्यांच्याकडे बघत होता. राजाला पक्ष्यांची भाषा येत होती. त्यामुळे तो त्यांचं बोलणं ऐकू लागला.

एक हंस दुसऱ्या हंसाला म्हणत होता, ''भल्लाक्षा, ह्या राजाने दानाच्या योगे जे पुण्य मिळवलं आहे, त्याचं तेज इतकं विशाल आहे की, त्याने स्वर्गालाही स्पर्श केला आहे. हे तेज देवांनादेखील असह्य होत आहे. भल्लाक्षा, या तेजाने तुझं भस्म न होवो!'' त्याच्या बोलण्यात खोच होती.

भल्लाक्ष त्या हंसाला म्हणाला, ''तू म्हणतोस तसा काही हा राजा मोठा नाही. याचं भाग्यही मोठं नाही. जणू काही हा राजा रैक्वराजापेक्षा फार मोठा पुण्यवान आहे, अशी तू त्याची अप्रस्तुत स्तुती करतो आहेस. रैक्वाने स्वत:साठी साधं घरदेखील बांधलं नाही; तो त्याच्या शकटाच्या सावलीखाली वास्तव्य करतो. तरी रैक्वराजा या जानश्रुती राजापेक्षा आदरणीय, देवतुल्य आहे. हा जानश्रुती राजा काही त्या पात्रतेचा नाही.''

तो हंसच पुढे म्हणाला, 'रैक्वराजाच्या राज्यात जे लोक पुण्यकर्मं करतात ते पुण्यकर्म राजाच्या पुण्यकर्मात जमा होतं. म्हणूनच रैक्वाला प्राप्त

झालेलं ज्ञानपुण्य महान आहे. कारण त्यामध्ये प्रजेच्या पुण्याचाही सहभाग असतो. त्यामुळे रैक्व हा अतिशय श्रेष्ठ दर्जाचा महान राजा आहे.''

त्या हंसांचं बोलणं राजाच्या कानी पडलं. त्यांच्या बोलण्यात आपली कोणतीही प्रशंसा नाही या विचाराने तो अस्वस्थ झाला. रात्री त्याला धड झोपही लागली नाही. सकाळ होताच त्याने दूतांना बोलावून घेतलं आणि रैक्वाविषयी माहिती काढायला सांगितली.

दूतांनी रैक्वाचा शोध घेतला, पण रैक्वाचा शोध कुठेच लागेना. तेव्हा राजा म्हणाला, ''ज्या ठिकाणी ब्रह्मज्ञ राहतात त्या एकान्त स्थळी त्याचा शोध घ्या.''

दूत पुन्हा रवाना झाले. राजाने सांगितलेल्या ठिकाणी त्यांनी शोध घेतल्यावर त्यांना रैक्वाचं दर्शन झालं. आपल्या शकटाच्या आश्रयानंच तो राहत असल्याचं त्यांना दिसलं. ''आपणच रैक्व का?'' दूतांनी विचारलं.

रैक्व विनम्रतेने म्हणाला, ''हो, मीच रैक्व.''

त्याचं साधेपण आणि विनम्रता पाहून दूतांना आश्चर्य वाटलं. त्याच्याशी बोलणं झाल्यानंतर दूत राज्यात परतले आणि राजाला सारा वृत्तान्त कथन केला. ते ऐकून जानश्रुती राजाला वाटलं, ज्या उपासनेमुळे रैक्व इतक्या श्रेष्ठ पदाला पोहोचला, त्या पदावर आपणही पोहोचावं.

मग तो सहाशे गायी, अनेक रथ आणि सुवर्णहार बरोबर घेऊन रैक्वाच्या दर्शनासाठी गेला. रैक्वाला ती संपत्ती समर्पित करत राजा विनम्रतेने म्हणाला, ''मी हे धन आपल्या पायांवर समर्पित करत आहे. आपण मला आत्मज्ञानाचा उपदेश करावा.''

रैक्व म्हणाला, ''राजा, हे सारं धन तुझ्याकडेच ठेव. मला त्याची आवश्यकता नाही. आत्मज्ञान हे विक्रीसाठी नसतं.''

राजाला वाटलं, आपण फार थोडं दान आणलं म्हणून रैक्वाने त्याविषयी तुच्छता दर्शवली. म्हणून राजा परत आपल्या राजधानीत गेला आणि सहस्त्रो गायी, सुवर्णालंकार, असंख्य रथ आणि आपली कन्यादेखील तो बरोबर घेऊन आला. त्या अमाप धनासह आपली कन्या त्याने रैक्वाला पत्नी म्हणून अर्पण केली.

राजाला खरोखरच ज्ञान हवं आहे याविषयी रैक्वाची खात्री पटली. मग रैक्वाने राजाला उपदेश करायला प्रारंभ केला. तो सांगू लागला, ''राजा, पंचमहाभूतांपैकी जो वायू आहे तो सर्वसंग्राहक आहे. अग्नीसारख्या

देवता वायूत प्रवेश करून वायुरूप होऊन जातात. कारण वायूनंच त्यांना तेज प्रदान केलेलं असतं. म्हणजेच मूळ तेजाची उत्पत्ती ही वायूपासूनच झालेली आहे. प्रकाश देणाऱ्या सर्व देवता ही तेजाचीच विविध रूपं असतात. म्हणूनच अग्नी, सूर्य, चंद्र, तारका ही सर्व तेजाचीच दृश्य रूपं आहेत. ज्याप्रमाणे तेजातूनच त्यांचा जन्म झालेला आहे, त्याप्रमाणे प्रलयकाळी त्यांचा तेजात आणि तेजाचा वायूमध्येच लय होतो. म्हणजे कार्याचा लय हा कारणात होतो. त्यामुळे तेज हेच वायूचं कार्य आहे.

''जलाचंही शोषण करण्याचं कार्य वायू करतो आणि म्हणून श्रुतींनी त्याला 'अधिदैवत' म्हटलेलं आहे. त्याचप्रमाणे प्राण सक्रिय असल्यामुळे जीव कार्यरत होतात. जीव जेव्हा निद्रावश होतो, तेव्हा वाणी ही प्राणामध्ये लीन होते. त्याचप्रमाणे नेत्र, कान आणि मन हेदेखील प्राणामध्ये लीन होतात. म्हणजे प्राण हाच या सर्वांचा संग्राहक आहे. हेच ते अध्यात्मज्ञान!''

अशा तऱ्हेने रैक्वाने राजाला पुष्कळ ज्ञान दिलं. मग तो म्हणाला, ''राजा, मला या तुझ्या दानाची मुळीच आवश्यकता नाही. हे तू परत घेऊन जा. पण लक्षात ठेव, अहंकारग्रस्त होऊन कधी व्यर्थ दान करू नकोस. अहंकाररहित होऊनच उदार अंत:करणाने दान करत जा. मात्र प्रतिष्ठा आणि प्रसिद्धी डोळ्यांसमोर ठेवून कधीही दान करू नकोस. त्यामुळे पुण्य मिळू शकत नाही. शिवाय जे तुझं आहे त्याचं दान कधी करू नकोस. परंतु जे देवाने तुला विशेषरूपाने अधिक दिलेलं आहे त्याचं मात्र दान कर. राजा, ज्याला हे सत्य समजतं तोच द्रष्टा होतो. मग त्याला कशाचीच आवश्यकता उरत नाही. ज्याच्या गरजा कमी, तोच आनंदी होऊ शकतो.''

हे ज्ञान मिळाल्यानंतर राजाचा दानासंदर्भातला दृष्टिकोन पार बदलून गेला; आणि तो खरा भक्त झाला. एकट्याचं पुण्य उपयोगाचं नसतं. संपूर्ण समाज पुण्यवान व्हायला हवा, हे राजाला समजून चुकलं. त्यासाठी प्रत्येक व्यक्तीने अहंकाररहित होऊन पुण्य संपादन केलं, तर ते पुण्य एकरूप होतं आणि परमेश्वर त्याचा स्वीकार करतो. तीच खरी अनन्य भक्ती होते हेही राजाला कळून चुकलं.

म्हणून भौतिक भोगांसह मोक्षापर्यंत कोणतीही मागणी नसणारी व्यक्तीच आनंदी होऊ शकते. अशी व्यक्ती जेव्हा आत्यंतिक प्रेमानं, कृतज्ञतापूर्वक आणि भावपूर्ण अंत:करणाने परमेश्वराचं स्मरण करते आणि त्याच्यासाठीच तपाचरणातून निष्काम कर्म करते तीच व्यक्ती सर्वश्रेष्ठ भक्त ठरते. समाजात अधिकाधिक व्यक्ती याप्रमाणे

अनन्य भक्ती करू लागल्या तर रैक्वाच्या राज्याप्रमाणे सर्व समाजच पुण्यवान लोकांचा होतो आणि मग सर्वत्र शांती आणि समाधान अवतरतं.

मनुष्याचं मन अनेक पूर्वसंस्कारांनी कलुषित बनलेलं असतं. सामाजिक परिस्थितीही त्याला कारणीभूत ठरत असते. ही परिस्थिती मनुष्याला रजोगुणी किंवा तमोगुणी बनवते. त्यातूनच समाजात सर्व तऱ्हेचे अनाचार घडत असतात. ते सारे संस्कार अंतर्मनात वसून असतात आणि ते मनुष्याला दुःखीच करतात. इच्छाशक्ती, ज्ञानशक्ती आणि क्रियाशक्ती यांचा बोधपूर्वक उपयोग करून जर मनुष्याने आपले पूर्वीचे रजोगुणी आणि तमोगुणी संस्कार पुसून टाकले, तर सत्त्वगुणाचा उत्कर्ष होऊ शकतो. सत्संग, स्वाध्याय, सत्श्रवण यांचा अंगीकार केल्यास मनुष्य सात्त्विक वृत्तीचा बनत जातो. सात्त्विक वृत्तीच परमतत्त्वापर्यंत जाऊ शकते.

सात्त्विक वृत्तीचा समाजात उत्कर्ष झाला की समाजात शांती, समाधान आणि सुख प्रस्थापित होतं. अशी परिस्थिती खऱ्या ज्ञानयुक्त भक्तीला अतिशय पोषक असते. परमतत्त्वाच्या आनंदलहरी मग अशा शांत, तृप्त आणि आनंदी समाजात अनुभवायला येऊ लागतात. समाजानंच सत्त्वगुणी होण्याचा दृढ संकल्प केला तर सत्ययुग अवतरायला वेळ लागत नाही. त्यासाठी अनन्य भक्तीचं रहस्य प्रत्येकाने जाणून घेतलं पाहिजे.

दैवी प्रकृतीचा आश्रय करणारे महात्मे, उपासक, भक्त केवळ भगवंताचीच उपासना करतात. भौतिक भोगांसह मोक्षापर्यंत कोणतीही मागणी नसणारी व्यक्तीच आनंदी होऊ शकते. अशी व्यक्ती जेव्हा आत्यंतिक प्रेमानं, कृतज्ञतापूर्वक आणि भावपूर्ण अंत:करणाने परमेश्वराचं स्मरण करते आणि त्याच्यासाठी तपाचरणातून निष्काम कर्म करते, तेव्हा तीच व्यक्ती सर्वश्रेष्ठ भक्त ठरते. एकट्याचं पुण्य उपयोगाचं नसतं. संपूर्ण समाज पुण्यवान व्हायला हवा.

ज्ञानयज्ञेन चाप्यन्ये यजन्तो मामुपासते ।
एकत्वेन पृथक्त्वेन बहुधा विश्वतोमुखम् ॥९.१५॥

दुसरे कित्येक, सर्वतोमुख जो मी, त्या माझंच ज्ञानयज्ञानं, एकत्वानं, वेगळेपणाने आणि निरनिराळ्या प्रकाराने यजन करून माझी उपासना करतात.

कित्येक लोक परमेश्वराची वेगवेगळी रूपं कल्पून त्याची उपासना करतात. अशा उपासकांचे तीन प्रकार असतात : उत्तम, मध्यम आणि कनिष्ठ.

यांपैकी जे उत्तम अधिकारी असतात, ते ज्ञानयज्ञाने ईश्वराची उपासना करतात. ज्ञानयज्ञ म्हणजे, एकच परब्रह्म सर्व ब्रह्मांड व्यापून आहे, हे जाणणं आणि त्याच्याशी योग साधण्याचा प्रयत्न करणं. इथे सांख्ययोगी, ज्ञानयोगी किंवा कर्मयोगी एकच असतो. कारण तो स्वतःच्या बुद्धीच्या ज्ञानावर आत्मज्ञानप्राप्ती करणारा असतो. अर्थात असा ज्ञानयोगी शब्दप्रामाण्याच्या आहारी जात नाही किंवा वरवर येणाऱ्या अनुभवांवर विसंबून राहत नाही. उलट ईश्वराच्या अलौकिक अशा स्वरूपाचा तत्त्वचिंतनाच्या आधारे स्वतः बोध घेऊन त्यानुसार तो ईश्वरोपासना करत जातो. म्हणूनच हा ज्ञानयज्ञ होतो. या ज्ञानयज्ञातला बोध म्हणजे देह, मन किंवा बुद्धी हे काहीही नसून मी प्रत्यगात्मास्वरूपच आहे आणि हेच प्रत्यगात्मास्वरूप समष्टीतील व्यापक ईश्वरस्वरूप आहे, हे ज्ञान अशा योग्याला होतं. या तत्त्वचिंतनामुळे ज्ञानयोग्याला आत्मस्वरूपाची अधिकाधिक ओळख होत जाते. सर्वत्र ईश्वरच व्यापून राहिला आहे, हा बोध त्याला होत जातो. *ईशावास्यमिदं सर्वं...'* ही भावना त्याच्यामध्ये अधिक दृढ होत जाते. मग याच ब्रह्मभावाने असा ज्ञानयोगी परमेश्वराची एकत्वाने अर्थात अभेदभावाने उपासना करतो.

मध्यम अधिकारी हे विष्णू, शिव, सूर्यचंद्रादी देवता, गणेश, सरस्वती अशा ईश्वराच्या वेगवेगळ्या रूपांची कल्पना करून पृथक्त्वाने उपासना करतात. म्हणजे मी वेगळा आणि भगवान वेगळा हा भाव त्यांच्या उपासनेत असतोच. एकाच

भगवंताला असे मध्यम अधिकारी उपासक भिन्न स्वरूपात मानतात. भेद आला की, संप्रदाय आलाच! मग अशा उपासकांचे त्यांच्या आराध्य देवतांनुसार भेद होतात. कदाचित असे भेद मोठ्या तणावांनाही जन्माला घालतात. हे तणाव कर्मकांडांच्या पद्धतीवरूनही असतात.

जे कनिष्ठ अधिकारी असतात, ते भगवान अनेक प्रकारांनी सर्वत्र भरलेला आहे, असं मानतात. म्हणजे सर्व वस्तुमात्रात ते भगवंताचंच रूप बघतात आणि त्या विविध रूपांचीही उपासना करतात.

अशा तऱ्हेने ज्ञानयोगी सोडला तर प्रत्येकाची उपासना पद्धती आणि उपास्य दैवत हे भिन्न असतं, परंतु प्रत्येकाने समजून-उमजून उपासना करायला हवी. जे पृथक्त्वाने उपासना करतात, त्यांचा भगवंताच्या स्वरूपाविषयी झगडा होता कामा नये. एकत्वाने उपासना करणाऱ्यांनीही भगवंताचं एकच रूप आहे, असा वाद घालणं योग्य होणार नाही. ज्याने त्याने आपली उपासना पद्धत अवलंबावी. जशी ज्याची समज, तशी त्याची प्रगल्भता, जशी प्रगल्भ वृत्ती तशी उपासना.

काही जण आपल्याच विचारांवर आणि उपासनापद्धतीवर ठाम असतात. आपण करतो तीच उपासना योग्य आहे; इतरांची नाही, असा दुरभिमान ते बाळगतात. आयुष्यभर मग आपल्या दुराग्रही विचारांवर ठाम राहून ते एकच एक पद्धतीने उपासना करत राहतात. दुसरे जे काही उपासक असतात, त्यांना ज्ञानमार्गाकडे जाण्याची अंतःस्थ प्रेरणा असते परंतु प्रारंभी तो मार्ग माहीत नसल्यामुळे ते विभिन्न देवतांची उपासना करत राहतात. पण आयुष्यात एक क्षण असा येतो की, त्यांचे पूर्वसंस्कार त्यांना ज्ञानमार्गावर नेतात. स्वतःसह संपूर्ण विश्व आणि परमेश्वराची एकरूपतासुद्धा ते साक्षात अनुभवतात. त्यामुळे साऱ्या भेदाभेदांपलीकडे जाऊन ते एकमेवाद्वितीय परमतत्त्वाचीच उपासना करतात.

वस्तुतः परमतत्त्वात भेद हा नसतोच; तो मनुष्याच्या दृष्टीत असतो. ब्रह्मा हा निर्माता, विष्णू हा पालनकर्ता तर शिव हा कल्याणकर्ता अशी भगवंताची कार्यानुरूप आणि आपल्या सोयीसाठी आपणच बाह्य विभागणी केली आहे. गणित जरी अटळ सिद्धान्त मांडत असलं तरी त्यातसुद्धा असा गणितबाह्य आधार घेतला जात असतो. उदाहरणार्थ : समजा, एका टाकीत पाच गॅलन पाणी बसतं तर दहा टाक्यांत किती बसेल? म्हणजे इथेही 'समजा' अर्थात supposeचा आधार घ्यावाच लागतो. तशीच ही विभागणी आपण आपल्या सोयीसाठी केलेली आहे : उत्पत्ति-स्थिति-लय; म्हणजेच ब्रह्मा-विष्णु-महेश. सृष्टीचे सिद्धान्त मांडताना असा suppose चा आधार घ्यावाच लागतो.

परंतु शेवटी ते एकच तत्त्व आहे. तेच सर्व सृष्टी व्यापून आहे. ज्याप्रमाणे कुटुंबातला एखादा कर्ता हा पत्नीचा पती असतो, मुलांचा पिता असतो आणि वृद्ध मातापित्यांचा पुत्र असतो. म्हणजे भूमिकेनुसार त्याचं नातं बदलत असतं. त्याप्रमाणे ते तत्त्व हे एकच आहे; परंतु कार्यानुसार त्याची भिन्न रूपं भासतात. परंतु ते जे पूर्ण स्वरूप आहे, तोच परमात्मा आहे. तोच 'प्रत्यक् आत्मा' आणि तोच 'प्रत्यक् गामा' अर्थात 'जीवात्मा' आहे. ते तत्त्व म्हणजे मीच आहे. आम्ही एकच आहोत. जे एकतत्त्व आहे तेच मी आहे, आणि त्या एकतत्त्वाचाच मी आहे, अशा दोन पद्धतीने उपासना करता येते. हे या 'एकत्वेन' आणि 'पृथक्त्वेन' मधून भगवंत विशद करून सांगतात.

उपासकांचे त्यांच्या समजेनुसार तीन प्रकार असतात. ज्ञानयज्ञ करणारे परमेश्वर एकच आहे या दृष्टीने उपासना करतात. मध्यम उपासक परमेश्वराला भिन्न स्वरूपात कल्पून त्याची उपासना करतात. कुणी अज्ञानवशात परमेश्वर सर्वत्र आहे, त्याची उपासना कोणत्याही प्रकारे केली तरी चालू शकतं; अशा भावनेने त्याची उपासना करतात. आपापल्या बौद्धिक कुवतीप्रमाणे परमेश्वराची कोणत्याही मार्गाने उपासना केली तरी हरकत नाही. फक्त त्यामुळे आपापसात वाद उत्पन्न होऊ नये एवढंच.

अहं क्रतुरहं यज्ञः स्वधाहमहमौषधम् ।
मन्त्रोऽहमहमेवाज्यमहमग्निरहं हुतम् ॥९.१६॥
पिताहमस्य जगतो माता धाता पितामहः ।
वेद्यं पवित्रमोंकार ऋक्साम यजुरेव च ॥९.१७॥

हवनरूप-उपासनारूप यज्ञ मीच, पितरांच्या उद्देशाने केलेलं तर्पण आणि वनस्पतीरूप उत्पन्न झालेली औषधी मीच, यज्ञीय मंत्र, तूप इत्यादी होमहवनादी द्रव्य मी. अग्नी मी आणि हवनकर्महीं मीच. मी जगाचा पिता (जनक), माता म्हणजे उत्पत्तिस्थान म्हणजे उपादान कारण, धारक, पितामह, त्याचप्रमाणे पवित्र, वेद्य म्हणजे जाणण्यायोग्य ब्रह्म ते मीच आहे. ॐकार, ऋग्वेद, सामवेद, यजुर्वेद मीच आहे.

मागच्या पंधराव्या श्लोकात भगवंतांनी ज्ञानयोगी, विविध देवांची उपासना करणारे मध्यम उपासक आणि सर्वत्र मी आहे अशी अज्ञानमूलक समजूत करून घेऊन कोणत्याही पदार्थांची उपासना करणारे कनिष्ठ उपासक यांच्याविषयी सांगितलं. मात्र मी असा सीमित नसून मी कशात आहे, हे त्यांनी या दोन श्लोकांमधून थोडक्यात सांगितलं आहे. म्हणजे दहाव्या अध्यायातील विभूतिदर्शनाचं हे प्रास्ताविक आहे असं आपण म्हणू शकतो. या श्लोकात आलेले 'क्रतु' आणि 'यज्ञ' हे दोन्ही शब्द मुळात समानार्थीच आहेत, पण यज्ञ शब्दाचा अर्थ पुढच्या काळात व्यापक बनला. देवपूजा, वैश्वदेव, अतिथिपूजन, प्राणायाम, जप इत्यादी कर्माधिष्ठित कार्यांनाही 'यज्ञ' हीच संज्ञा प्राप्त झाली. 'क्रतु' या शब्दाची व्यापकता अशी वाढलेली नाही. श्रौत धर्मात अश्वमेधादी यज्ञांना हा शब्द लावला होता. तोच त्याचा अर्थ पुढेही कायम राहिला. म्हणून या ठिकाणी 'क्रतु' म्हणजे श्रौत यज्ञ आणि 'यज्ञ' म्हणजे स्मार्त यज्ञ असं समजलं पाहिजे.

भगवंत सांगतात, कोणत्याही प्रकाराने जरी उपासक, भक्त, ज्ञानी उपासना करत असतील, तरी ती सर्व माझीच उपासना असते. कारण मीच क्रतु, मीच यज्ञ, मीच

स्वधा या नावाने पितरांना दिलेलं अन्न, मीच औषध, मीच मंत्र, मीच घृतादी हवी आणि मीच हवनक्रिया आहे.

यज्ञसंस्था ही प्राचीन असली तरी मानवी संस्कृतीच्या संदर्भात शाश्वत आणि केव्हाही राबवता येणारी अशी एक नैतिक भावना आहे. यज्ञप्रकारात ब्रह्मयज्ञ म्हणजे ज्ञानसाधना, पितृयज्ञ म्हणजे पितरांची जिवंतपणी हरप्रकारे सेवा करणं, देवयज्ञ म्हणजे अदृश्य अशा इंद्रियांसह निसर्गातील देवतांची विविध प्रकारे कृतज्ञता व्यक्त करणं, भूतयज्ञ म्हणजे पशुपक्ष्यांना बली अर्पण करणं आणि मनुष्ययज्ञ म्हणजे अतिथीला त्याच्या गरजेनुसार, सन्मानपूर्वक यथाशक्ती अर्पण करणं हे पंचमहायज्ञ. हे सर्व यज्ञ म्हणजे भगवंताचीच उपासना असते. अहं क्रतुमधून भगवान तेच सांगत आहेत. इथे क्रतु आणि यज्ञ यांमध्ये फारसा फरक नाही. केवळ तात्त्विक भेद मानायचा झाल्यास क्रतु म्हणजे कर्माचा संकल्प, आणि यज्ञ म्हणजे संकल्पानुसार आचरणात आणलेली प्रत्यक्ष क्रिया.

स्वधा म्हणजे मातापिता परलोकी गेल्यानंतरही त्यांचे भोग त्यांना अर्पण करण्याची क्रिया म्हणजे स्वधा. सनातन धर्मातील हा सांस्कृतिक विधी आहे. जनमानसावर उत्तम संस्कार करणारे असे विधी हे ईश्वराचंच रूप असतं. मनुष्याला आयुष्यात अनेक प्रकारचे रोग होत असतात. शरीरातील रोग आणि विकृती दूर करून शरीर नैसर्गिकदृष्ट्या उत्तम राखण्याचं काम वनस्पतींमधील औषधी करत असते. सृष्टीतील वनस्पतिजन्य पदार्थ या औषधीच असतात. हे सारं भगवंताचंच रूप आहे.

भगवान जगाचा पिता आहे म्हणजे उत्पत्तिस्थान आहे तर तो माता म्हणजे जन्मस्थानही आहे. माता-पिता आणि पितामह यांची भूमिका श्रेष्ठ आहे. कारण पिता हा मुलावर संस्कार करणारा, जीवनदृष्टी देणारा, नियमन करणारा, सुख-दुःखात हिमतीने उभा करणारा आणि रक्षणकर्ता असतो. मातेची माया आगळी-वेगळी असते. मुलाने खाल्लं तर मातेचं पोट भरतं! मुलगा चुकला तरी माता त्याला पदरात घेते. आईवडिलांची मुलाकडून थोडीफार अपेक्षा असतेच परंतु पितामह म्हणजे आजोबा यांना नातवाकडून कोणतीच अपेक्षा नसते. त्यांचं नातवावर निरपेक्ष प्रेम असतं. भगवंताच्या आपल्या भक्ताच्या बाबतीतील या भूमिका महत्त्वाच्या आहेत.

तात्त्विक दृष्टीने बघायचं तर पुरुष आणि प्रकृती हे दोन्ही भगवानच आहे. तो धारकही आहे म्हणजे धाता आहे. भगवान धारणकर्ता कसा होतो? तर तो पुरुष रूपाने बीजप्रत होऊन पालनपोषणाची जबाबदारी घेतो, परंतु केवळ उत्पन्न करून उपयोगाचं नसतं; तर उत्पन्न केलेलं धारण करण्याचीही तितकीच आवश्यकता असते. त्यासाठीच सृष्टीची निर्मिती झाली. कर्म घडलं की त्याचा परिणाम आलाच. कर्मानुसार फलोत्पत्ती

होणं त्याने नियतीच्या हातात ठेवलं. ही नियती म्हणजेच एकप्रकारे धारणाशक्ती. ही धारणाशक्ती हेही भगवंताचंच स्वरूप आहे.

प्रकृतिस्वरूपात भगवंत मातापिता आहे, ब्रह्मस्वरूपाने मात्र तो पितामहसुद्धा आहे. या सृष्टीच्या कार्यात त्याची तीन रूपं मानली जातात. सृष्टीत नामरूपात्मक आकार तो ब्रह्मा, आकाशात चैतन्यरूपी जीवशक्तीची प्रेरणा देतो तो विष्णू आणि पुन्हा कालौघात जीर्ण झालेले आकार नष्ट करून ब्रह्मदेवाला नवे प्रकृतिघटक उपलब्ध करून देतो तो महेश! या तिन्ही स्वरूपांत भगवानच असतो.

भगवान पवित्र आहेत. त्यांच्याकडे अपवित्र काहीही नाही. इतकंच नाही पण तो सर्वांना पवित्र करणारा आहे. ज्या गोष्टींच्या वापरामुळे किंवा सहवासामुळे दु:ख प्राप्त होतं, अशुभ होतं किंवा अध:पतन होतं, ते सारं काही अपवित्र असतं. कारण त्यामुळे मनुष्याचं अंतिमत: अकल्याणच होत असतं. म्हणून सर्व मायिक वस्तूंचा प्रभाव झुगारून परमवैराग्याने भगवंताशी एकनिष्ठ भावाने आश्रय केला तर मनुष्य पावन होतो. महापुरुषांच्या पावन सान्निध्यातही मनुष्याला पावन होण्याची प्रेरणा होत असते.

वेद्य म्हणजे विश्वात जे जे जाणायचं आहे ते. जाणणं, जाणणारा आणि जे जाणायचं आहे ते ही त्रिपुटी म्हणजेच विश्व. या विश्वाविषयी असणाऱ्या जाणिवेच्या शक्तीचं अर्थात संवित् शक्तीचं कार्य म्हणजेच जाणणं. या संवित् शक्तीच्या आधारे अहंकाराने प्रभावित झालेला मनुष्य स्वत:ला ईश्वरापासून वेगळा समजून अनात्म वस्तूंना आपलं वेद्य ठरवतो. मग जाणणं, जाणणारा आणि जे जाणायचं आहे ते अशी त्रिपुटी कार्यरत होते. यामागची संवित्शक्ती ही स्वयंभू आत्मरूप असते. ती संवित्शक्ती हे भगवद्स्वरूपच असतं.

ॐकार हे ईश्वराचं प्रतीकात्मक स्वरूपच आहे. म्हणजे अनिर्वाच्य अशा ब्रह्माचं वाच्य स्वरूप म्हणजे ॐकार. आकाश आणि त्याचा विषय शब्द हा एकाच वेळी उत्पन्न झाला. यातून निघालेली विविध स्पंदने म्हणजेच शब्द-तन्मात्रा आणि त्यांची विविध मिश्रणं. त्यातूनच सृष्टीतील सर्व पदार्थ उत्पन्न झाले. म्हणूनच या विश्वाचं आद्य नादस्वरूप ॐकार आहे आणि तोच अमूर्त ब्रह्माची नाद-शब्दस्वरूप मूर्ती आहे. ब्रह्म हे अनिर्वाच्य असलं तरी ॐकार साधनेतून ब्रह्माचा साक्षात्कार होतो. असं हे ॐकार ब्रह्म हे परमेश्वराचंच स्वरूप असतं.

त्याचप्रमाणे ऋक, साम आणि यजुस् ही तिन्ही परमेश्वराचीच स्वरूपं आहेत. ऋक म्हणजे स्तुती. म्हणजे ही वाक्देवतेची अभिव्यक्ती असते. त्याचंच स्वरूप म्हणजे ऋग्वेद. ऋग्वेदात परमेश्वराचंच ज्ञान भरलेलं आहे आणि त्या ज्ञानाच्या आधाराने उपासकाने परमेश्वरालाच आवाहन करायचं असतं.

'साम' म्हणजे वैखरी, मध्यमा, पश्यंती आणि परा या चारही वाणींचा स्वरमेळ. त्यातून व्यग्र झालेल्या चित्ताला शांतिसमाधान मिळतं. यातून जी भगवद्स्तुती होते, ती प्रणवोपासनाच होते.

सामातून भगवद्भजनात गुंतलेलं मन मंत्रशक्तीला आवाहन करतं. त्या आवाहनामुळे ती शक्ती जागृत होऊन ती त्या उपासकाचं परमेश्वराशी मिलन घडवून आणते. हीच युजस् क्रिया असते. म्हणून ऋक, साम आणि युजस् हा परमेश्वराचीच रूपं आहेत.

एखादा श्रेष्ठ गायक-वादक जेव्हा उपासना म्हणून गायन-वादन करतो, तेव्हा ती भगवंताचीच पूजा होत असते आणि तशी उपासना करतानाच त्या संगीत-साधकाला कधी तरी अवचित पूर्णतेची अनुभूती मिळून जाते. अर्थात दणदणाट करणारं संगीत नाही तर आत्मभाव जागृत करणारं संगीत हे इथे गृहीत आहे. म्हणूनच असं संगीत हे परमात्म्याच्या अगदी निकट असतं, असं म्हटलं जातं. हिंदुस्थानी रागसंगीतात ती शक्ती प्रकर्षाने असते.

थोडक्यात, संवित्शक्तीच्या आधाराने मनुष्य ज्या ज्या गोष्टीचा विचार करील, ते ते सारं काही भगवान आहेत. ती शक्तीही भगवानच आहेत.

वेदविहित कर्मांसहित सर्वांचा सांभाळकर्ता भगवानच आहे. म्हणजे सर्व काही भगवानच आहे; दुसरं काहीही नाही, हे या श्लोकांमधून समजून येतं.

गतिर्भर्ता प्रभुः साक्षी निवासः शरणं सुहृत् ।
प्रभवः प्रलयः स्थाने निधाने बीजमव्ययम् ॥९.१८॥

मी गती, पोषक, अधिपती, साक्षी, निवासस्थान, संरक्षक, हितकर्ता, उत्पत्तिस्थान, लयस्थान, विश्रांतीचं अंतिम स्थान आणि अविनाशी असं सर्वांचं मूळ बीज आहे.

हा श्लोक अतिशय महत्त्वाचा आहे. भगवान या एका श्लोकातून स्व-स्वरूप उलगडतात.

'गति' या शब्दाचा संस्कृत भाषेतला अर्थ होतो आश्रय. भगवान आपलं आश्रयस्थान आहेत. म्हणजे ते आपल्या कर्माचं आश्रयस्थान आहेत. कर्म करून आपण निघून जातो. आपल्याला आपल्या कर्मांची पुढल्या जन्मी आठवणही राहत नाही. भगवंत मात्र आपल्या कर्मांची नोंद ठेवत असतो. भगवंताशिवाय आपल्याला गती नाही. आपल्या पायांनी आपण चालू शकत नाही. त्याला गती देणारी शक्ती म्हणजेच भगवान. गती नसेल तर भगवानही नाही. जिथे जिथे गती असते, तिथे तिथे भगवंताची सत्ता चालते. म्हणूनच मनुष्याने गतिशील बनलं पाहिजे. भगवद्कार्यासाठी आपली वाणी चालली पाहिजे, बुद्धी चालली पाहिजे किंवा पायही चालले पाहिजेत. या गतींमधूनच मन:शांती मिळत असते.

'गती' या शब्दाचा जसा आश्रय हा अर्थ आहे तसाच आधार, स्थान, जाण्याचं ठिकाण, रक्षणकर्ता, सामर्थ्य, तत्त्व, प्रमाण, पुरावा असेही अर्थ आहेत. सेलफोन जेव्हा कार्य करतो, तेव्हा त्यात चालू बॅटरी असल्याचा पुरावाच असतो. त्याचप्रमाणे आपण करत असलेली सर्व प्रकारची हालचाल हे परमात्मा आपल्यामध्ये वसून असल्याचंच प्रमाण असतं. अशा पुराव्यांना आणखी पुरावा देण्याची आवश्यकताच नसते. आपण विचार करतो, इच्छा बाळगतो, संकल्प करतो किंवा कर्म करतो या सर्वांमागे 'प्रत्यगामा' नामक ईश्वरी बॅटरीच असते. त्याशिवाय जीव नामक पदार्थाला कोणताही अर्थ उरणार नाही. पंचज्ञानेंद्रियं, पंचकर्मेंद्रियं, मन, बुद्धी किंवा अहंकार

यांचं कार्य प्रत्यगामाच्या आश्रयावाचून शक्यच नाही. मोटार धावते याचाच अर्थ त्यामध्ये इंधन आहे, हा पुरावा ठरतो.

म्हणून गती हे ईश्वरी शक्तीचंच स्वरूप आहे. गती शब्दाचे आणखीही काही अर्थ आहेत. ते म्हणजे चलनवलन, अंतिम ध्येय, कर्माचं फल, कर्मानुसार जीवाला मिळणारी गती आणि त्याच्या साऱ्या क्रिया-प्रक्रिया आणि प्रतिक्रिया.

क्रिया सुरू झाल्या की त्याच्या प्रतिक्रियाही सुरू होतात. या प्रतिक्रिया म्हणजेच कर्मबंधाचं फल. एखाद्या ध्येयाची आकांक्षा मनात धरून मनुष्य कर्म करतो. तेव्हा चैतन्याकडूनच त्या कर्माला गती मिळत असते. अशी गती मिळाल्यानंतर कर्माच्या फलप्राप्तीपर्यंत ज्या ज्या क्रिया-प्रतिक्रिया होत जातात, त्या त्या सृष्टिनियमांनी बद्ध होतात. क्रिया-प्रतिक्रियांचा हा परिपाक हे ईश्वराचंच सामर्थ्य असतं. अशा तऱ्हेने गतीचं प्रारंभिक स्वरूप अपूर्णता असतं आणि आत्यंतिक स्वरूप हे पूर्णता असतं. म्हणजेच गतीचं सुरुवातीचं स्वरूप हे अज्ञान असतं आणि अंतिम स्वरूप ज्ञान असतं.

माया हेसुद्धा गतीचं स्वरूप असतं. अंधारात वाटेत पडलेली दोरी ही सापासारखी दिसते. दोरीवर असा सापाचा आभास होणं ही प्रातिभासिक मनोवृत्ती असते. अशी प्रातिभासिक मनोवृत्ती हीसुद्धा गतीच असते आणि तेच मायेचं स्वरूप असतं. पण तो साप नसून दोरीच आहे, हा अनुभव येणं हे सत्यदर्शन असतं. मायेमुळे उत्पन्न होणाऱ्या गतीला शिवस्वरूपात विलीन होण्याचं जेव्हा स्थैर्य लाभतं, तेव्हा ती परमगती होते.

यानंतर भगवंतांनी 'भर्ता' म्हणजे भरण-पोषण करणारा हा गुण सांगितला आहे.

श्रीकृष्णांनी नरकासुराला ठार मारून सोळा हजार एकशे आठ कन्यांची सुटका केली, परंतु त्या मुलींना त्यांच्या घरामध्ये थारा मिळू शकला नाही. तेव्हा त्यांच्या पालन-पोषणाची सारी जबाबदारी श्रीकृष्णांनी स्वतः उचलली. भरण-पोषणकर्ता या अर्थाने तो त्यांचा 'भर्ता' झाला, पती नव्हे! म्हणजे कृष्णाने त्यांच्या भरणपोषणाची व्यवस्था लावून दिली. अन्यथा त्या कन्यांना कुणीच वाली उरला नव्हता. घरीदारी त्यांना आश्रय मिळाला नाही तेव्हा त्या कन्यांच्या मनाची काय अवस्था झाली असेल, याचा विचार केला पाहिजे. पती नव्हे; तर कृष्णाने स्वतः भर्ता होऊन त्या कन्यांना समाजात प्रतिष्ठा मिळवून दिली. भगवंत अशा तऱ्हेने आपल्या दायित्वाची जाणीव ठेवून असतो.

भर्ता या शब्दाचा अर्थ जसा स्थानिक आहे तसाच वैश्विकही आहे. म्हणजे केवळ शरीराचं पोषण करणं एवढाच अर्थ इथे अभिप्रेत नाही, तर भगवान साऱ्या सृष्टीचं भरणपोषण करतो. म्हणजे चैतन्यामुळेच अखिल सृष्टीचं भरण-पोषण होत असतं. परमाणूंमधील विद्युतभ्रमण, खनिजाची स्थिती आणि वृद्धी, वृक्षांमधील

सेंद्रीय-रसता, जीवांमधील चलन-वलनादी संचालन ही सारी प्रतिक्षणी उसळणाऱ्या चैतन्याचीच दृश्य अभिव्यक्ती असते. ही अभिव्यक्ती हे भर्त्याचंच स्वरूप असतं.

भगवान आपल्या वृत्तीचंही पोषण करतो. आपला त्याच्यावरचा भाव वृद्धिंगत व्हावा म्हणून तो अडचणीसुद्धा निर्माण करतो. अडचणींमुळे जीवनातला आळणीपणा निघून जातो. मिठामुळे जशी पदार्थांना चव येते, त्याप्रमाणे अडचणींमुळे जीवनात रस निर्माण होतो. अशा तऱ्हेने भर्ता ही भगवंताची अतिविशाल भूमिका आहे.

भगवान जीवाचा स्वामी म्हणजे अधिपतीसुद्धा आहे. आपल्या हृदयातलं भगवंताचं स्थान जर कामविकाराने व्यापलं असेल तर मात्र तो तिथे बसू शकणार नाही. कामभावनेला तिथून काढलं तरच भगवंत आपल्या हृदय-सिंहासनावर विराजमान होईल. भगवंत आपल्या प्रत्येक कर्माचा साथी आहे आणि कामनांचाही तो साक्षी आहे. जीवाचं अंतिम आणि नित्य असं निवासस्थान भगवंतच आहेत. जणू प्रत्येक जीवाच्या विचार-कृतीची नोंद करणारा भगवद्रूपी विशाल आणि अगम्य असा हा सीसीटीव्ही कॅमेरा आहे! हा पूर्ण ज्ञानमय, स्वयंसिद्ध आणि विश्वव्यापक कॅमेरा प्रत्येक जीवाच्या हृदयातही बसवलेला आहे! ऑफिसेसमध्ये साहेब केबिनमधल्या काचेतून काम करणाऱ्या लोकांकडे लक्ष ठेवून असतो. ती काच अशी असते की, साहेबाला काचेतून बाहेरचं दिसत असतं पण बाहेरच्याला आतलं दिसत नाही! मायेपलीकडच्या काचेतून भगवान असाच बघत असतो, प्रेरणा देत असतो आणि शक्ती देत असतो. केवळ त्याच्या असण्यानंच सृष्टीचं अस्तित्व संभवत असतं, पण आपल्याला मात्र तो दिसत नाही! म्हणजे इंद्रियांसाठी तो दिसण्याचा विषयच नाही. अपूर्णाला पूर्ण दिसू शकत नाही.

असा हा व्यक्त-अव्यक्ताच्या पलीकडचा प्रभू आहे. प्रभू म्हणजे शास्ता, नियंता किंवा स्वामी. थोडक्यात, विश्वाचं नियोजनबद्ध नियंत्रण करणारं ज्याच्यात सामर्थ्य असतं, तोच प्रभू असतो! असा हा प्रभू सर्वसाक्षीही आहे.

साक्षी म्हणजे अलिप्त राहून सर्व काही अवलोकन करणारा, सर्वद्रष्टा, सर्वज्ञ आणि सर्वव्यापी. भगवान नित्य आणि विभु असल्यामुळे तो अनित्य जगाचा साक्षी होऊ शकतो; पण जे अनित्य आहे ते मात्र नित्याचा साक्षी होऊ शकत नाही. म्हणूनच भगवान दिसू शकत नाही आणि आपण त्याचे साक्षी होऊ शकत नाही. बुद्धी आत्म्याची साक्षी होऊ शकत नाही; परंतु आत्मा मात्र बुद्धीचा साक्षी असतो. बुद्धीच्या सर्व तऱ्हेच्या व्यापारांचं आत्मा तटस्थपणे अवलोकन करत असतो.

आता जो साक्षी असतो, शाश्वत असतो आणि भर्ता असतो तो या संपूर्ण विश्वाची जागा व्यापून राहतो हे उघड आहे. म्हणूनच भगवान सर्वांचं निवासस्थान

असतो, असं या श्लोकात म्हटलेलं आहे. नित्य हे अनित्यात राहू शकतं; पण अनित्य हे नित्यात राहू शकत नाही. एखादा मनुष्य प्लॉट घेतो किंवा जमीन घेतो. भारतात त्यासाठी सात-बारासह अनेक कागदपत्रं केली जातात. मग ते घर किंवा शेत त्या मनुष्याच्या नावावर होतं. अगदी ९९९ वर्षांचं लीजसुद्धा केलं जातं. हे सारं पाहून या विश्वाचा खरा निवासी मनातल्या मनात हसत असेल! सामाजिक व्यवस्था म्हणून हे सोपस्कार केले जातात हे ठीक आहे, पण खरा मालक आणि निवासी भगवानच असतो. त्याची मालकी अनित्य जगातल्या कागदपत्रांनी सिद्ध केली जाऊ शकत नाही. म्हणून अनित्याच्या निवासाला मुळीच महत्त्व नसतं. जे नित्य आहे ते मात्र सृष्टीतल्या सर्व अनित्यात राहू शकतं आणि त्याचीच खरी मालकी असते. पन्नास-शंभर वर्षांत आपल्या नावाचा सात-बारा पुसला जातो. मग आपल्या स्थावराची मालकी बदलते! मात्र भगवंताची सृष्टीवरची मालकी कधी पुसली जाऊच शकत नाही.

म्हणून भगवंताचं निवासस्थान समजून घेतलं पाहिजे. आपल्या जीवनातला भोगानंद जाऊन जेव्हा भावानंद निर्माण होईल, तेव्हा भगवान 'निवास', स्थान होतील. ज्यांच्या जीवनात भावानंद आला आहे, अशा संत-महंतांचं भगवान हे निजधाम झाले आहेत. म्हणजे अशांचं हृदय हे भगवान स्वतःचं 'निजधाम' मानतात.

त्यानंतर भगवान 'शरणम्'चा उल्लेख करतात. पूर्णपणे शरणागत व्हावं असं ते स्थान आहे. त्या स्थानाला शरण जाण्यासाठी व्यक्ती निर्भय आणि समर्थच असली पाहिजे. सर्वश्रेष्ठ स्वामी आणि विश्वाचा प्रभू असलेलं तत्त्वच हे शरण जाण्याचं स्थान असतं. जीवनरूपी नौकेचा हाच एकमेव तारणहार आहे. त्याला शरण गेलं म्हणजे भवसागरातून पार होता येतं. भवसागर म्हणजे आपणच निर्माण केलेल्या कामनांचा सागर. तो तरून जाण्यासाठी भगवंतांनाच शरण गेलं पाहिजे.

शरण जाणं याचा अर्थ परमात्मस्वरूपाच्या ठिकाणी अहंकार समर्पित करणं. कामना आणि वासनांची तिलांजली देणं. 'स्वाहा' करणं. अशी शरणागत अवस्था प्राप्त केल्यानंतर जीवाला स्वतःच्याच सामर्थ्याची जाणीव होते. अर्थात आपणच समर्थ असं शिवस्वरूप आहोत, हे ज्ञान जीवाला होतं. म्हणजे भगवंताला शरण जाण्यात अगतिकता किंवा लाचारी नसते, तर सामर्थ्य दडलेलं असतं.

यानंतर भगवान स्वतःला सुहृद म्हणतात. उपकार करूनही कोणत्याही परतफेडीची इच्छा न बाळगणारा मित्र म्हणजे सुहृद. रोज सकाळी आपण उठतो, त्या वेळी तो आपल्याला स्मृतिदान देतो, अन्न पचवून शक्तिदान देतो आणि पुन्हा निद्रा देऊन तो शांतिदान देतो. हे सारं कार्य भगवान निरपेक्ष भावाने करतच असतो. म्हणूनच तो आपला सुहृद असतो. मग आपणही त्याचा सुहृद व्हायला नको का? भगवंताप्रति

निरपेक्ष भावाने कृतज्ञता व्यक्त करण्यातूनच आपण त्याचे सुहृद बनू शकतो. त्रिकाल संध्या त्यासाठीच करायची असते. त्यात कोणतीही मागणी नाही तर केवळ कृतज्ञता व्यक्त करायची असते, तरच आपण त्याचे सुहृद बनू शकतो.

मग भगवान 'प्रभव'चा निर्देश करतात. प्रभव म्हणजे सर्व सृष्टीचं उत्पत्तिस्थान. अर्थात ज्या सत्तेने विश्व निर्माण होतं, ती मूळ ईश्वरी सत्ता म्हणजे प्रभव. मनाचा उत्कर्ष करणाराही प्रभवच असतो. उत्पत्ति-स्थिति आणि प्रलय होण्यासाठी कारणीभूत ठरणारी शक्ती हेही ईश्वराचंच रूप असतं. प्रलय हा अज्ञानाचा लय करणाराही असतो. असा अज्ञानाचा प्रलय करणारी शक्तीही भगवानच.

भगवान स्वत:ला 'निधान' म्हणतात. साठा करण्याचं ठिकाण म्हणजे निधान. जेव्हा संपूर्ण जगताचा प्रलय होतो, तेव्हा सर्व विश्व सुप्त स्वरूपात भगवंताच्याच निधानात म्हणजे कोठारात साठवलं जातं. असं हे त्याचं अगम्य कोठार असतं. जीवांच्या संदर्भात भगवान हे प्रेमाचं भांडार असतात.

स्वत:च्या अभिव्यक्तीची ठिकाणं थोडक्यात सांगून झाल्यावर या श्लोकात भगवान म्हणतात, की मी 'बीजमव्ययम्' आहे. बीज एकदा टाकलं की ते कधी नष्ट होत नाही. किंबहुना उत्पत्ती वाढतच जाते. शंभर दाणे पेरले की त्याचे तीनशे दाणे होतात. भगवंतांनी पेरलेलं बीज असंच अविनाशी आहे. शिवाय भगवद्रूपी बीजाच्या एका लहान अंशाने विश्व व्यापलेलं आहे. उर्वरित बीज शिल्लकच आहे. भगवान हे जसं जन्माचं आणि कर्माचं बीज आहेत, तसंच भक्तीचं आणि मुक्तीचंही बीज तेच आहेत. भगवंतांच्या प्रेमाचा आणि उत्साहाचा व्यय कधी होत नाही. म्हणून भगवंत अव्यय आहेत. गुणातीत भगवंतांचे हे गुण केवळ व्यक्त सृष्टीसाठी आहेत. ते जितके व्यक्तिगत आहेत, तितकेच वैश्विक आहेत. याचा उपसंहार भगवान पुढील श्लोकात केला आहे.

भगवान सर्वत्र आहेत याचा निर्देश ते केवळ या दोन श्लोकांमधून करतात. ते गती, भर्ता, साक्षी, निवासी, संरक्षक, लय-विलय आणि विश्रांतीचं अंतिम स्थान आहेत. शिवाय या सर्वांचं तेच बीज आहेत. भगवंताचा या जगाशी जो संबंध आहे, तो जाणून घेऊन त्याप्रमाणे भक्ती केली पाहिजे.

तपाम्यहमहं वर्षं निगृह्णाम्युत्सृजामि च ।
अमृतं चैव मृत्युश्च सदसच्चाहमर्जुन ॥९.१९॥

हे अर्जुना, (सूर्याच्या रूपानं) मी प्रकाश आणि उष्णता देतो. पाणी आकर्षित करून मीच पाऊस पाडतो. अमृत आणि मृत्यू तसंच सत् आणि असत्‌ही मीच आहे.

आतापर्यंत भगवंतांनी आपला आणि भूतमात्रांचा संबंध आई, वडील, मित्र, पती अशा प्रकारे असल्याचं स्पष्ट केलं आहे. या श्लोकात भगवंत सांगतात, 'मीच सूर्य होऊन आपल्या किरणांनी ग्रीष्म ऋतूमध्ये सर्व सृष्टीला तप्त करतो. वाफेच्या रूपाने मीच पूर्वी केलेली वृष्टी आठ महिन्यांत वर घेऊन साठवतो आणि पावसाळ्यात मीच पुन्हा पृथ्वीवर वृष्टी करतो. हे अर्जुना, देवांचं अमृत, मनुष्याचा मृत्यू मीच आहे. व्यक्त सृष्टी आणि परब्रह्म मीच आहे.'

समुद्राच्या पाण्याचं बाष्पीभवन होऊन पाऊस पडतो. तो पुन्हा समुद्रात जमा होतो. अशा तऱ्हेने पाण्याला उष्णता देऊन ते शोषून घेणं आणि त्याचा पाऊस पाडणं ही क्रिया अव्याहतपणाने चालू असते. हे कार्य सूर्याच्या माध्यमातून किंवा सूर्याच्या रूपाने भगवानच करत असतात. अनेकविध भौतिक शोधांप्रमाणेच बाष्पीभवनाचा हा शोध वैदिकांना माहीत होता, हे या श्लोकावरून ध्यानात येतं. सूर्याचं मनोमय शरीर म्हणजे हिरण्यगर्भरूपी शरीर. प्रत्यक्ष सूर्यदेवता म्हणजे त्याच्या बिंबातील आत्मा. सूर्य म्हणजे परमेश्वराच्या विराट स्वरूपातील एक दिव्य अभिव्यक्तीच आहे. सूर्यामध्ये ओज, तेज, उष्मा, प्राणशक्ती, जीवनशक्ती आणि ज्ञानशक्तीसुद्धा आहे. त्याच्यामध्ये जीवनसत्त्वांचाही भरपूर साठा आहे. ग्रहमालेचा संसार कसा चालवावा, हे सूर्य उत्तम प्रकारे जाणतो. तो स्वतः तप करून ग्रहमालेतील इतर ग्रहांप्रमाणेच पृथ्वीला योग्य काली तापवतो. पृथ्वीवरचं जल शोषून घेतो आणि योग्य वेळी ते जलधारांच्या स्वरूपात पुन्हा पृथ्वीवर पाठवतो.

ऋषींनी सूर्यासह निसर्गात चाललेल्या या यज्ञकार्याला केवळ भावमय दृष्टीतून बघितलेलं नाही. त्यांना सूर्यासह सृष्टीचं वेगळ्या स्वरूपात सखोल ज्ञान होतं. मानवी संस्कृतीच्या प्राथमिक अवस्थेत निसर्गशक्तींना केवळ अज्ञानामुळे देवता मानलं गेलं, हा शोध तथाकथित पाश्चात्त्य विद्वानांनी लावला, पण सखोल विचार केला तर ऋषींचं ज्ञान आणि समज आजच्या भौतिकवाद्यांपेक्षा खूप वेगळी आणि प्रगल्भ होती हे समजून येतं.

भौतिकशास्त्र आणि अध्यात्मशास्त्र यांमध्ये एक मूलभूत फरक आहे. भौतिक शास्त्रज्ञ हे जड भूतसृष्टीच्या रिंगणातच अजूनही फिरत असतात; तर विश्व व्यापून असलेला आत्मभाव अनुभवून अध्यात्मशास्त्रवेत्ते समग्र जीवनाचा साद्यंत विचार करत होते. म्हणूनच सूर्यामध्येही आत्मभाव असतो, हे ते ज्ञानदृष्टीने सांगत. परिणामी सूर्य हा केवळ मध्यवर्ती तप्त गोल न मानता ती परमात्म्याची दृश्य अशी अभिव्यक्ती आहे हे महान सत्य ते जाणत होते. पृथ्वीवर योग्य प्रकारे आणि योग्य वेळी उष्णता पाठवण्याचं कार्य सूर्य करत असतो, ते अजाणता कसं असेल? पृथ्वीवर तो जी उष्णता पाठवतो- त्यात त्याने थोडा जरी बदल केला तरी पृथ्वीवरचं जीवन संपुष्टात येईल. म्हणून सूर्य हे परमात्म्याचंच व्यक्त स्वरूप आहे.

या श्लोकात सांगितलेली अमृत आणि मृत्यू हीसुद्धा परमेश्वराचीच स्वरूपं आहेत. जीवनचैतन्यच मृत आणि अमृत ही दोन्ही रूपं धारण करतं. जिथे मृत्यूचा भावच नाही ते अमृत असतं. यमदेवता म्हणजे मृत्यू नव्हे तर मूळ चैतन्याची भासमान होणारी जीवन आणि मृत्यू ही दोन स्वरूपं म्हणजेच परमात्मा. त्या चैतन्याला जाणणं म्हणजेच अमर होणं. त्याचप्रमाणे सत् आणि असत् हीसुद्धा भगवंताची द्विधा रूपं जाणवतात. इथे त्यांची प्रतीती येत असल्यामुळे भाव आणि अभाव किंवा सत् आणि असत् ही दोन्ही मिळून एकच सत्य आहे. कारण सत् आणि असत् ही एकाच जाणिवेची दोन टोकं असतात.

जे सत् आहे, म्हणजे जे बदलणारं नाही आणि जे शाश्वत आहे ते भगवंतच आहे, परंतु जे परिवर्तनशील असत् आहे म्हणजेच जे जड आहे- तेदेखील भगवंतच आहे. तथापि, हे सारे भाव परमेश्वराच्या अधीन असले तरी परमेश्वर त्या पलीकडे आहे. मात्र सत्-असत् किंवा भाव-अभाव हे मनुष्याच्या जाणिवेत असतातच. परमेश्वर अशा तऱ्हेने आपल्या जीवनाचं एक अविभाज्य अंग आहेत. परंतु सामान्य माणूस 'अहम्'ला प्रथम स्थान देतो. त्याचप्रमाणे वासनादेखील त्याच्या जीवनात महत्त्वाचं स्थान पटकावते. खरंतर प्रथम स्थान त्या परमेश्वराचं असलं पाहिजे. त्यानंतर अहंकार

आणि वासना यांचं स्थान असावं, परंतु प्रत्यक्षात हा क्रम उलटा असतो. म्हणूनच मनुष्याचा विकास होत नाही. त्याला भगवंताची प्राप्ती होत नाही.

प्रत्येक मनुष्य व्यक्तिवादी असतो. माझं सुख कशात आहे ते मी जाणतो, असा त्याचा अविवेकी अहंकार असतो. मित्रत्वाच्या नात्याने तो अहंकार मनुष्याला मोहाच्या अधीन करतो. त्यामुळेच परमेश्वराचं हे सत्-असत् स्वरूप माणूस जाणून घेऊ शकत नाही. परमेश्वराच्या या खऱ्या स्वरूपामध्ये आणि जीवामध्ये अहंकाररूपी भिंत उभी ठाकलेली असते. अहंकाराची ही भिंत जेव्हा ज्ञानाच्या धडकेने पडेल, तेव्हाच परमेश्वराचं खरं स्वरूप समोर उभं ठाकेल आणि स्पष्टपणाने समजू शकेल.

भगवंताच्या अशा अव्यक्त-अव्यक्तापलीकडच्या स्वरूपाला ध्यानात बांधता येत नाही. मग भक्त त्याच्या विकासानुसार आणि समजेनुसार त्याच्या मनात रुजलेल्या परमात्मस्वरूपाची उपासना करत असतो. त्याच्या उपासनेचं स्वरूप आणि दैवत अनुभवाने जरी बदलत गेलं, तरी उपास्य हा एकमात्र परमात्माच असतो. आपल्या जाणिवेच्या स्तरानुसार उपासकांचा एक प्रकार कसा असतो, हे भगवान पुढील श्लोकात सांगतात.

जलाचं आकर्षण चैतन्यस्वरूप सूर्य करत असतो. मृत आणि अमृत हे दोन्ही भाव ही परमेश्वराचीच अभिव्यक्ती असते. सत् आणि असत् या दोहोंमध्ये परमेश्वर वास करून असतो. अहंकार आणि वासना संयमित केल्या तरच हे ज्ञान होऊ शकेल.

त्रैविद्या मां सोमपाः पूतपापा यज्ञैरिष्ट्वा स्वर्गतिं प्रार्थयन्ते।
ते पुण्यमासाद्य सुरेन्द्रलोकमश्नन्ति दिव्यान्दिवि देवभोगान्॥९.२०॥
ते तं भुक्त्वा स्वर्गलोकं विशालं क्षीणे पुण्ये मर्त्यलोकं विशन्ति।
एवं त्रयीधर्ममनुप्रपन्ना गतागतं कामकामा लभन्ते॥९.२१॥

तीन वेदांचं अध्ययन करणारे, सोमरसपानाने निष्पाप आणि पवित्र झालेले पुरुष अनेक प्रकारच्या श्रौत यज्ञांनी माझं यजन करून स्वर्गप्राप्तीरूप फलाची मागणी करतात. त्यामुळे पुण्यमय इंद्रलोकाला जाऊन ते तिथे दिव्य भोगांचा उपभोग घेतात... (आणि मग) विशाल (काळ) अशा स्वर्गलोकाचा उपभोग घेऊन पुण्याला कसर लागल्यामुळे ते पुन्हा मृत्युलोकी (जन्म घेऊन) येतात.

तीन वेदांनी प्रतिपादलेल्या धर्माचंच पुन्हा पुन्हा वेदाध्ययन करून श्रौत यज्ञांनी ईश्वराचं यजन केलं असता स्वर्गप्राप्ती होते ही गोष्ट इथे सांगितली आहे. केवळ स्वर्गप्राप्तीची अपेक्षा धरणं हा तात्कालिक सुखाचा भाग झाला. मोक्षासाठी म्हणूनच उपनिषदांचीही जोड घ्यावी लागते. भगवद्गीता तत्त्वज्ञान हे वेदोपनिषदांचं सारभूत तत्त्वज्ञान असल्यामुळे ते केवळ स्वर्गमार्ग प्रकाशित करत नाही, तर अंतिम आनंदाचा मार्ग प्रशस्त करतं.

सप्तलोकातील पृथ्वी हा एक मधला स्तर आहे. जीवजंतू विकास पावत पावत पृथ्वी स्तरावर येतात. हा विकास विचारांमधून न होता सहजप्रेरणेतून होत असतो. ही सहजप्रेरणाही पूर्वानुभवातून आलेली असते, परंतु मनुष्यदेह धारण केल्यानंतर पुनर्जन्मातून आलेल्या सहजप्रेरणेला विचारांचीही साथ मिळते. अर्थात आत्मोन्नती करण्यासाठी मनुष्याला देहासमवेत विचारसाधन मिळतं. त्या आधाराने श्रौत-यज्ञासारखी म्हणजेच कामनिक धार्मिक कर्मकांडं केली तर जीव स्वर्गस्तरावर जाण्याची शक्यता असते. पृथ्वीवरची मानवी देहावस्था ही इथून वरच्या अधिक उन्नत स्तरांवर जाण्यासाठी हेतुपूर्वक दिलेली अवस्था असते. एकदम अंतिम आनंदाप्रत

जायचं का स्वर्गात जाऊन पृथ्वीवरच्या सुख-दु:खमय संसारात पुन्हा यायचं, हेदेखील व्यक्तीच्या वैचारिक विकासावर आणि कर्मांवर ठरत असतं.

या श्लोकात सोमपानाचा भगवंतांनी उल्लेख केला आहे. इतकंच नाही तर सोमरसपानाने मनुष्य निष्पाप आणि पवित्र होतो, याचाही निर्देश भगवंतांनी केला आहे. सोमपान करून पवित्र आणि निष्पाप कसं काय होता येतं, हे एक गूढ आहे. आपण विविधांगांनी थोडा विचार करू.

'सोम' म्हणजे अमृत, चंद्र, यम आणि 'सोमपा:' म्हणजे ब्राह्मणाचं पितर.

सोमपानाला प्राचीन काळी अतिशय महत्त्व होतं. विशेषत: देवांना सोमरस दिला जाई. ऋग्वेदात सोमयागाला मध्यवर्ती स्थान लाभलेलं होतं. एका विशिष्ट वल्लीचा म्हणजे वनस्पतीचा रस पिळून काढला जाई. त्याचासुद्धा एक मोठा विधी असे. ऋग्वेदातील नवव्या मंडलासह अनेक ठिकाणी सोमरसविधीचा उल्लेख आहे. प्रथम लाकडाच्या फळीवर बैलाचं कातडं अंथरून त्यावर ती वल्ली ठेवत. मग दगडाने ठेचून तिचा रस काढला जाई. सोमवल्लीच्या अंकुरांना 'अंशू' म्हणत. हे अंशू ठेचले की त्यातून दुधासारखा पांढरा रस निघत असे. या क्रियेला सोमदोहन किंवा सोमसवन म्हणत. हा सोमरस अतिशय उत्साहवर्धक, मधुर आणि काहीसा तीव्र असे; तथापि, तो शक्तिवर्धक असे. विशेष म्हणजे सुमेरियन संस्कृतीतील 'गिलगामेशच्या महाकाव्यात'ही या वल्लीचा उल्लेख आहे. सुमेरियन संस्कृती ही फार प्राचीन काळी अतिशय प्रगत अशी संस्कृती होती. ती संस्कृती एकाएकी नामशेष झाली पण त्या संदर्भात थक्क करणारा इतिहास अगम्य अशा खुणांनी सहस्रो विटांवर कोरून ठेवलेला आहे. त्यातच 'गिलगामेशचं महाकाव्य' लिहिलेलं सापडलं. हे महाकाव्य म्हणजे प्राचीन असिरियन काव्य आहे. पुष्कळ लोकांची समजूत असते की, काव्य म्हणजे केवळ कल्पितच असतं, परंतु तो गैरसमज आहे. सत्य इतिहास काव्यात गुंफता येत नाही का? रामायण-महाभारताला जरी काव्य म्हटलं तरी त्यात सत्य इतिहासच काव्य स्वरूपात मांडलेला आहे.

त्याचप्रमाणे देव, विष्णू, महापूर, मनू आदी अनेक उल्लेख प्राचीन भारतीय साहित्याप्रमाणेच त्या महाकाव्यात आहेत.

> गिलगमेश एन्किडूसह देवांच्या तारुण्य टिकवणाऱ्या वल्लीच्या शोधात निघतो. ते दोघे डोंगराळ प्रदेशात येतात. तिथे देवांचं वास्तव्य असतं. त्यात केलेली वर्णने हिमालयाशी तंतोतंत जुळतात. महाभारतात उल्लेख असलेल्या 'हरिवर्ष' नामक प्रदेशाचाही गिलगमेशच्या महाकाव्यात अप्रत्यक्षपणे निर्देश मिळतो.या प्रदेशातील लोक अप्रगट असतात; परंतु

> गिलगमेशला तिथे उत्नापिशटिम नावाचा दिव्य मनुष्य भेटतो.
>
> उत्नापिशटिम गिलगमेशला म्हणतो, ''गिलगमेश, तू खूप कष्ट घेऊन इतक्या लांबवर आला आहेस. आता मी तुला तुझ्या परतीच्या प्रवासासाठी एक गोष्ट देतो. ती गोष्ट म्हणजे देवांचं एक गुपित आहे. पाण्याखाली खोलवर एक काटेरी, अणकुचीदार कोंब असलेली वनस्पती उगवते.''
>
> यालाच ऋग्वेदात अंशू म्हटलेलं आहे हे विशेष! म्हणजे दोन्ही संस्कृती एकाच गोष्टीचा निर्देश करतात हे सिद्ध होतं.
>
> उत्नापिशटिम म्हणतो, ''गुलाबाच्या काट्यासारखेच त्या वनस्पतीचे काटे टोचतात. ती वनस्पती जर तुला मिळाली तर तिच्यापासून तुला तारुण्य टिकवण्याचं रहस्य सापडेल.''

याचाच अर्थ सोमरस ही शरीराचा घात करणारी दारू नव्हती, तर ती तारुण्य टिकवणारी वनस्पती होती हे सिद्ध होतं. ऋग्वेद आणि गिलगामेशच्या महाकाव्यात त्या वनस्पतीच्या प्रभावाची तशीच वर्णने आहेत.

सोमचा दुसरा अर्थ अमृत असाही होतो. याचा आपण तात्त्विक विचार करू. 'अ-मृत' केव्हा होता येतं? जेव्हा जीव मरणसंकल्पनेतूनच बाहेर पडतो आणि ईशस्वरूप होतो तेव्हा. मरणसंकल्पनेतून तरी केव्हा बाहेर पडता येतं? तर जेव्हा ब्रह्मज्ञान होतं तेव्हा. ब्रह्मज्ञान केव्हा होतं? तर जेव्हा यज्ञीय भावाने योग साध्य केला जातो तेव्हा. त्याच योगमार्गांचं गीतेत ज्ञान दिलेलं आहे. मनावर संस्कार करून मनाला जेव्हा रीत लावली जाईल आणि सर्व इंद्रियांना ईश्वराभिमुख केलं जाईल, तेव्हाच योग साध्य होऊ शकेल.

'सोम'चा तिसरा अर्थ म्हणजे चंद्र. चंद्र ही मनाची देवता आहे. चंद्रदेवता ही आल्हाददायक असून ती अमृताचा वर्षाव करत असते. त्या अमृताच्या प्राशनामुळे जीवाला आरोग्यप्राप्ती होत असते. शास्त्रीयदृष्ट्याही ही गोष्ट सिद्ध होत आहे. म्हणून या ग्रहगोलांकडे; एक आकाशस्थ गोळा, अशा केवळ भौतिक दृष्टीने बघायचं नसतं. त्या गोळ्यांमध्ये कोणतं दिव्यत्व दडलेलं आहे, ते भोगवादी मनाला समजू शकत नाही. किंबहुना आपल्याला त्या ग्रहांचं अंतरंग अजूनही समजलेलं नाही. आणि जे काही समजलं आहे, ते तार्किक गणितावरून समजलेलं आहे. भौतिक दृष्टिकोनाला आत्मिक दृष्टीची जोड दिली तरच अनेक रहस्यं उलगडू शकतील. निकोला टेस्लाने तेच म्हटलेलं आहे.

म्हणून आपला दृष्टिकोन बदलल्याशिवाय चंद्राचं वास्तविक दैवी स्वरूप

समजणं शक्य नाही. जिथे मानवनिर्मित दिव्यांचा भगभगाट नाही आणि जे स्थळ नैसर्गिक वनश्रीने नटलेलं असेल अशा ठिकाणी ऐन वसंतातल्या पौर्णिमेला जाऊन चंद्रप्रकाशाची अनुभूती घेऊन पाहा. आपल्याला वेगळीच दिव्यानुभूती मिळू लागेल. आपलं मन शुद्ध होऊन ते त्या चंद्रदेवतेला प्रतिसाद देऊ लागेल. मग तो अद्‌भुत चंद्रप्रकाश आपल्या मनावर परिणाम करून आपल्याला दैवी अशा स्वर्गीय प्रांताची खचितच अनुभूती देईल. त्यामुळे अनायासे पापकर्मांच्या प्रभावातून सुटका होऊन केवळ सत्कर्मांचा ताळा मागे उरेल.

सोमपानाचे तीन विभिन्न दृष्टिकोन आपण पाहिले. म्हणजे प्रत्यक्ष दैवी सोमवल्लीचं सेवन करणं, तात्त्विक दृष्टीने 'अमृत' होणं आणि चंद्रदेवतेच्या कृपेने दैवी प्रांताची अनुभूती घेणं. म्हणजे सोम हा स्वर्गदायी कसा असतो याचा आपण विचार केला. यातील नेमका कोणता मार्ग स्वर्गप्राप्तीसाठी भगवंतांना अपेक्षित आहे, ते आपण जाणू शकत नाही. तथापि, सोमवल्ली आज मिळू शकत नाही. त्यामुळे जीवनविचारात बदल घडवून आणून 'अमृत' होणं अथवा मनावर सखोल परिणाम करणाऱ्या चंद्रप्रकाशाचा दैवी भाव ध्यानात घेऊन त्याचा प्रत्यक्ष अनुभव घेणं हे मात्र आपण करू शकतो. त्यामुळे जीवाला स्वर्गप्राप्ती होते, असं भगवान सांगतात.

स्वर्गस्तर हे केवळ भोगासाठीच असतात, ते विकासासाठी नसतात. किंवा तिथला विकास हा अतिशय धिमा असतो. जीवनात द्वंद्व असेल, अपयश असेल, दु:ख असेल तर मनुष्य त्याविरुद्ध उभा ठाकतो, सहन करतो. त्यामुळे तो समर्थ आणि सहनशील बनतो. आपल्या स्वभावामध्येही तो कालानुरूप बदल घडवून आणतो. अशा तऱ्हेने तो समर्थ आणि नि:शंक झाला की त्याच्यात वसून असणारी भीती आणि चिंताही कमी होत जाते. त्यामुळे विजिगीषू आणि अस्मिता वृत्ती बळावते. असा हा मानवी जीवनप्रवास हा गतिमान असा आत्मविकासमार्गच असतो.

मनुष्याला पृथ्वीवर सहज काही मिळत नसतं. मिळालं तर ते टिकाऊ नसतं. जीवन जगताना पुष्कळ गोष्टी मनाविरुद्ध कराव्या लागतात. खूप काही सहन करावं लागतं. या सहन करण्यातूनच जीव लवकर विकसित होत जातो. मग उच्च अशा स्वर्ग-स्तरावर तो जाऊ शकतो. कारण उन्नत स्तरावर जाण्यासाठी आवश्यक असणारं मानसिक सामर्थ्य, विजिगीषू वृत्ती आणि निर्भयता त्याच्या वृत्तीत आलेली असते. त्याबरोबरच त्याने गाठीशी जर पुण्य जोडलं असेल, तर तो जीव मृत्युपश्चात स्वर्गस्तरावर जातो.

तथापि, स्वर्गीय जीवनात केवळ सुख असतं. पृथ्वीवर केलेल्या सत्कर्मांचा सुखकारक विनियोग होत असतो. तिथे कोणतीही द्वंद्वं जवळपास नसतातच. पर्यायाने

विकासक्रमही धिमा असतो. त्या स्तरावरही जाणीवपूर्वक विकासार्थ कर्म केलं तर जीव दीर्घकालाने तिथून आणखी उन्नत स्तरावर जातो, पण सहसा मौजमजेत रमलेल्या जीवाचं विकासाकडे लक्षच जात नाही, पृथ्वीवरही तो अनुभव येत असतो. त्यामुळे सत्कर्माचा बॅलन्स खंडला जातो आणि जीव पुन्हा पृथ्वीवर जन्म घेऊन येतो.

म्हणून व्यक्ती पृथ्वीवरच्या मनुष्यजन्मातच आत्मविकास साधू शकते. अंतिम आनंदापर्यंतसुद्धा जाऊ शकते, परंतु स्वर्गात मात्र पृथ्वीवर केलेल्या सत्कर्मांची फेडच होत असते. स्वर्गातल्या दिव्यदेहांसाठी अनेक प्रकारचे उपभोग असतात. त्यांची आपण कल्पना करू शकत नाही. मिती आणि स्थल-कालाचा विचार करता पृथ्वीवरचा काळ आणि स्वर्गातील काळ यांत पुष्कळ फरक असतो. जीव दीर्घकाल स्वर्गात वास्तव्य करतो आणि अनेक प्रकारचे उपभोग घेतो. या काळात त्याने पृथ्वीवर केलेल्या सत्कर्मांचं खातं हळूहळू रितं मात्र होत जातं.

जेव्हा जीवाच्या अंतर्मनाला जोडलेल्या कर्मसंचयातील सत्कर्मांचा ताळेबंद शून्यावर येतो, तेव्हा तो जीव पुन्हा पृथ्वीवर जन्म घेऊन येतो. मग पुन्हा स्वर्गाची इच्छा धरून तो सत्कर्मं करतो. आत्मज्ञान होईपर्यंत त्याच्या पृथ्वी-स्वर्ग अशा येरझाऱ्या अनंत काळ चालू राहतात. असा हा एक विशाल खेळ आहे!

सोमपान आणि यज्ञयाग अर्थात धार्मिक कर्मं करून जीव स्वर्गात जातो, पण स्वर्गात विकासाचा वेग अतिशय मंद असतो. या काळात पृथ्वीवर केलेल्या सत्कर्मांना कसर लागून जीव पुन्हा पृथ्वीवरच्या दुःखमय स्तरावर जन्म घेतो. म्हणून केवळ स्वर्गप्राप्तीसाठी नाही तर अंतिम आनंदावस्थेत जाण्यासाठीच पृथ्वीवर जाणीवपूर्वक, अधिकाधिक आत्मविकासार्थ कर्मं केली पाहिजेत.

अनन्याश्चिन्तयन्तो मां ये जनाः पर्युपासते ।
तेषां नित्याभियुक्तानां योगक्षेमं वहाम्यहम् ॥९.२२॥

अनन्य भावाने माझं चिंतन करून जे लोक माझी उपासना करतात, त्या नित्य योगयुक्त असलेल्या लोकांचा योगक्षेम मी चालवत असतो.

भगवंतांनी या श्लोकातून त्यांच्या अनन्य भक्तांना जणू वचननामाच लिहून दिलेला आहे. प्रत्येक कृतीतून जो माझं ध्यान करतो, जो माझ्याशी सतत जोडलेला असतो अशा श्रेष्ठ निष्काम उपासकाचा योगक्षेम मी चालवतो, असं भगवंत सांगतात.

'अप्राप्तस्य प्रापणं योग:' म्हणजे अद्याप जे प्राप्त झालेलं नाही, त्याची प्राप्ती करून देणं याला योग म्हणतात. आणि 'प्रापणस्यरक्षणं क्षेम:' म्हणजे जे प्राप्त झालेलं आहे, त्याचं रक्षण करणं याला क्षेम म्हणतात. वरवर या श्लोकाचा अर्थ 'संसारातील नित्य निर्वाह' असाच दिसून येतो, परंतु कर्मयोग्याच्या बाबतीत या श्लोकाचा अर्थ एवढा संकुचित कसा काय असू शकेल?

वास्तविकत: सृष्टीत जे जे काही उत्पन्न होतं, त्याचा योगक्षेम चालवण्याची यंत्रणा सृष्टीत असतेच आणि त्या यंत्रणेनुसार सर्व जीवसृष्टीचा योगक्षेम चालतच असतो; पण मनुष्याच्या बाबतीत मात्र यात फरक पडतो. याला कारण म्हणजे मनुष्याच्या अपरिमित इच्छा-आकांक्षा. आपल्या इच्छा-आकांक्षा पूर्ण करण्यासाठी मनुष्य बुद्धीचा उपयोग करतो आणि हवं ते अधिक प्राप्त करून घेण्याचा प्रयत्न करतो. त्यामुळे त्याला स्वत:लाच खूप कष्ट घ्यावे लागतात. त्यातून इच्छापूर्ती होतेच असंही नाही. कारण त्याच्या इच्छा-आकांक्षा पुष्कळदा अविवेकी असतात. इच्छापूर्ती करून घेण्यासाठी त्याला पुष्कळ परिश्रम घ्यावेच लागतात आणि त्याचा ताण त्याच्या मनावर आणि पर्यायाने शरीरावर पडतो. याउलट इच्छापूर्ती होऊन त्याला हवं ते मिळालं की त्याच्या रक्षणाची तजवीज करावी लागते. कोट्यवधी रुपये मिळाले, की त्यांची व्यवस्था करणं येतं. टॅक्स्, रिटर्न्स आदी गोष्टींची पूर्तता करताना त्याच्या

नाकी नऊ येतात. म्हणजे बुद्धीचा वापर करून खूप संपत्ती मिळवताना अथवा सुखोपभोग मिळवताना मनुष्याला पुष्कळ प्रयासच पडतात. त्यामुळे तो तृप्त होऊ शकत नाही. उलट त्याच्या वासना बळावतच जातात. म्हणजे बुद्धीचा वापर करून तो जे काही मिळवतो, त्यातून आनंदाची प्राप्ती होईलच हे खात्रीने सांगता येत नाही.

मग प्रश्न पडतो, अशी भौतिक सुखं मिळवायचीच नाहीत का? त्यासाठी प्रयत्न करायचेच नाहीत का? ज्या अर्थी परमेश्वराने मनुष्याला इतर प्राण्यांपेक्षा बुद्धी आणि इच्छा-वासनांचं अधिक मूल्य दिलं आहे, त्या अर्थी त्यांचा वापर जीवनविकासासाठी केलाच पाहिजे. म्हणजे कर्म तर केलंच पाहिजे. फक्त आसक्तिरहित होऊन कर्म केलं तर मनुष्य दु:खी होणार नाही. आसक्ती आणि वासना केव्हा कमी होतील? तर हा विश्वव्यापार प्रभुसत्तेनंच चाललेला आहे आणि तो आपला योगक्षेम नक्की चालवेल या गोष्टीवर मनात विश्वास निर्माण झाला तर आसक्तिरहित कर्म केलं जाईल.

संसारातील अन्नपाण्याची व्यवस्था एवढाच या श्लोकाचा अर्थ असेल तर तशी व्यवस्था माणसाला जन्माला घालण्यापूर्वीच भगवंतांनी करून ठेवली आहे. माणूसच काय; पण जीवसृष्टीतल्या प्रत्येक प्राण्याच्या उदरभरणाची व्यवस्था भगवंतांनी करून ठेवली आहे. आंब्याच्या रसातील गोडी कशासाठी आणि कोणासाठी निर्माण झाली? कोण त्या आम्रफलाचा उपभोग घेणार होता म्हणून ते फल एवढं मधुर झालं? विनाकारण झालं? सृष्टीमध्ये कोणतीच गोष्ट विनाकारण घडत नसते! कार्यकारणभाव विश्वातल्या छोट्या छोट्या गोष्टींसाठीही लागू पडत असतो. मग पृथ्वीवरची मधुर फळं, भाज्या, धान्य, औषधी वनस्पती हे सारं कुणासाठी आणि कुणी निर्माण केलं? मुलाला पदव्युत्तर शिक्षण घेता यावं म्हणून जसं पालक त्या मुलाच्या लहान वयातच गुंतवणुकीला प्रारंभ करतात, तसंच परमेश्वराने काही तरी केलं असलं पाहिजे. पृथ्वीवर जन्माला घातलेल्या प्राण्यांच्या उदरभरणाची सोय त्याने आधीच करून ठेवली असावी. जो अनन्य भक्त आहे, कर्मयोगी आहे, त्याच्यासाठीसुद्धा भगवंताने उदरभरणाची सोय केलेलीच असते. त्यात विशेष ते काय?

म्हणून प्रस्तुत श्लोकाचा अर्थ एवढा संकुचित नाही. उदरभरण हा भाग प्रत्येक जीवाच्या बाबतीत येतोच परंतु त्याहीपेक्षा अप्राप्य गोष्टींचा लाभ भगवंत अशा अनन्य साधकाला करून देत असतो. मिळालेल्या लाभाचं तो संरक्षण करतो. एवढंच नव्हे तर भगवंत त्याचे सर्व मनोरथ पूर्ण करतो. त्याचा मोक्षमार्गही तो प्रकाशित करतो. म्हणजे भगवंत आपल्या अनन्य भक्ताच्या भौतिक आणि आध्यात्मिक योगक्षेमाची चिंता वाहत असतो. या श्लोकाचा एवढा भव्यदिव्य अर्थ आहे.

भगवंताशी अनन्य राहून ठाम विश्वासाने कर्म करत राहिलं तर कर्मयोग साध्य होतो, परंतु अज्ञेयवादी राहून केवळ वासनापूर्तीसाठीच कर्म करत राहिलं तर मात्र तो अनिश्चिततेचं आयुष्य जगत राहतो. मग जो गरीब असतो, त्याला भविष्याची चिंता सतावत राहते आणि जो श्रीमंत असतो, त्याला जे मिळवलं आहे ते तसंच टिकेल की नाही, याची चिंता लागून राहते. जे मध्यमवर्गीय असतात त्यांना वाटतं, उद्या हॉस्पिटलमध्ये घरच्यांपैकी कुणाला दाखल करावं लागलं तर एवढे पैसे कसे उभे करायचे? किंवा मुला-मुलीच्या लग्नाच्या खर्चासाठी कुठून पैसे आणायचे? मग चिंता सुरू होतात. त्या मनुष्याला पछाडतात. त्याचं जीवन सैरभैर करतात.

पण या भगवद्गीतेत भगवंतांनी सांगितलेल्या मार्गावरून जे मार्गक्रमणा करतात, त्यांना घाबरण्याचं मुळीच कारण नसतं. अशा अनन्य भक्तांच्या योगक्षेमाची चिंता भगवान वाहत असतात. ते अशा भक्ताला योग्य वेळी योग्य ते देत असतात.

पांडुरंगशास्त्री आठवले म्हणायचे, *हा श्लोक दोनशे टक्के खरा आहे; मी याचा अनुभव घेतलेला आहे. या एकाच श्लोकावर विश्वास ठेवून मी माझं स्वाध्यायकार्य उभं केलं आहे.* म्हणून ते म्हणायचे, *गीता बुद्धीने समजून घ्या; आणि मग पराकोटीचा विश्वास ठेवून त्याचा अनुभव घ्या.*

गीतेत सांगितलेल्या विचारांवर श्रद्धा ठेवून त्यानुसार कर्म केलं, तर अशा योगस्थ भक्ताला चिंता करण्याचं काहीच कारण नसतं. निश्चिंतपणे तो भगवंतावर आपलं जीवन सोपवून देतो. आणि मग त्याचा योगक्षेम भगवान चालवतो.

अनन्य भक्तीने मनुष्य भगवंताशी जोडला गेल्यानंतर त्याचा सारा योगक्षेम भगवंतच चालवतो. भगवंताचे बोल कधीच खोटे ठरत नाहीत! शास्त्रशुद्ध रीतीने कर्मयोगाचं आचरण करून माणसाने आपलं जीवन परमेश्वरावर खऱ्या अर्थाने सोपवून दिलं पाहिजे. त्यासाठी गीतेत सांगितलेल्या मार्गाचं अनुसरण केलं पाहिजे. मग भगवान अशा भक्ताची निश्चितच काळजी घेईल. त्याचा योगक्षेम चालवेल.

येऽप्यन्यदेवता भक्ता यजन्ते श्रद्धयान्विताः।
तेऽपि मामेव कौन्तेय यजन्त्यविधिपूर्वकम् ॥९.२३॥
अहं हि सर्वयज्ञानां भोक्ता च प्रभुरेव च।
न तु मामभिजानन्ति तत्त्वेनातश्च्यवन्ति ते ॥९.२४॥

अर्जुना, जे भक्त श्रद्धापूर्वक इतर देवतांची आराधना करतात, त्यांची ती आराधना विधिपूर्वक नसली तरी मलाच पोहोचते. परंतु त्यांची ती आराधना चुकीच्या मार्गाने केलेली असते. मीच सर्व यज्ञांचा भोक्ता आणि फलदाता प्रभू आहे; पण त्यांना माझं यथार्थ ज्ञान नसल्यामुळे त्यांचं पतन होतं.

'ज्यांची उपासना विधिपूर्वक नसते; शिवाय जे उपासक अज्ञानवश होऊन इतर देवदेवतांची पूजा करतात, ती पर्यायाने माझीच उपासना असते. कारण मीच सर्व उपासनांचा भोक्ता आणि फलदाता आहे. तथापि अशा अज्ञानी भक्तांना ईश्वरी तत्त्वाचं यथार्थ ज्ञान नसल्यामुळे त्यांची आध्यात्मिक प्रगती खुंटते आणि त्यांचं अधःपतन होतं,' असं भगवान या श्लोकातून निःसंदिग्धपणे सांगतात.

शिक्षणक्षेत्रामध्ये बालवाडी, प्राथमिक व माध्यमिक शाळा, महाविद्यालय आणि विद्यापीठ अशा पायऱ्या असतात. बालवाडीच्या शिक्षिका माध्यमिक शिक्षण देऊ शकत नाहीत. माध्यमिक शाळेतले शिक्षक महाविद्यालयीन शिक्षण देऊ शकत नाहीत. विद्यावाचस्पती (Ph.D.) व्हायचं असल्यास विद्यापीठाने नेमलेल्या डॉक्टरेट-मार्गदर्शकांचाच सल्ला घ्यावा लागतो. शिक्षणक्षेत्रात जशा या पायऱ्या आहेत, त्याप्रमाणे भक्तीमध्येही आहेत.

आराधना कुणाची करायची किंवा आराध्य दैवत कोणतं असावं, असा संभ्रम सामान्य मनुष्याला पडतो. ज्याची विकासाची जशी इच्छा असते तसं त्याचं आराध्य दैवत असतं. दिवंगत मनुष्याचं पूजन मनुष्यभावापर्यंतच सीमित राहतं. देवतांचं पूजन देवत्वापर्यंतच नेऊ शकतं. देव हे पृथ्वीपेक्षा उच्च स्तरावर म्हणजे स्वर्गात असतात.

त्यांचं यजन करणारा उपासक देवांना प्राप्त होऊन पुन्हा पृथ्वीवर जन्म घेऊन येतो. म्हणजे जरी उपासकाने भक्तिभावपूर्ण अंत:करणाने एखाद्या मनुष्याचं अथवा देवतेचं पूजन केलं, तरी त्याचं स्वर्गरूपी फळ मिळून पुन्हा त्याचं पतन होत असतं.

भगवंतांनी आर्त, जिज्ञासू आणि अर्थार्थी अशा भक्तांची मानसिकता वर्णन केलेली आहे. या प्रकारचे भक्त विविध संप्रदायात राहून परंपरेने आराध्य असणाऱ्या मूर्तींची उपासना करतात. निर्गुण-निराकार भगवंताची उपासना करणं सामान्य उपासकांना सहज शक्य नसतं. जोपर्यंत द्वैतभाव आहे तोपर्यंत त्याला कुठे तरी पाहावंच लागतं. हे कुठेतरी पाहणं म्हणजेच मूर्तीत पाहणं असतं. आपापल्या धार्मिक श्रद्धेनुसार मूर्तींची किंवा आकारांची भक्तिपूर्ण अंत:करणाने उपासना केली जाते. ती उपासना फलद्रूप होईलच याची शाश्वती नसते. कारण त्यामागे कर्मबंधाचा हिशेबही काम करत असतो. शिवाय ही उपासना शास्त्रशुद्ध होतेच असं नाही.

विश्वव्यापक परमेश्वराला पाहणं शक्य नसल्यामुळेच प्राचीन वैदिक ऋषींनी सामान्य उपासकांसाठी मूर्तिपूजा दिली. मूर्तिपूजा हे एक गहन शास्त्र आहे. पांडुरंगशास्त्रींनी ते शास्त्र त्यांच्या 'शास्त्रीय मूर्तिपूजा' या पुस्तकातून उलगडलं आहे.

भौतिक सृष्टीला जाणून घेण्याच्या शास्त्रांप्रमाणेच आत्मिक सृष्टीला जाणून घेण्यासाठी मूर्तिपूजा आणि योगशास्त्र ही सिद्ध-शास्त्रं आहेत. योगशास्त्रात कर्मयोग-भक्तियोग-ज्ञानयोग यांचा अंतर्भाव आहे. खगोल, रसायन किंवा इतर अनेक भौतिक शास्त्रांप्रमाणे अध्यात्माचंही गहन शास्त्र आणि सामान्य व्यवहारज्ञान (Common Sense) आहे.

कुठल्याही शास्त्राचा अभ्यास करताना अनेक वर्षं घालवावी लागतात; तेव्हा कुठे एखाद्या विषयाचं विहंगावलोकन होतं. खगोल शास्त्राचा अभ्यास तर कधी पूर्ण होऊच शकत नाही. विश्व कसं आहे, ते कसं बनलं यांचे केवळ अंदाज आहेत; कालानुसार पूर्वीचे सिद्धान्त फोल ठरतात; म्हणजेच आपण ब्रह्मांडाचं स्वरूप उलगडू शकत नाही, हे वास्तव आहे; मग ब्रह्मांडनायकाला समजून घेणं किती कठीण असेल, याचा गंभीरपणे विचार करायला हवा. सिद्धी मिळणं म्हणजे परमेश्वराला ओळखणं असंही नाही. म्हणूनच भगवान या श्लोकात सांगतात, 'मला न जाणता जे दुसऱ्याच दैवतांचं अशास्त्रीय पूजन करतात त्यांचं अध:पतन होतं.'

भौतिकशास्त्र आणि अध्यात्मशास्त्र यांमध्ये एक मूलभूत फरक आहे. भौतिकशास्त्राचे पूर्वीचे बरेच सिद्धान्त कालौघात टिकत नाहीत; शिवाय या शास्त्रांचा अभ्यास बुद्धीमध्ये ताणतणाव निर्माण करतो. त्याचे दुष्परिणाम ओघाने उद्भवतातच. शिवाय केवळ भौतिक दृष्टिकोनातूनच जे विचार करतात, ते अज्ञेयवादी बनतात.

अध्यात्मशास्त्र हे उपासकाला अंतर्मुख करतं. ते बुद्धीवर अविवेकी ताण न देता उलट बुद्धीला तणावरहित करून सशक्त बनवतं. अध्यात्मशास्त्रात विविध भौतिकशास्त्रांप्रमाणे उपभेद नसतात. अध्यात्मशास्त्राचा एकमेव उद्देश असतो. तो म्हणजे परमतत्त्वाचा शोध! परमात्मा जितका गुंतागुंतीचा आहे, तितकाच तो सरळसाधाही आहे, हे विशेष! गुंतागुंतीचं परमात्मस्वरूप उलगडणं अतिकठीण आहे; किंबहुना ते शक्य नाही. त्यामुळे जो आपल्या हृदयात प्रत्यगामास्वरूपात वसून आहे त्याच्याशी योग साधणं हेच अध्यात्मशास्त्र असतं.

या शास्त्राचा अभ्यास करताना किमान पात्रता नक्कीच आवश्यक असते; ती म्हणजे बुद्धिनिष्ठ भाव आणि श्रद्धा. केवळ भोळा भाविक असून चालत नाही किंवा केवळ बुद्धीचा कीस पाडून चालत नाही. बुद्धी आणि भाव हातात हात घालूनच गेले पाहिजेत. त्यासाठी प्रथम वृत्तिपरिवर्तन, मग उपासना, भक्ती आणि ज्ञानकांड या मार्गानेच गेलं पाहिजे. त्यासाठीच नवविधा भक्तीत श्रवणम् ते आत्मनिवेदनम् या पायऱ्या सांगितल्या आहेत. कर्मकांड हे वृत्तिपरिवर्तनासाठी असतं. निष्ठेने ठरावीक वेळी पूजा करणं, उपवास करणं, तीर्थयात्रा करणं, धार्मिक स्थळी जाणं अशा क्रिया कर्मकांडात येतात. अशा कर्मकांडातून मनुष्याच्या वृत्तीत परिवर्तन होत जातं.

वृत्तिपरिवर्तन झालं की उपासकामध्ये भावजागृती होते. देव माझ्या बरोबर आहे, तो माझं जीवन चालवतो, हा भाव मनात स्थिर होतो. मग ईश्वरी तत्त्वाला साक्षी ठेवूनच हातून कर्म केलं जातं. या पायरीपर्यंत उपासक पोहोचला की अहंकार बळावण्याचीही शक्यता असते. अनेकदा उपासक ईश्वरनिष्ठ होतो; परंतु ईश्वर केवळ धार्मिक स्थळामध्येच आहे, बाहेर कुठेही नाही, अशा अज्ञानवश समजेतून तो कुकर्मही करतो. त्यामुळे अशा मनुष्याचं अध:पतनच होत असतं. याचाच अर्थ त्या उपासकाला अद्याप भक्तीची समज आलेली नाही!

मनुष्याच्या प्रत्येक विचाराची आणि कृतीची प्रत्यगामारूपी ईश्वर नोंद ठेवत असतो. उपासकाच्या मनातले भाव त्याला समजत असतात. भगवान बाह्य देखाव्याला भुलत नाही. तो अंतरंग पाहत असतो.

भक्तीची समज येऊन उपासक आणखी पुढे गेला की त्याचा योग सिद्ध होऊ लागतो; मग त्याचा मार्ग कोणताही असो- कर्मयोग किंवा ज्ञानयोग. इथेही एक मोठा सापळा असतो. योगामुळे उपासकाला अनायासे सिद्धी प्राप्त होत असतात; त्या सिद्धींवर उपासक स्वत:ची मालकी समजू लागला तर मात्र त्यांना कसर लागते. हे म्हणजे परमेश्वराच्या प्रॉपर्टीवर आपली मालकी सांगण्यासारखं असतं. त्याचे परिणाम म्हणजे त्या उपासकाचं अध:पतन असतं.

म्हणून खरे सत्पुरुष सिद्धींना झाकून ठेवतात. मानव्य कुठे धोक्यात आलं तरच ते क्वचित त्यांचा वापर करतात. अन्यथा ते सिद्धींचा वापर करत नाहीत. उलट ते सामान्य उपासकांना कर्मयोगासाठी प्रोत्साहित करतात. स्वप्रतिष्ठा न वाढवता ते ईश्वराचीच प्रतिष्ठा वाढवतात. ईश्वरनिष्ठ समाज निर्माण करण्यासाठी ते अविरत तप करतात, ईश्वरार्थ झिजतात. मात्र ईश्वराच्या आधिभौतिक, आधिदैविक आणि आध्यात्मिक कार्यात ते मुळीच ढवळाढवळ करत नाहीत. असे अनेक संत-महंत या भूतलावर होऊन गेले आहेत - आजही आहेत.

काही थोड्या सिद्धी मिळून जर उपासक असमंजसतेतून स्वप्रतिष्ठा वाढवू लागला, तर मात्र भगवान सांगतात त्याप्रमाणे त्याचं अध:पतन होत असतं.

भौतिकशास्त्रांच्या अभ्यासात थोड्याफार चुका झाल्या, पेपरात काही प्रश्नांना चुकीची उत्तरं दिली गेली, तरी मोठा प्रमाद होत नाही, परंतु अध्यात्मशास्त्रात योग्य तऱ्हेने परमेश्वराची उपासना झाली नाही तर अशा मनुष्याचं अध:पतनही होत असतं हे भगवान या श्लोकांमध्ये सांगतात.

म्हणून उपासना करताना खूप सावध असावं लागतं. कुणाचीही उपासना केली तरी ती पर्यायाने परमेश्वराचीच उपासना असते. उपासनास्वरूप मनुष्याच्या हातून जे जे यज्ञ होतात, त्या त्या यज्ञांचं एखाद्या माध्यमामार्फत फल देणारा हा परमात्माच असतो, परंतु त्याचं यथार्थ ज्ञान आणि समज नसेल तर मनुष्याचं अध:पतन होऊ शकतं. नवव्या अध्यायातील या तेविसाव्या आणि चोविसाव्या श्लोकांमधून भगवान जणू हा धोक्याचा कंदीलच दाखवत आहेत. म्हणून या श्लोकात सांगितल्यानुसार भगवद्स्वरूपाचं यथार्थ ज्ञान प्रथम करून घेतलं पाहिजे. भक्ती हे सहजशास्त्र नसून उलट ते अत्यंत गहन शास्त्र आहे. वाटेत पाय घसरण्याचीही अधिक शक्यता असते.

म्हणून आपल्या प्रत्येक कृतीत आणि मिळणाऱ्या फळात परमेश्वराचाच सहभाग आहे याचं यथार्थ ज्ञान झालं पाहिजे. अन्यथा मिळणाऱ्या फळाचं श्रेय परमेश्वराला दिलं नाही तर मनुष्याचं अध:पतन होतं.

परमात्मा व्यक्त-अव्यक्तापलीकडे आहे, परंतु ब्रह्मांडांमध्ये घडणाऱ्या घटना या त्याच्या साक्षीनंच होत असतात. आपल्या सत्कर्मांच्या फळामध्येही त्याचाच सहभाग असतो. त्या त्याच्या सहभागाचं यथार्थ ज्ञान ठेवून त्याची वेळोवेळी कृतज्ञता मानली पाहिजे. ती तशी मानली नाही तर मनुष्याचं अध:पतन होतं. पतन हे दु:खकारकच असतं.

यान्ति देवव्रता देवान्पितॄन्यान्ति पितृव्रताः।
भूतानि यान्ति भूतेज्या यान्ति मद्याजिनोऽपि माम् ॥९.२५॥

देवांना पूजणारे देवलोकाला प्राप्त होतात, पितरांची उपासना करणारे पितृलोकाप्रत जातात, (निरनिराळ्या) भुतांचं (भूत-प्रेत-मनुष्य यांचं) पूजन करणारे त्या त्या भुतांना प्राप्त होतात; आणि यथार्थज्ञानपूर्वक जे माझी उपासना करतात ते मला प्राप्त होतात.

चोविसाव्या श्लोकाची समाप्ती भगवान या श्लोकात करतात. कुणाची उपासना केली तर उपासक मृत्युपश्चात कुठे जातो, हे भगवान या श्लोकात समजावतात. पितरांना जे श्राद्ध-तर्पण करून त्यांचंच पूजन करतात, ते पितृलोकाला जातात. भूतगणांची पूजा करणारे भूतलोकाला प्राप्त होतात. मात्र जे परमात्म्याचीच पूजा करतात ते केवळ परमात्म्यालाच प्राप्त होतात.

इथे पुन्हा किडा-भ्रमर न्याय लागू होतो. किडा सतत भ्रमराचंच चिंतन करतो आणि एक दिवस तो स्वतःच भ्रमर होऊन जातो. याला किडा-भ्रमर न्याय म्हणतात. जो मनुष्य सतत स्त्री-सुखाचंच चिंतन करतो, तो तसाच वासनाग्रस्त होतो. मग असा मनुष्य मृत्युपश्चात जिथे वासनांचा कल्लोळ आहे अशाच स्थानी पुनर्जन्म घेतो. काहींना डिव्हाइन फॅन्टसी आवडते तर काहींना डार्क फॅन्टसीचं प्रेम असतं. जशी आवड तशी मनोवृत्ती आणि जशी मनोवृत्ती तशी प्राप्ती, ही गोष्ट पूर्णतः तर्कशुद्ध म्हणजे लॉजिकल आहे.

काहींचा देवावर मुळीच विश्वास नसतो. कोणत्यातरी विचारधारेत येऊन किंवा कटु अनुभवांमुळे त्यांचा देवावरचा विश्वास उडालेला असतो. असे लोक मृत्युपश्चात त्याच निरीश्वर भावनेला प्राप्त होतात, असं आपण या श्लोकाच्या आधारे म्हणू शकतो.

बहुतांशी लोकांचा देवावर किंवा त्याच्या कृपेवर विश्वास असतो, परंतु तसा विश्वास ठेवण्यात त्यांची जशी मानसिकता असते त्यानुसारच त्यांना पुनर्जन्माची प्राप्ती

होत असते. सामान्य मनुष्य हा प्रवाहात वाहत जाणारा असतो. मग त्याची विशिष्ट प्रतिमेवर श्रद्धा जडते किंवा कुणी सांगितलं तर त्याच्या अंतरंगातील श्रद्धा त्याला त्याकडे आकर्षित करतेच. मग असा श्रद्धासमुच्चय हीच त्या त्या देवतेची प्रतिष्ठा होऊन बसते आणि तीच त्या देवतेची जागृती असते. मग त्या श्रद्धेचं फळ त्या उपासकाला मिळतं किंवा मिळत नाही. मग मनुष्य दुसरीकडे कुठे तरी श्रद्धा ठेवू लागतो.

देवता या मनुष्याच्या जशा कल्पनेतून घडलेल्या असतात, तशा त्या सृष्टीत स्वतंत्रपणे असणंही शक्य आहे. त्या देवतांच्या अस्तित्वाचाच निर्देश भगवान या श्लोकात करतात. कारण त्या त्या देवतांना त्याचे भक्त मरणोत्तर प्राप्त होतात असं ते या श्लोकांमधून सांगतात. म्हणजेच देव, पितर, भूतयोनी यांचं मनोनिर्मित अस्तित्व आहे, हे ते सांगतात. म्हणजे प्रत्यक्ष त्या त्या योनींचं अस्तित्व नसलं तरी मानवी मनच त्यांची निर्मिती करतं आणि त्यांचा साक्षात अनुभव घेतं. हा अनुभव मृत्युपश्चात येणं हेच या श्लोकाचं सार आहे. मग प्रत्यक्षात त्या योनींचं अस्तित्व असो वा नसो!

देवदेवता, भूत-प्रेत यांप्रमाणेच पितरांचाही उल्लेख भगवान या श्लोकात करतात. वैदिक वाङ्मयात दोन प्रकारचे पितर मानले गेले आहेत. एक 'मृत' श्रेणी आणि दुसरी 'अमृत' श्रेणी. मृत श्रेणीतले पितर हे त्यांच्या पुण्यसंचयानुसार स्वर्गादी स्तरावर जाऊन पुन्हा मृत्युलोकी परतून येतात. आणि अमृत श्रेणीतील पितर हे सृष्टीच्या प्रारंभापासून स्वर्गात वास करणारे असतात. त्यांमध्ये ऋषी, मनू आणि यम यांचा समावेश असतो, असं आपण म्हणू शकतो.

आपल्या स्वार्थासाठी किंवा दुसऱ्याचं वाईट व्हावं म्हणून जे भूत-प्रेत योनींची उपासना करतात किंवा ब्लॅक-मॅजिकसारखे प्रयोग करतात, ते कदाचित प्रारंभी त्यांच्या कार्यात यशस्वी होतात परंतु अंतिमतः त्या त्या भूतांच्या भावालाच ते प्राप्त होतात. तो त्यांचा स्तर हा अत्यंत हीन असा नरकयोनीचाच असतो. या श्लोकाच्या आधारे आपण तो निर्णय करू शकतो.

म्हणून परमश्रेष्ठ, सत् आणि आनंदस्वरूप अशा परमात्म्याची उपासना केली पाहिजे असं भगवान सांगतात; परंतु त्याची उपासना करण्याच्या मार्गात अहंकार, वासना, अश्रद्धा आणि भोळेपणा हे चार शत्रू आडवे येत असतात. या शत्रूंच्या ताब्यात गेल्यामुळे उपासकाला योग्य तऱ्हेने उपासना करण्याचं ज्ञान होत नाही. त्यांची उपासना वाया जात नाही परंतु यापूर्वी सांगितल्याप्रमाणे त्यांच्या उपासनेचं फल मात्र तोकडं असतं. पितर, देव किंवा भूतगण हे मोठं फल देऊ शकत नाहीत. ते फल केवळ परमात्माच देऊ शकतो. देवतांची उपासना करताना कदाचित फल लवकर प्राप्त होतं,

परंतु परमात्म्याची उपासना करताना मात्र लगेच फलप्राप्ती होईलच हे सांगता येत नाही. त्याच्याकडून मिळणारं फल हे पराकोटीचं आणि टिकाऊ मात्र असतं. पहिलीची परीक्षा सोपी असते; एम.एस. करणं मात्र अवघड असतं.

विश्वनियंत्या परमात्म्याचं पूजन कसं करायचं, असा प्रश्न सामान्य माणसाला पडतो. त्याला योग्य मार्गदर्शन बहुधा कुणी करत नाही, पण ज्याला खरी भक्ती करायची असेल त्याने विचारपूर्वक भक्तीचा योग्य मार्ग निवडला पाहिजे. तो बुद्धीने समजून घेऊन मगच त्याचं आचरण केलं पाहिजे. साधे तांदूळ घ्यायचे तर आपण चार नमुने वास घेऊन पाहतो. मग ज्या देदीप्यमान दैवी मार्गावर प्रवास करायचा आहे, तिथे गाफिल राहून कसं चालेल? सारासार विवेक जागृत ठेवूनच उपास्य दैवत निवडलं पाहिजे. जे दिसतं त्यावर कुणीही प्रेम करू शकेल, पण जो अव्यक्त आहे, त्याच्यावर प्रेम करणं आणि त्याचं यजन करणं किती कठीण! पण भगवद्शब्दावर विश्वास ठेवून परमतत्त्वाचं यजन केलं पाहिजे. ते कसं करायचं, ते जाणून घेतलं पाहिजे. श्रेष्ठ योगी त्या परमतत्त्वालाच भजतात. त्यासाठी ते त्याला साकारही करतात! त्याचंच सतत चिंतन केल्यामुळे किडा-भ्रमर न्यायाने असे योगी स्वत:च ईश्वरस्वरूप होऊन जातात.

शिक्षणातल्या जशा पायऱ्या असतात, त्याप्रमाणे भक्तीमध्येही पायऱ्या आहेत. ज्याच्या त्याच्या योग्यतेप्रमाणे, पात्रतेप्रमाणे जो तो आपला आवडीचा मार्ग निवडत असतो; परंतु ज्याला खरा आत्मविकास साधायचा असेल त्याने त्या परमात्म्याची भक्ती केली पाहिजे.

पत्रं पुष्पं फलं तोयं यो मे भक्त्या प्रयच्छति ।
तदहं भक्त्युपहृतमश्नामि प्रयतात्मनः ॥९.२६॥

जो मला पान, फूल, फळ अथवा पाणी (यांपैकी काहीही यथार्थ ज्ञानपूर्वक, प्रेमानं) भक्तीने अर्पण करतो, त्या शुद्धचित्त, नियत अंतःकरणाच्या पुरुषाने भक्तिपूर्वक आणलेलं ते (पान, फूल इ.) मी सेवन करतो (ग्रहण करतो).

या श्लोकात भक्तीचं स्वरूप अगदी सुस्पष्ट केलेलं आहे. भक्तीचं स्वरूप त्यासाठी ध्यानात घेतलं पाहिजे. भक्तीमध्ये 'प्रेम' हा स्थायिभाव असला पाहिजे. व्यवहारातलं प्रेम आणि परमार्थातील भक्तीचं स्वरूप तत्त्वतः एकच असतं. तथापि, त्यामध्ये एक मोठा फरक असतो. कामक्रोधादी जसे विकार असतात तसा प्रेम हा विकार नाही. विकारामध्ये अभिलाषा वृत्ती असते तर प्रेम हा अंतःकरणाचा धर्म असतो; आत्म्याचा स्वभाव असतो. हे आत्मिक प्रेमच बाह्य आणि आंतरिक विषयांकडे ओढ घेत असतं. जेव्हा त्याची स्थिती आंतरिक असते तेव्हा निरपेक्ष भावाने सर्व सृष्टीवर प्रेम केलं जातं, पण हेच प्रेम इंद्रियगम्य विषयांच्या उपभोगांच्या स्पर्शाने विकृत झालं की मूळच्या दिव्य प्रेमाला आसक्तीचं स्वरूप प्राप्त होतं. बाह्य देवदेवतांवर जे प्रेम केलं जातं त्यात आसक्ती, अभिलाषा आणि मागणी दडलेलीच असते. मग आपल्या मागण्या पूर्ण करण्यासाठी बहुधा देवतांचं पूजन केलं जातं. म्हणजे मूळच्या दिव्य प्रेमाला आसक्तीच्या दुर्गंधीची पुटं चढली की व्यवहार सुरू होतो.

भगवान म्हणतात, तू माझ्याशी व्यावहारिक संबंध बांधू नकोस. मला तुझं आंतरिक प्रेम हवं आहे. तू बाह्यतः काय देतोस, याचं मला महत्त्व नाही. अशी भक्ती भगवंतांना अपेक्षित आहे.

मग आता विश्वनियंत्या परमात्म्याची भक्ती कशी करायची? त्याला अर्पण काय करायचं? त्याचं यजन तरी कसं करायचं? या साऱ्या प्रश्नांची उत्तरं गीतेमध्ये भगवंतांनी दिलेलीच आहेत. भगवंत सांगतात, तुम्ही मला श्रद्धापूर्वक पान, फूल किंवा

काहीही अर्पण करा, त्याचा मी स्वीकार करीन. पण यातली मुख्य गोष्ट किंवा अट म्हणजे जे मला द्याल, ते अंत:करणापासून द्या. मग काय वाहता याला काही महत्त्व नाही. म्हणजे भगवंतांना वस्तुनिष्ठ काहीही नको असतं, तर त्यांना आसक्तिरहित आत्मनिष्ठ प्रेम हवं असतं. हे आत्म्याचं स्वाभाविक दिव्य प्रेम त्यांना अपेक्षित असताना अविचारी उपासक मात्र त्यांना भौतिक वस्तू देऊ करतो.

> दोन जिवलग मित्र असतात. एकाच चाळीत राहत असतात. पण एकाचा खूप भौतिक उत्कर्ष होऊन तो व्यवसायानिमित्त परदेशात जातो. बरीच वर्षं मागे सरतात. परदेशात राहून त्याने आता भरपूर माया जमवलेली असते. चाळीतला दुसरा मित्र मात्र फुटकळ नोकरी करत सामान्य जीवन जगत असतो. पुष्कळ वर्षांनी तो परदेशातला मित्र पुन्हा आपल्या शहरात परततो. मग शहरात तो मोठा बंगला बांधतो. नोकरचाकर ठेवतो. आता त्याच्या जीवनात कशाचीच उणीव नसते. तरीपण तो आपले पूर्वीचे चाळीतले दिवस आणि तिथलं जीवन विसरलेला नसतो. चाळीत जाऊन आपल्या त्या मित्राला कडकडून भेटावं असं त्याला वाटतं. मित्राला तो तसं कळवतो. त्या चाळीतल्या मित्राला अतिशय आनंद होतो. त्यालाही आपल्या जुन्या पण आता श्रीमंत झालेल्या मित्राला भेटण्याची ओढ लागून राहते. मित्राच्या स्वागतासाठी काय करू अन् काय नको असं त्याला होऊन जातं. मित्र आता खूप श्रीमंत झाला आहे, त्याचा यथोचित सत्कार झाला पाहिजे असं वाटून तो बायकोला काहीतरी गोडधोड करायला सांगतो. बिस्किटं वगैरे पदार्थही बाहेरून घेऊन येतो.
>
> मित्राचं जेव्हा आगमन होतं, तेव्हा दोघे मित्र परस्परांना कडकडून भेटतात. दोघांचेही डोळे ओलावतात. प्राथमिक विचारपूस झाल्यावर त्या मित्राची बायको मुद्दाम तयार केलेले पदार्थ त्यांच्यापुढे आणून ठेवते. चहा-बिस्किटं-चिवडा वगैरे इतर पदार्थही त्या दोघांपुढे आणून ठेवते.
>
> तेव्हा चाळीतला तो मित्र म्हणतो, ''अरे, घे ना हे... हिने मुद्दाम शिरा केला आहे, हा चिवडा घे...''
>
> तो श्रीमंत मित्र म्हणतो, ''इतकं कशाला केलंत हे सारं? हे तर मी घेईनच; पण त्यापेक्षा तुला बघितलं, तू भेटलास आणि तुझं पूर्वीसारखं प्रेम मला मिळालं यातच मी भरून पावलो. आता आणखी काय हवं?''

हाच भाव भगवंतांना भक्ताकडून अपेक्षित असतो. 'माझ्या स्वागतासाठी तू काहीतरी देणं ही तुझी संस्कृती आहे हे बरोबर. तू काहीही दे, पण माझ्याप्रति असलेला तुझा

शुद्ध भाव, प्रेम आणि भक्ती मला अधिक प्रिय आहे. त्यांचा मी स्वीकार करतो.'

परमेश्वराला भक्ताकडून दुसरं काहीही नको असतं. जे ज्याने निर्माण केलं ते त्यालाच देण्यात कोणता मोठेपणा असतो? किंवा शहाणपण असतं? हे म्हणजे श्रीमंत उद्योगपतीला भेटायला जाताना त्याच्याच बागेतलं फूल तोडून त्यालाच देण्यासारखंच होतं. भगवान म्हणतात, 'मीच निर्माण केलेल्या गोष्टींपैकी तू मला काहीही दे. पान, फूल काहीही दे, पण मला हवं आहे तुझं अंतःकरण.' म्हणजे आत्मनिष्ठ दिव्य अशा प्रेमाची भगवंतांना अपेक्षा असते. आणि सामान्य उपासक त्याच्याशी वासनायुक्त प्रेम ठेवून सौदा मांडतो - तू मला हे दे, त्या बदल्यात मी तुला ते देईन!

म्हणजे जणू काही त्या उपासकाने देऊ केलेल्या गोष्टींची सृष्टिनिर्मात्याला चणचणच पडली असते; म्हणून तो त्या उपासकाकडून मिळणाऱ्या गोष्टींवर अवलंबून आहे. अशा सौदेबाजीतून आपण भगवंतांचा केवढा अपमान करत आहोत याचं भानही कित्येकांना नसतं. देवकार्यासाठी म्हणजे मानवतेच्या प्रस्थापनेसाठी काही दान करणं वेगळं आणि देवालाच देण्याचा अहंकारयुक्त आविर्भाव बाळगणं वेगळं. भगवंताला भक्ताचं हृदय हवं असतं. त्यापुढे सर्व भौतिक गोष्टी गौण ठरतात.

म्हणून भगवान म्हणतात, मला या कशाचीच आवश्यकता नाही. कारण हे सर्व मीच निर्माण केलेलं आहे. तेच तू मला देण्यात कोणता शहाणपणा आहे? त्यापेक्षा मी तुझ्या अंतकरणाला महत्त्व देतो. तुझ्या आत्मनिष्ठ दिव्य प्रेमाची मला अपेक्षा आहे. केवळ उपचार म्हणून तू मला पत्र, पुष्प, फल - काहीही दे; पण तुझं आत्मनिष्ठ प्रेम माझ्यासाठी महत्त्वाचं आहे!

भगवान जीवाच्या हृदयातल्या अनन्य भावाकडे आकर्षित होत असतो. अनन्य भावाने एखादं तुलसीदल किंवा बिल्वपत्र जरी त्याला अर्पण केलं, तरी तो प्रसन्न होतो.

> कोणतीही अपेक्षा न करणाऱ्या सुदाम्याच्या मूठभर पोह्यांनी श्रीकृष्ण संतुष्ट झाला. सत्यभामेने केलेल्या सुवर्णतुलेत रुक्मिणीने टाकलेल्या एका तुळशीपत्राने श्रीकृष्णाचं पारडं वर उचललं गेलं. शबरीच्या उष्ट्या बोरांनी श्रीराम प्रसन्न झाले. धृतराष्ट्राच्या राजप्रासादातील पंचपक्वान्नांच्या भोजनापेक्षा श्रीकृष्णाने विदुराकडे भोजन करणं पसंत केलं.

या श्लोकाचा आपण एका वेगळ्या भावपूर्ण दृष्टिकोनातूनही विचार करू. हा विचार दादाजींनी सांगितला आहे.

आपण नातेवाइकांना पत्रातून आपली खुशाली कळवतो, त्याप्रमाणे भगवंतासमोर बसून मनातल्या मनात एक पत्र लिहून आपल्या खुशालीचा संदेश सांगावा. नवीन

संकल्प सांगावेत. दुसऱ्यासाठी काय करतो ते लिहावं. एरवी आपण आपल्या मागणीची यादी भगवंतापाशी सादर करतोच; आता खुशालीचं असं एक पत्र पाठवावं. काय दिलं नाही यापेक्षा भगवंतांनी आपल्याला काय दिलं आहे, याचाही उल्लेख पत्रात करावा. पुष्प म्हणजे जीवनपुष्प प्रभूला अर्पण करावं. कारण निसर्गात जी विभिन्न प्रकारची फुलं आहेत, ती भगवंतानंच निर्माण केली आहेत. ज्याचा माल त्यालाच अर्पण करण्यात काय अर्थ? भगवंताने निर्माण केलेली फुलं त्याला अर्पण करण्यात काहीच पुरुषार्थ नाही. ती फुलं भगवंतांना वाहताना आपण आपलं जीवनपुष्पसुद्धा विकसित केलं पाहिजे.

बिल्वपत्र समर्पित करणं म्हणजे, सत्त्व-रज-तमयुक्त जीवन समर्पित करणं. फलं म्हणजे कर्मफलसुद्धा भगवंतांनाच अर्पण करायचं. तोयं म्हणजे रसपूर्ण जीवन भगवत्‌कार्यासाठी खर्च करायचं. ज्यातला रस गेला आहे असं जीवन भगवंताच्या काय कामाचं? म्हणून रसपूर्ण अशा उत्साही तारुण्यातच भगवद्‌भक्तीला प्रारंभ केला पाहिजे. बडिशेपेतला अर्क काढून मग ती वाळवून विकली जाते. त्याप्रमाणे अर्कहीन जीवन भक्तिमार्गात काय कामाचं? म्हणून तारुण्यातच ज्ञानसाधना आणि भक्ती प्रारंभित करण्याची आवश्यकता असते.

म्हणून भक्ती ही समज आहे. त्याचंही एक शास्त्र आहे. ते समजून घेऊनच उपासना केली पाहिजे. समर्थ रामदासस्वामी म्हणतात-

ज्ञानाविणें जे जे कळा। ते ते जाणावी अवकळा॥
ऐसे भगवंत बोलिला । चित्त द्यावे त्याच्या बोला॥
एके ज्ञानेचि सार्थक। सर्व कर्म निरर्थक॥
दास म्हणे ज्ञानाविण। प्राणि जन्मला पाषाण॥'

म्हणून ज्ञानपूर्वकच भक्ती केली पाहिजे. त्याची पूर्वतयारी म्हणून सकाम कर्माचं निष्काम कर्मात पर्यवसान करता आलं पाहिजे.

भगवंतांना वासनाग्रस्त व्यावहारिक प्रेम मुळीच नको असतं. त्यांना हवं असतं भक्ताचं आत्मनिष्ठ निरपेक्ष दिव्य प्रेम. त्यासाठी भगवंतांना सत्त्व -रज-तम गुणयुक्त जीवनपत्र आणि जीवनपुष्प समर्पित करावं. त्याचप्रमाणे कर्माचं फळ आणि रसपूर्ण जीवनही अर्पण करावं. भगवंतांना काय अपेक्षित आहे हे कळण्यासाठी ज्ञानपूर्वक भक्ती करणं साधलं पाहिजे. हे साध्य करण्याचा मार्ग भगवान यानंतरच्या भागात सांगणार आहेत.

यत्करोषि यदश्नासि यज्जुहोषि ददासि यत् ।
यत्तपस्यसि कौन्तेय तत्कुरुष्व मदर्पणम् ॥९.२७॥
शुभाशुभफलैरेवं मोक्ष्यसे कर्मबन्धनैः।
सन्न्यासयोगयुक्तात्मा विमुक्तो मामुपैष्यसि॥९.२८॥

(म्हणून) हे कौन्तेया, तू जे जे कर्म करतोस, जे जे खातोस, जे जे हवन करतोस किंवा जे दान देतोस आणि तू जे तप करतोस, ते सर्व तू मला अर्पण कर. अशा प्रकारे शुभ-अशुभ फलरूपी कर्मबंधनांतून तू मुक्त होशील आणि संन्यासयोगाने युक्त होऊन मलाच प्राप्त होशील.

भगवान सांगतात, अर्जुना, तू जे काम करतोस, जे खातोस, जे हवन करतोस, जे दान करतोस आणि जे तप करतोस ते सर्व काही मलाच समर्पित कर. अशा प्रकारे संन्यास योगाने म्हणजेच फलत्यागरूपी संन्यास आणि कर्तव्यतत्परतारूपी योगाने युक्त होऊन तू मलाच प्राप्त होशील.

समर्पण करण्याचा हा केवढा महामंत्र भगवंतांनी दिला आहे! एखादी गोष्ट समर्पित करणं ही वाटते तितकी साधी गोष्ट नाही. मंदिराची फरसबंदी एखाद्या धनिकाने करून दिली तर तो त्यामध्ये एक फरशी स्वतःच्या नावाची बसवतो! एखादा धनवान माणूस मंदिराची रंगरंगोटी करून देतो आणि चार लोकांना सांगत राहतो, या मंदिराचं रंगकाम मी करून दिलं! अशा भक्तीत अहंकार दडलेला असतो आणि तो जीवाला परमेश्वरप्राप्ती करून देत नाही. भक्तीमध्ये सर्वप्रथम स्वकर्तृत्वभाव सुटणं आवश्यक असतं, परंतु अशा कृत्यांमुळे उलट स्वकर्तृत्वभाव फुलवला जातो. मग असे भक्त भगवंताला प्राप्त होत नाहीत. तीच गोष्ट भगवान वेगळ्या शब्दात या श्लोकांमधून सांगतात. 'तू ज्या ज्या क्रिया करतोस, त्या त्या साऱ्या मलाच अर्पण कर, तरच तू मला येऊन मिळशील.' अर्थातच भगवंतांच्या उपदेशाचा अव्हेर केला आणि अशा प्रत्येक क्रियांमागे स्वकर्तृत्वभावच जोपासला तर मनुष्याला कर्मबंध होतो आणि हाच

कर्मबंध त्याला दु:खस्वरूप पुनर्जन्माच्या चक्रात अडकवतो. निर्णय प्रत्येकाने करायचा असतो. भगवंतांनी इथे परिणाम सांगितला आहे; पण ते आग्रही मात्र नाहीत.

स्वत:चं नाव जागोजागी मिरवून जे लोक मंदिरांचा, प्रार्थनास्थळांचा बाह्यत: कायापालट करतात म्हणजे ज्याला जीर्णोद्धार म्हटलं जातं; त्यांच्या बाबतीत एक प्रमाद घडण्याची शक्यता असते. तो म्हणजे असे अहंमन्य लोक प्रत्यक्ष भगवंतालाच स्वत:पेक्षा छोटा करत असतात! केवळ रंगरंगोटी करून एखाद्या धार्मिक स्थळाचा जीर्णोद्धार होत नसतो. उलट पडझड न झालेली प्राचीन बांधकामं तशीच ठेवली पाहिजेत. त्यातच सौंदर्य असतं, पण जीर्णोद्धाराच्या नावाखाली सुंदर दगडी कामांना निळ्या-तांबड्या रंगांनी रंगवलं जातं, याला काय म्हणावं?

भूकंपात घर पडून उघड्यावर पडलेल्या एखाद्या गरीब माणसाला ज्या स्व-कर्तृत्वभावाने शेड बांधून द्यावी त्याच कर्तृत्वभावाने असे कित्येक अहंमन्य धनिक मंदिराचा 'जीर्णोद्धार' करू पाहत असतात. धनिकांना जे धन मिळालेलं असतं ते त्यांच्या कर्माचं फल निश्चितच असतं. तरीपण त्यात भगवंतांचा हात हा असतोच असतो. त्यामुळे एखाद्या धनहीन व्यक्तीला साहाय्य करताना धनिकाने अभिमान बाळगता कामा नये अथवा त्या गरिबाला कमी लेखता कामा नये. कारण त्याच्याही हृदयात परमात्माच राहत असतो. त्यामुळे कुणालाही साहाय्य करताना स्वकर्तृत्वभाव सोडून भक्तीचा भाव जोपासायला हवा. अशा तऱ्हेने स्वकर्तृत्वभाव सोडून सारं काही भगवंताला अर्पण केलं, तर मात्र अशी व्यक्ती परमेश्वरालाच प्राप्त होईल. आपल्या कर्माचं सार्थ ज्ञान जेव्हा माणसाला होईल, तेव्हाच त्याच्या हातून असले प्रमाद घडणार नाहीत. भगवंताचं सर्वव्यापकत्व आणि श्रेष्ठता ध्यानात आल्यानंतर माणूस खऱ्या अर्थाने भक्त बनू शकतो. मग त्याचा अहंकार नष्ट होतो. अहंकार नष्ट होणं हे श्रेय मार्गावरचं पुढचं पाऊलच असतं. तोच उपाय भगवंत या श्लोकांमधून सांगतात - तू जे जे करतोस ते ते मला अर्पण कर.

आपला प्रत्येक विचार आणि त्यानुसार आपली प्रत्येक कृती ही परमेश्वरामुळेच होत असते. आपल्याला जे मिळतं ते त्याच्यामुळेच मिळत असतं. म्हणून आपल्या प्रत्येक कृतीचं फळ हे परमेश्वराचंच असतं, ते त्यालाच समर्पित करायला हवं. तशी समज यायला हवी.

आता या श्लोकात जे भगवान सांगतात त्यानुसार अर्पण करण्याची क्रिया कशी करायची, हा प्रश्न उपस्थित होऊ शकतो. त्यासाठीच त्रिकाल संध्या असते. सकाळी उठल्यावर आपलं कर्म प्रारंभित होतं. प्रात:प्रार्थना म्हणताना प्रथम भगवंताची कृतज्ञता मानून मग त्याला आपल्या कर्मात मनोमन अधिष्ठित करायचं. म्हणजे 'तुझ्यामुळेच मी

कर्म करू शकतो,' हा भाव मनात ठेवून कामाला लागायचं. भगवंतांनाच आपल्या कर्मात अधिष्ठित केल्यामुळे हातून कुकर्मही होणार नाही आणि कर्म करण्याचा स्वकर्तृत्वभावही जोपासला जाणार नाही. जेथे जातो तेथे, तू माझा सांगाती, ही अनुभूती मग मिळू लागेल. रात्री झोपताना पुन्हा प्रार्थना म्हणून दिवसभरात केलेलं कर्म आणि त्यापासून मिळालेलं फळ मनोमन भगवंतालाच कृतज्ञता बुद्धीने अर्पण केलं पाहिजे. नित्यनेमाने प्रार्थना आणि अर्पण करण्याची क्रिया समजपूर्वक हातून घडू लागली तर भगवंत आपल्या बरोबर आहे आणि तो आपला सांभाळ करत आहे याची अनुभूती मिळू लागेल. ही वृत्ती अंगी बाणली तर चित्तशुद्धी होत जाईल आणि अहंकार घासून पातळ होईल. मग अशा भक्ताचा योगक्षेम भगवानच चालवतील आणि मृत्युपश्चात तो भक्त त्यांनाच प्राप्त होईल.

भगवान अठ्ठाविसाव्या श्लोकात शुभाशुभ कर्मांचाही उल्लेख करतात. म्हणजे स्वकर्तृत्वभाव सोडून कर्मफलत्याग करण्याची मनाची धारणा झाली की संन्यासयोग साध्य होतो. हा संन्यासयोग हातून झालेल्या अशुभ कर्मांच्या बंधातूनही मनुष्याला सोडवतो.

अन्यथा कर्म केलं की त्यानुरूप त्याचं शुभ किंवा अशुभ फळ त्या मनुष्याला भोगावंच लागतं. आपल्या हातून चांगलं कर्म घडावं अशी बव्हंशी लोकांची इच्छा असते, परंतु या कलियुगात इच्छा असूनही हातून विशुद्ध कर्म घडू शकेलच असं सांगता येत नाही. विशुद्ध कर्म घडण्यासाठी आवश्यक असणारी पात्रता, कर्माचं शास्त्रीय ज्ञान आणि अनुकूल परिस्थिती लाभतेच असं नाही. मग दैनंदिन जीवनात केली जाणारी कर्मं ही सात्त्विक, राजसी आणि तामसीही होऊ शकतात. त्या कर्मांचे पुण्यकर्म, पापकर्म आणि मिश्रकर्म असे फलस्वरूप प्रभाव मनुष्याच्या कर्मखात्यात जमा होतात. यातील पुण्यकारक कर्मं ही शुभकारक असतात आणि पापकर्मं ही अशुभकारक असतात. वासनेने प्रेरित झालेली अशी कर्मं कर्मकर्त्याच्या अहंभावाला मग चिकटून राहतात. अर्थातच त्या कर्मांचे चांगले-वाईट प्रभाव त्या मनुष्याला भोगावेच लागतात.

यातून सुटका करून घ्यायची असेल तर या श्लोकांमध्ये सांगितल्यानुसार आचरण केलं पाहिजे. त्यासाठी आपल्या कर्मामागे असलेल्या परमशक्तीला ओळखता आलं पाहिजे. आपल्या यशामागे केवळ स्वकर्तृत्व नसून त्यामागे परमेश्वराचे अव्यक्त हात आहेत हे जाणलं, म्हणजे मग फळाचं श्रेय मिरवण्याचा मोह होत नाही. जीवनात शुभ कर्मं घडतात तशी अशुभ कर्मंही घडत असतात. पण वृत्तीत समज स्थिरावली की फळ भगवंतालाच अर्पण केलं जातं. समज आली की अशुभ कर्मं होतच नाहीत, पण चुकून झाली किंवा पूर्वी झालेली असतील त्या साऱ्यांचा त्याग करता आला पाहिजे;

आणि कर्तव्यतत्पर होऊन कर्मयोग आचरणात आणला पाहिजे. ही परस्परविरोधी भासणारी संन्यास आणि कर्मयोगाची कला जमली की जीव मरणोत्तर परमात्म्यालाच जाऊन मिळतो. त्याचीच तंत्रं भगवंतांनी या श्लोकांमधून सांगितली आहेत.

कर्म आणि कर्मापासून मिळणाऱ्या फळाविषयीचा स्वकर्तृत्वभाव सोडून आपलं सारं क्रिया-कर्म भगवंताला समजपूर्वक अर्पण करायला हवं. त्यामागचं शास्त्र आणि तंत्रं जाणून घ्यायला हवीत.

समोऽहं सर्वभूतेषु न मे द्वेष्योऽस्ति न प्रियः ।
ये भजन्ति तु मां भक्त्या मयि ते तेषु चाप्यहम् ॥९.२९॥
अपि चेत्सुदुराचारो भजते मामनन्यभाक्।
साधुरेव स मन्तव्यः सम्यग्व्यवसितो हि सः ॥९.३०॥
पवनः पवतामस्मि रामः शस्त्रभृतामहम् ।
झषाणां मकरश्चास्मि स्रोतसामस्मि जाह्नवी ॥९.३१॥

मी भूतमात्रांमध्ये समतेनंच वास्तव्य करतो. मला आपला आणि परका कुणीही नाही, परंतु जे मला भक्तिपूर्वक भजतात, ते माझ्यामध्ये आणि मीदेखील त्यांच्यामध्ये नेहमीच वास करत असतो... एखादा दुराचरणी जर माझी अनन्य भक्ती करू लागला तर तो शुद्ध (साधूच) मानला पाहिजे. कारण, (पश्चात्तापानं) सन्मार्गाकडे जाण्याचा त्याचा यथार्थ निश्चय झालेला असतो. मी पवित्र करणाऱ्यांत वायू आणि शस्त्रधाऱ्यांत श्रीराम आहे. तसेच माशांत मगर आहे आणि नद्यांत श्रीभागीरथी गंगा आहे.

परमात्मा संपूर्ण सृष्टीतल्या अणुरेणूंमध्ये सारखाच भरलेला आहे. तो सर्वांमध्ये सारखेच वास्तव्य करतो. सर्व भूतमात्रांना तो समानच लेखत असतो. त्याच्यामध्ये आपपर भाव किंवा तरतमभाव नसतो.

सूर्य सर्वांनाच सारखा प्रकाश देतो. वस्तू जितकी प्रतिक्षेपक म्हणजे रिफ्लेक्टिव्ह असते, तितकी ती दीप्तिमान होते. आरशात सूर्याचं स्वच्छ प्रतिबिंब पडतं तसं ते काळ्या दगडावर पडू शकत नाही. हा दोष सूर्याचा नसून कोण किती रिफ्लेक्टिव्ह आहे, यावर ती गोष्ट अवलंबून असते. मन आरशाप्रमाणे स्वच्छ आणि शुद्ध झालं तर परमात्म्याच्या आपल्या शरीरामधील वास्तव्याची अनुभूती भक्ताला येऊ शकेल.

त्यामुळे परमेश्वराकडे तरतमभाव; म्हणजे आपला आणि परका हा भाव नसतो. तसा भाव मनुष्याच्या वृत्तीत असतो. कुणाला परमेश्वर हवा असतो, कुणाला त्याची कृपा हवी असते, कुणाला आपली अडलेली कामं पूर्ण करून हवी असतात तर कुणाला

फक्त त्याचा प्रसाद हवा असतो. परमेश्वराचं सर्वव्यापकत्व जाणून न घेता अनेक जण कर्मकांडांत अथवा विश्वातील भौतिक पसाऱ्यातच अडकून पडतात आणि तिथेच परमेश्वराचा शोध घेत राहतात. म्हणजे परमतत्त्व सर्वत्र सारखंच असलं तरी प्रत्येकाच्या वृत्तीनुरूप त्याचं प्राकट्य मनुष्यामध्ये होत असतं; आणि ते पूर्णतः व्यक्तिनिष्ठ असतं. जे राजसी-तामसी वृत्तीचे असतात, त्यांना जीवनात आपण नेमकं काय साध्य करायचं आहे, ही वैचारिक क्षमताही नसते.

भारतीय युद्धाच्या वेळी असंच घडलं. सैन्य जमवण्याच्या उद्देशाने कौरव आणि पांडव विविध राजेलोकांना भेटत होते. त्यानुसार एक दिवस अर्जुन आणि दुर्योधन श्रीकृष्णाकडे आले. श्रीकृष्णाने विचारणा करताच मंदबुद्धी दुर्योधनाने चटकन श्रीकृष्णाचं सैन्य मागून घेतलं. अर्जुनाला मात्र श्रीकृष्णच हवा होता.

सामान्य आर्त-अर्थार्थी भक्त आणि अनन्य भक्त यांच्यात असा फरक असतो. आपापल्या बौद्धिक क्षमतेनुसार भक्त परमेश्वराकडे जात असतात. काहींना हे विश्व तुच्छ, क्षुद्र वाटत असतं, म्हणून ते परमेश्वराच्या भजनी लागतात; तर हे जग चालवणारा परमेश्वरच आहे हे समजून-उमजून काही जण त्याच्याकडे जातात. परमेश्वराचं सौंदर्य प्रतीत होऊन काही जण जातात; तर काही जण वासना आणि अहंकाररहित होऊन त्याच्याकडे जातात.

अर्थार्थी-आर्त भक्तांपासून सौंदर्यदृष्टीने येणाऱ्या तृप्त अशा अनन्य भक्तांपर्यंत जे ज्यांना हवं, ते भगवंत त्यांना देत असतो. म्हणजेच यात भगवंताच्या भूमिकेऐवजी भक्ताची भूमिका महत्त्वाची असते. भगवंत सर्वांमध्ये सारखाच वास करून असतो; परंतु आपल्यामध्ये स्थित असलेल्या आत्मतत्त्वाची थोरवी केवढी आहे, त्याच्याकडे नेमकं काय मागावं किंवा मागू नये, ही गोष्ट उमजणं त्या भक्ताच्या बुद्धिमत्तेवर अवलंबून असतं. ज्या दृष्टीने भक्त त्याच्याकडे जातो, त्या दृष्टीने भक्ती होते आणि त्या भक्तीनुसारच फळ मिळतं.

भगवद्भक्त दुराचारी असला तरी तो भगवंताला प्रियच असतो असा मात्र तिसाव्या श्लोकाचा अर्थ नाही. भगवान एवढंच सांगतात की एखादा दुराचारी मनुष्य पश्चात्तापदग्ध होऊन माझ्याकडे अनन्य भावाने आला, तर तो मलाच प्राप्त होतो. पुष्कळ लोक काळे धंदे करतात. मग पापक्षालन म्हणून मठ-मंदिरं बांधतात; देणग्या देतात; पण तेवढ्याने तो खरा भगवद्भक्त किंवा परमेश्वराला प्राप्त होत नाही.

> एक कसाई होता. त्यांचा धंदा तेजीत येऊन भरपूर पैसा मिळाला. त्या पैशातून त्याने दारूचं दुकान थाटलं. त्या धंद्यातही त्याला मुबलक पैसा मिळाला. कसायाला वाटलं, आपण दोन वाईट धंद्यांवर एवढा पैसा मिळवला. आता

एखादं मंदिर बांधावं. म्हणून त्याने मंदिर बांधलं. मंदिराला मिळालेल्या देणग्या आणि दानपेटी यांच्या माध्यमातून आणखी संपत्तीचा ओघ त्याच्याकडे वाहू लागला. काही काळ तो सुखावून गेला. परंतु आपलं हे कृत्यही गैर आहे याची त्याला जाणीव झाली. मनुष्याला तामसी भावाकडे नेणाऱ्या दोन धंद्यांनंतरही आपण देवाच्या नावावर धंदाच उघडला आहे या विचाराने त्याला पश्चात्ताप झाला. आणि मग तो अनन्य भावाने हे सर्व व्यवसाय बंद करून भगवंतचरणी लीन झाला.

या दृष्टिकोनातून दरोडेखोर, वाममार्गी किंवा काळे धंदे करणाऱ्या लोकांना पश्चात्ताप झाला तर ते मोठ्या निष्ठेने भगवंताकडे अनन्य भक्त होऊन जातात. अशा भक्तांना शुद्ध म्हणजे साधूच समजावं, असं भगवान या श्लोकात सांगतात. अशा भक्तांना त्यांच्या पूर्वकृत्यांचा खऱ्या अर्थाने पश्चात्ताप झालेला असतो. म्हणूनच ते अनन्य भक्त होतात. जे मुळात सरळमार्गाने आयुष्य क्रमित असतात, ते चटकन भगवंताकडे जातातच असं नाही. कारण त्यांना त्यांच्या जीवनात सारं काही सहजतेने मिळालेलं असतं. म्हणून अनन्य भक्त होण्याची त्यांना आवश्यकताच वाटत नसते. मी असं कोणतं पाप केलं म्हणून मी भगवंताकडे जाऊ, अशी त्यांची भूमिका बनलेली असते.

दरोडेखोराला त्याची पश्चात्तापदग्ध अवस्था परमेश्वराकडे खेचून नेत असते. केवळ सद्वर्तन करणाऱ्या सामान्य माणसापेक्षा असा पूर्वाश्रमीचा दुराचारी माणूस भगवंताकडे उत्कटतेने जात असल्यामुळे त्याला साधूच समजावं, असं भगवंत सांगतात. असा माणूस खरोखरच अनन्य भक्त झाला आहे किंवा नाही, हे फक्त भगवंतालाच समजत असतं. माणूस समाजाला फसवू शकतो; परमेश्वराला नव्हे! दुराचारी माणूस पश्चात्तापदग्ध होऊन परमेश्वराकडे गेला तर त्याने प्रथम आपले वाईट धंदे निश्चितच सोडून दिलेले असतात. काळे धंदेही चालू आहेत आणि भगवद्भक्तीही चालू आहे, या दोन्ही गोष्टी एकत्र नांदणं शक्य नाही. असा वरपांगी भक्त अनन्य भक्त होऊ शकत नाही.

भगवान सर्वत्र सारखाच आहे. त्याच्याशी अनन्य भावाने जोडलं जाणं तेवढं आपल्याच हातात असतं!

परमेश्वर सर्वांमध्ये वसत असून तो सर्वांना सारखाच असतो. आपण त्याच्या किती जवळ जायचं हे मात्र भक्ताने ठरवायचं असतं. दुराचारी दुर्वर्तन सोडून परमेश्वराचा अनन्य भक्त झाला आणि केवळ त्याचीच भक्ती करू लागला तर तो सदाचारसंपन्न साधू झाला असं समजावं. अशा साधूला परमशांतीचा लाभ होतोच होतो.

मां हि पार्थ व्यपाश्रित्य येऽपि स्युः पापयोनयः।
स्त्रियो वैश्यास्तथा शूद्रास्तेऽपि यान्ति परां गतिम् ॥९.३२॥
किं पुनर्ब्राह्मणाः पुण्या भक्ता राजर्षयस्तथा ।
अनित्यमसुखं लोकमिमं प्राप्य भजस्व माम् ॥९.३३॥

हे पार्था, माझा आश्रय केल्यावर स्त्रिया, वैश्य, शूद्र त्याचप्रमाणे ज्यांचा जन्म पापयोनीत झाला आहे, असे सर्व उत्कृष्ट गतीला पावतात, तर मग उच्चप्रतीचे आनुवंशिक संस्कार ज्यांना मिळाले आहेत असे लोक आणि पुण्यशील ब्राह्मण, भक्त असलेले आणि ऋषीप्रमाणे आचरण करणारे (क्षत्रिय लोक) हेही या ईश्वरउपासनेने मुक्त होतील हे सांगावयास नकोच. अनित्य आणि सुखहीन असा मर्त्यलोक प्राप्त झाला असता तू माझीच भक्ती कर.

स्त्रीला मुक्तीचा अधिकार नाही, पुरुषयोनीमध्ये जन्म घेऊन साधना केली तरच तिला मुक्ती मिळते, वेदाध्ययन करण्यासाठी ती अधिकारपात्र नाही; हे आणि अशा तऱ्हेचे अनेक गैरसमज विविध प्रकारच्या वाङ्मयांमधूनही प्रसृत केले आहेत. काही आध्यात्मिक लोकांना तर स्त्रीच अपवित्र वाटते.

भगवंतांनी हा अपसमज या श्लोकांमधून खोडून काढला आहे. स्त्री आणि पुरुष यांची व्यावहारिक जगातील कार्यं भिन्न असू शकतात; परंतु पुनर्जन्माच्या साखळीत पुरुष कधी स्त्रीचा जन्म घेऊन येतो तर स्त्री पुरुषाचा. माझी भक्ती केल्यामुळे स्त्रिया, वैश्य, शूद्र या साऱ्यांना निश्चितच मुक्ती मिळते. त्यांना तो अधिकार आहे असं भगवंत सांगतात. उपनिषदातही 'कपूयचरणः' म्हणजे अशुभ आचरण करणाऱ्या वर्गात अश्व, सूकर, चांडाल यांचा उल्लेख आहे; परंतु स्त्री, वैश्य किंवा शूद्रांचा कुठेही अपवित्र म्हणून किंवा त्यांना मुक्तीचा अधिकार नसल्याचा उल्लेख नाही.

मध्ययुगीन काळात या सर्व घटकांना स्वार्थी हेतूने धार्मिक कृत्यांमध्ये सहभागी होण्याचा किंवा वेदाध्ययन करण्याचा अधिकार दिला जायचा नाही. म्हणूनच

भगवंतांनी या श्लोकांमधून या स्त्रियादी घटकांचा विशेषत्वाने उल्लेख केलेला आहे.

भगवान जेव्हा हे तत्त्वज्ञान सांगतात, त्या आधी त्यांनी ते प्रत्यक्ष आपल्या जीवनात उतरवलेलं होतं. गोकुळात असताना कृष्णाने साऱ्या गोपस्त्रियांना एकत्र केलं होतं. केवळ आठ-नऊ वर्षांच्या वयाचे असताना गोपींमध्ये त्यांनी विचार-परिवर्तन घडवलं. मग गोपी आणि गोपबालकांचीही जीवनदृष्टी बदलली आणि सर्वच गोकुळवासीयांमध्ये परिवर्तन घडून आलं. त्यांनी परंपरागत इंद्रपूजा बंद करून गोवर्धनपूजा सुरू केली. गोकुळातल्या या क्रांतीचा गोपस्त्रिया प्रमुख आधार होता.

स्त्रीमध्ये प्रचंड प्रमाणात शक्ती असते. त्या शक्तीचा समाजाकरता नीट उपयोग करून घेता आला पाहिजे. धर्मामधली रूढी, परंपरा आणि कर्मकांडांमधील जळमटं दूर करता येतील. मुलाला घडवण्यामध्ये आणि पतीला सत्कर्माची प्रेरणा देण्यामध्ये स्त्रीचा मोठा वाटा असतो. त्यामुळे तिला कमी लेखण्याचं कोणतंच कारण नाही.

प्राचीन साहित्यात मैत्रेयी आणि तिची मावशी गार्गी यांच्याविषयी वाचायला मिळतं. दोघीही महापंडिता होत्या. विद्वद्सभेतील शास्त्रार्थ चर्चांमध्ये त्यांचा सहभाग असे. गार्गीला पराजित करणं तर भल्या भल्या पंडितांना कठीण जात असे.

स्त्रीप्रमाणेच वैश्य आणि शूद्र यांनाही मुक्तीचा अधिकार आहे, असं भगवान या श्लोकांमध्ये सांगतात. याचाच अर्थ भगवान उच्चनीचता मानत नाहीत, तसंच ज्ञानप्राप्तीच्या संदर्भात स्त्री-पुरुष हा भेदही मानत नाहीत. उच्च प्रतीचे संस्कार ज्यांना मिळाले आहेत त्यांना मुक्तीचा अधिकार असणारच. त्यात विशेष असं काहीच नाही. अर्थात त्यांनीही ईश्वराची यथाशास्त्र उपासना मात्र केलीच पाहिजे. केवळ सुसंस्कार मिळाले म्हणजे मुक्ती मिळत नाही; त्या संस्कारांचं आचरण होणं महत्त्वाचं असतं.

तेहतिसाव्या श्लोकात भगवान या मर्त्य लोकाचा 'अनित्य' आणि 'सुखहीन' असा उल्लेख करतात. प्रपंचात गढलेल्या सर्वसामान्य माणसाला या मर्त्य जगात क्लेश, विक्षेप, दुःखं यांची इतकी सवय होऊन जाते, की त्यातच त्याला एकप्रकारचं सुख वाटू लागतं. कित्येकांना शांत, निरुपद्रवी, सात्त्विक, सुसंस्कृत आणि निष्कपट जीवन जगायचंच नसतं. तसं जीवन त्यांना आळणी वाटत असतं. त्यांना असूया, मत्सर, स्पर्धा, निंदा, भांडणं अशा तऱ्हेच्या खळबळजनक जीवनातच अधिक रस असतो. टीव्हीवरच्या कोणत्या मालिकांकडे किंवा चित्रपटांकडे बहुसंख्य लोकांचा ओढा असतो हे पाहिलं तर या विचारांची सत्यता पटू शकेल!

अशा मर्त्यलोकातील अनिश्चित आणि नाशवंत सुखांचाही मोह पुष्कळांना असतो. ती सुखं प्राप्त करण्यासाठी मग देवाचे उंबरठे झिजवले जातात. त्यातून सुख लाभेल याचीही शाश्वती नसते. तरीही एखादा राजसी मनुष्य इथल्या आत्मघाती पण

मोहक सुखात रमून जातो हे विशेष! याला कारण म्हणजे जे उपभोग समोर दिसतात, तेच त्याला खरे वाटतात. जे दिसत नाही आणि ज्याविषयी मनात साशंकता असते, त्यावर त्याचा विश्वास बसत नाही. त्यामुळे या मर्त्य लोकातले जितके म्हणून उपभोग घेता येतील तितके घ्यावेत अशीच त्याची विचारसरणी बनलेली असते. मग अनेक मोहक गोष्टी त्याला सेवा द्यायला तत्पर असतातच!

शाकल्य मुनींच्या गुरुकुलात याज्ञवल्क्य महर्षी शिकत असताना सुप्रिय नावाचा राजा त्या प्रदेशावर राज्य करत होता. शाकल्य मुनींच्या आश्रमाला राजाने भरपूर देणगी दिली होती. त्यामुळे आश्रमात प्रतिदिनी जी अग्निपूजा आणि होम व्हायचे, त्यातलं पवित्र प्रभारित तीर्थ राजाकडे नित्य नेऊन दिलं जायचं. तीर्थ घेऊन जाण्यासाठी एक दिवस मुनींकडे कुणीच नव्हतं; तेव्हा शाकल्यमुनींनी ते दायित्व याज्ञवल्क्यावर सोपवलं.

थोड्या नाखुशीनंच याज्ञवल्क्य राजाकडे गेला. तेव्हा भल्या सकाळी राजा निद्राधीन आहे असं त्याला समजलं. तरीही तो थेट अंत:पुरात गेला. सुप्रिय राजा एका ललनेसमवेत अंथरुणात लोळत पडलेला त्याला दिसला. याज्ञवल्क्य म्हणाला, ''राजा, हे तीर्थ आणलं आहे, ते घ्यावं.''

राजा म्हणाला, ''अशाच तीर्थाचं मी आत्ता प्राशन करत आहे की! या तीर्थाची गोडी काही और आहे. तुझ्या तीर्थाचं काय मोल!''

हे ऐकल्यावर याज्ञवल्क्य मनोमन संतापला. उघडपणे एवढंच म्हणाला, ''राजा, या तीर्थाचं मोल तुला कळणार नाही. तू मायावी तीर्थात अडकला आहेस. आता या दैवी तीर्थाचं श्रेष्ठत्व पाहा!''

असं म्हणून याज्ञवल्क्याने बाजूच्या लाकडी खांबावर ते तीर्थ फेकलं. त्याबरोबर त्या खांबाला पालवी फुटली. ते पाहून राजा गडबडला. तोपर्यंत याज्ञवल्क्य तिथून तडकाफडकी निघून गेला होता.

सुप्रिय राजाला आपला प्रमाद कळून चुकला. थोड्याच वेळात आश्रमात जाऊन त्याने केल्या कृत्याची क्षमा मागितली.

मनुष्य असाच मोहजालात अडकलेला असतो. अशा वेळी त्याने ज्ञानी व्यक्तीकडून परमतत्त्वाकडे जाण्याचा मार्ग जाणून घेतला पाहिजे. शास्त्रशुद्ध पद्धतीनंच ईश्वराची आराधना त्याने केली पाहिजे. मग त्याला अनित्य आणि सुखहीन मर्त्यलोकातली वैय्यर्थता समजून चुकेल आणि तो ईश्वरनिष्ठ होईल. 'मर्त्य लोक प्राप्त झाला असताना माझी भक्ती केली तर कुणालाही मुक्ती मिळू शकते,' असं भगवंत सांगतात.

मन्मना भव मद्भक्तो मद्याजी मां नमस्कुरु ।
मामेवैष्यसि युक्त्वैवमात्माने मत्परायणः ॥९.३४॥

हे अर्जुना, सतत माझंच मनन कर. माझीच भक्ती करत जा. मला नमस्कार करून माझंच यथायोग्य पूजन कर. याप्रमाणे माझाच आश्रय करून मत्परायण झालास म्हणजे तू निश्चितच मला प्राप्त होशील.

नवव्या अध्यायाच्या अखेरीस भगवंतांनी म्हटलं आहे, 'मला भज, माझ्याच ठिकाणी मन ठेव आणि मलाच नमस्कार करून माझंच पूजन कर. याप्रमाणे भक्ती करून आणि माझ्याशी संलग्न होऊन तू आपला कर्मयोग चालवलास तर कर्मबंधातून मुक्त होऊन तू निःसंशय मलाच येऊन मिळशील.'

हा नवव्या अध्यायातील शेवटचा श्लोक म्हणजे या अध्यायाचं रहस्य किंवा सूत्र सांगणारा आहे. भगवद्गीतेचं हेच खरं रहस्य आहे. अठरा अध्यायांचं हेच प्रयोजन आहे. विविध विषयांना स्पर्श करून अंतिमतः भगवंतांना हेच सांगायचं आहे, तू मत्परायण हो. म्हणजे तू मलाच प्राप्त होशील. एकदा त्यांनी ही गोष्ट अध्यात्मदृष्ट्या आणि एकदा भक्तीदृष्ट्या सांगितली आहे, एवढाच काय तो भेद आहे.

या श्लोकात भगवान 'मन्मना भव' असं सांगतात. तू सतत माझं चिंतन कर. जग काय म्हणेल याची तू चिंता करू नकोस. जगाला काही सांगायला जाऊ नकोस. जगाला समजलं नाही तरी तुझी भूमिका मी समजतो. माझ्याविषयी तुझा प्रेमभाव प्रभावी असायला पाहिजे. त्यात वैराग्य, निरुत्साह, अकर्मण्यता असता कामा नये.

कर्मयोगी भक्ताची परमेश्वराविषयीची आपुलकी नदीसारखी प्रवाही बनली पाहिजे. ते साधलं तर नदीचं पाणी ज्याप्रमाणे एक दिवस सागरात विलीन होऊन जातं, तसा भक्त भगवंतामध्ये विलीन होऊन जाईल. ती स्थिती परमोच्च आनंदाची असेल. ही गोष्ट संसारात राहूनही साध्य होण्यासारखी आहे. परमेश्वर प्रत्येक देहात तो वसून असतो. म्हणून त्याला शोधण्यासाठी माणसाने अंतर्मुख बनलं पाहिजे.

मनुष्यजीव हा उत्क्रांतीच्या मार्गावर जाणिवेच्या एका विशिष्ट अवस्थेला येऊन पोहोचलेला आहे. या विकासावस्थेत त्याला ज्ञान, इच्छा आणि क्रिया यांचं काही एका मर्यादेपर्यंत स्वातंत्र्य मिळालेलं आहे. या स्वातंत्र्याचा उपयोग केवळ भोग मिळवण्यासाठी न करता स्व-स्वरूप ओळखण्यासाठी प्रामुख्याने केला पाहिजे. किंबहुना जीवनात त्यालाच प्राधान्य असलं पाहिजे. नित्य आणि अनित्य वस्तूंचा विवेक करता येणं हेच आध्यात्मिक उन्नतीचं प्राथमिक साधन असतं.

मनुष्य हा समाजप्रिय प्राणी आहे; परंतु आपल्या सभोवती गोळा झालेला सर्व परिवार आणि प्रपंच हा केवळ ऐहिक जीवनापुरताच उपयुक्त असतो. वास्तविक जीवन कल्पनातीत विशाल आणि अनंत असून आपलं ऐहिक जीवन आपल्या समग्र जीवनाचा एक अत्यल्प अंश असतो. त्यामुळे ऐहिक जीवनाचा सहज उपभोग घेत अंतिम सत्याचा शोध घेण्याचा आणि त्यालाच जाऊन मिळण्याचा प्रयत्न केला पाहिजे. तेच जीवनाचं लक्ष्य असलं पाहिजे. कारण अनित्य असं ऐहिक जीवन हे पूर्णतः अशाश्वत आहे. ते सत्य नाही. त्यामुळे अशाश्वतात किती गुंतून पडायचं, याचाही विधिनिषेध बाळगला पाहिजे.

म्हणून या श्लोकात भगवान 'मन्मना भव' असं म्हणतात. म्हणजे परमात्मभावालाच मनोमन शरण गेलं पाहिजे. त्याचंच चिंतन आणि त्याचंच सविकल्प किंवा निर्विकल्प भावाने पूजन केलं पाहिजे. त्याच्यामध्येच लीन झालं पाहिजे. भगवंत सांगतात त्यानुसार 'मत्परायण' व्हायचा प्रयत्न केला पाहिजे. परमात्मा हीच काय ती अंतिम गती आहे; दुसरं काहीही नाही. त्यासाठी *सा काष्ठा सा परागतिः* अशी भगवंताप्रति आत्यंतिक निष्ठा मनात दृढ झाली पाहिजे.

अशाश्वत, असत्य आणि अनित्याचं स्वरूप समजल्यावर मनुष्याच्या अंतरंगात आपोआपच विषय-वैराग्य येतं. मग अशा उपासकाला भक्ती कर असं सांगावं लागत नाही. भक्ती ही सांगूनही कधी होत नसते. त्या भावनेचा ज्याला त्याला अनुभवच घ्यावा असतो. याप्रमाणे परमेश्वराशी संयोग साधल्यानंतर केलेल्या कर्मयोगामुळे मनुष्य नक्कीच त्याला प्राप्त होतो.

संपूर्ण गीतेचं रहस्य या श्लोकात आहे. परमेश्वराशी आत्यंतिक प्रेमाने युक्त झाल्यानंतर उच्च प्रतीची भक्ती साध्य होईल. परमेश्वराचं यजन-पूजन करून साधलेल्या कर्मयोगामुळे असा भक्त त्यालाच प्राप्त होईल. नदी-सागराच्या मिलनाप्रमाणे आत्मा-परमात्मा एकरूप होऊन जाईल.

ॐ श्री परमात्मने नमः

अध्याय दहावा
विभूतियोग

जगातील सर्व देव हे एकाच ईश्वराचे अंश आहेत. मनुष्याचे सर्व गुण आणि अवगुण हे ईश्वराच्या शक्तीचे रूप आहेत.देवांचा अधिकार मान्य करून, सर्वांना विष्णूचे रूप मानून समन्वयाची नवी दृष्टी प्रदान केली आहे, त्याला विभूतियोग असे नाव देण्यात आले आहे.

भूय एव महाबाहो श्रृणु मे परमं वच: ।
यत्तेऽहं प्रीयमाणाय वक्ष्यामि हितकाम्यया ॥१०.१॥
न मे विदु: सुरगणा: प्रभवं न महर्षय:।
अहमादिर्हि देवानां महर्षीणां च सर्वश: ॥१०.२॥
यो मामजमनादिं च वेत्ति लोकमहेश्वरम् ।
असंमूढ: स मर्त्येषु सर्वपापै: प्रमुच्यते ॥१०.३॥

अर्जुना, माझ्या भाषणाने तू संतुष्ट होत आहेस म्हणून तुझ्या कल्याणाकरताच मी आता जे सांगणार आहे ते ऐक. सर्व देव आणि महर्षींनाही माझं प्राकट्य कसं झालं हे माहीत नाही. कारण मी सर्व देव आणि ऋषी यांचं आदिकारण आहे. जो मला जन्मरहित, अनादि आणि विश्वाचा श्रेष्ठ प्रभू असं जाणतो, तो मानवांमध्ये मोहरहित होतो. असाच ज्ञानी पापापासून मुक्त होतो.

आतापर्यंत भगवंतांनी अर्जुनाला विविध प्रकारचा उपदेश करून त्याच्या मनातल्या शंकाकुशंका काढून टाकण्याचा प्रयत्न केला. अर्जुनानंदेखील नाना प्रश्न विचारून शंकांना वाट करून दिली. आता 'विभूतियोग' नावाच्या या दहाव्या अध्यायात अर्जुनाने प्रश्न विचारला नसतानाही भगवंत हा योग सांगायला सुरुवात करतात- 'तुला मी जे काही सांगतो आहे, ते तुझ्या कल्याणासाठीच आहे. सर्व देव आणि मोठमोठे ऋषीदेखील माझ्या प्राकट्याविषयी जाणत नाहीत. कारण मी सर्व देव आणि ऋषींचं आदिकारण आहे.'

लहान बाळाचा जेव्हा जन्म होतो, तेव्हा त्याचं आदिकारण त्याचे आईवडील असतात. असं असूनही ते बाळ आपल्या आईवडिलांविषयी मुळीच काही जाणत नाही. ते कोण आणि कुठले, हे त्या नवजात बाळाला माहीत असण्याचं काहीच कारण नसतं. त्याचप्रमाणे देव आणि ऋषींनाही परमेश्वराच्या प्राकट्याविषयी काही सांगता येत नाही; मग मानवाला तरी ते कुठून कळणार?

बुक ऑफ इनॉक या बायबलमधून वगळलेल्या कहाणीत देवांविषयी थक्क करणारा इतिहास आहे. इनॉकला देव अंतराळात घेऊन जातात याचं बारीकसारीक वर्णन इनॉकने करून ठेवलेलं आहे. विशेष म्हणजे महाभारतातल्या 'वनपर्वा'त अर्जुनाच्या स्वर्गातील वास्तव्याचं जे वर्णन व्यासमहर्षींनी केलेलं आहे, ते थेट इनॉकच्या वर्णनाशी जुळतं. एकदा इनॉक देवांना स्वत:च्या भविष्याविषयी विचारतो. तेव्हा देव सांगतो, 'मला त्याविषयी काही सांगता येणार नाही. कारण मला भविष्य माहीत नाही.'

देव सर्वज्ञ नव्हते या गोष्टीला अशा संदर्भांमधून पुष्टीच मिळते. भगवान तीच गोष्ट या श्लोकात सांगत आहेत, की देव आणि ऋषींनाही माझं स्वरूप समजू शकत नाही. या अनुषंगाने देवांच्या स्वरूपाविषयीही आपण थोडा विचार करू.

प्राचीन काळी पृथ्वीवरच्या तत्कालीन मानवसंघात विविध देवदेवतांचं अस्तित्व निश्चितच होतं; आजही आहे. प्रत्येकाचं उपास्य दैवत वेगळं. पाश्चात्त्य देशांमध्येही 'गॉड ऑफ लव्ह, गॉड ऑफ साउंड, गॉड ऑफ लाइट, गॉड ऑफ फिजिकल रिॲलिटी...' अशा देवदेवता मानल्या गेल्या आहेत. प्राचीन ग्रीसमध्येही देवदेवतांची उपासना प्रचलित होती. अलेक्झांडर द ग्रेट स्वत:ला झ्यूस देवतेचा पुत्र मानत असे. विकसित होणाऱ्या मानवाला जेव्हा अपूर्णतेची आणि असाहाय्यतेची प्रकर्षाने जाणीव झाली, तेव्हा देवदेवतांचा जन्म झाला. जे गुण आपल्या अंगी येणं आवश्यक वाटलं तेव्हा त्या त्या गुणांनी युक्त अशा 'देवदेवता' निर्माण झाल्या; किंवा 'देव' तत्त्वाची निर्मिती झाली. अतिवृष्टी, भूकंप अशा पंचमहाभूतांच्या विक्राळ खेळाला घाबरून आदिम काळातील माणूस त्या तत्त्वापुढे शरणागत झाला. त्याची मनोभावे करुणा भाकू लागला. 'देव, धर्म आणि तत्त्वज्ञान' ही त्रिसूत्री बनली. हा एक विचार झाला.

दुसरा विचार म्हणजे, चराचर भौतिक सृष्टीच्या पलीकडे अदृश्य, अव्यक्त आणि कल्पनारम्य अशी दुसरी सृष्टी अर्थात देवांची सृष्टी आहे. त्यालाच स्वर्ग म्हणतात. ऋग्वेदात देवांचं निवासस्थान स्वर्ग किंवा विष्णुलोक मानलं गेलं. स्वर्गात देवदेवता सोमपान करून उल्हसित आणि आनंदी जीवन व्यतीत करतात अशी मान्यता आहे. एकंदर तेहतीस उच्चकोटीच्या देवता ऋग्वेदाने आणि अथर्ववेदाने मानल्या आहेत. या मान्यतेनुसार अकरा देवता स्वर्गात म्हणजे अंतरिक्षात, अकरा पृथ्वीवर तर काही जलात मानल्या गेल्या. याउलट यास्काचार्य म्हणतात, एकच देवता आपल्या विभिन्न रूपांनी विभिन्न लोकांत वास्तव्य करून असते.

ऋग्वेदातील 'द्यौ:' ही आकाशतत्त्वाची देवता आहे. तिचा संबंध पृथ्वीशी जोडलेला आहे. म्हणूनच 'द्यावा-पृथिवी' हा जोडशब्द पुढे आला आणि त्यांना

मातृपितृ स्थान लाभलं. याखेरीज वरुण ही ऋग्वेदातली प्रमुख आणि सर्वात प्राचीन देवता. 'मित्र' ही देवता वरुणाशी संबंधित आणि समकालीन होती. म्हणून 'मित्रावरुण' हा जोडशब्द प्रचलित झाला. सूर्य, सविता, पूषा, विवस्वान, आदित्यगण, उषा, अश्वी अशा काही देवदेवता त्या काळी पूजार्ह होत्या, परंतु वरुणाचं विशेष महत्त्व होतं. वैदिक आर्यांनी पुढे पुढे इंद्रदेवतेची प्रतिष्ठापना करून अनेक सूक्तं रचली. त्यामुळे वरुणाचं महत्त्व हळूहळू कमी होऊन इंद्र हा देवांचा राजा बनला.

इंद्र, त्रित, आप्त्य, अपां नपात्, मातरिश्वा, अज एकपाद, रुद्र, मरुद्गण, पर्जन्य इत्यादी देवता अंतरिक्ष देवता म्हणून मानल्या गेल्या होत्या. इंद्राला युद्धदेवही मानलं गेलं होतं. या देवदेवता विविध शक्तींनी समृद्ध असूनही त्या मर्त्य होत्या! म्हणजे देव हे अमर नव्हते अशीच प्राचीन ग्रंथांची मान्यता आहे. म्हणूनच जे मर्त्य असतं ते अमर्त्याला जाणू शकत नाही.

शतपथ ब्राह्मण आणि *ऐतरेय ब्राह्मण* यांतही इंद्र, अग्नी, प्रजापती या मोठ्या देवतांसह सर्व देवांना मर्त्य मानलं आहे! ब्रह्मचर्य, तप आणि योगविद्येने देवांनी मृत्यूवर विजय मिळवला होता, असं *तैतरीय संहितेत* म्हटलं आहे, तर कल्पांती सर्व देवदेवता नष्ट होतात, अशी पुराणाची धारणा आहे.

स्वामी विवेकानंद 'राजयोगा'त पतंजलींची सूत्रं सांगताना समजावतात: देव म्हणजे सृष्टीच्या एखाद्या अंगाचं नियमन करणारा अधिकारी असा अर्थ समजावा. अशा प्रकारचं देवत्व अनेकांना आळीपाळीने मिळत असतं.

उपनिषद कालात मात्र देवांबद्दलची संकल्पना किंवा आकलन अधिक सूक्ष्म तितकंच वैश्विकही बनलं. पिंड-ब्रह्मांडात जी चैतन्ययुक्त अशी शक्तिकेंद्रं आहेत, ती सारी देवतास्वरूपच आहेत, हा उपनिषदांचा आशय आहे. सृष्टिचक्राचं संचालन करणाऱ्या असंख्य शक्तींचं उपनिषदकारांनी *संघटक, प्रकाशक* आणि *कार्यकारी* असं वर्गीकरण केलेलं आहे. *संघटना* म्हणजे चराचर सृष्टीचं धारणपोषण. सृष्टीत सर्वत्र प्राणशक्ती व्यापून उरलेली असते. सूर्य, चंद्र, इंद्र, रुद्र या देवतांच्या रूपाने प्राणशक्तीच व्यक्त होत असते. प्राण हीच प्रकाशदेवता आहे. शरीर, मन, इंद्रिय, बुद्धी, जीव या सर्व समुच्चयाला उपनिषदांनी आत्मा मानलेलं आहे. या आत्मशक्तीवरच विश्वातील सर्व कार्यं आधारित असतात.

तिसरा विचार हा आधुनिक काळातील आहे. तो म्हणजे देव हे परग्रहावरील अतिमानव होते. कदाचित ते भिन्न मितीतीलसुद्धा असतील, पण पृथ्वीवरच्या मानवांपेक्षा ते अतिप्रगत होते - किंवा आहेत. हजारो वर्षांपूर्वी हेच अतिमानव पृथ्वीवर आले आणि त्यांनी आपल्या डीएनएच्या क्लोनिंगमधून आधुनिक मानव तयार केला.

आपण देवांविषयी अगदी थोडक्यात आढावा घेतला. पण या विभिन्न विचारधारांमधून एक गोष्ट मात्र समान निघते आणि ती म्हणजे कोणत्याही स्वरूपातील देव हे परमेश्वराला जाणू शकत नाहीत. *लॉज् ऑफ स्पिरीट वर्ल्ड* या ग्रंथात खुर्शिद भावनगरी यांनी याचं पुष्कळ विवेचन केलं आहे. देवत्व पावलेले जीव हे अतितरल आणि ज्ञानसमृद्ध असतात. एका ब्रह्मांडामधून ते दुसऱ्या ब्रह्मांडात विकास पावत जातात. त्यांना परमेश्वराच्या अस्तित्वाविषयी मुळीच संदेह नसतो, पण तरीही ते परमेश्वराला जाणू शकत नाहीत, असं त्यांनी म्हटलं आहे.

ऋषी आणि देव हे परस्परांसाठी कार्य करणारे घटक होते. दैवी विचारधारा, दैवी जीवनपद्धती आणि एकूणच दैवी संस्कृती पृथ्वीवर प्रस्थापित करण्यासाठी ऋषी कार्यरत झाले. त्यांच्या कार्यालाच 'तप' म्हणतात. देवांच्या मार्गदर्शनाखाली आणि देवांच्याच साहाय्याने पृथ्वीवर मानवतेची सुव्यवस्था प्रस्थापित करणं हे त्यांचं कार्य होतं. ऋषींच्या संदर्भात अंतराळात उत्तर दिशेकडे दिसणाऱ्या सप्तर्षी-तारकांचा संदर्भ काय होता, हे आज आपण जाणू शकत नाही. त्या संदर्भात अनेक पौराणिक गोष्टी आहेत. तथापि, हे ऋषीसुद्धा परमेश्वराला जाणू शकत नाहीत.

यानंतर भगवान सांगतात, मी अजन्मा आहे; अनादि आणि सर्व विश्वाचा श्रेष्ठ प्रभू आहे. मनाची अशी धारणा झाली तरच मनुष्याची मोहवश अवस्था दूर होते. मोह सरला की मनात भक्तीचा उगम होतो. एकदा भक्तीची समर्पित वृत्ती अंगी बाणली गेली की भगवंताच्या अज, अनादि आणि लोकमहेश्वर अशा स्वरूपाची अनुभूती यायला लागते.

लहान बालक मोठे व्हायला लागते, तसतसं त्याला सभोवतालचं ज्ञान प्राप्त होत जातं. मग हळूहळू त्याला दृश्य जगताचं ज्ञान होतं. अदृश्य ज्ञानाचंही असंच आहे. ते ज्ञान होण्यासाठी भक्तीची आणि ज्ञानाची गरज असते. जसजशी समज वाढत जाते, तसतसं मनुष्याचं पाप नष्ट होतं; मृत्यूसह सर्व प्रकारची भीती लय पावते.

अर्जुनाला मरणाची किंवा मारण्याची भीती वाटत नव्हती, तर संकराच्या पापाला आपण कारण होऊ अशी त्याला भीती वाटत होती. त्या काळी संकराची भीती समाजमनात खोलवर रुजली होती. संकरामुळे ज्ञान आणि संस्कार या गोष्टींना कसर लागते असा समज होता. समाज ज्ञानहीन आणि सुसंस्कारहीन झाला तर जणू दोन पायांवर चालणारे पशूच तयार होतात आणि ते संपूर्ण समाजासाठी घातक ठरत असतात. महाभारत युद्धाला कारण झालेल्या अनेक कारणांपैकी संकर आणि प्रचंड प्रमाणात वाढलेला व्यभिचार हेही एक कारण होतं. महाभारताच्या 'उद्योगपर्वा'त महर्षी व्यासांनी त्याचं साद्यंत वर्णन केलं आहे.

भगवंत सांगतात, तू घाबरू नकोस. ईश्वरस्वरूपाच्या ज्ञानाने ही भीती आणि हे पाप नाहीसं होतं. या विश्वाचा नियंता परमेश्वर आहे आणि आपलं त्याच्यावर आणि त्याचं आपल्यावर पराकोटीचं प्रेम आहे अशी समज, मनात दृढ झाली पाहिजे. त्याच्याविषयी मनात प्रेमभावना, आत्मीयता आणि समीपता वाढीला लागली की साऱ्या शंका-कुशंका नष्ट होतात. मनात वसून असलेली भीती नाहीशी होते आणि पापभावना विरून जातात. पण एक गोष्ट ध्यानात घेतली पाहिजे की अनादिअनंत परमेश्वरच सर्वश्रेष्ठ आहे. देवांना आणि ऋषींनाही जो अगम्य आहे तो किती श्रेष्ठ असेल, याची मनोमन कल्पना करावी!

या विभूतियोग अध्यायात भगवंत स्वत:चं ऐश्वर्य प्रकट करण्याचं कौशल्य विशद करतात. आपल्या वृत्तीत नम्रता, भावमयता आणि अविचल मानसिक खंबीरता असेल तरच या अध्यायाचं मर्म समजेल.

परमात्मा हा देव आणि ऋषींनाही अगम्य आहे. मानसिक अचलता, परमेश्वराविषयी आत्यंतिक पूज्यभाव मनात असेल तरच त्याचं खरं स्वरूप तत्त्वत: समजून घेता येईल. त्यामुळे आपल्या सर्व पापांचा नाश होईल.

बुद्धिर्ज्ञानमसम्मोहः क्षमा सत्यं दमः शमः ।
सुखं दुःखं भवोऽभावो भयं चाभयमेव च ॥१०.४॥
अहिंसा समता तुष्टिस्तपो दाने यशोऽयशः ।
भवन्ति भावा भूतानां मत्त एव पृथग्विधाः ॥१०.५॥
महर्षयः सप्त पूर्वे चत्वारो मनवस्तथा ।
मद्भावा मानसा जाता येषां लोक इमाः प्रजाः ॥१०.६॥

बुद्धी, ज्ञान, असंमोह, क्षमा, सत्य, दम (इंद्रियनिग्रह), शम (शांती), सुख-दुःख, भव, अभाव, भय व अभय (धैर्य), अहिंसा, समता, तुष्टी (संतोष), तप (व्रतनियम), दान, यश, अपयश इत्यादी प्राणिमात्रांचे निरनिराळ्या प्रकाराचे भाव माझ्यामुळेच उत्पन्न होतात. प्रारंभीचे सात महर्षी, तसंच मनू (चार स्वयंभू आदी) हे सर्व माझ्या दैवी इच्छाशक्तीने उत्पन्न झाले असून देवादी सर्व प्रजा त्यांची सृष्टी आहे.

अर्जुनाच्या मनातील भीती घालवण्यासाठी भगवंतांनी त्याला आपल्या स्वरूपाविषयी सांगितलं, 'बुद्धी, ज्ञान, विवेक, क्षमा, सत्य, दम, शम, सुख-दुःख हे सर्व भाव माझ्यापासून निर्माण होतात. भय-अभय, अहिंसा, समता, तुष्टी, तप, दान, यश, अपकीर्ती हे भावही माझ्यापासूनच उत्पन्न होतात. जेव्हा जीवन सुरू होतं, तेव्हा द्वैत निर्माण होतं. मग बुद्धी, ज्ञान, क्षमा आदी भाव जन्माला येतात. या भावांशिवाय समाज प्रस्थापित होऊ शकत नाही.'

बुद्धी, ज्ञान, असंमोह, क्षमा, सत्य आणि दम यांमधून इंद्रियनिग्रह व्यक्त होत असतो. बुद्धी म्हणजे जाणण्याची शक्ती. दृश्य वस्तूचा प्रत्यय झाल्यानंतर सत्य-मिथ्या, शाश्वत-अशाश्वत, हितकारक-अहितकारक, उपयुक्त-अनुपयुक्त यांविषयी सारासार विचार करून वस्तूचं ज्ञान करून देण्याचं कार्य बुद्धीचं असतं. ज्ञाता जेव्हा एखाद्या ज्ञेय म्हणजे जाणण्याच्या वस्तूचं ज्ञान मिळवतो, त्याला ज्ञान म्हणतात. त्या वेळी ज्ञाता, ज्ञेय आणि ज्ञान ही त्रिपुटी सिद्ध होते.

त्यानंतर भगवान असंमोहाचा उल्लेख करतात. मनुष्यजीवामध्ये असलेला हा जो क्रम भगवंतांनी सांगितलेला आहे, तोही अतिशय सयुक्तिक आहे. त्यांनी प्रथम जाणण्याचं साधन सांगितलं. जाणण्याच्या साधनाने म्हणजे बुद्धीनंच ज्ञेय वस्तूचं ज्ञान होतं. ज्ञान जितकं प्रगल्भ होत जाईल, तितकी वास्तवतेबद्दल होणारी भ्रामक किंवा विपरीत कल्पना दूर होत जाईल. म्हणूनच ज्ञानानंतर भगवंतांनी असंमोहची देणगी मनुष्याला दिलेली आहे. कोणत्याही गोष्टीचं विकृत ज्ञान होणं हा मोह असतो. संमोह, संशय आणि संदिग्धता अशा मनात उठणाऱ्या भावांमुळे बुद्धी व्याकूळ होत असते आणि द्रष्टा संभ्रमात पडत असतो. हा संभ्रम दूर होण्यासाठी 'असंमोह' या गुणाची आवश्यकता असते. म्हणजे उन्हाच्या झळांमुळे मृगजळाच्या ठिकाणी पाण्याचा आभास होत आहे, हे ज्ञान होणं म्हणजे असंमोह असतो.

मग भगवान अनायासे 'क्षमा' या शब्दाचा उल्लेख करतात. जर मनुष्य मोहवश जीवनच जगत राहिला तर तो द्वैतसृष्टीत रममाण होतो. त्यामुळे काम-क्रोधादी विकारांच्या बंधनात सापडून तो स्वार्थी बनतो. त्यामुळे त्याच्या अंतःकरणात क्षमेचा पाझर फुटत नाही. तो फुटण्यासाठी सत्य उमजावं लागतं. सत्याची अनुभूती येण्यासाठी असंमोह दूर व्हावा लागतो. म्हणजेच पर्यायाने असंमोह दूर झाला की मनुष्य क्षमाशील बनतो. मग असा मनुष्य कुणाची निंदानालस्ती करत नाही, विनाकारण बडबड अथवा कुणाची कुचेष्टा करत नाही. तो आत्मश्लाघाही करत नाही. अशा मनुष्यालाच 'सत्यवाक्' म्हणतात. 'सत्य' ही भूतभावना परमेश्वराचीच अभिव्यक्ती असते. असा मनुष्य त्याच्या संपर्कात येणाऱ्यांमध्येही अशीच भूतभावना संक्रमित करतो.

अशा तऱ्हेने मनुष्याला चिरंतन मूल्यांचा बोध होऊ लागला की मन तिथेच दृढ राहतं. मग हीन आणि क्षुद्र मूल्यांकडे त्या मनुष्याची सारी इंद्रियं स्वभावतःच ओढ घेत नाहीत. हेच वास्तविक इंद्रियदमन असतं. मग भगवान ओघाने 'शम'चा निर्देश करतात. अशा पद्धतीने सत्यवाक् होऊन इंद्रियदमन झालं की अंतःकरण शांतदान्त होऊन जातं. चित्ताची शांती आणि अंतःकरणाचा उपशम होणं म्हणजेच 'शम.'

मनाला आल्हाद देणारी अनुकूल संवेदना म्हणजे सुख असतं; तर याला प्रतिकूल संवेदना म्हणजे दुःख असतं. दुःखाचं रखरखीत वाळवंट चालून गेल्यानंतर जेव्हा मध्येच अचानक पाणी आणि हिरवळ मिळाली की अंतःकरणात सुखसंवेदना जागृत होतात. हे अनुभव देहातील इंद्रियांना मिळत असतात. आत्मा हा केवळ आनंदस्वरूप असतो. तिथे ना सुख; ना दुःख, परंतु भौतिक सृष्टीत वावरताना सुख-दुःखांचे अनुभव जीवाला मिळतच राहतात. म्हणून द्वंद्वमय जीवनाचं एक टोक सुख असतं, तर दुसरं दुःख असतं. शम झाल्यानंतर या द्वंद्वातून सुटका करून घ्यायची असते.

मनुष्याने विकसित होत इथपर्यंत प्रवास केल्यानंतर पुढे आणखी एक अडथळा म्हणजे हर्डल असतो. तो म्हणजे 'भव'. भव म्हणजे उद्भव होणं. अर्थात भव म्हणजे मनात अपेक्षांचा उद्भव होणं! व्यक्तीच्या महत्त्वाकांक्षांना केव्हाही धुमारे फुटू शकतात. पुष्कळ गोष्टी मनासारख्या घडूनही 'भव' कधी थांबत नाही. मागण्या आणि अपेक्षा कधी संपतच नाहीत. किंबहुना आध्यात्मिक क्षेत्रात जरी ठरावीक उंची गाठली तरी हा बाह्य 'भव' मोहात अडकवू शकतो. हाच तो 'भव'सागर!

सृष्टीचं कार्य अव्याहत चालू राहण्यासाठी 'भव'ची आवश्यकताच असते. परमेश्वर आणि त्याची आदिमाया जशी अनादि आहे, तसाच हा भवसागर आहे. म्हणजे 'भव ही परमेश्वराचीच अभिव्यक्ती आहे. त्यामुळे या भवसागरातून परमेश्वर आपली सुटका कशी काय करणार? त्यासाठी आपली आपल्यालाच सुटका करून घ्यावी लागेल.

याचप्रमाणे भगवंतांनी जीवांमध्ये अभाव म्हणजे कमतरता ठेवली आहे. कमतरता असेल तरच पूर्णत्वाची ओढ मनुष्याच्या मनामध्ये निर्माण होते. अभावाची जाणीवच नसती तर तो पूर्णत्व मिळवण्याच्या मागे लागलाच नसता. जीवाच्या मनात भीतीच नसती तर त्याने स्वतःच्या शरीराला सांभाळण्याचा प्रयत्नच केला नसता. म्हणून शरीराचा प्रतिपाळ करताना भीतीचीसुद्धा आवश्यकता असते; पण केवळ भीतीच्याच प्रभावात राहिलं तर मनुष्याकडून विजिगीषू वृत्ती अंगीकारली जाणारच नाही. आत्मज्ञानासह जीवनात काहीएक साध्य करताना अंगी धैर्यही हवंच. म्हणूनच धैर्य हा गुण भगवंतांनी मनुष्याला दिलेला आहे.

शास्त्रशुद्ध पद्धतीने जर काही साध्य करायचं असेल तर अहिंसा, समता, संतोष, तप, दान, यश आणि अपयश या सर्व भावांचीच आवश्यकता असते. थोडक्यात हे सर्व भाव भगवंतांनी स्वतंत्र प्रज्ञेने जगण्यासाठीच मनुष्याला दिलेले आहेत. आजच्या भाषेत सांगायचं तर मनुष्यजीव हा एक ॲडव्हान्स रोबो आहे. जेव्हा एखादा रोबो बनवला जातो, तेव्हा त्याच्यामध्ये एक प्रोग्रॅम समाविष्ट केला जातो. असा रोबो स्वतःची बुद्धी चालवून नियत काम करतो. पण या रोबोच्या कार्याला खूप मर्यादा असतात. कारण भगवंतांनी हेतुपुरस्सर इतर अनेक गुण मनुष्यामध्ये भरलेले आहेत. इतकंच नाही, तर दोन जीव एकत्र येऊन मनुष्यरूपी रोबो नवीन रोबोही निर्माण करू शकतो हे विशेष!

थोडक्यात, जे जे दिसतं आहे, जाणवतं आहे, ते ते भगवंताचंच मनुष्यामध्ये होणारं प्रकटीकरण असतं. या श्लोकांमधून सांगितलेले सारे गुण भगवंतांनीच मनुष्यामध्ये भरलेले आहेत.

यानंतर सहाव्या श्लोकात, प्राचीन सात महर्षी तसंच चार मनू हे माझ्यापासूनच उत्पन्न झाले आहेत, असं भगवंतांनी म्हटलं आहे. ही सर्व प्रजा त्यांची सृष्टी म्हणजे त्यांच्यापासून विस्तार पावलेली सृष्टी आहे, असंही भगवान सांगतात. हे सात ऋषी म्हणजे कश्यप, अत्रि, भरद्वाज, विश्वामित्र, गौतम, जमदग्नी आणि वसिष्ठ असं काही विद्वान मानतात; तर लोकमान्य टिळकांसारखे महापुरुष हे सप्तर्षी म्हणजे मरीचि, अंगिरस, अत्रि, पुलस्त्य, पुलह, क्रतु आणि वसिष्ठ हे आहेत असं सिद्धान्ताधारे सांगतात. अलीकडच्या मन्वंतरातले हे ऋषी असल्यामुळे त्यांचं म्हणणं सयुक्तिक वाटतं. म्हणूनच त्या त्या ऋषीचं गोत्र आपण मानतो आणि आपल्या कुटुंबाची त्यांच्याशी नाळ जोडतो.

त्यानंतर भगवंत चार मनू आपल्यापासून झाल्याचं सांगतात. हे चार मनू म्हणजे चार मूळ पुरुष. त्यांच्यापासून सर्व पृथ्वीवर प्रजा निर्माण झाली. हे ऐतिहासिक तथ्य असू शकेल. कारण अलीकडच्या संशोधनानुसार केवळ दहा आदिपुरुषांपासून युरोपची प्रजा निर्माण झालेली आहे असं मानलं जातं. भगवान मात्र त्यापूर्वीची घटना इथे सांगत आहेत. भगवंतांचा प्रत्येक शब्द सत्यच आहे आणि सत्यच असतो. मंगोलियन, द्रविड, युरोपीय आणि आफ्रिकी अशा चार भिन्न स्वरूपातील मनू भगवंतांनी खचितच निर्माण केले असतील. आज त्यांची आणि त्यांचा संकर होऊन निर्माण झालेली प्रजाच पृथ्वीवर अस्तित्वात आहे असंच म्हटलं पाहिजे.

मनुष्याला निर्माण करताना भगवंतांनी कोणते गुण त्याच्यामध्ये भरले हे भगवान या श्लोकांमधून सांगतात. या श्लोकांपासूनच भगवंत आपल्या स्वरूपाविषयी आणि कर्तृत्वाविषयी सांगायला प्रारंभ करत आहेत.

एतां विभूतिं योगं च मम यो वेत्ति तत्त्वतः ।
सोऽविकम्पेन योगेन युज्यते नात्र संशयः ॥ १०.७ ॥

ही माझी (दैवी) शक्ती आणि तिचा विस्तार करण्याचं सामर्थ्य यथार्थपणे जो जाणतो, तो माझ्या अखंड अशा महा(अभेद) योगाने युक्त होतो याविषयी संदेह नाही.

या अध्यायात भगवंतांनी सांगितलेल्या विभूती आणि त्या निर्माण करण्याचं त्यांचं ईश्वरी सामर्थ्य हे तत्त्वतः जाणून घेतल्याशिवाय सर्व सृष्टीचा कर्ता ईश्वरच आहे ही दृढ निष्ठा उत्पन्न होणं शक्य नाही. विविधांगांनी नटलेली सृष्टी पाहून त्यांचा परस्परसंबंध आणि कार्यकारणभाव समजत नाही. या सृष्टीचा कर्ता, निमित्त आणि उपादानकारणही भगवानच आहेत अशी समज बुद्धीत स्थिरावली पाहिजे. ते साध्य झालं तरच परमेश्वराची एकनिष्ठ भावाने अव्यभिचारी भक्ती होऊ शकेल.

भगवंतांनी आपल्या विभूती सांगण्याचा प्रारंभ तसं पाहिलं तर सातव्या अध्यायातच केलेला आहे. त्या म्हणजे, जलातील रस, सूर्यचंद्रांमधील प्रभा, वेदांमधील प्रणव, आकाशतत्त्वातील शब्दविषय, मानवातील पौरुष, पृथ्वीतील गंध, अग्नीमधील तेज, जीवांमधील चैतन्य, तपस्यांमधील तप, बुद्धिमंतांमधील बुद्धी, कामविरहित बल आणि धर्म्य वासनासुद्धा मीच आहे, असं त्या अध्यायात भगवंतांनी सांगितलं. सत्त्व-रज-तम हे भावही मीच आहे असंही सांगितलं. नवव्या अध्यायात त्यांनी यज्ञाचे सर्व प्रकार मी आहे हेही सांगितलं. या दहाव्या अध्यायातही ते त्यांच्या विभूती सांगत आहेत. या साऱ्या विभूती एकवटून तत्त्वतः आपल्याला मनोमन बघता आल्या, तर एका अतिविराट अशा पुरुषाचं दर्शन आपल्याला घडू शकेल. तोच परमात्मा सर्व सृष्टी व्यापून आहे, असा साक्षात्कार घडेल. हे सारं बुद्धीनंच समजून घ्यायचं आहे. तशी समज दृढ झाली की मग भक्त अविचलतेने निर्विवादपणे त्या परमेश्वराची भक्ती करू लागेल.

म्हणूनच या श्लोकात भगवंतांनी ‘अविकम्पेन योगेन’ या शब्दावर जोर दिलेला आहे. अविकम्पेन योगेन म्हणजे अढळ, अभेद्य, अविचल अशी निष्ठा. भगवंताचं ऐश्वर्य आणि कौशल्य जो निश्चितपणाने समजतो, तो अविचल होतो. भगवंतानंच माणसामध्ये भाव, बुद्धी आणि ज्ञान भरलं आहे आणि त्या साहाय्याने जो त्याचं विभूतिमत्व जाणतो, तो अविचल होतो.

माणसाचा स्वभाव हा लहरी असतो. त्याची दृढता बहुधा कुठेच नसते. आजकालचा जमानादेखील माणसाला चंचल बनवतो. वारा जसा वाहतो, तसा माणूस वाऱ्याबरोबर झुकतो. काही काळापूर्वी इंजिनिअर आणि डॉक्टर होण्याची स्वप्ने बघितली जात. मग व्यवस्थापन क्षेत्राची क्रेझ आली. ती जाऊन आता कॉम्प्युटरची हवा आली. व्यवस्थापनाकडे गेलेला माणूस संगणकाच्या दिशेने झुकला. मग जो तो संगणकाच्या मागे धावायला लागला. पुढे ‘इ-कॉमर्स,’ ‘इंटरनेट,’ ‘ट्रॅव्हल’ या पुढच्या पायऱ्या माणूस चढायला लागला. आता भविष्यात कॉम्प्युटरला एखादा पर्याय निर्माण झाला, तर कॉम्प्युटरचं शिक्षण घेतलेला माणूस त्या नव्या पर्यायाच्या मागे धावू लागेल. म्हणजे कुठेही दृढता नाही. ‘वारे कोणतेही वाहू देत, तुला नक्की काय करायचं आहे ते तू आधी ठरव आणि ते दृढतेने कर; त्यातच तुला यश मिळेल. केवळ वाऱ्याबरोबर धावण्याने काही साध्य होणार नाही. त्यातून तुला फक्त दम लागेल; थकवा जाणवेल!’ असंच जणू भगवंत सांगतात. अर्थात हे केवळ व्यावहारिक उदाहरण झालं. उदरभरणासाठी कालानुरूप विविध क्षेत्रांची अपरिहार्यतेने निवड करावीच लागते. तथापि, निवड केलेलं ते क्षेत्र आपल्या जिव्हाळ्याचं असतंच असं नाही. म्हणजे ती पॅशन असते असं नाही.

मात्र अध्यात्ममार्गात असं वाऱ्याबरोबर धावून चालत नाही. इथे शॉर्टकट नसतो. तरीपण या क्षेत्रातही अनेकदा अशीच परिस्थिती दिसते. एकदा अनादि अनंत परमेश्वराला मानलं तर त्याचीच निष्ठेने भक्ती का करू नये? पण तसं होताना दिसत नाही. सैरभैर झालेला माणूस बाह्यत: भक्ती करण्याचा प्रयत्न करतो. परमात्म्याला तो विभिन्न स्वरूपातल्या मूर्तींमध्ये पाहतो. एका आराध्य दैवताकडून त्याचं काम झालं नाही तर तो दुसऱ्या दैवताकडे जातो. जरी एका ठिकाणी तो टिकून राहिला तरी तो बऱ्याचदा संभ्रमितच असतो. हा संभ्रम मनातून दूर झाला पाहिजे. परमात्म्यावर दृढ निष्ठा हवी. त्यासाठी ईश्वराविषयी विशाल समज सर्वप्रथम मनात स्थिर केली पाहिजे. त्याच्यावर सारं काही सोपवण्याचा सराव केला पाहिजे. त्याचा खऱ्या अर्थाने शोध अंतर्यामीच लागेल; बाह्य विश्वात कुठेही नाही! समज आली की चित्तशुद्धी होईल.

मग चोवीस तासांमधला थोडा वेळ जरी नियमाने देवासाठी काढला आणि त्याच्यावरच मन स्थिर राहिलं तर 'अविकम्पेन योगेन' ही अवस्था प्राप्त होईल.

संत एकनाथ महाराज संसारात राहूनही सातत्याने ईश्वराशी जोडले होते. त्यामुळे त्यांची वृत्ती सदा स्थिर असे. त्यामुळे क्रोधादी विकार त्यांना वश होते. एकनाथ महाराजांना क्रोध येत नाही हे लोकांना माहीत होतं. त्यांची परीक्षा घेण्यासाठी एक अभ्यागत त्यांच्या घरी आला.

नाथांनी त्याची विचारपूस करून त्याला जेवायला बसवलं. जेवण वाढण्यासाठी नाथांची पत्नी आली, तेव्हा तो अभ्यागत तिच्या पाठीवर चढून बसला. तरीही नाथांना क्रोध आला नाही. ते तिला म्हणाले, "गिरिजा, सांभाळ हं..."

गिरिजाबाई हसून म्हणाल्या, "काळजी करू नका. मला सवय आहे. आपल्या हरिपंडिताला असंच घेत होते ना!"

असेच एकदा नाथ काशीला गेले असताना एक यवन वरच्या खिडकीतून त्यांच्या अंगावर थुंकला. काहीही न बोलता नाथ गंगेवर गेले आणि स्नान करून परतले. पुन्हा तो त्यांच्या अंगावर थुंकला. पुन्हा नाथांचं गंगास्नान झालं. असा प्रकार एकशे आठ वेळा घडला. तेव्हा तो यवन वरमला. नाथांच्या पाया पडून क्षमायाचना करू लागला. तेव्हा नाथ म्हणाले, ''अरे, एवढं वाईट कशाला वाटून घेतोस? तुझ्यामुळेच तर मला आज एकशे आठ वेळा गंगास्नान घडलं! केवढं पुण्य माझ्या पदरात पडलं!''

परमेश्वराचं हे विश्वातील जीव-जगत् आणि जगदीश यांचं गुणांसह समग्र स्वरूप आणि त्यांचा परस्परांशी असलेला संबंध जाणण्यासाठी ज्या अविचल अशा निश्चयी वृत्तीची आवश्यकता असते, त्या वृत्तीला 'अविकम्पेन योगेन' अवस्था म्हणतात. शास्त्रशुद्ध उपासनेनंच ही अवस्था गाठता येऊ शकते.

भगवंताच्या साऱ्या विभूती एकवटून आपल्याला मनोमन बघता आल्या तर एका अतिविराट अशा पुरुषाचं दर्शन आपल्याला घडू शकेल. त्यासाठी भगवंतांवर अढळ, अभेद्य, अविचल अशी निष्ठा हवी. अशा अढळ आणि स्थिर वृत्तीलाच 'अविकम्पेन योगेन' अवस्था म्हणतात.

अहं सर्वस्य प्रभवो मत्तः सर्वं प्रवर्तते ।
इति मत्वा भजन्ते मां बुधा भावसमन्विताः॥१०.८॥
मच्चित्ता मद्गतप्राणा बोधयन्तः परस्परम् ।
कथयन्तश्च मां नित्यं तुष्यन्ति च रमन्ति च ॥१०.९॥

भगवान सांगतात, मी सर्वांचं आदिकारण आहे. माझ्यापासूनच सर्व काही प्रवृत्त (कार्यक्षम) होतं, हे ज्ञान होऊन भावयुक्त झालेले ज्ञानी लोक मला भजतात. माझ्या ठिकाणी ज्यांचं चित्त समर्पित आहे आणि माझ्या ठिकाणी ज्यांचे प्राण आहेत, असे ज्ञानी एकमेकांना बोध करत, ज्ञानविज्ञानाची चर्चा करत आणि नित्य माझं गुणवर्णन करत समाधान पावतात आणि आनंदात रममाण होतात.

ईश्वर हा जसा संपूर्ण जगाचा निर्माता आहे तसाच तो माझाही निर्माता आहे, ही समजूत येऊन ज्याला त्याच्याविषयी दृढ विश्वास वाटू लागतो, तो खरा शहाणा किंवा ज्ञानी. भगवान सर्वव्यापक आहे आणि तो माझा निर्माताही आहे, असं सामान्य माणूस म्हणतो खरा; परंतु त्याचा बोध आणि आकलन त्याला झालेलं नसतं. नुसती माहिती उपयोगाची नसते तर बोध होणं महत्त्वाचं असतं. ज्याला भगवंताच्या स्वरूपाचा खरा बोध होतो, तो 'बुधा' होतो म्हणजे तो ज्ञानी म्हटला जातो.

आपलं चित्त समर्पित करणं याचा अर्थ स्थिर झालेलं संकुचित मन वैश्विक मनाशी संलग्न करून कार्य करता आलं पाहिजे. विचारातली संकुचितता गेली की आपोआप वैश्विकता प्राप्त होते. विश्वात्म भावावर मग सारं काही सोपवून अशी ज्ञानी व्यक्ती पृथ्वीवर त्याचं प्राप्त कर्तव्य करत राहते.

आपण जेव्हा परगावी रेल्वेमधून जातो तेव्हा रेल्वे कशी चालते, याचा आपण विचार करत नाही. ते काम इंजिन ड्रायव्हरचं असतं. आपण फक्त प्रवासाचा अनुभव घेत राहतो. पण जेव्हा रेल्वे कोण चालवतो, याचा जेव्हा विचार करू लागतो, तेव्हा रेल्वेच्या निर्मितीपासून चालकापर्यंत सर्व विषय त्यामध्ये ओघानंच येतात. त्याचप्रमाणे आपण

आपलं सुख-दुःखस्वरूप जीवन जगत असतो. दैनंदिन धावपळीच्या जीवनात तर सृष्टीची निर्मिती, सृष्टिचालक वगैरे विषयांचा विचारही मनात येत नाही. मनुष्य इतका रोजच्या आयुष्यात अडकलेला असतो. मात्र जेव्हा आपल्या जीवनरूपी रेल्वेचा विचार मनात उद्भवतो, तेव्हा मनुष्याच्या निर्मितीपासून त्याच्या चालकापर्यंत सर्व विषयांचा मनात स्वाभाविकच उद्भव होतो. मग ज्याने आपल्याला घडवलं, त्याला जाणण्याचा प्रयत्न सुरू होतो. अशा लाखो जाणत्यांपैकी एखाद्यालाच मग ईश्वस्वरूपाचं तत्त्वतः ज्ञान होतं.

आपल्या जीवनरूपी रेल्वेचा चालक भगवंत आहे हे जाणल्यामुळे अशी ज्ञानी व्यक्ती निश्चिंत मनाने जीवनयात्रा पार पाडते. ज्याचा भाव टिकून आहे, जो प्रेमयुक्त आहे, असा ज्ञानी भगवंताची खरी भक्ती करतो. असा भक्त ज्ञानामुळे शुष्क किंवा रूक्ष झालेला नसतो. त्याच्या हृदयात सतत भगवंताचंच चिंतन सुरू असतं. भगवंताचं स्मरण करताना तो खाणं-पिणं विसरून जातो. याचा अर्थ तो उपाशी राहतो असं नाही, तर केवळ खाण्यापिण्यामध्येच त्याला रस वाटत नाही. भगवंताचं कार्य करण्यामध्ये त्याला खरा अर्थ वाटत असतो.

> लक्ष्मण हे याचं आदर्श उदाहरण म्हणता येईल. रामाच्या सोबत लक्ष्मण वनवासात जातो ते रामाची सेवा करण्यासाठीच! लक्ष्मण म्हणतो, 'रामाची सेवा करण्यामध्ये मला खाण्या-पिण्याचीही शुद्ध राहत नाही.'
>
> लक्ष्मण म्हणजे रामाची दुसरी सावलीच. तो स्वतःकडे दुर्लक्ष करून रामाची सेवा करतो आणि लक्ष्मणाची ही सेवा आणि प्रेमभाव पाहून रामही तितक्याच उत्कटतेने लक्ष्मणावर प्रेम करतो. अशा तऱ्हेने लक्ष्मणाला रामाची सेवा करण्यातच आनंद वाटतो. त्या समाधानातच तो तल्लीन राहतो. राम जेव्हा शेवटी त्याला मृत्युदंड देतो, तेव्हा लक्ष्मण तत्काळ शरयू नदीमध्ये प्रवेश करतो. भगवंत जे करतो ते आपल्या भल्यासाठीच करतो हा दृढ विश्वास अशा भक्तामध्ये असतो.

मग भगवान सांगतात, माझ्या ठिकाणीच ज्यांचं चित्त समर्पित आहे, असे ज्ञानी परस्परांना बोध करत ज्ञानविज्ञानाची चर्चा करतात आणि नित्य माझं गुणवर्णन करत दैवी आनंदात रममाण होतात.

परमतत्त्व जाणून घेण्याविषयी ज्यांना कमालीची ओढ असते असे ज्ञानी लोक सामान्यांच्या फालतू गप्पांमध्ये - म्हणजे चकाट्या पिटण्यामध्ये सहभागी होत नाहीत. किंवा दिशाहीन भटकण्यामध्ये आणि असत् गोष्टींमधल्या भोगविषयांमध्ये रमूच शकत नाहीत. उलट ज्यांना सृष्टी, सृष्टीत ठासून भरलेलं सौंदर्य, चांदणं, सात्त्विक जीवनपद्धती, अंतराळ, सूक्ष्मापासून अनंत असं विस्तारलेलं कल्पनातीत विश्व,

त्याचा अव्यक्त निर्माता, त्याचं हस्तलाघव या विषयांची प्रतीती होते, ते ज्ञानी तशाच गप्पांमध्ये किंवा चर्चांमध्ये रमतात. होमहवन, वैदिक संस्कृती, कृष्णादी अवतारांची चरित्रं, वृंदावनातील रासक्रीडा अर्थात अशरीरी प्रेम (Occult love) संथ-शीतल मानस सरोवर, त्यात विमुक्त विहार करणारे राजहंस, त्या पार्श्वभूमीवर चांदण्यात न्हाऊन निघालेला दैवी कैलास पर्वत, त्यात सामावलेलं भगवान महादेवांचं अव्यक्त स्वरूप, अवकाशातून मानस सरोवरात अवतरणारे दैवी स्फुल्लिंग, हिमालयातील गूढ गोष्टी, तिथले सिद्ध योगी, आत्मा-परमात्मा - या आणि अशा विषयांमध्येच ज्ञानी लोक रमतात. ते परस्परांशी अशाच विषयांवर चर्चा करतात. आपले दिव्य अनुभव परस्परांना सांगून परस्परांना बोध करतात. त्यांना मिळणारा हा दैवी अनुभव कल्पनातीत असतो. ते त्याच आनंदात प्राप्त कर्मं करत असतानाही रममाण होऊन जातात.

भागवत कथा, रामकथा, किंवा कृष्णकथा आदी कथा श्रवण करण्यामधूनही मनामध्ये दैवी भाव जागृत होत असतो. असे एकविचारी श्रोते कथा ऐकायला येत असतात आणि त्यामुळे सत्संग होऊन परस्परांना दैवी आनंद मिळत असतो. मनुष्य आपल्या दैनंदिन जीवनातील कटकटी विसरून त्यांमध्ये रमून जातो. असा एकविचारी भक्तांचा सत्संग होणं हाच कथांचा उद्देश असतो. त्यातून मनुष्यामध्ये भावजागृती होत असते, परंतु काही जण त्या कथांमधील सत्यता शोधायला जातात. अवतारांच्या जीवनाचं ऐतिहासिक विश्लेषण करू लागतात. अशांना कथांचा मूळ हेतूच ध्यानात आलेला नसतो. एकविचारी जनांचा आनंददायी सत्संग होणं हाच कथांचा हेतू असतो.

जे भगवद्विषयांमध्ये रमतात आणि त्याच्याविषयीच्या चर्चांमध्येच रमतात असे भक्त जीवनात समाधान पावतात आणि आनंदात रममाण होतात, असं भगवान नवव्या श्लोकात सांगतात.

परमेश्वरच सर्वांचं आदिकारण आहे, याचं ज्ञान अनेक ऋषींना आणि संतांना झालेलं होतं. त्यामुळे भौतिकतेत गुंतून न पडता योगस्थ होऊन ते त्याच्या गुणवर्णनातच तल्लीन होऊन जात. संतांना अभंगाचं स्फुरण म्हणूनच होत असे. असा हा परमानंद घेण्यासाठी ज्ञानाची आवश्यकता असते. ज्ञानमार्गावरचे सामान्यजनसुद्धा भोगविषयांमध्ये न रमता भगवंताच्या भावविश्वामध्येच रमून जातात. त्यातच त्यांना दैवी आनंद लाभत असतो.

तेषां सततयुक्तानां भजतां प्रीतिपूर्वकम् ।
ददामि बुद्धियोगं तं येन मामुपयान्ति ते ॥१०.१०॥
तेषामेवानुकम्पार्थमहमज्ञानजं तमः ।
नाशयाम्यात्मभावस्थो ज्ञानदीपेन भास्वता ॥१०.११॥

अर्जुन उवाच

परं ब्रह्म परं धाम पवित्रं परमं भवान्।
पुरुषं शाश्वतं दिव्यमादिदेवमजं विभुम्।।१०.१२।।
आहुस्त्वामृषयः सर्वे देवर्षिर्नारदस्तथा।
असितो देवलो व्यासः स्वयं चैव ब्रवीषि मे ।।१०.१३।।
सर्वमेतदृतं मन्ये यन्मां वदसि केशव।
न हि ते भगवन्व्यक्तिं विदुर्देवा न दानवाः।।१०.१४।।
स्वयमेवात्मनाऽत्मानं वेत्थ त्वं पुरुषोत्तम।
भूतभावन भूतेश देवदेव जगत्पते।।१०.१५।।
वक्तुमर्हस्यशेषेण दिव्या ह्यात्मविभूतयः।
याभिर्विभूतिभिर्लोकानिमांस्त्वं व्याप्य तिष्ठसि।।१०.१६।।
कथं विद्यामहं योगिंस्त्वां सदा परिचिन्तयन्।
केषु केषु च भावेषु चिन्त्योऽसि भगवन्मया।।१०.१७।।
विस्तरेणात्मनो योगं विभूतिं च जनार्दन।
भूयः कथय तृप्तिर्हि श्रृण्वतो नास्ति मेऽमृतम्।।१०.१८।।

याप्रमाणे सतत युक्त असलेल्या आणि प्रीतिपूर्वक माझी भक्ती करणाऱ्यांना ज्यामुळे ते माझ्या सन्निध येऊन पोहोचतील बुद्धियोग देतो. यांच्यावर विशेष अनुग्रह करण्यासाठीच, त्यांच्या आत्मस्वरूपाच्या ठिकाणी असणारा मी, अज्ञानापासून उत्पन्न झालेल्या मोहरूपी अंधकाराचा प्रकाशमान अशा ज्ञानरूपी दीपाने नाश करतो.

अर्जुन म्हणाला, आपण परम ब्रह्म, परम धाम आणि परम पवित्र आहात. कारण आपल्याला सर्व ऋषिगण सनातन, दिव्य पुरुष, तसेच देवांचाही आदिदेव, अजन्मा

आणि सर्वव्यापी म्हणतात. देवर्षी नारद, असित, देवल व महर्षी व्यासही तसेच सांगतात आणि आपणही मला तसेच सांगता. हे केशवा! जे काही मला आपण सांगत आहात, ते सर्व मी सत्य मानतो. हे भगवन्! आपल्या लीलामय स्वरूपाला ना दानव जाणतात ना देव. हे भूतमात्रांना उत्पन्न करणारे भूतेश्वर! हे देवांचे देव, हे जगनिर्माता, हे पुरुषोत्तमा, आपण स्वतःच आपल्याला जाणता. ज्या विभूतींच्या योगाने आपण सर्व लोक व्यापून राहिला आहात, त्या आपल्या दिव्य विभूती पूर्णपणे सांगायला केवळ आपणच समर्थ आहात. हे योगेश्वर! मी कशा प्रकारे निरंतर चिंतन करत आपल्याला जाणावे? हे भगवन्! आपण कोणकोणत्या भावांत माझ्याकडून चिंतन करण्यास योग्य आहात? हे जनार्दना! आपली योगशक्ती आणि विभूती पुन्हा विस्तारपूर्वक सांगा. कारण आपली अमृतमय वचने ऐकत असता माझी तृप्ती होत नाही(अर्थात ऐकण्याची उत्कंठा अधिकच वाढत राहते).

या श्लोकात पुन्हा चित्त भगवंतांच्या ठिकाणी 'प्रीतिपूर्वक' समाहित करायला सांगितलं आहे. म्हणजे निःस्वार्थ बुद्धीनेच भगवंतांमध्ये चित्त समाहित केलं पाहिजे. चित्त समाहित करताना मनात कोणतीही मागणी नसावी किंवा कोणताही सुप्त हेतूही नसावा. म्हणजे भगवंतांनी पुन्हा एकदा अनन्य भक्तीची महतीच या श्लोकात गायली आहे. या संदर्भात कृष्ण आणि सुदामा यांची गोष्ट सर्वपरिचित आहे.

> सांदिपनी ऋषींच्या आश्रमात श्रीकृष्ण शिकत असताना सुदामा हा गरीब विद्यार्थी कृष्णाचा सहाध्यायी होता. दोघांची अतिशय घट्ट मैत्री होती. पुढे शिक्षण पुरं झाल्यानंतर दोघंही आपापल्या घरी परतले. कालपरत्वे श्रीकृष्णाने आपलं राज्य द्वारकेला नेलं.
>
> तत्कालीन समाजात अनेक भोगवादी राजे प्रजेला त्रस्त करत होते. सनातन वैदिक विचारधारा या राजांनी उखडून टाकली होती. अशा भोगवादी आणि साम्राज्यवादी राजांविरुद्ध कृष्णाने मोठी आघाडी उघडली होती. परिवर्तन हे केवळ शस्त्राने होत नसतं; सुख-शांतीही केवळ शस्त्राने निर्माण होत नसते. त्यासाठी विचारशस्त्रही उचलावं लागतं. शस्त्रविचार आणि विचारशस्त्र हे समाजव्यवस्थेचे दोन पाय असतात. कृष्णाने शस्त्रविचार उचलला होता तर सुदाम्याने विचारशस्त्र उचललं होतं. गावोगाव जाऊन तो लोकांमध्ये वैचारिक परिवर्तन घडवून आणण्यासाठी झिजत होता. स्वाभाविकच त्याचं स्वतःच्या संसाराकडे लक्ष नव्हतं.

मग एक वेळ अशी आली की, त्याची मुलंबाळं उपाशी राहू लागली. तेव्हा त्याची पत्नी म्हणाली, ''तुम्ही एवढे कष्ट उपसता; पण लक्ष्मी काही तुमच्यावर प्रसन्न होत नाही.''

सुदामा म्हणाला, ''लक्ष्मी आपल्यावर प्रसन्न व्हावी म्हणून मी काम करत नाही. सद्विचार समाजात रुजवणं ही माझी जीवननिष्ठा आहे.''

त्यावर त्याची पत्नी म्हणाली, ''पण माझी मुलं उपाशी राहिलेली मला बघवत नाही... त्यामुळे काहीही करून धन मिळवून आणा.''

सुदाम्याने विचारलं, ''कुठून आणू?''

तिने उपाय सांगितला, ''तुमचा बालमित्र कृष्ण! आजपर्यंत आपण त्याच्याकडे काहीही मागितलं नाही; पण आता मागायला काय हरकत आहे? त्याने थोडी जरी मदत केली तरी आपलं दारिद्र्य दूर होईल.''

सुदाम्याला ती गोष्ट प्रशस्त वाटत नव्हती. कुणापुढे हात पसरणं ही त्याची संस्कृती नव्हती, परंतु बायकोच्या हट्टापुढे त्याचं काही चालेना. दुसऱ्या दिवशी तो कृष्णाला भेटण्यासाठी द्वारकेला निघाला. रिकाम्या हाताने कृष्णाकडे जाणे योग्य होणार नाही म्हणून त्याच्या पत्नीने कृष्णासाठी पोह्याची एक पुरचुंडी दिली. ती घेऊन तो गरीब सुदामा द्वारकेला गेला.

सोन्याची द्वारका पाहून सुदामा हरखून गेला. काही वेळातच तो राजप्रासादापुढे पोहोचला. प्रतिहारीने विचारपूस करताच तो म्हणाला, 'कृष्ण माझा बालमित्र आहे... मला त्याला भेटायचं आहे.'

सुदाम्याचं भणंग रूप पाहून प्रतिहारी काही क्षण गोंधळला. मग अंतःपुरात जाऊन त्याने श्रीकृष्णाला सुदामा आल्याची वार्ता दिली. ती ऐकताच कृष्ण प्रासादाच्या मुख्य द्वाराकडे अनवाणीच धावत निघाला. सुदाम्याला पाहताच कृष्णाने त्याला घट्ट मिठी मारली; त्याला अंतःपुरात नेलं; त्याचं पादप्रक्षालन केलं. रुक्मिणीनेही वाकून अभिवादन केलं.

कृष्णाची ती समृद्धी पाहून सुदाम्याला फडक्यात बांधून आणलेले ते पोहे देण्याचं धाडस होईना. सुदाम्याला आसनस्थ केल्यानंतर कृष्णच म्हणाला, ''अरे, हे काय आणलं आहेस माझ्यासाठी? बघू बरं!''

स्वतःहूनच कृष्णाने त्याच्या हातून ती पोह्याची पुरचुंडी घेतली; आणि मग रुक्मिणीसह त्याने त्या पोह्यांचा आस्वाद घेतला. जेवणाची तयारी झाली, तेव्हा कृष्णाने मोठ्या आदराने सुदाम्याला पाटावर बसवलं. ताटातले अनेकविध पदार्थ पाहून सुदाम्याच्या डोळ्यांमध्ये पाणी तरळलं.

त्याला त्याची उपाशी मुलं डोळ्यांपुढे दिसू लागली. त्यामुळे पक्वान्नांचा घास त्याच्या घशाखाली उतरेना. दोन दिवस द्वारकेत राहिल्यानंतर तिसऱ्या दिवशी सुदामा आपल्या घरी निघाला. त्या दोन दिवसांत त्याला कृष्णाकडे काही मदत मागण्याचं धाडसही झालेलं नव्हतं. हात पसरले की पतही घसरते हे त्याला माहीत होतं. देवाचं काम करून लगेच त्यात वासना अडकवण्याचा त्याचा स्वभावही नव्हता.

सुदमा गावी परतला. तेव्हा एका मोठ्या प्रासादाबाहेर त्याच्या बायकोने त्याचं स्वागत केलं; मुलंही आनंदाने नाचत पुढे आली.

सुदाम्याला सारा प्रकार कळून चुकला. कृष्णाने त्याचं प्रेमाने स्वागत केलं होतं; पण प्रत्यक्षात त्याच्या हातात कोणतीही मदत दिलेली नव्हती. एक श्रीमंत हात समक्ष गरीब हाताला मदत करतो, तेव्हा गरीब उपकारकर्त्यापुढे वाकतो. उपकारकर्त्यापुढे त्याची मान नेहमीच खाली जाते. कृष्णाने हे सारं हेतुपुरस्सर टाळलं होतं. दोघांची भेट म्हणजे समसमासंयोगाचीच अनुभूती होती. अहंगंड आणि न्यूनगंड तिथे उरलाच नव्हता. केवळ मित्रप्रेम आणि अनन्य भाव मागे उरला होता.

अशा तऱ्हेने अनन्य भक्त भगवंताला प्रेमाने भजत असतात. त्यात त्यांचा कोणताही स्वार्थ नसतो.

पुष्कळ जण धार्मिक स्थळीही त्याच स्वार्थी हेतूने जात असतात. भगवंत केवळ धार्मिक स्थळी आहे, असा या लोकांचा भ्रम असतो. त्यामुळे आराध्य दैवतासमोर गेल्यावर हे 'भक्त' अनेक प्रकार अगतिकेने करतात. बाहेर आल्यावर त्यांच्या दृष्टीने देव हा धार्मिक स्थळीच राहिलेला असतो! मग पुन्हा पहिले पाढे पंचावन्न!! पण शरीर हेच मंदिर आहे आणि त्यातल्या गाभाऱ्यात बसून परमात्मा आपल्या सर्व कृत्यांची आणि विचारांचीही नोंद ठेवत असतो. त्या हृदयस्थ परमात्म्याशी असलेला आपला संबंध उमजला पाहिजे. त्याच्याशी अतिशय प्रेमपूर्वक आणि निरपेक्ष भावाने युक्त होण्याचा सराव केला पाहिजे. अशा तऱ्हेने जो परमात्म्याशी आत्यंतिक प्रेमभावाने अनन्य राहतो, त्याच्या अंतःकरणात भगवंत केव्हा ना केव्हा तरी ज्ञानदीप लावून मोह-अंधकाराचा नाश करतो. न मागता भक्ताचा सर्व प्रकारचा मोह नाश करतो आणि त्याचं जीवन चालवतो.

आत्यंतिक प्रेमभावाने भगवंताशी युक्त झाल्यानंतर मोहांधकाराचा नाश होतो. त्यासाठी भगवंताची निरपेक्ष भावाने प्रेमपूर्वक भक्ती केली पाहिजे.

हन्त ते कथयिष्यामि दिव्या ह्यात्मविभूतयः ।
प्राधान्यतः कुरुश्रेष्ठ नास्त्यन्तो विस्तरस्य मे ॥१०.१९॥
अहमात्मा गुडाकेश सर्वभूताशयस्थितः।
अहमादिश्च मध्यं च भूतानामन्त एव च।।१०.२०।।
आदित्यानामहं विष्णुर्ज्योतिषां रविरंशुमान्।
मरीचिर्मरुतामस्मि नक्षत्राणामहं शशी।।१०.२१।।
वेदानां सामवेदोऽस्मि देवानामस्मि वासवः।
इन्द्रियाणां मनश्चास्मि भूतानामस्मि चेतना।।१०.२२।।
रुद्राणां शङ्करश्चास्मि वित्तेशो यक्षरक्षसाम्।
वसूनां पावकश्चास्मि मेरुः शिखरिणामहम्।।१०.२३।।
पुरोधसां च मुख्यं मां विद्धि पार्थ बृहस्पतिम्।
सेनानीनामहं स्कन्दः सरसामस्मि सागरः।।१०.२४।।
महर्षीणां भृगुरहं गिरामस्म्येकमक्षरम्।
यज्ञानां जपयज्ञोऽस्मि स्थावराणां हिमालयः।।१०.२५।।
अश्वत्थः सर्ववृक्षाणां देवर्षीणां च नारदः।
गन्धर्वाणां चित्ररथः सिद्धानां कपिलो मुनिः।।१०.२६।।
उच्चैःश्रवसमश्वानां विद्धि माममृतोद्भवम्।
ऐरावतं गजेन्द्राणां नराणां च नराधिपम्।।१०.२७।।
आयुधानामहं वज्रं धेनूनामस्मि कामधुक्।
प्रजनश्चास्मि कन्दर्पः सर्पाणामस्मि वासुकिः।।१०.२८।।
अनन्तश्चास्मि नागानां वरुणो यादसामहम्।
पितृणामर्यमा चास्मि यमः संयमतामहम्।।१०.२९।।
प्रह्लादश्चास्मि दैत्यानां कालः कलयतामहम्।
मृगाणां च मृगेन्द्रोऽहं वैनतेयश्च पक्षिणाम्।।१०.३०।।
पवनः पवतामस्मि रामः शस्त्रभृतामहम्।
झषाणां मकरश्चास्मि स्रोतसामस्मि जाह्नवी।।१०.३१।।

सर्गाणामादिरन्तश्च मध्यं चैवाहमर्जुन।
अध्यात्मविद्या विद्यानां वादः प्रवदतामहम्।।१०.३२।।
अक्षराणामकारोऽस्मि द्वन्द्वः सामासिकस्य च।
अहमेवाक्षयः कालो धाताहं विश्वतोमुखः।।१०.३३।।
मृत्युः सर्वहरश्चाहमुद्भवश्च भविष्यताम्।
कीर्तिः श्रीर्वाक्च नारीणां स्मृतिर्मेधा धृतिः क्षमा।।१०.३४।।
बृहत्साम तथा साम्नां गायत्री छन्दसामहम्।
मासानां मार्गशीर्षोऽहमृतूनां कुसुमाकरः।।१०.३५।।
द्यूतं छलयतामस्मि तेजस्तेजस्विनामहम्।
जयोऽस्मि व्यवसायोऽस्मि सत्त्वं सत्त्ववतामहम्।।१०.३६।।
वृष्णीनां वासुदेवोऽस्मि पाण्डवानां धनञ्जयः।
मुनीनामप्यहं व्यासः कवीनामुशना कविः।।१०.३७।।
दण्डो दमयतामस्मि नीतिरस्मि जिगीषताम्।
मौने चैवास्मि गुह्यानां ज्ञाने ज्ञानवतामहम्।।१०.३८।।
यच्चापि सर्वभूतानां बीजं तदहमर्जुन ।
न तदस्ति विना यत्स्यान्मया भूतं चराचराम्॥१०.३९॥

हे कुरुश्रेष्ठा, आता ज्या माझ्या दिव्य विभूती आहेत, त्यांपैकी महत्त्वाच्या तुला सांगतो. कारण त्या अनंत आहेत. माझ्या विस्ताराला अंत नाही. हे अर्जुना! मी सर्व भूतांच्या हृदयात असलेला सर्वांचा आत्मा आहे; तसेच सर्व भूतांचा आदी, मध्य आणि अंतही मीच आहे. अदितीच्या बारा पुत्रांपैकी विष्णू मी आणि ज्योतींमध्ये किरणांनी युक्त सूर्य मी आहे. एकोणपन्नास वायुदेवतांचे तेज आणि नक्षत्रांचा अधिपती चंद्र मी आहे. मी वेदांमधील सामवेद आहे; देवांमध्ये इंद्र आहे. इंद्रियांमध्ये मी मन आहे; आणि प्राणिमात्रांमधील चेतना म्हणजे जीवनशक्ती आहे. अकरा रुद्रांमध्ये मी शंकर आहे; यक्ष व राक्षसांमध्ये मी धनाचा स्वामी कुबेर आहे. आठ वसूंमध्ये मी अग्नी आहे; तर शिखरे असणाऱ्या पर्वतांमध्ये महान मेरूपर्वत आहे. पुरोहितांमध्ये मुख्य बृहस्पती मला समज. मी सेनापतींमधला स्कंद (कार्तिकेय) आणि जलाशयांमध्ये समुद्र आहे. महर्षींमध्ये भृगू आणि शब्दांमध्ये एक अक्षर (अर्थात ओंकार) आहे. यज्ञांमध्ये जपयज्ञ आणि स्थिर राहणाऱ्यांमध्ये हिमालय पर्वत मी आहे. वृक्षांत पिंपळ आणि देवर्षींमध्ये नारद मुनी, गंधर्वांमध्ये चित्ररथ आणि सिद्धांमध्ये कपिलमुनी आहे. घोड्यांमध्ये अमृताबरोबर उत्पन्न झालेला उच्चैःश्रवा नावाचा घोडा, श्रेष्ठ हत्तींमध्ये ऐरावत नावाचा हत्ती आणि

मनुष्यांमध्ये राजा मला समज. मी नागांमध्ये शेषनाग आणि जलचरांचा अधिपती वरुणदेव आहे. पितरांमध्ये अर्यमा नावाचा पितर आणि शासन करणाऱ्यांमध्ये यमराज मी आहे. शस्त्रांमध्ये वज्र आणि गाईंमध्ये कामधेनू आहे. शास्त्रोक्त रीतीने प्रजोत्पत्तीचे कारण असणारा कामदेव मी आहे; आणि सर्पांमध्ये मी सर्पराज वासुकी आहे. दैत्यांमध्ये प्रह्लाद आणि गणना करणाऱ्यांमध्ये समय आहे. पशूंमध्ये मृगराज सिंह आणि पक्ष्यांमध्ये गरुड आहे. पवित्र करणाऱ्यांत वायू आणि शस्त्रधाऱ्यांत श्रीराम आहे; जलचरांमध्ये मगर आणि नद्यांत श्रीभागीरथी गंगा आहे. हे अर्जुना! सृष्टीचा आदी आणि अंत तसेच मध्यही मी आहे. विद्यांतील ब्रह्मविद्या आणि परस्पर वाद करणाऱ्यांमध्ये तत्त्वनिर्णयासाठी केला जाणारा वाद मी आहे. अक्षरांतील अकार आणि समासांपैकी द्वंद्व समास मी आहे. अक्षय काल म्हणजेच कालाचाही महाकाल तसेच सर्व बाजूंनी तोंडे असलेला विराटस्वरूप सर्वांचे धारण-पोषण करणाराही मीच आहे. सर्वांचा नाश करणारा मृत्यू आणि उत्पन्न होणाऱ्यांच्या उत्पत्तीचे कारण मी आहे. स्त्रियांमध्ये कीर्ती, लक्ष्मी, वाणी, स्मृती, मेधा, धृती आणि क्षमा मी आहे. गायन करण्याजोग्या वेदांमध्ये मी बृहत्साम आणि छंदांमध्ये गायत्री छंद आहे. त्याचप्रमाणे महिन्यांतील मार्गशीर्ष आणि ऋतूंतील वसंत मी आहे. मी कपट करणाऱ्यांतील जुगार आणि प्रभावशाली पुरुषांचा प्रभाव आहे. मी जिंकणाऱ्यांचा विजय आहे. निश्चयी लोकांचा निश्चय आणि सात्त्विक पुरुषांचा सात्त्विक भाव आहे. वृष्णिवंशीयांमध्ये वासुदेव अर्थात् मी स्वतः तुझा मित्र, पांडवांमध्ये धनंजय म्हणजेच तू, मुनींमध्ये वेदव्यास आणि कवींमध्ये शुक्राचार्य कवीही मीच आहे. दमन करणाऱ्यांचा दण्ड म्हणजे दमनशक्ती मी आहे. विजयाची इच्छा करणाऱ्यांची नीती मी आहे. गुप्त ठेवण्यासारख्या भावांचा रक्षक मौन आणि ज्ञानवानांचे तत्त्वज्ञान मीच आहे. हे अर्जुना, भूतमात्रांसह सर्व पदार्थांचे जे बीज, ते मी आहे. माझ्याशिवाय असू शकेल अशी एकही स्थावर व जंगम वस्तू सृष्टीत अस्तित्वात नाही.

अर्जुनाला आपल्या विभूती सांगताना भगवान म्हणतात, 'मी तुला माझ्या मुख्य विभूती सांगतो. माझ्या सर्व विभूती सांगणं शक्य नाही; कारण माझ्या विस्ताराला अंतच नाही.' मग या अध्यायातल्या विसाव्या श्लोकापासून भगवान त्यांच्या विभूती सांगायला प्रारंभ करतात. लहान मुलाला एखादी गोष्ट पटवून सांगताना ती सरळ सोपी करून सांगावी लागते. अक्षर-ओळख करून देतानाही आधी 'अ' किंवा 'श्री' हे अक्षर मुलाला मोठ्या आकारात ठळक काढून दाखवावं लागतं. तरच त्याची स्पष्टता लहान मुलाला येते. मग पुढे तो ते अक्षर लहान आकारातही काढू शकतो. त्याचप्रमाणे

ज्याला भगवंतांचं स्वरूप जाणून घ्यायचं आहे, त्याने मूर्तीमध्ये देवाचं अस्तित्व पाहण्याचा सराव झाला की मूर्ती बाजूला करून तेच तत्त्व निसर्गामध्ये पाहावं, प्राण्यांमध्ये पाहावं, ब्रह्मांडात पाहावं असंच जणू भगवंतांना सांगायचं आहे.

या प्रक्रियेत मूर्तीलाच व्यापक बनवण्याची कला दडलेली आहे आणि ही गोष्ट अतिशय आनंददायक अशी असते. लहान मुलाला 'अ' हे अक्षर ओळखता यायला लागलं की ते बालक प्रत्येक शब्दात किंवा वाक्यामध्ये 'अ' अक्षर शोधण्याचा प्रयत्न करतं. त्याप्रमाणे एकदा परमेश्वरी स्वरूपाचं ज्ञान झालं की विश्वातल्या प्रत्येक विभूतीमध्ये त्याचा शोध घेण्याचा साधक प्रयत्न करतो. अशा साधकाला मार्गदर्शक व्हावं म्हणूनच भगवंत हा विभूतियोग मोठ्या आनंदाने कथन करतात. भोगयोगामधून ईशयोगात जाणं म्हणजेच 'विभूतियोग' असं भगवंत सांगतात.

दुसऱ्या शब्दात सांगायचं तर सृष्टीकडे भोगाच्या दृष्टीने न पाहता विभूतीच्या दृष्टीने पाहण्याचं ज्ञान यातून मिळतं. सृष्टी भोगासाठी नसून पूजेसाठी आहे, हे समजतं. त्याचप्रमाणे मानव आणि निसर्ग यांच्यातील नातं या अध्यायातून स्पष्ट होतं. पदार्थविज्ञान, प्राणिविज्ञान, समाजविज्ञान यांच्यात असणारं समान सूत्र उमजतं. म्हणजेच मानव, प्राणी आणि सृष्टी यांमधील दैवी गुंफणीची सुस्पष्टता होते. गुलाबाचं फूल बघणारा भोगवादी असेल तर त्याला त्यापासून गुलकंद करणं सुचेल. कविमनाचा असेल तर त्याला ते प्रेयसीच्या वेणीत घालावंसं वाटेल. ईश्वराशी तद्रूप ईशवादी असेल, तो मात्र ते फूल पाहून त्याच्या निर्मात्याच्या म्हणजे भगवंताच्या कलाकृतीचं कौतुक करेल. भगवंताची ही सर्जनशीलता त्याच्या अनुभवास येईल.

आपलं विभूतिमत्त्व कथन केल्यानंतर भगवान अर्जुनाला म्हणतात, 'पार्था, सर्व भूतांचं जे बीज-ते मी आहे. मी ज्यात नाही, असं एकही स्थिर किंवा चर भूत आढळणार नाही. माझ्या दिव्य विभूतींचा अंत लागणार नाही. या जगात जो जो पदार्थ कोणत्या ना कोणत्या तरी विशिष्ट ऐश्वर्याने युक्त असतो, लक्ष्मी आणि उत्साह यांनी संपन्न असतो, तो तो माझ्या अंशापासून उत्पन्न झालेला आहे, असं तू समज. थोडक्यात सांगायचं तर मी आपल्या एका अंशाने या सर्व जगाला व्यापून राहिलो आहे.'

ठरावीक स्तरापर्यंत अर्जुनाची मनोभूमिका तयार झाल्यानंतरच त्याच्याच सांगण्यावरून त्याला आपलं विभूतिमत्त्व भगवंतांनी संक्षेपाने कथन केलं आहे. ते सांगतात : सर्व भूतांच्या हृदयात राहणारा आत्मा मी आहे. सर्व भूतांचा आदी, मध्य आणि अंत मी आहे. बारा आदित्यांतील विष्णू, ज्योतींतील सूर्य, मरुतांतील मरीचि, नक्षत्रांतील चंद्र, वेदांमधील सामवेद, देवतांतील इंद्र, इंद्रियांमधील मन, जीवांमधील चेतना, रुद्रांतील शंकर, यक्ष-राक्षस यांमधील कुबेर, वसूंतील अग्नी, पर्वतांतील मेरू,

पुरोहितांतील बृहस्पती, सेनापतींतील स्कंद, जलाशयांतील सागर हे सर्व मी आहे. त्याचप्रमाणे महर्षींतील भृगु मी आहे. पदरूप वाणीतील ॐ हे एकाक्षर मी आहे. यज्ञातील जपयज्ञ मीच! स्थावरातील हिमालय, सर्व वृक्षांतील अश्वत्थ, देवर्षींतील नारद, गंधर्वांतील चित्ररथ, सिद्धांमधील कपिलमुनी, अश्वांतील उचैःश्रवा, गजांतील ऐरावत, मनुष्यांतील राजा, शस्त्रांतील वज्र, धेनूंतील कामधेनू, सर्पांतील वासुकी, नागांतील अनंत, जलदेवांतील वरुण, पितरांमधील अर्यमा, प्रजोत्पादन करणारा कामदेव या साऱ्या माझ्याच विभूती आहेत.

या विश्वसंसाराचं, पर्यायाने अखिल जीवनाचं रहस्य आणि त्यामधील आद्यतत्त्व जाणून घेण्याच्या दृष्टीने मनुष्य सृष्टीचं अवलोकन करू लागला की त्याची आत्मनिष्ठ विज्ञानदृष्टी जागृत होते. मग सृष्टीची अगाधता, उदारता, सुंदरता, ओजस्विता, सत्यता अशा दिव्य आणि सात्त्विक भावांची त्याला ओळख पटू लागते. अनंत आकाश, तेजस्वी सूर्य, शीतल चंद्रमा, असंख्य तारका, उत्तुंग पर्वतराजी, घनदाट अरण्यं, विशाल सागर, गिरिशिखरांवरून अथांग वाहणारे जलौघ असं सृष्टीचं भव्योदात्त स्वरूप पाहून याच्या अंतरंगात काहीतरी अविनाशी, अज्ञात, सामर्थ्यसंपन्न, अविकृत आणि एकच अद्वैत सत्यस्वरूप वास करून आहे याची त्याला अनुभूती येऊ लागते. दृश्य आणि सूक्ष्म सृष्टीलाही भगवंताचे सात्त्विक भाव व्यापून आहेत याचीही जाणीव होऊ लागते.

प्रपंचातील सुखदुःखांच्या आघातांनी आणि क्षणिक भोगलालसेच्या विषयांमधून मन मोकळं होईल, तेव्हाच भगवंतनिर्मित, भगवंतवासित विशाल विश्वाकडे मनुष्याची दृष्टी वळू शकेल. बुद्धीला स्तिमित करून सोडणाऱ्या विश्वशक्तीकडे मनुष्याची बुद्धी आकर्षित झाल्यानंतर त्याला अनंततत्त्वाचा हलके हलके साक्षात्कार होऊ लागेल.

या श्लोकांमधून भगवंतांनी आपल्या विभूतींचा थोडक्यात उल्लेख केला आहे, त्यातून जे जे श्रेष्ठ आहे ते ते भगवंत आहे. आपल्यामध्येही भगवंत अधिष्ठित व्हायला आणि त्यांनी अभिमानाने आपलंही नाव घ्यायला हवं असेल, तर आपणही तसंच श्रेष्ठ बनायला हवं! सात्त्विक वृत्तीतील श्रेष्ठता हाच आपला आदर्श असला पाहिजे.

सर्व जीवांचं बीज भगवंत आहेत; विश्वातील सर्व स्थावर-जंगम हेही भगवंतच! त्यांचं अस्तित्व नाही अशी एकही वस्तू सृष्टीत अस्तित्वात नाही. भगवंत कुठे कुठे आहेत, त्याचं थोडक्यात कथन इथे भगवंतांनी स्वतः केलं आहे. त्यांच्या स्वरूपाचा विस्तार जाणून घेण्यासाठी प्रथम ढोबळमानाने आणि मग सूक्ष्म दृष्टीने भगवंतांना जाणून घेतलं पाहिजे. ते साध्य झालं तर, जे तत्त्व सागरात आहे, तेच पाण्याच्या थेंबात आहे हे कळेल.

नान्तोऽस्ति मम दिव्यानां विभूतीनां परन्तप ।
एष तूद्देशतः प्रोक्तो विभूतेर्विस्तरो मया ॥१०.४०॥
यद्यद्विभूतिमत्सत्त्वं श्रीमदूर्जितमेव वा ।
तत्तदेवावगच्छ त्वं मम तेजोंऽशसम्भवम् ॥१०.४१॥
अथवा बहुनैतेन किं ज्ञातेन तवार्जुन ।
विष्टभ्याहमिदं कृत्स्नमेकांशेन स्थितो जगत् ॥१०.४२॥

हे शत्रुतापना, माझ्या दिव्य विभूतींचा अंत नाही. हा विभूतींचा विस्तार तर मी केवळ संक्षेपाने सांगितला आहे… जो जो पदार्थ विभूतिमान, ऐश्वर्यवान, प्रकाशमान किंवा तेजस्वी म्हणजे प्रभावशाली आहे, तो तो माझ्या तेजाच्या अंशापासून झाला आहे, असंच तू समज… अथवा हे अर्जुना, तुला हा पसारा जाणून काय करायचं आहे? मी माझ्या एकाच अंशाने हे सर्व जग व्यापून राहिलो आहे, एवढंच तू ध्यानात घे.

पाव घटकेत भगवंत आपल्या विभूती सांगणार तरी किती? त्यांच्या विभूतींचा खरोखर अंत नाही! अल्पावधीत भगवंतांनी ज्या विभूती सांगितल्या, त्यांची व्यापकतासुद्धा केवढी मोठी आहे! यापूर्वीच्या श्लोकांतून भगवंतांच्या काही विभूती आपण समजून घेतल्या. या श्लोकाच्या निमित्ताने भगवंतांनी उर्वरित विभूतिकथन करतात :

'संयमन करणारांतील यम, दैत्यांतील प्रल्हाद, गणना करणांरातील काल, मृगांतील मृगेंद्र, पक्ष्यांतील गरुड, पवित्र करणारांतील वायू, शस्त्र धारण करणारांतील दाशरथी राम, जलचरांतील मगर, नद्यांतील गंगा, सृष्टीचा आदि, मध्य आणि अंत, अनेक विद्यांमधील अध्यात्मविद्या, निरनिराळ्या भाषणांतील तत्त्वनिर्णयकारक वाद-चर्चा, अक्षरांतील आकार आणि समासांतील द्वंद्वसमास मी आहे.'

'अ'काराच्या उच्चाराशिवाय कोणत्याही वर्णाचा उच्चार करता येत नाही. द्वंद्वसमासातील दोन्ही पदं ही प्रधान असतात. हे सारं काही भगवानच आहेत.

ते पुढे सांगतात, अक्षयकाल मीच आहे. सर्व जगाला कर्मफल देणाराही मीच आहे. सर्वांचं प्राण आणि धन हरण करणारा मृत्यू म्हणजे काळसुद्धा मीच! उत्कर्ष पावणाऱ्या लोकांच्या उत्कर्षाचं कारण मी आहे. सर्व स्त्रियांतील कीर्ती, श्रीः, वाक्, स्मृती, मेधा, धृती, क्षमा इत्यादी दक्षकन्या आणि धर्मपत्न्यास्वरूप देवलोकांतील स्त्रिया मीच आहे. सामवेदातील बृहत्साम, छंदातील गायत्रीछंद, मासातील आरंभीचा मार्गशीर्ष मास, ऋतूतील वसंतऋतू, छल करणारातील द्यूत, कपटी लोकांचं सर्वस्व हरण करणारा आणि तेजस्वी जनांमधील तेज मी आहे. मी शूरांचा विजय, उद्योगी पुरुषातील उद्योग, सात्त्विकातील सत्त्वभाव, विष्णुकुलोत्पन्नातील वासुदेव, पांडवांतील अर्जुन, स्थितप्रज्ञ मुनींमधील व्यासमुनी, कवींमधील उशना कवी, दमन करणारा दंड, विजयेच्छू राजांमधील नीती म्हणजे मुत्सद्दीपणा, गुह्य गोष्टींतील मौन अर्थात गुप्तता आणि ज्ञानवानातील ज्ञान मी आहे.'

प्रस्तुत श्लोकात भगवंत सांगतात, 'माझ्या दिव्य विभूतींना अंत नाही. विभूतींचा विस्तार मी केवळ थोडक्यात सांगितला आहे. प्रस्तुत श्लोकांच्या अनुषंगाने मागे ज्या विभूती भगवंतांनी प्रत्यक्षात संपेक्षाने सांगितल्या आहेत, त्या विभूतींचे गुण आणि कर्तृत्व आपल्याशी ताडून बघितले तर एक गोष्ट ध्यानात येईल की, खरोखरच आपण स्वकर्तृत्वभाव बाळगावा का? हे मी केलं, ते मी केलं, असं समजणं हे मूढपणाचं लक्षण मानायला हवं! केवढ्या अवाढव्य व्यापकतेने भगवंत विश्वसंसार चालवत असतो, हे या भगवंतांच्या स्वरूपावरून सहज उमगतं.

या जगामध्ये कुणी आपल्याला वैभवसंपन्न दिसतात, कुणी बुद्धिमान दिसतात तर कुणी आपल्या कर्तृत्वाने शोभतात. जी व्यक्ती विशिष्ट ऐश्वर्याने युक्त असते, लक्ष्मी आणि उत्साह यांनी संपन्न असते, ती भगवंताच्या अंशापासून झाली आहे, असं समजावं. जे भगवंतांचे 'तेजोंश' आहेत, ते आपल्या तेजाचा प्रभाव वापरून जनमानसात कार्य करताना दिसतात. ऋषी, मुनी, संत-महात्मे हे भगवंताचे 'तेजोंश' मानले जातात. अशा अंशरूपांना पूज्य मानून नमस्कार करावा. त्यांच्याविषयी कृतज्ञता बाळगावी. या कृतज्ञतेमधून स्नेहभाव आणि मग पुढे पूज्यभाव निर्माण होतो. ही भक्तीची सुरुवात असते.

भक्ती कशी करावी, हा जो सामान्य जनांना प्रश्न पडतो; त्याचं उत्तर भगवंत देतात. भगवद्स्वरूप समजून घेण्यासाठी जास्त खोलात शिरण्याची आवश्यकता सुरुवातीला नसते. एकदा भक्तीची बैठक तयार झाली की मग अधिक खोलवर ज्ञान प्राप्त करता येऊ शकेल. प्रारंभी एवढंच ध्यानात घ्यायचं की, भगवान आपल्या एका अंशाने हे विश्व व्यापून राहिले आहेत. म्हणून संपूर्ण सृष्टीविषयी पूज्यभाव बाळगणं

हा या तत्त्वज्ञानामागचा हेतू आहे. या तत्त्वविचारातूनच पर्वतपूजा आणि अग्निपूजा यांची उत्पत्ती झाली असावी. गोपूजनही याच तत्त्वज्ञानाचा परिपाक मानावा लागेल.

सृष्टीचं पर्यायाने स्वतःचं ऐश्वर्य भगवंतांनी या अध्यायात कथन केलं आहे. स्त्री ज्याप्रमाणे अलंकारांनी सुशोभित होते, त्याप्रमाणे सूर्य, चंद्र, वेद, शंकर, अश्वत्थ वृक्ष, नारद, चित्ररथ, हिमालय, जपयज्ञ, ऐरावत, प्रल्हाद, वासुकी हे भगवंताचे अनेक विभूतिरूप अलंकार आहेत. या अलंकारांमुळे तो शोभून दिसतो. त्याचं सौंदर्य खुलून उठतं. सामान्य व्यक्तीने वरील गुणसमुच्चयाने युक्त अशा मानवांचा आदर ठेवणं आवश्यक असलं तरी या साऱ्या गुणांचा मूळ मालक परमेश्वर आहे, हे ध्यानात ठेवलं पाहिजे. म्हणून त्या परमेश्वराचं लाडकं होण्यासाठी प्रयत्न करायला हवेत.

प्रत्येक वस्तूकडे उपयुक्ततेच्या किंवा भोगाच्या दृष्टीने पाहण्याची सामान्य माणसाला सवय असते. सृष्टीमध्ये उपयुक्ततेपेक्षा पूज्यभावाला अधिक महत्त्व असतं हे या अध्यायातून स्पष्ट केलं आहे. सृष्टीकडे बघण्याची नवी दृष्टी त्यामुळे प्राप्त होते आणि भक्तीच्या या नव्या चष्म्यामुळे जग अधिक सुंदर आणि पवित्र वाटायला लागतं. त्यामुळे सृष्टिप्रति भोगवादी दृष्टिकोन जाऊन भक्तिवादी दृष्टिकोन तयार होतो. हाच खरा भक्तिमार्गाचा प्रारंभ असतो... भगवंताचं कर्तृत्व केवढं विशाल आहे, हे या अल्पशा विभूती पाहिल्यानंतर ध्यानात येतं, त्याच्या विभूती अनंत आहेत. त्यापुढे आपण स्वकर्तृत्वभाव सोडून केवळ नतमस्तक झालं पाहिजे.

ॐ श्री परमात्मने नमः

अध्याय अकरावा

विश्वरूपदर्शनयोग

यामध्ये अर्जुनाने भगवंताचे वैश्विक रूप पाहिले. विराट रूप म्हणजे मानवी पृष्ठभूमी आणि परिघाच्या वर असलेल्या अनंत जगाच्या जिवंत रचनेचे प्रत्यक्ष दर्शन.

अर्जुन उवाच

मदनुग्रहाय परमं गुह्यमध्यात्मसंज्ञितम्।
यत्त्वयोक्तं वचस्तेन मोहोऽयं विगतो मम।।११.१।।
भवाप्ययौ हि भूतानां श्रुतौ विस्तरशो मया।
त्वत्तः कमलपत्राक्ष माहात्म्यमपि चाव्ययम्।।११.२।।
एवमेतद्यथात्थ त्वमात्मानं परमेश्वर।
द्रष्टुमिच्छामि ते रूपमैश्वरं पुरुषोत्तम।।११.३।।
मन्यसे यदि तच्छक्यं मया द्रष्टुमिति प्रभो।
योगेश्वर ततो मे त्वं दर्शयात्मानमव्ययम्।।११.४।।

श्री भगवान उवाच

पश्य मे पार्थ रूपाणि शतशोऽथ सहस्रशः ।
नानाविधानि दिव्यानि नानावर्णाकृतीनि च ॥११.५॥
पश्यादित्यान्वसून्रुद्रानश्विनौ मरुतस्तथा।
बहून्यदृष्टपूर्वाणि पश्याश्चर्याणि भारत ॥११.६॥
इहैकस्थं जगत्कृत्स्नं पश्याद्य सचराचरम्।
मम देहे गुडाकेश यच्चान्यद्द्रष्टुमिच्छसि ॥११.७॥
न तु मां शक्यसे द्रष्टुमनेनैव स्वचक्षुषा ।
दिव्यं ददामि ते चक्षुः पश्य मे योगमैश्वरम् ॥११.८॥

अर्जुन म्हणाला, 'माझ्यावर कृपा करण्यासाठी आपण जो अत्यंत गुप्त अध्यात्मविषयक उपदेश मला केला, त्याने माझे हे अज्ञान नाहीसे झाले. कारण हे कमलदलनयना! मी आपल्याकडून प्राण्यांची उत्पत्ती आणि प्रलय विस्तारपूर्वक ऐकले आहेत. तसेच आपला अविनाशी प्रभावही ऐकला आहे. हे परमेश्वरा! आपण आपल्याविषयी जसे सांगत आहात, ते बरोबर तसेच आहे. हे पुरुषोत्तमा! आपले ज्ञान, ऐश्वर्य, शक्ती, बल, वीर्य आणि तेजयुक्त ईश्वरी स्वरूप मला प्रत्यक्ष पाहण्याची इच्छा आहे. हे प्रभो! जर मला आपले ते रूप पाहता येईल, असे आपल्याला वाटत असेल, तर हे

योगेश्वरा! त्या अविनाशी स्वरूपाचे मला दर्शन घडवा.'

पार्था, माझी अनेक प्रकारची, अनेक रंगांची व अनेक आकारांची शेकडो, हजारो(दिव्य) रूपं पाहा...हे पाहा, इंद्रादी देव, आठ वसू, अकरा रुद्र, अश्विनीकुमार, मरुत्संज्ञक देव. अर्जुना, आजपर्यंत न दिसलेली आश्चर्यकारक अशी आणखी रूपं पाहा. माझ्या देहामध्ये स्थावर-जंगमासह सर्व चराचर जग आणि इतरही तुला जे पाहायची इच्छा असेल ते पाहा. पण केवळ या तुझ्या (चर्मचक्षूनं) दृष्टीने तू मला पाहू शकणार नाहीस. (म्हणून) मी तुला दिव्य दृष्टी देतो. (आता) माझं ईश्वरी सामर्थ्य पाहा.

अकराव्या अध्यायाच्या प्रारंभीच्या पहिल्या चार श्लोकांत अर्जुन प्रश्न करतो, हे भगवान, तुझं ते दिव्य स्वरूप बघायला मी अतिशय उत्सुक झालो आहे. मी तुला आर्ततेने सांगतो आहे की, ज्ञान, ऐश्वर्य, शक्ती, बल, वीर्य आणि तेज यांनी युक्त असलेलं तुझं स्वरूप बघावं असं मला वाटतं. कृपा करून मला ते दाखव.

अर्जुन नवविधा भक्तीच्या आठव्या स्तरावर होता. त्याच्या विनंतीवरूनच भगवंतांनी त्या स्तरावरच्या भक्ताला झेपेल अशा स्वरूपातच त्याचं विश्वरूपदर्शन घडवलं.

दहाव्या अध्यायात भगवंतांनी आपल्या काही विभूती अर्जुनाला कथन केल्या होत्या. त्या विभूतींसह भगवंत या अकराव्या अध्यायात आपलं विश्वरूपदर्शन देतात. भगवंतांचं हे दिव्य रूप त्यापूर्वी कुणाही भक्ताला पाहायला मिळालेलं नव्हतं. देवांनाही ते दुर्लभ होतं. यापुढेही ते कुणालाही बघायला मिळणार नव्हतं. आजतागायत तसं विश्वरूप कुणालाही बघायला मिळालेलं नाही. मग ते देवदुर्लभ विश्वरूप अर्जुनाला कसं काय बघायला मिळालं? याचं कारण म्हणजे अर्जुनाची अनन्य भक्ती! पण भगवंतावर अनन्य भक्ती असणारेही पुष्कळ भक्त असतात, पण त्यांनाही ते विश्वरूप बघायला मिळालेलं नाही. मग अर्जुनाच्याच वाट्याला ते भाग्य का यावं?

याचं कारण म्हणजे भगवंतांनीच अर्जुनाला धर्मसंस्थापनेच्या कार्यासाठी हाताशी धरलं होतं - त्याला माध्यम बनवलं होतं. म्हणजे गरज भक्ताला नव्हती; भगवंतांनाच होती! ऐन रणांगणावर मोहित झालेल्या अर्जुनाला दिव्य उपदेश केल्यानंतर ओघानेच भगवंतांनी आपलं विभूतिमत्त्व त्याला कथन केलं होतं. मग अर्जुनावरच्या प्रेमापोटी भगवंतांनी त्याची विनंती मान्य करून त्याला विश्वरूप दाखवण्याचं ठरवलं.

एरवी साधक अनन्य साधनेतून परमेश्वराला प्राप्त होतो. म्हणजेच तो स्वत:हून परमेश्वरप्राप्तीच्या दिशेने पावलं टाकतो, परंतु इथे उलट झालं आहे. कृष्णावतारी भगवंत

अर्जुनाच्या मागे लागले आहेत. तत्त्वज्ञानाच्या विंझणाने त्यांनी अर्जुनाचा मोह दूर केला आहे. आणि आता त्याच्यावरील लोभापायीच भगवंत त्याला विश्वरूप दाखवत आहेत. ते म्हणतात, 'अर्जुना, अनेक रंगांची, अनेक आकारांची अशी माझी शेकडो-हजारो रूपं पाहा...'

अनेक रंगांची, अनेक प्रकारची आणि आकाराची दिव्य रूपं अर्जुनाला दिसू लागतात. म्हणजे परमतत्त्वानंच अनेक आकार धारण केले होते. माती एकच असते, पण त्यापासून अनेक प्रकारच्या वस्तू तयार होत असतात. अर्थात या भिन्न वस्तू कलाकाराने तयार कराव्या लागतात. इथे परमात्मा स्वयंप्रेरणेने सारे आकार धारण करत असतो. आपल्याला ते दिव्य रूप दिसू शकणार नसलं, तरी सभोवताली आपल्याला ज्या ज्या गोष्टींचं दर्शन घडत असतं, ती ती सारी परमेश्वराचीच रूपं असतात.

यानंतर भगवंतांनी विराट रूप धारण केलं आणि ते अर्जुनाला सांगू लागले, 'हे पाहा, माझ्या स्वरूपात आदित्य, वसू, रुद्र तुला दिसतील. पूर्वी कधीही न पाहिलेली अनेक आश्चर्यं तुला बघायला सापडतील. माझ्या शरीरातील कोणत्याही एकाच अवयवात तुला सर्व चराचर जगत् दिसेल. पाहा ते माझं दिव्य रूप...'

भगवंतांची योगशक्ती बघण्याची अर्जुनाने इच्छा केली. त्याच्या इच्छेनुसार भगवंतांनी त्याला विश्वरूप दाखवायला प्रारंभ केला, परंतु अर्जुनाच्या सामान्य दृष्टीला काही ते विश्वरूप दिसेना. विश्वरूप दाखवताना भगवंत मुखाने त्याचं वर्णन करत होते परंतु त्या वर्णनापैकी अर्जुनाला काहीच प्रत्यक्ष दिसेना. भावनेच्या भरात भगवंतांनीही त्याच्या विनंतीनुसार लगेचच विश्वरूप दर्शनाला प्रारंभ केला होता परंतु आपलं दिव्यरूप अर्जुनाला दिव्यदृष्टीशिवाय पाहता येणार नाही म्हणून त्यांनी अर्जुनाला दिव्य दृष्टी प्रदान केली. 'या दिव्य दृष्टीमुळे तुला माझं ईश्वरी सामर्थ्य अर्थात विभूति योग पाहता येईल,' असं भगवंत म्हणाले.

ज्याप्रमाणे लहान मुलांचा भातुकलीचा खेळ पाहण्यासाठी किंवा त्यात सहभागी होण्यासाठी आपलं मोठेपण त्यागून मुलांत मूल बनावं लागतं, तरच त्या खेळाचा आनंद घेता येतो. त्याप्रमाणे इथे उलटी परिस्थिती निर्माण झाली होती. अर्जुनाला आपल्या इंद्रियांना, मन-बुद्धीला एक भव्य दिव्य वळण द्यायला लागलं. दिव्य स्वरूप दर्शवण्यासाठी भगवंतांना त्याला दिव्य दृष्टी प्रदान करावी लागली. सामान्य इंद्रियांनी असामान्यत्व टिपता येत नाही. पूर्णत्वाचा हा वर्णनातीत अनुभव घेण्यासाठी दिव्य दृष्टी हवी. आपला हा अनुभव सांगताना तुकाराम महाराज म्हणतात, *मीच मज व्यालो पोटी आपुलीया आलो.* असं दर्शन व्हायला कित्येक जन्मच घ्यावे लागतील.

अलीकडे 'थ्रीडी' चित्रपट निघतात. हे त्रिमिती चित्रपट पाहण्यासाठी खास

चष्म्यांची योजना केलेली असते. चित्रपटगृहात प्रवेश करताना ते चष्मे प्रेक्षकांना दिले जातात. त्या चष्म्यांमुळे चित्रपटातली गाडी आपल्या अंगावर येते आहे, असा भास होतो, परंतु चष्म्याशिवाय मात्र ती मजा अनुभवता येत नाही. त्याचप्रमाणे भगवंतानी दिलेल्या दिव्य चक्षूंशिवाय अर्जुनालाही ते विश्वरूपदर्शन अनुभवता आलं नव्हतं. दिव्यदृष्टी प्राप्त झाल्यानंतरच विश्वरूपाचं दर्शन अर्जुनाला घेता आलं. जे आपल्या चर्मचक्षूंना दिसतं (असं वाटतं) ते खरं नसतं. तो सारा आभासाचा खेळ असतो. डॉ. पीटर रसेल यांनी शंकराचार्यांचा 'ब्रह्म सत्यं जगन्मिथ्या' हा सिद्धान्त त्यांच्या (From Science to God) या पुस्तकात पुराव्यांनिशी सिद्ध केला आहे.

अपेक्षित अनुभवासाठी तशी दृष्टी आपल्याला हवी. सामान्य गोष्टी सामान्य दृष्टीला दिसतात, परंतु असामान्य, अद्वितीय वस्तूंच्या दर्शनाकरता तशीच असामान्य दृष्टी हवी. त्यासाठी दिव्य दृष्टीने परमेश्वराच्या एखाद्या अंशाचं दर्शन घडलं तरी जीवन सार्थकी लागेल... भगवंतांनी दिव्य विश्वरूप दाखवायला इथे प्रारंभ केला आहे. हे विश्वरूप देवांनाही दुर्लभ होतं. तिथे अन्य मानवांची काय कथा? पण अनन्य भक्तीने विश्वरूपाचा एखादा अंश जरी बघायला मिळाला, तरी मोक्ष मिळू शकेल. सभोवताली जे जे म्हणून दिसतं, ते ते परमेश्वर-स्वरूप आहे, एवढी समज यायला पाहिजे.

संजय उवाच

एवमुक्त्वा ततो राजन्महायोगेश्वरो हरिः ।
दर्शयामास पार्थाय परमं रूपमैश्वरम ॥११.९॥
अनेकवक्त्रनयनमनेकाद्भुतदर्शनम्।
अनेकदिव्याभरणं दिव्यानेकोद्यतायुधम्।।११.१०।।
दिव्यमाल्याम्बरधरं दिव्यगन्धानुलेपनम्।
सर्वाश्चर्यमयं देवमनन्तं विश्वतोमुखम्।।११.११।।
दिवि सूर्यसहस्रस्य भवेद्युगपदुत्थिता।
यदि भाः सदृशी सा स्याद्भासस्तस्य महात्मनः।।११.१२।।
तत्रैकस्थं जगत्कृत्स्ने प्रविभक्तमनेकधा।
अपश्यद्देवदेवस्य शरीरे पाण्डवस्तदा।।११.१३।।
ततः स विस्मयाविष्टो हृष्टरोमा धनञ्जयः।
प्रणम्य शिरसा देवं कृताञ्जलिरभाषत।।११.१४।।

अर्जुन उवाच

पश्यामि देवांस्तव देव देहे सर्वांस्तथा भूतविशेषसङ्घान्।
ब्रह्माणमीशं कमलासनस्थ ऋषींश्च सर्वानुरगांश्च दिव्यान्।।११.१५।।
अनेकबाहूदरवक्त्रनेत्रं पश्यामि त्वां सर्वतोऽनन्तरूपम्।
नान्तं न मध्यं न पुनस्तवादिं पश्यामि विश्वश्वर विश्वरूप।।११.१६।।
किरीटिने गदिने चक्रिणं च तेजोराशिं सर्वतोदीप्तिमन्तम्।
पश्यामि त्वां दुर्निरीक्ष्यं समन्ता द्दीप्तानलार्कद्युतिमप्रमेयम्।।११.१७।।
त्वमक्षरं परमं वेदितव्यं त्वमस्य विश्वस्य परं निधानम्।
त्वमव्ययः शाश्वतधर्मगोप्ता सनातनस्त्वं पुरुषो मतो मे।।११.१८।।
अनादिमध्यान्तमनन्तवीर्य मनन्तबाहुं शशिसूर्यनेत्रम्।
पश्यामि त्वां दीप्तहुताशवक्त्रम् स्वतेजसा विश्वमिदं तपन्तम्।।११.१९।।
द्यावापृथिव्योरिदमन्तरं हि व्याप्तं त्वयैकेन दिशश्व सर्वाः ।
दृष्ट्वाद्भुतं रूपमुग्रं तवेदं लोकत्रयं प्रव्यथितं महात्मन् ॥११.२०॥

अमी हि त्वां सुरसङ्घा विशन्ति केचिद्भीताः प्राञ्जलयो गृणन्ति।
स्वस्तीत्युक्त्वा महर्षिसिद्धसङ्घाः स्तुवन्ति त्वां स्तुतिभिः पुष्कलाभिः।।११.२१।।
रुद्रादित्या वसवो ये च साध्या विश्वेऽश्विनौ मरुतश्चोष्मपाश्च।
गन्धर्वयक्षासुरसिद्धसङ्घा वीक्षन्ते त्वां विस्मिताश्चैव सर्वे।।११.२२।।
रूपं महत्ते बहुवक्त्रनेत्रं महाबाहो बहुबाहूरुपादम्।
बहूदरं बहुदंष्ट्राकरालं दृष्ट्वा लोकाः प्रव्यथितास्तथाहम्।।११.२३।।
नभःस्पृशं दीप्तमनेकवर्णं व्यात्ताननं दीप्तविशालनेत्रम्।
दृष्ट्वा हि त्वां प्रव्यथितान्तरात्मा धृतिं न विन्दामि शमं च विष्णो।।११.२४।।
दंष्ट्राकरालानि च ते मुखानि दृष्ट्वैव कालानलसन्निभानि।
दिशो न जाने न लभे च शर्म प्रसीद देवेश जगन्निवास।।११.२५।।
अमी च त्वां धृतराष्ट्रस्य पुत्राः सर्वे सहैवावनिपालसङ्घैः।
भीष्मो द्रोणः सूतपुत्रस्तथासौ सहास्मदीयैरपि योधमुख्यैः।।११.२६।।
वक्त्राणि ते त्वरमाणा विशन्ति दंष्ट्राकरालानि भयानकानि।
केचिद्विलग्ना दशनान्तरेषु संदृश्यन्ते चूर्णितैरुत्तमाङ्गैः।।११.२७।।
यथा नदीनां बहवोऽम्बुवेगाः समुद्रमेवाभिमुखा द्रवन्ति।
तथा तवामी नरलोकवीरा विशन्ति वक्त्राण्यभिविज्वलन्ति।।११.२८।।
यथा प्रदीप्तं ज्वलनं पतङ्गा विशन्ति नाशाय समृद्धवेगाः।
तथैव नाशाय विशन्ति लोका स्तवापि वक्त्राणि समृद्धवेगाः।।११.२९।।
लेलिह्यसे ग्रसमानः समन्ता ल्लोकान्समग्रान्वदनैर्ज्वलद्भिः।
तेजोभिरापूर्य जगत्समग्रं भासस्तवोग्राः प्रतपन्ति विष्णो।।११.३०।।
आख्याहि मे को भवानुग्ररूपो नमोऽस्तु ते देववर प्रसीद।
विज्ञातुमिच्छामि भवन्तमाद्यं न हि प्रजानामि तव प्रवृत्तिम्।।११.३१।।

श्री भगवान उवाच

कालोऽस्मि लोकक्षयकृत्प्रवृद्धो लोकान्समाहर्तुमिह प्रवृत्तः।
ऋतेऽपि त्वां न भविष्यन्ति सर्वे येऽवस्थिताः प्रत्यनीकेषु योधाः।।११.३२।।
तस्मात्त्वमुत्तिष्ठ यशो लभस्व जित्वा शत्रून्भुङ्क्ष्व राज्यं समृद्धम् ।
मयैवैते निहताः पूर्वमेव निमित्तमात्रं भव सव्यसाचिन् ॥११.३३॥

संजय म्हणाला, 'हे राजा (धृतराष्ट्रा), महायोगैश्वर्यसंपन्न भगवान श्रीकृष्ण याप्रमाणे बोलून नंतर अर्जुनाला (आपलं) ऐश्वर्ययुक्त श्रेष्ठ रूप दाखवता झाला. पृथ्वी आणि आकाश यांच्यामधील हा (सर्व) अवकाश (अंतरिक्ष) व सर्व दिशाही तू एकट्याने

व्यापून टाकल्या आहेस. हे विश्वरूपा, हे तुझं अद्‌भुत आणि उग्र रूप पाहून त्रैलोक्य भयाने व्याकूळ झालं आहे... म्हणून हे अर्जुना, तू (युद्धाला) ऊठ. शत्रूंना जिंकून कीर्ती संपादन कर आणि वैभवशाली राज्याचा उपभोग घे. हे सर्व मी अगोदरच मारून टाकलेले आहेत. हे सव्यसाचिन, तू केवळ निमित्तमात्र हो.'

अनेक तोंडे व डोळे असलेल्या, अनेक आश्चर्यकारक दर्शने असलेल्या, पुष्कळशा दिव्य अलंकारांनी विभूषित आणि पुष्कळशी दिव्य शस्त्रे हातात घेतलेल्या, दिव्य माळा आणि वस्त्रे धारण केलेल्या, तसेच दिव्य गंधाने विभूषित, सर्व प्रकारच्या आश्चर्यांनी युक्त, अनन्तस्वरूप, सर्व बाजूंनी तोंडे असलेल्या विराटस्वरूप परमदेव परमेश्वराला अर्जुनाने पाहिले. आकाशात हजार सूर्य एकदम उगवले असता जो प्रकाश पडेल, तोही त्या विश्वरूप परमात्म्याच्या प्रकाशाइतका होणार नाही.

पाण्डुपुत्र अर्जुनाने त्यावेळी अनेक प्रकारांत विभागलेले संपूर्ण जग देवाधिदेव भगवान श्रीकृष्णांच्या त्या शरीरात एकत्रित असलेले पाहिले. त्यानंतर आश्चर्यचकित झालेला व अंगावर रोमांच उभे राहिलेला अर्जुन, प्रकाशमय विश्वरूप परमात्म्याला श्रद्धाभक्तीसह झुकत प्रणाम करून म्हणाला, 'हे देवा! मी आपल्या दिव्य देहात संपूर्ण देवांना तसेच अनेक भूतसमुदायांना, कमळाच्या आसनावर विराजमान झालेल्या ब्रह्मदेवाला, शंकराला, सर्व ऋषींना तसेच दिव्य सर्पांना पाहत आहे.

हे संपूर्ण विश्वाचे स्वामी! मी आपल्याला अनेक बाहू, पोटं, तोंडं आणि डोळे असलेले, तसेच सर्व बाजूंनी अनन्त रूपे असलेले पाहत आहे. हे विश्वरूपा! मला आपला अन्त-मध्य-आरम्भ काहीच दिसत नाही! मी आपल्याला मुकुट-गदा-चक्र धारण केलेले, सर्व बाजूंनी प्रकाशमान तेजाचा समूह असे, प्रज्ज्वलित अग्नी व सूर्य यांच्याप्रमाणे तेजयुक्त, पाहण्यास अतिशय कठीण आणि अमर्याद असे पाहत आहे.

आपण जाणण्याजोगे परब्रह्म परमात्मा आहात. आपणच जगाचे परम आधार, अनादी धर्माचे रक्षक, अविनाशी सनातन पुरुष आहात. आदी-मध्य-अन्त नसलेले, अनन्त सामर्थ्याने युक्त, अनन्त बाहू असलेले आहात. ज्यांचे नेत्र चंद्र-सूर्य, ज्यांचे मुख अग्नीसारखे आहे आणि आपल्या तेजाने जगाला तापवणारे, असे आपण आहात.

देवांचे समुदाय आपल्यात शिरत आहेत आणि काही भयभीत होऊन हात जोडून आपल्या नावांचे व गुणांचे वर्णन करत आहेत. महर्षी व सिद्धांचे समुदाय 'सर्वांचे कल्याण होवो' अशी मंगलाशा करून उत्तमोत्तम स्तोत्रे म्हणून आपली स्तुती करत आहेत. अकरा रुद्र, बारा आदित्य, आठ वसू, साध्यगण, विश्वदेव, दोन अश्विनीकुमार, मरुद्गण, पितरांचे समुदाय, तसेच गंधर्व, यक्ष, राक्षस सर्वच चकित होऊन आपल्याकडे पाहात आहेत.

हे महाबाहो! आपली अनेक तोंडे, अनेक डोळे, अनेक हात, मांड्या व पाय असलेले, अनेक पोटांचे आणि अनेक दाढांमुळे अतिशय भयंकर असे महान रूप पाहून सर्व लोक व्याकुळ होत आहेत. तसेच मीही व्याकुळ होत आहे. कारण हे विष्णो! आकाशाला जाऊन भिडलेल्या आपल्याला पाहून भयभीत अंतःकरण झालेल्या माझे धैर्य व शान्ती नाहीशी झाली आहे. भयानक दाढांमुळे व प्रलयकाळच्या अग्नीसारखी प्रज्वलित आपली तोंडे पाहून मला दिशा कळेनाशा झाल्या आहेत. माझे सुखही हरपले आहे. म्हणून हे देवाधिदेवा! हे जगन्निवासा! आपण प्रसन्न व्हा.

धृतराष्ट्राचे सर्व पुत्र राजसमुदायासह आपल्यात प्रवेश करत आहेत. पितामह भीष्म, द्रोणाचार्य, तसेच कर्ण आणि आमच्या बाजूच्याही प्रमुख योद्ध्यांसह सगळेच आपल्या दाढांमुळे भयंकर दिसणाऱ्या तोंडात मोठ्या वेगाने घुसत आहेत; चिरडलेली कित्येक डोकी आपल्या दातांच्या फटीत अडकलेली दिसत आहेत. ज्याप्रमाणे नद्यांचे जलप्रवाह स्वाभाविकच समुद्राच्या दिशेने धाव घेतात, त्याचप्रमाणे ते वीर धडाडून पेटलेल्या आपल्या तोंडात शिरत आहेत. जसे पतंग मोहाने मरून जाण्यासाठी पेटलेल्या अग्नीत अत्यंत वेगाने शिरतात, तसेच हे सर्व लोकही स्वतःच्या नाशासाठी आपल्या तोंडात अतिशय वेगाने धावत प्रवेश करत आहेत. आपण त्या सर्व लोकांना प्रज्वलित तोंडांनी गिळत सर्व बाजूंनी वारंवार चाटत आहात.

हे विष्णो! आपला प्रखर प्रकाश सर्व जगाला तेजाने पूर्ण भरून तापवत आहे. मला सांगा की भयंकर रूप धारण करणारे आपण कोण आहात? हे देवश्रेष्ठा! आपणाला नमस्कार असो. आपण प्रसन्न व्हा. आदिपुरुष अशा आपल्याला मी विशेष रीतीने जाणू इच्छितो. कारण आपली ही करणी मला कळत नाही.

विश्वरूपाचं वर्णन करण्यासाठी शब्दसामर्थ्य अर्थातच अपुरे आहे. कादंबरीतील ललित्यपूर्ण लेखनामुळे हे वर्णन अधिक प्रत्ययकारी होईल, असं वाटतं. त्यामुळे 'गीतांबरी' कादंबरीतील विश्वरूपदर्शन वर्णनाचा भाग इथे देत आहे.

संजय म्हणतो, 'महाराज, शब्दांना केवढी मर्यादा असते ते मला आता जाणवलं. अर्जुनाची मुद्रा पाहूनच ते मला प्रतीत होतंय. अर्जुनाला जे काही दिसतंय ते वर्णनातीत आहे. शब्दांच्या पलीकडचं आहे. ते अनुभूती घेण्याजोगं आहे. मी कोणत्या शब्दांत वर्णन करू? महाराज... एक गोष्ट मात्र सांगतो, अर्जुनाची ही अनुभूती म्हणजे भावविभोरतेतून निर्माण झालेली नाही किंवा तो

त्याचा चित्तभ्रमही नाही! ते एक त्रिकालाबाधित सत्य आहे. आजवर कुणीही न पाहिलेलं!'

खरोखर असं कोणतं रूप अर्जुनाच्या दिव्य चक्षूंना दिसलं होतं?

एकाएकी आसमंतात दिव्य, अनामिक आणि परमसुखद सुगंध पसरला. अंतरिक्षात एक सहस्र सूर्य जर एकाच वेळी प्रकाशले तर त्यांचा जेवढा प्रकाश पसरेल, तेवढा श्रीकृष्णाच्या दिव्य स्वरूपाचा प्रकाश सभोवताली पसरला होता. श्रीकृष्णाच्या ठिकाणी एक अतिभव्य, पहाडासारखा उंच दिव्य पुरुष दिसायला लागला. त्याची अनंत मुखं, अनंत नेत्र आणि अनेक दिव्य आभरणे दिसू लागली. त्याने उचललेली अनेक दिव्य आयुधं त्या अद्वितीय प्रकाशात चमकत होती. श्रीकृष्णाचं रूप देवलोकातील पुष्पमाला आणि उंची वस्त्रं यांनी आच्छादित होतं. त्याच्या अंगाला दिव्य गंधाचं अनुलेपन केलेलं होतं. त्याचं ते देवस्वरूप आश्चर्यचकित करणारं होतं. त्या रूपात दिसणाऱ्या देवादिकांच्या शरीरात एकाच अवयवामध्ये अर्जुनाला अवघं विश्व दिसलं. त्यामुळे तो आश्चर्यचकित झाला. त्याच्या अंगावर रोमांच उभे राहिले. त्याच्या गात्रागात्रांमधून आणि धमनीधमनींमधून चैतन्याचा आविष्कार सुरू झाला. त्याला स्वतःचं अस्तित्वच उरलं नाही. त्या विश्वरूपात तो सामावून गेला.

त्या भरात त्या दिव्य रूपाला नकळत त्याने वंदन केलं. त्याच्या मुखावाटे शब्द बाहेर पडू लागले- "हे विश्वनियंत्या, तुमच्या देहामध्ये मला सर्व देव आणि भूतसमुदाय दिसतो आहे. कमलासनावर बसलेले ब्रह्मदेव, सर्व ऋषी, दिव्य सर्प तुमच्या शरीरात मला दिसत आहेत. तुमचं हे विश्वरूप अनेक बाहू, उदर, मुखं आणि नेत्र यांनी युक्त आहे. तुमच्या या स्वरूपाचा आदि, मध्य आणि अंत मला दिसत नाही. हे रूप अक्षरशः अंतरहित आहे..."

दिव्य चक्षूंनी अर्जुन त्या दृश्याकडे भारावून बघत होता. श्रीकृष्णाचं ते रूप अर्जुनाला पराकाष्ठेचं तेजःपुंज दिसत होतं. त्या तेजाने त्याचे डोळे दिपले. कारण त्या दिव्य रूपाची कांती प्रदीप्त अग्नीप्रमाणे देदीप्यमान किंवा मध्यान्हीच्या सूर्याप्रमाणे प्रखर भासत होती. किरीट, गदा आणि चक्र यांनी त्या तेजस्वी रूपाला शोभा आणली होती. त्या साक्षात दिव्यत्वाला अनंत बाहू होते. चंद्र, सूर्य त्याचे नेत्र बनले होते.

अर्जुनाच्या मुखातून पुन्हा शब्द बाहेर पडले, "तुम्ही अक्षरब्रह्म आहात. तुम्ही या जगाचं परमनिधान आहात. नित्य धर्माचे तुम्ही रक्षक आहात. पुरातन पुरुष तुम्हीच आहात असं मुमुक्षूंना वाटावं असंच तुमचं रूप आहे.

आदिअंत नसलेलं तुमचं हे स्वरूप अनंत आहे. तुमची प्रेमळ दृष्टी मला हवीहवीशी वाटते; पण ती दृष्टी प्रखर आणि तेजस्वी असल्यामुळे माझं अस्तित्वच उरणार नाही. मला माझं अस्तित्व हवं आहे. प्रदीप्त अग्नीप्रमाणे असणाऱ्या या रूपातील तेजाचा विश्वाला ताप होतो आहे."

अर्जुन बोलत असतानाच त्या दिव्य रूपात वृद्धी होऊ लागली. अंतरिक्ष आणि दशदिशा व्यापून टाकलेलं श्रीकृष्णाचं विराट रूप अर्जुनाला आता दिसायला लागलं. त्या रूपाने त्रिभुवनाचा थरकाप उडाला. देवांचे समुदाय त्या स्वरूपात विलीन होऊ लागले. भयभीत झालेले कित्येक लोक हात जोडून त्या विश्वरूपाची स्तुती करत होते. महर्षी आणि सिद्ध पुरुष यांचे संघ 'स्वस्ति' 'स्वस्ति' म्हणून आणि अनेक स्तोत्रं म्हणून त्या विराटाला शांत करत होते. रुद्र, आदित्य आणि वसू हे सर्व विस्मित होऊन त्या रूपाकडे बघत होते. ते विचित्र, विराट आणि कल्पनेच्याही पलीकडचं रूप पाहून सर्व लोक व्याकूळ होऊन गेले होते.

अर्जुनही व्याकूळ होऊन गेला होता. ते अवाढव्य स्वरूप पाहून त्याचा अंतरात्मा अत्यंत व्यथितही झाला होता. सहस्त्रो मुखांचं, नेत्रांचं, बाहूंचं, मांड्यांचं, पायांचं, उदरांचं आणि दाढांचं ते भयावह विक्राळ रूप पाहून अर्जुनाच्या मनाचा थरकाप उडाला. तो जवळपास ओरडलाच, "कृष्णदेवा, तुमचं हे रूप पाहून मला समाधानही वाटेनासं झालं आहे. भयंकर दाढांमुळे विक्राळ दिसणारी तुमची असंख्य मुखं प्रलयकालाच्या अग्नीप्रमाणे प्रदीप्त झालेली दिसतात. त्यामुळे मला दिशांचंही भान उरलेलं नाही. माझा आनंद पुरता हरपला आहे. हे देवाधिदेवा, कृपा करून आवरा... आवरा आता हे तुमचं रूप! मला प्रसन्न व्हा! प्रसन्न व्हा!"

अजूनही ते विश्वरूप अर्जुनाच्या दृष्टीआड झालेलं नव्हतं. तो त्या रूपाकडे भयचकित दृष्टीने बघतच होता. धृतराष्ट्राचे सर्व पुत्र त्यांच्या सांगाती राजांसह त्या विराट देहाच्या मुखात प्रवेश करताना अर्जुनाला दिसले. भीष्म, द्रोण, कर्ण त्याचप्रमाणे पांडवपक्षातील मोठमोठे योद्धे त्या मुखात प्रवेश करताना त्याने बघितले. त्यातील कित्येक योद्ध्यांची मस्तकं त्या विक्राळ स्वरूपाच्या दाढेखाली चिरडून छिन्न-विच्छिन्न झाली होती; आणि त्या दाढेत अडकून पडली होती. नद्या ज्याप्रमाणे सागराकडे धावत जातात किंवा पतंग दिव्याच्या ज्योतीवर झेप घेतात, त्याप्रमाणे क्षत्रियवीर त्या मुखात नाश पावण्यासाठी वेगाने प्रवेश करत होते.

त्या तेजाळ मुखामुळे सारी सृष्टी संतप्त होऊन गेली होती. त्या दिव्य रूपात अर्जुनाला भूतकाळाबरोबर भविष्यकाळही दिसला होता; त्रिकालाचे ज्ञान झालं होतं. कालाचं चिरंतनत्व ध्यानात आलं होतं. काळाचं परिमाण आणि सापेक्षता यांमधला भेद उमजला होता. विनाशाबरोबरच त्याला उत्पत्तीही दिसू लागली होती. नवजात शिशू, वृक्षाची नवी कोवळी पालवी, सृष्टीची उत्क्रांती तो पाहू लागला. ते दिव्य रूप अनुभवताना अशा कित्येक गोष्टी त्याला काही क्षणांतच प्रतीत झाल्या होत्या.

अर्जुन शेवटी आवेगाने ओरडला, "असं रूप धारण करणारा तू आहेस कोण? तुझी ही विनाशकारी प्रवृत्ती कशामुळे झाली ते तरी सांग"

श्रीकृष्णाचं ते भयप्रद रूप बोलू लागलं. त्याचा गगनभेदी आवाज अर्जुनाच्या कानात घुमू लागला, "लोकांचा विनाश करणारा मी कालपुरुष आहे. या सर्वांचा संहार करण्यासाठी मी प्रवृत्त झालो आहे. तू त्यांना मारलं नाहीस तरी ते सारे योद्धे आता मरणार आहेत. भीष्म, द्रोण, जयद्रथ, कर्ण आणि अन्य वीरांनाही मी पूर्वीच मारलेलं आहे. तू फक्त निमित्तमात्र आहेस. म्हणून आता ऊठ आणि निःशंकपणाने युद्ध कर. तुझा निश्चित विजय होईल! मग शत्रूला जिंकून समृद्ध झालेल्या राज्याचा उपभोग घे."

रुद्रस्वरूपी श्रीकृष्णाचं हे बोलणं ऐकून अर्जुनाच्या सर्वांगाला कंप सुटला. हात जोडून सद्‌गदित वाणीने तो म्हणाला, "हे परब्रह्मस्वरूपा, तुझ्या कीर्तीमुळे सर्व जगत् आनंदाने भरून जातं; आणि तुझं माहात्म्य ऐकून तुझ्यावर अनुरक्त होतं. तुझं हे रूप पाहून राक्षस मात्र भयभीत होऊन दशदिशा पळत सुटतात. सिद्धपुरुष तुझ्यासमोर नतमस्तक होतात. तू ब्रह्मदेवाचाही आदिकर्ता आणि त्याहून श्रेष्ठ असूनही तुला हे सर्व लोक वंदन का बरं करत नाहीत? तू सर्व विश्वाचा चालक आहेस. सत्-असत् हे दोन्ही तूच असून त्या पलीकडे जे अक्षर, तेही तूच आहेस. तू साऱ्या वस्तुमात्रात भरलेला आहेस. तू सर्व चराचर व्यापून उरला आहेस. वायू, यम, अग्नी, वरुण, चंद्र, प्रजापती (ब्रह्मदेव) आणि प्रपितामह हे सर्व काही तू आहेस."

इतकं बोलून अर्जुनाने श्रीकृष्णाच्या त्या दिव्य रूपाला मनोभावे नमस्कार केला. ईश्वराचं सर्वव्यापकत्व, सर्वाश्रयत्व ह्यांची कल्पना आली म्हणजे माणूस खराखुरा भक्त बनतो. परमेश्वर सर्वज्ञ आहे. त्यानंच विश्व निर्माण केलं आहे. ते त्याचंच कार्य आहे. त्याने मला जी भूमिका दिली आहे, त्यात मी संतुष्ट आहे अशी त्या भक्ताची वृत्ती बनते. असा भक्त नम्र बनतो.

अर्जुनाच्या बाबतीतही तेच घडलं होतं. इंद्रियांनी, मनाने आणि बुद्धीने तो नम्र बनला होता. त्याची वृत्ती तदाकार बनली होती. मग ओशाळल्या स्वरात तो म्हणाला, "आजवर मी तुमच्याशी सलगीने वागलो. तुमची महती न ओळखून तुम्हांला मित्र म्हणून संबोधलं. 'कृष्णा', 'यादवा' एवढंच नव्हे, तर 'सख्या' म्हणूनही हाक मारली. बरोबरीच्या नात्याने चारचौघांत मी तुमचा अपमानही केला असेल. त्याबद्दल मला अनन्य भावाने क्षमा करा. पिता पुत्राचे, मित्र मित्राचे आणि पती आपल्या प्रिय पत्नीचे अपराध जसे सहन करतो, तसे तुम्ही माझे सर्व अपराध सहन करा. तुमचं हे अपूर्व रूप पाहून मी आनंदित झालो असलो तरी भयभीतही झालो आहे. हे सहस्रबाहो, तुमचं मुळातलं सुंदर रूप आता मला दाखवा. मस्तकावर किरीट, एका हातात गदा आणि दुसऱ्या हातात सुदर्शन चक्र असं तुमचं ते चतुर्भुज रूप मला बघायचं आहे."

विश्वरूपाचा तो दिव्य देखावा अर्जुनाच्या दृष्टीसमोरून क्षणात नाहीसा झाला. समोर त्याचा सखा, त्याचा सारथी श्रीकृष्ण हसत उभा असलेला त्याला दिसला. त्याला पाहून अर्जुनाला धीर आला. उत्तरीयाने कपाळावरचे घर्मबिंदू टिपत तो म्हणाला, "तुमचं विश्वरूप पाहून मी केवढा भेदरून गेलो होतो! माझे पाय बघा कसे कंप पावत आहेत. भूमीवर स्थिर उभं राहणंही मला शक्य होत नाहीये!"

"अरे! मला एकदम 'अहो-जाहो' कसा म्हणायला लागलास? मी तुझा मित्र आणि सखा आहे ना?"

"हो... पण तुमचं खरं स्वरूप आता मला समजलं. आता एकेरी नावाने मी कसा काय संबोधणार?"

श्रीकृष्ण हसतच म्हणाला, "म्हणजे आता तू माझा सखा नाहीस तर?"

"तसं नाही... पण..."

"अरे, सध्याची माझी भूमिका जाणून घे. मी तुझा सखा आहे. सखा म्हणूनच तू माझ्याशी वागलं पाहिजेस. अन्यथा मला वाईट वाटेल!"

"ठीक आहे. तू म्हणतोस म्हणून! पण तुझं विश्वरूप पाहून..."

श्रीकृष्ण त्याला अडवून म्हणाला, "अर्जुना, तुझ्यावर प्रसन्न होऊन तुला माझं अद्‌भुत, तेजोमय, अनंत, आद्य, परम विश्वरूप दाखवलं."

"हो... त्या रूपात मला सहस्रो हात दिसले. सहस्रो नेत्र..."

"धनंजया, माझ्या सहस्रो करांचं प्रयोजनही तसंच! पडणाऱ्याला सांभाळणारा, अंधारात चाचपडणाऱ्याला आधार देणारा, निरुत्साही

झालेल्यांना उत्साह देणारा, निग्रहार्थ शिक्षा करणारा, प्रेमाने जवळ घेणारा असे त्या सहस्त्रो हस्तांचे रूपकात्मक प्रकार आहेत. त्या रूपातील माझ्या इतर अवयवांचं कार्यही तसंच! माझं जे दिव्य रूप आज तुला दिसलं, ते आजवर कुणी बघितलेलं नव्हतं. माझं ते घोर स्वरूप पाहून तू घाबरला असशील, पण आता घाबरू नकोस; गोंधळूनही जाऊ नकोस."

असं म्हणून श्रीकृष्ण क्षणभर थांबला. मग म्हणाला, "आता निर्भय आणि प्रसन्न मनाने माझं ते चतुर्भुज रूप पाहा!"

श्रीकृष्णाचा दोन हातांचा मानवी अवतार नाहीसा झाला. त्या ठिकाणी अर्जुनाला त्याचं विष्णुरूप दिसायला लागलं. मस्तकावर किरीट, हातात गदा आणि सुदर्शन चक्र धारण केलेलं ते दिव्य रूप अर्जुनाला चांगलंच भावलं. त्या रूपातून प्रेम ओसंडून वाहत होतं. त्या प्रेमवर्षावात अर्जुन न्हाऊन निघत होता. त्या दिव्यानंदात तो काही क्षण बुडून गेला. श्रीकृष्णाच्या बोलण्याने तो भानावर आला. श्रीकृष्ण म्हणत होता, "मी तुला दाखवलेलं माझं हे विश्वरूप देवदुर्लभ आहे; वेदाध्ययनादी कोणत्याही उपायाने माझं हे विश्वरूप कुणाला दिसत नाही."

"मग मला कसं दिसलं?"

"कारण तुझी अनन्य भक्ती! तू मद्भक्त होऊन गेला आहेस. अशा अनन्य भक्तीनेच माझ्या त्या रूपात प्रवेश करता येतो. जो माझ्यासाठीच सर्व कर्मं करतो, मत्परायण होतो, माझाच भक्त होतो, आसक्तीचा त्याग करतो, वैर करत नाही, तो माझ्या रूपाशी विलीन होतो. मत्स्वरूप होतो."

इतकं बोलून श्रीकृष्ण झटकन रथात चढून बसला. अर्जुनही पाठोपाठ रथात चढून बसला. हातात रश्मी घेऊन श्रीकृष्णाने वेगाने त्या वर-खाली केल्या. आपल्या माना उंचावून अश्वांनी रथ वेगाने खेचला. काही क्षणांत रथाने वेग घेतला. रथाचा खडखडाट सुरू झाला. रथचक्रांखालून धूळ उडायला लागली. वरचा कपिध्वज वाऱ्याबरोबर फडफडायला लागला.

मागील आसनावर बसलेल्या अर्जुनाने उच्च स्वरात श्रीकृष्णाला विचारलं, "अरे, कुठे निघालास तू?"

"रणांगणावर!"

"ठीक आहे!"

दोघांनी एकमेकांकडे सुहास्य मुद्रेने बघितलं.

द्रोणं च भीष्मं च जयद्रथं च कर्णं तथाऽन्यानपि योधवीरान्।
मया हतांस्त्वं जहि मा व्यथिष्ठा युध्यस्व जेतासि रणे सपत्नान्।।११.३४।।

सञ्जय उवाच

एतच्छ्रुत्वा वचनं केशवस्य कृताञ्जलिर्वेपमानः किरीटी।
नमस्कृत्वा भूय एवाह कृष्णं सगद्गदं भीतभीतः प्रणम्य।।११.३५।।

अर्जुन उवाच

स्थाने हृषीकेश तव प्रकीर्त्या जगत् प्रहृष्यत्यनुरज्यते च।
रक्षांसि भीतानि दिशो द्रवन्ति सर्वे नमस्यन्ति च सिद्धसङ्घाः।।११.३६।।
कस्माच्च ते न नमेरन्महात्मन् गरीयसे ब्रह्मणोऽप्यादिकर्त्रे।
अनन्त देवेश जगन्निवास त्वमक्षरं सदसत्तत्परं यत्।।११.३७।।
त्वमादिदेवः पुरुषः पुराण स्त्वमस्य विश्वस्य परं निधानम्।
वेत्तासि वेद्यं च परं च धाम त्वया ततं विश्वमनन्तरूप।।११.३८।।
वायुर्यमोऽग्निर्वरुणः शशाङ्कः प्रजापतिस्त्वं प्रपितामहश्च।
नमो नमस्तेऽस्तु सहस्रकृत्वः पुनश्च भूयोऽपि नमो नमस्ते।।११.३९।।
नमः पुरस्तादथ पृष्ठतस्ते नमोऽस्तु ते सर्वत एव सर्व।
अनन्तवीर्यामितविक्रमस्त्वं सर्वं समाप्नोषि ततोऽसि सर्वः।।११.४०।।
सखेति मत्वा प्रसभं यदुक्तं हे कृष्ण हे यादव हे सखेति।
अजानता महिमानं तवेदं मया प्रमादात्प्रणयेन वापि।।११.४१।।
यच्चावहासार्थमसत्कृतोऽसि विहारशय्यासनभोजनेषु।
एकोऽथवाप्यच्युत तत्समक्षं तत्क्षामये त्वामहमप्रमेयम्।।११.४२।।
पितासि लोकस्य चराचरस्य त्वमस्य पूज्यश्च गुरुर्गरीयान्।
न त्वत्समोऽस्त्यभ्यधिकः कुतोऽन्यो लोकत्रयेऽप्यप्रतिमप्रभाव।।११.४३।।
तस्मात्प्रणम्य प्रणिधाय कायं प्रसादये त्वामहमीशमीड्यम्।
पितेव पुत्रस्य सखेव सख्युः प्रियः प्रियायार्हसि देव सोढुम्।।११.४४।।
अदृष्टपूर्वं हृषितोऽस्मि दृष्ट्वा भयेन च प्रव्यथितं मनो मे।
तदेव मे दर्शय देव रूपं प्रसीद देवेश जगन्निवास।।११.४५।।

किरीटिने गदिने चक्रहस्त च्छिामि त्वां द्रष्टुमहं तथैव।
तेनैव रूपेण चतुर्भुजेन सहस्त्रबाहो भव विश्वमूर्ते।।११.४६।।
मया प्रसन्नेन तवार्जुनेदं रूपं परं दर्शितमात्मयोगात् ।
तेजोमयं विश्वमनन्तमाद्यं यन्मे त्वदन्येन न दृष्टपूर्वम् ॥११.४७॥

श्रीभगवान म्हणाले, मी लोकांचा नाश करणारा वाढलेला महाकाल आहे. यावेळी या लोकांच्या नाशासाठी मी प्रवृत्त झालो आहे. म्हणून शत्रुपक्षीय सैन्यात जे योद्धे आहेत, ते सर्व तुझ्याशिवायही राहणार नाहीत. म्हणजेच तू युद्ध केले नाहीस, तरी या सर्वांचा नाश होणार. द्रोणाचार्य आणि पितामह भीष्म तसेच जयद्रथ आणि कर्ण त्याचप्रमाणे माझ्याकडून मारल्या गेलेल्या इतरही पुष्कळ शूर योद्ध्यांना तू मार. भिऊ नकोस. युद्धात खात्रीने तू शत्रूंना जिंकशील. म्हणून युद्ध कर.

संजय म्हणाला, भगवान केशवांचे हे बोलणे ऐकून किरोटी अर्जुनाने हात जोडून कापत कापत नमस्कार केला आणि फिरूनही अत्यंत भयभीत होऊन प्रणाम करून भगवान श्रीकृष्णांना सद्गदित होऊन तो म्हणाला...

अर्जुन म्हणाला, हे अंतर्यामी! आपले नाव, गुण आणि प्रभाव यांच्या वर्णनाने जग अतिशय आनंदित होते व तुमच्यावर अतिशय प्रेम करू लागते. तसेच भ्यालेले राक्षस दशदिशांत पळून जात आहेत आणि सर्व सिद्धगणांचे समुदाय आपल्याला नमस्कार करत आहेत, हे योग्यच होय. हे महात्मन! ब्रह्मदेवाचेही आदिकारण आणि सर्वांत श्रेष्ठ अशा आपल्याला हे नमस्कार का बरे करणार नाहीत? कारण हे अनन्ता! हे देवाधिदेवा! हे जगन्निवासा! जे सत्, असत् व त्यापलीकडील अक्षर अर्थात सच्चिदानन्दघन ब्रह्म आहे, ते आपणच आहात. आपण आदिदेव आणि सनातन पुरुष आहात. आपण या जगाचे परम आश्रयस्थान आहात. जग जाणणारेही आपणच व जाणण्याजोगेही आपणच. परम धामही आपणच आहात.

हे अनन्तरूपा! आपण हे सर्व विश्व व्यापले आहे. आपण वायू, यमराज, अग्नी, वरुण, चन्द्र, प्रजेचे स्वामी ब्रह्मदेव आणि ब्रह्मदेवाचेही जनक आहात. आपल्याला हजारो वेळा नमस्कार. नमस्कार असो! आपणांला आणखीही वारंवार नमस्कार! नमस्कार असो! हे अनन्त सामर्थ्यशाली! आपल्याला पुढून व मागूनही नमस्कार! हे सर्वात्मका! आपल्याला सर्व बाजूंनीच नमस्कार असो. कारण अनन्त पराक्रमशाली अशा आपण सर्व जग व्यापले आहे. म्हणून आपण सर्वरूप आहात.

आपला हा प्रभाव न जाणल्यामुळे, आपण माझे मित्र आहात असे मानून प्रेमाने किंवा चुकीने मी 'हे कृष्णा! हे यादवा! हे सख्या!' असे जे काही विचार न करता

म्हटले असेल, आणि हे अच्युता! माझ्याकडून विनोदासाठी फिरताना, झोपताना, बसल्यावेळी आणि भोजन इत्यादी करताना आपला एकान्तात किंवा त्या मित्रांच्या समक्ष जो अपमान झाला असेल, त्या सर्व अपराधांची अचिन्त्य प्रभावशाली अशा आपणांकडे मी क्षमा मागत आहे.

आपण या चराचर जगताचे जनक आहात. तसेच सर्वश्रेष्ठ गुरू व अत्यंत पूजनीय आहात. हे अतुलनीयप्रभावा! त्रैलोक्यात आपल्या बरोबरीचाही दुसरा कोणी नाही. मग आपल्याहून श्रेष्ठ कसा असू शकेल? म्हणूनच हे प्रभो! मी आपल्या चरणांवर शरीराने लोटांगण घालून नमस्कार करून स्तुत्य अशा आपण ईश्वराने प्रसन्न व्हावे, म्हणून प्रार्थना करत आहे.

हे देवा! वडील जसे पुत्राचे, मित्र जसे मित्राचे आणि पती जसे आपल्या प्रियतम पत्नीचे अपराध सहन करतात, तसेच आपणही माझे अपराध सहन करण्यास योग्य आहात. पूर्वी न पाहिलेले आपले हे आश्चर्यकारक रूप पाहून मी आनंदित झालो आहे आणि माझे मन भीतीने अतिशय व्याकूळही होत आहे. म्हणून आपण मला ते चतुर्भुज विष्णुरूपच दाखवा.

हे देवेशा! हे जगन्निवासा! प्रसन्न व्हा. मी पहिल्यासारखेच आपणाला मुकुट धारण केलेले तसेच गदा आणि चक्र हातात घेतलेले पाहू इच्छितो. म्हणून हे विश्वस्वरूपा! हे सहस्रबाहो! आपण त्याच चतुर्भुज रूपाने प्रकट व्हा.

हे अर्जुना, प्रसन्न होऊन तुझ्याखेरीज दुसऱ्या कुणीही पूर्वी न पाहिलेलं हे तेजोमय, अनंत, अपार, श्रेष्ठ आणि परम विश्वरूप आत्मयोग सामर्थ्याने मी तुला दाखवलं.

अर्जुनाच्या विनंतीवरून कृष्णाने त्याला चतुर्भुज विष्णुरूपातलं दर्शन घडवलं. तेव्हा कृष्ण म्हणाला, ''मी तुला दाखवलेलं माझं हे विश्वरूप देवदुर्लभ आहे. पूर्वीही कुणी कधी पाहिलेलं नाही असं हे माझं तेजोमय, अनंत, अपार, श्रेष्ठ आणि परम असं विश्वरूप मी तुझ्यावर प्रसन्न होऊन दाखवलं.''

अर्जुनालाच विश्वरूप दर्शन कसं घडलं? अर्जुनाच्या आधी अनेक महान भक्त झाले होते. ऋषिमुनी होऊन गेले होते. ज्ञानी, विद्वानांनाही आत्मसाक्षात्कार झाला होता, परंतु विश्वरूप मात्र कुणालाच दिसलं नव्हतं. जी गोष्ट ज्ञानियांना साध्य झाली नव्हती ती अर्जुनाला साध्य झाली होती. भगवंतांनी प्रसन्न होऊन त्याला दर्शन घडवलं होतं. भगवान अर्जुनाच्या अनन्य भक्तीवर प्रसन्न झाले होते. अर्जुनाचा समर्पित भाव आणि कार्य करण्याची वृत्ती भगवंतांनी ओळखली होती. अर्जुनाच्या साऱ्या शंकांचं

निरसन झालं होतं; तो भगवंतांच्या इच्छेनुसार कार्य करायला सिद्ध झाला होता. मगच भगवंतांनी त्याला हे विश्वरूप दर्शन घडवलं होतं.

सामान्य मनुष्याच्या मनात शंका-कुशंकांचा धुरळा उडालेला असतो, त्यामुळे त्याला भगवंताचं साधं दर्शनही होत नाही. मग विश्वरूपदर्शन तर दूरच राहिलं. दहा-वीस पुस्तकं वाचून हे ज्ञान होऊ शकत नाही. किंबहुना शंकेखोर स्वभावामुळे तर सत्स्वरूपाचं ज्ञान दुरावलं जातं. 'देव असेल तर मला दाखवा; अन्यथा मी त्यावर विश्वास ठेवू शकत नाही,' अशी अज्ञेय मनुष्याची मानसिकता असते. अशा लोकांचा केवळ विज्ञान आणि स्वतःची अल्पबुद्धी यांवरच अधिक विश्वास असतो. सनातन विचारधारेला दूषणं देण्यातही त्यांना गौरव वाटत असतो. ही मानसिकता अशा लोकांना ज्ञानापासून दूर नेत असते. दक्ष असणं वेगळं आणि बेगडा बुद्धिवाद जोपासणं वेगळं! अशा लोकांचा विज्ञानावर विश्वास असतो खरा; परंतु विज्ञानाला परमतत्त्वासंदर्भात एखाद्या गोष्टीचा शोध लागला तर हेच विज्ञाननिष्ठ लोक तोही अमान्य करतात हे विशेष.

याउलट जे भाविक असतात, ते बुद्धिनिष्ठ विचार करतातच असं नाही. निष्काम कर्मयोग किंवा ज्ञानयोग साध्य करून परमतत्त्व जाणण्याऐवजी अनेक भक्तांचा हेतू देवाकडून काही तरी मिळवण्याचा असतो. त्यामुळे त्यांच्या भक्तीचं स्वरूप सकाम भक्तीचं असतं. त्यात अनेकविध वासना दडलेल्या असतात आणि कर्मात आसक्ती राहिलेली असते. म्हणूनच आज हे परमात्मज्ञान खूप दुर्लभ झालं आहे.

अर्जुनाला हे दर्शन अचानक झालं नव्हतं; तर त्याच्या स्वतःच्या शक्ती आणि आत्मयोग यांमुळे झालं होतं. त्याचाच उल्लेख भगवंतांनी या श्लोकात केलेला आहे- *रूपं परं दर्शितमात्मयोगात्।* ज्ञानयोग, कर्मयोग, ध्यानयोग यांच्यासारखाच हा आत्मयोग आहे. भगवंतांच्या कार्यासाठी अर्जुनाची आत्मशक्ती वापरली जाणार होती आणि इथेच आत्मयोग साकार झाला! आत्मयोगामध्ये परमात्मा आणि प्रत्यगामा एक होतात. जीवाशिवाची भेट होते. त्यामध्ये भगवंताशी एकतानता आणि तादात्म्य साधलं जातं. त्या तादात्म्य अवस्थेतच अर्जुनाला विश्वरूपाचं दर्शन झालं.

अर्जुनाप्रमाणेच भगवंताचंही अर्जुनाशी मनोमिलन झालं होतं. हा आत्मयोग दोघांच्या इच्छेनुसार झाला होता. इथे भगवंताच्या इच्छेला अधिक महत्त्व असतं. एकतर्फी प्रेम असेल तर तो संसार सफल होत नाही; पण जर प्रेम दोन्ही अंगांनी असेल तर त्यात गोडवा निर्माण होतो. अशाच तऱ्हेचं परस्पर प्रेम आत्मयोगातही अभिप्रेत आहे. अर्थातच आत्मयोगाच्या या प्रक्रियेमध्ये परमेश्वराला अधिक प्राधान्य असतं; त्याच्या इच्छेला महत्त्व असतं.

मग पुढे भगवान म्हणतात, माझं स्वरूप हे तेजोमय, अनंत, अपार, श्रेष्ठ आणि परम आहे.

दीप्ती हा तेजाचा धर्म आहे. तेज हे तत्त्वत: ज्ञानस्वरूप असतं आणि ज्ञानस्वरूप होऊनच तेजाचा अनुभव घेता येतो. आपण सूर्याचं तेज या मानुषी नेत्रांनी पाहू शकत नाही. मग सहस्त्रो सूर्यांचं तेज या डोळ्यांनी कसं पाहणार? त्यासाठी ज्ञानदृष्टीच आवश्यक असते. अर्जुनाला तोपर्यंत ज्ञानदृष्टी लाभलेली नव्हती आणि म्हणूनच ते विश्वरूप त्याला झेपलं नाही.

मग भगवान म्हणतात, माझं स्वरूप अनंत आहे. जे अनंत असतं ते स्थल, काल आणि मिती यांनी बद्ध नसतं. ते जाणण्यासाठी ज्ञानदृष्टीच हवी. पार म्हणजे पलीकडे; जिथे अलीकडे किंवा पलीकडे हा संदर्भच नाही ते अपार असतं. श्रेष्ठ म्हणजे जिथे कनिष्ठता लवमात्रही नसते असं; परम म्हणजे अत्युच्च किंवा सर्वश्रेष्ठ. मात्र, हा केवळ व्यावहारिक अर्थ झाला; कारण सर्वश्रेष्ठ किंवा अत्युच्च म्हटलं की त्याचा प्रतिकूल अर्थही असतोच. सर्वश्रेष्ठचा विरुद्ध अर्थ अतिकनिष्ठ, अत्युच्चचा विरुद्ध अर्थ अति नीच. त्यामुळे जिथे असे विरुद्ध अर्थ शक्यच नाहीत, अशी श्रेष्ठता म्हणजे परम श्रेष्ठता.

भगवंतांनी हेच आपलं तेजोमय, अनंत, अपार आणि परम असं स्व-स्वरूप अर्जुनाला त्याच्या आत्मदृष्टीत मावेल असं एकत्रित करून दाखवलं. असं दर्शन होण्यासाठी परमात्मा आणि प्रत्यगामा हे एकरूप व्हावे लागतात. त्यासाठी केवळ आत्माधारक जीवाची इच्छा आणि प्रयत्न असून चालत नाही. त्यासाठी परमात्म्याचीही इच्छा आवश्यक असते. आधुनिक भाषेत सांगायचं तर स्व-स्वरूप उघड होण्यासाठी परमात्म्याने प्रत्यगामाला आपला पासवर्ड द्यावा लागतो. त्यासाठी जणू 'टीमव्ह्यूअर' सॉफ्टवेअर आवश्यक असतं.

हाच आत्मयोग! हीच जीवाशिवाची भेट! आत्मा-परमात्मा यांचा आत्मयोग साधला गेल्यानंतर परमात्मा त्याच्या इच्छेने आणि जिवाच्या कुवतीनुसार आपलं दर्शन घडवतो.

तंबोऱ्यावर षड्ज आणि पंचम हे स्वर जर योग्य लागले तर त्यातून न छेडला गेलेला गंधार निर्माण होतो आणि नादब्रह्माची अनुभूती गायकाला येते. त्याप्रमाणे परमात्मा आणि प्रत्यगामा यांच्या संयोगातून आत्मयोग निर्माण होतो आणि भगवंताचं दर्शन - अनुभूती संभवते. आत्मयोग होण्यासाठी निदिध्यास आणि आतापर्यंत जे उपाय भगवंतांनी सांगितले आहेत, ते मात्र केले पाहिजेत.

न वेदयज्ञाध्ययनैर्न दानैर्न च क्रियाभिर्न तपोभिरुग्रैः ।
एवंरूपः शक्य अहं नृलोके द्रष्टुं त्वदन्येन कुरुप्रवीर ॥ ११.४८ ॥

हे कुरुवीर श्रेष्ठा! वेद-यज्ञाच्या अध्ययनानं, दानाने किंवा (यज्ञयागादी) कर्मांने अथवा उग्र तपानंदेखील माझं या प्रकारचं स्वरूप तुझ्यावाचून दुसऱ्या कुणालाही या मनुष्यलोकी पाहावयास मिळणं शक्य नाही.

विश्वरूप दर्शन करणं कुणाला साध्य होतं? तर जो भगवंताचा अनन्य भक्त आहे, ज्याचा भगवत् प्रेमाचा झरा कधी आटत नाही, असं असूनही जो समाधिस्थ राहू शकतो, ज्याला आत्मयोग साधला त्यालाच विश्वरूपदर्शन होतं. त्यातही भगवंत सांगतात की, केवळ अर्जुनालाच हे विश्वरूपदर्शन घडवलं आहे. अर्जुनाला विश्वरूप आत्मयोगाने दिसलं ते वेदांचं अध्ययन केल्यामुळे नव्हे. आजच्या भाषेत सांगायचं तर, कथा सांगणं किंवा वाचनाच्या प्रचंड व्यासंगानंही असं दर्शन घडू शकत नाही. वेदांचं अध्ययन करून फार तर ज्ञान संपादन करता येतं. परमतत्त्वाकडे जाण्याचा मार्ग समजतो.

यज्ञामुळे कदाचित स्वर्गप्राप्तीही होईल; पण तसं दर्शन शक्य नाही. तीच गोष्ट दान आणि तप यांच्याबाबतीतही लागू पडेल. दान आणि तप या क्रियांमधून पुण्य नक्कीच मिळेल, परंतु त्यामुळे विश्वरूप दिसणार नाही. जे ज्ञानी आहेत ते ज्ञानाचं महत्त्व सामान्यांना पटवून सत्कर्म करतात. दान केलं म्हणजे आत्मिक समाधानही मिळतं. वृत्तीमध्ये बदल होतो. म्हणून यज्ञ, दान, तप आदी सत्कार्य केली जातात. आपण भूकंपग्रस्तांना चादरी, कपडे पुरवले, धनधान्य पाठवलं तर ही पुण्यकर्मं आपल्या संचितात जमा होतात. गरीब विद्यार्थ्यांच्या फीचे पैसे भरले, त्याला वह्या-पुस्तकं घेऊन दिली, तर तेही सत्कृत्य होऊन त्याचं फल संचितात जमा होतं, परंतु भगवंताचं विश्वरूप मात्र त्यामुळे दिसू शकणार नाही. भगवान ती गोष्ट स्पष्टपणे इथे सांगतात.

कोणत्याही उपासना-पद्धतीचं, योगाधिकारप्राप्तीचं, मोक्षाचं, आत्मप्रगतीचं किंवा अद्वैतानुभवाचं मूलतः अत्यंत प्रभावी साधन म्हणजे भक्ती! पुढील बाराव्या

अध्यायात सांगितल्या जाणाऱ्या भक्तियोगाचं बीज या अध्यायात पेरलेलं आहे. भक्ती साध्य होण्यासाठी अत्यंत विचारपूर्वक परमात्म्याविषयीची समज वृत्तीत प्रथम दृढ केली पाहिजे. जो त्रिकालाचा मालक आहे, काळावर ज्याची सत्ता आहे, अशा त्या परमात्म्याशी विचारपूर्वक तादात्म्य साधलं पाहिजे. 'मी कोण आहे' याचं एक बिंदूवत पण विराट स्वरूप भगवंतांनी अर्जुनाला दाखवलं होतं. त्या विश्वस्वरूपाचा विचार झाला पाहिजे. ध्यानासाठी परमात्म्याला आपण मूर्तीत किंवा वस्तूत बघत असतो. ते योग्य असलं तरी त्याचं प्रत्यक्षातलं स्वरूप हे विराट आहे, तितकंच सूक्ष्मही आहे. शिवाय संपूर्ण सृष्टी व्यापून तो दशांगुळं उरला आहे. तो सर्वश्रेष्ठ, अपार, अनंत आणि परम आहे हे ध्यानात ठेवलं पाहिजे. अशा परमात्म्याची एकवेळ उपासना केली नाही तरी चालेल; पण त्याची उपासना करताना निदान त्याचा अनादर होणार नाही एवढी तरी काळजी आपण घेतली पाहिजे. त्याचा आणि आपला संबंध जेव्हा भक्तियोगाने उमजत जाईल, तेव्हाच त्याचा प्रतिसाद त्याप्रमाणे मिळत जाईल. मग तो आराध्य होईल, सखा होईल आणि मग आत्मीय होईल. पण असा आत्मयोग साध्य होईपर्यंत भगवंताचा आत्यंतिक आदर ठेवता आला पाहिजे.

एखाद्या मोठ्या उद्योगपतीच्या कंपनीत एखादा होतकरू तरुण नोकरीला असतो. त्या वेळी त्या उद्योगपतीशी त्याचा केवळ व्यावहारिक संबंध असतो - किंवा मालक-नोकर हा संबंध असतो. पण जर त्याचा त्या उद्योगपतीच्या मुलीशी अवचित विवाहयोग जुळून आला, तर त्या उद्योगपतीशी असलेल्या पूर्वीच्या मालक-नोकर संबंधात मोठा बदल घडून येतो. मग त्याचे त्या उद्योगपतीशी केवळ व्यावहारिक संबंध न राहता भावनिक संबंध निर्माण होतात.

उपासकाचा मात्र भगवंताशी केवळ भावनिक नाही तर आत्मिक संबंधही जुळू शकतो. तोच आत्मयोग असतो. ही अतिशय उत्कट अशी भावावस्था असते. ती भावावस्था केवळ भक्त-भगवंत यांनाच उमजते. इतरांना ती भावावस्था समजणं शक्य नसतं. म्हणूनच युद्धक्षेत्री भगवंतांनी आत्मयोगाने त्यांचं विश्वदर्शन अर्जुनाला घडवलं, पण तरीही इतर योद्ध्यांना त्या विश्वरूपाचं दर्शन झालं नाही.

म्हणून आत्मयोग होणं ही गोष्ट अतिशय महत्त्वाची असते. श्रीकृष्ण जरी गोकुळापासून दूर मथुरेत आणि नंतर द्वारकेमध्ये राह्यला तरी गोकुळवासीयांना त्याचा वियोग कधीच जाणवला नाही. श्रीकृष्णाशी ते भावनिक दृष्ट्या पूर्णपणाने जोडलेलेच होते. आत्मयोगात अशाच प्रकारचं भावनिक नातं अभिप्रेत असतं. मीराबाईचं भगवंतावरचं प्रेम आणि भक्ती अशीच अलौकिक होती. संसारात राहूनही तिने कृष्णाशी तादात्म्य साधलं होतं, पण यापेक्षा महत्त्वाची गोष्ट म्हणजे, अर्जुनाच्या

युद्धकर्माची भगवंतांना गरज होती. एखाद्या बापाने आपल्या मुलाचे बालहट्ट पुरवावेत तसाच भगवंतांनी अर्जुनाचा हट्ट पुरवून त्याला विश्वरूपदर्शन घडवलं होतं. अशा तऱ्हेने आपल्या गुणांची आणि कार्यकर्तृत्वाची भगवंतांना गरज वाटली पाहिजे. त्यासाठी आपलं कर्म शुचिर्भूत असायला हवं. तसं झालं तर आत्मयोगाची एखादी ज्ञानशलाकाही आपलं जीवन बदलून टाकेल.

वेद, यज्ञ, दान, जप, तप याने पुण्यसंचय निश्चितच होतो. त्या गोष्टी सोडून द्या असं भगवंत सांगत नाहीत, तर ईश्वराशी योग साधण्यासाठी प्रबळ इच्छाशक्तीची, भक्तीची आणि प्रेमाची आवश्यकता असते, असं भगवंत सांगतात.

मा ते व्यथा मा च विमूढभावो दृष्ट्वा रूपं घोरमीदृङ्ममेदम् ।
व्यपेतभीः प्रीतमनाः पुनस्त्वं तदेव मे रूपमिदं प्रपश्य ॥११.४९॥

सञ्जय उवाच

इत्यर्जुनं वासुदेवस्तथोक्त्वा स्वकं रूपं दर्शयामास भूयः।
आश्वासयामास च भीतमेनं भूत्वा पुनः सौम्यवपुर्महात्मा।।११.५०।।

अर्जुन उवाच

दृष्ट्वेदं मानुषं रूपं तवसौम्यं जनार्दन।
इदानीमस्मि संवृत्तः सचेताः प्रकृतिं गतः।।११.५१।।
सुदुर्दर्शमिदं रूपं दृष्टवानसि यन्मम ।
देवा अप्यस्य रूपस्य नित्यं दर्शनकाङ्क्षिणः ॥११.५२॥

माझं असलं हे उग्र रूप पाहून तू घाबरू नकोस किंवा गांगरल्यासारखाही होऊ नकोस. भीती सोडून देऊन संतुष्ट मनाने पुन्हा तेच ते माझं (पूर्वीचं) स्वरूप तू पाहा...संजय म्हणाला, भगवान वासुदेवांनी अर्जुनाला असं सांगून पुन्हा तसलेच आपलं चुतुर्भुज रूप दाखवलं आणि पुन्हा महात्म्या श्रीकृष्णांनी सौम्य रूप धारण करून भयभीत अर्जुनाला धीर दिला. अर्जुन म्हणाला, हे जनार्दना! आपलं हे अतिशय शांत मनुष्यरूप पाहून आता माझं मन स्थिर झालं असून मी माझ्या मूळ स्थितीला प्राप्त झालो आहे. माझं जे हे रूप तू पाहिलंस, ते पाहण्यास मिळणं अत्यंत दुर्लभ आहे. देवसुद्धा हे रूप पाहण्याची नेहमी इच्छा करत असतात.

अठ्ठेचाळीसाव्या श्लोकात भगवंतांनी हीच गोष्ट सांगितली आहे आणि त्यावर जणू ते पुन्हा या श्लोकातून शिक्कामोर्तब करत आहेत.

भक्त आणि भगवंत या दोघांनाही आपलं द्वैत टिकवायचं असतं. द्वैत संपलं तर भक्ताचं अस्तित्वच नाहीसं होतं आणि भक्त झाला तरी त्याला स्वतःचं अस्तित्व

टिकवायचं असतं. अस्तित्व नाहीसं झालं तर पुन्हा भगवंताचं हे दर्शन घडणार नाही. पुन्हा भगवंतासाठी कार्य करता येणार नाही. म्हणून भक्ताला अद्वैताची भीती असते.

भगवंताने जरी म्हटलं की, माझं हे घोर रूप पाहून व्यथित होऊ नकोस, तरी पण प्रत्यक्ष अर्जुनाला भगवंताच्या रूपाची भीती वाटली नसावी. कारण भगवंत हा प्रेमाचा सागर, करुणामूर्ती, आनंदाचा कंद आहे. मग त्याचं रूप भयंकर कसं असेल? म्हणून त्या रूपाची भीती न वाटता अर्जुनाला आपलं अस्तित्व गमावण्याची भीती वाटली असावी. भगवंतही अर्जुनाला आश्वासन देतात की, तू भिऊ नकोस. मी माझ्या मूळ स्वरूपात पुन्हा येतो. भगवंतालादेखील अर्जुनासारख्या अनन्य भक्ताला स्वतःमध्ये इतक्यात सामावून घ्यायचं नसतं. अर्जुनाकडून त्यांना अजून भारतीय युद्धाचं महत्त्वाचं कार्य करवून घ्यायचं होतं. म्हणूनच ते त्याला सांगतात, 'तू गांगरून जाऊ नकोस. भीती सोड. संतुष्ट मनाने माझ्याकडे बघ.'

परमेश्वराची सगुण-निर्गुण, द्वैत-अद्वैत, व्यक्त-अव्यक्त, साकार-निराकार ही परस्परविरोधी स्वरूपं वस्तुतः अगदी एकच आहेत. त्यात कोणताही भेद नाही. त्याचप्रमाणे हिंसा-अहिंसा, कारुण्य-क्रोध, कुरूपता-सुंदरता आणि आनंद-भीती ही एकाच गोष्टीची रूपं आहेत. प्रत्यक्षात सर्वकल्याणप्रद, आनंदप्रद, सुंदर, शुभ, मंगल, अविनाशी आणि प्रशांत असं चैतन्यच अखिल जीवनामध्ये व्यापकत्वाने सळसळत आहे. मग तिथे कसली भीती आणि कसला मोह? ज्यांच्याकडे हे प्रवाही आणि उसळणारं चैतन्य अनुभवण्याची पात्रता नाही, त्यांना ते उग्र, भीतिदायक आणि असह्य वाटतं; पण ज्ञानप्राप्तीमुळे ते समजून घेण्याची पात्रता निर्माण झाल्यानंतर तेच विधात्याने साकारलेलं निराकार अद्वैत जीवन हे मांगल्य, आनंद, शांती आणि परमसौंदर्याने भरलेलं अनुभवास येतं.

आदि शंकराचार्यांनी तेच वर्णन *पांडुरंगाष्टकम्*मध्ये केलं आहे. ज्या शंकराचार्यांनी केवळ अद्वैताचा सिद्धान्त सांगितला, त्यांनीच हे द्वैतवादाचं तत्त्वज्ञान या अष्टकामधून सांगितलं आहे हे विशेष!

शिवामध्ये एकरूप होण्याची जीवाला भीती असते. अर्जुनालाही याच भीतीने ग्रासलं होतं. ती भीती भगवंतांनी दूर केली. अकराव्या अध्यायातील श्लोकातील पन्नासाव्या श्लोकात संजय धृतराष्ट्राला सांगतो, अर्जुनाला दिव्य दृष्टी नष्ट करून भगवंतांनी त्याला पुन्हा आपल्या सौम्य रूपाचं दर्शन घडवलं. मग एकावन्नाव्या श्लोकात अर्जुन म्हणतो, भगवंता, तुझं हे मानवी रूप पाहून आता मी शांत झालो आहे.

त्यावर आता भगवंत सांगतात, 'माझं हे रूप केवळ तुला दिसलं. हे रूप देवदुर्लभ आहे. भक्ती किंवा पूजा केवळ मनुष्यच करतो असं नाही; तर देवही परमात्म्याची

पूजा करत असतात. मनुष्याप्रमाणेच देवांनाही उपासना ही आवश्यक गोष्ट आहे.' पुराणात एक कथा आहे.

> एकदा स्वतः भगवान विष्णू महेश्वराची पूजा करत होते. सहस्त्रकमल वाहण्याचा संकल्प त्यांनी केलेला होता; परंतु एक कमळ कमी पडलं. तेव्हा भगवान विष्णूंनी आपला कमलनेत्रच महेश्वराला अर्पण केला.

भगवंताच्या दर्शनाची इच्छा देवांनाही असते. त्यासाठीच ते उपासना करतात. म्हणून भगवंत अर्जुनाला सांगतात, 'माझं जे रूप तू पाहिलंस, ते दिसणं फार कठीण आहे. या दर्शनाची देव नित्य आकांक्षा धरतात, परंतु त्यांनाही हे दर्शन दुर्लभ असतं.'

देव मानवापेक्षा उन्नत जीव असतात. मानवाच्या कल्याणासाठी देवांची निर्मिती परमेश्वरानंच केली आहे. त्यांच्या माध्यमातून मनुष्याची सर्व मनोराज्यं पूर्ण होत असतात. म्हणजेच देव पूर्ण नसून अपूर्णच असतात. अपूर्णाकडून पूर्णत्व मिळू शकत नाही. म्हणूनच देवांनाही स्वतःचा उत्कर्ष साधण्याची आस असते. म्हणून तेदेखील उपासना करतात; ध्यानधारणा करतात. देव ध्यानावस्थेत बसल्याचा उल्लेख अनेक पुराण-कथांमधून आणि प्राचीन वाङ्मयामधून आढळतो.

परब्रह्माच्या दर्शनाची ओढ देवांनाही लागलेली असते, परंतु अशा देवांनादेखील हे रूप पाहायला मिळत नाही, असं भगवंत सांगतात.

भक्ताचा भगवंत होण्याची ही प्रक्रिया आहे, भक्ताला आपलं अस्तित्व टिकवायचं असतं तसंच भगवंतालाही अशा भक्तांकडून कार्य करून घ्यायचं असतं. साखर होण्यापेक्षा साखरेची गोडी चाखण्यातच आनंद असतो. त्याप्रमाणे भगवान न बनता भक्त बनून भगवंताची भक्ती करण्यातच भक्ताला खरा आनंद वाटत असतो.

देवांनादेखील परब्रह्माची भक्ती आणि उपासना करावी लागते तर सामान्य अज्ञ जीवांना भक्ती करावी लागेल, यात नवल असं काहीच नाही. ईश्वराच्या दर्शनाची इच्छा असणाऱ्या व्यक्तीला यथाशास्त्र भक्ती हाच खरा मार्ग आहे. त्यासाठी भगवान आणि आपला संबंध समजून घ्यायला हवा.

नाहं वेदैर्न तपसा न दानेन न चेज्यया ।
शक्य एवंविधो द्रष्टुं दृष्टवानसि मां यथा ॥११.५३॥

ज्या प्रकारे तुला माझं (विश्वरूपदर्शन) झालं तसं वेदपठण, तप, दान किंवा यज्ञ आदी साधनांनी (देखील) तसं दर्शन (कुणाला) होणं शक्य नाही.

अठ्ठेचाळिसाव्या श्लोकात भगवंतांनी हीच गोष्ट सांगितली आहे आणि त्यावर जणू ते पुन्हा या श्लोकातून शिक्कामोर्तब करत आहेत.

कोणकोणते उपाय योजले तर परमेश्वराचं स्वरूप समजेल हे सांगण्याऐवजी भगवान कोणते कोणते उपाय करूनही त्यांचं विश्वरूप पाहणं शक्य होणार नाही, याबद्दल अर्जुनाला पुन्हा सांगत आहेत. वेदपठण, तप, दानधर्म किंवा यज्ञ करूनही भगवंताचं विश्वरूप दिसणं असंभव आहे. म्हणजे भगवद्प्राप्तीचा कोणताही मार्ग जरी अवलंबला तरी अर्जुनाला दिसलेलं विश्वरूप कुणालाही दिसणं कदापि शक्य नाही, हे भगवंतांनी पुन्हा ठामपणे सांगितलं आहे. खरोखर सृष्टीच्या ज्ञात इतिहासात अर्जुनासारखा भाग्यवान दुसरा कुणीही नाही. अर्जुनाची भगवंतचरणी पराकोटीची निष्ठा होती. भगवद्भक्ती त्याच्या रोमारोमांत भिनली होती. पण ती गोष्ट बाह्यतः फारशी कुणाला समजून येत नसे. अर्जुनाचं अंतःकरण भगवान श्रीकृष्णच तेवढे जाणून होते.

> भारतीय युद्धाच्या वेळचीच गोष्ट. एकदा उद्धवाला वाटलं, माझ्याइतका श्रीकृष्णभक्त दुसरा कुणीही नाही. असं असूनही श्रीकृष्णाचं अर्जुनावर एवढं प्रेम का? भगवान श्रीकृष्णांना त्याने तसं बोलूनही दाखवलं. ते ऐकून कृष्ण उद्धवाला अर्जुनाच्या शिबिरात घेऊन गेले. अर्जुन तेव्हा निद्राधीन झालेला होता, परंतु उद्धवाला त्याच्या जवळून 'कृष्ण' नाम ऐकू आलं. अर्जुनाच्या जवळ जाऊन त्याने कानोसा घेतला तेव्हा त्याला कळून चुकलं की, निद्रेतही अर्जुनाचा श्वासागणिक भगवंताचा नामजप चालला होता. 'कृष्णनाम' त्याच्या रोमारोमांत भिनलं होतं. कृष्णनाम हाच त्याचा श्वास

बनला होता. ते पाहून उद्धव खजिल झाला. अर्जुनाची योग्यता त्याने तेव्हाच जाणली.

अर्जुनासारखे भक्त त्यापूर्वीच्या काळातही होऊन गेले होते. पुढील काळातही झाले होते. कित्येक संतमहंत, मुनी आणि संन्यासी आत्मसाक्षात्कारी बनले होते, परंतु अर्जुनाच्या वाट्याला जे भाग्य आलं होतं, ते त्या कुणाच्याही वाट्याला आलेलं नव्हतं. अर्जुनच असा भाग्यवंत का, याची कारणमीमांसा करता येत नाही, पण काही गोष्टींची उकल आपण करू शकतो.

केवळ कृष्णनाम घेऊन अर्जुनाला विश्वरूप दिसलं नव्हतं; तर त्याला आत्मयोग प्राप्त झाला होता. म्हणजे भक्त आणि भगवंत अशा दोन्ही बाजूंकडून परस्परांना प्रतिसाद दिला गेला होता. यामध्ये भगवंतांना धर्मप्रस्थापनेच्या कार्यात अर्जुनासारख्या महान वीराची अधिक आवश्यकता होती. याउलट युद्ध न करता अर्जुनाला संन्यास घेऊन रानावनात निघून जायचं होतं. म्हणजे आतापर्यंत पांडवांना हाताशी धरून कृष्णाने जे काही कार्य केलं होतं, जरासंध, शिशुपाल आदी भोगवादी आणि प्रजेचा छळ करणाऱ्या राजांचा काटा काढला होता, त्यावर पाणी पडणार होतं. धर्मसंस्थापनेसाठी कृष्णाने आयुष्य वेचलं होतं. धर्माच्या नावाखाली समाजात वाट्टेल त्या गोष्टी चाललेल्या होत्या. अत्यंत प्रबळ अशा जरासंधाने तर नरमेध यज्ञ आरंभला होता. आणखी सोळा राजांना बंदिवान केल्यानंतर तो त्या सर्व राजांची नरमेध यज्ञ करून त्या यज्ञात आहुती देणार होता; आणि हे सारं त्याला धर्म्य कृत्य वाटत होतं. 'यथा राजा तथा प्रजा' ही उक्ती 'यथा सम्राट तथा राजा' अशीही लागू होते. जरासंधाच्या मित्रराजांच्या राज्यांतही अशा चुकीच्या आणि मानवतेच्या विरुद्ध असणाऱ्या पद्धती प्रस्थापित होत होत्या.

या आणि अशा अनेक चुकीच्या रूढींचा उच्छेद करून पुन्हा वेदविहित सनातन धर्माची प्रस्थापना करणं हीच कृष्णाच्या जीवनाची इतिकर्तव्यता होती. आकाशात राहून ते कार्य होत नसतं. ते कार्य करण्यासाठी माध्यम आवश्यक असतं. ईश्वराला आपलं मूळ स्वरूप अबाधित ठेवून या कार्यासाठी मानुषी अवतारच घ्यावा लागतो.

पांडवांसारख्या नीतिमान वीरांना मार्गदर्शन करून कृष्णाने आपलं अवतारी कार्य केलं होतं. आता त्या कार्याचा कळसाध्याय म्हणजे हे युद्ध होतं. आणि ऐन युद्धाला तोंड फुटण्यापूर्वीच अर्जुनाच्या हातून धनुष्य गळून पडलं होतं. अर्जुनाला ज्ञानामृत पाजून कृष्णाने स्व-स्वरूप त्याच्यापुढे उलगडलं होतं. त्यामुळे अर्जुनाचा मोह सरला होता. मग त्याने विनंती करताच कृष्णाने त्याला आत्मयोगाने आपल्या विराट

स्वरूपाचं दर्शन घडवलं होतं. म्हणजे त्या वेळी कृष्ण मनात म्हणाला असेल, 'बरं बाबा, तुला माझं खरं स्वरूप बघायचं आहे? ठीक आहे; तेही मी दाखवतो. पण तू पुन्हा समर्थपणे युद्धाला उभा राहा!' जणू त्याने अर्जुनाचा बालहट्टच पुरवला होता!! बालहट्ट कसला? त्या भारतीय युद्धाच्या वेळी अर्जुन पासष्ट वर्षांचा होता आणि मानुषी देह धारण केलेला कृष्ण पंचाऐंशी वर्षांचा! कर्ण बहात्तर वर्षांचा, युधिष्ठिर अडुसष्ट वर्षांचा; तर भीष्माचार्य दीडशे वर्षांचे होते! म्हणजे शंभरीच्या जवळ गेलेले ते वीर ऐन रणांगणात समर्थपणे युद्ध करत होते. यावरून तत्कालीन भारतीय लोकांची वयोमर्यादा लक्षात येते. साठीत रिटायर व्हायचं ही संकल्पना ब्रिटिश लोकांनी भारतीयांमध्ये भरवली! मनावर स्वत:हून ओढवून घेतलेले अनेक ताणतणाव कमी केले आणि आसक्ती-वासना मर्यादित केल्या आणि मनावर सुसंस्कार करून ते समर्थ बनवलं तर आजही मनुष्य दीर्घायुषी होऊ शकेल. असो!!

थोडक्यात, भगवंतांना अर्जुनाची आवश्यकता होती आणि म्हणूनच त्याचा हट्ट पुरवण्यासाठी भगवंतांनी त्याला विश्वरूप दाखवलं. त्यासाठी त्यांनी आत्मयोगाचा प्रयोग केला.

त्यामुळेच अर्जुन वगळता आजवर कुणालाही ते विश्वरूप दिसलेलं नाही असं भगवान सांगतात. वेदपठणाने देवतांना प्रसन्न करून भौतिक भोगही मिळवले जातात. तपाचरणात ईश्वरासाठी झिजण्याची भक्ताची इच्छा असते. आत्मज्ञान होण्यासाठी योगी खडतर तप करतात. दान करण्यातून केवळ पुण्य पदरात पडत असतं; आणि यज्ञ हे सहेतुक केले जातात. संस्कृतिप्रस्थापन आणि सद्विचारांचं प्रक्षेपण करणं हाही यज्ञामागचा हेतू असतो. या सर्व क्रियांमध्ये भक्त किंवा साधक तत्पर झालेला असतो - म्हणजे ॲक्टिव्ह झालेला असतो. त्याच्या साधनेमुळे त्याला आत्मज्ञानाचा प्रसाद मिळू शकतो, परंतु विश्वरूप या सर्वांसाठी तर नाहीच; परंतु देवांनाही दुर्लभ असतं, हेच भगवान अठ्ठेचाळिसाव्या आणि या त्रेपन्नाव्या श्लोकात स्पष्टपणे सांगतात.

वेदपठणादी कोणत्याही उपायांनी, साधनेने देवदुर्लभ विश्वरूप पाहणं शक्य नाही. ज्ञात इतिहासात अर्जुनाखेरीज कुणालाही त्याचं दर्शन घडलेलं नाही. धर्मसंस्थापनेसाठी अर्जुनासारख्या वीराची आवश्यकता होती, म्हणूनच भगवंतांनी त्याला त्याच्या इच्छेनुसार विश्वरूपाचं दर्शन दिलं.

भक्त्या त्वनन्यया शक्य अहमेवंविधोऽर्जुन ।
ज्ञातुं द्रष्टुं च तत्त्वेन प्रवेष्टुं च परन्तप ॥११.५४॥

हे परंतपा अर्जुना, केवळ अनन्य भक्तीने मात्र याप्रमाणे मला तत्त्वतः जाणणं, पाहणं आणि मला येऊन मिळणं शक्य आहे.

भक्तीमुळे प्रथम परमेश्वराचं ज्ञान होतं आणि नंतर भक्ताचं परमेश्वराशी तादात्म्य साधतं. या श्लोकात भगवंतांनी म्हणूनच ज्ञातुं, द्रष्टुं आणि प्रवेष्टुं असं म्हटलेलं आहे. 'ज्ञातुं' म्हणजे वस्तूविषयी ज्ञान होणं, 'द्रष्टुं' म्हणजे वस्तू प्रत्यक्ष दिसणं आणि 'प्रवेष्टुं' म्हणजे वस्तू-स्वरूपात सामावून जाणं. याच क्रमाने परमेश्वर-स्वरूपात सामावून जाणं भगवंतांना अपेक्षित आहे. हे मानसशास्त्रच भगवंतांनी इथे सांगितलं आहे. म्हणजे परमस्वरूपात सामावून जाण्यासाठी या तीन वेगवेगळ्या अवस्था आहेत. आता हे शास्त्र एखाद्या वस्तूविषयी ठीक आहे, परंतु ही गोष्ट परमेश्वराच्या बाबतीत कशी काय लागू होऊ शकते? कारण परमात्म-स्वरूपाचं ज्ञान होणं हाच या मार्गातला सर्वात मोठा अडथळा आहे. बरं, ज्ञान झालं म्हणजे दर्शन झालं असं होत नाही आणि दर्शन झालं म्हणजे त्यात प्रवेश मिळाला असंही होत नाही.

आम्रखंड हा एखाद्याचा आवडता गोड पदार्थ असतो. कारण त्या पदार्थाविषयी त्याला पूर्वीच ज्ञान झालेलं असतं. आता तो पदार्थ समोर दिसतही असतो. तरीपण नुसत्या आम्रखंडाच्या दर्शनाने ते खाण्याचं समाधान त्याला मिळू शकत नाही. आम्रखंड जेव्हा जिभेवर रेंगाळतं, तेव्हाच खरा त्याला आनंद मिळतो. म्हणजेच पदार्थाचा आनंद मिळण्यासाठी त्या पदार्थाचं प्रथम ज्ञान होणं आवश्यक असतं.

पण ही गोष्ट परमात्मज्ञानासंदर्भात कशी काय लागू होऊ शकेल? कारण इथे मुळात परमतत्त्वाचं ज्ञान होणं हीच गोष्ट अतिकठीण असते. बरं, ते ज्ञान झालं तरी परमात्म्याचं दर्शन होणं ही अतिशय दुर्लभ गोष्ट असते. म्हणजे ज्याचं ज्ञान नाही आणि

ज्याचं दर्शनही होऊ शकत नाही, त्याच्यात एकरूप तरी कसं होणार किंवा सामावून तरी कसं जाणार, हा खरा प्रश्न आहे. शिवाय परमात्मा हा दिसण्याचाही विषय नाही; तो केवळ अनुभवाचा विषय आहे. तरीही इथे भगवान 'ज्ञातुं' म्हणजे ज्ञानाचा आणि 'द्रष्टुं' म्हणजे दर्शनाचाही उल्लेख करतात. मग हा प्रश्न कसा सोडवायचा? पण हा प्रश्न मुळीच कठीण नाही. कारण भगवान या श्लोकात 'तत्त्वेन' या शब्दाचाही उल्लेख करतात. तत्त्वेन म्हणजे तत्त्वतः! म्हणजे परमात्मस्वरूपाचं तत्त्वतः दर्शन करायचं आहे, परंतु तत्त्वतः दर्शन तरी कसं करायचं? कारण परमात्मा तर संपूर्ण सृष्टीत भरून राहिलेला आहे. मग त्याच्या कोणत्या स्वरूपाचं दर्शन घ्यायचं?

इथेच मूर्तिपूजेची आवश्यकता समजते. सृष्टीत भगवान बघता येत नाही; पण त्याला कुठेतरी बघावं लागतं. हे कुठेतरी त्याला बघणं म्हणजेच मूर्तीत पाहणं. मनुष्याला कशा ना कशाचं तरी आकर्षण हे असतंच. आकर्षणासाठी दोन घटक आवश्यक असतातच. मूर्तीतल्या भगवंताविषयी आकर्षण निर्माण झालं, तर हळूहळू त्यावर स्नेह जुळू लागतो. स्नेहातून प्रेम व्यक्त होऊ लागतं आणि त्या स्नेहाला भक्तीचं स्वरूप प्राप्त होतं. मग भक्त, भजनीय आणि भक्ती ही त्रिपुटी काम करू लागते. यापुढची अवस्था म्हणजे ही त्रिपुटी नाहीशी होऊन भक्त-भगवंत एकरूप होऊन जातात. ही समरसतेची अवस्था म्हणजे भक्तीची पराकाष्ठा असते.

ही अवस्था अनन्य भक्तीनंच साध्य होऊ शकते आणि त्यासाठी भगवंताची साकार मूर्तीच आवश्यक असते. मग कुणी पांडुरंगाची उपासना करतं, कुणी रामाची, कुणी कृष्णाची तर कुणी महादेवाची. अशी असंख्य उपासक दैवतं असली तरी त्यातून मूळ परमतत्त्वाला साकार करूनच भक्ती केली जाते. अर्थात अनन्य भक्तीच्या योगानंच भगवद्स्वरूपाशी साम्यावस्था येऊ शकते, असं या श्लोकात म्हटलं आहे. आदि शंकराचार्य म्हणतात, 'ज्या भक्तीमुळे सर्व इंद्रियांना एका वासुदेवाशिवाय दुसरा कसलाही अनुभव येत नाही, ती अनन्य भक्ती.'

त्याचप्रमाणे परमेश्वरी स्वरूपाचं ज्ञान होण्यानं, त्या स्वरूपाचं प्रत्यक्ष दर्शन होण्याने आणि त्या स्वरूपात तत्त्वतः प्रवेश करण्याने मिळणारा आनंद वेगवेगळा असतो. मात्र या तीनही अवस्थांसाठी भगवंतावर भक्ताची अनन्य भक्ती असली पाहिजे.

अनन्य भक्तीबरोबरच अंतःकरणात प्रेमरसही निर्माण व्हायला हवा. गुणरहित, कामनारहित, सतत वृद्धिंगत होणारं, कोणत्याही विघ्नामुळे बाधा न येणारं आणि सतत सूक्ष्मरूपाने वाहणारं असं प्रेम जर भगवंतावर असेल, तरच तत्त्वतः त्याच्या स्वरूपात प्रवेश करणं भक्ताला शक्य होईल. दुसऱ्याच्या गुणांमुळे प्रेम करणं वेगळं आणि गुण असोत किंवा नसोत; मी त्याच्यावर प्रेम करणार असं म्हणणं वेगळं. भगवंताला असं

निरपेक्ष प्रेम अपेक्षित आहे. म्हणजे भगवंताकडे कोणतीही मागणी नसावी. शिवाय त्याच्यावर बसलेलं प्रेम हे प्रत्येक दिवशी नवं आणि ताजं वाटलं पाहिजे. अशा तऱ्हेने जर भक्तीमध्ये उत्साह असेल तर त्या उत्साहमूर्ती परमेश्वराचं ज्ञान होणं, त्याचं दर्शन होणं आणि त्याच्या स्वरूपात प्रवेश करणं अवघड जाणार नाही.

भगवंताविषयी अनन्य भक्ती आणि प्रेमभाव मनात असेल तरच भक्ताला भगवत्स्वरूपाचं ज्ञान होऊ शकतं. ज्ञातुं, द्रष्टुं, प्रवेष्टुं या तीन भिन्न अवस्था आहेत. त्या अवस्था पार पाडल्या की भगवंताचं तत्त्वतः दर्शन होणं आणि त्या रूपात प्रवेश करणं शक्य आहे. त्यासाठीच प्रारंभी भगवंताच्या साकार मूर्तीची आवश्यकता असते.

मत्कर्मकृन्मत्परमो मद्भक्तः सङ्गवर्जितः ।
निर्वैरः सर्वभूतेषु यः स मामेति पाण्डव ॥११.५५॥

अर्जुना, जो पुरुष माझ्याच प्रीत्यर्थ सर्व कर्मं करत असतो, माझी प्राप्ती हेच ज्याचं अंतिम साध्य असतं, जो मत्परायण झालेला असतो, जो फलाशारहित असतो आणि सर्व प्राणिमात्रांच्या ठिकाणी जो वैरशून्य झालेला असतो, तो मलाच येऊन मिळतो.

परमगती अर्थात आत्यंतिक मोक्ष म्हणजेच परमेश्वरात विलीन होऊन जाणं. कोणता अधिकार जीवाला प्राप्त झाला असता ही परमगती मिळते हे भगवंतांनी केवळ या एका श्लोकात सांगितलं आहे. सर्व कर्मं परमेश्वराप्रीत्यर्थच करणं, तेच परमोच्च ध्येय जीवनात सातत्याने ठेवणं, ते ध्येय साधण्यासाठी अनन्य भक्त होऊन राहणं, सर्वसंगपरित्याग म्हणजे विषयांविषयी आसक्ती सोडणं आणि भूतमात्रांवर प्रेम करणं. जीवाच्या परमविकासासाठी जणू त्यांनी ही पंचसूत्रीच सांगितली आहे.

पहिलं सूत्र म्हणजे ईश्वरासाठीच सर्व कर्मं करणं. ही गोष्टच मुळात अतिशय अवघड आहे. कारण त्यासाठी परमेश्वराचं अस्तित्व आहे यावर सर्वप्रथम प्रगाढ विश्वास हवा. तरच त्याच्यासाठी कर्म करणं शक्य आहे, परंतु केवळ ईश्वराच्या अस्तित्वावर विश्वास असला म्हणजे त्याच्यासाठी कर्म केलं जाईलच याची शाश्वती नसते. कारण इंद्रियं ही जीवाला विषयांकडे खेचत असतात; आणि विषय हे जीवामध्ये उपभोगाची वृत्ती निर्माण करतात. यालाच वासना म्हणतात. या वासना जीवाला परमेश्वरापासून दूर करतात. विषय-वस्तूंचा उपभोग घेण्याची भावना आणि काही तरी मिळवण्याची किंवा होण्याची कामना यांच्या कचाट्यातच जीव आयुष्यभर अडकलेला असतो. म्हणून ज्याला परमप्राप्ती करून घ्यायची आहे, त्याने इंद्रियांना वासनारहित प्राप्त स्वाभाविक कर्मं करण्याची सवय लावली पाहिजे.

पंचसूत्रीतलं दुसरं सूत्र म्हणजे जे कर्म करायचं ते ईश्वरासाठीच करायचं. तेच जीवनाचं अंतिम आणि सर्वोच्च ध्येय असायला पाहिजे, पण हे ध्येय केव्हा निश्चित

होईल? तर जेव्हा भौतिक जीवनातील सुखांची वैय्यर्थता कळेल तेव्हा. व्यक्ती आणि समष्टीतील सर्व प्रकारची सुखं ही तात्पुरती आणि नाशिवंत असतात. त्यातून अपरिमित आनंद, तृप्ती आणि चिरंतन शांती कधीच लाभू शकत नाही. परमात्म्याजवळच तशी शांती लाभू शकते याची जेव्हा मनुष्याला विवेकबुद्धीने खात्री पटते, तेव्हाच त्याचं चित्त तात्पुरत्या सुखाच्या ओढीने मुळीच विचलित होत नाही. मग असा मनुष्य एकनिष्ठ भक्त बनतो.

पंचसूत्रीतलं तिसरं सूत्र म्हणजे आपलं ध्येय साधण्यासाठी अनन्य भक्त होणं. बाह्य विषय हे मनुष्याला नेहमीच मोहात पाडत असतात. त्याला कुणी तरी व्हावंसं वाटतं, कुणासारखं तरी व्हावंसं वाटतं किंवा आपल्याकडेही खूप काही असावंसं वाटतं. मोह होण्यामागे स्पर्धा आणि आदर्श यांचा मोठा वाटा असतो. भोगवाद्यांनी ठरवलेल्या मौजमजेच्या गोष्टी मिळवण्यासाठी मग खूप खटाटोपही करावा लागतो, पण भोगांच्या विषयांकडे धावताना अनेकदा नैराश्यही येतं. किंबहुना हवं ते मिळूनही कित्येकदा नैराश्य येतं, पण जेव्हा मनुष्य चिरंतन आनंदाच्या शोधात निघतो तेव्हा त्याच्यापुढे एकच मार्ग उरतो. तो म्हणजे भक्ती. त्याला जेव्हा भोगांमधलं वैय्यर्थ कळतं आणि भक्तीमधून आत्मानंद मिळू लागतो, तेव्हा तो भगवंताकडे अधिकाधिक आकर्षित होत जातो.

पंचसूत्रीतलं चौथं सूत्र म्हणजे सर्वसंगपरित्याग. म्हणजे सर्व प्रकारच्या विषयांच्या संगापासून स्वतःला अलिप्त ठेवणं. जेव्हा उपासक एकनिष्ठ भक्त बनतो, तेव्हा उदित झालेल्या ज्ञानामुळे त्याची पूर्वीची विषयांविषयी असणारी आसक्ती आणि सर्व प्रकारच्या वासनांची पाळंमुळं दग्ध होऊन जातात. भोगवादी विषयांच्या मागे लागून कामासक्त झालेल्या मनुष्याला कधी तरी सारे कामभोग विषय नकोसे वाटतात, पण त्यामागे उद्वेग असतो. तेवढ्यामुळे मनुष्याची विषयासक्ती कमी झाली असं होत नाही. कारण तशी विरक्ती येणं हा तात्पुरता परिणाम असतो. त्यात उद्विग्नता असते. त्यामुळे विषयासक्ती पुन्हा पुन्हा डोकं वर काढतच राहते. कारण उद्वेग म्हणजे वैराग्य नसतं. तो वैताग असतो - त्यात तडफड असते. परंतु जेव्हा मनुष्याच्या वृत्तीत अनन्य भक्तीमुळे वैराग्य निर्माण होतं, तेव्हा अशा भक्तामध्ये उत्साह, धैर्य, आनंद, समाधान, सामर्थ्य, सात्त्विक भाव इत्यादी गुणांचा उत्कर्ष झालेला असतो. म्हणजे विषय-वैराग्य हाच सर्वसंगपरित्याग असतो.

पाचवं सूत्र म्हणजे सर्व भूतमात्रांवर प्रेम करणं. खरा अनन्य भक्त हा निर्वैर होतो. कारण आता त्याला सर्वांभूती परमेश्वर याचा साक्षात्कार घडू लागलेला असतो.

पांडुरंगशास्त्री आठवले सांगतात त्यानुसार आत्मगौरव, परसन्मान आणि ईशपूजन हे अशा भक्ताच्या कृतीतून दिसू लागतं.

निर्वैर असणं म्हणजे दुष्टांचा नाश करणं असं नाही. भगवंत सांगतात की आपल्या सात्त्विक कर्मांनी दुष्कृत्यं नाहीशी करायची असतात. वैराचा प्रतिकारच केला नाही; तर सर्वत्र दुष्टांचा सुळसुळाट माजेल आणि सज्जनांना या जगात स्थानच उरणार नाही. म्हणून वैर कुणाशी करावं आणि कुणाशी करू नये, याचा सारासार विचार करून वागावं, असा निर्वैर या शब्दाचा अर्थ अभिप्रेत आहे. अन्यथा युद्ध करू नको असंच भगवंतांनी अर्जुनाला सांगितलं नसतं का? म्हणून निर्वैर होऊन युद्धाचं कर्म कर, असंच इथे भगवंत सांगतात.

चिरंतन परमानंदस्वरूप परमेश्वरालाच प्राप्त व्हायचं असेल तर मनुष्याने या पंचसूत्रीचा अंगीकार करायला हवा. गीतातत्त्वज्ञानाचं सारं सार या एका श्लोकात आलं आहे. खरी भक्ती म्हणजे काय, ती कशा प्रकारे करता येते, हेही या श्लोकात स्पष्ट झालं आहे. जाज्वल्य भक्तीबरोबरच उत्साहाने निष्काम कर्म करावं असा अर्थही या श्लोकातून ध्वनित होतो.

आत्मयोग साधलेल्या अर्जुनाला भगवंतांनी युद्धाचं कर्म 'माझं' आहे असं समजून कर, असा उपदेश केला आहे. म्हणजेच अनन्य भक्तीने भक्ताने निष्काम कर्म करणंच भगवंताला अभिप्रेत आहे.

ॐ श्री परमात्मने नमः

अध्याय बारावा

भक्तियोग

अर्जुनाने भगवंताचे विशाल रूप पाहिले तेव्हा तो घाबरला आणि घाबरून त्याच्या तोंडून *दिशो न जाने न लभे च शर्म* असे शब्द बाहेर पडले. देवाने मानवासाठी जी स्वाभाविक स्थिती दिली आहे, ती पुरेशी आहे, अशी अर्जुनाने प्रार्थना केली.

अर्जुन उवाच

एवं सततयुक्ता ये भक्तास्त्वां पर्युपासते।
येचाप्यक्षरमव्यक्तं तेषां के योगवित्तमाः।।१२.१।।

श्री भगवान उवाच

मय्यावेश्य मनो ये मां नित्ययुक्ता उपासते।
श्रद्धया परयोपेतास्ते मे युक्ततमा मताः ॥१२.२॥

अर्जुन म्हणाला, जे अनन्यप्रेमी भक्तजन पूर्वी सांगितल्याप्रमाणे निरंतर आपल्या भजन-ध्यानात मग्न राहून आपणा सगुणरूप परमेश्वराची आणि दुसरे जे केवळ अविनाशी सच्चिदानंदघन निराकार ब्रह्माचीच अतिश्रेष्ठ भावाने उपासना करतात, त्या दोन्ही प्रकारच्या भक्तांमध्ये अतिशय उत्तम योगवेत्ते कोण होत? नित्य योगयुक्त असलेले जे श्रेष्ठ अतिशय श्रद्धेने युक्त असून माझीच उपासना करतात, त्यांना मी सर्वात श्रेष्ठ योगी समजतो.

बाराव्या अध्यायातील पहिल्या श्लोकात अर्जुन विचारतो, 'व्यक्त परमेश्वराची उपासना करणारे आणि अव्यक्त परब्रह्माची उपासना करणारे या दोहोंमध्ये श्रेष्ठ कोण?' त्यावर या दुसऱ्या श्लोकापासून भगवान उत्तर द्यायला प्रारंभ करतात. ते सांगतात, जे नित्य आणि अविचल श्रद्धेने माझ्याच विचारात सतत जोडलेले राहतात, त्यांना मी श्रेष्ठ योगी समजतो.

परमेश्वराच्या ठिकाणी मन ठेवायचं म्हणजे त्याचं उठताबसता सतत ध्यान ठेवायचं. मग त्याचे गुण आपल्यामध्ये आणण्याचा प्रयत्न करायचा, पण इथे एक अडचण असते. ती म्हणजे परमेश्वर तर निर्गुण-निराकार आहे. मग त्याचं ध्यान तरी कसं करणार? त्यासाठी साधकाने त्याला सगुण साकार करायचं असतं; पण त्याच्या कोणत्या आकाराचं ध्यान करावं? तर ध्यानासाठी परमेश्वराचा मनुष्याकारच असला

पाहिजे. कारण माणसाला मनुष्याकार हाच ध्यानासाठी जवळचा असतो. त्या मनुष्याकारात अनेक गुणवैशिष्ट्यं असायला हवीत. त्या मनुष्याकारात साधक जे जे गुण निर्माण करील, ते ते गुण हळूहळू साधकामध्ये प्रतिबिंबित होतात - म्हणजे व्हायला हवेत. म्हणून तो मनुष्याकार गुणवैशिष्ट्यांनी युक्त असला पाहिजे.

भगवंताची विकृत स्वरूपातील, भयावह मूर्ती समोर उभी केली तर त्या स्वरूपाचे तसेच गुण साधकामध्ये उतरतात. म्हणून भगवंत सर्वांग-सुंदरच असायला हवा. अशा मूर्तीचं ध्यान करताना साधकामध्ये हळूहळू भक्तिरस जागृत होतो. शृंगाररस, हास्यरस असे विविध प्रकारचे रस माणसामध्ये मुळात असतातच. फक्त भक्तिरस जागृत करावा लागतो. भक्तिरस हा विविध उपायांनी जागृत करता येतो. तुपाचा दीप लावणं, सुगंधी धूप अथवा ऊद चेतवणं, सुवासिक पुष्पं अर्पण करणं, गंध-उटी यांचं लेपन करणं आणि मूर्तीचं गुणगान करणं, अशा विविध उपायांनी भक्तिरस उद्दीपित होऊ शकतो. मूर्तिपूजेचं शास्त्र समजून घ्यायचं असेल तर पांडुरंगशास्त्री आठवले यांचं 'शास्त्रीय मूर्तिपूजा' हे पुस्तक अभ्यासावं, हे मी यापूर्वीही सांगितलं आहेच. त्यानुसार भगवंतांची सर्वांगसुंदर मूर्ती मनात स्थिर केली पाहिजे. कर्मकांडामधून भाववृद्धी होते आणि परमेश्वराच्या मूर्तीचा ध्यानासाठी आधार मिळतो. म्हणजे हे दोन्ही उपासनेचे भाग असतात आणि त्याआधारे प्रत्यक्ष ध्यान आणि पुढे योग सिद्ध करायचा असतो.

साधक इथेच फसण्याची शक्यता असते. वरील कर्मकांड केलं म्हणजे आपण भगवंताची भक्ती केली असं होत नाही. यासंदर्भात पुराणात एक रूपक कथा आहे.

> एकदा नारदमुनी यमुनेच्या काठाने फिरत होते. तेव्हा त्यांना एक स्त्री रडताना दिसली. त्यांनी तिला विचारलं, ''तू कोण आहेस?''
>
> ती स्त्री म्हणाली, ''मी भक्ती आहे!'' तिच्या शेजारी दोन पुरुष बसलेले होते. नारदांनी त्यांना विचारलं, ''तुम्ही कोण आहात?''
>
> ते म्हणाले, ''आम्ही ज्ञान आणि वैराग्य...''
>
> भक्ती म्हणाली, ''मी आज आरशात माझं मुख बघितलं तेव्हा मला त्यात अगतिकता, लाचारी, दीनता, क्षुद्रता, दुर्बलता, भयभीतता आणि असाहायता या गोष्टी दिसल्या. हेच का माझं खरं स्वरूप आहे? लोक स्तोत्रं म्हणतात, कथा ऐकतात; पण हे माझं खरं रूप नाही.''
>
> ते ऐकून नारद बद्रिकाश्रमात गेले. तिथे त्यांनी तपस्वी-ऋषींना उपदेश केला. भक्तीचं खरं स्वरूप पुन्हा प्रस्थापित करण्यासाठी पुन्हा कार्य करायला हवं, हे त्यांनी त्या तपस्वी-ऋषींना पटवलं. तपस्वी-ऋषींनी ते कार्य उचललं. मग पुन्हा ज्ञानयज्ञ सुरू झाले. भक्तीचं खरं स्वरूप पुन्हा

समाजात स्थिरावलं. त्यामुळे 'भक्ती' कृतकृत्य होऊन गेली.

भक्तिरूप स्त्री रडावी अशा प्रकारची भक्ती आयुष्यभर जरी केली तरी काहीही साध्य होऊ शकत नाही. एखाद्या समारंभात जे स्वागतगीत असतं ते वातावरणनिर्मितीसाठी असतं, परंतु स्वागतगीत म्हणजे प्रत्यक्ष समारंभ नव्हे! त्याचप्रमाणे कर्मकांड हे भक्तिरस जागृत करण्यासाठी आणि भाविक वृत्ती बनवण्यासाठी असतं. भगवंताकडे जाण्याची ही पहिली पायरी असते - पहिलं पाऊल असतं. या माध्यमातून भक्तिरस जागृत झाल्यावर आणि वृत्ती शुद्ध बनल्यानंतर साधकाने अंतःकरणापासून परमेश्वर-स्वरूपाशी एकरूप होण्याचा प्रयत्न करायला हवा. मूर्तीचे गुण आपल्यामध्ये उतरवण्याचे प्रयत्न करायला हवेत. अशा प्रकारे जो ईश्वरी विचाराशी जोडला जातो, तो खरा भक्त! ईश्वरी विचारापासून जो विभक्त राहत नाही तो भक्त!

म्हणून भक्तीचं मूळचं खरं स्वरूप समजून घ्यायला हवं आणि मग तशी भक्ती करायला हवी. त्यासाठी कर्मकांड आणि मूर्तीची आवश्यकता यांमधील मूळ हेतू जाणून घ्यायला हवा. जोडीला परमेश्वरावर पराकोटीची श्रद्धा हवी. अव्यभिचारी म्हणजे अनासक्त भक्तीचं स्वरूप जाणून घ्यायला हवं. ते जाणल्यानंतरच भक्तिमार्ग सुरू होतो. या मार्गाचं अंतिम स्थानक म्हणजे योगस्थ होणं हे असतं. ही योगस्थ अवस्था नित्याची अवस्था बनली पाहिजे. तरच तो श्रेष्ठ योगी होतो. असा योगी आपली नित्यकर्मं करतच असतो. किंबहुना प्राप्त कर्मं करत असतानाही तो परमतत्त्वाशी नित्य संलग्न असतो. त्यामुळे दैनंदिन व्यावहारिक कर्मं करतानाही त्याच्या हातून कोणताही प्रमाद होत नाही. आपण जी दैनंदिन कर्मं करतो, ती ईश-शक्तीमुळेच होत आहेत याची पूर्ण जाणीव अशा योग्याला असते.

म्हणजे असा योगी आपली प्राप्त कर्मं टाळत नाही तर त्याची सर्व कर्मं तो समर्पित भावाने करत असतो. अशा तऱ्हेने कर्म करतानाही जो रागद्वेषरहित शास्त्रशुद्ध पद्धतीने तसंच मोठ्या श्रद्धायुक्त अंतःकरणाने परमेश्वर स्वरूपात निमग्न राहतो, तो सर्वोत्कृष्ट योगी समजला पाहिजे. अशा श्रेष्ठ योग्याचं हेच लक्षण भगवान या श्लोकात सांगतात.

सर्वांगसुंदर सगुणसाकार परमेश्वरामध्ये निमग्न राहण्यासाठी जो श्रद्धायुक्त अंतःकरणानं, शास्त्रशुद्ध रीतीने भक्ती करतो, तो श्रेष्ठ भक्तच मानला पाहिजे.

ये त्वक्षरमनिर्देश्यमव्यक्तं पर्युपासते ।
सर्वत्रगमचिन्त्यं च कूटस्थमचलं ध्रुवम् ॥१२.३॥
संनियम्येन्द्रियग्रामं सर्वत्र समबुद्धयः ।
ते प्राप्नुवन्ति मामेव सर्वभूतहिते रताः ॥१२.४॥

जे कुणी या शाश्वत, अनिर्देश्य, अव्यक्त, सर्वव्यापी, अचिंत्य, कूटस्थ, अचल आणि अढळ अशा अक्षर निर्गुण ब्रह्माची सर्व इंद्रियांचा संयम करून, सर्वत्र समबुद्धी ठेवून आणि सर्व प्राणिमात्रांच्या हितार्थ तत्पर राहून उपासना करतात, तेसुद्धा मलाच प्राप्त होतात.

या बाराव्या अध्यायात भगवान आणि अर्जुन दोघेही तृप्त आहेत. अर्जुनाच्या ठिकाणी आता मोह उरलेला नाही. तथापि भक्तिमार्गाच्या दृष्टीने काही अधिक जाणून घेण्याच्या हेतूने त्याने भगवंतांना प्रेमादराने प्रश्न विचारलेला आहे. त्याला उत्तर देताना भगवंतांनी त्यांना जे प्राप्त होतात, त्या योग्यांमध्ये कोणते सद्गुण असतात ते सांगितलं आहे.

या श्लोकांमध्ये असे जे योगी अव्यक्त ब्रह्माची उपासना करतात, त्यांची मानसिकता वर्णन केली आहे. अक्षर असूनही ज्याचा निर्देश होत नाही, जे अव्यक्त आहे, सर्वव्यापी असूनही जे अचिंत्य आहे, ज्याला कोणतेही विकार नाहीत, दृढ आणि अचल असूनही जे अदृश्य आहे, त्याचं ध्यान तरी कसं करणार? आकाशाचं ध्यान कसं करणार? ध्यानासाठी नेत्र मिटून घेतल्यानंतर मिटलेल्या नेत्रांसमोरही काही तरी वस्तू, मूर्ती- idol, प्रतिमा icon असावी लागते. म्हणजे बुद्धी तिथे सरावाने स्थिर होऊ शकते.

या श्लोकांमध्ये भगवान प्रथम ब्रह्माचा शाश्वत म्हणून निर्देश करतात. शाश्वत काय असतं? तर जे अक्षर असतं ते शाश्वत असतं. अशा ब्रह्माचा निर्देश करता येत नाही. ज्या वस्तू वा गोष्टी आपल्याला दिसत असतात त्यांचा आपण निर्देश करू

शकतो. म्हणजे हे माझं घर, हा माझा मुलगा, तो चंद्र, ते विमान इत्यादी. बरं, या गोष्टी डोळ्यांनी बघितल्या नाहीत तरी त्या आपण मनोमन बघू शकतो. कारण त्यांचं स्वरूप आपण आधी डोळ्यांनी पाहिलेलं असतं. मात्र जी गोष्ट कधी डोळ्यांनीही बघितली नाही, मेंदू ज्याचा विचारसुद्धा करू शकत नाही, मन तिथे प्रविष्ट होत नाही, असं तत्त्व जड इंद्रियांना दिसणार तरी कसं? अनिर्देश्य ब्रह्माचं हेच स्वरूप असतं.

ब्रह्म हे सर्वव्यापी आहे तरीपण ते इंद्रियांना दिसत नाही आणि अव्यापक अवस्थेत म्हणजेच छोट्या स्वरूपातही कुठे सापडत नाही. जे इंद्रियांना दिसत नाही, त्याचं ध्यान करणं कठीण असतं. समजा, आकाशाकडे पाहून त्या ब्रह्माचं सर्वव्यापकत्व अंशतः प्रतीत झालं तरी लाखो ग्रहताऱ्यांचा विचार मनात येऊन आपली मती कुंठित होईल. कुंठित झालेली मती ध्यान करू शकत नाही.

असं हे ब्रह्म अव्यक्तही असतं. अव्यक्त म्हणजे कालाच्या परिमाणात तत्त्वतः न सापडणारं तरीही दिक्कालाचं अधिष्ठानही असलेलं, अनाम, अरूप आणि निराकार असं ते तत्त्व म्हणजे ब्रह्म. म्हणूनच अशा ब्रह्माचं आपण चिंतनही करू शकत नाही. त्यानंतर ब्रह्माचा आणखी एक गुण म्हणजे ते कूटस्थ आहे. अर्थात त्यात विकृती येऊ शकत नाही असं ते अविकृत. म्हणजे कोणत्याही कारणांनी त्यात बदल होऊ शकत नाही आणि ते सदासर्वदा एकरूपच असतं. असं ते ब्रह्म अचलम् अर्थात निष्क्रिय असतं. ते चलित होत नाही. शिवाय ते अढळ असतं. ग्रह-तारे फिरले तरी पृथ्वीच्या संदर्भात ध्रुवतारा तत्त्वतः अढळ असतो, परंतु ब्रह्माच्या संदर्भात स्थल-काल आणि मितींची सापेक्षताच नसल्यामुळे त्याची अढळ अशीच अवस्था असते.

श्रेष्ठ अशा ज्ञानी पुरुषाला हे ब्रह्म सर्वत्र प्रतीत होत असतं. त्यामुळे त्याची प्रत्येक कृती ही ब्रह्मरूप होऊन जाते. अन्न ब्रह्म, खाणारा ब्रह्म, पचवणारा ब्रह्म, मीही ब्रह्म आणि दुसराही ब्रह्मच - माझ्या सर्व क्रिया आणि कर्म हेही ब्रह्म, सृष्टीही ब्रह्म. त्याच्या वृत्तीत सर्व प्राणिमात्रांविषयी स्वाभाविकच समत्वभाव आणि जिव्हाळा येत असतो. आपला आणि परका अशी भेदभावनाच नष्ट होते. अशी ब्राह्मी अवस्था ज्यांना प्राप्त होते, त्यांना त्यांच्या निर्गुण उपासनेचं फल तत्काळ प्राप्त होतं. अशा ज्ञानी पुरुषांना भगवंताच्या साहाय्याचीही आवश्यकता नसते. ही उपासना श्रेष्ठ असते पण अतिशय कठीण अशी उपासना असते. सर्वसाधारण व्यक्तींसाठी ती योग्य नसते, परंतु अशा तऱ्हेने जो निर्गुण उपासनेने ज्ञानी झालेला भक्त असतो, तोही परमेश्वराला प्राप्त होतो, असं भगवंत पुढे सांगतात.

ब्रह्मरूप योग्याची मनोवस्था कशी असते, यासंदर्भात एक संतकथा आहे.

गुरू करण्यासाठी संत नामदेव विसोबा खेचरांकडे गेले. तेव्हा विसोबा खेचर महादेवाच्या पिंडिकेवर पाय ठेवून झोपले होते. हे पाहिल्यावर नामदेवांनी विसोबांना सांगितले, शिवलिंगावरून आपले पाय बाजूला काढून ठेवा. त्या वेळी विसोबांनी नामदेवांना सांगितले, ''ज्या ठिकाणी शिवाचे अस्तित्व नाही, अशा ठिकाणी तू माझे पाय ठेव.''

त्यांचे पाय उचलून नामदेव ते बाजूला करू लागले, परंतु नामदेव जिथे जिथे पाय ठेवायचे, तिथे तिथे शिवलिंग प्रकट होऊ लागायचं. त्यामुळे सारा गाभारा शिवलिंगांनी भरून गेला. हे पाहून नामदेवांना आश्चर्य वाटलं.

तेव्हा विसोबा नामदेवांना म्हणाले, ''भगवंत सर्वत्र आहे; पण या इंद्रियांनी आपल्याला त्याची जाणीव होत नाही.''

स्वतः संत नामदेव श्रेष्ठ भक्त होतेच, पण सद्गुरुकृपेने त्यांना निर्गुण ब्रह्मस्वरूपाशीसुद्धा एकरूप होता आलं.

सर्वव्यापक परब्रह्माची अनुभूती येण्याच्या आड इंद्रियं येत असतात. सामान्यतः मनुष्याचा इंद्रियांवर ताबा नसतो. त्यामुळे तो अशा समबुद्धीने विश्वाकडे पाहू शकत नाही. ही समबुद्धी नसल्यामुळेच तो इतरांचं हित न बघता केवळ स्वतःचंच हित बघतो.

मी विश्वापेक्षा वेगळा नाही आणि हे विश्व परक्याचं नाही ही गोष्ट ज्याच्या बुद्धीत उतरलेली असते, असा संयमी पुरुष मात्र इतरांचं हित बघतो. इंद्रियं स्वाधीन असणारा असा पुरुष आपला-परका, उच्च-नीच असा भेद मानत नाही. तो सर्वांकडे समबुद्धीने बघत असतो. अशा भक्ताचं आयुष्य परहितार्थ व्यतीत होत असतं. अर्थात परहितार्थ कर्म करणं हा संदर्भच त्याच्या ठिकाणी राहिलेला नसतो. ब्रह्मस्वरूप होण्याच्या या प्रक्रियेत योग्याचं व्यक्तित्व समष्टीत समरस होऊन जातं. *माम् एव प्राप्नुवन्ति* या पदातून भगवंतांना तीच गोष्ट अपेक्षित आहे, असं वाटतं. कारण स्व-भाव कायम ठेवून ब्रह्मरूप अवस्था येऊच शकणार नाही. म्हणजे अशा योग्याची व्यक्तिस्वरूपाकडून समष्टीकडे, मग निसर्गाकडे आणि अखेर अखिल ब्रह्मांडात व्यापक होते.

अर्थातच व्यापक ब्रह्माशी एकरूप होण्यासाठी तशीच व्यापकता योग्याच्या वृत्तीत आलेली असते. ही त्याची अंतिम ज्ञानावस्था असते. मग असा योगी देह मलाच येऊन मिळतो असं भगवंत सांगतात. म्हणजे स्थल-काल आणि गतीचा संदर्भ कुठे उरलेलाच नसतो. असं हे परमात्मस्वरूप होऊन जाणं म्हणजे इथल्या इथे ब्रह्मिभूत होणं, ही प्रक्रिया असते.

इंद्रियसंयमी, समबुद्धी आणि सर्वभूतांच्या हितामध्ये रत असणारे लोक भगवंताला प्राप्त होतात. लोकाभिमुख भक्ती करणाऱ्या महान भक्तांनी आपल्या जीवनातून हेच दाखवून दिलं होतं. जे इंद्रियगोचर नाही, मनोगोचर नाही, बुद्धीने समजणारं नाही, तरीही जे सर्वव्यापी, दृढ, आदिअंत नसलेलं, स्थिर असं जे ब्रह्म आहे, त्याची उपासना करणं अतिशय अवघड आहे. तथापि जे ज्ञानी असतात, ते त्याचीच उपासना करतात. त्यासाठी स्वत:च्या अव्यापकत्वामधून ज्ञानदृष्टीने बाहेर पडून ते स्वत: व्यापक होऊन जातात. म्हणूनच ते इथल्या इथे ब्रह्मस्वरूप होतात.

क्लेशोऽधिकतरस्तेषामव्यक्तासक्तचेतसाम् ।
अव्यक्ता हि गतिर्दुःखं देहवद्भिरवाप्यते ॥१२.५॥

अव्यक्त तत्त्वाच्या ठिकाणी ज्यांचं चित्त निमग्न झालं आहे, त्यांना (व्यक्तोपासकापेक्षा) अधिक क्लेश असतात. कारण देहधारी मनुष्यांना अव्यक्त तत्त्वाची प्राप्ती (मोठ्या) कष्टाने साध्य होत असते.

अव्यक्त शब्दाचे पारिभाषिक दृष्ट्या दोन अर्थ आहेत. अव्यक्त म्हणजे निर्गुण ब्रह्म आणि दुसरा अर्थ म्हणजे सांख्यदर्शनातील प्रधान अथवा प्रकृती. या श्लोकाच्या संदर्भात मात्र निर्गुण ब्रह्म या अर्थाने विचार करावा लागेल. कारण याच अव्यक्त ब्रह्मामध्ये ज्यांचं चित्त आसक्त असतं, त्यांना या उपासनेत बरेच क्लेश होतात.

आता या क्लेशांचं स्वरूप तरी कोणतं असतं, याचा विचार केला पाहिजे. अव्यक्त म्हणजे स्थलकालातीत तत्त्व. बाह्य वस्तूचं ध्यान तरी कसं करायचं? कारण मनुष्याची इंद्रियं ही स्थल-कालांतर्गत सृष्टीमध्येच वावरू शकतात. त्यामुळे विचाराच्या अथवा कल्पनेच्या सूक्ष्मातीत सूक्ष्म दृष्टीलाही दर्शनासाठी आकार हा आवश्यकच असतो. किंबहुना वस्तूने आकार घेतल्याशिवाय कोणती कल्पना मनात साकारूच शकत नाही. मग अशा निर्गुण ब्रह्माचं ध्यान तरी कसं करायचं, हा प्रश्न उपस्थित होतो. ज्याचं ध्यानच होऊ शकत नाही त्याची उपासना तरी कशी करायची? उपासना शब्दाचा अर्थ उपास्याच्या जवळ जाणं आवश्यक असतं. उपास्यच दिसत नाही आणि त्याची कल्पनाही करता येत नाही, तर त्याच्या जवळ तरी कसं जाणार?

जे ब्रह्मोपासक असतात ते हठयोग, राजयोग आदी यौगिक क्रियांचा यम-नियमापासून शास्त्रशुद्ध पद्धतीने अभ्यास करतात. हा अभ्यास करतानाही ब्रह्मप्राप्तीचं लक्ष्य हे अस्पष्टच असतं. आपल्याला कुणी तरी व्हायचं असतं आणि जे व्हायचं असतं त्याचं स्वरूप आपल्याला माहीत असतं. किंवा एखाद्या गिर्यारोहकाला एखादं पर्वतशिखर गाठायचं असतं. ते त्याचं लक्ष्य असतं. त्याचं ते लक्ष्य निश्चित असतं

कारण ते त्याला दिसत असतं. अथवा त्याविषयी त्याला माहिती असते. मात्र जे इंद्रियांना दिसूच शकत नाही आणि मनही कल्पना करू शकत नाही; असं लक्ष्य गाठताना किती क्लेश पडत असतील? त्यामुळेच ब्रह्मोपासक योग्याला ब्राह्मिस्थितीची अनुभूती येईपर्यंत त्यावर शब्दप्रामाण्यपूर्वक निष्ठाच ठेवावी लागते. थोडक्यात, अशी ब्रह्मसाधना क्लेशकारक असते; तथापि, ती असाध्य नाही, हेही भगवान यातून अप्रत्यक्षपणे सूचित करतात.

पातंजल योगदर्शनात प्रतिप्रसव या विषयावर विवेचन केलेलं आहे. त्या क्रियेत प्रथम इंद्रियांचा लय मनात करावा, मनाचा बुद्धीत, बुद्धीचा चित्तात, चित्ताचा अहंकारात, अहंकाराचा प्रकृतीत आणि अखेर प्रकृतीचा लय पुरुषात करावा असं हे प्रतिप्रसवाचं ज्ञान सांगितलेलं आहे. म्हणजे अंतिम लक्ष्य जरी परब्रह्म असलं तरी शरीरांतर्गत एकेक दालने उघडतच त्या परमतत्त्वापर्यंत पोहोचायचं असतं. प्रत्येक दालन उघडल्यानंतरच पुढचा मार्ग प्रकाशित होत असतो. त्यामुळे प्रत्येक दालन उघडण्यापूर्वी केवळ अनिश्चितता असते. प्रत्येक दालनाचंही स्वरूप ते उघडल्याशिवाय माहीत होत नाही तर त्या पलीकडे असलेल्या अव्यक्त तत्त्वाचं स्वरूप उलगडणं किती कठीण असेल? शिवाय योगी एकेक दालन पार करत प्रकृतीपर्यंत पोहोचूनही प्रकृतीमध्येच भरकटला तर परब्रह्मप्राप्ती कठीण होऊन बसते. म्हणूनच भगवान सांगतात, अशा अव्यक्त ब्रह्माची उपासना अतिकठीण आणि क्लेशकारक असते.

हा प्रश्न सोडवण्यासाठीच प्राचीन काळी साकार मूर्तीच्या भक्तीचा मार्ग ऋषींनी सर्वसामान्यांसाठी दिला. पण कालानुरूप मूर्तिपूजेतलं शास्त्र झाकोळलं गेलं आणि मग अशा अशास्त्रीय मूर्तिपूजेला कंटाळलेले अनेक साधक निर्गुण उपासनेकडे वळले. अशा तऱ्हेने जर विचारी ज्ञानी माणसाने मूर्तिपूजेकडे पाठ फिरवली तर अविचारी माणसांच्या हाती ही मूर्तिपूजा जाईल आणि मूर्तिपूजेमागचं शास्त्र न समजल्यामुळे किंवा शास्त्र समजण्याची कुवत नसल्यामुळे शास्त्रीय मूर्तिपूजा नाहीशी होईल.

काही धर्मांतले लोक आणि उच्चशिक्षितही आज मूर्तिपूजेची हेटाळणी करतात. त्यांचं वागणं चुकीचंही म्हणता येणार नाही. कारण प्रचलित मूर्तिपूजेमधलं शास्त्रच अनेक ठिकाणी हरवलेलं दिसतं. मग असे लोक अनेक प्रश्नही उपस्थित करतात- आक्रमकांनी मूर्ती तोडल्या तेव्हा कुठे देव गेला होता? मूर्तिपूजेतलं शास्त्र न जाणल्यामुळे असे अनुत्तरित प्रश्न विचारी जनांकडून उभे केले जातात. इतकंच नाही तर असे श्रद्धावान मूर्तिपूजेचा मार्ग सोडून अचिंत्य अशा परमेश्वराच्या शोधात निघतात. परमेश्वराचं अस्तित्व ते आकाशात शोधतात, पण सगुण स्वरूपात त्यांना

कुठेच ब्रह्म अथवा परमेश्वर दिसत नाही.

म्हणजे या दोन्ही परिस्थितीत परब्रह्म हे अव्यक्तच राहतं. ते शोधून सापडत नाही. जन्मतःच एखाद्याची आई निवर्तली असेल आणि त्या आईचं ध्यान करायचं झालं, तर दुसऱ्या तशाच स्त्रीचा आधार घ्यावा लागणार! आपल्या मावशीकडे पाहून तो म्हणत असणार, 'हां, माझी आई साधारण अशीच दिसत असली पाहिजे.'

मावशीच्या चेहऱ्याच्या आधाराने तो आईचं ध्यान करण्याचा प्रयत्न करणार!

मात्र ज्यांना मावशीचंही ध्यान करायचं नाही; म्हणजे जे सगुण मूर्तीला सोडून निर्गुण उपासक बनले आहेत, ते जगातल्या प्रत्येक स्त्रीमध्ये आईचं स्वरूप पाहण्याचा आणि आईचं रूप शोधण्याचा प्रयत्न करणार! आपल्या आईचं खरं स्वरूप बाहेरच्या प्रत्येक स्त्रीमध्ये शोधण्याचा प्रयत्न करणं हे जितकं कठीण किंवा अशक्य आहे, तितकंच किंवा त्यापेक्षाही कित्येक पटींनी अव्यक्त ब्रह्माचा शोध घेणं कठीण आहे. म्हणूनच संतशिरोमणी श्री ज्ञानेश्वर महाराज म्हणतात, *डोंगर गिळताना मुख फाटणार नाही का? कढत विष पिववेल का? तद्वत् या योगाचं दुःख मृत्यूहूनही कठीण आहे.'*

असं असलं तरी या श्लोकातून एक गोष्ट मात्र भगवंत सूचित करतात. ती म्हणजे हा दुःखमय योग क्लेशकारक असला तरी कष्टसाध्य नक्कीच आहे! म्हणजे तो अशक्य आहे असं नाही. ज्याला सत्य समजलं, तो मग वाटेल त्या दिव्याला सामोरा जातो.

अर्थात अव्यक्त सत्य जाणणं ही गोष्ट महाकठीणच असते, पण ज्याने ते जाणलं, तो जीवनात अढळ राहतो.

जे कधी पाहिलं नाही, ज्याचं वर्णन कधी ऐकलं नाही, जे कधी जाणलं नाही, त्या अव्यक्त ब्रह्माचा शोध घेणं म्हणजे दुःसाहस करण्यासारखं आहे. तो मार्ग क्लेशकारक आहे. तरीही तो कष्टसाध्य मात्र नक्कीच आहे.

ये तु सर्वाणि कर्माणि मयि संन्यस्य मत्पराः।
अनन्येनैव योगेन मां ध्यायन्त उपासते।।१२.६।।
तेषामहं समुद्धर्ता मृत्युसंसारसागरात्।
भवामि नचिरात्पार्थ मय्यावेशितचेतसाम्।।१२.७।।

परंतु जे मत्परायण भक्तजन सर्व कर्मं माझ्या ठिकाणी अर्पण करून मज सगुणरूप परमेश्वराचीच अनन्य भक्तियोगाने निरन्तर चिन्तन करत उपासना करतात, हे अर्जुना! त्या माझ्यात चित्त गुंतवलेल्या प्रेमी भक्तांचा मी तत्काळ मृत्युरूप संसारसागरातून उद्धार करणारा होतो.

भगवंताशिवाय अन्य तारणहार नाही. तोच कर्ता- करविता आणि बोलविता धनी आहे, असा अनन्य भाव भक्ताच्या ठिकाणी असला पाहिजे. भगवंताच्या जवळ बसणं म्हणजे उपासना. भगवंताचा आणि उपासकाचा संबंध प्रस्थापित होणं म्हणजे भक्ती. उपासना हा भगवंताकडे जाण्याचा मार्ग असला तरी उपासनेमध्ये भक्त आणि भगवंतामध्ये भावनिक अथवा आत्मिक संबंध प्रस्थापित झालेला असतोच असं नाही. हा संबंध प्रस्थापित होण्यासाठी सर्वप्रथम भगवंताविषयी आत्यंतिक प्रेम वाटलं पाहिजे. आपले भोग पुरवण्यासाठी केवळ भगवंत हा दृष्टिकोन बदलला पाहिजे. म्हणजेच भोग्य विषयांवरचं प्रेम कमी करून ते प्रभुमार्गी लावलं पाहिजे. प्रभुप्रेम वाढलं म्हणजे विषयांची आसक्ती आपोआप कमी होत जाते. असे जे भक्तिमार्गाला लागलेले साधक असतात, ते बाह्यतःसुद्धा आनंदाने त्यांचं विहित कर्मं करत असतात. त्यांची कर्मं शास्त्रोक्त असतात आणि कर्मांप्रमाणेच कर्माचं फळही ते ईश्वरार्पण करतात. त्यामुळे ती कर्मं आणि त्यांचे सर्व प्रभाव नामशेष होऊन जातात. त्यांच्या शरीराच्या, वाणीच्या आणि मनाच्याही व्यवहारांची प्रवृत्ती ईश्वराभिमुखच असते. म्हणजे असे भक्त ईश्वराभिमुख कार्यच करत असतात.

सामान्य भाषेत सांगायचं तर विवाहोत्सुक युवतीला आपल्या पतीच्या मिलनाची ओढ लागलेली असते तशीच भक्ताला भगवंताची ओढ लागलेली असते. स्त्री ही आपल्या प्रेमाने पतीला बद्ध करते. भक्त आपल्या भक्तीने भगवंताला बद्ध करतात. स्त्री सदैव शरणागत असते. भक्तही भगवंताला शरण गेलेले असतात. त्याचप्रमाणे आणखी एक महत्त्वाचा गुण म्हणजे पत्नी पतीवरचं प्रेम कधी उघड करत नाही म्हणजे, आपल्या प्रेमाची ती जाहिरात करत नाही. केवळ आपल्या कृतीमधून ती आपला प्रेमभाव व्यक्त करत असते. त्याचप्रमाणे खरा भक्तही आपली भगवंतावरची भक्ती कोणाच्या डोळ्यांत येऊ देत नाही. कुणाच्या नजरेत खुपेल असं श्रेष्ठ भक्ताचं वागणं नसतं. पत्नी ज्याप्रमाणे पतीवरील प्रेमापायी संसारात रमते, काम करते, मुलांचं संगोपन करते, त्याचप्रमाणे भक्त भगवंतावरील प्रेमासाठी जगाच्या संसारात रमतो आणि त्याची विहित कर्मं करतानाच लोकहितार्थ निष्काम कर्मं करतो.

म्हणून भक्त होणं ही विकासाची फार वरची पायरी आहे. सामान्य मनुष्य मात्र भोगवादी जीवनातच रमलेला असतो. इंद्रियं, मन, बुद्धी यांपैकी काहीच आपलं नसतं. तरीपण असा माणूस 'माझं माझं' म्हणून त्या गोष्टी वापरत असतो. मी कर्ता आहे, असं जेव्हा माणसाला वाटतं, तेव्हा त्याच्या कर्तृत्वाला मर्यादा येतात. विजेच्या तारांपाशी आई आपल्या लहान मुलाला जाऊ देत नाही; कारण तसं केल्याने मुलाला धोका निर्माण होऊ शकतो हे तिला माहीत असतं, परंतु तशी माहिती मुलाला नसते. आपल्याच बुद्धीने तो मुलगा विजेच्या तारांना हात लावायला गेला तर तो संकटात सापडण्याची शक्यता असते. कारण तोपर्यंत त्याला बाह्य विषयांचं, बाह्य जगाचं आणि त्यामधल्या धोक्यांचं ज्ञान झालेलं नसतं. त्यामुळे तो धोक्यात येण्याची दाट शक्यता असते. मात्र आईला तसं ज्ञान असल्यामुळे ती मुलाला संभाव्य धोक्यांपासून वाचवू शकते.

अध्यात्माचं आंतरिक आणि ब्रह्मविषयक जगत् असंच असतं. तिथे साधक फसण्याचीही शक्यता असते, पण भगवंतानंच साधकाचा हात धरला तर साधक कुठे भरकटत जाण्याची शक्यता नसते. मात्र साधकाने हात पुढे केल्याशिवाय भगवंत त्याचा हात कसा काय धरणार? हे उदाहरणादाखल बोलणं झालं. कारण भगवंत हात देतच असतो; पण सामान्य माणसाला त्याची जाणीव नसते. सभानतेने माणसाने भगवंतापुढे स्वार्थरहित भावाने हात केला तर भगवंत नक्कीच प्रेमाने त्याचा हात धरेल. मूल उभं राहिल्यानंतर चालायला शिकतं. एखाद् दुसरं पाऊल ते अडखळत आईच्या दिशेने टाकतं. आई दुरूनच त्याला बोलावत असते. अशा वेळी पाऊल टाकताना बाळाचा तोल गेला तर आई सत्वर पुढे जाऊन त्याला आधार देते.

भगवंताच्या दिशेने दोन पावलं टाकली तरी भगवंत भक्तासाठी दहा पावलं टाकून सत्वर येईल, आधार देईल.

मग भगवान सांगतात, अशा भक्ताला मी भवसागरातूनही बाहेर काढतो. 'भव'चा संदर्भ आला की काळ सुरू होतो. यात आपणच भविष्यकाळ निश्चित करत असतो. भविष्यकाळाचा विचार आला की मग जन्म-मृत्यूचाही भावही येतोच! याच 'भव'सागरातून पार होण्यासाठी आपल्या इच्छा-आकांक्षा कालबद्ध होणार नाहीत अशी स्थिती आपणच आणली पाहिजे. ती कशी आणणार? त्यासाठी जे कालबद्ध नाही अशा तत्त्वाशी स्वतःला जोडलं पाहिजे. यालाच म्हणतात अभ्यासयोग! काळात राहून कालातीत होण्याचा अभ्यास साधणं म्हणजेच भवसागरातून पार होणं! अर्थात एकमेवाद्वितीय भगवान हाच काय तो कालातीत आहे. बाकी सारं कालबद्ध आहे. उत्पन्न होऊन नाश पावणारं आहे. जे जे साकार होतं, ते ते विनाशीच असतं.

म्हणून आपलं जीवन कालातीत अशा भगवंतालाच समर्पित केलं पाहिजे. जीवन समर्पित करायचं म्हणजे चोवीस तास मंदिरात कर्मकांडात्मक कृती करत बसायचं नाही तर आपलं विहित कर्म ईश्वराच्या साक्षिभावाने करायचं. सावता महाराजांसारखं शेती करून, संसार करून ईश्वरी विचारांशी युक्त राहता आलं पाहिजे. जेवताना, कामात किंवा प्रवासात त्याचंच सतत चिंतन ठेवलं पाहिजे. मी जेवतो, मी काम करतो, जग काम करतं असं जरी बाह्यतः दिसत असलं, तरी त्या मागचं सारं कर्तृत्व हे भगवंताचं आहे ही गोष्ट ओळखून समर्पित वृत्तीने जगलं पाहिजे. आशा-आकांक्षा-आसक्ती आणि अभिलाषा सुटली की चित्ताची एकाग्रता साधली जाऊ शकते. त्याकरता भगवंताच्या चिंतनासाठी निश्चित वेळही काढून ठेवायला हवा. हे साधलं तर आपले कोणतेही निर्णय चुकणार नाहीत. कारण निर्णय घेण्यामागील प्रेरणा हीसुद्धा भगवंतानंच दिलेली असेल.

अशा भक्ताचं जीवन भगवान चालवतो आणि त्याचा संपूर्ण उद्धार करतो. म्हणून ईश्वरी विचाराशी निरपेक्ष भावाने सतत जोडण्याचा अभ्यास साधायला हवा.

भक्त हा भगवंतापासून विभक्त नसतो. पति-पत्नींचा जसा संसार असतो तसा भक्त आणि भगवंत यांचा हा आध्यात्मिक संसार असतो. या संसारात भगवद्-प्रेमासाठी भक्त निष्काम कर्म करत असतो. त्यासाठी भगवंताशी सदैव युक्त होणं महत्त्वाचं आहे. ते साध्य झालं तर भगवंत अशा भक्ताला भवसागरातून मुक्त करून त्याचा उद्धार करतो. यासाठी भक्ताने 'भव' म्हणजे काय, तेही समजून घेतलं पाहिजे.

मय्येव मन आधत्स्व मयि बुद्धिं निवेशय ।
निवसिष्यसि मय्येव अत ऊर्ध्वं न संशयः ॥१२.८॥

(म्हणून) माझ्याच ठायी मन (आणि इंद्रियं) ठेव, माझ्या ठिकाणी बुद्धी स्थिर कर, म्हणजे (या जन्मानंतर) पुढे तू मलाच येऊन मिळशील, मत्स्वरूप होशील यात संशय नाही.

या आणि यापुढच्या श्लोकात भगवान भक्तीचं रहस्य सांगत आहेत. ते बुद्धीने समजून घेतलं पाहिजे. आपण सभोवार जी रूढिग्रस्त भक्ती बघत असतो, ती खरोखर ईश्वराची भक्ती असते का, याचाही विचार केला पाहिजे. व्रतवैकल्ये आणि भजन-पूजनादी मार्ग हे उपासनेचे मार्ग आहेत. समजपूर्वक त्या मार्गांचा अवलंब केल्यास भक्तीसाठी वृत्ती तयार होत जाते, नाही असं नाही; पण तशी समजच नसेल तर या क्रियांना नक्कीच भक्ती म्हणता येणार नाही. मग ते केवळ सवयीने होणारे म्हणजे रूटिनचे बाह्य उपचार ठरतील. अशा प्रकारची उपासना करणाऱ्यांमध्ये आपल्याकडून होणाऱ्या परपीडेचाही विचार नसतो हे विशेष! धार्मिक स्थळी जाऊन, यांत्रिकतेने दर्शन घेऊन, राजकारणावर गप्पा झोडत बसणं, डीजेवर मोठ्यांदा गाणी लावून विचारहीन कर्मकांड करणं असे अनेक प्रकार अनुभवास येत असतात. अशा क्रियांना भक्ती म्हणणं हे धाडसाचंच ठरावं. भक्ती म्हणजे रूढी नाही हे निदान विचारी माणसाने तरी ध्यानात घेतलं पाहिजे.

प्रस्तुत श्लोकात सांगितलेलं भक्तीचं स्वरूप यापेक्षा पूर्णतः भिन्न आहे. भगवंताच्याच ठिकाणी निरपेक्ष भावाने मनाला आसक्त करणं म्हणजे भक्ती हे भगवान स्पष्टपणे सांगत आहेत. म्हणजे भगवंताच्या ठिकाणी मन लावणं आणि त्याचं अविरत चिंतन करणं ही गोष्ट म्हणजे स्थूल क्रिया नसून ती एक सूक्ष्म मानसिक प्रेरणा असते. त्यासाठी जीवनातील ऐहिक उपभोगांचं वैय्यर्थ जाणावं लागतं. शिवाय संपूर्ण सृष्टीत सत्स्वरूपाने एकच परमात्मा नटलेला आहे हे बुद्धीला पटल्याशिवाय भगवंताच्या ठिकाणी मन स्थिर होणं शक्य नसतं.

या श्लोकात भगवंत मन आणि बुद्धी स्वतःपाशी अर्पण करायला सांगत आहेत. अत्यंत जाणीवपूर्वक भगवंतांनी या दोन गोष्टीच द्यायला सांगितल्या आहेत-मन आणि बुद्धी. संत ज्ञानेश्वर महाराज उदाहरण देतात, 'वारा आला की दिवा मालवला जातो, सूर्यबिंब क्षितिजाआड गेलं की प्रकाशही नाहीसा होतो. त्याचप्रमाणे मन आणि बुद्धी ईशसमर्पित झाली की अहंभाव, देहाभिमान आपोआप समर्पित होतो.'

थोडक्यात, मन आणि बुद्धी यांच्यापाठोपाठ देहाभिमान जात असतो. म्हणून मनाला आणि बुद्धीला भगवंत-स्वरूपात समर्पित केलं, तर अहंकारही समर्पित होऊन जाईल आणि ते साध्य झालं म्हणजे मनात ईश्वरी भावमयतेचा उदय होईल. पण इथे एक गोष्ट मात्र ध्यानात ठेवायला हवी. भगवंताकडे अगतिकतेने न जाता प्रेमाने जायला हवं. त्याचबरोबर जग असार आहे किंवा वाईट आहे अशा नकारात्मक भूमिकेतूनही भगवंताकडे जाऊ नये. कारण सृष्टी हे त्याचंच कर्तृत्व आहे. त्यात रममाण होण्यात वैयर्थता असली तरी सृष्टीचा रसास्वादही घेता आला पाहिजे. तो घेताना त्यामागच्या कलाकौशल्याचं सतत भान ठेवता आलं पाहिजे.

एखाद्या चित्रकाराने सुंदर चित्र काढलं तर त्या चित्राचा आनंद आपण घेतलाच पाहिजे. चित्रकाराचं कौतुक हे केलंच पाहिजे. आपल्याला चित्र आवडलं नाही तरी त्या चित्राचा चित्रकारासमोर तिरस्कार करणं अथवा त्या चित्राला नावं ठेवणं योग्य होत नाही. चित्रकार हवा पण चित्रकाराच्या कलाकृतीला मात्र नावं ठेवायची, हे कसं चालेल? आपल्या अशा भूमिकेमुळे त्या चित्रकाराला काय वाटेल याचाही विचार केला पाहिजे. म्हणजे परमेश्वर हवा परंतु त्याने निर्माण केलेल्या सुंदर सृष्टीला मात्र नावं ठेवायची, हे कसं चालेल? आपल्या अशा भूमिकेमुळे परमेश्वराला काय वाटेल? म्हणून असा नकारात्मक भाव मनात ठेवणं योग्य होणार नाही.

जगाला असार मानून नीरसपणे किंवा अगतिकतेने भक्तिमार्गाकडे वळू नये. सृष्टीला सुंदर मानूनच सृष्टिनिर्मात्याचा शोध घेता आला पाहिजे. म्हणजे सृष्टीला जाणून घेता घेता आणि तिचा संयमित उपभोग घेता घेता हळूहळू सृष्टीच्या नियमांच्या आत शिरता आलं पाहिजे. प्रत्येकाची पचनसंस्था वेगवेगळ्या प्रकारची असते. काही जण बुद्धिनिष्ठ भावाने भगवंताकडे जातात तर काही जण केवळ प्रेमभावाने त्याच्याकडे जातात; पण इथे कुठेही ईश्वरी कलेप्रति तिरस्काराचा भाव असता कामा नये.

जीवनातील नीरसता आणि नकारात्मक दृष्टिकोन मनातून काढून टाकला पाहिजे. मग ईश्वराविषयी भाववृद्धी कशी होईल, याचा अभ्यास केला पाहिजे. त्यासाठी समर्पणाची वृत्ती अंगी बाणवली पाहिजे. मग भगवंताविषयी सातत्याने कृतज्ञता बाळगली पाहिजे. कारण कृतज्ञता भाव वृद्धिंगत झाला की पाठोपाठ धैर्य येत असतं.

जग सुंदर आहे हे मान्य करून या संसारामध्ये लिप्त न होता जगाच्या निर्मात्याकडे भावपूर्ण अंतःकरणाने गेलं पाहिजे. ते साध्य होण्यासाठी मन आणि बुद्धी परमेश्वराला आत्यंतिक प्रेमाने समर्पित करून त्याचंच होऊन राहता आलं पाहिजे. हे साधलं तर जीवन निःशंक, रसपूर्ण, भावपूर्ण आणि आनंदी आणि सुगंधितही होऊन जाईल हे निश्चित. असं ईश्वरी भावाशी तादात्म्य साधलं तर किडा-भ्रमर न्यायाने जीव त्यालाच प्राप्त होईल; तत्स्वरूप होऊन जाईल. ही अनुभूती मृत्युपश्चात नव्हे तर जिवंतपणीसुद्धा साध्य होऊ शकते.

या श्लोकात भगवंतांनी मन आणि बुद्धी माझ्याच ठिकाणी ठेव असं जे सांगितलेलं आहे ते अतिशय महत्त्वाचं आहे. कारण जीवाला संलग्न असलेलं मन आणि बुद्धी हे निसर्गतःच बाह्यगामी असतात. मग अहंकारही त्यामागे जात तत्गामी होऊन जातो. त्याचा परिणाम म्हणजे मन आणि बुद्धीने ठरवलेली उपाधी आपणच आहोत असा भ्रम जीवामध्ये निर्माण होतो; पण योगयुक्त होऊन मन आणि बुद्धी ईश्वराकडे वळवली की अहंकारही त्यापाठोपाठ जातो. म्हणजे भगवद्चिंतनाने आणि ध्यानाने अहंकाराची जडणघडण बदलत जाते. मूळ आत्मजाणीव टाकूनच हा अहंकार जीवदशेला आलेला असतो. तो मन-बुद्धीच्या साहाय्यानंच पुन्हा उलट मागे नेता आला, की सत्स्वरूपाची गाठ पडते ही गोष्ट तर्कसंगतच आहे. समर्थ रामदास म्हणतात,

जगी विषयो चिंतिता जीव झाला। अहंकार अज्ञान जन्मासि आला॥
विवेके सदा स्वस्वरूपी भरावे। मना उगमी जन्म नाही स्वभावे॥

म्हणजे ही क्रिया उलटी फिरवून इंद्रियं आणि मन-बुद्ध्यादी अंतर्मुख करून अंतर्यामी असलेल्या शिवस्वरूपाकडे भक्तीच्या साहाय्याने प्रवास सुरू केला, तर आत्मानुभूती, ब्रह्मनिर्वाण आणि अंतिमतः परमात्मप्राप्ती होणं अशक्य नाही. त्याची पूर्वतयारी म्हणजेच मन आणि बुद्धी आत्मस्वरूपात स्थिर करणं. तेच भगवान या श्लोकात सांगत आहेत.

परमात्मा सत्य-शिव आणि सुंदर आहेच; त्याचबरोबर त्याने निर्माण केलेलं विश्वही सुंदर आहे, अशी विश्वाकडे पाहण्याची सौंदर्यदृष्टी आली पाहिजे. मन आणि बुद्धीची बाह्यप्रवृत्तीच असते; त्यामागे अहंकार जात असतो. तीच क्रिया उलट करणं साध्य झालं पाहिजे. त्यासाठी मन आणि बुद्धीला आत्म्यामध्ये शास्त्रशुद्ध पद्धतीने समर्पित केलं पाहिजे. ते साधलं म्हणजे भक्ताला भगवंतकृपेने अक्षय्य स्थान प्राप्त होईल. असं समर्पण चार प्रकारे होऊ शकतं; त्याविषयी भगवान यानंतरच्या श्लोकात अधिक सांगणार आहेत.

अथ चित्तं समाधातुं न शक्नोषि मयि स्थिरम् ।
अभ्यासयोगेन ततो मामिच्छाप्तुं धनञ्जय ॥१२.९॥

अर्जुना, माझ्या ठिकाणी चित्त स्थिर ठेवणं तुला शक्य नसेल तर अभ्यासयोगाने पुन्हा पुन्हा प्रयत्न करून माझी प्राप्ती करून घेण्याची इच्छा मनात ठेव.

मोक्षप्राप्तीचे हे चार भिन्न मार्ग भगवान अर्जुनाला सांगतात. ते म्हणजे एक तर सतत माझंच चिंतन कर. नाहीतर माझ्यासाठी कर्म कर. कर्म माझ्याच ठिकाणी अर्पण कर किंवा कर्मफलाचा त्याग कर म्हणजे तुला मोक्षप्राप्ती होईल.

या श्लोकात जो पहिला मार्ग सांगितला आहे, तो अनन्य भक्तीचा आहे. मन आणि बुद्धी परमेश्वराच्या ठिकाणी सर्वत: नित्य स्थिर करून ठेवणं म्हणजे अनन्य भक्ती. याच भक्तीच्या योगाने भक्त भगवंतामध्ये एकरूप होऊन जातो. या क्रियेत मनापेक्षा बुद्धितत्त्व श्रेष्ठ आहे हे ध्यानात घेऊन बुद्धीच्या आश्रयानंच मनाला स्थिर करायचं असतं. नुसतं मन कधीच स्थिर होऊ शकत नाही. किंबहुना अस्थिर राहणं हाच मनाचा गुणधर्म असतो.

मनावर थेट निग्रह करण्यापेक्षा प्रथम बुद्धीवरच संस्कार करायचे असतात. त्यासाठी, सर्व भौतिक वस्तू या अनात्म आणि विनाशी असून त्यापासून निर्भेळ चिरंतन आनंद आणि परमशांती कधीच मिळू शकणार नाही हे पटल्याशिवाय साधकाला स्वत:च्या मनाला लगाम घालता येणार नाही. कोणत्याही गोष्टीचा निर्णय घेण्याचं काम हे बुद्धीचं असतं; मनाचं नाही. अनुभवाद्वारे जेव्हा बुद्धी प्रगल्भ होऊन वस्तुस्थितीचं ज्ञान करून घेण्यास समर्थ बनते, तेव्हाच ती मनाला आदेश देऊन चित्ताला संयमित करते. आता या परिस्थितीत बुद्धीचं मनावर प्रभुत्व आलेलं असतं. त्यामुळे मनाची चंचलता कमी होते. अशा प्रकारे चित्त स्थिर करून ते अंतरात्म्याच्या ठिकाणी स्थिर करता आलं पाहिजे. म्हणूनच भगवान सांगतात, *मयि बुद्धिं निवेशय.* म्हणजे प्रथम तू आपल्या बुद्धीला माझ्यामध्ये प्रवेश करायला लाव. एका

परमेश्वराशिवाय या जगात दुसरं कोणतंही प्राप्तव्य नाही, याची खात्री बुद्धीला पटली की ती मनाला परमेश्वराच्या ठिकाणी स्थिर करू शकते.

तथापि, आत्मानात्म निर्णय करायला बुद्धी एकदम समर्थ होतेच असं नाही. कारण अंतर्मनावर झालेल्या जन्मोजन्मींच्या कुसंस्कारांनी बुद्धी गढूळ झालेली असते. संभ्रमित होऊन गेलेली असते. तो संभ्रम दूर होण्यासाठी तिला अनेक अनुभवांमधून जावंच लागतं. मग एक वेळ अशी येते की मनुष्य म्हणतो, हे जीवन काही खरं नाही. इथे केवळ अस्थिरता आणि अनिश्चितता आहे. इथे आपल्या मनाप्रमाणे काहीही होत नाही. आणि झालं तरी ते टिकत नाही.

अशा तऱ्हेने सुखाची भावना ओसरलेली असते. म्हणजे भौतिक सृष्टीतील तात्कालिक मोहक सुखांचं आणि अपार दुःखांचं स्वरूप मनुष्याच्या ध्यानात आलेलं असतं. अफाट धन आणि अधिकार मिळवूनही सुख मात्र मिळत नसतं; आणि मिळालं तरी ते तात्पुरतं असतं. पद-पैसा आणि प्रतिष्ठा मिळूनही मनुष्याच्या अहंकारालाही अनेकदा ठेच लागत असते. त्यात वय तर वाढतच असतं. एखाद्याचं आजारपण किंवा एखाद्याचा मृत्यू पाहिला की मनुष्याला अशाश्वत आयुष्याची जाणीव होऊ लागते. मग सर्व काही असूनही तो आतून दुःखी आणि घाबरलेला असतो. एकंदरच मृत्यू आणि मृत्युपश्चात जीवनाविषयी अनिश्चिततासुद्धा त्याच्या मनाला ग्रासून राहते. आयुष्यात भरपूर पापकर्मं केली असतील तर केलेल्या कुकर्मांची जाणीवही होऊ लागते. मग पापक्षालन करण्यासाठी मनुष्य बाह्य जगातच धावाधाव करत राहतो. त्यातून शांती मिळतेच असं नाही. कारण शांती मिळण्याचे ते उपाय नसतात.

अशा अनुभवांमधून जेव्हा मनुष्य जातो, तेव्हा त्याच्या भाग्यात असेल तर एक क्षण असा येतो की त्याची विवेकशक्ती जागृत होते. त्यानंतर तो मनुष्य आत्मानात्म किंवा सत्यासत्य पारखून घेण्यास समर्थ होतो. मात्र जोपर्यंत ही विवेकजागृती होत नाही आणि मन-बुद्धी स्थिर होत नाही, तोपर्यंत परमात्मप्राप्तीसाठी प्रयत्न चालू ठेवणं हेही आवश्यक असतं. कारण त्यामुळेच पूर्वीचे बुद्धीला संभ्रमित करणारे गढूळ संस्कार मनातून पुसूले जात असतात. याचा अर्थ नीरस जीवन जगावं असाही होत नाही. सृष्टीचं सौंदर्य, आत्मभान जागवणारं संगीत, श्रेष्ठ साहित्य, कला, क्रीडा यांचाही आस्वाद घेता आला पाहिजे. कारण तेही सारं काही भगवानच आहे. त्यामुळे रसपूर्ण जीवन जगतानाच सारासारविवेक जागृत ठेवून अभ्यास केला पाहिजे. म्हणूनच भगवान सांगतात, तुझं चित्त स्थिर होत नाही; मग तू अभ्यासयोग कर.

अभ्यासयोग म्हणजे विज्ञानासह ज्ञानप्राप्तीचं फल. म्हणजे विविध विषयांमधल्या ज्ञानाचा यात समावेश होतो. योगसामर्थ्यासह एखाद्या विषयात प्रावीण्य मिळवणं,

निदिध्यासाने एखाद्या भौतिक विषयात श्रेष्ठता प्राप्त करणं इत्यादी गोष्टी या योगात येतात. अभ्यासयोगाच्या सामर्थ्याने माणूस आकाशाच्या पोकळीत चालू शकतो. वाघ, साप यांसारखे हिंस्त्र पशू त्याच्या स्वाधीन होतात. त्याला विष पचवता येतं. समुद्राच्या पाण्यावरून त्याला चालत जाता येतं. म्हणजे हठयोगाचाही समावेश या अभ्यासयोगात करावा लागेल.

केवळ तेवढं करून भागणार नाही किंवा भगवंतांना अभिप्रेत असणारा अभ्यासयोग त्यामुळे सिद्ध होत नाही. कारण या सर्व कला आत्मसात करताना मनुष्याचा 'अहं'भाव सुटतोच असं नाही. एखादा शास्त्रज्ञ देव मानत नाही; पण त्याने त्याच्या क्षेत्रातला सखोल अभ्यास केलेला असतो. किंवा एखाद्या योग्याने विशेष सिद्धी मिळवण्यासाठी आयुष्य व्यतीत केलेलं असतं. पण यात कुठे परमेश्वराशी त्याच्या मनाचा तत्त्वत: संबंधच आलेला नसतो. म्हणजे या अशा भावनेने केलेला निदिध्यास हा केवळ अभ्यास होतो; पण तो 'अभ्यासयोग' होऊ शकत नाही. कारण यामध्ये ईश्वराशी काही संबंध नसतो किंवा 'योग' होत नसतो. म्हणूनच भगवान सांगत असलेला अभ्यासयोग म्हणजे 'स्वाध्याय'! 'स्व'चा अभ्यास. म्हणजे ईश्वरस्वरूप जाणून घेण्याचे जे जे विषय आहेत, त्यांचा अभ्यास केला पाहिजे.

सहाव्या अध्यायात आत्मसंयमयोग किंवा राजयोग अथवा ध्यानयोग यांमध्ये भगवंतांनी अभ्यासयोगाचं स्वरूप विस्ताराने कथन केलेलं आहे. चित्त एकाग्र करण्यापासून मागे सांगितलेल्या यम-नियमादी अष्टांगयोगाचं आचरण केलं पाहिजे. त्यासाठी आत्मज्ञान हे ध्येय असलं पाहिजे. अशी ध्येयप्राप्तीची आकांक्षा मनात उत्पन्न झाली की, ते ध्येय गाठण्यासाठी शास्त्रशुद्ध रीतीने प्रयत्न केले जातात. हाच तो अभ्यासयोग. इथे अतिशय महत्त्वाची आहे, ती आस्तिक्यबुद्धी! भगवान आहे का नाही, असेल तर तो दिसत का नाही; अशी संभ्रमित मनोवस्था साधकाला आपल्या ध्येयापासून परावृत्त करू शकते. त्यामुळे भगवान आहेच, यावर दृढ विश्वास हवा. यामुळे भगवंताची प्रतिष्ठा वाढणार नसते तर साधकाचा विकास होणार असतो.

भगवान सांगतात, तुला चित्त माझ्यामध्ये स्थिर ठेवणं शक्य होत नसेल तर अभ्यासयोगाने माझी प्राप्ती करून घेण्याचा तू प्रयत्न कर. भगवंतांनी अभ्यासयोगाचा पर्याय दिला खरा; पण हा योग काही सोपा नाही. म्हणून पुढील श्लोकात ते आणखी सोपा उपाय सुचवणार आहेत.

चित्त ईश्वरामध्ये स्थिर ठेवलं पाहिजे. त्यासाठी ईश्वराशी सातत्यानं अनुसंधान ठेवलं पाहिजे. ते जमलं नाही तर त्याला समजण्यासाठी 'स्व'चा अभ्यास केला पाहिजे.

अभ्यासेऽप्यसमर्थोसि मत्कर्मपरमो भव।
मदर्थमपि कर्माणि कुर्वन्सिद्धिमवाप्स्यसि॥१२.१०॥
अथैतदप्यशक्तोऽसि कर्तुं मद्योगमाश्रितः।
सर्वकर्मफलत्यागं ततः कुरु यतात्मवान्॥१२.११॥

हे करणंही तुला जमणार नसेल तर माझ्या प्रीत्यर्थ कर्मं करत जा. अशी कर्मं करता करता तत्त्वार्थानं मला जाणण्याची सिद्धी तुला प्राप्त होईल. आता हेही तुला जमत नसेल तर सर्व उपरोक्त कर्मांच्या फळांचा त्याग कर.

नवव्या श्लोकापासून हे जे भगवंताचं वाक्य सुरू होतं, ते अकराव्या श्लोकात संपतं; ते असं : अर्जुना, माझ्या ठिकाणी चित्त स्थिर ठेवणं तुला शक्य नसेल तर अभ्यासयोगाने पुन्हा पुन्हा प्रयत्न करून माझी प्राप्ती करून घेण्याची इच्छा मनात ठेव. हे जमणार नसेल तर माझ्यासाठीच कर्म कर. तेही तुला शक्य होणार नसेल तर कर्मापासून मिळणारी फळं तू मला अर्पण कर.

इथे भगवंतासाठी कर्म करण्याचे दोन अर्थ होतात. पहिला अर्थ नवविधा भक्तीतील 'कीर्तनम्'चा संदर्भ इथे येऊ शकतो. म्हणजेच ईश्वरार्थ कर्म करत राहणं. दुसरा अर्थ म्हणजे जे जे म्हणून कर्म इंद्रियांकडून व्यावहारिक जगात घडतं, ते ते ईश्वरार्पण बुद्धीने करत राहणं हाही अर्थ होऊ शकतो.

ईश्वरार्थ कर्म करणं म्हणजेच सत्कर्म करणं किंवा पुण्यकारक कर्म करणं हे ओघाने आलंच. अर्थात समाजाला ईश्वराभिमुख करण्यासाठी निष्काम कर्म करणं म्हणजेच कीर्तनम् - ईश्वरार्थ कर्म करणं.

हा एक अर्थ आपण पाहिला. दुसरा अर्थ म्हणजे सर्व प्रकारची कर्मं ईश्वरार्थ बुद्धीने करत राहणं. आता ही कर्मं कशी करायची, हा प्रश्न स्वाभाविकतः उपस्थित होतो. कर्मं ईश्वरार्पण बुद्धीने करायची म्हणजे 'मी कर्म करतो' हा भावच मनातून काढून टाकण्याचा प्रयत्न करायचा. अर्थात, मी माझ्या शक्तीने कर्म करूच शकत

नाही हा भाव मनात स्थिर करत जायचं. ईश्वरी शक्ती आपल्यामध्ये वसून आहे आणि म्हणूनच आपण कर्मं करू शकतो, अशी मनाची धारणा बनवली पाहिजे. ही सतत जागृत ठेवली जाणारी भावना ईश्वराशी अनुसंधान घडवून आणते. केवळ शरीर आहे म्हणून कर्म होत नाही, हे लक्षात घेतलं पाहिजे. हात-पाय-डोळे-कान इत्यादी कर्मेंद्रियं असूनही कर्म सिद्ध होत नसतं. तसंच केवळ कर्मेंद्रियांसह ज्ञानेंद्रियं आहेत म्हणूनही कर्म सिद्ध होत नाही. त्याचप्रमाणे केवळ मन आणि बुद्धी हे घटकही कर्म करू शकत नाहीत. थोडक्यात, शरीरांतर्गत सर्व इंद्रियांचा समुच्चय असूनही जर आत्माच नसेल, तर जीव कर्म करू शकत नाही. आत्मा हा परमात्म्याचाच प्रत्यगामास्वरूप अंश असतो. म्हणजे तो साक्षात ईश्वरच असतो. त्याची उपस्थिती महत्त्वाची असते. त्याच्या उपस्थितीमुळेच जीवाचा अहंभाव जागृत होऊन तो बाह्य जगात कर्म करतो. अशी कर्मं करतानाच ती कुणामुळे घडत आहेत, याचं भान येणं म्हणजेच ईश्वरार्थ बुद्धीने कर्म करणं.

थोडक्यात, कर्मेंद्रियांना आणि ज्ञानेंद्रियांना ज्यामुळे शक्ती मिळते तीच जर शरीरात नसेल तर जीव कर्म तरी कुठून करणार? बरं, ही शक्ती म्हणजे केवळ ऊर्जा नाही. विजेमुळे पंखा सुरू होतो पण पंख्याला गती देणारी ऊर्जा ही ज्ञानस्वरूप नसते. शरीरांतर्गत जे आत्मारूपी चैतन्य आहे ते पूर्णतः ज्ञानस्वरूप आहे. केवळ त्याच्या उपस्थितीमुळेच कर्मेंद्रियं, ज्ञानेंद्रियं, मन आणि बुद्धी काम करतात. हा इंद्रियांचा समुच्चयदेखील आत्म्यामुळेच अस्तित्वात आलेला असतो. म्हणजे आत्माच इंद्रियांना धारण करत असतो. असं असूनही तो मात्र उपेक्षित राहतो हे विशेष! म्हणजे सारी कर्मं त्याच्याच उपस्थितीमुळे घडत असतात; पण जीव मात्र त्याचं श्रेय स्वतःकडे घेतो! हीच ती माया!

या मायेमुळेच आपण कर्मं करत नसतानाही आत्म्याच्याच उपस्थितीमुळे आपल्यामधला 'मी' कार्यरत होतो आणि 'मी कर्म करतो' हा आभासात्मक खेळ सुरू होतो. या आभासी खेळातून बाहेर पडण्यासाठी कर्म आपल्या शक्तीने होत नसून त्याची खरी मालकी परमात्म्याची आहे, याची जाणीव सतत ठेवता आली पाहिजे. या भूमिकेतून 'मी कर्म करतो' हा भावच भगवंताला अर्पण करून टाकायचा. म्हणजेच प्रत्येक कर्म त्याच्यामुळे होत आहे या अर्थाने कर्मं त्यालाच अर्पून टाकायचं. मनाची अशी धारणा बनत गेली की, अहंकाराचा दर्प कमी होत जातो. मग एक वेळ अशी येते की, केवळ 'अहं'चं भान उत्तम प्रकारे राहून कर्माचं संपूर्ण श्रेय परमात्म्याकडे दिलं जातं. कर्माचं श्रेय भगवंताकडेच पाठवण्याची मनाला सवय जडल्यामुळे हातून वाईट कर्मंही होत नाहीत, हे विशेष! अर्थातच जीवाची

कर्मबंधनातून सुटका होऊन तो भगवंतालाच प्राप्त होतो.

> त्रिभुवनास छळणाऱ्या हिरण्यकशिपू या बलाढ्य दैत्याला भगवंताने नरसिंह अवतार घेऊन मारून टाकलं. आपल्या पित्याला नारायणाने मारून टाकलं या घटनेचा विचार करून प्रल्हादाने नारायणाला तनमनाने शरण जायचं ठरवलं. यास्तव प्रल्हादाने तपश्चर्या सुरू केली. नारायणाचं ध्यान लावून तो समाधीत प्रविष्ट झाला.
>
> प्रल्हादाच्या या मनस्वी तपश्चर्येमुळे भगवंत संतुष्ट झाला आणि त्याला म्हणाला, "प्रल्हादा, ऊठ आणि सिंहासनावर बस. म्हणजे मी स्वतः तुला राज्याभिषेक करतो. माझ्या पांचजन्य शंखाचा ध्वनी ऐकून या ठिकाणी जमलेले हे सिद्ध आणि देवगण तुझं मंगल करतील."
>
> देशात शांतता नांदावी यासाठी राज्यकारभार कसा करायचा, या गोष्टीचा उपदेश भगवंताने प्रल्हादाला केला. भगवंत म्हणाला, "प्रल्हादा, यावच्चंद्रदिवाकरौ तू या राज्याचा उपभोग घे. इष्टानिष्ट फळांचा त्याग करून देशकालानुरूप निग्रह, अनुग्रह वगैरे ज्या ज्या क्रिया अवश्य केल्या पाहिजेत, त्या त्या यथायोग्य करत जा. मात्र त्या करत असताना राग-द्वेषांना आपल्या मनात थारा देऊ नकोस. अशा तऱ्हेने तू राज्य करू लागलास म्हणजे दानवांना मुळीच दुःख होणार नाही; आणि त्यांचा नाश करण्याचा प्रसंग माझ्यावर उद्भवणार नाही. मग आजपासून देवदानवांचं युद्ध थांबल्यामुळे कामादी षड्रिपूंचा आपल्यावर पगडा बसणार नाही, अशा तऱ्हेने वागून या राज्यलक्ष्मीचा तू चिरकाल उपयोग घेत राहा."

एवढं सांगून भगवान स्वस्थानी परत गेले. इंद्र स्वर्गात निर्भय होऊन राहिला. प्रल्हाद पाताळात शांतपणाने जीवनमुक्त अशा अवस्थेत राज्य करू लागला. अवघ्या त्रिभुवनात शांतता नांदू लागली. प्रल्हाद परमेश्वराला अनन्य भावाने शरण गेला आणि त्याला प्रसन्न करून घेतलं. म्हणूनच त्याच्या प्रसादाने त्रैलोक्यात शांततेचं साम्राज्य नांदू लागलं. परमेश्वराला सर्वस्वी शरण गेल्यामुळे म्हणजेच ईश्वरार्थबुद्धीने कर्म केल्यामुळेच आत्मशक्तीचा प्रत्यय येतो आणि आत्मशक्तीचा प्रत्यय आल्यानंतर माणूस शत्रुंजय बनू शकतो. शत्रूला जिंकल्यानंतर सर्वत्र शांतता प्रस्थापित होऊ शकते. ईश्वरार्थ बुद्धीने कर्म करताना आपलंही मन शांत होऊन जातं.

यानंतर भगवान चौथा पर्याय देतात. कर्म अर्पण करता येत नसेल तर कर्माचं जे फळ मिळालेलं असतं, ते तू मला अर्पण कर, असं भगवान सांगतात. समजा, ईश्वराच्या

शक्तीमुळेच माझ्या हातून कर्म होतं, हा भाव दैनंदिन जीवनात काहीसा विस्मृतीत गेला किंवा कार्यबाहुल्यामुळे अजाणता तसं घडलं, तर जेव्हा सत्कर्मांची उत्तम फळं मिळतील, तेव्हा तरी हा भाव जागृत ठेवायला हवा. मिळालेली फळं माझ्या शक्तीमुळे नव्हेत; तर ती परमेश्वरामुळेच प्राप्त झाली आहेत, हा भाव प्रकर्षाने मनात बाळगून त्या फळांचं श्रेय मनापासून परमतत्त्वाला अर्पण केलं पाहिजे. अर्थातच मिळालेल्या यशाचं संपूर्ण श्रेय त्याचं आहे ही समज मनात दृढ झाली पाहिजे. अशा कार्यात आपण केवळ निमित्तमात्र असतो हे ध्यानात ठेवलं पाहिजे.

तथापि, परमेश्वरप्राप्तीचं ध्येय दृष्टीसमोर ठेवूनही साधकाकडून निरभिलाष कर्म घडेलच असं नाही. कारण विषयवासना ही कमालीची बलवान असते. ती साधकाला विषयांकडे खेचून नेतच असते. अर्थातच ईश्वरार्थ कर्म करत राहणं किंवा कर्मफळ भगवंताला अर्पण करणं या गोष्टी वाटतात तितक्या मुळीच सोप्या नाहीत. म्हणून दीर्घकाल निदिध्यासपूर्वक मन:संयमाचा प्रयत्न करत राहिलं पाहिजे. मग एक क्षण असा येईल की परमात्मा आपली कर्मफळं स्वीकारून आपल्याला परमशांतीचा लाभ देईल.

एकतर ईश्वरार्थ कर्मं केली पाहिजेत किंवा मिळालेली कर्मफळं त्यालाच अर्पण करता आली पाहिजेत. कोणताही मार्ग अनुसरला तरी हरकत नाही; मात्र कोणताही मार्ग सोपा खासच नाही! त्यासाठी दीर्घकाल आत्मसंयमाचा प्रयत्न करत राहिला पाहिजे.

श्रेयो हि ज्ञानमभ्यासाज्ज्ञानाद्ध्याने विशिष्यते ।
ध्यानात्मर्कफलत्यागस्त्यागाच्छान्तिरनन्तरम् ॥१२.१२॥

अभ्यासापेक्षा ज्ञान गहन आहे. ज्ञानापेक्षा ध्यान श्रेष्ठ आहे. ध्यानापेक्षा कर्मफलत्याग अधिक श्रेष्ठ आणि कर्मफलत्यागापेक्षाही शांती श्रेष्ठ आहे.

हा श्लोक जसा महत्त्वाचा आहे तसाच अत्यंत गूढही आहे. मोठमोठ्या भाष्यकारांना या श्लोकाने संभ्रमात टाकलेलं आहे. त्यामुळे या श्लोकाचा अर्थ लावणं अतिशय कठीण गोष्ट आहे. पण तर्कदृष्टीने आपण या श्लोकाचा विचार करू. चिरशांती म्हणजे आत्मसंतुष्टता. या आत्मसंतुष्टतेची प्रगल्भावस्था म्हणजेच ईश्वरसाक्षात्कार. यालाच मोक्ष किंवा ब्रह्मनिर्वाणही म्हणता येईल. मन आणि बुद्धी परमेश्वराच्या ठिकाणी स्थिर होण्याचं ध्येय ठरल्यानंतर त्यासाठी आवश्यक असणारी एकापेक्षा एक श्रेष्ठ साधने इथे सांगितली आहेत. परंतु, या संदर्भात ९, १० आणि ११ या तीन श्लोकांत सांगितलेल्या क्रमाचा विचार बाजूला ठेवून चालणार नाही. ते श्लोक आणि हा श्लोक यामध्ये विसंगती वाटू शकते. त्या श्लोकांमध्ये भगवान सांगतात की, माझ्या ठिकाणी चित्त स्थिर ठेव. ते तुला शक्य नसेल तर अभ्यासयोगाने माझी प्राप्ती करून घेण्याची इच्छा मनात ठेव. ते शक्य नसेल तर माझ्या प्रीत्यर्थ कर्म कर; आणि हेही जमत नसेल तर सर्व कर्मांच्या फळांचा त्याग कर. म्हणजे तिथे कर्मफलत्याग हा ज्ञानापेक्षा श्रेष्ठ ठरवला आहे. आतापर्यंत आत्मज्ञान होणं हीच भक्तीची श्रेष्ठ अवस्था सांगितली गेली. आणि आता या श्लोकात कर्मफलत्याग सर्वश्रेष्ठ मानला आहे. त्यामुळे एकप्रकारची विसंगती इथे वाटू शकते, परंतु भगवद्गीता ही निर्विवादपणे तर्कसंगत आणि तर्कशुद्धच आहे. त्यामुळे जरी आपल्याला इथे विसंगती वाटली तरी या भगवंतांच्या कथनात काही तरी रहस्य असलं पाहिजे, हे उघड आहे. आपण त्याचा उलगडा करण्याचा अल्पसा आणि माझ्या अल्पबुद्धीने प्रयत्न करू.

ध्यान आणि कर्मफलत्याग यांचा निकटचा संबंध आहे. म्हणजे कर्मफलत्याग ही ध्यानाची परिणती आहे. म्हणजे तो ध्यानाचा सहज परिणाम आहे. जणू deep concentration अर्थात अत्यंत सखोल एकाग्रता साधली गेल्यानंतर अंतर्मनात साठून राहिलेला कर्मबंध तिथून सुटून तो परमतत्त्वात विलीन होत असावा. कर्मबंध म्हणजे कर्माची फळं एकाच ठिकाणी साठून राहणं. हाच कर्मबंध जीवाच्या विकासाच्या नित्य आड येत असतो. दैनंदिन जीवनातही तो सुख-दुःखांचे भोग जीवाला देत राहतो. एकच जन्म नाही तर कर्मबंधाचा प्रभाव जन्मोजन्मी टिकून राहतो. त्यामुळे जीवाला परमशांती कधीच लाभू शकत नाही. सखोल ध्यानामुळे मात्र हा कर्मबंध नाहीसा होतो. तीच ध्यानाची परिसीमा असते. म्हणून ध्यानापेक्षा त्याचा अंतिम परिणाम म्हणजे कर्मफलत्याग हा सर्वश्रेष्ठ असतो. कारण त्यानंतर साधक जीवनमुक्तावस्था अनुभवतो. तेच तर योग्याचं ध्येय असतं.

याची सुरुवात ही योगसाधनेने होत असते. म्हणजे जी कर्मफलत्यागाची अंतिम अवस्था गाठायची आहे, त्याचा प्रारंभ हा अभ्यासयोग असतो. यात स्व-च्या अभ्यासापासून विविध यौगिक क्रियांचा अंतर्भाव होतो. पण ते केल्याने कर्मबंध नाहीसा होतो असं नाही. तो परिणाम साधण्यासाठी जणू हा अभ्यास म्हणजे केवळ How to असतं. अशा अभ्यासापेक्षा प्रत्यक्ष ज्ञान हे श्रेष्ठ असतं. इंजिनिअरिंगचे पदवी मिळवली तरी प्रत्यक्ष एखाद्या कंपनीत काम करताना अनुभव हा घ्यावाच लागतो; तिथे केवळ पुस्तकी ज्ञान असून चालत नाही, तर प्रॅक्टिकलही आवश्यक असतं. अभ्यास बिनचूक होणं हे ज्ञान असतं; परंतु केवळ ज्ञान असूनही उपयोग नसतो. कारण नुसतंच ज्ञान आहे; पण त्याचा वापर होत नसेल तर काय उपयोग? हे म्हणजे राग-संगीतातल्या रागांचं ज्ञान आहे, रागाची मांडणी कशी करावी याचंही ज्ञान आहे; परंतु प्रत्यक्षात त्या ज्ञानाचा उपयोग गायन-वादनात केला तर त्याचा काय फायदा? म्हणूनच केवळ अभ्यास असून उपयोगाचं नाही; तर ज्ञानही आवश्यक असतं. आणि केवळ ज्ञान असूनही उपयोगाचं नसतं, तर त्याचा प्रत्यक्ष वापरही करता आला पाहिजे.

ज्ञानाचा प्रत्यक्ष वापर करणं म्हणजेच ध्यान करणं. म्हणूनच अभ्यासापेक्षा ज्ञान श्रेष्ठ आहे आणि ज्ञानापेक्षा ध्यान श्रेष्ठ आहे. आता या ध्यानाचा परिणाम म्हणजेच जीवाला जन्मोजन्मी चिकटून राहिलेला कर्मबंध ईश्वरार्पण होणं. ते साध्य झालं तर साधकाला परमशांतीचा लाभ होतो. त्यामुळे कर्मफलत्याग ही अभ्यास, ज्ञान आणि ध्यान यांच्यापेक्षा सर्वश्रेष्ठ अवस्था आहे. हेच भगवान या श्लोकात सांगतात.

थोडक्यात, भगवंतांना अपेक्षित कर्मफलत्याग म्हणजे ईश्वराशी प्रत्यक्ष जोडण्याचा अभ्यास! त्यासाठी आठ प्रहरांतील निमिषभर जरी भगवंताच्या ठिकाणी

चित्त स्थिर केलं तरी हळूहळू त्याची रुची वाढत जाईल. पौर्णिमेनंतर चंद्रकला हळूहळू कमी होत जाते. त्याप्रमाणे भोगांमधलं चित्त हळूहळू कमी होत होऊन परमेश्वराच्या ठिकाणी ते स्थिर होईल.

अशा तऱ्हेने योग्य रीतीने ध्यान साध्य झालं, तर कर्मफलत्याग आपोआप होऊन त्यातून साधकाची परमशांतीकडे मार्गक्रमणा होते. परमशांती ही अंतिम आणि परमश्रेष्ठ अशी स्थिती असते. ही शांती म्हणजे ब्रह्मसुखाचा साक्षात अनुभव! मग साधक अशी एक अवस्था गाठतो की त्याला विश्वात ठासून भरलेलं ब्रह्म ठायी ठायी अनुभवाला येतं. मग तो साधक स्वतःच ब्रह्मरूप होऊन जातो. अक्षय्य सुखाचा तो धनी होतो.

त्यासाठी प्रथम वृत्तीत बदल झाला पाहिजे. सद्विचारांचं चिंतन करायला हवं. जीवन दैवी बनवलं पाहिजे. ईश्वरनिष्ठ लोकांशी अशा साधकाने मैत्री केली पाहिजे. भोगांमधलं वैय्यर्थ त्याला उमजायला हवं. विकारांकडे बघण्याची दृष्टी बदलायला हवी. आणि सर्वात महत्त्वाची गोष्ट म्हणजे, ईश्वराविषयी त्याला परमावधीचं प्रेम आणि आसक्ती वाटली पाहिजे.

> असेच दोन मित्र देवाचा शोध घेत रानावनात भटकत होते. शोध घेत ते एका वाळवंटात गेले. वाळवंटात त्यांना कुठेच पाण्याचं अस्तित्व दिसेना. मात्र एके ठिकाणी एक हिरवागार पट्टा दिसला. त्याच वेळी त्यांना तिथे एक साधुपुरुष भेटला. त्याच्याकडे त्यांनी त्या हिरवाईविषयी आश्चर्याने विचारणा केली. ते म्हणाले, ''इथे तर पाणी नाही; मग हा हिरवागार पट्टा कसा?''
>
> त्या साधूने सांगितलं, ''पाणी हे जमिनीत असतंच. ही मुळं त्याचा शोध घेऊन पाणी खेचून घेतात. कारण त्यांना पाण्याची तीव्र आस असते.''

ईश्वराविषयी अशीच आस लागली तरच त्याची अनुभूती मिळू शकते. मग त्यासाठी रानावनात भटकण्याची काहीच आवश्यकता नसते. म्हणून परमेश्वराविषयी आत्यंतिक प्रेमभाव ठेवून परमशांतीसाठी अभ्यासयोगाने प्रारंभ केला पाहिजे.

परमशांती आणि ईश्वरानुभूती मिळवण्यासाठी अभ्यासयोगाने प्रारंभ करावा. मग ध्यानाविषयी शास्त्रशुद्ध ज्ञान संपादन करून त्यानुसार ध्यान साधावं. योग्य प्रकारे ध्यान साध्य झालं तर आपोआप कर्मफलत्याग होऊन साधकाला परमशांतीचा लाभ घडेल. या दृष्टीने अभ्यास, ज्ञान आणि ध्यानापेक्षा कर्मफलत्याग ही सर्वश्रेष्ठ अवस्था आहे.

अद्वेष्टा सर्वभूतानां मैत्रः करुण एव च ।
निर्ममो निरहङ्कारः समदुःखसुखः क्षमी ॥१२.१३॥

कुणाचा द्वेष न करणारा, सर्व प्राणिमात्रांशी मित्रत्वाने वागणारा, तसाच दयार्द्र, ममत्वरहित, अहंकारशून्य, सुखदुःखाविषयी समबुद्धी असणारा, (रागद्वेष न मानणारा), क्षमाशील (असा भक्त मला प्रिय आहे.)

भगवंताचा भक्त कसा असतो? त्याला ओळखण्याची खूण कोणती? हे भगवंतांनी या श्लोकांमधून सांगितलं आहे. या अध्यायात पराभक्तीच्या विविध योगांनी सिद्ध झालेल्या योग्यामध्ये कोणते गुण आलेले असतात ते सांगितलं आहे. जो खरा भक्त असतो तो स्वतःच्या भक्तीचं प्रदर्शन करत नाही पण त्याची वृत्ती मात्र पार बदललेली असते. भगवान त्याच्या त्या वृत्तीचं इथे वर्णन करतात. अशा भक्ताची ते लक्षणं सांगतात. ती लक्षणं म्हणजे अद्वेष्टा, मैत्र, करुण, निर्मम आणि क्षमाशील.

अद्वेष्टा

अर्थात जो द्वेषरहित आहे असा. मी कर्ता नाही, माझं काही नाही, अशी त्याची भावना असते. त्यामुळे तो कुणाचा द्वेष करत नाही. कुणाचाही राग करत नाही. इथे भगवंतांना सांगायचं आहे की, असा भक्त दुर्गुणी व्यक्तीचाही द्वेष करत नाही परंतु दुर्गुणांचा मात्र तो द्वेष करतो. दुर्गुणांचा द्वेष म्हणजे राग हा केलाच पाहिजे तरच दुर्गुणांचा नाश होईल. पाप तर जाळून टाकावंच लागतं. पाप नाहीसं झाल्यावरच पापी सदाचारी बनेल. रामानंदेखील रावणाचे दुर्गुण नाहीसे करण्याचा आधी प्रयत्न केला. राग आणि द्वेष हे दोन्ही भाव द्वंद्वाला कारण होतात. राग म्हणजे आकर्षण अर्थात attraction आणि द्वेष म्हणजे नावड, अप्रीती किंवा तिटकारा(Repulsion). पारमार्थिक भाषेत बोलायचं तर मनुष्यामधील अहंभावना ही राग-द्वेषाची कारणं असतात. त्यामध्ये स्वार्थ दडलेला असतो. द्वेषवृत्तीत क्रोध, ईर्षा, अनादर, भीती आणि दर्प या भावना सुप्तपणे दडलेल्या

असतात. याखेरीज औदासीन्य ही तिसरी वृत्ती असते. तिलाच मोह असंही म्हणतात, परंतु मोह हा भ्रामक असतो. कारण मोहामुळे स्मृतिभ्रंश होतो तसा राग-द्वेष मावळल्यामुळे स्मृतिभ्रंश होत नाही. उलट राग-द्वेष वृत्तीतून गेल्यावर जीवन प्रेममय होऊन जातं.

तात्त्विक दृष्टीने आपण हा विचार केला. मात्र सामान्यतः मनुष्याच्या मनात द्वेषभावना केव्हा घर करते? जो श्रेष्ठ आहे किंवा डोळ्यांदेखत सामान्याचा श्रेष्ठ झाला आहे, हे पाहून बऱ्याचदा त्याचा द्वेष सुरू होतो. यासंदर्भातील एक घडलेली हकीगत.

> अठराव्या शतकात ऑस्ट्रियातील साल्झबुर्ग इथे मोत्झार्ट हा जगप्रसिद्ध संगीतकार (Music Composer) होऊन गेला. त्याने रचलेलं दैवी संगीत आजही जगभर वाजवलं आणि ऐकलं जातं.
>
> मोत्झार्ट तिसऱ्या वर्षी पियानो वाजवायला लागला. पाचव्या वर्षी व्हिएन्नाच्या राजवाड्यात त्याचा पहिला कार्यक्रम झाला. त्याच्या संगीताने राजासह संगीतातल्या मोठमोठ्या जाणकारांनाही वेड लावलं.
>
> राजाने त्याची कोर्ट-कम्पोझर म्हणून नियुक्ती केली. राजवाड्यातील ज्येष्ठ कम्पोझर सालिएती याला काही ते रुचलं नाही. तो मोत्झार्टचा पराकोटीचा द्वेष करू लागला. मोत्झार्ट रचना सादर करायचा, तेव्हा सालिएती भारावून नकळत दाद देऊन जायचा; त्याचे डोळे भरून यायचे; पण संगीताच्या प्रभावातून बाहेर आल्यानंतर तो पुन्हा द्वेषभावना जपायचा.
>
> अखेर त्याने विषप्रयोग करून मोत्झार्टला त्याच्या ऐन पस्तिशीत कारस्थान रचून जिवे मारलं. पराकोटीची द्वेषभावना जपल्यामुळे त्याने मोझार्टला तर मारलंच; पण त्यामुळे तो स्वतःही मानसिक संतुलन घालवून बसला. अखेर त्याच अवस्थेत त्यानंही जगाचा निरोप घेतला.

दुसऱ्याचा द्वेष करून आपला विकास कधीच होत नसतो. उलट द्वेषभावना ही द्वेष करणाऱ्या व्यक्तीचंच जीवन पोखरत असते. खऱ्या योगाचरणामुळे भक्ताच्या मनातून द्वेषभावना नाहीशीच होते. प्रत्येक मनुष्यात भगवंतांनी काही ना काही गुण भरलेलेच असतात. म्हणजे त्या गुणांची किंवा प्रतिभेची मालकी भगवंताचीच असते. ही समज योग्यामध्ये आल्यामुळे तो कुणाचाच द्वेष करत नाही - तो अद्वेष्टा असतो.

मैत्र

जो बरोबरीचा असतो त्याच्याशी मैत्री होते. मित्र तोच जो मित्राच्या सुखाने सुखी आणि दुःखाने दुःखी होतो. एखादी व्यक्ती दुसऱ्याच्या दुःखाने दुःखी होऊ शकते; पण दुसऱ्याच्या सुखाने सुखी होणं ही फार कठीण गोष्ट असते. दुसऱ्याचं दुःख कमी करण्याचा प्रयत्न करणारा ते मैत्र. असा योगी सृष्टीचाच मित्र असतो. कारण त्याच्या

अंतःकरणात सर्वांविषयी केवळ प्रेमच असतं. थोडक्यात, त्याच्या वृत्तीत उच्चनीचता हा भेदच उरलेला नसल्यामुळे त्याच्यामध्ये एकच भावना उरलेली असते; ती म्हणजे मैत्र! सुखदुःखात सारखीच वृत्ती बाळगणारा असा भक्त भगवंताला प्रिय असतो.

करुणा

सर्वत्र आत्मतत्त्व भरून उरलं आहे, याचं ज्ञान झालं की, सर्व प्राणिमात्रांवर प्रेमच केलं जातं. संत एकनाथ महाराजांनी गाढवाला पाणी पाजलं ही गोष्ट सर्वश्रुत आहेच. आजही अनेक जण प्राण्यांची निरपेक्ष भावाने सेवाशुश्रूषा करतात.

सेंट मार्टिनचं अंतःकरण असंच दयार्द्र होतं. ऐन थंडीत बर्फवर्षाव होत असताना रस्त्याच्या कडेला कुडकुडत बसलेला एक भिकारी पाहताच सेंट मार्टिनचं अंतःकरण द्रवलं. त्याच्याही अंगावर एकच वस्त्र होतं. ते त्याने भिकाऱ्याच्या अंगावर घातलं. ते पाहून सेंट मार्टिनची परीक्षा घेण्यासाठी सैतानाने प्रचंड बर्फवृष्टी सुरू केली. तेव्हा तो दयार्द्र संत रडू लागला. प्रगट होऊन तेव्हा सैतानाने विचारलं, ''भिकाऱ्याला वस्त्र दिल्याचं दुःख झालं ना आता तुला?''

मार्टिन म्हणाला, ''दुःख तर झालंच, पण ते वस्त्र दिल्यामुळे नाही. माझ्याकडे फक्त एकच वस्त्र होतं; ते त्याला पुरेसं होणार नाही म्हणून दुःख झालं. त्याला द्यायला दुसरं वस्त्रच माझ्याकडे नव्हतं; त्यामुळे आता तो किती कुडकुडत असेल, या विचाराने मला रडू आलं.''

स्वामी विवेकानंद जेव्हा विश्वधर्म परिषदेसाठी अमेरिकेत भारताचं प्रतिनिधित्व करण्यासाठी गेले, तेव्हा पुष्कळ दिवस त्यांनी हालात काढले. त्यांचं महत्त्व समजल्यानंतर त्यांना एका घरात सन्मानपूर्वक आश्रय मिळाला. त्यांची उत्तम व्यवस्था केली गेली. झोपण्यासाठी मऊ मऊ गाद्यांचा मोठा बिछाना देण्यात आला. बिछान्यात पडल्या पडल्या त्यांना भारतातला शेवटचा मनुष्य आणि त्याचं दारिद्र्य दिसू लागलं. त्यांच्या अंतःकरणातलं कारुण्य जागृत झालं. 'मी माझ्या गरीब देशाचं प्रतिनिधित्व करतो आणि या अशा ऐषआरामी बिछान्यात मी झोपायचं?' असा विचार मनात येऊन स्वामीजी जमिनीवर झोपले. भारतातला गरीब माणूस तेव्हा त्यांना दिसत होता. त्याच्या विचाराने त्यांच्या नेत्रांमधून अश्रू ओघळायला लागले. रात्रभर रडल्याने त्यांनी ती जमीन ओलीचिंब करून टाकली!

करुणरसाचं हे जातिवंत उदाहरण. महात्म्यांचं कारुण्य म्हणजे भावनाविवशता नसते; तर तो प्रेमाचा आविष्कार असतो. परमेश्वर हा कधी भावनाविवश होत नाही. कारण तो या मायेपासून अलिप्त आहे. तरीपण तो दयार्द्र आहे, कृपाळू आहे. भक्त असाच नि:संग असूनही तो करुण असतो. त्याच्या वृत्तीत शुष्कता नसते.

निर्मम

ज्याचं अंत:करण निर्मम असतं तोही देवाचा लाडका असतो. निर्मम म्हणजे आपपरभाव न ठेवणारा, सर्वांवर सारखंच प्रेम करणारा. मी जे कर्म करतो ते माझ्या शक्तीने करत नसून केवळ भगवंताच्याच शक्तीमुळेच करतो, असा भाव बुद्धीत दृढ ठेवून जो कर्म करतो, तो अहंकाररहित पुरुष. मैत्री आणि करुणा हे गुण आल्यानंतर अशा योग्यामध्ये निर्ममता अनायासे येते. त्याच्या मैत्रभावात आणि करुणेत कोणतीही अपेक्षा दडलेली नसते. आज आपण एखाद्यावर उपकार करावेत म्हणजे भविष्यात तो आपल्या कामी येईल, असा सुप्त व्यावहारिक भाव योग्याच्या मनामध्ये नसतो. म्हणूनच तो निरपेक्ष राहून दुसऱ्याच्या सुखदु:खात सहभागी होतो.

क्षमा

जो क्षमाशील असतो आणि सुखदु:खात जो समत्वयोगाने राहतो, तो भगवंतांना प्रिय असतो. क्षमेत त्याचा आपपर भाव असतो. म्हणजे दुसऱ्याच्या अज्ञानाबद्दल अवश्य क्षमा करावी; पण स्वत:च्या अज्ञानाबद्दल क्षमा करणं हे पाप असतं, हे तो जाणत असतो. या दृष्टिकोनातून त्याचा आपपर भाव असतो. सात्त्विक मनुष्याला एखाद्याने त्रास दिला तर तो त्याला क्षमा करतो. म्हणजे त्या त्रासाच्या प्रभावाला क्षमारूपी प्रतिभाव दाखवला जातो. परंतु इथे क्षमेचा अर्थ आणखी प्रगल्भ आहे.

> वृत्रासुराचा वध करण्यासाठी दधिची ऋषींनी आपल्या अस्थी इंद्राला वज्र बनवण्यासाठी दिल्या. इथे दधिची ऋषींचं प्रत्यक्ष वृत्रासुराशी कोणतंच वैर नव्हतं. आपल्या अस्थी देऊनही दधिचींनी मूळ क्षमाभावच जपला होता.

द्वेषरहित मित्रभाव, करुणा, निर्ममता, निरहंकारता, सुखदु:खांविषयी समदृष्टी आणि क्षमाशीलता हे गुण सतत आत्मसंतुष्ट असलेल्या योग्याच्या ठिकाणीच असतात. अशा योग्याची लक्षणेच भगवान या अध्यायात सांगत आहेत. असाच योगी त्यांना प्रिय असतो.

भक्ताचा भगवंतावर दृढ विश्वास असतो. तो सुखदु:खांना समान मानतो. माझं जीवन परमेश्वर चालवतो असा त्याचा दृढ विश्वास असतो. दुसऱ्याच्या हृदयातल्या परमेश्वराचीही त्याला जाणीव असते. म्हणूनच तो कोणाचा द्वेष न करणारा, अहंकारशून्य, मैत्र वृत्तीचा, दयार्द्र अंत:करणाचा असतो.

संतुष्टः सततं योगी यतात्मा दृढनिश्चयः ।
मय्यर्पितमनोबुद्धिर्यो मद्भक्तः स मे प्रियः ॥१२.१४॥
यस्मान्नोद्विजते लोको लोकान्नोद्विजते च यः।
हर्षामर्षभयोद्वेगैर्मुक्तो यः स च मे प्रियः ॥१२.१५॥

सर्वदा संतुष्ट, मनोनिग्रही, दृढनिश्चयी, माझ्या ठिकाणी ज्याने मन आणि बुद्धी अर्पण केली आहे, असा जो माझा भक्त असतो, तो मला प्रिय आहे. ज्याच्यामुळे लोकांना त्रास होत नाही आणि जो लोकांमुळे त्रासत नाही, जो हर्ष, क्रोध, भय आणि उद्वेग यांपासून मुक्त असतो, तोच मला प्रिय असतो.

मागच्या श्लोकांच्या अनुषंगानंच भगवंतांनी संतुष्ट अशा भक्ताचं इथे वर्णन केलेलं आहे. संतुष्टता हा निरहंकार, निर्ममता, सुखदुःखसमता, मित्रता, कारुण्य, क्षमाशील वृत्ती आणि द्वेषरहितता या गुणधर्मांचा परिणाम आहे. आत्मसंतुष्टता येण्यासाठी भगवंतांनी या श्लोकात 'यतात्मा' आणि दृढनिश्चय यांचा उल्लेख केलेला आहे. म्हणजे ज्याला पूर्णपणे इंद्रियनिग्रह साधलेला आहे, तोच आत्मसंतुष्ट योगी होऊ शकतो. बाह्य विषयांकडे धाव घेणं हा इंद्रियांचा स्वभावच असतो. त्यामुळे त्यांना अभ्यासयोगाने अंतर्मुख करून परमात्म्याच्या चिंतनात मग्न करणं सोपं मुळीच नाही. त्यासाठी दीर्घ प्रयत्न करावे लागतात. ज्यांना आत्मसंतुष्ट व्हायचं आहे, त्यांनी अविरतपणे ही साधना केली पाहिजे. एकदा का मन आणि सारी इंद्रियं आत्म्याच्या ठिकाणी रत होऊ लागली, की अशा आत्मरत अवस्थेलाच योग म्हणतात. हा आत्मयोग साधल्यानंतर योग्याची बुद्धी बाह्य विषयांनी चलित होत नाही किंवा बाह्य विषयांकडे आसक्त होत नाही. कारण अशा योग्याला आत्मानंदाची प्राप्ती झालेली असते. तो मग भगवंतांचा लाडका भक्त होतो.

आपल्या लाडक्या भक्ताचंच गुणवर्णन भगवंतांनी या अध्यायात केलेलं आहे. सूर्याची किरणं दगडावर पडली तर ती परिणामशून्य राहतात, परंतु त्याच सूर्याच्या

किरणांनी सूर्यफुलं मात्र फुलतात. भक्त आणि भगवंत यांची अंतःकरणं जुळण्यासाठी असं अंतरीचं सूत्र असावं लागतं.

पावसाच्या अपेक्षेशिवाय सागर जसा संतोषाने नेहमी भरलेलाच असतो, तसा हा भक्त कोणत्याही बाह्य कारणाशिवाय संतुष्ट झालेला असतो. त्याने जीवनात कर्मयोग साधलेला असतो. त्यामुळे त्याचं चित्त भगवंताच्या ठिकाणीच दृढ झालेलं असतं. देव आहे का नाही, सृष्टी निर्मित आहे का माया आहे, अशा प्रकारच्या संदेहांचा लवलेशही त्याच्या चित्तात उरलेला नसतो. कारण मन आणि बुद्धी त्याने भगवंतापाशी समर्पित केलेली असते. त्यामुळे त्याला सत्याची अनुभूती मिळालेली असते. मन हे चंचल असतं आणि बुद्धी तर्कटी असते. पण परमेश्वराचं स्वरूप मनाने आणि बुद्धीने जाणून घेतल्यानंतर मन आणि बुद्धी भगवंताला आपोआप समर्पित होते- तशी ती झालीच पाहिजे. असा भक्त भगवंताला प्रिय होतो.

ज्याची बुद्धी समर्पित असते, असा भक्त आधीच्या श्लोकात सांगितल्याप्रमाणे करुणही असतो.

> कबिरांचा मुलगा कमाल हाही वडिलांप्रमाणे श्रेष्ठ भक्त होता. एकदा तो पहाटेच्या वेळी गवत आणण्यासाठी माळरानावर गेला. त्या वेळी गवतावर दव पडलं होतं. आता तो गवत कापणार इतक्यात कमालचं लक्ष गवतावरच्या दवबिंदूकडे गेलं. आपला अंत जवळ आला आहे, या विचाराने गवत रडत आहे, असं लहानग्या कमालला वाटलं. त्याचं अंतःकरण कळवळलं. त्याच्या डोळ्यांमधून अश्रुधारा वाहू लागल्या. तो मनाशी म्हणाला, 'मी यापुढे कधीही गवत कापणार नाही.' भक्ताची ही पराकोटीची भावावस्था म्हटली पाहिजे.

कबीर-कमालांसारखे भक्त परमात्म्याला प्रिय असतातच परंतु असे भक्त लोकांनाही हवेहवेसे वाटतात. कारण समष्टीमधला परमेश्वरही त्यांना प्रतीत झाल्यामुळे त्यांना प्रत्येकाविषयी आत्मीयता वाटत असते. मन आणि बुद्धी समर्पित झाल्यामुळे ते कुणाचाही राग-द्वेष करत नाहीत. ते नित्य आनंदी असतात पण त्यांना हर्ष मात्र होत नाही. भगवान या श्लोकात सांगतात, अशा भक्तांना हर्ष, भय आणि क्रोध होत नाही.

सामान्य मनुष्याला मात्र हर्ष होत असतो. त्याची कारणं म्हणजे :

- स्वार्थ साधला की हर्ष होतो.
- उपभोग मिळाला की हर्ष होतो.
- ज्याचा द्वेष केला जातो, त्याचं वाईट झालं की हर्ष होतो.
- ज्याच्याशी आपले हितसंबंध नाहीत त्याची कुचेष्टा झाली की हर्ष होतो.

- खेळात स्वत:, आपला कुणी तरी अथवा देश जिंकला की हर्ष होतो.
- घरी एखादी नवी वस्तू आली की हर्ष होतो.
- पद-पैसा आणि प्रतिष्ठा मिळाली की हर्ष होतो.

पण वरीलपैकी कोणताही हर्ष हा कायमस्वरूपी टिकाऊ नसतो. भक्त हे जाणून असतो. त्यामुळे तो अशा तात्कालिक सुखात अडकत नाही. याचा अर्थ तो कायम गंभीर असतो असंही नाही. उलट अंतिम आनंद उपभोगत असल्यामुळे तो कायम हसतमुख, प्रशांत आणि तृप्त असतो.

भय

भक्ताला कशाचंच भय वाटत नसतं. परमेश्वराशी तादात्म्य साधल्यानंतर भय तरी कुठून उरणार? जीव संकटापासून दूर राहावा म्हणून केवळ जाणिवेतलं ईश्वरदत्त भय अशा भक्ताकडे उरलेलं असतं तेवढंच. अग्नीविषयी भयच निघून गेलं किंवा कड्यावरून पडण्याचं भयच निघून गेलं, तर जीव धोक्यात यायचीच शक्यता असते! म्हणून केवळ जाणिवेतलं भय तेवढं अशा भक्ताकडे उरलेलं असतं. मात्र भूत-भविष्याविषयी कोणतंच भय त्याच्याकडे उरलेलं नसतं. भीती आणि चिंता व्यक्तीला जिवंतपणीच मारत असतात, पण भीती आणि चिंतायुक्त भय अशा भक्ताने जाणीवपूर्वक ईश्वरार्पण केल्यामुळे तो भयरहित झालेला असतो.

उद्वेग

परमेश्वराचं कर्तृत्व एकदा ध्यानात आलं की, वृत्तीतून उद्वेग नाहीसा होतो. यशाने सुखावून जाणं आणि अपयशाने खचून जाणं हे दोन्ही भाव भक्ताच्या वृत्तीतून गळून पडलेले असतात. हवं ते मिळालं नाही किंवा मिळालेलं अचानक गेलं की मनुष्याला उद्वेग येतो. त्याचप्रमाणे वासनापूर्ती झाली नाही की त्याला उद्वेग येतो. पण भक्ताच्या वृत्तीतून वासना आणि आसक्तीच निघून गेली असल्यामुळे त्याला उद्वेग येऊच शकत नाही.

मुक्ती

आसक्ती, फलाशा, अहंकार, वासना हे सारे भाव वृत्तीत सम झाल्यामुळे भक्ताला जिवंतपणीच मुक्तीचाच अनुभव मिळत असतो. वासना आणि भावभावना या मूलाधार चक्रात वसून असतात. (किंबहुना वसून असतात त्यांनाच वासना म्हणतात!) मनात उद्‌भवणाऱ्या भावभावनांशी निगडित चक्रं ही मूलाधार चक्रामुळे उद्दीपित होत असतात. आपलं अंत:करण जेव्हा उचंबळून येतं, तेव्हा मूलाधार आणि अनाहत चक्रं

ही हृदयाशी संयोग पावतात. परंतु वासनांवरच ताबा मिळवता आला की, मूलाधारापासून निर्माण झालेला अव्यक्त दैवी भाव अंत:करणापाशी कायमचा स्थिरावलेला असतो. त्यामुळे असा भक्त भौतिक जीवन जगत असतानाही सदा तृप्त आणि आत्मानंदात रममाण राहतो.

आनंद ही सर्वोच्च स्थिती आहे. हर्ष हा भाव स्वार्थप्रधान, आसक्तिप्रधान, वस्तुप्रधान किंवा द्वेषप्रधान असू शकतो. म्हणूनच तो सुटायला हवा. क्रोधसुद्धा आसक्ती, अहंकार, कर्तृत्वभाव यांच्यामधून निर्माण होत असतो. मात्र या साऱ्या गोष्टी गळून पडल्यामुळे क्रोध नाहीसा होतो. त्यामुळे कोणतंही भय उरत नाही. कशासाठी उरणार? सर्व प्राणिमात्रांत परमेश्वर पुरून उरलेला, भक्ताला प्रतीत झालेला असतो, त्यामुळे त्याचा स्वार्थही सुटलेला असतो. वृत्ती बदललेली असते. त्यामुळे भय, उद्वेग यांचा मागमूसही अशा भक्ताजवळ उरलेला नसतो. म्हणूनच असा भक्त भगवंताला प्रिय होतो. मग भक्त-भगवंत या उभयतांच्या प्रेमाला उपमा राहत नाही. ऐहिक संसारातील 'आत्यंतिक प्रेम' ही उपमादेखील जिथे उणी पडते, असं ते प्रेम असतं. ते प्रेम तो भगवंतच जाणो आणि तो भक्त जाणो!

सामान्य माणूस झाला तरी तो भगवंताचीच निर्मिती असते. मग त्यालाही भगवंतप्रेम का नाही साध्य होणार? मोह आणि अंधकाराची अज्ञानरूपी पट्टी नेत्रांवरून उघडली तर या श्लोकांत सांगितलेली गुणवैशिष्ट्यं त्या मनुष्यामध्ये खुलून उठतील. मग तोही भगवंताचा लाडका बनू शकेल!

अनपेक्षः शुचिर्दक्ष उदासीनो गतव्यथः।
सर्वारम्भपरित्यागी यो मद्भक्तः समे प्रियः ॥१२.१६॥

निरपेक्ष, शुचिर्भूत, दक्ष (कर्तव्यतत्पर), अनासक्त, विकाररहित, काम्यफलांचा (संकल्पांचा) आरंभ सोडलेला असा जो माझा भक्त, तो मला प्रिय होय.

मागच्या श्लोकांमध्ये सांगितलेले संतुष्ट, मनोनिग्रही, दृढनिश्चयी, कुणाचा द्वेष न करणारा, सर्व प्राणिमात्रांशी मित्रत्वाने वागणारा, दयार्द्र, ममत्वरहित, अहंकारशून्य, सुख-दुःखांविषयी समबुद्धी असणारा, क्षमाशील असे गुण जेव्हा भक्तामध्ये येतात आणि ज्याने मन-बुद्धी ईश्वरार्पण केली आहे, असा भक्त 'अनपेक्ष' झालेला असतो.

अनपेक्ष

अनपेक्ष म्हणजे कशाचीही अपेक्षा नसणं अशी वृत्ती तयार होते. कारण सुखासाठी तो कोणत्याही अनात्म म्हणजे उपभोगांच्या गोष्टींवर अवलंबून नसतो. सामान्य मनुष्याला सुख मिळवण्यासाठी अनेक बाह्य गोष्टींची आवश्यकता भासते तशी अशा भक्ताला नसते. सुख आणि आनंद यांमध्ये मोठा फरक असतो. सुखाची संवेदना ही सर्व प्रकारच्या उपाधींशी म्हणजे भोग्य गोष्टींशी संबंधित असते. आणि आनंद हा आत्म्याकडून सातत्याने प्रस्फुरित होणारी दैवी भावना असते. सुख हे तात्कालिक असतं तर आनंद ही चिरंतन अवस्था असते. आनंदाची अनुभूती ही बाह्य जगातल्या इतर कोणत्याही सुखांपेक्षा अतिश्रेष्ठ अवस्था असते. ही अनुभूती सातत्याने मिळत राहिल्यानंतर त्यापुढे भोगांमधल्या सुखांची भक्ताला कोणती अपेक्षा राहणार? म्हणूनच असा योगी भौतिक जगतात अनपेक्ष झालेला असतो. अशा तऱ्हेने जो अनपेक्ष झालेला असतो, त्याचा योगक्षेम भगवंतच चालवतात. *अनन्याश्चिन्तयन्तो मां मे जनाः पर्युपासते। तेषां नित्याभियुक्तानां योगक्षेमं वहाम्यहम्,* या श्लोकातून भगवंतांनी अशा भक्तांसाठी योगक्षेमाचं आश्वासन देऊन ठेवलेलंच आहे. जे खरे भक्त आहेत, त्यांना त्याची अनुभूती निश्चितच मिळते.

व्यावहारिक जगात मात्र काही ना काही अपेक्षेविना जीवन अशक्यच होऊन गेलेलं दिसतं. मानाची अपेक्षा, पदार्थांची अपेक्षा, कामभोगाची अपेक्षा, पर्यटनाची अपेक्षा, उच्चपदाची अपेक्षा, परदेशात जाण्याची अपेक्षा - एक का दोन; या अपेक्षा कळत-नकळत उराशी बाळगूनच सामान्य मनुष्य जीवन कंठत असतो. कधी त्याच्या अपेक्षा पुऱ्या होतात तर कधी अधुऱ्या राहतात. अपेक्षा पुऱ्या झाल्या की सुख होतं; नाही झाल्या की दु:ख होतं. अशा भोगांमध्ये गुरफटलेल्या काळातसुद्धा काही दैवी कर्मं निरपेक्ष भावाने करता येणं आणि त्यातून दैवी आनंद मिळवणं शक्य आहे.

शुचिर्भूतता

शुचिर्भूतता आपल्या अंत:करणात, विचारात आणि कर्मात यायला हवी. केवळ उपचार पाळून शुचिर्भूतता येत नसते. शुचिर्भूत राहण्यासाठी केली जाणारी स्नान-पूजादी उपासनेची कर्मं वृत्तिपरिवर्तनासाठी असतात आणि ती करायलाच हवीत. शुचितेची सवय मनाला लागायलाच हवी. कारण अशा क्रियांमधून आंतरिक शुचितेची थोडीफार अनुभूती उपासकाला येत असते. तथापि, आंतरिक शुचिता ही अधिक महत्त्वाची असते.

मनुष्याला प्राप्त होणारी सुख-दु:ख कर्मबंधनामुळेच होत असतात. कर्मबंधाची कुपी जन्मोजन्मी जीवाच्या अंतर्मनाला चिकटलेलीच असते. त्यात प्रत्येक जन्मातील कर्मांची भर पडत जाते. नवीन जन्म झाला की यथावकाश त्या कुपीतले बंध जीवाला सुखदु:खांचे अनुभव देत राहतात. म्हणूनच एकाच ग्रह-नक्षत्र स्थितीवर जन्मलेल्या दोन जुळ्या मुलांची सुखदु:खं भिन्न असतात. हा कर्मबंध नाहीसा करण्यासाठीच मुमुक्षू धडपडत असतात.

आपण आठ दिवस आंघोळ केली नाही तर शरीरावर मळ साचतो. अंगाला दुर्गंधी येते. स्नान केल्यावर शरीर शुद्ध आणि मनही प्रसन्न होतं. मग कर्मबंधाचा मळ जन्मोजन्मी जीवाला चिकटलेला असतो, त्याची अंतर्मनात किती दुर्गंधी पसरली असणार? ती दुर्गंधी शास्त्रशुद्ध भक्तीतून निघून गेल्यावर असा भक्त अंतर्बाह्य शुचिर्भूत होतो. थोडक्यात शुचिर्भूतता ही केवळ शारीरिक किंवा मानसिक अवस्था नसते तर असा ज्ञानी भक्त वा योगी जन्मोजन्मींच्या कर्माच्या मलामधून मुक्त झालेला असतो. या अर्थाने तो शुचिर्भूत असतो. ही शुचिर्भूतता येण्यासाठी निदिध्यासपूर्वक सत्संग आणि स्वाध्याय केला पाहिजे. वासना आणि विकारांना संयमित केलं पाहिजे.

दक्षता

खरा भक्त हा मूर्ख किंवा बावळट नसतो. उलट तो दक्ष असतो. त्याला कुणी फसवू शकत नाही. दक्षता म्हणजे एखादी गोष्ट करावी किंवा न करावी, आपला निर्णय योग्य आहे का अयोग्य, याविषयी अंतर्मनातून प्रत्येक व्यक्तीला संदेश येत असतात. पण

सामान्य मनुष्य बाह्य विश्वातच अडकून पडल्यामुळे त्याला हे आतून आलेले संदेश समजतच नाहीत. म्हणजे ते रिसिव्हच होत नाहीत. पू. पांडुरंगशास्त्रींनी या संदर्भात छान दृष्टान्त दिला आहे. ते म्हणतात, भगवान आतून आपल्याला कॉल लावत असतो; पण आपला कॉल त्याला एंगेज लागतो!

भगवंताचे असे कॉल स्वीकारण्यासाठी जी दक्षता आवश्यक असते, ती योग्याकडे मात्र असते. या अर्थाने योगी सदा दक्ष असतो. इतकंच नाही तर अशा भगवद्भक्तामध्ये दक्षता असल्यामुळे त्याला जीवनाविषयी खरी आस्था असते. आत्मविकासासाठी मनुष्यामध्ये प्रगतीची ओढ, नात्यांची जाणीव, दूरदृष्टी, परिणामांची कल्पना, जबाबदारीची जाणीव, निरलसता, उद्योगप्रियता, कृतज्ञता आणि कर्तव्याची अढळ स्मृती, उत्साह, तत्परता, हातून घडलेल्या प्रमादांची खंत, सचोटी, सौंदर्यदृष्टी, नैपुण्य, प्रसंगावधान, प्रामाणिकपणा, प्रांजलपणा इत्यादी अनेक गुणांची आवश्यकता असते. अशा सर्व गुणांसंदर्भात दक्षता येणं ही दुर्मीळ गोष्ट असते. मनुष्यामध्ये सत्त्वगुणांची वृद्धी झाल्याखेरीज अशी दक्षता येऊ शकत नाही.

उदासीन

इथे उदासीनचा अर्थ नकारात्मक नाही हे ध्यानात घेतलं पाहिजे. म्हणजे नैराश्याने ग्रासलेला, निरुत्साही, निष्प्रेम, दुःखी-कष्टी, वैफल्यग्रस्त अशा अर्थाने भक्ताला इथे उदासीन म्हटलेलं नाही. उलट इथे उदासीनचा अर्थ भव्यदिव्य आहे. तो म्हणजे, सुख-दुःख समान मानणारा, निःपक्षपाती, तटस्थ, न्यायी, सर्वांच्या ठिकाणी समबुद्धी ठेवणारा, अविकृत वृत्तीचा, सरळ, निष्कपटी आणि आनंदी असा 'उदासीन'चा अर्थ आहे. त्याचप्रमाणे हे जग दुःखं आणि संकटं आदींनी ओतप्रोत भरलेलंच आहे हे जाणून त्या गोष्टी दूर करण्याकरता अकारण आणि अविचाराने कुठेही-कसाही स्वतःच्या शक्तीचा व्यय न करणारा तो उदासीन. ही उदासीनता अविचारातून नव्हे; तर ज्ञानातून आलेली असते.

गतव्यथ

व्यथा म्हणजे दुःख किंवा कशाच्या तरी कमतरतेचा भाव. परमेश्वराच्याच ठिकाणी भक्ती जडल्यामुळे आणि जो नित्यसंतुष्ट आहे, अशा भक्ताच्या मनात पूर्वी घडून गेलेल्या गोष्टींविषयी व्यथा तरी कुठून उरणार? मग त्याविषयी त्रास नाही, पीडा नाही, चिंता नाही, भय नाही, विकार नाही अशी त्याची स्थिती झालेली असते. असा भक्त निर्लेप आणि निरासक्त असल्यामुळे त्याच्या मनात त्याच्या आयुष्यात घडून गेलेल्या गोष्ट-घटनांविषयी व्यथा राहतच नाही.

सर्वारंभ परित्यागी

कोणतंही सकाम कर्म सिद्ध करायचं झाल्यास त्याचा संकल्प प्रथम मनात करावा लागतो. कर्म करणं आणि त्याच्या फळाची अपेक्षा करणं हेच सामान्य जीवन असतं. परंतु जेव्हा भक्ताच्या हातून निष्काम कर्मयोग म्हणजे सेल्फ-लेस वर्क होऊ लागतं, तेव्हा त्या कर्मामागे त्याचा कोणताही स्वार्थप्रेरित हेतू किंवा फळाची अपेक्षा नसते. इतकंच नाही तर निष्काम भावनेने सत्कार्य करूनही त्याचं फल पाहण्याची त्याला अपेक्षा नसते. ईश्वरी तत्त्वाशी योग साधण्याचा त्याने जो निश्चय केलेला असतो, तिथे केवळ आरंभशूरता नसते. म्हणजेच त्याने सर्वारंभाचा परित्याग केलेला असतो.

भगवंतांच्या या सांगण्यात मोठा अर्थ दडला आहे. आरंभामध्ये दोन भाव दडलेले असतात : १. संकल्प आणि २. आरंभशूरता.

१. आरंभाला कारण होणारा पहिला भाव म्हणजे संकल्प. कोणताही आरंभ करायचा झाल्यास मनामध्ये प्रथम संकल्प केला जातो. संकल्पाशिवाय कार्य सिद्ध होऊ शकत नाही, परंतु हा संकल्प बऱ्याचदा फार काळ टिकू शकत नाही.

२. दुसरा भाव म्हणजे आरंभशूरता. एखादा तरुण रोज व्यायाम करायचा संकल्प करतो. त्यासाठी अगदी काटेकोर वेळापत्रक आखतो. मग दुसऱ्या दिवशी पहाटे उठून जोरदार व्यायामाला प्रारंभ होतो. पण हा आरंभ बहुधा चार दिवसच टिकतो! तीच गत पहाटे उठून अभ्यास करण्याच्या बाबतीतही घडते.

श्रेष्ठ भक्तामध्ये अशी आरंभशूरता नसते. तो केवळ त्याचं विहित कर्म करतो; पण स्वतः संकल्प करत नाही. जीवनात काही संकल्पच नसेल तर जीवन व्यर्थही होऊ शकतं. तथापि, या ज्ञानी भक्ताला भौतिक जगतात काहीही मिळवायचं नसतं. मग तो संकल्प तरी कशाचे करणार? त्याचा संकल्प एकदाच ठरलेला असतो- ईश्वरप्राप्ती. मग त्याला पुन्हा पुन्हा संकल्प करावा लागत नाही; त्याने संकल्पानंतर वारंवार होणारा आरंभ सोडलेला असतो. मग भगवानच त्याच्या मार्फत आपले संकल्प पूर्ण करतो; त्यासाठी त्याचा देह वापरतो. भगवानच भक्ताच्या देहात कार्यरत झाल्यावर भक्ताला सदा ब्रह्मानंद मिळत राहतो. त्या ब्रह्मानंदात तल्लीन राहिल्यामुळे भौतिक सुखाशी त्याला कर्तव्यच उरलेलं नसतं. तो कोणत्याही अवस्थेत सुख-दुःख जाणत नाही.

ब्रह्मस्वरूपाचं ज्ञान झाल्यामुळे भक्त आपपर भाव न ठेवता सर्वांशी समबुद्धीने वागतात. त्यांना कसलीच अपेक्षा नसते. असे भक्त केवळ भगवंताचे संकल्प सिद्धीला नेण्याकरता कार्य करत असतात. त्यातून त्यांना काही मिळवण्याची अपेक्षा, इच्छा नसते. म्हणूनच भगवंताला असे भक्त प्रिय असतात.

यो न हृष्यति न द्वेष्टि न शोचति न काङ्क्षति।
शुभाशुभपरित्यागी भक्तिमान्यः स मे प्रियः॥१२.१७॥

जो कधी हर्षयुक्त होत नाही, द्वेष करत नाही, शोक करत नाही, इच्छा करत नाही, तसेच जो शुभ आणि अशुभ सर्व कर्मांचा त्याग करणारा आहे, तो भक्तियुक्त पुरुष मला प्रिय आहे.

पंधराव्या श्लोकात भगवान सांगतात, *हर्षमर्षभयोद्वेगैर्मुक्तो यः स च मे प्रियः...* आणि याही श्लोकात ते म्हणतात, *यो हृष्यति न द्वेष्टी...* म्हणजे 'हर्षा'च्या संदर्भात द्विरुक्ती केलेली दिसते. तथापि, दोन्ही ठिकाणी हर्षाचे थोडे भिन्न अर्थ भगवंतांना अपेक्षित दिसतात. पंधराव्या श्लोकात 'अमर्ष' म्हणजे असहिष्णुतेच्या संदर्भात हर्ष शब्दाची योजना केलेली आहे, तर या श्लोकात हा शब्द द्वेषाबरोबर योजलेला आहे. म्हणजे शब्द एकच असला तरी दोन्ही ठिकाणचे भाव भिन्न आहेत.

हर्ष ही एकप्रकारची उच्छृंखल वृत्ती असते. इच्छिलेली वस्तू प्राप्त झाली असता हर्ष होतो. हर्षाचा अतिरेक झाला की शरीर अस्थिर होतं आणि मन त्यातच व्यग्र होतं. म्हणजे हर्षामुळे सुखसंवेदना उत्पन्न होत असली तरी ते सुख आनंदाच्या श्रेणीतलं नसतं. हर्ष किंवा सुख हे इच्छित विषयांची प्राप्ती झाली की होत असतं, परंतु आनंद हा आत्म्याचा स्वभाव असल्यामुळे त्यातून वृत्तीत विक्षेप न होता किंवा कोणतीच खळबळ न होता योग्याला परमावधीचं समाधान लाभतं.

या श्लोकात हर्षाची द्वेषाबरोबर जोडी विरुद्ध अर्थाने जमवली आहे. आपल्याला एखादी आवडीची गोष्ट मिळाली की हर्ष होतो. अप्रिय गोष्टीचं सान्निध्य घडलं की, नकोसं वाटतं; म्हणजेच त्याचा द्वेष वाटतो. पंचतारांकित हॉटेलमध्ये जाताना छान वाटतं; पण स्मशानात जाणं नकोसं होतं. मनाला छान वाटतं, तिथे जाण्यात हर्ष वाटतो; तर जिथे जाणं नकोसं वाटतं, त्याचा द्वेष केला जातो. म्हणजे आवड-नावड या दोन्ही भावांमधून सामान्य मनुष्यांमध्ये हर्ष आणि द्वेष उत्पन्न होत असतात.

योग्यामध्ये या दोन्ही भावना उरल्याच नसल्यामुळे आणि भगवद्स्वरूप सर्वत्र एकच असल्याचा त्याच्या बुद्धीचा निश्चय झाल्यामुळे आवड-नावड अर्थात हर्ष आणि द्वेष हे दोन्ही भाव त्याच्या वृत्तीतून लुप्त झालेले असतात. या अर्थाने या श्लोकात हर्ष शब्दाची योजना भगवंतांनी केलेली आहे, जी अत्यंत सयुक्तिक आहे.

न शोचति

भगवान 'न शोचति'चा उल्लेख करतात. जो भक्त आत्मसंतुष्ट असतो, निरपेक्ष कर्म करतो, जो योगक्षेमाची चिंताच वाहत नाही आणि भगवद्स्मरणात जो अविरत दंग असतो, त्याला शोक तरी कशाचा होणार? म्हणजे जो भक्त हर्ष आणि द्वेष यांच्यापलीकडे गेलेला असतो-तो शोकाने विव्हळ होत नाही.

न कांक्षति

न कांक्षति म्हणजे कोणतीही आकांक्षा उरलेली नसणे. हर्ष, द्वेष आणि शोक हे भाव वासनेमुळे उत्पन्न होत असतात; परंतु ज्या भक्ताच्या वृत्तीत कोणत्याही वासनाच उरलेल्या नसतात तो मग कशाची आकांक्षा धरणार? आकांक्षांनी मनात घर केलं की, वासना बळावतात आणि त्याचा परिणाम म्हणजे राग, लोभ, द्वेष, मद, मत्सर, हर्ष, द्वेष, असहिष्णुता हे विकार जन्माला येतात.

शुभाशुभपरित्यागी

असा विकाररहित भक्त शुभाशुभाचाही परित्याग करतो. द्वंद्वमय जीवनामध्ये हवं आणि नकोच्या इच्छेमुळे शुभाशुभ कल्पनेची निर्मिती होते.

शुभ आणि अशुभ या सापेक्ष भावना आहेत. एखाद्या व्यावसायिक डॉक्टरच्या दृष्टीने रोगाची साथ येणं ही सुखकारक गोष्ट असू शकते, तर सामान्य मनुष्याच्या बाबतीत साथीच्या रोगाने ग्रस्त होणं ही अशुभ गोष्ट असते. एखाद्या रोग्याला विष हे औषध असू शकतं तर दुसऱ्या निरोगी माणसासाठी ते घातक ठरू शकतं.

ज्ञानी भक्ताच्या दृष्टीने मात्र सारं काही शुभच असतं. कारण ते भगवद्निर्मित असतं. त्यामुळे तो शुभाशुभाच्या पलीकडचा आनंद नित्य अनुभवत राहतो. त्यामुळे त्याचा अधिक आत्मिक उत्कर्ष होत असतो.

अशा सर्व लक्षणांनी युक्त असलेला भक्त भगवंतांना प्रिय असतो. भगवंतांनी अतिशय सूक्ष्मपणे ज्ञानी भक्ताच्या मनोवस्थेचं इथे वर्णन केलेलं आहे.

हर्ष, द्वेष, शोक, आकांक्षा आणि शुभाशुभाचा परित्याग केलेला भक्त भगवंतांना अधिक प्रिय असतो. हे परस्परविरोधी भाव कमी करता आले तर सामान्य मनुष्यालाही आत्मानंदाची अनुभूती मिळू लागेल.

समः शत्रौ च मित्रे च तथा मानापमानयोः।
शीतोष्णसुखदुःखेषु समः सङ्गविवर्जितः ॥१२.१८॥

शत्रू आणि मित्र, मान आणि अपमान यांच्या ठिकाणी ज्याची अनुक्रमे हितबुद्धी आणि समबुद्धी असते, त्याचप्रमाणे शीत आणि उष्ण, सुख आणि दुःख हे जो समान मानतो, तसंच ज्याने सर्वसंगपरित्याग केलेला आहे...

या श्लोकात प्रथम *समः शत्रौ च मित्रे च* असा उल्लेख केला आहे. भगवान आपल्या अनन्य भक्ताचं इथे वर्णन करत आहेत. असा सिद्ध महात्मा शत्रु-मित्रभावाच्या पलीकडे गेलेला असतो. सामान्य व्यक्तीच्या मैत्रीचं नातं बऱ्याचदा कोणत्यातरी अपेक्षेवर किंवा आवडीवर आधारलेलं असतं. अर्थात त्यात प्रेमाचा किंवा स्नेहाचा भागही असतोच; परंतु अशा मैत्रीमधलं प्रेम हे व्यक्तिसापेक्ष असतं. म्हणजे आपण ज्याला मित्र मानतो त्याच्याकडून आपल्याला तसाच मैत्रीचा प्रतिसाद मिळाला नाही तर आपलं ते मित्रप्रेम नाही म्हटलं तरी कमी होतं. शिवाय तो मित्र जर काही कारणाने अविश्वासू निघाला तर आपली मित्राची निवड चुकली असं वाटून त्या मैत्रीची घृणाही येते. कदाचित मित्रता जाऊन शत्रुताही निर्माण होते.

अनन्य भक्ताचा मित्रभाव सर्व प्राणिमात्रांवर एकसारखाच असतो. म्हणजे आपल्या मित्राविषयीच नव्हे तर शत्रूविषयीही त्याला हितबुद्धी असते. कोणाचा द्वेष करणं सोडलं म्हणजे मित्रत्व संपादन केलं असं होत नाही. शुष्क तटस्थता अशा भक्तामध्ये नसते. एखाद्या नव्या प्रांतात माणूस गेला तर तिथे तो कुणाचाही द्वेष करत नाही किंवा कुणावर प्रेमही करत नाही. म्हणजे तो हितबुद्धीचा भक्त झाला असं होत नाही. दुसऱ्याच्या दुःखाने दुःखी होणारा करुण आणि दुसऱ्याच्या सुखाने सुखी होणारा तो मैत्र, हे भगवंतांनी मागेच सांगितलं आहे.

याचा अर्थ व्यावहारिक जगात तो भोळसटपणे शत्रुमित्रांशी एकसारखाच व्यवहार करतो असं मात्र नाही. 'समः शत्रौ च मित्रे च' ही त्याची आंतरिक भावना असते; बाह्य

व्यावहारिक जगातली नाही. जे काम मित्राकडे सोपवणं इष्ट असेल ते तो मित्राकडेच सोपवतो; चोराकडे नाही. तो उदार आणि प्रेमळ असतो किंवा कुणाविषयीही त्याच्या मनात शत्रुभाव नसतो एवढंच; पण देशाचे शत्रू, राष्ट्रविरोधी तत्त्वं किंवा फितुर यांच्याकडे त्याच सम भावनेने बघताना तो दक्ष मात्र असतो.

अशा भक्ताचा प्रभाव आणि प्रसिद्धी आपोआप पसरते. मग अनेक जण त्याच्याकडे आकर्षित होतात तर कित्येक जण त्याच्याशी स्पर्धा करू पाहतात. कित्येक जण त्याच्यावर मनोभावे प्रेम करतात तर कित्येक जण त्याच्याशी स्पर्धा करता येत नाही म्हणून जळफळाट करतात. या सर्वांकडे तो समबुद्धीनंच पाहतो, असा या श्लोकाचा अर्थ आहे. सर्वव्यापी परमेश्वरावर अव्यभिचारी प्रेम आणि भक्ती करणारा असा भक्त एखाद्या व्यक्तीवर मित्र म्हणून वेगळं प्रेम किंवा शत्रू म्हणून वेगळा द्वेष तरी कसा काय करणार? असा हा भक्त केवळ स्वतःपुरतंसुद्धा सुख-दुःख पाहत नाही; तर तो दुःखितांसाठीही धावून जातो. त्याची वृत्ती आणि कृती एक असते. तो कुणाला कमी लेखत नाही किंवा स्वतःला मोठा मानत नाही.

मग भगवान अनन्य भक्ताचं लक्षण सांगताना 'यथा मानापमानयोः' असं वर्णन करतात. मान आणि अपमान हे परस्परविरोधी भाव म्हणजे एक द्वंद्वच असतं. कोणतंही द्वंद्व हे सापेक्षच असतं. मान राखायचा याचा अर्थ हारतुरे घालायचे अथवा मानपत्र द्यायचं असं नव्हे. या महात्म्याचा मोठा गाजावाजा करून दांभिकतेने सत्कार किंवा सन्मान केला तर हा काही खरा सन्मान होऊ शकत नाही. अथवा कुणी अशा महात्म्याकडे अनवधानाने दुर्लक्ष केलं म्हणून अपमान झाला असंही होत नाही. व्यावहारिक जगतातले असे मान आणि अपमान सामान्य मनुष्याच्या मनाला मात्र प्रभावित करत असतात. अशा दांभिक मानाने तो सुखावून जातो आणि अनवधानाने दुर्लक्ष झाल्यामुळे तो चटकन दुखावतोसुद्धा. लग्नघरी गेल्यानंतर आपलं आगत-स्वागत उचितपणे केलं गेलं तर मनुष्य सुखावतो, पण त्याच्याकडे दुर्लक्ष झालं की त्याचं मन खंतावतं. 'माझ्याकडे तिने लक्षही दिलं नाही, आपल्याच तोऱ्यात वावरत होती,' अशा प्रकारचे शेरे मारले जातात.

हे असे दोन्ही भाव अनन्य भक्ताचं चित्त विचलित करत नाहीत. मान-अपमानावरून त्याचं चित्त भ्रमित होत नाही. दोन्ही ठिकाणी त्याची बुद्धी समच असते. दिवा सर्वांना सारखाच उजेड देत असतो. आपपर भाव दिव्यामध्ये नसतो. हिवाळा, उन्हाळा अशा कोणत्याही ऋतूत मूळ आकाश सारखंच असतं. त्याच्यामध्ये विकार उत्पन्न होत नाहीत. त्याप्रमाणे भक्त शीतोष्ण समान मानणारा असतो. हिमालय जसा दक्षिण वारे आणि उत्तर वारे यांच्यामध्ये दृढ राहिलेला असतो, तसा भक्त सुखदुःखात दृढ असतो.

अर्थात इथे शीतोष्णचा उल्लेख केवळ भौतिक पातळीवरचा नाही; तर तो शारीरिक आणि मानसिक पातळीवरचाही आहे. सुखाने सामान्य मनुष्य सुखावून जातो. त्याच्यासाठी सुखाची लहर ही शीतलहर असते, तर दु:खाचे चटके हे वैशाख वणव्यासारखे असतात. या दोन्ही प्रकारच्या म्हणजे शीतोष्ण अनुभवामुळे त्याचं चित्त विचलित होत नाही, म्हणजे त्याचं मन बोथट झालेलं असतं किंवा तो संवेदनाहीन झालेला असतो असं मुळीच नाही. तर सुखदु:खांचे हे दोन्ही प्रभाव क्षणिक आहेत हे तो जाणून असतो. म्हणून तो त्या प्रभावांची चिंता करत नाही. म्हणूनच तो शीतोष्णाच्या द्वंद्वांनी कधीही हेलावून जात नाही. तो अंतर्बाह्य नि:संग राहतो. एखाद्याला कडक चहा आवडतो तर एखादा तो कोमट करून पितो. चहा कसाही दिला तरी हा महात्मा नावं ठेवत नाही. चहात जास्त साखर पडली की आपण चिडतो. मीठ जास्त झालं की एखादा तापट नवरा बायकोला नाही नाही ते बोलतो, पण अनन्य भक्ताची वृत्ती अशा तऱ्हेने ढळत नाही. कारण त्याची वृत्ती सदा परमात्म्याच्या ठिकाणीच स्थिर झालेली असल्यामुळे बाह्य शीतोष्ण संवेदना त्याची वृत्ती चलित करू शकत नाहीत.

मग भगवान 'संगविवर्जित:'चा उल्लेख करतात. संगविवर्जित म्हणजे ज्याने बाह्य आणि आंतरिक अशा दोन्ही विषयलालसेचा संपूर्ण त्याग केला आहे असा. संग म्हणजे आसक्ती. भोगविषयांचा इंद्रियांना स्पर्श झाला की आसक्ती निर्माण होते. एखाद्याला आइस्क्रीम खूप आवडत असतं. ते दिसलं की ते मनाला प्रभावित करून आकर्षित करतं. म्हणजे मनुष्यात आसक्ती निर्माण होते. ही आसक्ती अनंत प्रकारची असते. त्यांना दोन शब्दांत कामासक्ती आणि विषयासक्ती म्हणता येतं, पण भगवंतांचा महात्मा भक्त विषयासक्त होत नाही. कारण त्याची विषयभोगाची वासना मावळलेली असते. मग आजूबाजूला कोणतेही भोग्य विषय असोत; तो त्या विषयांमध्ये राहूनही त्यांपासून संगविवर्जितच असतो. म्हणजे विषयवासना त्याच्या वृत्तीतूनच निघून गेल्यामुळे त्यांपासून दूर जाण्यासाठी त्याला कुठे रानावनात किंवा हिमालयात जाण्याची आवश्यकताच नसते.

भगवंताला हितबुद्धीचा-समबुद्धीचा कोणत्याही परिस्थितीत आनंद मानणारा असा भक्त भगवंतांना प्रिय असतो.

तुल्यनिन्दास्तुतिर्मौनी सन्तुष्टो येनकेनचित्।
अनिकेतः स्थिरमतिर्भक्तिमान्मे प्रियो नरः॥१२.१९॥

ज्याला निन्दा-स्तुती सारखीच वाटते, जो ईशस्वरूपाचे मनन करतो, जे काही मिळेल त्यात निर्वाह होण्याने नेहमी समाधानी असतो, निवासस्थानाविषयी ज्याला ममता किंवा आसक्ती नसते, तो स्थिर बुद्धी असणारा भक्तिमान पुरुष मला प्रिय असतो.

भगवंतांचा असा जो आवडता महात्मा भक्त असतो, त्याला निंदा आणि स्तुती सारखीच वाटत असते. कारण स्तुतीमुळे हुरळून जाणं आणि निंदेमुळे अस्वस्थ होणं दोन्ही अज्ञानजनक आहे, हे त्याला ज्ञात असतं. शिवाय निंदा ही वस्तुस्थितिदर्शक असते किंवा वस्तुस्थितीच्या अगदी विरुद्धही असते. आपण या जगात कितीही चांगलं काम केलं तरी निंदा ही होतच असते. याउलट स्वार्थ असेल तर एखादा संधिसाधू माणूस कुकर्म करणाऱ्याचीही वरकरणी स्तुती करत असतो.

या ज्ञानी भक्ताने त्याचं कर्तृत्वच भगवंतचरणी समर्पित केल्यामुळे तो निंदेमुळे किंवा कुणी स्तुती केल्यामुळे मुळीच विकार पावत नाही. त्याच्या दृष्टीने स्तुती आणि निंदा या दोन्ही गोष्टींची किंमत शून्य असते.

या महात्म्याचं आणखी एक लक्षण म्हणजे तो मौनी असतो. मुनीपासून बनलेला शब्द म्हणजे 'मौनी!' मौनी याचा अर्थ तो बोलणंच सोडून देतो असं नाही, तर तो वाचाळ नसतो; विनाकारण फालतू विषयांवर गप्पा ठोकत नाही किंवा अनावश्यक काही तरी बरळत नाही. तो स्वतः कुणाचीही निंदा वा स्तुती करत नाही किंवा कुणाची खोटी खुशामतही करत नाही. जे सत्य आहे तेच तो बोलतो. त्याची वाणी विचारपरिप्लुत असते. त्याने आपल्या वाणीचं नियमन केल्यामुळे त्याचं बोलणं उद्‌बोधक असतं. ज्या शब्दांना विवेकाचं अधिष्ठान नाही आणि जे बोलण्याचं काही प्रयोजन नाही, असे शब्द त्याच्या मुखातून निघतच नाहीत. अशा या मौनीचं बोलणं म्हणजे वाणीचं तप असतंच; परंतु त्यापेक्षा अधिक ते मानस तप असतं. म्हणूनच मौनी म्हणजे सतत

परमेश्वराच्या मनन-चिंतनात राहणारा! आतून उन्मनी अवस्था अनुभवत असल्याने तो बाह्यतः मोजकं आणि विचारपूर्वक बोलतो. भौतिक सुखाच्या मर्यादा ध्यानात आल्यामुळे तो शरीर चालवण्यासाठी जे मिळेल त्यात संतोष पावतो.

तात्पर्य, वाणी हे सरस्वतीचं दिव्य रूप आहे हे त्याने जाणलेलं असतं. म्हणून अशी ही दिव्य वाणी तो व्यवहारातही संयमाने वापरतो. दिव्य वाणीचा जो संयमित आविष्कार करतो, त्याला मौनी म्हणतात. वाणी ही परा, पश्यंती, मध्यमा आणि वैखरी अशी चार प्रकारची असते. या चारही वाणींचा सुंदर मेळ बसून त्या पलीकडे गेलेला आत्मसिद्ध भगवद्‌भक्त मौनी असतो.

मग भगवान त्याचं वर्णन करताना *संतुष्ट येन केनचित्* असं म्हणतात. ज्या भक्ताचा आत्मतत्त्वाशी योग घडला आहे, ईशचिंतनाशिवाय ज्याच्या जीवनात अधिक महत्त्वाचं काहीच नाही अशा भक्ताचे सारे संकल्पच लयाला गेलेले असतात. संकल्प सुटल्यामुळे त्याच्या वृत्तीत वासनाही शिल्लक उरलेल्या नसतात. त्यामुळे अनन्य भक्ताच्या वृत्तीतून वासनांपाठोपाठ येणारे स्पर्धा, असूया, मत्सर असे विकारही नाहीसे झालेले असतात. परमेश्वराशी योग आणि भौतिक जगतात वासनाहीन अवस्था यांमुळे हा अनन्य भक्त नित्य संतुष्ट झालेला असतो. मात्र, असा भक्त अद्याप दैहिक जीवन जगतच असतो; त्यामुळे देहाच्या भरणपोषणासाठी आवश्यक असणारी कर्मं तो करत राहतो. त्यातून जे यदृच्छेने मिळेल त्यात तो संतुष्ट असतो.

यानंतर भगवान अशा भक्ताच्या संदर्भात 'अनिकेत'चा उल्लेख करतात. कुठेच आश्रय करून राहत नाही याचा अर्थ तो घर सोडतो असं नाही; पण घरात राहूनही त्याची सर्व आसक्ती सुटलेली असते. संकुचित 'स्व'चा त्याग करून विस्तृत 'स्व'चा ज्याने स्वीकार केला आहे, तो अनिकेत! भौतिक वस्तू अथवा उपभोगांच्या आश्रयाला तो राहत नाही, या अर्थाने तो 'अनिकेत' असतो.

स्थिरमती होणं ही सोपी गोष्ट खासच नसते. ज्याच्या बुद्धीला अध्यात्मजीवनाची ओढ लागलेली आहे, परमशक्तीवर ज्याची दृढ श्रद्धा आहे आणि त्या परमात्म्याचाच तो एकनिष्ठ अव्यभिचारी भक्त आहे, तोच स्थिरमती भक्त म्हटला जातो. म्हणजे ईश्वरापासून जो काया-वाचा-मने विभक्त राहू शकत नाही असा स्थिर बुद्धीचा भक्त भगवंताला प्रिय असतो.

निंदा-स्तुतीमुळे विचलित न होणारा, सदा संतुष्ट, कर्मफलाच्या आश्रयाला न जाणारा असा स्थिर वृत्तीचा भक्त भगवंतांना आवडतो.

ये तु धर्म्यार्मृतमिदं यथोक्तं पर्युपासते ।
श्रद्दधाना मत्परमा भक्तास्तेऽतीव मे प्रियाः ॥१२.२०॥

मी आत्तापर्यंत सांगितलेल्या या अमृततुल्य ज्ञानाचं जे भक्त मत्परायण होऊन श्रद्धेने आचरण करतात, ते मला अत्यंत प्रिय असतात.

भगवान अर्जुनाला या अध्यायातील उपदेशाचं तात्पर्य सांगताना म्हणतात, *ये तु धर्म्यामृत.* अर्थात, या अध्यायातील तेराव्या श्लोकापासून एकोणिसाव्या श्लोकापर्यंत भक्ताचे जे गुणधर्म सांगितले आहेत, त्यांनाच 'धर्म्यामृत' असं म्हटलं आहे. धर्म म्हणजे जीवनाच्या प्रगतिपथावर जीवाला धरून ठेवणारा तसंच या मार्गापासून विचलित न करणारा तो धर्म. किंवा विकासमार्गावर नेणारं जीवनाचं अलिखित विधिविधान म्हणजे धर्म असंही म्हणता येईल. अशा धर्मापासून जे न ढळत नसतं, ते धर्म्य असतं. म्हणून या अध्यायात सांगितलेले महत्त्वाचे गुण मानवामध्ये वृद्धिंगत झाले तर ते त्याला अमृताकडे अर्थातच मोक्षाकडे घेऊन जातात. जीवनाच्या मानसिक आणि बौद्धिक स्तरावर संपन्नता मिळवून आत्मिक प्रगतीवर आपला उत्कर्ष कसा घडवावा, हे धर्माच्याच साहाय्याने शिकता येतं.

हे धर्माचरण मनुष्याला शीलवान बनवतं. समाजातून शील निघून गेलं की सर्वच स्तरावर आक्रोश आणि आक्रंदन सुरू होतं. त्याचे भयावह परिणाम सर्वच समाजाला भोगावे लागतात. म्हणून प्राचीन काळी शीलाला फार महत्त्व दिलं जाई. शीलाला प्राचीन काळात किती महत्त्व होतं, या संदर्भात एक पौराणिक कथा आहे. पौराणिक कथांमधलं तात्पर्य महत्त्वाचं असतं, प्रत्यक्ष कथावस्तू नाही; हे आपण ध्यानात घेतलं पाहिजे. या दृष्टीनंच या कथेकडे पाहावं लागेल.

> हिरण्यकश्यपूचा पुत्र प्रल्हाद हा शीलवान होता. त्याने असुरांचं राज्य उत्तमपणे चालवलं होतं. आपल्या शीलाच्या आधारावरच त्याने एकदा इंद्राचं राज्य जिंकून घेतलं. इंद्र हतबल होऊन गेला. प्रल्हादाला जिंकणं हे

सोपं खासच नव्हतं. त्यामुळे आपलं गेलेलं राज्य परत कसं मिळवावं, या विवंचनेत इंद्र पडला. त्याच विवंचनेत तो असताना देवगुरू बृहस्पतींनी त्याला उपदेश केला आणि म्हटलं, ''तू प्रल्हादाचं शील मागून घे. पुढचं आपोआप घडून येईल.''

त्यानुसार इंद्राने ब्राह्मणवेश धारण केला आणि प्रल्हादाकडे जाऊन तो त्याची सेवा करू लागला. त्याच्या सेवेने प्रल्हाद प्रसन्न झाला. त्याने त्या ब्राह्मणाला 'वर' मागायला सांगितलं. ब्राह्मणवेषातील इंद्र म्हणाला, ''राजा, मला दुसरं काहीही नको; फक्त तुझं शील दे.''

प्रल्हादाला आश्चर्य वाटलं. त्याने तेव्हाच त्याला आपलं शील दिलं. शील देताच प्रल्हादाच्या शरीरातून एक तेज बाहेर पडलं. प्रल्हादाने त्या तेजाला विचारलं, ''तू कोण आहेस?''

ते तेज म्हणालं, ''मी शील आहे...''

तेवढ्यात दुसरं एक तेज प्रल्हादाच्या शरीरातून बाहेर पडलं. ''तू कोण आहेस,'' असं प्रल्हादाने विचारताच ते तेज म्हणालं, ''मी धर्म आहे. जिथे शील असतं तिथेच धर्म असतो.''

त्यानंतर तिसरं तेज बाहेर पडलं. प्रल्हादाने पुन्हा तसाच प्रश्न केला. तेव्हा ते तेज बोललं, ''मी सत्य आहे. जिकडे धर्म असतो तिकडे सत्य असतं.''

त्यानंतर चौथं तेज प्रल्हादाच्या शरीरातून बाहेर पडलं. ते प्रल्हादाला म्हणालं, ''मी वृत्त... जिकडे सत्य असतं तिकडे वृत्त असतं!'' वृत्त म्हणजे सद्वर्तन. सत्य तिथे सद्वर्तन!

पाचवं तेज जेव्हा बाहेर पडलं तेव्हा ते म्हणालं, ''मी बल आहे; जिथे वृत्त असतं तिथे बल असतं!'' अर्थात जिथे सद्वर्तन असतं तिथे बल असतं.

त्यानंतर एक स्त्री प्रल्हादाच्या शरीरातून बाहेर पडली. प्रल्हादाने तिला विचारलं, ''तू कोण आहेस?''

ती स्त्री म्हणाली, ''मी लक्ष्मी म्हणजे श्री: आहे. जिकडे बल असतं तिकडे मी असते.''

अशा तऱ्हेने शील गेल्यामुळे त्यामध्ये अंतर्भूत असणारे धर्म, सत्य, वृत्त, बल आणि लक्ष्मी ही दैवी संपत्ती प्रल्हादाला सोडून गेली. त्यामुळे प्रल्हाद शक्तिहीन होऊन गेला; पदभ्रष्ट झाला. मग इंद्राने प्रल्हादाच्या

राज्यावर आक्रमण करून आपलं गेलेलं राज्य पुन्हा जिंकून घेतलं. शील गमावल्यामुळे आपण राज्य गमावून बसलो, हे प्रल्हादाच्या मागाहून ध्यानात आलं. ब्रह्मवेषातील इंद्राचं खरं स्वरूप त्याला कळून चुकलं.

थोडक्यात, धर्म, सत्य, वृत्त, बल आणि लक्ष्मी यांचं मूळ कारण 'शील' असतं. इंग्रजीमध्ये ज्याला character म्हणतात, तो या शीलातला एक गुण असतो. इंग्रजीत एक म्हण आहे, When money is lost nothing is lost, when health is lost something is lost. But when charactor is lost everything is lost! म्हणून भारतीय संस्कृतीत आशीर्वाद देताना ज्येष्ठ लोक पूर्वी 'शीलवान भव' असा आशीर्वाद देत. आता गॉड ब्लेस यू - देव तुझं भलं करो, असा आशीर्वाद देतात! असो!!

प्रल्हाद शीलवान होता, पण इंद्राने त्याचं शील घेऊन त्याला पदभ्रष्ट केलं. भगवंतांना अपेक्षित खरा ज्ञानी भक्त हा शीलवान असतो.

नवव्या अध्यायातल्या एकोणतिसाव्या श्लोकात भगवंत सांगतात की मला कुणीच प्रिय (आवडता) किंवा द्वेष्य (नावडता) नाही. सर्व भूतं मला सारखीच आहेत. याउलट या श्लोकामध्ये आपला प्रिय भक्त कोण, ते भगवंत सांगतात. सकृतदर्शनी हा विरोधाभास वाटण्याचा संभव आहे. परंतु नवव्या अध्यायामध्ये जे वर्णन आहे ते अध्यात्मदृष्ट्या किंवा कर्मविपाकदृष्ट्या आहे तर या अध्यायामध्ये सगुणोपासनेतलं किंवा भक्तिमार्गातलं वर्णन आहे. आध्यात्मिक दृष्टीने सर्व जगत् ब्रह्मस्वरूप असल्यामुळे प्रिय-अप्रिय असा भेदच संभवत नाही, परंतु भक्तिमार्गामध्ये सगुण-निर्गुण असा तात्त्विक भेद असल्यामुळे प्रिय-अप्रिय असा भेद निर्माण होण्याची शक्यता असते.

'भक्तियोग' नावाच्या या बाराव्या अध्यायात अशा तऱ्हेने भगवंतांनी भक्ताचं जीवनदर्शन घडवलं आहे. श्रेष्ठ भक्ताची कृती, वृत्ती, स्थिती, त्याचा जीवनव्यवहार या सर्व गोष्टी सांगितल्या आहेत, परंतु भक्ताचा पोषाख कसा असतो, तो काय खातो किंवा त्याच्याकडून होणारे चमत्कार याचं वर्णन या अध्यायात नाही हे विशेष! कारण या गोष्टींवरून भक्ती ठरत नसते. प्रेम' हा खऱ्या भक्ताचा स्थायीभाव असतो.

म्हणूनच भगवंतांनी भक्ताला ओळखण्यासाठी त्याचं गुणवर्णन केलं आहे. हे गुण म्हणजे भक्ताला जाणून घेण्याच्या खुणा आहेत. भक्ताचं ते ओळखपत्र आहे असं म्हटलं तरी चालेल! ओळखपत्राशिवाय आजकाल माणूस ओळखता येत नाही. त्याप्रमाणे भक्तही ओळखता येत नाही. या गुणांवरून मात्र खरा भक्त कोण, ते

ओळखता येईल. हे गुण ओळखून अशा श्रेष्ठ भक्ताला नमस्कार करून सामान्य माणसाने ते गुण स्वतःच्या अंगी बाणवण्याचा प्रयत्न केला पाहिजे. भगवंताने या हेतूनंच भक्ताच्या गुणवर्णनाचा हा प्रपंच केला आहे.

भक्त म्हणजे भगवंताची शोभा असते. या भूतलावरच्या सृष्टिसौंदर्याची या भक्तांनी आपल्या गुणांमुळे शोभा वाढवली आहे. पृथ्वीच्या सौंदर्यात आपल्या गुणांची भर घातली आहे. असे शोभायमान भक्त भगवंताला प्रिय असतात. भगवंतांनी आखून दिलेल्या रस्त्यावरूनच ते जातात. भगवंतांनी घालून दिलेले नियम ते पाळतात. म्हणूनच भगवंत त्यांचं गुणवर्णन करतात.

भक्तीचं महत्त्व, भक्तांचे अलौकिक गुण आणि भगवंताची दिव्यता या गोष्टी भक्तियोगामध्ये येतात. भक्ताच्या या गुणांपैकी एखादा गुण जरी आपल्या जीवनात उतरवता आला, तरी जीवनाचं सार्थक होईल. सारेच गुण अंगीकारता आले तर अशी व्यक्ती खचितच भगवंताला प्रिय होईल.

ॐ श्री परमात्मने नमः

अध्याय तेरावा

क्षेत्रक्षेत्रज्ञविभागयोग

या अध्यायात क्षेत्र आणि क्षेत्रज्ञाची कल्पना विशद केली आहे. हे शरीर क्षेत्र आहे, हे जो जाणतो तोच जीवात्मा क्षेत्रज्ञ गणला जातो.

श्रीभगवानुवाच

इदं शरीरं कौन्तेय क्षेत्रमित्यभिधीयते ।
एतद्यो वेत्ति तं प्राहुः क्षेत्रज्ञ इति तद्विदः ॥१३.१॥

श्री भगवान म्हणाले, हे अर्जुना! हे शरीर क्षेत्र या नावानं संबोधलं जातं आणि याला जो जाणतो त्याला, त्याचं तत्त्व जाणणारे ज्ञानी लोक 'क्षेत्रज्ञ' असं म्हणतात. हे कौंतेया, या शरीरालाच क्षेत्र असं म्हणण्यात येतं. ह्या क्षेत्राला जो जाणतो, त्यालाच ज्ञाते-अध्यात्मवेत्ते क्षेत्रज्ञ असं म्हणतात.

तेराव्या अध्यायातील पहिल्या श्लोकात अर्जुन विचारतो, हे कृष्णा, मला प्रकृति-पुरुष, क्षेत्र-क्षेत्रज्ञ आणि ज्ञान-ज्ञेय यांविषयी जाणून घ्यायचं आहे. त्याला हवं असलेलं ज्ञान आता भगवान या श्लोकातून द्यायला सुरुवात करतात.

क्षेत्र आणि क्षेत्रज्ञाची अनुभूती ही भक्तिरस जागृत झाल्यावरच मिळू शकते. म्हणूनच भक्तियोग या बाराव्या अध्यायानंतर अनायासे या तेराव्या अध्यायात भगवंतांनी क्षेत्रक्षेत्रज्ञाचं विवेचन केलेलं आहे.

परमेश्वराच्या भक्तीचे दोन प्रकार असतात. पहिला म्हणजे निर्गुण-निराकाराचं मनाने किंवा बुद्धीने चिंतन करणं आणि दुसरा म्हणजे, सगुण-साकाराचं श्रद्धेने पूजन करणं; ध्यान करणं. यांपैकी सगुणोपासना श्रद्धेने केली तर मोक्षाचा मार्ग सुलभ होतो, असं भगवंतांनी गेल्या अध्यायात सांगितलं. जीव आणि शिव म्हणजे प्रत्यगामा आणि परमात्मा यांचं ऐक्य ही अंतिम अवस्था असते. प्रेमाची परिणती जशी विवाहात होते, तशी भक्तीची परिणती ही भगवंत-मिलनातच होत असते. पुराणांमधूनही भक्त-भगवंत मिलनाच्या कथा सांगितल्या आहेत. द्वैतवादाचा पुरस्कार करणारेही अखेर अद्वैताचंच समर्थन करताना दिसतात.

जेव्हा 'मी' आणि 'माझं' असा अभिमान नाहीसा होतो, तेव्हा ज्ञेय आणि ज्ञाता यांच्यातला भेदही नाहीसा होतो. ज्ञेय म्हणजे जे जाणायचं आहे ते; आणि ज्ञाता म्हणजे

जाणणारा. या जाणण्याच्या क्रियेतून अखेर द्वैतातून अद्वैतच साधलं जातं. द्वैतमतवादी असो किंवा अद्वैतमतवादी असो; त्यांचं मिलन अखेर अद्वैताशीच होणार असतं. द्वैतमत म्हणजे 'मी' आणि भगवान वेगळा. अर्थात ही दोन स्वतंत्र अस्तित्वं! भगवान होऊन जाण्यापेक्षा भगवंतांना स्वतंत्र प्रज्ञेने बघणं आणि अनुभवणं ही गोष्ट द्वैतवादी भक्ताच्या मनाला खूप आनंद देत असते. तसा आनंद घेता घेता एक दिवस तो भक्त अद्वैतात सामावून जातो.

म्हणूनच सगुणोपासक द्वैतवादी असले तरी ते श्रद्धेने मोक्ष प्राप्त करतात; अद्वैतात सामावून जातात. जे ज्ञानी भक्त असतात ते सगुण आणि निर्गुण हा वादच करत नाहीत. 'ब्रह्मसनातन ईश्वर हा' हे त्यांना पक्कं ज्ञात झालेलं असतं. अर्थात परमेश्वराचं संपूर्ण ज्ञान होण्याकरता जसा क्षर आणि अक्षर यांचा विचार करावा लागतो म्हणजे अविनाशी आणि नाशिवंत यांचा विचार करावा लागतो, तसाच शरीर आणि आत्मा यांचाही विचार करावा लागतो.

जो परमेश्वर ब्रह्मांडामध्ये व्यापून उरला आहे तोच परमेश्वर प्रत्यगामा स्वरूपात जीवांच्या पिंडामध्येही वास करून असतो. या अवस्थेत मनुष्याचं शरीर म्हणजे क्षेत्र अर्थात एक शेत होतं आणि क्षेत्रामध्ये प्रत्यगामास्वरूपात वास करून असलेला परमात्मा हा क्षेत्रज्ञ असतो. म्हणजे तो क्षेत्राला अंतर्बाह्य जाणत असतो. मनुष्याचे विचार आणि कृती पाहत असतो. त्याच्या कर्माची नोंद ठेवत असतो. प्रत्यगामा म्हणजे परमात्माच असतो. जे जलतत्त्व सागरामध्ये असतं, तेच जलतत्त्व पाण्याच्या थेंबातही असतं तसंच हे आहे. म्हणून जे आत्म्याचं ज्ञान असतं, तेच या क्षेत्रज्ञाचं म्हणजेच परमेश्वराचं ज्ञान असतं. त्यामुळे परमात्मा शोधायला कुठे बाहेर जावं लागत नाही. हे ज्ञान म्हणजे अपरोक्ष अर्थात डायरेक्ट ज्ञान असतं. हे ज्ञान मिळवण्यातही द्वैतभाव उरलेलाच असतो. त्यामुळे ज्ञान मिळवणं म्हणजे अनुभव घेणं—परमेश्वराच्या अस्तित्वाची अनुभूती येणं. ही स्थिती जेव्हा येते, तेव्हाच शरीर हे क्षेत्र आहे हे जाणवतं. त्यामुळे अशा ज्ञानी मनुष्यालाच ज्ञाते पुरुष क्षेत्रज्ञ असं म्हणतात. कारण त्या अवस्थेत ज्ञाता आणि ज्ञेय यांमध्ये भेदच उरलेला नसतो.

जोपर्यंत जीवाला इंद्रियांनी उपभोग घ्यायचे असतात तोपर्यंत त्याने धारण केलेलं शरीर हे एक कार्यक्षेत्र बनतं. इंद्रियभोग घेण्याच्या कुवतीनुरूप आणि प्रबळ इच्छेनुरूप जीवाला हे शरीररूपी कार्यक्षेत्र म्हणजेच क्षेत्र मिळालेलं असतं. मग जीव उपभोग घेण्याच्या वासनेतून स्वतःच स्वतःला इंद्रियांमध्ये बद्ध करून घेतो. एवढंच नाही तर तो या नाशिवंत इंद्रियांशी तादात्म्य पावतो. आयुष्य सरत आलं तरी जीवाची उपभोग घेण्याची इच्छा संपलेली नसते. त्यामुळे देह सोडला तरी जीव नवीन कार्यक्षेत्र पकडतो

आणि पुन्हा नव्या क्षेत्रामध्ये स्वत:ला बद्ध करून उपभोग मिळवत राहतो. जीव म्हणजे मन-बुद्धीसह पंचज्ञानेंद्रियं किंवा पंच कर्मेंद्रियं नाहीत, तर त्या जीवाला 'अहं'चं स्फुरण देऊन भौतिक जगात रमवणारा प्रत्यगामा अर्थात क्षेत्रज्ञ महत्त्वाचा असतो. तोच नसला तर जीव आणि त्याची इंद्रियं यांना काहीच अर्थ नसतो. विशेष म्हणजे, ज्या प्रत्यगामामुळे जीव कार्यरत होतो, त्या प्रत्यगामाचं म्हणजे क्षेत्रज्ञाचं त्याला भानच नसतं. उलट प्रत्यगामाच्या शक्तीमुळेच जीव इंद्रियसुखाचं कार्यक्षेत्र जवळ करतो आणि उपभोग घेत राहतो. जेव्हा जीव इंद्रियांचं कार्यक्षेत्र सोडून प्रत्यगामाशी जोडला जातो, तेव्हा तो स्वत:च क्षेत्रज्ञ होऊन जातो.

थोडक्यात, शरीर हे क्षेत्र असतं आणि तेच जीवाचं कार्यक्षेत्र बनतं. पण या क्षेत्राला जो जाणतो, तोच त्या खरा शेताचा क्षेत्रज्ञ म्हणजे धनी असतो. एखादा शेतकरी कुळाला जमीन कसायला देतो. हळूहळू कुळाला वाटतं, हे शेत आपलंच आहे. मग तो त्या शेतावर मालकी करू पाहतो; अगदी पिढ्यान् पिढ्या! पण जेव्हा कुळाला शेताच्या खऱ्या मालकाची ओळख होते, तेव्हा मालकी हक्काचा विचार त्याच्या मनातून निघून जातो.

त्याचप्रमाणे शरीररूपी क्षेत्रामध्ये आत्मरूपाने परमात्मा क्षेत्रज्ञ म्हणून वास करून असतो, पण जीवाला वाटत राहतं, या देहाची मालकी आपलीच आहे. जेव्हा वास्तवाचं भान येतं तेव्हा त्याला खऱ्या मालकाची ओळख पटते. ज्या अध्यात्मवेत्त्याला ही समज येते, तेव्हा तो जाणणाराही पर्यायाने क्षेत्रज्ञच होतो.

ख्रिश्चन धर्मीय संत मार्टिन यांनी या संदर्भात चांगले विचार मांडले आहेत. ते म्हणतात, 'खऱ्या भक्तिरसाच्या स्रोतात जीवात्मा आणि परमात्मा यांचं जागृत सान्निध्य जाणवतं. जीवाची विकारवशता आणि परमात्म्याचं निर्विकारित्व, जीवाची पापमग्नता आणि परमात्म्याचं प्रखर शुद्धत्व, जीवाची निद्रा आणि परमात्म्याची जागृती, जीवाचा चंचल राजस भाव आणि परमात्म्याची निश्चल सात्त्विकता यांचा पूर्ण विचार आढळतो.'

क्षेत्र आणि क्षेत्रज्ञाची अनुभूती ही भक्तिरस जागृत झाल्यावरच मिळू शकते. हा विचार समजून घेतला म्हणजे पाच हजार वर्षांपूर्वी भगवंतांनी सांगितलेल्या, शरीर हे क्षेत्र आणि ईश्वररूपी आत्मा म्हणजे क्षेत्रज्ञ, या विचाराची महती समजते.

क्षेत्रज्ञं चापि मां विद्धि सर्वक्षेत्रेषु भारत ।
क्षेत्रक्षेत्रज्ञयोर्ज्ञानं यत्तज्ज्ञानं मतं मम ॥१३.२॥

हे भरतकुलोत्पन्ना, सर्व क्षेत्रांच्या ठिकाणी असणारा जो क्षेत्रज्ञ तोसुद्धा मी अर्थात परमात्मा आहे असं जाण. क्षेत्र आणि क्षेत्रज्ञ यांचं यथार्थ ज्ञान तेच माझं ज्ञान आहे असं समज.

क्षेत्र आणि क्षेत्रज्ञ यांचं जे ज्ञान तेच सम्यकज्ञान असतं. अन्य ज्ञान हे खरं ज्ञान नसतं. ज्ञान कशाला म्हणायचं? तर ज्यामुळे सर्व दुःखांची निवृत्ती होते ते ज्ञान! एखादा माणूस पदवीधर झाला म्हणजे तो ज्ञानी झाला असं होत नाही. कारण त्या 'ज्ञाना'पासून दुःखांची निवृत्ती होऊ शकत नाही; आणि परमानंदही प्राप्त होत नाही. पण आज 'ज्ञान' हा शब्द वाटेल तिथे वापरून गुळगुळीत झाला आहे. खऱ्या ज्ञानाने दुःखांची निवृत्ती आणि परमानंदप्राप्ती या दोन्ही गोष्टी साध्य होत असतात. म्हणूनच वेद, उपनिषदं किंवा योगवासिष्ठ इत्यादी तत्त्वग्रंथांनी क्षेत्र आणि क्षेत्रज्ञ यांची महती गायलेली आहे.

क्षेत्र हे जणू परमेश्वराचं शेत असतं. एखाद्या 'शेतकऱ्या'ला ते कसायला दिलेलं असतं. भगवंताने सुपीक जमीन देऊन त्या जमिनीत उत्तम प्रतीचं बी पेरून दिलेलं असतं. शेतात पेरलेलं बी ज्याप्रमाणे काही दिवसांनी फल देतं, त्याप्रमाणे शरीररूपी क्षेत्रही त्याने (म्हणजे शरीरानं) केलेल्या शुभाशुभ कर्मांचं फल देतं. जन्मानंतर उत्कृष्ट फलच पदरात पडत असतं. म्हणूनच लहान मुलं निरागस, स्वच्छंदी असतात. कारण ते भगवंताने पेरलेलं निष्कलंक बी असतं. पुढे पुढे मूळ बीजात माणूस राग, लोभ, द्वेष, मोह, मद, मत्सर असे रिपू मिसळतो. रासायनिक खतांचे परिणाम जसे फळात आणि धान्यात उतरतात, त्याप्रमाणे अशा दूषित रिपूंचे परिणामही कर्मफलात उतरतात; पण मूळ शरीररूपी सुपीक जमीन परमेश्वराची आहे, हे ज्ञान जेव्हा होतं, तेव्हा पुन्हा शुद्ध बी माणसाच्या हातून पेरलं जातं. त्यातून तशीच शुद्ध फलप्राप्ती होते. त्यासाठी या विषयांचं ज्ञान मात्र व्हायला हवं.

क्षेत्र म्हणजे आपलं शरीर आणि या शरीररूपी क्षेत्रात राहून त्या क्षेत्राला नखशिखान्त जो जाणतो तो क्षेत्रज्ञ! क्षेत्रात बाह्य आणि दृश्य स्वरूपातील विषयांबरोबर अंतर्विषयही येतात. 'मी'पासून प्रारंभ करून सर्व सूक्ष्म आणि स्थूल किंवा दृश्य आणि अदृश्य वस्तुमात्र या क्षेत्रात सामावतात. थोडक्यात प्रकृती आणि पुरुष यांविषयीचं रूपक भगवंतांनी पुन्हा इथे क्षेत्र-क्षेत्रज्ञ स्वरूपात सांगितलं आहे. हे प्रकृती-पुरुषविषयक रूपक म्हणजेच शिव-पार्वती, जीव आणि शिव अथवा क्षेत्र-क्षेत्रज्ञ. भगवान हे यांहूनही भिन्न तसंच सर्वव्यापक आहेत. उदाहरणार्थ, जीव, जगत् आणि जगदीश ही तीन तत्त्वं आहेत. जीवामध्ये जो प्रत्यगामा असतो, तो त्या जीवाविषयी सारं काही जाणतो; पण दुसऱ्या जीवाविषयी तो काही जाणू शकत नाही. सामान्य मनुष्य त्याचा परिसर अथवा राज्य जाणत असतो, पण पंतप्रधान संपूर्ण देशाला जाणत असतो. हे उदाहरण केवळ तात्त्विक दृष्टीने दिलेलं आहे. त्यामुळे जीव, शरीर आणि परमात्मा यांविषयी पूर्णतः जाणण्याची क्रिया जेव्हा सिद्ध होते, तेव्हा ते ज्ञान असतं. म्हणजे एखादं शिल्प आणि शिल्पकार जाणून उपयोगाचं नसतं, तर शिल्पकलाही जाणणं आवश्यक असतं. हेच ते परमज्ञान असतं.

या दृष्टीने या श्लोकाचा विचार केला तर परमात्मा संपूर्ण विश्व जाणतो; पण जीवात्मा विश्व जाणू शकत नाही. म्हणजेच प्रत्येक शरीरात जीवाबरोबर आत्मा असतो तसाच परमात्माही असतो हे सिद्ध होतं. आत्म्याचं विस्तारित स्वरूप म्हणजेच परमात्मा असतो. तो जर सर्व काही जाणतो तर तो जीवालाही पूर्णतः जाणतो हे उघड आहे. अशा तऱ्हेने संपूर्ण भौतिक आणि आत्मिक सृष्टीला परमात्मा व्यापून आहे आणि तो सर्वकाही जाणतो.

थोडक्यात, जे परिवर्तनशील असतं ते क्षेत्र असतं. आपण स्वतःला 'मी' म्हणून जे संबोधतो तेही जड क्षेत्रच आहे. भौतिक शास्त्रज्ञांनाही ही संकल्पना आज कुंठित करते. पाच हजार वर्षांपूर्वी भगवंतांनी हा सुंदर रूपकात्मक असा अद्वितीय सिद्धान्त मांडलेला आहे. अशा या क्षेत्राला परमात्माच पूर्णतः जाणतो. म्हणूनच भगवान म्हणतात, हे क्षेत्र, क्षेत्रात वसून असणारा आणि संपूर्ण सृष्टीला जाणणारा मी क्षेत्रज्ञ आहे. हे ज्ञान म्हणजेच यथार्थ ज्ञान असतं.

आपल्याला प्राप्त झालेलं शेत हे भगवंताचं आहे याचं ज्ञान व्हायला पाहिजे. म्हणजे सत्कर्मांचं शुद्ध बी पेरलं जाईल. त्यासाठी मूळ क्षेत्ररूपी शुद्ध जमिनीत पसरलेल्या षड्रिपूंना सर्वप्रथम आवर घालायला हवा. म्हणजे दूषित क्षेत्र शुद्ध करायला हवं. सात्त्विक जीवनपद्धतीचा अंगीकार केला तर ती गोष्ट शक्य होते.

तत्क्षेत्रं यच्च यादृक्च यद्विकारि यतश्च यत् ।
स च यो यत्प्रभावश्च तत्समासेन मे श्रुणु ॥१३.३॥
ऋषिभिर्बहुधा गीतं छन्दोभिर्विविधैः पृथक् ।
ब्रह्मसूत्रपदैश्चैव हेतुमद्भिर्विनिश्चितैः ॥१३.४॥

क्षेत्र म्हणजे काय, ते कशा प्रकारचं आहे आणि क्षेत्रज्ञ कोण, त्याचं सामर्थ्य काय, हे माझ्याकडून संक्षेपाने ऐक. हे ऋषींनी अनेक श्रुती-मंत्रांतून आणि ब्रह्मप्रतिपादक सूत्रांमधून गायलं आहे.

आता भगवान क्षेत्राविषयी संक्षेपाने सांगणार आहेत. क्षेत्रज्ञ म्हणजे काय, हेही सांगणार आहेत. विशेष म्हणजे ते ऋषींचा उल्लेख करतात. श्रुती-मंत्र रचणाऱ्या वैदिक ऋषींना क्षेत्र-क्षेत्रज्ञाविषयी पूर्ण ज्ञान होतं, ही गोष्ट भगवान अधोरेखित करतात. हा विषय अतिशय गहन आहे, पण आपण ऋग्वेदातील केवळ एका मंत्राच्या आधाराने तो थोडक्यात समजून घेऊ या.

प्राचीन ऋषींनी मंत्र रचले का ते त्यांना स्फुरले का 'दिसले'? या संदर्भात 'स्तोत्र-मंत्रांचे विज्ञान' या पुस्तकात एक उल्लेख आहे.

> परदेशातली एक पियानोवादक महिला तिच्या घराच्या पुढेच असलेल्या समुद्रावर पियानो वाजवत बसली होती. गाव अगदी छोटं. जवळपास कुणीही नव्हतं. पियानोवादनात ती इतकी दंग होऊन गेली की तिला कशाचंही भान उरलं नाही. जेव्हा ती भानावर आली तेव्हा समुद्रावरच्या त्या पुळणीत एक आकृती उमटलेली तिला दिसली. तिला आश्चर्य वाटलं. तिने पतीला बोलावलं. त्यालाही काही अर्थबोध होईना. तेव्हा गावातल्या एका जाणकाराला त्यांनी बोलावून घेतलं. ती आकृती पाहताच तो म्हणाला, 'हे काय आहे ते मला माहीत नाही; पण या आकृतीचा संबंध भारतीय देवांशी आहे असं वाटतं.' कर्मधर्मसंयोगाने गावात एक भारतीय

मनुष्य होता. त्यांनी त्याला बोलावून आणलं. त्या आकृतीकडे पाहताच तो एकदम म्हणाला, 'अरे, ही तर माता सरस्वती! तुम्ही कशी काय चितारलीत?' तिने हकीगत सांगतानाच म्हटलं, 'मी सरस्वतीसूक्त वाजवत होते. एका भारतीय संन्याशानंच मला ते शिकवलं होतं!'

म्हणजे ठरावीक सूक्त म्हटलं की त्याच्या स्पंदनांनी अर्थात व्हायब्रेशन्स (vibrations) मुळे ठरावीक देवतेचे आकार उमटतात, हे ऋषींना कसं माहीत होतं? मग त्यांना ते आकार आधी दिसले आणि मग त्यांनी तशा स्पंदनांचे मंत्र रचले, का ते आधी त्यांना स्फुरले आणि मग रचले?

हा श्लोक वरवर दिसायला सरळसोपा वाटतो, पण त्यामध्ये खूप मोठा अर्थ दडलेला आहे. भगवान विशेषत्वाने सांगतात की, ऋषींनी क्षेत्र-क्षेत्रज्ञाविषयी अनेक श्रुती-मंत्रांतून आणि ब्रह्मप्रतिपादक सूत्रांमधून गायलं आहे. या त्यांच्या सांगण्यात एक गूढ आहे. याविषयी ऋग्वेदातील पहिल्या मंत्रांमध्येच ऋषींना ज्ञात असलेलं गूढ सांगितलेलं आहे. आचार्य अग्निव्रत यांनी हे ब्रह्मविज्ञान उलगडलेलं आहे. ते सांगतात, मनुष्यसृष्टीची प्रस्थापना करण्यापूर्वी चार वैदिक ऋषींनी ब्रह्मांडातून वैदिक छंदांचं समाधिअवस्थेत ग्रहण केलं. परमात्म्याकडूनच त्या ऋषींना त्या मंत्रांचा अर्थ ज्ञात झाला. शिवाय या चार ऋषींना चार वेदांचं ज्ञान एकदमच प्राप्त झालं.

ऋग्वेद, यजुर्वेद, सामवेद आणि अथर्ववेद या चार वेदांपैकी ऋग्वेदाची मंत्रसंख्या सर्वाधिक आहे. त्यातील पहिला मंत्र 'अशोकवन न्याय'च्या दृष्टिकोनातून *अग्निमीळे पुरोहितं यज्ञस्य देवमृत्विजम्* हा आहे. या मंत्राचा ऋषी आहे मधुछंदा.

वेद हे अपौरुषेय मानले गेले आहेत; आणि ज्या ऋषींना मंत्रांचं ज्ञान झालं आणि ज्या ऋषींनी त्या त्या मंत्राचा प्रचार केला, त्यांची नावं रचनाकार म्हणून त्या त्या सूक्तांना दिली गेली. ज्या ऋषींना हे मंत्रज्ञान झालं ते छंद-रश्मीद्वारा ब्रह्मांडातूनच प्रस्फुरित झालं. म्हणजे त्या रश्मींनीच मंत्रांची उत्पत्ती केली. मग त्या त्या छंद-रश्मीचं नाव त्या त्या ऋषींनी धारण केलं. त्यामुळे एक ऋषी हा पृथ्वीवरचा ऐतिहासिक मानव आहे तर दुसरा ऋषी प्राणरश्मीस्वरूप असून ब्रह्मांडात स्पंदित होऊन मंत्रांना उत्पन्न करतो. म्हणजे इथे मधुछंदा रश्मीद्वारे या पहिल्या वेदमंत्राची उत्पत्ती झाली. म्हणून ज्या पृथ्वीवरच्या मानवाला हा मधुछंदा रश्मीद्वारे मंत्र प्रस्फुरित झाला, त्याचंच नाव त्या सूक्ताला दिलं गेलं.

या मंत्राची देवता आहे अग्नी आणि छंद गायत्री. त्या त्या प्राणरश्मींनी जेव्हा हे मंत्र आच्छादित होतात, तेव्हा त्यातूनच त्यांची निर्मिती होते. म्हणूनच या मंत्राच्या

उच्चारणातून तसे तसे परिणाम घटित होतात. त्यानुसार ही प्राणशक्ती प्रकाशयुक्त होऊन गमन करते आणि मार्गात येणाऱ्या बाधक पदार्थांना नष्ट करते. त्यामुळे या मंत्राच्या संदर्भात देवता आणि छंद यांच्या प्रभावामुळे अग्नी अधिक बलवान होतो - अधिक तेजस्वी होतो. या मंत्राच्या प्रभावामुळे अग्नी तेजस्वी झाल्याचा परिणाम सृष्टीमध्येही दिसून येतो. हाच एक वैश्विक यज्ञ असतो.

यज्ञाचा उद्देश म्हणजे देवपूजा, संगतीकरण आणि दान. सृष्टीचं कार्य चालू ठेवण्यासाठी या तीन क्रियांची आवश्यकता असते. यज्ञकार्यात जेव्हा या तिन्ही क्रिया होतात, तेव्हा त्याचे परिणाम दिसून येतात. कारण या यज्ञीय क्रियांमध्ये विभिन्न देवपदार्थ, अनेक प्राण-छंदादी रश्मी, प्रकाशकण, विकिरणं यांची पूजा होते, अर्थात त्यांचा उचित उपयोग केला जातो. त्यामध्ये योग्य यज्ञीय क्रियांमधून संगतीकरण म्हणजे कॉम्बिनेशन होतं, मिलन होतं आणि पुन्हा विलगीकरण होतं. या सर्व कर्मकांडालाच वैदिक यज्ञकर्म म्हणतात. भौतिक शास्त्राच्या दृष्टीने विचार करायचा झाल्यास संपूर्ण सृष्टीत हे यज्ञकर्म चालू आहे. ही क्रिया नसती तर सृष्टीची उत्पत्ती झालीच नसती. यज्ञीय भाषेत सांगायचं तर प्राण-छंदादी प्रस्फुरित झाले नसते तर सृष्टीत कोणतेही पार्टिकल्स् म्हणजे कणांची उत्पत्तीच झाली नसती. कोणताही क्वान्टा नसता - एवढंच नव्हे तर आकाशचंही अस्तित्व नसतं. म्हणून हे पार्टिकल्स आणि फोटॉन्स यांचं जेव्हा कॉम्बिनेशन होतं, तेव्हा त्यातून इतर अनंत छोटे-मोठे पार्टिकल्स तयार होऊन विश्व आकार घेतं. संयोग-वियोगातूनच अशा तऱ्हेने सृष्टी बनते म्हणूनच सृष्टीतही यज्ञकर्म चालू आहे असं वेदविज्ञान सांगतं.

याच दृष्टिकोनातून यज्ञीय कुंडात हवनसामग्री एकत्रितपणे स्वाहा केली जाते, मग अग्नीशी संयोग झाल्यामुळे त्या एकत्रित पदार्थांचा दुसरा एक पदार्थ तयार होतो. त्याचप्रमाणे सृष्टीतही पदार्थ एकत्र येतात, ते तप्त होतात, त्यांचं दहन होतं किंवा त्यांचं संगतीकरण होतं आणि त्यातून प्रकृती कार्यरत राहते. आता इथे जो प्रकृतीमधील अग्नी सांगितला आहे, त्याची विभिन्न पृथक् पृथक् स्वरूपं आहेत. सृष्टियज्ञ चालू करण्यासाठी अग्नीची आवश्यकता असते आणि त्यासाठी सर्वप्रथम आवश्यकता असते ती महाअग्नीची. म्हणजे ॐची; अर्थात पराॐरश्मीची. या महत्अग्नीपासून मग दुसऱ्या चरणात पराॐरश्मीपासून महत्अहंकार आणि मन बनलं. आता प्रकृतीत केवळ विखुरलेले कण असून उपयोगाचं नसतं; तर त्यांना बांधून ठेवणारं आणखी एक तत्त्व आवश्यक असतं. म्हणूनच तिसऱ्या चरणात अग्नीचं तिसरं स्वरूप आलं ते म्हणजे आत्मा अर्थात सूत्रात्मारूपी वायू. हा सूत्रवायू पदार्थांना बांधून ठेवतो. त्यानंतर चौथ्या चरणात प्राण येतो आणि पाचव्या चरणात बल येतं. म्हणजे अग्नीचा अर्थ ब्रह्म आणि

ब्रह्मचा अर्थ बल. प्राण आणि बल हे सर्व सूक्ष्म पदार्थांना उत्पन्न आणि स्थित करतात. त्यामुळे या अग्नीला 'वसिष्ठ' म्हणतात.

त्यामुळे अग्नीचे पराॐरश्मी, महत् अहंकार, मन, सूत्रात्मारूपी वायू, प्राण आणि बल हे अर्थ होतात. यामधून विद्युत आणि उष्मा हे अग्नीही निर्माण होतात. गुरुत्वबल किंवा आधुनिक वैज्ञानिक भाषेत ज्याला ग्रॅव्हिटेशनल चार्जेस म्हणतात, तेही विद्युतच असतं. उष्मा हे अग्नीचं व्यक्त स्वरूप आहे. हे सर्व प्रकारचे अग्नी असल्याशिवाय प्रकृतीची उत्पत्ति-स्थिति-विनाश संभवतच नाही. आता या पदार्थांना ज्याने धारण केलेलं असतं, त्याला पुरोहित म्हणतात. म्हणून 'अग्निमीळे पुरोहितं' असा या पहिल्या वेदमंत्रात उल्लेख केलेला आहे. किंबहुना पुरोहितालाच अग्निदेव म्हटलेलं आहे. आता पुरोहिताकडून ज्या क्रिया होतात, त्या उलट दिशेने ॐपर्यंत जाऊन पोहोचतात. म्हणजे कर्मकांड करताना दोन हात जोडून नमस्कार केला की पॉझिटीव्ह आणि निगेटीव्ह चार्जेस एकत्र येतात. तेच 'बला'चं कार्य असतं. किंवा 'स्वाहा' करताना जे गुरुत्वबलाने कार्य केलेलं असतं, त्यामागे यापूर्वी सांगितलेल्या सूक्ष्म सूक्ष्म रश्मींचं बल असतं. रश्मींच्या बलामागे मूळ पराॐ हे सूक्ष्मतम बल असतं.

दोन हात जोडून जरी नमस्कार केला तरी दोन हात प्रत्यक्षात पूर्णतः चिकटलेलेच नसतात. ते चिकटले आहेत असं वाटतं, भासतं - अनुभवास येतं, परंतु सूक्ष्म स्तरावर दोन हातांचा जो भाग चिकटलेला असतो त्यामध्ये ॐरश्मी वसून असते. याप्रमाणे वाक्रश्मी म्हणजे ॐरश्मी ही पुरोहिताचं कार्य करते. या सृष्टीत जिथे म्हणून बल आहे, क्रिया आहे, उष्मा आहे, प्रकाश आहे, चुंबकत्व आहे तिथे ॐरश्मी आहे.

यानंतर मन, बल आणि अहंकार या तीन रश्मींचा विचार करायचा झाल्यास इथे अंतिम रश्मी मन आहे आणि पुरोहिताच्या मनातच साऱ्या रश्मींचा उद्भव होतो. म्हणून सृष्टीमध्ये मन आणि वाक् यांची उपस्थिती अनिवार्य असते. यानंतर येतो सूत्रात्मावायू. तो सूक्ष्मातिसूक्ष्म रश्मींना बांधण्याचं काम करतो. त्यानंतर प्राण-अपानादी रश्मींचं कार्य येतं. उष्म्याशिवाय ही कार्यं वास्तवात येत नाहीत म्हणून त्या रश्मीचीही आवश्यकता असते. ह्या आणि अशा अनेक पदार्थांची जेव्हा आवश्यकता निर्माण होते, तेव्हा त्यांचं प्राकट्य होतं. असं हे प्रकृतीचं अवाढव्य आणि सूक्ष्मातीत सूक्ष्म असं विराट जाळं आहे. त्यांचं कार्य तेव्हाच सुरू होतं जेव्हा त्यामागे आणि त्यामध्ये शक्ती उभी राहते. ती शक्ती म्हणजेच परमात्मा! तोच या विराट क्षेत्राचा क्षेत्रज्ञ असतो. तेच भगवान या श्लोकात सांगत आहेत की, वैदिक ऋषींनी श्रुती-मंत्रांमधून क्षेत्र-क्षेत्रज्ञाचं स्वरूप गायलेलं आहे.

म्हणून वेदविज्ञान समजून घेणं ही सोपी गोष्ट खासच नाही. आपण केवळ 'अग्निमीळे पुरोहितं' या श्लोकाच्या अनुषंगाने या भागात क्षेत्र-क्षेत्रज्ञाचा थोडक्यात विचार केला. वेदमंत्र आणि त्यांचे जाणते ऋषी किती ज्ञानी आणि श्रेष्ठ असतील, याची आपल्याला यावरून कल्पना आली असेल. जेव्हा एखाद्या गोष्टीची माहिती द्यायची असते, तेव्हा त्या माहितीचं पहिल्या मंत्रातच विशेषत्वाने प्रास्ताविक केलं जात असतं. वैदिक मंत्रांची योजना अशीच आहे. म्हणूनच 'अग्निमीळे पुरोहितं यज्ञस्य देवमृत्विजम्' या मंत्रात तसा गहन विचार दडलेला आहे.

म्हणजे प्रत्येक मंत्राचं मूळ हे ब्रह्मांडातच आहे. म्हणूनच वेद हे अपौरुषेय आहेत. त्यांचा कुणी कर्ता नसून ब्रह्मांडातूनच ते विविध रश्मींद्वारे प्रस्फुरित होत असतात. हे सारं प्राकृतिक ब्रह्मांड म्हणजे भगवंताचं क्षेत्र आहे आणि भगवान स्वतः क्षेत्रज्ञ आहे.

क्षेत्र-क्षेत्रज्ञाविषयी ऋषींना परम ज्ञान होतं. तेच त्या द्रष्ट्या ऋषींनी मंत्रांमधून गायलं होतं. एकेक वेदमंत्र असे गहन आहेत. ऋषींचं हे ज्ञान उलगडण्याचा - समजून घेण्याचा प्रयत्न झाला पाहिजे.

महाभूतान्यहंकारो बुद्धिरव्यक्तमेव च ।
इन्द्रियाणि दशैकं च पञ्च चेन्द्रियगोचराः ॥१३.५॥
इच्छा द्वेषः सुखं दुःखं संघातश्चेतना धृतिः ।
एतत्क्षेत्रं समासेन सविकारमुदाहृतम् ॥१३.६॥

पाच महाभूतं, अहंकार, बुद्धी, अव्यक्त (मूलप्रकृती) आणि दहा इंद्रियं म्हणजे पंच कर्मेंद्रियं आणि पंच ज्ञानेंद्रियं आणि अकरावं मन त्याचप्रमाणे ज्ञानेंद्रियांचे शब्द, स्पर्श, रूप, रस आणि गंध असे पाच म्हणजे एकूण दहा विषय, त्याचप्रमाणे इच्छा, द्वेष, सुख-दुःख, चेतना हे प्राणाधिकांचा व्यापार, धैर्य आणि संघात म्हणजे देह आणि इंद्रियं यांचा संयोग हे विकारांनी युक्त असं क्षेत्र आहे, हे मी तुला संक्षेपाने सांगितलं आहे.

पाच महाभूतं, अहंकार, अव्यक्त प्रकृती यांच्यासहित इंद्रियगोचर, मनोगोचर, बुद्धिगोचर, इच्छा, द्वेष, सुख, दुःख, असे सर्व मनोविकार, बुद्धिविकार, मन-बुद्धीसह 'अहम्', देह आणि इंद्रियं याच्या संयोगातून होणारे सर्व व्यवहार हे सारं काही परिवर्तनशील आहे. म्हणूनच ते मिथ्या आहे आणि जे मिथ्या आहे, ते क्षेत्र आहे.

मनुष्य सृष्टीच्या संदर्भात दोन टोकाचे विचार मांडतो. पहिला म्हणजे सृष्टी ही भोगासाठीच निर्माण झाली आहे. मौजमजा करण्यासाठीच मनुष्य पृथ्वीवर आला आहे हा एक विचार; तर दुसरा विचार म्हणजे, सृष्टी ही तिरस्करणीय आहे, तिच्यात मुळीच गुंतून पडू नये. अशा दोन टोकांचे विचार मनुष्य करतो किंवा अर्थ लावतो. पण ही दोन टोकं पकडण्यापेक्षा माणसाने म्हणजे मुमुक्षूने सृष्टीचा सार्थ उपभोग घेत हळूहळू सृष्टीच्या नियमांच्या आत शिरलं पाहिजे. सृष्टी निर्माण करणाऱ्या निर्मात्याला ओळखून, जाणून, समजून घेऊन, ध्यानात घेऊन माणूस पुन्हा ईश्वरी सत्तेकडे जावा, यासाठीच सृष्टी निर्माण झाली आहे.

म्हणजे या प्रवासातून अखेर ज्ञान मिळवणं हे ध्येय तर असतंच; पण ज्ञान मिळवतानाही द्वैतभाव कायम असतो. म्हणूनच ज्ञानाचा अर्थ केवळ 'जाणणं' एवढाच

नसून ईश्वरानुभव घेणं हा आहे. असा अनुभव हा अद्वैतानुभव असतो. हा अनुभव घ्यायचा असेल तर प्रथम क्षेत्र कोणतं, ते समजून घेतलं पाहिजे आणि मग हळूहळू त्यातून वृत्तीने बाहेर पडलं पाहिजे.

मनुष्याच्या शरीराच्या दृष्टीने आपण भगवंतांनी सांगितलेल्या शरीरांतर्गत तत्त्वांचा थोडक्यात विचार करू. पृथ्वी, आप, तेज, वायू आणि आकाश ही पंचमहाभूतं आपल्याला दिसतात; पण काडेपेटीच्या काडीतला अग्नी जसा आपल्याला न दिसता लपून असतो, तसा मायेच्या पोटात 'अहंकार' गुप्तपणे वास्तव्य करून असतो. आत्मा आणि जीव यांच्यामध्ये बुद्धी राहत असते आणि बुद्धीमध्ये सारासार विवेक असतो. उजाडल्यावर तारामंडल लुप्त झालेलं दिसतं. म्हणजेच ते अव्यक्त होतं. त्याचप्रमाणे जीव नामक जी पराप्रकृती असते, तीच अव्यक्त अशी प्रकृती असते. दहा इंद्रियांमध्ये प्रथम कान, नाक, डोळे, त्वचा आणि जिव्हा यांचा अंतर्भाव होतो. या साऱ्या इंद्रियांचा बुद्धीशी समन्वय असतो. नंतर वाचा, हात-पाय, उपस्थ आणि गुद ही कर्मेंद्रियं मिळून दहा इंद्रियं होतात. इंद्रियं आणि बुद्धी यांच्यामध्ये रजोगुणावर स्वार झालेलं मन असतं. या साऱ्यांच्या संयोगातून विषय निर्माण होतात; म्हणजे भोगाची साधने निर्माण होतात, त्याचप्रमाणे शब्द, स्पर्श, रूप, रस आणि गंध हे पाच ज्ञानेंद्रियांचे प्रकार असतात.

याशिवाय हात-पायादी पंच कर्मेंद्रियांचे पाच विविध विषय असतात. या सर्वांच्या कमी-अधिक संयोगातूनच इच्छा, द्वेष, सुख, दुःख, चेतना, धैर्य आणि संघात अशा विकारांसह हे सर्व क्षेत्र होतं. तीच गोष्ट भगवान इथे सांगतात.

क्षेत्रामधले विकार हेच जीवाला सुख-दुःखांचा अनुभव देत राहतात. म्हणून या क्षेत्राच्या प्रभावातून मनाला बाहेर काढता आलं, की मग कोणत्याही प्रकारची भीती उरत नाही.

> आकाशज नावाचा एक परमधार्मिक मनुष्य होता. तो नित्य आत्मचिंतनात गढून गेलेला असे. लोकहितासाठी मात्र तो तत्पर असे; परंतु दीर्घ काल होऊनही त्याला मृत्यू काही येईना. यमदूत विचार करायचा, 'मी सर्व प्राणिमात्रांना मारतो; पण हा आकाशज माझ्या हातून मरत का नाही?'
>
> तरीही यमदूत प्रयत्न करत राहायचाच. ते त्याचं कामच होतं; पण यमदूत आकाशजच्या निवासाजवळ जाऊन पोहोचला की प्रलयकालीन अग्नी प्रज्ज्वलित व्हायचा आणि त्यात यमदूत होरपळून निघायचा. मग यमदूत यमदेवांकडे गेला आणि त्याने सारी हकीगत कथन केली. तेव्हा यमदेवांनी त्याला सांगितलं, ''हा आकाशज आकाशापासून निर्माण झाला

आहे. तो आकाशासारखाच निर्मळ आहे. त्याच्या ठिकाणी कोणतीही पूर्वकर्मं नाहीत. त्यामुळे त्याचं चित्त वासनेत गुरफटत नाही. मृत्यूने पाश टाकावा अशा तऱ्हेची कोणतीच कर्मं त्याने केलेली नाही. शिवाय 'मी कर्म करतो' अशी बुद्धी त्याच्या ठिकाणी नाही. त्यामुळे तो तुझ्या हाती लागणं शक्य नाही.''

''मग मी काय करावं?''

यमदेव म्हणाले, ''त्याची बुद्धी जेव्हा मृत्यूची कल्पना करील, तेव्हाच तो मृत्यूच्या तावडीत सापडेल.''

''पण ते कसं शक्य होईल?'' यमदूत विचारतो.

यमदेवांनी सांगितले, ''पंचमहाभूतांच्या योगाने बनलेला देह म्हणजे आपणच आहोत अशी ज्याची भावना असते तोच मृत्यूचं भक्ष्य बनतो! ती भावना आकाशजमध्ये निर्माण करावी लागेल. तो जेव्हा स्वतःला देह समजू लागेल, तेव्हा तो कर्मबंधनात अडकेल; मग त्याला मृत्यू अनिवार्य होईल. त्या वेळी तुझं काम तेव्हा सोपं होईल. *कर्मणा जायते जन्तुः* म्हणजे जीवाच्या कर्मानंच मृत्यू येत असतो, हे ध्यानात ठेव.''

त्यानंतर यमदूताने आकाशजला कर्मजालात अडकवण्याचे प्रयत्न सुरू केले.

मी देह आहे, या भावनेतून बाहेर पडता आलं, तर देह जाण्याची भीती मनातून नाहीशी होईल. त्यासाठी कर्मबंध मात्र दूर करायला हवा. तो घालवण्यासाठी भगवद्गीतेत आत्तापर्यंत सांगितलेले उपाय मात्र केले पाहिजेत. मग देहाचे सर्व व्यवहार करूनही वृत्तीने बाहेर पडता येईल. मग परमानंदाची अनुभूती मिळू लागेल.

इंद्रियांचे सारे आभासात्मक विकार धरून ठेवले की क्षेत्राला कवटाळल्यासारखं होतं; आणि क्षेत्रज्ञ अव्यक्त राहतो. क्षेत्रज्ञाला जाणायचं असेल तर या विकारांच्या सापळ्यांमधून इंद्रिय-मन-बुद्धी यांना विकारांपासून परावृत्त करावं लागेल. अव्यक्त प्रकृतीसह ज्ञानेंद्रियं, कर्मेंद्रियं, मन, बुद्धी आणि त्यांचे विकार हे सारं क्षेत्रच आहे. जीवाच्या संदर्भात क्षेत्राचं स्वरूप भगवंतांनी या श्लोकात सांगितलं आहे. क्षेत्राऐवजी क्षेत्रज्ञाच्या आश्रयाला जाण्याचं कौशल्य आपल्याला साधता आलं पाहिजे.

अमानित्वमदम्भित्वमहिंसा क्षान्तिरार्जवम् ।
आचार्योपासने शौचं स्थैर्यमात्मविनिग्रहः ॥१३.७॥

मानाची अपेक्षा नसणं, दंभ नसणं, अहिंसा, क्षमा, सरळपणा, आचार्यसेवा, शूचिर्भूतपणा, स्थैर्य, मनोनिग्रह... (हे ज्ञान आहे.)

सातव्या श्लोकापासून तेराव्या श्लोकापर्यंत एक वाक्य आहे. या पाच श्लोकांमध्ये ज्ञान कशाला म्हणायचं, ते भगवंतांनी सांगितलेलं आहे. याखेरीज जे असतं ते अज्ञान असतं; असं ते अकराव्या श्लोकात सांगतात. त्यामुळे सात ते अकरा या श्लोकांमधील ज्ञानासाठी आवश्यक असणाऱ्या प्रत्येक गुणाचा स्वतंत्रपणेच विचार केला पाहिजे. केवळ त्या सर्व गुणांचा नुसता उल्लेख करून उपयोगाचं नाही. कारण भगवंतांनी यांमधून सांगितलेले ज्ञानवर्धक गुण आपण विशेषत्वाने समजून घेतले पाहिजेत.

अकराव्या श्लोकात हे सारे गुण सांगताना भगवंतांनी अखेरीस म्हटलं आहे, हे गुण अंगी येणं म्हणजे ज्ञान असतं तर बाकी सारं अज्ञान असतं. आता इथे प्रश्न पडू शकेल की, ज्ञान म्हणजे तरी काय? कोणती अनुभूती आली असता त्याला ज्ञान म्हणायचं?

भौतिक शास्त्रांमधल्या विविध विषयांपासून अध्यात्मशास्त्रातल्या पुस्तकांमध्ये सांगितलेल्या परामार्गाविषयी जे जे लिखित असतं आणि ज्याचा बुद्धीने अभ्यास केला जातो, ती केवळ माहिती असते. ते प्रत्यक्ष ज्ञान नसतं.

ज्ञान म्हणजे (knowledge) आणि माहिती (information) यामध्ये फार मोठा फरक असतो. एखादा शास्त्रज्ञ त्याच्या अभ्यास-विषयावर अस्खलित बोलू शकतो; गहन विचार मांडू शकतो. एखादा प्रोफेसर त्याच्या अभ्यास-शाखेच्या विषयावर एखादं उत्तम व्याख्यान देऊ शकतो. एखादा कथाकार कथा रंगवू शकतो. त्याचप्रमाणे एखादा प्रवचनकार परमात्मज्ञानाविषयी उत्कृष्ट प्रवचन करू शकतो. अनेक आध्यात्मिक ग्रंथांमधले संदर्भ देऊन तो श्रोत्यांना गुंगवून टाकू शकतो. मात्र, हे सारं ज्ञान नसून ती माहिती असते.

जोपर्यंत कोणताही मनुष्य स्वत: ज्ञानाचा अनुभव घेत नाही, तोपर्यंत तो जे काही सांगतो ती केवळ माहिती असते. त्यात बोलण्याचं कौशल्य असतं किंवा वक्तृत्व असतं. म्हणून या श्लोकांमधून भगवान ज्ञान कशाला म्हणतात, याचा केवळ निर्देश करतात. अनुभूती ज्याची त्यानंच घ्यायची असते.

अशा ज्ञानाविषयी काही मतप्रवाह आहेत. क्षेत्र-क्षेत्रज्ञ यांचं ज्ञान म्हणजेच प्रकृति-पुरुषाच्या विवेकाचं ज्ञान, असं सांख्यांचं मत आहे. या श्लोकांमधून भगवान याच सांख्यमताचा पुरस्कार करतात. ज्ञान ही केवळ बुद्धीने जाणून घेण्याची गोष्ट नाही, तर या ज्ञानाचा देहस्वभावावर साम्य बुद्धिरूप परिणाम घडला पाहिजे. अन्यथा ते ज्ञान अपुरं किंवा अपरिपक्व होतं, असा अध्यात्मशास्त्राचा सिद्धान्त आहे. या सिद्धान्तानुसार ज्ञान म्हणजे काय, ते भगवंत सांगतात.

परा आणि अपरा प्रकृतीचं ज्ञान मिळवण्यासाठी आवश्यक ते गुण समजून घेणं, त्या गुणांची जाणीव होणं आणि ते गुण जीवनात उतरवणं म्हणजे ज्ञान.

हे गुण म्हणजे मानाची अपेक्षा नसणं (अमानित्व), दंभ म्हणजे डौलाचं पोकळ प्रदर्शन न करणं, अहिंसा, क्षमा, सरलता, आचार्यसेवा, शुचिर्भूतपणा, स्थैर्य (म्हणजे ज्ञानाप्राप्तीसाठी दिशाहीन स्वैर न भटकणं) आणि मनोनिग्रह असे गुण अंगी बाणवणं म्हणजेच ज्ञानी होणं. प्रस्तुत श्लोकात एवढेच गुण सांगितले आहेत, म्हणून तेवढ्या गुणांचाच उल्लेख इथे केलेला आहे.

अमानित्व

मानाची अपेक्षाच नसणं म्हणजे अमानित्व. मानाची अपेक्षा माणसाला दु:खी बनवते. मान हा नेहमी परक्याकडून अपेक्षित असतो. जो आपला आहे त्याच्याकडून आपण प्रेमाची अपेक्षा करतो — मानाची नाही! परंतु अनेक जण नात्यांमध्ये मान, संपत्तीचा मान, खुर्चीचा मान किंवा अधिकाराचा मान याच विचारात गढलेले असतात. जावयाला सासरी मान मिळतो म्हणून त्याचा ओढा सासुरवाडीकडे असतो. अशी मानाची अपेक्षा वृत्तीतून गेली पाहिजे.

दंभ नसणं

प्रत्येक माणसाकडे काही ना काही गुण हा असतातच; पण कित्येकांना स्वत:जवळ जे गुण नाहीत ते दाखवायचे असतात. मग 'मी हे केलं', 'हे माझ्यामुळे झालं' असं दंभाचरण सुरू होतं.

एखाद्या तरुणाकडे साधा मोबाईल फोन असतो. महाग फोन घेण्याची त्याची मुळीच कुवत नसते, पण दुसऱ्यांना दाखवण्यासाठी उपयुक्ततेचा आणि खिशाचा विचार सोडून तो किमती फोन घेतो. याउलट एखादी व्यक्ती खूप पैसा राखून असते,

पण तिला आपल्या संपत्तीचं प्रदर्शन करावंसं वाटत नाही. त्यामुळे ती साधा फोन वापरते; कपडेही साधेच वापरते; न जाणो कुणी पैसे मागितले तर... ? अशी व्यक्ती रडगाणं गात राहते, 'धंद्यामध्ये सध्या फार मंदी आहे... अजून कर्ज फिटलेलं नाही. हप्ते भरावेच लागतात.' वास्तविक इन्कमटॅक्समध्ये सूट मिळावी म्हणून ते कर्ज घेतलेलं असतं; पण आपली श्रीमंती दाखवायची नसते.

म्हणजे एकाला खोटी श्रीमंती, प्रतिष्ठा हवी असते; तर दुसऱ्याला खोटी गरिबी दाखवायची असते. ही दांभिकता आहे. जो ज्ञानी असतो तो, जे आहे ते प्रभूचं आहे या हेतूने लपवूनही ठेवत नाही आणि अवास्तव प्रदर्शनही करत नाही.

धार्मिक क्षेत्रातही खोटेनाटे चमत्कार सांगून भोळ्या भाविक भक्तांना लुबाडण्याचे प्रकार नवे नाहीत. ही दांभिकता मनुष्याचा घात करत असते. सरलतेच्या विरुद्ध दांभिकता असते आणि ही दांभिकता ज्ञानमार्ग अडवून बसते.

अहिंसा

अहिंसा म्हणजे कुणाचीही हत्या न करणं. केवळ शारीरिक हिंसाच नव्हे; तर दुसऱ्याला आपल्या मनाप्रमाणे बळजबरीने वाकवणं हीसुद्धा हिंसाच होते. जो परमात्मा माझ्यात वसून आहे, तसाच तो दुसऱ्याच्याही हृदयात - अगदी प्राण्यांच्याही हृदयात वसून आहे, याची जेव्हा मनुष्याला जाणीव होते, तेव्हाच अहिंसा वृत्ती अंगीकारली जाते. मग कोणत्याही प्रकारच्या हिंसेचा विचारसुद्धा भक्ताच्या मनात येत नाही.

क्षमा

जीवनात अनेक जण आपला अपराध करत असतात; म्हणजे आपल्याला तसं वाटत असतं. अनेक जण आपलं गुणवर्णन करतात आणि आपल्या पाठीमागे आपली चेष्टा करतात किंवा दूषणं देतात. काही जण आपल्याला हेतुपुरस्सर त्रास देतात. हे लोक आपल्याशी असे का वागतात, याचा खोलवर जाऊन विचार केला की उमजतं, हे आपल्याच पूर्वकर्मांचे भोग आहेत. किंवा हे अनुभव आपल्याला शिकण्यासाठीच दिले गेले आहेत. असे सारे भोग भोगूनच किंवा त्यातून योग्य शिकवण घेऊनच संपवावे लागतात. त्यामध्ये समोरच्या व्यक्तीचा काही दोष नसतो. म्हणजे आपल्याच कर्मांचे प्रभाव आपण चुकते करत असतो. ही जाणीव होते, तेव्हा आपोआप क्षमावृत्ती जोपासली जाते. ज्ञानप्राप्तीसाठी क्षमावृत्ती जोपासता आली पाहिजे. एखादा मनुष्य शारीरिकदृष्ट्या किंवा अधिकारामुळे आपल्यापेक्षा बलवान असतो; त्याच्यापुढे आपण दुर्बल असतो. अशा वेळी अगतिकतेने क्षमावृत्ती जोपासणं वेगळं आणि आपण समर्थ असूनही ज्ञानवृत्तीने क्षमा करणं वेगळं. क्षमावृत्ती ही ज्ञानमार्गातून आली पाहिजे.

सरलता

वृत्तीत आणि वागण्या-बोलण्यात सरलता हवी. सरलता म्हणजे भोळेपणा नाही. आपल्या कर्मात, विचारात आणि वृत्तीत सरळपणा असावा; मग समोरून कसाही प्रतिसाद मिळो! किंबहुना आपल्या सरलतेमुळे समोरचाही सरळ वागू लागतो. पुष्कळांना वाटतं, सरळपणे व्यवसाय-धंदा करता येत नाही; पण सरळपणे व्यवसाय करणारेही खूप व्यावसायिक आहेत. व्यवसायात केवळ बँक-बॅलन्स बघायचा नसतो, तर मानसिक शांती आणि कर्मशुचितेचाही विचार करायचा असतो. अध्यात्मक्षेत्रातही सरलता जोपासली पाहिजे. धार्मिक कार्यं ही स्वप्रतिष्ठा वाढवण्यासाठी नाही तर ईश्वराची प्रतिष्ठा वाढवण्यासाठी केली पाहिजेत. आपले सुप्त हेतू त्यामागे असता कामा नयेत. वृत्तीत सरलता जोपासली तरच ते शक्य होतं आणि ज्ञानमार्ग प्रकाशित होतो.

आचार्यसेवा

जो आचार्य आपल्याला शास्त्रांचं ज्ञान देतो आणि आत्मज्ञानप्राप्तीच्या मार्गांची ओळख करून देतो, त्याची कृतज्ञता वृत्तीने सेवा केली पाहिजे. ही सेवा केवळ शारीरिक नसते. आचार्यांनी दिलेले ज्ञाना अंगीकारणं आणि ते ज्ञान पुढे नेणं म्हणजे आचार्यसेवा.

शुचिर्भूतपणा

ज्ञानासाठी दैहिक शुचिर्भूतता हवीच; पण आंतरिक शुचिर्भूतता अधिक महत्त्वाची असते. पूर्वी लोक त्रिकाल स्नान आणि त्रिकाल संध्या करायचे. मानसिक शुचिर्भूततेसाठी ते आवश्यक असायचं, पण आजही त्रिकाल संध्या करून आणि शास्त्रोक्त कर्मं करून आपण मानसिक शुचिर्भूतता आपल्यामध्ये आणू शकतो.

स्थैर्य

आपण करियरमध्ये स्थैर्याचा शोध घेत असतो. त्याचबरोबर परामार्गही बुद्धीने समजून घेतला पाहिजे. कुणी बुद्धिभेद केला तरी मन विचलित होणार नाही असं स्थैर्य बुद्धीत आणलं पाहिजे. काही जण ज्ञान मिळवण्यासाठी किंवा आपले प्रश्न सोडवण्यासाठी इतस्ततः सैरभैर धावत राहतात. अनेकविध उपाय करत राहतात. ही अवस्था कस्तुरीमृगासारखी असते. केवळ धावण्यातून प्रश्न सुटू शकत नाहीत, तर वृत्ती स्थिर केल्यावरच ते सुटू शकतात. त्यासाठी परमात्म्यावर आत्यंतिक प्रेम जडायला हवं. परमात्मा चमत्कार करत नाही तर तो सृष्टीचं नियोजन करत असतो. तोच सर्वशक्तिमान आहे. तोच एकोऽहं परमात्मा आपल्या हृदयात वसून आहे. म्हणून तिथेच आपल्या साऱ्या वृत्ती स्थिर करता आल्या पाहिजेत. या अर्थाने मुमुक्षूमध्ये स्थैर्य हवं.

मनोनिग्रह

मनोनिग्रह म्हणजे दृढता. ज्ञानासाठी काय करायचं, हे एकदा ठरल्यानंतर निवडलेल्या सन्मार्गावर दृढतेने मार्गक्रमणा करायला हवी. इतर देवदेवतांना पर्याय असतात; परमात्म्याला पर्याय नाही, ही समज बुद्धीत स्थिर झाल्यानंतर मनोनिग्रहाने त्याच्याविषयी ज्ञान मिळवण्याचा प्रयत्न केला पाहिजे. करियर करणं, पैसे मिळवणं, पद मिळवणं, अधिकार मिळवणं किंवा परदेश-सफर करणं एवढंच जीवन नाही. हे मिळवू नये असंही नाही; पण याहूनही अधिक विशाल, अथांग आणि जीवनाला कृतकृत्य बनवणारं असं काही आहे. ते म्हणजे ज्ञान; क्षेत्र-क्षेत्रज्ञ आणि परमात्मा यांविषयीचं ज्ञान. त्यासाठी कमालीचा मनोनिग्रह आणि सातत्य आवश्यक असतं.

थोडक्यात, शरीररूपी क्षेत्रात (शेतात) काय पेरायचं, ते भगवान या श्लोकापासून सांगत आहेत. ते म्हणतात, 'अर्जुना, मी क्षेत्रज्ञ म्हणजे या वैश्विक शेताचा मालक आहे. तुझ्या शरीररूपी शेतात तू अमानित्व, अदम्भित्व, अहिंसा, क्षमा, सरलता, आचार्यसेवा, शुचिर्भूतता, स्थैर्य आणि मनोनिग्रह आदी गुणांची पेरणी कर.'

आपल्या शरीररूपी क्षेत्रात काय पेरायचं, हे भगवान सांगत आहेत. पण भगवंतांचं न ऐकता आपण या शरीररूपी क्षेत्रात मान, दंभ, हिंसा आदी नासक्या बीजांची पेरणी करत असतो. ही नासकी बीजं आपलं जीवनही नासवणारच असतात. म्हणून अतिशय विचारपूर्वक भगवंतांचा उपदेश अंगीकारला पाहिजे.

शरीररूपी क्षेत्रात क्षेत्रज्ञाच्या आज्ञेनुसार सद्‌गुणांची पेरणी आणि जोपासणी केली पाहिजे. मान, हिंसा, दंभ, अक्षम्यवृत्ती, तिरकसपणा, अस्थिरता या विषारी बीजांना सोडचिठ्ठी दिली पाहिजे; आणि त्याच वेळी वृत्तीत शुचिर्भूतता आणून ज्ञानप्राप्तीसाठी मनोनिग्रहाने प्रयत्न केले पाहिजेत.

इन्द्रियार्थेषु वैराग्यमनहंकार एव च ।
जन्ममृत्युजराव्याधिदुःखदोषानुदर्शनम् ॥१३.८॥

इंद्रियांच्या विषयोपभोगांविषयी निरपेक्षता असणं, अहंकार म्हणजे कर्तृत्वाभिमान नसणं आणि जन्म, मृत्यू, जरा आणि व्याधी ही दुःखं दोषरूप आहेत हे जाणणं.

सातव्या श्लोकापासून तेराव्या श्लोकापर्यंत भगवंतांचं एक वाक्य आहे; आणि त्यामधून ज्ञान कशाला म्हणायचं आणि ते केव्हा होतं, ते भगवंतांनी सांगितलेलं आहे. सात ते अकरा या श्लोकांध्ये भगवंतांनी सांगितलेल्या गुणांचा आपण विचार करणार आहोत. मागील श्लोकात त्यांनी मानाची अपेक्षा न करणं, दंभ न करणं, अहिंसा, क्षमा, सरलता, आचार्यसेवा, शुचिर्भूतता आणि स्थैर्य यांविषयी सांगितलं.

ज्ञानप्राप्तीसाठी आणखी कोणत्या गुणांची आवश्यकता आहे, ते भगवंत या श्लोकात सांगत आहेत.

विषयोपभोगांविषयी निरपेक्षता

ज्ञानप्राप्तीसाठी वृत्तीत विषयोपभोगांविषयी निरपेक्षता आवश्यक असते. 'विषय' म्हणजे उपभोगाच्या गोष्टी वा वस्तू. या गोष्टी वा वस्तूंप्रति मनामध्ये आसक्ती निर्माण झाली तर मनुष्याचं अधःपतन होतं; तो ज्ञानमार्गापासून ढळतो. ज्यांना ज्ञानसाधना करायची आहे, त्यांनी भोगवस्तूंविषयी वृत्तीत निरपेक्षता आणणं महत्त्वाचं असतं.

भौतिक जगतात बहुतांशी लोक निरपेक्षतेच्या विरुद्ध अपेक्षा बाळगूनच जगत असतात. त्यांना मान, वस्तू, अधिकार, पद, पुरस्कार इत्यादी अनेक गोष्टींची लालसा असते. अपेक्षेप्रमाणे सारं काही घडलं तर लोक सुखावतात; नाही घडलं तर त्यांचा हिरमोड होतो; अनेकांना फ्रस्ट्रेशन येतं.

सतत अपेक्षावृत्ती बाळगणं हे दुःखाला कारण ठरत असतंच; शिवाय त्यामुळे ज्ञानमार्ग दुष्कर होतो. म्हणून ज्यांना ज्ञानसाधना करायची आहे त्यांनी वृत्तीत निरपेक्षता

आणली पाहिजे. इथे विषयांचा त्याग करा किंवा वस्तूंचा त्याग करा, असं भगवंत सांगत नाहीत; तर वस्तूला विषय बनवू नका आणि प्रत्येक वस्तूकडे भोगाच्या दृष्टीनंच बघू नका, असं सांगतात.

अहंकाररहितता

दुसरा गुण म्हणजे अहंकाररहितता अर्थात वृत्तीमध्ये स्वकर्तृत्वभाव नसणं. हे विश्व असीम सौंदर्याने भरलेलं आहे; परंतु ते सौंदर्य मनुष्याच्या भोगासाठी निर्माण केलेलं नाही. सृष्टीच्या सौंदर्याकडे भगवंताची निर्मिती म्हणून पाहायला शिकलं पाहिजे.

सामान्य माणूस स्वतःच्या शक्तीने काहीच करत नसतो. सृष्टीतले पदार्थ स्वत:साठी वापरूनच तो जीवन व्यतीत करत असतो. त्यामुळे त्याच्यामध्ये स्वकर्तृत्वाचा अहंकार मुळीच नसला पाहिजे. जे ज्ञानमार्गावरचे उन्नत जीव असतात, त्यांना 'अहं'चं ज्ञान होत असतं. त्यामुळे त्यांच्यामध्ये स्वकर्तृत्वाभिमान राहिलेलाच नसतो. त्यांनी आपलं सारं कर्तृत्व भगवंतालाच अर्पण केलेलं असतं. भगवंताच्याच शक्तीमुळे आपण कर्म करू शकतो, ही जाणीव त्यांना झालेली असते.

> संत कबीर हे श्रीरामाचे अनन्य भक्त. कपडे विणण्याचं काम करताना मुखाने त्यांचा सतत रामनापाचा जप चालू असे. कपडे विणण्याची कला ईश्वरानंच आपल्याला शिकवली अशी त्यांची मनोधारणा होती. एकदा कबिरांनी एक सुंदर शालू तयार केला. शालू पाहून लोकांनी त्यांचं कौतुक केलं. तेव्हा कबीर म्हणाले, ''हा शालू तर रामाने केला आहे. म्हणूनच हा इतका सुंदर झाला आहे.''
>
> खरोखर तो सुंदर शालू फार उंची दिसत होता. त्याची किंमत खूप असेल असं वाटून कुणीच तो शालू खरेदी केला नाही. त्यामुळे तो शालू तसाच पडून राहिला.
>
> एक दिवस एक गरीब मनुष्य थंडीने कुडकुडत जाताना कबिरांनी बघितला. त्याची दैन्यावस्था कबिरांना बघवली नाही. त्यांनी लगेच तो सुंदर शालू त्या भिकाऱ्याच्या अंगावर टाकला. समाधानाने मग कबीर आपल्या वडिलांना म्हणाले, ''आज माझा शालू देवानंच विकत घेतला.''

कापड विणणारा राम आणि घेणाराही रामच! अशी निरहंकारी वृत्ती कबिरांसारख्या ज्ञानी संतांमध्ये असते.

जन्म, मृत्यू, जरा आणि व्याधी ही दु:खं दोषरूप आहेत हे जाणणं

ज्ञानसाधकाच्या पुढच्या गुणांचं वर्णन करताना भगवंत सांगतात, 'जन्म, मृत्यू, वृद्धत्व आणि व्याधी ही दु:खं दोषरूप असल्याचं त्याला ज्ञात असतं.'

सामान्य माणसाला या दु:खांचा अनुभव नित्य येत असतो. म्हणजे जन्म, मृत्यू, जरा आणि व्याधी या दु:खाला कारण आहेत अशी त्याची समजूत असते. ही समजूत नसती तर मनुष्य पृथ्वीवर जगू शकलाच नसता. जीवांना या मायेतच अडकवल्यामुळे तो 'आपला जन्म झाला आहे,' असं मानतो.

वास्तविकत: जीव मातेच्या गर्भात असताना आणि त्याचा जन्म झाल्यावरसुद्धा त्याला त्याची जाणीव नसते. त्याची स्वतंत्र प्रज्ञा तेव्हा काम करत नसते. जेव्हा तो मन आणि बुद्धी चालवू लागतो, तेव्हापासून पुढे आयुष्यभर जन्म-मृत्यू-जरा आणि व्याधी यांविषयीचे दु:खरूप विचार त्याच्या मनाला प्रभावित करत राहतात. जेव्हा आपल्या जन्माविषयी आपली खात्री होते, तेव्हा मृत्यूचा भावही निश्चित होतो. त्याचप्रमाणे वृद्धत्व आणि विविध आजारांचे विचारही मनुष्याला आयुष्यभर त्रस्त करत राहतात.

त्यातून सुटका करून घेण्यासाठी मनुष्य आयुष्यभर धडपडत राहतो. गुंतवणूक, विमा, भविष्य किंवा विविध धार्मिक उपाय तो करत राहतो. हे सारं करण्यामागे एकच भाव असतो : हे सारं जीवन दु:खरूप आहे! अशी धारणा होण्याचं कारण म्हणजे अहंकार! 'मी परमात्म्यापासून वेगळा आहे आणि मी माझ्या शक्तीनंच कर्म करतो,' हा भावच दोषस्वरूप असतो.

ज्ञानाची उपासना करणाऱ्याच्या वृत्तीमधून मात्र हा स्वकर्तृत्वभाव निघून जातो आणि पर्यायाने त्याला जन्म-मृत्यू-जरा-व्याधी यांप्रति सामान्यत: असलेल्या दोषस्वरूप दृष्टीचं भान येतं. 'मी परमात्मास्वरूपच असून केवळ विकासार्थ कर्म करण्यासाठी मी हा देह धारण केला आहे,' हे ज्ञान अशा ज्ञानमार्गी मनुष्याला होतं. स्वाभाविकच मग जन्म-मृत्यु-वृद्धत्व आणि व्याधी यांप्रति सामान्य माणसामध्ये जशी दोषदृष्टी असते, तशी त्याच्यामध्ये उरत नाही.

विषयांचं वैराग्य, स्वकर्तृत्वाचा अभिमान न बाळगणं, शरीराचं सारं चलनवलन हे आपल्या स्वत:च्या शक्तीने होत नाही अशी समज असणं आणि जन्ममरणादी दु:खं दोषरूप आहेत हे जाणणं, हे गुण ज्ञानसाधकामध्ये अनायासे येतात.

असक्तिरनभिष्वङ्गः पुत्रदारगृहादिषु ।
नित्यं च समचित्तत्वमिष्टानिष्टोपपत्तिषु ॥१३.९॥

अनासक्ती, पत्नी, मुलं, घर यांच्याविषयी अलोलुपता, इष्ट किंवा अनिष्ट प्राप्त झालं तरी नेहमी चित्ताचं समत्व राखणं...

ज्ञान म्हणजे समज येणं किंवा जाणणं तसंच ज्ञान म्हणजे ईश्वरानुभव किंवा अद्वैतानुभव घेणं. ज्ञानाचे असे दोन अर्थ वेदान्तामध्ये सांगितलेले आहेत. अशा ज्ञानी व्यक्तीची लक्षणं भगवंत इथे विशद करत आहेत.

जगात दु:खं भरलेली आहेत हे जाणून शरीराविषयी उदासीनता येते.

आपण प्रेक्षणीय स्थळं बघण्यासाठी प्रवास करतो किंवा पर्यटनाचा आनंद घेण्यासाठी आपण प्रवास करतो. त्यासाठी आपण प्रथम हॉटेल पाहतो; ते बुक करतो. पर्यटन आणि प्रेक्षणीय स्थळं बघणं हा उद्देश असला तरी हॉटेलमध्ये राहणं ओघानंच येतं. त्यासाठी हॉटेल चांगलं मिळावं ही अपेक्षा असली तरी त्या पर्यटनात आपण हॉटेलमध्ये कायमस्वरूपी मुक्कामासाठी गेलेलो नसतो. म्हणजे पूर्वीच्या भाषेत धर्मशाळा हे कायमचं राहण्याचं ठिकाण नसतं. हॉटेल कसंही असलं तरी आपण तिथे राहतो; स्वत:ला ॲडजस्ट करतो, परंतु ते हॉटेल आपलंच व्हावं किंवा आपणच ते विकत घ्यावं ही आपली अपेक्षा नसते. असा प्रवास करताना आपला तो उद्देश नसतो. आपल्यासाठी प्रेक्षणीय स्थळ बघणं आणि त्याचा आनंद घेणं हे महत्त्वाचं असतं. पर्यटनात प्राचीन शिल्पकला बघण्यात, त्याचा अभ्यास करण्यात किंवा त्यातून काही शिकण्यातही एखाद्याला रस असतो. राहण्याचं ठिकाण तेव्हा दुय्यम ठरतं. म्हणजे असा पर्यटक जसा राहण्याच्या ठिकाणाविषयी अनासक्त असतो, तशीच अनासक्ती ज्ञानी व्यक्तीला या जगाविषयी असते.

ज्ञान म्हणजे ईश्वरानुभव अथवा अद्वैतानुभव. ज्ञानी व्यक्ती केवळ शारीरिक उपभोग घेण्यासाठी लालचावलेली नसते. मनुष्यजन्माबरोबर प्राप्त झालेली पति-पत्नी

किंवा मुलं ही नाती आणि घरदार-जमीनजुमला या गोष्टी तात्कालिक असून त्या जन्मजन्मांतरी बदलणाऱ्या असतात, हे ज्ञानी मनुष्याला ज्ञात असतं. त्यामुळे तो आपल्या सहचाऱ्यावर आणि मुलांवर प्रेम करत असतो, तरी त्या प्रेमात लोलुपता नसते. म्हणजे ज्ञानी व्यक्तीचं मन त्यांच्यामध्ये गुंतलेलं नसतं.

ज्ञानी मनुष्य वस्तूंविषयी निःसंग असतो. त्याच्यामध्ये कोणत्याही प्रकारची लंपटता लेषमात्रही नसते. त्यामुळे घरदार, पत्नी/पती-मुलं यांच्यावर तो मनुष्य मालकी हक्क सांगत नाही. प्रत्येक सुखद किंवा दुःखद घटनेचा आणि मिळालेल्या अथवा न मिळालेल्या ऐश्वर्याचा केवळ साक्षीदार या नात्याने तो अंगीकार करत असतो. उन्हाळ्यात किंवा पावसाळ्यात ज्याप्रमाणे महासागर सारखेच भरलेले असतात, त्याप्रमाणे इष्ट आणि अनिष्ट अथवा चांगलं किंवा वाईट हे सारं ज्ञानी मनुष्य सारखंच मानतो. या गुणांनी युक्त असा पुरुष म्हणजे खरा ज्ञानी आहे असं समजावं. चांगले-वाईट प्रसंग प्राप्त झाले तरी ज्ञानी मनुष्य स्थिर वृत्तीने त्या प्रसंगांना तोंड देतो. कारण त्याला पुनर्जन्माचा खेळ आणि पृथ्वीवरील जन्माचा हेतू ज्ञात झालेला असतो. कर्मानुरूप आणि शिक्षण म्हणून असे इष्ट-अनिष्ट प्रसंग प्राप्त होत असतात, याचं भान त्याला आलेलं असतं. म्हणूनच तो चित्ताचं समत्व राखू शकतो. पर्यायाने तो तात्कालिक सुखाने सुखावून जात नाही आणि दुःखाने मोडूनही जात नाही. संसारात राहूनसुद्धा ज्या मनुष्याला कर्मबंध बाधक होत नाही, तोच खरा ज्ञानी.

भौतिक जगतातही सुख-दुःखात बुद्धीचं समत्व राखणाऱ्या अनेक व्यक्ती होऊन गेल्या आहेत. भगवान श्रीकृष्णाचं सारं जीवनच स्थिरवृत्तीचं होतं. अनेक आव्हाने आयुष्यात येऊनही कृष्ण कधी डगमगला नाही. त्याच्या मुखावरचं आणि वृत्तीतलं हास्य कधी लुप्त झालं नाही. श्रीकृष्णाविषयी अशीच एक पौराणिक कथा आहे.

> एकदा गोपींना यमुना नदी पार करून जायचं होतं. त्या वेळी नदी दुथडी भरून वाहत होती. त्यामुळे गोपींना नदी पार करता येईना. मग त्यांनी श्रीकृष्णाचा धावा केला.
>
> श्रीकृष्ण त्यांना म्हणाला, ''यमुनेला सांगा की, श्रीकृष्ण जर नित्य ब्रह्मचारी असेल तर आम्हाला वाट मोकळी करून दे.''
>
> गोपींनी यमुनेला तशी मनोभावे विनंती केली. ती ऐकून यमुनेने लगेचच गोपींना पैलतीरावर जाण्यासाठी वाट मोकळी करून दिली.
>
> संसारात राहूनही श्रीकृष्ण ब्रह्मचारीच होता!

ब्रह्मचारी म्हणजे अविवाहित नाही. जो अविवाहित असतो तो ब्रह्मचारी असतोच असंही नाही. संसार करूनही ब्रह्मचर्य अवस्था प्राप्त करता येते. जीवनात प्राधान्य कशाला आहे, यावरून मनुष्य संसारात आसक्त आहे का अनासक्त आहे; याची परीक्षा होऊ शकते. ज्ञानसाधना हेच नित्य आणि अंतिम उद्दिष्ट असेल तर संसारसुद्धा अनासक्त वृत्तीने करता येऊ शकतो.

याचा अर्थ, ज्ञानसाधक संसारात कुणावर प्रेम करत नाही असा होत नाही. उलट त्याच्या वृत्तीतल्या प्रेमभावाला वैश्विकता प्राप्त झालेली असते. असा ज्ञानसाधक आपल्या गणगोतावर जसं प्रेम करतो किंवा त्यांची चिंता वाहतो, तसंच प्रेम आणि चिंता तो सर्व विश्वाची वाहतो. म्हणूनच समर्थ रामदास म्हणत, *चिंता करितो विश्वाची*

सुख आणि दु:ख हे भौतिक जीवनातील आनुषंगिक घटक असतात. एकापाठोपाठ एक त्यांचा क्रम लागलेलाच असतो. त्यांना कुणीही टाळू शकत नाही. मात्र सुखदु:खांचं स्वरूप आणि कार्यकारणभाव जर ध्यानात आला, तर मनुष्य या दोन्ही घटकांपासून स्वत:ची सुटका करून घेतो. अर्थातच तो संसाराविषयी अनासक्त होतो. हेच ज्ञानसाधकाचं लक्षण असतं. अर्थातच मग पत्नी, मुलं, घर अशा कोणत्याच गोष्टींविषयी त्याच्या मनात लोलुपता राहत नाही. पर्यायाने इष्ट किंवा अनिष्ट म्हणजे चांगलं किंवा वाईट प्राप्त झालं तरी त्याच्या चित्ताचा समतोल बिघडत नाही.

कोणत्याही ऋतूमध्ये आकाशाच्या मूळ स्वरूपात कोणताच फेरबदल होत नसतो. त्याप्रमाणे चांगल्या-वाईट प्रसंगांमध्ये म्हणजे सुख-दु:खांमुळे ज्ञानी पुरुषाच्या वृत्तीमध्ये कोणताच बदल होत नाही. वाटसरू जसा काही काळ अनासक्त वृत्तीने धर्मशाळेमध्ये थांबतो, तसा ज्ञानसाधक हा संसारामध्ये स्थिरावतो.

मयि चानन्ययोगेन भक्तिरव्यभिचारिणी ।
विविक्तदेशसेवित्वमरतिर्जनसंसदि ॥१३.१०॥

माझ्या ठिकाणी अनन्यभावाने न ढळणारी अशी एकनिष्ठ भक्ती असणं, शुद्ध आणि पवित्र अशा एकान्त जागी राहणं, विषयासक्त लोकांच्या संगतीत आनंद न वाटणं म्हणजेच जनसमूहात जाऊन मिसळण्याची आवड नसणं (ही ज्ञानी पुरुषाची आणखी लक्षणं होत.)

या अध्यायातील सातव्या श्लोकापासून ज्ञानी होण्यासाठी अत्यावश्यक असे कोणते गुण असतात, ते भगवान सांगत आहेत. म्हणजे योग्य प्रकारे जो ज्ञानसाधना करतो त्याच्याकडे हे गुण ओघानंच आलेले असतात.

या श्लोकात एकनिष्ठ अनन्य भक्ती, शुद्ध आणि पवित्र स्थानी वास्तव्य करणं आणि विषयासक्त लोकांच्या संगतीत न राहणं ही ज्ञानी मनुष्याची आणखी काही लक्षणं भगवान सांगत आहेत.

यापूर्वी सांगितलेले आणि यानंतरचे सर्व गुण अंगीकारल्यानंतर 'अर्थशून्य वाटे मज हा कलह जीवनाचा' अशी ज्ञानी माणसाची मनोभूमिका होते. अर्थात तसं वाटण्यात नैराश्य नसतं किंवा अगतिकता नसते, तर सत्याचं ज्ञान झाल्यामुळे त्याच्या भूमिकेत केवळ आनंदच उरलेला असतो. म्हणजे ईश्वराची आत्यंतिक निष्ठेने भक्ती करणं या गोष्टीलाच काय तो अर्थ आहे, अशी त्याची भूमिका बनलेली असते. काया-वाचा-मने त्याने भगवंताचाच ध्यास घेतलेला असतो.

अशा ज्ञानी मनुष्याला शुद्ध, पवित्र आणि एकान्त स्थळी वास्तव्य करायला आवडतं. शुद्ध म्हणजे जिथे विचारांची अशुद्धी नाही असं स्थान. चकचकीत घरं किंवा हॉटेल्स ही स्थाने शुद्ध असतातच असं नाही. उलट अशा ठिकाणी ज्ञानी व्यक्ती रमू शकत नाही. कारण तिथे भोगांचे किंवा भोगविषयांचे दर्प हे असतातच. म्हणून जिथे मनुष्याने स्पर्श न केलेलं नैसर्गिक सौंदर्य आहे आणि नकारात्मक विचारांनी

वातावरण ढवळलेलं नाही आणि जिथे कोणत्याही प्रकारचा गोंगाट नाही, अशा ठिकाणी वास्तव्य करायला त्याला आवडतं.

अशा ठिकाणी वास्तव्य करताना भगवंतप्राप्तीशिवाय अन्य कोणतीच इच्छा त्याच्या मनात उरलेली नसते. विषयासक्त लोकांमध्ये आणि त्यांच्या भौतिक विषयांविषयीच्या चर्चेत सहभागी होण्याचा त्याला उबग आलेला असतो. कारण विषयासक्त व्यक्ती आत्मकेंद्री असण्याचीच अधिक शक्यता असते. त्यांची जीवननिष्ठाच स्व-सुखाभोवती फिरत असते. त्यांना मित्रमंडळी हवी असतात तीसुद्धा स्व-सुखासाठी. त्यांच्या चर्चेचे विषय हे पैसा, राजकारण, पर्यटन, चित्रपट-मालिका, फॅशन किंवा खरेदी यांभोवतीच फिरत असतात.

ज्ञानी मनुष्याला अशा कोणत्याच विषयांमध्ये मुळीच रस नसतो. कोणत्याही वादविवादात तो सहभागी होत नाही. हा सगळा विनाकारण काथ्याकूट आहे, हे त्याच्या ध्यानात आलेलं असतं. देव आहे का नाही, देव असेल तर समाज असा का, मृत्यूनंतर जीवन आहे का नाही, या आणि अशा तऱ्हेच्या कोणत्याही विषयात त्याला रस उरलेला नसतो. कारण या साऱ्यांमधलं वैय्यर्थ त्याने जाणलेलं असतं. म्हणून तो अशा शुष्क आणि मिथ्या गोष्टींच्या चर्चांमध्ये सहभागी होत नाही.

अशीच एक दृष्टान्तकथा आहे :

> या विश्वात एक मिथ्या पुरुष एकान्त स्थळी निर्माण झाला. त्याला वाटू लागलं, हे आकाश मीच निर्माण केलं आहे. प्रकाशाचाही रक्षणकर्ता मीच आहे! (आपला जीवभावच हे सारं निर्माण करत असतो.)
>
> त्याने असा विचार करताच कल्पित आनंदाचं आकाशगृह एकाएकी नाश पावतं. त्यामुळे तो दुःखी होतो. तरीही, आपण आकाशाचे रक्षणकर्ते आहोत, हा त्याचा भ्रम काही केल्या दूर होत नाही.
>
> मग आकाशाच्या रक्षणासाठी तो विहीर खणतो. आपण आकाशाचं विहिरीत रक्षण केलं आहे या आनंदात तो काही काळ असतानाच ती विहीर आणि त्यातलं आकाश नाश पावतं.
>
> मग तो आकाशाचं कुंभात रक्षण करतो. पुढे कुंड, चौसोपी वाडा इथेही तो आकाशाला सुरक्षित ठेवू पाहतो. पण तिथूनही आकाश नष्ट होतं.
>
> म्हणजे त्याला वाटत असलेली त्याची निर्मिती नष्ट होते. तरीही मोहापायी तो निर्मिती करतच राहतो.

या दृष्टान्तकथेतील कूप, कुंभ, कुंड, वाडा म्हणजेच स्थूल देह! तो नाशच पावणारा असतो; पण स्थूलाला धारण करणाऱ्या आत्म्याविषयी मात्र व्यक्ती कायम अनभिज्ञच राहते. ती सतत कर्मप्रवृत्त राहते. पण तिला कायमचं सुख कधीच लाभत नाही. भौतिक भोग भोगणाऱ्यांची अशीच अवस्था असते. मोहापायी ते नवनवीन निर्मिती करतच राहतात. आकाशाला आपल्या कवेत घेऊ पाहतात. सिद्ध झालेल्या कर्माचं श्रेय स्वत:कडे घेऊ पाहतात, पण ते सारं व्यर्थ ठरतं. तरीही ते अहंकाराने निर्मिती करतच राहतात. आयुष्य सरतं पण हाती काही लागत नाही; आणि संभ्रमित अवस्थेतच त्यांचा अंत होतो.

ज्ञानसाधक अशा भ्रमात अडकत नाही. सुख मिळवण्यासाठी तो कोणत्याही भोग्य विषयांना जवळ करत नाही.

चैनीचे विषय, खाणं-पिणं, खरेदी, मौजमजा, सिनेमा-नाटक, चकाट्या पिटणं, दुसऱ्याची उणीदुणी काढणं, टिंगलटवाळी करणं यांसारख्या विषयात अनेक भोगी लोक रमतात. अशा लोकांना आपल्या भौतिक वासना पुऱ्या करण्यासाठी देवाच्या कृपेची केवळ अपेक्षा असते. त्यासाठी ते देवाला पार्टनर करून घ्यायलाही पुढेमागे पाहत नाहीत! म्हणजे परमेश्वराविषयीसुद्धा भाव नाही, तर तिथे केवळ व्यवहार होतो!

परमात्मस्वरूप आराध्य दैवताला भक्त दोन भावनांनी काहीतरी देत असतो. पहिली भावना म्हणजे, देव माझं जीवन चालवतो. त्यामुळे त्याला त्याचा भाग देणं हे माझं कर्तव्य आहे, या भावनेने भक्त देवकार्याला काही देत असतो. अशा भक्ताच्या या भावनेत निरपेक्षता असते; कृतज्ञता भाव असतो. तर दुसरा व्यावहारिक उपासक देवाने मला आणखी आणखी द्यावं या हेतूने देवाचा भाग काढत असतो. म्हणजे देवालाही असा भक्त स्वत:च्या भौतिक वासनामय जीवनात अडकवू पाहतो.

यांमधील कोणता भक्त श्रेष्ठ आहे, ते आपणच ठरवायचं.

जीवन हे केवळ उपभोगासाठी आहे असं या भोगवादी लोकांना वाटत असतं. त्यामुळे भरपूर पैसा कमवायचा, तो उडवायचा, अनियमिततेमुळे मग हॉस्पिटलची बिलं भरायची, पन्नास हप्ते भरत तणावपूर्ण जीवन जगत राहायचं यातच जीवन कसं निघून जातं, ते कळतही नाही. म्हणजे भ्रान्त ईश्वरवादी, भोगवादी आणि निरीश्वरवादी अशा कोणत्याच समूहात ज्ञानी व्यक्ती रमू शकत नाही.

आपलं मन हे दुधासारखं असतं. ते जगत्‌रूपी पाण्यात लगेच एकरूप होऊन जातं; पण जेव्हा दुधापासूनच लोणी निघतं, तेव्हा मात्र ते पुन्हा दुधात मिसळू शकत नाही. त्याचप्रमाणे ज्ञानामुळे जेव्हा दैवी वृत्तीरूपी नवनीत निघतं, तेव्हा ते सामान्यांच्या विषयांमध्ये रमत नाही. उलट भगवंताने निर्माण केलेली अद्वितीय सृष्टी, निसर्गसौंदर्य,

आकाशगंगा, सुंदर वनश्री, अद्भुत संगीत, चांदणं अशा आत्मिक आनंद देणाऱ्या ईश्वरनिर्मित विषयांमध्ये दैवी व्यक्ती रमते; तशी रुची असणाऱ्यांमध्येच ती रमू शकते.

हे सारे दैवी गुण संपादन करण्यासाठी अव्यभिचारिणी भक्ती करणं हा एकमेव उपाय आहे असं भगवंत सांगतात. त्यासाठी कोणताही सुप्त हेतू मनात न ठेवता भगवंताशी तादात्म्य साधता आलं पाहिजे. केवळ एखाद्या वस्तूची प्राप्ती व्हावी किंवा प्रश्न सुटावेत म्हणून जर भगवंताची भक्ती केली, तर ती व्यभिचारिणी भक्ती होते. भगवंतप्राप्तीशिवाय अन्य कोणताच हेतू मनात न आणता केलेली भक्ती ही अव्यभिचारिणी भक्ती असते.

अशी अनन्य भक्तीची अवस्था प्राप्त झाली म्हणजे ज्ञानी माणसाचा जीवनविकास होतो. त्याला शुद्ध आणि पवित्र अशा ठिकाणी जाऊन एकान्तात वास्तव्य करावंसं वाटतं. एकान्तवास म्हणजे एकटेपणा नव्हे. उलट एकटेपणाची जाणीव निःशेष होऊन स्वतःमधल्या ईशतत्त्वाच्या अस्तित्वाची जाणीव तिथे होते आणि त्यामुळे ध्यान साध्य होतं. मग असा भक्त असीम आनंद अनुभवत राहतो.

एकान्त प्रिय असणारा अनन्य भक्त खरा ज्ञानी होय. विषयासक्त लोकांमध्ये तो रमत नाही. निष्काम बुद्धीने तो लोकसंग्रहार्थ कर्म करतो. जगातल्या अर्थशून्य कलहात मात्र तो अडकत नाही.

अध्यात्मज्ञाननित्यत्वं तत्त्वज्ञानार्थदर्शनम् ।
एतज्ज्ञानमिति प्रोक्तमज्ञाने यदतोऽन्यथा ॥१३.११॥

आध्यात्मिक ज्ञानाचं नित्य भान असणं, तत्त्वज्ञानाच्या सिद्धान्तानुरूप परमात्म्याला सर्वत्र पाहणं, त्याचं परिशीलन करणं, यांना ज्ञान असं म्हणतात. याखेरीज जे काही अन्य आहे ते अज्ञान असतं.

ज्ञान काय असतं आणि ते कुणाला प्राप्त होतं, याची चर्चा भगवान या अध्यायातील सातव्या श्लोकापासून करत आहेत. त्याची सांगता त्यांनी या श्लोकात केली आहे. ज्ञानासाठी कोणते गुण ज्ञानसाधकामध्ये आवश्यक असतात किंवा ते अनायासे येतात, ते या सात ते अकरा श्लोकांमध्ये त्यांनी सांगितलं आहे. ते गुण म्हणजे अभिमान नसणं, दंभ न करणं, अहिंसा, क्षमा, सरलता, आचार्यसेवा, शुचिर्भूतपणा, स्थैर्य, मनोनिग्रह, कर्माचा अहंकार न बाळगणं, जन्म-मृत्यू-जरा-व्याधी यांविषयीची दुःखं दोषरूप आहेत हे जाणणं, अनासक्ती, पत्नी-मुलंबाळं, घरदार यांविषयी लोलुपता नसणं आणि चित्ताचं समत्व राखणं हे गुण ज्ञानसाधकामध्ये आवश्यक असतात, असं भगवंतांनी आत्तापर्यंत सांगितलं. या प्रत्येक गुणाचं विवेचन आपण समजून घेतलं आहे.

प्रस्तुत श्लोकात या गुणवैशिष्ट्यांची सांगता करताना भगवान म्हणतात, आध्यात्मिक ज्ञानाचं नित्य भान असणं, तत्त्वदृष्टीने परमात्म्याला सर्वत्र पाहणं आणि त्याचं परिशीलन करणं म्हणजे ज्ञान असतं. याखेरीज सारं काही अज्ञान असतं.

अशी ज्ञानसाधना करायची झाल्यास अध्यात्मज्ञान हेच नित्य ज्ञान आहे; दुसरं काहीही नाही, अशी समज सर्वप्रथम मनात स्थिरावली पाहिजे. अर्थात अशी बुद्धी होण्यासाठी प्रथम अध्यात्मज्ञान म्हणजे काय, ते समजून घेतलं पाहिजे. अध्यात्मज्ञान म्हणजे जीव आणि शिव यांचं मिलन. ही योगस्थ अवस्था म्हणजेच भक्ती. भक्ती सिद्ध होण्यासाठी 'अहम्,' 'मन,' आणि 'बुद्धी' ही तीन आंतरिक साधने अत्यावश्यक

असतात. या तिन्हींचा अभ्यास करणं म्हणजे खरं अध्यात्म असतं. भजन करणं, उपवास करणं, जप-तप, पूजा-अर्चना करणं हा उपासनेचा भाग असतो. उपासना ही भक्तीसाठी वृत्ती तयार करण्यासाठी आवश्यक असते; पण उपासना म्हणजे भक्ती नव्हे, हे ध्यानात घेतलं पाहिजे. उपासना हा अध्यात्मज्ञानाकडे जाण्याचा एक भाग होऊ शकतो.

अध्यात्म म्हणजे आपल्या मनाचं स्वरूप जाणण्याचा, अर्थात जीवभूत प्रकृतीला ओळखण्याचा प्रयत्न करणं. मन हे संवेदनशील असतं; ते अशक्त आणि दुर्बळही असतं. म्हणजे मुळात ते तसं नसतं; पण ते परिस्थितीनुरूप आणि कालानुरूप तसं घडत जातं! जगताना मनावर अनेक आघात होतात, पुष्कळ गोष्टी मनासारख्या होत नाहीत. याउलट एखाद्याच्या मनासारख्याच साऱ्या गोष्टी होत जातात आणि त्यामुळे त्याचा अहंकार बळावत जातो. असा अहंकार केव्हा ना केव्हातरी जीवाचा घात करणार असतो. त्यामुळे मनाला फार सुखही सहन होत नाही आणि फार दुःखही सहन होत नाही. ही दोन्ही कारणं मनाला अशक्त आणि असंवेदनशील बनवतात. भोगवादी जगातले बाह्य प्रभाव मनाला दुर्बल, अशक्त आणि असंवेदनशील बनवत असतात. म्हणून सर्वप्रथम आपल्याला मनाच्या खऱ्या सामर्थ्याची ओळख करून घेता आली पाहिजे. मनाचं सामर्थ्य ओळखण्याचा प्रयत्न हा अध्यात्माचाच एक भाग असतो.

> एखाद्या तरुणीचा नवरा युद्धात मारला जातो. त्याचं शव गावात आणलं जातं. त्याची पत्नी आपल्या पतीच्या प्रेताकडे पाहत राहते. पतिनिधनाचा कमालीचा धक्का तिला बसलेला असतो. दुःखातिरेकामुळे तिला रडू येत नसतं, पण तिने रडायला हवंच असतं. अन्यथा ती मानसिक संतुलन बिघडून बसते. नातेवाईक शोक करत असतात, पण तिच्या नेत्रांमधून टिपूस गळत नसतं. तेव्हा एक जाणकार वृद्धा पुढे होते; आणि तिचं तान्हं बाळ तिच्या हातात नेऊन देते. बाळाकडे पाहिल्याबरोबर ती हंबरडा फोडते; आणि म्हणते, 'बाळा, तुझ्यासाठी मी नक्कीच जगणार...'

अशा तऱ्हेने मन पराकोटीचं दुःखही सहन करत असतं.

मनाचं सुख हेही सापेक्ष असतं. कधी एकाच्या दुःखाने दुसऱ्याचं मन सुखावतं; तर कधी एखाद्याच्या सुखाने दुसऱ्याचं मन दुःखी होतं. मनाचा सखोल अभ्यास करून ते समर्थ बनवलं पाहिजे. मग साधकाने बुद्धीचं स्वरूप जाणायचा प्रयत्न केला पाहिजे.

प.पू. पांडुरंगशास्त्री आठवले प्रतिपादन करतात की, शास्त्रीय मूर्तिपूजेतून मन शक्तिशाली (Powerful), प्रगमनशील (Progressive) आणि संवेदनशील (Sensitive) होतं. ही मूर्तिपूजा प्रथम भौतिक पातळीवरची असली तरी ती अंतिमतः मानसिक स्तरावर करायची असते.

मनानंतर बुद्धीचा प्रांत येतो. अध्यात्मज्ञानासाठी बुद्धीची फार आवश्यकता असते. आपली बुद्धी ही भौतिक जगतातच रमलेली असते. बुद्धी वापरून निरनिराळे अभ्यास करून पदव्या मिळवायच्या, मोठ्या कंपनीत नोकरीला लागून, तेवढ्याच मर्यादित बुद्धीच्या आधाराने काम करत राहायचं एवढ्यासाठीच बुद्धी वापरली जाते. खरं तर बुद्धीचा प्रांत फार विशाल आहे. अध्यात्मज्ञानाच्या दृष्टीने बुद्धीचा प्रज्ञाभाव जागृत होणं फार महत्त्वाचं असतं. त्यासाठी स्व-अध्याय अपरिहार्य असतो. अध्यात्मज्ञान देणाऱ्या ग्रंथांचं वाचन करणं, सम आवडीच्या लोकांबरोबर चर्चा करणं, आध्यात्मिक व्यक्तींशी नित्य सत्संग करणं हेही आवश्यक असतं.

बुद्धीचे तीन भाग होतात : विचार, भावना आणि क्रिया. एकच बुद्धी वेगवेगळ्या स्वरूपात व्यक्त होत असते. बुद्धी बहिर्मुख केली तर एक विचार आणि अंतर्मुख केली तर दुसरा विचार असतो. म्हणजे बुद्धी तीच, पण तिच्या आधारे केलेलं दोन माणसांचं चिंतन भिन्न! गुलाबाचं फूल एकाला ते प्रेयसीला द्यावंसं वाटतं, तर दुसऱ्याला ते देवाच्या पायावर वाहावंसं वाटतं. जसं चिंतन असतं, तसे विचार आणि क्रिया घडत जातात. चिंतनात फरक पडला की भावनेत फरक पडतोच. भोग्य गोष्टींकडे चटकन आकर्षित होणारी बुद्धी भगवंताकडे वळवता आली पाहिजे; ते कसं करायचं?

बुद्धी भगवंताकडे वळवायची झाल्यास तिला प्रथम अंतर्मुख करायला हवं. कारण आत्मीय भावनेने केलेल्या भगवद्चिंतनामुळे अंतःकरणामध्ये ओलावा निर्माण होतो. केवळ बाह्य विषय सोडले म्हणजे आंतरिक विकास साधत नाही. म्हणजे पराङ्मुखता आणि अंतर्मुखता या दोन्ही क्रियांची आवश्यकता असते. बाह्य विषयांपासून पराङ्मुखता साधली की मग अंतर्मुखता साधली पाहिजे. त्यानंतर मग आंतरिक त्यागही आवश्यक असतो. अहंकार, अभिलाषा, वासना किंवा आसक्ती इत्यादींचा आंतरिक त्याग करता आला पाहिजे. असा त्याग केल्यानंतर माणसाची भगवंतावर अव्यभिचारी भक्ती निर्माण होते. मग भक्ताला स्व-स्वरूप आणि ईशस्वरूप या दोन्ही गोष्टी उमजतात.

स्व-स्वरूप आणि ईशस्वरूप एकच आहेत हे उमजणं हेच अंतिम ज्ञान असतं. ते ज्ञान झाल्यावर बाकी सारं अज्ञान आहे हे ध्यानात येतं. असा हा अध्यात्मज्ञानाचा शास्त्रशुद्ध मार्ग आहे. निदिध्यासपूर्वक हा मार्ग सखोल जाणून घेतला पाहिजे.

अध्यात्मज्ञान हे नित्य आहे हे बुद्धीने समजून घेतलं पाहिजे. तत्त्वज्ञानाचे सिद्धान्त अध्यात्मज्ञानाचा मार्ग प्रकाशित करतात. त्या सिद्धान्तांच्या साहाय्याने ज्ञानाचं स्वरूप ध्यानात आलं की भक्त अज्ञानाकडे वळूच शकत नाही.

ज्ञेयं यत्तत्प्रवक्ष्यामि यज्ज्ञात्वामृतमश्नुते ।
अनादिमत्परं ब्रह्म न सत्तन्नासदुच्यते ॥१३.१२॥

ज्ञेय म्हणजे काय, ते मी आता तुला सांगतो. जे जाणल्याने तू अमृताचा आस्वाद घेशील. ते अनादि आणि प्रकृतीच्या पलीकडचं ब्रह्म आहे. त्याला सत्‌ही म्हणता येत नाही आणि असत्‌ही म्हणता येत नाही.

ज्ञेय म्हणजे जे जाणायचं आहे ते. असं ते कोणतं तत्त्व आहे, जे जाणल्याने साधक अमृतत्व म्हणजे मोक्ष मिळवू शकतो? भगवान त्याविषयीच अर्जुनाला आता सांगत आहेत.

व्यक्त आणि अव्यक्त ही परमेश्वराचीच स्वरूपं असली तरी खरं परमतत्त्व हे या दोहोंपलीकडचं म्हणजे पूर्णपणाने अगम्य आहे. परब्रह्म आहे असंही म्हणता येत नाही आणि नाही असंही म्हणता येत नाही. ते आरंभयुक्त नसून परा-अपरा प्रकृतींच्याही पलीकडचं आहे. परब्रह्म हेच विश्वाच्या निर्मितीचं निमित्त आहे. ते उपादानकारण आहे तसंच ते उपाधिरहितही आहे. एखादा शिल्पकार पाषाणाची मूर्ती बनवतो, तेव्हा तो निमित्त बनलेला असतो. परंतु परब्रह्म मात्र निमित्तमात्र नाही. ते परब्रह्म मनुष्याला निमित्तमात्र ठरवतं. शिल्पकार गेला तरी त्याने घडवलेलं शिल्प मागे टिकाव धरू शकतं; पण आत्माच गेला तर मनुष्याचं अस्तित्वही संपुष्टात येतं, कारण आत्मा हा उपादानकारणही आहे. उदाहरणार्थ, शिल्पातला पाषाण हे उपादानकारण असतं. शिल्पातल्या पाषाणाचं म्हणजे दगडाचंच अस्तित्व संपुष्टात आलं तर ते शिल्पही उरणार नाही.

त्याचप्रमाणे परब्रह्म हे निमित्त आहे, उपादानकारण आहे तसंच ते उपाधिरहितही आहे. म्हणजे त्याला कोणतेच गुण चिकटलेले नाहीत. असं ते परब्रह्म ज्ञानगम्य आहे. तेच ज्ञेय म्हणजे जाणण्याचा विषय आहे. लांबीरुंदीशिवाय असलेले बिंदू तत्त्वतः लांब रेषा निर्माण करतात. त्याचप्रमाणे लांबीरुंदीशिवाय असलेल्या ब्रह्मापासून हे सारं जग

तयार होतं. जगरहाटी सुरू व्हावी यासाठी काळाची आवश्यकता असते. म्हणून काळ सुरू झाला की जग आकाराला येतं. पण परब्रह्म हे कालातीत असल्यामुळे त्याला आदी-अंतच नाही. ज्ञानावाचून दुसऱ्या कोणत्याही उपायांनी परब्रह्म जाणून घेता येत नाही. आता ते ब्रह्म नाही असं म्हटलं तर ते विश्वाच्या आकाराने प्रतीत होतं आणि ते विश्वच ब्रह्म आहे असं म्हटलं तर भौतिक विश्व हाच मिथ्याभास असतो. म्हणजे तो आभास असतो. आता आभासात सत्य कसं सापडणार? मृगजळात पाणी कसं मिळणार?

ब्रह्माला लक्षण, आकार, रंग आणि रूपही नाही. दृश्य आणि द्रष्टा ही स्थिती नाही. समजा, चुकून ब्रह्म बघता आलं तर ते पाहून मती कुंठित होईल. भाषा मुकी होईल आणि विचारांना वाट सापडणारच नाही. त्यामुळेच परब्रह्म हे वर्णनातीत आहे.

डेरा, घागर, परळ यांमध्ये माती जशी तो तो आकार धारण करते, त्याप्रमाणे परब्रह्म सर्व जगतांत सर्व पदार्थ होऊन राहिलं आहे. सुती साडी, पॅन्ट, शर्ट किंवा चादर यांमधला सुताचा धागारूपी तत्त्व एकच असतं त्याप्रमाणे ब्रह्म सर्व विश्व व्यापून आहे. कपड्यांमधला दोराच काढून घेतला तर ज्याप्रमाणे कपड्याला काही अर्थच उरणार नाही, त्याप्रमाणे विश्वातून ब्रह्मच निघून गेलं तर विश्वाचं अस्तित्वच उरणार नाही. अशा या ब्रह्माला कुणीही जाणू शकत नाही. याचा अर्थ जाणणं शक्य नाही, असंही नाही. आध्यात्मिक ज्ञानाची नित्य चर्चा, तत्त्वज्ञानविषयक चर्चा, सिद्धान्तस्वरूपाने ईश्वराला पाहणं, भक्ती करणं आणि योगारूढ होणं इत्यादी मार्गांनी जर ब्रह्मानुभूती मिळालीच तर असा माणूस थेट मोक्षालाच प्राप्त होतो. मोक्ष हे कुठे अंतराळातलं स्थान नाही. समुद्रात कुठेही हात घातला तर तो ओला होणारच. ब्रह्म जर सर्व विश्व व्यापून आहे तर ते आपल्या सभोवती आणि आपल्या अंतरंगातही आहे. किंबहुना ते आहे म्हणूनच हे विश्व आणि आपण आहोत. शास्त्रशुद्ध अध्यात्मज्ञान प्राप्त करून त्या ब्रह्माची अनुभूती घेता येऊ शकते. आणि तशी अनुभूती मिळाल्यानंतर इथल्या इथे मोक्षप्राप्ती होऊ शकते. म्हणजे साधक परमानंदस्वरूप होऊ शकतो. तीच गोष्ट भगवान या श्लोकातून सांगत आहेत.

तांब्याचं पिंप, तांब्याची घागर किंवा तांब्याची लोटी यांचा आकार वेगवेगळा असतो, परंतु त्यातलं मूळ तांबं हे तत्त्व एकच असतं. त्याचप्रमाणे ब्रह्मतत्त्व हे सर्व प्राणिमात्रांमध्ये त्या त्या पदार्थांचं, प्राण्यांचं आणि वस्तूंचं रूप घेऊन राहतं. ज्ञान हाच अशा सत्-असत्च्या पलीकडच्या परब्रह्माला जाणून घेण्याचा एकमेव मार्ग आहे. हे जो जाणतो तो थेट मोक्ष प्राप्त करतो.

सर्वतःपाणिपादं तत्सर्वतोऽक्षिशिरोमुखम् ।
सर्वतःश्रुतिमल्लोके सर्वमावृत्य तिष्ठति ॥१३.१३॥

ज्याचे (ब्रह्मतत्त्वाचे) हातपाय सर्वत्र भरून राहिले आहेत, ज्याचे नेत्र, शिर, मुखं सर्वत्र भरली आहेत, ज्याचे कान सर्वदूर आहेत असं ते (ब्रह्मतत्त्व) विश्वामध्ये सर्वत्र व्यापून राहिलं आहे.

भूत, भविष्य, वर्तमान अशा तिन्ही कालांमध्ये तसंच सर्व विश्वामध्ये स्थूल किंवा सूक्ष्म प्राणिमात्रांकडून जी जी क्रिया होते, तेच ब्रह्माचे हात आहेत. स्थलकालाचा परिणाम त्यांच्या क्रियेवर होत नाही. ती क्रिया म्हणजेच ब्रह्माचे हात आहेत. असा तो विश्वबाहू आहे. सर्वव्याप्त असं हे ब्रह्म सर्व ठिकाणी एकाच वेळेस विद्यमान असतं. म्हणूनच त्याला 'विश्वांघ्री' म्हणजे सर्वत्र चरण असलेला असं म्हणतात. सूर्याचे किरण हेच सूर्याचे नेत्र असतात. त्याप्रमाणे परब्रह्म हे पदार्थ-स्वरूप असल्यामुळे ते सर्वांना पाहणारं 'विश्वत्श्चक्षू' आहे. त्याला सर्वत्र नेत्र आहेत. हे परब्रह्म सर्वांच्या मस्तकावर नित्य नांदत असतं. सर्वत्र मस्तकं असलेलं म्हणून 'विश्वमूर्धा' असं त्याला म्हणतात. अग्नीचं मुख अग्नीत असतं. त्यात 'हवी' किंवा समिधा टाकल्यावर ते स्वाहा करतं. त्याप्रमाणे सर्वव्याप्त ब्रह्म सर्व अंगाने भोग भोगत असतं. म्हणूनच ते 'विश्वतोमुख' आहे. आकाशाप्रमाणे या परब्रह्माला सर्वत्र शब्दमात्रांच्या ठिकाणी कान आहेत. म्हणूनच कोणाही मनुष्याने बोललेला प्रत्येक शब्द हा अवकाशात स्थिर होतो किंवा मुद्रित होतो, असं म्हणतात.

सागराची एक लाट जाऊन दुसरी लाट निर्माण होते. म्हणजे प्रत्येक लाट वेगळी असते असं नाही. ती केवळ तशी भासते. ती लाट त्या सागराचाच भाग असते. त्याप्रमाणे परब्रह्माचं स्वरूप प्राणिमात्रांच्या रूपाने लाटेसारखं उसळलेलं जाणवतं, परंतु ते प्राणिमात्र लाटेप्रमाणे एकरूप अशा परब्रह्माचाच अंश किंवा भाग असतात. लाट उसळली की ती सागराहून वेगळी वाटते. त्याप्रमाणे सृष्टी व्यक्त झाली की ती

परब्रह्माहून वेगळी भासते. लाट पुन्हा सागरात मिसळली की तिचं अस्तित्व जाणवत नाही. ते सागरातच लय पावतं. त्याप्रमाणे जे व्यक्त असतं, ते लय पावलं की ते अव्यक्त होतं. त्याचं अस्तित्व जाणवत नाही. सागर आणि लाटा भिन्न नसतात त्याप्रमाणे व्यक्त आणि अव्यक्त भिन्न नसतं. सागराप्रमाणेच हे परब्रह्म अथांग आणि क्षितिजाच्या मर्यादेपलीकडे व्यापून राहिलेलं आहे.

ब्रह्माच्या संदर्भात 'बृहदारण्यक उपनिषदा'मधली एक कथा ऐकण्याजोगी आहे.

बालाकी हा बलाकाचा पुत्र. तो गार्ग्य कुलात जन्मलेला असल्यामुळे लोक त्याला गार्ग्यच म्हणत. तो एकदा काशिराज अजातशत्रूकडे गेला आणि म्हणाला, ''राजा, मी तुला ब्रह्म काय आहे ते सांगतो.'' हा गार्ग्य एका ब्रह्माबरोबरच अनेक ब्रह्म भिन्न स्वरूपात आहेत असं मानणारा होता. अर्थात प्रत्येक शरीरभेदानुसार वेगवेगळी ब्रह्म असून ती शरीराच्या नाशाबरोबर नाश पावणारी आहेत असं मानणारा होता.

गार्ग्य हा गर्विष्ठ ब्राह्मण होता परंतु तो बुद्धिमान होता. तसाच तो बोलण्यातही प्रवीण होता. याउलट अजातशत्रू हा आत्मदर्शी होता. त्याच्यापुढे आत्मज्ञानी जनक राजाचा आदर्श होता. त्या काळी जनकराजाविषयी सर्वत्र दबदबा होता. जनक स्वत: ब्रह्मज्ञानी असून तो त्याचा राज्यकारभारही उत्तम प्रकारे सांभाळत असे. आपल्याला जर ब्रह्मज्ञान झालं तर लोक जनकाबरोबर आपलंही नाव आदराने घेतील या हेतूने अजातशत्रूने गार्ग्याचं आनंदाने स्वागत केलं. त्याने ब्रह्मज्ञानाच्या बदल्यात गार्ग्याला एक सहस्र गायी देऊ केल्या.

मग दोघे एकत्र बसले. गार्ग्य म्हणाला, ''राजा, आदित्यामध्ये जो पुरुष आहे त्याची मी ब्रह्मरूपाने उपासना करतो.'' म्हणजे सूर्यामधल्या वेगळ्या ब्रह्माची मी उपासना करतो असं त्याला म्हणायचं होतं.

त्यावर अजातशत्रू म्हणाला, ''मीपण सूर्योपासना करतो; पण ज्या प्रकारे तू उपासना करतोस, तशी मात्र मी करत नाही. तू सूर्याला आकारबद्ध ठरवून आणि त्याच आकाराला परिपूर्ण मानून तू उपासना करतोस. मी त्या आदित्यासह सर्व चराचराला व्यापून असलेल्या एकमात्र ब्रह्माची उपासना करतो. त्यामुळे तुझ्याकडे यापेक्षा वेगळं काही सांगण्याजोगं असेल तर ते मला सांग.''

यावर गार्ग्य म्हणाला, ''चंद्रामध्ये जो पुरुष आहे त्याची मी ब्रह्मरूपाने उपासना करतो...''

राजा लगेच म्हणाला, ''मीपण चंद्राची उपासना करतो. पण ज्या प्रकारे तू ती करतोस, तशी मात्र मी करत नाही. चंद्र म्हणजे शुभ्र वस्त्र धारण करणारा सोमराजा आहे, असं मानून मी त्याची उपासना करतो. याप्रमाणे जो त्याची उपासना करतो त्याच्यासाठी 'सोम' हा नित्य सोमरस ठरतो. त्या उपासकाचं अन्न कधीच क्षीण होत नाही.''

म्हणजे राजाला म्हणायचं होतं की, वनस्पतींच्या वाढीला चंद्राची अत्यंत आवश्यकता असते. वनस्पतींचा राजा म्हणजे सोमवल्ली. सर्व प्रकारच्या यज्ञांमध्ये सोमवल्लींना अतिशय महत्त्व असतं. हे जाणून जो सोमदेवाची म्हणजेच चंद्राची उपासना करतो, त्याला अन्नाची कधी कमतरता भासत नाही. थोडक्यात उपयुक्ततेच्या त्या त्या संदर्भातून सूर्य-चंद्रामध्ये असलेल्या एकाच प्राणस्वरूप ब्रह्माची मी उपासना करतो, असं राजाला म्हणायचं होतं.

मग गार्ग्य राजाला म्हणाला, ''विद्युत्‌मध्ये जो पुरुष आहे त्याची मी ब्रह्मरूपाने उपासना करतो.' अर्थात गार्ग्य सर्व शक्तींना वेगवेगळं मानून 'मी उपासना करतो' असं म्हणत होता.

त्यावर लगेच अजातशत्रू राजा म्हणाला, ''थांब, थांब गार्ग्य! मीसुद्धा तेजाचीच उपासना करतो. याप्रमाणे जो तेजाची उपासना करतो तो स्वतः तेजस्वी होतो आणि त्याची संततीदेखील तेजस्वी होते.''

इथे गार्ग्याला म्हणायचं होतं, विद्युत्‌मध्ये जो महान पुरुष असतो त्याची मी उपासना करतो; आणि राजाला म्हणायचं होतं, आपलं अंतःकरण आणि विद्युत यांमध्ये एकच देवता असते. तेजस्विता हा देवतेचा विशेष गुण आहे. अशा त्या देवतेची मी उपासना करतो. या देवतेचा जो उपासक असतो, तो तेजस्वी होतोच त्याचबरोबर त्याची संततीदेखील दीप्तिमान होते.

थोडक्यात, गार्ग्य त्या त्या पदार्थ वा शक्तींमधील ब्रह्माला सीमित करून उपासना करत होता; तर राजा सर्व पदार्थांमध्ये वसून असलेल्या एकाच विशाल आणि एकसंध ब्रह्माची उपासना करत होता आणि त्यामुळेच त्याचं मोठं फळ त्याला मिळत होतं.

यानंतर बालाकी गार्ग्य म्हणाला, ''आकाशात जो पुरुष आहे त्यालाच ब्रह्म समजून मी त्याची उपासना करतो...''

त्यावर लगेच राजा म्हणाला, ''त्याविषयी तू काही बोलू नकोस. मीसुद्धा आकाशाच्या पूर्ण आणि अपरिवर्तनशील स्वरूपाचीच उपासना करतो. अशा तऱ्हेने उपासना करणारा संतती आणि पशुधन याबाबतीत

समृद्ध होतो. शिवाय या लोकी त्या राजाच्या प्रजेचा उच्छेद होत नाही.''

मग गार्ग्य म्हणाला, ''वायूमध्ये जो पुरुष आहे त्याची मी ब्रह्मरूपाने उपासना करतो.''

लगेच राजा म्हणाला, ''मीसुद्धा त्याच वायूची इंद्र, वैकुंठ आणि अपराजित सेनेच्या रूपाने उपासना करतो. याप्रमाणे जो वायूची उपासना करतो, तो अजिंक्य आणि शत्रुजित होतो.''

गार्ग्य पुढे म्हणाला, ''अग्नीमध्ये जो पुरुष असतो त्याची मी उपासना करतो...''

त्याला अडवत अजातशत्रू राजा म्हणाला, ''मीही अग्नीच्या विषासही रूपाची उपासना करतो. जो कुणी याप्रमाणे अग्नीची उपासना करतो तोही 'विषासही' होतो; आणि त्याची संततीही विषासही होते.''

'विषासह'चा अर्थ विष सहन करणारा. अग्नीमध्ये ज्या समंत्रक आहुती दिल्या जातात, त्या आहुतींचं भस्म अग्नी करतो. म्हणजे त्या आहुतींचा भार अग्नी सहन करतो. म्हणून त्याला 'विषासह' म्हटलेलं आहे.

यानंतर गार्ग्य सांगतो, ''पाण्यामध्ये जो पुरुष आहे त्याला ब्रह्मरूप समजून मी त्याची उपासना करतो.''

राजा तत्काळ म्हणतो, ''मीही प्रतिरूप म्हणून पाण्याची उपासना करतो. याप्रमाणे जलाची उपासना करणाऱ्याला प्रतिरूप प्राप्त होतं.''

याचा अर्थ, जल ही पाणी, वीर्य आणि हृदय यांची एकच देवता आहे. जो या देवतेची उपासना करतो त्याला श्रुती आणि स्मृती यांना अनुकूल असलेल्या पदार्थांची प्राप्ती होते. शिवाय त्याला उत्तम संततीही होते.

विषय बदलून मग गार्ग्य म्हणतो, ''आरशामध्ये जो पुरुष आहे त्याला ब्रह्म समजून मी त्याची उपासना करतो.''

असं म्हणताच, राजा त्वरित सांगतो, ''मीसुद्धा त्या दीप्तिमान रूपाचीच उपासना करतो. जो कुणी या प्रकारे त्याची उपासना करतो तो देदीप्यमान होतो. त्याची संततीही देदीप्यमान होते. इतकंच नाही तर त्याचा ज्याच्याशी संगम होईल तोही अधिक देदीप्यमान होतो.''

इथे आरशाचा उल्लेख आलेला आहे. प्राचीन काळी काच आणि आरसा होता हे यावरून सिद्ध होतं. अलीकडेच दुसऱ्या शतकातील नऊ टनांची काच इस्त्रेलमधल्या बेट शेरिअम इथल्या गुहेत सापडली हे विशेष.

मग गार्ग्य म्हणाला, ''वायूबरोबर जो शब्द निर्माण होतो त्याची मी

ब्रह्मरूपाने उपासना करतो...''

त्याला अडवत राजा उत्तरला, ''मी त्या शब्दाचीही प्राण म्हणून उपासना करतो. याप्रमाणे जो त्याची प्राण म्हणून उपासना करतो, त्याला तिन्ही लोकांत पूर्ण आयुष्य प्राप्त होतं. तो अकाली प्राणत्याग करत नाही.''

त्यावर गार्ग्य म्हणाला, ''सर्व दिशांमध्ये जो पुरुष आहे त्याची मी उपासना करतो.''

राजा लगेच उत्तरला, ''मी त्याची 'द्वितीय' आणि 'अनपग' रूपाने उपासना करतो. जो कुणी याची याप्रमाणे उपासना करतो तो द्वितीयवान होतो. शिवाय त्याच्या गणाचा विच्छेद होत नाही.''

इथे 'द्वितीय' आणि 'अनपग' या पदांनी अश्विनीकुमारांचा उल्लेख केलेला आहे. दिशा आणि अश्विनीकुमार यांच्यामध्ये एकरूपता असते. त्यांच्या उपासनेमुळे वंशभेद होत नाही किंवा वियोग होत नाही. एक पिढी पुढच्या पिढीशी संयोगितच राहते, असा राजाच्या बोलण्याचा अर्थ आहे.

मग गार्ग्य म्हणाला, ''हा जो छायारूप पुरुष आहे, त्याची मी ब्रह्मरूपाने उपासना करतो.''

राजा तत्काळ म्हणाला, ''मृत्युरूपाने मीसुद्धा त्याची उपासना करतो. याप्रमाणे जो त्याची उपासना करतो त्याला अकाली मृत्यू येत नाही.''

छायारूप पुरुष म्हणजेच मृत्यू असा इथे अर्थ आहे.

अखेर गार्ग्य म्हणतो, ''या आत्म्यामध्ये जो पुरुष आहे त्याची मी ब्रह्मरूपाने उपासना करतो.''

अजातशत्रू राजा त्यावर म्हणाला, ''मीही आत्मन्वी रूपाने त्याची उपासना करतो. जो या प्रकारे त्याची उपासना करतो, तो आत्मन्वी होतो. त्याची प्रजादेखील आत्मन्वी होते.''

आत्मन्वी म्हणजे बुद्धिवान. प्रजापती, बुद्धी आणि अंत:करण यांमध्ये एकच देवता वसून असते. त्याच्या उपासनेचा उल्लेख राजा इथे करतो.

ते ऐकून गार्ग्य बोलायचा थांबला.

अजातशत्रूने विचारलं, ''तुझ्या दृष्टीने इतकंच ब्रह्म आहे?''

गार्ग्य म्हणाला, ''हो, इतकंच..''

त्यावर राजा म्हणाला, 'एवढ्याने ब्रह्मज्ञान होत नाही.'

गार्ग्याने स्वत:ला त्या त्या गोष्टींपुरतं सीमित केल्यामुळे त्याचं ते ब्रह्मज्ञान राजापुढे तोकडं पडलं; आणि राजाला एकच ब्रह्म प्रतीत झालं

असल्यामुळे आणि तो त्याच ब्रह्माची उपासना करत असल्यामुळे गार्ग्य ज्या ज्या पृथक् ब्रह्मांचा उल्लेख करत होता त्याची त्याची उपासना मी केली आहे, असं राजा म्हणत होता.

गार्ग्य बालाकीस म्हणाला, ''राजा, मी तुला शरण आलो आहे. मला तू तुझा शिष्य करून घे.''

राजा म्हणाला, ''ब्रह्मज्ञानाची अपेक्षा करून ब्राह्मणाने क्षत्रियाकडे जावं हे विपरीत आहे. तरीही आता मी तुला ब्रह्मज्ञान देईन...''

असं म्हणून राजाने गार्ग्याचे हात धरून त्याला उठवलं. मग ते दोघे एका निद्राधीन झालेल्या पुरुषापाशी गेले. राजाने त्या झोपलेल्या मनुष्याला 'अहो महान' असं संबोधून हाक मारली, पण तो जागा झाला नाही. मग 'हे पांडरवास, हे सोम, हे राजा' अशा नावांनीही हाक मारून पाहिलं. पण तो काही जागा झाला नाही. अखेरीस राजाने त्याला हाताने हलवून जागं केलं. तेव्हा तो मनुष्य जागा झाला आणि उठून बसला.

मग राजाने गार्ग्याला विचारलं, ''ज्या वेळी हा विज्ञानमय पुरुष झोपला होता तेव्हा तो कुठे होता?'' गार्ग्याला काही उत्तर देता येईना.

ज्यायोगे जाणलं जातं, त्या अंत:करणाला राजाने इथे विज्ञानमय म्हटलेलं आहे.

राजाच पुढे सांगू लागला, ''हा विज्ञानमय पुरुष जेव्हा झोपतो, तेव्हा त्याची अंत:करणादी सर्व इंद्रियं एकरूप होऊन प्राणामध्ये लय पावतात. मग हा पुरुष सत्यामध्ये प्रवेश करतो. म्हणजे तो आत्म्यामध्येच स्थिरावतो. हा विज्ञानमय आत्मा स्वप्नवृत्तीमध्ये असतो, तेव्हा ज्या लोकांचा म्हणजे स्तरांचा उद्‌भव होतो, तिथे तो महाराजा होतो किंवा महाब्राह्मण होतो अथवा त्याला उच्च-नीच अवस्थाही प्राप्त होते. कोळी ज्याप्रमाणे आपल्या जाळ्यावरून वर वर जातो किंवा अग्नीच्या ठिणग्या जशा वर उडतात, त्याप्रमाणे आत्म्यापासूनच समस्त प्राण, सर्व लोक, सर्व देव आणि सर्व भूतमात्र विविध रूपांनी उत्पन्न होतात. म्हणून सत्याचं सत्य हेच आत्म्याचं उपनिषद आहे. प्राण सत्य आहे आणि त्याचं सत्य आत्मा हाच आहे.''

अशा तऱ्हेने अजातशत्रूने गार्ग्याला ब्रह्मज्ञान दिलं. एकच ब्रह्म या सर्व पदार्थांना कसं व्यापून आहे ते समजावलं. शिवाय त्या एकरूप ब्रह्मालाच सूर्य-चंद्र, अश्विनीकुमार आदी विविध गोष्टींमध्ये पाहून आपला सर्वांगीण विकास कसा साधता येतो, हेही त्या त्या वेळी त्याने पटवून दिलं होतंच.

थोडक्यात, एकच ब्रह्म विश्वामध्ये सर्वदूर भरून राहिलं आहे. सृष्टीतल्या सर्व चल आणि अचल गोष्टींमध्ये तेच ब्रह्म नेत्र, शिर, मुखं आणि कान यांमधून प्रत्ययाला येत असतं. त्याच ब्रह्माची त्या त्या स्वरूपातील उपासना उपासकाला नक्कीच लाभदायक ठरत असते.

सर्वव्यापक परब्रह्माचं स्वरूप हे अगाध आणि अथांग आहे. ते अव्यक्त सृष्टीद्वारे व्यक्त होतं. त्याचं व्यक्त स्वरूप हे भासमान असतं. 'नारायणोपनिषदा'त या सर्वव्यापक भगवंताचं वर्णन केलं आहे,

सहस्त्रशीर्षं देवं विश्वाक्षं विश्वशंभुवम्। विश्वं नारायणं देवमक्षरं परमं पदम्॥

'हजारो मस्तकवान, अनंत डोळ्यांचा, विश्वकल्याण करणारा, सर्वव्यापक, पंचमहाभूतांत राहणारा नित्य आणि श्रेष्ठ,' असं त्या स्वरूपाचं वर्णन केलेलं आहे.

सर्वेन्द्रियगुणाभासं सर्वेन्द्रियविवर्जितम् ।
असक्तं सर्वभृच्चैव निर्गुणं गुणभोक्तृ च ॥१३.१४॥

सर्व इंद्रियं आणि गुण यांच्या आकाराने ते (ब्रह्म) भासमान होतं, परंतु त्याला स्वत:ला कोणतंच इंद्रिय नाही. ते असक्त म्हणजे अलिप्त असतं. तरीही सर्व सृष्टीला ते धारण करणारं असतं. ते निर्गुण आहे; तरीपण सर्व गुणांचा उपभोग घेणारं आहे.

ब्रह्माची वैशिष्ट्यं भगवान या श्लोकात सांगत आहेत. तसं पाहिलं तर ही सारी वैशिष्ट्यं परस्परविरोधी आहेत असं वाटतं. म्हणजे ब्रह्म निराकार आहे पण त्याची इंद्रियं भासमान होतात. ते अलिप्त आहे तरीही ते सृष्टीला धारण करतं. म्हणजे सृष्टीला धारण करण्याचं ते कर्म करतं; पण तरीही ते कर्माच्या प्रभावापासून अलिप्त राहतं. ते निर्गुण आहे पण तरीही इंद्रियांच्या सर्व गुणांचा ते उपभोग घेतं. हा परस्परविरोधी गुंता कसा सोडवायचा? आपण केवळ तसा प्रयत्न करू शकतो; परंतु, त्या ब्रह्माचं वास्तविक स्वरूप त्यामुळे जाणता येऊ शकत नाही.

आत्मतत्त्व सर्वेन्द्रिय वाटतं, पण तो केवळ आभासच असतो. कारण इंद्रियांची आवश्यकता या तत्त्वाला असूच शकत नाही. जे पूर्ण आहे त्याला अपूर्ण इंद्रियांची आवश्यकताच काय? पंचज्ञानेंद्रियं, पंचकर्मेंद्रियं यांची आवश्यकता मनुष्यमात्राला असते. कारण मनुष्यमात्रांमध्ये कमतरता असते, अभाव असतो. म्हणूनच मनुष्य अपूर्ण आहे. त्यामुळे बाह्य इंद्रियांची त्याला आवश्यकता असते, परंतु जे पूर्ण आहे, त्याला अपूर्ण इंद्रियांची आवश्यकताच नसते.

ज्या मनुष्याची दृष्टी अधू आहे त्याला चष्म्याची आवश्यकता असते, परंतु ज्याची दृष्टी चांगली आहे त्याला चष्म्याचा उपयोग तो काय? त्याप्रमाणे जो 'विश्वत्श्चक्षू' आहे त्याला नेत्रांची आवश्यकता काय? काठीचा आधार जो पंगू आहे त्याला किंवा जो वृद्ध आहे, त्याला आवश्यक असतो. ज्याचे दोन्ही पाय जागेवर धड आहेत त्याला काठीची गरज काय?

सामान्य जीव सुखोपभोगांसाठी इंद्रियांचा वापर करतात. काही जीव विकासार्थ इंद्रियांचा वापर करतात, परंतु परब्रह्माची इंद्रियं ही उपकारार्थ असतात. भगवंताने जी इंद्रियं स्वीकारली, ती मानवी जीवनात आनंद यावा यासाठीच. प्रत्यक्षात भगवंताला डोळ्यांची गरज नसते. त्यांना काही पाहायचं नसतं किंवा काही ऐकायचं नसतं. असं हे परब्रह्म असक्त असतं. अलिप्त परंतु व्यापक आणि व्याप्त असतं. सिमेंटपासून बंगला बनवतात, इमारतीही उभारतात. बंगला बनवला म्हणून सिमेंटला हर्ष होत नाही किंवा इमारत उभारली म्हणून खेद होत नाही. अशा तऱ्हेने सिमेंट असक्त असतं; तटस्थ असतं, परंतु परब्रह्म असक्त असूनही तटस्थ नसतं. ते मनुष्यमात्राच्या उपकारार्थ असतं. सर्वभूतांचं धारण पोषण करणारं असल्यामुळे परब्रह्म तटस्थ नसतं.

इमारत उभारणारा गवंडी हा निमित्त असतो तर सिमेंट उपादानकारण असतं. त्याप्रमाणे भगवान निमित्तही आहेत आणि उपादानकारणही आहेत. इमारतीतून सिमेंट काढून घेतलं तर इमारत कोसळेल. परब्रह्म बाजूला झालं तर जगही कोसळेल.

त्यामुळे या श्लोकाच्या संदर्भात इंद्रियं आणि त्यांचे गुण यांचा विचार करावा लागेल. मनुष्य जेव्हा जिवंत असतो तेव्हा त्याला दोन डोळ्यांनी आणि समोरचंच दिसत असतं. त्याची श्रवण करण्याची क्षमताही अशीच मर्यादित असते. त्याला वेगाने कुठे जायचं असेल किंवा दूरच्या ठिकाणी जायचं असेल तर त्याला वाहनाची गरज भासते, पण जेव्हा मनुष्य त्याचा देह सोडतो, तेव्हा त्याला ३६० डिग्रीमध्ये दिसू लागतं. ते कसं दिसतं, याची आपण कल्पना करू शकत नाही. त्याप्रमाणे त्याच्या इच्छेनुरूप त्याला ऐकू येतं; अगदी जिवंत मनुष्याचे विचारही त्याला ऐकू येऊ शकतात. देहातीत अवस्थेत त्याला कमालीचा वेग प्राप्त झालेला असतो.

म्हणजे केवळ भौतिक देह नसतानाही जीवाला पाहता येतं, ऐकता येतं आणि वेगाने कुठेही जाता येतं; आणि तेही भौतिक देहाच्या अनेक पटींनी!

म्हणून परब्रह्माची इंद्रियं आणि मनुष्याची इंद्रियं यांमध्ये मोठा फरक आहे हे सिद्ध होतं. थोडक्यात ऐकू येण्यासाठी किंवा पाहण्यासाठी देहाची आवश्यकता असतेच असं नाही. जीवाच्या बाबतीत हे सत्य आहे तर ब्रह्माच्या संदर्भात ते काय असेल? तो फरक जाणून घ्यायचा आपण प्रयत्न करू. प्रत्येक जीवाला आध्यात्मिक इंद्रियं असतात. मात्र प्राकृत म्हणजे प्रकृतिस्वरूप दैहिक इंद्रियांनी ती आच्छादित होतात. म्हणून मनुष्याच्या या इंद्रियांना मर्यादा येतात आणि म्हणून त्याला अनेक बाह्य साधनांवर अवलंबून राहावं लागतं. ही कमतरता दूर करण्यासाठी तो अनेक साधन-सुविधा आपल्यासाठी निर्माण करतो; त्यातच तो रमून जातो. म्हणजे मुळातल्या आध्यात्मिक इंद्रियांचं सामर्थ्य त्याला कधी उमगतच नाही. जर प्राकृत

इंद्रियांचं आच्छादन दूर करता आलं, तर जीवाची आध्यात्मिक इंद्रियं कार्यरत होतात आणि ती गोष्ट योग्यांना उमगलेली असते.

अर्थात मनुष्याला प्राकृतिक इंद्रियं आणि आध्यात्मिक इंद्रियं मिळालेली असतात. योग सिद्ध झाल्यावर किंवा भौतिक देह सोडल्यावर त्याची आध्यात्मिक इंद्रियं कार्यरत होतात आणि मग तो अव्यक्त इंद्रियांचे कल्पनातीत गुण अनुभवतो. तरीही परब्रह्माची इंद्रियं याहूनही भिन्न असतात. ती कोणत्याही प्राकृत तत्त्वांनी आवृत्त होऊ शकत नाहीत. म्हणूनच परब्रह्माची इंद्रियं ही अलौकिक आणि दिव्य असतात. आपण जीवाच्या आध्यात्मिक इंद्रियांचं स्वरूप जाणू शकत नाही, तर परब्रह्माच्या इंद्रियांचं स्वरूप कसं काय जाणणार?

परब्रह्माच्या म्हणजेच आपल्या दृष्टिकोनातून भगवंताच्या इंद्रियांना प्राकृतिक आधाराची गरजच नसल्यामुळे त्याची इंद्रियं ही अविकारी असतात. पण भगवंतच सर्व सृष्टी व्यापून उरल्यामुळे जीवांमधील इंद्रियं ही त्याच्यामुळेच कार्यरत होतात. मात्र भगवान अविकारी असल्यामुळे त्याच्या केवळ उपस्थितीमुळे जीवाच्या हातून जी कर्मं होतात, ती जरी भगवंतांच्याच इंद्रियांच्या आधाराने होत असली, तरी त्या कर्मांचं कोणतंच चांगलं-वाईट फळ त्यांना प्राप्त होत नाही. म्हणजे भगवान केवळ जीवांच्या इंद्रियांमागे असणाऱ्या गुणांचाच उपभोक्ता आहे.

सुरीने आपण आंबा कापतो तर एखादा माथेफिरू सुरीने खूनही करतो. हा दोष सुरीच्या गुणांचा म्हणायचा का मनुष्याच्या वृत्तीचा? त्याचप्रमाणे भगवान गुणांच्या उपभोगापर्यंतच सीमित असतो, पण जीवाच्या हातून त्या गुणांच्या आधाराने कर्म घडतं, त्या कर्माचा परिणामस्वरूप फलधारक तो मनुष्यच असतो; भगवंत नाही.

या अर्थानंच भगवंतांची इंद्रियं दिव्य आहेत तशीच अविकारी आहेत. या संदर्भात भगवंताच्या या गुणांचं वर्णन प्रभुपादांनी म्हटल्यानुसार 'श्वेताश्वतरोपनिषदा'त करण्यात आलं आहे. ते म्हणजे *अपाणिपादो जवनो ग्रहीता...* म्हणजे भगवंताचे हात हे प्राकृत नाहीत तर त्यांचे हात हे दिव्य आहेत; आणि त्यांना अर्पिलेल्या सर्व गोष्टींचा ते स्वीकार करतात.

भगवंतांना प्राकृत नेत्र नाहीत किंवा प्राकृत कान नाहीत. कारण इंद्रियं हा प्रकृतीचा भाग असतो. जर भगवंतांनाच पाहण्यासाठी किंवा ऐकण्यासाठी प्रकृतीचा आधार घ्यावा लागला तर प्रकृती मोठी ठरते आणि भगवान छोटे. म्हणूनच भगवंताच्या सर्व जाणिवा दिव्य, अविकारी आणि स्वयंभू आहेत. आपण त्याची कल्पनाच करू शकत नाही. असं ते दिव्यत्व यच्चयावत जीवांच्या हृदयात वास करून जीवाच्या सर्व कर्मांना जाणतात. जीवाचं भूत, वर्तमान आणि भविष्यसुद्धा ते जाणतात. आपल्या हृदयात

त्यांचं वास्तव्य असूनही भगवंतांना कुणीही ओळखू वा जाणू शकत नाही. आपण केवळ सिद्धान्तस्वरूप आपल्यामधील भगवंताचं अस्तित्व ओळखतो. आपली इंद्रियं कार्य करतात ते भगवान आपल्यामध्ये वास करून असल्याचाच पुरावा असतो. आपल्याला देहातीत अवस्थेतील आपल्याच आध्यात्मिक इंद्रियांचा बोध होत नाही तर परमात्म्याच्या इंद्रियांचा कसा बोध होणार? केवळ वैदिक ज्ञानावरून आपण भगवंतांची कल्पना करू शकतो. या भौतिक अथवा प्राकृतिक इंद्रियांनी अप्राकृतिक आणि दैवी इंद्रियांना आपण पाहू शकत नाही. आपण त्या परब्रह्माचं मुख, मस्तक किंवा पाय पाहू शकलो नाही, तरी ते परब्रह्म अशा अनंत दिव्यत्वाने युक्त आहे. जीव जेव्हा उन्नत स्तरावर जातो, तेव्हाच त्याला परब्रह्माचं स्वरूप हळूहळू प्रत्ययाला येऊ लागतं. भगवान सच्चिदानंद आहेत. ऐश्वर्य आणि बल यांनी युक्त आहेत. ते परम बुद्धिमान आणि न्यायी आहेत, जीवाच्या सर्व कर्मांचे ते साक्षी आहेत तसेच ते सर्वांचे पालनकर्तासुद्धा आहेत. ज्ञानमार्गाची साधना करत राहिलं तर भगवंताच्या या स्वरूपाची अनुभूती एखाद्या उपासकाला नक्कीच मिळू शकेल.

या विश्वाच्या इमारतीचे गवंडी आणि सिमेंट म्हणजेच निमित्त आणि उपादान हे दोन्ही परब्रह्मच आहे. जे निमित्तकारण तेच उपादानकारण आहे आणि जे उपादानकारण आहे तेच निमित्त आहे, तेच कारण आहे! पाण्यामध्ये रस जसा पाणीस्वरूपातच राहतो, सोन्याचा तुकडा सोनंच असतो, त्याप्रमाणे ब्रह्म सर्वांमध्ये ब्रह्मरूप असतं. मनुष्याची आध्यात्मिक इंद्रियं ही प्राकृतिक इंद्रियांनी बद्ध असतात. पण भगवंतांची इंद्रियं ही अविकारी आणि दिव्य असतात. ती निर्गुण असूनही सृष्टीला धारण करतात आणि सृष्टीतल्या केवळ गुणांचा उपभोग घेतात.

बहिरन्तश्च भूतानामचरं चरमेव च ।
सूक्ष्मत्वात्तदविज्ञेयं दूरस्थं चान्तिके च तत् ॥१३.१५॥

ते ब्रह्मतत्त्व सर्व भूतमात्रांच्या आत आणि बाहेरही आहे. ते स्थिर आहे आणि गतिशीलही आहे. ते अत्यंत तरल असल्यामुळे ते इंद्रियगोचर नाही. तसंच ते दूर असूनही जवळ आहे.

क्षेत्रज्ञाच्या स्वरूपात परब्रह्म सर्वत्र भरलेलं असतं. क्षेत्र कोणतंही असो, कुठेही असो; क्षेत्रज्ञ हे एकच तत्त्व सर्वत्र भरलेलं असतं. जे दूर असतं तेच आत्मरूपाने सर्वांच्या आत म्हणजे जवळही असतं. दृष्टी असेल तर ते ठायी ठायी दिसतं. सामान्यजनांना तशी दृष्टी नसल्यामुळे जवळ असूनही त्यांना ते दिसत नाही. अज्ञ लोकांच्या दृष्टीने जरी ते दूर असलं तरी ज्ञानी लोकांचा तो आत्माच असतो. त्यामुळे ते दूर नसतं. ते निर्गुण परब्रह्म अत्यंत सूक्ष्म, तरल असल्यामुळे सर्वसामान्यांच्या ज्ञानाचा विषय होऊ शकत नाही. परब्रह्म सदैव आपल्या जवळच आहे असा ज्ञानी पुरुषाला अनुभव येतो.

अज्ञ लोक प्रत्येकामध्ये वेगवेगळं तत्त्व आहे असं समजतात. वेगवेगळ्या सरोवरांमध्ये सूर्यांची वेगवेगळी प्रतिबिंबं दिसली, तरी ती एकाच सूर्याची असतात. त्याप्रमाणे एकच क्षेत्रज्ञ सर्वत्र प्रतिबिंबित होत असतो. समुद्र कोणताही असला तरी त्याचा खारेपणा एकच असतो. त्याप्रमाणे एकच परब्रह्म सर्वत्र असतं. ऊस वेगवेगळ्या शेतांमधून पिकतो पण त्याची गोडी एकच असते. त्याप्रमाणे परब्रह्म वेगवेगळ्या ठिकाणी असूनही एकच असतं. अग्नीमध्ये जशी उष्णता भेदरहित असते, त्याप्रमाणे परब्रह्म चराचर भूतमात्रामध्ये वास करून असतं.

> एक माणूस शिवाच्या मंदिरात दर्शनासाठी जातो. तेव्हा एक उंदीर पिंडीवर बसलेला दिसतो. तो माणूस विचार करतो, उंदीर जर शिवाच्या पिंडीवर बसत असेल तर शिवापेक्षा उंदीरच मोठा म्हणायचा. त्याचंच आता पूजन करायला हवं.

तेवढ्यात एक मांजर त्या उंदरामागे धावतं. उंदीर पळून जातो. त्याला वाटतं, उंदरापेक्षा नक्कीच मांजर मोठं. त्याचीच आराधना केली पाहिजे.

तो घरी जायला निघतो तेव्हा वाटेत एक कुत्रा मांजराच्या मागे लागलेला दिसतो. मांजर घाबरून पळून जातं. त्या माणसाला वाटतं, मांजरापेक्षा कुत्रा मोठा! कारण त्याला पाहून मांजर पळालं.

तो घरी जातो. तेव्हा त्याची बायको एका कुत्र्याला काठी मारताना दिसते. कुत्रं विव्हळत पळून जातं. त्या माणसाला वाटतं, कुत्र्यापेक्षा माझी बायको श्रेष्ठ आहे. तिचंच पूजन करायला हवं.

मग तो रोज बायकोचं पूजन सुरू करतो. त्यामुळे बायको वैतागते, पण तो पूजन चालूच ठेवतो. एके दिवशी त्या दोघांचं कडाक्याचं भांडण होतं. दोघांमध्ये चांगलीच जुंपते. त्या भरात तो माणूस बायकोला एक मुस्काटात मारतो. बायको बिचारी घाबरून जाते. ते पाहून त्याला एकदम 'ज्ञान' होतं, 'अरे, मी तर बायकोपेक्षा श्रेष्ठ! आजपासून स्वत:चंच पूजन सुरू केलं पाहिजे! *अहं ब्रह्मास्मि* '

अशा पद्धतीने ज्ञान मिळवून चालणार नाही. खरंच ब्रह्माचं स्वरूप समजून घ्यायचं असेल तर आत्मज्ञानाचाच उपाय करावा लागेल. ती गोष्ट सोपी खासच नाही. कारण ब्रह्म हे म्हटलं तर गतिशील असतं, म्हटलं तर स्थिर असतं. असं त्याचं अनाकलनीय स्वरूप आहे. धावत्या आगगाडीत बसलेली व्यक्ती म्हटलं तर स्थिर बसलेली असते; म्हटलं तर आगगाडीच्या वेगाने धावत असते. खरं काय ठरवायचं? स्टिफन हॉकिंग्जने त्याच्या Brief History of Time या पुस्तकात आगगाडीत चाललेल्या टेबल टेनिस खेळाचं उदाहरण देऊन हाच विषय समजावला आहे.

ब्रह्म हे स्थिर आहे आणि गतिशीलही आहे, असं या श्लोकात म्हटलेलं आहे. जे स्थिर असतं ते गतिशील कसं असू शकतं? हा प्रश्न आपण दोन दृष्टिकोनातून सोडवू शकतो. पहिला विचार म्हणजे दोन मोटारी किंवा दोन आगगाड्या एकाच वेगाने समांतर जात असतील तर त्या गतिशीलही असतात आणि स्थिरही भासतात. म्हणजे समान गतीतून ही स्थिरता आलेली असते. सृष्टीत गती नसेल तर सृष्टीचं अस्तित्वच संभवणार नाही आणि केवळ गतिमानता अनुभवाला येत राहिली तर जीवनात काही करणं अशक्य होऊन जाईल. प्रचंड वेगाने चाललेल्या एखाद्या वाहनातून प्रवास करताना इतर कर्मं करणं शक्य होणार नाही. पृथ्वी प्रचंड वेगाने फिरत आहे; पण तिचा वेग जाणवत नाही. उगवता सूर्य वर वर जाऊन मावळतीकडे झुकतो, म्हणून

आपल्याला वेळ-काळ कळतो. अन्यथा पृथ्वीचा वेग आपल्याला जाणवतही नाही. म्हणजे गती असूनही इथे स्थिरताही अनुभवाला येते.

हा पहिला विचार आपण पृथ्वीच्या संदर्भात केला. आता संपूर्ण सृष्टीचा विचार करायचा झाल्यास तो वेगळ्या दृष्टिकोनातून करावा लागेल. प्रत्येक तारा आणि त्याभोवती फिरणारं ग्रहमंडळ इथला काळ हा ताऱ्याभोवती फिरण्याच्या प्रत्येक ग्रहाच्या भ्रमण-परिघावरून आणि गतीवरून वेगवेगळा होतो. हे सर्व तारामंडळ गतिमान असूनही परस्परताणावर स्थिरच भासतं. शिवाय जे आपल्या भौतिक जाणिवांच्या आणि संशोधनाच्या आवाक्यात येऊच शकत नाही, अशा अनेक ब्रह्मांडांचं आणि मितींचं अस्तित्व आज मानलं जात आहे.

काही विचारवंतांच्या मते पृथ्वीवर जो काळ नोंदला जातो, त्याची पुनरावृत्ती होते. त्यामुळे एकच घटना काही काळाने पुन्हा तशीच घडते आणि त्याची जाणीव आपल्याला होत नाही. कारण आपण इथल्या गतीमध्ये आणि काळामध्ये अडकलो आहोत. आता ही अनंत ब्रह्मांडं, अनंत तारामंडलं आणि अनेक मितींमध्ये असलेल्या संपूर्ण सृष्टीमधील काळ आणि गती भिन्न असणार हे उघड आहे. मोटारीची चाकं फिरत असतात, परंतु ॲक्सल आणि मोटारीची बॉडी फिरत नाही. या गोष्टी चाकाच्या बरोबर जातात एवढंच! म्हणजे जिथे गती आहे तिथे स्थिरताही असते. भोवरा गतिमान असतो तेव्हाच तो जमिनीवर स्थिर उभा आहे असं भासतं.

या संदर्भात मानसिक पातळीवरचाही विचार करता येतो. ब्रह्म हे केवळ भौतिक सृष्टीलाच व्यापून उरलेलं नाही, तर ते जीवाच्या मानसिक स्तरालाही प्रभावित करतं. तिथेही ते गतिमान असतं. उदाहरणार्थ, आपण आयुष्यात एखादं लक्ष्य म्हणजे उद्दिष्ट ठरवतो. ते उद्दिष्ट वर्षानुवर्षं मनात स्थिर राहतं, पण ते उद्दिष्ट गाठण्यासाठी मन आणि शरीर गतिमान होतं. म्हणजे कोणत्याही पातळीवरचा आणि स्तरावरचा विचार केला तरी गतिमानता आणि स्थिरता ही एकाच वेळी उपस्थित असते.

भौतिक सृष्टीत जर हे घडू शकतं तर त्यापलीकडच्या आत्मिक सृष्टीत हे नक्कीच घडत आहे. किंबहुना आत्मिक सृष्टीच या व्यक्त भौतिक सृष्टीला धारण करून आहे. त्याविषयी आपण अधिक काही जाणू शकत नाही. कारण आपली दृष्टी आणि बुद्धी यांची शक्ती फार मर्यादित आहे. म्हणूनच सूक्ष्म तरीही अमर्याद असं ब्रह्मतत्त्व जाणून घेणं आपल्या आवाक्यातलं नाही. आपल्या घरात बसून कोणत्याही माध्यमाशिवाय आपल्याला परप्रांतातल्या घटना पाहता येत नाहीत. याचा अर्थ तिथे घटना घडतच नाहीत असं होत नाही. त्याचप्रमाणे ब्रह्माची अनुभूती आपल्याला मिळाली नाही म्हणजे ब्रह्म नाहीच असं होत नाही. ब्रह्माचं स्वरूप आपण जाणू शकत नाही.

ब्रह्माच्या गतिमान पण तरीही स्थिर अस्तित्वाचा पुरावा म्हणजे आपण स्वत:च असतो. आपण प्रकृतीच्या प्रभावात अडकल्यामुळे परब्रह्माची अनुभूती मिळू शकत नाही. ते परब्रह्म अशा तात्त्विक दृष्टीने दूर आहे तसंच ते आपल्या अंतरंगात वसून आहे. ते ब्रह्म अत्यंत तरलही आहे. त्यामुळे ते आपल्या इंद्रियांना दिसू शकत नाही. आपल्या दैहिक दृष्टीला केवळ चार लाख तीस हजार ते सात लाख पन्नास हजार गिगाहर्ट्ज एवढ्याच फ्रिक्वेन्सीमध्ये दिसू शकतं. त्या खालच्या इन्फ्रारेड, मायक्रोवेव्ह किंवा रेडिओ वेव्हज आपल्या डोळ्यांना दिसू शकत नाहीत. या पातळीवरच्या अल्ट्राव्हायोलेट अथवा गॅमा रेजही आपल्याला दिसू शकत नाहीत.

या फ्रिक्वेन्सीज् आपल्याला दिसत नाहीत म्हणून त्यांचं अस्तित्व नाही असं समजायचं का? ब्रह्म तर या सर्व फ्रिक्वेन्सीज्‌पेक्षाही अत्यंत तरल आहे. मग ब्रह्म नाही, हे आपण कशाच्या आधारावर म्हणणार? भगवान मात्र त्या ब्रह्माच्या अत्यंत तरल स्वरूपाचं इथे वर्णन करतात.

असं हे इंद्रियातीत ब्रह्म सृष्टीबरोबरच आपल्या देहालाही व्यापून आहे. म्हणूनच 'कठोपनिषदा'त म्हटलं आहे, *आसीनो दूरं व्रजति शयनो याति सर्वत:* म्हणजे आपल्या अंतरंगात बसून तेच परब्रह्म संपूर्ण ऐश्वर्याचा उपभोग घेत आहे. 'ब्रह्मसंहिते'त म्हटलं आहे, ज्या भक्ताने निरपेक्ष भावाने भगवंतावर प्रेम केलं आहे, असाच भक्त भगवंतांना नित्य पाहू शकतो; अनुभवू शकतो.

अशी ज्ञानदृष्टी प्राप्त झाली तरच परब्रह्माची अनुभूती मिळू शकेल. ज्ञानदृष्टी प्राप्त करण्यासाठी योग किंवा शास्त्रशुद्ध भक्ती करणं आवश्यक असतं.

भिंतीचा अडथळा असेल तर पलीकडची वस्तू दिसत नाही. तसंच दिवसा तारे दिसत नाहीत आणि रात्री सूर्यही दिसत नाही. म्हणून त्यांचं अस्तित्व त्या त्या काळी नसतं असं म्हणता येत नाही. पावसाचं पाणी नदीमध्ये मिसळल्यावर वेगळं करता येत नाही. परब्रह्म सृष्टीमध्ये व्यक्त झालं असल्यामुळे ते वेगळं करता येत नाही. आपल्या मनामध्ये सांसारिक समस्यांचा कल्लोळ माजलेला असतो. त्या कल्लोळांच्या व्यवधानामुळे आपल्याला परब्रह्माचं अव्यक्त स्वरूप जाणवत नाही. समस्यांचं स्वरूप जाणून घेऊन त्या दूर करता आल्या तर दूर वाटणारं परब्रह्म जवळ जाणवेल. त्यासाठी शास्त्रशुद्ध भक्ती करणं आणि योग साधणं आवश्यक असतं.

अविभक्तं च भूतेषु विभक्तमिव च स्थितम् ।
भूतभर्तृ च तज्ज्ञेयं ग्रसिष्णु प्रभविष्णु च ॥१३.१६॥

ते ब्रह्मतत्त्व हे (तत्त्वतः) अविभक्त आहे. तथापि, सर्व भूतांच्या ठिकाणी ते विभागल्यासारखं दिसतं. ते ब्रह्मतत्त्व सर्व भूतांचं धारणपोषण करणारं, लय करणारं आणि उत्पन्न करणारंही आहे, हे समजलं पाहिजे.

भूतमात्रांमधील ते तत्त्व खरंतर अविभक्त असतं. तरीपण जीवांबरोबरच सर्व भौतिक गोष्टीत म्हणजे सृष्टीच्या कणाकणात ते विभागल्यासारखं दिसतं. मूढ माणूस ते तत्त्व पृथक्त्वाने पाहतो. प्रत्येक शरीरातील तत्त्व वेगळं आहे, असं त्याला वाटत असतं. पाण्याने भरलेले अनेक घट अंगणात मांडून ठेवले, तर त्यामध्ये सूर्याचं प्रतिबिंब वेगवेगळं पडतं. एका घटात सूर्याच्या थोड्या अंशाचं प्रतिबिंब पडलं आहे तर दुसऱ्या घटात दुसऱ्या उर्वरित अंशाचं प्रतिबिंब पडलं आहे असं होत नाही. सूर्याचा पूर्ण आकार लहान घटांच्या पाण्यात प्रतिबिंबित होतो. याचा अर्थ घटाच्या संख्येनुसार अनेक सूर्य झाले असा होत नाही. मूळ सूर्य म्हणजे परमात्मा आणि घटात प्रतिबिंबित झालेला सूर्य म्हणजे प्रत्यगामा. तोच प्रत्यगामा सर्व जीवांच्या शरीरात वसून असतो. अर्थातच अखंड परब्रह्मरूप सूर्याचं प्रतिबिंब हे तसंच अखंडपणेच जगातल्या घटरूप जीवसृष्टीत परावर्तित झालेलं असतं. घटांच्या संख्येनुसार सूर्यांची संख्या वाढत नाही. त्याचप्रमाणे जीवांच्या संख्येनुसार मूळ तत्त्वाचं विभाजन होत नाही.

भूतमात्रांच्या जन्मानंतर विश्वातील ते तत्त्व केवळ त्या जीवांमध्ये प्रतिबिंबित होत नाही तर ते त्या भूतमात्रांचं भरण-पोषणही करतं. जीवांच्या उत्पत्तीचंही तेच कारण असतं; आणि प्रलयकालात त्या जीवांचा ते संहारही करतं.

बाल्य, तारुण्य आणि वृद्धावस्था अशा तीनही अवस्था अनुभवणारं शरीर जसं एकच असतं, त्याप्रमाणे जगाच्या उत्पत्ति-स्थिति आणि लय या तीनही स्थितींत ते ब्रह्म असंच अखंड असतं. प्रातःकाल, माध्यान्हकाल आणि सायंकाल या क्रमाने

दिवस सरकत असताना आकाश बदलत नाही. तसंच सृष्टीची उत्पत्ती, स्थिती आणि लय होत असताना मूळ ब्रह्मात फरक पडत नाही. ते विकारही पावत नाही.

जगाच्या उत्पत्तीला ब्रह्मदेवाची उपमा दिलेली आहे. स्थितीला विष्णूची तर लयाला म्हणजे कल्याणाला महादेवाची उपमा दिलेली आहे. संहार म्हणजे अज्ञानाचं हरण. महादेवांचं संहारकार्य हे केवळ देहाच्या संदर्भात नसतं. देहाचा संहार प्रतिक्षणी होतच असतो. शरीरात सतत नवीन पेशी तयार होत असतात; आणि जुन्या मरत असतात. दर सात वर्षांनी मनुष्याचा देह पूर्णपणे बदलत असतो असं जाणकार सांगतात. मग जीवात्मा देह सोडून गेला की शरीराचा विनाश होतो. तरीपण जीवात्म्याचं 'स्वत्व' नाश पावलेलं नसतं. जीवात्म्याची स्वतंत्र प्रज्ञा तेव्हाही जागृत असतेच. म्हणजे शिवाचं संहारकर्ता हे स्वरूप देहाच्या संदर्भात नाही; तर अज्ञानाच्या संहारासंदर्भात आहे आणि अज्ञानाचा नाश झाला की जीवाचं कल्याणच होत असतं.

संपूर्ण सृष्टीच्या संदर्भात संहाराचा विचार करायचा झाल्यास, सृष्टीचा लय झाल्यानंतर जगाचा आकार नाहीसा होतो. सत्त्व-रज-तम आदी गुण मग लय पावतात. या त्रिगुणांमध्ये सृष्टिसर्जनासाठी वेगवेगळ्या वृत्ती असतात. हे गुण नाहीसे झाले की उरते ती केवळ ब्रह्माची एकरूपता. अशा स्थितीत मग ब्रह्म शून्य म्हणजे निधर्म होऊन राहतं. सत्त्वादी तिन्ही गुणांचा लय झाल्यानंतर जे शून्य उरतं तेच ते वेदप्रमाणित महाशून्य! म्हणूनच, *ॐ पूर्णमदः पूर्णमिदं पूर्णात् पूर्णमुदच्यते, पूर्णस्य पूर्णमादाय पूर्णमेवावशिष्यते*...असं शास्त्रकारांनी म्हटलेलं आहे.

ब्रह्मतत्त्व पूर्ण आहे. त्यापासून निर्माण झालेलं विश्वही पूर्ण आहे. कारण ब्रह्माचं प्रतिबिंब पूर्णपणाने विश्वात उमटलेलं असतं. पूर्णातून पूर्ण काढून घेतल्यावर म्हणजेच सृष्टी लय पावल्यावर शिल्लक उरतं ते पूर्णच. एखाद्या सॉफ्टवेअरपासून तयार केलेल्या फाईल्स जरी डिलिट झाल्या तरी मूळ सॉफ्टवेअर तसंच असतं. शाडूमातीच्या गणपतीचं विसर्जन झाल्यावर मूर्तीचा आकार नष्ट होतो, पण शाडूमाती मूळ स्वरूपात तशीच उरते, तसंच सृष्टीचा विनाश झाला तरी ब्रह्म हे पूर्णत्वाने उरतंच.

सृष्टीचा लय झाल्यानंतर पुन्हा तिला 'अहं'चं प्रस्फुरण होतं. 'अहं'चं प्रस्फुरण झालं की ओघानंच काळ निर्माण होऊन सत्त्व-रज आणि तम हे त्रिगुण कार्यरत होतात आणि मग संपूर्ण सृष्टी पुन्हा आकार घेत जाते.

हे ब्रह्माचं ज्ञान पूर्वीच्या भारतीय लोकांना होतं, पण समाज जसजसा भोगवादी आणि परधार्जिणा बनत चालला, तसतसं हे ब्रह्मज्ञान दुर्धर होत गेलं. खा-प्या-भौतिक शिक्षण घ्या, पैसे कमवा आणि मौजमजा करा एवढाच जीवनाला अर्थ उरला. ज्यांच्याकडे खरं ज्ञान होतं असे शास्त्रार्थ जाणणारे ज्ञानी लोक उपेक्षित ठरू लागले.

याउलट भोगवादी संस्कृतीचं आकर्षण प्रचंड प्रमाणात वाढू लागलं. गुरुकुलातले ज्ञानविषय भौतिक शिक्षणातूनच निघून गेल्यामुळे हे सनातन ज्ञानही काही काळ उपेक्षित राहिलं. किंबहुना त्या ज्ञानाची तथाकथित सुधारकांनी चेष्टाही केली, पण आज असंख्य परदेशी लोक याच सनातन ज्ञानाकडे आकर्षित झाले आहेत हे विशेष!

हे सनातन ज्ञान इतकं प्रगल्भ आहे की मनुष्याच्या मानसिक प्रश्नांसह इतर अनेक प्रश्नांना त्यातून उत्तरं मिळतात. सृष्टिनिर्मितीपासून मनुष्याच्या आत्मिक उन्नतीपर्यंतचं ज्ञान या सनातन धर्मात दिलं गेलं आहे. त्यामुळे हे ब्रह्मविषयक ज्ञान पुन्हा सर्वसामान्यांपर्यंत पोहोचवलं गेलं पाहिजे. ते कार्य ज्ञानेश्वर माउलींपासून तुकाराम महाराज-रामदास स्वामींपर्यंत अनेक संतांनी केलं. नानकजी-नरसी मेहतांसारख्या संतांनी त्यांच्या त्यांच्या प्रांतातही ते कार्य केलं.

दक्षिणेत असंच कार्य करणारे एक महान आचार्य म्हणजे श्री रामानुजाचार्य. रामानुजाचार्य हे विशिष्टाद्वैताचे पुरस्कर्ते होते.

> एकदा रामानुजाचार्य श्रीरंगम इथे गेले होते. श्रीरंगम इथल्या श्रीरंगनाथाच्या देवालयाची आणि मठाची सारी सूत्रं त्यांनी स्वत:कडे घेतली. प्राथमिक शिक्षण झाल्यानंतर रामानुजांनी यादवप्रकाशांकडून दीक्षा घेतली होती. यादवप्रकाश अद्वैतवादाचे, तर रामानुजाचार्य विशिष्टाद्वैताचे पुरस्कर्ते होते. त्यामुळे रामानुजांनी श्रीरंगम इथे आल्यावर पुन्हा एकदा गोष्ठीपूर्णांकडून दीक्षा घेतली.
>
> दीक्षा देताना गोष्ठीपूर्णांनी रामानुजाचार्यांना 'ओम नमो नारायणाय' हा मंत्र दिला. मंत्राचा अर्थ आणि त्यामागचं रहस्यही गोष्ठीपूर्णांनी विशद करून सांगितलं. हा मंत्र अतिशय प्रभावशाली होता. या मंत्राच्या पठणाने माणसाला मुक्ती मिळते, असं त्या मंत्रामध्ये सामर्थ्य होतं. या मंत्रांची दीक्षा दिल्यानंतर गोष्ठीपूर्ण रामानुजांना म्हणाले, "हा मंत्र अतिशय प्रभावी आहे. त्यामुळे तो गुप्त रीतीनंच म्हटला गेला पाहिजे. अन्य कुणालाही हा मंत्र सांगू नकोस. या मंत्राच्या प्रभावाने तुला मुक्ती मिळेल."
>
> गुरूचीच ती आज्ञा होती; पण गुरूच्या आज्ञेचं उल्लंघन करून रामानुजाचार्य मंदिराच्या शिखरावर चढले आणि त्यांनी उच्च स्वराने तो मंत्र म्हणायला प्रारंभ केला. अनेक स्त्री-पुरुष तो मंत्र ऐकू लागले. गोष्ठीपूर्णांना ही हकीगत समजली. तेव्हा संतापून ते म्हणाले, "गुरूची आज्ञा तू पाळली नाहीस. आता अनंतकाळापर्यंत तुला नरकात खितपत पडावं लागेल."

रामानुज म्हणाले, "मला एकट्याला नरक मिळणार असेल आणि या असंख्य लोकांना मुक्ती मिळणार असेल तर त्यात मी आनंदच मानीन."

रामानुजांच्या या उत्तरावर गोष्ठीपूर्ण प्रसन्न झाले. कालांतराने हा 'विशिष्टाद्वैत' संप्रदाय 'रामानुज दर्शन' म्हणून प्रसिद्ध पावला.

एकट्या-दुकट्याला मुक्ती मिळत नसते असंच ज्ञानीजन सांगतात. संपूर्ण प्रजातंतू विकसित झाला पाहिजे. समाजाच्या हितातच आपलंही हित सामावलेलं असतं, हे ध्यानात ठेवलं पाहिजे. म्हणून भगवद्गीतेने प्रकाशित केलेला हा ज्ञानमार्ग सर्वसामान्य माणसापर्यंत नेला पाहिजे. हा ज्ञानमार्ग कोणत्याही चमत्कारावर किंवा गोष्टींवर आधारित नाही, तर तो थेट बुद्धीलाच साद घालतो आणि आत्मज्ञानाचा मार्ग प्रकाशित करतो. इतकंच नाही तर सृष्टीच्या उत्पत्तीपासून ब्रह्माच्या व्यापकतेचंही दर्शन घडवतो. त्यात कोणत्याही मनुष्यनिर्मित धर्माचा आग्रह नाही. किंबहुना गीतेतून भगवंतांनी ज्ञानमार्ग तेवढा प्रकाशित केला आहे. त्या मार्गाने जाण्याचा किंवा न जाण्याचा निर्णय मनुष्यावरच सोपवला आहे. जणू ते सांगतात, 'मी केवळ ज्ञान दिलेलं आहे. शेवटी तुम्हांला जे करायचं असेल ते करा; माझा कोणताच आग्रह नाही.' म्हणजे एवढं ज्ञान देऊनही ते आग्रही नाहीत हीच या गीताशास्त्राची विशेषत: आहे.

आज ब्रह्माचं अस्तित्व पाश्चिमात्य देशातील शास्त्रज्ञ वेगळ्या शब्दात सांगत आहेत, पण अजून त्यांना पुष्कळ पल्ला गाठायचा आहे. प्राचीन ऋषींनी दिलेलं आणि भगवद्गीतेत स्वत: भगवंतांनी सांगितलेलं ज्ञान हे आणखी पराकोटीचं, उत्तुंग आणि अंतिम आहे. ते आपण पुन्हा पुन्हा अभ्यासलं पाहिजे; जाणून घेतलं पाहिजे. कारण एकदा वाचून-ऐकून त्यातलं गूढ उलगडत नाही. किंबहुना आपण जेवढा अधिक अभ्यास करत जाऊ, तेवढं त्यातलं गूढ आणखी वाढत जातं.

ब्रह्माचं गूढ असंच आहे. म्हणून भगवान या श्लोकात एवढंच सांगतात, ते ब्रह्मतत्त्व अविभक्त असून ते सर्व भूतांच्या ठिकाणी विभागलं आहे. ते सर्व भूतांचं म्हणजे जीवांचं धारणपोषण करणारं, लय करणारं आणि उत्पन्न करणारंही आहे. आत्मज्ञानानेच ब्रह्माचं स्वरूप तत्त्वत: जाणता येऊ शकेल.

पूर्णब्रह्मापासूनच पूर्ण सृष्टी निर्माण झाली. जे उत्पन्न झालं त्याचा स्थितिकालानंतर विनाश ठरलेलाच असतो. विनाशानंतर मूळ पूर्णब्रह्म आहे तसंच उरतं. ते ब्रह्मच सृष्टीचं धारण-पोषण करतं.

ज्योतिषामपि तज्ज्योतिस्तमसः परमुच्यते ।
ज्ञाने ज्ञेयं ज्ञानगम्यं हृदि सर्वस्य विष्ठितम् ॥१३.१७॥
इति क्षेत्रं तथा ज्ञाने ज्ञेयं चोक्तं समासतः।
मद्भक्त एतद्विज्ञाय मद्भावायोपपद्यते ॥१३.१८॥

सर्व प्रकाशमान वस्तूंमधील तेजाचंही तेज आणि भौतिक अंधाराच्या पलीकडचं असं अव्यक्त ज्ञान ते आहे. तेच अव्यक्त ज्ञेय आहे जे ब्रह्मज्ञानानंच कळणारं असून, सर्वांच्या हृदयात तेच अधिष्ठित झालेलं आहे. याप्रमाणे क्षेत्र, ज्ञान आणि ज्ञेय यांचं संक्षिप्त वर्णन मी तुला सांगितलं. माझा भक्तच हे पूर्णपणे जाणून माझ्या स्वभावाला प्राप्त होऊ शकतो.

अंधारापलीकडे असलेल्या तेजाचं तेज हे डोळ्यांनी दिसत नाही. कारण ते इंद्रियातीत आहे. ते तेज हे *ज्ञानं, ज्ञेयं आणि ज्ञानगम्यम्* असंच आहे. म्हणजे ते केवळ ज्ञानानंच जाणायचं असतं. तत्त्वज्ञानाने प्राप्त करून घ्यायचं असतं. तेच तेज सर्वांच्या हृदयात वास करून असतं. काडेपेटीतील काडीमध्ये असलेला अग्नी दिसत नाही, परंतु विशिष्ट ठिकाणी घर्षण झाल्यानंतर तो व्यक्त होतो. त्याप्रमाणे हृदयातील तेज दिसत नाही, परंतु ज्ञानप्राप्तीसाठी अंतःकरण ढवळून निघालं म्हणजे ते तेज प्रतीत होतं. त्यासाठी जे घर्षण आवश्यक असतं, तोच स्वाध्याय, तीच भक्ती आणि तेच तप. असं ते ज्ञानगम्य तेज हे तेजांचंही तेज असतं. ज्या तेजाने चंद्र-सूर्यही प्रकाशमान होतात, तारांगण झळाळून उठतं. मात्र ते तेज सामान्य दृष्टीला दिसत नाही. दिसत नाही म्हणजे असत नाही असं नाही.

ब्लॅक-होल अर्थात कृष्णविवरांमध्ये प्रकाशही लुप्त होऊन जातो, असं वैज्ञानिक म्हणतात. त्याचप्रमाणे बॅटरीच्या सेलमध्ये असलेला प्रकाश दिसत नाही परंतु त्या सेलमुळेच बॅटरीमधला प्रकाश दृष्टोत्पत्तीस येतो. दृश्य प्रकाशमान विश्वाच्या मागेही असाच एक शक्तिमान ज्ञानी 'सेल' कार्यरत असला पाहिजे! त्या सेलमुळेच विश्व

प्रकाशमान होतं, परंतु त्या प्रकाशाला प्रकाशित करणारा प्रकाश सामान्य पातळीवर दिसत नाही. बॅटरीचा सेल निर्माण करतानाही विजेची आवश्यकता भासते. त्याप्रमाणे प्रकाशित झालेलं विश्व निर्माण करतानाही एका तेजाची आवश्यकता असते. तथापि तिथे द्वैत नसतं. वीज वेगळी आणि त्यापासून निर्माण झालेला सेल वेगळा! पण तसं द्वैत त्या तेजाच्या बाबतीत नसतं. जे चैतन्य सृष्टीत भरून उरलेलं असतं, तेच चैतन्य प्रत्येक प्राणिमात्राच्या शरीरात वास करून असतं. त्या अंतर्यामीच्या तेजाला पाहण्याचा शास्त्रशुद्ध प्रयत्न आणि अभ्यास केला, तरच ते तेज दिसू शकतं. अर्थात त्यासाठी इंद्रियांची आवश्यकता भासत नाही. किंबहुना बाह्य नेत्रांना ते दिसतच नाही. पण ज्या वेळी ज्ञानयोगी ते अलौकिक तेज पाहतो, त्या वेळी द्वैत संपून जातं. ते तेज पाहिल्याबरोबर दृश्य आणि द्रष्टा हे एकात्म पावतात. तो आणि मी एकच आहोत हे ज्ञान होऊन त्या अलौकिक तेजोसागराचाच तो ज्ञानी एक बिंदू होऊन जातो. सागराचा थेंब पुन्हा सागराला मिळाल्यानंतर त्या थेंबाचं वेगळं अस्तित्व कसं काय उरणार? भगवंत सांगतात, अर्जुना, अशा तऱ्हेने क्षेत्र, ज्ञान, ज्ञेय याविषयी मी संक्षेपाने सांगितलं. माझा भक्तच ते यथार्थपणे जाणू शकतो, असंही भगवान सांगतात.

म्हणजे भगवंताचा भक्त झाल्याखेरीज हे ज्ञान होऊ शकत नाही, ही गोष्ट भगवान अप्रत्यक्षपणे इथे सांगत आहेत. खोलवर विचार केल्यास भक्ती करण्यासाठीच अथवा ईश्वराविषयी समज येण्यासाठीच जीवाने पृथ्वीवर जन्म घेतलेला असतो. भक्ती हे जीवनातील अंतिम साध्य असतं. त्यासाठी उपासना हे साधन ठरतं. उपासनेत पूजा-पाठ, नामसाधना, भजन आदी उपचार येतात. पण दैनंदिन जीवन जगताना चोवीस तास या उपासनेच्या क्रिया करणं शक्य नसतं. किंबहुना ते शक्य होण्यासाठीच कर्म करावं लागतं. कर्म केलं की त्याचे परिणाम हे ओघाने आलेच. कारण तो कर्माचा सिद्धान्तच आहे. कर्म करताना सात्त्विक-राजस-तामस या ज्या विकासार्थ वृत्ती दिलेल्या असतात, त्यांच्या प्रभावानुसार जीवाच्या हातून कर्म घडत जातं. त्यात वासनांचं प्रलोभन मोठं असतं. वासना या मनुष्याला बाह्य भौतिक सृष्टीकडे खेचत असतात; त्यातच रमवत असतात. मग तेच भोगवादी जीवन हे खरं जीवन वाटू लागतं. मग देव-परमात्मा वगैरे तत्त्वं अनिश्चित आणि अस्पष्ट होऊन जातात.

परमतत्त्वाची भक्ती करण्याचं आणि एकूणच जीवनाचा उद्देश पुन्हा माहीत करून देण्याचं कार्य महापुरुष आणि संतमंडळी अविरत करत राहतात. तो उद्देश माहीत करून देण्यासाठी मग एका बंधनाची आवश्यकता निर्माण होते. हे बंधन म्हणजेच धर्म. हाच धर्म प्राचीन काळी प्रस्थापित केला गेला. धर्म हा अव्यक्त असतो. तो व्यक्त करण्यासाठी सभ्यतेची आवश्यकता असते. सभ्यतेत रीतिभाती येतात.

वर्तनाचा विचारही सभ्यतेत असतो. सभ्यतेतून सात्त्विक जीवनपद्धतीचं दर्शनही घडवलं जातं. मनुष्य सात्त्विक वृत्तीचा झाला तरच भक्तिमार्ग प्रशस्त होतो. त्यामुळे धर्माला सभ्यतेची आवश्यकता असते. त्यात समयोचितताही असते. म्हणजे पेहरावापासून कोणती कर्मं केव्हा आणि कशी करावीत, याचं मार्गदर्शन असतं.

अशा तऱ्हेने मूळ भक्तीचा उद्देश साध्य करण्यासाठी धर्माने देवाचा आधार घेतला; आणि त्यातून एक सभ्यता जीवनात आणली. त्यासाठी शास्त्रकारांनी अनेकविध विचार दिले. त्यामुळे एक जीवनपद्धती अस्तित्वात आली. या जीवनपद्धतीत मग उपासनाविधी गुंफण्यात आला. ज्या तत्त्वाचा कधी विचारच केला नाही, त्या तत्त्वाची उपासना करणं हे तेव्हा कठीण काम होतं. म्हणूनच शास्त्रकारांनी त्या परमतत्त्वाला साकार केलं. त्यामुळे उपासनामार्गात ध्यान साध्य होऊ लागलं. ही उपासना व्यक्तिगत आणि कौटुंबिक न राहता ती सामाजिक बनून एक आचार आणि एक विचाराचा समुदाय निर्माण व्हावा म्हणून साकार आराध्य दैवताला मूर्तस्वरूप दिलं गेलं. त्या देवतांची त्यांच्या शक्तीनुसार मंदिरंही बांधली गेली. त्यांचा आर्थिक, सामाजिक आणि मानसिक दृष्टीनंही कसा उपयोग होईल याचाही विचार केला गेला. या सर्व प्रयत्नांतून एक भव्यदिव्य संस्कृती अस्तित्वात आली. हीच ती वैदिक आणि औपनिषदिक संस्कृती. मुळात वेद हे सृष्टीच्या प्रारंभी निर्माण झाले होतेच. त्यानंतर उपनिषदांचा विचार पुढे आला.

शास्त्रकारांनी या दोन्हींचा उत्तम संगम साधून आदर्शवत मानवी संस्कृती प्रस्थापित केली. ही संस्कृती जगात सर्वदूर पसरावी आणि विश्वातला शेवटचा मनुष्य ईशनिष्ठ बनावा म्हणून *कृण्वन्तो विश्वम् आर्यम्*चा उद्घोष त्यांनी केला. त्या प्राचीन काळात जगात ज्या संस्कृती अस्तित्वात होत्या, तिथेही तिथल्या ज्ञानी जनांनी हे कार्य समाजामध्ये रुजवलं. सुमेरियन संस्कृती ही त्यातलीच एक संस्कृती होती. उरूक किंवा सूर्यदेश इथेही तीच वैदिक संस्कृती प्रस्थापित झाली होती, याचे पुरावे मिळतात.

अशा तऱ्हेने मानवी जीवनाचा मूळ उद्देश भक्ती किंवा योग साध्य करणं होता. सर्व सृष्टीबरोबरच सर्व प्राणिमात्रांमध्ये वसून असलेल्या ब्रह्माला जाणणं आणि त्यासाठी शास्त्रशुद्ध प्रयत्न करणं हा त्या पुढारलेल्या सात्त्विक समाजाचा उद्देश होता.

हळूहळू त्या सभ्यतेला धक्के बसू लागले. अनेक दूषित मनोवृत्ती त्यात शिरल्या. प्रत्येकाने आपापले पंथ सुरू केले. कर्मकांडांवरून त्यात भेद होत गेले. पुढे हजारो वर्षांनंतर मग मूळ धर्माचं स्वरूप विस्मृतीत जाऊन अनेक रिलिजनस्वरूप धर्म अस्तित्वात आले. इतकंच नाही, तर अनेक धर्म परस्परांचे कट्टर शत्रू बनले.

मानवी इतिहासाच्या या साऱ्या प्रवासात जीवनाचा मूळ उद्देशच धूसर होत गेला. अनेक ऋषि-मुनि-संतांनी तो उद्देश पुन्हा पुन्हा समाजात रुजवण्यासाठी प्रयत्न केला; तप केलं. पण एक वेळ अशी आली की, समाज काही ऐकण्याच्या मन:स्थितीतच राहिला नाही. इंग्रजीत एक म्हण आहे की, When mob is on the road; even God goes in. अशीच काहीशी अवस्था कालांतराने झाली.

जीवनाचा मूळ उद्देश विस्मृतीत गेल्यामुळे आज जगात प्रचंड प्रमाणात अराजकता दिसून येते. अमानुष स्पर्धा, विद्वेष आणि आक्रमकता अनेक ठिकाणी दिसून येते. भोगांची लालसा कमालीची वाढलेली दिसते. मनुष्याच्या भोगलालसेतून स्त्री-पुरुष, प्राणी, एवढंच नाही तर निसर्गही सुटलेला नाही. इतकं असूनही मनुष्य एकप्रकारचं दिशाहीन आणि संभ्रमित जीवन जगताना दिसतो. दिशाहीन आणि संभ्रमित वृत्ती ही मनुष्याच्या मनाला कमकुवत बनवत असते. त्यामुळे करोनासारख्या साथीसुद्धा मनुष्याच्या मनाला कमालीचा हादरा देऊन जातात. त्याला भयग्रस्त करतात.

जर जीवनाचा मूळ उद्देश जाणून घेतला, पुन्हा आत्मभान आणण्याचा प्रयत्न झाला, ब्रह्माचं स्वरूप आणि त्याची आपल्या अंतर्गत असलेल्या ब्रह्मरूप शक्तीची आराधना करून सात्त्विक जीवनपद्धतीचा अंगीकार केला. तीच जीवनपद्धती त्याला ज्ञानाकडे घेऊन जाईल. अशा तऱ्हेने तेच जीवनाचं ज्ञेय झालं तर या पृथ्वीवर पुन्हा स्वर्ग अवतरेल. त्या अव्यक्ताचं ज्ञान हेच ब्रह्मज्ञान असतं; आणि ते मनुष्याच्या अगदी सन्निध आहे - समीप आहे. आज मनुष्याने यावर सखोल विचार करण्याची वेळ आलेली आहे.

ते ब्रह्म म्हणजे प्राणांचे प्राण आहे. दृश्य आणि अदृश्य जगतात जे जे म्हणून काही आहे, त्यांचा प्राण ते ब्रह्मच आहे. तेच तेज सर्व प्राणिमात्रांमध्ये वास करून असतं. त्याला जाणण्याचा प्रयत्न झाला पाहिजे. त्याला जाणण्याच्या शास्त्रशुद्ध प्रयत्नांमधूनच मनुष्याचा खरा विकास होऊ शकेल.

प्रकृतिं पुरुषं चैव विद्ध्यनादी उभावपि ।
विकारांश्च गुणांश्चैव विद्धि प्रकृतिसम्भवान् ॥१३.१९॥

प्रकृती आणि पुरुष ही दोन्हीही अनादि म्हणजे ज्यांचा आरंभ कळत नाही असे आहेत असं समज. विकार आणि गुण हे प्रकृतीपासून उत्पन्न झाले आहेत असं जाण.

सांख्यशास्त्राप्रमाणे प्रकृती आणि पुरुष हे दोन्ही अनादिच नव्हे तर स्वतंत्र आणि स्वयंभूही आहेत. मात्र वेदान्ताप्रमाणे प्रकृती परमेश्वरापासूनच उत्पन्न झालेली आहे. म्हणून ती स्वयंभूही नाही आणि स्वतंत्रही नाही, असं समजलं जातं; पण पुरुष हा परमेश्वराचाच अंश आहे आणि प्रकृती परमेश्वरापासून केव्हा निघाली ते सांगता येत नाही, त्यामुळे दोघेही अनादि आहेत हे वेदान्ताला मान्य आहे.

प्रकृती आणि पुरुष हा संगम अनादि आहे, असं भगवंतांनी म्हटलं आहे. अधिक सखोल विचार केल्यास एक गोष्ट आपल्या ध्यानात येईल. ती म्हणजे परमात्मा हा नित्य आहे आणि त्याच्यापासूनच प्रथम ब्रह्माची उत्पत्ती झाली आणि ब्रह्मापासूनच संपूर्ण सृष्टीचं सर्जन झालं. मागे हा विषय येऊन गेलाच आहे. शिवाय या भौतिक सृष्टीला परमात्म्याचा अंश व्यापून आहेच, हेही मागे आपण पाहिलं.

परमात्मास्वरूप उपादानकारणाशिवाय सृष्टी व्यक्त होणं शक्यच नाही. म्हणजे भगवान अनादि आहे. त्याचंच स्वरूप सत्यं-शिवं आणि सुंदरम् आहे. परमात्मा हा प्रकृतीला कारण आहे; परंतु प्रकृती परमात्म्याला कारण असूच शकत नाही. त्यामुळे या श्लोकात प्रकृती आणि पुरुष हे अनादि आहेत, असं जे म्हटलं आहे, त्याला वेगळा अर्थ आहे. परमात्मा नित्य आहे. तिथे द्वैत नाही. पण जेव्हा द्वैत निर्माण होतं, तेव्हाच कोणीतरी परमात्मा ही सृष्टी व्यापून आहे याचं ज्ञान होतं. म्हणजे प्रकृती नसतीच तर परमात्म्याला ओळखण्याचा, त्याला जाणण्याचा किंवा तत्स्वरूप होण्याचा प्रश्नच उद्भवला नसता. हे म्हणजे जर भक्तच नसता तर भगवंत तरी कशाला असता? असं म्हणण्यासारखं आहे. म्हणजे भक्त-भगवंत हे द्वैत जसं आत्मविकासासाठी आवश्यक

असतं, त्याप्रमाणे प्रकृति-पुरुष हे द्वैत सृष्टीत निर्माण होत असतं. परमेश्वराचं अस्तित्व आहे असं म्हणताना आपण नकळत प्रकृतीचं अस्तित्व सिद्ध करतो. थोडक्यात, द्वैतभाव जपून आपण परमेश्वराला संबोधित केलं की परमेश्वर दुसरा होतो आणि आपण म्हणजे प्रकृतीचं स्वतंत्र अस्तित्व संबोधित होतं. या अर्थाने प्रकृती आणि पुरुष अनादि आहेत. ज्या वेळी आपण पुरुषाचं संबोधन करू, तेव्हा तो नित्य असतोच. त्यामुळे या दोन्ही घटकांसाठी आदिही नाही आणि अंतही नाही. त्यात कालाचा संदर्भच येत नाही. म्हणून ही दोन्ही तत्त्वं अनादि आहेत.

आता प्रकृतीही आहे आणि परमात्माही आहे हे आपल्याला समजलं, पण हा द्वैत अनुभव जीवाला केव्हा आणि कसा मिळेल? त्यासाठी प्रकृतीमध्ये काही विशेष घटक असल्याशिवाय तो अनुभव मिळूच शकणार नाही. बेशुद्ध मनुष्याला परमात्मा काय आणि प्रकृती काय- या कशाचाच विचार नसतो. म्हणून मनुष्यामध्ये प्रकृती आणि पुरुषाचा विचार उत्पन्न करायचा झाल्यास प्रकृतीमध्येच काही घटकांची आवश्यकता असते. ते घटक म्हणजेच विकार आणि गुण.

म्हणूनच विकार आणि गुण हे प्रकृतीपासून निर्माण झाले आहेत. अर्थात जीवाला 'अहं'चं स्फुरण झालं की विकार आणि गुण पाठोपाठ येतातच. विकार आणि गुण नसतेच तर परस्परावलंबी सृष्टी कार्यरत झालीच नसती. म्हणूनच विकार उत्पन्न होण्यासाठी जीवांमध्ये मन, बुद्धी आणि इंद्रियांची आवश्यकता असते. या विकारांमुळेच मनुष्य स्वतःला परमेश्वरापासून वेगळा समजू लागतो; आणि सृष्टीच्या संचालनासाठी ते आवश्यक असतं. म्हणून मन-बुद्धी आणि इंद्रियं यांच्या मायेचा प्रभाव जीवावर पडू लागला की जीवाच्या मनात राग, द्वेष, लोभ, मोह, मद आणि मत्सर हे षड्विकार जागृत होतात. त्यातून आसक्ती, वासना, अभिलाषा, अस्मिता, महत्त्वाकांक्षा आदी भावभावना तयार होत जातात. हे सारे भाव त्रिगुणांनी वेष्टित असतात. ते त्रिगुण म्हणजे सात्त्विक, राजस आणि तामस. हे त्रिगुण केवळ जीवांच्या वृत्तीतच नाही, तर संपूर्ण सृष्टीला व्यापून असतात. या त्रिगुणांच्या ताणावरच सृष्टीचं सर्जन होत असतं. तोच प्रकृतीचा गुण असतो. म्हणूनच भगवान या श्लोकात सांगतात, 'अर्जुना, विकार आणि गुण हे प्रकृतीपासून उत्पन्न झाले आहेत असं जाण.'

थोडक्यात, परमात्मा मानला तर प्रकृतीविषयीची मान्यता ओघानंच येते. प्रकृतीच नाही म्हटलं तर परमात्माही नाही; म्हणजे परमात्मा असल्याची जाणीवच नाही! कारण जाणणारं तत्त्व हे प्रकृतीमधलंच असतं. म्हणूनच जसा पुरुष अनादि आहे असं म्हटलं तर प्रकृतीही अनादिच ठरते. मन, बुद्धी, इंद्रियं आणि इंद्रियांचे अर्थ किंवा विषय, जड आणि चेतन, त्याचप्रमाणे सत्त्व, रज आणि तम हे त्रिगुण हे सर्व काही

प्रकृतीपासून निर्माण झाले आहे. दिवसामागून रात्र आणि रात्रीमागून दिवस हे चक्र ज्याप्रमाणे अनादि कालापासून चालू आहे, त्याप्रमाणे पुरुष आणि प्रकृती अनादि कालापासून बरोबर आहेत. जुळ्या भावंडांप्रमाणे ते एकसमानच आहेत. देह आणि सावलीचा जो संबंध आहे, तोच संबंध प्रकृति-पुरुष यांचा आहे. देह असतो म्हणून सावलीला अस्तित्व असतं. वस्तूशिवाय सावली संभवत नाही. तोच पुरुष आणि प्रकृतीचा संबंध आहे. अर्थातच क्षेत्र-क्षेत्रज्ञ म्हणजेच प्रकृति-पुरुष. ही प्रकृतीच कर्माच्या उत्पत्तीचा हेतू म्हणजे कारण असते, परंतु पुरुष मात्र निर्गुण असतो. पुरुष म्हणजे आत्मा हा उदासीन आणि अकर्ता असतो. तो परमात्म्याचा अंश म्हणजे प्रत्यगामा असतो.

प्रकृतीच्या रूपाला भुलून जीव स्वतःला इंद्रियं मानतो आणि प्रकृतीपासून उत्पन्न झालेल्या सुख, दुःख, मोह या गुणांचा तो भोग घेत राहतो. सत् आणि असत् योनीत जन्म होण्याचं मुख्य कारण त्या जीवाची विषयासक्ती हेच कारण असतं. प्रकृती माझी आहे, असं जीव मानतो आणि सेवाभावाने तिच्यामागे धावत राहतो.

म्हणूनच विकार आणि गुण हे प्रकृतीपासून उत्पन्न झाले आहेत, असं या श्लोकात म्हटलेलं आहे.

प्रकृती माझी आहे आणि मीच तिचा स्वामी आहे असं समजून तिचं नियमन करणारा परमात्मा परमेश्वर मात्र गुणातीत असतो.

प्रकृती आणि पुरुष हे अनादि आहेत. पुरुष स्वतंत्र आहे, पण प्रकृती ही स्वयंभू नाही आणि स्वतंत्रही नाही. पुरुषाचं संबोधन केलं तर प्रकृतीचं संबोधन त्यात अंतर्भूतच असतं. विकार आणि गुणांमुळे प्रकृतीचं कार्य सुरू होतं.

कार्यकरणकर्तृत्वे हेतुः प्रकृतिरुच्यते ।
पुरुषः सुखदुःखानां भोक्तृत्वे हेतुरुच्यते ॥१३.२०॥

कार्य म्हणजे देह आणि कारण म्हणजे इंद्रियं, यांच्या कर्तृत्वास प्रकृती कारण आहे, असं म्हणतात आणि कर्ता नसूनही सुखदुःखांचा उपभोग घेण्यास पुरुष म्हणजे क्षेत्रज्ञ कारण आहे असं म्हटलं आहे.

हा श्लोक समजायला थोडा कठीण आहे. त्याचा अर्थही काहीसा गुंतागुंतीचाही आहे. शांतपणे आणि पुन्हा पुन्हा या श्लोकाचं विवेचन वाचावं असा हा श्लोक आहे. आपण तो थोडक्यात समजून घेण्याचा प्रयत्न करू.

प्रकृती आणि पुरुष म्हणजे Spirit आणि Matter हे कसे अनादि आहेत, हे आपण मागच्या श्लोकात बघितलं. आता या श्लोकात त्यांचा परस्परांशी संबंध कसा येतो, हे सांगितलं आहे. इथे प्रकृतीचा संदर्भ वैश्विक प्रकृतीशी नसून तो जीवस्वरूपातील प्रकृतीशी आहे, हे सहज ध्यानात येतं. म्हणजे जीवांतर्गत मूळ प्रकृती ही वाणी-हात-पाय-गुद आणि उपस्थ अशी पाच कर्मेंद्रियं त्याचप्रमाणे डोळे-नाक-कान-जीभ आणि त्वचा अशी पाच ज्ञानेंद्रियं, तसंच शब्द-स्पर्शादी असे पाच विषय आणि मन मिळून सोळा कार्यांनी बनलेली आहे.

दोन हातांच्या साहाय्याने विविध प्रकारची दैनंदिन कामं केली जातात. दोन पायांनी मनुष्य चालू शकतो. मनुष्य आपल्या मनातील विचार आणि भावभावना या वाणीद्वारे अभिव्यक्त करू शकतो. गुद या इंद्रियाद्वारे शरीरातील नको असलेले पदार्थ शरीराबाहेर टाकले जातात. उपस्थ या कर्मेंद्रियामार्फत प्रजोत्पादनाचं कर्म केलं जातं. ही आणि अशी इतर अनेक कर्मं पंचकर्मेंद्रियांकडून पार पाडली जातात.

आता ज्ञानेंद्रियं कोणती ते पाहू या. ज्ञानेंद्रियं म्हणजे ज्ञान देणारी इंद्रियं हा सरळ अर्थ आहे. पण 'इंद्रिय' हा शब्द तरी कुठून आला, याचाही जाताजाता विचार करू. 'इंद्रिय' हा शब्द 'इंद्र' या शब्दापासून निर्माण झालेला आहे, अशी मान्यता आहे. 'इंद्र'

या शब्दाचे अनेक अर्थ असून या शब्दाची व्युत्पत्ती 'इदंद्र' (इदं+द्र) अशी ऐतरेय उपनिषदातल्या पहिल्या अध्यायातील तृतीय खंडात दिली आहे. थोडक्यात, दृश्यमान सजीव सृष्टीतील मानव आणि मानवेतर सजीवांना सर्व प्रकारच्या सूक्ष्म तसंच स्थूल पदार्थांचं ज्ञान आणि अनुभव ज्या शरीरांतर्गत स्थूल किंवा सूक्ष्म साधनांद्वारे प्राप्त करता येतो, त्या साधनांना 'ज्ञानेंद्रियं' म्हणतात. ज्ञानेंद्रियं ही एकूण पाच असून ती सामान्यतः प्रत्येक व्यक्तीला जन्मतः प्राप्त झालेली असतात. त्यांच्या साहाय्यानंच जीवाला बाह्य जगाचं ज्ञान प्राप्त करता येऊ शकतं.

पंचज्ञानेंद्रियं आणि पंचकर्मेंद्रियं यांच्यामध्ये मन हे उभयात्मक मानलं गेलेलं अकरावं इंद्रियच असतं. मनाच्या आदेशानुसार ही पाच कर्मेंद्रियं आपापली कामं पार पाडत असतात. तसंच मनाचा आणखी एक गुण आहे. तो म्हणजे मन हे कर्मेंद्रियांबरोबर कर्मेंद्रियांप्रमाणे आणि ज्ञानेंद्रियांबरोबर ज्ञानेंद्रियांसारखं वागत असतं.

याप्रमाणेच अहंकार आणि बुद्धीसह पंचमहाभूतं अर्थात पृथ्वी-आप-तेज-वायू आणि आकाश, ही सात कारणं आहेत आणि त्यांचं सर्वत्र दिसून येणारं कर्तृत्व या सर्वांना 'कारण' आहे असं म्हणतात. म्हणजे ज्या घटना सृष्टीत वा देहात घडतात, त्यांच्यामागे या अहंकारादी सात कारणांचं कर्तृत्व असतं. पुरुष म्हणजे या प्रकृतीला अधिष्ठान असलेला आत्मा हा सुखदुःखांच्या अनुभवाला कारण असतो, असं भगवान सांगतात. म्हणजे तो असतो म्हणून या सात कारणांकडून जे काही घडतं, त्यांचे प्रभाव सुख-दुखांच्या स्वरूपात दिसून येतात.

'अहं'सह देहाच्या इंद्रियांचे विकार तसंच सुखदुःखं, मोह इत्यादी गुण हे प्रकृतीपासूनच निर्माण झालेले असतात. पर्यायाने प्रकृतीच्या ठिकाणी बुद्धी आणि इच्छा ह्या दोन गोष्टी अहंकाराला उत्पन्न करतात. प्रकृतीच नसती तर बुद्धी, इच्छा आणि अहंकार उत्पन्न होण्याची जागाच नसती. कॉम्प्युटरच्या भाषेत सांगायचं तर मॉनिटरच नसता तर नुसता सीपीयू काय कामाचा होता? किंवा टीव्हीच नसता तर नुसती केबल असून काय उपयोग होता? म्हणून डिस्प्लेसाठी प्रकृतीची आवश्यकता असते. टीव्हीच्या पडद्यावर जरी सर्व घटना दिसल्या, तरी त्या भ्रामकच असतात. त्या प्रत्यक्ष आपल्या घरात घडत नसतात. अनेक मालिकांमधले प्रसंग केवळ आपण पाहत असतो; आणि त्यासाठीच प्रकृतीची आवश्यकता असते. पण टीव्हीच्या पडद्यावर उमटणारे प्रसंग जसे मायावी असतात, तश्याच प्रकृतीमध्ये घडणाऱ्या घटना या मायावी असतात.

प्रकृतीच्या या मायावी खेळात एकदा 'अहं'ची धारण झाली, की मग जीव अनायासे तो खेळ खेळू लागतो. मायावी खेळातल्याच इच्छित वस्तू मिळवण्याच्या

तो नादी लागतो. बाह्य वस्तू मिळवण्याच्या या शारीरिक क्रिया जेव्हा जीवाच्या हातून व्हायला लागतात, तेव्हा ते प्रकृतीचंच बाह्यतः केलेलं कार्य ठरतं. जीवाच्या मनात इच्छा आणि आकांक्षा निर्माण होऊन जीव मग त्या गोष्टींच्या पूर्ततेच्या मागे लागतो. हे कार्य इंद्रियांमार्फत मन करवून घेत असतं. मनाकडून कर्मेंद्रियांना मिळणाऱ्या या प्रेरणारूप क्रियेलाच कर्तृत्व म्हणतात. कार्य-कर्तृत्वामुळे निर्माण होणाऱ्या सुखदुःखांचा भोग अशा तऱ्हेने पुरुषामुळेच घडून येतो - सीपीयूप्रमाणे!

म्हणजे अप्रत्यक्षरीत्या या क्रियेला प्रकृतीच कारणीभूत असते. त्या प्रभावामुळे पुरुष स्वतःला इंद्रियं मानू लागतो. त्यामुळे प्रकृतीपासून उत्पन्न झालेल्या सुख, दुःख, मोह आदी गुणांचे प्रभाव किंवा परिणाम पुरुषाला भोगावे लागतात. अर्थात जोपर्यंत सुखदुःख खरोखर निर्माण होतात, तोपर्यंत प्रकृती व्यापार करते आणि पुरुष त्या व्यापारातून मिळणाऱ्या फळांना भोगत राहतो. याचा अर्थ स्वतः कर्ता नसूनही क्षेत्रज्ञ हा अप्रत्यक्षपणे या सर्वांचं कारण ठरतो; अनुभव घेणारा ठरतो.

संत ज्ञानेश्वर महाराजांनी या श्लोकासाठी पति-पत्नीचा दृष्टान्त दिलेला आहे. पत्नी म्हणजे प्रकृती ही जग प्रसवते. स्त्री मिळवते आणि पती खातो! परंतु एवढं होऊनही प्रकृती आणि पुरुषस्वरूप पति-पत्नींचा संबंध नसतो!

जेव्हा मनुष्य देह सोडतो, तेव्हा स्वाभाविकच त्याची देहांतर्गत जड प्रकृतीच्या कचाट्यातून मुक्तता होते. कर्मेंद्रियं आणि ज्ञानेंद्रियांना खेळवणाऱ्या दैहिक मनाच्या प्रभावातच आपण अडकून पडलो होतो; आणि त्यामुळेच आपण विनाकारण सुख-दुःखांचे अनुभव आयुष्यभर घेत राहिलो याची जाणीव जीवात्म्याला होते. पृथ्वीवरचं जीवन हे प्रकृतीच्या अधिक अधीन असून ते खरं जीवन नव्हतं, अशीही जाणीव जीवात्म्याला होते. प्रकृतीच्या प्रभावामुळेच अहंकार कार्यरत होऊन आपण सकाम कर्मं करत राहिलो, याचीही त्याला जाणीव होते. आता त्या अवस्थेत जीवात्म्याने भौतिक देह सोडलेला असतो, परंतु प्रकृतीच्या प्रभावामुळे जी कर्मं त्याच्या हातून घडलेली असतात, त्यांचे प्रभाव मात्र त्याच्याबरोबर गेलेले असतात. त्या कर्मप्रभावांनुसारच त्याचा पुढचा प्रवास ठरणार असतो. देह सोडल्यानंतर जीवात्म्याला भौतिक देहातले अनुभव काही काळ मिळत राहतात. जीवात्म्याने जडदेह जरी सोडलेला असला, तरी जडदेहाचा थोडा भौतिक अंश त्या सूक्ष्म शरीराशी संलग्न राहिलेलाच असतो. तेलकट पदार्थांमधलं तेल कितीही वेगळं काढायचा प्रयत्न केला, तरी तेलाचा अंश त्या पदार्थामध्ये व्यापून उरलेलाच असतो. त्याचप्रमाणे जड देह जरी पृथ्वीवर राहिला तरी त्या देहाचा अंश त्या तेलाप्रमाणे सूक्ष्मदेहाबरोबर काही प्रमाणात राहिलेलाच असतो. भारतीय शास्त्रांमध्ये या जडदेहाच्या अंशाला 'भूतसूक्ष्म' शरीर

असं म्हणतात. परलोक यात्रेच्या वेळी सूक्ष्मदेहाला आधार देण्याचं काम हे 'भूतसूक्ष्म' शरीर करत असतं; आणि म्हणूनच जीवात्म्याला पृथ्वीवर सोडलेल्या देहाची ओळख आणि अनुभव देह सोडल्यानंतरही राहतो. विशिष्ट प्रकारचं बाष्प या 'भूतसूक्ष्म' शरीराला सूक्ष्मदेहाशी संलग्न राहण्यासाठी कारण ठरलेलं असतं. ते बाष्प प्रकृतीमधलंच असतं आणि म्हणूनच जीवात्म्यालाही ते प्रभावित करतं.

म्हणजे प्रकृती कशा पद्धतीने आपलं मायाजाल पसरून जीवाला आणि पर्यायाने पुरुषालाही त्यात अडकवत असते, हेच भगवान या श्लोकात सांगतात. या प्रकृतीच्या प्रभावातून सुटण्यासाठीच हे गहन तत्त्वज्ञान त्यांनी कथन केलं आहे.

प्रकृतीमुळे अहंकार प्राप्त होऊन जीव कार्यरत होतो. इच्छा-आकांक्षापूर्तींच्या मागे जीव लागतो. अहंकाराची धारणा झाली की सुखदुःखं प्राप्त होतातच, पण या साऱ्या गोष्टींचा कर्ता (क्षेत्रज्ञ) पुरुष नसूनही तो कारण मात्र असतो. प्रकृतीचं हे मायाजाल भेदून गेलं तरच सत्यस्वरूप उमगू शकेल.

पुरुषः प्रकृतिस्थो हि भुङ्क्ते प्रकृतिजान्गुणान् ।
कारणं गुणसङ्गोऽस्य सदसद्योनिजन्मसु ॥१३.२१॥

प्रकृतीतंत्र झालेला पुरुष प्रकृतीपासून उत्पन्न होणाऱ्या गुणांचा भोग घेतो आणि प्रकृतीशीच संग केल्यामुळे तो गुणसंयोग त्याच्या चांगल्या-वाईट जन्मांना कारण ठरतो.

या श्लोकात पाच सुप्त म्हणजे hidden परंतु वास्तविक गोष्टींचा उल्लेख आहे. पहिली गोष्ट म्हणजे प्रकृती आणि परमात्मा ही दोन स्वतंत्र तत्त्वं आहेत. दुसरी गोष्ट म्हणजे जन्म होताच जीव कळत-नकळत प्रकृतीच्याच आश्रयाला जातो; परमात्म्याच्या नाही. तिसरी गोष्ट म्हणजे, प्रकृतीच्या आश्रयाला जो जीव जातो, तो पुनर्जन्माच्या चक्रात अडकून पडतो. चौथी गोष्ट म्हणजे प्रकृतीशीच संयोग पावून जीवनाची अभिलाषा धरल्यामुळे जीवाची ती अभिलाषा सतत नवीन जन्मांना कारण ठरते. आणि पाचवी गोष्ट म्हणजे, प्रकृती जीवाला चांगली-वाईट कर्मं करायला भाग पाडते आणि त्यामुळे जीवाला मिळणारा प्रत्येक नवीन जन्म हा त्याच्या कर्मानुसार चांगला किंवा वाईट होतो.

मागील श्लोकात सांगितल्यानुसार परमात्मा आणि प्रकृती हे अनादि आहेत. म्हणजे मी आणि परमात्मा हे वेगळे आहोत असं द्वैत जेव्हा सुरू होतं, तेव्हा प्रकृतीचा प्रभाव सुरू होतो. परंतु मी परमात्मस्वरूप असून प्रकृतीचा खेळ मी अलिप्त राहून केवळ जाणतो, अशी जेव्हा भक्ताची किंवा योग्याची ज्ञानोत्तर भूमिका होते, तेव्हा त्याच्यासाठी प्रकृतीचा आणि परमतत्त्वाचा आरंभाचा भाव संभवतच नाही. त्याच्यासाठी ती एक चिरंतन अवस्था ठरते. त्याचवेळी संपूर्ण जीवसृष्टी ही मात्र प्रकृतीशी संलग्नच असते. म्हणजे एका घटकासाठी प्रकृती आणि पुरुषाचा आदि-अंत हा भाव संपलेला असतो तर इतरांसाठी तो चालूच असतो. मग कोणता भाव खरा मानायचा? म्हणून प्रकृती आणि पुरुष हे अनादि आहेत असं म्हटलेलं आहे आणि ती गोष्ट सामाजिक स्वरूपात किंवा सरसकट सिद्धान्तामध्ये बसणारी नाही.

त्यामुळे सर्वसामान्य जीवांसाठी प्रकृती आणि पुरुष ही दोन तत्त्वं आहेत. प्रकृतीमुळेच जीवाचा जन्म होतो आणि जन्म झाल्यावर ती प्रकृतीच जीवाला जोजवते, जागवते, जगवते आणि आपल्या मायेत गुरफटून टाकते. ओघानंच जीव समज आल्यावर प्रकृतीच्या आश्रयालाच जातो. मग प्रकृतीमधलं जीवनच त्याला खरं जीवन वाटू लागतं. कुटुंब आणि सभोवतालचा समाजही त्या जीवाला प्रकृतीमध्येच गुंतवतो. खेळ-खेळण्यांमध्ये मग जीव गुंतत जातो. पुढे अ, आ, इ, ई किंवा पाश्चात्त्य शिक्षणपद्धतीतील A, B, C, D सुरू होतं. कालानुरूप A, B, C, D अधिक महत्त्वाचं वाटू लागतं. कारण त्यामुळे मोठ्या पॅकेजची नोकरी, परदेश-प्रवास आणि संभाव्य सुखी जीवनाची स्वप्ने रंगवता येतात. ती स्वप्ने प्रत्यक्षात आणण्यासाठी मग आटापिटा सुरू होतो. मग कधी स्वप्ने खरी ठरतात तर कधी ती उधळली जातात. स्वप्ने खरी ठरली तरी जीवन सुखी होतंच असं नाही. कारण गाव बदललं म्हणजे नशीब बदलत नाही. प्रकृतीमधल्या खेळाचाच हा प्रभाव असतो. जीवनाच्या अखेरीपर्यंत मनुष्य जीवनाचा सुखदु:खरूपी खेळ खेळतच राहतो.

अशा तऱ्हेने प्रकृतीच्या अधीन झालेला मनुष्य प्रकृतीच्या खेळातच रममाण होतो. या खेळात त्याच्या हातून चांगली-वाईट कर्मं घडत जातात. पर्यायाने तो सुखदु:खांचा वाटेकरी होतो. स्वत: आनंदस्वरूप असूनही, आपल्याला सुख-दु:ख होत आहे, असं तो प्रकृतीच्या प्रभावामुळे मानू लागतो. त्याची ही प्रकृतीच्या गुणांविषयीची आसक्तीच त्याला चांगले-वाईट जन्म घेण्यास कारण ठरते. प्रकृतीच्या आश्रयाला जाणं ही प्रक्रिया सहज, अनायासे किंवा by default असते. परंतु परमात्म्याच्या आश्रयाला जाणं हे सहज नसतं. किंबहुना ते अतिशय कठीण असतं.

भगवंत पुरुषस्वरूपात सर्वांच्याच हृदयात बसलेला असतो परंतु प्रत्येकाच्या ठिकाणी त्याची भूमिका वेगवेगळी असते. तसं असण्याचं कारण म्हणजे जीवाची बाह्य विषयानुरूप बदलणारी इच्छा! इच्छा जीवाची असते आणि ती प्रकृतीच्या प्रभावामुळे निर्माण झालेली असते. ती भगवंताची नसते. जीव हा भगवंताच्या शक्तीने कार्यरत होत असतो; इच्छेने नाही! पुन्हा सांगतो, जीव हा भगवंताच्या शक्तीने कार्यरत होत असतो; इच्छेने नाही! म्हणजे शक्ती भगवंताची आणि इच्छा जीवाची. मनात इच्छा निर्माण होणं हा प्रकृतीचाच प्रभाव असतो. इच्छा झाली की चांगलं-वाईट वर्तन होणारच आणि त्यानुरूप त्याचे चांगले-वाईट परिणाम हेही होणारच! हाच तर खेळ आहे.

कारण भगवंताची इच्छा जीवाला कार्यरत करत असती तर सर्वजण चांगलेच वागले असते! एक मनुष्य सद्वर्तनी बनतो आणि दुसरा दुर्वर्तनी बनतो; असं का?

कारण इच्छा जीवाची असते आणि शक्ती भगवंताची असते! आपापल्या इच्छेनुरूप जीव प्रकृतीमधल्या विविध गुणांचा उपभोग घेतो.

प्रकृतिप्रेरित मन आणि बुद्धी यांमुळे 'अहं'चं पोषण होत असतं. मग अहंकारातून आसक्ती निर्माण होते. मनात फलाशा जोपासली जाते. फलाशा फलित व्हावी म्हणून माणूस प्रयत्नशील राहतो. मिळणारं फल कधी सुखदायी असतं तर कधी दुःखदायी ठरतं. मग त्या त्या प्रसंगांच्या अनुषंगाने माणसाच्या हातून पापपुण्यात्मक कर्मं घडत जातात. फल-आशायुक्त कर्म कर्मबंध करतं. म्हणजे ते पुढील जन्माला कारण ठरतं.

कर्मबंधयुक्त बॅलन्स व्यक्तीच्या कर्मखात्यात जमा होऊन तो पुढील जन्मी त्याला चिकटून येतो. आधीच्या जन्मात थोडाबहुत निष्काम कर्मयोग साधला असेल तर कर्मबंधाचा भार कमी होतो. जितका कर्मबंध कमी, तितका पुढील जन्मीचा भोग कमी! माणसाने जर पापकृत्यंच अधिक केली तर कर्मबंध वाढतो. आपल्या या जन्मीच्या कृत्यानुसार पुढील जन्म निश्चित होतो. वनस्पती-प्राणिसृष्टीसारख्या हीन योनीतसुद्धा जीव जन्म घेतो. म्हणजे प्रकृतीने प्राप्त झालेल्या गुणांमुळे जीवाला तशा तशा प्रेरणा होत जातात आणि त्या प्रेरणांप्रमाणे तो वर्तन करतो. केलेल्या वर्तनानुसार जमा झालेला कर्मबंध त्याच्या चांगल्या अगर वाईट जन्मांना कारण होतो. म्हणून जीव नकळत प्रकृतीच्या आश्रयाला जातो आणि पुनर्जन्माच्या चक्रात अडकून पडतो, या गोष्टी सिद्ध होतात.

पुनर्जन्माच्या चक्रात अडकून पडण्याचं कारण म्हणजे प्रकृतिप्रेरित वासना आणि अभिलाषा या कारण ठरतात. याच वासना राग-द्वेषादी भावांना जन्म देतात. त्यामुळेच जीवाच्या हातून त्यानुरूप चांगली-वाईट कर्मं घडत जातात. ती कर्म फेडावीच लागतात - चालू जन्मात नाहीतर पुढच्या जन्मात. वाईट कर्मंच नाही तर चांगली कर्मं फेडण्यासाठीही जन्म घ्यावा लागतो. म्हणजेच कर्मानुसार पुढचा जन्म चांगला किंवा वाईट होतो.

या प्रकृतीच्या सुख-दुःखरूपी चक्रातून सुटायचं आहे का, असंच जणू भगवान या श्लोकातून सुचवतात. निर्णय जीवाच्या अखत्यारीतला आहे; भगवंतांच्या नाही. या सुख-दुःखरूपी चक्रातून सुटायचं असेल तर प्रकृतीचा आपल्यावर असलेला प्रभाव कमी करून भगवंतांचाच हात धरला पाहिजे. निष्काम कर्म म्हणजे self-less work आणि शास्त्रशुद्ध भक्ती करूनच जीव या भ्रमित करणाऱ्या चक्रातून सुटू शकतो आणि आनंदस्वरूप होऊन जाऊ शकतो. आपला असा उद्धार आपणच करायचा असतो; दुसरा कुणीही तो करू शकत नाही ही गोष्ट अत्यंत महत्त्वाची आहे. म्हणून सहाव्या अध्यायातील पाचव्या श्लोकातच भगवंतांनी सांगून ठेवलं आहे, *उद्धरेदात्मनात्मान*

नात्मानमवसादयेत्. तुझा उद्धार तूच करायचा आहेस. तूच तुझ्या जीवनाचा शिल्पकार आहेस, हे या श्लोकाचंच मराठी भाषांतर आहे.

त्यामुळे भवसागर हा प्रकृतीचा प्रांत आहे. त्यातच डुंबत राहायचं का त्यातून बाहेर पडायचं, ते आपणच ठरवायचं असतं. दुसरा फारतर हात देईल किंवा ज्ञान देईल, पण प्रकृतीचं पारतंत्र्य आपणच दूर करायचं असतं. भगवंतांनी त्याविषयी मार्गदर्शन केलेलं आहे परंतु ते मुळीच आग्रही नाहीत. निर्णय आपल्या हाती आहे.

प्रकृतीच्या अधीन झालेल्या माणसाच्या हातून बरीवाईट कृत्यं होतात. त्यानुसार त्याला पुढील जन्म प्राप्त होतो. उत्तम योनीत जन्म मिळणं हे माणसाच्याच हातात असतं. प्रकृती ही मनुष्याला मोहात पाडते आणि त्याला परतंत्र बनवते. प्रकृतीच्या अधीन होण्यात सहजता असते, पण भगवंतांचा हात धरणं कठीण असतं. प्रकृतीचं मायावी जाल दूर करण्यासाठी आणि भगवंतांचा हात धरण्यासाठी निष्काम कर्मयोग आणि शास्त्रशुद्ध भक्ती करणं हाच राजमार्ग आहे.

उपद्रष्टानुमन्ता च भर्ता भोक्ता महेश्वरः ।
परमात्मेति चाप्युक्तो देहेऽस्मिन्पुरुषः पर ॥१३.२२॥

या देहामध्ये म्हणजे क्षेत्रामध्ये आत्मा श्रेष्ठ असून उपद्रष्टा म्हणजे क्षेत्राचे अंतर्बाह्य व्यापार जवळ बसून प्रत्यक्ष पाहणारा, क्षेत्राला कार्यक्षम ठेवणारा, त्यापासून उत्पन्न होणाऱ्या सुखदुःखांचा अनुभव घेणारा, अनुमोदन देणारा भर्ता-भोक्ता त्यालाच या देहातील श्रेष्ठ पुरुष, महेश्वर आणि परमात्मा असंही म्हणतात.

हा श्लोक अतिशय महत्त्वाचा आहे. देहात वास करून राहिलेला परमात्मा, परपुरुष किंवा महेश्वर कशा प्रकारे व्यक्त होतो, हे या श्लोकातून थोडक्यात सांगितलं आहे. तो परमात्मा बुद्धीसमीप राहून त्या बुद्धीचे सर्व व्यापार बघतो. जीव अहंकाराने जे काही करतो ते तो 'पाहत' असतो. देह, इंद्रियं इत्यादिकांना आपलं सामर्थ्य देऊन तो त्यांचं पोषणही करत असतो. बुद्धीच्या सुखदुःखादी विकारांचा हा स्वतः अनुभव घेतो. हे सारं क्रमाक्रमाने घडत असतं.

या श्लोकात एक गूढ आहे. ते म्हणजे यामध्ये सांगितलेल्या उपद्रष्टा-अनुमंतादी क्रिया या एकदम एकाच वेळी घडत नसून त्या प्रतिसादात्मक स्वरूपात घडत असतात. म्हणजे जीव जसजसा विकास पावत जातो, तसतसा हृदयस्थ क्षेत्रज्ञ आपल्या प्रतिसादात बदल करत जातो.

प्रथम तो क्षेत्रज्ञ उपद्रष्टा असतो. म्हणजे सर्वसामान्यांच्या देहात तो केवळ साक्षीरूप असतो. मनुष्य चांगला किंवा वाईट - कसाही वागला तरी तो तटस्थ राहतो. तो केवळ बघत असतो. तो जीवाच्या कर्मात कोणताही हस्तक्षेप करत नाही. म्हणजे तो केवळ स्पेक्टेटर असतो. जणू आपण मोटार चालवत आहोत आणि तो आपल्या शेजारच्या सीटवर बसला आहे. आपण मोटार सरळ चालवतो का वेडीवाकडी चालवतो का दारू पिऊन चालवतो, याविषयी त्याला कर्तव्य नसतं. तो केवळ साक्षी असतो. त्याच्या केवळ असण्यामुळे मोटाररूपी आपलं जीवन चालत असतं; हे जरी

खरं असलं तरी आपल्या हातून प्रमाद घडला किंवा न घडला तरी त्याबाबतीत मात्र तो उदासीन असतो. तो केवळ आपल्या कृत्यांकडे म्हणजे कर्मांकडे तटस्थपणे बघत असतो. आपण चुकीच्या दिशेने जात असू, तर तो आपल्याला सावध करायलाही कमी करत नाही. ते त्याचं सावध करण्याचं काम हे अंत:प्रेरणास्वरूप असतं. तरीपण तो आपल्या कोणत्याही कृत्यात आणि त्याच्या परिणामात हस्तक्षेप मात्र करत नाही.

सर्वसाधारणत: भगवान मनुष्य-जीवाच्या शरीरांतर्गत उपद्रष्ट्याच्या भूमिकेतच राहत असतो. पुष्कळ वेळा एखादी नास्तिक व्यक्ती सहज बोलून जाते, 'समाजात एवढा अनाचार माजला आहे; मग देव काही का करत नाही? ज्या अर्थी तो काही करत नाही त्या अर्थी तो नाहीच! सृष्टी उत्क्रांत होत गेलेली आहे हेच खरं!' किंवा एखादा म्हणतो, 'माझ्यावर इतकं मोठं संकट ओढवलं मग देव कुठे गेला होता? झोपला होता का?'

भगवान झोपलेला नसतो; पण तो केवळ उपद्रष्ट्याच्या भूमिकेत असतो. म्हणजे तो केवळ साक्षी असतो. मनुष्यावर कितीही संकटं आली तरी त्याच्या त्या भूमिकेत कोणताही बदल होत नाही. काही धार्मिक लोकांना वाटतं, मी देवाचं एवढं केलं, उपासतापास केले, तीर्थयात्रा केल्या, त्याला प्रदक्षिणा मारल्या तरी त्याने माझं वाईट केलं.

इथे एक गोष्ट लक्षात घेतली पाहिजे आणि ती समजून घेणं अतिशय महत्त्वाचं आहे. आपल्या या धार्मिक कृत्यांनी भगवंताचा असा कोणता लाभ होणार असतो म्हणून त्याने आपल्यासाठी धावून यावं? या धार्मिक क्रियांनी लाभ आपलाच होणार असतो ना? भगवंताचा कोणता लाभ होणार असतो? किंबहुना स्वत:च्या लाभासाठी किंवा स्वार्थासाठीच बहुतांशी लोक अशी कृत्यं करत असतात. ती गोष्ट भगवंतांना कळत नाही असं म्हणायचं का? म्हणून ज्या अर्थी संकट ओढवतं आणि भगवान हात देत नाही, त्या अर्थी त्याला दुसरीही काही कारणं असू शकतात ही गोष्ट समजून घेतली पाहिजे. ती कारणं म्हणजे फलोन्मुख कर्माचा म्हणजे प्रारब्धाचा प्रभाव, व्यभिचारी भक्ती, प्रकृतीतील सुखोपभोग मिळावेत म्हणून भगवंताशी केलेला व्यवहार, शुष्क कर्मकांडं आणि समजविहीन भक्ती! या कारणांमुळे भगवान हात देत नाही. तो केवळ उपद्रष्ट्याच्याच भूमिकेत राहतो.

मग ईश्वराविषयी समज येऊन मनुष्य शास्त्रशुद्ध उपासना करू लागला आणि त्याच्या हातून त्यानुरूप चांगली कर्मं घडायला लागली, तर मात्र आई जशी आपल्या कर्तृत्ववान मुलाविषयी आशाआकांक्षा बाळगू लागते, तशी भगवंताची भूमिका होते. तो आशावादी बनतो. इथे त्याचा तटस्थपणा राहत नाही. उपद्रष्ट्याची भूमिका सोडून तो मग

अनुमन्ता बनतो. म्हणजे सन्मार्गाने जाणाऱ्याला तो अनुमोदन द्यायला लागतो. उल्हसित करतो - प्रसंगी मदतही करतो. अशा व्यक्तीला काही अडचण आली तर तो त्याला हातही देतो. अशा स्थितीत साधकाची वासना नाहीशी झालेली नसते; परंतु त्याच्यामध्ये सुपरिवर्तन घडून आलेलं असतं.

इथपर्यंत हृदयस्थ परमात्मा अनुमंताची भूमिका वठवतो. अशा तऱ्हेने भक्त आपल्या मार्गावर अढळ राहिला आणि ईश्वरार्थ निष्काम कर्म करत राहिला, तर मग मात्र ईश्वर 'भर्त्या'च्या भूमिकेत जातो. भर्ता म्हणजे भरणपोषण करणारा. इथे ईश्वर भक्ताच्या भरणपोषणासह रक्षणाचीसुद्धा जबाबदारी स्वतःहून उचलतो. भक्ताला त्याची जाणीवही होऊ लागते.

त्यानंतरची पायरी ही वासनारहित असते. अव्यभिचारी भक्ती करून भक्ताचं अंतःकरण शुद्ध बनलेलं असतं. अशा तऱ्हेने भक्त केवळ ईश्वरार्थच कार्य करत राहिला तर या वेळी ईश्वर भोक्ता बनतो. 'भोक्ता' म्हणजे उपभोग घेणारा. भक्ताबरोबर तो उपभोग घ्यायला लागतो. केवळ साक्षीदार न राहता तो आता साथीदार अथवा सहकारी बनलेला असतो. भक्ताच्या माध्यमातून ईश्वर अनुभूती घेऊ लागतो. भक्तासाठी ही फार मोठी गौरवाची गोष्ट असते.

या स्थितीनंतर भक्ताचं मन, बुद्धी आणि वासना ईश्वरार्पण होऊन जातात. सूक्ष्म संकल्पही ईश्वरार्पण झालेले असतात. या अवस्थेत देहातला ईश्वर हा 'महेश्वर' बनून जातो. या अभक्ताचं मन, इंद्रियं आणि बुद्धी या गोष्टी त्याच्या स्वतःच्या राहिलेल्या नसतात. म्हणजे अनुमोदनापासून महेश्वरापर्यंतची भूमिका हृदयस्थ भगवंत बजावत असतो. अशा तऱ्हेने भक्ताचा जसा विकास होत जातो, तसा भगवान आपली भूमिका बदलून प्रतिसाद देत जातो.

ग्रेग ब्रॅडन, ब्रूस लिप्टन, पीटर रसेल किंवा ब्रायन वाइझ् यांसारखे अनेक आधुनिक वैज्ञानिकही आता शरीरांतर्गत अतींद्रियं शक्तींविषयी अधिक जाणू लागले आहेत. मेंदूप्रमाणे हृदयातही न्यूरॉन्स असतात आणि या दोन्ही ठिकाणांच्या न्यूरॉन्सचं सेल्युलर नेटवर्क मनुष्याला अद्‌भुत ज्ञान देऊ शकतं, हे आता सिद्ध झालं आहे. फिल्ड म्हणजे ब्रह्म हे त्यांच्या ध्यानात आलं आहे. प्रजातंतूंचंही ज्ञान त्यांना होऊ लागलं आहे. अनेक प्राचीन भारतीय सिद्धान्त त्यामुळे खरे ठरू लागले आहेत.

संकुचित सिद्धान्तांच्या चष्म्यातून हे ज्ञान कळू शकणार नाही. कळावं असा कुणाचा आग्रहही नाही, पण केवळ आपल्या तोकड्या आणि उथळ बुद्धीच्या आधारावर 'देव नाही' या विचारापर्यंत येणं योग्य होणार नाही असं वाटतं. एक मात्र खरं, प्राचीन भारतीय ऋषींना जे ज्ञान होतं, त्याची आपण कल्पनाही करू शकत नाही.

उपनिषदं वाचू लागल्यावर आपल्याला त्यांच्या अफाट बुद्धिमत्तेची प्रचिती येऊ लागते.

म्हणून या श्लोकात भगवान त्यांची भूमिका स्पष्ट करत आहेत. इतकंच नाही तर ते आपल्या हृदयात बसून आहेत आणि आपल्या विकासानुरूप ते आपल्याला प्रतिसाद देतात हे त्यांनी स्पष्टपणे सांगितलं आहे. आपण जशी साद घालतो, तसा भगवान प्रतिसाद देतात, हा भगवद्गीतेचा अतिशय महत्त्वाचा सिद्धान्त आहे. पण ते केव्हा प्रतिसाद देत नाहीत तेही या श्लोकात सांगितलेलं आहे. त्यामुळेच हा श्लोक अतिशय मननीय आहे. भगवान सर्व लोकांमध्ये (त्यांच्या अज्ञानामुळे) केवळ उपद्रष्ट्याच्याच भूमिकेत राहिला तर तो मानवाच्या कोणत्याही कार्यात हस्तक्षेप करत नाही हाच या श्लोकाचा मोठा सिद्धान्त आहे.

म्हणून उपासना, तप, भक्ती आणि निष्काम कर्मयोग यांमधला सखोल अर्थ जेव्हा व्यक्तीला उमजेल, तेव्हाच साऱ्या प्रश्नांची उत्तरं त्याची त्याला मिळू लागतील.

भगवंत आपल्या अंतर्यामी केवळ 'उपद्रष्ट्या'च्याच भूमिकेत राहिला तर त्याच्याकडून अवास्तव अपेक्षा मुळीच करू नयेत हे खरं! भावपूर्ण अंत:करणाने त्याच्याशी योग साधला आणि त्याच्या निरपेक्ष कार्याला साधर्म्य असणारं कार्य जर व्यक्तीच्या हातून घडू लागलं, तर भगवान त्यानुसार त्याची भूमिका 'उपद्रष्टा' ते 'महेश्वर'पर्यंत बदलत जाईल. थोडक्यात, आपल्या वृत्तीचा जसा विकास तसा भगवंताचा प्रतिसाद हा सिद्धान्त या श्लोकात सांगितला आहे. प्रतिसाद म्हणजेच प्रसाद! भगवंताची शास्त्रशुद्ध भक्ती करूनच खऱ्या अर्थाने त्याचा प्रसाद मिळू शकेल, केवळ खुशामत करून नव्हे, हे ध्यानात ठेवलं पाहिजे.

हृदयस्थ परमेश्वर माणसाची सर्व बरीवाईट कृत्यं पाहत असतो. प्रारंभी तो उपद्रष्टाच असतो, पण माणूस सत्यसंकल्प करायला लागला की तो अनुमोदन द्यायला लागतो. पुढे तो भरणपोषण करणारा आणि रक्षणकर्ताही बनतो. मग भक्त पूर्णत: शुद्ध बनल्यावर तो भोक्ता म्हणजे भक्ताच्या देहामार्फत सारे अनुभव घेऊ लागतो. मन, बुद्धी आणि वासना ईश्वरार्पण झाल्यावर मात्र तो 'महेश्वर' बनून जातो. हेच ते भक्त-भगवंताचं मिलन असतं! हीच ती जीवाशिवाची एकरूपता.

य एवं वेत्ति पुरुषं प्रकृतिं च गुणैः सह ।
सर्वथा वर्तमानोऽपि न स भूयोऽभिजायते ॥१३.२३॥

जो ह्याप्रमाणे पुरुषाला आणि गुणांसहवर्तमान प्रकृतीला जाणतो, तो सर्व कर्मं करत असूनही पुन्हा कधीही जन्म पावत नाही. म्हणजे तो मुक्त होतो.

'ज्याची जशी दृष्टी तशी सृष्टी' अशी एक म्हण आहे. चक्रधरस्वामींनी सांगितलेल्या दृष्टान्त-कथेतल्या चार अंध व्यक्तींप्रमाणे सामान्य माणसाला पुरुष आणि प्रकृतीचं अपूर्ण ज्ञान असतं. प्रत्येक शरीरात राहिलेल्या आत्मतत्त्वामुळेच देह कार्यरत राहतो. आत्मतत्त्व शरीराचे व्यापार बघतही असतं, अनुमोदन देत असतं आणि उपभोगही घेत असतं. म्हणजे आत्मतत्त्व हे केवळ एखाद्या रिमोटमधल्या सेलप्रमाणे कार्य करत नसून त्याची स्थिती ही स-भानतेची म्हणजे पूर्ण ज्ञानाची असते. विमानात 'ब्लॅक-बॉक्स' रेकॉर्ड ठेवत असतो किंवा कॉम्प्युटरमधील एखादं सॉफ्टवेअर आधीच केलेल्या प्रोग्रॅमप्रमाणे कार्यरत राहतं; त्यापेक्षाही स्वतंत्र प्रज्ञा असलेलं हे आत्मतत्त्व अब्जावधी शरीरांमध्ये सभानतेने व्यापून उरलेलं असतं. त्या तत्त्वाचं ज्ञान होणं ही काही सोपी गोष्ट खासच नाही.

अंतर्मुख होऊन निदिध्यासाने जो ज्ञानी मनुष्य हा निर्गुण परमेश्वराचा आणि प्रकृतीचा खेळ सर्व गुणांसह जाणतो, तो सर्व कर्मं करत असला तरी पुनर्जन्माला प्राप्त होत नाही. कारण तो स्वतःच परमेश्वराप्रमाणे कालातीत (अर्थात Time & space च्या बाहेर) होऊन जातो. आकाशात जसा धूर टिकून राहत नाही, तसा हा ज्ञानी मनुष्य कर्मांमुळे लिप्त होत नाही. देहात असतानाही हा देहबंधाला भुलत नाही. त्यामुळे एकदा देह सोडल्यावर पुन्हा त्याला देह प्राप्त होत नाही.

मागील काही श्लोकांमधून भगवंतांनी प्रकृतीचं स्वरूप उलगडलेलं आहे. त्याचप्रमाणे प्रकृती आणि परमात्मा हे कसे अनादि आहेत, हेही सांगितलं आहे. प्रकृतीच जीवाला जीवनात गुंतवत असते. तीच जीवाला कर्म करायला प्रवृत्त करते

आणि पुनर्जन्माच्या खेळात अडकवते. मग जीव जन्मोन् जन्म प्रकृतिप्रेरित कर्मचक्रात अडकून पडतो आणि सतत जन्म घेत राहतो. प्रकृती ही परमात्म्याच्याच अधीन असते. जेव्हा जीव आणि जगत् यांचा निर्देश होतो, तेव्हा ओघानंच परमात्मा आणि प्रकृतीचं संबोधन होतं. आता प्रकृतीचं हे स्वरूप आत्मज्ञानाने समजून घेऊन साधक तिच्या प्रभावातून बाहेर पडला की मग एकच प्रभाव उरतो. आणि तो म्हणजे परमात्मा! परमात्म्यालाच प्राप्त झाल्यावर मग प्रकृतीमधला पुनर्जन्माचा खेळ त्या साधकासाठी संपुष्टात येतो. त्या दुःखमय खेळातून तो मुक्त होतो. भगवंतांनी या श्लोकातून दिलेलं हे ज्ञान पूर्णतः तर्कशुद्ध आहे.

अर्थात प्रकृतीचं स्वरूप तिच्या गुणांसह जाणणं ही गोष्ट सोपी खासच नाही. ती साध्य करण्यासाठी परमेश्वरावर नितांत श्रद्धा हवी. तिथे केवळ तर्कटी वृत्ती उपयोगाची नसते. सृष्टीत अशा अनंत गोष्टी आहेत की ज्या केवळ बुद्धीच्या आधाराने समजत नाहीत किंवा मनानंही त्यांची कल्पना करता येत नाहीत. त्यांची अनुभूतीच घ्यावी लागते.

आता एखादा निरीश्वरवादी प्रश्न उपस्थित करेल की, आपण कुठे सृष्टीचा आणि ब्रह्माचा तसा अनुभव घेतला आहे? जे डोळ्यांना दिसत नाही त्यावर विश्वास तरी कसा ठेवायचा? इंद्रियांना मिळणारा अनुभव कसा फसवा असतो याविषयी आपण मागच्या काही भागांमध्ये वाचलंच आहे. प्राचीन भारतीय शास्त्रांवर नेहमी अविश्वास दर्शवताना असा निरीश्वरवादी किंवा बुद्धिवादी परदेशी वैज्ञानिकांच्या मतावर मात्र पराकोटीचा विश्वास ठेवताना दिसतो. उदाहरणार्थ, ब्लॅक-होलसंबंधी जे वैज्ञानिकांनी सांगितलं, त्यावर त्याची चटकन श्रद्धा बसू शकते, पण असा बुद्धिवादी स्वतः ते ब्लॅक-होल बघायला गेला असतो का? काही भारतीय शास्त्रज्ञांनी ब्लॅक-होलच्या संदर्भात विरुद्ध मत नोंदवलं आहे, पण त्यावर त्याची श्रद्धा बसत नाही. शक्यतो परदेशी शोधांवर त्याचा विश्वास बसतो आणि भारतीय तत्त्वज्ञान त्याला मागासलेलं वाटतं.

पण भगवान जे सांगत आहेत ते अतिशय गहन शास्त्र आहे. त्यावर केवळ आपण विश्वासच ठेवू शकतो. बरट्रांड रसेलने म्हटलं आहे, The trouble with the world is that the stupid are sure, and the intelligent are full of doubt.

परंतु श्रद्धावान विचारी साधक हे स्टुपिड नसतात. याउलट कित्येक बुद्धिमानच अज्ञेयवादी असतात. किंबहुना ते सतत संभ्रमात पडलेले असतात. इतकंच नाही; तर एकच एक अपूर्ण विचारधारा डोक्यात ठेवून ते ठामपणे आपली मतं ठोकत असतात. त्यात स्वानुभव तर मुळीच नसतो. असतं ते केवळ पुस्तकी ज्ञान.

असेच एक नास्तिक प्राध्यापक होते. विद्यार्थ्यांना तत्त्वज्ञान शिकवताना म्हणाले, ''विज्ञानाला परमात्मा अडचणीचा वाटतो. कारण त्याचं अस्तित्व सिद्ध करता येत नाही.''

मग वर्गातल्या एका मुलाला प्रश्न करताना त्यांनी विचारलं, ''तुझा परमेश्वरावर विश्वास आहे?''

तो म्हणला, ''हो, दृढ विश्वास आहे.''

प्रोफेसरांनी मग विचारलं, ''मग परमेश्वर चांगला आहे का वाईट?''

''अर्थातच चांगला आहे.''

''तो शक्तिमान आहे का?''

''हो, तो शक्तिमानही आहे.''

मग प्रोफेसर म्हणाले, ''मित्रा, माझा भाऊ कॅन्सरमुळे मरण पावला. त्याने बरं होण्यासाठी परमेश्वराची पुष्कळ प्रार्थना केली, पण त्याचा काही उपयोग झाला नाही. दुसरा कुणी दु:खित असेल तर आपण मदतीला धावून जातो, पण परमेश्वर मदतीला आला नाही. मग तो चांगला कसा म्हणायचा?''

तो विद्यार्थी शांत राहिला. मागच्या भागातच आपण उपद्रष्टा, अनुमंता याविषयी वाचलं. भगवान केव्हा मदतीला येतो, प्रार्थनांना तो केव्हा प्रतिसाद देतो, याविषयीही वाचलंच आहे. तो नियम इथे पूर्णपणे लागू होतो. भगवान केव्हा मदतीला धावून येतो, याचं शास्त्र स्वत: भगवंतांनीच त्या श्लोकात सांगितलं आहे.

प्रोफेसरांनी पुन्हा तोच प्रश्न विचारला, ''सांग, परमेश्वराला चांगलं म्हणायचं का?''

तो विद्यार्थी म्हणाला, ''हो, तो चांगलाच आहे.''

प्रोफेसरांनी विषय बदलून विचारलं, ''राक्षस चांगला असतो का?''

''नाही...''

''राक्षसाची उत्पत्ती कुठून होते?''

''परमात्म्यापासूनच...'' तो विद्यार्थी उत्तरला.

''बरोबर,'' प्रोफेसर म्हणाले, ''या जगात राक्षसी वृत्ती आहे का?''

''हो, आहे.''

''राक्षसी वृत्ती सर्वत्र आहे आणि तिचा कर्ता परमेश्वरच आहे. राग, द्वेष, लोभ, मोह, मत्सर आणि मृत्यू इथे थैमान घालतो; बरोबर?''

''हो...''

प्रोफेसर पुढे म्हणाले, ''विज्ञान सांगतं, तुमच्या पंचज्ञानेंद्रियांमुळे तुम्ही तुमच्या सभोवतीचं जग पाहू शकता; जाणू शकता; बरोबर?''

''हो...''

''मग तू इथे कुठे परमेश्वर बघितला आहेस का? त्याला आपल्या कोणत्याही इंद्रियांनी जाणलं आहेस का?''

''नाही,'' तो विद्यार्थी म्हणाला.

(या प्रश्नांचं उत्तर स्वतः भगवंतांनीच पुढच्या श्लोकात दिलेलं आहे. ते पुढच्या भागात वाचता येईल.)

''मग तरीही तू परमेश्वराला मानतोस?'' प्रोफेसरांनी विचारलं.

तो विद्यार्थी पुन्हा ठामपणे म्हणाला, ''हो, निर्विवादपणे!''

''कशाचा आधारावर मानतोस?''

''माझी तशी श्रद्धा आहे.''

''हं... श्रद्धा हाच विज्ञानापुढचा सर्वात मोठा प्रश्न आहे.''

ते सगळं ऐकून घेतल्यानंतर मग त्या विद्यार्थ्याने प्रश्नांची सरबत्ती सुरू केली. त्याने पहिला प्रश्न केला, ''सर, उष्णता म्हणून काही आहे का?''

''हो, अर्थात.''

''आणि थंड म्हणून काही आहे?''

''अर्थात!''

''नाही सर!'' विद्यार्थी म्हणाला. ''थंड म्हणून काहीही नाही. आहे ती कमी-जास्त उष्णता. थंड हा उष्णतेचा विरुद्ध घटक नाही. उष्णतेचा अभाव म्हणजे शीतलता.''

मग त्या विद्यार्थ्याने विचारलं, ''सर, अंधार असतो का?''

''अर्थात!'' प्रोफेसर म्हणाले, ''रात्री अंधार नसतो का?''

''नाही सर, चुकलात तुम्ही. अंधार म्हणजे उजेडाचा अभाव असतो. प्रकाश कमीजास्त असू शकतो, पण म्हणून त्याला अंधार म्हणता येत नाही. ज्याप्रमाणे आपण प्रकाशाला कमीजास्त करू शकतो, त्याप्रमाणे अंधाराला करू शकतो का? कमी अंधार किंवा गडद अंधार हाही प्रकाशाचाच खेळ असतो. पण आपल्या ज्ञानेंद्रियांमुळेच आपण उष्णतेच्या अभावाला थंड आणि प्रकाशाच्या अभावाला अंधार ठरवत असतो.''

‘‘तुला काय सिद्ध करायचं आहे?’’ प्रोफेसरांनी चिडून विचारलं.

तो म्हणाला, ‘‘तुमचं ज्ञान हे सदोष आहे हेच!’’

‘‘काय? सदोष? ते कसं?’’

तो सांगू लागला, ‘‘सर, तुमची बुद्धिमत्ता केवळ द्वैतभावातच अडकलेली आहे आणि त्याच दृष्टीने तुम्ही परमेश्वराचा विचार करता. म्हणून तुम्हांला परमेश्वर हा चांगला किंवा वाईट वाटतो. पण उष्णता-शीतलता किंवा प्रकाश आणि अंधार हे भाव जसे नाहीत, तसेच परमात्म्याची अशी दोन स्वरूपं नाहीत. किंबहुना तो या सर्व भावांच्या अतीत आहे. पण तुम्ही त्याला केवळ संकटात मदत करणारा एवढाच मर्यादित करता. त्यावरून तुम्ही परमेश्वराला चांगला-वाईटसुद्धा ठरवता. शिवाय तुम्ही परमेश्वराला विज्ञानाच्या कसोटीवर ताडू पाहता. अजूनही विचारांचा उगम विज्ञान शोधू शकलेलं नाही. ना चुंबकीय तत्त्व ना वीज. तुम्ही जन्म मानता आणि त्याच्या विरुद्ध मृत्यूही मानता, पण मृत्यू ही जीवनाच्या विरुद्ध मूलभूत अवस्थाच नाही. जीवाची देहात अनुपस्थिती होते तेव्हा त्याला आपण मृत्यू म्हणतो... अशी अनेक उदाहरणं आहेत. सर, मानवाची उत्क्रांती ही माकडापासून झाली असं तुम्ही वैज्ञानिकदृष्टीने मानता ना?’’

‘‘तू जर नैसर्गिक उत्क्रांतीच्या संदर्भात म्हणत असशील तर हो, माकडापासूनच झाली. आम्हाला तसंच शिकवलं आहे.’’

‘‘मग ती उत्क्रांती तुम्ही स्वतःच्या डोळ्यांनी बघितलीत?’’

प्रोफेसरांनी हसत नकारार्थी मान हलवली.

तो विद्यार्थी म्हणाला, ‘‘तरीही तुम्ही विद्यार्थ्यांना ते कसं काय शिकवता? कालपर्यंत यांना जे शिकवलं तोच उत्क्रांतीचा सिद्धान्त आजही ते सांगत आहेत. पण आता या उत्क्रांतीच्या सिद्धान्ताविरुद्ध पुरावे मिळू लागले आहेत. म्हणजे विज्ञान आपलेच कालचे सिद्धान्त मोडीत काढतं आणि नवे मांडतं.’’

मग इतर विद्यार्थ्यांकडे बघून त्या विद्यार्थ्याने विचारलं, ‘‘मला सांगा, तुम्ही कुणी प्रोफेसरांचा मेंदू बघितला आहे का?’’

वर्गात हशा पिकला.

तोच पुढे प्रोफेसरांना म्हणाला, ‘‘सॉरी सर, पण जर तुमचा मेंदू आम्हाला दिसत नाही, त्याला स्पर्श करता येत नाही, त्याची जाणीव होत नाही, तर वैज्ञानिक सिद्धान्तानुसार ती गोष्ट अस्तित्वात आहे असं कसं

म्हणायचं? तुमच्या मेंदूचं अस्तित्व नाही असंच म्हणावं लागेल. वैज्ञानिक सिद्धान्तांनुसार जी गोष्ट अनुभवजन्य आहे, स्थिर आहे आणि ज्याचं प्रात्यक्षिक करून दाखवता येतं, तिचंच अस्तित्व आहे, असं म्हणता येतं. मला क्षमा करा सर, पण या वैज्ञानिक सिद्धान्तांनुसार तुम्हांला मेंदू आहे हे सिद्ध होत नाही. मग आम्ही तुमच्या बोलण्यावर विश्वास तरी कसा ठेवायचा?''

तेव्हा प्रोफेसर महाशय म्हणाले, ''मी जर बोलतो - लेक्चर देतो, विचार मांडतो, त्या अर्थी माझ्या डोक्याच्या आत मेंदू आहे यावर तुमची श्रद्धा बसायला हवी.''

''बरोबर बोललात सर!'' तो विद्यार्थी उत्साहात म्हणाला, ''मनुष्य आणि परमात्मा यांच्यामध्ये 'श्रद्धा' हाच दुवा आहे. परमेश्वरामुळेच जीवांसह संपूर्ण सृष्टीला चालना मिळत असते. पण जसा तुमचा मेंदू दिसत नाही, पण त्याचं कार्य प्रकट होतं- तसाच परमात्मा दिसत नाही; पण त्याचं सृष्टिसर्जनाचं कार्य प्रकट होत असतं.''

त्या दिवसानंतर प्रोफेसरसाहेबांनी वर्गात कधी परमेश्वराची चिकित्सा केली नाही.

त्यामुळे प्रकृती कशी काम करते, तिच्यामध्ये कोणते गुण आहेत, ते जाणल्यामुळे जीव जन्म-मृत्यूच्या कचाट्यातून कसा सुटतो, हे ज्ञान आपल्या बुद्धीला झेपण्यासारखं नाही, पण ते जाणल्यावर जीव मुक्त होतो असं भगवान सांगतात. त्यांच्या बोलण्यावर आपण श्रद्धा ठेवावी एवढंच.

प्रकृती आणि पुरुष यांचा संबंध, त्यांचे गुण किंवा स्वरूप जो जाणतो, तो जन्म-मृत्यूच्या फेऱ्यामधून बाहेर पडतो.

ध्यानेनात्मनि पश्यन्ति केचिदात्मानमात्मना ।
अन्ये साङ्ख्येन योगेन कर्मयोगेन चापरे ॥१३.२४॥
अन्ये त्वेवमजानन्तः श्रुत्वान्येभ्य उपासते।
तेऽपि चातितरन्त्येव मृत्युं श्रुतिपरायणाः॥१३.२५॥

योगी आपल्या शुद्ध आत्मस्वरूपाला ध्यानयोगाने पाहतात, दुसरे कुणी सांख्ययोगाने म्हणजे ज्ञानयोगाने तर काही कर्मयोगाने जाणतात, परंतु ज्ञान नसणारे दुसरे कित्येक जण दुसऱ्यांकडून परमात्म्याविषयी ऐकून आणि त्यावर विश्वास ठेवून वागतात. परिणामस्वरूप तेही मृत्यूला तरून जातात.

या श्लोकांमधून श्रद्धावान लोकांसंबंधी भगवंतांनी दोन गोष्टी सांगितल्या आहेत. पहिली गोष्ट म्हणजे मार्ग अनेक असले तरी उद्दिष्ट मात्र एकच असतं; आणि ते म्हणजे आत्मानुभूती. आणि दुसरी गोष्ट म्हणजे आत्मानुभूती येऊन मृत्यूलाही तरून जाण्यासाठी एकच उपाय असतो. तो म्हणजे योग साध्य होणं. योग साध्य होण्यासाठी ध्यान, ज्ञान, कर्म आणि भक्ती यांपैकी कोणत्याही मार्गाचं साधक आचरण करू शकतो.

म्हणजे मार्ग अनेक पण उद्दिष्ट एक - आत्मतत्त्वाचा खेळ जाणून घेणं! तो खेळ जाणला की साऱ्या संसारमय दु:खसागरातून मुक्ती होते! मग उरतं ते केवळ ज्ञानोत्तर कर्म. पातंजल योगशास्त्राप्रमाणे ध्यान, सांख्यमार्गाप्रमाणे ज्ञानोत्तर कर्मसंन्यास आणि कर्मयोगमार्गानुसार निष्काम-बुद्धीने दैवी कर्मं करणं हे या श्लोकात सांगितलं आहे.

आता आपण या प्रत्येक मार्गाचा आणखी खोलवर जाऊन विचार करू. पहिला मार्ग म्हणजे ध्यानयोग. ध्यानयोग या शब्दातच त्याचा अर्थ दडलेला आहे. तो म्हणजे नियमित ध्यान करून ईश्वरी तत्त्वाशी योग साधणं.

दुसरा मार्ग म्हणजे सांख्यांचा ज्ञानयोग. सांख्य तत्त्वज्ञान भौतिक जगाच्या चोवीस तत्त्वांचं पृथक्करण करतं. त्यांनी जीव हे पंचविसावं तत्त्व मानलं आहे. भगवान मात्र त्याही पलीकडे आहे. ते त्याला ज्ञानस्वरूप मानतात. म्हणजे पहिली

पंचवीस तत्त्वं ही पूर्णतः जड आणि भौतिक आहेत. जीव हा भौतिक आणि आत्मिक या संयुगाने निर्माण झाला आहे. म्हणजे जीवात चेतनाही आहे म्हणजे एनर्जीही आहे आणि ज्ञानशक्ती म्हणजे कॉन्शियसनेसही आहे. चेतना आणि चैतन्य या दोन शक्ती एक नाहीत, पण त्यांचा उल्लेख एकाच अर्थाने केला जातो. मात्र ही दोन भिन्न तत्त्वं आहेत. म्हणजे स्पंदन वेगळं आणि त्यात उत्पन्न होणारी संवेदना वेगळी. नुसत्या चेतनेमध्ये बोधशक्तीचा, जाणिवेचा किंवा संवित्शक्तीचा समावेश नसतो. म्हणजे एनर्जी अर्थात चेतना ही केवळ यांत्रिक असते. पण मूलशक्ती ही ज्ञानस्वरूप असते. म्हणूनच परमेश्वराची प्रकृतीरूपी चेतना आणि ज्ञानशक्ती जेव्हा कार्यान्वित होते, तेव्हा जीवांसह सृष्टीच्या सर्जनासाठी त्या दोन शक्ती आधार ठरतात. आता जीवस्वरूप सव्विसाव्या तत्त्वाच्या आधारानंच त्यापलीकडे असलेल्या पूर्ण ज्ञानशक्तीशी जो योग साधायचा शास्त्रशुद्ध प्रयत्न केला जातो, तोच सांख्यांचा ज्ञानयोग असतो.

तिसरा मार्ग म्हणजे कर्मयोग. कर्मयोगात 'योग' हा अनुस्युतच आहे. म्हणजे कर्मच असं करायचं की त्यातून योग साध्य होईल. मग असं कोणतं कर्म केलं की योग साध्य होऊ शकतो? ते कर्म म्हणजे निष्काम कर्म. निष्काम कर्मात अहंकाररहित होऊन निःस्वार्थ सत्कर्म केलं जातं. त्या कर्मातून कोणतीही अपेक्षा नसते किंवा स्वार्थ नसतो. जेव्हा जीव अशा तऱ्हेने आशारहित, अहंकारशून्य आणि निरपेक्ष कर्म करू लागतो, तेव्हा त्या जीवामध्ये भगवंताचा अहंकार फुलू लागतो. तोच जीवाच्या माध्यमातून त्याचे संकल्प पुरे करू लागतो. अशा तऱ्हेने देहाला कर्म करण्याची सवय लावली की ध्यान उत्तमप्रकारे साधू शकतं. कारण जितकी निष्काम कर्मं हातून अधिक घडत जातात, तितकी व्यक्तीची बुद्धी आणि तिचं अंतःकरण शुद्ध होत जातं. त्याचा परिणाम म्हणजे त्या व्यक्तीचं ध्यान चटकन लागू शकतं.

यानंतरचा चौथा मार्ग म्हणजे भावभक्तीचा. परमेश्वराविषयीच्या कथा श्रवण केल्यामुळे किंवा कीर्तन-प्रवचन ऐकल्यामुळे असे भाविक भक्त भावविभोर होऊन जातात. अशा कित्येक साधकांचं अंतःकरण मुळातच शुद्ध असतं. त्यांच्या मनावर कोणतीही वैचारिक पुटं चढलेली नसतात. देवासह ते आपल्या बुद्धीच्या कक्षेबाहेरील कोणत्याही गोष्टींची चिकित्सा करत नाहीत. म्हणजेच त्यांच्या मनाची पाटी कोरी असते. असे भक्त मग भगवंताच्या लीला ऐकताना किंवा त्याने सांगितलेले गीतोपनिषदांचे विचार ऐकताना त्यात रमून जातात. त्या कथनावर त्यांचा पराकोटीचा विश्वास असतो. मग दैनंदिन जीवनातही असे भक्त प्रत्येक क्षणी भगवंतांविषयी ज्या गोष्टी ऐकल्या आहेत त्यांची अनुभूती घेत राहतात. त्यांचं अंतःकरण वेळोवेळी उचंबळून येत असतं. आपण कित्येक वस्तू या पाण्याने स्वच्छ करत असतो. भक्ताचं

अंतःकरण जेव्हा उचंबळून येतं, तेव्हा त्याच्या नेत्रांमधून पाणी ओघळायला लागतं. कारण त्याच्या अंतःकरणाची शुद्धी होत असते; किंवा झालेली असते. असा भक्त मग उगाच सृष्टी कशी निर्माण झाली, विज्ञान काय सांगतं, वगैरे गोष्टीत आपलं मन मुळीच रमवत नाही. त्याचं नातं थेट भगवंताशी जुळलेलं असतं. मग इतर विषयांमध्ये तो डोकेफोड करत नाही. असा भक्तही मृत्यूला तरून जातो असं भगवान या श्लोकातून आश्वासन देतात.

म्हणजे परमेश्वरावर पराकोटीची श्रद्धा आणि निरपेक्ष भाव असणं सर्वात महत्त्वाचं असतं. कोणत्याही मार्गाने गेलं तरी भगवंताचं ज्ञान होऊ शकतं. असं हे परमात्मस्वरूप जितकं गुंतागुंतीचं आहे, तितकंच साधंसरळही आहे; पण ते परमतत्त्व दाखवता मात्र येत नाही. ते अनुभवावंच लागतं. आत्मा हा शरीराशिवाय दृग्गोचर होत नाही. वायरमधली वीज दाखवा, असं म्हटलं तर ती दाखवता येत नाही; पण दिवा लागला की विजेचं अस्तित्व दृग्गोचर होतं. त्याचप्रमाणे परमात्मा दाखवता येत नाही. देहांमधून तो केवळ व्यक्त होत असतो.

विजेची निर्मिती करावी लागते आणि तिला उपकरणांचा आधार घ्यावा लागतो, पण आत्मतत्त्व निर्माण होत नाही आणि त्याला कुणाच्या आधाराचीही आवश्यकता नसते. शरीर आत्मा धारण करत नाही तर आत्मा शरीर धारण करत असतो. अशा त्या अचिंतनीय तत्त्वाला ध्यानयोग, ज्ञानयोग आणि कर्मयोग या तीन मार्गांनी ओळखता येऊ शकतं. त्याचप्रमाणे हे तिन्ही मार्ग एखाद्याला माहीत नसतील तरी त्याला श्रद्धेने आणि भक्तीनंही जाणता येऊ शकतं. म्हणजेच भगवान अत्यंत गहनही आहे तितकाच साधासरळही आहे. उपासकांचं ध्यान म्हणजे कॉन्सन्ट्रेशन आणि शुद्ध अंतःकरणाच्या भक्ताचं आचरण यांचा परिणाम एकच असतो.

विश्व निर्माण करणारा अत्यंत गुंतागुंतीचा परमात्मा समजून घेणं ही गोष्ट आत्यंतिक कठीण आहे. तिथे केवळ बुद्धिमत्ता असून उपयोगाचं नसतं; किंवा केवळ निदिध्यासही कामाचा नसतो, तर बुद्धिमत्तेबराबरच भाव, निदिध्यास, विश्वास, कदर, समज यांबरोबरच मनाची कवाडंही उघडी ठेवावी लागतात. ध्यानमार्गाने जाणाऱ्या साधकाने उत्तम आणि पवित्र ध्येयाचं ध्यान करावं. तिथे मन स्थिर झालं म्हणजे सभोवतालच्या नको त्या विषयांची त्याच्या मनाशी असलेली संगत संपते. मग शुद्ध झालेल्या अंतःकरणाने आत्म्याला बघता येतं. मनाची शुद्धी आणि चित्तैकाग्रता या गोष्टी मात्र प्रथम साधायला हव्यात. सतत काहीतरी मिळवण्याची वृत्ती, अविवेकी अपेक्षा आणि वासना या चित्ताच्या स्थिरतेत विक्षेप आणत असतात; आणणारच असतात. म्हणून त्यांचं नियोजन करता आलं पाहिजे. जीवनात सात्त्विक वृत्तीचा

उत्कर्ष झाला तरच ते शक्य होत असतं. राजसी आणि तामसी वृत्ती या ध्यानात अडथळा निर्माण करत असतात. ध्यानातून आपण सत्याचा मार्ग शोधायचा नसतो. तो आपल्या इथेच असतो. कारण मार्ग म्हटलं की गंतव्य ठिकाण म्हणजे डेस्टिनेशन आलंच. ध्यानात कुठेही जायचं नाही आणि काही साध्य करण्याचाही उद्देश ठेवायचा नाही. उलट काही मिळवण्याची अपेक्षा ठेवली तर आपण कमतरतेच्या पातळीवर येतो. आणि आपण इथल्या इथे पूर्ण आहोत हा भाव ठेवला तर आत्मानुभूती दूर नसते.

म्हणून आपण आपलं घर झाडून पुसून स्वच्छ करतो, त्याप्रमाणे मन वाईट विचारांपासून झाडून पुसून स्वच्छ केलं पाहिजे. वर्षानुवर्षं मलिन होऊन पडलेल्या काचेतून सूर्याचं स्वच्छ रूप दिसत नाही तसंच हे आहे. मनावरची ऐहिक पुटं पुसल्यानंतरच पुढचा प्रकाश स्वच्छ दिसेल. मनातले वाईट - नकारात्मक विचार दूर झाले म्हणजे साधकाच्या आचारातही शुद्ध विचारांचं प्रतिबिंब उमटतं. शुद्ध आणि युक्त आहार घेतला म्हणजे शरीरशुद्धी होते. अनावश्यक निद्रा नाहीशी होऊन माणसाचं मन ध्यानप्रवण होतं. म्हणून ध्यानयोग, ज्ञानयोग, कर्मयोग या साऱ्या क्रियांमध्ये मनाची अशी धारणा आणि मनावर असे संस्कार होणं महत्त्वाचं असतं.

आत्मा माणसाची सर्व बरीवाईट कृत्यं बघत असतो. सूर्याला अंधार बघता येत नाही. अमृताला मृत्यू बघता येत नाही, परंतु त्रिगुणांच्या प्रभावामुळे मनुष्यामध्ये उत्पन्न होणारे बरेवाईट व्यापार आत्म्याला मात्र बघता येतात. हाच ज्ञानयोगाचा मार्ग असतो. कित्येक लोक कर्मयोगामुळे सुसंस्कृत झालेल्या अंत:करणाने आत्म्याला 'बघतात.' त्यासाठी फलाशा, आसक्ती आणि कर्माभिमान मात्र प्रथम सुटला पाहिजे. मग कर्मंच ईश्वरार्पण केली की निष्काम कर्मयोग साध्य होईल. निष्काम कर्मयोग हेच ध्यानयोगाचंही साधन असतं.

या सर्व मार्गांविषयी एखादी व्यक्ती अनभिज्ञ असेल तर तीसुद्धा दुसऱ्यांकडून ऐकून, परमात्म्यावर पराकोटीचा विश्वास ठेवून मृत्यूला पार करू शकते, ही केवढी मोठी सवलत भगवंतांनी ठेवली आहे!

मार्गभिन्नता असली तरी ध्येय एकच असतं. ते म्हणजे अविनाशी परमेश्वराला आत्मरूपी पाहणं. भावपूर्ण अंत:करणाने आणि परमेश्वरावर पराकोटीच्या श्रद्धेनंही मृत्युसागराला तरून जाता येतं.

यावत्सञ्जायते किंचित्सत्त्वं स्थावरजङ्गमम् ।
क्षेत्रक्षेत्रज्ञसंयोगात्तद्विद्धि भरतर्षभ ॥१३.२६॥

हे भरतश्रेष्ठा, जो जो स्थावर अथवा जंगम पदार्थ उत्पन्न होतो, तो तो क्षेत्र आणि क्षेत्रज्ञ यांच्या संयोगापासूनच उत्पन्न होतो असं जाण.

क्षेत्र-क्षेत्रज्ञाचं ज्ञान सांगताना पुन्हा एकदा भगवान या दोन्हींच्या कार्याचा उल्लेख करतात. प्रकृती म्हणजे matter आणि पुरुष म्हणजे spirit यांपासूनच विश्व निर्माण होतं. वाऱ्यामुळे जशा पाण्यावर लाटा निर्माण होतात, त्याप्रमाणे क्षेत्र-क्षेत्रज्ञाच्या संयोगामुळे सर्व सृष्टी निर्माण होते. पाण्याची लाट ही पाण्यापासून वेगळी नसते. त्याप्रमाणे निर्माण झालेली सर्व सृष्टी ही प्रकृती आणि पुरुष यांच्यापेक्षा भिन्न नसते.

देवर्षि नारद एकदा पृथ्वीवर संचार करत होते. प्रत्येक प्रौढ पुरुषाला पत्नी आहे असं त्यांनी पाहिलं. त्यांना वाटलं, या सर्व पुरुषांना पत्नी आहे; पण मला मात्र पत्नी नाही. या विचारासरशी ते तातडीने श्रीकृष्णांकडे गेले. म्हणाले, ''भगवंता, तुला सोळा हजार स्त्रिया आहेत. भूतलावरील लोकांनाही स्त्रिया आहेत. पण मला मात्र कुणी स्त्री पत्नी म्हणून मिळालेली नाही, तेव्हा तू माझी काही व्यवस्था कर.''

भगवान म्हणाले, ''ठीक आहे; ज्या स्त्रीमध्ये मी नाही, ती स्त्री तुम्ही घेऊन जा!''

देवर्षि नारद तशा स्त्रीचा शोध घेऊ लागले. पण जिथे भगवान नाही, अशी स्त्री नारदांना कुठेच दिसेना.

तात्पर्य : भगवंत अर्थात क्षेत्रज्ञ नाही असं एकही ठिकाण या सृष्टीत नाही. आपलं एक दैनंदिन उदाहरण पाहू. घरोघरी दुरुस्तीच्या कारणास्तव किंवा काही वस्तू जोडण्यासाठी आपण 'एम्सील'सारखे चिकट पदार्थ वापरतो. यामध्ये दोन रासायनिक घटक असतात. ते एकत्र मळले की मगच ते चिकट पदार्थ म्हणून उपयोगात येतात;

अन्यथा नाही. त्याचप्रमाणे प्रकृती आणि पुरुष ही दोन तत्त्वं एकत्र आल्यानंतरच सृष्टीचं सर्जन होत असतं; अन्यथा नाही. इथे एक फरक मात्र आहे. दोन्ही तत्त्वं जरी अनादि असली, तरी प्रकृती ही पुरुषावर अवलंबून असते; पण पुरुष मात्र प्रकृतीवर अवलंबून नसतो. म्हणजे प्रकृती नसली तरी पुरुषाचं म्हणजे परमतत्त्वाचं अस्तित्व हे निरंतर असतंच, पण पुरुष नसेल तर प्रकृतीचं अस्तित्वच संभवत नाही.

म्हणून केवळ क्षेत्र म्हणजे प्रकृती असून उपयोगाचं नसतं. पूर्वी दिलेल्या एका दृष्टान्तानुसार मृत मनुष्य हा जिवंत असताना ज्या रासायनिक द्रव्यांनी घडलेला आहे, ती सारी द्रव्यं एकत्र आणूनही तो जिवंत होऊ शकत नाही. त्यात प्राण घालता येत नाही. पाश्चात्त्य देशात मृत व्यक्तीमध्ये वीज प्रविष्ट करून तिला जिवंत करण्याचे अनेक असफल प्रयत्न झाले. त्यावर 'फ्रँकेस्टाइन'सारखे चित्रपटही निघाले. पण 'पुरुष' म्हणजे वीज नव्हे, किंवा चेतना नव्हे; हे त्यांच्या ध्यानात आलं नाही.

भौतिक जगतात विविध उपकरणं चालण्यासाठी विजेची आवश्यकता असते. केवळ फ्रीज किंवा तत्सम उपकरणं असून उपयोगाचं नसतं. त्या फ्रीजमध्ये वीजरूपी चेतना प्रवाहित झाली नाही तर तो कार्यरत होणार नाही. ते केवळ एक कपाट होईल! २३० व्होल्ट्सची वीज घराघरांतून प्रविष्ट झाली तर विजेवरची सर्व उपकरणं सुरू होतात. म्हणजे वीज एकच; पण उपकरणं असंख्य! भौतिक गोष्टींच्या बाबतीत जर हा सिद्धान्त लागू पडतो तर मग संपूर्ण चराचराच्या कार्यप्रवणतेला तो का नाही लागू पडणार? अर्थात, पृथ्वीवर ही घटना घडू शकते तर संपूर्ण सृष्टी कार्यरत होण्यासाठी कोणत्या तरी आत्यंतिक, अतिश्रेष्ठ, प्रबळ अशा वीजरूपी शक्तीची निश्चितच आवश्यकता भासणार! ती अगम्य, वर्णनातीत, ज्ञानस्वरूप वीज म्हणजेच क्षेत्रज्ञ!

वीज हा शब्दप्रयोग आपण उदाहरणादाखल घेतला; पण वीज म्हणजे चैतन्य नव्हे; ती चेतनास्वरूप असते. वीज निर्माण करावी लागते; पण चैतन्य हे स्वयंभू असतं. चेतना ही केवळ यांत्रिक असते. पण चैतन्यरूपी मूलशक्ती ही ज्ञानस्वरूप असते. म्हणूनच परमेश्वराची प्रकृतिरूपी चेतना आणि ज्ञानशक्ती यांचा जेव्हा संयोग होतो, तेव्हा सृष्टी आकार घेते.

एका महाकाय स्फोटापासून सृष्टी निर्माण झाली अथवा एका परमाणूच्या स्फोटापासून ब्रह्मांडाची निर्मिती झाली असे विचार भौतिकशास्त्रज्ञ मांडतात. यांपैकी कोणत्याही कारणामुळे जरी सृष्टी निर्माण झाली असली, तरी त्या परमाणूला किंवा स्फोट झालेल्या महाकाय ताऱ्याला पुरुष म्हणजेच परमतत्त्व व्यापून असल्यामुळेच पुढचं सर्जन होत असतं. ते परमतत्त्व हा दिसण्याचा भागच नाही हे ध्यानात घेतलं पाहिजे. कोणत्याही भौतिक साधनांनी, तर्काने अथवा गणिताने ते जाणता येत नाही.

असं ते परमतत्त्व या प्रकृतीरूपी परमाणूमध्ये नसेल तर सृष्टीचं सर्जन होऊच शकत नाही हाच सिद्धान्त भगवान इथे सांगत आहेत; त्यात कुठेही अवास्तवता नाही.

ब्रह्मांडनिर्मितीविषयी कितीही सिद्धान्त मांडले तरी पुरुषाला म्हणजे परमतत्त्वाला बाजूला ठेवून कोणतेही भौतिक सिद्धान्त सिद्ध होऊच शकत नाहीत. स्टीफन हॉकिंग्ज हे जगन्मान्य वैज्ञानिक. परमात्मा कसा नाही आणि बिगबँगमुळेच सृष्टीचं सर्जन कसं झालं, हे त्यांनी त्यांच्या पुस्तकातून आणि मुलाखतींमधून अनेकदा सांगितलं, पण त्यांच्या विचारांना अनेक भारतीय वैदिक पंडितांनी तितकंच समर्थपणे उत्तर दिलेलं आहे. अर्थात, स्टीफन हॉकिंग्जना आणि त्यांच्या विचारांना अमाप लोकप्रियता मिळते, पण या वैदिक पंडितांना सत्य सांगूनही तशी प्रसिद्धीही मिळत नाही आणि त्यांचा आदरही राखला जात नाही हे विशेष!

वैज्ञानिक विचारतात, परमात्मा असेल तर त्याचं प्रत्यक्ष प्रमाण दाखवा, पण वेदांमध्ये पूर्ण सिद्ध विज्ञान आहे. ते समजून घेतलं पाहिजे. ईश्वर दाखवा किंवा त्याचं अस्तित्व सिद्ध करा असं सांगणं हा पूर्णतः अवैज्ञानिक दृष्टिकोनच आहे. कारण सूक्ष्मातून स्थूलाचं निरीक्षण करता येतं, प्रत्यक्ष करता येतं, पण स्थूलातून सूक्ष्माला प्रत्यक्ष करता येत नाही, हा वैज्ञानिक सिद्धान्त आहे. त्यामुळे इंद्रियं आणि भौतिक साधने यांनी आत्मा-परमात्म्याला सिद्ध किंवा प्रत्यक्ष करताच येत नाही. त्याचप्रमाणे जी गोष्ट परिवर्तनशील आहे, त्याचंच मापन करता येतं. पण जे तत्त्व अपरिवर्तनशील आहे, त्याचं मापन होऊच शकत नाही. म्हणूनच ईश्वराचं मापन होऊ शकत नाही तर त्याची अनुभूतीच घ्यावी लागते; आणि ज्याला तशी अनुभूती मिळते त्याला प्रत्यक्ष, प्रमाण किंवा अनुमान यांची आवश्यकताच लागत नाही.

असा हा अचिंतनीय परमात्मा सर्व भौतिक प्रकृतीला कारण ठरतो. विश्वात पुरून उरलेलं तेच ते अनादि आणि अनंत चैतन्य मूळ परमाणूस्वरूप प्रकृतीशी संयोग पावल्यामुळे सृष्टी आकार घेत जाते. अशा तऱ्हेने सृष्टी विस्तार पावत ब्रह्मांडांची निर्मिती होते. म्हणजेच क्षेत्र आणि क्षेत्रज्ञ यांच्या संयोगापासूनच सृष्टीतील सर्व स्थावर अथवा जंगम पदार्थ उत्पन्न होतात. भगवान हे परिपूर्ण विज्ञानच इथे सांगत आहेत.

विश्वाला व्यापून उरलेलं चैतन्य म्हणजेच क्षेत्रज्ञ! पदार्थांशी ते संयोग पावल्यामुळे पदार्थांना चेतना मिळते. त्याच्या संयोगानंच सृष्टीतील सर्व पदार्थ, प्राणिसृष्टी आणि ग्रहगोलांसह संपूर्ण तारकामंडळ कार्यप्रवण होतं.

समं सर्वेषु भूतेषु तिष्ठन्तं परमेश्वरम् ।
विनश्यत्स्वविनश्यन्तं यः पश्यति स पश्यति ॥१३.२७॥

सर्व सृष्ट पदार्थांच्या ठिकाणी सारख्याच असणाऱ्या आणि नाश पावणाऱ्या भूतांमध्ये अविनाशी असलेल्या अशा परमात्म्याला जो जाणतो, तोच खरा ज्ञानी असतो.

प्रस्तुत तेराव्या अध्यायात आलेला हाच विषय आठव्या अध्यायातील विसाव्या श्लोकात यापूर्वी आलेला होताच.

नाश पावणाऱ्या भूतांमध्ये एकच अविनाशी तत्त्व भरून राहिलेलं असतं. पावसाचे थेंब जरी अनेक दिसले तरी त्यामध्ये पाणीरूपी तत्त्व एकच असतं. गोठ, पाटल्या इत्यादी सोन्याचे अनेक अलंकार सोनाराकडे विकण्यासाठी नेले तर सोनार त्या दागिन्यांमधील केवळ सोनंच बघतो; आणि केवळ सोन्याच्याच वजनानुसार तो त्या दागिन्यांची किंमत ठरवतो. म्हणजे तो त्या दागिन्यांमधील मूलतत्त्व पाहत असतो; ओळखत असतो. त्याप्रमाणे अनेक नाशिवंत भूतांमधल्या अविनाशी मूळ तत्त्वाला जो ज्ञानी जाणतो, तोच खऱ्या अर्थाने डोळस अथवा द्रष्टा असतो.

अलीकडचं उदाहरण द्यायचं झालं तर एखाद्या दूरचित्रवाणी वाहिनीचे कार्यक्रम लाखो घरांमधल्या दूरचित्रवाणी संचांमध्ये प्रविष्ट झालेले असतात, परंतु जिथून त्या वाहिनीचं प्रक्षेपण केलं जातं, तिथे कार्यक्रमासाठी एकच 'मास्टर डिजिटल डिव्हाइस' लावलेला असतो. एखाद्या घरातला टीव्ही नादुरुस्त झाला किंवा खराब झाला तर याचा अर्थ त्यामध्ये प्रविष्ट होणारी वाहिनी नाश पावली असा होत नाही. नवीन टीव्ही घेतला की त्यामध्ये त्या वाहिनीचे कार्यक्रम पुन्हा दिसू लागतात. म्हणून वाहिनीवरील जो मूळ कार्यक्रम असतो, त्या कार्यक्रमाला खऱ्या अर्थाने जाणलं पाहिजे. हे उदाहरण केवळ दृष्टान्त देण्यासाठी आहे! कारण भौतिक जगतातल्या कार्यक्रमाला जाणून मनुष्याचा विकास संभवत नसतो. परंतु परमात्म्याच्या मूळ कार्यक्रमाला अर्थात प्रोग्रॅमला जाणल्यामुळे मनुष्य खरा ज्ञानी होतो. ज्ञानी महात्माही सर्व दुःखांमधून मुक्त

होतो. कारण दुःखांचं स्वरूप आणि कार्यकारणभाव त्याने जाणलेला असतो. म्हणूनच दुःखमय जन्ममृत्यूच्या भावातून तो सुटतो आणि अंतिम आनंदाला प्राप्त होतो.

पांडुरंगशास्त्री आठवले एक छान उदाहरण देतात : *परमात्म्यापासून जेव्हा आपण देहभावाने वेगळे होतो, तेव्हापासून प्रत्येकाची एक कादंबरी सुरू होते. प्रत्येक पुनर्जन्म हे या कादंबरीचं एकेक प्रकरण असतं. अशा अनेक प्रकरणांनंतर जीव जेव्हा पुन्हा परमात्म्यात विलीन होतो, तेव्हाच कादंबरी पुरी होते!*

आपण मनोरंजनासाठी एखादी कादंबरी वाचतो. तेव्हा त्यात सुर-असुर वृत्ती असतात, सुख-दुःखं असतात, साहस-वीरता-भीरुता इत्यादी भाव असतात, भीती असते, चिंता असतात, संकटं असतात. हा मसाला असल्यामुळेच आपण वाचनात रमून जातो. पुष्कळ लोकांना थ्रिलर्स म्हणजे साहसी कादंबऱ्या वाचायला किंवा बघायला आवडतात तर कित्येकांना सस्पेन्स आवडतो. कित्येकांना पौराणिक कथा आवडतात तर कित्येकांना ऐतिहासिक विषय आवडत असतात. या विश्वात आपण तशाच प्रकारची एखादी कादंबरी जगत असतो. त्या गोष्टीतलं आपण एक पात्र झालेलो असतो. या दृष्टीने जीवनाकडे बघण्याची दृष्टी लाभली, तर दुःखाची आणि अगतिकतेची धार कमी होते. आज अनेक संशोधक विश्वनिर्मितीचा विचार करताना कॉम्प्युटरमधल्या आभासी खेळाशी मनुष्यजीवनाची तुलना करतात. म्हणजे सर्व जीव आणि सृष्टी हे एक कॉम्प्युटरमधलं विश्व आहे का? आपलं अस्तित्व हेही आभासी आहे का? खरोखर आपल्याला कुणी खेळवत आहेत का? अशा विचारांपर्यंत संशोधक आले आहेत. म्हणूनच मनुष्य जे ठरवतो, ते घडतंच असं नाही आणि जे ठरवत नाही ते मात्र घडतं! किंवा तो जे ठरवतो ते घडतं पण त्यातून त्याला सुख लाभतंच असंही नाही. म्हणजे आपण कठपुतळी आहोत का, असा विचार पूर्वीच्या विचारवंतांनी केला. आता संगणकयुग अवतरल्यामुळे कॉम्प्युटर गेममध्ये आपण अडकलो आहोत का, हा विचार पुढे आला.

म्हणून या विषयाकडे वैश्विक दृष्टिकोनातून, विशाल अंतःकरणाने पण सखोल दृष्टीनंच बघितलं पाहिजे. आपलं दैनंदिन जीवन हे अतिशय रुळलेलं असतं. मळलेल्या वाटेवरूनच ते व्यतीत होत असतं. आपल्या सुखाच्या कल्पनाही मळलेल्या वाटेवरच्याच असतात. त्यामुळे पृथ्वीवर जीवन कसं निर्माण झालं, वगैरे विषयांकडेसुद्धा फार थोडे लोक वळतात; पण हे ज्ञान अथांग आहे. जितका आपण खोलवर विचार करत जाऊ, तेवढे आपण थक्क होत जाऊ. ब्रह्मांडाची कल्पना तर आपल्या बुद्धीत उतरूच शकत नाही. आपल्या सूर्याच्या हजारो पट मोठे तारे ब्रह्मांडात आहेत, पण अवकाशात ते मोहरीएवढे दिसतात. या दृष्टिकोनातून या सृष्टीकडे बघितलं तर समजेल

की परमात्मा किती विशाल आहे. अशा विश्व व्यापून उरलेल्या परमात्म्याला आपण खरोखर भौतिक दृष्टिकोनातून जाणू शकतो का? खरोखर आपली बुद्धिमत्ता तेवढी आहे का? आइन्स्टाइनने $E=Mc^2$ हा सिद्धान्त मांडला, पण आता इंग्लंडचेच पीटर रसेलसारखे शास्त्रज्ञ तो सिद्धान्त ॐ$=Mc^2$ असा मांडू लागले आहेत. ब्रह्मांड जसं विशाल आहे तसं ते सूक्ष्मातीत सूक्ष्मही आहे. सूक्ष्म सृष्टीलाही परमात्मा व्यापून आहेच. भूतमात्रांचा अंत झाला तरी त्यांच्यामध्ये तत्त्वरूपाने असलेलं परमतत्त्व नामशेष होत नाही. किंबहुना देह सोडलेला जीवात्माही नष्ट होणार नसतो.

सामान्य मनुष्य राहत असतो त्या जागेत कमीत कमी एक बैठकीची खोली आणि छोटं स्वयंपाकघर तरी असतं. उच्च मध्यमवर्गीयांकडे तीन-चार बेडरूम्सची घरं असतात. श्रीमंतांकडे बंगले आणि फार्म हाउसेस असतात तर अब्जाधिशांकडे देशा-परदेशातही बंगले, फ्लॅट्स, मोठमोठी लॉन्स किंवा गोल्फक्लबही असतात. ही केवळ पृथ्वीवासीयांच्या संदर्भात राहण्याची ठिकाणं झाली. मग सृष्टीच्या चालकाची राहण्याची ठिकाणं किती असतील? अनेक ब्रह्मांडं, अनेक डायमेन्शनमधील सृष्टी, स्वर्गादी अनेक स्तर, त्यांमधील अगणिक जीव आणि इतर सृष्ट पदार्थ हे सारं त्याच्या मालकीचं आहे. पण त्याचं राहण्याचं ठिकाण हे कालातीत असून तो आपलं स्व-स्वरूप कायम ठेवून सर्व जीवसृष्टीच्या अंतरंगात मात्र राहत असतो. तेच त्याचं वसतिस्थान असतं. असं हे परमात्म्याचं स्वरूप जाणणं किती कठीण किंबहुना अशक्यप्राय असेल, याचा विचार केला पाहिजे.

अर्थात त्याला जाणण्यासाठी आपल्याला असं ब्रह्मांडात फिरण्याची गरज नसते. ती गोष्ट शक्यही नाही. त्यामुळे त्याला जाणण्यासाठी आपल्या अंतरंगातलं त्याचं राहण्याचं ठिकाण हुडकून काढता आलं पाहिजे. ते साध्य झालं तर मनुष्याला परमार्थज्ञान होऊ शकतं. त्याला जाणण्याचे मार्ग म्हणजेच विविध योग. या जाणण्याच्या क्रियेमुळे तो साधक 'जाणता' होतो. अशा त्या साधकालाच श्रेष्ठ ज्ञानी म्हटलं पाहिजे! महिन्यात मार्गशीर्ष महिना चांगला, देवांमध्ये ब्रह्मदेव श्रेष्ठ, त्याप्रमाणे परब्रह्माविषयीचं हे ज्ञान सर्वश्रेष्ठ ज्ञान मानलं जातं.

आंबे कितीही संख्येने लागले तरी ते एकाच झाडाचे असतात. वृक्षाचं मूलतत्त्व त्या प्रत्येक फळामागे कार्यरत असतं. विस्तवाच्या ठिणग्या कितीही उडाल्या आणि नाश पावल्या, तरी त्यामध्ये अग्नीरूपी तत्त्व एकसारखंच असतं. सर्व भूतसमुदायामध्ये सारख्या प्रमाणात असलेल्या अविनाशी तत्त्वाला जो जाणतो, तोच श्रेष्ठ ज्ञानी समजला पाहिजे.

समं पश्यन्हि सर्वत्र समवस्थितमीश्वरम् ।
न हिनस्त्यात्मनात्माने ततो याति परां गतिम् ॥१३.२८॥

ईश्वर सर्वत्र समानत्वाने भरलेला आहे असं पाहणारा (जाणणारा) स्वतःच स्वतःचा घात करत नाही, म्हणून तो श्रेष्ठ गती परब्रह्मस्वरूप पावतो.

ज्याला ईश्वरी तत्त्व सर्वत्र समानत्वाने व्यापून आहे अशी दृष्टी प्राप्त होते, असा ज्ञानी स्वतःचा घात करत नाही, असं भगवान या श्लोकातून सांगतात. हा श्लोकही अतिशय मननीय आहे. या श्लोकाचा विरुद्ध अर्थ ध्यानात घेतला तर त्याचा खरा अर्थ ध्यानात येईल. तो असा की, ज्याला ईश्वरी तत्त्व सर्वत्र भरलेलं आहे याची अनुभूती मिळत नाही, तो स्वतःचा घात करण्याची शक्यता असते, हा अर्थ यातून ध्वनित होतो.

असा अज्ञानी मनुष्य मग कोणती पापं करून स्वतःचा घात करू शकतो, याचाही पर्यायाने विचार केला पाहिजे. इथे 'पाप' हा शब्द 'अपसमज' या अर्थाने वापरलेला आहे. मनुष्याचं पहिलं पाप म्हणजे ईश्वर नाही असं समजणं. दुसरं पाप म्हणजे मी ईश्वरापासून वेगळा आहे असं समजणं. तिसरं पाप म्हणजे ईश्वर आकाशात आहे असं मानणं. चौथं पाप म्हणजे ईश्वर केवळ धार्मिक स्थळी आहे असं समजणं. पाचवं पाप म्हणजे ईश्वराला प्रलोभने दाखवून किंवा त्याची खुशामत करून तो प्रसन्न होतो, असं समजणं. सहावं पाप म्हणजे ईश्वराला आपल्या स्वार्थापोटी व्यवहारात अडकवणं. सातवं पाप म्हणजे मनात उद्‌भवणारे विचार आणि आपली कर्मं ईश्वराला दिसत नाहीत असं मानणं. आठवं पाप म्हणजे ईश्वर केवळ आपल्याच शरीरात प्रकर्षाने असून दुसऱ्याला हीन ठरवत स्वतःपुढे वाकवणं. नववं पाप म्हणजे दुसऱ्याला अतोनात शारीरिक-मानसिक क्लेश देणं आणि स्वार्थासाठी वापरून घेणं. दहावं पाप म्हणजे ईश्वर आपल्या देहाबाहेर आहे असं मानून देहाची विविध मार्गांमधून हेळसांड करणं; आणि अकरावं पाप म्हणजे आपल्यामध्ये असलेल्या सर्व सद्‌गुणांचा आणि उत्तम कर्तृत्वाचा कर्ता मी स्वतः आहे, अशी समज मनात दृढ असणं.

बरेच लोक आपल्या तोकड्या बुद्धिमत्तेच्या बळावर थेट ईश्वराच्या अस्तित्वालाच आव्हान देतात. त्याला कारणं म्हणजे त्यांच्यावर एखाद्या निरीश्वरवादी विचारधारेचा पगडा असतो किंवा आपली कामं झाली नाहीत म्हणून त्याचं अस्तित्व नाकारलं जातं अथवा मनावर कसलातरी आघात झाला तर ईश्वराचं अस्तित्व झुगारलं जातं.

दुसऱ्या पापात ईश्वराचं अस्तित्व मानलं जातं; पण त्याला आपल्यापासून वेगळं समजलं जातं. म्हणजे आपण आणि ईश्वर ही दोन वेगळी तत्त्वं आहेत असं मानलं जातं. द्वैतसृष्टीत जगताना या दोन वेगळ्या भूमिका असल्याच पाहिजेत. त्याशिवाय जीवन जगणं शक्य होणार नाही. पण या ड्युॲलिटीच्या भूमिका बाह्यत: असतात परंतु अंतर्यामी मात्र तो परमात्मा सर्वांमध्ये एकसारखाच वास करून असतो. आधुनिक वैज्ञानिक दृष्टिकोनातून विचार करायचा झाल्यास, प्रत्येक जीव आणि प्रत्येक स्थावर-जंगम हे परस्परांशी '0. पॉईंट फील्ड'ने (0.Field) जोडलेलं आहे. आज अनेक शास्त्रज्ञ ती गोष्ट मान्य करतात. त्यामुळे आपलं भूत-भविष्य आणि वर्तमान हे आपल्या सर्व विचार-कृती आणि घटनांसह इलेक्ट्रिक चार्जेसच्या स्वरूपात अस्तित्वात आहे. या 0. पॉइंट फील्डलाच प्राचीन भारतीय शास्त्रांमध्ये 'ब्रह्म' म्हटलेलं आहे आणि ब्रह्मांडातील स्थावर-जंगमांसह संपूर्ण जीवसृष्टीला जोडलेल्या या विशाल जाळ्यालाच 'प्रजातंतू' म्हटलेलं आहे. प्राचीन भारतीय वेदविज्ञान किती प्रगल्भ आहे, हेच यावरून दिसून येतं.

ईश्वर केवळ आकाशात आहे किंवा धार्मिक स्थळी आहे असं समजण्यात जीवाचा विकास नसतो. यानंतर व्यवहाराचा भाग येतो. ईश्वराला प्रेमाने नैवेद्य दाखवणं, भोग चढवणं आणि मग त्याचा प्रसाद म्हणून तो नैवेद्य ग्रहण करणं यामध्ये फार मोठा भाव असतो आणि तो जपलाच पाहिजे. ईश्वराचा भाग म्हणून आर्थिक हिस्सा बाजूला काढण्यात व्यवहार नसतो, तर त्यात सामाजिक बांधिलकी असते; पण केवळ आपल्यालाच अधिक पैसा मिळावा म्हणून त्याला व्यवहारात अडकवणं योग्य नसतं. अनेक सोशल मीडियांमध्ये साइन-अप् करताना आपली माहिती द्यावी लागते, पण त्याचा परिणाम म्हणजे आपण कुठे जातो, काय करतो हे म्हटलं तर त्या माध्यमाला कळू शकतं; पण एखाद्या नवख्या यूजरला ते कळत नसतं. तसंच परमतत्त्व आपल्या आत वास्तव्य करून असतं आणि आपले विचार आणि कृती ते जाणत असतं. अहंकारग्रस्त होऊन दुसऱ्याला मानसिक क्लेश देणं, स्वार्थासाठी वापरून घेणं किंवा हीन ठरवणं हे पर्यायाने ईश्वरालाच अपमानित करण्यासारखं असतं.

ईश्वर आपल्या देहात आहे, तसाच सर्वांच्या हृदयात असतो ही समज आली पाहिजे. सर्वात महत्त्वाचं म्हणजे, आपल्या अंगी ज्या कला, जे गुण आहेत किंवा आपल्याला आयुष्यात जे जे मिळालं आहे, ते आपल्या कर्मामुळे असलं तरी त्यामध्ये

ईश्वराची कृपा हा फार मोठा भाग असतो. जेव्हा मनुष्याला या सर्व प्रकारची समज येते तेव्हा त्याच्या दृष्टीत वैश्विकता येते. स्वत:चा घात होण्यासाठी आत्ता जी कारणं सांगितली, त्यामध्ये तो अडकत नाही. उलट तो प्रेममय होऊन जातो. तो ईश्वराला पृथक्त्वाने बघत नाही. सर्व भूतमात्रांमध्ये एकच ईश्वर वास करून असतो हे त्याला ज्ञात झालेलं असतं; अनुभवाला आलेलं असतं.

पृथ्वीवरील यच्चयावत वृक्षवल्लरींना पाणी जीवन देत असतं. आम्रवृक्षाला मिळणारं पाणी वेगळं आणि नारळाला मिळणारं पाणी वेगळं, असा भेद नसतो. लाखो विजेच्या दिव्यांमध्ये एकच वीजरूपी चैतन्य खेळत असतं. जणू भगवंताने शाडू माती घेऊन लाखो जीवांच्या मूर्ती तयार केल्या. त्यात त्याने आपला अंश भरला. ते जीव हलू लागले, चालू लागले. भगवंताने त्यांच्यामध्येच एक असं सूत्र अधिष्ठित केलं की, दोन भिन्न लिंगांच्या संयोगाने नवीन जीव तयार होईल! विश्वातल्या अशा लाखो, करोडो विभिन्न जीवांमध्ये भाव-भावनासुद्धा त्याने निर्माण केल्या... तरीही कुठेतरी काहीतरी उणीव वाटत होती. म्हणून मनुष्यरूपाने त्याने उत्कृष्ट कलाकृती निर्माण केली. मग पुन्हा तेच सूत्र आणि तेच पुनरुत्पादन!

भगवंताने माणसाला विचारशक्ती, ज्ञानपिपासा, कालाचं ज्ञान, बुद्धीचं अफाट सामर्थ्य याही गोष्टी प्रदान केल्या. बुद्धीलाही त्याने विशिष्ट कक्षाही आखून दिली. त्या पलीकडे बुद्धी जाऊच शकणार नाही अशीही व्यवस्था केली. ईश्वराच्या शोधासाठी माणूस इंद्रियं, मन आणि बुद्धिसहित ठरावीक पातळीपर्यंतच जाऊ शकेल असा कार्यक्रम (प्रोग्रॅम) ठरवून दिला. मात्र त्या पलीकडे जाऊन ईश्वराचा शोध घ्यायची आत्यंतिक इच्छा माणसाला झाली तर ज्ञान प्राप्त करून घेण्याचीही त्याने व्यवस्था करून ठेवली. ते ज्ञान झालं की माणसाला समजतं, एकच चैतन्य संपूर्ण सृष्टी भरून राहिलेलं आहे.

घरोघरी वेगवेगळ्या आकारातले आणि रंगातले शाडूमातीचे गणपती बसतात, पण नदीत त्यांचं विसर्जन झाल्यानंतर ते गणपती निराकार बनतात. 'शाडू माती' हे एकच तत्त्व मागे उरतं. त्याप्रमाणे माणूस प्राणी, जड वाटणारी सृष्टी, चैतन्यमय सृष्टी यांच्यामध्ये केवळ एकच तत्त्व खेळत असतं. ते तत्त्व म्हणजेच परमात्मा! पिंडी ते ब्रह्मांडी असं जे शास्त्रकारांनी म्हटलं आहे, ते उगाच नाही. पाण्यात H_2O हे संयुग असतं. मग दिल्लीतलं पाणी तपासलं तरी तेच सूत्र मिळणार असतं किंवा मंगळावर पाणी मिळालं तरी तेच सूत्र मिळणार असतं. अंतर्यामी जे चैतन्य सापडणार असतं तेच विश्वात पुरून उरलेलं असतं.

आता हा समज दृढ झाल्यानंतर मनुष्य स्वत:चा घात करत नाही. मात्र अशी परमात्म्याविषयी समज आली नसेल तर एखादा मनुष्य यापूर्वी सांगितलेली पापं करून

स्वत:चा घात करू शकतो. आत्म्याने हा जो मनुष्यदेह धारण केला असतो, तो अमूल्य असाच असतो. लहान बाळाच्या शरीरामधल्या विविध घटकांची किंमत ही साडेतीनशे कोटी असते असं जाणकार सांगतात. म्हणून या अमूल्य देहाला जपताना तो देह आपण विविध व्यसनांनी खराब करणार नाही याची काळजी घेतली पाहिजे. त्याबरोबरच मिळालेली इंद्रियं ही आत्मविकासार्थच मिळालेली आहेत हा भावही मनात स्थिर करायला हवा.

जीवनात अशी दृष्टी येणं फार कठीण असतं, पण ज्या भक्ताला अथवा योग्याला अशी दृष्टी लाभते आणि जो त्यानुसार वर्तन करतो, तो परब्रह्मस्वरूप होऊन जातो. आपलं अध:पतन होईल असं कोणतंही कृत्य त्याच्या हातून होत नाही.

विश्वात पुरून उरलेलं चैतन्य प्रतीत होण्यासाठी कर्मयोगाधिष्ठित शास्त्रशुद्ध ज्ञानसाधना केली पाहिजे. ज्याला हे साधलं तो श्रेष्ठ गती प्राप्त करतो.

प्रकृत्यैव च कर्माणि क्रियमाणानि सर्वशः ।
यः पश्यति तथात्मानमकर्तारं स पश्यति ॥१३.२९॥

सर्व प्रकारे कर्मं प्रकृतीच्या गुणांकडूनच केली जातात आणि आत्मा अकर्ता आहे असे जाणतो, तोच खरा जाणता असतो.

आत्मा अविकारी असतो. तो काहीही करत नाही, पण त्याच्या उपस्थितीमुळे प्रकृती कार्यरत होते आणि सर्व प्रकारची कर्मं त्या प्रकृतीकडूनच होत असतात, याचा ज्याला अनुभव मिळतो, त्यानंच खरं तत्त्व ओळखलेलं असतं. म्हणजे सर्वत्र केवळ प्रकृतीच्याच गुणांचा खेळ चाललेला असतो. हा सारा खेळ तिऱ्हाइतपणे अनुभवणं ही गोष्ट वाटते तितकी सोपी नाही. ईश्वरी तत्त्वाशी जो युक्त राहतो, त्याला ही तत्त्वानुभूती मिळू शकते.

नाटक कोणतं चाललं आहे, याचं नाट्यगृहाला काही देणंघेणं नसतं. ते काहीही करत नाही. नाट्यगृहातल्या रंगमंचावर खेळ चाललेला असतो. कलावंत त्यांना नेमून दिलेला अभिनय करत असतात. दिग्दर्शक पडद्याआड असतो. तो दिसत नाही! कलावंत मंडळी मात्र त्या नाटकात गुंतून पडलेली दिसतात. राग, लोभ, द्वेष, नातेसंबंध, हास्यरस, शृंगाररस, भयरस इत्यादी गोष्टी त्या रंगमंचावर घडत असतात.

विश्वाच्या या विशाल रंगमंचावर अशीच निरनिराळी नाटकं चाललेली असतात. प्रकृतीरूपी दिग्दर्शक दिसत नसतो आणि त्या रंगमंचाला व्यापून उरलेलं नाट्यगृह तर निर्विकार असतं. त्या नाट्यगृहामुळे रंगमंच अस्तित्वात असतो आणि त्या रंगमंचावर दिग्दर्शक निरनिराळे प्रसंग रेखत असतो. नाट्यगृहाला त्या प्रसंगांशी काहीच कर्तव्य नसतं. ते काहीही करत नाही. आकाशातले ढग धावत असतात; पण आकाश स्थिर असतं. ते काहीही करत नसतं किंवा घरात माणसं राहत असतात, वावरत असतात, पण घराला त्यांचं कोणतंच कर्तव्य नसतं.

नाटक संपतं तेव्हा रंगमंच ओस पडतो. तो अव्यक्त बनतो, परंतु नाट्यगृह असतं तसंच राहतं. नाटक सुरू झालं किंवा संपलं म्हणून ते नाट्यगृह विकार पावत नाही!

१९७० सालच्या दरम्यान माणसाने व्हिडिओ गेमचा शोध लावला. तो अगदी प्राथमिक स्वरूपाचा द्विमितीय खेळ होता. हळूहळू व्हिडिओ गेम विकास पावत त्रिमितीय झाले. व्यक्तिरेखा बोलू लागल्या. एवढंच नाही; तर त्या थेट त्या त्या प्राण्यासारख्या दिसू लागल्या आणि विचारही करू लागल्या. त्यांच्यात राग-लोभादी विकार शिरले. जी मुलं हा व्हिडिओ गेम खेळतात, त्यांना त्यातून आनंद मिळत असतो. वैश्विक दैवी खेळातल्या आपणही अशाच व्यक्तिरेखा आहोत का? म्हणूनच खेळवणारा निर्विकार असतो आणि प्रकृतीरूपी खेळाची साधनंच जीवाला खेळवत राहतात, असंच म्हटलं पाहिजे.

मागच्या भागात आपण 0.फील्डचा विचार केला. क्वांटम मेकॅनिक सिस्टिममध्ये 0.फील्ड एनर्जी असू शकते असं आता वैज्ञानिक मानू लागले आहेत. प्राचीन भारतीय शास्त्रांमध्ये त्यालाच ब्रह्म म्हटलेलं आहे. पुरातन भारतीय सिद्धान्त खरे ठरवणारे असे अनेक नवीन शोध शिक्षणाच्या मुख्य प्रवाहात शिकवले जात नाहीत. त्याला अनेक कारणं असू शकतात. शाळा-कॉलेजमध्ये शिकवला जाणारा अभ्यासक्रम हा सहसा बदलत नाही. तत्त्वज्ञान हे परिवर्तनशील नसतं; पण विज्ञान हे बऱ्याच अंशी परिवर्तनशीलच असतं. विशेषत: उत्क्रांतीसारखे सिद्धान्त परिवर्तनशीलच आहेत. संभाव्य पुराव्यांवर आणि साहित्यावरच ते आधारलेले असतात. त्यातूनच मग अनुमान काढलं जातं; आणि ते अनुमानच वर्षानुवर्षं शिकवलं जातं. आजपर्यंत $E=Mc^2$ शिकवलं गेलं. तेच शास्त्रज्ञ आता ॐ$=Mc^2$ शिकवू लागले आहेत. कारण सृष्टीच्या मागे केवळ एनर्जी नाही तर चैतन्य आहे हे शास्त्रज्ञांना समजू लागलेलं आहे. इतकंच नाही तर सृष्टीला कारण ठरलेलं ॐचं विशाल आणि आदि स्वरूप त्यांना कळून चुकलेलं आहे. जागतिक प्लॅटफॉर्म्सवर ते शास्त्रज्ञ आपले हे नवे शोध आणि विचार मांडत असतात. तथापि, ज्याला मुख्य (मेन स्ट्रीम)शिक्षणव्यवस्था म्हणतात, त्यामध्ये नव्या शोधांचा किंवा विचारप्रणालींचा विचार केला जात नाही. त्यामुळे जुना लिखित इतिहास केवळ अनुमान नाही म्हणून धुडकावून लावला जातो, ही आधुनिक विचारी जगाचीच खंत आहे. माणूस हा माकडापासून उत्क्रांत झालेला नाही, हे अनेक आधुनिक संशोधक सांगत आहेत, पण त्यांच्या मताचा विचार केला जात नाही. मानवी संस्कृतीचा अभ्यास करताना केवळ ताम्रयुग किंवा पाषाणयुग वगैरे युगांचा विचार केला जातो. ती युगंसुद्धा इ.स.पूर्व पाचशे-हजार वर्षांची मानतात. भारतातही तीच मुद्दाम रुजवलेली विचारधारा उचलली जाते हे विशेष!

पण त्या ताम्र-पाषाणयुगापूर्वी संपूर्ण पृथ्वीवर हजारो वर्षं अस्तित्वात असणाऱ्या आणि मती कुंठित करणाऱ्या असंख्य अवशेषांचा म्हणजे आर्टिफॅक्टर्सचा पुरावे म्हणून विचार केला जात नाही. याउलट जे लिखित आहे त्यांचा, अवशेषांचे पुरावे नाहीत म्हणून स्वीकार केला जात नाही.

महाभारतात शाल्वराजाच्या आकाशगामी नगरीचा उल्लेख आहे. त्या नगरीविषयी महर्षी व्यासांनी बारकाईने वर्णन केलं आहे. रामायणातील पुष्पक विमानाचंही असंच वर्णन आहे. वेदांमध्ये तीन पंखांच्या विमानांचा उल्लेख आहे. नारदमुनी हे त्रैलोक्यात संचार करत अशी वर्णने प्राचीन भारतीय साहित्यात आहेत. इनॉकला देवांनी आपल्या विमानातून अवकाशात नेल्याचं वर्णन आहे. बायबलमधील इझिकेलचा वृत्तान्तही असाच थक्क करणारा आहे. अर्जुनाला मातलीने विमानातून स्वर्गात कसं नेलं आणि अवकाशातून जाताना अर्जुनाने देवांच्या शत्रूचा एक कृत्रिम सॅटेलाईट कसा उडवून दिला, याचं इत्थंभूत वर्णन महाभारतातील वनपर्वात केलेलं आहे. इनॉक, अर्जुन, इझिकेल यांच्या संदर्भातील वर्णनात समानतासुद्धा आहे.

या प्राचीन अतिप्रगत घटनांना अवशेषात्मक पुरावे नाहीत, म्हणून ती कविकल्पना ठरवली जाते आणि हजारो वर्षांपूर्वीचे प्रगत संस्कृतीचे असंख्य पुरावे पृथ्वीवर असताना त्यांच्याकडे मात्र दुर्लक्ष केलं जातं, याला काय म्हणावं?

हे सांगण्याचा उद्देश एवढाच की, भगवद्गीतेत जे गहन शास्त्र सांगितलं आहे, ते समजण्यासाठी तत्कालीन प्रगत समाजव्यवस्थेचाही विचार करायला हवा. आजच्या शैक्षणिक, सामाजिक, भौतिक आणि धार्मिक-वैचारिक धारणेतून तत्कालीन सभ्यतेचा उलगडा होईलच असं नाही. किंबहुना आजच्या वैचारिक दृष्टिकोनातून त्या प्राचीन तत्त्वज्ञानाचा आपण विचार करू लागलो, तर विपरीत अर्थसुद्धा घेतला जाऊ शकतो. म्हणून विशाल दृष्टिकोनातूनच हे विषय समजून घेतले पाहिजेत. मनुष्याला कोणते अंगभूत गुण दिलेले आहेत, त्याचाही विचार केला पाहिजे. पातंजल योगशास्त्रातील 'विभूतिपाद' या प्रकरणात मनुष्यामध्ये असलेल्या अनेक असामान्य शक्तींचा उल्लेख केलेला आहे. आज त्या गोष्टी अशक्यप्राय वाटू लागल्या आहेत. कारण काळ जसा पुढे सरकला, तसा मनुष्य भौतिक गोष्टींवर अवलंबून राहू लागला. त्यामुळे तो त्याच्या अंगभूत म्हणजे built-in शक्तींना विसरत गेला. किंबहुना अशा अतर्क्य शक्तींची तो चेष्टाही करू लागला.

पण आता अनेक वैज्ञानिकच त्या अतर्क्य गोष्टींमधील सत्यता मानू लागले आहेत. त्या काहींच्या मते क्वांटम मेकॅनिक सिस्टिममध्ये 0.फील्ड एनर्जी असू शकते; आणि तिथल्या शून्य अवस्थेशी संपर्क प्रस्थापित करता आला तर त्या योग्याला भूतकाळात

घडलेल्या, वर्तमानात घडत असलेल्या आणि भविष्यात घडणाऱ्या घटना कळू शकतात असा त्यांनी नॉस्टरडॅमसच्या संदर्भात दावा केला आहे.

त्यामुळे क्वांटम मेकॅनिक सिस्टिम हे प्रकृतीचंच स्वरूप असून त्या प्रकृतीमध्ये अधिष्ठित असलेलं आत्मस्वरूप हे मात्र अकर्ता असतं. पण ते आत्मस्वरूप तिथे असल्यामुळेच प्रकृती कार्यरत होत असते, या 0.फील्डच्या दृष्टिकोनातून विचार केल्यास प्रकृतीमध्येच भूत-वर्तमान आणि भविष्यामधील सर्व कर्मं ही गुणांसह भरलेली आहेत हा विचार तर्कसंगतच म्हटला पाहिजे. म्हणून प्रकृतीच्या या स्वरूपाशी संपर्क करता आला तर पर्यायाने त्या अकर्ता परमात्म्याचीही अनुभूती मिळू शकते ही गोष्टही तर्कशुद्धच आहे. म्हणूनच जो हा प्रकृतीचा प्रोग्रॅम जाणतो, त्यालाच भगवंतांनी 'जाणता' म्हटलेलं आहे.

विजेमुळे दिव्याचा प्रकाश पडला तर त्या प्रकाशात काय चाललं आहे, याचं विजेला काहीच कर्तव्य नसतं. त्याप्रमाणे प्रकृतीचा हा प्रोग्रॅम कार्यरत असताना आत्मा निर्विकारच असतो. हे जो जाणतो, तोच खरा ज्ञानी म्हटला पाहिजे.

प्रकृतीचं स्वरूप अगम्य आहे. परमेश्वराचा तो त्रिकाल-स्वरूप प्रोग्रॅम आहे. केवळ आत्म्याच्या उपस्थितीमुळे प्रकृतीचा खेळ सुरू होतो. परमात्म्याला हा खेळ पूर्णपणे आणि साद्यंत माहीत असतो. म्हणूनच आपल्याच प्रोग्रॅममध्ये हस्तक्षेप न करता तो निर्विकार राहतो. हे जो जाणतो, तोच खरा ज्ञानी होय.

यदा भूतपृथग्भावमेकस्थमनुपश्यति ।
तत एव च विस्तारं ब्रह्म सम्पद्यते तदा ॥१३.३०॥

जेव्हा भौतिक शरीरांचं अनेकत्व एकाच ब्रह्मतत्त्वावर अधिष्ठित असून त्याचा कशा प्रकारे विस्तार झाला आहे, हे उमजू लागतं, तेव्हा त्या विवेकी पुरुषाला ब्रह्माची प्राप्ती होते.

जेव्हा सर्व भूतमात्रांमधलं पृथक्त्व म्हणजेच अनेकत्व एकरूप दिसू लागतं आणि या एकत्वापासूनच सर्व विश्वाचा विस्तार झाला आहे, असं दिसू लागतं, तेव्हा त्या विवेकी मनुष्याला ब्रह्माची प्राप्ती होते. अर्थात हा दैवी खेळ जो जाणतो तो त्यातून मुक्त होतो! भिन्न आकाराचे आणि रंगांचे प्राणी, पशू, पक्षी, मानवजात आणि वृक्षवल्लरी हे सारे एकाच तत्त्वातून निघालेले आहेत. लाटा जशा पाण्यावर वेगवेगळ्या दिसतात, पण एकच असतात तसं हे आहे. सूर्यकिरणं जशी सर्वत्र पसरलेली असतात; पण सूर्य एकच असतो, देह एक पण अवयव भिन्न असतात अथवा एकाच मनामध्ये जशा असंख्य बऱ्या-वाईट कल्पना उद्‌भवतात, त्याप्रमाणे एकाच ब्रह्मतत्त्वापासून भूतमात्र निर्माण होतात; पण यात आत्मा हा कसा अकर्ता आणि निर्लेप असतो, हे आपण मागच्या श्लोकात वाचलं.

ब्रह्म एकच आहे आणि त्यातूनच अनंत प्रकारची जीवसृष्टी व्यक्त झाली या गोष्टीची केवळ माहिती असून उपयोगाचं नसतं. जेव्हा त्याची साक्षात अनुभूती येते, तेव्हाच ब्रह्मरूप संपत्तीचा साठा गवसतो. मग जिकडे तिकडे ब्रह्मच आहे, असा प्रत्यय त्या विवेकी पुरुषाला येतो. त्याचा परिणाम म्हणजे अमर्याद अशा आत्मिक सुखाची त्याला प्राप्ती होते. प्रकृति-पुरुष विचाराचा हा अनमोल ठेवा ज्याला मिळाला, तो हा भवसागर सहज तरून जातो. अमृतप्राप्ती झाल्याचा खरा आनंद त्याला मिळतो. एखादी आवडती कथा, व्यक्ती किंवा वस्तू जशी सामान्य मनुष्याच्या मनात घर करून बसते, त्याप्रमाणे हे ब्रह्मस्वरूपाचं ज्ञान ज्ञानी पुरुषाच्या मनात घर करून राहतं.

आता या ब्रह्मदृष्टीचं स्वरूप काय असू शकेल? ही दृष्टी म्हणजे आपले नेत्र किंवा त्यामागची दृष्टी नाही. दृष्टीचे चार प्रकार असतात. पहिला म्हणजे आपले डोळे आणि त्यामागचं द्वैतसृष्टीचा अनुभव देणारं ज्ञानेंद्रियं. दुसरी दृष्टी म्हणजे भावदृष्टी, तिसरी ज्ञानदृष्टी आणि चौथी दृष्टी म्हणजे आत्मदृष्टी. भौतिक जगात वावरताना द्वैत दृष्टीच आवश्यक असते. त्याशिवाय जीवन जगणं शक्य होणार नाही. *ब्रह्म सत्य जगन्मिथ्या* ही अद्वैतानुभूती अनुभूती घेणारे आदि शंकराचार्य त्या अवस्थेतून बाहेर आल्यानंतर द्वैतभाव जगतच होते. तशी स्तोत्रं त्यांच्याकडून रचली जात होती.

दुसरी दृष्टी म्हणजे भावदृष्टी. भावनाप्रधान व्यक्तीकडे ही भावदृष्टी मुळातच असते. एखादं उत्तम संगीत ऐकताना, एखादी सुंदर कलाकृती पाहताना, एखाद्या व्यक्तीला भेटताना अथवा देवाची सुंदर मूर्ती बघताना अशा व्यक्तीचे डोळे भरून येतात. अंतःकरण उचंबळून येतं. भक्तिमार्गात अनेकांना ही दृष्टी लाभते. ही दृष्टी म्हणजे प्रगल्भ मनाचं द्योतक असतं. अशा लोकाचं अंतःकरण शुद्ध असतं.

तिसरी दृष्टी म्हणजे ज्ञानदृष्टी. ज्ञानदृष्टीचा संबंध मेंदूच्या विवेकशक्तीशी असतो. सृष्टीकडे अशा व्यक्ती ज्ञानदृष्टीने बघतात. त्यांना प्रत्येक विषयात काही जाणून घ्यायचं असतं. त्यांच्यामध्ये तितिक्षेचा भाव अधिक असतो. अशा मंडळींना देव, परमात्मा, सृष्टी किंवा ब्रह्मांड यांविषयी बुद्धीने जाणून घ्यायचं असतं. अशा दृष्टीच्या व्यक्ती योगमार्गाकडे वळतात. ते ब्रह्माची उपासना करतात. ज्ञानप्राप्ती हेच त्यांच्या जीवनाचं उद्दिष्ट असतं. त्यानुरूप त्यांना आत्मज्ञान होतंही, पण असे उपासक ब्रह्मालाच साध्य मानत असल्यामुळे त्यांच्यामध्ये भावनाप्रधानतेचा अभाव असण्याची शक्यता असते. परमेश्वराला मूर्तीत पाहताना एखाद्या भक्ताचं अंतःकरण उचंबळून येत असतं, तसं या ज्ञानदृष्टीच्या ब्रह्मोपासकांचं येतंच असं नाही.

यानंतरची दृष्टी म्हणजे आत्मदृष्टी. यामध्ये अंतःकरण आणि बुद्धी यांचं साहचर्य घडतं आणि त्यातून अशा भक्ताला ब्रह्मतत्त्वाचं स्वरूप उलगडतं. अलीकडच्या वैज्ञानिक शोधानुसार मनुष्याच्या मेंदूमध्ये जसे न्यूरॉन्स् असतात, तसेच हृदयातही असतात. बुद्धीमधील विवेकशक्ती आणि अंतःकरणातील भावमयता यांची जेव्हा एकरूपता होते, तेव्हा अशा भक्ताला सृष्टिव्यापक ब्रह्माची एकरूपता अनुभवायला मिळते. हीच बुद्धीसह भाव आणि श्रद्धायुक्त डोळस भक्ती असते.

इंद्रियं, मन, बुद्धी आणि आत्मतत्त्व असा प्रवास करूनच भक्ताला ब्रह्मानुभूतीपर्यंत जावं लागतं. पहिला इंद्रियांचा प्रांत हा विकारांचा असतो. त्यातून प्रथम सुटका करून घ्यावी लागते. म्हणजे वासनांना संयमाने आवर घालावा लागतो. मनाचा प्रांत हा विचारांचा असतो. मनुष्याच्या मनात अनेकविध विचारतरंग अक्षरशः

चोवीस तास उठत असतात. मन स्थिर झाल्याखेरीज हे विचारांचे तरंग शांत होत नाहीत. त्यासाठी मनाला बुद्धीच्या, विवेकशक्तीच्या आधिपत्याखाली न्यावं लागतं. मग पुढचा आत्म्याचा प्रांत हा विज्ञानाचा असतो. म्हणून बुद्धीला आत्मस्वरूपाकडे न्यावं लागतं.

याप्रमाणे अंतर्गत प्रवास करता आला तर अंतःकरण आणि मेंदूचं साहचर्य प्रस्थापित होत जातं, पण तेवढ्याने ब्रह्मस्वरूप उलगडत नाही. त्यासाठी स्वाभाविकच सर्व जीवांच्या सुखी आणि निरामय जीवनाचा भाव मनात दृढ करावा लागतो. ब्रह्माशी जर एकरूपता घडवायची असेल तर बुद्धी आणि अंतःकरणाला अनेकत्वाकडून एकरूपतेकडे नेलं पाहिजे ही गोष्ट तर्कशुद्ध आहे. साधक स्वतः अनेकत्वामध्येच अडकलेला असतो. त्यामुळे त्याला स्वतःला ब्रह्माची एकरूपता अनुभवायची असेल तर अनेकांना आपण एकरूपतेकडे नेत आहोत हा भाव त्याला जाणीवपूर्वक जोपासावा लागतो. त्यासाठीच *सर्वेपि सुखिनः संतु सर्वे सन्तु निरामयाः* चा उद्घोष ऋषींनी केला होता, तो उगाच नाही. म्हणजे सर्वांच्या हितातच आपलं हित असतं. म्हणून सर्वहितेषू अशा भूमिकेतून ब्रह्माची एकरूपता अनुभवता येते. ही दृष्टी लाभली की, अनेकत्वात विभागलेल्या एकरूप अशा ब्रह्मतत्त्वाची भावपूर्ण अनुभूती भक्ताला येते. त्या ब्रह्माच्या एकरूपात असलेलं अनेकत्वामधील भूत-वर्तमान आणि भविष्याविषयीचं ज्ञान त्याला होतं. तीच ब्रह्मानुभूती असते. त्या ब्रह्मस्वरूपातूनच द्वैत सृष्टीतील प्रक्षेपण, एक्सप्रेशन किंवा व्यक्तीकरण होत असतं. अनंत भौतिक शरीरांचा उगम तिथूनच झालेला असतो. तिथूनच संपूर्ण व्यक्त सृष्टीचा विस्तार प्रस्फुरित झालेला असतो. साधकाला त्याविषयी पूर्ण ज्ञान होतंच; पण त्याला स्वतःला ती परमानंदस्वरूप ब्रह्मानुभूती मिळते. अशी ब्रह्मानुभूती मिळण्यासाठी विवेकजागृती होणं ही गोष्ट मात्र अतिशय महत्त्वाची असते. कारण विवेकदृष्टीतच सर्व जीवांप्रति प्रेम आणि सद्भाव दडलेला असतो. वैज्ञानिक भाषेत आपण त्यालाच मेंदू आणि हृदय यांमधील न्यूरॉन्सचं साहचर्य म्हटलेलं आहे.

या श्लोकावरून आपल्याला उमजेल की, भगवंतांनी जे ज्ञान दिलेलं आहे, ते पूर्णतः वैज्ञानिक आणि तर्कसंगत असंच आहे. एकेका श्लोकात असा गहन अर्थ दडलेला आहे. तो अर्थ जर आपल्याला उलगडता आला नाही, तर तो आपला दोष म्हटला पाहिजे.

अर्थात ब्रह्मानुभूती घेण्याची मनोभूमिका तयार होणं ही काही सोपी गोष्ट खासच नाही. त्यासाठी भक्तीविषयीची समज प्रथम बुद्धीत स्थिरावली पाहिजे. मग शास्त्रशुद्ध प्रयत्नांनीच ही ज्ञानसाधना केली पाहिजे. म्हणूनच भगवंतांनी सातव्या अध्यायातील

तिसऱ्या श्लोकात म्हटलेलं आहे, 'मनुष्याणां सहस्रेषु कश्चिद्यतति सिद्धये.' म्हणजे सहस्रो मनुष्यांमध्ये एखादाच अशी ज्ञानसिद्धी मिळवण्याचा प्रयत्न करतो आणि असा प्रयत्न करणाऱ्या सहस्रो मनुष्यांपैकी एखादाच मला तत्त्वतः जाणतो.

ही जाणण्याची क्रिया द्वैतभावामुळेच कठीण होत असते. द्वैत सृष्टीत प्रकृतीच्या गुणांचा जीवांवर प्रभाव असतो. तिथे प्रकृतीचा म्हणजे मॅटरचा मायिक खेळ अव्याहत चालू असतो. त्या खेळातच मनुष्य अडकून पडलेला असतो. त्यातून सुटका करून घेणं ही खूप कठीण गोष्ट असते, परंतु त्या खेळाला ज्या तत्त्वामुळे प्रेरणा मिळत असते, ते ब्रह्मतत्त्व असतं, ही गोष्ट जाणल्यानंतर साधकाची या खेळातून सुटका होऊ शकते.

आत्मबोधाविषयीचं हे ज्ञान प्राचीन भारतीय तत्त्ववेत्त्यांना झालं होतं. हा शोध विश्वातील इतर कोणत्याही शोधांपेक्षा श्रेष्ठ मानला पाहिजे. कारण अनेक प्रश्नांना या शोधामुळे उत्तरं मिळू शकतात. अनेकत्वामागे असलेल्या मूलतत्त्वाच्या एकरूप स्वरूपाचं ज्ञान झालं, की इतर सारे शोध व्यर्थ ठरतात. ज्याला हा शोध लागतो त्याला इथल्या इथेच परमानंदस्वरूप ब्रह्माची प्राप्ती होते.

हनुमंताच्या हृदयात श्रीरामाचं रूप ठसलेलं होतं. रामाशिवाय अन्य विचार त्याच्या मनात येत नसे. हा अनन्य भाव ब्रह्मप्राप्ती झालेल्या ज्ञानी पुरुषांच्या ठायी असतो. वडाच्या एकाच झाडापासून पारंब्या आणि पारंब्यांचाच वृक्षरूपी विस्तार होत जातो. त्याप्रमाणे एकाच आत्मतत्त्वाचा हा विश्वविस्तार असल्याचं ज्ञानी पुरुष स्पष्टपणे जाणतात. त्यामुळेच त्यांना ब्रह्मप्राप्ती होते. त्यासाठी अंतःकरण आणि विवेकशक्ती यांचं साहचर्य घडून यायला हवं.

अनादित्वान्निर्गुणत्वात्परमात्मायमव्ययः ।
शरीरस्थोऽपि कौन्तेय न करोति न लिप्यते ॥१३.३१॥
यथा सर्वगतं सौक्ष्म्यादाकाशं नोपलिप्यते ।
सर्वत्रावस्थितो देहे तथात्मा नोपलिप्यते ॥१३.३२॥

हे कौन्तेया, असा हा परमात्मा अनादि आणि गुणरहित असल्यामुळे अव्यय आहे. जरी त्याचा शरीराशी म्हणजे क्षेत्राशी संबंध असला, तरी तो स्वत: काहीच करत नाही आणि कशाने लिप्तही होत नाही... ज्याप्रमाणे सर्वव्यापी आकाश अत्यंत विरल (तरल) असल्यामुळे ते कशानंही लिप्त होत नाही, त्याप्रमाणे सर्व देहांमध्ये स्थित असलेला आत्मा कशानंही लिप्त होत नाही.

या श्लोकात पुन्हा एकदा तात्पर्य म्हणून भगवंतांनी परमात्मा अनादि आहे असं सांगितलं आहे. अनादि म्हणजे ज्याला आदि-अंत अर्थात आरंभ-अखेर नाही असा! आरंभ आणि अखेर हे संदर्भ केव्हा येतात? तर जेव्हा काळाचा संदर्भ येतो तेव्हा! काळाचा संबंध तरी केव्हा येतो? तर जेव्हा पदार्थांना गती येते तेव्हा! मग गतीचा संबंध केव्हा येतो? तर जेव्हा स्थलाचा संबंध येतो तेव्हा!

आपण आपल्या राहण्याच्या ठिकाणापासून गावाला जायला निघतो, तेव्हा स्थलाचा संबंध येतो. म्हणजे एका ठिकाणापासून दुसऱ्या ठिकाणी जाण्याचा संबंध तिथे असतो. दोन अंतरावरची भिन्न ठिकाणं म्हटलं की वेळेचा म्हणजे काळाचा संदर्भ येतो. वाहनातून जायचं म्हटलं तर गतीचा संबंध येतो. हे तिन्ही संबंध परस्परांमध्ये गुंफलेले आहेत.

हे संदर्भ परमेश्वराच्या बाबतीत लागूच पडत नाहीत. जो सर्व सृष्टी व्यापून उरला आहे त्याच्यासाठी स्थळ, काळ आणि गतीचा संबंध कशासाठी येईल? तो येण्याचं कारणच नाही. या दृष्टीने परमतत्त्वाला आदिअंत नाही.

त्यानंतर भगवंताला कोणतेच गुण नाहीत. इथे गुण याचा अर्थ कलागुण किंवा

भावभावनांसंबंधीचे गुण हा अर्थ नसून इथे त्रिगुणांचा संबंध आहे. सत्त्व-रज-तम हे त्रिगुण प्रकृतीमधले असतात. प्रकृती परमात्म्याच्या अधीन आहे; परमात्मा प्रकृतीच्या अधीन नाही. क्रिकेटच्या मॅचमधले नियम हे तो खेळ खेळणाऱ्यांना लागू होतात. जे खेळत नसतात त्यांना ते नियम लागू होण्याचं काहीच कारण नसतं. प्रकृतीच्या खेळातले त्रिगुण हे प्रकृतीचा खेळ चालण्यासाठी आवश्यक असतात. पण जो तो खेळ खेळत नाही, त्याला म्हणजेच परमात्म्याला प्रकृतीच्या खेळातले त्रिगुण कसे काय प्रभावित करू शकणार? या दृष्टीने परमात्म्याला कोणतेच गुण नाहीत. कारण तो त्रिगुणांमध्ये अडकलेलाच नाही. म्हणून तो अव्यय म्हणजे गुणातीत आहे. त्यामुळे त्याच्याकडून कोणतंच प्राकृतिक कर्म होत नाही. पर्यायाने त्याला कर्मबंध होत नाही.

त्याचप्रमाणे परमात्मा दृश्य नाही आणि अदृश्यही नाही. म्हणजे तो अरूप आहे. दृश्य-अदृश्य आणि आकार हाही प्रकृतीचाच धर्म आहे. म्हणून भगवान त्यातही अडकत नाही. म्हणूनच तो अव्यक्त आहे. तथापि, सर्व जीवांच्या हालचालींमधून तो व्यक्त होत असतो.

जीवांच्या देहामध्ये वसून असलेल्या आत्म्याला वृद्धी नाही आणि क्षय नाही. काळाच्या बंधनात अडकलेल्या शरीराची वृद्धी आणि क्षयही होतो. असा परिणाम आत्म्यावर होत नाही. ज्ञानेश्वरमहाराज सुंदररीत्या याचं वर्णन करतात : *आकाशावर दिवस-रात्र येत असतात, त्याप्रमाणे आत्मसत्तेवर देह येतात आणि जातात.*

आत्मा हा प्रमाणाचा विषयच ठरू शकत नाही. तो काही करत नाही आणि करवूनही घेत नाही. देहाच्या ठिकाणी राहूनही आत्मा निर्विकार असतो. तो कोणतंच कर्म करत नाही; सर्व कर्मांपासून अलिप्तच राहतो. पाण्यात सूर्याचं प्रतिबिंब पडतं, त्यामुळे सूर्य ओला होत नाही. प्रतिबिंब पडण्यासाठीसुद्धा सूर्याला काहीही करावं लागत नाही. पाण्यापूर्वीही सूर्य असतो आणि पाण्याच्या अभावानंतरही सूर्य असतोच.

त्याप्रमाणे आत्मा प्रतिबिंब स्वरूपात देहात प्रविष्ट झालेला असतो. आरशातलं प्रतिबिंब ज्याप्रमाणे कशानंही लिप्त होत नाही, त्याप्रमाणे हे आत्मरूपी प्रतिबिंब कशानंही लिप्त होत नाही. आरशातल्या आपल्याच प्रतिबिंबाला कितीही नटवलं-सजवलं किंवा खराब केलं, तरी त्याचा चांगला-वाईट परिणाम प्रतिबिंबावर होऊ शकत नाही. तसंच सूर्याचं प्रतिबिंब सरोवराच्या पाण्यात पडलं असताना वाऱ्यामुळे पाणी खवळलं, गढूळ झालं; पण म्हणून काही सूर्य गढूळ होत नाही किंवा तो खवळत नाही. पाण्याच्या गढूळपणाला तो कारणही होत नाही. तो त्यापासून अलिप्तच असतो.

त्याचप्रमाणे माणूस चांगला अथवा वाईट वागला, त्याच्या हातून सत्कृत्यं घडली किंवा दुष्कृत्यं घडली, तरी त्याच्या देहात प्रतिबिंबित झालेल्या आत्म्याला

कर्मबंध होण्याचं काहीच कारण नसतं. मनुष्याच्या कर्मानुसार होणारा कर्मबंध हा त्याच्या प्रकृतीरूपी देहाला होतो.

तेलाचा किंवा तुपाचा दिवा लावल्यावर काही वेळाने काजळी धरते. ती काजळी दिव्याच्या वातीवर येत असते; ज्योतीवर नव्हे! वातीच्या आश्रयाने ज्योत निर्माण झालेली असते. त्यामुळे काजळी ज्योतीवर आल्यासारखी वाटते, पण प्रत्यक्षात ज्योत त्या वातीपासून निर्लेप असते, वातीशिवाय आणि तेलातुपाशिवाय ज्योत संभवत नाही हेही खरंच! त्याचप्रमाणे आत्मा म्हणजे ज्योत आणि देह म्हणजे वात असं समजलं तर जीवावर जे बरे-वाईट संस्कार चिकटतात त्याचा आत्म्याला लेप चढत नाही, परंतु देहाशिवाय आत्म्याचं अस्तित्व जाणवत नाही हेही तितकंच खरं!

ज्याप्रमाणे पारा पाण्यात टाकल्यावर पाणी त्यामध्ये शिरत नाही. पारा वेगळाच राहतो, त्याप्रमाणे देहामध्ये राहूनही आत्मा लिप्त होत नाही. तो वेगळाच राहतो. सूर्यग्रहणात चंद्राने सूर्याला ग्रासलं असल्याचं भासतं, परंतु प्रत्यक्षात सूर्याच्या रूपामध्ये कोणताही बदल घडून आलेला नसतो, त्याचप्रमाणे सुख-दुःखादी ग्रहणामुळे आत्म्याला ग्रासल्यासारखं भासतं, परंतु वस्तुतः आत्मा अलिप्तच असतो. आकाश हे निरभ्रच असतं. ते कशानंच लिप्त होत नाही. पावसाळ्यात मेघांनी ते अभ्राच्छादित झाल्याचं भासतं, परंतु त्या मेघांचा आकाशावर कोणताच परिणाम झालेला नसतो. ते सदासर्वदा अलिप्तच असतं.

कर्मामुळे लिप्त होणं हा प्रकृतीच्या गुणांचा खेळ असतो. परंतु ज्यामुळे प्रकृतीच्या गुणांचा यच्चयावत प्राणिमात्रांमध्ये खेळ सुरू असतो, त्यांपासून आत्मा अलिप्तच असतो. मोबाईल खराब झाला, याचा अर्थ मोबाईलच्या बॅटरीमधली ऊर्जा खराब झाली असं होत नाही.

आत्मा चिरंतन स्वरूपात असतो तसाच असतो. देह त्याच्या सान्निध्यात कार्यरत होतो. देह कर्म करत असता आत्मा काही करत नाही. आकाशात घारी मुक्तपणाने संचार करतात. म्हणून आकाश त्या घारींना साहाय्यही करत नाही किंवा विरोधही करत नाही. कोणतंच कर्म आकाश करत नाही... सर्वत्र सर्व देहांमध्ये राहूनही आत्मा एकाही संबंधाच्या विकाराने विटाळला जात नाही. म्हणूनच शरीरस्थ आत्म्याला देहादी समुदायरहित असं ओळखता आलं पाहिजे. हीच आत्म्याची खरी ओळख म्हणावी लागेल.

यथा प्रकाशयत्येकः कृत्स्नं लोकमिमं रविः।
क्षेत्रं क्षेत्री तथा कृत्स्नं प्रकाशयति भारत ॥१३.३३॥
क्षेत्रक्षेत्रज्ञयोरेवमन्तरं ज्ञानचक्षुषा ।
भूतप्रकृतिमोक्षं च ये विदुर्यान्ति ते परम् ॥१३.३४॥

हे भारता, ज्याप्रमाणे एकटा सूर्य या सर्व जगताला प्रकाशित करतो, त्याप्रमाणे एकटा क्षेत्रज्ञ सर्व क्षेत्राला म्हणजे सृष्टीतल्या सर्व पदार्थांना प्रकाशित करतो. याप्रमाणे क्षेत्र आणि क्षेत्रज्ञ या दोहोंतील भेद आणि भूतांच्या रूपाने असणाऱ्या मूल प्रकृतीतून मुक्त होण्याचा मार्ग जे ज्ञानदृष्टीने जाणतात, ते परब्रह्माप्रत जातात.

या तेराव्या अध्यायाचं तात्पर्यच या अध्यायाच्या अखेरीस भगवंतांनी पुन्हा एकदा सांगितलं आहे. ते सांगताना सूर्याची उपमा मुळातच या श्लोकात घेतली आहे. सूर्य जगाला प्रकाशित करतो; पण सूर्य म्हणजे जग नव्हे! त्याचप्रमाणे लाकडी काड्यांमध्ये अर्थात काष्ठात अग्नी असतो पण अग्नी म्हणजे काष्ठ नव्हे; किंवा काष्ठ म्हणजे अग्नी नव्हे! सागर सर्व जलचरांना जीवन देतो पण सागर म्हणजे जलचर नव्हे! किंवा जलचर म्हणजे सागर नव्हे. त्याचप्रमाणे जग म्हणजे सूर्यही नव्हे! जलचर सागरावर अवलंबून असतात; पण सागर जलचरांवर अवलंबून नसतो. जग, जगातील मनुष्यादी प्राणी हे सूर्यावर अवलंबून असतात; परंतु सूर्य या जगावर (तात्त्विकदृष्ट्या) अवलंबून नसतो. त्याचप्रमाणे विश्वातील क्षेत्र हे क्षेत्रज्ञावर अवलंबून असतं परंतु क्षेत्रज्ञ हा क्षेत्रावर अवलंबून नसतो. आकाश आणि ढग, सूर्य आणि मृगजळ यांच्यामध्ये जेवढा भेद असतो, तेवढाच भेद आत्मा आणि देह यांच्यामध्ये असतो. आत्म्यामुळे देह कार्यरत होत असतो; देहामुळे आत्मा कार्यरत होत नाही.

सूर्य सूर्यमालेला बाह्यतः प्रकाशित करत असतो परंतु आत्मा क्षेत्राला केवळ बाह्यतः प्रकाशित करत नाही, तर क्षेत्राच्या अंतरंगालाही तो प्रामुख्याने प्रकाशित करत असतो. सूर्याची उपमा प्रस्तुत श्लोकात दिल्यामुळे क्षेत्रज्ञाचाही संबंध प्रकाशाशी

जोडलेला आहे. ही उपमा रूपकात्मक आहे. पंचमहाभूतं, अहंकार, बुद्धी, अव्यक्त मूलप्रकृती, दहा इंद्रियं, मन, इंद्रियगोचर विषय, इच्छा, द्वेष, सुख-दुःख, चेतना, धैर्य आणि संघात हे विकारांसहित सर्व क्षेत्र असतं. हेच क्षेत्र क्षेत्रज्ञ प्रकाशित करत असतो. म्हणजे इथे अंतर्बाह्य वस्तूंना क्षेत्रज्ञाच्या केवळ उपस्थितीमुळे गती मिळत असते अथवा त्या वस्तू कार्यप्रवण होत असतात.

यापूर्वी सांगितल्याप्रमाणे क्षेत्रज्ञ हा सर्व सृष्ट पदार्थांचं उपादानकारणही आहे. उपादानकारण म्हणजे पदार्थांच्या अस्तित्वाला कारण होणारं मूळ तत्त्व. म्हणजे जसं माती हे माठाचं उपादानकारण असतं, त्याप्रमाणे परमात्मा हा पदार्थांमध्ये उपादानकारणही असतो. उपादानकारणामुळेच सर्व सृष्टी प्रकाशित होत असते; सूर्याप्रमाणे ते उपादानकारण सर्व जगतापेक्षा भिन्न नाही. अर्थातच परमात्म्यामुळे सर्व सृष्टी अस्तित्वात येत असली तरी सूर्याप्रमाणे परमात्मा या सृष्टीपेक्षा भिन्न नाही हे ध्यानात घेतलं पाहिजे. केवळ उपमा म्हणून हा दृष्टान्त दिला आहे. कारण सूर्य आणि इतर जगत् या दोन भिन्न गोष्टी आहेत. दक्षिणायनात उत्तर ध्रुवावर अंधकाराचं साम्राज्य असतं. सूर्य तिथे अनुपस्थित असला तरी तिथले सर्व पदार्थ स्वतःची स्वतंत्र ओळख राखून असतात; पण क्षेत्रज्ञ सर्व पदार्थांना प्रकाशित करतो. तो नसेल तर जगड्व्याळ अशा सृष्टीचं अस्तित्वच संभवणार नाही. कारण क्षेत्रज्ञ सर्व प्राणिमात्रांमध्ये उपादानकारणानंही वसत असतो. प्रत्येक जीवाचे विचार आणि कृती तो जीवाच्या अंतरंगात राहूनच जाणत असतो. अशा तऱ्हेने तो अब्जावधी जीवांच्या अंतरंगात राहूनही त्याच्या मूळ अस्तित्वात कोणताही फरक पडत नाही.

परमात्म्याचं हे अगम्य स्वरूप पूर्वी कळायला थोडं कठीण होतं, पण आधुनिक जगात झालेल्या सॉफ्टवेअर क्रांतीमुळे आपल्याला परमात्म्याच्या अफाट सामर्थ्याची अंशतः कल्पना येऊ शकते. आज क्लाउड तंत्रज्ञान अस्तित्वात आलेलं आहे. जीपीएस सीस्टिम कार्यरत झालेली आहे. त्यामुळे प्रत्येक मनुष्याचा ठावठिकाणा म्हटलं तर सहज कळू शकतो, पण परमात्मा मनुष्याचा ठावठिकाणाच नाही; तर अंतरंगही जाणू शकतो. तिथपर्यंत विज्ञान पोहोचू शकलेलं नाही; आणि पोहोचू शकेल याची शाश्वती नाही. महामहोपाध्याय दत्तो वामन पोतदारांनी म्हटलं आहे, *काळ जितका प्रगत होत जाईल, तितके प्राचीन सिद्धान्त खरे ठरू लागतील.*

महाभारतात व्यास महर्षी गांधारीला झालेल्या मांसखंडापासून शंभर कौरव आणि एक कन्या यांची निर्मिती करतात. त्या वेळी, तुला किती पुत्र हवेत, असं ते गांधारीला विचारतात. ती जो आकडा सांगते तेवढे पुत्र व्यास महर्षी निर्माण करतात. जेव्हा क्लोनिंगचा शोध लागला नव्हता, तेव्हा शंभर पुत्रांची निर्मिती अशक्यप्राय

वाटत होती; पण क्लोनिंगच्या शोधानंतर ती गोष्ट शक्य वाटू लागली. ते क्लोनिंगच असावं या गोष्टीला पुरावा म्हणजे सर्व पुत्र हे एकाच वयाचे होते! दुर्योधनाचा कुंभ पहिल्यांदा उघडला गेल्यामुळे, तो ज्येष्ठ कौरवपुत्र ठरला!

याच अनुषंगाने हे क्षेत्र आणि क्षेत्रज्ञ म्हणजेच प्रकृती आणि पुरुष यांच्यामधलं रहस्य जाणून घेण्यासाठी ज्ञाननेत्राचीच आवश्यकता असते. भोगविचारांमधून मनुष्य बाहेर पडल्यानंतरच तो ज्ञानमार्गाकडे जाऊ शकतो. मग प्रकृती आणि पुरुष यांचं अतर्क्य कार्य त्याला उमजू लागतं. प्रकृतीचाच सर्वत्र खेळ सुरू असल्यामुळे जीव त्या खेळाची मायावी अनुभूती जन्मोन्‌जन्म घेत राहतो. वास्तविक प्रकृती जीवात्म्याला चिकटलेली नसताना ती चिकटल्यासारखी भासते. अंधारात ज्याप्रमाणे शरीराची सावली दिसत नाही, त्याप्रमाणे अज्ञानामुळे आत्मा दिसत नाही. अंधारात मार्गात पडलेला दोर म्हणजे साप वाटतो; तसंच अज्ञानामुळे देह आणि आत्मा एकच वाटतात. शिंपल्यावर प्रकाश पडला की तो रुप्यासारखा चमकतो. मात्र, हा भ्रम नाहीसा झाला की शिंपला तो शिंपला आणि रूपं ते रूपं हा भेद उमजतो.

त्याप्रमाणे प्रकृती आणि पुरुष हा भेद कळला की ब्रह्मप्राप्ती होते असं भगवान सांगतात. ब्रह्माच्या ठिकाणी आकार संपतो; जीवपणा विरघळून जातो; द्वैत संपुष्टात येतं. ब्रह्म प्रकृतीच्या प्रस्फुरणाचं एकमेव स्थान आहे. असं परब्रह्म सत्पुरुष ज्ञानाद्वारे वेगळं जाणतात. राजहंस जसं दूध आणि पाणी वेगळं ओळखतो, त्याप्रमाणे ज्ञानी जन विचारांच्या योगाने आत्मा-अनात्मा हा भेद ओळखून आत्म्याला जाणतात आणि परमात्मस्वरूपात विलीन होऊन जातात.

थोडक्यात, प्रकृतीरूपी क्षेत्राच्या विश्वोत्पादक व्यापाराविषयीचं ज्ञान मनुष्याला या खेळातून मुक्त करतं आणि परब्रह्मप्राप्ती घडवतं. क्षेत्र-क्षेत्रज्ञ-विवेक हा ज्ञानचक्षूने कळणारा आहे असं भगवंत सांगतात. राजविद्या ही चर्मचक्षूने कळणारी विद्या असते तर विश्वरूपदर्शन केवळ अर्जुनासारख्या परम भगवद्‌भक्ताला दिव्यचक्षूनेच दिसणारं असतं. असा हा क्षेत्र-क्षेत्रज्ञ-योग भगवंतांनी साद्यंत कथन केला आहे.

विश्वात एकच परमेश्वर अंतर्बाह्य ओतप्रोत भरून राहिला आहे. त्याच्या केवळ अस्तित्वाने सृष्टी हलते. सामान्य मनुष्याला सामान्य दृष्टीने दूरच्या गोष्टी दिसत नाहीत. त्याकरता त्याला दुर्बिणीचा वापर करावा लागतो. दुर्बिणीच्या साहाय्याने तो दूरवरच्या गोष्टी जवळ असल्याप्रमाणे पाहू शकतो. त्याप्रमाणे ज्ञानी मनुष्य आपल्या ज्ञानचक्षूरूपी दुर्बिणीने क्षेत्र-क्षेत्रज्ञ भेद जाणू शकतो. असा हा जाणता या प्रकृतीमधल्या सुखदु:खरूपी खेळातून मुक्त होतो.

ॐ श्री परमात्मने नमः

अध्याय चौदावा

गुणत्रयविभागयोग

हा विषय सर्व वैदिक, तात्त्विक आणि पौराणिक विचारांचे सार आहे. सत्त्व, रज आणि तम असे तीन गुण आहेत. एकटा सत्त्व शांत राहतो आणि एकटा तमदेखील निष्क्रिय राहतो; परंतु दोघांमधील रजोगुण त्यांना सक्रिय करतो.

श्री भगवान उवाच

परं भूयः प्रवक्ष्यामि ज्ञानानां ज्ञानमुत्तमम् ।
यज्ज्ञात्वा मुनयः सर्वे परां सिद्धिमितो गताः ॥१४.१॥
इदं ज्ञानमुपाश्रित्य मम साधर्म्यमागताः ।
सर्गेऽपि नोपजायन्ते प्रलये न व्यथन्ति च ॥१४.२॥
मम योनिर्महद्ब्रह्म तस्मिन्गर्भं दधाम्यहम् ।
सम्भवः सर्वभूतानां ततो भवति भारत ॥१४.३॥

श्री भगवान म्हणाले, (अर्जुना) ज्याला (श्रुतींनी) 'पर' असं म्हटलेलं आहे, जे सर्व ज्ञानांमध्ये उत्तम आहे, जे जाणून सर्व मुनी या देहबंधनापासून मुक्त होऊन अत्यंत श्रेष्ठ सिद्धी पावले, असं हे ज्ञान मी तुला पुन्हा सांगतो. या ज्ञानाचा आश्रय करून माझ्या स्वरूपाला प्राप्त झालेले साधक सृष्टिनिर्माणकाली जन्म पावत नाहीत आणि प्रलयकाली नाश पावत नाहीत... महत् ब्रह्म म्हणजे परमात्म्याची ब्रह्मरूप मूळ प्रकृती हे माझं (सृष्टीचं) बीज ठेवण्याचं ठिकाण आहे. तिच्यामध्ये मी सृष्टीच्या उत्पत्तीचं सामर्थ्यरूप बीज स्थापित करतो. हे अर्जुना, त्यापासूनच सर्व भूतांची म्हणजे सृष्टपदार्थांची उत्पत्ती होते.

प्रकृतीचंच सर्व कर्तृत्व असून पुरुष अर्थात क्षेत्रज्ञ म्हणजेच परमात्मा उदासीन असतो, हे आधीच्या अध्यायात भगवंतांनी विशद करून सांगितलेलंच होतं, परंतु त्या प्रकृतीच्या म्हणजेच क्षेत्राच्या गुणांची उत्पत्ती कशी होते, तिचं कार्य कसं चालू राहतं, याचं विवेचन आता या अध्यायामध्ये केलं आहे.

या अध्यायाची प्रस्तावना करताना भगवंत म्हणतात, 'ज्ञानातलं उत्तम ज्ञान आता मी सांगणार आहे. हे जाणून घेतल्यामुळे सर्व मुनींना मुक्ती मिळाली आहे. हे ज्ञान मिळाल्यामुळे ज्ञानसाधक माझ्याशी एकरूप होऊन जन्म-मरणापासून पूर्णतः मुक्त होतात.'

अर्जुनाची उत्सुकता या श्लोकांमुळे जणू चाळवली जाते. देहाचा कान करून तो भगवंताच्या मुखातून बाहेर पडणारे अमृतबोल ऐकू लागतो. टिपकागदाप्रमाणे भगवंताचा प्रत्येक शब्द टिपू लागतो.

माया हीच सर्व जगताला जन्म देत असते. त्या कार्यात परमेश्वराच्या अधिष्ठानाचं साहाय्य लाभतं. माया ही मिथ्या असते; असत् असते, पण आभासी नसते. मागील एका भागामध्ये आपण माया आणि आभास यांमधील फरक जाणून घेतला आहे. ही अविद्यारूपी माया जणू विवाहित स्त्री आहे. म्हणूनच तिला महत् ब्रह्म म्हटलं आहे. कारण तिथे अज्ञान असतं. ज्यांना हे ज्ञान होतं त्यांच्या दृष्टीने माया किंवा महत् ब्रह्म फार दूर असतं, परंतु जिथे अज्ञान असतं तिथे माया असते. अव्यक्तवादी लोक यालाच 'अव्यक्त' म्हणतात तर सांख्य याला 'प्रकृती' म्हणतात.

थोडक्यात सांगायचं तर स्वप्न हे जर खरं मानलं, तर त्या स्वप्नात अविद्यारूपी माया परमेश्वराच्या अधिष्ठानानंच प्रसूत होते. मग तिला मुलगा होतो. या मुलाचे अवयव म्हणजेच स्वर्ग, पाताळ, पृथ्वी, सृष्टी हे होत. स्वप्नातलं मूलही स्वप्न पाहत असताना खरंच वाटतं. तसंच प्रकृती आणि पुरुषापासून निर्माण झालेलं हे 'गुणी' मूल अज्ञानी लोकांना खरंच वाटतं.

स्वप्न तयार होताना प्रथम आपण 'पुरुषा'च्या भूमिकेत असण्याची गरज असते. देहात स्थित असलेली त्रिगुणात्मक मायारूपी प्रकृती म्हणजे विवाहित स्त्री असते. 'पुरुषा'च्या म्हणजेच आत्म्याच्या नुसत्या अधिष्ठानाने ती 'माया' प्रसवते. मग स्वप्नात वाट्टेल ती असंभवनीय दृश्यं दिसू लागतात. अज्ञानाची झापड ओढलेला जीव ही स्वप्ने सत्य मानून मोठ्या विस्मयाने पाहत राहतो. पण ज्या वेळी जागृतीच्या रूपाने जीवाला ज्ञान होतं, तेव्हा त्याला कळून चुकतं की, ते सारं स्वप्न होतं; ती माया होती. आपण जेव्हा स्वप्नातून जागृतावस्थेत येतो, तेव्हा कळतं की स्वप्नातील सारी दृश्यं आणि अनुभव हे खरे नव्हते - ते आभासी होते. तरीपण स्वप्नात असताना आपल्याला ते खरेच वाटत असतात. त्या अनुभवातून आपल्याला सुख मिळत असतं तसंच क्लेशही होत असतात. अनेकदा ते अनुभव नकोसे वाटतात. पण तो सारा आभासी खेळच असतो. स्वप्न सरून जागृती आल्यानंतर तो खेळ आभासी होता हे ज्ञान होतं. त्याचप्रमाणे देह सोडल्यानंतर किंवा ज्ञानदृष्टी लाभल्यानंतर प्रकृतीतल्या आभासी खेळाचं जीवाला ज्ञान होतं.

म्हणजे 'पुरुषा'ने म्हणजेच परमात्म्याने बीज ठेवलेली माया ही असत् सृष्टी निर्माण करते. त्या असत् सृष्टीमधील एक घटक बनून जीव तो मायिक खेळ पाहत राहतो; अनुभवत राहतो. स्वप्नातलं पळणं हे स्वप्नात खरंच वाटत असतं. स्वप्नातील स्पर्श, रस, गंध हे

स्वप्न पाहत असताना खरेच वाटत असतात. त्याप्रमाणे या प्रकृतीमधला एक घटक बनून गेल्यामुळे माणसाला जीवनातील हा खेळ खराच वाटत असतो.

म्हणजे परमेश्वरापासून निर्माण झालेली ही मायिक प्राकृतिक सृष्टी हे अज्ञानी लोकांचं प्रांगण आहे. अज्ञानी माणूस या प्रांगणातच खेळत राहतो. या मायिक सृष्टीतच ब्रह्मा-विष्णू आणि महेश यांचं कार्य प्रारंभित होतं आणि संपतंही इथेच!

म्हणून ज्ञानाचा आश्रय करून परमस्वरूपाला प्राप्त झालेले साधक मात्र सृष्टिनिर्माणकाली जन्म पावत नाहीत आणि प्रलयकाली नाशही पावत नाहीत.

भगवान सांगतात, परमात्म्याची ब्रह्मरूप मूळ प्रकृती हे सृष्टीचं बीज ठेवण्याचं ठिकाण आहे. तिच्यामध्येच ते सृष्टीच्या उत्पत्तीचं सामर्थ्यरूप बीज स्थापित करतात. त्यापासूनच सर्व सृष्टपदार्थांची उत्पत्ती होते.

आपण कुंडीत एखाद्या फळझाडाचं बी पेरतो. त्या बीजामध्येच भावी फळझाड, त्याची फळं आणि पुन्हा त्या फळांमध्ये बी निर्माण होण्याचा कार्यक्रम दडलेलाच असतो. यालाच 'ऋत' म्हणतात. त्या ऋतातच सत्याचा म्हणजे 'सत्यं'चा आविष्कार एका प्रोग्रॅमद्वारे स्थापित केलेला म्हणजेच सेट केलेला असतो. वडाच्या छोट्या बीजात सुप्तपणे विराट वटवृक्ष दडलेलाच असतो! त्याचप्रमाणे ब्रह्मनिर्मित प्रकृतीमध्ये संपूर्ण सृष्टीचा एक प्रोग्रॅम आधी बीजस्वरूपात तयार केला जातो. त्याला कारण परमात्मा ठरतो. मग त्या प्रोग्रॅमनुसार म्हणजेच 'ऋत'नुसार 'सत्यं' अशी विराट सृष्टी साकार होते - त्या फळझाडाप्रमाणे. साकार सृष्टीत पुन्हा पुन्हा निर्मितीचं बीज मूळ प्रोग्रॅममध्येच ठेवलेलं असतं - त्या फळझाडातल्या फळांमधल्या बीजाप्रमाणे. मग त्या बीजापासून वृक्ष, वृक्षापासून फळ आणि फळातल्या बीजापासून पुन्हा वृक्ष हा खेळ अव्याहतपणे चालू राहतो. जो हा खेळ जाणतो आणि त्या खेळातून बाहेर पडून ज्याच्यामुळे बी आणि त्यातला प्रोग्रॅम तयार झाला त्याला जाणतो, तो या खेळातून बाहेर पडतो; आणि त्याच परमतत्त्वाला प्राप्त होतो.

सूर्योदयामुळे ज्याप्रमाणे तारकांचं अस्तित्व मिटतं किंवा अग्नीपुढे काजवे फिके पडतात, त्याप्रमाणे हे ज्ञान प्राप्त झालं म्हणजे परमात्मा आणि ज्ञानी यांच्यामधला भेद नाहीसा होतो. जिथे अज्ञान असतं तिथे माया असते. अज्ञान हे मायेचंच मूल आहे. भगवंताचं बीज या मायेत अधिष्ठित होऊन मायिक सृष्टी आणि सर्व भूतांची निर्मिती होते. परमेश्वरामुळेच ब्रह्मरूप प्रकृतीमध्ये या मायिक प्रोग्रॅमची योजना झाली आहे. त्यातूनच विराट अशा सृष्टीची निर्मिती झाली, पण ज्ञान होताच ती मायिक सृष्टी लय पावते आणि ज्ञानसाधक परमात्मस्वरूप होऊन जातो.

सर्वयोनिषु कौन्तेय मूर्तयः सम्भवन्ति याः ।
तासां ब्रह्म महद्योनिरहं बीजप्रदः पिता ॥१४.४॥

कौन्तेया, देव-मानवादी सर्व योनींमध्ये ज्या ज्या व्यक्ती जन्माला येतात, त्यांचं उत्पत्तिस्थान महद्ब्रह्म योनी म्हणजे व्यापक प्रकृती हेच असून तिथे उत्पादक बीज स्थापन करणारा पिता मी आहे.

भगवंतांनी इथे यच्चयावत जीवांसह संपूर्ण सृष्टीच्या निर्मितीचा क्रम सांगितलेला आहे. भगवंत प्रकृतीमध्ये त्यांचं प्रेरक बीज पेरतात. म्हणजे प्रकृतीला ते प्रस्फुरित करतात. प्रकृती हा सृष्टीचा गर्भ आहे. भगवंतप्रेरित बीज धारण केल्यानंतर प्रकृती योग्य काली संपूर्ण सृष्टी प्रसवते. मग सुरू होतो उत्पत्ति-स्थिति-लयाचा विसर्ग, म्हणजे सृष्टिव्यापार. या विसर्गात जीव जन्म घेतो; जुना देह सोडून पुन्हा पुन्हा जन्म घेतच राहतो.

प्रकृतीचं प्रकटीकरण कोणत्या पद्धतीने आणि मार्गाने होतं ते भगवंत सांगतात. प्रकृति-पुरुषाचा होणारा संयोग अपघात नसून मुद्दाम घडवून आणलेली कृती असते. यात प्रत्यक्ष संयोग होत नसून पुरुषाच्या म्हणजेच चेतनेच्या अस्तित्वमात्राने प्रकृती निर्माण होते, असं सांख्याचं मत आहे. या सांख्यमताचं जणू खंडनच भगवंतांनी या श्लोकातून केलं आहे. चेतना अज्ञ असते; तर चैतन्य ज्ञानसिद्ध असतं. चैतन्याच्या प्रेरणेने सृष्टीचं चलनवलन सुरू झालं की त्यातले सर्व जीव कर्मानुसार सुख-दुःख भोगत राहतात.

परमशक्तीच्या नियामकत्वामुळे, इच्छेनुसार आणि साक्षित्वाखाली प्रकृती आणि पुरुष यांचा संयोग होतो. पुरुष हा बीजदाता पिता असतो आणि माया म्हणजेच प्रकृती ही जन्मदात्री आई असते. हे सत्य जाणलं म्हणजे उमजतं, की पशुपक्षी यांची योनी वेगळी आणि मानवांची योनी वेगळी असा भेद नसतो. कदाचित पशुपक्ष्यांचा वेगळा प्रोग्रॅम तयार झाला असावा, पण चित्रविचित्र पशुपक्ष्यांनी भरलेलं हे विश्व ईश्वरनिर्मित आहे. ते आपोआप अपघाताने उत्क्रांत झालेलं नाही, हे इथे स्पष्ट होतं.

एक काळ असा होता की या उत्क्रांतीच्या सिद्धान्ताचा समाजावर प्रचंड पगडा होता. त्यामुळे या विरोधात दुसरा विचार मांडणं हे धाडसाचंच होतं. ते धाडस स्वीस अभ्यासक एरिक फॉन डॅनिकेन यांनी केलं. कित्येक लाख मैलांचा प्रवास करून डॅनिकेन यांनी प्राचीन अवशेषांचं आणि इतिहासाचं प्रचंड संशोधन केलं. आणि मग त्याने आपलं पहिलं पुस्तक 'चॅरिएट्स् ऑफ द गॉडस्' हे लिहिलं. त्या पुस्तकाला जगातील वाचकांचा उदंड प्रतिसाद लाभला. जवळपास पन्नास भाषांमध्ये त्या पुस्तकाचा अनुवाद प्रकाशित झाला. त्यामुळे प्राचीन इतिहासाच्या संदर्भात एक नवी दृष्टी पुढच्या पिढीला मिळाली. मग 'मिरॅकल्स् ऑफ द गॉडस्', 'ड्वायलाइट्स् ऑफ द गॉडस्' अशी पुस्तकांची मालिकाच डॅनिकेनने लिहिली.

'चॅरिएट्स् ऑफ द गॉडस्'मध्ये डॅनिकेनने लिहिलं आहे की, आपल्याला आपला भविष्यकाळ जितका देदीप्यमान वाटतो, त्यापेक्षा कितीतरी पटींनी आपला भूतकाळ होऊन गेलेला आहे. माकडापासून माणूस झाला, हा प्रचलित सिद्धान्त डॅनिकेनने पूर्णपणे खोडून काढला आहे. त्याने परमात्म्याचं अस्तित्व मान्य करतानाच देव हे परग्रहावरचे अतिमानव होते हा नवा विचार मांडला आणि संपूर्ण जगात त्या विचाराने खळबळ माजवून दिली. काहींनी डॅनिकेनच्या विचाराकडे दुर्लक्ष केलं, काहींनी त्याला वेडा ठरवलं तर काहींनी त्याची हेटाळणी केली. नवा सत्यविचारही प्रचलित सामाजिक घडीला आणि मानसिकतेला चटकन पचत नाही हेच खरं! डॅनिकेनने दिलेले पुरावे मेन स्ट्रीममधील अभ्यासक तर्कशुद्ध पुराव्यांनी खोडून काढू शकले नाहीत हेही खरं.

त्यानंतर झिचारिआ सिटचिन यांनी प्राचीन सुमेरियन संस्कृतीतील हजारो टॅब्लेटस्‌वर लिहिलेल्या इतिहासाचा अनुवाद केला. त्यात लिहिल्यानुसार नेपच्यूनच्या पलीकडे असणाऱ्या निबिरू नावाच्या ग्रहावरून अतिमानव तथा देव पृथ्वीवर आले होते, हे पुराव्यांसह दाखवून दिलं. सुमेरियन टॅब्लेटस्‌च्या आधाराने सिटचिन यांनी 'द लॉस्ट बुक ऑफ एन्की', 'द ट्वेल्थ प्लॅनेट', 'द वॉरस् ऑफ गॉडस् ॲन्ड मेन' अशी काही क्रांतिकारी पुस्तकं लिहिली. त्यांच्याही पुस्तकांना अफाट प्रतिसाद लाभला. मग जगात या नव्या शोधांविषयी किंवा विचारांविषयी दोन मतप्रणाली अस्तित्वात आल्या. जुन्या विचारसरणीचे लोक डार्विनच्याच सिद्धान्ताला चिकटून राहून या नव्या सिद्धान्तांकडे दुर्लक्ष करू लागले - त्यांची उपेक्षा करू लागले; तर याउलट तरुण वर्ग मोठ्या प्रमाणात या नव्या शोधांकडे आकर्षित झाला. ते सिद्धान्त मानू लागला. मग या नव्या विचारसरणीला वाहिलेली अनेक चॅनेल्स् सुरू झाली.

या सर्व उठाठेवीतून एक नवा दृष्टिकोन मात्र उदयाला आला. तो म्हणजे डार्विनच्या थिअरीची अभ्यासक पुन्हा समीक्षा करू लागले. पिरॅमिडस्‌चं गूढ,

भारतातील प्राचीन मंदिरांची अतर्क्य शिल्पकला, कंबोडियातील अनेक थक्क करणारी प्राचीन बांधकामं यांकडे पुन्हा नव्या दृष्टीने तरुणवर्ग बघू लागला. डॅनिकेनचा उदय होईपर्यंत कुणी महाभारतात आलेला विमानांचा उल्लेख, रामायणातील पुष्पक विमानाचा उल्लेख किंवा ऋग्वेदामध्ये सांगितलेले याच संदर्भातले अनेक मंत्र फारसे गंभीरपणे घेत नव्हतं. किंबहुना त्या लिखित घटना असूनही त्यांची उपेक्षा केली जात होती. त्यांना कल्पित अशा काव्यात घातलं जात होतं. विशिष्ट विचारप्रणालीचे लोक तर ऋग्वेद आणि रामायण-महाभारतातील घटना उखडायलाच निघाले होते.

आधुनिक मनुष्य या महाकाव्यांचा पुन्हा गंभीरपणे विचार करू लागला. एवढंच नाही तर त्या घटनांमधील सत्यता आज जगासमोर आणू लागला. या गोष्टीचं श्रेय नक्कीच डॅनिकेन आणि सिटचिनकडे जातं. म्हणून या श्लोकाच्या संदर्भात बोलायचं तर, भगवान सृष्टिनिर्मितीची प्रक्रिया या श्लोकात सूत्रमय पद्धतीने सांगतात. सृष्टी आपोआप उत्क्रांत झालेली नाही ही गोष्ट इथे स्पष्ट होते.

थोडक्यात, झाडाच्या अनेक फांद्या त्या झाडाच्या एकाच बीजापासून निर्माण झालेल्या असतात. कापसापासून धागा आणि धाग्यापासून वस्त्र ही जशी प्रक्रिया आहे, त्याप्रमाणे प्रकृती आणि पुरुष यांच्या संयोगापासून विभिन्न प्रकारच्या योनी निर्माण होतात. शेतकरी ज्याप्रमाणे एकाच शेतामध्ये रब्बी किंवा खरीप पिकं काढतो, त्याप्रमाणे बीजदात्या पुरुषापासून प्रकृती पशुपक्ष्यादी योनी निर्माण करते. धान्याचा एक दाणा पेरला की त्यातून असंख्य दाणे निर्माण होतात. म्हणजे पहिला पेरलेला दाणा नष्ट झाला असं म्हणता येत नाही तर अनेक दाण्यांच्या रूपाने तो अनेक पटींनी वाढत गेला, असंच म्हणावं लागतं. म्हणून जग बाजूला सारून त्या पलीकडे असलेल्या भगवंताचं अस्तित्व न पाहता त्याचा अनेक पटींनी जो विश्वरूप विस्तार झाला आहे, तोच पाहावा. त्यातच भगवंताचं अस्तित्व दिसेल.

मक्याच्या दाण्यापासून कणीस बनतं. त्या कणसामध्ये मक्याचंच तत्त्व असतं. त्याप्रमाणे परमेश्वराच्या बीजापासून व्यक्त सृष्टी निर्माण होते. त्यामध्ये परमेश्वरी तत्त्वाचाच वास असतो. ही सृष्टी उत्क्रांत नसून ती निर्मितच आहे, या विचाराला या श्लोकातून पुष्टीच मिळते.

सत्त्वं रजस्तम इति गुणाः प्रकृतिसम्भवाः ।
निबध्नन्ति महाबाहो देहे देहिनमव्ययम् ॥१४.५॥

सत्त्व, रज आणि तम असे हे प्रकृतीपासून उत्पन्न होणारे गुण आहेत. हे महाबाहो, हे गुण अव्यय आत्म्याला देहाच्या ठिकाणी बांधून टाकतात. म्हणजे देहाविषयी आसक्त करतात.

प्रकृतीपासून उत्पन्न होणारे सत्त्व, रज, तम असे तीन गुण आहेत. प्रकृती हे मायेचं उदर असतं. तिथेच भगवंत बीज ठेवतो. त्यातून पशुपक्ष्यादी जीव जन्माला येतात. म्हणजे चैतन्यात 'अहं'चं स्फुरण झालं की द्वैत निर्माण होतं. खरं तर आत्मा निर्विकार असतो. तो ज्ञानी लोकांना ज्ञेय असतो; अज्ञानी लोक मात्र प्रकृतीच्या मायिक पसाऱ्यातच अडकून पडतात. प्रकृतीपासून उत्पन्न झालेले त्रिगुण निर्विकार आत्म्याला देहात बांधून टाकतात. मग त्याचं प्रकटीकरण प्राणिमात्रांच्या स्वभावात दिसतं.

सत्त्व, रज आणि तम हे त्रिगुण प्रत्येकातच असतात. फरक फक्त गुण व्यक्त होण्यामध्ये असतो. प्रभातकाल, मध्यान्हकाल, सायंकाल ही स्थिती एकाच ठिकाणी वेगवेगळी व्यक्त होते, तसं हे आहे. कोणत्या मनुष्यात कोणता गुण अधिक आहे, त्यावर त्याचा स्वभाव बनत असतो.

ज्याचा कधी व्यय होत नाही, ज्याच्यावर कशाचाच परिणाम होत नाही असा अव्यय आत्मा देहात प्रविष्ट झाला की जीव 'मी हा देह आहे,' असं मानू लागतो. मग 'अहं'चं पोषण सुरू होतं. जन्मापासून मृत्यूपर्यंत माणूस देहाविषयी ममत्वाचा अभिमान बाळगून राहतो. ममत्वाने आत्म्यालाही बांधून टाकतो. 'हा देह मीच असून आत्माही मीच आहे,' असं समजून तो आत्म्यालाही स्वतःच्या बंधनात आणतो.

स्वामी रामांचे हिमालयातले गुरू निवर्तले. गुरूंनी आधीच सांगितलं होतं, 'हा सारा खेळ आहे. मी हा देह सोडून जात आहे, तरीही माझं अस्तित्व कायम आहे. त्यामुळे मी देह त्यागल्यानंतर मुळीच शोक करायचा नाही.'

गुरूंनी देह ठेवला. काही वेळ रामांनी आणि त्यांच्या सहाध्यायाने मनाला आवर घातला; पण थोड्या वेळाने गुरूंचं निश्चेष्ट शरीर पाहून दोघांनाही रडू कोसळलं. तेव्हा गुरूंनी पुन्हा त्यांच्या मृत शरीरात प्रवेश केला आणि त्यांना समज दिली, 'तुम्हांला सांगितलं होतं ना, शोक करायचा नाही म्हणून? देह ही तात्पुरती अवस्था असते. योगी आणि ज्ञानी लोकांना ते उमजलेलं असतं. देह स्वीकारला की जीव बंधनात पडतो. हे बंधन मी सोडून दिलं, याचा अर्थ माझा अंत झाला असा नाही. त्यामुळे अजिबात शोक करायचा नाही.'

शेगावच्या गजानन महाराजांनीही देह सोडताना भक्तांना हेच सांगितलं होतं; ते म्हणाले होते, 'मी इथेच आहे. त्यामुळे शोक करायचा नाही.'

सामान्य व्यक्तीला मात्र देह सोडल्यानंतरच उमजतं की, आपण आत्म्याला व्यर्थ देहाच्या बंधनात ठेवू इच्छित होतो! हा सारा प्रकृतीचा खेळ आहे, मी निष्कारण घाबरत होतो. वास्तविकतः मी मुक्तच आहे. अर्थात 'मी' म्हणजे देह नाही. एखाद्या बँकेतल्या मॅनेजरला वाटत असतं, माझ्यामुळेच बँक चालते. पण जेव्हा बँक सोडण्याची वेळ येते, तेव्हा त्याला उमगतं, माझं स्वतःचं असं तिथे काहीच नव्हतं. मी उगाच तिथे स्वतःला बांधून ठेवलं होतं.

आता हा जर खेळ आहे, तर मग अव्यय आत्मा स्वतःला देहात अडकवून घेतो त्याचं काय कारण? देह धारण करून कशासाठी हा सारा सुख-दुःखांचा खटाटोप करायचा? त्यापेक्षा आनंदस्वरूप विमुक्तावस्थेतच का राहू नये? याचं उत्तर म्हणजे, जेव्हा परमात्म्यापासून प्रकृती म्हणजे विश्वातील मॅटर अस्तित्वात येतं, तेव्हा परमात्म्याचा अंश प्रकृतीमध्ये समाविष्ट होतो. त्याखेरीज जीवसृष्टी अस्तित्वातच येऊ शकत नाही. परमात्म्याचा हा अव्यय आणि अखंड अंश प्रकृतीत समाविष्ट झाल्यानंतर चेन-रिॲक्शनप्रमाणे अनंत जीव तयार होत जातात. प्रत्येक जीवात तो अव्यय आत्मा असतोच. त्यामुळेच जीव 'अहं'स्वरूप होतो. हा जीव अनेक जन्म घेत सृष्टीत फिरत राहतो. प्रत्येक जन्मात त्या जीवाचा विकासच होत जातो.

हा विकास आवश्यक असतो; कारण ज्या परमेश्वरापासून आत्म्याचा अव्यय अंश विलग झालेला असतो, त्या अंशाला पुन्हा आपल्या मूळ ठिकाणी जायचं असतं. विकास पावत आपले मूळ परमात्मस्वरूप प्राप्त करण्यासाठी आत्म्याला जीवाची आणि पर्यायाने देहाची आवश्यकता असते.

जीव-धारणेनंतर लगेच आत्मविकास होऊ शकत नाही. कारण ती समज येऊन जीवाने विकासार्थ कर्म करणं आवश्यक असतं. जीवामध्ये सत्त्व-रज-तम हे तीन गुण

असल्याशिवाय तो कार्यच करू शकत नाही. म्हणून भगवंतांनी या तीन गुणांची जीवामध्ये व्यवस्था केली. मात्र, नुसते गुण असूनही उपयोगाचं नसतं. कर्मं करायची प्रवृत्ती निर्माण होण्यासाठी काम-क्रोध-लोभ-मोह-मद-मत्सर हे षड्रिपूही जीवामध्ये आवश्यक असतात. त्यानंतर आसक्ती, वासना, अभिलाषा, अस्मिता आदी भाव जीवामध्ये काम करू लागतात. हे भाव आणि सहा रिपू हे सत्त्व-रज-तम या त्रिगुणांच्या अधिपत्याखाली काम करतात. या गुणांप्रमाणे ज्याची जशी वृत्ती असते, त्यानुसार जीवाच्या मनात विचारांचा उद्भव होतो आणि त्यानुरूप त्याच्या हातून कर्म घडत जातं. हेच कर्म जीवाच्या पुनर्जन्माचं कारण ठरतं. मग आपल्या समजेनुसार जीव शेकडो-हजारो जन्म घेत या ब्रह्मांडात फिरत राहतो.

जेव्हा जीवाला समज येते, तेव्हा त्याच्या हातून आत्मविकासार्थ कर्मं घडू लागतात. या साऱ्या प्रक्रियेत त्या जीवासोबत असणारा आत्मा मात्र जीवाच्या सर्व कर्मांपासून स्वतंत्र असतो. जेव्हा जीव आत्मविकासार्थ कर्मं करू लागतो, तेव्हा त्याच्याकडून प्रतिसाद मिळायला लागतो. तीच गोष्ट भगवंतांनी तेराव्या अध्यायातील बाविसाव्या श्लोकात उपद्रष्टा, अनुमंता, भर्ता, भोक्ता, महेश्वर या आत्म्याच्या बदलत्या प्रतिसादातून समजावलेली आहे.

थोडक्यात, देहाला जीवाने 'मी' 'अहं' मानल्याशिवाय जीव स्वतंत्र प्रज्ञेने काम करणं शक्यच नाही. स्वतंत्र प्रज्ञेने काम करण्यासाठी त्याला विचार, भाव, आणि आशा-आकांक्षा यांची गरज असते. काम-क्रोध-मद-मत्सर आदी षड्रिपूंचीही आवश्यकता असते. त्याशिवाय जीव स्वतंत्र प्रज्ञेने काम करणं शक्य नाही. शिवाय जीवाच्या 'मी'ने प्रकृतीच्या सत्त्व-रज-तम या गुणांचा वापर केल्याशिवाय कोणत्याही भावाचं प्रकटीकरण होणंही शक्य नाही. तथापि, केवळ प्रकृतीचे गुण, इतर भाव-भावना आणि सहा रिपू शरीराला कार्यरत ठेवू शकत नाहीत. त्यासाठी शरीरात 'पुरुष' (spirit) असणे आवश्यक असतं. पुरुषाला देहाविषयी आत्मीयताही वाटली पाहिजे तरच शरीर विशिष्ट ध्येयाने कार्यरत होईल.

असा हा सारा अनाकलनीय 'प्रोग्रॅम' आहे. या साऱ्या निर्मितीच्या मागेकल्पनातीत 'सुपर ब्रेन' आहे. तो समजून घेतला तर प्रकृती आणि पुरुष यांच्याद्वारे निर्माण झालेल्या प्रत्येक घटकाचा कार्यकारणभाव ध्यानात येतो. त्यामुळे जीवात्मा पूर्णतः विकसित होऊन परमात्मस्वरूपात विलीन होईपर्यंत आत्मा हा जीवात अडकलेलाच राहतो.

तत्र सत्त्वं निर्मलत्वात्प्रकाशकमनामयम्।
सुखसङ्गेन बध्नाति ज्ञानसङ्गेन चानघ ॥१४.६॥
रजो रागात्मकं विद्धि तृष्णासङ्गसमुद्भवम्।
तान्निबध्नाति कौन्तेय कर्मसङ्गेन देहिनम् ॥१४.७॥
तमस्त्वज्ञानजं विद्धि मोहनं सर्वदेहिनाम्।
प्रमादालस्यनिद्राभिस्तन्निबध्नाति भारत ॥१४.८॥

(भगवान सांगतात) हे अनघ अर्जुना, इतर गुणांपेक्षा सत्त्वगुण निर्मळ असल्यामुळे तो प्रकाशमयी आहे. हा गुण मनुष्याला सर्व पापांमधून मुक्त करतो. जे सत्त्वगुणामध्ये स्थित असतात, ते सुख आणि ज्ञानाच्या भावनेने बद्ध असतात...कौंतेया, असंख्य वासना आणि महत्त्वाकांक्षांमुळे रजोगुण उत्पन्न होतो. त्यामुळे देहधारी जीवात्मा सकाम कर्मांशी बांधला जातो... तमोगुण हा अज्ञानापासून उत्पन्न झालेला असतो. सर्व देहधारी जीवांमध्ये तो मोहस्वरूप असतो. प्रमाद, आळस आणि निद्रा हे तमोगुणाचं वैशिष्ट्य असून ते जीवाला बंधनकारक ठरतं.

सृष्टीच्या संचालन आणि विस्तारासाठी तीन गुणांची आवश्यकता का असते, याविषयी आपण जाणून घेतलं. सत्त्व, रज आणि तम या तिन्ही गुणांची भिन्न वैशिष्ट्यं असतात. त्या त्या गुणांच्या वैशिष्ट्यांच्या माणसाची कशी मानसिकता असते, ती या श्लोकांमधून सांगितली आहे. ही वैशिष्ट्यं सांगतानाच ती पुनर्जन्मरूपी बद्धाला कशी कारणीभूत होतात, हेही भगवंतांनी इथे सांगितलं आहे. या श्लोकांमधून भगवान प्रत्येक मनुष्याचं मानसशास्त्रच उलगडून सांगत आहेत. मानसशास्त्रामध्ये ज्या मनोव्यापारांचा समावेश होतो त्यांचं मूळ कुठे आहे, ते भगवान सांगतात. या त्रिगुणांमध्येच त्यांचं मूळ असून तेच जीवाला अनेकविध प्रश्नांमध्ये अडकवत असतं तसंच प्रकृतीमध्येही बद्ध करत असतं. म्हणजे जीवाला परमात्मप्राप्तीपासून ते गुण कसे दूर ठेवतात, ते भगवान या विवेचनातून स्पष्ट करतात.

या त्रिगुणांपैकी पहिला गुण म्हणजे सत्त्वगुण. हा गुण तीन गुणांमध्ये श्रेष्ठ असतो. या गुणाचा मनुष्य ज्ञानी असतो किंवा त्याला ज्ञानी होण्याची इच्छा असते. तो मुळात बुद्धिमान असतो. त्यामुळे त्याला दुःखं फारशी प्रभावित करत नाहीत. त्याला श्रेष्ठ कलांची आवड असते. या प्रतिभेच्या प्रांतात त्याला ईश्वराचीच अनुभूती मिळत असते. सात्त्विक वृत्तीचा मनुष्य स्वतःची जीविका शुद्ध कर्मांनीच चालवत असतो. तो पापकर्मं करत नाही. भौतिक जीवन जगत असतानाही आत्मज्ञानासाठी विकास करण्याची त्याला सतत जाणीव असते. त्यामध्ये अडथळा येईल असं कोणतंही वर्तन तो म्हणूनच करत नाही. समाज सुसंस्कृत व्हावा यासाठीही तो प्रयत्नशील असतो.

एक काळ असा होता की, समाजात सत्त्वगुणी लोकांचा उत्कर्ष होता. त्यामुळे समाज तृप्त, संतुष्ट आणि सुखी होता. या सत्त्वगुणी ज्ञानसाधकांनी केलेल्या अफाट तपाचंच ते फलित होतं. पुढे समाज रजोगुणाच्या पाशात अडकत गेला आणि तृप्ती, सुख, शांती आणि समाधान तो गमावून बसला.

रजोगुणाचं वर्चस्व प्रस्थापित होऊ लागतं, तसा सात्त्विक वृत्तीचा मनुष्यही बद्ध होणारी कर्मं करू लागतो. रजोगुण-प्रभावित समाजामध्ये सत्त्वगुणी मनुष्य लेखन, निरूपण किंवा प्रवचनादी माध्यमांमधून कर्मं करू लागतो, तेव्हा त्याचा अहंकार बळावण्याची दाट शक्यता असते. मी इतरांपेक्षा श्रेष्ठ आहे, मला सत्य गवसलं आहे, ईश्वराचा साक्षात्कार झाला आहे, असंही त्याला जाणवू लागतं. मग लोक त्याचा उदो उदो करू लागतात. या त्याच्या कर्मामुळे भौतिक सुखसमृद्धीही त्याच्या अलगद पायाशी येते. या साऱ्या प्रवासात तो स्थिर राहिला आणि त्याला अहंकाराने ग्रासलं नाही तर त्याच्यासाठी आत्मज्ञान दूर नसतं; परंतु या राजसी व्यापात अडकण्याचीच दाट शक्यता असते. त्यामुळे असा सत्त्वगुणी पुनर्जन्माच्या फेऱ्यांमध्ये बद्ध होतो.

रजोगुणी वृत्तीच्या व्यक्तीमध्ये भौतिकतेचं प्रचंड आकर्षण असतं. स्त्री-पुरुषांनाही परस्परांचं मोठं आकर्षण असतं. उपभोगाची तीव्र आकांक्षा, पद, प्रतिष्ठा, पैसा आणि अधिकार मिळवण्याची प्रचंड लालसा राजसी गुणाच्या व्यक्तीमध्ये असते. हे सर्व प्राप्त करणं हीच त्यांच्या जीवनाची इतिकर्तव्यता असते. त्यामुळे अशा गुणांचे लोक मोठमोठे व्याप उभे करतात. आपल्याला हवं आहे ते प्राप्त करण्यासाठी अफाट परिश्रम करतात. या सर्व विषयांची प्राप्ती सहजासहजी होत नसते. प्रसंगी पुष्कळ तडजोडीही कराव्या लागतात. त्याचा परिणाम म्हणजे त्यांची सारी कर्मं जीवाला बद्ध करतात. हे जग आपल्याला केव्हा सोडावं लागेल याचा विचार अशा लोकांमध्ये नसतो, आणि जेव्हा प्रत्यक्षात तशी वेळ येऊन ठेपते तेव्हा, आपण नेमकं आयुष्यात काय मिळवलं, हा विचार या लोकांना ग्रासून टाकतो. असे लोक मृत्युसमयी सैरभैरही होऊ शकतात.

अलेक्झांडर हे या वृत्तीचं उत्तम उदाहरण आहे. जग जिंकायला तो निघाला होता. अलेक्झांडरला जगावर आधिपत्य गाजवायचं होतं. नेपोलियनला युरोपवर सत्ता गाजवायची होती. हिटलर हा राजसी आणि तामसी वृत्तीचा होता. या सर्वांचा अंत अकाली आणि विदारक असाच झाला.

जीवनाचं रहस्य न जाणून घेणं हे या दोन प्रवृत्तींची विशेषता असते. आधुनिक जगात राजसी गुणांची भोगलालसा प्रचंड प्रमाणात वाढलेली दिसते. त्याचे गंभीर परिणाम आता दिसू लागले आहेत. या राजसी वृत्तीने माणसालाच नाही तर प्राणी आणि निसर्गालाही वेठीला धरलेलं आहे. त्याचे हिशेब त्याला चुकते करावे लागत आहेत, लागणार आहेत. सात्त्विक वृत्तीचा मनुष्य त्याच्या अहंकारामुळे जर बद्ध होऊन काही काळ पुनर्जन्माच्या दुःखमय फेऱ्यात अडकला, तर राजसी वृत्तीचा मनुष्य त्याच्या या गुणांमुळे शेकडो-सहस्त्रो पुनर्जन्मांमध्ये अडकून पडतो.

तमोगुण हा जणू बद्ध जीवांसाठीच असतो. सत्त्वगुणाचं दुसरं टोक म्हणजे तमोगुण. या वृत्तीच्या मनुष्याची प्रगती होत नसून उलट अधोगतीच होत असते. कारण आळस आणि प्रमाद या दोन दुर्गुणांनी तो प्रभावित असतो. तमोगुणाविषयी वेदांमध्ये म्हटलं आहे, *वस्तुयाथात्म्यज्ञानावरकं विपर्ययज्ञानजनकं तमः॥*

अशा मनुष्यांमध्ये आध्यात्मिक उन्नतीचा विचारही नसतो. वस्तू, सृष्टी आणि एकूणच जीवनाविषयीची त्यांची समज अगदीच प्राथमिक असते. त्यांना कुणी उपदेश केलेला आवडत नाही. तमोगुणी व्यक्तीला चटकन संताप येतो. आळस हा त्यांच्या अंगात पुरेपूर भरलेला असतो. तरीपण त्यांना सारं काही आयतं हवं असतं. त्याला त्याच्याच दुर्गुणांमुळे अपयश आलं तर त्याचं श्रेय स्वतःकडे न घेता तमोगुणी व्यक्ती दुसऱ्याला दोषी ठरवते. रजोगुण आणि तमोगुण एकाच ठिकाणी एकत्र आले की प्रमाद म्हणजे अपराध हा ठरलेलाच असतो. याप्रमाणे हे तीन गुण मनुष्यांमध्ये वसून असतात. या तीन गुणांचं मिश्रणही कित्येक लोकांमध्ये असतं.

सात्त्विक, राजस आणि तामस हे त्रिगुण प्रत्येक मनुष्यात असतातच. त्या त्या गुणांप्रमाणे प्रत्येकाची जीवनाविषयी समज असते. राजसी आणि तामसी व्यक्ती पुनर्जन्माच्या खेळात अडकणारच असतात. सात्त्विक वृत्तीची व्यक्ती मात्र या सर्वांमध्ये श्रेष्ठ असते. ती आत्मज्ञानासाठी प्रयत्न करते, पण आपल्या गुणांचा अहंकार होऊन तिच्या मनात जर आसक्ती निर्माण झाली, तर मात्र ती पुनर्जन्मामध्ये बद्ध होते. भगवान या तिन्ही गुणांच्या बद्धतेचाच विचार या श्लोकातून मांडतात.

सत्त्वं सुखे सञ्जयति रजः कर्मणि भारत।
ज्ञानमावृत्य तु तमः प्रमादे सञ्जयत्युत ॥१४.९॥
रजस्तमश्चाभिभूय सत्त्वं भवति भारत।
रजः सत्त्वं तमश्चैव तमः सत्त्वं रजस्तथा॥१४.१०॥

सत्त्वगुण मनुष्याला सुखाने बांधतो. रजोगुण सकाम कर्मांशी बांधतो तर तमोगुण मनुष्याला मूर्खपणाशी बांधतो... कधीतरी रजोगुण आणि तमोगुण यांना दाबून सत्त्वगुण आधिपत्य गाजवतो. कधी रजोगुण सत्त्व आणि तम या गुणांवर आधिपत्य गाजवतो; तर कित्येकदा तमोगुण हा रज आणि सत्त्व या गुणांवर वर्चस्व गाजवतो. म्हणजे या त्रिगुणांची आपापसांतच वर्चस्वासाठी निरंतर स्पर्धा चाललेली असते.

सत्त्वगुणी मनुष्य हा नित्य संतुष्ट असतो. सर्व तऱ्हेच्या ज्ञान आणि कला विषयांमध्ये असे सात्त्विक वृत्तीचे लोक रमतात. आत्मभान जागवणारं संगीत, तत्त्वज्ञान, खगोलशास्त्र, विज्ञान आदी विषय त्यांना भावतात. अशाच प्रगल्भ विषयांशी या वृत्तीचे लोक संलग्न असतात. रजोगुणी मनुष्य हा सकाम कर्मांमध्ये सतत रममाण असतो. शक्य तितकं अधिक धन मिळवण्याचा तो प्रयत्न करतो. त्याच्या डोक्यात कायम धन, प्रतिष्ठा, पद, व्यवसायवृद्धी असेच विषय व्यापून राहिलेले असतात. तो एखाद्या धार्मिक कार्यक्रमात सहभागी झाला, तरी त्याचं चित्त त्याच्या राजसी वृत्तीशीच संलग्न असतं. या वृत्तीचा मनुष्य जसं धन जमवतो, तशा देणग्याही देतो. तो रुग्णालयं बांधतो, धार्मिक स्थळं उभारतो किंवा या उपक्रमांना मदत करतो. हे करण्यात त्याला प्रतिष्ठा वाटत असते. तमोगुणी व्यक्तीमध्ये जे काही पुनर्जन्मातून आलेलं ज्ञान असतं, तेही त्याच्या त्या तमोवृत्तीमुळे आच्छादित होऊन जातं. त्यामुळे अशा तमोगुणी व्यक्तीमध्ये सारासार विवेकाचा पूर्णतः अभाव असतो. त्याचे निर्णय बहुधा अयोग्यच ठरतात. वृत्तीत विचार आणि विवेकच नसल्यामुळे त्याची वृत्ती मूर्खपणाशीच नेहमी संलग्न राहते.

प्रत्येक व्यक्ती ही या त्रिगुणांपैकी कोणत्यातरी एका गुणाची बनलेली असते. तरीपण प्रत्येक व्यक्तीमध्ये उर्वरित दोन गुण कमी-अधिक प्रमाणात सामावलेलेच असतात. म्हणजे एखादी व्यक्ती सात्त्विक वृत्तीची असेल तर तिच्यामध्ये थोडाफार राजसी आणि तामसी गुणांचा अंश असतोच. या वृत्तीच्या व्यक्तीला भौतिक विषयांमध्ये फारशी आसक्ती नसते, पण एखादी वस्तू खरेदी करावीशी वाटली, कुठे पर्यटनाला जावंसं वाटलं, एखादा सन्मान आपल्याला मिळावा असं मनातून वाटू लागलं किंवा एखादी सुंदर स्त्री संपर्कात आली - अर्थात स्त्रीच्या संदर्भात देखणा पुरुष संपर्कात आला तर मात्र या व्यक्तीमधील राजसी भाव काही काळ ॲक्टिव्हेट होतो. म्हणजे राजसी गुण हा काही काळ त्या व्यक्तीच्या सात्त्विकतेवर मात करून आधिपत्य गाजवतो. विश्वामित्र-मेनका यांच्या संदर्भात हे उदाहरण लागू होतं. सात्त्विक वृत्तीचे होत असलेले विश्वामित्र मेनकेमुळे तात्पुरते राजसी होतात.

तामसी भावही सात्त्विक व्यक्तीवर कधीतरी आधिपत्य गाजवतो. त्यामुळे सात्त्विक वृत्तीची व्यक्तीही क्वचित रागावते किंवा चिडते. अशी व्यक्ती जेव्हा चिडते-रागावते, तेव्हा तो तिचा सात्त्विक संताप असतो. त्या व्यक्तीवर कुणी अन्याय केला, तिला जे मिळायलाच पाहिजे असतं ते मिळालं नाही किंवा स्वतःची पात्रता असताना यशश्रीने दुसऱ्याच एखाद्या लबाड माणसाच्या गळ्यात माळ घातली की मग अशी सात्त्विक व्यक्तीही असाहायतेने संतापते. अन्याय झाल्याच्या भावनेने तिच्या सात्त्विक मनाला क्लेश होतात. तथापि, तमोगुणामुळे झालेला तो संतापाचा उद्रेक हा क्षणिक असतो. तिच्या मेंदूमधील रेप्टिलियन ब्रेन हा त्या वेळी तात्पुरता कार्यान्वित झालेला असतो, पण पुन्हा त्या व्यक्तीचा सारासार विवेक करणारा मेंदू त्वरित कार्यरत होतो आणि ती व्यक्ती स्वतःच्या कर्माला दोष देत शांत होते. अर्थात सात्त्विक व्यक्तीवर अशी संतापण्याची वेळ क्वचितच येत असते. जे मिळालं आहे त्यात ती नित्य तृप्तच असते. शिवाय ज्ञानसाधना हीच तिला अत्यानंद देणारी गोष्ट असल्यामुळे अशी सात्त्विक व्यक्ती नित्य सुख अनुभवते.

राजसी व्यक्तीमध्येही उर्वरित दोन गुणांचा कालपरत्वे जोर होत असतो. पृथ्वीवर आपण केवळ मौजमजा करण्यासाठीच आलो आहोत, अशी या वृत्तीच्या व्यक्तीची धारणा असते. मग मौजमजा करण्यासाठी ज्या ज्या गोष्टींची आवश्यकता असते, त्या त्या गोष्टींचा या वृत्तीची व्यक्ती पाठपुरावा करते, परंतु कधी तरी या वृत्तीच्या व्यक्तींमध्ये भक्तिभाव उफाळून येतो. जीवनाचा ती गंभीरपणे विचार करू लागते. कदाचित तिच्या वृत्तीत आमूलाग्र परिवर्तन होऊन ती व्यक्ती सात्त्विकसुद्धा बनू शकते. त्या वेळी सात्त्विक गुणाने राजसी गुणावर वर्चस्व सिद्ध केलेलं असतं. ते

वर्चस्व जर टिकलं, तर अशा राजसी वृत्तीच्या व्यक्तीचं जीवन पार बदलून जातं.

'द मॉंक हू सोल्ड हिज फेरारी' या पुस्तकात राजसी व्यक्ती सात्त्विक वृत्तीची कशी बनते आणि सर्वसंगपरित्याग करून हिमालयात कशी निघून जाते, याचं वर्णन आहे. ते वर्णन कल्पित आहे का सत्यघटनेवर आधारित आहे, हे मला सांगता येणार नाही; परंतु राजसी जीवनाचा परित्याग करून सात्त्विक जीवनपद्धती अंगीकारलेले असे पुष्कळ लोक आहेत. रिचर्ड नावाचे एकेकाळचे श्रीमंत हिप्पी भारतात आले आणि हिमालयात त्यांनी वास्तव्य केलं. पुढे तेच रिचर्ड राधानाथस्वामी म्हणून जगाला परिचित झाले. हॉलिवूडमधील एका अतिश्रीमंत डॉक्टरचा मुलगा सर्वसंगपरित्याग करून भारतात आला आणि नागा साधू बनला. अशा असंख्य भोगवादी राजसी लोकांनी आपापल्या विचारपद्धतीने सात्त्विक जीवनशैलीचा स्वीकार केला.

सात्त्विक गुणाप्रमाणे राजसी व्यक्तीवर तामसी गुणही प्रभाव टाकू शकतो. आपल्या सर्व तऱ्हेच्या आशा-आकांक्षा पुऱ्या होऊ शकल्या तर राजसी व्यक्ती सुखावते. भोगवादात ती आणखी रमून जाते, परंतु आशा-आकांक्षा पुऱ्या होत नसतील तर मात्र राजसी व्यक्ती सैरभैर होते. तामसी बनते. तिच्या मेंदूमधील रेप्टिलियन ब्रेन हा त्या वेळी प्रभावीपणे कार्यान्वित झालेला असतो. मग अशी व्यक्ती चटकन कुणाचाही उपमर्द अथवा अपमान करू शकते. त्या वेळी तमोगुण हा राजसी आणि सात्त्विक वृत्तीवर मात करून आधिपत्य गाजवू लागतो.

तामसी व्यक्ती ही मुळात मूर्खच असते. मूर्खपणामुळे ती दुःखालाच कवटाळून असते. तिच्यामध्ये राजसी गुणाचा उत्कर्ष कधीतरी होत असतो, परंतु सात्त्विक गुण मात्र तिच्यामधल्या मूळ तामसी गुणावर अभावानंच वर्चस्व गाजवतो. तिच्यामध्ये काही काळ आलेला तो सात्त्विक गुणही स्वार्थप्रेरितच असतो. आपल्याला सारं काही आयतं मिळावं म्हणून कदाचित या गुणाची व्यक्ती धार्मिक कर्मकांड करते. याच हेतूने क्रोधाचा कल्पद्रुम दुर्योधन विष्णुयाग करत असे.

थोडक्यात प्रत्येक व्यक्ती ही या तीन गुणांनी प्रभारित असतेच. सत्त्व-रज-तम या त्रिगुणांपैकी जो गुण व्यक्तीमध्ये प्रकर्षाने असतो, तो तिचा स्थायीभाव बनतो. म्हणजे त्या गुणाची ती व्यक्ती असते पण काल-परिस्थितीपरत्वे उरलेले गुण हे व्यक्तीच्या मूळ गुणावर आधिपत्य गाजवतात आणि मग त्यामुळे होणारे कर्मबंधयुक्त परिणाम त्या व्यक्तीच्या कर्मखात्यात जमा होतात.

प्रत्येक जीवासह त्रिगुणांचा हा अत्यंत प्रभावी असा खेळ संपूर्ण सृष्टीत सुरू आहे. फक्त त्या त्या घटकाच्या स्वरूपाप्रमाणे या त्रिगुणांचं स्वरूप बदलत जातं.

पृथ्वीच्या संदर्भात प्रभातकाल हा सात्त्विक असतो. मध्यान्ह राजसी तर रात्र तामसी असते. म्हणूनच रात्री तामसी कृत्यं अधिक होत असतात.

अशा तऱ्हेने या त्रिगुणांची आपापसांतच वर्चस्वासाठी स्पर्धा चाललेली असते; आणि प्रत्येक जीव या त्रिगुणांच्याच खेळात अडकलेला असतो.

सत्त्वगुणी मनुष्य हा नित्य संतुष्ट असतो. रजोगुणी मनुष्य हा सकाम कर्मांमध्ये सतत रममाण असतो. तमोगुणी व्यक्तीमध्ये सारासार विवेकाचा पूर्णतः अभाव असतो. पर्यायाने सत्त्वगुण जीवाला सुखाशी, रजोगुण विविध कर्मांशी तर तमोगुण मनुष्याला मूर्खपणाशी बांधून टाकतो... सृष्टीतला प्रत्येक घटक हा त्रिगुणांच्याच प्रभावाखाली असतो. ते प्रभाव जीवांनाही आपल्या गुणांनुसार कर्म करायला भाग पाडतात. मनुष्य हा सत्त्वगुणी, रजोगुणी किंवा तमोगुणी म्हणून ओळखला जातो, परंतु उरलेले दोन गुण कधी तरी आपलं वर्चस्व गाजवू पाहतातच. ही स्पर्धा निरंतर चाललेली असते.

सर्वद्वारेषु देहेऽस्मिन्प्रकाश उपजायते ।
ज्ञाने यदा तदा विद्याद्विवृद्धं सत्त्वमित्युत ॥१४.११॥

या देहामध्ये सर्व इंद्रियांच्या ठिकाणी प्रकाश म्हणजे ज्ञान जेव्हा उत्पन्न होतं, तेव्हा सत्त्वगुण वृद्धिंगत झाला आहे असं जाणावं.

प्रभातकालचा प्रकाश जसा निर्मळ आणि पवित्र असतो, तसा सत्त्वगुणी मनुष्य असतो. विषयाऐवजी विषय निर्माण करणाऱ्या निर्मात्याजवळ जाण्याचा तो प्रयत्न करत असतो. 'सत्त्व' हा गुण स्फटिकासारखा निर्मळ असतो. मनुष्य जेवढा निरहंकारी बनतो, तेवढा तो सत्त्वगुणावर अधिक ताबा ठेवू शकतो. सात्त्विक माणसाला 'अहम्'च भान असतं. त्यामुळे सात्त्विक माणूस आत्मिक सुखाची आसक्ती धरतो.

अंतःकरणाची वृत्ती जेव्हा ज्ञान आणि सुख यांनी युक्त होते, तेव्हा सत्त्वगुणाचा उत्कर्ष झालेला आहे असं जाणावं. धर्मराज युधिष्ठिर हे सत्त्वगुणी माणसाचं एक उदाहरण! लोकांनी दिलेले उपद्रव त्याने शांतपणाने आणि सत्वस्थ वृत्तीने सहन केले होते. संत एकनाथ महाराज हे असेच नित्य शांत-समाधानी वृत्तीचे होते.

> महाराज काशीला गेले असताना एक गृहस्थ त्यांच्या अंगावर एकशे आठ वेळा थुंकला, पण त्यावर क्रोध न करता एकनाथ महाराज एकशे आठ वेळा गंगास्नान करून आले. तो थुंकणारा मनुष्य तेव्हा खजील होऊन गेला. तेव्हा महाराज त्याला म्हणाले, 'अरे, तुझ्यामुळेच मला गंगेचं एकशे आठ वेळा स्नान घडलं.'
>
> शेगावच्या गजानन महाराजांची परीक्षा घेण्यासाठी पाटलांची मुलं त्यांना उसाने झोडपू लागली. यथेच्छ झोडपून झाल्यानंतर ती दमली. तेव्हा महाराज म्हणाले, 'मला मारून तुम्ही दमला असाल! या बसा, मी तुम्हांला उसाचा रस काढून देतो.' असं म्हणून महाराजांनी त्या मुलांना आपल्या हातांनी ऊस पिळून रस काढून दिला.

एकनाथ महाराज, गजानन महाराज किंवा ज्ञानेश्वर महाराजांपासून तुकाराम महाराजांपर्यंत असंख्य संतांच्या ठायी अशीच सात्त्विक वृत्ती दिसून येते.

या श्लोकात भगवान ज्ञानाचा निर्देश प्रकाश म्हणून करतात. शिवाय हे ज्ञान देहामधल्या सर्व इंद्रियांमध्ये उत्पन्न होतं असंही सांगतात. मनुष्यदेहात पंचकर्मेंद्रियं आणि पंचज्ञानेंद्रियं असतात. कर्मेंद्रियांचा बाह्य विषयांशी जेव्हा संयोग होतो, तेव्हा त्याचा अनुभव ते ज्ञानेंद्रियांकडे पाठवतात. ज्ञानेंद्रियं सभान अवस्थेत असतील, तर ती तो अनुभव जीवाला करून देतात. याचा अर्थ सामान्यतः जीवाला जे अनुभव मिळत असतात, ते बाह्य विषयांशी झालेल्या संयोगामुळे मिळत असतात.

याउलट ज्ञानेंद्रियांना जेव्हा आत्मानुभूतीची ओढ लागते, तेव्हा ती ज्ञानेंद्रियं दैवी भावाने प्रकाशित होतात. त्यांच्यामध्ये सकारात्मक ऊर्जा साकारू लागते. त्या अंतःस्थ प्रकाशात जीवाच्या जाणिवा प्रगल्भ होऊ लागतात. देह धारण करण्याचा हेतू, कर्माचा खेळ, आत्मविकासाची आवश्यकता, त्याचे मार्ग इत्यादी विषयांकडे मनाचा ओढा वाढत जातो. जीवामध्ये होणारे हे बदल अविकारी आत्म्याला समजत असतात. मग ज्ञानेंद्रियं दैवी भावाने प्रकाशित होत आहेत हे पाहून आत्मा त्याची उपद्रष्ट्याची भूमिका बदलू लागतो. तो जीवाला आतूनच अनुमोदन देऊ लागतो; म्हणजे तो अनुमंताच्या भूमिकेत जातो.

आत्म्याच्या अनुमोदनामुळे जीवाची ज्ञानेंद्रियं प्रभावित होतात आणि मग ती आपला प्रभाव कर्मेंद्रियांकडे पाठवतात. त्यामुळे कर्मेंद्रियंही प्रभावित अर्थात प्रकाशित होऊन ज्ञानसाधनेसाठी तत्पर होतात. प्रकाशित झालेली ही ज्ञानेंद्रियं आणि कर्मेंद्रियं अर्थातच सत्त्वगुणाला उत्तेजित करतात. असा सत्त्वगुणी मनुष्य मग देवकार्यासाठी तत्पर होतो. जीविका चालवण्यासाठी कर्म करतानाही त्याचा कल ज्ञानाकडेच राहतो. तो भक्तिमार्गाकडे वळतो. जीवनाचा हेतू उमजल्यामुळे भोगवादी विचारांतून त्याचं मन बाहेर पडतं. प्रत्यक्षात पूजा-अर्चना केली नाही किंवा धार्मिक कर्मकांडात अडकला नाही, तरी तो विविध मार्गांमधून ज्ञानसाधना करत जातो. वाचन, कलासाधना, गायन-वादन इत्यादी प्रतिभेच्या प्रांतात तो अधिक रमतो. त्याला भोगांमध्ये रस उरत नाही. त्याच्या दैवी भावाने प्रभावित झालेल्या विश्वातच रमून जातो. बाह्य विश्वात धावपळ किंवा विनाकारण यातायात करण्यातही त्याला स्वारस्य राहत नाही.

मोगऱ्यांच्या फुलांचा सुवास फुलांमध्येच अडकून न पडता ज्याप्रमाणे बाहेर पसरतो, त्याप्रमाणे सात्त्विक मनुष्याचं बुद्धिवैभव केवळ आत न राहता असं बाहेर पसरतं. त्याच्या सर्व इंद्रियांवर संयम आणि विवेक यांचा ताबा असतो. असा सात्त्विक पुरुष पापपुण्याचा विचारपूर्वक निर्णय करतो आणि त्यानुसार त्याच्या हातून कृती

घडते. हा संयम केवळ त्याच्या इंद्रियांमध्ये आलेला नसून इंद्रियांना हलवणाऱ्या वृत्तीत आलेला असतो. वृत्तीतल्या संयमाला विवेकाची जोड मिळाल्यामुळे सात्त्विक मनुष्य सत्कर्मांच्या अधीन झालेला असतो. जे पाहू नये ते इंद्रियांना दिसलं तरी त्याच्या दृष्टीला दिसत नाही. म्हणजे दृष्टी अशा त्याज्य गोष्टींचा स्वीकारच करत नाही. जे ऐकू नये ते कानावर पडलं तरी श्रवणेन्द्रियं ते ग्रहण करत नाहीत. बोलू नये ते बोलण्यासाठी वाचा धजावत नाही.

मित्र, नातेवाईक जमले की जो अनुपस्थित असतो त्याच्याविषयी हमखास विपरीत बोललं जातं. त्याची कुचेष्टा केली जाते, टवाळी केली जाते; पण सात्त्विक माणूस अशा चर्चेत सहभागी होत नाही. कुणाबद्दल तो वाईट बोलत नाही आणि कुणाबद्दल तो वाईट ऐकतही नाही. एखादा तामसी मनुष्य दुसऱ्याचं वाईट झालेलं बघायला किंवा ऐकायला उत्सुक असतो! सात्त्विक माणूस अशा विषयात रमत नाही. पौर्णिमेचा चंद्रोदय झाल्यावर जसा प्रकाश आकाशात पसरतो, तशी सात्त्विक माणसाची वृत्ती ज्ञानाकाशात पसरत असते. हळूहळू तो आत्मानंदातच रमून जातो आणि यापूर्वीच्या श्लोकात भगवंतांनी सांगितल्याप्रमाणे त्याचा हा सत्त्वगुण त्याला सुखाशीच बांधतो.

आज समाजात राजसी आणि तामसी वृत्तींचा प्रचंड प्रकोप झालेला आहे. त्याचे भयावह परिणाम सर्वच ठिकाणी दिसून येत आहेत. 'पाहिजे पाहिजे' ही वृत्ती राजसी आणि तामसी भावच फुलवत असते. या परिस्थितीतून बाहेर पडण्यासाठी सज्जन लोक अवताराची वाट बघतात किंवा पुन्हा केव्हा तरी सत्ययुग अवतरेल या आशेवर जगत राहतात; पण जेव्हा समाजातील अधिकाधिक लोक सात्त्विक वृत्तीचे होतील, तेव्हा सत्ययुग दूर राहणार नाही. म्हणून समाज सात्त्विक वृत्तीचा कसा होईल, यासाठी विचारी लोकांनी प्रयत्न केले पाहिजे. सज्जन लोकांचे प्रचंड प्रयत्न तथा तप दिसू लागलं, की अवतारही यायला वेळ लागत नाही आणि सत्ययुग अवतरायलाही मोठा काळ लागत नाही. जर सर्व तऱ्हेच्या दुःखांमधून समाज बाहेर पडावा अशी इच्छा असेल, तर सात्त्विक जीवनपद्धतीला पर्याय नाही. त्यासाठी हा चौदावा अध्याय नीट समजून घेतला पाहिजे.

सात्त्विक माणसाची वृत्ती ज्ञानासाठी धावत असते. त्याच्या वृत्तीतून राग, लोभ, द्वेष, अहंकार या गोष्टी गळून पडलेल्या असतात. त्याची ज्ञानेंद्रियं आत्म्याकडून प्रकाशित होतात आणि त्याचा प्रभाव कर्मेंद्रियांवर पडतो. त्यामुळे सात्त्विक वृत्तीची व्यक्ती जीवनात सुख आणि तृप्ती अनुभवते.

लोभः प्रवृत्तिरारम्भः कर्मणामशमः स्पृहा ।
रजस्येतानि जायन्ते विवृद्धे भरतर्षभ ॥१४.१२॥

हे भरतश्रेष्ठा, रजोगुण वाढला असता लोभ, नवनवीन कर्मकांडांची प्रवृत्ती, त्यांचा आरंभ, अतृप्ती आणि विषयांची लालसा हे सारं उत्पन्न होतं.

रजोगुणी माणूस हा बाह्य विषयातच अडकून पडलेला असतो. बाह्य विषय आला की आसक्ती येते. आसक्तीमुळे जसं सुख प्राप्त होतं, तसं दुःखही येत असतं. आकाशाचे वेगवेगळे रंग पाहून माणसाच्या मनाला भुरळ पडते. त्याप्रमाणे रजोगुणामुळे माणसाच्या मनासमोर सतत वेगवेगळे विषय उत्पन्न होतात. एखादी नवी वस्तू पाहिली, सेलफोनची नवी आवृत्ती पाहिली किंवा एखादी मोहक गोष्ट पाहिली की त्याला लगेच हवीशी वाटते. जवळ पैसे असतील तर तो लगेच त्यांची खरेदी करून टाकतो, पण पैसे नसतील तर तो विषयासक्त बनतो. काहीही करून त्याला ती वस्तू वा भोग्य गोष्ट हवीच असते. ही विषयतृष्णा तो प्रतिष्ठेची बनवतो. मग हवं ते मिळवण्यासाठी तो कर्ज काढतो किंवा कुणाकडून तरी उसने पैसे घेतो. त्याला त्याची प्रतिष्ठा आणि किमती भोग्य गोष्ट चारचौघांत मिरवण्यात मोठेपणा वाटत असतो.

अशी विषयतृष्णा भागवता भागवता त्याच्या पदरी निराशा म्हणजे पर्यायाने दुःख येतं. स्वप्रतिष्ठेसाठी रावणापासून कौरवांपर्यंत आणि कौरवांपासून आजच्या कित्येक तथाकथित मोठ्या लोकांपर्यंत रजोगुणी माणसांची अनेक उदाहरणं देता येतील. परस्त्रीची आसक्ती, दुसऱ्याचं राज्य किंवा कोणतीही गोष्ट हस्तगत करण्याची लालसा ही अशा रजोगुणी माणसांमध्ये असते. विविध रंजक विषयांनी मनाचं रंजन करून देहाला विषयासक्त बनवणं हे तर रजोगुणाचं मुख्य लक्षण असतं.

रजोगुणी मनुष्य देवधर्म मानतो. तो त्या क्षेत्रातही काही भव्यदिव्य किंवा दिखाऊ करण्याचा प्रयत्न करतो. कित्येक रजोगुणी लोकांना मूळ धर्माशी किंवा देवाशी फारसं कर्तव्य नसतं. सृष्टिव्यापक मूळ तत्त्वाचं स्वरूप जाणून घेण्यातही त्यांना रस नसतो.

त्यांना स्वत:ची प्रतिष्ठा वाढवण्यासाठी या गोष्टींचा उपयोग करून घ्यायचा असतो. समाजामध्ये वाहवा मिळवणं, सामान्य लोकांना प्रभावित करणं असे अनेक हेतू त्यांच्या कृत्यांमागे असतात.

अशा तऱ्हेने रजोगुणी माणूस भक्ती करतो परंतु त्याची भक्ती विकासासाठी नसून विकारांसाठी असते. एखाद्या क्षेत्रात यश मिळावं म्हणून तो धार्मिक कर्मकांड करतो, मोठाले सोहळे करतो किंवा लोकांना पर्यटनाला नेतो. हे सारे उपक्रम तो सहेतुक करत असतो. त्याला या कृत्यांमधून काही ना काही तरी मिळवायचंच असतं. अशा भक्तांचं परमेश्वरावर प्रेम असतंच असं नाही; पण त्याच्या कृपेवर मात्र असतं! हे भक्त सहेतुक सत्कृत्यं करत असतात.

> दुर्योधनाने एकदा विष्णुयाग केला. अनेक ब्राह्मण, ऋषी आणि मुनी त्या यज्ञकार्यासाठी उपस्थित होते. त्या सर्वांना दुर्योधनाने भरपूर दानदक्षिणा देऊन संतुष्ट केलं. तेव्हा त्याला आशीर्वाद देऊन त्या तपस्वींनी दुर्योधनाला इच्छित वर मागायला सांगितलं. तेव्हा त्या सर्वांना उद्देशून दुर्योधन मोठ्या विनयाने म्हणाला, 'आपण माझ्या विष्णुयागात सहभागी झालात याचा मला विशेष आनंद झाला. त्यामुळे मी संतुष्ट होऊन गेलो आहे. आपले आशीर्वाद मला लाभले आहेत; आता मला आणखी काय हवंय? पण माझी एकच इच्छा आहे. मला जसे आपले आशीर्वाद लाभले, तसेच ते माझे बंधू पांडव यांनाही लाभावेत अशी माझी इच्छा आहे.'

त्या वेळी पांडव वनवासात होते. भणंग अवस्थेत जीवन कंठत होते. त्यांच्याकडे या तपस्वी मंडळींनी जावं अशी त्याची इच्छा तथा खेळी होती. ऋषिमुनी आणि ब्राह्मणांना देण्यासाठी पांडवांकडे काहीही नव्हतं. त्यांच्याकडे या मंडळींनी जावं आणि त्यांचा योग्य तो मानसन्मान राखता न आल्यामुळे या तपस्वी मंडळींनी त्यांना शाप द्यावेत, हा त्याच्या बोलण्याचा हेतू होता. म्हणजे त्याच्या धार्मिक कर्मकांडाचा तोच प्रमुख हेतू होता. धर्मराज युधिष्ठिराने राजसूय यज्ञ केला होता. आता त्याचं राज्य वाममार्गाने हिरावून घेतल्यानंतर दुर्योधनाने सहेतुक विष्णुयाग केला होता. त्यातून त्याला तीन गोष्टी साध्य करायच्या होत्या. तत्कालीन प्रजेवर छाप पाडण्याचा त्याचा प्रयत्न होता. स्वप्रतिष्ठा मिरवायची होती आणि पांडवांना पेचात अडकवायचं होतं. म्हणजे ही कर्मं पुण्य मिळवायचं म्हणून नाही तर आपले सुप्त हेतू साध्य करण्यासाठी होती.

कित्येक राजसी व्यक्ती अशी सहेतुक कर्मं करत असतात. त्यामागे त्यांचा लोभ असतो. कर्म-विकर्म-अकर्म हे कार्मिक विषय त्याच्यापासून खूप दूर असतात. निष्काम

कर्म करणं वगैरे गोष्टी तर त्यांच्या विचारात कधी येतच नाहीत. भौतिक सुखप्राप्तीसाठी रजोगुणी माणूस धर्माचा वापर करत असतो. लोभ, निरनिराळ्या कर्मांचं अनुष्ठान, अशांती, विषयतृष्णा, चंचलता ही रजोगुणाच्या वृद्धीची लक्षणं आहेत.

शेळी जशी सरसकट सर्व झाडांचा पाला खाते, त्याप्रमाणे रजोगुणी माणूस इंद्रियांना सरसकट सगळे विषय चारतो! मोठी शहरं निर्माण करावीत, जलाशयांचे तलावादी साठे करावेत, मोठी मोठी उद्याने निर्माण करावीत, त्याचप्रमाणे एखादं मोठं धार्मिक स्थळ बांधावं, मोठे यज्ञ करावेत अशी अचाट कामं रजोगुणी माणूस करतो.

मात्र ही आणि यांसारखी अनेक कर्मकांडं आणि अनेक भव्य गोष्टींचा आरंभ करूनही रजोगुणी माणसाला कधी तृप्ती मिळत नाही. म्हणूनच त्याची विषयांची लालसा कमी होत नाही. त्यामुळे त्याला सतत नवनव्या विषयांची ओढ लागून राहिलेली असते. स्वस्थ बसून चिंतन करणं, ध्यान करणं वगैरे गोष्टी त्याच्या रक्तातच नसतात. साथीचे आजार येऊन जर घरातच काही दिवस बसावं लागलं, तर रजोगुणी माणूस सैरभैर होऊन जातो. मोहाच्या गोष्टी, स्थावर-जंगम, भौतिक संपत्ती इत्यादी साऱ्या गोष्टी इथेच राहणार आहेत, आपल्याबरोबर यातलं काहीही येणार नाही, याची त्याला माहिती असते; पण जाणीव नसते. समुद्राचं पाणी एकवेळ आटून जाईल, पण रजोगुणी माणसाच्या अभिलाषा आटणं असंभवनीय असतं!

या वृत्तीतून बाहेर पडण्यासाठी मूळ परमतत्त्वाचं स्वरूप काय आहे, त्याने रचलेला प्रकृति-पुरुषस्वरूप खेळ काय आहे, त्रिगुणात्मक प्रकृतीमुळे निर्माण होणारे गुण आपला प्रभाव जीवावर कसा टाकतात आणि यातून सुटका करून घेऊन खऱ्या सुखाला कसं प्राप्त व्हावं, हेच जणू भगवान अप्रत्यक्षपणे या अध्यायात सुचवतात.

विषयतृष्णा, लोभ, धार्मिकादी अचाट कर्मं करणं ही रजोगुण वाढल्याची लक्षणं होत. कितीही मिळालं तरी रजोगुणी माणसाची अभिलाषा संपत नसते. विषयतृष्णा भागवण्यासाठी मन आशेने विश्व पालथं घालतं परंतु तरीही तो रजोगुणी तृप्त होत नाही.

अप्रकाशोऽप्रवृत्तिश्च प्रमादो मोह एव च ।
तमस्येतानि जायन्ते विवृद्धे कुरुनन्दन ॥१४.१३॥

हे कुरुनन्दना, तमोगुणाची वृद्धी झाली असता अज्ञान, मंदपणा, बेसावधपणा आणि मोह निर्माण होतात.

तीन गुणांचं विवेचन भगवंतांनी या अध्यायात केलं आहेत. प्रथम त्यांनी सत्त्वगुणाचं विशेषतः वर्णन केलं. मग रजोगुणाचं स्वरूप सांगितलं. आता ते तमोगुणी व्यक्तीची वैशिष्ट्यं या श्लोकात सांगत आहेत.

तमोगुण हा विवेकालाच आच्छादित करून प्रमादामध्ये आसक्त करतो. म्हणजे सारासार विवेकालाच प्रमाद अर्थात गुन्हा करण्यासाठी प्रवृत्त करतो. 'मीच बरोबर, माझंच बरोबर, मला शिकवू नका,' अशी तमोगुणी माणसाच्या बुद्धीची गत असते. त्याच्या कर्मेंद्रियांना मांद्य आलेलं असतं; म्हणजे तो कायम आळसावलेला असतो. तमोगुण अंधार पडल्यानंतर अधिक कार्यरत होतो; म्हणूनच रात्रीच्या वेळी तामसी कृत्यं अधिक होतात. अनावश्यक विषयांमध्ये विनाकारण खूप वेळ खर्च करतो. जेव्हा काही कर्म करतो, तेव्हा ते बहुधा दिशाहीन असतं. पैसे मिळवण्यासाठी कर्म करतो; मात्र त्याला कमी श्रमातून खूप धन हवं असतं. तसं मिळालं नाही तर तो दुसऱ्यांपुढे हात तरी पसरतो किंवा दुसऱ्यांचं धन ओरबाडून तरी घेतो.

त्याच्या बुद्धिमत्तेची पातळी इतकी खालच्या थराला असते, की आपण वाईट कर्म करत आहोत आणि आपलं वागणं योग्य नाही याचीही जाणीव त्याला नसते. कोण माझं वाकडं करणार आहे, अशा अविचाराने तो पापकर्म करत त्यात अडकत जातो. देव, परमात्मा, कर्माचा ताळेबंद, पुनर्जन्माचं स्वरूप किंवा विविध शास्त्रविषय त्याच्यापासून कोसो दूर असतात. या शास्त्रार्थावर त्याचा मुळीच विश्वास नसतो; पण स्वतःच्या बुद्धिमत्तेवर मात्र त्याचा ठाम विश्वास असतो! त्याला कुणी चांगला उपदेश करू लागलं, तर तो त्याकडे दुर्लक्ष करतो किंवा तिथून उठून निघून तरी जातो.

अशा तऱ्हेने त्याच्या बुद्धीवर नेहमी मांद्य असतं; परंतु त्याची ज्ञानेंद्रियं मात्र सशक्त असतात. ज्ञानेंद्रियं सर्वांनाच असतात; पण तमोगुणी माणसात कर्मेंद्रियांची ज्ञानेंद्रियांशी सुसूत्रता नसते, त्यांचा अनुबंध नसतो. त्यामुळे तो कायम बेसावध असतो. थोडक्यात, काम न करता त्याला सर्व काही आयतं हवं असतं आणि हवं ते मिळवण्यासाठी वाममार्गाने जाण्याचीही त्याची तयारी असते. तमोगुणी माणूस चटकन क्रोधवश होतो. क्रोधाचा कल्पद्रुम दुर्योधन हे तमोगुणी माणसाचं उदाहरण! महाभारतात अनेक ठिकाणी तसा उल्लेख आलेला आहे. त्याच्यासारख्या तमोगुणी माणसामध्ये अविवेकी मोहसुद्धा असतो.

दुर्योधनाने राजसूय यज्ञात पांडवांचं अपार वैभव बघितलं, तेव्हा त्याचे डोळे फाटले. त्या यज्ञामध्ये देशोदेशींच्या राजांनी युधिष्ठिराला जी उपायाने म्हणजे आहेर दिले होते, त्याच्या अक्षरशः राशी जमल्या होत्या. ते वैभव मिळवण्याची दुर्योधनाच्या मनात लालसा निर्माण झाली. पांडवांशी युद्ध करून त्यांचं वैभव मिळवणं त्याला कदापि शक्य नव्हतं, तरीपण त्याला त्या संपत्तीचा पराकोटीचा मोह झाला. ती संपत्ती आपल्याकडे कशी येईल, याचा तो विचार करू लागला. तेव्हा त्याच्या मदतीला त्याचा शकुनीमामा धावून आला. मग त्यांनी एक नवी खेळी खेळायचं ठरवलं. त्यासाठी राजसूय यज्ञ ही मोठी संधी होती.

राजसूय यज्ञाचा प्रारंभ हा फाल्गुन शुद्ध प्रतिपदा या पवित्र दिवशी होत असे. या श्रौतयाग-स्वरूप यज्ञाचा विधी अतिशय क्लिष्ट असे. अनेक इष्टी, सोमयाग आणि प्रतीकात्मक पशुमेध अशा विधींचा यात समावेश असायचा. या यज्ञाचं अनुष्ठान २१ किंवा ३३ माससुद्धा चाले. इष्टींनंतर राजाला शुनःशेपाचं आख्यान श्रवण करावं लागे. नंतर 'होता' आणि 'अध्वर्यू' यांना शंभर किंवा एक सहस्र गायी दक्षिणा म्हणून द्याव्या लागत. त्यानंतर राजाला व्याघ्राजिनावर विष्णुक्रम नामक तीन पावलं टाकून नामव्यतिषंजनीय नावाचा होम करावा लागे. मग गायी पळवण्याचा प्रतीकात्मक विधी होत असे. पाठोपाठ रथविमोचनीय नावाच्या चार आहुती यज्ञमंडपात येऊन द्याव्या लागत. दोन मास असे अनेक विधी चालत.

या सर्व विधींमध्ये आणखी एक महत्त्वाचा विधी असे. तो म्हणजे, राजाला आपल्या बंधूंबरोबर द्यूत खेळावं लागे. राजसूय यज्ञाचा तो एक आवश्यक भाग असे. त्या विधीचा आधार घेऊनच

दुर्योधन-शकुनीने युधिष्ठिराला द्यूत खेळण्यासाठी निमंत्रित केलं. युधिष्ठिराने म्हणूनच ते निमंत्रण स्वीकारलं.

दुर्योधन-शकुनीने द्यूतात हरवून पांडवांची सारी संपत्ती गिळंकृत केली. पांडवांना बारा वर्षं वनवासात पाठवून त्यांच्या राज्याचा मनसोक्त उपभोग घेतला. त्यासाठी 'द्रौपदी आम्हांला हसली,' यांसारख्या अफवा त्याने कुरुकुलात पसरवल्या. स्वार्थापोटी अफवा पसरवणं हा राजकारणाचा भाग असू शकतो; पण त्यामुळे कुरुकुल त्याच्या या समर्थनाच्या बाजूने उभं राहिलं. केलेल्या कृत्याबद्दल दुर्योधनाला अखेरपर्यंत कोणताही खेद वा खंत वाटली नाही.

दुर्योधनाची अशी तामसी वृत्ती महाभारतात ठायीठायी दिसून येते.

तमोगुण भयंकर असतो. अज्ञान, मंदपणा आणि बेसावधपणाबरोबरच मोह होणं हा या गुणाचा स्थायी भाव असतो. सात्त्विक किंवा राजसी गुणांचे लोक कधी मोहवश होत नाहीत, असं नाही. सात्त्विक मनुष्य शक्यतो मोहाचं स्वरूप आणि परिणाम ध्यानात घेऊन त्यापासून दूर राहतो. राजसी मनुष्यालाही मोह होतो; पण त्याला आपली प्रतिष्ठा जपायची असते. त्यामुळे मोह झाला तरी तो योग्य संधी पाहूनच त्याच्या वाटेस जातो. तामसी मनुष्याकडे विवेक-विचारांचाच अभाव असल्यामुळे तो चटकन मोहाच्या जाळ्यात अडकतो.

थोडक्यात, अज्ञान, अविवेक, कर्तव्यच्युती, मंदपणा, प्रमाद, बेसावधपणा आणि मोह ही तमोगुणाच्या वृद्धीची लक्षणं असतात. फुकट काही मिळावं म्हणून तमोगुणी माणूस वाट्टेल त्या मार्गाने हवी ती वस्तू मिळवतो. तमोगुणी माणूस आळशी असतो. ज्ञानेंद्रियं बलवान असूनही तमोगुणी माणसाची कर्मेंद्रियं गारठलेली असतात. उपकारकर्त्यांवर उलटणं हे तमोगुणी माणसाचं लक्षण असतं. राजस आणि तामस हे दोन गुण एकत्र आले की राक्षसी महत्त्वाकांक्षा माणसाच्या मनात निर्माण होते. म्हणून तमोगुण वाढणार नाहीत, याकडे लक्ष दिलं पाहिजे.

मानसशास्त्रातले अत्यंत गहन आणि सखोल सिद्धान्त भगवान या अध्यायात सांगत आहेत. या उपदेशावर मनन आणि चिंतन करून आपण आपल्या विचारांची दिशा ठरवली तर अनेक प्रश्न सुटतील. मानसिक ताणतणाव आपोआप दूर होतील आणि मनावरचं मळभ दूर होऊन जीवनाला दिशा मिळेल.

यदा सत्त्वे प्रवृद्धे तु प्रलयं याति देहभृत्।
तदोत्तमविदां लोकानमलान्प्रतिपद्यते॥१४.१४॥
रजसि प्रलयं गत्वा कर्मसङ्गिषु जायते।
तथा प्रलीनस्तमसि मूढयोनिषु जायते॥१४.१५॥

सत्त्वगुणाचा उत्कर्ष झाला असता जो मरण पावतो, तो ज्ञानी लोकांच्या दिव्य लोकांना प्राप्त होतो. रजोगुणाची वृद्धी झाली असता जो मृत्यू पावतो, तो कर्मासक्त लोकांच्या जगतात जन्म घेतो. त्याचप्रमाणे तमोगुणी व्यक्ती मृत्युपश्चात पशुदी योनींसारख्या मूढ योनीत जन्म घेते.

या दोन श्लोकांमध्ये मरणाच्या दारी त्रिगुणांचं निरनिराळं फळ कसं मिळतं, ते भगवंतांनी विशद करून सांगितलं आहे. सत्त्वगुणांचा उत्कर्ष झाला असताना जो मरण पावतो, तो ज्ञानी तत्त्ववेत्त्यांच्या निर्मल लोकास प्राप्त होतो. या श्लोकात तत्त्ववेत्त्यांच्या लोकाला म्हणजे स्तराला 'निर्मल' म्हटलेलं आहे. भौतिक विश्वात असतो त्याप्रमाणे तिथे मैला, कचरा किंवा घाण नसतेच. तिथल्या जीवांची मनंदेखील निर्मल असतात.

भौतिक विश्वातील प्रत्येक जीवाला अन्न-वस्त्र-निवाऱ्याची आवश्यकता असते; त्यासाठी सर्वत्र धावपळ चाललेली दिसते. पशुपक्ष्यांना त्यांच्या गरजा भागवण्यासाठी माणसाइतकी धावपळ करावी लागत नाही. ते सृष्टीच्या निर्मलतेला धक्का लावत नाहीत. ते उत्पन्न करत असलेला मलही निसर्गाला उपयुक्त असतो. मनुष्याच्या अविवेकी गरजांमुळेच पृथ्वी निर्मल राहू शकत नाही.

मनुष्यजीव - विशेषतः शहरांमधला मनुष्य हा केवळ गरजा भागवण्यापुरता धावपळ करत नाही; तर त्याच्यामध्ये वसून असलेल्या अफाट वासनांची तृप्ती करण्यासाठी त्याला धावपळ करावी लागते. शिवाय भवितव्याविषयी असलेला असुरक्षिततेचा भाव त्याला धावपळ करायला लावतो. त्याच्या वासना पृथ्वीवर मल चढवतात. यातला बहुतांशी मल रिसायकल करता येण्याजोगा नसतो हे विशेष!

मात्र तत्त्ववेत्त्यांच्या स्तरावर भोगवादी भौतिक साधनांची गरजच नसते. कारण तिथे विशिष्ट किरणांनी शरीरांचं पोषण होतं. त्यामुळे अन्न मिळवण्यासाठी धावाधाव करावी लागत नाही. पद-पैसा-प्रतिष्ठा-अधिकार वगैरे गोष्टींची तिथे आवश्यकताच नसते. कारण भौतिक सुखासाठी आवश्यक असणारे उद्योगधंदे, राज्य, निवडणुका, रस्ते, पूल इत्यादी कशाचीच तिथे आवश्यकता नसते. जातपात-धर्म-पंथ-चालीरीती, उच्चनीचता असे भेदभावही तिथे नसतात. जे जीव तिथे वास्तव्य करतात, ते सर्व सात्त्विक वृत्तीचेच असतात. त्यांच्यामध्ये कोणत्याही प्रकारची स्पर्धा नसते. स्पर्धेचं कारणही नसतं. कारण स्पर्धा म्हटलं की श्रेष्ठ आणि कनिष्ठ हे भाव जन्माला येतात, पण असे कोणतेच भाव तिथे नसतात. तिथे केवळ आत्मविकासाचाच भाव असतो. त्याविषयीचं मार्गदर्शन करण्यासाठी उत्कर्ष पावलेले महात्मे मात्र तिथे असतात. आपण आत्मविकास करण्यासाठीच जन्म घेत असतो, याची जाणीव तिथल्या जीवांना असते. त्यामुळे तिथल्या सुंदर निसर्गाशी साहचर्य ठेवूनच ते आपलं जीवन जगत असतात. पृथ्वीवरही मनुष्य विकासार्थच जन्म घेत असतो. इथली परीक्षा तर अतिशय कठीण असते. कारण हा स्तर आसक्ती, राग, द्वेष, स्पर्धा, वासना, शत्रुत्व इत्यादी भावभावनांनी भरलेला आहे. त्यातून सात्त्विक वृत्ती जोपासणं ही अतिशय कठीण गोष्ट असते. परंतु जे लोक याही विपरीत परिस्थितीत निःशंक मनाने सात्त्विक वृत्ती आणि विचारसरणी जोपासत कालक्रमणा करतात, ते लोक श्रेष्ठच समजले पाहिजेत. म्हणूनच अशा लोकांना मृत्युपश्चात तत्त्ववेत्त्यांच्या स्तरावर प्रवेश मिळतो.

सामान्यतः पृथ्वीवरच्या मनुष्याला आत्मविकास वगैरे गोष्टी संभ्रमित करत असतात. त्यावर अनेक उलटसुलट विचार समाजात प्रस्थापित होत असतात किंवा केले जात असतात. पृथ्वीवरच्या सात्त्विक वृत्तीच्या मनुष्याच्या मनात मात्र त्याविषयी संदेह नसतो. म्हणूनच इथे ती वृत्ती जोपासली की तत्त्ववेत्त्यांच्या स्तरावर हे एकविचाराचे जीव जातात आणि तिथे त्यापुढचा विकास करतात.

पृथ्वीवरचं जीवन हे भौतिक साधनांवर अवलंबून असतं. त्यात मनुष्य आपल्या बुद्धिमत्तेच्या बळावर प्रचंड प्रगती करू शकतो; पण तत्त्ववेत्त्यांच्या स्तरावर या साधनांची गरजच नसते. तिथल्या जीवाला त्याच्यामध्येच अंतर्भूत असलेल्या शक्तींची पूर्ण जाणीव असते. त्यामुळे त्याला बाह्य साधनांची आवश्यकताच नसते.

थोडक्यात, पुराणकथांमधून जी देवलोकाची वर्णने सांगितलेली आहेत, ती गोष्टीरूप आहेत; पण देवलोकातील जीवन हे मुळीच भोगवादी नसतं. तिथे अन्नाचीसुद्धा आवश्यकता नसते. सात्त्विक लोक पृथ्वीवर ज्ञान आणि उपासना यांच्यात आसक्त असल्यामुळे ते देवादी लोकी उत्पन्न होतात. देवादी लोक

(planes) हे उच्च स्वर्गीय लोक आहेत. स्वर्गाचेही अनेक स्तर आहेत. प्रत्येक स्तरावर विकास पावत जीव अधिकाधिक निर्मल (crystal clear) होत जातो. तिथलं जीवन हे भोगासाठी नसून आत्मभान अधिकाधिक जागृत करणारं असतं. त्या जीवनाची आपण कल्पना करू शकत नाही. परमेश्वराच्या अस्तित्वाविषयी तिथे निश्चिती असते.

परमेश्वराला चिरंतन अस्तित्व नसून पूर्णत्व पावलेला जीव प्रत्येक युगाच्या आरंभी युगशास्ता म्हणून असतो; त्यालाच आपण परमेश्वर म्हणतो, असं सांख्यमत आहे. कदाचित या उच्च स्तरावरचा जो शासक आहे, त्यालाच सांख्य परमेश्वर म्हणून संबोधत असावेत. पण तो 'परमेश्वर' नव्हे! परमेश्वर अचिंतनीय असाच आहे.

यानंतर भगवान रजोगुणी मनुष्य मृत्युपश्चात कुठे जातो, ते सांगतात. अंतःकरणात रजोगुणाची वृद्धी झाली असताना जो मृत होतो, तो कर्मासक्तीने युक्त असलेल्या मनुष्यलोकातच पुन्हा उत्पन्न होतो. मनुष्यलोकात म्हणजे पुन्हा पृथ्वीवरच्या सुख-दुःखस्वरूप स्तरावर जन्म घेऊन तो पूर्वकर्मानुसार आणि वृत्तीनुसार जीवनातले अनुभव पुन्हा पुन्हा घेत राहतो. रजोगुणी मनुष्याच्या मनात वसून असलेल्या भोगांची तृप्ती कधी लवकर होत नाही. भोगांमधून कायमची तृप्ती कधीच मिळत नसते. त्यामुळे अनेक भोग अशा मनुष्याला एकाच जन्मात मिळू शकत नाहीत. त्यामुळे अनेक प्रकारच्या अतृप्त वासना त्याच्या अंतर्मनाला चिकटलेल्याच राहतात. मृत्युशय्येवरही अशा रजोगुणी मनुष्याच्या मनात मालमत्ता, शेअर्स, व्यवसाय किंवा तत्सम भोगांचेच विषयच असतात. ते अंतर्मनात इतक्या खोलवर मुरतात- डिपॉझिट होतात- की तेच त्याच्या पृथ्वीवरच्या अथवा जो कर्मासक्त लोकांचा स्तर असतो, तिथल्या पुनर्जन्माला कारण ठरतात. म्हणजे कर्मासक्त लोकांच्याच जगात रजोगुणी मनुष्याचा पुन्हा पुन्हा जन्म होतो. मग कोणत्या तरी जन्मात त्याच्या मनातले भोगविचार आपोआप कमी होत जातात. अशा तऱ्हेने जीवनाचा हेतू जेव्हा त्याला उमजतो, तेव्हा तो सात्त्विक वृत्तीची जोपासना करू लागतो. आणि मृत्युपश्चात तत्त्ववेत्त्यांच्या स्तरावर जातो. त्याचप्रमाणे सत्त्वगुणी अशा ज्ञानी गुरूशी जेव्हा त्याची भेट घडून येते, तेव्हाही तो रजोगुणी मनुष्य एकाच जन्मात सात्त्विक वृत्तीचा बनू लागतो. अर्थात, अशा गुरूची भेट होण्याची वेळ केव्हा येईल, ते कुणालाच सांगता येत नसतं.

यानंतर भगवान तमोगुणी मनुष्याच्या मृत्यूनंतरच्या अवस्थेचं वर्णन करतात. मरणसमयी ज्याचं मन तमोगुणाने व्याप्त झालेलं असतं, तो मनुष्य पशूंच्या मूढ योनीमध्ये जन्म घेतो. ऋषींच्या ज्ञानानुसार जीव केवळ मनुष्यरूपातच पुनर्जन्म घेतो असं नव्हे; तर त्याची कर्मं जर वाईट असतील तर तो थेट नरकयोनीमध्ये किंवा

अविकसित जीवांच्या योनीमध्येही जन्म घेऊ शकतो. तिथलं जीवन हे दीर्घकालीन असतं. जीवाला चिकटलेल्या 'भूतसूक्ष्म' देहामुळे नरकयातनांचा त्या जीवाला पूर्णपणे अनुभव मिळतो. तिथल्या आत्यंतिक हीन जीवनामुळे जीव पश्चात्तापदग्ध झालाच, तर तो पुन्हा पृथ्वीवर जन्म घेऊन येतो.

> युधिष्ठिर सदेह स्वर्गात जातो, तेव्हा त्याला काही क्षण नरकाचा देखावा दिसतो. सर्वत्र अंधकाराचं साम्राज्य, शेवाळलेला ओलसर परिसर, सरपटणारे आणि कण्हणारे अनेक जीव त्याला तिथे दिसतात. तिथेच सारे पांडव नरकयातना अनुभवत खितपत पडलेले असतात. त्याच वेळी दुर्योधन मात्र स्वर्गात - देवांमध्ये बसलेला दिसतो. पृथ्वीवरच्याच देहाने युधिष्ठिर स्वर्गात गेल्यामुळे त्याच्या मनात विषाद दाटून येतो. त्याच वेळी स्वच्छ प्रकाश पडतो. नरकाचा देखावा नष्ट होतो. आणि बृहस्पतींसमवेत इंद्र तिथे येतो. तेव्हा इंद्र सांगतो, तुझे बंधू स्वर्गात खुशाल आहेत.

'नरो वा कुंजरो वा' हे ऐन युद्धात केलेलं काहीसं असत्य बोलणं द्रोणाचार्यांच्या मृत्यूला कारण ठरलेलं असतं. त्यामुळे युधिष्ठिराला काही क्षण नरकाचा अनुभव मिळालेला असतो; आणि थोडीच चांगली कर्मं केल्यामुळे दुर्योधनाला आधी स्वर्गाचा अनुभव मिळतो. म्हणजे ज्या कर्मांचा ताळेबंद कमी आहे, तो आधी भोगला जात असतो.

अनेकांना वाटतं की, देह सोडल्यानंतर हे स्वर्ग-नरकाचे अनुभव जीवाला कसे काय मिळू शकतील? ते त्यांना तार्किक दृष्टीने खरे वाटत नाही. इथे लक्षात घेतलं पाहिजे की, पृथ्वीवरचे बौद्धिक तर्क आपल्याला सर्वच ज्ञान देऊ शकत नाहीत. जीव पृथ्वीवर देह सोडतो, तेव्हा त्याने केवळ अन्नमय कोष टाकलेला असतो. उरलेले मनोमय कोष, विज्ञानमय कोष आणि आनंदमय कोष यांसह जीवाचं अस्तित्व हे मरणोत्तर उरलेलं असतंच. त्याला 'अहं'चं भानही असतं. पृथ्वीवर मिळणाऱ्या अनुभवांपेक्षा त्या अवस्थेत मिळणारे अनुभव हे आणखी प्रगल्भ असतात. तामसी लोकांना मृत्युपश्चात मिळणारे नरकयातनांचे अनुभव हे भूतसूक्ष्म देहामुळे मिळत असतात. तत्त्ववेत्त्यांच्या स्तरावर जाताना जीवाचा भूतसूक्ष्म देह गळून पडतो आणि त्या स्तरावरचा दिव्य देह त्याला प्राप्त होतो.

सात्त्विक-राजस-तामस वृत्तींनुसार जीवाला त्या त्या स्तरावर मरणोत्तर जावं लागतं. सात्त्विक जीव तत्त्ववेत्त्यांच्या निर्मल स्तरावर, राजसी जीव पुन्हा पृथ्वीवर आणि तामसी जीव हीन स्तरावर जातो. सत्त्वगुण वृद्धिंगत होईल असंच वर्तन जीवाने पृथ्वीवर करणं अपेक्षित आहे.

कर्मणः सुकृतस्याहुः सात्त्विकं निर्मलं फलम् ।
रजसस्तु फलं दुःखमज्ञाने तमसः फलम् ॥१४.१६॥
सत्त्वात्सञ्जायते ज्ञाने रजसो लोभ एव च।
प्रमादमोहौ तमसो भवतोऽज्ञानमेव च॥१४.१७॥

सात्त्विक कर्माचं सत्त्वप्रधान असं निर्मल फल मिळतं. राजस कर्माचं फल दुःख तर तामस कर्माचं फल अज्ञानकारक असतं, असं ज्ञाते सांगतात. सत्त्वगुणापासून ज्ञान, रजोगुणापासून लोभ त्याचबरोबर तमोगुणापासून बेसावधपणा, मोह आणि अज्ञानही उत्पन्न होतं.

या संपूर्ण अध्यायात भगवान तीन गुणांचे प्रभाव आणि त्यांची लक्षणं विशद करून सांगत आहेत. जगातील मानसशास्त्राचा पायाच ते या अध्यायात सांगत आहेत. मानवी जीवनात प्रत्येक मनुष्याला विविध प्रकारचे जे क्लेश सहन करावे लागतात किंवा मानसिक ताणतणाव सहन करावे लागतात, त्यांचं मूळ या अध्यायात आहे.

आधुनिक मानसशास्त्रात मनोरुग्णावर जे उपचार केले जातात, त्यात रिग्रेशनचा म्हणजे संमोहनाचा मोठा भाग असतो. एखाद्याचं मानसिक संतुलन मनातल्या कोणत्या गाठींमुळे बिघडतं, याचा रिग्रेशनमधून शोध घेतला जातो. त्याअनुरूप अनेक प्रकारचे उपचार केले जातात. त्याचा अनेकांना फायदा होतो.

मानसिक संतुलन बिघडण्याच्या मूळ कारणांपर्यंत आपण गेलो की एक गोष्ट ध्यानात येते. ती म्हणजे, हा सारा कर्मांचा खेळ आहे. मानसशास्त्रात अंतर्मनाला चिकटलेल्या गाठी शोधल्या जातात; परंतु त्यामागे असणारं मूळ कारण बहुधा ध्यानात घेतलं जात नाही. ते मूळ कारण म्हणजेच त्रिगंड. मानवी मनाला भयगंड (Fear), न्यूनगंड (Inferiority Complex) आणि अहंगंड (Superiority Complex) हे तीन गंड व्यापून असतात. या गंडांमधूनच अनेक प्रश्न उद्‌भवतात. हे तीन गंड पूर्णतः दूर होऊ शकत नाहीत. ते असणारच आहेत; परंतु त्यांचे प्रभाव कमी करण्यासाठी

मनुष्याच्या मनावर योग्य ते संस्कार करावे लागतात. या संदर्भात भगवद्‌गीतेतून मनुष्याच्या मनाचा सखोल विचार केलेला आहे. तो समजून घेतला पाहिजे. मनुष्य सत्त्वगुणी झाला तर तो या गंडांवर यशस्वीपणे मात करू शकतो आणि मग त्याला सत्त्वगुणाचं निर्मल फळ मिळू शकतं, असं भगवान इथे सांगतात.

सात्त्विक व्यक्तीच्या जीवनात भोगांना प्राधान्य नसतं. त्यामुळे पद-पैसा-प्रतिष्ठा आणि अधिकार यांवरून जे यशस्वी जीवनाचे मापदंड ठरवतात, त्यांच्या दृष्टीने सात्त्विक व्यक्तीचं जीवन हे जणू मागासलेलं जीवन असतं; परंतु प्रत्यक्षात तसं नसतं. सात्त्विक व्यक्तीचं जीवन आणि विचारसरणी समजून घेण्यासाठीसुद्धा थोडीफार पात्रता आवश्यक असते, पण ती नसतानाही राजसी-तामसी वृत्तीचे लोक प्रसंगी सत्त्वगुणी मनुष्याला अनावश्यक सल्ले देतात, त्याचा उपमर्द करतात - त्याची चेष्टाही करतात. सात्त्विक व्यक्तीच्या जीवनामध्ये अशा प्रकारचे अनेक क्लेश असतात, परंतु अंतिमतः सात्त्विक व्यक्तीच विजयी ठरते. तिलाच खरं ज्ञान होतं. तिचेच निर्णय योग्य ठरतात. तिचंच जीवन खऱ्या अर्थाने निर्मल होतं. तीच व्यक्ती खरं जीवन जगते असं आपण म्हणू शकतो. मृत्युपश्चात तर ती इतर दोन गुणांच्या व्यक्तींपेक्षा अतिशय उन्नत आणि सुंदर जीवनाला प्राप्त होते.

रजोगुणी व्यक्तीचा अखेरीचा काळ हा दुःखमय असतो. त्याला कारण तो स्वतःच असतो. कारण रजोगुणी व्यक्ती ही अतिशय लोभी असते. तिचा लोभ कधीही कमी होत नाही. भोग मिळवण्यासाठी ती सतत धावत असते. एक भोग भोगून झाला की तिला दुसरा भोग हवा असतो. एक इच्छा पूर्ण झाली की तिला दुसरी इच्छा होत असते. अग्नीमध्ये कितीही काष्ठं टाकली तरी अग्नीचं ज्याप्रमाणे समाधान होत नाही, त्याप्रमाणे रजोगुणी व्यक्तीच्या अभिलाषा या कधीही तृप्त होणाऱ्या नसतात. त्यामुळे अशा रजोगुणी व्यक्तीला अंतिमतः कधी समाधान मिळत नाही. एखाद्या व्यावसायिकाचा व्यवसाय कितीही वाढला असला तरी तो आणखी वाढावा यासाठी तो सतत धावपळ करत असतो. आपल्या धावपळीचा आपल्या शरीरावर विपरीत परिणाम होत आहे, याचंही त्याला भान नसतं. त्यामुळे वरपांगी जरी तो प्रसन्न दिसत असला, त्याचं राहणीमान उच्च दिसत असलं आणि तो जीवनात तो तृप्त वाटत असला, तरी अग्नीप्रमाणे तो आतून सततच्या अभिलाषेमुळे खदखदतच असतो. त्यामुळे तो अंतर्यामी कळत-नकळत दुःखीच असतो. शिवाय तो जे अनेक व्याप उभे करतो, त्यांचं नियोजन करताना त्याला अनेक प्रकारची दुःखंच सहन करावी लागतात.

अफाट पैसा मिळवावा आणि मौजमजेत उडवावा, ही रजोगुणी मनुष्याची विचारसरणी असते. पद-पैसा आणि प्रतिष्ठा मिळवण्यासाठी अविरत धडपड करणं,

परदेशप्रवास करून अनेक भोग मिळवणं, मोठमोठ्या समारंभांचं आयोजन करणं यामध्येच त्याचं जीवन व्यतीत होत असतं. जीवन हे केवळ उपभोगासाठी आहे, अशीच त्या मनुष्याची धारणा असल्यामुळे त्याच्या जीवनाला दिशा नसते. कष्ट केले, आशा-आकांक्षा बाळगल्या, हवं ते मिळवण्यासाठी आटापिटा केला - प्रसंगी देवाचे उंबरठे स्वार्थासाठी झिजवले की त्याचं भौतिक फळ हे मिळणारच असतं. प्रारंभी ते सुखद असंच फळ असतं. यश मिळालं की असा मनुष्य उन्मत्त बनतो. तो हवेत जाते. दुसऱ्यांना तो सल्ले देते. पर्यायाने तो कुणाचाही सहज उपमर्द करतो. व्यसनांशी त्याची लवकर सलगी होते. पुष्कळदा व्यवसायाच्या व्यापामुळेही तो व्यसनांना जवळ करतो. बऱ्याचदा व्यसन हे त्याच्यासाठी प्रतिष्ठेचाही भाग बनतो. *म्हणूनच यशःकाल हा पापकाल असतो, असं साहित्यसम्राट न. चिं. केळकर म्हणत.* सत्कर्माचं अथवा प्रयत्नांचं फळ हे त्या काळात मिळत असतं. स्वाभाविकच फळ मिळू लागल्यामुळे त्याच्या कर्माच्या खात्यातील सत्कर्माचा बॅलन्स कमी कमी होत जातो. एक पाय सापाने पकडलेला बेडूक भक्ष्यासाठी जसा दबा धरून असतो आणि भक्ष्य समोर येताच जीभ लांब करून तो त्याला गिळंकृत करतो, तशीच राजसी वृत्तीच्या मनुष्याची स्थिती असते. काळाने आपला एक पाय धरून ठेवला आहे आणि कर्माचं रेकॉर्ड अपडेट होत आहे, याचं त्याला भानच नसतं. मग त्या कर्माचे परिणाम दुःखकारकच होतात.

कर्मखात्यातील सत्कर्मरूपी सेव्हिंग उडवण्याचा जो काळ असतो तो यशःकाल असतो! त्या वेळी राजसी व्यक्ती काही एका उन्मादात असते. आपला चांगल्या कर्मांचा बॅलन्स खाली जात आहे आणि भविष्यात दुष्कर्मरूपी कर्जफेड मात्र करावीच लागणार आहे, याचं भान त्या व्यक्तीला तेव्हा नसतं. या दृष्टीनंच यशःकाल हा पापकाल असतो. कर्मखात्यातील चांगल्या कर्मांचा बॅलन्स खंडला की मग सुरू होते कर्जाची अर्थात चालू जन्मात किंवा पूर्वजन्मात केलेल्या कुकर्मांची परतफेड! आणि मग अशी राजसी वृत्तीची लोभी व्यक्ती अंतिमतः दुःखच भोगते. मृत्यूनंतरही ही व्यक्ती दुःखस्वरूपी कर्मासक्त लोकातच जन्म घेते.

राजसी मनुष्य म्हणजे श्रीमंत मनुष्य असं नव्हे. जनक राजासारखा राजाही श्रीमंतीत राहून सात्त्विक वृत्तीचाच होता. आजही कित्येक श्रीमंत लोक श्रीमंतीतही सात्त्विक वृत्ती जोपासतात, परंतु व्याप वाढवताना बरेच लोक राजसी भावात अडकतातच. मग त्याचे परिणाम त्यांना भोगावे लागतात.

तमोगुणी व्यक्ती ही मुळातच अज्ञानी असते. कर्म, कर्मशुद्धी, दूरदृष्टी, आचार-विचार, जीवनाचा उद्देश अशा बाबतीत तमोगुणी व्यक्ती पूर्णतः अज्ञानी असते. कर्म आणि त्याचा पुढे होणारा परिणाम हे विषय तिच्या गावीही नसतात. त्यामुळे ती सतत

बेसावध असते. भुंग्याला वाटतं, छान कमलिनींमध्ये मधाचा आस्वाद घेत पडून राहावं, पण मध शोषून घेता घेता दिवस कधी मावळतो आणि कमलिनी आपल्या पाकळ्या कधी मिटून घेतात- हे भुंग्याला कळतच नाही. मग तो आत तडफडून मरतो... किंवा एखादा मदोन्मत्त गजराज त्या कमलिनीच उखडून टाकतो. त्यात भुंग्याचाही अंत होतो.

तामसी वृत्तीची व्यक्ती अशीच बेसावध असते. काळाची पावलं ती ओळखू शकत नाही. अशा व्यक्तीच्या बुद्धीला मांद्य आणि अज्ञान यांनी ग्रासून टाकलेलं असतं. स्वत: काम न करता दुसऱ्याचं आयतं आपल्याकडे कसं येईल या विचारातच ती मग्न असते. फुकट काही मिळणार असेल तरच ती कार्यप्रवण होते. ही वृत्ती त्या व्यक्तीसाठी अतिशय घातक असते, पण त्याचीही त्या व्यक्तीला जाणीव नसते. चांगले विचार ऐकण्याची तिची तयारी नसते. विदुर काही हितकारक गोष्टी सांगू लागला तर दुर्योधन तिथून उठून निघून जात असे. अशा तमोगुणामुळेच तामसी व्यक्तीचा जीव मृत्युपश्चात कीटक, लोह, लोष्ट, पाषाण अशा ज्ञानहीन योनींमध्येसुद्धा जन्म घेतो. अमावस्येला आकाश काळोखाने भरलेलं असतं तसं तमोगुणी मनुष्याचं मन कायम अज्ञानरूपी अंधकाराने भरलेलं असतं.

सुख आणि ज्ञान ही सत्त्वगुणाची निर्मल फळं होत. राजस कर्मं ही बाहेरून सुखदायी दिसतात परंतु त्याची फळं दु:खदायीच असतात. कडुनिंबाच्या निंबोळ्या बाहेरून सुंदर दिसतात, पण आतून त्या कडूच असतात. तसंच रजोगुणाचं फल असतं. तामस कर्माचं फळ हे अज्ञानच असतं. निकृष्ट बाजरीच्या दाण्यापासून निकृष्ट बाजरीच पिकते, त्याप्रमाणे तामस कर्मामुळे मनुष्य निकृष्ट अशा पशु-पक्षी किंवा किडा-मुंगी यांच्या योनीमध्येसुद्धा जन्म घेतो.

ऊर्ध्वं गच्छन्ति सत्त्वस्था मध्ये तिष्ठन्ति राजसाः ।
जघन्यगुणवृत्तिस्था अधो गच्छन्ति तामसाः ॥१४.१८॥
नान्यं गुणेभ्यः कर्तारं यदा द्रष्टानुपश्यति ।
गुणेभ्यश्च परं वेत्ति मद्भावं सोऽधिगच्छति ॥१४.१९॥
गुणानेतानतीत्य त्रीन्देही देहसमुद्भवान्।
जन्ममृत्युजरादुःखैर्विमुक्तोऽमृतमश्नुते॥१४.२०॥

सत्त्वगुणी पुरुष उच्च ठिकाणी (स्वर्गादी लोकी) जातात. राजस पुरुष मध्यम स्थितीत राहतात. (त्यांची फारशी उन्नती किंवा अवनती होत नाही.) तामसी लोकांचा मात्र अध:पात होतो. ज्या वेळी द्रष्टा ज्ञानी (पुरुष) गुणांखेरीज दुसरा कोणीही कर्ता नाही आणि गुणविकारांहून आत्मा अलिप्त आहे हे जाणतो; आणि गुणांच्या प्रभावांना उल्लंघून जातो, तेव्हा तो पुरुष गुणातीत अशा माझ्या स्वरूपाला प्राप्त होतो. (जीवन्मुक्त होतो.)

मरणाच्या द्वारी सात्त्विक-राजस-तामस या त्रिगुणांचं फळ कसं प्राप्त होतं, ते भगवंत इथे सांगतात. सत्त्वगुणांचा उत्कर्ष झाला असताना जो मरतो, तो तत्त्ववेत्त्यांच्या निर्मल लोकांस प्राप्त होतो. सात्त्विक लोक ज्ञान आणि उपासना यांच्यात आसक्त असल्यामुळे ते देवादी लोकी उत्पन्न होतात. अंतःकरणात रजोगुणाची वृद्धी झाली म्हणजे जो मरतो, तो कर्मासक्तीने युक्त असलेल्या मनुष्यात पुन्हा उत्पन्न होतो. मरणसमयी ज्याचं मन तमोगुणाने व्यापलेलं असतं, तो पशूंच्या मूढ योनीत जन्म घेतो. या आधी आपण याविषयी वाचलंच आहे.

एकोणिसाव्या आणि विसाव्या श्लोकांमध्ये भगवान सांगतात, त्रिगुण हेच जीवनाचे कर्ते आहेत; त्यांच्याखेरीज दुसरा कुणीही कर्ता नाही. त्यांच्यामुळे निर्माण होणाऱ्या विकारांहून आत्मा अलिप्त आहे, हे जाणणारा ज्ञानी गुणांचा प्रभाव झुगारून म्हणजेच गुणातीत होऊन परमात्मस्वरूपाला प्राप्त होतो. म्हणजे तो जीवन्मुक्त होतो.

जीवन्मुक्त म्हणजे मानवी जीवनातले कोणतेही सुख-दु:खांचे प्रभाव त्याच्या मनाला चलित करत नाहीत. मनुष्याच्या प्रत्येक विचारामागे आणि कृतीमागे त्रिगुणच अव्यक्तपणे काम करत असतात. मनुष्यदेहाची तपासणी किंवा मृतदेहाचं डिसेक्शन होते, तेव्हा अनेकविध स्नायू, रक्त, हाडं, कवटी इत्यादी बघता येतं. रक्तपेशीही सूक्ष्मदर्शकातून बघता येतात; किंवा अत्याधुनिक साधनांतून अगदी डी.एन.ए.चाही शोध घेता येतो. मात्र त्यात कुठेही आत्मा आणि त्रिगुण दिसू शकत नाही. म्हणजे वस्तुनिष्ठ भाग भौतिक माध्यमांना दिसू शकतात, परंतु आत्मनिष्ठ तत्त्वं कोणत्याही माध्यमातून दिसू शकत नाहीत.

अव्यक्त आत्म्याप्रमाणेच त्रिगुणांचे प्रभाव प्रत्येक जीवाला व्यापून असतात, हा उपनिषदांचा फार मोठा सिद्धान्त आहे. त्या प्रभावांमुळेच प्रत्यक्षात काहीही घडत नसताना जीवाला जीवनाचा अनुभव मिळत राहतो. माणसाने देह सोडल्यावर पहिली जाणीव होते की, मी उगाच मृत्यूला घाबरत होतो; प्रत्यक्षात भीतिदायक असं काहीच घडत नाही; मी आनंदस्वरूपच आहे. त्याचवेळी त्याला, आपण आत्मविकासासाठी शुद्ध कर्म करण्याकरताच जन्म घेतला होता, याची प्रकर्षाने जाणीव होते.

मग तो आत्मविकासासाठी पुन्हा नवीन जन्म घेतो. यथावकाश अव्यक्त त्रिगुण आपला प्रभाव त्या मनुष्यावर टाकू लागतात. त्याला पुन्हा मायेत अडकवतात; आणि पुन्हा त्याच्या वृत्तीतून आत्मविकासाचा विचार निघून जातो.

मनुष्य सात्त्विक वृत्तीचा होतो आणि त्रिगुणांचं स्वरूप त्याच्या ध्यानात येतं, तेव्हा तो या त्रिगुणांच्या विळख्यातून बाहेर पडण्याचा प्रयत्न करतो. तो जेव्हा त्रिगुणांच्या प्रभावातून स्वत:ला जाणीवपूर्वक बाहेर काढतो, तेव्हा असा मनुष्य दुसऱ्या अध्यायात सांगितल्याप्रमाणे स्थितप्रज्ञ बनतो. म्हणून सुखदु:खातीत होण्यासाठी जीवाला प्रभावित करणारं त्रिगुणांचं स्वरूप प्रथम समजून घेतलं पाहिजे आणि त्यानुरूप सात्त्विक जीवनपद्धतीकडे वाटचाल केली पाहिजे.

हे सांगण्यासाठीच भगवंतांनी मागील काही श्लोकांमध्ये सत्त्व-रज-तम या त्रिगुणांचं स्वरूप उलगडलेलं आहे. ज्यांना आत्मविकास साधायचा आहे, त्यांनी आपण कोणत्या गुणाचे आहोत हे प्रस्तुत अध्यायाच्या अभ्यासातून जाणून घेतलं पाहिजे. सत्त्वगुणच सुखदु:खातीत अवस्थेकडे नेऊ शकतात, हे ध्यानात घेऊन आपल्या वृत्तीत अनुरूप बदल घडवून आणला पाहिजे. भगवान या गुणांचं स्वरूप आणखी विशद करणार आहेतच; त्यावर चिंतन केलं पाहिजे. अन्यथा अनंत जन्म हे सुखदु:खरूपी अनुभव घेत सृष्टीत फिरत राहावं लागेल.

त्यामुळे त्रिगुणांचं स्वरूप समजून घेऊन त्यानुरूप आपला विकास साधला पाहिजे. सत्त्वगुण हा जीवाला मृत्युपश्चात उन्नतावस्थेकडे नेतो, रजोगुण मनुष्याचं जीवन अंतिमतः दुःखी बनवतो आणि तमोगुण जीवाला हीन अवस्थेकडे नेतो. अर्थात रजोगुणी आणि तमोगुणी हे पुनर्जन्माच्या दुःखमय फेऱ्यात अडकणारच असतात. सत्त्वगुणी मनुष्याला जेव्हा त्रिगुणांचं सर्वंकष ज्ञान होतं, तेव्हा मात्र तो या चक्रातून सुटतो आणि परमतत्त्वाला प्राप्त होतो.

अशा तऱ्हेने त्रिगुणांच्या विळख्यात सापडलेला जीव कुठे ना कुठे पुन्हा जन्म घेणारच असतो. जोपर्यंत माणूस स्वप्नात गुंतून पडतो, तोपर्यंत तो या त्रिगुणांच्या बाहेर जाऊ शकत नाही. स्वप्नात एखाद्याला पंतप्रधानपदसुद्धा मिळतं, पण जेव्हा तो माणूस स्वप्नातून जागा होतो, तेव्हा त्याला कळतं की तो आभास होता, स्वप्न होतं; ते सारं खोटं होतं, असत् होतं. स्वप्नातलं कोणतंही पद सत्यात उपयोगी पडत नाही.

तरीपण त्रिगुणात्मक मायेत अडकून पडल्यावर माणूस त्या स्वप्नस्वरूप मायेतच फिरत राहतो. जणू तो स्वप्नातल्या गोष्टी मिळवण्यासाठी उभी हयात आटापिटा करतो. मायेचं पटल दूर झाल्यावर त्याला उमजतं की, ते सारं खोटं होतं. म्हणजे त्रिगुणच कर्मांचे कर्ते असतात आणि आत्मा हा केवळ त्या गुणकर्मांचा साक्षी असतो. हे गुणच देहाच्या उत्पत्तीचं बीज असतात.

जो मनुष्य या देहात असतानाच या तीन गुणांचं उल्लंघन करून जातो, तो जन्म, मृत्यू, जरा आणि दुःख यांपासून मुक्त होऊन अमृताचा लाभ घेतो. हीच ती अमृतसिद्धी! भगवान इथे सर्व गुणांचे परिणाम सांगतात. कुणी कसं वागावं, हे सांगत नाहीत. त्यांनी केवळ परिणामांबरोबरच विकासाचा मार्ग प्रकाशित केला आहे. त्या मार्गावरून जायचं का नाही, हे ज्या त्या व्यक्तीनंच ठरवायचं आहे. म्हणजे भगवान कोणत्याही प्रकारे आग्रही नाहीत. मात्र ज्याला हे ज्ञान होतं, तो प्रकृतीच्या गुणांचा व्यापार आणि आत्म्याची अलिप्त उपस्थिती अनुभवतो आणि म्हणूनच त्याला खरी जागृती येऊन तो मृत्युपश्चात देवलोकी किंवा ज्ञानी लोकांच्या स्तरावर जातो.

जिथे जिथे जड प्रकृती आहे, तिथे तिथे त्रिगुण राहणारच आहेत. ज्या गुणाचा माणसामध्ये अधिक उत्कर्ष होतो, त्याप्रमाणे तो मृत्यूनंतर त्या त्या अवस्थेला प्राप्त होत असतो. ही सारी माया असून, आत्मा हेच एकमेव सत्य आहे, गुणकर्मांचा साक्षी आहे. हे जो ज्ञानपूर्वक जाणतो तो त्रिगुणांचं उल्लंघन करून उन्नत स्तरावर जातो.

अर्जुन उवाच

कैर्लिंगैस्त्रीन्गुणानेतानतीतो भवति प्रभो।
किमाचारः कथं चैतांस्त्रीन्गुणानतिवर्तते।।१४.२१।।

श्री भगवान उवाच

प्रकाशं च प्रवृत्तिं च मोहमेव च पाण्डव ।
न द्वेष्टि सम्प्रवृत्तानि न निवृत्तानि काङ्क्षति ॥१४.२२॥
उदासीनवदासीनो गुणैर्यो न विचाल्यते ।
गुणा वर्तन्त इत्येव योऽवतिष्ठति नेङ्गते ॥१४.२३॥

अर्जुन म्हणाला, या तिन्ही गुणांच्या पलीकडे गेलेला पुरुष कोणकोणत्या लक्षणांनी युक्त असतो? आणि त्याचे आचरण कशाप्रकारचे असते? तसेच हे प्रभो! मनुष्य कोणत्या उपायाने या तीन गुणांच्या पलीकडे जातो? हे पांडवा, प्रकाश, प्रवृत्ती आणि मोह प्राप्त झाले तरी जो त्यांचा द्वेष करत नाही, काही प्राप्त झालं नाही तरी जो त्यांची आकांक्षा ठेवत नाही, जो उदासीन असतो आणि त्रिगुण ज्याला विचलित करू शकत नाहीत, शिवाय त्रिगुण हे आपापल्या स्वभावधर्मानुसारच कर्मं करत आहेत, हे मानून जो स्थिर राहतो, तो कधीही विकार पावत नाही.

जी व्यक्ती त्रिगुणात्मक प्रकृती उल्लंघून जाते, ती ज्ञानी लोकांना प्राप्त होते - मला येऊन मिळते, असं भगवान सांगतात; पण त्रिगुणांचा प्रभाव उल्लंघून जायचं तरी कसं? तोच प्रश्न अर्जुनाच्या मनात घोळत होता. म्हणूनच एकविसाव्या श्लोकात तो विचारतो, त्रिगुणात्मक गुणांच्या पलीकडे कोणत्या उपायांनी जाता येतं?

त्यावर भगवान ते उपाय सांगतात आणि त्रिगुणातीत मनुष्याचं वर्णनही करतात. जो ज्ञानी त्रिगुणांचं देहात व्यक्त होणारं स्वरूप जाणून त्याचं अतिक्रमण करतो, तो जरा-व्याधी आणि वार्धक्याला उल्लंघून जाऊन अमृतत्वाला प्राप्त होतो, याची ग्वाही

यापूर्वीच्या विसाव्या श्लोकात भगवान अर्जुनाला देतात.

या श्लोकात मात्र भगवान पुन्हा बजावतात, 'ज्या ज्या ठिकाणी जडांश आहेत, म्हणजे प्रकृती अर्थात matter आहे, त्या त्या ठिकाणी त्रिगुण हे राहणारच आहेत. प्रकाश, प्रवृत्ती आणि मोह यांचं अव्यक्त स्वरूप म्हणजेच सत्त्व, रज आणि तम हे त्रिगुण. या त्रिगुणांची कार्यं किंवा त्यांच्यापासून काही फळं मिळाली तरी जी व्यक्ती त्यांचा द्वेष करत नाही आणि फळं प्राप्त झाली नाहीत म्हणून त्या फळांविषयी आकांक्षा धरत नाही, तीच खरी उदासीन असते. इथे उदासीन म्हणजे भावशून्य अवस्था नाही. उलट ती सभानतेची अवस्था असते.

त्रिगुणांचेच प्रभाव आपल्यासह सभोवार आणि संपूर्ण भौतिक सृष्टीला व्यापून आहेत, या गोष्टीची सतत जाणीव ठेवून आपल्या मनाची त्यानुरूप प्रगल्भ अशी जडणघडण बनवणं म्हणजे उदासीन अवस्था.

चित्रपट पाहणारा प्रेक्षक त्यातील प्रसंगांमध्ये समरस होऊन जातो. एवढंच नाही तर तो त्या त्या प्रसंगांना रिॲक्टही करतो. एखादी व्यक्ती भावप्रसंग पाहून रडू लागते किंवा व्हिलनचे कारनामे पाहून एखादी व्यक्ती चिडते. मग हिरोने दुष्ट व्यक्तीला ठोकलं की प्रेक्षकांना आनंदाच्या उकळ्या फुटू लागतात. म्हणजे चित्रपटातल्या प्रसंगांशी एकतानता साधल्यामुळे प्रेक्षक पडद्यावर घडणाऱ्या चांगल्या-वाईट घटनांच्या प्रभावात अडकतात.

मात्र जो व्हिलनचं काम करतो किंवा जो हिरोचं काम करतो, त्याला वास्तवाची जाणीव असते. जे घडत आहे ते सारं नाटक आहे ही गोष्ट ते कलावंत जाणून असतात. इतकंच नाही तर शॉट संपल्यावर व्हिलन आणि हिरो एकमेकांच्या गळ्यातही पडतात. कारण शूटिंग करताना जे काम-क्रोधादी षड्रिपूंचं त्यांनी दर्शन घडवलेलं असतं किंवा तसे तसे प्रसंग वठवलेले असतात, ते पटकथेनुसार त्यांनी केवळ अभिव्यक्त केलेले असतात. म्हणजे ती पटकथा त्रिगुणात्मक प्रकृतीच असते.

त्रिगुणात्मक प्रकृतीच्या प्रभावातच मनुष्य इतर जीवांप्रमाणेच भौतिक जीवन जगत असतो. वैश्विक रंगमंचावरचं ते एक विशाल नाट्यच असतं. त्यामागे जीवाचीच स्वरचित पटकथा असते. ती कथा जगतानाच जर जीवनाची वास्तविकता ध्यानात आली, तर मनुष्य तिऱ्हाइतपणे प्राप्त जीवन जगत नित्य आनंद उपभोगू शकतो. या अर्थाने उदासीनता असते. मग मनुष्य निर्विकार चित्ताने जे जे प्राप्त होईल, ते ते सहन करतो. तटस्थ राहून तो गुणांचे हे खेळ पाहत राहतो. त्यामुळेच त्याच्यामध्ये विविध विकार उत्पन्नच होत नाहीत. अशीच व्यक्ती मग गुणातीत होऊ शकते.

मनुष्याच्या मनाला ज्या अनेकविध इच्छा व्यापून असतात, त्याला कारण बुद्धी

असते. बुद्धीचा विषयाशी संबंध येत असल्यामुळे मनात इच्छा निर्माण होते. इच्छा निर्माण झाली की पाठोपाठ प्रवृत्ती येतेच. म्हणजे इच्छित वासना पूर्ण करण्यासाठी वृत्ती धावू लागते. मग अशी प्रवृत्ती कमी करण्याचा प्रश्न निर्माण होतो. त्यावर उपाय सांगताना भगवान संयमाने वागायला सांगतात. म्हणजे विकारांना पूर्णपणाने काढून टाकायचं नाही, तर त्यावर आपलं नियंत्रण असलं पाहिजे.

भौतिक सृष्टीत त्रिगुण हे असणारच आहेत. त्यामुळे ज्ञानी व्यक्ती त्यांचा द्वेष करत नाही. निर्विकार चित्ताने ती जे जे होईल ते ते पाहत राहते; सहन करते.

सत्त्व, रज आणि तम या तिन्ही गुणांवर अशा गुणातीत मनुष्याचं नियंत्रण असतं. सर्कशीतले वाघ-सिंहादी हिंस्त्र पशू ज्याप्रमाणे रिंग-मास्टरच्या इशाऱ्यानुसार वागतात, त्याप्रमाणे त्रिगुण हे गुणातीताच्या इशाऱ्यानुसार वागतात. अर्थात त्रिगुण ताब्यात ठेवून त्यांना योग्य मार्गाला लावायचं कौशल्य त्रिगुणातीत जाणतो. श्रीराम सत्त्वशील असूनही रावणवधाच्या प्रसंगी आपला तमोगुण त्यांनी प्रकट केला होता. त्या तमोगुणामुळेच रावणासारख्या राक्षसाचा नाश झाला आणि आसुरी वृत्तीचाही पर्यायाने समाजातून नायनाट झाला. अशा तऱ्हेने तमोगुणाचा हितकारक वापर श्रीरामांनी केला.

आपल्या वृत्तीतून त्रिगुण हद्दपार करायचे नसून त्रिगुणांना आपल्या अंकित करून घेणं साधलं पाहिजे. ते साध्य झालं तर मनुष्य गुणातीत म्हणजेच गुणांच्या प्रभावापासून अलिप्त होऊ शकतो. गुणातीत झाल्याखेरीज जीव जन्म-पुनर्जन्म चक्रातून मुक्त होऊ शकत नाही आणि जरा-व्याधी-वार्धक्याला उल्लंघून अमृतत्वाला प्राप्त होऊ शकत नाही. गुणातीत होणं हाच उपाय भगवानांनी अर्जुनाला सांगितला आहे.

गुणातीत व्यक्ती त्रिगुणांचा द्वेष करत नाही किंवा आकांक्षाही बाळगत नाही. त्रिगुण त्याला चलित करू शकत नाहीत. गुणांकडे तटस्थ दृष्टीने पाहत तो उदासीन राहतो. त्या गुणांचा तो योग्य विनिमय करतो.

समदुःखसुखः स्वस्थः समलोष्टाश्मकाञ्चनः ।
तुल्यप्रियाप्रियो धीरस्तुल्यनिन्दात्मसंस्तुतिः ॥१४.२४॥
मानापमानयोस्तुल्यस्तुल्यो मित्रारिपक्षयोः ।
सर्वारम्भपरित्यागी गुणातीतः स उच्यते ॥१४.२५॥
मां च योऽव्यभिचारेण भक्तियोगेन सेवते ।
स गुणान्समतीत्यैतान्ब्रह्मभूयाय कल्पते ॥१४.२६॥
ब्रह्मणो हि प्रतिष्ठाहममृतस्याव्ययस्य च।
शाश्वतस्य च धर्मस्य सुखस्यैकान्तिकस्य च ॥१४.२७॥

जो सुखदुःख सारखेच म्हणजे सम मानतो, जो स्वस्वरूपी स्थित असतो, माती, दगड, सोने यांना सारखंच समजतो, प्रिय अथवा अप्रिय प्राप्त झालं असता तो त्याही स्थितीत स्थिर राहतो, निंदा-स्तुती ज्याला समसमान वाटते, जो सदा धैर्यवान असतो, ज्याला मान-अपमान तसंच मित्र-शत्रू सारखेच असतात; प्रकृतीचाच सर्व खेळ असतो असं मानल्यामुळे ज्याचे सर्व काम्य उद्योग सुटले त्या पुरुषाला गुणातीत असं म्हणतात... त्याचप्रमाणे जो अभेद, एकनिष्ठ भक्तियोगाने माझी उपासना करतो, तो या तीन गुणांच्या पलीकडे जाऊन ब्रह्मत्व प्राप्त करून घेण्यास योग्य होतो आणि तिथे परमसुखाची अनुभूती घेतो.

या गुणत्रयविभागयोग अध्यायाचा सारांश या श्लोकांमध्ये भगवंतांनी सांगितलेला आहे. सुख-दुःख हा त्रिगुणांचा परिपाक असल्यामुळे आणि तो प्रकृतिप्रेरित असल्यामुळे गुणातीत मनुष्याला त्याविषयी हर्ष किंवा खेद वाटत नाही. त्रिगुणांच्या प्रभावामुळे एखाद्या गोष्टीचं महत्त्व वाटतं किंवा दुसऱ्या एखाद्या गोष्टीचं मोल वाटत नाही. सामान्य मनुष्य हिरे-सोनं-मोती यांच्याकडे सहज आकृष्ट होतो. पण विविध प्रकारचे दगड, लाल-काळी माती किंवा गारगोटी यांच्याकडे आकृष्ट होत नाही. कारण त्याच्या दृष्टीत उपयुक्तता दडलेली असते - व्यवहार दडलेला असतो, परंतु

गुणातीताच्या वृत्तीत असा भोगवाद नसतो. त्यामुळे त्याच्या दृष्टीने दगड, माती, सोने सारखंच असतं.

> एका साधूची अतिशय निर्मोही म्हणून ख्याती असते. त्याचा निर्मोहीपणा पारखून घेण्याचं राजा ठरवतो. साधूच्या भिक्षेमध्ये तो मूठभर हिरे टाकतो. साधू ते हिरे घेऊन घरी जातो. या गोष्टीची तीन दिवस पुनरावृत्ती होते. त्या हिऱ्यांचं साधूने काय केलं हे जाणून घेण्यासाठी राजा त्याच्याकडे जातो. तेव्हा ते हिरे दगड समजून साधूने अंगणात फेकून दिलेले राजाला दिसतात.

भगवंतप्राप्तीशिवाय गुणातीताला कसलीच इच्छा नसते. भोगवादी मनुष्यच सोन्या-हिऱ्याला मोठं आणि शेणामातीला निकृष्ट ठरवत असतो. वास्तविक उपयुक्तता आणि मौलिक दृष्टीने बघायचं झालं तर देशी गायीचं शेण हे अधिक श्रेष्ठ असतं. त्याचे गुणधर्म अधिक हितकारक असतात, पण त्याला तेवढं वलय नसतं. मात्र एक दिवस असा येईल की, गायीच्या शेणाला सोन्यापेक्षा अधिक भाव येईल. याचा अर्थ सोन्या-हिऱ्याचं महत्त्व कमी करण्याचा इथे हेतू नाही, पण भौतिक सृष्टीतल्या अशा घटकांचं मोल हे भोगवादी लोकच ठरवत असतात. गुणातीताच्या दृष्टीतून प्रकृतीतला भोगवादच नाहीसा झाल्यामुळे त्याला सोनं-माती-दगड सारखेच वाटतात.

गुणातीत मनुष्य मान-अपमान जाणत नाही. गुणातीताला सारंच ईश्वरमय वाटत असल्यामुळे मान-अपमानाच्या भ्रामक कल्पना त्याच्या ठिकाणी नसतात.

> एकदा एका माणसाला भगवान बुद्धांचा खूप राग आला. बुद्धांच्या अंगावर तो काही न बोलता फक्त थुंकला. तेव्हा बुद्ध शांतपणाने म्हणाले, ''तुम्हांला आणखी काही सांगायचं आहे का?'' तो गृहस्थ खजिल होऊन म्हणाला, ''पण मी तर काहीच बोललो नाही.''
>
> आपल्यावरचा राग त्या गृहस्थाने व्यक्त केला हे बुद्धांनी जाणलं होतं, परंतु त्याच्या त्या कृतीने बुद्ध रागावले नाहीत. तेव्हा त्या गृहस्थाला पश्चात्ताप झाला. त्यांच्या पायावर डोकं ठेवून तो ढसढसा रडू लागला. त्यावरही बुद्धांनी कोणतीच प्रतिक्रिया व्यक्त केली नाही. तो गृहस्थ म्हणाला, ''मला क्षमा करा. मी चुकलो.''
>
> तेव्हा भगवान बुद्ध म्हणाले, ''मी काही तुझा गुलाम नाही की तू सांगितलं म्हणून मी रागवायचं आणि तू म्हणालास की मी लगेच क्षमा करायची. तुला वाटलं ते तू केलंस, मला वाटलं ते मी केलं.''

आपला अपमान झाला आहे असंही बुद्धांना वाटलं नाही; आणि त्या व्यक्तीने क्षमा मागितली म्हणून मान मिळाला असंही वाटलं नाही. गुणातीत व्यक्ती सुख-दु:ख, मान-अपमान, प्रिय-अप्रिय, निंदा-स्तुती अशा द्वंद्वांच्या पलीकडे गेलेली असते.

प्रकृतीचे प्रभाव उल्लंघून जाणारा गुणातीत होतो. असा गुणातीत कोण, याची व्याख्या भगवंत आधीच्या श्लोकामधून करतात. मग आता गुणातीत कसं व्हायचं? त्यासाठी काय करावे लागतं? कोणत्या उपायांनी गुणातीत होता येतं? या प्रश्नांची उत्तरं या श्लोकातून भगवान देतात.

गुणातीत होण्यासाठी भगवंताचंच साहाय्य घ्यावं लागतं. हृदयातल्या नारायणाला ओळखलं, त्याच्या सत्स्वरूपाचा आधार घेतला म्हणजे मन बदलतं. मन बदललं की विचार बदलतात. विचार बदलले की भावपरिवर्तन होतं आणि अखेरीस मनुष्यामध्ये पूर्णतः परिवर्तन होतं - मग तो गुणातीत होतो.

या संपूर्ण प्रक्रियेमध्ये भावपरिवर्तन फार महत्त्वाचं असतं. मनामध्ये भगवंताशिवाय अन्य कोणताही भाव नसणं याला अव्यभिचारी भक्ती असं म्हणतात.

सामान्य माणसाच्या मनात अनेक भाव असतात. अनेक भेद असतात, पण भगवान एकच आहे, त्यानंच संपूर्ण सृष्टी व्यापली आहे आणि भेदभाव करणं हा प्रकृतीचा गुणधर्म आहे, याचं ज्ञान गुणातीताला झालेलं असतं. त्यामुळे त्याच्या दृष्टीत अभेदता येते. असा भेदरहित दृष्टिकोन आला तरच गुणातीत होता येतं. ज्ञानदृष्टीने जर भगवंताला जाणून घेतलं तर ब्रह्मस्थिती प्राप्त होते. त्यासाठीच बुद्धीला भगवंताशी एकरूप करता आलं पाहिजे. इंद्रियं, मन आणि बुद्धी यांमध्ये जर भगवंताचेच विचार असतील तर माणूस शंकारहित होतो; संशयरहित होतो.

सामान्य मनुष्याच्या मनावर आणि बुद्धीवर वस्तू आणि विषयांचं आक्रमण होत असतं. त्याकरता माणसाने आरशाचा 'निर्विकारपणा' हा गुण घेतला पाहिजे. आरशामध्ये कुणीही आपलं मुख न्याहाळलं तरी आरशाला त्याची फिकीर नसते. हा सुंदर, तो कुरूप असा भेद तो करत नाही. त्याप्रमाणे आपलं मन आणि बुद्धी भेदरहित असली पाहिजे. आरशावर जसा कोणताच चेहरा उमटत नाही, त्याप्रमाणे मनावरही कोणताच विकार उमटू देता कामा नये. त्यासाठीच मनुष्याने प्रकृतीऐवजी भगवंताचाच आधार घेतला पाहिजे.

भगवंताची भक्ती ब्रह्मत्वापर्यंत पोहोचण्याचे साधन आहे. भगवंत साधन आहे, असा अपसमज मात्र होता कामा नये. भगवान हे प्रकृतीतील भोग मिळवण्यासाठीचं साधन नाही हे विशेषत्वाने ध्यानात ठेवलं पाहिजे. देवाला काही तरी द्या, म्हणजे तो भौतिक भोग देईल, अशी साधनस्वरूप भक्ती असता कामा नये. कारण भगवंत हे

साधन नसून भक्ती हे साधन आहे आणि भगवंत हे साध्य आहेत. 'मीच अमृत आणि अव्यय ब्रह्माचं, शाश्वत धर्माचं आणि एकान्तिक म्हणजे परमावधीच्या आत्यंतिक सुखाचं अखेरचं स्थान आहे,' असं भगवंत स्वतः सांगतात. त्यांच्या उपदेशातला गूढार्थ समजून घेतला पाहिजे.

गुणातीत व्यक्ती सुख-दुःख, मान-अपमान, प्रिय-अप्रिय, निंदा-स्तुती, अनमोल-कवडीमोल या द्वंद्वांच्या पलीकडे पोहोचलेली असते. त्रिगुणांचा खेळ तिने जाणलेला असतो. अमृतत्व प्राप्त करून घेण्यासाठी अशी वृत्ती आणता आली पाहिजे. भगवंताची एकनिष्ठ भक्ती केली तर गुणातीत होता येतं, परंतु त्यासाठी भक्तीमध्ये अभेदता हवी. झाड आणि त्याची फांदी यांत जशी अभेदता असते; त्याप्रमाणे भक्त आणि भगवंत यांच्यामध्ये अभेदता हवी, तरच ब्रह्मपदी पोहोचता येतं.

ॐ श्री परमात्मने नमः

अध्याय पंधरावा

पुरुषोत्तमयोग

यामध्ये जगाचे वर्णन अश्वत्थ असे केले आहे. क्षर, अक्षर आणि अव्यय असे पुरुषाचे तीन प्रकार आहेत. यामध्ये पंचभूत म्हणजे क्षर, प्राण हे अक्षर आणि मनसत्त्व किंवा चैतन्य हे अव्यय आहे.

ऊर्ध्वमूलमध:शाखमश्वत्थं प्राहुरव्ययम् ।
छन्दांसि यस्य पर्णानि यस्तं वेद स वेदवित् ॥१५.१॥

श्री भगवान म्हणाले, ज्याचं मूळ वर आहे, ज्याच्या शाखा खाली आहेत, (जो) अव्यय म्हणजे कधीही नाश न पावणारा आहे, वेद ही ज्याची पाने आहेत, असं ज्या अश्वत्थवृक्षाचं वर्णन करतात, तो (वृक्ष) ज्याने जाणला, तो पुरुष (खरा) वेदवेत्ता (होय).

पंधराव्या अध्यायाला आपण प्रारंभ करत आहोत. या अध्यायाच्या सुरुवातीलाच भगवंतांनी संसारवृक्षाचं रूपक कथन करून फार मोठं गूढ आपल्यापुढे उभं केलं आहे. कदाचित भगवंतांनी ज्या काळी हा गीतोपदेश केला, तेव्हाच्या समाजासाठी हे फार मोठं गूढ नसेल; पण आज पाच हजार वर्षांनंतर मात्र या श्लोकाचा अर्थ लावणं काहीसं कठीण होतं.

या पहिल्याच श्लोकात भगवान सांगतात, ज्याने हा संसारवृक्ष जाणला तोच खरा वेदवेत्ता म्हणता येईल. म्हणजे पर्यायाने वेदांचाच संदर्भ या श्लोकासाठी घेतला पाहिजे हे उघड आहे. अर्थात उपनिषदांच्या दृष्टिकोनातून नव्हे; तर वैदिक दृष्टिकोनातूनच या श्लोकाचा विचार केला पाहिजे.

त्यासाठी पूर्वग्रहदृष्टी सोडावी लागेल. पुरातत्त्वशास्त्र, प्राचीन संस्कृती, पुरातन स्थापत्यशास्त्र, भूस्तरशास्त्र, प्राचीन शिलालेख किंवा कल्पित म्हणून आजवर शिक्कामोर्तब केल्या गेलेल्या कथा इत्यादी अनेक संदर्भांचा अलीकडे पुन्हा नव्या दृष्टिकोनातून अभ्यास केला जात आहे. त्यातून अशा अनेक गूढ गोष्टींवर प्रकाश टाकला जात आहे. ते गूढ उकललं तर कदाचित आजचे कित्येक संदर्भ बदलावे लागतील.

तत्त्वज्ञानासाठीही हा नियम लागू होऊ शकतो. गीतातत्त्वज्ञान हे वेद आणि उपनिषदांचं दोहन करून निघालेलं नवनीत आहे, ही गोष्ट सर्वमान्य आहे. त्याचप्रमाणे वेद हे प्रवृत्तिपर आहेत आणि उपनिषदं ही निवृत्तिपर आहेत ही गोष्टही सर्वमान्य आहे. प्रस्तुत श्लोकातच वेदांचा उल्लेख केल्यामुळे अशा श्लोकांच्या संदर्भात औपनिषदिक

नाही तर वैदिक दृष्टिकोनातून विचार केला पाहिजे ही गोष्ट तर्कशुद्धच आहे.

या श्लोकावर आजवर जी भाष्यं केलेली आहेत, ती मात्र औपनिषदिक दृष्टिकोनातूनच केलेली आहेत. त्यांपैकी दोन भाष्यांचा प्रथम विचार करू.

पहिल्या भाष्यानुसार, या संसारवृक्षाचं मूळ ऊर्ध्व आहे आणि शाखाविस्तार खाली आणि मागाहून झालेला आहे. हे कथन रूपकात्मक आहे. आता 'ऊर्ध्व'चा अर्थ वर आणि श्रेष्ठ किंवा परम असा आहे. माणूस जमिनीवर उभा आहे, म्हणून तो भगवंत वर आकाशात बसलेला आहे असं समजतो. वास्तविक वर आणि खाली असा कोणताच भेद इथे नाही. संसाररूपी अश्वत्थवृक्षाचं मूळ म्हणजे उगमस्थान हे ऊर्ध्व म्हणजे ब्रह्माच्या ठिकाणी स्थित आहे आणि ते श्रेष्ठ आहे. त्याचा नामरूपात्मक शाखाविस्तार मागाहून झालेला आहे. हा संसारवृक्ष आहेही आणि नाहीही! कारण हा वृक्ष मायारूपी आहे. विशुद्ध चैतन्य एकच आहे. फक्त त्याला 'अहं'चं स्फुरण झालं म्हणजे मग बुद्धी, मन, कर्मेंद्रियं, ज्ञानेंद्रियं आणि वस्तुमात्र त्यातून निर्माण होतात. म्हणजे 'अहं'चे स्फुरण झाल्यानंतर प्रकृती व्यक्त होते आणि सर्व जगत हे प्रकृतीच्या अधीन होतं. म्हणजेच विशुद्ध चैतन्य हेच श्रेष्ठ आहे आणि ते ऊर्ध्व आहे.

दुसरा अर्थ हा व्यक्तिगत आहे. मेंदूमध्ये ब्रह्मरंध्र असतं. ब्रह्मरंध्रात अवकाशातून येणारी शक्ती ही अविनाशी असते. म्हणून ब्रह्मरंध्र हे या शरीररूपी संसाराचं मूळ आहे. तिथूनच खाली शाखविस्तार झाला आहे. असाही काही भाष्यकार या श्लोकाचा अर्थ करतात.

औपनिषदिक दृष्टिकोनातून आपण या दोन अर्थांचा विचार केला. आता आपण वैदिक दृष्टिकोनातून या श्लोकाचा विचार करू. या श्लोकात थेट वेदांचा उल्लेख केलेला आहे; उपनिषदांचा नाही, ही गोष्ट लक्षणीय आहे. शिवाय यानंतरच्या दुसऱ्या श्लोकातही त्यांनी आत्मिक नाही तर त्रिगुणांसह भौतिक प्रकृतीविषयीच सांगितलेलं आहे. म्हणूनच या श्लोकाचा विचार भौतिक प्रकृती आणि वेदांच्या संदर्भानेच केला पाहिजे.

प्रस्तुत श्लोकात खरा वेदवेत्ता कोण, याचा भगवंतांनी उल्लेख केलेला आहे. शिवाय पृथ्वीवरच्या जीवनाचं मूळ ऊर्ध्व म्हणजे वर आहे असंही स्पष्टपणे सांगितलेलं आहे. यामधील गूढ उकलण्यासाठी, वेदकाळ हा प्राथमिक अथवा आदिम लोकांचा काळ होता, हा विचार सर्वप्रथम मनातून काढून टाकला पाहिजे. तो विचार तथाकथित पाश्चात्त्य इतिहासकारांनी हेतुपुरस्सर आपल्यामध्ये रुजवला होता. त्यामुळे त्या विचारांचा प्रभाव मनातून दूर केला पाहिजे.

पृथ्वी, आप, तेज, वायू आणि आकाश या पंचमहाभूतांपैकी केवळ आकाश आपल्याला गवसत नाही. साऱ्या सृष्टीत आकाशतत्त्व भरून राहिलेलं आहे. म्हणूनच

ते ऊर्ध्व आहे. म्हणजेच संसारवृक्षाचं मूळ आकाशात आहे! 'ऊर्ध्व' म्हणजे आकाश किंवा वरचा; आणि 'अधस्' म्हणजे खाली, खालच्या बाजूला हाही अर्थ आहे, पण ब्रह्माच्या संदर्भात वर-खाली हा भेद असूच शकत नाही. आत्म्याच्याही संदर्भातही वर-खाली हा भाग येत नाही. ब्रह्म हे सर्वव्यापक आहे आणि परमात्मा तर संपूर्ण ब्रह्मांड व्यापून दशांगुळं उरला आहे. मग वर-खाली म्हणण्याचं कारण काय, असा प्रश्न पडतो. बरं, आत्तापर्यंत भगवंतांनी जे आत्म्यासंदर्भात ज्ञान दिलं, त्यात कुठे वर-खालीचा उल्लेख केलेला नाही. मग या श्लोकांतून भगवंतांना काही वेगळं सांगायचं आहे का? म्हणजे पृथ्वीच्या संदर्भातून भगवंतांना खरंच वर-खाली म्हणायचं आहे का? तोच वेदांचा भौतिक दृष्टिकोन म्हणायचा का?

मागील एका भागात आपण अवकाशातून येणाऱ्या रश्मींसंदर्भात विचार केला. तो विचार वैदिक दृष्टिकोनातून केलेला होता. तो म्हणजे सर्व सृष्टीचं कारण हे ॐकार आहे. तेच सर्व संसारवृक्षाचं मूळ. तिथूनच विभिन्न रश्मी निघाल्या आणि त्यांनी संपूर्ण प्रकृती व्यापून टाकली. त्या रश्मींमध्ये सर्व सृष्टीचं बीज होतं. म्हणजे व्यक्त-अव्यक्त सृष्टीचं कोडिंग केलेलं होतं. अलीकडे या संदर्भात अनेक विद्वान डी.एन.ए. कोडिंगचा उल्लेख करतात. म्हणजे हे सूत्र विश्वात नेलं गेलं आणि जीव तयार केला गेला असं त्यांचं म्हणणं आहे. त्यातून जे भवितव्यात घडणार आहे तोही प्रोग्रॅमच आहे, असंही मानलं जातं. भृगुसंहिता, ऋषी अगस्त्यकृत नाडीग्रंथ - अगदी नॉस्टरडेमससुद्धा पुढची भाकितं तंतोतंत सांगतात, यामागे हेच कारण असावं असं वाटतं. म्हणजे त्या प्रोग्रॅमपर्यंत ते पोहोचले होते असं म्हणता येतं.

आता व्यक्त आणि अव्यक्त सृष्टीतही लोकांचा म्हणजे planetary systemचा निर्देश आहे. हे लोक उतरत्या क्रमाने कसे आहेत ते पाहू. हे ऊर्ध्व लोक म्हणजे : सत्यलोक, तपोलोक, जनलोक, महर्लोक, स्वर्लोक, भुवर्लोक आणि भूलोक (पृथ्वी). त्याचप्रमाणे अधोलोक म्हणजे : अतल, वितल, सुतल, तलातल, महातल, रसातल आणि पाताल. हे सर्व स्तर प्रकृतीमधलेच आहेत. तिथले जीव भिन्न मितीतले असतात, पण त्यांना देह धारण करण्याची शक्ती किंवा विद्या असते याचेही पुरावे आहेत.

ही अशी प्राकृतिक यंत्रणा उभारणारी अतिप्रगत सृष्टी वर म्हणजे ऊर्ध्व आहे, असं तर भगवंतांना केवळ या श्लोकासंदर्भात म्हणायचं नाही ना? म्हणजे पृथ्वीवरच्या संसाराचं मूळ हे जर अवकाशात मानलं, तर अवकाशातूनच इथल्या आणि ब्रह्मांडातल्या संसाराचा विस्तार केला गेला का, याचाही विचार केला पाहिजे. पुढील श्लोकात या श्लोकाचा उत्तरार्ध आहे. त्यात भगवंतांनी शाखाविस्ताराबरोबरच कर्मबंधाचा उल्लेख केलेला आहे. म्हणजे ज्या कुणी हे कोडिंग केलं, त्यांनी कर्मबंधाचा प्रोग्रॅमही त्यात

अंतर्भूत केला असं म्हणावं लागेल. मग हे कोडिंग ऊर्ध्व लोकातील अतिप्रगत जीवांनी अर्थात देवांनी केलं असं समजायचं का? कारण जे जे घटित आहे, ते ते प्रकृतीमधलं आहे. उत्पत्ति-स्थिति आणि विनाश हे भाव प्रकृतीमधील आहेत. त्रिगुणांचा खेळ हा प्रकृतीमधला आहे. ब्रह्मांडातील सर्व कर्मं ही प्रकृतीमधलीच आहेत. प्रत्येक कर्मामागे वृत्ती आहे आणि विचारही आहे. ही वृत्ती आणि विचार हेही पुन्हा प्रकृतीमधलेच असतात. भौतिक सृष्टीत जे जे निर्माण केलं जातं, ते प्रकृतीमधलंच असतं. मग हाच नियम या संसारवृक्षाला निश्चितच लागू होतो, असंच म्हटलं पाहिजे.

त्यामुळे ऊर्ध्व लोकात कुणी तरी हे संसारवृक्षाचं बीज रोवलं आणि ते संपूर्ण ब्रह्मांडात प्रसारित केलं हाही अर्थ होऊ शकतो.

ऋग्वेदात तत्कालीन मनुष्याच्या असामान्य भौतिक प्रगतीचे उल्लेख आहेत आणि त्यासाठी देवांना आवाहन केल्याचेही पुरावे आहेत, याविषयी बहुधा सर्व शास्त्री-पंडितांचं एकमतही आहे. वेदज्ञान हे केवळ बुद्धीने समजू शकत नाही. त्यासाठी भाव हवा. शिवाय तत्कालीन इतिहास, संस्कृती आणि समकालीन लिखित तसंच स्थावर पुरावे यांचाही विचार करायला हवा. त्यामुळे वेदांमध्ये जे भौतिक प्रगतीचं वर्णन आहे, ते रूपकात्मक आहे का ते प्रत्यक्ष घडलेलं आहे, हे केवळ खरे वेदवित्‌च सांगू शकतील.

त्यामुळे 'ऊर्ध्वमूलमध:शाखं'चा ऋग्वेदाच्या दृष्टिकोनातून अर्थ बघताना मात्र अनेक थक्क करणारे उल्लेख वाचायला मिळतात. ते सर्व इथे सांगणं शक्य नाही. जिज्ञासूंनी त्यासाठी समकालीन साहित्याबरोबरच मूळ ऋग्वेदाचाच अभ्यास केला पाहिजे.

थोडक्यात, भगवान या श्लोकात संसारवृक्षाच्या संदर्भात वेदांचाच उल्लेख करतात. म्हणूनच आज आपण औपनिषदिक दृष्टिकोनाबरोबरच वेदांच्या संदर्भाने या श्लोकाचा अगदी थोडक्यात विचार केला. मात्र यावरून एक गोष्ट ध्यानात आली असेल. हे ज्ञान अतिशय गहन आहे. भौतिक दृष्टीनंही बघायचं झालं तरी ते आपल्या बुद्धीत सामावणारं नाही. ज्यांना खरोखरच ते ज्ञान संपादन करून घ्यायचं आहे, त्यांना पूर्वग्रहदूषित विचारसरणी मात्र सोडावी लागेल हे नक्की.

कमालीचा वेग आणि परिवर्तन हे संसारवृक्षाच्या स्थैर्याचं कारण आहे. त्याचं मूळ (ब्रह्म) हे एकमात्र चिरंतन आहे. ते ऊर्ध्व म्हणजे सर्वश्रेष्ठ आहे. त्याची अग्रं म्हणजे शाखा अर्थात नामरूपात्मक सृष्टी. अगम्य अशा यंत्रणेत जीवसृष्टी फिरत राहते. वैदिक दृष्टिकोनातून ॐकार हे सर्व संसारवृक्षाचं मूळ आहे. किंवा ऊर्ध्व अर्थात अवकाशातून पृथ्वीवर हे जीवन आलेलं आहे.

अधश्चोर्ध्वं प्रसृतास्तस्य शाखा गुणप्रवृद्धा विषयप्रवालाः।
अधश्च मूलान्यनुसंततानि कर्मानुबन्धीनि मनुष्यलोके ॥१५.२॥

(सत्त्व-रज-तम आदी तीन) गुणांच्या योगाने वृद्धी पावलेल्या आणि (शब्दादी) विषयरूपी पल्लवांनी युक्त, अशा या वृक्षाच्या (अनेक) शाखा, खालीवर (स्वर्गादी सर्व लोकांमध्ये) पसरलेल्या आहेत. कर्मबंधरूपी त्याच्या (अनेक) मुळ्या (खाली) देव-तीर्यक-मनुष्यलोकादी लोकांत विस्तार पावल्या आहेत.

हा संसारवृक्ष कसा आहे, त्याचं स्वरूप काय आहे, याचं वर्णन याही श्लोकात केलेलं आहे. या वृक्षाच्या शाखा जमिनीखाली पसरल्या आहेत, आणि त्याची मुळंही सर्वत्र पसरलेली आहेत. वटवृक्षाच्या फांद्यांनाही मुळं येतात तसाच हा प्रकार आहे. संसारवृक्षाच्या शाखा सत्त्व, रज आणि तम यांनी परिपुष्ट झालेल्या आहेत. शब्द, स्पर्श, रूप, रस, गंध हे विषय हेच या संसारवृक्षाचे कोवळे पल्लवांकुर आहेत. वेद या वृक्षांची पाने आहेत. पर्णसंभाराने वृक्षाला वृक्षपण येतं, त्याप्रमाणे वेदांनी संसारात सौंदर्य निर्माण केलं आहे. कर्मविस्ताराला वेद-विचारच कारणीभूत आहेत.

मागच्या श्लोकात केलेल्या विवेचनाला या श्लोकात पुष्टी मिळते. त्रिगुणाशिवाय जीवसृष्टी संभवत नाही. जीवाला बुद्धी, मन, स्फूर्ती (धृती) असल्याशिवाय कोणतंच कार्य होऊ शकत नाही. ते कार्यसुद्धा केवळ एक गुण असल्याने सिद्ध होत नाही. सर्वच सात्त्विक झाले तर इतर गुणांची कार्यं कशी होणार? म्हणजे परस्परावलंबित कार्यं सिद्ध होण्यासाठी तीन गुण किंवा त्यांच्या संमिश्र वृत्ती आवश्यकच ठरतात.

आता नुसते गुण काय उपयोगाचे? कार्यपूर्तीचा जीवाला अनुभव तर मिळाला पाहिजे. म्हणून शब्द, स्पर्श, रूप, रस, गंध हे विषय तर असायलाच हवेत. त्याशिवाय जीवामध्ये वासना कशा निर्माण होणार? म्हणजे त्रिगुणांनुसार जीव कार्य करणार आणि शब्द, स्पर्श, रूप, रस, गंध या विषयांच्या मार्फत तो उपभोग-आनंद घेणार; तेवढंच उपयोगाचं नाही. कारण जीव नुसता उपभोग घेत सुटला तर सृष्टीचा नाश

होईल. जीवाचा विकासही होणार नाही. म्हणूनच भौतिक जीवनासाठी मार्गदर्शक तत्त्वंही हवीत. त्याचसाठी वेद निर्माण झाले. जीवासाठी ती एक आचारसंहिताच होती. त्यानंतर कर्माचा सर्व शाखाविस्तार सर्वत्र पसरला.

जीवाच्या हातून कर्म सिद्ध व्हायला त्रिगुण, विषय आणि मार्गदर्शक तत्त्वं आवश्यकच असतात. याप्रमाणे जीव अनादि कालापासून कार्यरत झाला. ही आपोआप घडलेली-उत्क्रान्त झालेली व्यवस्था मुळीच नाही; तर ती एक अतिशय सु-नियोजनबद्ध व्यवस्था सर्वच लोकांमध्ये निर्माण केली गेली. त्याचाच निर्देश भगवान या श्लोकात वृक्षाच्या पल्लवांची उपमा देऊन करतात.

सांख्यशास्त्राप्रमाणे प्रकृती व पुरुष ही दोनच तत्त्वं आरंभी होती. पुढे पुरुषापासून त्रिगुणात्मक प्रकृती आपला पसारा मांडू लागली; परंतु वेदान्तशास्त्राच्या दृष्टीने प्रकृती स्वतंत्र नसून ती परमेश्वराचाच एक अंश आहे. त्यामुळे त्रिगुणात्मक प्रकृतीचाच हा सारा पसारा आहे. या अश्वत्थवृक्षाच्या शाखा सर्वत्र पसरलेल्या आहेत. त्यातच कर्मविपाक प्रक्रियेचा धागा ओवून दिला आहे. त्यामुळे जीवन आहे, तोपर्यंत कर्म आहे आणि कर्म आहे, तोपर्यंत जीवन आहे! ८४ लक्ष योनी सतत कर्म करत आहेत. सत्त्व-रज-तम हे त्रिगुण, इंद्रादी देव, ग्रहगोलांसहित सर्व सृष्टी, विषय-वासना, ब्रह्मादी अनेक लोक, वायूसहित आकाश अशा सर्व गोष्टी या विशाल अश्वत्थवृक्षाचेच अंश आहेत. वृक्षाची एखादी फांदी तुटावी किंवा नवीन कोंब फुटावेत त्याप्रमाणे या संसारवृक्षामध्येही परिवर्तन होत असतं. परिवर्तन होत असल्यामुळेच तिथे सातत्य असतं. वेदविहित कर्मांमुळे हा संसारवृक्ष अधिक डवरतो.

या श्लोकात *कर्मानुबन्धीनि मनुष्यलोके* असं म्हटलं आहे. म्हणजे हा मनुष्यस्तर या विराट वृक्षाशी कर्मांनीच बांधलेला आहे. प्रथम प्रकृती तयार झाली; मग प्रकृतीतील अगम्य तत्त्वांनी जीवन निर्माण केलं; म्हणजे संसाराचं सूत्र तयार केलं. त्यात कर्मबंधाची योजना करून सृष्टीला गती दिली; संसाराला कर्मात अडकवून दिलं. त्या कर्मबंधामुळेच जीव मरणोत्तर ब्रह्मांडात फिरत राहतो. अशा या संसारवृक्षाचं एवढं विशालकाय रूप छेदून जीवाला पलीकडे जायचं आहे; म्हणजेच मुळाशी जायचं आहे. नंतर ज्यापासून ते मूळ बनलं तिथपर्यंत पोहोचायचं आहे. अर्थात परमेश्वर-स्वरूपात विलीन होऊन जायचं आहे. त्याचा उपाय भगवंतांनी पुढच्या श्लोकात सांगितला आहे.

प्रस्तुत श्लोक रूपकात्मक आहे. हे विश्व कसं निर्माण झालं आणि त्याचा आवाका केवढा विस्तृत आहे, हे या श्लोकात सांगितलं आहे. मनुष्य-प्राणी आदी लोकांपासून ब्रह्मलोकांपर्यंत त्रिगुण, विषय, कर्म यांनी युक्त असलेल्या संसारवृक्षाचं हे वर्णन आहे.

न रूपमस्येह तथोपलभ्यते नान्तो न चादिर्न च संप्रतिष्ठा ।
अश्वत्थमेने सुविरूढमूलमसङ्गशस्त्रेण दृढेन छित्त्वा ॥१५.३॥
ततः पदं तत्परिमार्गितव्यं यस्मिन्गता न निवर्तन्ति भूयः
तमेव चाद्यं पुरुषं प्रपद्ये यतः प्रवृत्तिः प्रसृता पुराणी ॥१५.४॥

परंतु इहलोकी ह्याचं म्हणजे सृष्टिरूप वृक्षाचं स्वरूप दिसत नाही. त्याचप्रमाणे त्याचा अंतही दिसत नाही. आरंभही दिसत नाही आणि स्थिती म्हणजे मध्यही दिसत नाही. अत्यंत दृढमूल अशा या अश्वत्थवृक्षाला अनासक्तीरूप बळकट शस्त्राने छेदून मग सृष्टिक्रमाची ही पुरातन प्रवृत्ती ज्याच्यापासून निघाली, त्या आदिपुरुषाला आपण प्राप्त व्हावं, अशा दृढ संकल्पाने त्या आत्मस्वरूपाला ज्ञानाच्या अंगाने शरण जावं. त्या ठिकाणी गेलं असता पुन्हा परत येणं होत नाही.

श्लोक तीन आणि चार मिळून हे एकच वाक्य आहे. त्यांमध्ये या विशाल आणि अगम्य अशा संसारवृक्षाचं भगवंतांनी वर्णन केलेलं आहे, पण त्याचं ते रूप या संसारात कुणालाही दिसू शकत नाही. या वृक्षाचा अंत, आरंभ किंवा मध्यही कुणाला उमजत नाही. जणू अनंत मुळ्यांचा हा वृक्ष म्हणजे एक मती कुंठित करणारं जगड्व्याळ, अदृश्य म्हणजे invisible असं जाळं आहे - internet सारखं! जीव कर्मात रमून गेल्यामुळे आपण एका विशाल जाळ्यात अडकलो आहोत हे त्याला उमजतच नाही. संसारवृक्ष दिसत तर नाहीच; पण त्याचा आदि-अंतसुद्धा उमजत नाही. कारण ज्ञात दृश्य विश्वसुद्धा आपली मती कुंठित करतं. केवळ आपल्या सूर्यमालेचा विचार करायचा झाल्यास यातील सर्वात मोठा ग्रह म्हणजे गुरु. हा गुरु ६० कोटी कि.मी. अंतरावर आहे. हा वायुमय ग्रह १३०० पृथ्वींना आपल्यात सामावू शकतो! सूर्य त्याहून इतका मोठा आहे की त्याच्यामध्ये १००० गुरु सामावू शकतात. आपल्या ग्रहमालेच्या बाहेरचा विचार करायचा झाल्यास, UY Scuti हे नाव दिलेला तारा हा पृथ्वीपासून ५,१०० प्रकाशवर्षं दूर आहे. याचा व्यासच मुळात २.३७ कोटी कि.मी.

आहे. या ताऱ्यात आपले ४०० कोटी सूर्य सामावू शकतात. या ताऱ्यापुढे पृथ्वी म्हणजे एक अणू आहे! आता UY Scuti हून आणखी एक मोठा तारा सापडला आहे. त्याला नाव दिलेलं आहे Ton ६१८-क्विझार. या ताऱ्यात UY Scuti सारखे साडेचार लाख तारे सामावून जाऊ शकतात. हा तारा पृथ्वीपासून १० कोटी ७ लाख प्रकाशवर्षं दूर आहे. म्हणजे प्रकाशाच्या वेगाने गेलं तर तिथे पोहोचायला १० कोटी ७ लाख प्रकाशवर्षं लागतील!

Ton ६१८-क्विझार या ताऱ्याचा व्यास १९८ कोटी कि.मी. आहे. यामध्ये १००० आकाशगंगा सामावू शकतात. अत्यंत वेगवान विमानातून या ताऱ्याभोवती एक प्रदक्षिणा मारायची झाल्यास ४०० वर्षं लागतील, यावरून या ताऱ्याच्या विशालतेची कल्पना येऊ शकेल. इतकंच नाही तर Ton ६१८-क्विझार सारखे २२,००० तारे आकाशगंगेतल्या Carina नावाच्या एका नेब्युलात सामावू शकतात! यापुढेही जाऊन खगोल वैज्ञानिकांना आजपर्यंतचा सर्वात मोठा लागलेला शोध म्हणजे आकाशगंगेचा Super Cluster नावाचा समूह. या Super Clusterचा विस्तारच मुळी दहा अब्ज प्रकाशवर्षं आहे! यामध्ये १० अब्ज आकाशगंगा सामावू शकतात!! मानवाचा शोध Super Clusterपर्यंत जाऊन पोहोचला आहे. या पलीकडे ब्रह्मांडात आणखी किती अब्ज किंवा खर्व आकाशगंगा आहेत, याची आपण कल्पनाच करू शकत नाही. भगवंताच्या एकाच अवयवात ही संपूर्ण सृष्टी सामावलेली आहे! म्हणजे भगवद्स्वरूप किती विराट असेल, याचं हे केवळ एक उदाहरण.

असा हा संसारवृक्ष क्षणभंगुर वाटला तरी त्याची पाळंमुळं फार दूरवर आणि खोलवर गेलेली आहेत. त्याचं स्वरूपच आपल्याला समजू शकत नाही. ते समजून घ्यायला गेलं तर आपली मती कुंठित होते.

असा हा संसारवृक्ष मनुष्याला सुखस्वरूपही वाटतो आणि दुःखस्वरूपही वाटतो. खरंच का हा संसार सुखरूप आहे? त्याचा विचार केला की, संसारातील दुष्ट माणसं आपल्याला दिसतात. हलकी, क्षुद्र आणि सर्व प्रकारचे द्रोह करणारी माणसंही दिसतात. ज्याच्यावर प्रेम करावं तो माणूस कृतघ्न निघतो - पाठीत खंजीर खुपसणारा निपजतो. लग्नातला आपला फोटो पाहिला की एखाद्या स्त्रीला वाटतं, मी किती सुंदर होते! त्या कल्पनेने ती सुखावते. मग आताचं बेढब झालेलं सत्यस्वरूप लक्षात घेऊन ती पाठोपाठ दुःखीही होते. लहानपण आठवलं की कित्येकांना सुख वाटतं. आणि पाठोपाठ वय वाढल्यानंतरचं जीवन कटकटीचं वाटू लागतं. म्हणजे सुख आणि दुःख हे हातात हात घालूनच नांदत असतात. मनुष्य सुखाच्या मागे धावत राहिला तर पाठोपाठ दुःख त्याच्या मागे धावू लागतं. हा पाठशिवणीचा खेळ आयुष्याच्या

अखेरीपर्यंत चालू असतो. मृत्यू समीप आला की मग माणसाच्या ध्यानात येतं की, जीवनातली सारी धावाधाव व्यर्थच होती. जे मिळवायचं होतं ते राहूनच गेलं - जे नको होतं ते मात्र मिळालं. अशी मानसिकता होण्याचं कारण म्हणजे दिशाहीन आणि विचारहीन जीवनदृष्टी. कर्मासक्त झाल्यामुळेच आपण या सुखदु:खरूपी सांसारिक जाळ्यात अडकलो आहोत हे भानच विचारातून निघून गेलेलं असतं. त्याचेच हे परिणाम असतात.

तात्पर्य, आयुष्यात जो आनंद मिळवायचा असतो, तो संसारवृक्षाला छेदून गेल्याशिवाय मिळणारच नसतो! संसारात मिळणारं सुख हे विषयांपासून मिळणारं असतं. म्हणजे ते सुख इंद्रियजन्य असतं. नवी खरेदी केली, पार्ट्या केल्या, प्रवास केला, व्यसने केली तरी त्यामधलं सुख हे तात्पुरतं असतं. म्हणजे ते सुख हे इंद्रियांच्या भोग-विषयांशी होणाऱ्या संगातून निर्माण होत असतं. म्हणूनच ते फसवं असतं. ते टिकाऊ नसतं म्हणूनच ते पुन्हा पुन्हा भोगावंसं वाटतं.

पण जर विषय आणि इंद्रियांचा संबंध तोडता आला, तर मात्र अंतर्यामीचा आनंदस्वरूप निर्झर उफाळू लागतो. साधकाचा आत्मिक आनंदाच्या दिशेने प्रवास सुरू होतो. मग अशा मनुष्याला आत्मभान जागवणारं संगीत आवडू लागतं. भगवंताची मूर्ती पाहताना त्याचे नेत्र भरून येतात. निसर्गाकडे असा मनुष्य भोगाच्या दृष्टीने नव्हे तर भावपूर्ण दृष्टीने बघू लागतो. समष्टीकडेही तो त्याच भावनेने पाहू लागतो. ही स्थिती प्राप्त होणं म्हणजे मनाच्या कठोर, द्वेषपूर्ण आणि स्वार्थयुक्त भूमिकेतून अलगद बाहेर पडणं असतं. मग हळूहळू पुढचा, आत्मभानाच्या दिशेने अशा मनुष्याचा प्रवास सुरू होतो.

ही स्थिती जीवाला परमानंद देऊ लागते. मग वस्तूपासून किंवा भोगांमधून मिळणारं सुख व्यर्थ वाटू लागतं. जीवनातलं सौंदर्य प्रतीत होऊ लागतं. जे काही आहे ते सारं काही परमात्मा आहे याचीही अनुभूती मिळू लागते. असा मनुष्य मग या संसारवृक्षाचं जोखड झुगारून केव्हा तरी निरंतरच्या आत्मानंदाला प्राप्त होतो.

असा आनंद प्राप्त करून घ्यायचा असेल तर या संसारवृक्षाचा मनोमन उच्छेद करायला हवा, पण एवढ्या अवाढव्य संसारवृक्षाचा उच्छेद करणं शक्य तरी आहे का, असा विचार मनात येणं स्वाभाविक आहे. मात्र सखोल चिंतन केल्यास ध्यानात येईल की, सशाची शिंगं प्रत्यक्षात मोडण्याची गरज नसते. किंवा ढगांचे किल्ले आपण जाऊन मोडण्याचीही काहीच आवश्यकता नसते. संसारवृक्ष जर मिथ्या आहे, तर त्याला तोडून टाकण्याची इच्छा बाळगणंही व्यर्थच असतं. म्हणजे तो वृक्ष तोडण्याच्या भानगडीत न पडता अंतर्यामीचं सत्स्वरूप जाणण्याच्या प्रयत्नांमधून संसारवृक्षाला भेदता येऊ शकतं.

वास्तविक, संसारवृक्ष हे सृष्टीच्या निर्मितीचं रूपकात्मक वर्णन आहे. उपनिषदातही ही उत्पत्ती सांगितली आहे. 'अहं'चं स्फुरण झाल्यावर परमात्म्यापासून प्रथम आकाश, आकाशापासून वायू, वायूपासून अग्नी, अग्नीपासून पाणी, पाण्यापासून पृथ्वी, पृथ्वीपासून वनस्पती, वनस्पतीपासून अन्न आणि अन्नापासून पुरुष म्हणजे जीव उत्पन्न झाला. मनुष्यदेहाला ज्याप्रमाणे त्याचा सूक्ष्म देह व्यापून असतो, त्याचप्रमाणे विश्वाला हिरण्यगर्भ किंवा प्रजापती अथवा ब्रह्मा व्यापून असतो. मनुष्यदेहामध्ये आत्मा साक्षित्वाने राहतो त्याचप्रमाणे विश्वामध्ये ईश्वर साक्षित्वाने वावरतो.

असं असलं तरी तीन गोष्टींमुळे जीव या संसारवृक्षाच्या अभेद्य जाळ्यात फसतो. (१) आसक्ती, (२) 'अहं'ची प्रेरणा आणि (३) ईश्वराविषयी अनासक्ती.

आसक्ती निर्माण होण्यात रजोगुण-तमोगुण कारण ठरतात. या दोन गुणांचा स्वार्थापोटी आश्रय घेतला की राग, द्वेष, लोभ, मोह, मद आणि मत्सर हे षड्रिपू जीवाला प्रभावित करतात. 'मी' आणि 'माझं' हा भाव याच रजोगुण आणि तमोगुण या दोन गुणांमुळे वृद्धिंगत होतो. माणसाला ईश्वर नको असतो; त्याची कृपा हवी असते. कृपा तर हवीच. ईश्वर निरंतर कृपा करतच असतो, मात्र याविषयी माणूस अनभिज्ञ राहतो.

या ईश्वराला ओळखायचं असेल आणि त्याच्यामध्ये एकरूप होऊन जायचं असेल, तर प्रथम ह्या संसारवृक्षाचा उच्छेद केला पाहिजे. त्याचं तंत्र म्हणजे ज्या 'अहं'च्या स्फुरणाने संसारवृक्ष निर्माण झाला, त्या 'अहं'च्या स्फुरणाअगोदरची स्थिती गाठता आली पाहिजे. म्हणजे जिथे 'अहं'चं स्फुरण नाही तिथे गेलं पाहिजे, हा विचार तर्कशुद्ध आहे. कारण परमेश्वराला 'अहं'चं स्फुरण होऊनच सृष्टी निर्माण झाली. ही सृष्टी म्हणजेच संसारवृक्ष हा मायिक आहे. या मायेला उल्लंघून गेल्याशिवाय परमेश्वर-प्राप्ती होणार नाही हे उघड आहे. लाकूड पूर्णतः जळून गेलं की अग्नी त्याच्या मूळ स्वरूपात विलीन होतो. त्याप्रमाणे हे मायिक बंधन पूर्णतः जाळलं म्हणजे मग जीवाला त्याच्या मूळ स्वरूपात म्हणजे उगमापाशी जाता येतं.

मग हे साधणार कसं? अर्थातच ती गोष्ट सोपी खासच नाही. त्यासाठी जिथे जिथे मायेचा प्रभाव आहे, त्याचा बीमोड करता आला पाहिजे. त्यासाठीची तंत्रंच भगवद्गीतेत दिली आहेत. ते ज्ञान गीता सांकेतिक भाषेत सांगते. त्याची उकल केली पाहिजे; समजून घेतलं पाहिजे. त्यासाठी प्रतिदिनी परमात्म्याचं चिंतन-मनन केलं पाहिजे. भौतिक जगतात होणारे मानापमान समान मानले पाहिजेत. आत्मानंदामुळेच बाह्य मानापमान समान वाटू लागतात. त्यानंतर मोह, अहंकार, अविवेक या गोष्टींचा त्याग करायला हवा. आसक्ती सुटायला हवी. त्याचबरोबर परमात्म्याचं स्वरूप पाहण्याची तीव्र इच्छा मनात निर्माण

झाली पाहिजे. ही इच्छा, फलाशा आणि आसक्तिरहितच हवी. ईश्वराला अनुभवण्याचा सतत ध्यास लागायला हवा. मनातून सर्व प्रकारच्या कामासक्तीचा उच्छेद झाला पाहिजे.

थोडक्यात, ज्या गोष्टीला उल्लंघून जायचं आहे म्हणजे ओलांडून जायचं आहे, त्याच्यावर पाय ठेवून चालत नाही. घाण ओलांडायची आहे तर त्याच घाणीवर पाय ठेवून कसं चालेल? अन्यथा त्या क्रियेला ओलांडणं म्हणता येणार नाही. म्हणून चालताना मध्ये गटार असेल तर त्या गटाराला ओलांडूनच पलीकडे गेलं पाहिजे; पण वाटेतल्या गटारातच फिरत राहिलं तर पलीकडे जाणं कसं शक्य होईल? म्हणजे जीवन जगतानाच त्रिगुणांच्या प्रभावातून प्रथम सुटका करून घेता आली पाहिजे - अर्थातच त्यांना उल्लंघून जाणं साधलं पाहिजे. ती गोष्ट साध्य झाली की ध्यानही सिद्ध होत जातं. मग ध्यानातून 'अहं'च्या स्फुरणापूर्वीची स्थिती गाठता आली तर आपोआप संसारवृक्षाचा भेद होऊन परमानंदाचा आणि पर्यायाने परमात्म्याचा अनुभवता घेता येईल.

परमात्म्याला प्राप्त होण्याचं हे तंत्र भगवंतांनी थोडक्या शब्दात सांगितलेलं आहे. ते समजून घेऊन जीवनात उतरवता आलं पाहिजे. त्याचा परिणाम म्हणजे मनुष्य सुख-दुःखरूपी संसाराला उल्लंघून जाऊ शकेल.

संसारवृक्ष मिथ्या आहे, तरी तो सुख-दुःखांनी ओतप्रोत भरलेला आहे. अंतिम आनंद जर मिळवायचा असेल, तर संसारवृक्षाचा उच्छेद करायला हवा. ज्याच्या अंतःकरणातून सुखदुःखादी भावनांचा समूळ विनाश झालेला आहे, असा अज्ञानशून्य ज्ञानी पुरुषच त्या अक्षयपदाला प्राप्त होतो. आत्मस्वरूपात विलीन होतो.

निर्मानमोहा जितसङ्गदोषाअध्यात्मनित्या विनिवृत्तकामाः ।
द्वन्द्वैर्विमुक्ताः सुखदुःखसंज्ञैर्गच्छन्त्यमूढाः पदमव्ययं तत् ॥१५.५॥

जे मानापमानाची पर्वा करत नाहीत, ज्यांचा मोह नाहीसा झालेला असतो (ज्यांची बुद्धी निर्योगक्षेम झालेली असते), ज्यांनी आसक्ती आणि तत्सम दोषांना जिंकलेलं असतं, ज्यांची बुद्धी आत्मस्वरूपाच्या ठिकाणी नित्य स्थिर असते, सुख आणि दुःख संज्ञक द्वंद्वापासून जे कायमचे मुक्त झालेले असतात, असे ज्ञानी पुरुष अविनाशी अशा अव्यय पदाप्रत जातात.

मान-अपमान या कल्पनांच्या पलीकडे ज्ञानी पोहोचलेला असतो. बाह्य विषयांमुळे किंवा वस्तूंमुळे त्याच्या अंतःकरणावर कोणत्याही प्रकारचे भावतरंग उठत नाहीत. मेघ निघून गेले म्हणजे आकाश जसं निरभ्र होतं, तसंच ज्ञानी मनुष्याचं अंतःकरण मायामोहरूपी मेघ निघून गेले की निरभ्र होतं. अशा निरभ्र मनामध्ये कामना निर्माण होत नाहीत; म्हणजे ते कामनारहित होतं. दरिद्री आणि निर्दय मनुष्याला त्याच्या गुणांमुळे नातलग सोडून जातात. त्याप्रमाणे ज्ञानी मनुष्य विकारांना सोडून देतो. आपला या ठिकाणी निभाव लागणार नाही, आपल्याला इथे थारा नाही किंवा आपली आता इथे किंमत नाही, म्हणून विकारही अशा मनुष्याच्या वाटेला जात नाहीत.

अनेक जणांना सतत मानाची अपेक्षा असते. साधं लग्नाच्या पत्रिकेवरच्या नामावलीत आपलं नाव नाही हे पाहून अनेक जण रुसतात; फुगून बसतात. त्यांना तो अपमान वाटतो. याउलट खऱ्या ज्ञानी व्यक्तीला अशा कोणत्याच मानाची अपेक्षा नसते. अर्थात कुणीही यावं आणि त्या व्यक्तीचा अपमान करावा असा याचा अर्थ नाही. मानाची अपेक्षा सोडली म्हणजे अस्मिताही त्यागली असं होत नाही. मानाची अपेक्षा नसली तरी अशी ज्ञानी व्यक्ती अस्मितापूर्ण जीवनच जगत असते. अर्थात आपल्या विचार-कार्यात ती अढळ असते.

श्रीमंत पेशव्यांनी एकदा ब्राह्मणभोजन घातलं. संपूर्ण पुण्यनगरीतल्या ब्राह्मणांना जेवणाची निमंत्रणं गेली. एका ब्राह्मणाने मात्र ते निमंत्रण नाकारलं. निमंत्रण देणाऱ्याने विचारलं, ''तुम्ही जेवायला का येणार नाही?''

ब्राह्मण म्हणाला, 'ती माझ्या पाठशाळेची वेळ असते. वेदांचं ज्ञान मी तेव्हा विद्यार्थ्यांना देत असतो. माझी वेळ मी जेवणासाठी बदलू शकत नाही.' ती गोष्ट वरच्या अधिकाऱ्याला समजली. तो त्या ब्राह्मणाकडे आला आणि पुन्हा येण्याचा आग्रह करू लागला, पण ब्राह्मण आपल्या विचारावर ठाम होता. पाठशाळेची वेळ तो जेवणावळीसाठी टाळणार नव्हता. ती वार्ता मग पेशव्यांपर्यंत गेली. पेशव्यांनी आपला खास दूत पुन्हा त्या ब्राह्मणाकडे पाठवला.

पुन्हा निमंत्रण देताना तो दूत म्हणाला, ''पाच हजार रुपये देऊन पेशवे तुमचा गौरव करणार आहेत. तेव्हा आपण भोजनासाठी यावं.''

पण ब्राह्मणाने आपला निर्णय बदलला नाही. तेव्हा पेशव्यांनी आपल्या एका मंत्र्याला त्या ब्राह्मणाकडे पाठवलं. ब्राह्मणाकडे येऊन पुन्हा निमंत्रण देताना तो मंत्री म्हणाला, ''पेशव्यांनी तुम्हांला दहा हजार रुपये दक्षिणा द्यायचं ठरवलं आहे. आता नाही म्हणू नका.''

वास्तविक त्या ब्राह्मणाला धनाची खूप आवश्यकता होती, पण त्या वेदवेदांगजाणत्या ज्ञानी ब्राह्मणाने कधी कुणापुढे हात पसरले नव्हते. तो अस्मितापूर्णच जीवन जगत होता. त्याने पुन्हा जेव्हा नकार दिला, तेव्हा तो मंत्री चिडून म्हणाला, ''तुम्हांला श्रीमंत पेशवे दहा हजार रुपये दक्षिणा देऊन जेवणाचं निमंत्रण देत आहेत. कुणी एखाद्याला दहा हजार देऊन इतकं सन्मानाचं निमंत्रण दिलेलं ऐकिवात आहे का?''

तो ब्राह्मण म्हणाला, ''हो, आहे की! असं सन्मानाचं निमंत्रण देणारा माझ्या समोरच आहे! पण मला सांगा, इतकी मोठी रक्कम देऊनही निमंत्रण नाकारणारा ब्राह्मण तुम्ही बघितला आहे का?''

तो मंत्री खजिल होऊन गेला.

मान-मोह आणि विकार यांपासून मुक्त झालेला असा योगीच आत्मस्वरूपाच्या ठिकाणी स्थिर असतो. त्याला कुणी विकत घेऊ शकत नाही. समर्थ रामदास स्वामी या अवस्थेचं वर्णन करताना म्हणतात-

राम राम सर्वहि म्हणति । न कोणी जाणती आत्माराम ॥
राम हा कालचा सुत दशरथाचा । अनंत युगींचा आत्माराम ॥

रामासी राम जरी ठावे असता । शरण का जाता वशिष्टासी ॥

प्रारंभी रामदास हे दशरथपुत्र रामाचे भक्त होते, परंतु जेव्हा त्यांना आत्मस्वरूपाचा, आत्मारामाचा प्रत्यय आला, तेव्हा त्यांच्या मुखातून त्यांच्या भावना या श्लोकरूपाने बाहेर पडल्या.

म्हणून आपली बुद्धी ही नित्य आत्मस्वरूपाच्या ठिकाणी स्थिर करता आली पाहिजे. म्हणजे हात आत्मस्वरूपाचा पकडून ठेवायचा आणि प्राप्त जीवन निश्चित दिशेने जगत राहायचं. ही स्थिती साध्य झाली की केव्हा तरी साधकाला आत्मानुभूती मिळून जाते. एकदा हा आत्मानंदाचा अनुभव आला, की ज्ञानी मनुष्य सुखदुःखांच्या द्वंद्वापासून कायमचा मुक्त होतो. मग देह सोडल्यानंतर तो अच्युत, परम-अव्यय आणि अविनाशी पदाप्रत जातो.

सामान्य मनुष्याला सत्ता, संपत्ती, अधिकार, नातीगोती यांच्यापासून मिळणाऱ्या मानाची अपेक्षा असते. मान-अपमानाच्या भ्रामक कल्पनांमध्ये तो अडकलेला असतो, परंतु जो ज्ञानी असतो तो या भ्रामक कल्पनांच्या पलीकडे पोहोचलेला असतो.

खुर्चीवर राव-रंक, सज्जन-दुर्जन कुणीही बसलं, तरी खुर्चीला त्याचं सोयर-सुतक नसतं. त्याप्रमाणे ज्ञानी मनुष्याला सुखदुःखाचं सोयर-सुतक नसतं. म्हणूनच तो त्रिगुणात्मक प्रकृतीच्या वैश्विक जाळ्यातून निसटतो आणि आत्मस्वरूपाच्या ठिकाणीच त्याची बुद्धी नित्य स्थिर राहिल्यामुळे अंती अच्युत पदाप्रत पोहोचतो.

न तद्भासयते सूर्यो न शशाङ्को न पावकः ।
यद्गत्वा न निवर्तन्ते तद्धाम परमं मम ॥१५.६॥

त्या (पदाला) सूर्य प्रकाशित करू शकत नाही, (मग) चंद्रही नाही, अग्नीही नाही (हे सांगायला नकोच). म्हणजे जे स्वयंप्रकाशित आहे आणि सूर्यादिकांसाठीही जे प्रकाशक आहे, त्या ठिकाणी (ब्रह्मपदी) गेल्यावर परत जन्म घ्यावा लागत नाही. (असं) ते माझं अत्यंत तेजोमय निजधाम आहे.

एखाद्या भक्ताला ज्या पदापर्यंत पोहोचायचं असतं ते अच्युत असं पद कुठे असतं आणि त्याचं स्वरूप कसं असतं, ते इथे भगवंतांनी विशद केलं आहे. सूर्य, चंद्र, तारे हे सर्व घटक नामरूपांच्या कोटीत येतात. मागच्या भागात आपण UY Scuti, Ton ६१८-क्विझार अशा ज्या महाकाय ताऱ्यांचा विचार केला. तशा अब्जावधी ताऱ्यांनाही ते परब्रह्मस्वरूप स्वयंप्रकाशित तत्त्व प्रकाशित करत असतं. मग चंद्र-सूर्य, अग्नी यांनाही तेच तत्त्व प्रकाशित करतं यात विशेष काय?

इथे अग्नी म्हणजे केवळ जाळ नाही तर जिथे जिथे अग्नितत्त्व आहे तिथे तिथे ते स्वयंप्रकाशित तत्त्व आहेच. म्हणजे त्याचा प्रभाव असतोच. जीवांच्या पोटात असणारा वैश्वानर, अवकाशाशी संपर्क करणारा जातवेद अशा प्रकारचे सर्व अग्नी हे स्वयंप्रकाशित परमतत्त्वामुळेच प्रकाशित होत असतात. आपल्याला भूक लागते याला कारण हा वैश्वानर आणि पर्यायाने परमतत्त्वच असतं. म्हणूनच शास्त्रकारांनी भोजनापूर्वी *वदनीकवल घेता नाम घ्या श्रीहरीचे* किंवा *अहंवैश्वानरोभूत्वा प्राणिनांदेहमाश्रितः* असे मंत्र कृतज्ञतेपोटी म्हणण्याचा संस्कार पिढीजात घडवला. या मंत्रांचे शरीरावर नक्कीच सकारात्मक परिणाम होत असतात. शिवाय, भगवंताकडे केवळ मागणी करण्याच्या प्रवृत्तीकडून कृतज्ञता मानण्याच्या प्रवृत्तीकडे मनुष्य विकास पावत जातो. सातत्याने जर अशी कृतज्ञता बुद्धी अंगीकारली, तर मग त्या स्वयंभू आणि ज्ञानसंपन्न परमतत्त्वाकडून मनुष्याला हळूहळू त्यानुरूप प्रतिसादही मिळत

जातो. म्हणूनच ऋषींनी त्रिकालसंध्येचा संस्कार घडवला होता. त्यातून मनुष्याचा अपरिमित विकास होत असे. तोच संस्कार पू. पांडुरंगशास्त्री आठवले यांनी कर्मकांडविरहित पण भावनात्मक दृष्टीने स्वाध्यायींमध्ये रुजवला. त्यातील शास्त्र हे बुद्धीसह भावपूर्ण अंत:करणाने समजून घेतलं पाहिजे.

मनुष्याच्या अशा क्रियांना प्रतिसाद देणारं ते परब्रह्म नामरूपांच्या पलीकडचं आहे. दृश्य सृष्टीच नाही तर अणु-रेणू, परमाणू किंवा त्यापलीकडे असणाऱ्या सूक्ष्मातीत सूक्ष्म सृष्टीलाही ते परमतत्त्वच प्रकाशित करत असतं. त्याच्याच अगम्य तेजाने सूर्य-चंद्रांना प्रकाश मिळतो. याउलट सूर्य, चंद्र किंवा अग्नी परब्रह्माला प्रकाशित करण्यासाठी असमर्थ आहेत.

आधुनिक भाषेत सांगायचं तर विजेवर चालणारी, बॅटरीवर चालणारी, सोलर एनर्जीवर चालणारी किंवा कोणतीही तत्सम टेक्नॉलॉजी परमतत्त्वाला प्रकाशित करू शकत नाही. विजेचा बल्ब सूर्याला प्रकाशित करू शकत नाही. उलट परब्रह्माच्या तेजामुळे सूर्यादी ताऱ्यांना मात्र प्रकाश मिळतो. आपल्या खोलीतल्या बल्बचा प्रकाश हा खोलीतील सर्व घटकांना प्रकाशित करतो; परंतु खोलीतील ते प्रकाशित झालेले सर्व घटक आपणहून बल्बला प्रकाशित करू शकत नाहीत. त्याचप्रमाणे परमतत्त्वाला ब्रह्मांडातील अब्जावधी सूर्यही प्रकाशित करू शकत नाहीत. असं जे स्वयंप्रकाशित स्थान आहे- त्या स्थानाच्या सौंदर्यामुळे मोह पावून तिथे गेलेला परत येत नाही. म्हणजेच ब्रह्मनिर्वाण अथवा मोक्ष मिळाला की मनुष्य परत जन्म घेत नाही.

परब्रह्माचं स्थान हे चंद्र-सूर्याच्या पलीकडे म्हणजे कुठे तरी दूर आहे, असं मात्र नाही. कारण जे असं Time and Space च्या मोजपट्टीत बसणारंच नाही, तिथे अंतराचा संदर्भच येऊ शकत नाही. म्हणजे आपण अंतराळात प्रवास करून कुठे तरी परमतत्त्वापाशी पोहोचलो हा भागच तिथे नाही. त्याचप्रमाणे भौतिक शरीर, दर्शन घडवणारी इंद्रियं आणि रॉकेटसारखी प्रवासाची साधने यांचाही तिथे संदर्भ नाही. परमतत्त्वाला जाणून घेण्याची ही माध्यमंच नाहीत. म्हणजेच भौतिक साधनांनी त्या तेजस्वी ब्रह्माचा शोध अंतराळात लागू शकत नाही. ईश्वराला अंतराळात शोधायला लागलं तर त्या शोधाला कोणतीही दिशाच मिळू शकणार नाही. सिनेमाच्या पडद्यावर दिग्दर्शकाचा शोध घेण्यासारखं ते आहे.

अंतराळात ग्रह-ताऱ्यांचा आणि परग्रहवासीयांचा शोध घेणं एवढंच खगोलशास्त्रज्ञांचं सीमित ध्येय ठरू शकतं. सृष्टीची निर्मिती कशी झाली आणि त्याला काय कारण ठरलं, हा भौतिकशास्त्रज्ञांचा विषय ठरू शकतो, पण सूर्य-चंद्रांचीही जिथे पोहोच नाही, अशा विषयाला भौतिक साधने कुठून प्रकाशित करू शकणार? एखाद्या

दूरच्या ग्रहाचा शोध घेण्यासाठी केवढा आटापिटा करावा लागतो, खर्च करावा लागतो, रॉकेट्स सोडावी लागतात! पण गंमत अशी की, परब्रह्म हे विश्‍व व्यापून उरलं असलं तरी त्याचं ठिकाण शोधण्यासाठी आपल्याला कुठे दूर जाण्याचीही आवश्यकता नसते! ब्रह्मपदाचं जवळचं ठिकाण म्हणजे आपलं अंतःकरण. अंतःकरणात 'अहं'चं स्फुरण झालं की मग सूर्य-चंद्रादी ग्रहताऱ्यांची जाणीव होते; अनुभव मिळू लागतो.

सूर्य-चंद्र हे जीवाच्या दृष्टीने जन्मापूर्वी नसतातच. परमेश्‍वरापासून जीव आणि जीवाच्या जन्मानंतर मनुष्याचं मन, बुद्धी आणि अंतःकरण जागृत झालं की त्यानंतर जीवासाठी चंद्र-सूर्य निर्माण होतात - म्हणजे त्यांच्या अस्तित्वाचा प्रत्यय येतो. अंतःकरणच जागृत नसेल तर चंद्र-सूर्याचाही प्रकाश अंतःकरणाला प्रकाशित करू शकत नाही. मनुष्याच्या 'अहं'चं या आत्मतत्त्वाशी मिलन झालं, तर मात्र जीवनातलं परमोच्च धाम प्राप्त होऊ शकतं. कारण जे ब्रह्मांडी तेच पिंडी आहे! हेच ते भगवंताचं गुणसौंदर्याने अत्यंत प्रकाशित 'निजधाम' अर्थात ब्रह्मपद आहे!

खलिल जिब्रानची एक छोटी कथा आहे.

दोनजण बोलत बसले होते. एकजण दुसऱ्याला म्हणाला, ''फार पूर्वी, समुद्राला भरती आलेली असताना मी माझ्या हातातील काठीने किनाऱ्यावरील वाळूवर काही अक्षरं लिहिली होती. लोक ती वाचायला आजही तिथे थबकतात आणि ती पुसणार नाहीत याची काळजी घेतात.''

दुसरा म्हणाला, ''मीही किनाऱ्यावरील वाळूत काही अक्षरं लिहिली होती; पण ती सागराला ओहोटी असताना. भरतीच्या लाटांनी ती पुसून टाकली. मला सांगा, तुम्ही काय लिहिलं होतं जे पुसलं गेलं नाही?''

पहिल्याने सांगितलं, ''मी लिहिलं, 'मी ब्रह्म आहे' - *अहं ब्रह्मास्मि.*''

आणि त्याने विचारलं, ''तुम्ही काय लिहिलं होतं?''

दुसऱ्याने सांगितलं, ''मी ब्रह्माचा एक सूक्ष्म अंश आहे.''

जोपर्यंत त्या स्वयंसिद्ध, स्वयंप्रकाशित तेजोमय अस्तित्वाचा अनुभव मिळत नाही, तोपर्यंत जीव हा ब्रह्माचा सूक्ष्म अंशच बनून राहतो. 'अहं ब्रह्मास्मि'ची अनुभूती मिळालेला जीव जन्म-मृत्यूच्या पलीकडे जाऊन निरंतर आनंद उपभोगत राहतो.

जाग येताच स्वप्न विरून जातं, त्याप्रमाणे आत्मप्रकाश जाणवताच विश्‍वाचा आभास विरून जातो. परमेश्‍वराचं कालातीत निजधाम भासरहित आहे. सागराला मिळालेल्या नद्या परत येत नाहीत, त्याप्रमाणे निजधामाच्या ठिकाणी गेलेले लोक परतत नाहीत.

ममैवांशो जीवलोके जीवभूतः सनातनः ।
मनःषष्ठानीन्द्रियाणि प्रकृतिस्थानि कर्षति ॥१५.७॥

माझाच सनातन अंश जीवलोकामध्ये जीवरूप झालेला आहे. तो जीवरूप प्रकृतीमध्ये स्थित अशा मनासहित सहा इंद्रियांना आकर्षित करतो- म्हणजे त्यांचं नियमन करतो.

अविनाशी असं परमपद आणि मनुष्य यांचा संबंध काय? अर्थात परमेश्वराचा आणि जीवाचा संबंध काय? याचं उत्तर भगवान या श्लोकात देतात. ते सांगतात, 'हा जीवा-शिवाचा संबंध आहे. माझाच अंश जीवात आहे.'

भगवंत स्वतः जीव नसतानाही ते स्वतःला जीव समजतात. परमार्थाच्या दृष्टीने हा अंश नसतो. तत्त्वज्ञानही हेच सांगतं, परंतु व्यावहारिक दृष्टीने हा अंश वाटतो. जीवामध्ये भगवंताचं अस्तित्व अंशरूपाने पण पूर्ण स्वरूपात भासणं ही भगवंताचीच एक कला आहे. जीवमात्रांमध्ये अंशरूपाने ही जी ज्ञानशक्ती असते, ती अखंड आणि अक्षुण्ण असते. अनेक घटांमधून पडलेलं सूर्याचं प्रतिबिंब हे तुकड्या-तुकड्यांत नसून अखंडच असतं, तसंच हे आहे. संपूर्ण, अखंड सूर्य छोट्या घटात प्रतिबिंब स्वरूपात उतरलेला असतो. तसाच परमात्मा प्रत्यगामाच्या रूपाने प्रत्येक शरीरात वसत असतो. देह जीवात्मा निर्माण करत नाही तर; चार कोषांसह जीवात्मा देह धारण करत असतो आणि सोडत असतो. भगवंत जणू सांगतात, 'घाबरू नका, हा देह सोडला तरी मी नवीन देह धारण करणारच आहे.'

भगवंताचे हे अत्यंत आश्वासक असे बोल आहेत. त्या परब्रह्मरूपी तेजाचाच मनुष्य अंश आहे. असं असताना मनुष्य तेजोहीन बनतो तो आपल्या कर्मामुळे. त्याच्या कर्माला त्रिगुणांची प्रेरणा असते. त्रिगुणांनुसारच जीवामध्ये वासना निर्माण होत असतात. म्हणजे कर्म, कर्माची प्रेरणा आणि कर्माचं फळ यांमागे भगवंताचीच शक्ती असते. तोच जीवाच्या सर्व इंद्रियांना बाह्य जगात खेळवतो - तिकडे आकर्षित करतो. जीवाच्या सर्व इंद्रियांचंही तो नियमन करतो. मात्र मनुष्याच्या हातून जी कर्मं

होतात, त्यांच्या फळात मात्र तो हस्तक्षेप करत नाही.

थोडक्यात, भगवंत सर्वांना समान शक्ती देतात. कमी-जास्ती हा भेद भगवंताच्या भूमिकेत नसतो. श्रीमंत सावकार जेव्हा दान करत असतो, तेव्हा त्याच्या समोर याचकांची गर्दी असते. प्रत्येकाच्या हातात लहान-मोठं पात्र असतं. त्या पात्रात मावेल इतकंच धन सावकार देत असतो. दानात धन कमी आलं तर दोष सावकाराचा नसून याचकाने हाती घेतलेल्या पात्राचा असतो. भगवंत सर्वांना शक्तीचं वाटप करत असताना आपण कोणतं पात्र न्यावं, हा ज्याच्या त्याच्या बुद्धीचा प्रश्न ठरतो. म्हणून सामान्य माणसाला त्याच्या बुद्धीच्या कुवतीनुसार शक्ती मिळते तर असामान्य ज्ञानवंतांना विश्व व्यापून उरेल एवढी शक्ती मिळते.

या श्लोकात भगवान *पिंडी ते ब्रह्मांडी* या सिद्धान्ताचाच निर्देश करतात. भगवान जसं इंद्रियांना बाह्य विषयांकडे आकर्षित करतात, तसंच स्वत:कडे म्हणजे अंतर्यामीही आकर्षित करतात. जेव्हा मनुष्य अंतर्यामीच्या भगवंताकडे आकर्षिला जातो, तेव्हा त्याचा आत्मिक विकास सुरू होतो.

सामान्यत: भगवंतांनी ही दोन्ही आकर्षणं मनुष्यामध्ये ठेवलेलीच असतात. त्या आकर्षणांचंही नियमन जीवभूत प्रकृती आणि पर्यायाने परमात्मा करत असतो. म्हणजे मनुष्याला ऐन उमेदीत भोगांचं आकर्षण स्वाभाविकच राहणार असतं. अधिकार, उच्चपद, संगीत, साहित्य, क्रीडा, चित्रकला, शिल्पकला, संशोधन, पर्यटन, परदेशप्रवास किंवा तत्सम भौतिक जगतातली आकर्षणं आपापल्या स्वभावधर्मानुसार असतातच. पण जसं वय वाढत जातं, तसं भौतिकतेतलं आकर्षण कमी कमी होत जाऊन एखादा विचारी मनुष्य सृष्टीचा, ब्रह्मांडाचा, अगदी अतिमानवांचाही विचार करू लागतो. मृत्यूनंतरच्या जीवनाचासुद्धा तो उत्सुकतेपोटी विचार करू लागतो. अंतर्यामीच्या प्रवासाची ही नांदी असते. अंतर्यामीचं हे आकर्षण कुणाला केव्हा वाटेल, ते सांगता येत नाही. काहींना ऐन तारुण्यातच त्याची गोडी वाटू लागते तर बहुतांशी लोकांना पन्नाशीनंतर त्याचं आकर्षण वाटू लागतं. या दोन्ही आकर्षणांमागे भगवंतांचीच शक्ती असते. या दोन्ही आकर्षणांच्या परस्पर ताणावरच जणू जीवन संभवतं. विश्वातले ग्रहगोलसुद्धा परस्पर ताणावरच तरंगत असतात आणि म्हणूनच त्यांचं स्वतंत्र अस्तित्व संभवत असतं. हा भौतिकशास्त्राचा नियमच जणू भगवान या श्लोकातून सांगत आहेत. समजा, बाह्य विश्वातला ताण मनुष्याने सोडला म्हणजेच स्थितप्रज्ञ वृत्ती अंगी बाणवली किंवा निष्काम कर्मयोगाला प्रारंभ केला; तर अशा वेळी मनुष्याच्या प्रकृती-प्रभावित इंद्रियांना आपल्याकडे खेचून घेण्यात भगवंतांनाच यश येतं! म्हणजेच *अहं ब्रह्मास्मि* ही अनुभूती जीवाला येऊ लागते.

भगवंत केवळ एकाच शरीरात आहेत आणि दुसऱ्या शरीरात नाहीत असं होऊच शकत नाही. विश्वातील यच्चयावत जीवांच्या अंतर्यामी ते पूर्णांशानंच वसून असतात. मनुष्याचं बाह्य रूप, जात, पंथ, धर्म, राष्ट्रीयता अथवा ब्रह्मांडातलं राहण्याचं ठिकाण कोणतंही असलं तरी भगवान सर्वांमध्ये समभावानंच वसून असतात. हा महत् सिद्धान्त भगवान या श्लोकातून सांगत आहेत. या दृष्टीने संपूर्ण सृष्टीतल्या जीवांमध्ये परमेश्वरी बंध एकसारखाच आहे. भगवंतांना त्यांची ही वास्तव्याची सर्व ठिकाणं अत्यंत प्रिय आहेत. भगवंतांच्या या वैश्विक परिवाराला पांडुरंगशास्त्री आठवले म्हणतात, 'Brotherhood under the fatherhood of God.' तोच भाव सर्वांमध्ये आला तर या पृथ्वीवर केवढं परिवर्तन घडून येईल! दुसऱ्याकडे बघण्याचा दृष्टिकोनच बदलून जाईल. कुणीही कोणत्याही जातीचा, धर्माचा अथवा राष्ट्राचा असला तरी त्याच्याकडे या बंधुभावाच्या दृष्टीनंच बघितलं जाईल. दुसरा म्हणजे शत्रू, गिऱ्हाईक किंवा वापरून घेण्याजोगा वाटणार नाही. व्यावहारिकतेबरोबरच प्रेमभावही जपला जाईल. या दृष्टीने विचार करायचा झाल्यास, 'भगवान दूर नहीं, वह दूसरा नहीं और उसे मिलने में देर नहीं।'

ही समज जितकी वृद्धिंगत होत जाईल, तितके व्यक्तिगत, कौटुंबिक आणि सामाजिक प्रश्न कमी होत जातील. कदाचित हे स्वप्नरंजन वाटू शकेल; पण आज जी स्वप्ने बघितली जातात, ती केव्हा तरी सत्यात येण्याची शक्यता असतेच की! म्हणूनच वैदिक आर्य 'सर्वेपि सुखिनः संतु; सर्वे संतु निरामयाः'चा उद्घोष करत. सर्वांनीच पुन्हा या मंत्राचा उद्घोष केला तर मग तो दिवस दूर नसेल!

जीव भगवंताचा सनातन अंश आहे, परंतु वास्तवात सामान्य मनुष्याला बाह्य विषयांचं आकर्षण भगवंतांपासून दूर खेचून नेत असतं. त्यामुळे या अंतःस्थ शक्तीला ऐन उमेदीत तो विसरतो. पण केव्हा ना केव्हा तरी मनुष्य अंतर्यामीच्या भगवंताकडे आकर्षित होतोच. या दोन्ही आकर्षणांच्या मागे भगवंताचीच शक्ती असते. भगवंताच्याच पूर्ण अंशानंच सृष्टीतील सर्व जीवांना व्यापलं आहे. त्याच्याकडे आपपर भाव नाही. तोच भाव आपणही जपायला हवा. जीवाने जर अंतःकरणात स्थित असलेल्या तेजोंशाला ओळखलं, तर तो जीवाचा शिव होऊन जाऊ शकतो.

शरीरं यदवाप्नोति यच्चाप्युत्क्रामतीश्वरः ।
गृहीत्वैतानि संयाति वायुर्गन्धानिवाशयात् ॥१५.८॥
श्रोत्रं चक्षुः स्पर्शनं च रसनं घ्राणमेव च ।
अधिष्ठाय मनश्चायं विषयानुपसेवते ॥१५.९॥

जीवात्मा जेव्हा एखादं शरीर प्राप्त करतो किंवा एक शरीर सोडून दुसऱ्या नव्या शरीरात जातो, तेव्हा वायू ज्याप्रमाणे फुलांचा सुगंध बरोबर घेऊन जातो त्याप्रमाणे हा जीवात्मा पहिल्या शरीरातल्या वासना आणि मनादी तत्त्वं सोबत घेऊन जातो... मग हा जीवात्मा कान, डोळे, त्वचा (स्पर्शेंद्रियं), जिव्हा आणि नासिका तसंच मन यांच्या द्वारे पुन्हा नव्या शरीरातून विषयांचा उपभोग घेतो.

हाच विचार भगवंतांनी 'वांसासि जीर्णानि यथा विहाय' या दुसऱ्या अध्यायातील बाविसाव्या श्लोकातून प्रथम सांगितला होता. जीवात्मा जेव्हा मनुष्यदेह धारण करतो, तेव्हा तो पाच कोषांनी बनलेला असतो. ते कोष म्हणजे अन्नमय कोष, मनोमय कोष, वासनामय कोष, विज्ञानमय कोष आणि आनंदमय कोष. त्यांपैकी जीवात्मा हा देह सोडताना केवळ अन्नमय कोष पृथ्वीवर सोडतो आणि उरलेले चार कोष बरोबर घेऊन तो नव्या शरीरात प्रवेश करतो. त्यामुळे देह सोडल्यानंतर त्याच्या 'अहं'युक्त जाणिवा मागे उरलेल्याच असतात. किंबहुना अन्नमय कोष आणि भौतिक मन मागे सोडल्यामुळे त्याच्या जाणिवा अधिक प्रगल्भ झालेल्या असतात.

वाऱ्याने सुगंध वाहून नेला तरी फूल तिथेच राहतं त्याप्रमाणे जीवात्मा गेला तरी शरीर मागे राहतं. मावळता सूर्य आपल्याबरोबर प्रकाश घेऊन जातो; त्याप्रमाणे जीवात्मा प्रकृतीचं आकर्षण बरोबर घेऊन शरीर मागे सोडतो. प्रकृतीच्या या आकर्षणामुळेच मनुष्याला पुनर्जन्म प्राप्त होतो. मागच्या जीवनात राहून गेलेल्या अतृप्त वासनांमुळेच नव्या जन्मातही मनुष्याचं मनच विकारवश होतं आणि त्यातून वासनारूपाने पुनर्जन्माचा परिणाम घडत राहतो.

वास्तविकत: मृत्यू हा खरा नसतोच. जीवात्म्याने केवळ एक देह मागे सोडल्यामुळे आणि तो चालताबोलता देह पुन्हा दिसणार नसल्यामुळे आपण एखाद्याचा मृत्यू झाला असं मानतो; परंतु प्रत्यक्षात जीवात्मा एक देह सोडून नवीन जन्मच घेत जातो. अर्थातच नवीन चांगलं शरीर धारण करण्यासाठी जुना, खराब झालेला, कृश झालेला किंवा खंगलेला देह सोडावाच लागतो. जीवनात उरल्यासुरल्या वासनांची पूर्ती झाल्यामुळे आणि कर्मखातं रितं झाल्यामुळे कित्येक जीवात्मे अकाली म्हणजे ऐन तारुण्यातही देह सोडतात. जीवात्म्याकडून देह सोडण्याचं एखादं कारण शोधलं जात असतं. मग अपघातात मृत्यू होणं, साथीच्या आजारात मृत्यू येणं किंवा इतर कोणतंही कारण नसताना अचानक हार्टफेल होणं अशी कारणं घडू शकतात. पृथ्वीवर जन्म घेण्याचा हेतू संपुष्टात आल्यामुळे स्वर्गस्तर किंवा कोणत्या तरी उन्नत स्तरावर जाण्याची तेव्हा जीवात्म्याला संधी मिळणार असते. त्यामुळे देह सोडल्यावर जीवात्मा अत्यानंद उपभोगत असतो. म्हणूनच जे आत्मज्ञानी असतात किंवा ज्यांना तत्त्वज्ञानाचा स्पर्श असतो, त्यांना मृत्यूविषयी भीती वाटत नाही. अशी भीती न बाळगणारे असंख्य लोक जगात आहेत आणि होऊनही गेले आहेत.

१८७४ मध्ये परदेशात बर्नहार्ड नावाची एक अभिनेत्री होऊन गेली. एक दिवस ती गंभीर आजारी पडली. डॉक्टर म्हणाले, तुला जगायचं असेल तर अभिनय क्षेत्रातून तुला निवृत्ती घ्यावी लागेल. पण अभिनय हेच तिचं जीवन होतं. तेच संपलं असतं तर तिच्या जगण्यातही काही अर्थ उरला नसता. त्यामुळे कलेपुढे तिला मृत्यू तुच्छ वाटला. ती पुन्हा रंगमंचावर उभी राहिली. ते पाहून एक चाहता तिच्याकडे आला आणि त्याने म्हटलं, ''तुम्ही पुन्हा रंगमंचावर उभ्या राहिलात हे पाहून मला बरं वाटलं. तुम्हांला मी काय भेट देऊ?''

ती म्हणाली, ''डॉक्टर म्हणाले होते, तू पुन्हा रंगमंचावर उभी राहिलीस तर तुला मृत्यू लवकर येईल! पण मी तर पुन्हा मृत्यूच्या विरोधात ठामपणे उभी राहिली आहे! तेव्हा मला काही द्यायचंच असेल तर एक शवपेटिका दे!''

त्या विचारणाऱ्याला आश्चर्य वाटलं.

मग आठवडाभरात तिच्याकडे रोझवूडची एक सुंदर शवपेटिका आली. बर्नहार्ड जिथे जिथे प्रवासाला जायची, तिथे तिथे ती शवपेटिका बरोबर नेली जायची. त्याविषयी कुणी विचारलं तर ती म्हणायची, ''ती शवपेटिका मला कायम दिसली पाहिजे. मी मरेन तेव्हा ही शवपेटिका

माझ्या कलेची - कलेवरच्या माझ्या निष्ठेची चिरंतन साक्ष देत राहील.''
विजिगीषू वृत्तीने तिने मृत्यूवर मात केली होती. ती पुढे पुष्कळ वर्षं चांगल्या स्थितीत जगली. मृत्यूलाच तिने जिंकलं होतं. म्हणून देह केव्हा सोडायचा, हे मनुष्याचं अंतर्मनच ठरवत असतं. मनात आणलं, तर कुणीही मनुष्य विचारात सकारात्मकता आणून मोठ्या धडाडीने मृत्यूवर विजय मिळवू शकतो. कार्यपूर्ती झाली की मग त्याचा जीवात्मा मोठ्या समाधानाने देह सोडतो आणि पुन्हा नवा देह धारण करतो.

प्रत्येक जीव ही भगवंताचीच निर्मिती आहे, पण हे सत्य मनुष्य विसरतो आणि वासनांमध्येच अडकून पडतो. त्याच्या ठायी अहंगंड, भयगंड किंवा न्यूनगंड निर्माण होतो. मग मृत्यू त्याला भयावह वाटू लागतो. वासनांची आणि श्रेष्ठत्वाची किंवा न्यूनत्वाची शिदोरी बरोबर घेऊनच मनुष्य दुसरं शरीर धारण करतो आणि गतजन्मातील त्याच विषयांचा उपभोग घेतो. असं हे सुरचित विशाल चक्र आहे. या चक्राला अंत नाही. वेग, वेळ, अंतर यांचं बंधन नाही. पण मनातून भयगंड दूर केला की मन समर्थ बनतं. त्यासाठी परमेश्वराशी संबंध जोडता आला पाहिजे. ती समज आली की मनुष्य समर्थ होतो. मृत्यूविषयीच्या त्याच्या कुसंकल्पना दूर होतात. म्हणूनच तो हे जीवनही आनंदाने जगू शकतो.

भगवंतांचा हा श्लोक मृत्यूची भीती दूर करतो. आपल्याला आपलं 'अहं'युक्त अस्तित्व हवंच असतं. म्हणून भगवान जणू सांगतात, 'जीवात्म्याच्या माध्यमातून जन्म घेणारा मीच असतो. देहधारणा ही तात्पुरती अवस्था असते; आणि घाबरू नका, हा देह जरी सोडला तरी नवीन (फ्रेश) देह मिळणारच आहे. शिवाय ही क्रिया सहजगत्या आणि स्वाभाविकरत्या होत असते - वायू ज्याप्रमाणे सहजपणे सुगंध वाहून नेतो त्याप्रमाणे! त्यामुळे देह सोडताना काय होईल, मी कुठे जाईन, मी एकटा असेन का, अशा प्रकारच्या चिंता करू नका. ते माझ्यावर सोपवा!'

भौतिक गोष्टीत एखादा समृद्ध असेल किंवा नसेल, पारमार्थिक जीवनातही एखाद्याचा उत्कर्ष कदाचित झालेला असेल;-नसेल; पण त्याबद्दल माणसाने कधी न्यूनगंड बाळगू नये. कारण प्रत्येक जीव ही भगवंताचीच निर्मिती असते; पण त्याची जाणीव माणसाला नसते. तो इंद्रियांनुरूप वासनांमध्येच अडकून पडलेला असतो.

नाक, कान, डोळे, स्पर्श, जिव्हा या पंचेंद्रियांच्या वेगवेगळ्या वासना असतात. मनाच्याही वासना असतात. त्या वासनांची शिदोरी बरोबर घेऊन जीव दुसरं शरीर धारण करतो आणि त्याच विषयांचा पुन्हा पुन्हा उपभोग घेतो. म्हणजे हा जीव काही नव्याने उत्पन्न होत नसतो. परमेश्वराचाच तो 'सनातन' अंश असतो. हा सिद्धान्त वेदान्तसूत्रांतही 'नित्य' आणि 'अंश' या दोन पदांचा उपयोग करूनच सांगितला आहे.

कान, डोळे इत्यादी इंद्रियं यांच्या साहाय्यानंच जीव विषयांना पकडतो. लोखंडाकडे जसं चुंबक खेचलं जातं, तसा जीव विषयांकडे खेचला जातो. चुंबकत्व हे लोखंड आणि लोहचुंबक यांना एकमेकांकडे आकृष्ट करणारं साधन असतं. त्याप्रमाणे इंद्रियं ही जीव आणि विषय यांना एकत्र आणणारी साधने असतात. लोखंड जसं स्वतःहून चुंबकाला सतत चिकटूनच बसतं, त्याप्रमाणे इंद्रियं विषयांना सतत चिकटून बसतात. इंद्रियं विषयात इतकी मग्न होतात की जीवाला (मनुष्याला) इंद्रियांच्या पाठीमागे कार्यरत असलेल्या ज्ञानशक्तीचं कायमचं विस्मरण होतं. मग तो जीव इहलोकी किंवा स्वर्गलोकी गेला तरी तिथे पुन्हा प्राप्त होणाऱ्या देहातील मनादी इंद्रियांच्या ताब्यात जातो. दिवा लावला की प्रभा फाकते; मालवला की प्रभाही लुप्त होते. तो दिवा दुसऱ्या ठिकाणी नेऊन लावला तरी तोच प्रकाश आणि तीच प्रभा पुन्हा फाकते. त्याप्रमाणे जीव इंद्रिययुक्त प्रभेसह मृत्यूनंतरही प्रकट होत असतो.

तात्पर्य, सुख-दुःखादी फळं जीव भोगत असतो; आत्मा नव्हे! जीव मात्र आत्म्याकडे न जाता इंद्रियांच्या ताब्यात जातो आणि म्हणूनच त्याच्यामध्ये भयगंड उद्‌भवतो आणि त्यातून अनेक प्रश्न निर्माण होतात.

म्हणून जीवनाचा हेतू, जीवनाचं सातत्य आणि परमेश्वराचं प्रेम समजून घेतलं पाहिजे. ते समजून घेतलं की मृत्यूची भीती मनात उरणार नाही.

शरीर धारण करण्याची क्रिया कशी होते, ते भगवंतांनी इथे विशद करून सांगितलं आहे. वासना आणि इच्छा यांच्यामुळे जीव नवीन शरीर धारण करतो आणि त्यामार्फत इच्छापूर्ती करवून घेतो. एका देहातून दुसऱ्या देहात जाण्याची क्रिया सहजगत्या आणि स्वाभाविक होत असते... डोंगरमाथ्यावरील एखादा दगड निसटला तर तो उताराच्या दिशेनंच घरंगळत जातो. जन्माला आलेला जीव इंद्रियांच्या साहाय्याने विषयरूपी उताराकडेच धावतो. डोंगरावरच्या उच्चस्थानाचं ज्याप्रमाणे त्या दगडाला भान नसतं, त्याप्रमाणे देहांतर्गत आत्म्याचं, अंतिम आनंदाच्या स्थानाचं जीवाला भान नसतं. ते भान आलं तर पुनर्जन्म आणि आत्मविकास यांचं ज्ञान त्याला होऊ शकेल.

उत्क्रामन्तं स्थितं वापि भुञ्जानं वा गुणान्वितम् ।
विमूढा नानुपश्यन्ति पश्यन्ति ज्ञानचक्षुषः ॥१५.१०॥

(शरीर) सोडून जात असताना, (शरीरात) राहत असताना किंवा (विषयांचा) उपभोग घेत असताना मन आणि इंद्रियरूप त्रिगुणांनी युक्त असलेला हा जीवात्मा अज्ञानी लोक जाणू शकत नाहीत, परंतु ज्ञानदृष्टीचे ज्ञानी लोक मात्र त्याला जाणतात.

वासनारहित ज्ञानीच केवळ आपल्या ज्ञानरूपी चक्षूने आत्म्याचं खरं स्वरूप ओळखू शकतो; जाणू शकतो. ध्यानादिकांच्या योगाने शांतचित्त झालेले पुरुष आत्म्याला बुद्धीच्या ठिकाणी स्थिर करतात आणि आत्मानुभव घेतात, परंतु दुसरे कित्येक जण या आत्मतत्त्वाला जाणण्याचा प्रयत्न करत असले तरी बुद्धिसंस्कारांच्या अभावामुळे त्यांना ते आत्मतत्त्व जाणता येत नाही. म्हणजेच ते आत्मतत्त्व सामान्य जनांच्या बुद्धीमध्ये स्थिरावलेलं नसतं. त्यामुळे कितीही सायास केले तरी त्यांना आत्मतत्त्व ओळखता येत नाही.

जगत् आणि जगदीश यांना ज्ञानचक्षूंनी (ज्ञानदृष्टीनं) पाहायचा प्रयत्न केला तरच आत्मतत्त्व ओळखता येतं. हे ज्ञानचक्षू कार्यान्वित होण्यासाठी अभेद ज्ञान, ईश्वराचा अनुग्रह, ध्यान आणि निष्काम कर्माचरण यांच्या योगाने हे ज्ञानचक्षू कार्यरत होतात. ज्ञानचक्षू कार्यरत असले म्हणजे त्रिगुणांच्या प्रभावांपासून अलिप्त होता येतं. त्रिगुणांचे प्रभाव का आवश्यक असतात, त्यांचं स्वरूप कसं असतं, हे आपण मागच्या अध्यायात जाणून घेतलंच. पावसातून चालताना छत्रीमुळे मनुष्य भिजत नाही. त्याप्रमाणे ज्ञानी मनुष्य ज्ञानाच्या योगाने विषयात राहूनही लिप्त होत नाही; तो तटस्थ राहतो.

ज्ञानाचं हे घबाड अचानक मुळीच लाभत नाही किंवा विनासायास प्राप्त होत नाही. त्यासाठी ज्याला ज्ञान हवं आहे त्याला स्वतःलाच साधना करावी लागते. असं हे आत्मज्ञान कष्टसाध्य आहे; मात्र ते असाध्य नाही. जे भगवंताशी जोडलं जाण्याची

साधना करतात, त्या दिशेने जे अविरत प्रयत्नशील असतात, तेच योगी आत्म्याच्या ठिकाणी असलेल्या चिद्शक्तीला ज्ञानचक्षूंमुळे ओळखतात.

आपल्या भ्रूमध्यामध्ये एक तिसरा नेत्र आहे. प्राचीन भारतीय ऋषींनी त्याचा शोध लावला आहे. हा तिसरा नेत्र ज्ञाननेत्र आहे. ज्ञान प्राप्त करण्याचा निदिध्यास, योग आणि भक्ती या उपायांनी हा तिसरा नेत्र उघडू शकतो. तो उघडल्यानंतर दिव्यदृष्टीने योगी त्याला हवं ते पाहू शकतो. अगदी दूर अंतरावरील गोष्टीही तो सहज जाणू शकतो. जीवभूत, सूक्ष्म आणि तेज:पुंज जीवात्मा 'पाहणं' हेही त्याला सहज शक्य होतं.

ईश्वराला जाणण्याची क्रिया सामान्यांनाही कठीण नाही. त्यासाठी विशिष्ट मार्गानंच गेलं पाहिजे. निष्काम कर्मयोग म्हणजे Self-less work for God त्यासाठी आवश्यक असतं. निष्काम कर्मयोगामुळे जीवाला चिकटून असलेली कर्मबंधाची पाटी हळूहळू पुसली जाऊ लागते. मग बुद्धी एक होणं आवश्यक असतं. भोग्य वस्तू आणि गोष्टींमधील आसक्ती कमी केली की बुद्धी 'एक' होऊ लागते; म्हणजे एकवटून एकाच उद्दिष्टावर स्थिर होऊ लागते. भोकं पडलेला पाण्याचा पाईप इच्छित ठिकाणी फोर्सने पाणी पोहोचवू शकत नाही. त्याप्रमाणे विषयासक्त बुद्धी भोकं पडलेल्या पाइपप्रमाणे विखुरली जाते आणि अत्यंत कमकुवत शक्तीने ईश्वरापर्यंत पोहोचण्याचा प्रयत्न करते. ईश्वरप्राप्तीसाठी कमकुवत आणि परधार्जिणे प्रयत्न उपयोगाचे नसतात. *उद्धरेदात्मनात्माने* हा महत्त्वाचा सिद्धान्त भगवंतांनी या संदर्भात मागे सांगितला आहे. दुसरा केवळ मार्ग दाखवू शकतो, पण आपला उद्धार आपणच करायचा असतो - दुसरा तो करू शकत नाही. असा आत्मिक उद्धार करण्यासाठी प्रथम भोग्य गोष्टींप्रति असणारी विषयासक्ती कमी करून बुद्धी एक करता आली पाहिजे. या दोन गोष्टी साधल्या की श्वासाचा 'अहं'प्रेरित दर्प कमी होऊ लागतो. मग श्वासाबरोबरच शरीरातील पेशी न् पेशी शुद्ध होऊ लागते; आणि मग चित्ताची एकाग्रता उत्तमपणे साधू शकते.

पण ह्याप्रमाणे मार्गक्रमणा करताना ईश्वरावर आत्यंतिक प्रेम असणं ही गोष्ट मात्र अतिशय महत्त्वाची आहे. परमात्मा म्हणजे साक्षात शुद्धत्व आहे. तेच शुद्धत्व आपल्या आत वसून आहे. असं जे बावनकशी शुद्धत्व असतं, त्याला जाणण्यासाठी आपलं अंतरंगही शुद्धच करावं लागतं. केवळ अंत:करण शुद्ध झालं म्हणजे परमात्म्याला जाणता येतं असंही नाही. त्याला जाणण्यासाठी अस्वस्थसुद्धा व्हावं लागतं. जे. एस. मिल या विचारवंताने म्हटलं आहे, It is better to be a dissatisfied Socrates than a satisfied pig.म्हणजे एखादं डुक्कर हे स्वस्थ असतं, पण

सॉक्रेटिससारखा तत्त्वज्ञ हा सत्य जाणण्यासाठी अस्वस्थ असतो. स्वस्थ डुकराऐवजी मला सॉक्रेटिससारखं अस्वस्थ व्हायला आवडेल, असं जे. एस. मिल म्हणतो.

अशा तऱ्हेने परमात्म्याला जाणण्याच्या क्रियेलाच 'अध्यात्म' म्हणतात. यापेक्षा अध्यात्म म्हणजे दुसरं काहीही नाही!

प्रयत्नांशिवाय अव्ययपद असाध्यच वाटतं. ध्येयसिद्धीसाठी नेहमी प्रयत्नच साहाय्यभूत ठरत असतात. प्रयत्नांती परमेश्वर या उक्तीप्रमाणे कर्मयोग करावा आणि ईश्वरावर पराकोटीचा विश्वास ठेवावा. *असाध्य ते साध्य करिता सायास। कारण अभ्यास तुका म्हणे ॥* हीच गोष्ट अखेर खरी! जो जीवात्म्याला जाणू शकत नाही, तोच अज्ञानी असतो. ज्ञानी मात्र त्याला दिव्यचक्षूंनी पाहू शकतो.

यतन्तो योगिनश्चैनं पश्यन्त्यात्मन्यवस्थितम्।
यतन्तोऽप्यकृतात्मानो नैनं पश्यन्त्यचेतसः।।१५.११।।
यदादित्यगतं तेजो जगद्भासयतेऽखिलम् ।
यच्चन्द्रमसि यच्चाग्नौ तत्तेजो विद्धि मामकम् ॥१५.१२॥
गामाविश्य च भूतानि धारयाम्यहमोजसा ।
पुष्णामि चौषधीः सर्वाः सोमो भूत्वा रसात्मकः ॥१५.१३॥

योगीजनही आपल्या हृदयात असलेल्या या आत्म्याला प्रयत्नानेच तत्त्वतः जाणतात; परंतु ज्यांनी आपलं अंतःकरण शुद्ध केलं नाही असे अज्ञानी लोक प्रयत्न करूनही या आत्मस्वरूपाला जाणत नाहीत. जे सूर्यातील तेज अखिल जगाला प्रकाशित करतं आणि जे चंद्रामध्ये आणि अग्नीमध्येही आहे, ते तेज माझं आहे असं जाण. तसंच मी किरणरूपाने पृथ्वीमध्ये प्रवेश करून आपल्या तेजाने सर्व भूतमात्रादी पदार्थांना धारण करतो आणि रसरूप चंद्र होऊन सर्व वनस्पतींचं पोषण करतो.

त्याला जाणण्याची क्रिया सुरू झाली म्हणजे ज्ञानमार्गावर प्रवास सुरू होतो. अखिल विश्वाला प्रकाशित करणारं तेच एकमेवाद्वितीय तत्त्व आहे हे उमजू लागतं.

भगवान पृथक्त्वाने आपलं सम्यक्ज्ञान कथन करतात. चंद्र, सूर्य, अग्नी यांच्यामध्ये अखिल विश्वाला प्रकाशमान करणारं जे तेज आहे, ते माझं तेज आहे, पृथ्वीत प्रवेश करून मीच आपल्या सामर्थ्याने सर्व भूतांना धारण करतो, रसरूप चंद्र होऊन सर्व औषधींना पोसतो; असं ते सांगतात. पृथ्वीचं उदाहरण हे आपल्यासाठी आहे. अखिल विश्वाला प्रकाशमान करणाऱ्या त्यांच्या तेजामुळे विश्वात जिथे जिथे प्राणिसृष्टी आहे, तिथे तिथे त्यांच्या भरणपोषणाची अशी व्यवस्था भगवंतांनी करूनच ठेवली आहे. पण ही व्यवस्था अशी आहे की आयतं काहीही मिळणार नाही. प्रयत्न हे करावेच लागतील. म्हणूनच पाणी जमिनीत ठेवलं आहे. त्यासाठी विहीर खणण्याचं कर्म करावंच लागेल.

माणसाला घडवताना भगवंताने त्याला अपूर्णच ठेवलं आहे. माणसाचं अपूर्णत्व हेच भगवंताच्या कलेचं पूर्णत्व मानलं पाहिजे! माणसाला त्याने पूर्णत्व दिलं असतं तर माणसाला कशाचीही गरज भासली नसती. त्याला अन्नाची आवश्यकता उरली नसती. तो आजारी पडला नसता. मग त्याला औषधादींचं कशासाठी प्रयोजन उरलं असतं? कुणीच कुणावर अवलंबून राहिलं नसतं. माणसाला (जीवसृष्टीला) पूर्णत्व आलं असतं तर चंद्राची रसरूप किरणं प्राशन करून भूतलावरच्या औषधी वनस्पती कशासाठी फोफावल्या असत्या? पृथ्वीला जीवन द्यायचं काम सूर्याला पडलंच नसतं! माणसाचा जठराग्नी तरी कशासाठी प्रज्ज्वलित झाला असता? कारण अपूर्णतेकडून पूर्णाला कोणता लाभ होणार होता? मग सृष्टीचंही कारण उरलं नसतं! म्हणूनच यच्चयावत सृष्टीला अपूर्णत्व बहाल करून भगवंताने स्वतःची श्रेष्ठताच सिद्ध केली आहे.

वेदमंत्रांमध्येही म्हटलं आहे की, परमात्म्यामुळेच सूर्य प्रकाशतो आणि ग्रहगोल निश्चित गतीने परिभ्रमण करतात. जीवांसह सृष्टीतल्या यच्चयावत पदार्थांना भगवंतांनी कशा आणि कोणत्या सूत्रात बांधलं आहे, ते आपण जाणू शकत नाही. कदाचित आपली इंद्रियं आपल्याला ब्रह्मांडाचं फसवं दर्शन देत असावीत, असंही आपण म्हणू शकतो. आधुनिक दृष्टान्तातून आपण ही गोष्ट जाणण्याचा प्रयत्न करू. कॉम्प्युटरमधल्या मोठमोठ्या फाइल्सच्या झिप फाइल्स बनवून त्यांना संकुचित केलं जातं. म्हणजे आवळलं जातं; कॉम्पॅक्ट केलं जातं. अशा फाइल्समध्ये समजा एखादा चित्रपट सामावला असेल तर तोही अगदी छोट्या स्वरूपात एखाद्या पेन-ड्राइव्हवर मावू शकतो. इतकंच नव्हे; तर इ-मेलनंही तो पाठवता येतो; अथवा क्लाउडवरही टाकू शकतो. तो छोट्या फाइलमध्ये असणारा चित्रपट तिथून एकाच वेळी अनेक थिएटर्समधून मोठ्या पडद्यावर विस्तारित स्वरूपातही दाखवता येतो. किंवा एखादा फॅन्टसी चित्रपट सीजी टेक्नॉलॉजी वापरून म्हणजे कॉम्प्युटर जनरेटेड टेक्नॉलॉजी वापरून केवळ एका सॉफ्टवेअरद्वारे कॉम्प्युटरमध्ये तयार करता येतो; पण अनेक थिएटरमध्ये दाखवताना मात्र तो महाकाय दिसू लागतो. त्यातले प्रसंग, वातावरण, ग्रहगोल, अतिमानव, अनेकविध प्राणी हे खरे भासू लागतात. त्या प्रसंगांमधून आपल्या डोळ्यांना आणि कानांना सारं काही प्रत्यक्षात घडत असल्याची साक्षात अनुभूती मिळते. मग आपण थक्क होऊन ती कल्पित सृष्टी पाहू लागतो; त्यात रमून जातो.

त्याचप्रमाणे हे विश्व आणि त्यात घडणारी आणि वास्तविक भासणारी फॅन्टसी परमात्म्याने झिप स्वरूपात म्हणजे अगदी छोट्या स्वरूपात तयार केली आणि त्याचा ब्रह्मांडस्वरूप महाकाय आभासी देखावा आपल्या डोळ्यांपुढे उभा केला. इतकंच

नाही तर आपल्यासारखा जो द्रष्टा किंवा इंद्रियांमधून अनुभूती घेणारा असतो, त्यालाही या देखाव्यात भगवंतांनी जणू अडकवून दिलं आहे.

स्वामी प्रभुपादांनी याच संदर्भात म्हटलं आहे, जणू भगवंतांनी आपल्या मुठीत सारं विश्व धरून ठेवलं आहे. मूठ उघडली तर सारं काही इतस्ततः विखरून जाईल. मग विश्वाचं अस्तित्वच संपुष्टात येईल.

म्हणूनच अपूर्ण विश्व हेच पूर्णाचं अलौकिक आणि अद्वितीय कौशल्य मानलं पाहिजे. भगवंताने अपूर्णाला एकमेकांवर अवलंबून ठेवूनच हा सृष्टीचा खेळ निर्माण केला आहे. या खेळात तो स्वतः साक्षी बनला आहे. त्याच्या केवळ साक्षीत्वानंच सूर्य-चंद्र प्रकाशित झाले. जठराग्नीसहित कोणत्याही अग्नीचं स्वरूप हे त्याचंच रूप. तोच सर्व भूतांना धारण करतो. भूतांना (प्राण्यांना) आवश्यकता भासेल म्हणून त्यानंच स्वतः स्थिर होऊन रसरूप औषधी निर्माण केल्या. तोच साऱ्या विश्वाचा धारणकर्ता आहे.

भगवंताचंच तेज सूर्य-चंद्रांना प्रकाशित करतं. जठराग्नीसहित कोणताही अग्नी त्याच्यामुळेच प्रज्ज्वलित होतो. प्राण्यांना उपयुक्त ठरणाऱ्या औषधींचं पोषणही तोच करतो. सर्व अपूर्णात ते एकमेव पूर्ण भरून राहिलं आहे. अपूर्णात पूर्णत्व सामावल्यामुळेच अपूर्णही पूर्णच बनून जातं.

अहं वैश्वानरो भूत्वा प्राणिनां देहमाश्रितः ।
प्राणापानसमायुक्तः पचाम्यन्नं चतुर्विधम् ॥१५.१४॥

मी वैश्वानररूप अग्नी होऊन प्राण्यांच्या देहात राह्यलो असून, प्राण आणि अपान यांनी युक्त होऊन चार प्रकारचं अन्न म्हणजे खाद्य, पेय, लेह्य आणि चोष्य पचवतो.

वैश्वानर होऊन मी प्राण्यांच्या शरीरात राहिलो आहे, असं भगवंत या श्लोकातून सांगतात. वैश्वानर म्हणजे जठराग्नी किंवा स्थूल-देहाभिमानी आत्मा. बृहदारण्यक उपनिषदामध्येही म्हटलं आहे की, ब्रह्म हे अग्निस्वरूपात जठरात उपस्थित असतं आणि ते सर्व प्रकारच्या अन्नाचं पचन करतं.

मानवाच्या शरीररूपी यंत्रामध्ये महत्त्वाचं कार्य हा जठराग्नी करत असतो; आणि म्हणूनच मनुष्य जिवंत राहतो. त्याला अन्नातून शक्ती आणि ऊर्जा मिळते. 'हा जठराग्नी म्हणजेच मी आहे' असं भगवंत सांगतात.

मानवाच्या शरीराची लहान-मोठ्या कर्मांमुळे झीज होत असते. त्याची शक्ती कमी होत जाते. अन्नरूपी इंधन या यंत्रामध्ये टाकलं की मग झीज भरून येते आणि अंगात पुन्हा नवीन शक्ती निर्माण होते. झीज भरून काढण्याचं प्रचंड कार्य शरीररूपी यंत्रात सातत्याने चालू असतं. वैश्वानराच्या रूपाने भगवंतच हे कार्य करत असतो. म्हणूनच भोजनाला *उदरभरण नोहे जाणिजे यज्ञकर्म,* असं म्हटलं आहे. या यज्ञाचा स्वामी आणि भोक्ता हा भगवंतच असतो. वैश्वानर जर शरीरात प्रज्वलित झालेला असेल, तरच भूक लागते आणि अन्न भक्षण केलं जातं. जर भूकच लागली नाही तर पक्वान्नही खावंसं वाटणार नाही; आणि तरीही खाल्लं तर ते पचणार नाही.

भूक लागणं हेसुद्धा मनुष्याच्या हातात नाही. तसंच खाल्लेलं पचवणंही त्याच्या हातात नाही. गोळ्यांमुळे भूक लागते असं आपल्याला वाटतं, परंतु अन्नपचनाच्या संदर्भात आणि अन्नरसाचं पुढचं कार्य होण्याच्या संदर्भात गोळ्या काम करू शकत नाहीत. पुष्कळदा काही कारणामुळे शक्तिक्षय झाला असता टॉनिकच्या गोळ्या

दिल्या जातात. शरीरात प्रोटिन्स भरली जातात, परंतु हे तात्पुरते उपाय असतात. शरीर त्यांचा स्वीकार करत नाही. शिवाय असे बाह्य उपचार शंभर टक्के लागू होतीलच असंही नाही. जसं झोपेची गोळी घेऊन खरी झोप लागत नसते. जी झोप वाटते; पण ती एकप्रकारची गुंगीच असते. ती शांतिदान देणारी खरी झोप नसते. सुदृढ माणसाला जी दमून-भागून छान स्वप्नविरहित झोप लागते, तशी गुंगीतली झोप नसते.

थोडक्यात चांगली भूक लागणं, अन्नाचं पचन होणं, त्यातून शरीराला आवश्यक ते सर्व घटक मिळणं, त्यामुळे शरीराला शक्ती मिळणं, विचार करण्यासाठी ऊर्जा प्रवाहित होणं आणि शांत झोप लागणं यामागे भगवंताचीच वैश्वानररूपी ऊर्जा कारण असते. सामान्यत: मनुष्याला त्याचं भानच नसतं. त्या ऊर्जारूपी वैश्वानराची म्हणजेच पर्यायाने भगवंताची अन्न ग्रहण करण्यापूर्वी कृतज्ञता मानली पाहिजे. जगातल्या सर्व धर्मांमध्ये भोजनापूर्वी अशी कृतज्ञता मानण्याचा रिवाज आहे. ती क्रिया केवळ भावुकतेने केली जात नसून त्यामागे खोलवर विचार असतो.

असा हा वैश्वानर केवळ एकाच प्रकारचे पदार्थ पचवत नाही, तर तो चार प्रकारचं अन्न पचवतो. भक्ष्य म्हणजे चावून खाण्याचा पदार्थ, पेय म्हणजे पिण्याचं रसयुक्त अन्न, लेह्य म्हणजे चोखून खाण्याचा पदार्थ आणि चोष्य म्हणजे गिळण्याचा पदार्थ - हे चारही प्रकारचं अन्न वैश्वानराकडून पचवलं जातं. आपल्या नकळत भगवंताची ही सिस्टिम शरीरांतर्गत कार्य करत असते. अपवाद वगळता इतर प्राणी त्यांना निसर्गत: जे अन्न दिलेलं आहे तेच खातात, परंतु मनुष्य मात्र वाट्टेल ते खात असतो. शाकाहारच नव्हे तर मांसाहारातही तो नको तेही खातो; तेसुद्धा जिभेला हवं असतं म्हणून खातो. पण कदाचित आतल्या वैश्वानराला मात्र असं वाट्टेल ते अन्न नको असतं. मग नको ते अन्न पचवण्याचे त्याला कष्टही पडतात; पण तरीही तो ते नाइलाजाने पचवतो. त्याचे परिणाम पुढे काय होणार असतात ते त्याला माहीत असतं, परंतु त्यात तो हस्तक्षेप करत नाही.

लोहाराची भट्टी पेटलेली असेल, तर पेटलेल्या भट्टीमध्ये लोखंड टाकलं की ते तापतं. त्यानंतर त्या तप्त लोखंडाला हवा तसा आकार देता येतो. त्याप्रमाणे शरीररूपी भट्टीमध्ये जठराग्नी प्रज्ज्वलित झालेला असताना त्यात अन्न टाकलं तर त्या अन्नापासून अन्नरस आणि रक्त बनतं. मग हवं ते काम करण्यासाठी शरीर सज्ज होतं. ही भगवंताचीच क्रिया आहे हे जाणून रामदास स्वामी सांगतात, *वदनी कवल घेता नाम घ्या श्रीहरीचे. सहज हवन होते नाम घेता फुकाचे, जीवन करी जीवित्वा अन्न हे पूर्णब्रह्म, उदरभरण नोहे जाणिजे यज्ञकर्म.* दादाजींनी त्रिकालसंध्येत, *यज्ञशिष्टाशिन:सन्तो मुच्यन्ते सर्वकिल्बिषै:, भुञ्जते ते त्वघंपापा ये पचन्त्यात्मकारणात, यत्करोषि यजश्नाशि यज्जुहोषि ददासि यत, यत् तपस्यसि कौन्तेय तत्कुरुष्व मदर्पणम्, अहं*

वैश्वानरोभूत्वा प्राणिनां देहमाश्रितः, प्राणापानसमायुक्तः पचामन्यं चतुर्विधम् हे गीतेतले मंत्र दिले.

भोजनापूर्वी असे मंत्र म्हणण्यातून भगवंतापोटी कृतज्ञता भाव व्यक्त होत असतो. त्याचे निश्चितच सकारात्मक परिणाम घडून येतात.

अशा तऱ्हेने चार प्रकारचं अन्न पचवताना वैश्वानर प्राण आणि अपान या वायूंचाही उपयोग करून घेतो. जेव्हा आपण अन्नाचा प्रत्येक घास खातो, तेव्हा त्यात प्राणवायू म्हणजे ऑक्सिजन मिसळला जात असतो. तो व्यवस्थित मिसळला गेला तर अन्नाचं पचन उत्तम होतं. जेवताना जर मन शांत असेल तर प्राण आणि अपान यांची क्रिया सुलभ रीतीने होते. पण घाईघाईत भोजन करणं, टीव्ही पाहत किंवा मोबाईल बघत भोजन करणं, अथवा कामाचेच विचार डोक्यात ठेवून भोजन करणं यांमुळे मन चलित होतं. त्याचा परिणाम म्हणजे प्राण आणि अपान यांच्या क्रियांमध्ये अडथळा निर्माण होतो. ऑक्सिजन योग्य प्रमाणात घासामध्ये मिसळला जात नाही. त्याचाच परिणाम म्हणजे अपचनाचे प्रश्न निर्माण होतात. पोट बिघडतं. पोट बिघडणं हेच अनेक रोगांचं आणि मन अशांत होण्याचं मूळ असतं. म्हणून भगवंतांनी ज्या क्रिया आखून दिल्या आहेत, त्याला अनुरूपच आपलं वर्तन असलं पाहिजे. पूर्वीचे लोक जेवत असताना एखादं पत्र आलं तर तेही वाचत नसत. शांतपणे जेवण करूनच ते पत्र उघडत असत. आजही कित्येक जण जेवताना फोन घेत नाहीत. आपल्याच प्रकृतीसाठी असे नियम आवश्यक असतात.

अशा तऱ्हेने भगवंताच्या शरीरातल्या कार्याला आपण सहकार्य केलं तर शरीर-मनाचे अनेक प्रश्न सुटू शकतील.

जो आपल्या शरीरात राहून अन्नपचनाचं कार्य करतो, त्या परमेश्वराचं नाव घेऊन मुखात घास घ्यावा. म्हणजे पचनक्रिया सुलभ होते. अन्न हे पूर्णब्रह्म आहे. त्याच्यामुळेच शरीराचं पोषण होतं. म्हणूनच यज्ञीय कर्म समजून भोजनाकडे पाहायला हवं. परमेश्वराला प्रार्थनापूर्वक भोजन अर्पण करून मगच अन्न भक्षण केलं पाहिजे. मोबाईल किंवा टी. व्ही. बघत भोजन करताना या देवाच्या कर्तृत्वाकडे माणसाचं लक्ष लागू शकत नाही. या गोष्टीकडे अज्ञानपूर्वक दुर्लक्ष होत असतं. म्हणून जेवताना परमेश्वराचं नाव घेऊन 'सहनाववतु' केलं पाहिजे. हेच आपल्या सनातन भारतीय संस्कृतीचं तत्त्वज्ञान आहे. जगातल्या सर्व धर्मांमध्येही हा रिवाज आहे.

सर्वस्य चाहं हृदि सन्निविष्टोमत्तः स्मृतिर्ज्ञानमपोहने च ।
वेदैश्च सर्वैरहमेव वेद्योवेदान्तकृद्वेदविदेव चाहम् ॥१५.१५॥

सर्व प्राण्यांच्या हृदयांमध्ये मी प्रवेश करून राहिलो आहे. माझ्यामुळेच त्यांच्या बुद्धीमध्ये स्मृती, (संस्कारजन्य) ज्ञान आणि सदसद्विवेक शक्ती उत्पन्न होतात. मीच सर्व वेदांनी वेद्य (ज्ञेय) आहे. वेदान्तांचा कर्ता आणि वेदांना जाणणाराही मीच आहे.

हा श्लोक अतिशय महत्त्वाचा आहे. दैवी तत्त्व सर्वत्र भरलेलं आहे, पण ते जाणायचं कसं? त्यासाठी भगवंतांनी अप्रत्यक्षरीत्या वेदमार्ग सुचवला आहे. ऋग्वेदात म्हटलं आहे, जे सारं दिसतं ते पुरुष आहे. म्हणजे चैतन्य आहे. चैतन्य हे अव्याकृत आहे. तेच शुद्ध ज्ञान आहे. ही पहिली पायरी आहे, पण ही पहिली पायरीदेखील फार वरची आहे. डोंगर चढून गेल्यावर डोंगरावरच्या मंदिरात जाण्यासाठी पायऱ्या सुरू होतात, तसा हा प्रकार आहे.

म्हणजे शुद्ध ज्ञान ही पहिली पायरी. दुसरी पायरी म्हणजे सर्वत्र भगवान आहे हे बुद्धीत उतरण्याची! आधी जे पटलेलं असतं; ते आता बुद्धीत उतरलेलं असतं. तिसरी पायरी म्हणजे ज्ञानपूर्ण द्वैतावस्था ही असते. ही स्थिती सविकल्प समाधीची असते.

सर्वत्र एकच तत्त्व भरून राहिलेलं आहे हे पहिलं ज्ञान असतं. 'ते' तत्त्व म्हणजे चैतन्यच असून ते सर्वव्यापक आहे हे दुसरं ज्ञान. ते चैतन्य म्हणजेच भगवंत, हे तिसरं ज्ञान. आणि त्यानंतर 'मीच ते सर्व आहे' ही पूर्ण ज्ञानावस्था! 'मीच ते सर्व आहे,' या ओळीमधला 'मी' व्यापक करा, म्हणजे तुम्हांला तुमचं स्वरूप उमजेल असंच गीता सांगते.

ज्ञानेश्वर माउलींनी एक छान दृष्टान्त दिला आहे.

एखाद्या बाईचा पती रोगांनी पछाडला जातो. त्यामुळे त्याला कोणतीही हालचाल करता येत नाही. केवळ तो आहे; म्हणजे त्याचं अस्तित्व आहे म्हणून त्याच्या पत्नीला सुवासिनीपदाचा मान मिळतो.

या दृष्टान्ताप्रमाणेच भगवान आपल्यामध्ये वसून आहे म्हणूनच आपल्याला मनुष्य म्हणून मान आहे. अन्यथा आपण म्हणजे केवळ डेड बॉडी! या संदर्भात आपण आधुनिक दृष्टान्तही बघू या.

आपलं शरीर म्हणजे जणू एक कॉम्प्युटरचा CPU आहे. स्मृती म्हणजे Ram. सद्सद्विवेक बुद्धी म्हणजे शरीरांतर्गत Software! त्या Softwareचा आकाशस्थित बॅक-अप किंवा डेटा स्टोअरेज म्हणजे Cloud! हे गीतानिरूपण आज अनेक तरुण वाचत आहेत आणि भविष्यातही वाचणार आहेत. म्हणूनच मी हे समकालीन तांत्रिक दृष्टान्त सांगत आहे. गीतेचे विचार हे संस्कृत भाषेतले आहेत. पाच हजार वर्षांपूर्वीच्या शाब्दिक संकल्पना त्या त्या समकालीन लोकांना लगेच समजत, पण आज त्या श्लोकाचं विवेचन करताना इंग्रजीतील - म्हणजे आधुनिक काळातील शब्दांची योजना केली की तरुणांना विषय लगेच समजतो. इतिहासाचार्य वि. का. राजवाडे म्हणत, *काळ जितका पुढे जाईल आणि प्रगत होईल, तितकी प्राचीन विचारांना आणि सिद्धान्तांना बळकटी येईल.*

तात्पर्य, बुद्धिनिष्ठ भावाने आपण आपलंच अवलोकन केलं, स्वतःलाच जाणून घेतलं, तर एक गोष्ट ध्यानात येईल. आणि ती म्हणजे, शरीरांतर्गत एकच शक्ती आहे. ती डोळ्यांजवळ आली तर बघते, कानाजवळ गेली तर ऐकते आणि हाताजवळ गेली की हात काम करतात. पुष्कळ वेळा आपण बघत असतो; पण आपल्याला काहीच दिसत नसतं. कारण ती शक्ती बुद्धीजवळ जाऊन विचारात गढलेली असते. कानावर शब्द पडत असतात; पण आपल्याला ऐकू येत नसतं, कारण आपण पाहण्यात दंग झालेले असतो. शरीरांतर्गत असं एकच चैतन्य खेळत असतं. ते ज्या इंद्रियापाशी जातं, तिथलं कार्य जीवाला जाणीव देतं.

एखादी गोष्ट लक्षात ठेवायची असेल तर ते चैतन्य स्मृतीचा कप्पा उघडतं. ज्ञान बुद्धीत साठवायचं असेल तर ते चैतन्य बुद्धीचं झाकण उघडतं. एखादी गोष्ट ध्यानात घ्यायचीच नसेल तर तेच चैतन्य स्मृतीचा कप्पा बंद करतं! वेदविचार जाणणारं आणि वेदान्तांचा कर्ता असणारं तेच चैतन्य असतं. इतरांच्याही शरीरात हे एकच चैतन्य असतं. एवढंच काय; सर्व प्राणिसृष्टी या एकाच चैतन्याने भरून पावली आहे. ही गोष्ट यापूर्वी सांगितलेल्या तीन पायऱ्यांनी समजून घेतली पाहिजे. त्या पायऱ्या पुन्हा सांगतो, सर्वत्र एकच तत्त्व भरून राहिलेलं आहे हे पहिलं ज्ञान असतं. 'ते' तत्त्व म्हणजे चैतन्यच असून ते सर्वव्यापक आहे हे दुसरं ज्ञान. ते चैतन्य म्हणजेच भगवंत, हे तिसरं ज्ञान. या ज्ञानानंतर *अहं ब्रह्मास्मि*ची अनुभूती येणं हेच अंतिम ज्ञान असतं.

हे सर्व ज्ञान वेदांनीच मिळू शकतं, हे भगवान निःसंदिग्धपणे सांगतात. आता वेद

समजून घेणं ही म्हटलं तर सोपी गोष्ट आहे; आणि म्हटलं तर अतिशय कठीण गोष्ट आहे. वेदमंत्रांचा शब्दशः अर्थ विचारात घेतला तर अनेक भौतिक गोष्टींचे, विज्ञानाचे, तंत्रज्ञानाचे, शरीरशास्त्राचे, अवकाशज्ञानाचे स्पष्ट उल्लेख वेदमंत्रांमध्ये आहेत. त्यातील अनेक गोष्टी अतर्क्य आहेत. इंग्रजी पद्धतीच्या शिक्षणामुळे प्राचीन काळ हा 'पाषाणयुग' वगैरे होता हे आपल्या मनावर बिंबवलं गेलं. त्या सिद्धान्तांच्या आधारेच प्राचीन काळाच्या संदर्भात आज बुद्धी चालवली जाते.

दोन-चारशे वर्षांपूर्वी ज्या तंत्रज्ञानाची कल्पनाही कुणाच्या मनात आली नव्हती, अशा विमानविद्येसह अनेक विद्या ज्या वेदमंत्रांमध्ये, 'वैमानिकशास्त्रम्'मध्ये किंवा 'समरांगणसूत्रधार'मध्ये आहेत, त्यांना कल्पित मानलं गेलं - रूपक मानलं गेलं. म्हणजे जे वास्तव होतं त्यालाच रूपक मानलं गेलं. कारण ते प्राचीन वास्तव तत्कालीन अभ्यासकांच्या बुद्धीबाहेरचं - कल्पनेपलीकडचं होतं. म्हणून इंद्र म्हणजे पावसाची देवता किंवा मरुत म्हणजे वायुदेवता मानल्या गेल्या.

अशा अनेक अवास्तव वाटणाऱ्या गोष्टींचा आणि घटनांचा उल्लेख वेदमंत्र करतात, पण खरंतर मंत्रांमधून ऋषींनी वास्तवाचं कथनच केलं होतं. ऋग्वेदात कोणते विषय आले आहेत त्याचा जाता जाता आपण विचार करू : ऋग्वेदात देवांच्या अतर्क्य ज्ञानावर प्रकाश टाकला आहे. त्यात महायुद्धांचा उल्लेख आहे. अनेक मंत्रविद्या - अगदी मृत व्यक्तीला जिवंत करण्याचेही मंत्र त्यात सांगितले आहेत. शस्त्रक्रिया, खगोलशास्त्र, आकाशस्थ देवांची अगम्य यंत्रणा, त्यांच्या शक्ती; यांबरोबरच मनुष्याचा आचारधर्म, यज्ञविधींसह धर्माच्या मूलतत्त्वांचा विचार, राजकीय-सामाजिक परिस्थितीचं वर्णन, भौतिकशास्त्र, योगदर्शन, दूरगमनासह अनेक सिद्धींचं वर्णन, भक्तीचं स्वरूप अशा अनेक विषयांवर ऋग्वेदात विस्तृत वर्णन केलेलं आहे.

त्यामुळे पूर्वग्रहदूषित बुद्धीने न पाहता नव्याने वेदांचं संशोधन करून परमतत्त्व जाणण्याचा प्रयत्न केला पाहिजे. भगवान त्याच मार्गाचा निर्देश या श्लोकात करतात. वेदांमुळेच भगवद्स्वरूप समजू शकेल असं स्पष्टपणे सांगतात. आता वेदांमधून परमेश्वराचं स्वरूप का आणि कसं जाणता येतं, हे एक गूढ आहे. ते गूढ उकलण्याचा कसोशीने प्रयत्न केला पाहिजे.

ऋग्वेदात ते लपलं आहे. ते गूढ म्हणजेच एक अचिंतनीय असं कूट आहे - त्यात गणितही आहे. निकोला टेस्ला या महान दार्शनिक वैज्ञानिकाला ३-६-९ या गणिती संख्येमध्ये असलेलं गूढ उकललं. अनेक प्रश्न सोडवण्यासाठी या ३-६-९ कॉम्बिनेशनचा कसा उपयोग करावा, हे टेस्लाने सांगून ठेवलं आहे. तो स्वतः त्याचा उपयोग व्यवहारातही करत असे. त्याने अभ्यासांती म्हटलं आहे, If you knew the magnificence of 3, 6 and 9, you would have a key to the universe.

अशा नव्या दृष्टीने आणि गणिती संख्येने वेदांमधलं गूढ उकलू शकेल का, याचा विचार केला पाहिजे. कारण वेदांमध्ये नक्कीच गहन शास्त्र दडलेलं आहे. ते ज्ञान ऋषींना होतं. वेदमंत्रांच्या उच्चारणातून एकप्रकारची व्हायब्रेशन्स तयार होतात आणि ती सभोवताल व्यापून टाकतात. म्हणून वेद हेच भगवंतांचं अव्यक्त म्हणजे hidden स्वरूप जाणून घेण्याचा उपाय आहे. तीच गोष्ट भगवान इथे स्पष्टपणे सांगतात. या दृष्टीने आपण नव्या दृष्टिकोनातून वेद जाणून घेतले पाहिजेत. आज देश-परदेशातले अनेक विद्वान तसा प्रयत्न करत आहेत. त्यामुळे ज्यांना भगवंत जाणून घ्यायचा आहे, त्यांनी वेदांचा आधार घेतलाच पाहिजे.

सारांश : भगवान जाणायचा असेल तर त्यासाठी चार पायऱ्या आहेत :

१. शुद्ध ज्ञान

२. भगवान सर्वत्र आहे, हे बुद्धीत उतरवणं

३. ज्ञानपूर्ण द्वैतावस्था (सविकल्प समाधी)

४. ज्ञानपूर्ण अद्वैतावस्था (निर्विकल्प समाधी)

भगवान सर्वत्र व्यापून उरला आहे. त्यामुळे माणसाने दुसऱ्याकडे त्याच भावाने बघितलं पाहिजे. ईश्वर आणि त्याची निर्मिती समजून घ्यायची असेल तर पूर्वग्रहदूषित दृष्टी त्यागून नव्याने वेदांचा अर्थ जाणून घेतला पाहिजे. वेदांमुळेच ईश्वरस्वरूप समजू शकेल, हे भगवान या श्लोकात स्पष्टपणे सांगतात.

द्वाविमौ पुरुषौ लोके क्षरश्चाक्षर एव च ।
क्षर: सर्वाणि भूतानि कूटस्थोऽक्षर उच्यते ॥१५.१६॥

सृष्टीमध्ये क्षर (नाशवंत) आणि अक्षर (अविनाशी) असे जीवांचे दोन प्रकारचे विभाग आहेत. (त्यांपैकी) सर्व सृष्ट पदार्थ हा क्षर विभाग आणि पदार्थांच्या अंतर्यामीचं आत्मतत्त्व हा अक्षर विभाग आहे.

क्षर म्हणजे सर्व नाशवंत भूतं (पदार्थ) आणि अक्षर म्हणजे अविनाशी, क्षर म्हणजे परमतत्त्वापासून च्युत अर्थात डिटॅच्ड झालेल्या गोष्टी. आणि अक्षर म्हणजे परमतत्त्वाला प्राप्त म्हणजे ॲटॅच्ड घटक. कूटस्थ परमात्मा हाच सर्व भूतमात्रांचं मूळ कारण असतं. प्रकृतीचं अस्तित्व आलं, तेव्हा डिटॅच्ड सृष्टी सुरू झाली.

प्रकृतीतील तत्त्वं धारण करून जीव तयार झाले, परंतु केवळ प्रकृती स्वतंत्र प्रज्ञेचा जीव तयार करू शकत नाही. त्यासाठी परमात्म्याचा अंश जीवामध्ये आवश्यक असतो. जीवांमध्ये वसून असलेलं परमतत्त्व हे अनादि-अनंत असतं. मात्र प्रकृतीतील घटक हे नाशिवंतच असतात - क्षर असतात. पर्यायाने जीवांचं शरीर, इतर इंद्रियं, मन आणि बुद्धी हे सारं क्षर म्हणजे बदलणारं असतं - नाशिवंत असतं. वयोमानानुसार शरीर थकतं, मन अस्थिर होतं. बुद्धी क्षीण होत जाते. इंद्रियं काम करीनाशी होतात. ज्यामध्ये बदल किंवा परिवर्तन अपरिहार्य असतं, ते सारं क्षर असतं. म्हणून जीवाचं शरीर हे शाश्वत नाही; ते क्षर आहे.

क्षर-अक्षर हे दोन विभाग असले तरी अक्षरामुळेच क्षर संभवतं आणि क्षरामुळे अक्षराचं अस्तित्व जाणवतं किंवा व्यक्त होतं. वृक्षाची पाने सळसळली की वाऱ्याचं अस्तित्व जाणवतं. त्यामुळे दोन्ही विभागांना महत्त्व आहे. तथापि अक्षर नसेल तर क्षराला अस्तित्वच राहणार नाही. उलट क्षर नसलं तरी अक्षराचं अस्तित्व चिरंतन असतंच असतं. फक्त ते अव्यक्त राहतं. अक्षराचं प्रकटीकरण क्षरामुळेच होऊ शकतं. म्हणजे जे क्षराला अर्थात मानवी देहालासुद्धा कारण ठरतं, ते अक्षर इतर वस्तुमात्राप्रमाणे

मानवी शरीरांतही वसलेलं असतं. ते जाणून घेण्यातच जीवनाची इतिकर्तव्यता असली पाहिजे. दार्शनिकांना किंवा ज्यांना सृष्टीऐवजी त्यामागच्या अक्षर अशा निर्मात्याला जाणून घ्यायची इच्छा असते, असे मोजके लोक सृष्टीचा शोध घेण्यात रमत नाहीत.

जगद्विख्यात शास्त्रज्ञ आइनस्टाईनने म्हटलं आहे,

> I am not interested in this phenomenon or that phenomenon. I want to know God's thoughts... the rest are mere details.

आइन्स्टाइनला म्हणायचं होतं, सृष्टीचं जे व्यक्त स्वरूप आहे, त्यात मला रस नाही; ते सामान्य आहे. मला परमात्म्याचा त्यामागचा विचार शोधायचा आहे. अर्थातच सृष्टीमागचं गूढ मला उकलायचं आहे, असं आइनस्टाईनने म्हटलं आहे.

ज्यांना पुरुषोत्तम व्हायचं आहे त्यांनी क्षर-अक्षर यांतला भेद जाणून घेतला पाहिजे. क्षर सृष्टी नित्यनवीन आणि प्रतिदिनी बदलणारी आहे. त्यामुळेच त्यापासून आनंद मिळतो. क्षर आहे म्हणून खेद न मानता उलट आनंदच मानला पाहिजे. कारण आपल्या जीवनासह सृष्टी जर बदलणारी नसतीच तर तेच ते सभोवताल आणि तेच ते चेहरे पाहून कंटाळाच आला असता. मनुष्याला अमरत्वाचं वरदान मिळालं नाही म्हणून बरं; अन्यथा ते वरदानच शापवत ठरलं असतं.

याप्रमाणे दिवस आणि रात्र या भेदामुळे मनुष्यमात्राला सुख प्राप्त होतं. केवळ दिवस किंवा केवळ रात्र असती तर काय अवस्था झाली असती, त्याचा विचार न केलेलाच बरा! केवळ क्षर आणि केवळ अक्षर असतं तर जीवनामध्ये चैतन्यच आलं नसतं. अशा तऱ्हेने जे क्षर आहे त्याच्याच साहाय्याने अक्षराचं ज्ञान प्राप्त करता येतं.

क्षर आणि अक्षर दोन्हींमुळे जीवनात आनंद आहे. अक्षराच्या साहाय्याने पराला म्हणजे अविनाशी प्रकृतीला जाणता येतं; त्यापलीकडे जाऊन परमात्म्यालाही प्राप्त होता येतं. परमात्मा हा क्षर आणि अक्षर किंवा परा आणि अपरा या प्रकृतीपलीकडे आहे. अंतर्यामीच्या अक्षर तत्त्वामार्फतच परमतत्त्वाला प्राप्त होता येतं.

प्राणिमात्रांच्या अहंकारापासून ते गवताच्या टोकापर्यंत जे काही लहान-मोठं आणि स्थावर-जंगम आहे, ते सारं क्षर आहे. अक्षर आकाररहित परंतु सर्वव्यापक असतं. अक्षरब्रह्म हा परा प्रकृतीचा भाग असतो. परमात्मा त्या पलीकडे आहे. त्याला प्राप्त होण्याचा पुरुषोत्तम योग ज्याला साध्य करायचा असेल, त्याने क्षर-अक्षरांमधील भेद जाणून आपल्या अंतःस्थ अक्षर तत्त्वामार्फत त्याला प्राप्त होण्याचा यत्न केला पाहिजे.

उत्तमः पुरुषस्त्वन्यः परमात्मेत्युदाहृतः ।
यो लोकत्रयमाविश्य बिभर्त्यव्यय ईश्वरः ॥१५.१७ ॥
यस्मात्क्षरमतीतोऽहमक्षरादपि चोत्तमः।
अतोऽस्मि लोके वेदे च प्रथितः पुरुषोत्तमः॥१५.१८॥
यो मामेवसम्मूढो जानाति पुरुषोत्तमम्।
स सर्वविद्भजति मां सर्वभावेन भारत॥१५.१९॥
इति गुह्यतमं शास्त्रमिदमुक्त मयानघ।
एतद्बुद्ध्वा बुद्धिमान्स्याततकृतकृत्यश्च भारत॥१५.२०॥

परंतु जो उत्तम पुरुष, तो (या दोहोंहून) भिन्न आहे. त्याला परमात्मा असं म्हणतात. तोच अव्यय ईश्वर त्रैलोक्यात प्रवेश करून (त्रैलोक्याचं) धारणपोषण करतो. मी स्वतः क्षर आणि अक्षराच्याही अतीत, दिव्य आणि सर्वश्रेष्ठ असल्यामुळे विश्वात आणि वेदांमध्ये पुरुषोत्तम म्हणून प्रसिद्ध आहे. जो मला संशयरहित होऊन पुरुषोत्तम म्हणून जाणतो, तो सर्वज्ञ होतो आणि मग तो माझ्याच भक्तीमध्ये संलग्न राहतो. हे निष्पाप अर्जुना, हा वैदिक शास्त्रांचा परमगुह्य गाभा आहे. तो मी तुझ्यापुढे प्रकट केला. जो कुणी यातील मर्म जाणतो, तो बुद्धिमान आणि शुद्ध होतो.

भगवान सांगतात, परमात्मा हा क्षर म्हणजे perishable आणि अक्षर अर्थात non-perishable या दोन्हींपेक्षा वेगळा आहे. तोच अविनाशी परमात्मा तिन्ही लोकांत प्रवेश करून सर्वांचं धारण-पोषण करतो. गीतेच्या काही टीकाकारांच्या म्हणण्यानुसार, अक्षर पुरुष हा ब्रह्मतत्त्वाहून निराळा नव्हे; तोच उत्तम पुरुष आहे. तथापि; क्षर म्हणजे व्यक्त सृष्टी आणि अक्षर म्हणजे अव्यक्त प्रकृती असा सांख्यशास्त्राप्रमाणे अर्थ होतो. अक्षर हे विशेषण परब्रह्माला लावलं जातं. यापूर्वीच्या श्लोकात अक्षर म्हणजे कूटस्थ प्रकृती असा अर्थ सांगितला आहे. त्या दृष्टीने विचार केला तर व्यक्त सृष्टी आणि अव्यक्त प्रकृती यांच्याहून उत्तम पुरुष वेगळा आहे हे ध्यानात येईल. त्याचाच पूर्ण

अंश संपूर्ण सृष्टीत विभागला गेला आहे; तरीही पूर्ण आहे - अव्यय आहे. म्हणजे इतकी विभागणी होऊनही ज्याचा व्यय होत नाही असा तो आहे. म्हणूनच *ॐ पूर्णमदः पूर्णमिदं पूर्णात् पूर्ण मुदच्यते। पूर्णस्य पूर्णमादाय पूर्णमेवा वशिष्यते॥* असा वैदिकांचा निर्णय आहे. हाच परमात्मा क्षेत्रज्ञरूपाने शरीरात वास करून असतो किंवा पिंडी आणि ब्रह्मांडी हा एकच पुरुषोत्तम असतो.

तथापि, सर्वव्यापक असूनही उत्तमपुरुष म्हणजे परमात्मा हा क्षर-अक्षराहून वेगळा असतो. सुषुप्ती आणि स्वप्नाहून जागृती जशी वेगळी असते किंवा सूर्य आणि त्याची किरणं याहून सूर्यमंडल जसं वेगळं असतं, अथवा लाकडामध्ये ज्याप्रमाणे अग्नीचं अस्तित्व वेगळं असतं, त्याप्रमाणे उत्तमपुरुष हा क्षर-अक्षराहून भिन्न असतो.

मग भगवान सांगतात, मी नाशवंतापलीकडचा आणि अक्षराहून उत्तम, श्रेष्ठ किंवा शुद्ध आहे. मी विश्वात आणि वेदांमध्ये पुरुषोत्तम म्हणून प्रसिद्ध आहे. ह्याप्रमाणे जो माझं स्वरूप संशयरहित होऊन ओळखतो, तो सर्वज्ञ होतो. इथे भगवंतांनी दोन गोष्टींचा उल्लेख केला आहे तो समजून घेतला पाहिजे. पहिली गोष्ट म्हणजे विश्वामध्ये जो प्रसिद्ध आहे तोच परमात्मा वेदांमध्येही प्रसिद्ध आहे. अर्थातच परमतत्त्व जाणून घेण्यासाठी विश्वात संचार करण्याची गरज नाही. परमात्म्याचं स्वरूप कसं आहे, याचा उलगडा वेदांद्वारे होऊ शकतो; ही पहिली गोष्ट भगवंतांनी इथे सांगितली. दुसरी गोष्ट म्हणजे, वेदांमध्ये लपलेल्या परमात्म्याचा उलगडा करताना संशयरहित झालं पाहिजे. म्हणजे केवळ वैदिक ज्ञान ऐकून भागत नाही. ते पूर्णतः समजून घेऊनच निःशंक झालं पाहिजे.

बहुधा अनेक बुद्धिवादी हे तार्किक असतात आणि ती गोष्ट अयोग्यही नाही. कारण हे ज्ञान बुद्धीनंच समजून घेतलं पाहिजे, परंतु आयुष्यभर केवळ तर्कच करत राह्यलं तर असा मनुष्य अज्ञेयवादी बनून संभ्रमित मनानंच अखेरपर्यंत नैराश्याचं जीवन कंठत राहतो. याउलट कित्येक भोळे भक्त केवळ श्रवणभक्ती करतात. ते स्वतः कोणताही विचार करत नाहीत. केवळ ऑर्डर्स पाळतात! वैदिक ज्ञानाचा उलगडा करायचा तर ते मुळीच प्रयत्न करत नाहीत. ते केवळ भावभक्तीमध्येच रमून जातात. त्यांच्या भोळ्या भक्तीचं फळ जरी त्यांना मिळत असलं तरी परमात्मस्वरूपाचा मात्र त्यांना उलगडा होऊ शकेलच असं नाही. अज्ञानस्वरूपाला ज्ञानस्वरूपाचा उलगडा होणं शक्य नाही. माझं स्वरूप जाणून घ्यायचं असेल तर ते ज्ञानपूर्वकच जाणून घ्यावं लागेल, असं भगवान या श्लोकात स्पष्टपणे सांगतात. वेदांमध्येच परमात्म्याला जाणून घ्यायचं गहन ज्ञान लपलेलं आहे. ते परमज्ञान असल्यामुळे मुद्दामच वेदांची रचना अशी केलेली आहे की, त्यातल्या मंत्रांचा वरवर एक अर्थ जाणवेल आणि खरा अर्थ

सखोल ज्ञानाशिवाय कळूच शकणार नाही. त्यामुळे केवळ ज्ञानसाधकच त्यातलं मर्म जाणू शकतील. परमात्म्याचं ज्ञान होणं हाच वैदिक शास्त्राचा परमगुह्य गाभा आहे. अर्थातच असे ज्ञानसाधक फार थोडे - अगदी नगण्य असतात, मात्र जे त्यातलं मर्म जाणतात ते खरे बुद्धिमान होतात आणि त्यांचं अंतरंग पूर्णतः शुद्ध होतं. त्याचा परिणाम म्हणजे असा ज्ञानी मनुष्य संशयरहित होऊन परमेश्वराशी नित्य संलग्न राहतो. परमस्वरूप जाणल्यामुळे अर्थातच असा ज्ञानी मनुष्य सर्वज्ञ होतो.

हा उपदेश करताना भगवंतांनी अर्जुनाला 'अनघ' म्हटलेलं आहे. अनघ म्हणजे निष्पाप. अर्जुन मुळातच निःष्पाप असल्यामुळेच त्याला भगवंतांनी थेट आपलं विश्वरूपदर्शन घडवलं होतं. म्हणून निःष्पाप झाल्याखेरीज हे ज्ञान होऊ शकत नाही हेही उघड आहे. निष्पाप अवस्था म्हणजे मनुष्याने कर्मबंधरहित होणं. कर्मबंध गेल्याखेरीज हे ज्ञान शक्य होत नाही. म्हणूनच आत्तापर्यंत भगवंतांनी कर्मबंध दूर करण्याचे उपाय सांगितले. कर्मबंध पुसून टाकण्यासाठीच तप आणि निष्काम कर्मयोगाची आवश्यकता असते. त्याबरोबरच वैदिक शास्त्रांचं अध्ययनही केलं पाहिजे. परमतत्त्वाशी युक्त होण्याचाही नित्य अभ्यास साधला पाहिजे. मग हळूहळू त्या शास्त्रग्रंथांमध्ये लपलेल्या ज्ञानाचा उलगडा होत जाईल.

म्हणून आपल्याला खरोखर कशात रस आहे, हे प्रथम मनोमन ठरवलं पाहिजे. म्हणजे या ज्ञानमार्गात आपण कुठे आहोत, ते प्रथम ठरवलं पाहिजे. मग आपलं उद्दिष्ट निश्चित केलं पाहिजे. म्हणजे डोकं बाजूला ठेवून भावयुक्त भक्ती करायची आहे का समजपूर्वक भक्ती करून ज्ञान मिळवायचं आहे, हे ज्याचं त्याने ठरवलं पाहिजे.

पुष्कळ जणांना गहन ज्ञानात रस नसतो. केवळ प्राप्त जीवन त्यांच्या दृष्टीने मजेत जगणं एवढंच त्यांचं उद्दिष्ट असतं. काहींना आपला धंदापाणी व्यवस्थित चालावा म्हणून परमात्म्याच्या साहाय्याची अपेक्षा असते. बरेच जण व्यवसाय-नोकरी करून भरपूर माया जमवतात आणि मग वेळ घालवण्यासाठी थोडंफार धार्मिक वाचन करतात किंवा धार्मिक स्थळी जातात. परमेश्वराशी त्यांचा तेवढाच संबंध असतो. काही जण सांसारिक त्रासाला कंटाळून जातात आणि मग मन रमवण्याचा एक पर्याय म्हणून धार्मिक स्थळांना जवळ करतात. त्यातही परमात्म्याला वेगवेगळ्या स्वरूपात कल्पून त्या त्या स्वरूपांच्या भजनी लागतात. काहींना सामाजिक परिस्थितीचा उद्वेग आलेला असतो. म्हणून ते अध्यात्ममार्गाकडे वळतात.

मानवी जीवनात कालानुरूप अशी भक्ती करणं किंवा देवाच्या द्वारी जाणं हे चुकीचं मुळीच म्हणता येणार नाही किंवा त्यांच्यावर टीका करण्याचंही कारण नाही.

तथापि, या सर्व मानसिकतांच्या संदर्भात एक गोष्ट मात्र असू शकते. ती म्हणजे, अशा लोकांचा परमतत्त्व जाणून घेण्याचा मूळ उद्देश नसतो; तर त्यांच्या दृष्टीने सर्वज्ञ आणि सर्वव्यापक परमात्मा हा दुय्यम म्हणजे सेकंडरी असतो. आपले प्रश्न सुटणं, वेळ जाणं, स्वार्थ साधला जाणं किंवा संकटातून सुटण्याचे पर्याय यांनाच त्यांच्या दृष्टीने प्राधान्य असतं; आणि ते चुकीचंही म्हणता येणार नाही. कारण व्यक्त-अव्यक्तापलीकडच्या परमात्म्याविषयीचा विचार मनात उद्भवणं शक्यच नाही. म्हणूनच असा मनुष्य जे धार्मिक स्थळ अथवा व्यक्ती जिथे सहज उपलब्ध आहे तिथे जातो.

तथापि, अशा स्वार्थयुक्त भूमिकांमधून परमेश्वराला जाणायचा प्रयत्न केला तर ती गोष्ट शक्य होणार नाही. ज्याला खरोखर परमतत्त्वाला जाणायचं आहे, त्याने सर्वप्रथम परमेश्वराचं अद्वितीय कार्यकर्तृत्व आपल्या बुद्धीत स्थिर करायला हवं. त्यानंतर आपल्या वृत्तीत निःस्वार्थता आणायला हवी. मग सविकल्प किंवा निर्विकल्प अशा कोणत्याही स्वरूपातल्या परमेश्वरावर अपरिमित प्रेम जडलं पाहिजे; आणि मग योग्य मार्गदर्शनाखाली वैदिक शास्त्रांचं गूढ उकलण्याचा प्रयत्न केला पाहिजे.

मग अशा क्षराक्षराहून भिन्न अशा पुरुषोत्तमाचं ज्ञान होऊ शकतं. जो मनुष्य मोहरहित होऊन भगवंताला पुरुषोत्तम स्वरूपात जाणतो, तो मात्र सर्वज्ञ होतो आणि त्याच परमेश्वराला मनोभावे भजतो.

समजायला फार कठीण असं हे शास्त्र भगवंतांनी अतिशय सोपं करून अर्जुनाला सांगितलं. ते सांगतात, 'हे शास्त्र उघड असूनही गुप्त आहे. तू ते जाणण्याचा प्रयत्न कर आणि बुद्धिमान तसंच कृतकृत्य हो.' ज्याला हे खरं ज्ञान करून घ्यायचं आहे, त्याने आपलं उद्दिष्ट प्रथम निश्चित केलं पाहिजे. मग या ज्ञानमार्गात आपण कुठे आहोत, हे जाणलं पाहिजे. त्यानंतर प्रेमपूर्वक आणि निःस्वार्थ बुद्धीने वैदिक ज्ञानाची साधना करून त्यातलं गूढ उकलण्याचा प्रयत्न केला पाहिजे. मग असा ज्ञानी मनुष्य बुद्धिमान, मोहरहित आणि शुद्ध बनून जातो.

ॐ श्री परमात्मने नमः

अध्याय सोळावा

दैवासुरसंपद्विभागयोग

दैवी आणि आसुरी गुणांच्या विभाजनाचे वर्णन केले आहे. सुरुवातीपासूनच ऋग्वेदात सृष्टीची कल्पना दैवी आणि आसुरी शक्तींच्या दृष्टीने केलेली आहे.

अभयं सत्त्वसंशुद्धिर्ज्ञानयोगव्यवस्थितिः।
दानं दमश्च यज्ञश्च स्वाध्यायस्तप आर्जवम् ॥१६.१॥

निर्भयता, अंतःकरणाची शुद्धता, ज्ञान आणि योग यांच्या ठिकाणी तत्परता, दान, दम, यज्ञ (स्वधर्माचरण), स्वाध्याय, तप, सरलता...

ब्रह्मदेवाने सुर आणि असुर या दोन प्रवृत्ती निर्माण केल्या आणि अनुक्रमे त्यांच्या आश्रयाने राहणारे धर्म आणि अधर्म हे उत्पन्न केले. सुर म्हणजे दैवी प्रकृती. या श्लोकामध्ये दैवी प्रकृतीच्या लोकांमधील काही गुणांचं वर्णन केलं आहे.

विषयांचा त्याग आणि पराकोटीची ईश्वरनिष्ठा या गुणांमुळे मनुष्यामध्ये निर्भयता येते. त्यासाठी संसाराचं वर्चस्व झुगारून देता आलं पाहिजे. म्हणजे संसाराचा त्याग करायचा नाही तर त्याचं आधिपत्य दूर करायचं. ती गोष्ट साध्य झाली की अंगी निर्भयता बाणली जाते. संसाराचं वर्चस्व झुगारणं म्हणजे संसाराचा त्याग करणं नव्हे! किंवा विषयांचा त्याग म्हणजे वस्तूचा त्याग नव्हे! विषय पराङ्मुखता म्हणजे आपली दृष्टी संकुचित न बनवता विशाल बनवण्यासारखं आहे. ही गोष्ट साधनेनंच जमू शकते.

या एका श्लोकात भगवंतांनी भक्ताच्या अंगी अपेक्षित असणारे अनेक गुण सांगितले आहेत. त्या सर्व गुणांचा आपण थोडक्यात इथे विचार करू.

निर्भयता

जाणिवेत निर्भयता राहिली पाहिजे; पण वृत्तीतून गेली पाहिजे. जाणिवेतली भीतीच नाहीशी झाली तर व्यक्ती सरळ आगीत प्रवेश करेल किंवा कड्यावरून पुढे चालत जाईल. त्यामुळे 'भय' हा गुण भगवंताने मुद्दाम जीवाला दिला आहे. तो शरीरक्षणासाठी आवश्यक असतो. हे भय जाणिवेतलं असतं आणि ते असलंच पाहिजे.

वृत्तीमधलं भय मात्र गेलं पाहिजे. भवितव्याची भीती, मृत्यूची भीती, गरिबीची भीती, तारुण्य जाण्याची भीती, अनिश्चिततेची भीती अशा अनेक प्रकारच्या भीती सामान्य माणसाच्या वृत्तीत स्थिरावलेल्या असतात. वेळोवेळी त्या आपलं डोकं वर

काढत असतात. अशी वृत्तीतील भीती घालवता आली तर व्यक्ती निर्भय होते. ईश्वराचं सान्निध्य, सामीप्य, प्रेम यांविषयी समज आली तरच वृत्तीत निर्भयता येते.

सत्त्वशुद्धी

सत्त्वशुद्धी म्हणजे अंतःकरणाची शुद्धता. निष्काम कर्मातून अंतःकरण शुद्ध होऊ लागतं. लहान मूल मुळात शुद्ध अंतःकरणाचं असतं. व्यावहारिक जगात जेव्हा ते ओढलं जाऊ लागतं, तेव्हा त्याच्या वृत्तीत हळूहळू मलिनता येऊ लागते. म्हणून भगवान जणू सांगतात, विचारपूर्वक कर्मात आणि वृत्तीत शुचिता आण. एक ऋषिवचन आहे, *मारून खाऊ नकोस, चोरून खाऊ नकोस; पेरून खा!* म्हणजेच दुसऱ्याच्या कर्माचं फुकट खाऊ नकोस. अन्यथा अंतःकरण अशुद्ध होईल. कोणत्याही दृष्टीने ते हिताचं नाही.

दैवी प्रवृत्तीचा माणूस निःसंशय रीतीने कर्मानुष्ठान करतो. अशा माणसाची संकल्प-विकल्प सोडून आत्मचिंतनात गढलेली बुद्धी आपल्या मूळ स्वरूपात स्थिर होते. असा माणूस अंतःकरण निष्कपट ठेवून शुद्ध भावनेने व्यवहार करतो.

ज्ञान आणि योग

शास्त्र आणि आचार्य यांच्याद्वारा आत्मा-अनात्मा इत्यादी गोष्टींचं ज्ञान संपादन करून आणि लाभ-अलाभ समान मानून आत्म्यामध्येच एकाग्रतेने चित्त लावणं हे दैवी प्रकृतीच्या लोकांचं लक्षण असतं. म्हणजेच ज्ञान आणि योग या ठिकाणी दृढता असणं हे दैवी प्रकृतीच्या लोकांचं लक्षण समजलं पाहिजे. पृथ्वीवर आपण रडण्यासाठी म्हणजे चिंता करण्यासाठी नाही तर; चिंतन करण्यासाठी आलो आहोत, याची जाणीव दैवी संपत्तीच्या व्यक्तीला असते.

दान

पीडितांना यथाशक्ती दान करणं, अर्थात तनापासून धनापर्यंत आणि विद्येपासून ज्ञानापर्यंत जे जे दान करणं शक्य आहे ते ते करणं हा या वृत्तीच्या व्यक्तींचा गुण असतो. दानात पुन्हा दोन प्रकार असतात : सत्पात्री दान आणि अपात्री दान.

आपल्या दानामुळे दान मागणारी व्यक्ती ऐतखाऊ होणार असेल तर तिला दान द्यावं का? दारुडा याचक बनून आला तर दान द्यावं का? धार्मिक स्थळांमधला मूळ ऋषिविचार जाऊन तिथे भ्रष्टाचार माजला असेल तर तिथे दान देणं योग्य ठरेल का? असा सारासार विवेक दैवी संपत्तीची व्यक्ती दान देताना करत असते.

एखादा म्हणेल, याचक हा देव असतो, या भावनेने मी दान करतो. रावणही साधूचा वेष घेऊनच भिक्षा मागायला आला होता. एखादा अतिरेकी साधूचा वेष घेऊन दान मागायला आला आणि मिळालेल्या दानातून त्याने अतिरेकी कारवाया

केल्या तर? अशाला दान देण्याचं पुण्य आपल्याला मिळेल का, याचा विचार केला पाहिजे. त्यामुळे सारासारविवेक जागृत ठेवूनच दान केलं पाहिजे.

टॅक्समध्ये सवलत मिळते म्हणून कुठे देणगी दिली तर त्या दानाचं पुण्य मिळायचं काहीच कारण नाही. कारण तो केवळ एक सक्तीचा व्यवहार होतो. टॅक्स वाचवण्याची पळवाट ही पुण्यस्वरूप म्हणता येईल का? अशा तऱ्हेने दैवी संपत्तीची व्यक्ती सत्पात्री आणि अपात्री दानांविषयी सारासर विचार करूनच दान करते.

दम

दम म्हणजे बाह्य इंद्रियांचा विचारपूर्वक उपशम करणं. म्हणजेच विषयांशी इंद्रियांची असलेली एकरूपता भंग करणं, इंद्रियांच्या ठिकाणी असणारी बाह्यप्रवृत्ती चित्ताच्या दिशेने मागे फिरवणं म्हणजे दम. एखादी गोष्ट किंवा वस्तू मनुष्याला मोहात पाडते. इंद्रियं त्या वस्तूचा भोग घेण्याच्या मागे लागतात किंवा त्या वस्तूप्रति आसक्ती बाळगतात. भोग्य वस्तू आणि त्यामागे असणारा इंद्रियांचा बंध तोडणं म्हणजे दम.

यज्ञ

वर्णाश्रमधर्मानुसार आणि शास्त्रात सांगितल्याप्रमाणे फलाशा सोडून विहित कर्म करणं म्हणजे यज्ञ करणं. यज्ञ म्हणजे केवळ तीळ-तांदूळ अग्निकुंडात स्वाहा करणं आणि मग जेवणावळी घालणं नव्हे, तर असंस्कृत जनांपर्यंत ऋषीय विचार नेण्याचं माध्यम म्हणजेही यज्ञ होऊ शकतो. यामध्ये तपाचरणाचा भाग महत्त्वाचा असतो. याशिवाय चौथ्या अध्यायातील सव्वीस ते एकोणतीस या श्लोकांमधून भगवंतांनी यज्ञाचे विविध प्रकार सांगितले आहेत. आपण त्या भागांमध्ये त्या संदर्भात अधिक विचार केलेलाच आहे. ते यज्ञ म्हणजे द्रवरूप यज्ञ, तपोरूप यज्ञ, योगरूप यज्ञ, स्वाध्यायरूप यज्ञ किंवा ज्ञानरूप यज्ञ अशा यज्ञांपैकी कोणताही एक यज्ञ तरी मनुष्याने केला पाहिजे.

स्वाध्याय

'स्व'चा अभ्यास करणं म्हणजेच स्वाध्याय. अहंकाराला घासून पातळ करणं आणि इच्छा-आकांक्षा अधिक पारदर्शी बनवणं यासाठी वापरण्यात येणाऱ्या तत्त्वज्ञानाचं प्रत्यक्ष आचरण करणं म्हणजेच स्वाध्याय. अर्थात ज्या तत्त्वामुळे आपल्या देहाला आपण 'मी' असं समजतो, त्या तत्त्वाचा अभ्यास करणं म्हणजे स्वाध्याय.

तप

तप करणं म्हणजे सहन करणं. दुसऱ्यासाठी - परमेश्वरासाठी झिजणं, ईश्वरी कार्यासाठी वेळ काढणं. ज्ञान हे केवळ स्वत:साठी नाही तर ते सर्व समाजाच्या उन्नतीसाठी आहे, हा विचार तपामागे असतो. सर्व समाज सुसंस्कृत आणि ईशनिष्ठ

व्हावा म्हणून निरपेक्ष भावाने कर्म करत स्वतःला झिजवणं म्हणजे तप. प्राचीन ऋषींनी असं तप अविरतपणे केलं.

सरलता

या श्लोकात सांगितलेल्या सर्व दैवी गुणांचा अंगीकार केला असता अंतःकरण शुद्ध होऊन जातं. मग विचार आणि कृतीत सरलता येते. पंधराव्या अध्यायात अखेरीस सांगितल्याप्रमाणे वैदिक ज्ञानाच्या आधाराने परमतत्त्वाला जाणल्यानंतर मनुष्य बुद्धिमान, निष्पाप, मोहरहित आणि शुद्ध बनून जातो. वैदिक ज्ञानाचा अंगीकार केल्यानंतर मनुष्य तप करू लागतो आणि तो शुद्ध बनून त्याच्या अंगी अनायासे सरलता येते.

सर्व प्राणिमात्रांमध्ये समानत्वाने वसत असलेला परमेश्वर प्रतीत होऊन सर्वांशी प्रेमभावाने सारखंच वर्तन करणं या गुणांचा अंतर्भाव दैवी प्रकृतीच्या लोकांमध्ये होतो.

दैवी प्रकृती ही उन्नत जीवांची एक अवस्था आहे. दैवी प्रकृतीच्या लोकांना सत्य प्रतीत झालेलं असतं. ईश्वराशी युक्त झाल्यामुळे विविध गुणांमधून त्यांची दैवी प्रकृती प्रत्ययास येते. निर्भयता, अंतःकरणाची शुद्धता, ज्ञान आणि योगाविषयी तत्परता, दान, दम, यज्ञ, स्वाध्याय, तप आणि सरलता हे सारे दैवी गुण अंगीकारले तर व्यक्ती ईशस्वरूप होऊन जाते.

अहिंसा सत्यमक्रोधस्त्यागः शान्तिरपैशुनम् ।
दया भूतेष्वलोलुप्त्वं मार्दवं ह्रीरचापलम् ॥१६.२॥

अहिंसा, सत्य, क्रोध नसणं, त्याग, शांती, अपिशुनता, भूतमात्राच्या ठिकाणी दया, निर्लोभता, मृदुता, लज्जा, इंद्रियांच्या क्रियेला थंडपणा...

दैवी प्रकृतीच्या लोकांचे आणखी काही गुण या श्लोकात सांगितले आहेत.

अहिंसा

समाजाला सुख मिळावं म्हणून शरीरानं, वाचेने आणि मनाने केलेलं योग्य वर्तन म्हणजे अहिंसा! प्राप्त कर्तव्य म्हणून युद्ध करणं ही हिंसा होऊ शकत नाही; परंतु दुसऱ्याचं मन क्रोधाने अथवा मानसिक दडपण आणून मारणं हीदेखील हिंसा ठरू शकते. गोड भाषेत किंवा लागट-कुजकट बोलून - म्हणजे 'लेकी बोले सुने लागे' अशा पद्धतीने बोलून एखाद्याला हिणवणं - त्याच्या मनावर ओरखडे काढणं हीसुद्धा हिंसाच होते.

सत्य

सत्याचंही असंच असतं. वरवर कुणी गोड भाषण केलं; पण ते गोड शब्द दुसऱ्याच्या अंतःकरणाला झोंबणारे असतील, तर ते सत्य नव्हे. उलट सत्य हे वरवर कटूही वाटतं पण त्यामागचा हेतू महत्त्वाचा असतो. तो शुद्धच असला पाहिजे. शिवाय, जे कुठेही सांगितलं जाऊ शकतं ते सत्य. भौतिकतेतून मन काढून ते आत्म्याकडे वळवण्याचा प्रयत्न करणं हेही सत्याचं अनुसरणच असतं. समता, दम, अमात्सर्य, क्षमा, लज्जा, तितिक्षा (तत्त्व जाणून घेण्याची निदिध्यासात्मक अविचल वृत्ती), अनसूयता, त्याग, ध्यान, आर्यता (लोकांच्या कल्याणाची इच्छा), धृती आणि दया या सर्व गुणांचा एका सत्यातच समावेश होतो, असं महाभारताच्या 'शांतिपर्वा'त (शां. १६२) म्हटलं आहे.

सत्याचे पाच उपविभाग : व्यावहारिक सत्य, नैतिक सत्य, लादलेलं सत्य, बुद्धी आणि समज यांच्या अभावामुळे कानगोष्टींमधून आलेलं सत्य; अंतिम सत्य.

व्यावहारिक सत्य

व्यावहारिक सत्य किंवा असत्य हे व्यवहारापुरतं असतं. एखादा मनुष्य गंभीर आजारी असेल, आणि त्याला कोणता आजार झाला आहे हे सांगायचं नसतं. उलट अशा वेळी अनेकदा तुला गंभीर काही झालेलं नाही; चिंता करू नकोस, असं असत्य भाषण हे आवश्यक असतं. पण एखादा सत्यवादी खरं ते सांगून मोकळा होतो - तू गंभीर आजारी आहेस; तुझं काही आता खरं नाही! हे बोलणं सत्य असलं तरी ते असत् परिणाम करणारं असतं. याउलट असत्य बोलण्यातूनही सत्परिणाम होत असेल तर त्या असत्यालाही सत्यच मानलं पाहिजे.

नैतिक सत्य

गायीला मारण्यासाठी कसाई तिच्या मागे धावत असतात. त्यांना गुंगारा देऊन गाय एका गल्लीत शिरते. गाय कुठे गायब झाली हे कसायांना कळत नाही. अशा वेळी त्यांनी गायीबद्दल विचारणा केली तर गाय ज्या गल्लीत गेली त्या गल्लीचा निर्देश न करता असत्य भाषण करून गायीचे प्राण वाचवण्यात नैतिक सत्य असतं.

लादलेलं सत्य

ज्याला 'गोबेल्स नीती' म्हणतात ते लादलेलं सत्य. हिटलरचा सहकारी गोबेल्स हा खोटी गोष्ट छातीठोकपणे दहा वेळा ओरडून सांगे. म्हणजे दहा वेळा खोटीच गोष्ट पसरवत जायचं. हळूहळू ती गोष्ट मग लोकांना खरी वाटू लागते. एखाद्या धार्मिक किंवा आध्यात्मिक क्षेत्रातही असा अनुभव अनेकांना येतोच.

कानगोष्टींमधून आलेलं किंवा रूपकात्मक सत्य

हे सत्य सहस्रो वर्षांपूर्वीपासून परंपरेने आपल्यापर्यंत येऊन पोहोचलेलं असतं. अर्थात कानगोष्टींप्रमाणे ते पूर्णतः बदललेलं असतं. म्हणजे एकाने दुसऱ्याच्या कानात काही सांगावं आणि त्याने तिसऱ्याच्या कानात तीच गोष्ट सांगावी. जेव्हा पन्नास जणांच्या कानावरून ती गोष्ट जाते, तेव्हा मूळ सांगितलेली गोष्ट पूर्णतः बदललेली असते, परंतु त्या गोष्टीविषयीची पन्नासाव्या व्यक्तीची समज ही सत्यच असते.

आकाशात गडगडाट होतो, तो ऐकून समज नसलेला लहान बालक आपल्या वडिलांना त्याविषयी विचारतो. तेव्हा वडील रूपकात्मक सत्य सांगतात, अरे, वर म्हातारी दळण दळते आहे, त्याचा हा आवाज आहे. तीच गोष्ट ते बालक आपल्या छोट्या मित्राला सांगतो. त्याच्या दृष्टीने ते सत्यकथनच असतं.

अंतिम सत्य

ज्या कालातीत, विश्वनिर्मितीला कारण ठरलेल्या सत्याचा शोध घेतला जातो ते अंतिम सत्य. अर्थात परमेश्वर! तिथे सर्व काही येऊन थांबतं.

अक्रोध

ब्राह्मी अवस्थेत गेलेल्याला क्रोध आणण्याचा कितीही प्रयत्न केला तरी तो क्रोधवश होत नाही. या अवस्थेला अक्रोधत्व असं म्हणतात. सामान्य व्यक्ती क्रोध टाळू शकत नाहीत. क्रोधाला सकारात्मक वळण देता आलं पाहिजे. मुलाचं चांगलं व्हावं म्हणून रागावलं तर तो क्रोध आवश्यकच असतो. क्रोध आल्याशिवाय क्षत्रिय योद्धा रणांगणात शौर्य गाजवू शकत नाही. स्वार्थापोटी, दुसऱ्याचा घात करण्यासाठी किंवा अहंकारातून आलेला क्रोध मात्र त्या व्यक्तीचाच घात करतो. दैवी संपत्तीची व्यक्ती अशा क्रोधापासून दूर असते.

त्याग

त्यानंतर दैवी प्रकृतीच्या माणसाचा पुढचा गुण म्हणजे अहंकारशून्यता. निद्रेचा त्याग झाला की स्वप्नांचाही त्याग होतो. त्याप्रमाणे अहंकाराचा त्याग केला तर संसारातील क्लेशांचाही आपोआप त्याग होतो. मग वासनांचा त्याग करणं साधलं पाहिजे. जीवाच्या वासना संपल्या की परमेश्वराच्या दैवी, निरपेक्ष वासना जीवाच्या माध्यमातून कार्यरत होतात. दैवी संपत्तीची व्यक्ती वासनाशून्य झालेली असते.

शांती

यात शांती ते परमशांती असा विचार आहे. शांतीमध्ये तृप्तीसुद्धा असते. एखादा आवडता पदार्थ खायला मिळाला की तृप्ती मिळते, समाधान वाटतं; पण हे समाधान तात्पुरतं असतं. मग पुन्हा नव्या तृप्तीच्या शोधात मनुष्य फिरत राहतो. शांती दीर्घकालीन असते. त्यात तृप्ती आणि समाधान सामावलेलंच असतं. निःसंगतेतून मनुष्याला अशी शांती मिळत असते. शेगावचे गजानन महाराज असेच निःसंग होते. अन्न, वस्त्र किंवा निवारा अशा भोग्य गोष्टीतून वेगळी तृप्ती मिळण्याचं त्यांना कारणच उरलं नव्हतं. ते नित्य परमशांतीचीच अनुभूती घेत होते.

ज्ञेय आणि ज्ञाता हे एकरूप झाले असता मनुष्याला परमशांतीचा लाभ घडतो. मी म्हणजेच ब्रह्म आहे. बाकी सारं काही तात्पुरतं आणि असत् आहे याची जाणीव मनुष्याला होते, तेव्हा तो मनुष्य सुखदुःखातीत होऊन खरी शांती प्राप्त करून घेतो.

अपिशुनता

अपिशुनता म्हणजे चहाडी न करणं. दैवी संपत्तीची व्यक्ती कधी चहाडी करत नाही. चहाडी करणं हे शास्त्रात महापाप मानलं गेलं आहे. ती दुसऱ्याचे कान भरत नाही. एखाद्याच्या परोक्ष टीकाटिपण्णी करत नाही किंवा दुसऱ्यांचे दोष काढत बसत नाही. कारण दोष असणं हा माणसाचा स्थायी भावच असतो. दुसऱ्यात जसे दोष असतात,

तसे ते आपल्यातही असतात. म्हणून दैवी प्रकृतीचा मनुष्य दुसऱ्याचे गुण फुलवतो; दोष काढत नाही. तो कुणाचीही चहाडी करत नाही; दुसऱ्याचे कान फुंकत नाही.

दया

दया करण्याचा अधिकार फक्त परमेश्वराचा असतो; माणसांचा नाही, हे दैवी संपत्तीच्या मनुष्याला ज्ञात असतं. माणूस केवळ प्रेम करू शकतो. त्याचा तेवढाच अधिकार आहे, असं तो मानतो. म्हणून तो दयेच्या भावनेने दुसऱ्याला मदत करायला जात नाही; तर प्रेमभावाने जातो. दुसरा माझा दैवी भाऊ आहे, हा भाव त्याच्यामध्ये वसून असतो. दुःखितांचे क्लेश केवळ कृपाळू होऊन दूर करण्याचा प्रयत्न करतो.

निर्लोभता

दैवी संपत्तीच्या व्यक्तीला कशाचीही आसक्ती नसते. आसक्ती सुटली की निर्लोभी वृत्ती अंगीकारली जाते. राजसी आणि तामसी गुणांचा प्रभाव तसंच भौतिकतेची स्पर्धा यांमधून आसक्ती निर्माण होत असते. दैवी संपत्तीच्या मनुष्यामध्ये असा स्पर्धाभाव नसतो. म्हणजे तो वस्तूचा उपभोग घेत नाही असं नाही, परंतु तो वस्तूला विषय समजत नाही.

मृदुता-लज्जा

आतापर्यंत सांगितलेले गुण अंगी बाणल्यामुळे असा दैवी संपत्तीचा मनुष्य कोमल हृदयाचा बनून जातो. भूतमात्राकडे बघताना त्याच्या दृष्टीत अंतरीची मृदुता आलेली असते. ती त्याच्या नेत्रांमधून प्रतीत होते. कोणतंही असभ्य कृत्य किंवा चुकीचं वर्तन करताना त्याला लाज वाटते. म्हणजे तो असं चुकीचं वर्तन करतच नाही. तत्त्वज्ञानाच्या दृष्टिकोनातून बघायचं झालं तर जड देहाशी आपल्याला बांधून घ्यावं लागलं म्हणून अशा मनुष्याला लज्जा वाटते.

ह्रीरचापलम्

'ह्रीरचापलम्'चा अर्थ इंद्रियांच्या क्रियेला थंडपणा येणं. या श्लोकात सांगितलेले सर्व गुण अंगीकारून मनुष्य जेव्हा दुसऱ्यांसाठी किंवा परमेश्वरासाठी झिजतो किंवा पंचयज्ञांपैकी कोणताही एक यज्ञ त्याच्या हातून सिद्ध होतो, तेव्हा त्याच्या इंद्रियांमध्ये एक प्रकारचा सुखद थंडावा येतो. असीम तृप्तीचा अनुभव तो घेत असतो.

दैवी प्रकृतीच्या पुरुषांचे हे गुण म्हणजे उन्मार्गी साधकाचं लक्षण असतं.

तेजः क्षमा धृतिः शौचमद्रोहो नातिमानिता ।
भवन्ति सम्पदं दैवीमभिजातस्य भारत ॥१६.३॥

तेजस्विता, क्षमा, धृती, अंतर्बाह्य शुचिर्भूतपणा, द्रोह न करणं (पवित्रता), अहंमन्यता नसणं हे गुण हे भारता! दैवी संपत्तीत जन्मलेल्या पुरुषांस प्राप्त होतात.

भगवान दैवी संपत्तीच्या व्यक्तीचे आणखी काही गुण या श्लोकात सांगतात :

तेजस्विता

माणसाने आत्मगौरव राखला पाहिजे; लाचारीशून्य जीवन जगलं पाहिजे; म्हणजे जीवनात तेजस्विता येते. लाचारी नव्हे तर अस्मिता फुलली पाहिजे. 'मी क्षुद्र नाही; कारण परमतत्त्व माझ्या हृदयात वसून आहे. माझ्यातल्या परमेश्वराला मी लाचार करणार नाही.' अशा प्रकारची ही अस्मिता असते. उपेक्षित जीवन जगावं लागलं तर व्यक्ती सैरभैर होते; क्वचित लाचारही होते. परावलंबित्व आलं की तेजस्वितेला तडे जाऊ लागतात.

> राजा भोजाच्या पदरी असलेल्या अनेक दुर्मीळ नर-रत्नांपैकी तेजस्वी आणि प्रतिभावान महाकवी कालिदास हे एक दुर्मीळ रत्न होतं. होता. राजा भोज स्वतः अत्यंत गुणी, तसेच संस्कृत पंडितही होता.
>
> एके दिवशी काही कारणावरून दोघांमध्ये वाद झाला. कालिदास म्हणाला, ''राजा, तुझ्या वर्तनात खोटेपणा आहे.''
>
> राजाला असं स्पष्टपणे सांगणं हे धाडसाचंच होतं. राजा म्हणाला, ''तू असं बोलूच कसा शकतोस? हा तुझा सारा थाट माझ्यामुळे आहे... तरीही तू असं बोलतोस?''
>
> कालिदास म्हणाला, ''मी माझ्या नशिबाने जगतो; तुझ्यामुळे नाही!''
>
> इतकं बोलून कालिदास ती धारानगरी सोडून तडकाफडकी निघून

गेला. तो गेल्यावर राजा बेचैन झाला. एक अनमोल हिरा आपण गमावला, असंच त्याला वाटत राह्यलं. अखेर त्याने दशदिशा आपले दूत कालिदासाचा शोध घेण्यासाठी पाठवले.

तिकडे कालिदासालाही राजावाचून चैन पडत नव्हतं; म्हणून त्याने एक संस्कृत श्लोक लिहून राजाकडे पाठवला. त्यावर त्याने स्वतःचं नाव लिहिलेलं नव्हतं. त्या श्लोकात म्हटलं होतं, 'हत्तीच्या गंडस्थळातून पाझरणारा मध शोषून घेण्यासाठी भुंगे त्याच्याजवळ येतात. त्यामुळे हत्तीची शोभा वाढते हे खरं; पण हत्तीने आपल्या कानांनी त्या भुंग्यांना हाकललं तर त्या हत्तीची काय शोभा राहिली? भुंगे काय, कमळं असतील तिकडे निघून जातील!'

संस्कृतमधील त्या रसाळ श्लोकाचा कर्ता कोण, हे राजाला कळायला वेळ लागला नाही. त्याने कालिदासाला सन्मानाने राज्यात पाचारण केलं.

अशा तऱ्हेने कालिदासाला समजून घेण्यासाठी राजा भोजासारख्या जाणकार रसिकाचीच आवश्यकता असते. दोघांनाही ती गोष्ट प्रतीत झाली होती.

क्षमा

दुबळ्याने क्षमा करणं आणि बलवानाने क्षमा करणं यांत फरक असतो. क्षमा हा गुण दुबळेपणातून नव्हे तर सामर्थ्यातून अंगीकारला जाणं महत्त्वाचं असतं.

१८५७च्या उठावानंतर इंग्रजांनी पुन्हा आपली घट्ट पकड भारतावर बसवली. दिल्ली, कानपूर, झाशी जिंकून घेतली. त्या वेळी घराघरात, गल्लीगल्लीत कत्तल सुरू होती. लखनौला बेगम हजरत महलच्या नेतृत्वाखाली लोकांनी इंग्रजांचा अखेरपर्यंत प्रतिकार केला. इंग्रज पराकोटीची कत्तल करत होते; अत्याचार करत होते. ते पाहून आपणही बेगमच्या कैदेत असलेल्या इंग्रज स्त्रिया-मुलांची कत्तल करावी अशी क्रांतिकारक बेगमकडे मागणी करू लागले; पण बेगमने ती मागणी धुडकावून लावली. शक्य असूनही निरपराध इंग्रज स्त्रिया-मुलांना तिने क्षमा केली.

गर्व, अभिमान नाहीसा झाला आणि दृष्टी विशाल बनली की मन क्षमाशील बनतं.

धृती

धृती म्हणजे मनोकामना किंवा उत्स्फूर्तता. आधिभौतिक, आधिदैविक आणि आध्यात्मिक दुःख प्राप्त झालं असताना धैर्य नावाची शक्ती ज्याप्रमाणे त्या दुःखाला गिळून टाकते, तसंच चित्तामध्ये गडबड होण्याचा प्रसंग आल्यावर जी सहनशीलतेला

उचलून धरून चांगला पराक्रम गाजवते, तिला धृती म्हणतात. धृतीची ही व्याख्या संत ज्ञानेश्वर महाराजांनी केली आहे.

शुचिर्भूतता, द्रोह न करणं, अहंमन्यता नसणं

निष्काम कर्माचं जो आचरण करतो तो अंतर्बाह्य शुचिर्भूत झालेला असतो. अशा मनुष्याला दुसऱ्याचं भलं झालेलं पाहून आनंद वाटतो. तो कुणाचाही द्रोह करत नाही. उलट संसारसागरात बुडालेल्यांना तो हात देतो. दुःखित, पीडितांच्या संकटांचं निवारण करतो. स्वतः सन्मानाला पात्र असूनही कुणी सन्मान केला तर दैवी वृत्तीचा पुरुष लज्जित होतो. त्याला मान मिरवायला मनापासून आवडत नसतं. अर्जुनाचं कुणी चार लोकांत वर्णन केलं तर तो लज्जित व्हायचा आणि सभेतून निघून जायचा.

भगवान श्रीकृष्णांच्या जीवनातील कित्येक प्रसंग असेच अमानित्वाचे निदर्शक आहेत. श्रीकृष्णाला मनापासून सिंहासनाचा हव्यास नव्हता. तो सामान्यांत रमणारा महापुरुष होता.

> रशियन क्रांतीचा जनक व्लादिमीर लेनिन हा गावोगाव जाऊन सभा घ्यायचा. सामान्य शेतकरी आणि कामगार यांच्यामध्ये तो सामावून जायचा. वेळेच्या बाबतीत लेनिन अतिशय पक्का होता. एकदा एका गावात त्याची मोठी सभा होती. लोक लेनिनची वाट बघत त्याच्या वाटेकडे डोळे लावून बसले होते, पण अजूनही लेनिन त्यांना येताना दिसला नाही. सभेची वेळ झाली. लोकांना वाटलं, आज लेनिनने वेळ चुकवली; पण कार्यक्रमाची वेळ होताच लेनिन चटकन लोकांमधून उठून समोरच्या स्टेजवर गेला. सारे श्रोते चकित होऊन त्याच्याकडे बघत राहिले. मिरवत येणं, मुद्दाम उशिरा येणं, हुजऱ्यांच्या घोळक्यातून येणं, मानाची (पोकळ) अपेक्षा ठेवणं अशा गोष्टींपासून लेनिन फार दूर होता. दैवी संपत्तीचंच हे एक लक्षण होतं.

दैवी संपत्तीचे हे सारे गुण प्राचीन भारतीय संस्कृतीतल्या लोकांमध्ये ओतप्रोत भरलेले होते. रामराज्यात प्रत्येक व्यक्ती आपापलं नियत कर्म बिनचूक करत असे. त्यातही जर एखाद्याच्या हातून काही प्रमाद घडला, तर व्यक्ती स्वयंशासन करून घेत असे, याचे पुरावे मिळतात.

> त्या काळी शंख आणि लिखित असे दोन सख्खे भाऊ होते. दोघांची शेतं लागूनच होती. दोघांच्याही शेतात आंब्याची झाडं होती. एके दिवशी आंबे तोडता तोडता लिखितने अनवधानाने शंखाच्या शेतात प्रवेश केला आणि झाडावरचा पिकलेला आंबा खाऊ लागला. तेवढ्यात शंख तिथे

आला. आपण चुकून शंखाच्या शेतातला आंबा खाल्ला आहे हे लिखितच्या ध्यानात आलं. त्याने क्षमा मागून शिक्षेची याचना केली.

तेव्हा शंख म्हणाला, ''अरे, त्यात एवढं काय? तू माझा भाऊच आहेस. माझं शेत हे तुझंही आहेच की!''

लिखित म्हणाला, ''तरीही माझ्या हातून प्रमाद घडला आहे; आणि त्याची शिक्षा मला व्हायलाच हवी.''

मग तो थेट न्यायशास्त्रींकडे गेला, पण त्यांनाही निवाडा करता येईना. कारण शंखाने तक्रारच केली नव्हती. त्यामुळे ते कोणती शिक्षा देणार होते? अखेर लिखित राजाकडे गेला. झाला प्रकार त्याला सांगितला. राजा म्हणाला, जर तुझ्याविरुद्ध तक्रारच नाही तर मी न्याय तरी कसा करणार?

पण लिखित स्वयंशासनावर ठाम होता. राजा म्हणाला, ''आपल्या राज्यात कुणी चोरी करतच नाही; पण केलीच तर हात तोडण्याचं शासन आहे हे तुला माहीत आहे ना?''

''हो, माहीत आहे... तुम्ही माझा हात तोडून टाका!''

राजा टाळाटाळ करू लागताच लिखिताने स्वतःच शिक्षा करून घेत स्वतःचा हात तोडून टाकला!

रघुराज्यात संपूर्ण समाज असा दैवी संपत्तीचा होता. त्यामुळेच समाजात स्वास्थ्य होतं, जीवन सुंदर होतं. जीवनात भोगलोलुपता नव्हती. स्वयंशासित समाज असल्यामुळे हेवेदावे, रागद्वेष, मद-मत्सर हे जवळपास नव्हतेच. ताणतणावयुक्त जीवनही त्या काळच्या लोकांना माहीत नव्हतं.

आज दैवी संपत्तीची जीवनशैली पुन्हा प्रस्थापित करणं हीच काळाची गरज आहे, असं राहून राहून वाटतं.

दैवी प्रकृतीचा माणूस ध्येयनिष्ठ असतो. त्याचं जीवन स्फूर्तिदायक असतं. या श्लोकांमधून सांगितलेले गुण अंगी बाणवले तर माणसाच्या हातून ईश्वराचं खरं यजन झालं असं म्हणता येईल.

दम्भो दर्पोऽभिमानश्च क्रोधः पारुष्यमेव च ।
अज्ञाने चाभिजातस्य पार्थ सम्पदमासुरीम् ॥१६.४॥

हे पार्था, दांभिकपणा, उर्मटपणा, गर्व, क्रोध, निष्ठुरता आणि अज्ञान (हे दुर्गुण) आसुरी संपत्ती घेऊन जन्माला आलेल्या मनुष्याला प्राप्त होतात.

दैवी संपत्तीचं वर्णन केल्यानंतर भगवंत आसुरी (राक्षसी) संपत्तीचं वर्णन करत आहेत.

दंभ

दंभ हा आसुरी संपत्तीचा राजा, तर अज्ञान हा शेवटचा सैनिक असतो! स्वार्थापोटी खोटी नम्रता दाखवणं, खोटी श्रीमंती किंवा खोटी गरिबी दाखवणं हे दांभिकपणाचंच लक्षण असतं. अनेक क्षेत्रांमध्ये हे दंभाचरण आपल्या अनुभवास येत असतात. जो खरा मोठा असतो त्याला आपला मोठेपणा मिरवायची गरज नसते. याउलट जो दांभिक असतो, त्याला मात्र येनकेन प्रकारेण स्वतःला सर्वत्र मिरवायचं असतं. मग त्यासाठी जे जे अनैतिक प्रयत्न केले जातात, ते ते सारं दंभाचरण होत असतं.

धार्मिक क्षेत्रातही अनेकदा दंभाचरण दिसून येतं. आपण फार मोठे भक्त आहोत किंवा ईश्वराचे अवतारच आहोत, हे दाखवण्यात काहींना फार रस असतो. स्वामी विवेकानंद उपहासाने म्हणत, *आजकाल गल्लोगल्ली अवतार येत आहेत!* असे अवतार स्वतःचं प्रस्थ वाढवण्यासाठी अनेकविध उपाय करत राहतात. भोळे भाविक बरोबर त्यांच्या सापळ्यात अडकतात. वेद, उपनिषदं आणि भगवद्‌गीतेमधल्या विचारांविरोधातच असे ‘अवतार’ काम करत असतात. याला काय म्हणावं? आपल्या वासनांची पूर्ती करण्यासाठीही कित्येक दांभिक अध्यात्मक्षेत्राचा आश्रय घेतात, हे अलीकडच्या अनेक उदाहरणांवरून दिसून येतं. त्याचप्रमाणे अमाप धन मिळवण्यासाठी मोठमोठे सोहळे साजरे करणं, अनेक खोटेनाटे चमत्कार शिष्यांकडून प्रसृत करून स्वतःचा उदोउदो करून घेणं, धार्मिक मुखवटा धारण करून त्यामागे अनेक अनन्वित कृत्यं करणं, खोटं भविष्य सांगून एखाद्याला किंवा एखादीला आपल्या सेवेत जुंपणं,

त्यांचं शोषण करणं अशा अनेक गोष्टी आपल्याला सभोवार दिसत असतात अथवा उघड होत असतात. हा सारा दंभ असतो.

इतर कोणत्याही क्षेत्रातल्या दंभाचरणापेक्षा धार्मिक क्षेत्रातलं दंभाचरण हे समाजासाठी, मूळ वैदिक विचारधारेसाठी आणि आध्यात्मिक संस्कृतीसाठी अतिशय घातक असतं. या सांगण्यातून कुणावर व्यक्तिगत टीका नाही किंवा कोणत्याही प्रचलित धर्मावर टीका नाही. परंतु जे या क्षेत्राचा स्वार्थासाठी फायदा घेतात, पडद्याआड अनन्वित कृत्यं करतात आणि भ्रष्टाचार करतात, त्यांच्याच संदर्भात हे विवेचन केलेलं आहे. अशा तऱ्हेचं वर्तन हे दंभाचरण असतं.

दर्प

दंभापाठोपाठ येतो तो दर्प. म्हणजे उर्मटपणा किंवा मस्ती. पैशाची मस्ती, सत्तेची मस्ती, कीर्तीची मस्ती, रूपाची मस्ती असे मस्तीचेही अनेक प्रकार आहेत. गुणांचा वृथा अभिमान म्हणजे गर्व हीसुद्धा आसुरी संपत्ती असते.

क्रोध

मनाप्रमाणे घडलं तर व्यक्ती सुखावते, पण घडलं नाही तर दु:खित होते - क्रोधवश होते. क्रोधातही दोन प्रकार असतात. एक सामान्य क्रोध आणि दुसरा तामसी क्रोध.

आपल्या मनाप्रमाणे घडलं नाही, वेळ चुकली किंवा कुणी वेळ देऊनही ती पाळली नाही, ट्रॅफिकमध्ये अडकून पडावं लागलं, कुणी फसवलं, नीतिमत्ता पाळली नाही, टोचून बोललं, एखाद्याने अन्याय केला तर क्रोध होतो. हा क्रोध म्हणजे राग अथवा सात्त्विक संताप असतो. अशा क्रोधाला आसुरी म्हणता येणार नाही.

तामसी क्रोध हा मात्र काहींचा स्थायी भाव असतो; आणि ती आसुरी संपत्ती असते. मनुष्य जेव्हा अकारण क्रोधवश होतो, सतत रागावलेलाच असतो, त्याच्या क्रोधात पराकोटीची आसक्ती दडलेली असते, आपल्या मनाप्रमाणेच सारं काही झालं पाहिजे असा अविवेकी अट्टाहास असतो, तेव्हा त्या क्रोधाची मात्र आसुरी संपत्तीत गणना होते. जेव्हा मनुष्याला कोणत्याही प्रकारचा क्रोध येतो, तेव्हा त्याच्या मेंदूतील रेप्टिलियन ब्रेन कार्यरत होतो. तेव्हा अशा व्यक्तीच्या हातून कोणतंही अनन्वित कृत्य घडू शकतं.

रेप्टिलियन ब्रेनचा प्रभाव कमी करण्यासाठी किमान दहा सेकंद जावे लागतात. म्हणूनच राग शांत होण्यासाठी आणि विचारी मानवी मेंदूचं कार्य पुन्हा सुरू होण्यासाठी दहा आकडे म्हणण्याची प्रथा आहे.

तामसी क्रोध हाच ज्या लोकांचा स्थायी भाव असतो, अशा लोकांच्या हातून मात्र अनन्वित कृत्यं केव्हाही होऊ शकतात.

निष्ठुरता

निष्ठुरता अर्थात दयामाया नसणं हाही आसुरी संपत्तीचाच भाग आहे. आपल्या हृदयात ज्याप्रमाणे देव आहे, तसाच दुसऱ्याच्याही हृदयात असतो, अशी जाणीव आसुरी संपत्तीच्या लोकांमध्ये नसते. म्हणूनच असे लोक निष्ठुर असतात. त्यांच्या ठिकाणी भावमयता मुळीच नसते. हाताखालच्या लोकांनी नियमाने काम करावं म्हणून त्यांच्यावर वचक असणं आवश्यक असतं; पण जर त्यात निष्ठुरता असेल तर मात्र ती आसुरी संपत्ती होते. अर्थातच वचक आणि निष्ठुरता यांमध्ये भेद आहे. दुसऱ्याला किंवा विरोधकाला मातीमोल करण्यासाठी- अगदी जीवे मारण्यासाठीही काही जण समाजाला प्रोत्साहित करतात. या वृत्तीत एकांगीपणा आणि निष्ठुरता दडलेली असते. या संदर्भात हिटलरचं उदाहरण देता येईल.

अज्ञान

Last but not Least या इंग्रजी उक्तीप्रमाणे हा गुण या साऱ्या आसुरी संपत्तीचा कळस आहे. दंभाच्या पायावर आसुरी संपत्तीची ही इमारत उभी असते. अज्ञान हा त्या इमारतीचा सर्वात वरचा मजला आहे. अज्ञानात सारासार विवेकाचाच अभाव असतो. आपण काय करणं अपेक्षित आहे, आपल्या जीवनाचा हेतू काय, नैतिक मार्गाने आपला भौतिक विकास आणि आत्मिक विकास कसा होईल, त्यासाठी कोणता शास्त्रशुद्ध मार्ग आहे, आपण कोणत्या वृत्तीची कास धरावी, आपल्याला कुणी वापरून तर घेत नाही ना, हे आणि अशा प्रकारचे विचार ज्या व्यक्तीच्या डोक्यातच उद्‌भवत नाहीत- त्याला अज्ञानी म्हणता येईल.

या श्लोकात भगवंतांनी आसुरी वृत्तीचे जे अवगुण सांगितले, त्यावर विचार केला पाहिजे. एखादा जरी असा गुण असेल तर तो दूर करण्याचा प्रयत्न केला पाहिजे.

वरचा मजला रिकामा ही म्हण अज्ञानाला उद्देशूनच म्हटली जात असावी. दांभिकपणा, उर्मटपणा, गर्व, क्रोध, निष्ठुरता आणि अज्ञान ही सारी लक्षणं जाणून घेतल्यानंतर कोणती संपत्ती आपण अंगीकारायची हे ज्याचं त्याने ठरवलं पाहिजे.

दैवी सम्पद्विमोक्षाय निबन्धायासुरी मता ।
मा शुचः सम्पदं दैवीमभिजातोऽसि पाण्डव ॥१६.५ ॥
द्वौ भूतसर्गौ लोकेऽस्मिन्दैव आसुर एव च।
दैवो विस्तरशः प्रोक्त आसुरं पार्थ मे श्रुणु॥१६.६॥
प्रवृत्तिं च निवृत्तिं च जना न विदुरासुराः।
न शौचं नापि चाचारो न सत्यं तेषु विद्यते ॥१६.७॥

दैवी संपत्ती मोक्षाला कारण होते आणि आसुरी संपत्ती बंधनाला कारण होते. हे पांडवा, तू शोक करू नकोस, कारण तू दैवी संपत्ती घेऊन आला आहेस.... या लोकात दैवी आणि आसुरी असे दोन स्वाभाविक प्रकार असतात. दैवी प्रकाराचं वर्णन मी यापूर्वी केलं. आता आसुरी प्रकाराविषयी ऐक. आसुरी स्वभावाचे लोक प्रवृत्ती आणि निवृत्ती जाणत नाहीत; अर्थात विधिनिषेध जाणत नाहीत. त्यांच्यामध्ये पवित्रता, सदाचार आणि सत्याचं भानही नसतं.

यापूर्वी भगवंतांनी दैवी संपत्तीच्या मनुष्याचं साद्यंत वर्णन केलं आणि आसुरी संपत्तीच्या मनुष्याच्या वृत्तीचं केवळ सुतोवाच केलं. आता या श्लोकांपासून ते आसुरी संपत्तीविषयी पूर्ण विवेचन करणार आहेत.

दैवी संपत्तीचा माणूस ध्येयनिष्ठ असतो. त्याला विषयपराङ्मुखता आलेली असते. म्हणजे आपली दृष्टी संकुचित न बनवता त्याने विशाल बनवलेली असते. पराकोटीची ईश्वरनिष्ठा अशा माणसामध्ये बाणलेली असते. असा मनुष्य निश्चितच मोक्षाला कारण होतो.

आसुरी वृत्ती बंधनाला कारण होत असते. या वृत्तीचा मनुष्य प्रवृत्ती आणि निवृत्ती म्हणजे कर्तव्य आणि अकर्तव्य जाणत नाही. ईश्वर न मानणं हे आसुरी वृत्तीच्या जनांचं वैशिष्ट्य असतं; किंवा ईश्वराकडे ते उपयुक्ततेच्या भावनेनंच बघतात. द्रव्यसंचय आणि निरनिराळे भोग या दोन गोष्टींनाच त्यांच्या जीवनात स्थान

असतं. द्रव्याने सर्व काही मिळवता येतं, असा त्यांचा भ्रम असतो. भ्रमाचं पटल त्यांनी आपल्या नेत्रांवर इतकं ओढून घेतलेलं असतं की, त्यांना स्वतःशिवाय दुसरं काहीही दिसत नाही. स्वतःच्या विचारांशी ते इतके ठाम असतात की दुसऱ्यांचा चांगला सल्लाही त्यांना मुळीच ऐकायचा नसतो. यश मिळालं तर ते त्यांच्या नक्कीच डोक्यात जातं.

असे हे स्वार्थी पुरुष आपल्या निर्मात्यालाही विसरतात. त्यांच्या वृत्तीत आणि कार्यात शुचिर्भूतपणा नसतो आणि असलाच तर तो दिखाऊ असतो. अचाट आणि भव्य सोहळेही काही जण करतात; पण त्यामागे स्व-प्रतिष्ठा मिळवणं एवढाच त्यांचा हेतू असतो! त्यांच्यामध्ये सदाचार नसतो आणि खरेपणाही नसतो. ते स्वतः जसे लबाड आणि दांभिक असतात, तसंच सर्व जगत् त्यांना भासत असतं. या जगात असंच वागावं लागतं, अशी त्यांची अज्ञानवश मान्यता असते. उद्याचं कुणी पाहिलंय, आज मजा करून घ्या, अशी आसुरी लोकांची प्रवृत्ती असते. या आणि अशा दुर्गुणांमुळे आसुरी प्रवृत्तीचा मनुष्य बंधनाला कारणीभूत होतो. पुनर्जन्मात किंवा निम्न स्तरावर मग त्यांना त्यांच्या कर्मांचे परिणाम भोगावे लागतात. त्यातून सुटका होऊ शकत नाही, ही गोष्ट त्यांना समजत नाही; आणि जेव्हा समजते तेव्हा वेळ निघून गेलेली असते. त्यामुळेच पुढील जन्मी ते हीन योनीत जातात.

परंतु दैवी संपत्तीच्या मनुष्याला मात्र अशा प्रकारची भीती बाळगण्याचं काहीच कारण नसतं. तीच गोष्ट भगवान अर्जुनाला समजावून सांगत आहेत. पाण्याने अग्नीचं भय कशासाठी बाळगावं? मृत्यूनंतर तू निश्चितच मोक्षालाच जाशील; त्यामुळे व्यर्थ शोक करू नकोस, असं भगवंत त्याला सांगत आहेत.

जडवादी मनुष्य केवळ भौतिकतेवर विश्वास ठेवतो. भौतिक सुखांमध्येच तो रममाण असतो. जे डोळ्यांना दिसतं, त्यावरच विश्वास ठेवतो. ईश्वराचं अस्तित्व प्रत्यक्ष दिसत नाही, त्यामुळे तो ईश्वराला मानत नाही. म्हणूनच तो निरीश्वरवादी बनतो. किंवा समाजात जो अनाचार आहे त्याचं श्रेय ते ईश्वरालाच देऊ करतात. आपण सुरक्षित असावं आणि या अनाचारावर ईश्वरानंच उपाययोजना करावी असंही त्यांना वाटत असतं. ती गोष्ट तात्त्विकदृष्ट्या शक्य नसल्यामुळे ते ईश्वराचंच अस्तित्व झुगारून देतात. अशा वृत्तीच्या मनुष्यालाच आसुरी वृत्तीचा मनुष्य म्हणतात.

कर्तव्य आणि अकर्तव्य यांतला भेद तो जाणत नाही. जीवनाचं ध्येय काय असावं, काय करावं, काय करू नये, याचा सारासार विचार त्याच्या वृत्तीत नसतो. आलेला दिवस ढकलणं एवढंच तो जाणतो. मागल्या पानावरून पुढे असं त्याचं आयुष्य असतं. जडवादामुळे निरीश्वरवाद आणि भोगवाद निर्माण होतात. हे तीनही

वाद एकाच घराण्याच्या जणू तीन पेढ्या असतात! पाप-पुण्य या संकल्पनाच आसुरी वृत्तीच्या लोकांमध्ये नसतात. या संकल्पनांच्या अभावामुळेच पवित्रता, सदाचार किंवा सत्य या गोष्टीही त्यांच्या कल्पनेत नसतात. आपल्या जन्माचा हेतू म्हणजे केवळ मौजमजा करणं एवढाच आहे, अशी त्यांची मनोधारणा असते. म्हणजे काही एका हेतूने आपण जन्माला आलो आहोत याचं भान त्यांना नसतं.

वास्तविक प्रत्येक व्यक्तीचा जन्म हे एक मिशन असतं. ते ओळखता आलं पाहिजे, परंतु ते उथळपणे ओळखता येत नाही. ते ओळखण्यासाठी जीवनात पावित्र्य, सदाचार आणि कर्तव्य-अकर्तव्याचं भान अत्यावश्यक ठरतं. 'खा-प्या आणि मजा करा' असंच जर जीवनाचं उद्दिष्ट राहिलं तर जीवनात आसुरी वृत्ती बळावते. मग अशा मनुष्यामध्ये कसलाच विधिनिषेध उरत नाही. चुकीच्या विचारांची संगतही त्याला कारणीभूत ठरत असते. त्याचे परिणाम मग यथावकाश दिसू लागतात. दुसऱ्यावर अन्याय करणं, निसर्गाला ओरबाडणं, जीवघेण्या स्पर्धेत वरचढ राहण्याचा प्रयत्न करणं, भ्रष्टाचार-बलात्कारासह कोणतंही कुकृत्य करायला धजावणं असे परिणामही दिसू शकतात. त्यासाठी शासनव्यवस्था, कायदेकानू इत्यादी उपायांची मलमपट्टी करून उपयोग नसतो. मुळात आसुरी वृत्ती दूर करण्याचा प्रयत्न झाला पाहिजे, परंतु ती गोष्ट सहज शक्य नसते. ज्ञानेश्वर महाराज म्हणतात, *एकवेळ कावळा पांढरा होईल, कोळसा आपला काळेपणा टाकेल; पण आसुरी वृत्तीचा संपत्तीवान मनुष्य पवित्र होणार नाही.*

केवळ सज्जनांच्या संगतीनं, सुसंस्कारांनी, सद्वचनाने किंवा स्वाध्याय-सत्संगानंच आसुरी वृत्तीला आवर घालता येऊ शकतो, पण शास्त्रविहित सदाचरण हे आसुरीवृत्तीचे लोक जाणत नाहीत. ज्याप्रमाणे शेळी वाटेल ते चरते त्याप्रमाणे आसुरी लोकांचं वर्तनही वाटेल तसं असतं. वाऱ्याला बंधन घालता येत नाही, त्याप्रमाणे आसुरी संपत्तीवानांनाही बंधन घालता येत नाही. कचऱ्यातून जशी दुर्गंधी येते, तसं आसुरी वृत्तीच्या लोकांचं बोलणं दुर्गंधयुक्त, सज्जनांना खिजवणारं किंवा दर्पयुक्त असतं. कारखान्यांची धुराडी धूर सोडतात तसं आसुरी लोकांच्या तोंडातून असत्यच बाहेर पडत असतं.

म्हणून भगवान आसुरी वृत्तीचं वर्णन, विधिनिषेध न जाणणं, वृत्तीत पवित्रता नसणं, सदाचार नसणं आणि सत्याचं भानही नसणं अशा थोडक्या शब्दांत करतात.
दैवी संपत्तीचा माणूस त्याच्या वर्तनामुळे मोक्षाला कारण होतो, तर आसुरी प्रवृत्तीचा माणूस हीन योनीत जन्म घेतो. *कुत्र्याचं शेपूट वाकडं ते वाकडंच,'* या म्हणीप्रमाणे आसुरी वृत्तीचा मनुष्य आपला स्वभाव बदलत नाही. सद्गुण त्याच्या गावीही नसतात. उलट दुर्गुण आणि दुराचरण त्याच्या पाचवीलाच पुजलेले असतात.

असत्यमप्रतिष्ठं ते जगदाहुरनीश्वरम् ।
अपरस्परसम्भूतं किमन्यत्कामहैतुकम् ॥१६.८॥

हे जग असत्य, अप्रतिष्ठ म्हणजे निराधार आणि ईश्वररहित आहे. ते केवळ काम-मूलक आणि (स्त्री-पुरुषांच्या) परस्पर संबंधापासून उत्पन्न झालेलं आहे आणि उपभोग एवढंच त्याचं प्रयोजन असून दुसरा कोणताही हेतू नाही, असं ते (आसुरी पुरुष) म्हणतात.

आसुरी संपत्तीने युक्त असे लोक जगाचा कोणी निर्माता, व्यवस्थापक किंवा नियामक आहे असं मानत नाहीत. किंबहुना आपल्या (विपरीत) ज्ञानाच्या आधारे ईश्वराला न मानण्यातही ते धन्यता मानतात. ईश्वराचं अस्तित्व जे मानत नाहीत, त्यांना ते न मानण्यात एकप्रकारची फुशारकी वाटत असते किंवा प्रतिष्ठा वाटत असते. ईश्वराला न मानण्यात त्यांना स्वतःचं पुढारलेपणही दाखवायचं असतं. या जगाला कुणी वाली नाही असंच त्यांचं म्हणणं असतं. ते केवळ उत्क्रांतिवाद मानतात. जगाची व्यवस्था मानायची झाली तर त्यांच्या वागण्यावर बंधने येतील म्हणून ते जगालाच आधाररहित मानतात आणि ईश्वराचं अस्तित्व नाकारतात. आपल्या सामर्थ्याने जे जे प्राप्त होईल ते ते भोगावं, एवढाच त्यांचा सीमित विचार असतो. जीवन हे उपभोगासाठी आहे त्यामुळे प्रत्येक क्षणाचा आनंद लुटा असं ते सांगतात.

या निरीश्वरवाद्यांचा नेता म्हणवता येईल असा चार्वाक म्हणतो, *न स्वर्गो नापवर्गो वा नैवात्मा...* म्हणजे स्वर्ग नाही, मोक्ष नाही; त्यामुळे पुढला विचार करण्याची काहीच आवश्यकता नाही. *यावज्जीवेत्सुखं जीवेत् ऋणं कृत्वा, घृतं पिबेत्। भस्मीभूतस्य देहस्य पुनरागमने कुतः॥*

जोपर्यंत जीवन आहे तोपर्यंत सुखाने जगा. ऋण काढूनही तूप प्या. कारण भस्मीभूत झालेल्या देहाला पुनरागमन कुठलं?

सहस्रो ज्ञानी हे गहन तत्त्वज्ञानाच्या दृष्टिकोनातून संयमित जीवनाचं महत्त्व अधोरेखित करतात. शिवाय अंतिम अनुभूतिजन्य ज्ञानमार्ग प्रकाशित करतात. ते ज्ञान

अशा आसुरी लोकांना पचत नाही. याउलट हा एकच चार्वाक जो भोगवादी जीवनाचं अर्धवट ज्ञान देतो, ते मात्र अशा लोकांना लगेचच पटतं, याला काय म्हणावं? आत्मज्ञानाचा मार्ग खडतरच असतो आणि भोगवादाचा मार्ग फार सहज-सोपा असतो. तो सोयीचा वाटत असल्यामुळे चार्वाकाला डोक्यावर घेतलं जातं की काय कुणास ठाऊक! म्हणूनच त्याने सांगितलेली भोगवादी वृत्ती आसुरी संपत्तीवान मनुष्यांच्या अंगात पुरेपूर मुरलेली असते. त्यामुळेच ऋण काढून ते सण साजरे करतात.

आता मुळात हा श्लोकच अज्ञानातून आला आहे. देह भस्मिभूत झाल्यावर व्यक्ती तोच देह पुन्हा घेऊन येऊ शकत नाही, ही गोष्ट ईश्वरनिष्ठ लोकांना माहीत का नव्हती? म्हणजे या श्लोकापेक्षा आत्यंतिक सखोल तत्त्वज्ञान सिद्ध करणाऱ्या ऋषींना ही सामान्य गोष्ट माहीत नव्हती असं समजायचं का? जळलेल्या देहाचा पुनर्जन्म होत नसतो, हे न कळण्याइतके ऋषी आदिम होते का? पुनर्जन्म कसा होतो आणि जीवाचं स्वरूप काय असतं, हे आज एक सिद्ध शास्त्र आहे. प्राचीन भारतीय ऋषींना जे ज्ञान होतं तेच आज पाश्चात्त्य संशोधक शास्त्रज्ञ सिद्ध करत आहेत; पण असे शोध लागूनही आसुरी वृत्तीचे लोक आपल्या बुरसटलेल्या विचारांना चिकटून असतात. ते म्हणतात, ‘देव दाखवा; तरच आम्ही त्याच्यावर विश्वास ठेवू!’ पण देव ही दाखवण्याची गोष्टच नसते.

दिसण्यासह इंद्रियांना जाणवणारे अनुभव हेच मुळात भ्रामक असतात. आइन्स्टाईन परंपरेतील ऑक्स्फर्डचे डॉ. पीटर रसेल यांनी इंद्रियंच आपली कशी फसगत करतात, हे त्यांच्या From Science to God या पुस्तकात सिद्ध केलं आहे. अशी असंख्य पुस्तकं आहेत ज्यामध्ये spiritual bodyसह अनेक अव्यक्त गोष्टी पुराव्यांनी सिद्ध केल्या आहेत; पण काही निरीश्वरवादी आसुरी व्यक्ती (निदान भारतातील) चार्वाकाच्याच पुरातन, बुरसटलेल्या विचाराशीच निष्ठा ठेवून असतात.

चार्वाकवादाप्रमाणेच कुंठित ग्रंथीवाद आला. मग विवर्तवाद आला आणि परिणामवादही आला. सिग्मंड फ्रॉइड या मानसोपचारतज्ज्ञानं, कामविकार हा सर्व शारीरिक आणि मानसिक रोगांना कारण आहे, असा सिद्धान्त मांडला. हाच तो कुंठित ग्रंथीवाद. कामविकार तृप्त झाला नाही तर अंतर्मनात गाठी तयार होतात आणि त्यामुळे हे प्रश्न निर्माण होतात, असा एकंदर त्याचा शोध! या त्याच्या विचाराने जग ढवळून निघालं. पाश्चिमात्य देशात कामविकार पराकोटीचा फोफावला. त्यातून तृप्ती तर नाहीच; उलट विकार आणखी बळावून मोठे प्रश्न निर्माण झाले.

तीच गोष्ट मार्क्ससंदर्भात घडली. मार्क्सचा गुरू हेगेल हा ईश्वरवादी होता पण मार्क्स हा निरीश्वरवादी होता, असा समज प्रस्थापित झाला. वास्तविक मार्क्सचा

समाजाकडे पाहण्याचा दृष्टिकोन भिन्न होता. तत्कालीन राजकीय प्रभावही त्याला कारण होते. म्हणून मार्क्सने 'दास कॅपिटल' लिहिलं.

पण या दोन्ही विचारवंतांच्या विचारांचा भलताच अर्थ घेतला गेला आणि संपूर्ण जगच घुसळून निघालं. त्यांच्या सिद्धान्तांच्या चुकीच्या समजेलाच भोगवादी आणि तथाकथित प्रगत-विचारवंत चिकटून बसले. त्यांना विश्वात एक तर कामविकार दिसू लागला, नाहीतर ईश्वराची अनुपस्थिती आणि अनावश्यकता वाटू लागली. त्यामुळे ईश्वरनिष्ठ लोकांची त्यांनी टवाळीसुद्धा सुरू केली.

एकदा जग ईशसत्तारहित आहे, अशी समजूत करून घेतली की सत्-असत् विचारांना, कामी जीवनाला किंबहुना जगालाही कोणताच अर्थ उरत नाही. जग हे असत् वाटू लागतं आणि त्यामुळे भोगवाद वरचढ ठरू लागतो. 'मेल्यानंतरचं कुणी पाहिलंय; मिळालेल्या जन्मात मौजमजा करून घ्या,' अशी आसुरी जनांची वृत्ती असल्यामुळे भोगवादाला आणखी चालना मिळते. अधिकाधिक सुख मिळवण्याची साधने निर्माण होतात. तशीच शिक्षणव्यवस्था अस्तित्वात येते. म्हणजे शिक्षण कशासाठी? तर, अधिकाधिक भोग कसे मिळतील, याचं मार्गदर्शन करण्यासाठी!

तथापि, सर्व काही मिळूनही जीवनातली अशांती काही जात नाही. अशा तऱ्हेने भोगवादाचा प्रादुर्भाव झाला म्हणजे विचार मावळतो त्याचप्रमाणे विवेकही नाहीसा होतो. आणि मग उरतात ते फक्त विकार! मग अनेक प्रकारची नवी नवी व्यसने भोगवाद्यांच्या मानेभोवती पाश आवळतात. प्रारंभी, उंची व्यसने ही प्रतिष्ठेची वाटतात, परंतु ती अंतिमतः मनुष्याला दुःखीच करत असतात. अशा तऱ्हेने वृत्तीतला सारासार विवेक नाहीसा झाला की मनुष्याचा आत्मिक विकासही खुंटतो.

हे जग असत्य, निराधार आणि ईश्वररहित आहे; ते केवळ काम-मूलक आणि स्त्री-पुरुष परस्परसंबंधापासून उत्पन्न झालेलं असून उपभोग एवढंच त्याचं प्रयोजन आहे, असं आसुरी लोक म्हणतात. या मनोभूमिकेचा निर्देश करून, आपलं जीवन कसं नसावं, हे अनाग्रही भूमिकेतून भगवान या श्लोकात सांगतात.

जीवन हे भोगासाठी आहे; त्यागासाठी नाही. आजचं आज पाहू; उद्याचं उद्या बघू. 'आता कशाला उद्याची बात...' ऋण काढून सण साजरे करा; कारण हा देह एकदा गेला की पुन्हा प्राप्त होत नाही. त्यामुळे घेता येतील तेवढे भोग घ्या. कामभोगातच खरा आनंद आहे, असं आसुरी संपत्तीवान मनुष्याचं तत्त्वज्ञान असतं. या विचारसरणीच्या लोकांपासून दैवी संपत्तीच्या लोकांनी सावध राहिलं पाहिजे.

एतां दृष्टिमवष्टभ्य नष्टात्मानोऽल्पबुद्धयः।
प्रभवन्त्युग्रकर्माणः क्षयाय जगतोऽहिताः॥१६.९॥
काममाश्रित्य दुष्पूरं दम्भमानमदान्विताः।
मोहाद्गृहीत्वासद्ग्राहान्प्रवर्तन्तेऽशुचिव्रताः॥१६.१०॥

अर्थ : आपल्या अशा निष्कर्षांचाच पाठपुरावा करत स्वतःचा नाश ओढवून घेतलेले अल्पबुद्धी आसुरी लोक जगाच्या विनाशासाठी अहितकारी आणि उग्र कर्मांमध्ये संलग्न होतात... कधीही तृप्त न होणाऱ्या कामाच्या आश्रयाने गर्व, खोटी प्रतिष्ठा आणि मद यांमध्येच मग्न असलेले ते आसुरी वृत्तीचे लोक अनित्य गोष्टींकडे आकर्षित होऊन सदैव अशुचिर्भूत कर्मं करण्यातच गुंतून पडतात.

मागच्या श्लोकांमध्ये भगवंतांनी आसुरी संपत्तीची लक्षणं सांगितली. त्यांचे एकूणच जीवनाविषयीचे निष्कर्ष त्यांनी सांगितले. त्याच निष्कर्षांचा ते लोक कसा पाठपुरावा करतात आणि स्वतःचा नाश ओढवून घेतात, ते या श्लोकांमधून भगवंतांनी सांगितलं आहे.

मनुष्यांमध्ये कर्मप्रवृत्ती ही मुळात असतेच. त्यानुसार तीन कारणांसाठी किंवा हेतूंसाठी त्या त्या गुणाचा मनुष्य कर्म करत असतो. यामधील एका प्रवृत्तीच्या मनुष्याचं संपूर्ण जीवनच ईश्वरमय झालेलं असतं. तो या भौतिक सृष्टीत रमतच नाही. ईश्वराचा शोध घेणं, त्याला प्राप्त होण्यासाठी योगाचरण करणं, अध्यात्म मार्गाचंच अनुसरण करणं किंवा हठयोगाचा अभ्यास करून ब्रह्मप्राप्तीचं उद्दिष्ट ठेवणं एवढाच त्याच्या जीवनाचा उद्देश असतो. त्यासाठी असा मनुष्य सर्वसंगपरीत्याग करून हिमालयात तरी जातो किंवा तत्सम स्थळी तरी निघून जातो. तो जरी समाजात राहिला तरी तो भोगवादी जीवनापासून अलिप्त राहून स्वतःची साधना करत राहतो.

दुसऱ्या प्रवृत्तीच्या मनुष्याची सर्वसामान्य लोकांमध्ये गणना होते. म्हणजे भौतिक, धार्मिक आणि आध्यात्मिक जीवनाची त्याच्या आयुष्यात सांगड घातली

जाते. भौतिकतेत राहून तो त्याचं विहित कर्म करतो. त्याचबरोबर धार्मिक स्थळी जाणं, पूजा-अर्चना करणं, उत्सवात आनंदाने सहभागी होणं यामध्येही तो रमत असतो.

तिसऱ्या प्रकारचा मनुष्य हा या दोन प्रवृत्तींपेक्षा सर्वस्वी निराळा असतो. तो देवाला आणि धर्मालाच मानत नाही. पर्यायाने आध्यात्मिक जीवनाशी त्याचा मुळीच संबंध नसतो. मानवी जीवनात दोन भिन्न टोकं असतात. पहिलं टोक म्हणजे आध्यात्मिक टोक तर दुसरं भौतिक टोक. पहिल्या प्रवृत्तीचा मनुष्य हा आध्यात्मिक विकासासाठी झटत असतो. दुसऱ्या प्रवृत्तीचा मनुष्य दोन टोकं न पकडता भौतिक आणि आध्यात्मिक अशा दोन टोकांचा मध्य साधतो. तर तिसऱ्या प्रवृत्तीचा मनुष्य हा भौतिक टोक पकडून बसतो. पहिल्या प्रवृत्तीच्या मनुष्याची मनोधारणा ही भावावस्थेपलीकडची ज्ञानपूर्ण आनंदावस्था असते. दुसऱ्या प्रवृत्तीच्या मनुष्याच्या मनाला भावावस्था व्यापून असते तर तिसऱ्या भौतिक टोक पकडून बसलेल्या मनुष्याचं मन हे शुष्क असतं. त्याच्या जीवनात आत्मज्ञान तर नाहीच; पण भावावस्थेलाही स्थान नसतं.

या तिसऱ्या प्रवृत्तीचंच भगवान या श्लोकात वर्णन करतात. केवळ भौतिक टोक पकडून बसल्यामुळे भौतिक प्रगतीचाच असे लोक विचार करत असतात. भौतिक प्रगती ही इंद्रियतृप्तीसाठी त्याचप्रमाणे दुसऱ्यावर वर्चस्व गाजवण्यासाठीच असते. हे वर्चस्व केवळ दुसऱ्या मनुष्यावरच नव्हे; तर प्राणिसृष्टीसह - अगदी निसर्गावरही गाजवण्याची या लोकांची प्रवृत्ती असते. त्यातच त्यांना श्रेष्ठता आणि जीवनाची इतिकर्तव्यता वाटत असते. त्यामुळेच प्राण्यांची अपरिमित हिंसा करणं, अतिसंहारक अस्त्रांची निर्मिती करणं, जगावर वर्चस्व गाजवण्यासाठी सतत प्रयत्नशील असणं हे त्यांचं उद्दिष्ट असतं. भोगांमध्येच रमण्याची अशा लोकांची प्रवृत्ती असल्यामुळे त्यांच्या भोगांची कधी तृप्ती होतच नाही. कारण भौतिकता ही कधी पूर्ण तृप्ती देऊच शकत नाही. म्हणूनच असे लोक हव्यासी असतात. हवी ती गोष्ट मिळूनही त्यांचा हव्यास कमी होत नाही. उलट तो वाढतच जातो. त्याचाच परिणाम म्हणजे ते नवनवीन भोगांचे विषय शोधून काढतात.

नीतिशास्त्र अथवा ज्या नैतिक गोष्टी परंपरेने प्रस्थापित झालेल्या असतात, त्यांच्याशी अशा भोगवादी आसुरी प्रवृत्तीच्या लोकांना कर्तव्य नसतं- किंबहुना त्या गोष्टींशी त्यांचा दुरन्वयानंही संबंध नसतो. पैसा आणि त्यातून विकत घेता येणारी धुंदी यांमध्येच ते रममाण राहत असतात. जीवनाच्या अखेरीपर्यंत असे लोक भोगातच रमलेले असतात. या श्लोकामधील अशुचि-व्रताः हा शब्द फार महत्त्वाचा आहे. म्हणजे असे आसुरी वृत्तीचे लोक मदाने उन्मत्त झालेले असतात. मदिरा, मदिराक्षी,

द्यूत - म्हणजे जुगार आणि मांसाहार यांकडे ते सहज आकर्षित होतात. या लोकांची आत्मिक दृष्ट्या अधोगती होत असते तरी आपण फार प्रगती करत आहोत असं त्यांना वाटत राहतं. कारण त्यांच्या भौतिक यशाला, भोगवादी विचारसरणीला समाजात मान मिळत असतो, आणि त्यामुळेच खोटी प्रतिष्ठा, अहंकार आणि मद यांमध्ये ते अडकून पडतात.

कर्म, कर्माचे परिणाम, स्वर्ग-नरक, पुनर्जन्म किंवा परमेश्वर वगैरे घटक त्यांना कल्पितच वाटत असतात. इतकंच नव्हे तर ते अशा घटकांची कुचेष्टाही करतात. अशा भोगवादी प्रवृत्तीच्या लोकांमध्ये एकांगी भौतिक दृष्टीच असल्यामुळे ते परमेश्वरादी सर्व तत्त्वांची परीक्षा केवळ भौतिक पातळीवर आणि भौतिक साधनांनीच करू पाहतात. स्वाभाविकच जे तत्त्व भौतिक साधनांनी सिद्ध करताच येत नाही, म्हणून ते तत्त्व मग असे भोगवादी लोक अमान्य करतात. म्हणजे प्रवृत्तीचं एक भौतिक टोक पकडून ते दुसऱ्या आध्यात्मिक टोकाची समीक्षा करू पाहतात हे विशेष! आणि मग त्यांच्या उथळ परीक्षेतून अनुमान निघालं नाही- म्हणजे ते निघतच नाही - की ते आध्यात्मिकताच झुगारून देतात.

अशा भोगवादी लोकांमध्ये सारासार विवेकाचाच अभाव असतो. त्यामुळे त्यांची विचारसरणी ही अशी उथळ स्वरूपाची असते. हिरण्याक्ष अशाच वृत्तीचा होता. अशा असुरांच्या डोळ्यांमध्येच हिरण्य म्हणजे सुवर्ण असतं. संत म्हणतात, रूप पाहता लोचनी सुख आले हो साजणी. सुवर्णाऐवजी डोळ्यांमध्ये ईश्वरस्वरूप सामावलं तरच जीवन सुखी होऊन जात असतं. त्यावर जर विश्वासच नसेल तर भोगवादातच मनुष्याचा अंत होतो.

स्वत:चा नाश ओढवून घेतलेले अल्पबुद्धी आसुरी लोक जगाच्या विनाशासाठी अहितकारी आणि उग्र कर्मांमध्ये संलग्न होतात... कधीही तृप्त न होणाऱ्या कामाच्या आश्रयाने गर्व, खोटी प्रतिष्ठा आणि मद यांमध्येच ते मग्न असतात. मग अनित्य गोष्टींकडे आकर्षित होऊन सदैव अशुचिर्भूत कर्म करण्यातच गुंतून पडतात. आपला अध:पात होत आहे- याचं भान त्यांना मदामुळे होत नाही.

चिन्तामपरिमेयां च प्रलयान्तामुपाश्रिताः।
कामोपभोगपरमा एतावदिति निश्चिताः॥१६.११॥
आशापाशशतैर्बद्धा कामक्रोधपरायणाः।
ईहन्ते कामभोगार्थमन्यायेनार्थसञ्चयान्॥१६.१२॥
इदमद्य मया लब्धमिमं प्राप्स्ये मनोरथम्।
इदमस्तीदमपि मे भविष्यति पुनर्धनम्॥१६.१३॥
असौ मया हतः शत्रुर्हनिष्ये चापरानपि।
ईश्वरोऽहमहं भोगी सिद्धोऽहं बलवान्सुखी॥१६.१४॥
आढ्योऽभिजनवानस्मि कोऽन्योऽस्ति सदृशो मया।
यक्ष्ये दास्यामि मोदिष्य इत्यज्ञानविमोहिताः॥१६.१५॥
अनेकचित्तविभ्रान्ता मोहजालसमावृताः।
प्रसक्ताः कामभोगेषु पतन्ति नरकेऽशुचौ॥१६.१६॥

इंद्रियतृप्ती करणं हीच मानवी जीवनाची इतिकर्तव्यता आहे यावरच आसुरी लोकांची निष्ठा असते. त्यातच अडकल्यामुळे मरेपर्यंत त्यांना अनेक चिंतांनीच ग्रासलेलं असतं. सहस्त्रो आशारूपी पाशांनी बद्ध झाल्यामुळे ते लोक कामक्रोधांमध्ये अडकतात आणि मग इंद्रियतृप्तीसाठी अविवेकी मार्गानि धनसंचय करतात. मग मला आणखी धन कसं मिळेल, ते उत्तरोत्तर वाढत कसं जाईल, माझे कोण कोण शत्रू आहेत, त्यांचा मी कसा उच्छेद करू शकेन, मीच खरा बलवान आहे, मी ईश्वरस्वरूपच आहे, मीच सारे भोग मिळवणार, माझ्या सर्व नातलगांमध्ये मीच धनाढ्य असेन, मी मोठे यज्ञ करीन, दान देईन, आयुष्यात सर्व प्रकारे मौजमजा करीन, अशा प्रकारे आसुरी माणसाचं मन मोहवश होऊन अनेकविध विचारांनी प्रभावित झालेलं असतं. अशा प्रकारे अनेकविध चिंतांनी आणि अविचारी संकल्पांनी भ्रान्त झालेले आणि मोहाच्या जाळ्यात अडकलेले आसुरी वृत्तीचे लोक इंद्रियतृप्तीमध्ये अधिकाधिक आसक्त होत जातात आणि नरकामध्ये जातात.

आसुरी वृत्तीचंच वर्णन आणि त्यांच्या वर्तनाचे परिणाम भगवान याही श्लोकांमधून सांगत आहेत. श्लोकांचा अर्थ सहज समजणारा आहे.

आसुरी वृत्तीची व्यक्ती ही आस्तिक असो वा नास्तिक, इंद्रियभोग मिळवणं हेच त्यांच्या जीवनाचं अंतिम उद्दिष्ट असतं. मनुष्य जेव्हा भोग मिळवण्याच्याच मागे लागतो, तेव्हा त्याच्या मागोमाग अनेक गोष्टी हमखास येणारच असतात. कारण सामान्य आयुष्यात जे मिळत असतं, त्यापेक्षा खूप खूप अधिक मिळावं या विचारांनी मन जेव्हा ग्रासलं जातं, तेव्हा अकारण व्यस्तता, अनेकविध घटकांचं व्यवस्थापन, अनेकविध अडचणी, भिन्न भिन्न स्वभावांशी सामना, यशापयशाचा खेळ, अवचित येणारी संकटं, - अशा अनेक विषयांमध्ये आसुरी वृत्तीच्या मनुष्याचा वेळ वाया जात असतो. इतकं सारं करूनही तृप्ती मात्र दूरच राहते. जणू ती दुरून खिजवतच असते. कारण भगवान सांगतात, अशा वृत्तीचा मनुष्य हजारो पाशांमध्ये अडकलेला असतो. तो त्याच्या अखेरपर्यंत अडकणारच असतो.

या सर्वांचे परिणाम म्हणजे त्याला कुठे तरी शांती मिळवण्याची सतत आवश्यकता भासते. खऱ्या अर्थाने तो ईश्वरी तत्त्वाशी संलग्न नसल्यामुळे शांती मिळवण्यासाठी तो कामविकारांच्या पाशात अलगद अडकतो. मग निरनिराळी व्यसने करावीत, पर्यटन करावं, कामातून इंद्रियसुख मिळवावं आणि हे सारं मिळवण्यासाठी अफाट धनसंचय करावा, अशी त्याची मानसिकता बनते. मात्र कामविकारांमधून कायमची तृप्ती कधीच मिळू शकत नाही. म्हणजे भोगांमधून मिळालेली शांती ही फार क्षणिक असते. त्यामुळे अशा मनुष्याला पुन्हा पुन्हा भोग घ्यावेसे वाटतात. अर्थात ते भोगही सहजासहजी मिळत नसतात. त्यासाठी सभोवतालच्या अनेक घटकांवर अवलंबून राहावं लागतं. मग भोग मिळण्यात अडचणी निर्माण झाल्या की असा मनुष्य क्रोधाविष्ट होतो. शिवाय इतर धनाढ्य लोकांकडे बाह्यतः पाहून त्याला त्यांच्याशी स्पर्धा करावीशी वाटते. आपल्याकडेही तितकंच किंवा त्यापेक्षा अधिक धन यावं असंही त्याला वाटत राहतं. कामोपभोगांमध्येच या आसुरी स्पर्धेत गुरफटल्यामुळे मग इतर अनेक तणावपूर्ण प्रसंग त्याच्या मागे लागतात. मग तात्पुरते कामोपभोग आणि तात्पुरती तृप्ती हा खेळ आयुष्यभर चालत राहतो. ईश्वरावर आणि वेदविचारांवर पराकोटीची श्रद्धा नसल्यामुळे असा मनुष्य जरी अध्यात्ममार्गाकडे गेला तरी तिथे तो आपले प्रश्न मिटवण्यासाठीच जात असतो - अधिक काही प्राप्त व्हावं म्हणूनच जात असतो.

मग तिथेही मोठे यज्ञ किंवा तत्सम सोहळे करणं, मोठं दान देणं, जेवणावळी घालणं असे प्रकार तो करत असतो. ईश्वर आपलं सर्व कर्म पाहत आहे; आणि विचार जाणत आहे याचं भान मात्र त्याला कधीच नसतं. किंबहुना ते भान त्याला जीवनाच्या अखेरीपर्यंत येत नाही. आणि त्याचाच परिणाम म्हणजे तो जीव मृत्युपश्चात नरकात जातो, असं भगवान सांगतात.

इंद्रियतृप्ती करणे, त्यातच अडकल्यामुळे मरेपर्यंत अनेक चिंतांनीच ग्रासून जाणे, कामक्रोधांमध्ये आणि इंद्रियतृप्तीमध्येच अडकणे, अविवेकी मार्गाने धनसंचय करणे, उत्तरोत्तर अधिकाधिक धनाचीच अपेक्षा बाळगणे, मौजमजेलाच जीवन समजणे, अविचारी संकल्पांनी भ्रान्त होऊन मोहाच्या जाळ्यात अडकणे; अखेरीस नरकाला प्राप्त होणे हे आसुरी मनुष्याचं जीवन आणि मृत्युपश्चात गंतव्य ठिकाण असतं.

आत्मसम्भाविताः स्तब्धा धनमानमदान्विताः।
यजन्ते नामयज्ञैस्ते दम्भेनाविधिपूर्वकम्।।१६.१७।।
अहङ्कारं बलं दर्पं कामं क्रोधं च संश्रिताः।
मामात्मपरदेहेषु प्रद्विषन्तोऽभ्यसूयकाः।।१६.१८।।
तानहं द्विषतः क्रूरान्संसारेषु नराधमान्।
क्षिपाम्यजस्रमशुभानासुरीष्वेव योनिषु।।१६.१९।।
आसुरीं योनिमापन्ना मूढा जन्मनि जन्मनि।
मामप्राप्यैव कौन्तेय ततो यान्त्यधमां गतिम्।।१६.२०।।
त्रिविधं नरकस्येदं द्वारं नाशनमात्मनः ।
कामः क्रोधस्तथा लोभस्तस्मादेतत्त्रयं त्यजेत् ॥१६.२१॥

ते स्वतःलाच श्रेष्ठ मानणारे घमेंडखोर लोक धन आणि मान यांच्या मदाने उन्मत्त होऊन केवळ नावाच्या यज्ञांनी पाखंडीपणाने शास्त्रविधिहीन यज्ञ करतात. ते अहंकार, बळ, घमेंड, कामना आणि क्रोधादिकांच्या आहारी गेलेले आणि दुसऱ्यांची निंदा करणारे पुरुष आपल्या व इतरांच्या शरीरांत असलेल्या मज अंतर्यामीचा द्वेष करणारे असतात. त्या द्वेष करणाऱ्या, पापी, क्रूर कर्मं करणाऱ्या नराधमांना मी संसारात वारंवार आसुरी योनींतच टाकतो. हे अर्जुना! ते मूढ मला प्राप्त न होता जन्मोजन्मी आसुरी योनीतच जन्मतात. उलट त्याहूनही अति नीच गतीला प्राप्त होतात. अर्थात घोर नरकांत पडतात. या प्रकारे अनेकविध चिंतांनी ग्रस्त झालेले आणि मोहजालामध्ये अडकलेले आसुरी वृत्तीचे लोक इंद्रियतृप्तीमध्ये अधिकाधिक आसक्त होत जातात आणि नरकामध्ये पतित होऊन जातात...काम, क्रोध आणि लोभरूपी तीन प्रकारची आत्मविघातक नरकाची द्वारं आहेत. म्हणून या तिहींचा माणसाने त्याग करावा.

आठव्या श्लोकापासून विसाव्या श्लोकापर्यंत भगवान आसुरी वृत्तीचे परिणाम सांगतात :

भोगवादी जीवन हे एक मोठं मोहजाल आहे. या मोहजालात राहूनच आत्मविकास

साधणं आवश्यक आहे. दादाजी म्हणतात, *रावण बन जाता है; राम बनाना पडता है।* मोहजालात अडकणं ही स्वाभाविकता असते. कुणीही मनुष्य या जाळ्यात सहज अडकू शकतो. शिक्षण, भोगवादी जीवनाचंच दर्शन घडवणारी विविध माध्यमं, अध्यात्मवाद उखडून टाकणाऱ्या विचारसरणी, भोगवादी लोकांचाच आदर्श आणि जीवनपद्धती डोळ्यांसमोर ठेवून त्याचाच पाठपुरावा करणं, तेच जीवनाचं अंतिम उद्दिष्ट ठरवणं या साऱ्या गोष्टी मोहाच्या जाळ्यात अडकण्यासाठीच मनुष्याला प्रवृत्त करत असतात. एखाद्या उद्योगपतीच्या किंवा श्रीमंत व्यक्तीच्या अथवा अभिनेत्याच्या जीवनाकडे पाहून अनेकांना तशाच जीवनपद्धतीचा मोह होतो. मग आयुष्यात तसंच काही मिळवण्याची जिद्द मनात निर्माण होते. जेव्हा अशी ठिकाणं मनुष्याला आदर्श वाटू लागतात, तेव्हा तो ओघानंच स्वतःला हीन लेखू लागतो. स्वतःला हीन समजणं म्हणजे स्वतःच्या अंगच्या गुणांना आणि अस्मितेलाच धक्का देण्यासारखं असतं.

अर्थात भौतिक गोष्टी मिळवू नयेत असं मात्र मुळीच नाही, किंवा चांगलं शिक्षण घेऊ नये, घर बांधू नये, परदेशप्रवास करू नये किंवा हौसमौज करू नये असंही नाही. गरज असेल तर हे सारं अवश्य मिळवावं, परंतु आसुरी वृत्तीच्या आहारी आपण जाणार नाही याची मात्र काळजी घेतली पाहिजे. मागे उदाहरण दिल्याप्रमाणे जनक राजा हा राजप्रासादातच वास्तव्य करून होता. अनेक भोग त्याच्या पायाशी होते, परंतु तो त्यापासून स्वतःला अलिप्त ठेवत असे. राजसी भावात राहूनही तो सात्त्विक वृत्तीच जपत होता. एवढंच नव्हे; तर तो स्वतः ज्ञानसमृद्ध होता.

मोहमयी आदर्शांच्या सापळ्यात अडकल्यानंतर मात्र मनुष्याला स्वत्वाचं विस्मरण होतं आणि मग प्रवास सुरू होतो भोगांची शिखरं गाठण्याचा! तीच जीवनाची इतिकर्तव्यता ठरते. मनुष्यामध्ये जेव्हा आसुरी वृत्ती प्रवेश करते, तेव्हा त्याची विचारशक्ती मावळत जाते. आपण जे करतो तेच बरोबर आहे, असं त्याला वाटू लागतं. भौतिक शिक्षणाच्या मोठ्या पदव्या प्राप्त केल्यानंतर आपल्याला सर्वच विषयांमधलं कळतं, अशी त्या मनुष्याची समजूत होते. मग असे लोक अंतःकरणशून्य, कोत्या मनोवृत्तीचे आणि क्रूरकर्मे होतात. ते जगाच्या विनाशालाही कारण ठरतात. ढोंग, गर्व, उन्मत्तपणाने युक्त होऊन ते अशुद्धाचरण करतात आणि अपसिद्धान्तांना खरं मानून (दु) र्वर्तन करतात. त्यांना सतत भोगांचीच चिंता असते. त्यासाठी अन्याय करून द्रव्य संपादन करण्याकडेही त्यांचा कल असतो. स्वतःला ते बलवान, चैनी, सुखी, कुलीन आणि मोठा प्रतिष्ठित समजतात. कमी पगाराच्या किंवा साध्यासरळ माणसांना ते कमी लेखतात. प्रसंगी त्यांची टरही उडवतात. आपण एखाद्याचं मन दुखावतो आहोत, याचंही अशा हवेत राहणाऱ्या आसुरी वृत्तीच्या माणसाला भान नसतं.

उत्सव किंवा समारंभांना देणग्या देण्यात त्याला मोठेपणा वाटत असतो. खोटी प्रतिष्ठा, मद, उर्मटपणा, दुराग्रह, परमेश्वराचा द्वेष-उपहास करणं यात धन्यता मानणारा आणि शास्त्रांच्या विधींचं पालन न करता केवळ अहंभावाने धर्मकार्य करणारा असा हा आसुरी वृत्तीचा मनुष्य नरकालाच प्राप्त होतो. असे आसुरी वृत्तीचे लोक परमात्म्याला कधीच प्राप्त होत नाहीत. उलट त्यांचं अध:पतन होऊन ते अत्यंत हीन गतीला जातात.

काम, क्रोध आणि लोभ ही नरकाची द्वारं आहेत. नरक म्हणजे जिथे हीनत्व येतं ती जागा! हीनत्व खरोखर कुणाला हवं असतं? मी हीन नसून मी मोठा आहे, असंच दाखवण्याचा माणसाचा प्रयत्न असतो. म्हणजे ऐहिक जगातही कुणाला हीनत्व नको असतं. मग मृत्यूनंतर माणसाला हीनत्व आलं तर?

माणूस कामाच्या अधीन झाला म्हणजे लाचारी येते, दैन्य येतं. इंद्रियजन्य सुखाच्या तो मागे लागतो. जीवनातील दिव्यता निघून जाते. संयम ढळतो. क्रोध बळावला की, बुद्धी काम करीनाशी होते. क्रोध हा विकार माणसाला जिवंतपणीच मारतो. क्रोधामुळे बुद्धीचं संतुलन बिघडतं. विचारशक्तीच कुंठित होते. त्याचा विपरीत परिणाम पचनसंस्थेसह संपूर्ण शरीरातील यंत्रणेवर होतो. हृदयविकार, अर्धांगवायू हे विकार निर्माण होणं हे बऱ्याचदा क्रोधाचं आणि ताणतणावाच्या जीवनाचं फलित असतं. क्रोधाने ग्रासलेल्या माणसाला जिवंतपणीच हीनत्व येतं - अर्थात, जिवंतपणीच त्याला नरकयातना भोगाव्या लागतात.

आज भौतिकवाद्यांनी 'पाहिजे, पाहिजे,' हे निर्माण केलं आहे. कितीही मिळालं तरी तृप्तीच होत नाही. दैनंदिन वस्तूंपासून मनोरंजनाच्या साधनांपर्यंत माणसाला सतत काही ना काही हवं असतं. भौतिक गोष्टींमध्ये तो सुख शोधत असतो. उत्पादनाच्या जाहिरातीही माणसाला मोहात पाडत असतात. पूर्वी टीव्हीचं एक चॅनेल आणि तेही ठरावीक वेळेसाठीच होतं, पण मनुष्य शांत आणि सुखी होता. पण शंभर चॅनेल्स आली तरी ती पुरी पडेनाशी झाली. आता हजार चॅनेल्स सुरू झाली. तीही कमी पडू लागली म्हणूनच की काय, वेबसिरीजही सुरू झाल्या. कुणी किती आणि काय पाहावं हा ज्याचा त्याचा व्यक्तिगत प्रश्न. या चक्रामध्ये मनुष्य कसा अडकत गेला, एवढंच सांगण्याचा उद्देश आहे. अशा भोगवादात अडकल्यावर विचारशक्ती काम करेनाशी होते. मनुष्य लोभी बनतो. लोभामुळेही माणूस नरकात जातो. लोभ होण्याचं प्रमुख कारण म्हणजे स्पर्धा!

> महर्षी व्यास ब्रह्मरूप अवस्थेत गेले असताना एकदा रथातून चालले होते. रथ आपल्या अंगावर येईल या भीतीने एक छोटा किडा घाबरून पळत होता. व्यास त्याला म्हणाले, ''तू का धावतोस? मरणाची तुला भीती वाटते? अरे,

मेलास की उत्कर्ष होऊन तू पुढच्या सुखाला प्राप्त होशील की!''

तो किडा म्हणतो, ''पण मी आमच्या या योनीतही सुखी आहेच की!''

व्यासांच्या उपस्थितीमुळे त्या किड्याला अचानक पूर्वजन्माचं स्मरण होतं. पूर्वजन्मी तो एक धनवान गृहस्थ होता. अनेक शास्त्रविरोधी कर्मं केल्यामुळे तो या जन्मी किडा झाला होता. मग व्यास त्याला उपदेश करताना म्हणतात, ''अरे, कीटक योनीतल्या सुखांपेक्षा मनुष्य योनीतील सुखं वरच्या दर्जाची आहेत. देवयोनीतील सुखं तर आणखी श्रेष्ठ आहेत.''

आत्मिकदृष्ट्या विकसित मनुष्यासाठी पुढची - पुढील जन्मातली सुखं ही देवयोनीतली सुखं असतात, पण त्याविषयी मनुष्ययोनीत जगताना अज्ञान असतंच. त्यामुळे जाणता-अजाणता इंद्रियजन्य सुखाच्या मागे 'चार्वाकी' वृत्तीने धावत राहिलं तर व्यक्तीचा अध:पात होऊ शकतो.

करोडो रुपये मिळाले तरी माणसाचा लोभ संपत नाही. लोभी माणूस मदांध झालेला असतो. बाह्यजगातल्या भ्रामक झगमगत्या दुनियेत त्याची बुद्धी हरवून गेलेली असते. मग गरीब माणसाची त्याला आठवण कुठून येणार? पण याची नोंद कोणती तरी शक्ती ठेवतच असते. काम-क्रोध-लोभ यांचं हीन फल ती शक्ती अशा माणसाला देतच असते. म्हणून अशा बुद्धिभ्रष्ट आणि भावशून्य लोकांची संगत कधी करू नये.

सर्व प्रकारच्या दु:खांनी काम-क्रोध आणि लोभ यांना नरकाच्या वाटेवर आपले वाटाडे नेमलं आहे!

एतैर्विमुक्तः कौन्तेय तमोद्वारैस्त्रिभिर्नरः ।
आचरत्यात्मनः श्रेयस्ततो याति परां गतिम् ॥१६.२२॥

हे कौन्तेया, नरकाची द्वारं असलेल्या या तिन्हींपासून जो मुक्त होतो (दूर राहतो), तो मनुष्य आत्मकल्याणाचं आचरण करतो आणि त्यायोगे तो श्रेष्ठ गती पावतो.

काम, क्रोध आणि लोभ ही तिन्ही नरकाची द्वारं आहेत, हे भगवान मागच्या एकविसाव्या श्लोकाच्या अनुषंगाने सांगत आहेत. या विकारांना जिंकलेल्या माणसांना अधोगती नाही, पण विकारांनी ज्यांना जिंकलं आहे, त्यांना मात्र अधोगती प्राप्त होते. त्यामुळे उन्नत सुखाला असा मनुष्य मुकतो. त्याला धड भौतिक जीवनातलं सुखही मिळत नाही आणि परमगतीही प्राप्त होत नाही. मग असाहायतेने तो भक्तीकडे वळतो. याचा अर्थ तो सात्त्विक झाला आहे असा होत नाही. कारण त्याला आत्मिक समाधान हवं असतं; पण त्याचा मार्ग त्याला सापडत नसतो.

वृत्ती बदलल्याशिवाय आत्मिक आनंद मिळू शकत नाही, हे त्याला ज्ञात नसतं. ते समजून घेण्याची कुवतही बुद्धीत उरलेली नसते. त्यामुळे तो इतर अनेक उपाय करत राहतो. सारासार विचार करण्याचीच त्याच्या स्वतःमध्ये कुवत नसल्यामुळे तो कुणावरही चटकन विश्वास ठेवतो. अर्थात तो त्याचा अंधविश्वास ठरतो. मुळात वृत्ती बदलल्यावरच पुढचा मार्ग प्रकाशित होत असतो, हे तो समजून घेत नाही. काम, क्रोध आणि लोभ सुटला तरच पराभक्तीला प्रारंभ होतो, हे तो जाणत नाही.

महाभारताच्या अखेरीस भारतसावित्री म्हणून चार श्लोक दिले आहेत. त्यात व्यासमहर्षी जगाला उद्देशून व्याकूळ होऊन म्हणतात, 'अरे मी एवढा ऊर्ध्वबाहू करून सांगतो आहे; पण माझं कुणी ऐकत का नाही?' काम-क्रोध-लोभ या त्रिदोषांमुळेच एवढं महाभारत घडलं; पण त्यापासून कुणी बोध का घेत नाही; हे न सुटणारं कोडं आहे!'

कामविकार हा असा आहे की, तो मनुष्याला प्रभावित करतोच. क्रोध आल्याखेरीज युद्धच होऊ शकणार नाही. लोभ म्हणजे वासना अथवा आणखी मिळण्याची आशा असल्याखेरीज मनुष्याच्या हातून कर्मंच होणार नाही. बरं, हे विकार मनुष्याने निर्माण केलेले नाहीत - ते त्याला निसर्गतःच मिळालेले आहेत. मग तेच कसे आणि का सोडायचे, असा प्रश्न उपस्थित होऊ शकतो. पण सखोल विचार केल्यास एक गोष्ट ध्यानात येईल. भगवंतांनी विनाकारण हे विकार मनुष्याला दिलेले नाहीत. त्रिगुणात्मक प्रकृतीमध्ये हे गुण आवश्यकच आहेत. कामविकाराशिवाय प्रजेची उत्पत्ती होणार नाही. मनुष्य काही निर्माण करायचा प्रयत्नच करणार नाही. क्रोध आल्याशिवाय तो कुणावर वचक ठेवू शकणार नाही किंवा युद्ध करूच शकणार नाही. आणि लोभ असल्याशिवाय त्याच्यामध्ये काही मिळवण्याची इच्छाच निर्माण होणार नाही. त्यामुळे भौतिक सृष्टीत जगताना हे तिन्ही विकार नक्कीच आवश्यक आहेत.

पुनर्जन्माच्या खेळाचे मूळ म्हणजे हे विकार आहेत, ती गोष्ट ओळखता आली पाहिजे. म्हणजे जेव्हा या तीन विकारांचा मनुष्याकडून वापर सुरू होतो तेव्हा हमखास पण कळत-नकळत त्याच्या हातून पापकर्म घडत जातं. आणि मग ते पापकर्म त्याच्या पुनर्जन्माला कारण ठरतं. हाच तर खेळ आहे. ही तारेवरची कसरत आहे. जणू हा डोंबाऱ्याचा खेळ आपण खेळत आहोत. दोरीवरून तोल सांभाळत चालत तर पलीकडे जायचं आहे, परंतु एका बाजूला दरी आहे आणि दुसऱ्या बाजूला डोंगर आहे. ज्या दोरीवरून आपण जात आहोत ती दोरी ही काम, क्रोध आणि लोभ अशा तीन धाग्यांनी विणलेली आहे. या दोरीशिवाय आपण पलीकडे जाऊच शकणार नाही. त्यामुळे दोरीचा आधार तर घ्यावाच लागणार आहे, परंतु आपण जर दरीच्या बाजूला झुकलो तर दरीत पडण्याचीच शक्यता अधिक! उलट डोंगराच्या बाजूला झुकलो तर कोसळण्याची शक्यता कमी होऊन मनुष्य विकासमार्गावर जाऊ शकतो. त्यामुळे इथे काम-क्रोध-लोभरूपी दोरखंड तर आवश्यकच आहे. या तीन विकारांचा वापर विकासासाठी न करता स्वार्थासाठी करू लागला तर मात्र मनुष्य अधोगतीरूपी दरीत कोसळू शकतो. याउलट हे विकार विकासासाठी वापरता आले तर मनुष्याचं आत्मकल्याण होऊन तो श्रेष्ठ गतीला जातो.

म्हणून विकार हे आवश्यकच आहेत मात्र त्यांचा वापर हा विकासासाठीच केला पाहिजे. आता तो कसा करायचा, हाही प्रश्न ओघानंच येतो. कामवासना ही इंद्रियभोगांशी संबंधित असते. म्हणजे मनात वासना निर्माण होऊन इंद्रियं प्रत्यक्ष उपभोग घेतात. याच मन आणि इंद्रियांचा विनियोग ईश्वरी कार्यासाठी करता आला

पाहिजे. म्हणजे मनात तशी निष्काम कर्माची इच्छा निर्माण होणं आणि इंद्रियांनी प्रत्यक्ष काम करणं, या कामविकारांच्या गुणाचा वापर करता आला पाहिजे.

यानंतर क्रोध या गुणाचा विचार करू. आपण चुकीचं वागलो असू, वाईट कर्मं केली असतील किंवा दुसऱ्याविषयी वाईट चिंतन केलं असेल तर स्वत:विषयी मनात अल्पकाळ क्रोध निर्माण झाला पाहिजे. मग आपल्या कर्मात आणि वृत्तीत आमूलाग्र परिवर्तन घडवून आणता आलं पाहिजे. हा सकारात्मक परिणाम घडवून आणण्यासाठी क्रोध या गुणाचा वापर करता आला पाहिजे.

यानंतर लोभाचा विषय येतो. लोभ म्हणजे दुसऱ्याचं आपल्याकडे यावं, किंवा दुसऱ्यासारखं आपल्यालाही मिळावं अशी जी लोभाची भावना असते त्यातही आमूलाग्र परिवर्तन करता आलं पाहिजे. आता पत्रं फार कमी लिहिली जातात. पण पत्रात आपण म्हणतो, कळावे, लोभ असावा... म्हणजे प्रेम असावं, हा अर्थ त्यामागे आहे. याच अर्थाने लोभाचा उपयोग अर्थात सर्वांवर प्रेम करता आलं पाहिजे.

या गोष्टी साध्य झाल्या तर आपोआप काम-क्रोध आणि लोभ यांचं स्वरूप बदलेल अर्थात त्यांचा विपरीत प्रभाव संपेल आणि मनुष्य आत्मकल्याण साधून परमगतीला जाईल. अशा तऱ्हेने काम-क्रोध आणि लोभ सोडण्यामागे गूढ अर्थ लपला आहे. समाजमन जसं असतं, तसाही या तीन विकारांचा वापर केला जातो. म्हणजे समाजात स्वार्थांधताच बोकाळली गेली तर या त्रिविकारांचा तसाच वापर केला जातो. समाज तृप्त, शांत आणि परार्थासाठी सत्कर्म करणारा असेल तर या तीन विकारांचा तसाच वापर होतो आणि तो वापर निश्चितच आत्मकल्याणासाठी होतो.

अशा तऱ्हेने हे त्रिविकार प्रकृतीनंच निर्माण केले आहेत आणि ते आवश्यकही आहेत. फक्त भोगवादी स्वार्थांध माणूस त्यात अडकून पडलेला आहे याची भगवान जाणीव करून देतात. विकार हे कधीच सुटणार नाहीत. त्यासाठी माणसाची वृत्तीच अशी बनली पाहिजे की स्वार्थाला प्रोत्साहन देणाऱ्या विकारांमध्ये परिवर्तन घडून आलं पाहिजे. वास्तविक, विकारांनी माणसाला पकडलं आहे; माणसाने विकारांना नव्हे! एखादा मुलगा मोबाईलचा गुलाम झाला तर तो विकारांच्या जाळ्यात अडकला असं म्हणता येईल. याउलट एखादा तरुण गरज असेल तेव्हाच मोबाईलचा वापर करत असेल तर त्याने मोबाईलला अर्थात विकाराला आपल्या गुलामीत ठेवलं आहे, असं म्हणता येईल; पण आज बऱ्याच ठिकाणी उलट परिस्थिती दिसते. मनुष्यच वस्तूंचा गुलाम झालेला आढळतो. मालक आणि गुलाम यामध्ये काय भेद आहे ते वेगळं सांगण्याची आवश्यकता नाही. एक समर्थ असतो आणि दुसरा अगतिक असतो. कोणती भूमिका घ्यायची ते ज्यानं-त्यानंच ठरवायचं असतं.

भगवद्‌गीता वस्तुसंन्यास सांगत नाही तर विषयसंन्यास घ्यायला सांगते, हे ध्यानात घेतलं पाहिजे. म्हणजे काम-क्रोधादी विकार हे उपऱ्या वस्त्रासारखे हवेत. विकार हे राहणारच आहेत; परंतु ते बाजूला काढून ठेवता यायला हवेत. दुर्वास ऋषींनाही क्रोध होत असे, परंतु विकार त्यांच्या ताब्यात होते; ते विकारांच्या ताब्यात नव्हते. त्यांचा क्रोध हा दुसऱ्यांच्या कल्याणासाठी असे. ज्याच्यावर प्रेम असतं त्याच्यावरच माणूस रागावत असतो. अशी विधायक दृष्टी यायला हवी. लोभ असावा; पण तो प्रेमाचा! म्हणून काम-क्रोध आणि लोभ यांना जो जिंकतो, त्याची खऱ्या अर्थाने पराभक्तीला सुरुवात होते.

गीतेने दिलेला संदेश अंशतः जरी आपल्यामध्ये उतरवला, तरी माणसाच्या पराभक्तीला प्रारंभ होईल. काम-क्रोधादी विकारांच्या ताब्यात न जाता विकारांना आपल्या ताब्यात आणायला हवं. म्हणजे या विकारांचा सकारात्मक वापर करणं जमलं पाहिजे. त्यासाठी गुलामाची नव्हे; तर मालकाची भूमिका अंगीकारली पाहिजे.

यः शास्त्रविधिमुत्सृज्य वर्तते कामकारतः।
न स सिद्धिमवाप्नोति न सुखं न परां गतिम् ॥१६.२३॥

जो शास्त्रांचे नियम झुगारून आणि विषयवासनांची कास धरून वागतो, त्याला कोणत्याही कार्यात सिद्धी प्राप्त होत नाही किंवा ऐहिक सुखही मिळत नाही; अथवा श्रेष्ठ गती म्हणजे स्वर्गही मिळत नाही.

इथे शास्त्र म्हणजे भौतिक शास्त्र नव्हे किंवा भौतिक जगतातील इतर कोणतंही शास्त्र नाही. हे शास्त्र म्हणजे विकारांकडून विचाराकडे आणि विवेकाकडून आत्मज्ञानात्मक विज्ञानाकडे कसं जावं, हे सांगणारं सिद्ध शास्त्र आहे. अर्थातच हे शास्त्र स्वयंसिद्ध असं शास्त्र आहे. ते परातत्त्वाकडून प्रस्फुरित झालेलं आहे. ऋषींना ते स्फुरलेलं आहे. ते मनुष्याच्या आत्मकल्याणासाठी सिद्ध झालेलं आहे. तेच शास्त्र भगवद्गीतेत भगवंतांनी सांगितलेलं आहे.

आपल्याला भौतिक शास्त्रात, खगोल शास्त्रात किंवा इतर कोणत्याही शास्त्रांमध्ये मोठी पदवी प्राप्त करायची असेल, तर प्रचंड अभ्यास करावा लागतो. वरवर वाचून या शास्त्रांचा अभ्यास होत नाही. आत्मज्ञानप्राप्तीचं शास्त्र तर आणखी गहन आहे. ते वरवर समजू शकत नाही. आपल्याला समजलं नाही म्हणून ते शास्त्र नाही असं होत नाही. खगोलशास्त्रज्ञ अनेकविध सिद्धान्त मांडत असतात. अनेक नव्या ग्रहताऱ्यांचा शोध लावत असतात. बिग बँगपासून सृष्टी निर्माण झाली असं ते सांगतात, पण ते शोध नसतात तर जे घडलेलं आहे त्याचं केवळ प्रकटीकरण असतं. शिवाय त्यात संभाव्यताही असते. जर बिग बँगने आपोआप सृष्टी तयार झाली, तर मग मन, बुद्धी, विचार आणि पुनर्जन्माच्या सूत्राची निर्मिती कशी झाली? कुणी केली? का तेही आपोआप घडलं, असं म्हणायचं? हरकत नाही. सृष्टी जशी आपोआप उत्क्रान्त झाली तसाच कॉम्प्युटरही आपोआप निर्माण झाला, असं म्हणायला काय हरकत आहे? पाच हजार वर्षांनी त्या वेळच्या मनुष्याला तसंच वाटेल. म्हणून जीवसृष्टीही आपोआपच

निर्माण झाली किंवा उत्क्रान्त झाली याला कोणतंही समर्पक उत्तर भौतिक शास्त्रज्ञांकडे नाही. तरीही ते जे सांगतात त्याला वारेमाप प्रसिद्धी मात्र दिली जाते. मग गोबेल्स नीतीप्रमाणे त्यांचे ते शोधही खरे वाटू लागतात. तेच शिकवले जातात.

सृष्टी कशी निर्माण झाली, हेच मोठं गूढ आहे. आपण त्यासाठी अनेकविध कल्पना लढवू शकतो किंवा शास्त्रज्ञांनी त्या अवश्य लढवाव्यात, परंतु सृष्टीचं स्वरूप जाणणं ही गोष्ट अतिशय गुंतागुंतीची आहे. मग अनेक ब्रह्मांडं, सूक्ष्मातीत सूक्ष्म आणि अतिविशाल सृष्टी, त्याचप्रमाणे सृष्टिनिर्माता, त्याचं स्वरूप आणि त्याला प्राप्त होण्याचं ज्ञान किती गहन असू शकेल, याचा विचार केला पाहिजे. ज्या ऋषींना ते ज्ञान अवकाशरश्मींमार्फत स्फुरलं, तेच त्यांनी शास्त्रांमधून सांगितलं. त्या शास्त्राचं आचरण केल्यानंतरच मनुष्याचा आत्मिक उत्कर्ष होत असतो. मात्र त्या शास्त्राची उपेक्षा करून केवळ भोगवादाचीच कास धरली तर मात्र मनुष्याचं अध:पतन होतं.

म्हणून कर्तव्य आणि अकर्तव्य यांचा निश्चय करण्याचा प्रसंग आला तर शास्त्र हे प्रमाण मानलं पाहिजे. मग शास्त्राने काय सांगितलं आहे ते बुद्धीने समजून घेऊन या कर्माधिकार भूमीत त्यानुसार कर्तव्य केलं पाहिजे. दैवी संपत्तीचा आश्रय करून ईश्वरार्पण बुद्धीने काम केलं म्हणजे चित्तशुद्धी, ज्ञानप्राप्ती या क्रमाने जाऊन माणूस भगवंताला प्राप्त होईल.

मात्र कामवश होऊन जो वासनात्मक विषयांमध्ये रत होऊ पाहतो, त्याला ते विषयही कायमचं सुख देऊ शकत नाहीत. अशा मनुष्याला मग स्वर्गही मिळत नाही किंवा त्याचा आत्मिक उद्धारही होत नाही. किंबहुना, अशी शास्त्रं म्हणजे भोगवादी मनुष्यासाठी चेष्टेचाच विषय असतो.

पद-पैसा-प्रतिष्ठा-अधिकार आला की व्यक्तीला एकप्रकारची धुंदी चढते. त्याला स्वविचार सोडून शास्त्र वगैरे गोष्टी म्हणजे भंपकपणा वाटू लागतो. गाठीशी पैसा असतो. (नसलेल्या) शहाणपणाची धुंदी चढलेली असते. 'असं कधी असतं का? हे सारं थोतांड आहे,' अशा थाटात तो मग बोलत-वागत असतो.

पुराणात वेन राजाची कथा आहे.

> त्या काळी ऋषी कायदेकानू करत असत आणि राजा त्यांची अंमलबजावणी करत असे, पण हा वेन राजा उन्मत्त बनला होता. तो म्हणायचा, 'मी सांगेन तोच कायदा. मीच तुमचा देव. हे ऋषी कोण नियम ठरवणार?' ऋषीय कायदे तो उखडायला लागताच समाज एकत्र आला आणि त्यांनी वेनराजाला सिंहासनावरून ओढून भर रस्त्यात ठार मारलं.

समाजव्यवस्था उत्तम रीतीने चालवायची असेल तर नियम हे करावेच लागतात. प्राचीन काळात निरपेक्ष भावाने ऋषी नियम बनवत. त्यामुळे समाज सुखशांती अनुभवत असे, पण वेन राजाने उद्दामपणे ते नियम तोडण्याचा घाट घातला आणि तो स्वतःच प्राणाला मुकला.

आयुष्यात असे काही दुःखद प्रसंग येतात किंवा आघात होतात की हाच 'शहाणा' माणूस मग भानावर येतो. त्याची धुंदी उतरते. मस्ती जिरते. मग तो शास्त्रार्थाच्या मागे लागतो, परंतु शास्त्र हीदेखील बुद्धीने समजून घेण्याची गोष्ट आहे. एकादशीला साबुदाणाच खाल्ला पाहिजे असं शास्त्रात कुठेही लिहिलेलं नाही. शास्त्रात उपवास करायला सांगितलं आहे. पण 'उप-वास' म्हणजे काय, ते प्रथम बुद्धीने समजून घेतलं पाहिजे; तरच त्याचं फळ मिळेल, चित्तशुद्धी होईल. पण केवळ अर्थहीन आणि विचारहीन कर्मकांड करत राहिलं तर काहीच प्राप्त होणार नाही.

भगवद्गीता सृष्टीचा त्याग करायला शिकवत नाही तर सृष्टीत राहून, सृष्टीचा सुजाणतेने यथायोग्य आणि संयमित उपभोग घेऊनच त्या पलीकडच्या आनंदसागराकडे जाण्याचा मार्ग गीता दाखवते. पण त्यासाठी गीतेत सांगितल्यानुसार धर्म, कर्म, ज्ञान, भक्ती यांचं शास्त्रशुद्ध आचरण करायला हवं. त्याकडे पाठ करून, त्याची कुचेष्टा करून, केवळ काम हेच अंतिम साध्य आहे असं मानून वर्तन केलं, तर अशा मनुष्याला सिद्धी प्राप्त होत नाही. एवढंच नाही तर जे मुळात अपूर्ण आहे अशा विषयांपासून त्याला पूर्ण सुखही मिळत नाही. म्हणजे त्याला ऐहिक सुखही प्राप्त होत नाही, मनःस्वास्थ्यही मिळत नाही, तृप्तीही मिळत नाही आणि स्वर्ग किंवा मोक्षही लाभत नाही.

अशा कामासक्त व्यक्तीचं अधःपतन मात्र निश्चितच होत असतं. ते टाळण्यासाठी म्हणून प्रथम शास्त्र समजून घेतलं पाहिजे. मग भ्रष्ट रूढींचं स्वरूप ओळखून त्या दूर केल्या पाहिजेत. आणि मग शास्त्रशुद्ध मार्गाचं आचरण करून आपलं अधःपतन टाळलं पाहिजे.

शास्त्रमार्गाला बुद्धीने समजून घेऊन त्यानुसार आचरण न करता जो केवळ कामासक्त होतो, त्याला ऐहिक आणि पारलौकिकही सुख प्राप्त होत नाही.

तस्माच्छास्त्रं प्रमाणं ते कार्याकार्यव्यवस्थितौ ।
ज्ञात्वा शास्त्रविधानोक्तं कर्म कर्तुमिहार्हसि ॥१६.२४॥

कार्य कोणतं आणि अकार्य कोणतं, हे जाणून घेण्यासाठी तुला शास्त्रच प्रमाण मानलं पाहिजे. शास्त्रांनी सांगितलेल्या कर्माचं यथार्थ ज्ञान संपादन करून त्याप्रमाणे आचरण करणं हेच या लोकी तुला योग्य आहे.

कर्तव्य कोणतं आणि अकर्तव्य कोणतं, याचा निर्णय सामान्य मनुष्याला करता येत नाही. त्याकरता 'शास्त्र म्हणजेच वेद-वेदान्त प्रमाण मान,' असं भगवान अर्जुनाला सांगतात. नीतिशास्त्राची कल्पना डोळ्यांपुढे ठेवूनच गीतेचा उपदेश भगवंतांनी अर्जुनाला केला होता हे इथे स्पष्ट होतं. यालाच कर्मयोगशास्त्र असं म्हटलं आहे.

देश-काल-परिस्थितीनुसार कर्तव्य-अकर्तव्य यांत बदल घडत असतो. आजची नीती ही उद्याची अनीती किंवा आजची अनीती ही उद्याची नीती ठरू शकते. मग आपण नक्की काय करावं, याचा मनात संभ्रम निर्माण होतो. अशा वेळी शास्त्रांनी काय सांगितलं आहे ते बघितलं पाहिजे. ते समजून घेतलं पाहिजे आणि त्यानुसार वर्तनही केलं पाहिजे. अर्थातच श्रुती आणि स्मृती यांना प्रमाण मानून त्यांच्या आज्ञा शिरसावंद्य मानल्या पाहिजेत. कारण सर्वच गोष्टी आपल्याला कळतात असं नाही. काही विचार हे देशकालपरत्वे आणि प्राप्त परिस्थितीनुसार बदलत असतात. प्रश्नांचं बाह्य स्वरूपही बदलत असतं, परंतु त्यांचं मूळ स्वरूप एकच असतं. म्हणूनच अर्जुनाच्या मनात प्रश्न उद्भवला की, शत्रूला मारावं की न मारावं? काय केलं असता माझं अहित होणार नाही? तोच प्रश्न शेक्सपिअरच्या नाटकातील हॅम्लेटला पडला होता- असावं की नसावं? To be or not to be?

म्हणजे काळ कोणताही असला तरी काही प्रश्नांची उकल होत नाही; निर्णय करता येत नाहीत. अशा वेळी शास्त्र हेच प्रमाण मानलं पाहिजे. आपल्याला निर्णय करता येत नसेल तर शास्त्र काय सांगतं, त्यानुरूप विचार आणि कर्म केलं पाहिजे.

अर्जुनाचं मन संभ्रमित झालं तेव्हा शास्त्र घेऊन कृष्ण हजरच होता. हॅम्लेटपुढे मात्र तो पर्याय नव्हता. श्रुति-स्मृतींचं महत्त्व इथे ध्यानात येतं. तेच शास्त्र भगवंतांनी या गीतेत सांगितलं आहे. संसारात अनेक प्रकारच्या प्रश्नांना तोंड द्यावं लागत असतं. पुष्कळदा आपल्याला निर्णय करता येत नाहीत. मग कुणाचा तरी आधार घ्यावा लागतो. लहान बाळाला समज आलेली नसते. त्यामुळे त्याला आईचा आधार असतो. तिच्या म्हणण्यानुसार तो वागतो. त्याप्रमाणे अज्ञ मानवाने शास्त्रांच्या म्हणण्यानुसार वागावं, असं भगवान या श्लोकात सांगतात. शास्त्रं म्हणजे प्रस्थानत्रयी - अर्थात वेद, उपनिषदं (भगवद्‌गीता) आणि ब्रह्मसूत्र. या शास्त्रांचाच परिपाक अथवा दोहन करून निघालेलं नवनीत म्हणजे श्रीमद्‌भगवद्‌गीता! जर गीता तत्त्वज्ञान अंगी मुरलं असेल, तर मात्र आपण योग्य निर्णय करू शकतो. भगवद्‌गीतेचं महत्त्वच या श्लोकातून अधोरेखित होतं.

मात्र शास्त्रांचाच अभ्यास नसेल किंवा गीता अभ्यासलीच नसेल तर मात्र मनुष्य संकटं येताच बाह्य जगतात उपाय शोधत फिरत राहतो. भौतिक सृष्टीतले अशास्त्रीय उपाय तो करत राहतो. अर्थात ती वरवरची मलमपट्टी ठरते. तसे उपाय करूनही कित्येकदा मनुष्य वैफल्यग्रस्त होतो. कारण अज्ञानामुळे तो प्रश्नांच्या मुळापर्यंत गेलेलाच नसतो. त्याला बाह्य जगतातच कुणाचा तरी आधार लागत असतो, परंतु त्याच्या अगदी जवळ जो आधार असतो, त्याची जाणीव मात्र त्याला क्वचितच होत असते. भगवद्‌गीतेचा सतत अभ्यास केला आणि त्यानुरूप वर्तन केलं तर मात्र भगवान सांगतात त्याप्रमाणे ते अशा मनुष्यापर्यंत महासंकटसुद्धा येऊ देत नाहीत. आणि आलंच तर त्यातून सुटण्यासाठीही मार्गदर्शन करतात. अर्थात त्यांचे विचार हेच मार्गदर्शक ठरतात. म्हणजे परमेश्वरावर निरपेक्ष प्रेम करण्यातून भगवान अशा मनुष्याचं संरक्षण करतो. आणि गीताविचारांनी समज दृढ होऊन जेव्हा त्यानुरूप कर्म केलं जातं, तेव्हा प्राप्त संकटांवर सामना करण्याचं बळ मिळतं.

अर्थातच गीताशास्त्राचं अनुसरण करताना वृत्तीत एकप्रकारचं स्थैर्य येतं आणि मन नि:शंक बनून जातं. आपण स्वतः समर्थ बनतो. परावलंबित्व निघून जातं. आपणच आपला उद्धार करू लागतो. हे साध्य होण्यासाठी संभ्रमित वृत्ती न बाळगता आणि शंकाकुशंका न काढता या शास्त्रावर पराकोटीची श्रद्धा ठेवली पाहिजे. तरच त्याचे परिणाम मिळू शकतील. आपल्याला स्वत:लाच तसा अनुभव येत जाईल. म्हणून *तस्मात् शास्त्रं प्रमाणम्!* अर्थातच हे शास्त्र म्हणजे अंधविश्वासाला खतपाणी घालणारे विचार मुळीच नाहीत; किंवा तशा कथाही नाहीत. या शास्त्रात पराकोटीची गहनता दडलेली आहे. अफाट-अथांग अशा विवेकी बुद्धिमत्तेचा तो

परिपाक आहे. त्यामुळे कार्य-अकार्याच्या संदर्भात या शास्त्राचंच अनुसरण करावं, असं भगवान सांगतात.

रोग्यावर कोणत्या पद्धतीने औषधोपचार करायचा, हे ठरवायचं काम वैद्याचं किंवा डॉक्टरचं असतं. आजार कोणता आहे याचं निदान करून त्यानुसार डॉक्टर किंवा वैद्य औषधांची उपाययोजना करत असतात. रोग्याला स्वत:चं मत नोंदवण्याचा तिथे अधिकार नसतो. त्याप्रमाणे कर्तव्य कोणतं आणि अकर्तव्य कोणतं, जीवनात कोणत्या प्रसंगी कसं वागावं, नीति-अनीती कोणती, अशा प्रश्नांविषयी शास्त्रच मार्गदर्शक ठरतं. शास्त्रामध्येच सर्व समस्यांची उत्तरं दिलेली आहेत. त्याबाबतीत स्वत:चं मत नोंदवण्याचा सामान्य मनुष्याला अधिकार नाही. जीवनाच्या संदर्भात फक्त शास्त्रालाच किंमत असते; लोकमताला किंमत नाही. आपण लोकांचं मत घेत बसलो तर लोक आपल्याला उलटसुलट सांगतील आणि त्यामुळे आपण अधिक संभ्रमात पडू. म्हणून 'शास्त्रांनाच प्रमाण मान,' असं भगवंत सांगतात.

दिल्लीला कोणती गाडी जाते, हे जर आपण लोकांना विचारत बसलो तर चार वेगवेगळी मतं समोर येण्याची शक्यता असते. पण जर रेल्वे चौकशी कार्यालयातच विचारणा केली तर योग्य उत्तर मिळू शकतं. त्याप्रमाणे कार्य-अकार्याविषयी लोकांचं मत घेत बसलं तर चार वेगवेगळी मतं समोर येण्याची शक्यता असते. पण शास्त्रच प्रमाण मानलं तर योग्य उत्तर मिळेल. म्हणूनच 'शास्त्र प्रमाण मान आणि जीवन चालव,' असं भगवंत सांगतात.

ॐ श्री परमात्मने नमः

अध्याय सतरावा

श्रद्धात्रयविभागयोग

सत्व, रज आणि तम या तीन गुणांशी त्याचा संबंध आहे. म्हणजेच ज्या गुणाचा प्रभाव असतो, त्याची जीवननिष्ठा किंवा श्रद्धा तशीच होते. यज्ञ, तपस्या, दान, कर्म, हे सर्व यातूनच चालते.

अर्जुन उवाच

ये शास्त्रविधिमुत्सृज्य यजन्ते श्रद्धयाऽन्विताः।
तेषां निष्ठा तु का कृष्ण सत्त्वमाहो रजस्तमः।।१७.१।।

श्री भगवान उवाच

त्रिविधा भवति श्रद्धा देहिनां सा स्वभावजा ।
सात्त्विकी राजसी चैव तामसी चेति तां शृणु ॥१७.२॥
सत्त्वानुरूपा सर्वस्य श्रद्धा भवति भारत ।
श्रद्धामयोऽयं पुरुषो यो यच्छ्रद्धः स एव सः ॥१७.३॥

अर्जुन म्हणाला, हे कृष्णा! जी माणसे शास्त्रविधीला सोडून श्रद्धेने युक्त होऊन देवादिकांचे पूजन करतात, त्यांची मग स्थिती कोणती? सात्त्विक, राजस की तामस? स्वभावतः प्राणिमात्रांची श्रद्धा तीन प्रकारची असते; सात्त्विक, राजस आणि तामस. (कशी) ती ऐक. सर्व लोकांची श्रद्धा हे भारता, त्यांच्या त्यांच्या सत्त्वाप्रमाणे म्हणजे प्रकृतिस्वभावानुरूप असते. मनुष्याची जशी श्रद्धा असते तसा तो होतो.

सतराव्या अध्यायातील प्रारंभीच मागच्या विषयाच्या अनुषंगाने अर्जुन प्रश्न विचारतो, 'शास्त्र हे बुद्धीने समजून घेतल्यावर शास्त्राचा आधार घेण्याची आवश्यकताच काय? अथवा ज्यांना शास्त्रच माहीत नाही किंवा ज्यांच्या बुद्धीत ते उतरलेलंच नाही, असे लोक जर शास्त्राप्रमाणे आचरण करू लागले, तर त्यात श्रद्धेचा अभाव हा राहणारच! याउलट श्रद्धेने आचरण केलं तरी बुद्धीचा अभाव हा राहणारच! अशा परिस्थितीत या उणिवा दूर होऊन कार्य सफल होतं का? श्रद्धा काम करते का? अशा तऱ्हेचे प्रश्न अर्जुनाने भगवंतापुढे उभे केले. या प्रश्नांवरूनच अर्जुनाची बुद्धिमत्ता कळून येते.

त्याच्या शंकांचं निरसन करताना भगवान म्हणाले, 'शास्त्र आणि श्रद्धा यांच्यामध्ये वस्तुतः साहचर्य असतं. बुद्धीला किंवा तर्काला जेव्हा मर्यादा पडतात, तेव्हाच शास्त्र निर्माण होतं. शिवाय असं शास्त्र कोण सांगतं, यालाही महत्त्व असतं. भोगवादी आसुरी

वृत्तीच्या मनुष्याने शास्त्र सांगितलं तर त्यावर विश्वास ठेवणं योग्य होणार नाही. अशा वेळी वेद, उपनिषदं आणि ऋषिमुनींचं तत्त्वज्ञानच प्रमाण मानावं. या तत्त्वज्ञानाला प्रमाण मानण्यासाठी मात्र त्यावर श्रद्धा जडायला हवी. ही श्रद्धा स्वभावाप्रमाणेच सात्त्विक, राजस आणि तामस असते.'

अर्थातच विषयाच्या ओघात भगवान 'श्रद्धे'च्या विषयाकडे वळतात. कारण जर शास्त्र आणि श्रद्धा यांचं साहचर्य जाणून घ्यायचं असेल, तर श्रद्धेचंही स्वरूप जाणून घ्यायला हवं. ते न जाणता केवळ श्रद्धाभावाला एकाच पारड्यात टाकलं जाईल. भगवान कोणतीही गोष्ट वरवर सांगत नाहीत. ते विचारांच्या अत्यंत सखोल प्रांतात नेऊन त्या त्या विषयाचा उलगडा करतात. त्यामुळे त्यापुढे जाऊन आपण त्यांच्या विचारांची समीक्षा करू शकत नाही.

या दृष्टीनंच ते आता श्रद्धेच्या सखोल प्रांतात आपल्याला घेऊन जात आहेत. श्रद्धेचा उगम हा स्वभावातून होत असतो. म्हणून भगवंतांनी श्रद्धाभावाचं नातं प्रथम स्वभावाशी जोडलेलं आहे.

आता स्वभाव म्हणजे तरी काय? स्वभाव म्हणजे पूर्वजन्मीच्या पापपुण्याच्या संचयामुळे उत्पन्न झालेली मनोघटना. त्याचप्रमाणे स्वभाव म्हणजे ज्ञानशक्ती किंवा क्रियाशक्ती यांचा मनावर झालेला परिणाम. ज्ञानशक्ती किंवा क्रियाशक्ती जितकी तीव्र असते, तितका तिचा परिणाम तीव्र असतो. अशा तऱ्हेने सर्व माणसांच्या श्रद्धा या त्यांच्या अंतःकरणाच्या शुद्धीप्रमाणे कमी-जास्त असतात. अर्थातच, प्रत्येक मनुष्य हा श्रद्धावान असतोच. मात्र त्याची श्रद्धा ही भिन्न भिन्न विचारधारांशी निगडित असते. पर्यायाने ज्याची जशी श्रद्धा असते, तसा तो होतो. ही श्रद्धा सभोवतालच्या व्यक्तींच्या सत्त्वनिष्ठेवरही अवलंबून असते. मनुष्याच्या सान्निध्यात येणाऱ्या व्यक्ती जर निःसत्त्व असतील तर तो मनुष्य अश्रद्ध बनतो किंवा अंधश्रद्धाळू बनतो. म्हणजे बुद्धीत समजच नसेल, सारासारविवेकाला स्थानच नसेल आणि कोणतीही वैचारिक धारणा नसेल, तर असा मनुष्य आणि त्याच्या परिघात येणाऱ्या व्यक्तीही तशाच स्वभावाच्या होण्याची शक्यता असते. मग असे लोक परार्थजीवी होतात - अर्थात परप्रकाशी होतात. सारासारविवेक करण्याची कुवत नसल्यामुळे ते अंधश्रद्धही होतात.

याउलट काहींची श्रद्धा ही एखाद्या विचारधारेवरच असते. कुणाची श्रद्धा कुठे बसावी हे सभोवतालच्या परिस्थितीवरूनही ठरत असतं. त्याचप्रमाणे घरच्या वातावरणावरही ते अवलंबून असतं. घरी देवाधर्माचं अविरत आणि विचारहीन कर्मकांडं चालत असेल, तर एखादा तरुण त्याविरुद्ध उभा ठाकतो. मग तो देवाधर्मालाच मानीनासा होतो. इतकंच नाही, तर एखादा धाडसी तरुण देवाधर्माच्या विरोधात ज्या

विचारधारा काम करतात, त्यांना जवळ करतो. खरंतर यात परमेश्वराचा किंवा धर्माचा काहीच दोष नसतो किंवा संबंध नसतो. पण कर्मकांडांचं विपरीत स्वरूप पाहून असा तरुण या दोन्ही गोष्टींना आपल्या विचारातूनच हद्दपार करतो. याप्रमाणे प्रतिक्रियास्वरूपही एखाद्या मनुष्यामध्ये अश्रद्धा निर्माण होते. अर्थात ती अश्रद्धा नसून श्रद्धेचं ठिकाण केवळ बदललेलं असतं. म्हणजे तथाकथित धार्मिक कर्मकांडं न पटल्यामुळे त्या तरुणामध्ये धार्मिक विचारधारेविषयीच अश्रद्धा निर्माण होते, तर त्याविरुद्ध जी विचारधारा काम करते त्या विचारधारेला तो जवळ करतो. अर्थातच देव-धर्मविरोधातील विचारधारेवर त्याची श्रद्धा बसते. तात्पर्य, देव आहे अशी जी एखाद्याची श्रद्धा असते तशीच देव नाही अशीही दुसऱ्या एखाद्याची श्रद्धा असते. त्याला कारणं काहीही असोत.

याप्रमाणेच एखाद्याची मूळ विचारधारेवर असणारी श्रद्धा काही कारणामुळे उडते आणि विरुद्ध विचारधारेवर बसते. देव नाही म्हणणारे अनेक लोक अचानक कारणपरत्वे देव मानू लागतात. इतकंच नव्हे तर त्यांची देवावर पराकोटीची श्रद्धा बसते. याउलट एखाद्या माणसाची देवाधर्मावर श्रद्धा असते, परंतु काही कारणाने ती उखडली जाते.

पण अशा साऱ्या श्रद्धांमध्ये सारासारविवेकाचाच अभाव असतो. प्रचलित कर्मकांडं आणि अवडंबर पाहून एखादा मनुष्य परमात्म्याचंच अस्तित्व नाकारतो ही गोष्ट जशी योग्य नसते, त्याचप्रमाणे आपल्या कर्मकांडाला फळ मिळालं नाही म्हणून परमेश्वरावरची श्रद्धा उडणं हेही योग्य नसतं. म्हणून भगवान सांगतात की, श्रद्धा ही तीन प्रकारांमध्ये विभागली आहे. मनुष्यामध्ये असलेल्या स्वाभाविक गुणांनुसार त्याची श्रद्धा ठरत असते. हे तीन स्वाभाविक गुण म्हणजे सत्त्व, रज आणि तम. या गुणांप्रमाणे जशी श्रद्धा असते, तसा मनुष्य बनतो. गुणांनुसार श्रद्धा कशी तयार होते आणि त्याचे काय परिणाम होतात ते भगवान पुढे सांगणारच आहेत. त्यामुळे श्रद्धात्रयविभागानुसार त्यांचा जो उपदेश आहे तो अतिशय चिंतनीय आहे. तो विचारपूर्वक जाणून घेतला पाहिजे.

श्रद्धास्थान जसं असेल तसा मनुष्य बनतो. श्रद्धा ही त्रिगुणात्मक स्वभावाप्रमाणे तीन प्रकारची असते. पूर्वजन्मीच्या पापपुण्याच्या संचयामुळे मनुष्याची मनोघटना तयार होऊन त्याच्यामध्ये श्रद्धा जन्म पावते.

यजन्ते सात्त्विका देवान्यक्षरक्षांसि राजसाः।
प्रेतान्भूतगणांश्चान्ये यजन्ते तामसा जनाः॥१७.४॥
अशास्त्रविहितं घोरं तप्यन्ते ये तपो जनाः।
दम्भाहङ्कारसंयुक्ताः कामरागबलान्विताः॥१७.५॥
कर्शयन्तः शरीरस्थं भूतग्राममचेतसः।
मां चैवान्तःशरीरस्थं तान्विद्ध्यासुरनिश्चयान्॥१७.६॥

सात्त्विक लोक देवांची उपासना करतात. राजस लोक यक्ष-राक्षसांची पूजा करतात तर तामस लोक प्रेत-पिशाच्च आणि भुतांची पूजा करतात. कामासक्तीने प्रेरित झालेले असे दांभिक आणि अहंकारी लोक स्वतःच्याच मनाने आणि बुद्धीने अशास्त्रीय तप करतात. शास्त्रनिषिद्ध घोर अनुष्ठान करून शरीरात राहिलेल्या मलाच ते पीडा देतात. असे लोक आसुरी निष्ठा बाळगणारे असतात असं समज.

जे लोक स्वतःच्या मनानंच अशास्त्रीय तप किंवा पूजापाठ करतात, त्यांना भगवंतांनी या श्लोकातून अक्षरशः झोडपून काढलेलं आहे. इतकंच नाही तर त्यांच्या तशा अशास्त्रीय तपामुळे मला क्लेश होतात, असंही म्हटलेलं आहे. म्हणून आपण कोणत्या पद्धतीने आणि कुणाची पूजा करतो, याचा अतिशय गांभीर्याने विचार केला पाहिजे. पूजा-अर्चना आणि तप हे शास्त्रशुद्ध पद्धतीनंच झालं पाहिजे. भौतिक शास्त्रांमधल्या अनेक विषयांमध्येही शास्त्रशुद्ध पद्धतीलाच महत्त्व असतं. एखाद्या तरुणाला एरोनॉटिक्समध्ये इंजिनिअर होऊन त्या क्षेत्रात करियर करायचं असेल तर त्यानुरूप अभ्यासच केला पाहिजे; पण त्याचा योग्य अभ्यास न करता आणि योग्य ती पदवी तसंच अनुभव न घेता करियर करायचा प्रयत्न केला, तर ती गोष्ट जमू शकणार नाही. कारण त्या विषयातलं शास्त्रच जर माहीत नसेल आणि त्याचा अभ्यासच केला नाही, तर त्या शास्त्राचं इम्प्लिमेन्टेशन तो कसं करणार? त्याचे परिणाम कसे मिळणार? मग जे परमतत्त्व आहे त्याला जर प्राप्त व्हायचं असेल, ते जाणून घ्यायचं असेल आणि

आपला आत्मिक विकास साधायचा असेल, तर त्यासाठी शास्त्रशुद्ध प्रयत्न करायला नकोत का, याचा विचार केला पाहिजे. त्यासाठीच भगवान सांगतात, शास्त्रशुद्ध रीतीनंच उपासना, पूजा-अर्चना किंवा तप केलं पाहिजे.

मागील श्लोकांमधून भगवंतांनी अध्यात्मशास्त्राचं महत्त्व अधोरेखित केलेलं होतं. त्याच अनुषंगाने ते इथे त्या शास्त्रांचं अनुकरण करण्याचा किंवा न करण्याचा परिणाम सांगत आहेत. योग्य परिणामासाठी ज्यांचं संस्कृत भाषेवर प्रभुत्व आहे आणि जे शास्त्रार्थ सखोल जाणतात-त्यांच्याकडूनच मूळ शास्त्रार्थ जाणून घेऊन त्यानुरूप उपासना केली पाहिजे. इथे मूळ शास्त्र समजून घेण्याचा उल्लेख मुद्दामच केलेला आहे. कारण मूळ शास्त्रार्थ आज पूर्णपणे हरवून गेला आहे आणि त्याला कारण म्हणजे 'कलिवर्ज्य' प्रकरण!

> बाराव्या शतकात केव्हा तरी देवंडभट्टनामक एका ब्राह्मणाने 'स्मृतिचंद्रिका' नावाचा ग्रंथ लिहिला. त्यातच हे कलिवर्ज्य प्रकरण आहे. त्यातील कोणतीही गोष्ट श्रुती किंवा स्मृतिग्रंथावर आधारित नाही; तर ती पुराणांवर आधारित आहे. आज शास्त्रार्थांचा निर्णय करायचा झाल्यास त्या कलिवर्ज्य प्रकरणाचा आधार घेतला जातो; आणि तो पूर्णतः चुकीचा आहे. त्या देवंडभट्टाने पराशरस्मृतीसह सर्व स्मृती उडवून लावलेल्या आहेत. विशेष म्हणजे आजचं बरंचसं शास्त्र हे त्या कलिवर्ज्य प्रकरणावरच आधारलेलं आहे; आणि ते मनुष्याची दिशाभूल करणारं आहे.

ज्यांना अधिक जिज्ञासा आहे त्यांनी पांडुरंगशास्त्रींचं 'विजिगीषु जीवनवाद' हे पुस्तक वाचावं.

म्हणून जाणकारांकडूनच मूळ शास्त्र समजून घेऊन त्याआधारे आत्मविकासार्थ उपासना केली पाहिजे. अन्यथा उपासनेचं योग्य फळ मिळू शकणार नाही.

या अनुषंगाने भगवान या श्लोकांमधून तीन वृत्तीचे लोक कशा पद्धतीने उपासना करतात ते सांगत आहेत आणि त्या उपासनेचा परिणामही सांगत आहेत.

सात्त्विक वृत्तीचे लोक थेट परमतत्त्वाची अथवा त्याच्या गुणसौंदर्याने युक्त अशा साकार मूर्तस्वरूपाची पूजाअर्चना आणि उपासना करतात. राजसी वृत्तीचे लोक यक्ष-राक्षसांची पूजा करतात. त्यांचं अनुष्ठान ही परमात्म्याची पूजा होत नाही. कारण या यक्ष-राक्षसांच्या गुणांचं परमात्म्याच्या गुणांशी साधर्म्य नसतं. असे जे आसुरी वृत्तीचे लोक स्वतःची उपासना करायला सांगतात, ते त्यांच्या भक्ताला परमात्म्यापासून तत्त्वतः दूर करत असतात आणि स्व-प्रतिष्ठा वाढवत असतात. तामसी लोक तर भूत-

प्रेत किंवा पिशाच्चांची पूजा करतात. या दोन गुणांच्या व्यक्तींमध्ये जबरदस्त कामासक्ती वसून असते. हवे ते भोग प्राप्त करण्यासाठी आणि दुसऱ्यांवर प्रभाव टाकण्यासाठी ते घोर तप करतात. त्यांचं ते शास्त्रनिषिद्ध घोर अनुष्ठान आसुरी वृत्तीतून उद्भवलेलं असतं आणि त्या घोर अशास्त्रीय उपासनेमुळे हृदयस्थ भगवंताला क्लेश होत असतात. म्हणजे त्या प्रकारची उपासना भगवंताला आवडत नसते ; मान्य नसते. इतकंच नाही तर दंभ, ढोंग, अहंकार, वासना आणि लोलुपता अशा उत्तेजक सामर्थ्याने युक्त असलेले हे लोक इंद्रिय-बुद्धीत वसलेल्या परमतत्त्वाला क्षीण बनवतात. भगवंतांना क्षीण बनवतात म्हणजे भगवंतांचा प्रभाव ते आपल्या वृत्तीवर पडू देत नाहीत. म्हणजे स्वत:च्याच बुद्धीला ते क्षीण करतात. हे लोक शास्त्रनिषिद्ध असं जारण-मारणादी घोर अनुष्ठानही करतात. अशा व्यक्ती आसुरी निष्ठेच्याच असतात आणि म्हणूनच त्यांच्यापासून अतिशय सावध राहिलं पाहिजे.

सात्त्विक वृत्तीचे लोक हे मात्र अंतर्बाह्य शुद्ध असतात. त्यांच्या मनोवृत्ती विनाकारण धावणाऱ्या नसतात. परमात्मा आपल्या हृदयातच वसून आहे, याविषयी ते नि:शंक असतात. हृदयस्थ परमात्म्याला पाहण्यासाठी, त्याची उपासना करण्यासाठी ते भगवंतांच्या सर्वांगसुंदर मूर्तीचाच आधार घेतात. आकाराशिवाय चित्त एकाग्र होऊ शकत नाही, हे त्यांना ज्ञात असतं. भौतिक पातळीवर ते जेव्हा पूजापाठ करतात, तेव्हा ते हृदयस्थ परमात्म्याला जोडण्यासाठीच अशा उपासना करतात. ज्या देवाची ते पूजाअर्चना करतात ; त्या देवाची मूर्ती गुणसौंदर्य, भावसौंदर्य आणि विचारसौंदर्य यांनी परिप्लुत असते. भौतिक मूर्तीमध्ये आरोपण केलेले दैवी गुण ते आत्मसात करतात. म्हणजे त्या गुणांचा प्रभाव ते उपासनेतून रिसीव्ह करतात. भौतिक पातळीवरची अशी सुंदर मूर्ती प्रतिदिनी आपल्या अंत:करणात स्थिर करून ते हळूहळू त्या अंत:स्थ स्थिरावलेल्या मूर्तीवरच ध्यान केंद्रित करतात. गुणसौंदर्य, भावसौंदर्य आणि विचारसौंदर्य ह्या दैवी गुणांचंच मूर्तीवर आरोपण-आरोहण केल्यामुळे ते ते दैवी गुण सात्त्विक वृत्तीच्या लोकांमध्ये परावर्तित होतात. मग त्यांच्या विचारांतून आणि जीवनशैलीतूनही ते व्यक्त होतात.

स्वार्थ, प्रतिष्ठा, पद, पैसा, प्रसिद्धी किंवा अधिकार मिळवणं हा राजसी वृत्तीच्या लोकांचा स्वभाव असतो. त्यामुळे त्यांचं आराध्य दैवतही तसंच असतं. आपला हेतू चटकन साध्य करण्यासाठी ते मग यक्ष-राक्षस यांचीही पूजा करतात. यक्ष म्हणजे सामान्य मनुष्यापेक्षा ज्यांच्याकडे काही अधिक शक्ती आहेत, अशांची ते उपासना करतात. त्यासाठी ते देण्या-घेण्याचा व्यवहारही करतात. सात्त्विक लोक हृदयस्थ

परमात्म्याचंच ध्यानातून, चित्तैकाग्रतेतून पूजन करत असल्यामुळे त्यांना अशा प्रकारच्या भक्तीची आवश्यकताच नसते. त्यांच्या भक्तीत दिखाऊपणाही नसतो.

तामसी लोकांचा उपासनाप्रकार तर आणखी खालच्या थराचा असतो. ते लोक भूत-पिशाच्च, प्रेत यांची पूजा-उपासना करतात. ते करण्यामागे त्यांच्या कमालीच्या वासना असतात. आपल्या भक्तीचं प्रदर्शन आणि देखावा ते प्रभावीपणे उभा करतात, भोळ्या भक्तांना ते त्या बळावर सहज आकृष्ट करतात. बाह्य देखाव्याला कुणीही भुलत असतं. त्याचाच ते फायदा घेतात. त्यांच्या कर्मामागे किंवा देखाव्यामागे कमालीचा अहंकार, दंभ, ढोंग आणि लोलुपता असते. खोटेपणा तर त्यांच्या धमनीधमनीमध्ये भिनलेला असतो. 'ब्लॅक-मॅजिक' प्रकार यातच मोडतो. अशा लोकांपासून खऱ्या भक्ताने दूरच राहिलं पाहिजे; किंबहुना अशांच्या वाऱ्यालाही त्यांनी उभं राहता कामा नये, इतके हे वरवर दिखाऊ आणि मृदू बोलणारे लोक घातक असतात.

कपडे खरेदी करताना व्यक्ती अतिशय सतर्क असते. अनेक दुकाने पालथी घालते. पुष्कळ पर्याय बघते. मात्र अध्यात्ममार्गात मात्र ती तितकीच गाफील राहते. कुणी काही सांगितलं तर चटकन विश्वास ठेवते. खरंतर अध्यात्मशास्त्र हे बुद्धीनंच समजून घेतलं पाहिजे. वस्तू खरेदी करताना बुद्धी चालवायची आणि अध्यात्मात मात्र बुद्धीलाच फारकत द्यायची असं कसं चालेल? त्यामुळे पदरी निराशा येण्याचीच अधिक शक्यता असते. निदान वरवर देखावा उभा करणाऱ्या तामसी उपासकांपासून तरी लोकांनी अतिशय सावध राहिलं पाहिजे. या दृष्टीने गीता आपल्याला योग्य मार्गदर्शन करते.

उपासना तीन प्रकारची असते. देवाची, यक्ष-राक्षसांची आणि भूत-प्रेत वगैरेंची. उपासकाने सारासार विवेक जागृत ठेवला पाहिजे. हृदयात स्थिर केलेल्या देवाची शास्त्रशुद्ध उपासना करणं ही श्रेष्ठ उपासना असते. त्याचं फळही सर्वश्रेष्ठच असतं.

आहारस्त्वपि सर्वस्य त्रिविधो भवति प्रियः।
यज्ञस्तपस्तथा दाने तेषां भेदमिमं श्रृणु ॥१७.७॥

अशा विविध वृत्तीच्या लोकांना आवडणारा आहारदेखील तीन प्रकारचा असतो. त्याचप्रमाणे यज्ञ, दान, तपाचरणातही यांमध्येही भेद आहेत. ते आता ऐक.

मागच्याच श्लोकाच्या आधारानंच भगवान सत्त्व-रज आणि तम या तीन वृत्तींच्या आहारासंबंधी तसंच यज्ञ-दान आणि तपाचरणाविषयी या श्लोकात सांगत आहेत. गीतेमध्ये आहार म्हणजे केवळ भोजन असा अर्थ केलेला नाही, तर इंद्रियांचे सर्व भोग भोगणं म्हणजे आहार! आहार-विहार, निद्रा, ध्यान-धारणा, समाधी या शास्त्रशुद्ध गोष्टी आहेत. या सर्वांना मिळून 'तप' म्हणतात. तप जर शास्त्रशुद्ध असेल तर त्याचा चांगला परिणाम निश्चितच होईल, पण ते अशास्त्रीय असेल तर मात्र त्याचे घोर परिणाम भोगावे लागतात.

भगवंतांना जसे देहक्लेश मान्य नाहीत, तसंच सुखासीन होऊन आळशी बनणंही मान्य नाही. सतत निद्राधीन होणंही मान्य नाही त्याचप्रमाणे जागरण करणंही मान्य नाही. उपवासादी कर्मांनी शरीराची हेळसांड करणं मान्य नाही त्याचबरोबर आहाराचं अधिक सेवन करणंही मान्य नाही. या साऱ्या गोष्टी संतुलित आणि संयमित करणं हे भगवंतांना अभिप्रेत आहे.

इंद्रियांमार्फत आपल्या शरीरात जो सर्व प्रकारचा आहार जात असतो, त्याचा परिणाम मनावरही होत असतो. तामसी वृत्तीच्या लोकांकडे भोजन केलं तर त्या वृत्तीचा प्रभाव आहारामध्येही उतरलेला असतो. हॉटेलमधलं जेवण आणि आईने किंवा बायकोने केलेला स्वयंपाक यामध्ये फरक असतोच. हॉटेलमधल्या आचाऱ्याला केवळ व्यवहार ठाऊक असतो; तर आईकडे फक्त प्रेमभाव असतो. म्हणजे हे दोन्ही भाव अन्नात उतरताच. एक भाव व्यवहार उतरवतो तर दुसरा भाव प्रेम रुजवतो. शुद्ध

विचार, शुद्ध बुद्धी यांचे परिणाम आहारात तर उतरतातच; पण ते व्यक्तीच्या शरीरावरही परिणाम करतात.

डॉ. इमोतो मासारू या जपानी संशोधकाने पाण्यावर संशोधन केलं. एका लॅबमध्ये पाण्यावर तासन् तास शिव्याशाप ध्वनित केल्या - म्हणजे दिल्या गेल्या आणि दुसऱ्या लॅबमध्ये सतत दैवी श्लोक म्हटले गेले. ठरावीक दिवसांनी दोन्ही पाण्यावरचे परिणाम बघितले गेले तेव्हा थक्क करणारे निष्कर्ष डॉ. इमोतो मासारू यांच्या निदर्शनास आले. जे पाणी शिव्याशापांनी आणि नकारात्मक विचारांनी प्रभारित केलं होतं, त्या पाण्याचे स्फटिक Crystals डॉ. मासारू यांनी तपासले तेव्हा ते स्फटिक काळेकुट्ट झालेले दिसले. याउलट ज्या पाण्यावर मंत्र आणि सकारात्मक विचारांचा प्रभाव टाकला गेला होता, त्या पाण्याचे स्फटिक सुंदर आणि शुभ्र झालेले दिसले. स्फटिकांनी सुंदर फुलांचा आकारही धारण केला होता.

आपल्या शरीरातही जवळपास सत्तर-बहात्तर टक्के पाणी आहे. 'त्या' पाण्यावर सकारात्मक-नकारात्मक विचारांचा किंवा सद्विचारांचा आणि शिव्याशापांचा परिणाम नकळत होतच असतो. त्यानुसार शरीर-मनावरही नक्कीच परिणाम होतात.

असाच प्रयोग महेश योगी यांच्या अमेरिकास्थित प्रयोगशाळेत केला गेला. प्रयोगशाळेत कॅन्सरच्या पेशी दोन वेगळ्या ठिकाणी ठेवल्या. एके ठिकाणी मायकेल जॅक्सन आणि तत्सम पॉप संगीत चोवीस तास लावून ठेवलं. दुसऱ्या ठिकाणी हिंदुस्थानी रागसंगीत चोवीस तास लावून ठेवलं. काही दिवसांनी जेव्हा दोन्ही ठिकाणच्या कॅन्सरच्या पेशींचं परीक्षण केलं गेलं, तेव्हाही थक्क करणारे निष्कर्ष शास्त्रज्ञांच्या हाती आले. ज्या ठिकाणी कॅन्सरच्या पेशींवर पॉप संगीत आदळलं जात होतं, तिथल्या कॅन्सरच्या पेशींमध्ये मोठ्या प्रमाणात वाढ झाली होती आणि जिथे हिंदुस्थानी रागसंगीत लावलेलं होतं, तिथल्या कॅन्सरच्या पेशी पूर्णतः नामशेष झाल्या होत्या!

अशी अनेक उदाहरणं आहेत. सामवेदातून उद्भवलेल्या रागसंगीतासह सर्वच मूळ भारतीय शास्त्रं किती महान आहेत किंवा किती प्रगल्भ आहेत, हे अशा उदाहरणावरून समजून येतं. अशा तऱ्हेने आपण आपल्या कर्णेंद्रियांसह सर्वच इंद्रियांमधून जो आहार घेतो, त्याचंही शास्त्र आहे. त्या शास्त्राचं अनुसरण केलं तर मनुष्याचा सर्वतऱ्हेचा अपरिमित असा विकास होतो.

भोजन करतानाही या गोष्टीची जाणीव ठेवली पाहिजे. आपला आहार आपल्या विवेकी मनाला पोषक ठरणारा असतो तसाच घातकही ठरणारा असतो. नकारात्मक

भावनेने पछाडलेला पण जिभेचे चोचले पुरवणारा आहार घ्यायचा का सात्त्विक भावाची वृद्धी करणारा आहार घ्यायचा, याचाही विचार केला पाहिजे. आहार घेताना म्हणजे भोजन करताना मनात शुद्ध विचार हवेत. शांत वृत्तीनंच अन्नग्रहण केलं पाहिजे. सात्त्विक भोजन केलं तर ते आतील जलालाही सुंदर स्फटिकासारखं बनवेल. शारीरिक-मानसिक रोग दूर होतील, पण शरीरांतर्गत 'पाणी' नकारात्मक विचारांनी भरलेलं असेल, षड्रिपूंनी व्यापलं असेल तर आहारच काय; व्यक्तीला कोणत्याही उपायांनी शांतता मिळू शकणार नाही. ती अशांतता आणि नकारात्मक भाव दूर करण्यासाठी समजपूर्वक त्रिकालसंध्याच करावी लागेल. त्यात कर्मकांडाऐवजी भावाला महत्त्व असतं. त्यानंतर नियमित सायंप्रार्थना करावी लागेल. यांसारख्या उपायांनी विचारात सकारात्मकता येईल आणि जीवनच बदलून जाईल.

आहाराप्रमाणेच यज्ञ, दान आणि तप यांच्या आचरणामध्येही सत्त्व-रज आणि तम या तीन वृत्तींचा प्रभाव पडत असतो. सात्त्विक मनुष्य आत्मविकासार्थ निरपेक्ष भावाने यज्ञ करतो, राजसी मनुष्याच्या यज्ञात अनेक हेतू दडलेले असतात. त्यात त्याला स्वप्रतिष्ठा मिरवायची असते. यज्ञामधल्या शास्त्रशुद्ध आचरणापेक्षा दिखाऊपणा, प्रसिद्धी, जेवणावळी घालणं आणि आपण फार मोठे भक्त आहोत हे दाखवण्यामध्ये त्याला अधिक रस असतो.

तामसी यज्ञ हा अज्ञानमूलकच असतो. शास्त्राचा तर दुरन्वयाने ही संबंध नसतो. तामसी व्यक्तीला यज्ञकर्मामधून अविवेकी आणि अत्यंत हीन फळांची अपेक्षा असते. हे यज्ञकर्म आपल्यासाठी घातक आहे, याचीही त्याला जाणीव नसते.

तीन प्रकारचा आहार तीन वृत्तीच्या लोकांना आवडतो. जीवनात सात्त्विकता येऊन सकारात्मक ऊर्जा शरीर-मनाला व्यापेल असा आहारच ग्रहण केला पाहिजे तर आयुष्य खऱ्या अर्थाने सुखी-समाधानी होईल. यज्ञाचा खरा अर्थही समजून घेतला पाहिजे; आणि मग शास्त्रशुद्ध रीतीनंच तो केला पाहिजे.

आयुः सत्त्वबलारोग्यसुखप्रीतिविवर्धनाः।
रस्याः स्निग्धाः स्थिरा हृद्या आहाराः सात्त्विकप्रियाः॥१७.८॥
कट्वम्ललवणात्युष्णतीक्ष्णरूक्षविदाहिनः।
आहारा राजसस्येष्टा दुःखशोकामयप्रदाः॥१७.९॥
यातयामं गतरसं पूति पर्युषितं च यत्।
उच्छिष्टमपि चामेध्यं भोजनं तामसप्रियम्॥१७.१०॥

आयुष्यवर्धक, मानसिक आणि शारीरिक बल वृद्धिंगत करणारा, आरोग्यदायी, रुचिसंपन्न, रसयुक्त, स्नेहयुक्त, पौष्टिक आहार सात्त्विक लोकांना प्रिय असतो. कडू, आंबट, खारट, अति उष्ण, तिखट, आळणी आणि दाहक पदार्थ राजस वृत्तीच्या लोकांना आवडतात, परंतु असा आहार दुःख, शोक, व्याधी उत्पन्न करणारा असतो. अर्धकच्चं, रसरहित, भोजनप्रहर उलटूनही पडून राहिलेलं, दुर्गंधीयुक्त, शिळं, अयोग्य आणि अपवित्र असं भोजन तामसी लोकांना प्रिय असतं.

या प्रस्तुत श्लोकांमधून भगवान आहाराविषयी म्हणजेच भोजनाविषयीचे तीन प्रकार सांगतात. आहार हा आयुष्यवर्धकच असला पाहिजे. शिवाय तो मानसिक आणि शारीरिक बल वृद्धिंगत करणारा तसंच आरोग्यदायी असला पाहिजे. असा रुचिसंपन्न, रसयुक्त, स्नेहयुक्त आणि पौष्टिक आहार सात्त्विक लोकांना प्रिय असतो. तर कडू, आंबट, खारट, अति उष्ण, तिखट, आळणी आणि दाहक पदार्थ राजस वृत्तीच्या लोकांना आवडतात; परंतु असा आहार जिभेला छान वाटला तरी तो अंतिमतः दुःख, शोक आणि व्याधी उत्पन्न करणारा असतो. मांसाहार अशाच पद्धतीचा असतो. सुमारे सत्तर टक्क्यांवर पाश्चात्त्य लोक मांसाहार करतात, परंतु आता त्या लोकांना त्याचे दुष्परिणाम कळू लागले आहेत. असंख्य लोक शाकाहाराकडे वळत आहेत. पाश्चात्त्य पद्धतीचं शिक्षण घेऊन मार्गदर्शन करणारे अनेक आहारतज्ज्ञ(?) आणि डॉक्टर्सदेखील लोकांना मांसाहार करायला

सांगतात. मांसाहाराच्या अनेक चकचकीत जाहिराती तरुणांना मांसाहार करण्यासाठी प्रवृत्त करत असतात. काही आहारतज्ज्ञ सांगतात, शरीराला इतकी व्हिटॅमिन्स लागतात किंवा इतकी प्रोटिन्स आवश्यक असतात; आणि ती मिळाली नाही तर शरीर खंगत जाईल. अशा तऱ्हेचा सावधानतेचा इशारा ते लोकांना देतात. किंबहुना, शाकाहारातून प्रोटिन्स आणि व्हिटॅमिन्स मिळत नाहीत म्हणून मांसाहार हा केलाच पाहिजे यासाठी ते आग्रही असतात. अर्थात आपापल्या आवडीनुरूप तो करावा का न करावा हा ज्याचा त्याचा प्रश्न! पण काही जण यासंदर्भात सोयीस्कर विचार मांडत असतात. मासे मारलेच नाहीत तर समुद्र भरून जाईल आणि पर्यावरणाला धोका उत्पन्न होईल, असाही विचार काही जण मांडतात. जसं काही देवाने पर्यावरण रक्षणासाठी मनुष्याला माशांवर नियंत्रण ठेवण्याचं कंत्राट दिलेलं आहे! पण आपल्या भोगांसाठी मनुष्यच पर्यावरणाची किती हानी करतो, याचाही विचार केला पाहिजे. म्हणून आपल्या सोयीचे अर्थ लावणं योग्य नसतं. आज अनेक नामांकित टेनिसपटू वेगन अन्नच खातात. म्हणजे मांसाहार तर सोडाच; पण ते कोणतेही प्राणीज पदार्थही खात नाहीत आणि अत्यंत समर्थपणे खेळून ते विम्बल्डनही जिंकतात!

म्हणून आपल्याला जे आवडतं ते त्याने खावं. फक्त त्याला पर्यावरण आणि प्रोटिन्सचा मापदंड लावू नये इतकंच. भगवान इथे कोणत्या वृत्तीचा मनुष्य काय खातो आणि त्याचे काय परिणाम होतात, एवढंच सांगत आहेत. कुणी काय खावं याविषयी ते आग्रही नाहीत.

आपण आपल्या शरीराचा आणि त्याला आवश्यक असणाऱ्या प्रोटिन-व्हिटॅमिन्सचा विचार करतो. मग जो प्राण्याला खातो त्या प्राण्यालाही त्याचं जीवन प्रिय नसावं का? त्या प्राण्यालाही मरायचं नसतं. बोकड किंवा कोंबडी जेव्हा मारायला नेतात, तेव्हा त्या प्राण्याच्या डोळ्यांमधले भाव पाहिले तर अंतःकरण पिळवटून निघतं. मग माणसाला त्याच्या इच्छेविरुद्ध मारण्यासाठी नेलं तर त्या वेळी त्याच्या काय भावना असतील? तशाच भावना प्राण्यांच्याही असतात. त्यांच्या इच्छेविरुद्ध मारल्यानंतर त्यांच्या सर्व नकारात्मक भावना त्यांच्या मांसापासून बनवलेल्या अन्नात उतरतात आणि त्या निश्चितच त्रासदायक ठरणाऱ्या असतात. मागच्या भागात आपण जपानी डॉक्टरांनी पाण्यावर केलेल्या प्रयोगाविषयी ऐकलं होतं. सकारात्मक आणि नकारात्मक अशा अदृश्य वेव्हज् पाण्यावर कशा परिणाम करतात, याचा प्रयोग डॉ. इमोतो मासारू यांनी केला होता. आपल्या शरीरात बहात्तर टक्के पाणी असतं. त्या शरीरांतर्गत पाण्यावर मारल्या जाणाऱ्या प्राण्यांच्या नकारात्मकता भावना आपल्या शरीरात तोच भाव प्रस्फुरित करतात आणि मांसाहारी

व्यक्ती अनेक रोगांनी ग्रस्त होते. मग तिची वृत्ती तामसी बनते. शरीर रोगग्रस्त होतं. रोगमुक्त व्हावं म्हणून ती व्यक्ती अनेक उपाय करते. अनेक अधार्मिक कृत्यं करायलाही ती प्रवृत्त होते. पण शारीरिक आणि मानसिक रोग सहजासहजी दूर होऊ शकत नाहीत, कारण रोगांचं मूळ शोधलं जात नाही.

भौतिक संशोधकांचं क्षेत्र हे केवळ भौतिक गोष्टींचाच विचार करतं. प्रयोग आणि अनुमान एवढ्यापुरतंच मर्यादित असतं, परंतु मन, मनाचे व्यापार, सकारात्मक ऊर्जा, अदृश्य घातक लहरी, सद्‌विचारांचे परिणाम, आत्मविकासाची शास्त्रं यांचा विचार त्यांच्या संशोधनात कधीच नसतो. कारण त्यांच्या अभ्यासात हे विषय शिकवले जात नाहीत किंवा या विषयांची उपेक्षाच केली जाते. म्हणूनच ते शास्त्र अशा विषयांसंदर्भात परिपूर्ण नसतं. त्यावरची अनुमानंही म्हणूनच परिपूर्ण नसतात; पण अशा आहाराचे परिणाम तर होतच असतात आणि ते भोगावेच लागणार असतात.

मांसाहाराबरोबरच अर्धंकच्चं, रसरहित, भोजनप्रहर उलटूनही पडून राहिलेलं, दुर्गंधीयुक्त, शिळं (फ्रीजमधील!), अयोग्य आणि अपवित्र असं भोजन तामसी लोकांना प्रिय असतं. पूर्वी घरोघरी फ्रिज नव्हता. त्यामुळे दोन्ही वेळ ताजा स्वयंपाक होत असे. आजही कित्येक घरांमध्ये - विशेषतः छोट्या गावांमध्ये ताजा स्वयंपाक करण्याचीच पद्धत आहे आणि ती योग्यच असते. मात्र घरोघरी फ्रिज आले तसा दोन वेळचा स्वयंपाक अनेक घरांमधून बंद झाला. फ्रिजमध्ये दिवसेंदिवस अन्न ठेवलं जाऊ लागलं. फ्रिजमध्ये अन्न ताजं राहतं का शिळं होतं, याविषयी दोन मतप्रवाह आहेत. असो!

तर आपल्या एकंदर जीवनाचा फार मोठा भाग हा अन्नाभोवतीच फिरत असतो. खरेदी, प्रवास, पद, अधिकार, कला, क्रीडा, अभिनय-म्हणजे कोणत्याही क्षेत्रात काम करायचं झालं तरी त्यामागे अन्नाची ऊर्जा आवश्यक असते. म्हणजे केवळ खाण्यासाठी जन्म नसला तरी खाण्यातूनच जीवन घडत असतं. अर्थात जेवणातूनच जी ऊर्जा मिळत असते, तिचा वापर या सर्वच क्षेत्रात केला जातो. ती ऊर्जा सकारात्मक असेल तर त्याचे सकारात्मक परिणाम आपल्या कामावर होत असतात. उत्साह, विजिगीषा, चैतन्य, निरोगी शरीर-मन यांचा अनुभव मनुष्याला नित्य मिळतो. याउलट नकारात्मक ऊर्जा शरीर-मन व्यापून असेल तर त्याचे नकारात्मक परिणाम मनुष्याला भोगावे लागतात. ते म्हणजे अनेकविध रोग, फ्रस्ट्रेशन, अनेक प्रकारचे ताणतणाव, अंगदुखी, कामात लक्ष न लागणं, मेंदूची सारासार विचार करण्याची शक्ती मंदावणं, सतत चिंताग्रस्त राहणं, चिडचिड होणं अशा प्रकारचे अनेक प्रश्न उद्‌भवतात. हे प्रश्न केवळ आहारामुळेच उद्‌भवतात असं नव्हे; तर पूर्वकर्मांचाही त्यामागे परिणाम असतो. तथापि, आहाराचा या प्रश्नांशी निश्चित संबंध असतो.

म्हणून आहार आणि त्यामागचं शास्त्रही समजून घेतलं पाहिजे. भोजनाच्या वेळी भगवानच शक्तिदान देत असतो. तो आपल्यावर उपकार करत असतो. पण सहसा भोजनप्रसंगी त्याच्याविषयी कृतज्ञता व्यक्त केली जात नाही. ज्या काळात आणि ज्या ठिकाणी परमेश्वराचंच अस्तित्व अमान्य केलं जातं, तिथे कृतज्ञता तरी कशी व्यक्त होणार?

याउलट अनेक घरांमध्ये दूरचित्रवाणीसमोर बसून भोजन केलं जातं. समोर चाललेल्या विकृत घटना, घरोघरच्या समस्या, ओरडून दिल्या जाणाऱ्या बातम्या, त्यातले वादविवाद किंवा एखाद्या मालिकेतील अतिश्रीमंत घराण्यांमधल्या हिणकस गोष्टी बघत भोजन केलं जातं. समोर दिसणाऱ्या गोष्टी जेवणाऱ्याच्या मनावर नक्कीच परिणाम करत असतात; संस्कार करत असतात आणि तेच संस्कार अन्नाच्या रूपाने पोटात उतरत असतात. म्हणजे त्या संस्कारांचा input होत असतो! मग त्याचे परिणामही तसेच होतात. मूर्तिपूजेमागे हेच शास्त्र आहे. ज्या देवतेची पूजा अर्चना आणि ध्यान केलं जातं, त्याचा प्रभाव किंवा रिफ्लेक्शन त्या मनुष्यामध्ये उतरत असतं आणि त्याचे सकारात्मक परिणाम होत असतात. परंतु इथे त्याविरुद्ध नकारात्मक input घेतला जातो. मग त्याचेही तसेच परिणाम घडणार असतात. म्हणून निदान जेवताना तरी असं काही पाहत भोजन करू नये, असं या श्लोकाच्या अनुषंगाने सांगावंसं वाटतं. अर्थात, भगवान आग्रही नाहीत तर मी तरी कशाला आग्रही असावं!

पण भगवान या श्लोकातून आहार आणि त्याचे वृत्तींनुसार होणारे परिणाम मात्र सांगत आहे. सात्त्विक आहार हा मनुष्याला दीर्घायुषी करतो. तो त्याचं शारीरिक आणि मानसिक बल वृद्धिंगत करतो - म्हणजे सात्त्विक आहार शरीरालाही बल देतो आणि मनही सशक्त करतो. शरीर-मन सशक्त झालं की ओघानंच आरोग्य राखलं जातं. सात्त्विक वृत्तीच्या मनुष्याचा आहार हा रुचिसंपन्न असतो. त्यात एक तरी रसयुक्त पदार्थ असतो. स्नेहयुक्त म्हणजे शुद्ध तूप असतं. जे पदार्थ शिजवायचे असतात, ते योग्य फोडणी देऊन पूर्णपणे शिजवलेले असतात. अर्धवट शिजवलेले नसतात. म्हणूनच त्या पदार्थांचं लवकर पचन होतं. असा शरीर-मनाला पुष्टी देणारा आहार सात्त्विक लोकांना प्रिय असतो.

अतिकडू, आंबट, खारट, अति उष्ण, तिखट आणि दाहक पदार्थ राजस वृत्तीच्या लोकांना आवडतात, परंतु असा आहार दुःख, शोक, व्याधी उत्पन्न करणारा असतो. भगवंतांच्या या कथनात मोठा अर्थ दडलेला आहे. दुःख आणि शोक या मनाच्या भावना असतात; तर व्याधी ही शरीराला होत असते. मनाचा शरीरावर मोठा प्रभाव असतो. त्यामुळे अशा आहाराच्या परिणामामुळे मन दुःखी आणि शोकग्रस्त झालं,

की त्याचा परिणाम शरीरावर होतो आणि शरीरात अनेकविध व्याधी शिरकाव करतात. विशेषत: अशा तीव्र आहारामुळे ब्लडप्रेशर वाढतं. हा आहार मनावर प्रभाव करत असल्यामुळे मधुमेह म्हणजे डायबेटिस होण्याचीही अधिक शक्यता असते.

तामसी आहार तर पूर्णत: विचारहीन असतो. केव्हाही जेवायचं, कसंही जेवायचं, कुठेही खायचं, अर्धंकच्चं शिजवलेलं खायचं असा तामसी लोकांचा आहार असतो. रसहीन, दुर्गंधीयुक्त, शिळं, जीवनसत्त्व निघून गेलेलं म्हणजेच खाण्यास अयोग्य आणि अपवित्र असं भोजन तामसी लोकांना प्रिय असतं.

म्हणून आपण आहार करतो म्हणजे intec काय घेतो, यावर आपलं सारं जीवन अवलंबून असतं. कारण आहारच आपलं जीवन घडवत असतो. आपापल्या क्षेत्रात सकारात्मक अथवा नकारात्मक प्रेरणा आपला आहारच देत असतो. त्यामुळेच भगवंतांनी या अतिशय महत्त्वाच्या विषयाला या श्लोकांमधून स्पर्श केलेला आहे.

ज्यांचं जसं ज्ञान तसं सत्त्व. जसं सत्त्व तशी श्रद्धा आणि जशी श्रद्धाभावना तशी पूजा आणि तसा आहार! भगवान अप्रत्यक्षपणे कोणता आहार घेतला पाहिजे ते सूचित करतात. या आहारांमध्ये आपण कुठे बसतो, ते ज्याचं त्याने ठरवायचं आहे. मात्र सात्त्विक आहार हा सर्वसामान्यांसाठी श्रेयस्कर असतो.

अफलाकाङ्क्षिभिर्यज्ञो विधिदृष्टो य इज्यते ।
यष्टव्यमेवेति मनः समाधाय स सात्त्विक ॥१७.११॥
अभिसन्धाय तु फलं दम्भार्थमपि चैव यत् ।
इज्यते भरतश्रेष्ठ तं यज्ञं विद्धि राजसम् ॥१७.१२॥
विधिहीनमसृष्टान्नं मन्त्रहीनमदक्षिणम्।
श्रद्धाविरहितं यज्ञं तामसं परिचक्षते ॥१७.१३॥

फलाची इच्छा न धरता, विधीला अनुसरून कर्तव्य भावनेने आणि समाधानयुक्त मनाने म्हणजे शांतचित्ताने जो यज्ञ केला जातो, तो सात्त्विक यज्ञ असतो... हे भरतश्रेष्ठा, पण फलाची आशा धरून आणि दांभिकपणाने जो यज्ञ केला जातो तो राजस यज्ञ जाण... जिथे कोणताही विधी नाही, अन्नदान नाही, मंत्र नाही, दक्षिणा नाही आणि श्रद्धाही नाही, त्या यज्ञाला तामस यज्ञ म्हणतात.

त्रिगुणात्मक प्रवृत्तीचे लोक कोणत्या वृत्तीने यज्ञ करतात, ते या दोन श्लोकांमध्ये आणि पुढील श्लोकात वर्णन करून सांगितलं आहे.

यज्ञ हे केवळ हविर्भाग अग्नीला अर्पण करण्यासाठी म्हणजे 'स्वाहा' करण्यासाठी करायचे नसतात. यज्ञाचं स्थान, परिसर, यज्ञवेदी, तिचं शास्त्रशुद्ध सुशोभीकरण इत्यादी आवश्यकच असते. केवळ आपादमस्तक नटलं म्हणजे कोणतीही मुलगी वधू होत नाही; मात्र वधूने आपल्याला शोभेल असा साजशृंगार केलाच पाहिजे. यज्ञवेदी सजवण्याच्या बाह्य उपचारांनीही मनाला प्रसन्नता लाभते.

यज्ञ करण्यामागची प्रत्येकाची भूमिका वेगवेगळी असते. शास्त्रानुसार मला यज्ञ केलाच पाहिजे, असं मनापासून वाटून स्वतःचं कर्तव्य म्हणून जो यज्ञ केला जातो, तो सात्त्विक यज्ञ होय. सात्त्विक पुरुषाला यज्ञ करताना कोणतीही फलाशा नसते. माझं विहित कर्तव्य-कर्म मला केलंच पाहिजे, ही भावना त्यामागे असते.

नदीचं सागराशी मिलन झालं की ती सागरात राहून स्वतःचं वेगळं अस्तित्व

ठेवत नाही. ती सागराशी एकरूप होऊन जाते. सात्त्विक पुरुष परमेश्वरस्वरूपाशी असंच तादात्म्य साधतो. त्यामुळे यज्ञ करताना त्याला कोणतंही प्राप्तव्य नसतं.

याउलट फलाची आकांक्षा ठेवून किंवा मी मोठा धार्मिक आहे, असं दर्शवण्यासाठी जे दांभिक यज्ञ करतात, ते राजस वृत्तीचे लोक असतात. अशा पुरुषांना एकाच कर्तव्यात अनेक गोष्टी साध्य करायच्या असतात. मंत्र्याला किंवा एखाद्या उच्चपदस्थ व्यक्तीला घरी बोलावून त्याचा आदरसत्कार करायचा आणि आपली काही कामंही त्याच्यामार्फत पार पाडून घ्यायची, असा भाव त्यामागे असतो! यामुळे अनेक गोष्टी साध्य होतात. प्रतिष्ठा मिळते, काम होतं आणि जनसामान्यांवर प्रभावही टाकता येतो! राजस यज्ञ असाच असतो. शिवाय 'दीक्षित' म्हणून लोक गुणगान करतात, धार्मिक प्रवृत्तीचा माणूस म्हणून प्रतिष्ठा लाभते. चार लोकांमध्ये स्वतःला मिरवता येतं. आणि यज्ञातून फलप्राप्तीही होते. अर्थात फलप्राप्ती भौतिक जगतातली आणि मर्यादित असते. आपण परंपरेने ऐकलेल्या लाकूडतोड्याच्या गोष्टीची इथे आठवण होते.

> एकदा एका गरीब लाकूडतोड्याची कुऱ्हाड खालच्या ओढ्यात पडते. त्यामुळे तो दुःखी होतो. त्याचं पोट त्याच्यावर अवलंबून असतं. तो देवाची प्रार्थना करतो. तेव्हा त्याला वनदेवी अचानक प्रसन्न होते. जो वृक्षतोड करतो त्याला वनदेवी कशी काय प्रसन्न होते कुणास ठाऊक! तर प्रथम त्याला चांदीची कुऱ्हाड देऊ करते; पण तो नाकारतो. तो म्हणतो, ही माझी कुऱ्हाड नाही. मग सोन्याची कुऱ्हाड देऊ करते. तरीही ती तो नाकारतो. त्यामुळे वनदेवी अतिशय प्रसन्न होते आणि ती त्याला त्याच्या लोखंडाच्या कुऱ्हाडीसह सोन्या-चांदीच्या कुऱ्हाडीही देते.

न मागे तयाचि रमा होई दासी या उक्तीप्रमाणेच सात्त्विक यज्ञाचा परिणाम म्हणजे असा लाभ होतो. अर्थात लाभाच्या सुप्त हेतूने मुळीच यज्ञ करायचे नसतात. राजसी यज्ञाचं फळ म्हणजे चांदी असते. अर्थात भौतिक जगतातलं फळ म्हणजे प्रतिष्ठा किंवा मानसन्मान वगैरे त्याला मिळत असतो. तामसी यज्ञाचं फळ या गोष्टीच्या आधाराने सांगायचं तर लोखंडी कुऱ्हाड असते!

तामसी लोक अतिशय कनिष्ठ दर्जाचा यज्ञ करतात. शास्त्रीय विधींवाचून, अन्नदान न करता, मंत्र-स्वर-दक्षिणेवाचून आणि श्रद्धारहित अंतःकरणाने जो यज्ञ केला जातो, तो तामस यज्ञ! त्यात कोणताही विचार नसतो, शास्त्र नसतं, मंत्रघोष नसतो. श्रद्धा ठेवायची तर त्यामागेही बुद्धिनिष्ठ विचार असावेच लागतात, त्यासाठी अभ्यास लागतो. शास्त्रकारांचे विचार समजून घ्यावे लागतात. पण सर्वच गोष्टींचा अभाव असल्यामुळे तामसी लोकांचा यज्ञ कधीच विधिवत होत नाही.

या श्लोकांमध्ये प्राचीन काळी जे यज्ञ होत, त्याचाच संदर्भ आहे. म्हणजे पूर्वी सांगितलेल्या पंचयज्ञांचा इथे संदर्भ नाही हे तामसी यज्ञाच्या उल्लेखावरून समजून येतं. कारण त्यामध्ये स्पष्टपणे यज्ञविधी, मंत्रघोष, अन्नदान, दक्षिणा आणि श्रद्धेचा स्पष्ट उल्लेख केलेला आहे. त्यामुळे जे प्राचीन यज्ञ होत, त्याचाच संदर्भ या श्लोकांमधून आहे.

आज असे विधिपूर्वक यज्ञ क्वचितच होत असतात. कारण आर्यांच्या अशा प्राचीन यज्ञामध्ये अग्निपूजा, संगतीकरण आणि मैत्रीकरण हा भाग महत्त्वाचा असे. तत्कालीन समाज हा द्रविड, असुर, दस्यू, तुर्वसू, निषाद, किरात, कंबोज, पारस, वानर, दैत्य, आदित्य, दानव, गंधर्व, यक्ष, पिशाच इत्यादी समूहांमध्ये विखुरलेला होता. या सर्व समुदायांना प्रेमाने एकविचारात बांधण्यासाठी *कृण्वन्तो विश्वं आर्यम्*चा उद्घोष आर्यांनी केला. आर्य हे मुळीच आक्रमक नव्हते, परंतु अर्वाचीन काळात तसा खोटा प्रचार केला गेला. इतिहासाची पुस्तकंही अशी हेतुपुरस्सर लिहिली गेली. त्यामुळे अशी पुस्तकं ही संदर्भग्रंथ ठरू शकत नाहीत. त्यासाठी मूळ प्राचीन संस्कृत ग्रंथांचा, तत्कालीन संस्कृतीचा आणि शास्त्रग्रंथांचाच अभ्यास केला पाहिजे. भारताच्या प्राचीन इतिहासाचं अवलोकन करताना विल्सन किंवा विल्यम जोन्स् काय म्हणतो अथवा टॉयनबी काय लिहितो, याचा मुळीच विचार करायचा नाही. कारण हे तथाकथित इतिहासकार प्राचीन भारतीय इतिहासाची, संस्कृतीची आणि सभ्यतेची मोडतोडच करायला आले होते. किंबहुना इतिहासाशीच प्रतारणा करून केवळ धर्मांतराला पूरक इतिहास लिहिणं एवढाच त्यांचा दुष्ट हेतू होता.

म्हणून त्यांनी रंगवलेलं आर्यांचं चित्र हे धादांत खोटं आहे. आर्यांनी सर्व समाजाला एकत्र आणण्यासाठीच यज्ञसंस्था उचलली होती पण हळूहळू यज्ञांच्या मूळ हेतूत कालानुरूप फरक पडत गेला. त्यामध्ये स्वार्थ घुसू लागला. विधिवत यज्ञाचा मूळ हेतू विस्मृतीत जाऊ लागला. त्यात स्वार्थी वृत्ती घुसल्या. मग अशा यज्ञांचे काय परिणाम होतात, हे भगवंतांना सांगावं लागलं. त्याच संदर्भाने त्यांनी सत्त्व-रज आणि तम या तीन गुणांच्या व्यक्ती जेव्हा यज्ञ करतात, तेव्हा त्या यज्ञाचे काय परिणाम होतात, हे या श्लोकांमधून सांगितलं आहे.

गुणांनुसार यज्ञाचे हे तीनच प्रकार मूळ असतात. आपापल्या प्रवृत्तीप्रमाणे माणूस त्या त्या प्रकारचे यज्ञ करतो. सात्त्विक यज्ञ मात्र सर्वात श्रेष्ठ असतो... दंभभावाने फलाची इच्छा ठेवून आणि ऐश्वर्य प्रदर्शनासाठी जो यज्ञ केला जातो, तो राजस यज्ञ असतो. जिथे कोणताही विधी नाही, अन्नदान नाही, मंत्र नाही, दक्षिणा नाही आणि श्रद्धाही नाही, तो यज्ञ म्हणजे तामस यज्ञ असतो.

देवद्विजगुरुप्राज्ञपूजनं शौचमार्जवम् ।
ब्रह्मचर्यमहिंसा च शारीरं तप उच्यते ॥१७.१४॥
अनुद्वेगकरं वाक्यं सत्यं प्रियहितं च यत् ।
स्वाध्यायाभ्यसनं चैव वाङ्मयं तप उच्यते ॥१७.१५॥
मनःप्रसादः सौम्यत्वं मौनमात्मविनिग्रहः ।
भावसंशुद्धिरित्येतत्तपो मानसमुच्यते ॥१७.१६॥

देव, ब्राह्मण, विद्वान आणि गुरू यांचं पूजन करणं, शुचिर्भूतता पाळणं, वृत्तीत सरळपणा असणं, ब्रह्मचर्य (म्हणजे इंद्रियनिग्रह) पाळणं आणि परपीडा न देणं यांना कायिक तप म्हणतात. दुसऱ्याला उद्वेग वाटेल असं (दुःख न देणारं), सत्य, प्रिय आणि हितकारक असं भाषण करणं, त्याचप्रमाणे स्व-अध्याय करणं यांना वाङ्मय म्हणजे वाचिक तप म्हणतात. समाधान, सरळपणा, गंभीरता, आत्मसंयम आणि भावशुद्धी हे मानसिक तप असतं.

या आधीच्या श्लोकांमधून भगवंतांनी त्रिगुणांनुसार यज्ञाचे प्रकार कसे होतात ते विशद केलं होतं. आता ते तपाचे प्रकार सांगत आहेत. तपामध्ये फार सखोल आणि श्रेष्ठ अर्थ आहे. तो म्हणजे ईश्वरी विचार रुजवण्यासाठी काया-वाचे-मने झिजणं. 'तप' शब्दाचा हा मूळ अर्थ आहे, परंतु इतर काही निम्न गोष्टींसाठीही 'तप' हा शब्द वापरला जातो. तो म्हणजे एक उद्दिष्ट डोळ्यांपुढे ठेवून ते साध्य करण्यासाठी निदिध्यासपूर्वक कर्म करणं. त्यात स्वार्थसुद्धा असू शकतो. रावणाने स्वार्थी हेतूनंच कैलास पर्वतापाशी तप केलं होतं. ते झिजणं त्याच्या स्वतःसाठी होतं. एखादी कला साध्य करण्यासाठी कलावंत अपार परिश्रम करतो, त्यालाही आपण तप म्हणतो. ते करण्यातून तो कलावंत एखादी विद्या प्राप्त करतो, परंतु ईश्वरी कार्यासाठी निरपेक्ष भावाने झिजणं हा खरा अर्थ आहे. मानवता प्रस्थापित करण्यासाठी आणि विखुरलेल्या मानवसमूहांना एकविचारात

बांधण्यासाठी प्राचीन ऋषी अविरतपणे निरपेक्ष कार्य करत होते. म्हणूनच त्यांच्या कार्याला तप म्हटलं जातं.

आता या प्रकारचं तप ज्या साधनांच्या द्वारे केलं जातं, त्यावरून त्याचे तीन प्रकार भगवान या श्लोकात सांगत आहेत. ते म्हणजे : कायिक तप, वाचिक तप आणि मानसिक तप!

कायिक तप म्हणजे शारीरिक क्रियांमधून केलेलं तप. या तपामध्ये ब्रह्मादी देवांचं आणि श्रेष्ठ ब्राह्मणांचं पूजन करणं, तसंच पिता-माता, आचार्य, गुरू आणि विद्वान यांचं पूजन करणं, स्नान-आचमन इत्यादी सकारात्मक ऊर्जा देणारी आणि वृत्तीत पावित्र्य आणणारी कर्मकांडं करणं, त्याचप्रमाणे सरळपणा, ब्रह्मचर्य आणि अहिंसा वृत्ती जोपासणं या शारीरिक क्रिया असतात. या सर्व क्रियांना कायिक तप म्हणतात.

यानंतर भगवान वाणीचं तप सांगतात. वाणीचं तप म्हणजे, कुणाच्याही मनात उद्वेग किंवा दुःख उत्पन्न न करणारी सत्य, प्रिय आणि हितकारक भाषा वापरणं म्हणजे वाणीचं तप. त्याचबरोबर वेदाध्ययन करणं, शास्त्रांचा अभ्यास करणं, स्वाध्याय करणं आणि ते ज्ञान वाचेने म्हणजेच वाणीने सामान्यांपर्यंत पोहोचवणं हे वाणीचं तप झालं. याला वाङ्मयीन अथवा वाचिक तप म्हणतात.

मग भगवान मानसिक तपाविषयी सांगतात. चित्तशुद्धीसाठी प्रयत्न करणं, वृत्तीत निष्कपटीपणा बाणवणं, मनाला शांत करणं या गोष्टी मानसिक तपात येतात. मन शांत झालं की मनाला प्रसन्नता लाभतेच. मन सौम्य होतं. ते एखाद्या विरुद्ध विचारावर चटकन प्रतिक्रिया देत नाही. म्हणजे ते रिॲक्ट होत नाही. अर्थातच मनोनिग्रह आणि आत्मसंयम हे गुण मनामध्ये आलेले असतात. मग भोगांच्या विषयांपासून मनाच्या वृत्तींचा निरोध करता येतो. बाह्य जगतातील भोग्य विषयांकडे सतत धावणारं मन आवरलं जातं. अशा प्रकारे मनामधले दुर्गुण काढण्याचा जो निदिध्यासपूर्वक प्रयत्न केला जातो, तेव्हा त्याला मानस अथवा मानसिक तप म्हणतात.

एक सद्विचार आहे- *शुद्ध बीजापोटी फळे रसाळ गोमटी.* म्हणजे मनुष्याने या विविध तपांनी अथवा कोणत्याही एका तपाने आपलं बीज शुद्ध केलं पाहिजे. मग आपल्या पुढच्या पिढ्याही अशाच शुद्ध आणि सात्त्विक वृत्तीच्या होत जातील.

आत्तापर्यंतच्या विवेचनामधून एक गोष्ट ध्यानात आली असेल. ती म्हणजे सात्त्विक वृत्तीचा मानवसंघ तयार होणं ही गोष्ट भगवंतांना अभिप्रेत आहे. त्रिगुण असणारच आहेत. ते पूर्णतः दूर होऊच शकत नाहीत. अन्यथा मानवी समाजजीवन संभवणारच नाही. फक्त जीवनात सर्वाधिक प्रभाव सात्त्विक वृत्तीचा असावा अशी

त्यांची अपेक्षा दिसते. समाजातला बहुतांशी वर्ग जर सात्त्विक वृत्तीचा बनला, तर आज राजसी-तामसी वृत्तीमुळे निर्माण झालेले आणि आक्राळविक्राळ स्वरूप धारण करणारे अनेक प्रश्न दूर होतील. म्हणून असा सत्त्वस्थ समाज निर्माण करण्यासाठी तपाचरण करावं लागेल. जे ज्ञानी जन आहेत अथवा जे ज्ञानपिपासू आहेत, त्यांच्यावरच हे मोठं दायित्व आहे.

या दृष्टीने तपाचा अर्थ आणि त्याची प्रासंगिकता ध्यानात घेतली पाहिजे. दुसऱ्यासाठी शरीर झिजवणं, सद्‌विचार समाजात नेणं, दुसऱ्याचं चांगलं काम नि:स्वार्थ बुद्धीने करणं हे कायिक तप असतं. दुसऱ्यासाठी वाणीचा वापर करणं - अर्थात शास्त्रांचा अभ्यास करून वाचेने सद्‌विचार प्रसारित करणं, हे वाचिक तप असतं. त्याचप्रमाणे निष्कपट वृत्ती जोपासून मनोनिग्रह करणं, आत्मसंयम साधणं आणि दुसऱ्यालाही मानसिक धैर्य देणं हे मानसिक तप असतं.

'मनुस्मृती'मध्ये म्हटल्याप्रमाणे-

सत्यं ब्रूयात, प्रियं ब्रूयात ब्रूयात्सत्यमप्रियम्। प्रियं च ना नृत ब्रूयादेष धर्मः सनातनः॥ म्हणजे, खरं बोलावं, गोड बोलावं. तथापि, खरं जरी बोलायचं असेल तरी अप्रिय मात्र बोलू नये, हा सनातन धर्म आहे.

स्वार्थ त्यागून स्वविकास साधण्यासाठी तसंच परार्थासाठी झिजणं, क्लेश सहन करणं म्हणजे तप. हे तप कायिक, वाचिक आणि मानसिक अशा तीन प्रकारचं असतं. परोपकाराने कायिक तप साधतं. ज्या वाणीने अनेकांचं हित साधतं, ते वाचिक तप असतं, तर संशयविरहित असं शुद्ध मन जेव्हा वैराग्यपूर्ण बनतं, तेव्हा मानसिक तप साधतं.

श्रद्धया परया तप्तं तपस्तत्त्रिविधं नरैः ।
अफलाकाङ्क्षिभिर्युक्तैः सात्त्विकं परिचक्षते ॥१७.१७॥
सत्कारमानपूजार्थं तपो दम्भेन चैव यत् ।
क्रियते तदिह प्रोक्तं राजसं चलमध्रुवम् ॥१७.१८॥
मूढग्राहेणात्मनो यत्पीडया क्रियते तपः।
परस्योत्सादनार्थं वा तत्तामसमुदाहृतम्॥१७.१९॥

हे तीन प्रकारचं तप फळाची आकांक्षा न ठेवता अत्यंत श्रद्धेने आणि योगयुक्त बुद्धीने केलं म्हणजे त्याला सात्त्विक तप म्हणतात. आपला सत्कार व्हावा, मान मिळावा, पूजा व्हावी याकरता दंभाने जे तप करतात, त्याला राजस म्हणतात. ते तप क्षणभंगुर आणि अनिश्चित असतं. शरीर-मनाला पीडा देऊन किंवा दुसऱ्याच्या विनाशासाठी अथवा दुसऱ्यांना व्यथित करण्यासाठी मूर्खपणाने तथा अविचाराने जे तप केलं जातं, त्याला तामस तप म्हणतात.

कायिक, वाचिक आणि मानसिक या तीन प्रकारच्या तपांचे पुढे स्वभावानुरूप पुन्हा भेद होतात. त्या तीन प्रकारांचं विवेचन भगवंतांनी इथे केलं आहे. ही तीनही प्रकारची तपं फलाची इच्छा न करणाऱ्या, शांतचित्त पुरुषाकडून केली गेली तर त्याला 'सात्त्विक' तप म्हणतात. लोकांनी आपल्याला चांगलं म्हणावं, आपला सन्मान करावा, आपली पूजा करावी या उद्देशाने जे तप केलं जातं, ते नाशवंत तप असतं. त्याला 'राजस' तप म्हणतात. त्याचं फल क्षणभंगुर आणि अनिश्चित असतं. स्वतःची पाद्यपूजा करवून घेण्याची वृत्ती अतिशय घातक असते. त्यापासून सावधच राहिलं पाहिजे, पण अविचारी किंवा स्वार्थी भक्त अशा उपक्रमांना प्रोत्साहन देतो. पूजा करवून घेणाऱ्या व्यक्तीशी अनेकविध चमत्कार जोडून तो इतरांनाही पाद्यपूजेसाठी प्रवृत्त करतो. 'पादसेवनम्'चा असा विपरीत अर्थ रुजवून सामान्यांची दिशाभूल केली जाते. 'पादसेवनम्' हे परमात्म्याच्या साकार मूर्तीचं करायचं असतं. त्या मूर्तीला मनोमन

साकार करून त्याचं पाद्यपूजन करायचं असतं; देहधारी मनुष्याचं नाही. शेगावच्या गजानन महाराजांचं भक्ताने या प्रकारे पूजन सुरू करताच त्याचं त्यांनी ताडन केलं होतं; अशा प्रकारांना आपला विरोधही दर्शवला होता. एखाद्या खऱ्या गुरूचं पूजन करणं वेगळं असतं, पण गुरूलाच जेव्हा असं करून घ्यायचं असतं, तेव्हा तो प्रकार राजस तपात मोडतो. अशा वेळी जो वाकत असतो तो त्याच्यामधल्या परमात्म्यालाही वाकवत असतो, हे त्याच्या ध्यानात येत नाही. म्हणून राजस तपाच्या नादी शहाण्या विचारी माणसाने लागू नये.

यानंतरचा प्रकार म्हणजे तामस तप. हा प्रकार राजस तपापेक्षा आणखी घातक असतो. अविचारानं, काही तरी भलताच आग्रह करून दुसऱ्याचा नाश करण्यासाठी आपलं शरीर आणि मन यांना पीडा देऊन जे तप केलं जातं, ते 'तामस' तप म्हणून गणलं जातं. हिरण्यकशिपूला अमर व्हायचं होतं. पुष्कळ जण अमर व्हायचं स्वप्न पाहत असतात. मनुष्याच्या डीएनए किंवा तत्सम भागात बदल घडवून आणून मनुष्य अमर होऊ शकतो का, याचा विचार अलीकडे विज्ञान करत आहे. अशा विचारांमागे वस्तुतः अविचारच असतो. कारण अमर होण्यामुळे इतर अनेक कौटुंबिक, सामाजिक आणि मानसिक प्रश्न निर्माण होण्याचीही शक्यता असते. मात्र त्याचा विचार केला जात नाही. केवळ भौतिक प्रयोगांमुळे मनुष्य अमर झाला आणि त्याच्यावर नीतिमत्तेचे कोणतेच संस्कार नसतील, तर समाजाची काय दारुण परिस्थिती होईल, याचा विचार केला पाहिजे.

> हिरण्यकशिपूला असंच अमर व्हायचं होतं. इतकंच नाही तर अमर होऊन त्याला देवांचा पराभव करायचा होता. त्यासाठी त्याने खडतर तपस्या केली. अर्थातच त्याचं हे तप तामसी तप होतं. मनुष्यांच्या आणि देवांच्या हातून मृत्यू येणार नाही, असा त्याला ब्रह्मदेवांकडून वर मिळाला. पण अखेर नृसिंह अवताराच्या हातून त्याला मरण आलं.

या पौराणिक कथेतला अतिरंजित भाग जर दूर करायचा झाला तर बलहीन समाजातली अस्मितावृत्ती जागृत झाली. अर्थातच खांबाप्रमाणे निश्चल, कर्तृत्वहीन आणि अस्मिताशून्य समाजातला निद्रिस्त सिंह जागा झाला आणि त्याने हिरण्यकशिपूला ठार मारून समाजविघातक आसुरी वृत्तीचा नायनाट केला.

ऋषिमुनींचं आणि संतांचं तप हे सात्त्विक तपामध्ये मोडतं. समाजाचं भलं व्हावं, लोकांनी सन्मार्गावर चालावं, या उद्देशाने केलं जाणारं तप हे सात्त्विक तप असतं. अर्थातच हे तप स्वार्थमूलक नसतं. त्यातून कोणत्याच फलाची अपेक्षा केलेली नसते.

स्वतःची पूजा करून घेण्याचा हेतूच नसतो किंवा कोणत्याही प्रकारच्या मानसन्मानाची त्यात अपेक्षा नसते.

याउलट राजस तप हे स्वार्थपरायण असतं. दुसऱ्याचं भलं का करायचं तर तो उद्या आपल्या उपयोगी पडेल म्हणून! त्यासाठी दुसऱ्याला मिंधा बनवून स्वतःची प्रतिष्ठा वाढवत राह्यची ही राजस तपाची विशेषतः असते. दुसऱ्यावर उपकार करायचे आणि सतत त्याचा उल्लेख करत राहायचा. 'माझ्यामुळे तुझं भलं झालं' असंही म्हणायचं. यामागे स्वतःला मान मिळवून घेण्याचा हेतू असतो. निःस्वार्थ समाजसेवा म्हणायची आणि हारतुरे घालून घेत स्वतःचाच सत्कार करवून घ्यायचा. अशा प्रकारचं तप हे राजस तप होय. याचं फल चिरकाल टिकणारं नसतं. ते अतिशय तात्पुरतं असतं. अशा तपाचे विपरीत परिणाम मात्र हे तप करणाऱ्याला मागाहून भोगावेच लागतात.

तामस तप हा तर निकृष्ट प्रकार असतो. दुसऱ्याचा उत्कर्ष न बघवल्यामुळे करणी-जारण-मारणादी उपायांनी त्याला पीडा देणं हे तामस तप असतं. तामस तपामध्ये दुसऱ्याला त्रास देण्याच्या हेतूनंच स्वतःच्याच शरीराला तामसी लोक क्लेश करवून घेतात. दुराग्रह आणि अविचार हा तामसी तपाचा पाया असतो.

अशा प्रकारे भगवंतांनी स्पष्टपणे सात्त्विक, राजस आणि तामस या तिन्ही प्रकारच्या तपांविषयी या श्लोकांमधून सांगितलं आहे. जे लोक राजसी आणि तामसी तप करतात, त्यांच्यापासून आपण सावध राहिलं पाहिजे. आपणही अशा तपाची कास कधी धरू नये. सात्त्विक तप हे मात्र श्रेष्ठ तप असतं. ते मनुष्याने अवश्य करावं.

अकाली आलेले काळे मेघ केवळ गर्जना करून न बरसता जातात त्याप्रमाणे राजस तप हे मानसन्मानासाठी केल्यामुळे न टिकता निष्फल होऊन नष्ट होतं. तामस तप हे दुःखाची वाईट रीत अंगीकारून केलं जातं. त्यामुळे ते निकृष्ट मानलं जातं. केवळ सात्त्विक तप हे उत्कृष्ट तप असतं. ते तप मात्र केलं पाहिजे.

दातव्यमिति यद्दाने दीयतेऽनुपकारिणे ।
देशे काले च पात्रे च तद्दाने सात्त्विकं स्मृतम् ॥१७.२०॥
यत्तु प्रत्युपकारार्थं फलमुद्दिश्य वा पुनः ।
दीयते च परिक्लिष्टं तद्दाने राजसं स्मृतम् ॥१७.२१॥
अदेशकाले यद्दानमपात्रेभ्यश्च दीयते।
असत्कृतमवज्ञातं तत्तामसमुदाहृतम्॥१७.२२॥

दान करणं हे कर्तव्य आहे अशा बुद्धीनं, परत मिळेल ही आशा न ठेवता, योग्य स्थळी, योग्य वेळी, योग्य व्यक्तीला जे दिलं जातं, त्याला सात्त्विक दान म्हणतात, परंतु परत मिळावं म्हणून, अथवा स्वर्गादी फळाच्या उद्देशाने किंवा कष्टपूर्वक म्हणजे अनिच्छेने जे दान दिलं जातं, त्याला राजस दान म्हणतात आणि जे दान अयोग्य स्थली, अयोग्य लोकांना मानाशिवाय देण्यात येतं, त्याला तामस दान म्हणतात.

तपाप्रमाणे दानाचेही तीन प्रकार आहेत. सात्त्विक दान, राजस दान आणि तामस दान. मनापासून दान देण्याची इच्छा असेल आणि योग्य स्थळ-काल पाहून योग्य व्यक्तीला जर दान केलं, तर ते दान हे सात्त्विक दान म्हटलं जातं. व्यक्तीची पात्रता पाहून, परतफेडीची अपेक्षा न बाळगता असं दान केलं जात असतं. प्राचीन काळी अशा दानाला क्षत्रियांमध्ये फार महत्त्व असे. सकाळचा ठरावीक वेळ त्यांनी या दानासाठी राखून ठेवलेला असे. कर्ण हा दानशूर म्हणून प्रसिद्ध होता, परंतु त्याला त्याच्या दानशूरत्वाचाच अहंकार निर्माण झाला होता. त्यामुळे आपली कवचकुंडलं तो गमावून बसला. ते दान त्याने परतफेडीच्या आशेने केलेलं नव्हतं. योग्य व्यक्तीलाच केलेलं होतं, परंतु केवळ अहंकाराने त्याचा बळी घेतला होता, असंच म्हणावं लागेल.

याउलट रघुवंशात घडलेला हा प्रसंग.

रघुराजा नि:संग होऊन वनात राहत होता. त्याने आपल्या राज्यातील सर्व संपत्ती दान करून टाकली होती. सुवर्णाच्या पात्रांमधून जेवणारा राजा

आता मातीची भांडी वापरत होता. एके दिवशी वरतंतू ऋषींचा शिष्य कौत्स त्याच्याकडे आला. म्हणाला, ''मी वरतंतू ऋषींचा शिष्य कौत्स. माझं सारं अध्ययन आचार्यांकडे पूर्ण झालं. आचार्यांनी गुरुदक्षिणा म्हणून माझ्याकडून चौदा लाख सुवर्ण मोहरांची मागणी केली आहे. इतकी मोठी गुरुदक्षिणा कुणीच सामान्य मनुष्य देऊ शकत नाही. म्हणून मी आपल्यासारख्या दानशूर राजाकडे आलो आहे.''

रघू म्हणाला, ''अरे, मी तर राज्य आणि संपत्तीचा त्याग करून हे साधं वन्य जीवन स्वीकारलं आहे. आत्ता तरी माझ्याकडे तुला देण्यासारखं काहीही नाही. तथापि, तू मुळीच चिंता करू नकोस. रघूच्या द्वारातून आजपर्यंत कुणीही विन्मुख परत गेलेला नाही. कौत्सा, माझ्याकडे धन नसलं तरी शस्त्र आहे.''

इतकं बोलून रघूराजा तत्काळ शस्त्रं घेऊन निघाला आणि त्याने थेट देवांचा धनपती कुबेरावर चढाई केली. कुबेराकडून त्याने अमाप संपत्ती जिंकून आणली. मग ती सारी कौत्साला देत राजा म्हणाला, ''मला या संपत्तीची काहीच आवश्यकता नाही. हे सारं धन तू घेऊन जा.''

त्यावर कौत्स म्हणाला, ''मलाही या संपत्तीची काहीच आवश्यकता नाही. मला केवळ चौदा लक्ष मोहरा हव्या आहेत - गुरुदक्षिणा देण्यासाठी!''

कौत्स तेवढंच धन घेऊन आणि राजाप्रति कृतज्ञता व्यक्त करून निघून गेला.

रघुराजाला उर्वरित मोहरा नको होत्या आणि कौत्सानंही स्वत:कडे त्या संपत्तीमधला एक अंशही ठेवला नाही. निसर्गाला जवळ केल्यामुळेच ते जीवनातला खरा आनंद उपभोगत होते. दोघांनाही संपत्तीत लोळत पडायचं नव्हतं. म्हणजे दान देणाराही नि:संग वृत्तीचा आणि घेणाराही नि:संग वृत्तीचा!

प्राचीन भारतात घडलेल्या या सत्य घटना आहेत. आजची परिस्थिती आणि बहुतांशी समाजाचं झालेलं अध:पतन पाहून या घटना एखाद्याला अशक्यप्राय वाटू शकतील, पण त्या समजून घेण्यासाठी आपल्या स्वत:च्याच जीवनात आणि विचारात डोकावून बघावं लागेल. याप्रमाणे योग्य स्थल, काल आणि पात्रता पाहूनच दान करावं असं शास्त्र आहे. म्हणजेच ते सात्त्विक दान होतं. त्यासाठी दान स्वीकारण्याची वृत्ती आणि हेतूही बघितला पाहिजे.

शंकराचार्य एकदा एका घरी भिक्षा मागण्यासाठी गेले. त्या घरात अठराविश्वं दारिद्रय नांदत होतं. घरच्या गृहिणीला भिक्षेत काय वाढावं,

याची चिंता पडली. तेवढ्यात तिला एक वाळलेला आवळा दिसला. तोच तिने साश्रू नयनांनी शंकराचार्यांच्या झोळीत टाकला. तिचं ते दातृत्व पाहून शंकराचार्यांनी लक्ष्मीची प्रार्थना केली. त्याबरोबर त्या महिलेचं घर धन-धान्याने भरून गेलं.

निरपेक्ष भावाने तिने ते दान केलं होतं. पण ज्याच्यावर परमात्मा प्रसन्न असतो, त्याला दान केलं तर त्याचं मोठं फळ मिळतं.

राजस दान म्हणजे हेतुपूर्वक केलेलं दान असतं. दानाचं पुण्य मिळावं, स्वर्गादी भोग प्राप्त व्हावेत किंवा त्याची परतफेड व्हावी या हेतूने जे दान केलं जातं, ते राजस दान असतं. हे दान करताना देणाऱ्याची उपकाराची भावना असते. अतिशय कष्टपूर्वक, द्विधा मनःस्थितीत आणि अनिच्छेने असं दान केलं जातं. दाराशी याचक आल्यावर त्याला धनधान्य द्यायचं; पण त्याच्याकडून काही तरी कष्टाचं काम करून घ्यायचं, असाही हेतू दान करताना असतो. अशा प्रकारचं जे दान केलं जातं, त्याला राजस दान म्हटलं जातं. यापेक्षा कमी प्रतीचं तिसरं दान म्हणजे तामस दान. देश, काल किंवा पात्रता यांचा विचार न करता अवज्ञेने आणि सत्काराशिवाय जे दान दिलं जातं, ते तामस दान. आपण काय करतो आहोत, दानाचा विनियोग काय होणार आहे, आपण जे करतो आहोत ते योग्य आहे का अयोग्य आहे, आपल्या दानाचे काय परिणाम होणार आहेत, आपण कोणत्या विचारधारेच्या प्रभावाखाली येऊन दान करत आहोत, ती विचारधारा योग्य आहे का अयोग्य आहे, यातून आपला खरोखर विकास होणार आहे का, का आपलं अध:पतन होणार आहे, देह सोडल्यानंतर अशा कृत्यांचे काय परिणाम होणार आहेत, अशा प्रकारचे कोणतेही विचार आणि सारासार विवेक ज्या दानामध्ये नसतो, त्याला तामस दान म्हणतात. अतिरेक्यांना साहाय्य करणं किंवा देशविरोधी प्रवृत्तींना फंडिंग करणं हे तामस दान म्हणता येईल. म्हणून दान करतानाही सावधगिरी बाळगली पाहिजे. म्हणून योग्य स्थल, काल आणि पात्रता पाहूनच दान करावं असं शास्त्र आहे. म्हणजेच ते सात्त्विक दान होतं. म्हणजेच सत्परिणाम करणारं दान हेच सर्वश्रेष्ठ दान असतं.

राजस दान आणि तामस दान हे दानाचे निकृष्ट प्रकार असतात. राजस दानात काही तरी मिळण्याची अपेक्षा असते. तामस दानात अविचार असतो किंवा घातक प्रवृत्ती असते. सत्पात्री दान मात्र योग्य स्थळ-काळ बघूनच करायचं असतं. मग ते सात्त्विक दान होतं. सात्त्विक दान हेच श्रेष्ठ दान असतं.

ॐ तत्सदिति निर्देशो ब्रह्मणस्त्रिविधः स्मृतः ।
ब्राह्मणास्तेन वेदाश्च यज्ञाश्च विहिताः पुरा ॥१७.२३॥

'ॐ तत् सत्' असा परब्रह्माचा तीन प्रकारचा निर्देश (शास्त्रात वाचक शब्द अथवा मंत्र म्हणून) केला जातो. या मंत्रानेच पूर्वी ब्राह्मण, वेद आणि यज्ञ निर्माण केलेले आहेत.

इतकं विवेचन करून झाल्यानंतर भगवान आता अर्जुनाला प्रथमच एक मंत्र सांगत आहेत. पहिल्या अध्यायात भगवंतांनी अर्जुनाला शोक सोडायला सांगितला होतं. शोक म्हणजे मनात धरून ठेवणं. पूर्वीच्या कडूगोड आठवणींचे प्रभाव धरून ठेवणं. ज्याप्रमाणे कॉम्प्युटरची 'हार्ड डिस्क' अनेक फाइल्सच्या साठ्यामुळे भरते; कॉम्प्युटर मंदावतो - स्लो होतो, त्याप्रमाणे मेंदूत धरून ठेवलेल्या अशा अनावश्यक प्रभावांमुळे मेंदूची कार्य-अकार्य करण्यापासून आत्मज्ञानापर्यंत निदिध्यासाने जाण्याची शक्ती संपुष्टात येते. म्हणून हा मंत्र देण्यापूर्वी अर्जुनाला पहिल्या अध्यायात शोक सोडायला सांगून त्याची पुढच्या सर्व अध्यायांमधून मनोभूमिका तयार केली. आणि आता तो निःशंक झाल्यानंतर ते हा मंत्र देत आहेत.

आपल्याला मंत्रविज्ञान जाणून घ्यायचं असेल आणि आत्मज्ञानासाठी तशी साधना करायची असेल तर सर्वप्रथम मनात धरून ठेवलेले सर्व कडूगोड आठवणींचे प्रभाव दूर करावे लागतील. त्यांचा निचरा करावा लागेल. अर्थात आपण आठवणी पुसून टाकू शकत नाही. त्या अंतर्मनात खोल खोल राहिलेल्याच असतात. फक्त वाईट आठवणींचे नकारात्मक आणि क्लेशकारक प्रभाव काढून टाकणं साधलं पाहिजे. चिखलाने भरलेल्या बादलीतच स्वच्छ पाणी सोडत राहिलं तर स्वच्छ पाणीसुद्धा गढूळ होऊन जाईल. म्हणून सर्वप्रथम बादली स्वच्छ करावी लागेल. मग त्यात भरलेलं पाणी हे स्वच्छच असेल. त्याप्रमाणे शोक काढून टाकल्यानंतर जे काही वृत्तीत भरायचं आहे, ते भगवंतांनी या सतराव्या अध्यायापर्यंत अर्जुनाला सांगितलं. भगवंतांचा उपदेश किती शास्त्रशुद्ध आहे हे या उदाहरणावरून ध्यानात येतं. म्हणूनच

गीतेला perfect science of philosophy,humanity and spirituality असं म्हटलं जातं.

याप्रमाणे आपलीही मनोभूमिका तयार झाल्यानंतरच हा मंत्र उचलायचा आहे. हा मंत्र थेट भगवंतांनीच सांगितलेला आहे हे विशेष! म्हणूनच त्याचं आत्यंतिक महत्त्व आहे. भगवद्‌गीता जरी श्लोकस्वरूपात असली तरी ती म्हणजे मंत्रच आहे. ते स्तोत्र नाही. सृष्टीचं सर्जन कसं झालं, सृष्टीचा हेतू काय आहे, जीवनाचा हेतू काय आहे, जीवाचं स्वरूप काय आहे, आत्मविकासासाठी निश्चित कोणते मार्ग आहेत, परमात्मस्वरूप जाणण्यासाठी काय केलं पाहिजे, पुनर्जन्माच्या कचाट्यातून सुटून मोक्षप्राप्तीचे उपाय कोणते अशा तऱ्हेचं अद्‌भुत ज्ञान भगवंतांनी गीतेतून दिलं आहे. त्यावर पराकोटीचं चिंतन-मनन करावं लागतं. म्हणूनच हे श्लोक म्हणजे मंत्र आहेत. स्तोत्र म्हणजे स्तुतिपर उच्चारण करणं आणि मंत्र म्हणजे मनन करणं असतं. मंत्रांमध्ये खूप गूढ अर्थ दडलेला असतो. या दृष्टीने आपण या मंत्राचा विचार करू.

ॐ तत् सत् हा मंत्र कोणा प्रेषिताने नव्हे; तर स्वयं भगवंतांनी सांगितलेला आहे. *ॐ तत् सत्* हे तीन शब्द ब्रह्माचे वाचक आहेत. सर्व सृष्टीच्या आरंभी ब्रह्मदेवरूपी पहिला ज्ञानी ब्राह्मण तयार झाला. मग वेद आणि यज्ञ हे उत्पन्न झाले. ते का आणि कसे झाले, याचा बुद्धिनिष्ठ विचार आपण मागे केलेलाच आहे. अर्थात परब्रह्मापासूनच या तीन घटकांची निर्मिती झाली. म्हणून 'ॐ तत् सत्' हा संकल्प सर्व सृष्टीचं मूळ आहे. या मंत्रानंच ब्राह्मण, वेद आणि यज्ञ निर्माण केले आहेत. त्याचा आणखी सखोल अर्थही आपण पाहू. ब्राह्मण-वेद-यज्ञ म्हणजे उपासक; आणि ज्ञान-विज्ञान म्हणजे उपासना असा याचा अर्थ होतो. म्हणूनच सृष्टी ब्रह्मस्वरूप आहे. तेच एकमेवाद्वितीय सत्य आहे आणि त्यातूनच ही त्रयी निर्माण झाली. आता या प्रत्येक शब्दाचा आणखी गूढ अर्थ पाहू.

'ॐ' म्हणजे 'होय,' 'तत्' म्हणजे 'ते तत्त्व' आणि 'सत्' म्हणजे 'सत्य आहे.' अर्थात 'ॐ तत् सत्' म्हणजे 'होय, तेच तत्त्व सत्य आहे.' या भगवद्‌शब्दावर मनुष्याने विश्वास ठेवला पाहिजे. विश्वासाच्या आधाराने कार्य केलं म्हणजे त्या कार्यामध्ये रस निर्माण होतो.

अभ्यास, व्यापार आणि संसार या साऱ्यांमध्ये रस निर्माण करायचा असेल तर या ईशतत्त्वाची संकल्पना प्रत्येक कृतीमधून व्यक्त झाली पाहिजे- 'ॐ तत् सत्.' संसार हा असार आहे, असं न म्हणता संसारामध्ये ईशतत्त्वाचा वास आहे, असं म्हटलं तर त्यात रस निर्माण होईल. तीच गोष्ट व्यापार, अभ्यास किंवा विहित कर्मांच्या बाबतीतही लागू होते.

रूपकात्मक दृष्टीने विचार करायचा झाल्यास, सृष्टीचा आरंभ होण्यापूर्वी ब्रह्मदेव गोंधळून गेले होते. सृष्टी कशी निर्माण करावी, हे त्यांना उमजत नव्हतं. सृष्टीनिर्मितीचं सामर्थ्यही त्यांच्यामध्ये नव्हतं. परब्रह्माचं खरं स्वरूपसुद्धा ते जाणत नव्हते. अशा अवस्थेत त्यांना 'ॐ तत् सत्'रूपी सूत्राचं स्फुरण झालं आणि सृष्टीचं सर्जन करण्याची योग्यता त्यांच्यामध्ये निर्माण झाली.

म्हणजे काही एक निर्मिती करायची असेल तर या तीन गोष्टींची आवश्यकता असते. ज्ञानी, ज्ञान-विज्ञान आणि उपासना अर्थात निदिध्यास. कार्यसिद्धीसाठी प्रथम अभ्यासापासून सुरुवात केली पाहिजे तर कार्यसिद्धी होते. म्हणजे त्या त्या क्षेत्राचा सखोल अभ्यास, अभ्यास करणारा अभ्यासू आणि अभ्यासूची निदिध्यासातून कार्यपूर्ती.

आता सृष्टिनिर्मिती, तिची व्यवस्था, तिची स्थिती, पुन्हा विलय, पुन्हा सर्जन, पुन्हा स्थिती, पुन्हा विलय या गोष्टी चिरंतन चालू ठेवण्यासाठी सृष्टी कशा प्रकारे बनवावी, असा प्रश्न ब्रह्मदेवांना पडला होता. जणू त्यांना असं एक सॉफ्टवेअर बनवायचं होतं की एकदा बनवल्यानंतर त्यात पुन्हा पुन्हा हस्तक्षेप करावा लागणार नाही! शिवाय या मंत्राचा जाणीवपूर्वक जप केला असता या जन्म-मृत्यूच्या कचाट्यातूनही सुटता येईल अशीही सोय त्यांना त्या सॉफ्टवेअरमध्ये ठेवायची होती. हे कार्य सोपं खासच नव्हतं. म्हणूनच ब्रह्मदेवांना सृष्टी कशा प्रकारे निर्माण करावी, हा प्रश्न पडला होता.

काय केलं असता जीव पुनर्जन्माच्या कचाट्यात सापडेल, हा विचार सृष्टी बनवताना होताच. या मंत्राच्या अनुषंगाने त्याही अर्थाचा उलगडा होतो. तो कसा ते जाणून घेऊ :

'ॐ' म्हणताना तोंडातल्या अवकाशाचा वापर होतो. आपल्या आत-बाहेर एकच अवकाश असतं. सूर्यही ॐकाराचाच ध्वनी करतो आणि आकाशगंगाही ॐकारातच नादित होते. अनाहत-अनाघात ध्वनी म्हणजे ॐकाराचाच ध्वनी. म्हणजे कोणत्याही आघातातून निर्माण न होणारा हा एकच ध्वनी सृष्टीत आहे. अर्थातच 'ॐ' हा विश्वव्यापक ध्वनी आहे. तो जर आपण योग्य प्रकारे म्हटला तर आपला विश्वाशीच संपर्क साधला जातो - म्हणजे विश्वाशीच आपण connect होतो. अर्थातच आपणही विश्वभावात जातो. म्हणूनच कोणतंही वैदिक कार्य हे ॐ या आद्याक्षरानंच प्रारंभित होतं. म्हणून वेद हे वैश्विक आहेत. त्यातूनच ब्रह्माशी ऐक्य प्रस्थापित होतं.

दैनंदिन जीवनातल्या कार्यांसह कोणतंही कार्य करायचं झालं - अगदी यज्ञ-दान-तप जरी केलं, तरी त्याचा कर्मबंध हा मनुष्याला होतोच - मग तो चांगला असो किंवा

वाईट असो. कर्मबंध झाला की फेड आणि परतफेड करण्यासाठी पुनर्जन्माचा फेरा सुरू होतो आणि सृष्टीचं चलनवलन चिरंतन स्वरूपात राहतं. कोणतंही कार्य करताना ॐकाराचा आधार घेतला की जीव विश्वभावनेत जातो -अर्थात ब्रह्माशीच जोडला जातो. म्हणजे पाण्याचा थेंब सागर बनून जातो. त्यामुळे कर्मामागे 'अहंकार' उरत नाही. म्हणजेच पुनर्जन्मासाठी आवश्यक असणारा कर्मबंधच राहत नाही! अर्थातच पुनर्जन्माच्या फेऱ्यातून जीवाची सुटका होते. म्हणून त्यासाठी ॐकाराचा आधार घ्यायचा असतो. समजपूर्वकच ही मंत्रसाधना केली पाहिजे. भगवंतांनी आत्तापर्यंत जे ज्ञान दिलं, त्यांचं अनुसरण करून मगच या वैश्विक मंत्राची साधना केली पाहिजे. अन्यथा त्याचे विपरीत परिणामही होऊ शकतात. म्हणूनच ज़ीवांसाठी ॐ चं स्वरूप अथवा त्याचं सखोल ज्ञान हे ब्रह्मदेवांनी हेतुपुरस्सरच दूर ठेवलं आहे.

'ॐ'मध्ये अर्थात या वैश्विक भावात प्रकृती आणि त्यातले जीव सापडणार नाहीत याची काळजी हे 'सॉफ्टवेअर' बनवताना ब्रह्मदेवांनी सर्वप्रथम घेतली. म्हणूनच सृष्टीची जी त्रिविध रचना त्यांनी केली, ती आजतागायत चालू आहे. उपासक-ज्ञानविज्ञान आणि उपासना हेच त्यांच्या कार्याचं मूळ आहे. सारी सृष्टी 'ॐ तत् सत्' या तत्त्वावरच अधिष्ठित आहे. विशेष म्हणजे ज्या सत्स्वरूपापासून ब्रह्माने सृष्टीची रचना केली, त्या सृष्टीतल्या कणाकणामध्ये त्या सत्स्वरूपाचाच अंश सामावला गेला आहे. मानवी शरीरांतर्गतही तेच तत्त्व वास करून असतं. त्या 'सत्'चं स्वरूप जाणून घेणं हेच विचारी मानवाचं अंतिम उद्दिष्ट असायला हवं.

या श्लोकातले आणखी गूढार्थ पुढच्या श्लोकांमध्ये उलगडले आहेत. ते जाणल्यावर एक गोष्ट समजून येईल की, ही सृष्टी मुळीच आपोआप निर्माण झालेली नाही. त्यामागे एक आत्यंतिक बुद्धिमान असा मेंदू कार्यरत आहे. त्याच्या अफाट बुद्धिकौशल्याची आणि मानसिक प्रगल्भतेची आपण कल्पनाच करू शकत नाही. म्हणूनच सृष्टी उत्क्रान्त evolved झालेली नाही, तर ती निर्मित आहे, या गोष्टीला गीतेमधला हा मंत्र नि:संदिग्धपणे पुष्टी देतो. पुढील श्लोकाच्या निरूपणात आपण या विषयावर अधिक विचार करू.

'ॐ तत् सत्' या ब्रह्मवाचक शब्दांच्या सामर्थ्यामुळे ब्रह्मदेवाचं सृष्टिनिर्मितीचं अवघड कार्यही सहज साध्य झालं. त्याप्रमाणे सामान्य मनुष्याने जर 'ॐ तत् सत्' हा मंत्र समजून घेऊन आपल्या प्रत्येक कृतीमध्ये उच्चारला तर कार्यसिद्धी निश्चित होईलच; तरीही तो पुनर्जन्माच्या कचाट्यात सापडणार नाही.

तस्मादोमित्युदाहृत्य यज्ञदानतपः क्रियाः ।
प्रवर्तन्ते विधानोक्ताः सततं ब्रह्मवादिनाम् ॥१७.२४॥

म्हणून ब्रह्मज्ञानी पुरुषांच्या शास्त्राला अनुसरून होणाऱ्या यज्ञ, दान, तप इत्यादी क्रिया 'ॐ' अक्षराचा उच्चार म्हणजे प्रणवोच्चार करून नेहमी सुरू केल्या जातात.

'ॐ तत् सत्' असा ब्रह्माचा निर्देश आहे, हे आपण मागच्या भागात ऐकलंच. त्याचप्रमाणे सारी सृष्टी 'ॐ तत् सत्' या तत्त्वावरच कशी अधिष्ठित आहे, याचाही विचार केला. एक आत्यंतिक बुद्धिमान असा मेंदू या सृष्टीमागे कसा कार्यरत आहे, याविषयीही विचार केला. म्हणूनच सृष्टी उत्क्रान्त evolved झालेली नसून ती सहेतुक निर्माण केली गेली आहे.

या संदर्भात जे आधुनिक संशोधन झालेलं आहे, ते चार्ल्स डार्विनला माहीत असण्याचं कारणच नव्हतं. विशेषतः मानवाचं पृथ्वीवरचं मूळ, नियती आणि सत्य या संदर्भात आधुनिक जगतातले जे शोध आहेत, ते परंपरागत शोधांसाठी धक्कादायक आहेत असंच म्हटलं पाहिजे. आज ज्याला सीएसटी तंत्रज्ञान म्हणतात, त्या तंत्रज्ञानाच्या आधाराने जे मानववंशाचं संशोधन झालं आहे, त्याचे निष्कर्ष उत्क्रांतीच्या सिद्धान्ताला धक्का देणारे असेच आहेत. त्या संशोधनाचे काही मुद्दे असे : आपण दीर्घकाल उत्क्रान्त होत आलेलो नाही. आपण माकडापासून मुळीच उत्क्रान्त होत गेलेलो नाही. तिसरा महत्त्वाचा निष्कर्ष म्हणजे आधुनिक मानव हा दोन लाख वर्षांपूर्वी अस्तित्वात आला आणि तेव्हापासून त्याच्या DNAमध्ये कोणताही बदल झालेला नाही. दोन लाख वर्षांपूर्वी जो आधुनिक मनुष्य तयार झाला, तो क्रोमोझोम्समध्ये बदल करून तयार केला गेला, हे आज सिद्ध होत आहे. म्हणजे चिपांझीमधले दोन क्रोमोझोम मधोमध तोडून आणि मग ते पुन्हा जोडून आधुनिक मनुष्य दोन लाख वर्षांपूर्वी तयार केला गेला, असं वैज्ञानिक सांगतात. त्यानंतर आधुनिक मनुष्यामध्ये कोणताही फरक झालेला नाही. हा शोध लागल्यानंतर आज मानववंशासंदर्भात

अधिक खोलवर संशोधन करण्याची गरज भासू लागली आहे; आणि त्यामुळे रहस्य तर अधिकच गडद होऊन बसलेलं आहे. ही झाली केवळ आधुनिक मानवाची कथा! मग पृथ्वीवरचे इतर जीवजंतू, सृष्टीतले पदार्थ, इतर ग्रहगोलांवर असू शकणारे अतिमानव आणि स्वर्गादी स्तरांचं स्वरूप यांचा विचार करायचा झाल्यास आपली मती कुंठित होते. मग यामागे कारण असणारं ॐकाराचं स्वरूप किती गहन असेल! यज्ञ आणि तप यांमधूनच हे सत्य उलगडू शकतं. यज्ञ म्हणजे हवनविधी नाही. तो यज्ञातल्या कर्मकांडाचा भाग झाला. यज्ञ म्हणजे ईशतत्त्वाला जोडण्याची क्रिया. या क्रियेत अगाध ज्ञान आणि विधी दडलेले आहेत. म्हणूनच ॐकाराचं स्वरूप आणि यज्ञविधी जर सखोल जाणता आले, तर सृष्टीचंच ज्ञान होऊ शकतं. या क्रियेत दानालाही महत्त्व आहे. 'दान' हा शब्द इथे donation या अर्थाने आलेला नाही. आपल्या वृत्तीत आपण जे बाळगून आहोत, ते देणं म्हणजे सोडणं म्हणजे दान. म्हणून ॐकारस्वरूप जाणण्यासाठी आपण धरून ठेवलेले षड्रिपू तसंच अहंकार सोडणं आणि ती क्रिया साधण्यासाठी यज्ञाचा आधार घेणं, यातून मनुष्य ॐकाराचं स्वरूप जाणू शकतो. या क्रिया योग्य रीतीने साध्य झाल्या, तर मनुष्य ब्रह्मज्ञानी होतो. आणि मग त्याच्या यज्ञ-दान-तप अशा कोणत्याही क्रियांमध्ये समजपूर्वक ॐकाराचं अधिष्ठान येतं. म्हणजे ज्ञानोत्तर या क्रिया अनायासे घडत जातात. नुसतं ॐ म्हटलं आणि ज्ञान झालं असा मात्र या मंत्राचा अर्थ नाही. त्यामागे प्रथम ज्ञान होणं हा भाग महत्त्वाचा आहे. मग या क्रिया समजपूर्वक घडत जातात.

तात्पर्य : 'ॐ' हा गूढाक्षररूपी वैदिक मंत्र असून उपनिषदांमधून त्याचं अनेक तऱ्हेने वर्णन आलं आहे. 'होय, तेच तत्त्व सत्य आहे,' असा या मंत्राचा सरळ अर्थ आहे. या मंत्रावर विश्वास ठेवून कोणतंही कार्य केलं तर त्यात खऱ्या अर्थाने रस निर्माण होईल. पूजाभाव, आहार, यज्ञ, दान, तप या प्रत्येकात 'ॐ तत् सत्' हे तत्त्व असतंच. माणसाने हे जाणलं पाहिजे. त्याचं आकलन झालं पाहिजे. त्याच्या कृतीत ते उतरलं पाहिजे. या माध्यमातून ब्रह्मतत्त्वाशी समजपूर्वक ऐक्य साधलं जातं. म्हणूनच ज्ञानी लोक यज्ञादी शास्त्र जाणून घेऊन कर्मारंभी ॐकाराचं ध्यान करतात आणि या गूढ मंत्राचा अर्थ वृत्तीत स्थिर करतात. एकदा तो अर्थ वृत्तीत स्थिर झाल्यानंतर मग ते कर्माच्या अगोदर ॐकाराचा स्पष्ट उच्चार करतात. त्यानंतरच ते कर्माला प्रारंभ करतात. म्हणून यज्ञकर्मच नव्हे; तर कोणतंही कर्म करण्यापूर्वी मनोमन ॐकाराचं ध्यान करून त्याचा अर्थ वृत्तीत स्थिर केला पाहिजे. ही गोष्ट साध्य झाली तर या मंत्राचा प्रभाव आपल्या कर्मात आणि कर्माच्या परिणामातही पडू शकेल.

अंधारातून जाताना प्रथम बॅटरी लावली की इच्छित स्थळी निर्विघ्नपणे पोहोचता येतं. त्याप्रमाणे ॐकाराचा अर्थपूर्ण उच्चार कर्मारंभी केला असता प्राप्त कर्म निर्विघ्नपणे पार पडतं. ज्ञाते लोक धर्माने प्राप्त झालेलं विपुल द्रव्य देवतांना अर्पण करण्याच्या हेतूने वेदविहित शास्त्रोक्त यज्ञ करतात. यज्ञात केवळ ते हवनद्रव्य 'स्वाहा' करत नाहीत, तर देहाविषयीच्या अहंकाराचाही ते लोक त्याग करतात. या त्यांच्या कर्मात ॐकार हेच आद्याक्षर त्यांचा कर्ममार्ग प्रकाशित करत असतं. ते कसं करतं आणि का करतं, हेच भगवान मागच्या श्लोकाच्या आधाराने सांगत आहेत.

दान करताना हे लोक आपल्या जमिनी किंवा अन्य संपत्ती योग्य ठिकाणी दान करतात. म्हणजेच ते सत्पात्री दान करतात. दारुड्याला दान केलं तर ते तो पवित्र दान दारूतच खर्च करील. म्हणून सत्पात्री दानाला फार महत्त्व आहे. अशी कर्मं करणारा पुरुष ठरावीक कालावधीसाठी तपही करतो. यज्ञ-दान-तप ही कर्मं पुरुषाला बंधनकारक ठरतात! म्हणजे त्या कर्मांचं सुयोग्य फल पुरुषाला मिळतच असतं, परंतु गीता तर फलाशा सोडून अंतिम मोक्ष मिळवण्यासाठी मार्गदर्शन करते. म्हणूनच यज्ञ, दान किंवा तप करताना आधी ॐकाराचा अर्थपूर्ण उच्चार केला पाहिजे. मग अशी कर्मं मनुष्याला कोणत्याही प्रकारचं बंधन न करता मोक्षप्राप्ती करून देतात. कारण कर्म चांगलं किंवा वाईट - कसंही केलं तरी त्याचं बंधन मनुष्याला होतच असतं. तेच बंधन त्याच्या पृथ्वीवरच्या जन्माला कारण ठरत असतं. त्यामुळे त्याचा जीव मरणोत्तर उन्नत स्तरावर जाऊ शकत नाही, पण ॐकाराचा समजपूर्वक आधार घेत कर्म केल्यामुळे मनुष्याचा पुढचा मार्ग प्रकाशित होत जातो. मग कर्मं करणारा मनुष्य वाटेतल्या प्रलोभनांमध्ये फसत नाही आणि कर्मबंधनाच्या सापळ्यात अडकत नाही.

नावेचं जमिनीवर ओझं वाटत असतं; पण पाण्यात तीच नाव सहज वल्हवता येते. कर्मबंधाचं ओझं 'ॐ' या आद्याक्षराच्या जपामुळे सहज पेलून नेता येतं.

तदित्यनभिसन्धाय फलं यज्ञतपःक्रियाः ।
दानक्रियाश्च विविधाः क्रियन्ते मोक्षकाङ्क्षिभिः ॥१७.२५॥

मोक्षाची इच्छा करणारे पुरुष फलाची अपेक्षा न धरता यज्ञ, तप आणि दान यांच्या विविध क्रिया 'तत्' अक्षराचा उच्चार हा ब्रह्मनिर्देशपूर्वक करत असतात.

यज्ञ-तप-दान या क्रिया मनुष्याला कर्मबंध करत असतात. त्यातून त्याच्या कर्मखात्यात चांगलं फळ जमा होत असतं. अर्थातच ते चांगलं फळही फेडावंच लागतं आणि ते फेडण्यासाठी पुन्हा जन्म घ्यावा लागतो. म्हणून ॐकाराच्या आधाराने अशा चांगल्या कर्मातूनही सुटका होते.

या क्रिया जेव्हा फळामध्ये प्रवेश करू पाहतात, तेव्हा 'तत्' शब्दाच्या अर्थपूर्ण विनियोगामुळे ते कर्म हे फळासह ब्रह्मार्पण केलं जातं. फळामध्ये प्रवेश करणं म्हणजे कर्म केल्यानंतर त्याचं फळ कर्मखात्यात जमा होणं. मनुष्याच्या कर्मखात्यात जमा झालेली फळं ही भोगूनच फेडावी लागतात. म्हणजे अशी जमा झालेली फळं त्यांचा निश्चित प्रभाव यथावकाश दाखवणारच असतात. त्या फळांनाच 'प्रारब्ध' म्हणतात. मग अशी फळं आपल्या कर्मखात्यातच जमा होऊ नयेत, यासाठी काय करायचं? तोच उपाय भगवान या श्लोकात सांगतात. कर्माचं फळ आपल्या कर्मखात्यात जमा होण्याच्या आत त्या फळाला न्यूट्रल करण्यासाठीच 'तत्' या शब्दाची योजना आहे. म्हणजे केवळ या शब्दाचं उच्चारण नव्हे; तर तशा भावाने समजपूर्वक ते फळ ब्रह्मार्पण करणं साध्य झालं पाहिजे. या दृष्टिकोनातूनच या श्लोकाचा विचार केला पाहिजे. ज्यांना कर्माच्या जाळ्यात अडकायचं नाही, असेच ज्ञानी लोक समजपूर्वक आणि निरपेक्ष भावाने यज्ञ, तप आणि दान यांच्या विविध क्रिया करताना ब्रह्मनिर्देशपूर्वक 'तत्' शब्दाचा उच्चार करतात. अर्थातच तो करण्यामागे त्यांचा, कर्म आणि त्यापासून मिळणारं फल हे दोन्ही भाव ब्रह्मार्पण करण्याचा हेतू असतो. आपण एखादं कर्म करतो, तेव्हा त्यापासून फळ मिळण्याची काही ना काही अपेक्षा ही मनात दडलेली

असतेच. मग अशी फलाशा ही पुनर्जन्माला कारण तर ठरत असतेच; परंतु त्यापुढे जाऊन परब्रह्माचं स्वरूप अशा मनुष्यासाठी दुर्बोधच राहतं. मग असा सकाम कर्मी मनुष्य जन्मोन्जन्म अनिश्चिततेचं जीवन जगत राहतो. म्हणून 'ॐ' नंतर 'तत्'ला अतिशय महत्त्व आहे. 'तत्' हा शब्द छोटा आहे; पण त्यामध्ये फार मोठा अर्थ दडला आहे. ज्या तत्त्वाला शारीरिक, मानसिक आणि बौद्धिक अशी सर्व कर्मं अर्पण केलेली आहेत, असं जे तत्त्व असतं ते म्हणजे 'तत्.' या 'तत्' शब्दाचा अर्थ म्हणजे 'यापलीकडचं' अथवा फलाशा सोडून ब्रह्मार्पण केलेलं कर्म.

सनातन वैदिक तत्त्वज्ञान किती पराकोटीचं प्रगल्भ होतं हे या एका मंत्रातल्या अर्थावरून सहज समजून येतं.

म्हणून जे लोक यज्ञ, दान, तप इत्यादी जी कर्मं करतात, ती 'तत्'चा उच्चार करून करतात. 'तत्' म्हणजे ज्या तत्त्वाला दुसऱ्या कसल्याही नावाची गरज राहिलेली नाही ते. ज्याला शब्दांचीच गरज नाही आणि गुणवर्णनाचीही गरज नाही असं ते अनिर्वचनीय तत्त्व! हे 'तत्' नावाचं ब्रह्म सर्व सृष्टीच्या आरंभीचं तत्त्व आहे. त्यालाच सारं अर्पण केल्यामुळे कर्मबंध होत नाही. म्हणून जाणकार लोक 'ॐ' नंतर 'तत्'चा जाणीवपूर्वक उच्चार करतात. या सर्व यज्ञादी क्रिया त्यांच्या फलासह त्या 'तत्'स्वरूपालाच अर्पण होवोत म्हणजेच ब्रह्मार्पण होवोत; त्या आम्हांला भोगण्यासाठी राहू नयेत, असाच हा उच्चार करण्यामागचा हेतू असतो. दैनंदिन जीवनातला कर्मरूपी यज्ञ आपण त्याच भावनेने केला, तर आपणही कर्मबंधाच्या चक्रात अडकणार नाही. म्हणजेच सारी कर्मं ही ब्रह्मार्पण होऊन जातील.

'न मम' म्हणजे माझं काहीही नाही ही भावना यज्ञादी कर्म करताना असली म्हणजे ते कर्म फलासह ब्रह्मार्पण होतं. म्हणजे दुसऱ्या अध्यायात वर्णन केल्याप्रमाणे कर्माभिमान सोडण्याचा प्रयत्न यज्ञादी कर्म करणारा पुरुष करत असतो. कारण फलाशा धरून शास्त्रोक्त यज्ञ केला, तर त्याचं उत्तम फल मिळत असतं. कदाचित ते उत्तम फल स्वर्गातही उपभोगायला मिळतं, पण स्वर्ग हादेखील मायिक पदार्थांचा बनलेला आहे.

एखादा करमणूकप्रधान चित्रपट पाहताना चित्रपटगृहातला प्रेक्षकवर्ग त्यामध्ये तल्लीन होऊन जातो. दोन-तीन तासांत तिथलं सुख संपलं की पुन्हा दैनंदिन कटकटींच्या जगात तो प्रवेश करतो. स्वर्गामधले सुखोपभोग हे आपल्या कर्मांनुसार ठरावीक कालापर्यंतच असतात, परंतु कर्माचं उत्तम फल भोगल्यानंतर पुन्हा या दुःखमय संसारात माणसाला उतरावं लागतं. म्हणून भगवंत तात्कालिक आनंदाचा उपाय गीतेमधून सांगत नसून अंतिम चिरंतन आनंद कसा प्राप्त करून घ्यावा, त्याचं दिग्दर्शन करतात.

म्हणजेच ॐमुळे विश्वभाव आला. 'तत्'मुळे कर्मामागची शक्ती माझी नसून तुझ्याच शक्तीमुळे मी कर्म करतो, हा भाव व्यक्त झाला. 'मी' कर्म केलं - चांगलं किंवा वाईट - तर कर्मबंध होऊन चांगले-वाईट भोग भोगण्यासाठी पुन्हा जन्म हा घ्यावाच लागतो. शेकडो-हजारो, लाखो जन्म जीव फिरत राहतो! म्हणून केलेल्या कर्माचं फळ चिकटूच नये; त्यासाठी 'तत्'ची योजना आहे. ज्या शक्तीमुळे कर्म सिद्ध झालं, त्या शक्तीलाच ते अर्पण करण्यातून हा पुनर्जन्माचा फेरा चुकतो आणि जीव उत्तम गतीला जातो. म्हणजेच 'तत्'मुळे कर्मबंध न होता कर्म ब्रह्मार्पण तर झालं; परंतु तेवढ्यानंही भागत नाही. त्यासाठी 'सत्'चीही आवश्यकता असते. पुढील श्लोकात भगवान त्याचं स्वरूप सांगतात.

'तत्' म्हणजे त्या अंतिम तत्त्वाला फलासहित कर्म अर्पण करण्यासाठी उच्चारलेला अर्थपूर्ण शब्द. ज्या पुरुषांना चिरंतन आनंद (मोक्ष) हवा आहे, ते समजून उमजून यज्ञ-तप आणि दान ही कर्मं ईश्वरार्पण बुद्धीने करतात.

सद्भावे साधुभावे च सदित्येतत्प्रयुज्यते ।
प्रशस्ते कर्मणि तथा सच्छब्दः पार्थ युज्यते ॥१७.२६॥

विद्यमान असणं आणि श्रेष्ठ असणं या अर्थाने 'सत्' शब्दाचा उपयोग करण्यात येतो. तसंच हे पार्था, चांगल्या कर्मांनासुद्धा 'सत्' हा शब्द वापरतात.

मागच्या भागात आपण 'तत्'चं स्वरूप पाहिलं. म्हणजे 'तत्'च्या भावनेत आपलं कर्म फलासहित ब्रह्मार्पण करण्याची क्रिया कशी दडलेली असते, याचाही विचार केला.

तथापि, 'तत्'मुळे जरी कर्म ब्रह्मार्पण झालं तरी तेवढ्याने भागत नाही. कारण ब्रह्मरूप झालेलं कर्म आणि कर्ता असा भेद पुन्हा उरतोच! म्हणजे मी वेगळा आणि परमात्मा वेगळा हे द्वैत राहतंच. अर्थातच 'तत्' म्हणताच आपण स्वतः कर्ता आहोत आणि ब्रह्म आपल्यापेक्षा वेगळं आहे, हा भाव उरतोच. दुःखमय भासणाऱ्या संसारातून कायमची सुटका ही अद्वैतानुभवानंच होत असते. अर्थातच हे द्वैत जोपर्यंत जात नाही, तोपर्यंत जीवासाठी पुनर्जन्मरूपी संसारभय सुटत नाही. 'तत्'पर्यंत द्वैत हे उरलेलंच असतं. मग या द्वैतातून सुटका कशी करून घ्यायची? त्यासाठी 'सत्'चाच आधार घ्यावा लागतो. म्हणूनच कर्मातली ही उणीव नाहीशी होण्यासाठी 'सत्' या शब्दाची या संपूर्ण मंत्रात योजना केलेली आहे- 'ॐ तत् सत्!'

या दृष्टिकोनातूनच 'ॐ तत् सत्' या मंत्राचा समग्र अर्थ पाहिला पाहिजे. म्हणजे हे कोडं सुटू शकेल.

'ॐ तत् सत्' या मंत्राचा एकत्रित अर्थ असा :

कर्ममार्ग प्रकाशित होण्यासाठी 'ॐ',

कर्माचा बंध होऊ नये म्हणून 'तत्' आणि;

कर्म आणि कर्ता भेद उरून मनुष्य पुन्हा संसारबंधनरूपी चक्रात अडकून पडू नये म्हणून 'सत्!'

अशा तऱ्हेने अद्वैतानुभूतीसाठी अतिशय समजून-उमजून या मंत्राची योजना केली आहे. यामध्ये दडलेला अर्थ जाणून घेऊन त्यानुरूप सर्व प्रकारची यज्ञकर्मं केली तर कर्म करूनही मनुष्य त्या कर्मफळात अडकणार नाही आणि दु:खमय संसारात वारंवार येणार नाही.

या तीन अक्षरांमध्ये केवढा भव्यदिव्य अर्थ भरून राहिला आहे!

'सत्'मुळे 'असत्'चा विनाश होऊन ब्रह्मसत्तेचं निर्दोष रूप प्रतीत होतं. हे सत्स्वरूप देशकालातीत असतं. त्याचा अनुभव मिळाल्यावर 'असत्'चं नाशिवंत रूपही प्रत्ययास येतं. 'सत्'मुळे कर्तेपणाचा अहंकार गळून पडतो. कर्म करणारा मी कुणी तरी वेगळा आहे, ही भावनाच लयाला जाते. म्हणजे ज्यामुळे हे दृश्यमान जग प्रकाशित झालं, त्या ठिकाणी 'ॐ तत् सत्' हा मंत्र जीवाला नेतो. हा मंत्र केवळ साधनरूप नसून तेच खरं सत्स्वरूपच आहे. सूर्यानंच सूर्याला प्रकाशित करावं असा हा प्रकार आहे.

बॅटरीचा उपयोग कुठपर्यंत असतो? जोपर्यंत अंधार असतो तोपर्यंत! पूर्वेच्या दिशेने रात्री बॅटरीच्या उजेडात चालत निघावं आणि सूर्योदयाच्या ठिकाणी बॅटरीनंच सूर्य दाखवावा असा हा प्रकार आहे. सूर्यप्रकाश बॅटरीने दाखवण्यात कोणता अर्थ असतो? अंधारातून बॅटरीने सूर्यापर्यंत नेल्यावर सूर्यप्रकाश आणि बॅटरीचा प्रकाश एकरूप होऊन जातो. हेच 'सत्'चं चिरंतनत्व असतं! ते सत् सदा विद्यमान असतं आणि अद्वैतानुभूती देणारं असं श्रेष्ठ असतं.

ज्याला या मंत्रातलं गूढ उकललं, तो प्राप्त जीवनातही आनंद उपभोगतो. तो ज्ञानाचा सूर्यप्रकाश निरंतर अनुभवत राहतो.

द्वैताच्या भूमिकेत असतानाही मनुष्याच्या हातून उत्तम काम झालं तर त्या कामांनाही 'सत्' म्हटलं जातं. कारण अडखळत का होईना; सत्च्या दिशेनंच टाकलेलं ते एक पाऊल असतं. अर्थात विकासाच्या दिशेने पडलेलं ते छोटं पाऊल विकासाकडेच नेणारं असतं. हरिद्वारला जाण्यासाठी आपण घरातून निघण्याचं कर्म केलं, तरी तिथे पोहोचेपर्यंत अनेक स्टेशनांसह पुष्कळ ठिकाणी जाणं होणार असतं. त्याशिवाय हरिद्वारला जाणंच शक्य होणार नसतं! त्या निश्चित ठरवलेल्या दिशेने जाणं म्हणजेच सन्मार्गी होणं! ती कर्मं सत्कडेच नेणारी असल्यामुळे त्या कर्मांनाही 'सत्' मानलं जातं. म्हणजे एखाद्याच्या हातून शुभ कर्मं झाली तर ती सत्कडेच नेणार असतात.

म्हणून भौतिक पातळीवर या मंत्राचा जप करताना त्याचा विनियोग म्हणजे application ही ध्यानात घेतलं पाहिजे. या मंत्राच्या आधाराने जीवनात यशही मिळवायचं आहे आणि पुन्हा कर्मबंधातून निसटायचंही आहे, हे भान ठेवून या मंत्राचा

जप करायला हवा. हे साध्य झालं म्हणजे मनुष्याला भौतिक यशही मिळेल आणि देह सोडल्यानंतर अंतिम आनंदालाही तो प्राप्त होऊ शकेल.

ब्रह्माने कर्म करूनच सृष्टी निर्माण केली आणि त्या कर्मबंधातून तो स्वतः अलिप्त राहिला. त्याच्या सृष्टिनिर्मितीच्या कर्माचं श्रेय ईश्वरार्पण होऊन अव्यक्त झालं. अशा त्याच्या 'कर्मा'चंच अनुसरण आपण केलं पाहिजे. म्हणजे या मंत्रात कर्म अनुस्युत आहेच पण 'तत्' भावनेत ते कर्म समर्पित करून कर्ता आणि समर्पित करण्याचं ठिकाण हे एकरूप होऊन जाणं साधलं पाहिजे.

इतर मंत्रांच्या बाबतीतही हाच सिद्धान्त लागू होतो. 'ॐ नमः शिवाय' या मंत्राचा जप करताना मला शिवस्वरूप व्हायचं आहे, हा भाव प्रारंभी जागृत ठेवला पाहिजे. किंवा 'ॐ गं गणपतये नमः' या मंत्राचा जप करताना, मला गणेशासारखं बुद्धिमान व्हायचं आहे, हा भाव प्रथम ठेवायला हवा. आणि मग शिव अथवा गणेश हे माझ्यापेक्षा भिन्न नाहीतच; आम्ही एकरूपच आहोत - 'सत्'स्वरूपच आहोत, अशी अनुभूती घेता आली पाहिजे. म्हणजे बुद्धिमत्तेसह सर्व दैवीगुण माझ्या अद्वैतस्वरूपातच आहेत, ही अनुभूती आली पाहिजे. तरच त्याचे योग्य परिणाम मिळू शकतात. केवळ भौतिक सुखं मिळवण्यासाठी जपजाप्यं केली तर इहलोकी आणि परलोकीही जीवाचा उत्कर्ष होऊ शकत नाही. किंबहुना त्या जीवाचं पुन्हा पुन्हा या दुःखमय संसारात पुनरागमन होतच राहणार हे निश्चित. आनंदमय स्तर मग त्याच्यासाठी दूरच राहतील.

म्हणून 'ॐ तत् सत्'चा जाणीवपूर्वक जप केला पाहिजे, तरच सृष्टीच्या सर्जनापर्यंत मनुष्य जाऊ शकतो!

'ॐ तत् सत्' या मंत्राचा उच्चार ब्रह्मालाच प्रकाशित करतो. त्यामुळे हा तीन अक्षरी मंत्र हे नाम नसून ते स्वतःच ब्रह्म आहे! ब्रह्माकडे नेणारी कर्मंही सत् असतात. समजपूर्वकच हा मंत्र आपल्या सर्व प्रकारच्या सत्कर्मांमध्ये अंतर्भूत केला पाहिजे.

यज्ञे तपसि दाने च स्थितिः सदिति चोच्यते।
कर्म चैव तदर्थीयं सदित्येवाभिधीयते॥१७.२७॥
अश्रद्धया हुतं दत्तं तपस्तप्तं कृतं च यत् ।
असदित्युच्यते पार्थ न च तत्प्रेत्य नो इह ॥१७.२८॥

यज्ञ, दान, तप यांच्या ठिकाणी दृढता असणं यालाही सत् म्हणतात. हे पार्था, अश्रद्धेने केलेलं हवन, दिलेलं दान, आचरलेलं तप आणि केलेलं कर्म अशी जी कर्मं असतात, त्यांना 'असत्' म्हणजे अविद्यमान किंवा वाईट कर्मं म्हणतात. मरण पावल्यावर परलोकी अशा कर्मांचं फल मिळत नाही आणि इहलोकीही मिळत नाही.

पुष्कळ लोक धार्मिक कर्मकांडं करतात. अशा प्रसंगी कर्मकांडांमधला मूळ हेतूच जर राखला गेला नाही, तर असं कर्म हे असत् कर्म होतं. अनेक लोक केवळ मनाला छान वाटतं म्हणून पूजा-अर्चना करतात, परंतु त्यांचा देवावर विश्वास नसतो. म्हणजे स्वकेंद्रित मन रमवण्यासाठीच ते पूजापाठ करतात. अशा अश्रद्ध कर्मांचं सुयोग्य फळ मिळत नाही. याउलट परमात्म्यावर पराकोटीचा श्रद्धाभाव आणि प्रेम ठेवून कर्म केलं, तर मात्र ते फलद्रूप होतं.

म्हणून बुद्धीने समजून घेऊन आणि श्रद्धा ठेवूनच यज्ञ, दान, तप आदी कर्मं केली पाहिजेत, तर ती सार्थकी लागतील. मात्र अश्रद्धेने आणि या कर्मांमधला गूढार्थ समजून न घेता जर ही कर्मं केली, तर मात्र ती असत् कर्मं ठरतील. भगवंताची प्राप्ती अशा अजाण मनुष्याला होणार नाही. मग कितीही द्रव्य खर्च केलं आणि कितीही काल असं अश्रद्ध कर्म करत राहिलं, तरी इहलोकी किंवा परलोकी त्याची फलप्राप्ती होणार नाही.

समज न येता यज्ञादी कोणतंही कर्म करू नये. कारण त्याचं फळ निश्चित मिळणार नाही. जीवनात तत्त्वनिष्ठा नाही, शास्त्रांचा विधिनिषेध नाही आणि कर्मकांडात परमात्म्याविषयी प्रेमभाव नाही असं रसहीन शुष्क जीवन इहलोकातही सुखावह होत नाही. मग मृत्यूनंतरचा विचारच नको! केवळ वरवर अथवा दिखाऊ कर्मकांडं करणाऱ्या

मनुष्याला सुखशांती कधीच लाभत नाही. टॉलस्टॉयने म्हटलं आहे की, ख्रिस्ताने जे दुःख भोगलं, त्यापेक्षा शंभर पटीने दुःख प्रत्येक संसारी माणूस भोगत असतो. तरीही ख्रिस्ताचं एवढं महत्त्व का? त्याचं कारण म्हणजे येशू ख्रिस्त ईश्वरावर आत्यंतिक विश्वास ठेवून एका विशिष्ट तत्त्वासाठी स्वतः झिजला होता.

अनेक संतमहंत आणि ऋषी अशाच श्रद्धाभावाने झिजले होते. ते त्यांचं तप होतं. तपाचं फळ हे फार मोठं असतं.

सामान्य माणूस असा विशिष्ट ध्येयासाठी झिजत नसतो. शास्त्रोक्त तपही तो करत नाही. कर्मकांड आवश्यक असतं; परंतु कर्मकांडांमधला अर्थ बुद्धीने जाणून न घेता जो केवळ करायचं किंवा उरकायचं म्हणून कर्मं करतो, ती खरी भक्ती म्हणता येणार नाही. त्याचप्रमाणे जो श्रद्धाहीन पूजापाठ करतो किंवा बाह्यतः शुष्क भक्ती करतो, ते त्याचं कर्म असत् म्हणजे वाईट ठरतं.

आज लोक दान करतात - नाही असं नाही; पण ते बहुतांशी असत् पद्धतीने केलं जातं. सात्त्विक दान कोणतं, याविषयी मागच्या भागांमध्ये विवेचन आलेलंच आहे. त्याचप्रमाणे श्रद्धाहीन आणि दुराग्रही वृत्तीने आजन्म एका अंगठ्यावर उभं राहून जरी तप केलं, हजारो अश्वमेध यज्ञ जरी केले किंवा किमती रत्नांचं जरी दान केलं, तरी ते व्यर्थच म्हटलं पाहिजे. सावलीला आलिंगन देणं जितकं अशक्यप्राय असतं, तितकंच हे असत् कर्म करून पुण्य मिळवणं अशक्यप्राय असतं.

म्हणून बुद्धिविना भक्ती म्हणजे हाडांशिवाय मांस; आणि भावाविना भक्ती म्हणजे मांसाशिवाय हाडांचा सापळा, ही गोष्ट लक्षात ठेवली पाहिजे.

भक्तीत प्रथम प्रेम आणि भाव असला पाहिजे. ज्ञानातही रुक्षता असता कामा नये. सृष्टीचा तिरस्कार करून त्याग करणं म्हणजे वैराग्य नाही, हेही ध्यानात ठेवलं पाहिजे. म्हणून हे शास्त्र जाणून घेण्यासाठी ज्ञानयज्ञ सुरू केले पाहिजेत. कृतिभक्ती केली पाहिजे. त्यामुळे ज्ञानातही आर्द्रता निर्माण होते आणि भक्तीचं स्वरूपही पालटतं. आज पुन्हा अशा ज्ञानयज्ञाची आवश्यकता निर्माण झाली आहे. त्यासाठी भगवद्गीता हातात घेतली पाहिजे. त्यातलं गहन ज्ञान समजून घेऊन आचरणात आणलं पाहिजे. आपलं जीवन, नातेसंबंध, करियर, यश, कीर्ती या सर्व गोष्टी म्हणजे कर्माची परतफेडच असते. कारण यांमध्ये येणारे सारे चांगले-वाईट अनुभव हा कर्माचाच खेळ असतो. या साऱ्यांचं फळ म्हणजे यश-कीर्ती-पैसा याही गोष्टी तात्पुरतं सुख देणाऱ्या असतात. मनुष्य समर्थ होणं आणि त्याचा ज्ञानमार्गाकडे प्रवास होणं हा भाग महत्त्वाचा असतो. मनुष्यजीवनाचा तोच उद्देश असतो आणि कळत-नकळत तो तेच उद्दिष्ट साध्य करत असतो. देह सोडल्यानंतर कर्माच्या रेकॉर्डमध्ये मनुष्याने मिळवलेलं यश-कीर्ती-पैसा-

घरदार अथवा मानमरातब यांचा ताळेबंद मांडला जात नाही. तिथे या गोष्टींना मुळीच किंमत नसते. हा सारा झगडा करताना जीवाने किती नवीन कर्मं रचली अथवा जुनी फेडली, याचा ताळेबंद मांडला जातो. शिवाय जीवाने ज्ञानमार्गावर किती प्रगती केली, याचाही विचार केला जातो. त्यामुळे जीवन, भौतिक शिक्षण, करियर, व्यवसाय, यश, कीर्ती, अधिकार, पैसा, मालमत्ता ही जीवनातली सारी क्षेत्रं ही कर्मामध्येच गुंफली आहेत. सश्रद्ध भावानंच आपापल्या क्षेत्रात काम केलं पाहिजे. त्यासाठी राजसी आणि तामसी भावाऐवजी सात्त्विक जीवनाची कास धरली पाहिजे. परमेश्वरावर पराकोटीची श्रद्धा ठेवून श्रद्धायुक्त अंत:करणाने कर्म केलं पाहिजे. अश्रद्ध भावाने जरी शास्त्रोक्त यज्ञादी कर्मं केली, तरी त्यातून कोणतंच चांगलं फळ मिळणार नाही. म्हणजेच त्या 'तत्त्वा'वर श्रद्धा न ठेवता केलेलं कोणतंही कर्म हे इहलोकी आणि परलोकीही फलद्रूप होणार नाही.

श्रद्धा आणि बुद्धी यांचा उत्कृष्ट मेळ प्रस्तुत अध्यायात भगवंतांनी घातला आहे. त्याचा सखोल विचार करून माणसाने श्रद्धायुक्त अंत:करणाने आपल्या कर्माची आखणी केली पाहिजे. जीवनात त्याच भावाने तत्त्वनिष्ठा आणली पाहिजे. विशिष्ट ध्येयासाठी सश्रद्ध सत्कर्म केलं पाहिजे. बाकी सारं भगवंत पाहून घेईल. 'ॐ तत् सत्' हा मंत्र या अध्यायाचाच नव्हे; तर गीतातत्त्वज्ञानाचा कळसच आहे. तो समजून घेऊन श्रद्धाभावाने जीवनात उतरवला पाहिजे.

श्रद्धाहीन शुष्क कर्मकांडं इहलोकी आणि परलोकीही उत्तम फल देत नाहीत. ईश्वरावर आत्यंतिक श्रद्धा ठेवून भावपूर्ण आणि ज्ञानयुक्त अंत:करणाने कर्म केल्याने मात्र ते कर्म फलद्रूप ठरू शकतं.

ॐ श्री परमात्मने नम:

अध्याय अठरावा

मोक्षसंन्यासयोग

गीतेच्या सर्व शिकवणींचे सार आणि निष्कर्ष या अध्यायात आहे. असे सांगितले जाते की पृथ्वीवरील मानवांमध्ये आणि स्वर्गातील देवतांमध्ये असा कोणीही नाही जो निसर्गामुळे निर्माण झालेल्या या तीन गुणांपासून मुक्त आहे. कार्य काय आहे आणि अकार्य काय हे माणसाला कळले पाहिजे. जी बुद्धी धर्म आणि अधर्म, बंधन आणि मोक्ष, वृत्ती आणि निवृत्ती यांच्यात योग्य भेद करते, ती सात्त्विक बुद्धी होय.

अर्जुन उवाच

सन्न्यासस्य महाबाहो तत्त्वमिच्छामि वेदितुम्।
त्यागस्य च हृषीकेश पृथक्केशिनिषूदन॥१८.१॥

श्री भगवान उवाच

काम्यानां कर्मणां न्यासं संन्यासं कवयो विदुः।
सर्वकर्मफलत्यागं प्राहुस्त्यागं विचक्षणाः ॥१८.२॥

अर्जुन म्हणाला, हे महाबाहो हृषीकेशा, संन्यासातील तत्त्व आणि त्यागातील तत्त्व यांमधील रहस्य मी पृथक्पणे जाणू इच्छितो. (त्यावर) भगवान सांगतात, काम्यकर्मांचा त्याग म्हणजेच 'संन्यास' असं विद्वानांचं मत आहे. सर्व कर्मांच्या फलांचा त्याग करणं याला पंडित म्हणजे विवेकी पुरुष 'त्याग' असं म्हणतात.

संन्यास आणि त्याग या संकल्पनांविषयी विद्वानांमध्ये मतभेद आहेत. कुणी काम्य कर्मांच्या त्यागालाच संन्यास म्हणतात, तर कुणी सर्व कर्मांच्या फलत्यागाला त्याग म्हणतात. दुसरे कित्येक विचारवंत दोषयुक्त कर्मांचा फक्त त्याग करावा असंही सांगतात. म्हणजे संन्यास आणि त्याग यांमध्ये तसं पाहिलं तर थोडाच फरक आहे. काम्य कर्मं म्हणजे फलाशा अपेक्षित धरून केलेली कर्मं. मी जे काम करतो किंवा केलं, त्याबदल्यात मला इतके पैसे मिळाले पाहिजेत, अशा भावनेने जे काम केलं जातं त्यांना काम्य कर्मं म्हणतात. अशा काम्य कर्मांचाच त्याग करणं म्हणजे संन्यास. अर्थात कोणतंही कर्म करताना त्यापासून मिळणाऱ्या फळात वासना न ठेवणं म्हणजे संन्यस्तवृत्ती... आणि आपल्या कर्मामुळे जे फळ प्राप्त झालं आहे, त्याचा अस्वीकार करणं म्हणजे त्याग. म्हणजे संन्यस्तवृत्तीत मुळात कर्मफळासाठी कर्म न करणं हा भाव असतो, तर त्यागवृत्तीत मिळालेल्या फळाचा त्याग करणं हा भाव असतो. म्हणजे दोन्ही ठिकाणी कर्म न करणं हा भाग मुळीच नाही. अर्थातच, कर्म टाळण्याचा भाव मुळीच नाही.

त्यामुळे कर्म अटळ आहे. 'अहं'चं अस्तित्व आलं की कर्म हे होणारच. अलीकडच्या भाषेत सांगायचं तर 'मी'चं अस्तित्व निर्माण झालं की कर्म करणं हे बाय-डिफॉल्ट आलंच. त्यामुळे कर्म जसं अटळ आहे, तसंच त्याचं फळही अटळ आहे. कर्म कुणी टाळू शकत नाही आणि फळाचा अव्हेरही कुणी करू शकत नाही. हाच तर सृष्टिचक्राचा खेळ आहे. त्याच खेळात जीवांना अडकवलं आहे. कर्म केलं की फळ येतंच; आणि त्या कर्मफळानुरूप पुन्हा कर्म करणं क्रमप्राप्त होतंच. हे दुष्टचक्र भेदल्याशिवाय पुढे जाता येत नाही. ही साखळी तोडण्यासाठी कर्मंच अशी करायची की, फळाचा संबंधच येणार नाही! हीच खरी कला आहे. तोच उपाय भगवान सुचवतात.

आता कर्मफळाला सोडायचं तरी कसं? म्हणजे कर्म आणि त्यामागोमाग बाय-डिफॉल्ट येणारं फळ यांचा बंध तरी कसा तोडायचा? दोन प्रकारांनी मनुष्य कर्म आणि त्याचं फळ यांचा बंध तोडू शकतो. संन्यास आणि त्याग. संन्यास आणि त्याग या दोन शब्दांमधला फरकच भगवान या श्लोकात सांगत आहेत.

त्यागभावनेत तिरस्कार असता कामा नये. अन्यथा तो तामसी त्याग होतो. शिवाय त्याग हा वस्तुनिष्ठ असता कामा नये. म्हणजे, 'धन वाईट आहे, स्त्री वाईट आहे,' अशा धिक्कारात्मक वृत्तीने बाणवलेली पराङ्मुखता म्हणजे त्याग नव्हे. काम्य कर्मांचा त्याग करून विकासार्थ कर्मं करणं म्हणजे त्याग! स्वार्थपरायण कर्मांचा त्याग केला पाहिजे. मला काहीही मिळणार नाही तरी मी हे शुभकाम करणार, अशी विकासार्थ कर्मं करणं म्हणजे त्याग! काम्य कर्मांचा त्याग म्हणजेच संन्यास! घरदार सोडून, प्राप्त कर्तव्याचा त्याग करून नुसतं रानावनात भटकत राहणं म्हणजे संन्यास नव्हे! त्याचप्रमाणे काहीही न करता केवळ देवाचं नाव घेत बसणं म्हणजेही संन्यास नव्हे! अशा अविवेकाने केलेल्या त्यागाला तामस त्याग म्हणतात.

खरा त्यागी मनुष्य कर्माचा द्वेष करत नाही. भरपेट भोजन झाल्यावर तृप्ती ही येणारच असते. त्याप्रमाणे कर्म केल्यावर फळ हे मिळणारच असतं. त्यामुळे त्याग हा कर्माचा करायचा नसून फलाचा करायचा असतो. केवळ 'काम्य' कर्मांचा त्याग करावा असं काही टीकाकारांचं म्हणणं आहे. काम्य कर्म म्हणजे कर्म करताना त्यामागे कामना ठेवणं, हेतू ठेवणं.

मात्र मीमांसकांचा नित्य, नैमित्तिक, काम्य आणि निषिद्ध हा कर्मविभाग या ठिकाणी अभिप्रेत नाही. कर्मयोगाच्या मार्गात दोनच वर्ग आहेत. एक म्हणजे 'काम्य' अर्थात फलाशा धरून केलेली कर्मं आणि दुसरा म्हणजे 'निष्काम' अर्थात फलाशा सोडून केलेली कर्मं. मनुस्मृतीत त्यांना अनुक्रमे 'प्रवृत्त' कर्म आणि 'निवृत्त' कर्म अशी नावं दिलेली आहेत. समजा, एखाद्याने फलाशा धरून यज्ञ केला, तर ते काम्य कर्म

होईल; पण तेच यज्ञकर्म त्याने फलाशा सोडून केलं, तर ते 'निष्काम' कर्म ठरेल.

त्यामुळे फलाशा सोडून जे निष्काम कर्म केलं जातं, त्यात संन्यास आणि त्याग हे दोन्ही भाव साध्य होतात. गीतेचा तोच प्रतिपाद्य विषय आहे.

थोडक्यात, मनुष्याच्या हातून निष्काम बुद्धीने सत्कर्मं घडली पाहिजेत हा भाग महत्त्वाचा. आपली दैनंदिन सकाम कर्मं करतानाही अशी वृत्ती ठेवली तर कोणताही मानसिक त्रास होणार नाही. कारण आपल्या नशिबात अर्थात कर्मात जे असतं ते मिळणारच असतं. आणि जे मिळणार नसतं ते कितीही प्रयत्न केले तरी मिळणार नसतं. म्हणून आपल्या दैनंदिन कर्मातही अशी त्यागवृत्ती नक्कीच उपयोगी पडते.

काम्य कर्मांचाच त्याग करणं म्हणजेच संन्यास! आणि कर्म करून त्यापासून मिळणाऱ्या फलापासून निवृत्त होणं म्हणजे त्याग होय! त्याग कर्मांचा करायचा नसून फलाशेचा करायचा असतो आणि काम्य कर्मांचा अर्थात स्वार्थी हेतूने केलेल्या कर्मांचा त्याग करून विकासार्थ निष्काम कर्म करणं भगवंतांना अभिप्रेत आहे.

त्याज्यं दोषवदित्येके कर्म प्राहुर्मनीषिणः।
यज्ञदानतपःकर्म न त्याज्यमिति चापरे ॥१८.३॥

कर्म हे दोषयुक्त असतं म्हणून त्याचा (सर्वस्वी) त्याग करावा असं कित्येक पंडित म्हणतात आणि यज्ञ, दान, तप आणि कर्म यांचा कधीही त्याग करू नये, असं दुसऱ्यांचं म्हणणं आहे.

मनुष्याने निर्विवादपणे कितीही चांगलं काम केलं तरी त्याविषयी दोन मतं हमखास मांडलीच जातात. एक मत विरुद्ध असतं आणि दुसरं बाजूने असतं. द्वैतसृष्टीतील ही मानसिकताच आहे. आजही समाजात अनेक लोक खूप चांगलं काम करतात, पण ते काम आपल्या विचारधारेशी जुळत नाही म्हणून त्यावर टीका केली जाते. मनुष्याची हीच मानसिकता भगवंतांनी या श्लोकात दाखवून दिली आहे.

या दृष्टिकोनातून पंडितांचे यज्ञ-दान आणि तप यांविषयी दोन विचार आहेत. त्यांचा उल्लेख भगवान इथे करतात :

१. पहिला विचार म्हणजे, कर्म हे दोषयुक्त असतं, त्यामुळे कर्मांचाच त्याग करावा.

२. दुसरा विचार म्हणजे यज्ञ-दान-तप यांचा त्याग कधी करू नये.

कित्येक लोक कर्मालाच बंधनकारक ठरवतात. म्हणजे कोणतंही कर्म– मग ते सकाम असो अथवा निष्काम असो – ते केलं तरी फळ हे मिळणारच असतं अशी एक विचारधारा असते. हे म्हणजे ज्याची पचनसंस्था बिघडली आहे त्याने अन्नालाच नावं ठेवण्यासारखं होतं. फलाची इच्छा टाकण्यासाठी असमर्थ असणारे हे लोक कर्मच वाईट आहे असं म्हणतात. सोने शुद्ध करायचं असेल तर अग्नीला त्याज्य ठरवून चालणार नाही. त्याप्रमाणे चित्तशुद्धी व्हावी म्हणून कर्माचाच त्याग करणं उचित ठरणार नाही. कर्मच केलं नाही तर सृष्टिचक्र तरी चालणार कसं? (कर्मातून सुटका होऊच शकत नाही हा भाग वेगळा.)

गीता केवळ 'काम्य' कर्मांचा म्हणजे मनात कामना ठेवून केलेल्या कर्मांचा संन्यास करायला सांगत आहे, परंतु धर्मशास्त्रात प्रतिपादन केलेली सारी कर्मं ही 'काम्य'च असल्यामुळे त्यांचाही संन्यास करावा का, असा संभ्रम निर्माण होण्याचा संभव असतो आणि तसं केलं तर सृष्टिचक्र चालणारच नाही. म्हणून गीता सांगते की, यज्ञ, दान, तप या कर्मांचा त्याग करू नये. ही कर्मं फलप्राप्ती करून देणारी असली तरी ती केवळ कर्तव्यबुद्धीने फलाशा सोडूनही करता येतात. हेच गीतेला अभिप्रेत आहे.

म्हणजे क्रिकेटच्या खेळात बॅट्समनने विकेटवर जाऊन खेळायचंच असतं. एकदा खेळात सहभागी झाल्यानंतर खेळण्याचं कर्म त्याला करावंच लागतं. पण बॉल लागला तर? डोकं फुटलं तर? अशा विचाराने पॅव्हेलियनमध्येच 'आउट' झालं तर ते योग्य ठरेल का? नक्कीच ठरणार नाही. म्हणून निर्णय काहीही होवो; मी मैदानावर जाऊन खेळणारच! असाच कर्मामागचा भाव असायला हवा.

अशातऱ्हेने फलाशा सोडून केवळ कर्तव्यासाठी कर्तव्य म्हणून कर्मं केल्यामुळे ती कर्मं बंधनकारक ठरत नाहीत. लोकसंग्रहार्थ अशी कर्मं केली, तर ती निष्काम कर्मं ठरतात. मात्र अशा कर्मांमध्ये शुष्कता किंवा नीरसपणा असता कामा नये. आईवडील आसन्नमरण अवस्थेत असताना एखादा मुलगा त्यांची सेवाशुश्रूषा करतो; पण अशी सेवा करणाऱ्या मुलाची भूमिका कर्तव्यासाठी कर्तव्य करणाऱ्याची असता कामा नये. आईवडील लवकरच जाणार आहेत; पण मी माझं कर्तव्य केलं, अशी भावनाहीन वृत्तीने केलेली कर्तव्यं उपयोगाची नसतात. आईवडील माझे आहेत, ते माझे जन्मदाते आहेत, माझं त्यांच्यावर निरतिशय प्रेम आहे, ते हयात असेपर्यंत मी त्यांची प्रेमाने सेवा करणारच अशी प्रेमभावना कर्तव्य करण्यामागे हवी.

यज्ञ-दानादी कर्मंही अशी प्रेमाने पण फलासक्ती सोडून केली पाहिजेत. अशी कर्मं चित्तशुद्धिकारक आणि परोपकारी वृत्ती वाढवणारी असतात.

पंडितांचा एक वर्ग कर्माचाच त्याग करावा असं सांगतो; पण कर्म कुणी टाळूच शकत नाही. इच्छित फलप्राप्तीसाठी ते करावंच लागतं. याउलट कर्म करण्यामागे काही प्राप्त करण्याची इच्छाच नसेल, तर मनुष्याच्या हातून कर्म होणारच नाही. म्हणूनच मनुष्याला स्वतंत्र इच्छाशक्ती दिलेली आहे. भगवान या दोन भावांमधला विकासाचा मार्ग दाखवतात. तो म्हणजे, अशी काही कर्मं आहेत की जी करताना मनुष्याला काही मिळवायचं नसतं किंवा त्या कर्मांमागे त्याची स्वत:ची काही इच्छा नसते. ती कर्मं म्हणजेच यज्ञ-दान आणि तप. ही कर्मं निष्काम भावनेने केली तर या कर्मांचं फळ त्या व्यक्तीच्या कर्मखात्यात जमा होत नाही.

अशातऱ्हेने इतर निष्काम कर्मांप्रमाणेच ही यज्ञ-दानादी कर्मंसुद्धा निष्काम होऊ शकतात. शिवाय, फलाशा सोडून किंवा भक्तिभावाने ही कर्मं ईश्वरार्पण बुद्धीने केली जात असल्यामुळे सृष्टीचं रहाटगाडगं सुव्यवस्थित सुरू राहतं. कर्त्याच्या मनातील फलाशा सुटलेली असल्यामुळे अशी कर्मं मोक्षप्राप्तीच्या आड येत नाहीत. पुढच्या तीन श्लोकांमध्ये याच विषयाचा उपसंहार केला आहे.

थोडक्यात, कर्माबाबत दोन मतप्रणाली असल्या तरी निष्काम कर्म हा त्यातून निघालेला विकासाचा मार्ग आहे.

कर्माचा त्याग कधीही करू नये. यज्ञदानाची कर्मं जरी फल देणारी असली तरी ती निष्काम बुद्धीने केली, तर ही कर्मं मोक्षप्राप्तीच्या आड येणार नाहीत.

निश्चयं श्रृणु मे तत्र त्यागे भरतसत्तम।
त्यागो हि पुरुषव्याघ्र त्रिविधः संप्रकीर्तितः॥१८.४॥
यज्ञदानतपःकर्म न त्याज्यं कार्यमेव तत्।
यज्ञो दाने तपश्चैव पावनानि मनीषिणाम्॥१८.५॥
एतान्यपि तु कर्माणि संङ्ग त्यक्त्वा फलानि च ।
कर्तव्यानीति मे पार्थ निश्चितं मतमुत्तमम्॥१८.६॥

हे भरतश्रेष्ठा, आता त्यागाविषयी माझं निश्चित मत ऐक. त्यागदेखील तीन प्रकारचा असतो. यज्ञ, दान, तप अशी कर्मं केलीच पाहिजेत. त्यांचा त्याग करणं योग्य नाही. ही कर्मं ज्ञानी लोकांना पावन करणारी ठरतात. (पर्यायाने ती जगतालाही पवित्र करतात.) परंतु अर्जुना, ही कर्मं मात्र कर्तृत्वाभिमान आणि फलाशा सोडूनच केली पाहिजेत, असं माझं निश्चित मत आहे.

मागच्या श्लोकात भगवंतांनी कर्म, त्याचं फळ आणि यज्ञ-दान-तपाविषयी पंडितांची कशी दोन मतं आहेत, ते स्पष्ट केलं. आता या उपचारांविषयी स्वतःचं मत काय आहे, ते या श्लोकांमधून भगवान सांगतात. अर्थातच भगवंतांचं मत आपल्यासाठी शिरोधार्य मानलं पाहिजे.

प्रथम ते त्यागाविषयी सांगत आहेत. त्याग तीन प्रकारचा असतो : सात्त्विक, राजस आणि तामस त्याग. यापूर्वी भगवंतांनी याविषयीचं ज्ञान अर्जुनाला दिलेलं आहेच. इथे ते पुन्हा एकदा आठवण करून देत आहेत. यज्ञ-दान-तप यांचाही उल्लेख भगवंतांनी यापूर्वी केला आहे; तरीही ते पुन्हा सांगत आहेत यावरून या कर्मांचं महत्त्व अधोरेखित होतं. आपणही थोडक्यात या क्रियांचा अर्थ पाहू.

यज्ञ करणं म्हणजे ईश्वरी विचार जनसामान्यांपर्यंत, संस्कृतिहीन लोकांपर्यंत नेणं. संस्कृतिहीन याचा अर्थ आदिम व्यक्ती असा नाही. ए.सी.मध्ये बसलेली उच्चशिक्षित श्रीमंत व्यक्तीही संस्कृतिहीन असू शकते. त्यासाठीच यज्ञ आवश्यक

असतं. हे यज्ञ कसे करायचे, हे त्या त्या मनुष्याच्या बौद्धिक स्तरावरूनही ठरत असतात. म्हणजे उच्चशिक्षित परंतु संस्कृतिहीन मनुष्यापर्यंत निरपेक्ष भावाने सद्विचार नेताना ज्ञानयज्ञाची आवश्यकता असते.

एखाद्या समूहासाठी यज्ञ करताना अथवा सर्वच थरावरील लोकांना एकत्र आणण्याकरता यज्ञीय कर्मकांड अर्थात यज्ञवेदी, मंत्रोच्चारण आणि होमहवनादी क्रियाकर्म करणं आवश्यक असतं. शुष्क तात्त्विक चर्चांपेक्षा धार्मिक क्रियाकर्मांमुळे लोक उत्साहाने एकत्र येतात. मग एक सकारात्मक ऊर्जा वातावरण प्रभावित करते. म्हणून यज्ञ एक कर्मकांड असलं, तरी त्यातील उत्सवाचा भागही महत्त्वाचा असतो. यज्ञवेदीची सजावट, सडासंमार्जन, मंत्रघोष आदी विधी उत्साह निर्माण करतात, सकारात्मकता आणतात. त्यातून विचारांचं सिंचन होत असतं.

यज्ञ कशा प्रकारे करावेत, याचंही शास्त्र प्राचीन काळात तयार झालं. तीसुद्धा आवश्यक गोष्ट असते. कसोटी क्रिकेट, वन डे क्रिकेट आणि आयपीएलचे नियम वेगवेगळे असतात. त्याविषयी आपण आक्षेप घेऊ शकत नाही. कुणी तरी ते हेतुपूर्वक ठरवलेले असतात. त्याप्रमाणे यज्ञाचेही नियम त्या त्या काळच्या आवश्यकतेनुसार आणि अनुभवानुसार ठरवले गेले होते. यज्ञकार्यातल्या सर्व प्रकारांमध्ये आणि उपचारांमध्ये 'निष्काम कर्मयोग' हा भाग महत्त्वाचा असतो तसाच मनुष्यसमूहाने प्रेमभावनेने एकत्र येणं हा उद्देशही तितकाच महत्त्वाचा असतो.

यानंतर भगवान पुन्हा दानाचा उल्लेख करतात. **दान** तर सत्पात्री हवं. योग्य व्यक्ती आणि योग्य ठिकाण पाहूनच दान केलं पाहिजे. दानात पूर्णतः निरपेक्षता हवी. यापूर्वी भगवंतांनी सांगितल्यानुसार दानाचे सात्त्विक, राजस आणि तामस असे तीन प्रकार होतात. समजपूर्वक आणि उत्तम परिणामाचं दान करायचं असेल तर सात्त्विक दान हे श्रेष्ठ दान असतं. सात्त्विक-राजस-तामस या तीन वृत्तींमधून कशा प्रकारे दान केलं जातं, ते आपण यापूर्वी बघितलं आहेच.

यानंतर भगवान तपाचं महत्त्व अधोरेखित करतात. **तप** म्हणजे ईश्वरी कार्यासाठी झिजणं; ईश्वरनिष्ठ समाज निर्माण करण्यासाठी अपार कष्ट घेणं. ज्ञानेश्वर महाराज म्हणतात तशी ही *ईश्वरनिष्ठांची मांदियाळी* निरपेक्ष भावाने 'तप' करत असते. तेच तप ऋषींनी कालानुरूप केलं. मनुष्यमात्राच्या उन्नतीचा विचार ऋषींनी प्राचीन काळीच दिला. कित्येक अतिविचारी लोकांचं यासंदर्भात वेगळं म्हणणं असतं. त्यांना वाटतं, ऋषींना कुणी सांगितलं होतं असं तप करायला? मनुष्याला निसर्गप्रेरणेप्रमाणे वागू, घडू द्यावं. दुसऱ्याने त्यात हस्तक्षेप का करावा? यावर सखोल चिंतन केलं पाहिजे.

तत्कालीन मानवसमूहाचा, तत्कालीन आव्हानांचा आणि चालीरीतींचाही विचार केला पाहिजे. मग ऋषींच्या कार्याचं किंवा संतांच्या कार्याचं महत्त्व अधोरेखित होतं. सत्त्व-रज आणि तम या तीन प्रवृत्ती मनुष्यामध्ये मुळात असतातच. राजसी आणि तामसी वृत्तींकडे मनुष्य सहज खेचला जातो. मग त्याचे भयावह परिणाम समाजाला भोगावे लागतात. म्हणून या दोन वृत्तींचा प्रभाव कमी करण्यासाठी मनुष्याला सात्त्विक जीवनप्रणालीशी जोडणं हे फार महत्त्वाचं असतं. ते कार्य पुन्हा पुन्हा करावं लागतं. यामध्ये मनुष्याच्या व्यक्तिगत उत्कर्षाबरोबरच सामाजिक सौख्यशांतीचाही विचार असतो. अन्यथा समाज अविचारी लोकांच्या हाती केव्हाही जाऊ शकतो.

म्हणूनच भगवान या क्रियांचं महत्त्व पुन्हा पुन्हा सांगतात.

अर्थातच केवळ व्यक्तिगत उद्धाराचा भगवान मुळीच विचार करत नाहीत. दुसऱ्याचा निरपेक्ष भावाने उद्धार (निष्काम कर्मयोग) करण्यातूनच आपला उद्धार होत असतो, ही गोष्ट संपूर्ण गीतेतूनच ते सूचित करतात.

व्यक्ती का समष्टी, हा विचार अनेक समाजधुरिणांना सतावत असतो. भगवान असा मार्ग दाखवतात की त्यातून व्यक्तीचाही उत्कर्ष होतो आणि समाजाचाही उत्कर्ष होतो. त्यांनी सांगितलेल्या यज्ञ-दानादी क्रियांमुळे समाजाचा केवळ भौतिक लाभच होतो असं नाही; तर व्यक्ती आणि समष्टी हे दोन्ही घटक पावन बनून जातात. म्हणूनच फलाशेचा त्याग करून यज्ञ-दान-तप हे केलंच पाहिजे, असा भगवंतांचा आग्रह आहे. ज्ञानी व्यक्ती ते करतच असते.

या क्रिया करताना त्यामध्ये स्वकर्तृत्वाभिमान आणि फलाशा मुळीच असता कामा नये. चित्तैकाग्रता किंवा ध्यान-धारणादी क्रिया या व्यक्तिगत असतात. पण 'यज्ञ' हा व्यक्तिगत स्वरूपाचा कधीच नसतो. त्यात समाजोन्नती अनुस्यूत आणि अभिप्रेतच असते. 'दान' आणि 'तप' हा भाग जरी व्यक्तीचा विकास करणारा असला, तरी त्यातून समाजोन्नती गृहीतच धरलेली असते. कर्माभिमान, फलाशा सोडून जेव्हा ज्ञानी व्यक्ती ही कर्मं करते, तेव्हा ती स्वतः तर पावन होतेच; पण ती जगालाही पावन करते.

समजून-उमजून यज्ञ-दान-तप केलंच पाहिजे. केवळ स्वार्थासाठी भगवंताचे उंबरठे झिजवू नयेत. ती गोष्ट भगवंतांना अभिप्रेत नाही. व्यक्ती आणि समष्टी या दोन्ही घटकांचा सर्वांगीण विकास साधायचा असेल, तर कर्माभिमान आणि फलाशा सोडून हे यज्ञीय कार्य उचललं पाहिजे. या भक्तीच्या समजेचं आणि आवश्यकतेचं दर्शनच भगवान या श्लोकांमधून घडवत आहेत.

नियतस्य तु संन्यासः कर्मणो नोपपद्यते ।
मोहात्तस्य परित्यागस्तामसः परिकीर्तितः ॥१८.७॥
दुःखमित्येव यत्कर्म कायक्लेशभयात्त्यजेत्।
स कृत्वा राजसं त्यागं नैव त्यागफलं लभेत् ॥१८.८॥

परंतु विहित (स्वधर्मानुसार) कर्माचा त्याग करणं योग्य नाही. अशा तऱ्हेने मोहाने केलेल्या कर्माच्या त्यागाला तामस त्याग म्हणतात. कर्म हे दुःखरूप आहे म्हणून शरीरत्रासाच्या भीतीने त्याचा जो त्याग केला जातो, तो राजस त्याग असतो. म्हणून त्या त्यागाचं फळ मुळीच मिळत नाही.

मनुष्यधर्मानुसार जे काम आपल्या वाट्याला आलं आहे, ते यथोचित करणं हे प्रत्येक मनुष्याचं कर्तव्य असतं, पण नोकरीच्या अनेक क्षेत्रात काही लोक आपलं प्राप्त कर्म हेतुपुरस्सर टाळत असतात. म्हणजे ज्या कामासाठी मोठाले पगार दिले जातात, ती कामं टाळण्याकडेच कित्येकांचा कल असतो. न केलेल्या कामापोटी पगार मात्र वाजवून घेताना अशा लोकांना लाजही वाटत नाही. कर्म न करता मिळालेल्या पैशातून असे लोक प्रवास करतात, देवधर्म करतात, पोथ्यापुराणं करतात किंवा दानही देतात. प्राप्त कर्म टाळून केलेली ही कर्मं आणि या कर्मांमागचा हेतू कुणाला समजत नाही, असं या लोकांना वाटत असतं. पण शरीरांतर्गत एक अशी शक्ती आहे की ती हे सारं काही जाणत असते. या अशा कुकर्माची ती नोंद ठेवतच असते. मग प्राप्त कर्म टाळण्याचे भयावह परिणाम अशा लोकांना केव्हा ना केव्हा तरी भोगावेच लागतात. कर्म टाळून मिळवलेलं धन सुख देत नाही. मग असा कामचुकार मनुष्य विचार करतो, मी असं काय पाप केलं, म्हणून देवाने माझ्यावर ही वेळ आणली? मी तर देवाचं खूप केलं; मग देवाने माझ्यावर अशी वेळ का आणली? परंतु अशी वेळ देव आणत नसतो तर ते लोक स्वतःच स्वतःवर आणत असतात. बरं, ही वेळ केव्हा येईल तेही सांगता येत नसतं -

चालू जन्मात ती येऊ शकते किंवा पुढच्या जन्मातही ती येऊ शकते. प्राप्त कर्म निरलसपणे करण्याला किती महत्त्व आहे हे समजून घेतलं पाहिजे.

म्हणूनच प्राप्त कर्म कधीही टाळू नये असं भगवान इथे सांगतात. किंबहुना काम टाळणाऱ्यांना त्यांनी धोक्याचा कंदील इथे पुन्हा दाखवला आहे. त्यामुळे त्याग हा कर्माचा करायचा नसून तो फळाचा करायचा असतो हा भाग या श्लोकात अध्याहृत आहे. अर्थात हा त्याग नोकरतून अथवा व्यवसायातून मिळणाऱ्या धनाच्या संदर्भात ते करायला सांगत नाहीत; तर वृत्तीनुसार जे त्याग केले जातात, त्याविषयी ते इथे विषयाच्या अनुषंगाने सांगत आहेत. कर्माचाच त्याग मात्र करू नये, हे स्पष्ट करून ते त्यागाचं स्वरूप विशद करत आहेत.

जीवनात त्यागाला फार महत्त्व असतं. आपण कुणासाठी काही तरी त्याग केला ही भावना मनुष्याला सुखावते. त्यागामागची भावनासुद्धा फार महत्त्वाची असते. म्हणजे नाइलाजाने केलेला त्याग, कंटाळून केलेला त्याग अथवा काही मिळण्याची शाश्वती उरली नसेल तर केलेला त्याग असेही त्यागात फरक असतात. अशा त्यागामागच्या भावना मनुष्याच्या वृत्तीशी निगडित असतात. त्या त्या वृत्तीनुसार केलेल्या अशा त्यागांचाच भगवान इथे उल्लेख करतात.

मोहवश होऊन विहित अथवा प्राप्तकर्माचा त्याग करणं हा तामसी त्यागाचा प्रकार आहे. म्हणजे अर्धशिशीचा त्रास होऊन डोकं दुखतं म्हणून डोकंच फोडणं हा तामसी त्याग असतो. किंवा अंधारात दिसत नाही म्हणून डोळ्यांत नखं खुपसून घेणं अथवा आपल्या मनाप्रमाणे काही होत नाही म्हणून शरीराचाच त्याग करणं हा तामसी त्यागाचा प्रकार असतो. त्याचप्रमाणे प्रेमभंग झाला म्हणून आत्महत्या करणं हाही तामसी त्याग म्हटला पाहिजे. पायात काटा टोचतो म्हणून पायच तोडणं योग्य होईल का, याचाही विचार केला पाहिजे. मनुष्यदेह धारण करण्याचा आणि जीवनाकडे बघण्याचा दृष्टिकोन बदलता आला तर असा तामसी त्याग मनुष्याकडून होणार नाही.

तामसी त्यागाने केलेल्या अशा कर्माचा बंध मनुष्याला होतोच होतो. अळीने कर्मापासून दूर राहण्यासाठी स्वतःभोवती कोष निर्माण केला तरी ते तिचं कोषात पडून राहणं हे कर्मच होतं आणि तो कर्मबंध फुलपाखराच्या रूपाने त्या जीवाला भोगावाच लागतो. म्हणून धैर्यवान लोक प्राप्त कर्मापासून पळून न जाता त्या कर्मांना किंवा आव्हानांना धैर्याने तोंड देतात. म्हणजेच ते निषिद्ध कर्म करत नाहीत.

काही जण कर्म करण्यामागे दुःख असतं, असं समजतात. शरीर आणि मन यांच्या क्लेशाच्या भीतीने कर्माचा त्याग करतात. हा त्यांचा त्याग म्हणजे राजस त्याग असतो. अशा वृत्तीच्या मनुष्याला आपल्या विहित कर्माची जाणीव असते.

कर्तव्याचं त्याला भान असतं, परंतु कर्तव्य करण्यामुळे होणाऱ्या त्रासाला तो घाबरत असतो. स्वयंपाक करणं हे आपलं कर्तव्य आहे हे गृहिणी जाणत असते, परंतु ते कर्म करताना त्रास वाटतो म्हणून ते कर्म जर टाळलं गेलं किंवा शरीराला कष्ट होतील या भयाने जी व्यक्ती कर्म टाळते, तो राजस त्याग म्हटला पाहिजे. आपल्या बाळाला अंगावरचं दूध पाजलं तर आपल्या फिगरवर परिणाम होईल या हेतून जर बाळाच्या पालनपोषणाचं कर्म टाळलं तर तो राजस त्याग होतो. अथवा स्वधर्माप्रमाणे प्राप्त झालेलं कोणतंही कर्म न सोडता तेच कर्म भावनारहित होऊन केवळ कर्तव्य म्हणून जी व्यक्ती करते, तिला मोक्षाचं फळ मिळत नाही. म्हणून तो राजस त्याग होतो. त्यागाचं फळ फार मोठं असतं, पण ज्या त्यागात प्रेम नाही, अशा शुष्क त्यागामुळे खऱ्या त्यागाचं फळ मिळत नाही.

मोहवश होऊन एखाद्या प्राप्त कर्तव्याचा अविचाराने त्याग करणं हा तामसी त्याग अथवा शुष्क भावनेने ते कर्म करणं हा राजसी त्याग असतो. खऱ्या त्यागाचं फल या दोन्ही त्यागांमध्ये मिळत नाही.

कार्यमित्येव यत्कर्म नियतं क्रियतेऽर्जुन ।
सङ्गं त्यक्त्वा फलं चैव स त्यागः सात्त्विको मतः ॥१८.९॥

हे अर्जुना, कर्तव्य म्हणून जे नित्यकर्म आसक्ती आणि फलाकांक्षा सोडून केलं जातं, त्याला सात्त्विक त्याग म्हणतात.

यापूर्वीच्या श्लोकांमधून भगवंतांनी राजसी आणि तामसी त्यागाविषयी सांगितलं. आता ते सात्त्विक त्यागाविषयी सांगत आहेत.

खरा सात्त्विक मनुष्य प्राप्त कर्म कधी टाळत नाही. मन लावून तो त्याचं कर्म करतो. यज्ञ, दान, तप यांचाही त्याग सात्त्विक साधक करत नाही. कारण यज्ञ, दान आणि तप ही साधने अत्यंत पवित्र असतात, पण अशा कर्मांमधली आसक्ती आणि फलाशा टाकून जेव्हा नियत कर्म केलं जातं, तेव्हा तो सात्त्विक त्याग म्हटला जातो.

त्यागातही नीरसता येता कामा नये. 'मी स्वतः काय करतो? हे सर्व देव करतो,' अशी तटस्थपणाची भूमिकाही त्यागामध्ये येता कामा नये. म्हणजे उपरा विनयही दाखवायचा नसतो. कारण आपली सारी कर्मं ही आपल्याच इच्छेने पण परमेश्वराच्या शक्तीच्या साहाय्याने आपण करत असतो. म्हणून आपल्या विकासासाठी जे काही करायचं असतं, ते आपण स्वतः करायचं असतं. म्हणूनच त्याग हा अत्यंत प्रेमाने केला गेला पाहिजे. परमेश्वराविषयी आत्यंतिक प्रेम असेल तर त्याच भावनेने त्याग केला जातो. प्रेमाने भगवंताला कर्मफलांचं समर्पण केलं पाहिजे. अर्थातच त्याग हा वस्तुनिष्ठ असता कामा नये; तर तो भावनिकदृष्ट्या असला पाहिजे. म्हणजे कुठल्यातरी धार्मिक स्थळाला अहंभावाने देणगी दिली म्हणजे आपण त्याग केला असं होत नाही. कारण अशा अहंभावाने केलेल्या त्यागात मनुष्य नकळत स्वतःला मोठा दाता ठरवत असतो आणि परमेश्वराला दानी म्हणजे दान घेणारा ठरवत असतो. परमेश्वराच्या शक्तीनंच आपण काम करतो, पैसा मिळवतो, कीर्ती मिळवतो किंवा जीवन समृद्ध करतो, हे अशा लोकांच्या ध्यानातच येत नाही. अहंकाराचं इतकं जाडंभरडं पटल अशांनी आपल्या

मनावर ओढून घेतलेलं असतं, की आपलं सर्व यश हे आपण स्वत: मिळवलं आहे, असा त्यांचा भ्रम असतो. या मागची शक्ती भगवंताची असते याची जाणीव त्यांना नसते. मग असे धनवान लोक चार पैसे एखाद्या धार्मिक स्थळाला देतात आणि आपलं भोगवादी जीवन त्यांच्या दृष्टीने मजेत जगत राहतात.

म्हणून प्रथम मनात भक्तीविषयीची समज दृढ झाली पाहिजे. मग ज्या शक्तीमुळे आपण काम करतो, यश मिळवतो, त्या शक्तीविषयी सतत कृतज्ञता बाळगली पाहिजे आणि मग स्वकर्तृत्वाभिमान सोडून त्याग केला पाहिजे. असा त्याग हा सात्त्विक त्याग होतो.

आई मुलाचं लालनपालन फलाशा सोडून अत्यंत प्रेमाने करते. कर्तृत्वाभिमान आणि फलाशा सोडून केलेल्या अशा कर्मांचं आईला मुळीच दु:ख होत नाही, उलट तसं करण्यात तिला आनंद मिळत असतो. अशा सात्त्विक त्यागवृक्षाला मोक्षदायी फळ येत असतं. अशा सात्त्विक कर्मत्यागामुळे रजोगुण आणि तमोगुण हे दोन्ही गुण कमी होतात. मग शुद्ध सत्त्वगुणाने जीवन शुद्ध आणि खऱ्या अर्थाने समृद्ध होतं. त्यापुढे जाऊन आत्मज्ञानही सुलभ होतं. अशा कर्मफलत्यागाच्या बाबतीत गीतेने ही फार महत्त्वाची गोष्ट सांगितली आहे.

आपण जेव्हा एखादं कर्म करतो, तेव्हा त्या कर्मामागे आपला अहंकार चिकटतो आणि मग त्याचे चांगले-वाईट प्रभाव आपणच झेलत राहतो. याला कारण म्हणजे कर्मामागे जोडलेलं ममत्व! या संदर्भात एक साधं उदाहरण आपण पाहू. आपल्याला मुलगा झाला तर त्याच्या संदर्भात घडणारे सारे प्रसंग आपल्याला प्रभावित करतात. म्हणजे त्याला काही लागलं-खुपलं तर त्याचा त्रास आपल्याला होतो, पण तसा त्रास हा इतर मुलांच्या संदर्भात आपल्याला होत नाही. कारण आपल्या मुलाशी आपलं ममत्व असतं. म्हणजे माझा मुलगा! त्याचप्रमाणे आपला देह आणि देहातील इंद्रियांमार्फत घडणाऱ्या सर्व कर्मांमध्ये आपण ममत्व ठेवतो. वास्तविक साऱ्या क्रिया आत्म्यामुळे घडत असतात, परंतु देहापोटी ठेवलेल्या ममत्वामुळे जीव त्याचं श्रेय स्वत:कडे घेतो. मग अनायासे इंद्रियांच्या संदर्भात काही दुखलं-खुपलं किंवा सुख-दु:खांचे प्रभाव निर्माण झाले, तर ममत्वामुळे त्याचा परिणाम आपल्यावर होतो. अर्थातच जीव ममत्वामुळे कर्माच्या प्रभावात अडकतो.

यातून सुटायचं असेल तर कर्मापोटी असलेलं ममत्व सोडता आलं पाहिजे. तरच त्या त्या कर्मापासून उद्भवणारं फळ आपल्यापर्यंत येणार नाही. कारण जीवाने कर्म केलं की त्याचं फळ ममत्वामुळे किंवा अहंकारामुळे त्या जीवालाच येऊन चिकटतं. मात्र कर्मामागचा अहंकार आणि ममत्व सोडलं की ते फळ जीवापर्यंत येतच नाही. त्या

फळाचा त्याग होतो. अशा समजपूर्वक केलेल्या त्यागाला सात्त्विक त्याग म्हणतात. मनुष्याची वृत्ती सात्त्विक बनली तर त्याच्या हातून असा फळाचा त्याग होऊ शकतो. वृत्ती सात्त्विक बनवण्यासाठीच सद्‌विचारांचं श्रवण करायचं असतं. तशाच विचारांचं वाचन-चिंतन आणि मनन करायचं असतं. मग मनुष्याला कर्मामागच्या खऱ्या कर्त्याची जाणीव होऊ लागते.

दैनंदिन जीवनातही कर्म करताना हा भाव जपता आला पाहिजे. म्हणजे केलेल्या कामाचं मानधन न घेणं असं नाही; तर मिळालेलं फळ हे परमेश्वरामुळेच प्राप्त झालं आहे अशी भावना मनात दृढ ठेवता आली पाहिजे. ते फळ त्यालाच अर्पण करून मग प्रसादरूपाने त्याचा स्वीकार करता आला पाहिजे. मात्र कंटाळून किंवा गरज नाही म्हणून फलाचा त्याग करता कामा नये, तर भगवंतालाच फळ अर्पण करायचं आहे, अशी कर्मकर्त्याची भावपूर्ण भूमिका असायला हवी. त्यासाठी कर्म करून त्याचं फल भगवंतचरणी समर्पित केलं पाहिजे. हाच तो संन्यासयोग! संन्यास शब्दाची फोडही तशीच आहे. सम्यक् अधिक न्यासः म्हणजे चरणी समर्पित करणं - अर्थात प्रेमाने भावार्द्र होऊन समर्पण करणं.

अशा सात्त्विक त्याग करणाऱ्या मनुष्याची कर्मं ही ब्रह्मरूप झालेली असतात. म्हणजे त्याच्या कर्मखात्यात ती जमाच राहत नाहीत. स्वाभाविकच तो मनुष्य कर्मफलाच्या कचाट्यातून सुटतो. तो सुखदुःखाच्या योगाने हर्ष किंवा विषादाला प्राप्त होत नाही. सुखाने सुखावून जाणं आणि दुःखाने खंतावून जाणं हा सामान्यतः मनुष्यस्वभाव असतो. सात्त्विक वृत्तीतून केलेल्या समजपूर्वक त्यागामुळे मनुष्य या सुख-दुःखांच्या प्रभावातून मुक्त होतो. त्याला सत्य उमजलेलं असतं. स्वप्नातील सुख-दुःखं ही मिथ्याच असतात, हे जाग आल्यावर समजतं. त्याचप्रमाणे ब्रह्मरूप अवस्था आल्यावर कर्माविषयी शुभाशुभता, यातील वैय्यर्थ समजतं आणि खऱ्या परमानंदाला असा मनुष्य प्राप्त होतो.

फलाशा सोडूनच मोठ्या प्रेमानं, भावार्द्र अंतःकरणाने कर्मं केली पाहिजेत. असा त्याग हा सात्त्विक त्याग होतो. ब्रह्मस्वरूप प्राप्त होण्यासाठी असा सात्त्विक त्याग कारणीभूत ठरतो.

न द्वेष्ट्यकुशलं कर्म कुशले नानुषज्जते।
त्यागी सत्त्वसमाविष्टो मेधावी छिन्नसंशयः॥१८.१०॥
न हि देहभृता शक्यं त्यक्तुं कर्माण्यशेषतः ।
यस्तु कर्मफलत्यागी स त्यागीत्यभिधीयते ॥१८.११॥
अनिष्टमिष्टं मिश्रं च त्रिविधं कर्मणः फलम् ।
भवत्यत्यागिनां प्रेत्य न तु संन्यासिनां क्वचित् ॥१८.१२॥

ज्ञानाच्या योगाने संशयरहित झालेला त्यागी पुरुष (व्यक्ती) अकल्याणकारक कर्मांचा द्वेष करत नाही किंवा कल्याणकारक कर्मांमध्ये आसक्तही होत नाही. देहधाऱ्यास कर्माचा पूर्णपणे त्याग करणं शक्य नाही. जो कर्मफलाचा त्याग करतो त्याला 'त्यागी' असं म्हणतात. अनिष्ट, इष्ट किंवा इष्टानिष्ट (मिश्र) याप्रमाणे कर्माचं तीन प्रकारचं फल, फलाचा त्याग न करणाऱ्या पुरुषाला मरणोत्तर मिळतं. पण जो फलसंन्यासी आहे, म्हणजे त्यागी पुरुष आहे त्याला कर्मफल बंधक होत नाही.

कोणत्याही शुभ-अशुभ कर्मांचा ज्ञानी व्यक्ती त्यागही करत नाही किंवा त्यात आसक्तही होत नाही. कर्माचा त्याग करणं शक्य नसेल (ते तसं नसतंच) तर कर्मफलाचा त्याग करावा हे ती व्यक्ती जाणत असते, परंतु जो कर्मफलाचा त्याग करत नाही त्याला मरणोत्तर चांगलं किंवा वाईट फल हे प्राप्त होणारच असतं. अथवा त्याला चांगलं-वाईट असं मिश्र फल मिळतंच मिळतं. मात्र जो फलाशेचा त्याग करणारा नित्य संन्यासी म्हणजे त्यागी असतो, त्याला मृत्युपश्चात कर्माचं कोणतंही बरंवाईट फल प्राप्त होत नाही. अर्थातच असा जीव कर्मबंधातून मुक्त होतो. म्हणून ममत्वयुक्त फलाशेचा अर्थात अहंकारबुद्धीचा त्याग करता आला पाहिजे.

या श्लोकांमध्ये कल्याणकारक आणि अकल्याणकारक अशा दोन परिणामांचा उल्लेख केलेला आहे. त्यांमधील सापेक्षता समजून घेतली पाहिजे. अकल्याणकारक म्हणजे पापात्मक फल आणि कल्याणकारक म्हणजे पुण्यात्मक फल. जेव्हा आपण

केलेल्या कर्मापासून अनिष्ट, दु:खद किंवा नको असलेलं फल उत्पन्न होतं, तेव्हा त्या कर्माला पापकर्म म्हणतात. आपल्या कर्माचं सुखद, इष्ट, आपल्याला हवंसं वाटणारं असं प्रगतिपोषक फल प्राप्त होतं, तेव्हा त्या फलाला पुण्यकर्म म्हणतात. कर्मामागचा हेतू आणि संभाव्य परिणाम यांवरूनही पापकर्म - पुण्यकर्म ठरत असतं.

विष घातक असतं आणि दूध पौष्टिक असतं. पण औषधं बनवताना विषाचा अल्पप्रमाणात उपयोग केला जात असतो. याउलट पौष्टिक म्हणून दुधाचं अतिसेवन केलं तर ते घातकसुद्धा ठरू शकतं. म्हणून सात्त्विक वृत्तीचा ज्ञानी मनुष्य या दोन्ही घटकांचा द्वेष करत नाही. मद्यपान करणं हानिकारक असतं; पण द्राक्षासवरूप अर्क शरीरासाठी उपयुक्त असतो. मग या पदार्थाचा द्वेष तरी का करावा?

पृथ्वीवर जे काही निर्मित आहे ते हेतुपुरस्सरच निर्माण केलं गेलं आहे, असा भाव मनात दृढ ठेवून जो कशाचाच द्वेष करत नाही किंवा अभिनंदन करत नाही, असा मनुष्य खरा त्यागी असतो. त्याला आत्मा-अनात्माच्या योगे जीवनाचं सारं रहस्य कळलेलं असतं. असाच मनुष्य खरा त्यागी अथवा संन्यासी म्हटला पाहिजे.

जीवात्मा जेव्हा स्थूल देह धारण करतो, तेव्हा त्याच्या जाणिवांना विशिष्ट मर्यादा पडते. म्हणजे आपण देह धारण केला की शरीरांतर्गत ज्ञानतंतुसंस्था आणि मेंदू यांच्यामुळेच जाणिवेवर मर्यादा पडलेली असते. अर्थातच आपल्या शरीररूपी क्षेत्रातून कार्य करताना जाणीव आपला पूर्ण प्रभाव दाखवू शकत नाही. म्हणजेच ती विशाल स्वरूप धारण करू शकत नाही. पर्यायानं, 'मीच स्वत: वैश्विक आहे' अर्थात 'अहं ब्रह्मास्मि' अवस्थेपर्यंत जीव जाऊच शकत नाही. त्यामुळे स्थूल शरीर हे अहंकाराचं केंद्र बनवून जीवभूत जाणिवेला नियतीने ठरवून दिलेलं कर्म करावंच लागतं. जाणिवेची कक्षा रुंदावत नाही, तोपर्यंत जाणिवेला शरीरमाध्यम सोडता येत नाही. अर्थातच स्थूल शरीरातच जाणिवेचा एक अंश कोंडला गेला असतो.

तरीसुद्धा जाणिवेचा छोटा अंश जीवाच्या माध्यमातून मोठ्या अहंभावाने वावरत असतो. त्याचा परिणाम म्हणजे देहामार्फत घडणारी सारी कर्मं आणि त्यापासून उत्पन्न होणारी फलं तो स्वत:कडे ओढू पाहतो. अहंकारग्रस्त जाणिवेचा अंश असा कर्माभिमान बाळगत असतो, तोपर्यंत त्याला देहाची आवश्यकता भासतच राहते. अन्यथा त्याच्या हातून कर्म होणंही शक्यच नसतं. म्हणजे मनुष्य उत्क्रान्त होत नाही, तोपर्यंत त्याला दैहिक बंधनाची आवश्यकताच असते. ही उत्क्रांती डार्विनची नसून जीवभूत प्रकृतीसंबंधी असते; म्हणजे ती दैहिक परिवर्तन स्वरूपात नसते तर ज्ञानमूलक असते.

अंशस्वरूप अशी ही दैहिक जाणीव कारणदेह, सूक्ष्म देह आणि स्थूल देह यांना व्यापून असते. अनेक जन्मांमध्ये या तीन ठिकाणी जीवाचा जीवनपट तयार होत

जातो. कारणदेह, सूक्ष्म देह आणि स्थूल देह यांच्यामध्ये जीवनाच्या वास्तविकतेचं स्वरूप उमटण्यासाठी, परिपक्व होण्यासाठी अर्थात पूर्णपणे कार्यक्षम होण्यासाठी बराच अवधी लागतो. स्थूल शरीराच्या द्वारे जगाचा अनुभव घेत घेत स्थूल शरीराबरोबरच सूक्ष्म देह आणि कारणदेह हे वर्धित म्हणजे activate होतात. हळूहळू ते विकास पावत जातात. तिथल्या जाणिवा समृद्ध होत जातात. जीवामध्ये वसून असलेल्या वासना, विकार, भावभावना, संकल्प आणि संवेदना या प्रगल्भ होण्याचं ते निदर्शक असतं. या सर्वांचा परिणाम म्हणजे देहाला व्यापून असणारे मनोमय-विज्ञानमयादी कोश पुष्ट होत जातात. त्यामुळे मनुष्य सुसंस्कृत, बुद्धिमान आणि कार्यकुशल होत जातो. अंतिमतः तो योगी बनतो.

इथपर्यंतच्या विकासमार्गात कोणतंही कर्म करणं टाळता येत नाही. फक्त कोणतं कर्म उत्तम आणि कोणतं कर्म केव्हा टाळावं, याचा विवेक वृत्तीत उत्पन्न होतो. मग असा योगी अकल्याणकारक कर्मांचा द्वेष करत नाही किंवा कल्याणकारक कर्मांमध्ये आसक्त होत नाही. म्हणजेच त्याचा कर्मामागचा अहंभाव सुटलेला असतो. पर्यायाने फलाचाही त्याग झालेला असतो.

अशा तऱ्हेने ज्याने विकास पावून कर्मफलं भगवंताच्या चरणी समर्पित केली आहेत, ज्याचा कर्मामागचा अहंकार नष्ट झाला आहे, तो योगी कर्मं करत असला तरी त्याला त्या कर्मांचं इष्ट-अनिष्ट किंवा मिश्र फल प्राप्त होत नाही. आत्मिक प्रगतीसाठी जी कर्मं पोषक असतात, त्यांची इष्ट फलं असतात आणि प्रगतीच्या आड येणारी फलं ही अनिष्ट फलं असतात, पण कर्मामागचा अहंभावच सुटल्यामुळे आणि पर्यायाने कर्मफलांचाच त्याग झाल्यामुळे योगी यापुढच्या ब्राह्मी अवस्थेला गेलेला असतो. त्यामुळे कर्मांच्या इष्ट-अनिष्ट किंवा मिश्र फळांमध्ये तो अडकण्याचं कारणच नसतं.

शुकाचार्य, शंकराचार्य अथवा ज्ञानेश्वर महाराजांसारखे असे अनेक महान संन्यासी भारतात होऊन गेले आहेत. त्यांनी कर्मं केली, लोकांना कर्मांचं बरं-वाईट स्वरूप त्यांनी समजावून सांगितलं, परंतु त्यांच्या त्या कर्मांची फलं मात्र त्यांना बंधक झाली नाहीत. कारण अशा संन्याशांची कर्मंच मुळात त्यांच्या धनित्वाची नसतात. ती त्यांनी भगवंताला अर्पण केलेली असतात. किंबहुना भगवंतच त्यांच्या कर्मांचा कर्ता झालेला असतो.

या श्लोकात सांगितलेला विषय अतिशय गहन आहे; आपण केवळ त्याचं विहंगावलोकन केलं. या श्लोकातील प्रत्येक शब्द आपल्याला सखोल प्रांताकडे नेतो. त्यातला गूढ अर्थ जाणण्याचा आपण अल्पसा प्रयत्न केला.

थोडक्यात, दैहिक बंधनात असणारी क्षीणस्वरूप जाणीव ही जोपर्यंत प्रगल्भ होत नाही, म्हणजे वैश्विक बनत नाही, तोपर्यंत जीवाला अनंत पुनर्जन्म घ्यावे लागतात. जसजशी जाणीव समृद्ध होत जाते, तसतशा विकार, वासना, संवेदना समृद्ध होत जातात. त्याचा परिणाम म्हणजे देहामधले सर्व मनादी कोष पुष्ट होत जातात. मग अशा मनुष्याच्या जाणिवा वैश्विक बनून तो 'अहं ब्रह्मास्मि'ची अनुभूती घेतो. मग त्याने केलेली कोणतीही कर्मं त्याला बंधक बनवू शकत नाहीत.

या श्लोकात सांगितलेलं किंबहुना गीतेत सांगितलेलं गूढ समजून घेतलं तर एखादा मनुष्य प्राप्त जन्मातही ही अवस्था गाठू शकतो.

पाण्याला ओलेपणाचा त्याग करता येत नाही, त्याप्रमाणे देहधारी मनुष्याला कर्माचा त्याग करता येत नाही. अग्नी उष्णतेचा त्याग करू शकत नाही. तसा मनुष्य जोपर्यंत मर्यादित जाणिवेत राहत असतो, तोपर्यंत कर्माचा त्याग करू शकत नाही. चंदन आणि सुगंध यांच्यात भेद संभवत नाही. त्याप्रमाणे मनुष्य आणि कर्म यांच्यात भेद संभवत नाही. म्हणून विकारादी संवेदनांना प्रगल्भ करून पंचकोषांना अनायासे पुष्ट करत गेलं, तर मनुष्य जाणिवेतली वैश्विकता अनुभवू शकतो. त्यागी संन्यासी तेच करतात.

पञ्चैतानि महाबाहो कारणानि निबोध मे।
साङ्ख्ये कृतान्ते प्रोक्तानि सिद्धये सर्वकर्मणाम्॥१८.१३॥
अधिष्ठानं तथा कर्ता करणं च पृथग्विधम् ।
विविधाश्च पृथक्चेष्टा दैवं चैवात्र पञ्चमम् ॥१८.१४॥

हे महाबाहो, सांख्यांच्या सिद्धान्तात जी पाच कारणं सांगितली आहेत, ती आता तू माझ्याकडून समजून घे. शरीर, जीव, निरनिराळ्या प्रकारची इंद्रिये, कर्मेंद्रियांचे व्यापार आणि पाचवे दैव होय.

इथे सांख्यांचा उल्लेख कपिलमुनीकृत सांख्यशास्त्राच्या संदर्भाने नाही. गीता अशा इतर ग्रंथांचा उल्लेख करत नाही. भगवान विषयाच्या ओघात केवळ अशा सिद्धान्तांना स्पर्श करतात. म्हणून सांख्यचा अर्थ इथे प्राज्ञ बुद्धीला कर्माचा अंत का आणि कसा होतो याचा विवेक करताना जे काही आढळतं त्याला 'कृतान्त सांख्य' म्हणतात. याच दृष्टिकोनातून इथे सांख्यांचा उल्लेख आलेला आहे.

सांख्यांच्या सिद्धान्ताप्रमाणे कर्म घडून येण्यामागे पाच गोष्टी कारण ठरत असतात. त्या पाच गोष्टी म्हणजे शरीर, कर्ता-जीव, ज्ञानेंद्रियं, कर्मेंद्रियांमुळे होणारे व्यापार किंवा कृती आणि सगळ्यात महत्त्वाचं म्हणजे दैव!

चौदाव्या श्लोकात प्रथम 'अधिष्ठान'चा उल्लेख भगवंतांनी केला आहे. म्हणजे ज्या क्षेत्रामध्ये, भूमीमध्ये किंवा पायावर कर्म घडतात, त्यांचा पाया म्हणजे अधिष्ठान. त्या पायावर जो कर्म करतो तो कर्ता असतो. कर्मं ही इंद्रियांमार्फत घडत असतात. त्या इंद्रियांमागे प्राणशक्ती असते म्हणून त्यांच्याकडून ही कार्यं घडतात. मग या परस्पर सहकार्यातून जे कर्म घडतं आणि कार्य सिद्ध होतं, त्याच्या यशापयशाचा ताळेबंद मांडून जो निर्णय होतो ते दैव असतं. कोणत्याही कार्याचा अंतिम परिणाम महत्त्वाचा असतो. कर्माच्या उद्देशाची ती जणू परीक्षा असते. म्हणजे शेतकरी जमिनीत बीज पेरण्याचं कर्म करतो. त्या कर्माचं अधिष्ठान हे त्याचं शरीर असतं. त्याची इंद्रियं कर्म

करतात. शेताची मशागत वगैरे गोष्टी करताना शरीराबरोबर मन सक्रिय असतंच. अर्थात शरीर, जीव, इंद्रियं आणि कर्मेंद्रियांचे व्यापार एकत्रित होऊन बीज पेरण्याचं कर्म होतं, परंतु त्या बीजाला अंकुर फुटणं हे सर्वस्वी दैवाच्या हातात असतं. तिथे इंद्रियं किंवा जीव काही करू शकत नाही. जरी बीज अंकुरलं तरी ते फलदायी होईलच याचीही शाश्वती नसते.

अशा तऱ्हेने देहाच्या माध्यमातून जीव ज्ञानेंद्रियांच्या द्वारा कर्मेंद्रियांकडून कृती करवून घेत असतो, परंतु त्या प्रत्येक कृतीमागे दैवाचा हात महत्त्वाचा आणि निर्णायक असतो. त्याच दैवाला आपण प्रारब्ध म्हणतो. दैव म्हणजेच फलोन्मुख कर्म, दैव म्हणजेच पूज्य आणि दैव म्हणजेच स्वर्गीय असे 'दैव' शब्दाचे इतर अर्थही होतात.

मनुष्य पैशाच्या मागे कितीही धावला तरी त्याच्या प्रारब्धात जेवढं धन मिळणार असेल तेवढंच त्याला मिळतं. याउलट दुसऱ्या एखाद्याला विनासायास धन प्राप्त होतं. एखादा विद्यार्थी कष्टाळू असतो. तो खूप अभ्यास करतो, परंतु त्यामानाने त्याला परीक्षेत गुण मिळत नाहीत. तर एखाद्याला अभ्यास न करताही चांगले गुण मिळतात. अशा तऱ्हेने दैव अनुकूल असेल तर सारं काही साध्य होतं.

पण याचा अर्थ पैसे मिळवण्यासाठी प्रयत्न करायचे नाहीत अथवा अभ्यास करायचाच नाही असं मात्र नाही. आपण प्रयत्न हे केलेच पाहिजेत. फक्त निर्णय दैवाच्या हाती असतो हे ध्यानात ठेवलं पाहिजे. कर्मखात्यात ज्याप्रमाणे कर्मबंध असेल त्यानुसारच या गोष्टी घडत असतात.

आधुनिक उदाहरण द्यायचं झालं तर, वैश्विक संगणकामध्ये कुणाच्या खात्यावर कशा एन्ट्रीज असतील ते कुणी जाणू शकत नाही किंवा त्यात हस्तक्षेप करू शकत नाही. ज्याचा त्याचा स्वत:चा पासवर्ड असतो. कर्मानुसार त्याचं फल मिळणं-न मिळणं हे सर्वस्वी त्या अकाउंटवर (दैवावर) अवलंबून असतं. मग जो परिणाम घडून येतो, त्याला आपण दैव, प्रारब्ध किंवा ईश्वरेच्छा म्हणतो.

> महंमद पैगंबर आणि आबू बकर यांना मारण्यासाठी काही लोक मागावर होते; म्हणून ते दोघं एका गुहेत लपून बसले. तेवढ्यात त्या गुहेच्या तोंडावर कोळ्याने जाळं विणलं. गुहेपाशी येऊन ते मारेकरी आत बघायला लागले. काही जण आत जायला लागले तेव्हा एकजण म्हणाला, 'इथे तर कोळ्याचं जाळं आहे. म्हणजे आत कुणी गेलं नसणार... लवकर पुढे चला.' त्याबरोबर सगळे जण तिथून पुढे निघून गेले. दैव बलवत्तर होतं म्हणून पैगंबर वाचले.

नेपोलियनने रशियाची मोहीम आखली होती. रशियात हिवाळा केव्हा सुरू होतो याचा त्याने पुष्कळ अभ्यास केला होता. त्यानुसार मोहिमेची आखणी करताना रशियावर विजय मिळवून फ्रेंच सैन्य हिवाळा सुरू होण्यापूर्वीच मायदेशी कसं येऊन पोहोचेल, याचंही अभ्यासपूर्वक नियोजन केलं होतं. नेमका त्याच वर्षी हिवाळा दोन महिने अगोदर आला आणि फ्रेंच सैन्याची अक्षरशः वाताहात झाली... *दैवं चैवात्र पञ्चमम्!*

इंग्लंडच्या कंपनी सरकारने भारतावर दीडशे वर्षं राज्य केलं. त्या वेळी लॉर्ड लोकांच्या 'हुजूर पक्षाचं' इंग्लंडमध्ये सरकार होतं, पण भारताला जेव्हा स्वातंत्र्य दिलं गेलं तेव्हा त्या अवधीत फक्त एकदाच मजूर पक्षाचं सरकार इंग्लंडवर आलं आणि पंतप्रधान ॲटलीने भारताला स्वातंत्र्य दिलं. त्याआधी आणि त्यानंतर कधीही मजूर पक्षाचं सरकार आलं नव्हतं. १९१५सालच्या दरम्यान लो. टिळकांनी मोठ्या दूरदर्शीपणे त्याची पायाभरणी मात्र केली होती. त्यांनी कित्येक हजार पौंडाची रक्कम जमा करून मजूर पक्षाला देणगी म्हणून दिली होती. त्याची परतफेड १९४७ मध्ये मजूर पक्षाने केली होती. दैवं चैवात्र पञ्चमम्!

विश्वामध्ये घडणाऱ्या लहान-मोठ्या प्रत्येक घटनेमध्ये दैवाचा असा भाग महत्त्वाचा असतो. तोच हात निर्णयात्मक असतो. सारे प्रयत्न किंवा आटापिटा तिथे फोल ठरतो. शास्त्रज्ञांना जे शोध लागतात, त्यामागेही अनेकदा दैवच कारणीभूत असतं. झाडावरून फळ खाली पडलेलं अनेक जण पाहतात. फळही वर्षानुवर्षं खालीच पडत होतं, परंतु त्यामागे गुरुत्वाकर्षण असतं हा शोध लावण्याचा मान १४ वर्षांच्या न्यूटनला मिळाला. म्हणजे दैव न्यूटनला अनुकूल होतं किंवा तशी ईश्वरेच्छा होती, असंच म्हणावं लागतं. गरज तेवढेच शोध लागतात. दैव नावाची शक्ती त्यासाठी कुणाला तरी प्रेरणा देत असते. म्हणजे सर्व काही दैवाच्या हातात असतं. मनुष्याने त्याचं कर्म मात्र निष्ठेने केलं पाहिजे.

दैव महत्त्वाचं असतं म्हणून केवळ दैवावर विसंबून राहता कामा नये. आपण आपलं विहित कर्म हे केलंच पाहिजे. फळ देणं हे सर्वस्वी दैवावर अवलंबून असतं. त्यात कुणीही हस्तक्षेप करू शकत नाही. त्यामुळे कार्यसिद्धी झाली म्हणून हुरळून जाऊ नये आणि न झाली म्हणून निराशही होऊ नये. दैवाच्याच हातात सर्व काही असतं; आणि दैवाला सर्वांचंच भलं करायचं असतं. त्यामुळे मानवाच्या मनाप्रमाणे गोष्टी घडतातच असं नाही.

शरीरवाङ्मनोभिर्यत्कर्म प्रारभते नरः ।
न्याय्यं वा विपरीतं वा पञ्चैते तस्य हेतवः ॥१८.१५॥
तत्रैवं सति कर्तारमात्मानं केवलं तु यः।
पश्यत्यकृतबुद्धित्वान्न स पश्यति दुर्मतिः॥१८.१६॥

शरीर, वाणी आणि मन यांच्या योगाने मनुष्य जे जे विहित अथवा निषिद्ध कर्म करतो, त्यांचे हे पाच हेतू असतात. असं असूनही एखादा अपरिपक्व मनुष्य बुद्धीमुळे स्वत:लाच कर्ता मानतो. त्यामुळे अशा दुर्मतीला (खरं म्हणजे) वस्तुस्थितीचं ज्ञान होत नाही.

कर्म घडण्यामागे आणि त्या कर्माचं फल मिळण्यामागे शरीराप्रमाणेच इंद्रियं (ज्ञानेंद्रियं आणि कर्मेंद्रियं) कारण ठरत असतात. त्याचप्रमाणे दैव हेही एक महत्त्वाचं कारण असतं. शरीर, कर्ता-जीव, ज्ञानेंद्रियं, कर्मेंद्रियांमुळे होणारे व्यापार किंवा कृती आणि सगळ्यात महत्त्वाचं म्हणजे दैव यांवर विहित (प्राप्त) अथवा निषिद्ध कर्म घडणं अवलंबून असतं. चांगलं-वाईट कर्म हातून घडलं तरी ते कर्म घडत असताना कर्मेंद्रियं, ज्ञानेंद्रियं आणि दैव यांचा अदृश्य सहभाग असतोच असतो.

सृष्टीच्या संदर्भात उत्पत्ति-स्थिति आणि लय घडवून आणणारा जसा परमात्मा असतो, त्याप्रमाणे व्यक्तीच्या संदर्भात शरीरातली सर्व कर्मं घडवून आणण्यामागे प्रत्यगामा असतो. म्हणजे बाह्य विश्व आणि अंत:स्थ विश्व यांमधील कार्यांमागे या एकाच परमशक्तीचं अधिष्ठान असतं. मात्र सृष्टीतला परमात्मा हा सृष्टीचा स्वामी असतो तर जीवात्मा हा शरीरांतर्गत सर्व कर्मांचा गुलाम बनतो.

जीवरूप उपाधीत शब्द, स्पर्श, रूप, रस आणि गंध या तन्मात्रांचा अनुभव घेण्यासाठी, विषयांचं ग्रहण करण्यासाठी आणि तद्नुरूप कर्म करण्यासाठी जी विशिष्ट केंद्रं उत्पन्न होतात, ती म्हणजे इंद्रियं. इंद्रियंच नसती तर जीवाला अनुभव तरी कसा मिळू शकला असता? इंद्रियंच सारे अनुभव देत असल्यामुळे आणि ते अनुभव

अधिकाधिक मिळावे म्हणून मनुष्य त्यामागे गुंतल्यामुळे जे जे ज्ञान ग्रहण केलं जातं आणि त्या योगाने जे जे प्राप्त होत जातं, त्यामध्येच तो अडकत जातो. मग जे परिणाम घडतात, त्याचं श्रेय मनुष्य स्वतःच्या बुद्धीकडे घेऊ लागतो. आपल्या इंद्रियानुभवांमागे आपली बुद्धीच कारण आहे असं त्याला वाटू लागतं; आणि हेच अज्ञान असतं.

मनुष्य या जगात असो वा नसो; प्रकृतिस्वभावानुसार जगाचा व्यापार अखंडपणे चालूच असतो. शेतकरी जरी म्हणाला, मी अमुक पीक काढलं, तरी केवळ तो पिकाचं कारण नसतो. जमिनीचा कस, बी, पाऊस, खत, बैलांचे कष्ट (ट्रॅक्टरचं कार्य) या गोष्टीही पीक चांगलं येण्यासाठी साहाय्यभूत ठरत असतात. पावसाचं प्रमाण, उत्कृष्ट बियाणं आदी घटक कारणीभूत असतात. तसंच मनुष्याचे प्रयत्न सफल होण्यामध्ये अशा अन्य बाबीही उपयुक्त ठरतात; त्यांची अनुकूलता पाहूनच मनुष्य प्रयत्न करत असतो. मात्र, असे काही सृष्टिव्यापार असतात की ज्यांची आपल्याला माहिती नसते. त्यालाच दैव म्हणतात.

दैव अथवा प्राप्त होणं मनुष्याच्या हातातलं नसतं; पण दैव घडवणं हे मात्र त्याच्या हाती असतं. त्यासाठीच जाणीवपूर्वक कर्म होणं महत्त्वाचं असतं. म्हणजे कर्मामागे प्रत्यगामारूपी परमशक्तीच कारण ठरलेली असते, अशी जाणीव होणं आवश्यक असतं. ती शक्ती असते म्हणूनच मनुष्याच्या हातून कर्मं घडत असतात आणि त्यानुरूप त्या कर्माचे परिणाम त्याला मिळत असतात. म्हणून मी अमुक करीन किंवा अमुक कर्माचं अमुक फल मला मिळालंच पाहिजे, असा आग्रह धरणं हे मूढपणाचं लक्षण असतं.

जीव अहंकारग्रस्त होऊन कर्म करू लागतो, तेव्हा जीवात्मा प्रकृतीमध्ये लिप्त होतो; अलिप्त अशा परमात्म्यापासून स्वतःला वेगळा समजू लागतो. त्यामुळेच तो बद्ध होतो, परावलंबी होतो. मग प्रकृतिस्वरूप बुद्धीचा वरचष्मा होतो. बुद्धीमुळेच मनुष्य स्वतःला सर्व कर्मांचा कर्ता आणि भोक्ता मानू लागतो. थोडक्याच, सर्व तऱ्हेच्या यशाचं श्रेय तो स्वतःकडे घेतो; पण मनाविरुद्ध घडलं तर मात्र त्याचं श्रेय तो दैवावर ढकलतो. हे सारं काही अज्ञानातून घडत असतं.

वास्तविक, परमतत्त्वाचंच प्रतिबिंब प्रकृतीत पडलेलं असतं. परमात्म्याचं बिंब असतं, म्हणूनच जीवरूपी प्रतिबिंब असतं. पण जीवरूपात सत्याचा आभास असतो. आरशात आपलं प्रतिबिंब पडतं, त्याला मनुष्याचं अस्तित्व कारण असलं तरी तो त्याचा कर्ता असत नाही. कारण प्रतिबिंब पडण्यासाठी मनुष्य काहीच करत नाही. मनुष्याची दुर्मती त्याला प्रतिबिंबात अडकवते. मनुष्य जितका प्रकृतीच्या प्रतिभासिक खेळात अडकत जातो, तितका तो स्वतःचाच शत्रू बनत जातो.

एक मनुष्य देवाला प्रार्थना करतो, 'देवा, माझ्या सर्व शत्रूंचा नाश कर.'

देव काहीच करत नाही. मग तो पुन्हा कळकळीची प्रार्थना करतो, 'देवा, निदान माझ्या सर्वांत मोठ्या एका शत्रूचा तरी नाश कर!'

तेव्हा एक मोठी दरड कोसळते; आणि ती त्या मनुष्याच्याच डोक्यात पडून त्याचा अंत होतो.

अशा तऱ्हेने मनुष्य अज्ञानामुळे स्वतःच स्वतःचा शत्रू होतो. याचा अर्थ मनुष्याचा पुरुषार्थ गौण ठरत नाही. माणसाला कर्मस्वातंत्र्य निश्चित आहे. किंबहुना नव्वद टक्के प्रयत्न केलेच पहिजेत. मग यश देणं-न देणं हे दहा टक्के दैवाच्या हातात असतं. तीच निर्णायक स्थिती असते. विकासार्थ कर्मं करण्यात पुरुषार्थाला प्राधान्य आणि दैवाला गौण स्थान आहे. जीवनातील सुख-दुःखांमध्ये मात्र दैवाचा प्रमुख वाटा असतो आणि पुरुषार्थ गौण ठरतो. पापपुण्याच्या बाबतीत पुरुषार्थ प्रमुख तर दैव गौण ठरतं.

जी बुद्धी अहंकार निर्माण करते, त्याच बुद्धीच्या आधारे हे विज्ञान समजून घेतलं पाहिजे. त्यासाठीच भगवंतांनी 'अकृत बुद्धी' या शब्दाची योजना केलेली आहे. अकृत बुद्धी म्हणजे असंस्कृत बुद्धी, अविद्यारूपी बुद्धी, अज्ञान बुद्धी, विकृत बुद्धी, अविवेकी बुद्धी किंवा जाणीवशक्ती. प्रकृतीमुळेच मनुष्याचा अहंकार बळावतो आणि मग याच बुद्धीचा अप्रगल्भ असा प्रवाह मनात उतरतो. तिथे तिचं स्वरूप 'मती' असं होतं. असा अप्रगल्भ बुद्धीचा प्रवाह जीवाला व्यापून राहणं म्हणजेच अज्ञान असतं. हे अज्ञान दूर करण्यासाठीच बुद्धीला सुसंस्कृत बनवावं लागतं; आणि ते करण्यासाठीच सत्संगती, स्वाध्याय, सत्श्रवण, सद्‌वस्तूंचं मनन आणि जीवनविकासासाठी उच्च ध्येय ठेवावं लागतं. म्हणून अज्ञानाच्या पाशातून स्वतःला बाहेर काढून अशी सुसंस्कृत कर्मं केली पाहिजेत आणि आपल्या कर्मामागचं ईश्वराचं अधिष्ठान समजून घेतलं पाहिजे.

वसंतऋतूमुळे वृक्षवल्लरींना नवीन पालवी फुटते. पालवीमधून फुलं येतात. फुलांपासून फलांची प्राप्ती होते. मेघांमुळे पाऊस पडतो. पावसामुळे धान्य पिकतं. धान्यापासून भोग मिळतात. त्याप्रमाणे कर्माचे संकल्प मनामध्ये निर्माण होतात. त्या संकल्पांना वाचेमुळे वाट मिळते. वाणी बोलून ते संकल्प दाखवते. मग शरीराच्या माध्यमातून जीव कर्म करतो. परंतु त्या कर्माचं फल मिळणं- न मिळणं हे सर्वस्वी दैवाधीन असतं. म्हणून कर्मच करू नये असं नाही. निसर्ग ज्याप्रमाणे बहरण्याची क्रिया करतो किंवा ती आपोआप होते, त्याप्रमाणे मनुष्याचं कर्मही विनासायास विनाहेतू झालं पाहिजे. बुद्धीच्या अज्ञानरूपी प्रवाहाला ज्ञानरूपी प्रवाहाकडे नेण्यासाठीच सत्श्रवण आणि स्वाध्यायादी कर्मं केली पाहिजेत.

यस्य नाहंकृतो भावो बुद्धिर्यस्य न लिप्यते ।
हत्वापि स इमाँल्लोकान्न हन्ति न निबध्यते ॥१८.१७॥

ज्याचं अंतःकरण अहंकारयुक्त नसतं आणि ज्याची बुद्धी विषयवासनांनी मलिन झालेली नसते, अशाने जरी ह्या लोकात कुणाला मारलं, तरी तो कुणाला मारतही (मारण्याच्या क्रियेचा कर्ता होत नाही) नाही आणि (म्हणून कर्म) त्याला बंधक होत नाही.

फलाशा सोडून आणि अहंकाररहित होऊन कर्म करावं, हा सिद्धान्त यापूर्वी गीतेत अनेक वेळा आलेला आहे. परंतु तोच सिद्धान्त थोड्या वेगळ्या दृष्टिकोनातून इथे मांडला आहे. मनुष्याने कर्माभिमान मुळात बाळगावाच का, असाही प्रश्न निर्माण होतो. कारण या सृष्टीत प्रत्येक कर्म हे दुसऱ्या कर्मावर अवलंबून असतं. कुठलाही कारखाना हा कच्चा माल, कामगार अशा अनेक गोष्टींवर अवलंबून असतो.

कर्माभिमानाने, माझ्या कर्माचं फळ अमुक मिळावं, अशी फलाशा ठेवणं हे मूढपणाचं लक्षण असतं. म्हणून याही दृष्टिकोनातून कर्माभिमान आणि फलाशा सुटायला हवी. बुद्धीवर ज्ञानसंस्कार झाले नसल्यामुळे मनुष्य आपल्या आत्म्यालाच कर्ता समजतो. अशा मनुष्याला भगवान सोळाव्या श्लोकात मूढ म्हणतात.

आता प्रस्तुत श्लोकांमधला गूढार्थ जाणून घ्यायला हवा. फलाशा सुटली म्हणजे व्यक्तीने वाटेल ते कुकर्म करावं असा या श्लोकाचा अर्थ नाही. सामान्य माणूस जी कर्मं करतो ती स्वार्थासाठी किंवा फलप्राप्तीसाठी करत असल्यामुळे त्याच्या हातून गैरवर्तन होत असतं. 'मी कर्म करतो,' असा समज असणं हेही गैरवर्तन असतं; पण ज्याचा स्वार्थ सुटला, अहंभाव विलीन झाला, फलाशा लय पावली, त्याला सर्व भूतमात्रं सारखीच दिसायला लागतात. सर्वांभूती परमेश्वर त्याला प्रतीत होत असतो. अशा वेळी त्याच्या हातून कोणतीही गैरकृत्य होणं संभव नसतं. कारण दोष बुद्धीत असतो; कर्मात नाही. ज्याची बुद्धी शुद्ध आणि पवित्र झाली आहे, त्याने केलेली

एखादी गोष्ट लौकिकदृष्ट्या विपरीत वाटली तरी त्या कर्मातील बीज शुद्धच असतं. त्याचं कर्म समाजाच्या दृष्टीने हितावहच असल्यामुळे त्या व्यक्तीला कर्मबंध होत नाही. कर्माचं फळ भोगावं लागत नाही.

इथे भगवान अर्जुनाला रणांगणावर उपदेश करत आहेत हा संदर्भही ध्यानात घ्यायला हवा. शत्रूला मारण्यामुळे मी पापाचा धनी होईन, असं अर्जुनाला वाटत होतं. म्हणूनच तू मारण्याच्या क्रियेचा कर्ता होऊ शकत नाहीस, असंच जणू भगवान या श्लोकातून पुन्हा एकदा त्याला सांगत आहेत. अकराव्या अध्यायातही त्यांनी हेच सांगितलं होतं- हे सर्व योद्धे आधीच मेलेले आहेत. तू केवळ निमित्तमात्र आहेस.

या श्लोकाचा आपण दोन दृष्टिकोनांतून विचार करू शकतो. पहिला दृष्टिकोन म्हणजे आधुनिक दृष्टिकोन आणि दुसरा तात्त्विक दृष्टिकोन.

आधुनिक दृष्टिकोनातून विचार करायचा झाल्यास जन्म-मरण, मारणं-मारून घेणं आणि जे घडणं अभिप्रेत आहे त्यानुसार मनुष्याला कर्माची प्रेरणा देणं हा सारा ईशनिर्मित प्रोग्रॅम असावा का? आणि ज्या व्यक्तीच्या बुद्धीतून अहंकार आणि विषय-वासना निघून गेल्या असतात, तीच या प्रोग्रॅममधून सुटू शकते का? अर्थातच असत् अशा जगतामधून अंग काढून घेतल्यामुळे अशा मनुष्याला प्रकृतीस्वरूप असत् जगतातील पाप-पुण्यात्मक कर्मबंध होतच नाहीत.

दुसरा दृष्टिकोन तात्त्विक म्हणजे तात्त्विक दृष्टिकोन. जीवांतर्गत दोन तत्त्वं वसून असतात. एक म्हणजे आत्मा आणि मन-बुद्धी-इंद्रियादी प्रकृती. पुरुषाचा प्रकृतीशी संबंध हा बिंब-प्रतिबिंब न्यायाने येत असतो. म्हणजे बिंबाकडेच आकर्षित होऊन जीवाच्या हातून कर्म घडत असतं. ते प्रकृतीच्या प्रभावामुळेच घडत असल्यामुळे त्याला कर्मबंध होत असतो. त्याच्या कर्मांचा आत्म्याशी काहीही संबंध नसतो. आत्मा कोणत्याही कर्मांनी लिप्त होऊच शकत नाही.

जो मनुष्य साधनेने आत्मभावाशी जोडला जातो आणि ज्या मनुष्याचा कर्मामागचा अहंकार तसंच वृत्तीतल्या विषयवासना सुटलेल्या असतात, त्याच्यामध्ये अनायासे आत्मभाव जागृत होतो. अर्थातच प्रकृतीच्या प्रतिबिंबस्वरूपातून सुटून तो योगी मूळ बिंबाला प्राप्त झालेला असतो. त्यामुळे प्रकृतीमधल्या कर्मांच्या, भोगांच्या, वासनांच्या आणि पुनर्जन्मांच्याच खेळातून तो मुक्त होतो. अर्थातच प्रकृतीच्या प्रभावातून बाहेर पडल्यामुळे अशा योग्याला प्रकृतीमधले परिणाम भोगावे लागणं शक्यच नाही. म्हणजेच त्याच्या कोणत्याही कर्मांचं बंधन त्याला होत नाही.

अशा दृष्टिकोनांमधूनच या श्लोकाचा विचार केला पाहिजे. केवळ वरवर अर्थ बघितला तर भलताच अर्थ निघू शकतो. म्हणून भगवद्गीतेतल्या सिद्धान्तांवर सखोल चिंतन करून मगच निर्णय केला पाहिजे.

ही संपूर्ण सृष्टी, तिचा कार्यकारणभाव, जन्मापूर्वीचं जगत् आणि मृत्यूनंतरचं जगत्, ईश्वराचं वास्तविक स्वरूप अशा गोष्टी बुद्धिगम्य मुळीच नाहीत. सर ऑर्थर एडिंग्टन म्हणतात, *अध्यात्म आणि मानस सृष्टी यांना पदार्थविज्ञानाची मोजमापं लागूच शकत नाहीत.*

म्हणून अशा मंत्रांमधले गहन अर्थ जाणूनच त्यावर निर्णय करता आला पाहिजे.

कर्माभिमान सोडण्याला किती महत्त्व आहे हे या आणि अशा अनेक श्लोकांमधून भगवंतांनी वारंवार सांगितलं आहे. आसक्ती, वासना आणि कर्माभिमान सोडल्यानंतरच मनुष्य एकप्रकारच्या मुक्तीचा अनुभव घेऊ लागतो. त्याचं मन शांत होत जातं. मूळ बिंबाकडे म्हणजे आत्मभानाकडे त्याचा प्रवास सुरू होतो आणि तो प्रवास अतिशय आनंददायी असतो. मग अशा मुमुक्षूला सकारात्मक ऊर्जालहरी प्रभावित करू लागतात. दैवी आनंद त्याच्या मनाला व्यापू लागतो. त्याचं वर्णन तो शब्दांत करू शकत नाही. जेव्हा अशा मनुष्यामध्ये आत्मभान जागृत होतं, तेव्हा त्याच्या हातून कोणतंही अनुचित कर्म होतच नाही. परंतु युद्धासारखाच प्रसंग समोर उभा ठाकला तर ते युद्धकर्म करूनही त्याला पाप लागत नाही. कारण प्रकृतीमधले नियम अशा आत्मभानी मनुष्याला लागूच होत नाहीत.

त्याने जगताला मारलं, याचा अर्थ असत् जगतामधून ज्याने मनाने अंग काढून घेतलं, त्याची वृत्ती विशाल बनली, त्याला सर्वत्र ब्रह्मच ओतप्रोत भरलेलं प्रतीत होऊ लागलं; अशा पुरुषाच्या हातून फलाशारहित सत्कर्मंच होतात. त्याने केलेल्या कर्माचा बंध होत नाही.

ज्ञाने ज्ञेयं परिज्ञाता त्रिविधा कर्मचोदना ।
करणं कर्म कर्तेति त्रिविधः कर्मसङ्ग्रहः ॥१८.१८॥
ज्ञाने कर्म च कर्ता च त्रिधैव गुणभेदतः।
प्रोच्यते गुणसङ्ख्याने यथावच्छृणु तान्यपि॥१८.१९॥

ज्ञान, ज्ञेय, परिज्ञाता या तिन्हींचा समूह कर्माला प्रेरक असतो. कारण इंद्रियं, क्रिया आणि कर्ता या तिन्हींचा समुच्चय हे कर्माचं संक्षिप्त रूप आहे. ज्ञान, कर्म, कर्ता यांचेही प्रत्येकी तीन प्रकार होतात, असं सांख्यशास्त्रात सांगितलं आहे. ते मी तुला जसंच्या तसं सांगतो, ऐक.

द्वंद्व जीवनात मनुष्याच्या हातून जी काही कर्मं घडतात, त्यांची कारणं आणि स्वरूप भगवान या श्लोकांमधून सांगतात. कर्म जेव्हा प्रारंभित होतं तेव्हा तीन गोष्टींची आवश्यकता असते. या तीन गोष्टींना किंवा कारणांना त्रिपुटी म्हणतात. या त्रिपुटीत ज्ञान, ज्ञेय आणि ज्ञाता यांचा समावेश होतो. यामध्ये आत्म्याचा कुठे संबंध नसतो. त्याची केवळ उपस्थिती असते आणि त्यामुळेच जीवाच्या हातून कर्म सिद्ध होतं. भगवंतांनी तेराव्या अध्यायात क्षेत्र-क्षेत्रज्ञाविषयी ज्या संदर्भाने उपदेश केला होता तो संदर्भ या श्लोकांच्या बाबतीत नाही. तिथेही त्यांनी याच त्रिपुटीचा उल्लेख केला होता- तो क्षेत्र-क्षेत्रज्ञाच्या व्यापकतेच्या विचारांमध्ये ओघाने केलेला होता. जो ज्ञाता आहे त्याला कर्म बाधक होऊ शकत नाही या संदर्भाने भगवंतांनी इथे या त्रिपुटीचं विवेचन केलं आहे. या दृष्टिकोनातून ज्ञान, ज्ञेय आणि परिज्ञाता या कर्मप्रेरक समूहाविषयी भगवान या दोन श्लोकांत सांगतात.

ज्ञान म्हणजे संवेदना किंवा जाणण्याची क्रिया. उदाहरणार्थ, घर, पंखा, सेलफोन, टेबल, झाड, प्राणी अशा वस्तू किंवा कोणतेही घटक पाहिल्यानंतर त्यांविषयी जीवाला समज होणं म्हणजे ज्ञान.

ज्ञेय म्हणजे जाणण्याचा विषय. उदाहरणार्थ, पंखा, वस्तू, प्राणी किंवा सृष्टी इत्यादी जे जाणण्याचे विषय असतात ते ज्ञेय असतात.

परिज्ञाता म्हणजे जाणणारा. अर्थात या विषयांना जो जाणतो तो परिज्ञाता.

हे तीन प्रकार मानसिक, बौद्धिक आणि आत्मिक पातळीवरही घडणारे असतात. त्याशिवाय जीवाला ज्ञेय घटकांविषयी समज येऊच शकत नाही. नुसतं डोळ्यांनी पाहून ज्ञान होत नाही किंवा कानांवर शब्द पडले म्हणजे ऐकू येतंच असं नाही. मन-बुद्धी इंद्रियांनी जेव्हा ज्ञेय गोष्टींची जाणीव परिज्ञाताकडे पोहोचते, तेव्हा जीवाला दिसतं किंवा ऐकू येतं. मात्र केवळ परिज्ञात्याकडे या जाणिवा पोहोचून उपयोगाचं नसतं. त्यासाठी समज आवश्यक असते. तशी समज येणं म्हणजे ज्ञान असतं.

हे झालं बाह्य गोष्टींकडून इंद्रियांमार्फत परिज्ञात्याला मिळालेलं ज्ञान. आता जेव्हा ज्ञान मिळवण्याची परिज्ञात्याची इच्छा असते, तेव्हा इंद्रियं आपणहून जाणिवेच्या कक्षेत जातात आणि मग मन-बुद्धीत विचार उमटून त्याचं ज्ञान परिज्ञात्याला होतं. या संदर्भात कोणतंही कर्म इंद्रियांकडून घडण्यापूर्वी त्याचा मनाने निश्चय करावा लागतो. या मानसिक विचारालाच 'कर्मचोदना' म्हणजे कर्म करण्याची प्रथम-प्रेरणा असं म्हणतात. कर्मचोदना आणि कर्मसंग्रह हे शब्द पारिभाषिक आहेत. ही प्रथम-प्रेरणा स्वाभाविकच ज्ञान, ज्ञेय आणि ज्ञाता अशी तीन प्रकारची असते. कपिल मुनींनी केलेल्या सांख्यशास्त्रातही हेच सांगितलं आहे.

आता केवळ ज्ञान-ज्ञेय-ज्ञाता असूनही कर्म सिद्ध होऊ शकत नाही. त्यासाठी आणखी एका त्रिपुटीची आवश्यकता असते. ती म्हणजे, इंद्रियं, कर्ता आणि क्रिया. या तीन/तीनच्या समूहाच्या एकत्रीकरणातूनच कर्म साकार होत असतं.

एखादा घट बनवण्यापूर्वी तो कशा प्रकाराने बनवावा, हे कुंभार प्रथम मनाने ठरवत असतो. मनाशी असा निश्चय झाल्यानंतर तो माती, पाणी, चाक वगैरे साधनांनी प्रत्यक्ष घट बनवतो. मग तो घट हे कुंभाराचं जसं कर्म ठरतं, तसंच मृत्तिकेचंही कार्य असतं. म्हणजे कुंभार 'कर्ता' बनतो. माती, चाक वगैरे साधने ही 'कारण' होतात आणि मडकं तयार होणं म्हणजे 'कर्म' सिद्ध होतं. असा हा कर्मसंग्रह होतो.

म्हणजे या श्लोकातील 'कर्मचोदना' हा शब्द मानसिक किंवा अंतःकरणातील क्रियेचा निदर्शक असून 'कर्मसंग्रह' या शब्दाने मानसिक क्रियेच्या बाह्य क्रिया दाखवल्या जातात. याचा अर्थ कोणत्याही कर्माचा पूर्ण विचार करायचा म्हणजे 'चोदना' आणि 'संग्रह' या दोन्ही संकल्पना पाहिल्या पाहिजेत.

ज्ञान, ज्ञेय आणि ज्ञाता ही त्रिपुटी आहे. हीच त्रिपुटी जगाचं कारण आहे. त्याचबरोबर ही त्रिपुटीच कर्माची निःसंशय प्रवृत्ती आहे. ज्ञाता, ज्ञेय आणि ज्ञान नसेल

तर अशा मनुष्यासाठी जगाला काही अर्थच उरणार नाही. अर्थातच ही त्रिपुटी आहे म्हणूनच जग आहे अन्यथा जगाला अस्तित्वच नाही. म्हणजे प्रोजेक्टर आहे म्हणून सिनेमा असतो. म्हणजे प्रोजेक्शनचं कोणतं तरी माध्यम आहे म्हणून सिनेमा दिसतो. अन्यथा सिनेमाला काही अर्थच उरणार नाही.

अर्थात परिज्ञात्याला म्हणजे जीवाला होणारं ज्ञान हे केवळ विषयांशीच संबंधित असतं. विषयांपुढे म्हणजे वस्तू-गोष्टी यांच्या पलीकडे जाण्याची त्याच्यामध्ये शक्ती नसते. उदाहरणार्थ, आंबा पाहिला की त्याचं ज्ञान इंद्रियांना निरनिराळ्या प्रकाराने जाणवतं. आंब्याचा आकार-रंग नेत्रांना सुखावतो. घ्राणेंद्रियांना सुगंध देतो. स्पर्श केला असता त्वचेला वेगळा आनंद मिळतो तर त्याचा रस जिभेला स्वाद देतो. एकच फळ असं वेगवेगळं ज्ञान देत असतं.

ढगांच्या गडगडाटाला मोर जसा हर्षाने प्रतिसाद देतो, त्याप्रमाणे ज्ञेयाला पाहून ज्ञाता म्हणजे जीव तिकडे आकृष्ट होतो. याचा अर्थ ज्ञाता, ज्ञेय आणि ज्ञान ही त्रिपुटी जगातील सर्व कर्मांना प्रेरणा देत असते.

हा विषय सखोल चिंतनाचा आहे. यातले कितीही मौलिक कण उपसले तरी ते कमीच पडतील. पण ज्ञान, ज्ञेय आणि ज्ञाता ही त्रिपुटी एकत्रित कशी काम करते, हे भगवंतांनी दोन श्लोकांत सांगितलं आहे.

कर्माची प्रथम प्रेरणा ही ज्ञान, ज्ञेय आणि ज्ञाता अशीच असते. इंद्रियं, कर्ता आणि क्रिया असा दुसरा समुच्चय कर्मप्रेरणेला कारण ठरतो.

सर्वभूतेषु येनैकं भावमव्ययमीक्षते।
अविभक्तं विभक्तेषु तज्ज्ञाने विद्धि सात्त्विकम्॥१८.२०॥
पृथक्त्वेन तु यज्ज्ञाने नानाभावान्पृथग्विधान्।
वेत्ति सर्वेषु भूतेषु तज्ज्ञाने विद्धि राजसम्॥१८.२१॥
यत्तु कृत्स्नवदेकस्मिन्कार्ये सक्तमहैतुकम्।
अतत्त्वार्थवदल्पं च तत्तामसमुदाहृतम्॥१८.२२॥

सर्व सृष्ट पदार्थांमध्ये (जीवांसह सृष्टीत) अभिन्न, अविकारी आणि अविनाशी तत्त्व समभावाने स्थित आहे असं ज्या ज्ञानाने कळतं, त्याला सात्त्विक ज्ञान म्हणतात. सर्व भूतमात्रांत निरनिराळा तत्त्वभाव स्वतंत्रपणे विभागलेला आहे असं ज्या ज्ञानामुळे जाणलं जातं, ते राजस ज्ञान असतं. परंतु एकाच गोष्टीत, तत्त्वार्थ आणि हेतू (कार्यकारण संबंध) न जाणता पूर्णत्व बुद्धीने आणि जे तात्त्विक दृष्ट्या निरर्थक आणि संकुचित ज्ञान असतं, ते तामस ज्ञान.

सांख्यशास्त्राप्रमाणे ज्ञान, कर्म आणि कर्ता यांचे गुणभेदानुसार तीन प्रकार होतात. सर्व प्राणिमात्रांच्या ठिकाणी एकच अविनाशी आत्मा आहे हे जो जाणतो आणि त्याच ज्ञानदृष्टीने पाहतो, ते ज्ञान सात्त्विक ज्ञान होय. एकच परब्रह्म - जीवांसह सर्व सृष्ट भौतिक पदार्थांमध्ये ओतप्रोत भरून राहिलेलं आहे, याची जाणीव होणं हे सात्त्विक ज्ञान असतं.

परमात्मा निर्विकार पण ज्ञानस्वरूप असतो. त्याच्याकडे अमाप शक्ती असते पण इच्छाच नसते. याउलट मनुष्याकडे अमाप इच्छा असते पण शक्तीच नसते. कारण परमात्मा पूर्ण आहे आणि जीव अपूर्ण आहे. त्यामुळे जीवाची तृप्ती कधी होत नाही. त्याला सतत इच्छा होत राहतात आणि त्या पुऱ्या करण्यासाठी त्याला पसारा वाढवावा लागतो. म्हणजे अफाट इच्छा पुऱ्या करण्याची शक्ती त्याच्याजवळ नसते; म्हणूनच त्याला कायमची तृप्ती मिळत नाही. कारण इच्छेमुळे होणाऱ्या आसक्ती

आणि वासना त्याला अतृप्त बनवत राहतात. मनुष्य जितका अधिकाधिक भौतिक गरजा भागवण्यासाठी धावतो, तितका तो अपूर्ण असतो. याउलट जो तृप्त असतो किंवा संयमित उपभोग घेत असतो, तो अधिक सामर्थ्यवान मानला पाहिजे. असाच मनुष्य सात्त्विक वृत्तीचा असतो. त्याच्या इच्छा आणि वासना मर्यादित असतात.

भगवान सामर्थ्यवान आहे म्हणूनच त्याला इच्छा होत नाही. काही मिळवायचं कारणच नसतं. अर्थातच भगवंताशी एकरूप व्हायचं असेल किंवा त्या तत्त्वाशी जोडलं जायला हवं असेल तर त्याच्याप्रमाणेच इच्छा नामशेष झाल्या पहिजेत आणि आत्मिक बळ वाढत गेलं पाहिजे, ही गोष्ट पूर्ण तर्कसंगत आहे. अनासक्त, अविकारी व्यक्तीला ज्यामुळे ही जाणीव होते, ते सात्त्विक ज्ञान! यामुळेच सात्त्विक वृत्तीच्या मनुष्याला अविनाशी तत्त्व समत्वभावानं सर्वत्र भरून राहिलेलं आहे याचं ज्ञान होतं.

अशा प्रकारचं ज्ञान होण्यासाठी वृत्ती स्थिर झाल्या पाहिजेत; इच्छा-वासना आटोक्यात राहिल्या पाहिजेत. तरच मनुष्य या ज्ञानाचा विचार करू शकतो. आपलं जीवन कोण चालवतो, जीवनाचा हेतू काय, कुणामुळे आपलं जीवन चालतं, तेच तत्त्व समष्टीमध्ये एकरूपाने कसं भरून राहिलं आहे, मग त्या तत्त्वाला प्राप्त व्हायचं असेल तर काय केलं पाहिजे, अशा तऱ्हेचे विचार मनुष्य सात्त्विक वृत्तीचा झाला तरच त्याच्या मनात उद्‌भवू शकतात. जो केवळ भोगवादातच मग्न आहे त्याच्या मनात अशा तऱ्हेच्या विचारांचा उद्‌भव होणे मुळीच शक्य नाही. सात्त्विक जीवनपद्धती स्वीकारली तरच हे ज्ञान होऊ शकतं.

सात्त्विक स्थितीत बुद्धी पूर्वग्रह बाजूला ठेवून स्वतंत्रपणे विचार करू शकते. पाण्यावर तुरटी फिरवली की गाळ खाली बसतो आणि पाणी पारदर्शक बनतं त्याप्रमाणे बुद्धी स्वतंत्र विचार करू लागली की अंत:करण निर्मल आणि पारदर्शक होतं. एक वेळ अशी येते की, संकल्प-विकल्प, विचार-विकार थांबलेले असतात. तात्पुरती का होईना, वासना स्थिर झालेली असते. असा शांततेचा क्षण हा हृदयाचा शुद्धतेचा क्षण असतो; मन आनंदी असतं. सत्त्वगुणांचा उत्कर्ष झाल्यामुळे आत्मप्रकाश उज्ज्वलतेने फाकू लागतो. अंत:करणाच्या या स्थितीला सात्त्विक स्थिती म्हणतात. या स्थितीतच अशा वृत्तीच्या मनुष्यामध्ये मूलत: असलेलं अज्ञानाचं धुकं वितळलं जातं आणि त्या मनुष्याला सर्वव्यापक सत्याचं दर्शन होतं.

भूतमात्रांमधलं एकरूप तत्त्व हे वेगवेगळं आहे आणि ते सर्व प्राणिमात्रांमध्ये पृथक्त्वाने विभागलेलं आहे असं ज्ञान असतं, त्याला 'राजस ज्ञान' म्हटलं जातं. द्वैतातलं अद्वैत राजसी मनुष्याच्या विचारातसुद्धा कधी येत नाही. ईश्वर सर्वव्यापक आहे, संसार मायावी आहे अथवा आत्मविकासासाठी उपासनादी गोष्टी आवश्यक असतात, एवढीच

माहिती त्याला असते; पण त्या पलीकडे त्याची दृष्टी प्रगल्भ झालेली नसते. राजसी मनुष्य ईश्वरप्राप्तीसाठी अथवा त्याने बनवलेलं विश्व जाणून घेण्यासाठी उपासना करत नाही, तर त्याच्या स्वतःच्या वासना पुऱ्या करण्यासाठी तो उपासना करतो. स्वार्थ साधणं हा त्यांच्या जीवनाचा प्रधान हेतू असतो. त्यासाठी तो अनेक उपक्रम करतो, पूजा-अर्चना करतो, धार्मिक सोहळे पार पाडतो, देणग्या देतो; परंतु भव्य दैवी जीवनाची आणि आध्यात्मिक आनंदाची त्याला सुतराम कल्पनाही नसते.

कलियुगात बहुसंख्य लोक हे राजसी वृत्तीचेच असतात. राजसी व्यक्ती ही हव्यासी असते. सतत हवंहवंसं वाटणं म्हणजे हव्यास! अशी व्यक्ती स्वार्थ साधण्यासाठी मोठमोठे उपक्रम करते. स्वप्रतिष्ठा मिळवणं हेच त्या व्यक्तीचं प्रमुख उद्दिष्ट असल्यामुळे आपपरभाव तिच्यात पुरेपूर भिनलेला असतो. म्हणजेच भेदरूप दृष्टीनंच ती सृष्टीकडे बघत असते. अशी भेदरूप दृष्टी म्हणजे 'राजस ज्ञान'.

यानंतर भगवंतांनी तामसी ज्ञानाविषयी सांगितलं आहे. वेदबाह्य, तत्त्वार्थशून्य आणि क्षुद्र असं जे ज्ञान असतं, त्याला तामस ज्ञान म्हणतात. शरीर कसं चालतं, कोणतं तत्त्व आत वसून आहे, त्याला जाणण्यासाठी काय केलं पाहिजे, वगैरे विषय अशा तामसी व्यक्तीच्या मनात निर्माणच होत नाहीत. ती केवळ संकुचित बुद्धीने स्वतःलाच समग्र समजते. माझंच बरोबर, मला कुणी शिकवण्याची गरज नाही, देवबिव काहीही नसतं अशी अज्ञानी दृष्टी ज्या व्यक्तीमध्ये असते, अशा ज्ञानाला म्हणजेच अज्ञानाला तामस ज्ञान म्हणतात. अशी व्यक्ती जे दिसतं तेवढ्यावरच विश्वास ठेवते. सखोल चिंतनात तिला रस नसतो. किंबहुना ज्ञानसाधनेवरच अशा व्यक्तीचा विश्वास नसतो. जेव्हा राजस आणि तामस ज्ञानाचा समाजामध्ये प्रकोप झालेला असतो, तेव्हा कलियुग अवतरलेलं असतं.

समाजात कोणत्या ज्ञानाचा उत्कर्ष व्हावा याविषयी भगवान मुळीच आग्रही नाहीत. त्यांनी या तीन वृत्तीचे आणि त्यानुरूप ज्ञानाचे केवळ परिणाम सांगितले आहेत. समाजात सुख-शांती, तृप्ती-समाधान, परस्पर सौहार्द आणि आत्मविकासार्थ कर्म करण्याची प्रेरणा असं सुंदर जीवन निर्माण व्हावंसं वाटत असेल, तर सात्त्विक वृत्ती आणि त्या अनुषंगाने येणारं सात्त्विक ज्ञान अंगीकारलं पाहिजे.

सर्वत्र भरून राहिलेलं आत्मतत्त्व एकरूप आणि समभावाने सृष्टीत स्थित आहे अशी जाणीव असणारं ज्ञान ते सात्त्विक ज्ञान. आत्मतत्त्व एकरूप नसून ते पृथक् पृथक् सर्व जीवमात्रांमध्ये सामावलेलं आहे अशी दृष्टी देणारं ज्ञान म्हणजे राजस ज्ञान आणि कोणत्याही तत्त्वदृष्टीशिवाय स्वतःलाच सर्वस्व समजणं हे तामसी ज्ञान.

नियतं सङ्गरहितमरागद्वेषतः कृतम् ।
अफलप्रेप्सुना कर्म यत्तत्सात्त्विकमुच्यते ॥१८.२३॥
यत्तु कामेप्सुना कर्म साहङ्कारेण वा पुनः।
क्रियते बहुलायासम् तद्राजसमुदाहृतम्॥१८.२४॥
अनुबन्ध क्षयं हिंसामनवेक्ष्य च पौरुषम्।
मोहादारभ्यते कर्म यत्तत्तामसमुच्यते॥१८.२५॥

फलाची आसक्ती न ठेवणाऱ्या पुरुषाकडून जे कर्म शुद्ध बुद्धीनं, नियमित, अनासक्त होऊन आणि कामक्रोधविरहित केलं जातं, त्याला सात्त्विक (कर्म) म्हणतात. अहंकारी व्यक्तीकडून जे कर्म अत्यंत परिश्रमपूर्वक केलं जातं, त्याला राजस कर्म म्हणतात. आपली योग्यता, कर्माचा परिणाम, होणारी संभाव्य हानी अथवा परपीडा यांचा कसलाही विचार न करता जे कर्म केवळ मोहग्रस्त होऊन आरंभलं जातं, त्या कर्माला तामस कर्म म्हणतात.

कोणतंही कार्य सिद्ध होण्यासाठी ज्ञान, इच्छा आणि कृती या त्रिपुटीची आवश्यकता असते. कर्म सिद्ध होण्यासाठी ज्ञान आधी होतं का इच्छा आधी होते, हे सांगणं कठीण असतं; पण इच्छा किंवा ज्ञान होणं हे कर्मप्रवृत्तीचं कारण असतं. आता हे कर्म इच्छेतून केलं जातं तसंच प्रतिक्रियास्वरूपही केलं जातं. वृक्षाला फळ येणं हा मूळ बीजाचा परिणाम असतो आणि तो परिणाम पुन्हा बीजाकडे नेत असतो.

मनुष्याच्या बाबतीत केलं जाणारं कर्म हे फळाच्याच अपेक्षेने केलं जाणारं कर्म असतं; आणि ते कर्म मूळ बीजाकडे न नेता त्याला पुनर्जन्माच्या खेळात अडकवतं. कोणत्याही क्रियेची प्रतिक्रिया होणारच असते. तो सृष्टीचाच नियम आहे. त्यात कोणतीही विकृती नाही, पण ही प्रतिक्रिया जर जीवनाचा मूळ उद्देशच झुगारून उमटली, तर मात्र सृष्टिनियमांमध्ये विकृती निर्माण होते आणि त्याचे परिणाम मनुष्याला

भोगावे लागतात. अशी विकृती निर्माण होण्याला मनुष्याची वृत्ती आणि त्यानुसार त्याच्या हातून होणारं कर्म कारण ठरत असतं.

वृत्तींनुसार होणाऱ्या कर्मांचं स्वरूप भगवान या श्लोकांमधून उलगडतात. फलप्राप्तीची इच्छा न करणाऱ्या मनुष्याकडून जे नित्य आणि आसक्तिरहित असं कर्म रागद्वेषावाचून केलं जातं, ते सात्त्विक कर्म असतं! फलप्राप्तीच्या हेतूने अहंकारी अशा कर्मठ मनुष्याकडून जे कर्म महत्प्रयासाने केलं जातं, ते राजस कर्म असतं आणि कर्माच्या कोणत्याही परिणामांकडे लक्ष न देता जे कर्म केलं जातं, त्याला तामस कर्म म्हणतात. या तामस कर्मांमध्ये शक्तीचा आणि धनाचा अपव्यय होतो. प्राण्यांना पीडा होते. अशा तऱ्हेने सामर्थ्याचा किंवा अन्य कोणत्याच गोष्टींचा सारासार विचार न करता केलं जाणारं कर्म तामस कर्म होय.

पानगळ झाल्यानंतर ज्याप्रमाणे नवीन पालवी फुटते त्याप्रमाणे एकामागून दुसरं कर्म जेव्हा सहजतेने घडतं, तेव्हा ते सात्त्विक कर्म होतं. असं नित्य कर्म करताना ते (फलद्रूप) झालं म्हणून त्याचा आनंदही वाटत नाही किंवा काही कारणाने ते झालं नाही म्हणून खेदही वाटत नाही. कारण सात्त्विक कर्म हे मनुष्य आत्मविकासार्थच करत असतो. त्यामुळे त्याच्या कर्मात विकृती निर्माण न होता तो सृष्टिनियमांनुसारच विकास पावत जातो. केवळ भोगविषय प्राप्त करण्यासाठी तो कर्म करत नाही. त्याची भक्तीही भोग्य वस्तूंच्या प्राप्तीसाठी नसते. सृष्टी, सृष्टिव्यापार, परमतत्त्वाचं स्वरूप, पृथ्वीवर जन्म घेण्याचं कारण, आत्मविकासाचे मार्ग यामध्येच सात्त्विक वृत्तीच्या मनुष्याला अधिक रस असतो. तो कर्म करतो ते केवळ जीविका चालवण्यापुरतं. तो कोणत्याही प्रकारचा भौतिक पसारा वाढवत नाही. भौतिक विषयांमध्ये त्याला आसक्ती नसल्यामुळे त्याचं कर्म हे काम आणि क्रोधविरहित होत असतं. म्हणूनच त्याचं कर्म हे शुद्ध बुद्धीनंच केलं जातं.

याउलट सर्व तऱ्हेचा भौतिक पसारा वाढवून जो त्यातच अडकत जातो, ते राजसी कर्म असतं. स्वत:भोवतीच सर्वतऱ्हेचा कोष विणत गेल्यामुळे राजस कर्ता स्वत:च त्यात अडकतो. कर्मामध्ये आसक्त होऊन अनेक प्रकारची कर्मं करत राहणं हा राजस कर्त्याचा स्वभाव असतो. निष्काम बुद्धीने नियत कर्म करून थांबणं त्याच्या रक्तातच नसतं. त्यामुळे आयुष्यभर तो कष्टातच अडकतो. आपण एवढे कष्ट कशासाठी उपसतो आहोत, याचंही भान त्याला नसतं. जी मुळीच टिकाऊ नसते अशी प्रसिद्धी आणि प्रतिष्ठा मिळवण्यातच तो आयुष्यातला फार मोठा भाग खर्च करतो. म्हणजे अनेक क्षेत्रांमध्ये निष्कारण आसक्त होऊन राजस कर्ता आयुष्य व्यर्थ घालवत

असतो. त्याच्या कर्मामागे अहंकार आणि आसक्ती असल्यामुळेच त्याचं प्रत्येक कर्म हे त्याच्यासाठी कष्टदायकच असतं. म्हणूनच या चोविसाव्या श्लोकात 'बहुलायासम्' हे विशेषण राजस कर्माला वापरलेलं आहे.

तामस कर्माची अवस्था तर याहूनही कठीण असते. कोणतंही कर्म करताना कर्माचा परिणाम, सामर्थ्य, संपत्ती आणि वेळ या चार गोष्टींचा विचार करावा लागतो. तसा तो केला नाही तर कर्माला तामसी स्वरूप प्राप्त होतं. म्हणजे, वाळूपासून ज्याप्रमाणे तेल निघत नाही किंवा पाण्यावर रेघ मारली तरी ती दिसत नाही, त्याप्रमाणे अशा कर्मातून काहीही निष्पन्न होत नाही. ते तामस कर्म होतं. पण तामस कर्मातून परपीडा होऊ शकते आणि संभाव्य हानीही होऊ शकते. प्रमाद, कुप्रवृत्ती, अविवेक, अज्ञान, कामचुकारपणा वगैरे दुर्गुण तामसी मनुष्याच्या कर्मात असतात तर बेसावधपणा, अज्ञान, अविवेक, कुप्रवृत्ती आणि निद्रा हे भाव त्याच्या वृत्तीत असतात आणि मग त्याचा परिणाम म्हणजे उद्विग्नता, निराशा किंवा चिंता अशा विकृतींनी तामस कर्ता पछाडला जातो.

म्हणून आपल्यामध्ये या राजसी-तामसी प्रवृत्तींमधले दुर्गुण असतील तर ते दूर करण्याचा मनुष्याने प्रयत्न केला पाहिजे. सात्त्विक वृत्ती जोपासण्याचा अधिकाधिक प्रयत्न केला तर जीवन निश्चितच प्रशांत आणि सुंदर बनून जाईल याची मला निश्चिती वाटते.

सत्त्व, रज, तम या त्रिगुणांच्या भेदानुसार कर्मही तीन प्रकारचं असतं. ज्याची जशी वृत्ती, तसं त्याचं कर्म असतं. सात्त्विक मनुष्य आत्मविकासार्थ सात्त्विक कर्मं करतो. राजसी मनुष्य विविध भोग आणि प्रतिष्ठा मिळवण्यासाठी राजस कर्मं करतो, तर तामसी मनुष्य तामस अज्ञानयुक्त भावनेतून कर्मं करतो. त्या त्या गुणांच्या कर्मांचेही तसेच उत्कृष्ट, कष्टदायक आणि हीन परिणाम होतात. म्हणून कौटुंबिक आणि सामाजिक स्वास्थ्यासाठी सात्त्विक कर्माचं अनुसरण केलं पाहिजे.

मुक्तसङ्गोऽनहंवादी धृत्युत्साहसमन्वित: ।
सिद्ध्यसिद्ध्योर्निर्विकार: कर्ता सात्त्विक उच्यते ॥१८.२६॥
रागी कर्मफलप्रेप्सुर्लुब्धो हिंसात्मकोऽशुचि:।
हर्षशोकान्वित: कर्ता राजस: परिकीर्तित:॥१८.२७॥
अयुक्त: प्राकृत: स्तब्ध: शठोऽनैष्कृतिकोऽलस:।
विषादी दीर्घसूत्री च कर्ता तामस उच्यते॥१८.२८॥

आसक्तिरहित, अहंकाररहित, (ज्ञानाविषयी) धारणा आणि (कर्तव्याविषयी) उत्साह यांनी जो युक्त आहे, शिवाय यशापयशाने ज्याचं अंत:करण विकार पावत नाही, अशा कर्त्याला सात्त्विक कर्ता म्हणतात. विषयासक्त, कर्मफलाची इच्छा बाळगणारा, हर्ष आणि शोकग्रस्त, परपीडा देणारा, अशुचिमान असा जो कर्ता असतो, त्याला राजस कर्ता म्हणतात; तर चंचल वृत्तीचा, कर्तव्यपराङ्मुख, अविवेकी म्हणजे असंस्कारी, उद्धट, कपटी, कृतघ्न, नीच, खिन्न आणि चेंगट असा जो कर्ता असतो, त्याला तामस कर्ता म्हणतात.

ज्ञान आणि कर्म यांच्यामध्ये गुणांनुसार तीन प्रकारचे भेद कसे निर्माण होतात, ते आपण यापूर्वी बघितलं. आता गुणांनुसार कर्त्याचे जे तीन प्रकार होतात, ते भगवंत या श्लोकांमधून विशद करतात.

जो 'मी'पणाचा त्याग करतो, फलसिद्धी झाली अथवा फलविफलता आली तरी हर्ष किंवा विषाद मानत नाही तो सात्त्विक कर्ता असतो. अर्थात अशा गुणांचा मनुष्य मी कर्म केलं, माझं ते कर्तृत्व आहे, अशा प्रकारचा 'मी'पणा (Ego) बाळगत नाही. त्यामुळे कर्माचं चांगलं फळ मिळालं म्हणून तो हवेत जात नाही किंवा अपेक्षित फळ मिळालं नाही म्हणून निराशही होत नाही. असा सात्त्विक कर्ता ज्ञानाच्या बैठकीवर आयुष्य आक्रमत असतो. आसक्तिशून्य, मनोवृत्तिशून्य आणि कामनाशून्य राहून तो

काम करतो. अशा सात्त्विक मनुष्याचा ज्ञान मिळवण्याकडे नित्य ओढा असतो. हे ज्ञान म्हणजे भौतिक भोग्य विषयांचं ज्ञान नाही तर एकूणच जीवनाविषयीचं ज्ञान असतं. या ज्ञानाची कक्षा अतिविशाल असते. 'मी कोण? इथे कुठून आलो? का आलो? कसा आलो? त्यामागे कोणतं रहस्य आहे? पुनर्जन्म कसा आहे? वास्तविक विकासक्रम कसा आहे? मृत्यूनंतर मी कुठे जाणार आहे? पृथ्वीवरच जन्म घेऊन मी परत येणार आहे का आणखी उच्च स्तरावर जाणार आहे? असे ऊर्ध्व आणि अधोस्तर किती आणि कोणते आहेत? त्यांचं स्वरूप कसं आहे? मग दृश्य-अदृश्य सृष्टीचं स्वरूप तरी कसं आहे? हे ब्रह्मांड कसं आहे? ते मायावी आहे का प्रत्यक्ष आहे? कुणी ते निर्माण केलं? मग तो निर्माता कसा आहे? तो किती विशाल आणि तसाच किती सूक्ष्म आहे? तोच परमात्मा यच्चयावत जीवांमध्ये कसा वसून असतो? तो सगुण साकार आहे निर्गुण निराकार आहे? तोच परमात्मा पूर्णस्वरूपात माझ्या हृदयात कसा काय वसून आहे? मग त्याला जाणण्यासाठी मी काय करणं अपेक्षित आहे?

अशा प्रकारच्या ज्ञानाकडे सात्त्विक मनुष्याला ओढ असते. प्राचीन ऋषींसह निवृत्ती, ज्ञानदेव, सोपान, मुक्ताबाई, एकनाथ, नामदेव, तुकाराम आदी सारे संत 'सात्त्विक कर्ता' या सदरात येतात. सात्त्विक कर्ता परमेश्वराचं कार्य निष्काम भावनेने करत असतो.

जो कर्ता विषयासक्तीने युक्त असतो, कर्मफलाची ज्याला आस असते, परद्रव्याचा ज्याला लोभ सुटतो, दुसऱ्यांना जो पीडा देतो, स्वतः जो शुचिर्भूत नसतो, तो 'राजस कर्ता' असतो. कार्यसिद्धी झाली म्हणजे अशा कर्त्याला हर्ष होतो. उलट कार्यनाश झाला म्हणजे तो शोकाने व्याकूळ होतो. अशा राजस व्यक्तींचा भोगही व्यक्तिविषयक असतो आणि त्यांची मुक्तीही व्यक्तिविषयकच असते. परमेश्वराची भक्ती करण्याचा त्यांचा उद्देशही स्वार्थ साधणं हाच असतो.

राजस कर्त्याला तत्त्वज्ञान, सृष्टीचं स्वरूप, शुद्ध कर्म किंवा आत्मज्ञान प्राप्त करणं अशा विषयांमध्ये रस नसतो. जीवन हे मस्त जगण्यासाठीच आहे, अशी त्याची जीवनाविषयी धारणा असते. उपभोग घेण्यासाठीच जन्म आहे; त्यामुळे मस्त जगावं, भरपूर खावं-प्यावं आणि मौजमजा करावी, अशी विचारसरणी बाळगून तो जगत असतो. असं मौजमजेचं जीवन जगण्यासाठी निश्चितच धन-दौलतीची आवश्यकता असते. ती मिळवण्यासाठी मग असा राजसी कर्ता भरपूर काम करतो, कामात अडचणी आल्या तर तो आराध्य दैवताशी व्यवहार करतो - प्रसंगी धार्मिक स्थळांचे उंबरठे झिजवतो. या साऱ्या कर्मांमध्ये त्याची प्रबळ वासनाच दडलेली असते. प्रत्यक्षात देवाचे विचार, तात्त्विक विचार, ऋषी-संतांचे उपदेश यांच्याशी त्याला काहीही कर्तव्य

नसतं. भरपूर धन मिळवणं आणि ते मिळवताना आलेल्या अडचणी सोडवणं एवढंच त्याचं आराध्य दैवताशी नातं असतं. धनदौलतीवरच तो प्रतिष्ठेचं मोजमाप करतो. स्वत:कडे धनाची कमतरता भासू लागली किंवा अधिक धन मिळावं म्हणून दुसऱ्यांना पीडा द्यायलाही तो कमी करत नाही. त्याच्या आयुष्यात चांगले दिवस आले की तो अक्षरश: हवेत तरंगू लागतो. मग तो सहज कुणाचीही चेष्टा करतो. सात्त्विक-सज्जनांची तर तो हमखास चार लोकांत खिल्ली उडवतो. ज्ञानी लोकांचा तो उपमर्द करतो. साधे-सरळ लोक त्याला कमी प्रतीचे किंबहुना मूर्ख वाटतात. त्यांना दुखावण्यात त्याला काहीही वावगे वाटत नाही. भोगवादी श्रीमंतांमध्ये रमण्यात मात्र त्याला प्रतिष्ठा वाटते. तसं भोगी जीवन हे त्याला आदर्शवत जीवन वाटत असतं. आयुष्यात सर्वच दिवस सारखेच नसतात, हे त्याच्या गावीही नसतं. कर्माची फेड करावीच लागते, याचीही जाणीव त्याला नसते. त्यामुळे काळ फिरला, मनावर आघात झाला किंवा धनदौलतीला कसर लागली की हवेत गेलेला हा राजसी कर्ता जमिनीवर अक्षरश: आपटतो. सद्विचारांचे संस्कार झाले नसल्यामुळे तो सैरभैर होतो; शोकग्रस्त होतो.

राजस कर्त्याच्या बाबतीत भगवंतांनी 'अशुचिमान' या शब्दाची योजना केली आहे. ती अतिशय महत्त्वाची आहे. राजस कर्त्याच्या विचारात आणि कर्मात शुचिता म्हणजे शुद्धता नसते. स्वार्थ साधण्यासाठी तो कोणत्याही थराला जाऊ शकतो. तो वरवर स्वच्छ राहतो परंतु त्याचं अंत:करण काळवंडलेलं असतं. राजसी कर्ता कधी कधी इतका घातक होतो की तो स्वत:सह समाजालाही विनाशाकडे नेतो. स्वार्थासाठी वाईट आणि अधर्म्य कृत्यांना तो जवळ करतो. त्यांचा प्रसारही करतो. समाज नासवण्यासाठी आणि त्या नासवण्यातही स्वप्रतिष्ठा जपण्यासाठी तो दगाबाजीसुद्धा करतो - अगदी देशाशी प्रतारणा करायलाही तो कमी करत नाही.

अशा लोकांपासून सर्वांनी - विशेषत: तरुणांनी अतिशय सावध राहायला हवं.

यानंतर भगवान तामस कर्त्याची गुणविशेषता सांगतात.

नेहमी अशांतचित्त, अत्यंत अज्ञ, गर्वाने ताठलेला, तापट, कपटी, दुसऱ्यांच्या उपजीविकेच्या साधनांचा उच्छेद करणारा, आळशी, खिन्न आणि कामात अतिशय चेंगटपणा करणारा जो कर्ता तो तामस कर्ता! असा तामसी माणूस प्रमादी, संस्काररहित, धूर्त, कृतघ्न, विषादी आणि दीर्घसूत्री असतो.

तामसी मनुष्य हा अतिशय घातक असतो. तो वासनेचा गुलाम असतो. त्याची वृत्ती अतिशय चंचल असते. तो आपल्या इंद्रियांवर ताबा ठेवू शकत नाही. तामसी कर्त्याच्या जीवनात कोणतंच निश्चित असं ध्येय नसतं. सात्त्विक कर्त्याचं आध्यात्मिक प्रगती हे निश्चित ध्येय असतं तर राजसी कर्त्याचंही ध्येय हे पद-पैसा-प्रतिष्ठा मिळवणं आणि

त्यासाठी जीवाचं रान करणं हे असतं. तामसी कर्त्यापुढे असं कोणतंच ध्येय नसतं. संदिग्धता आणि अनिश्चितता त्याच्या मनात कायम वसत असते. तो प्राकृत म्हणजे प्रकृतीमध्येच अडकलेला असतो. आत्मज्ञानासाठी सुसंस्कृतपणा आवश्यक असतो. नीतिधर्मयुक्त, सुखद परिणामी, सरल, मंगल, सुंदर आणि ज्ञानसन्मुख जीवन हे सुसंस्कृत जीवन असतं; पण जो प्रकृतीमध्येच अडकलेला आहे, उग्र आहे आणि कपटी आहे, त्याच्यामध्ये सुसंस्कृत जीवनाचा उद्‌भव तरी कसा होणार? असा मनुष्य सहज गुन्हा करू शकतो. दुसऱ्यांचं आपल्याकडे कसं येईल, याचा तो धूर्तपणे विचार करतो. कुणी अशा तामसी कर्त्याला मदत केली तर त्याची आठवण तो कधी ठेवत नाही. किंबहुना तो उपकारकर्त्यावर उलटतोसुद्धा!

> चित्रसेन गंधर्वाच्या तावडीतून पांडवांनी दुर्योधनाला सोडवलं होतं-वाचवलं होतं, पण त्याविषयी कृतज्ञता तर सोडाच; त्याचा आणखी जळफळाट झाला होता. उपकारकर्त्यावरच तो उलटला होता. या एका व्यक्तीमुळे महाभारत घडलं होतं आणि लाखो लोकांचे प्राण गेले होते. इतकंच नाही, तर समाजात चुकीच्या प्रथा रूढ झाल्या होत्या. दुर्योधनासारखा तामसी मनुष्य हा दीर्घसूत्रीही असतो. तो कधी पुढे जात नाही किंवा कर्माचा खेळ म्हणून गोष्टी सोडून देत नाही. उलट तो सारं काही धरून ठेवतो. एखाद्याचा काटा काढायचा असेल तर तो त्यासाठी दीर्घकालसुद्धा थांबतो. अनेक खेळ्या खेळतो. विशेष म्हणजे, स्वतः आरामात राहून तो दुसऱ्यांकरवी शत्रूचा काटा काढतो. शरीरांतर्गत तत्त्वं, तिथून मिळणारे संकेत, कर्माचा खेळ यांच्याशी त्याचा दुरन्वयानंही संबंध नसल्यामुळे तो जरी आरामात किंवा आळसात राहिला, तरी त्याचं मन नेहमीच अशांत असतं. तो नित्य खिन्न असतो.

अशा तऱ्हेने भगवंतांनी सात्त्विक, राजस आणि तामस या तीन गुणांनी प्रभारित कर्त्यांविषयी या श्लोकांमधून वर्णन केलं आहे. ज्या गुणाच्या कर्त्याचं अनुकरण केलं जातं, तसा समाज घडतो हे ध्यानात ठेवलं पाहिजे. म्हणून अतिशय विचारपूर्वकच आपले आदर्श ठरवले पाहिजेत.

पावसाळ्यातले मेघ गर्जना न करता वृष्टी करतात त्याप्रमाणे 'मी कर्ता आहे' असा डांगोरा न पिटता सात्त्विक कर्ता कर्म करतो. बगळा माशाकरता ध्यान धरून तटस्थ बसतो, त्याप्रमाणे राजस कर्ता दुसऱ्याच्या मालमत्तेवर लक्ष ठेवून असतो. योग्य-अयोग्य न जाणणारा तामस कर्ता हा प्रकृतीच्या अधीन झाल्यामुळे स्वैराचाराने ग्रस्त होऊन फुग्याप्रमाणे फुगतो आणि नाश पावतो.

बुद्धेर्भेदं धृतेश्चैव गुणतस्त्रिविधं श्रुणु।
प्रोच्यमानमशेषेण पृथक्त्वेन धनञ्जय॥१८.२९॥
प्रवृतिं च निवृत्तिं च कार्याकार्ये भयाभये ।
बन्धं मोक्षं च या वेत्ति बुद्धिः सा पार्थ सात्त्विकी ॥१८.३०॥

अर्जुना, आता बुद्धी आणि धृती यांचे गुणांनुसार तीन भेद कसे होतात ते सांगतो. प्रवृत्ती म्हणजे एखादी गोष्ट करू लागणं आणि निवृत्ती म्हणजे एखादी गोष्ट करू न लागणं; कार्य म्हणजे कोणतं कृत्य करण्यास योग्य आणि कोणतं कृत्य अयोग्य, घाबरावं कशास आणि कशास घाबरू नये, बंध कशात आहे आणि मोक्ष कशात आहे, हे जी बुद्धी जाणते ती (बुद्धी) हे पार्था! सात्त्विक बुद्धी होय.

यापूर्वी भगवंतांनी ज्ञान, श्रेय आणि परिज्ञाता या तीन प्रकारच्या कर्मचोदना सांगितल्या. मग करण म्हणजे इंद्रिय समुच्चय, कर्म आणि कर्ता याविषयी सांगितलं. त्यानंतर ज्ञान, कर्म आणि कर्ता यांमधील भेदांचं वर्णन एकोणिसाव्या श्लोकात केलं. आता ते या श्लोकांमधून बुद्धी आणि धृती यांचा विचार मांडत आहेत. म्हणजे अतिशय सूत्रबद्ध पद्धतीने ते मनुष्यजीवाविषयीची गुणवैशिष्ट्यं उलगडत आहेत, हे ध्यानात येईल.

अर्थातच कोणतंही कर्म घडण्यामागे या त्रिपुटी संग्रहाची आवश्यकता असते. मात्र तेवढ्यानंही भागत नाही. कर्म सिद्ध होण्यासाठी ज्ञानाचीही गरज असते. ज्ञानाशिवाय काहीही घडणं शक्य नाही. म्हणून बुद्धीला महत्त्व येतं. तथापि, बुद्धी म्हणजे ज्ञान नाही तर जीवाला ज्ञान करून देणारं साधन म्हणजे बुद्धी. अर्थात ज्या माध्यमातून जाणलं जातं, बोध होतो किंवा समज येते, ते साधन म्हणजे बुद्धी. मनुष्याला ज्ञानाचा प्रवाह बुद्धीद्वारेच मिळतो. या बुद्धीचं मानवाच्या प्रकृतीत असणारं स्थान म्हणजेच कारणशरीर अथवा विज्ञानमय कोष. म्हणूनच बुद्धी हीसुद्धा भौतिक उपाधी असते, ज्ञान हा मात्र आत्म्याचा धर्म असतो. म्हणून आत्मा हा त्रिगुणातीत आणि निरुपाधिक आहे. शरीरातील त्या निरुपाधिक आणि त्रिगुणातीत तत्त्वालाच

प्रत्यगात्मा म्हणतात आणि सृष्टी व्यापून उरलेल्या त्याच तत्त्वाला परमात्मा म्हणतात. म्हणजे बुद्धी ही त्रिगुणातच अडकलेली असते तर ज्ञानी आत्मा हा गुणातीत असतो. म्हणूनच भगवान या श्लोकात सांगतात, की बुद्धी आणि धृतीचे गुणांनुसार भेद होतात.

बुद्धी आणि धृती हे परस्परांशी निगडित असले तरी बुद्धीशिवाय धृती संभवत नाही. धृती म्हणजे कामना, धैर्य किंवा धारणाशक्ती. बुद्धीने एकदा ध्येय ठरवलं की ध्येयपूर्तीपर्यंत जी चिकाटी लागते, त्यालाच धैर्य म्हणतात. मग ते ध्येय चांगलं असो; वा वाईट असो; पण ते गाठण्यासाठी बुद्धीची धारणाशक्ती आवश्यक असते. या अर्थानंही धृती म्हणजे धारणाशक्ती.

आता सात्त्विक-राजस-तामस या त्रिगुणात्मक वृत्तींनुसार बुद्धी आणि धृती यांचेही कसे भेद होतात, हे भगवान या श्लोकांमधून सांगत आहेत.

प्रवृत्ति-निवृत्ती, शास्त्रविहित कर्तव्य आणि शास्त्रनिषिद्ध अकर्तव्य, कारणासह बंध आणि मोक्ष, भयाभय यांना जी अंतःकरणाची बुद्धी या नावाची वृत्ती जाणते ती सात्त्विक बुद्धी! सात्त्विक व्यक्ती कोणत्याही निर्णयप्रसंगी सारासार विवेक जागृत ठेवूनच निर्णय घेते.

परमात्मा हृदयात बसून आपल्याला विचारांसह अंतर्बाह्य जाणत आहे, याविषयी त्याच्या मनात निश्चिती असते. त्यामुळे तो चुकीच्या कामांना प्रवृत्तच होत नाही. पापकर्मापासून तो निवृत्तच असतो. विचार आणि अनुभवाने त्याला शास्त्र ज्ञात झालेलं असतं. त्यामुळे कोणतं कार्य शास्त्रविहित आहे आणि कोणतं नाही, याविषयी तो विचारपूर्वक निर्णय घेत असतो. कोणतं कार्य बंधनाला कारण ठरेल, कोणतं कार्य केलं असता जीवन भयग्रस्त होईल आणि कोणतं कार्य मोक्षाला कारण ठरेल, हे तो बुद्धिपूर्वक जाणत असतो. त्यामुळे ज्या बुद्धीमुळे ती व्यक्ती हे सारं जाणू शकते, ती सात्त्विक बुद्धी. जणू खळाळलेल्या पाण्याला विचाररूपी बांध घालून एका निश्चित दिशेने विचारपूर्वक कार्यप्रवृत्त करणारी ती सात्त्विक बुद्धी.

बुद्धी हे ज्ञानग्रहणाचं साधन असतं. प्रकृती आणि पुरुष यांचा संयोग होऊन सृष्टीचं कार्य प्रारंभित झालं की बुद्धितत्त्व प्रकट होतं. आत्म्याकडून निघालेला ज्ञानप्रवाह बुद्धीमध्ये प्रवाहित होतो. तो प्रवाह प्रथम कारणशरीरात आणि पुढे तो सूक्ष्म शरीरात उतरतो. म्हणजेच मनात उतरून तो स्थूल शरीरातील मेंदूत येऊन पोहोचतो. ज्ञानतंतूंच्या माध्यमातून मनुष्याला संवेदना होतात तेव्हा बुद्धी ही ज्ञानप्रवाहाचं उगमस्थान ठरतं. असं हे बुद्धितत्त्व मन, बुद्धी, चित्त आणि अहंकार या अंतःकरणाच्या चारही घटकांना व्यापतं. अंतःकरण हे स्थूल शरीराला जोडलं असल्यामुळे बुद्धीचा

प्रवाह संपूर्ण शरीरात काम करतो. म्हणूनच मनात उद्भवणाऱ्या प्रवृत्ती आणि निवृत्तीलाही ही बुद्धी जाणते.

जो मनुष्य सात्त्विक वृत्तीचा असतो किंवा होतो, त्याची बुद्धी अंतःकरणातील प्रवृत्ती आणि निवृत्तीलाही यथायोग्य जाणते. सामान्यतः परमेश्वरापासून निघालेली जाणीवशक्ती ही प्रकृतिद्रव्यात जेव्हा अधिकाधिक गुंडाळली जाते, म्हणजेच ईश्वराविषयीच्या मूळ जाणिवेपासून विलग होऊ लागते, तेव्हा ती मंद मंद होत जाते. मग अल्पजाणीव जेव्हा बुद्धी जाते तेव्हा ती जीवदशा असते. जीवदशेत मनुष्य प्रकृतीच्या अधीन राहतो. मग ज्ञान, ज्ञेय आणि ज्ञाता या अवस्थेपर्यंत जाणीव येऊन पोहोचते. मंद झालेल्या जाणिवेच्या प्रवाहातून घडलेली बुद्धी मग तिच्या पात्रतेनुसार जे काही समजतं तेच ज्ञान होतं. त्याच ज्ञानाचं ज्ञेय होतं आणि जाणणारा ज्ञात होतो. यालाच जीवदशा म्हणतात. या अधःपतित जीवदशेकडून पुन्हा शिवदशेचा म्हणजे ईश्वराचा शोध घेत पुन्हा उलटक्रमाने जाण्याचा बोध ज्या बुद्धीला होतो, तिलाच भगवंतांनी सात्त्विक बुद्धी म्हटलेलं आहे.

बुद्धी जेव्हा सात्त्विक होते तेव्हा ती प्रवृत्ती म्हणजे काय आणि निवृत्ती म्हणजे काय, यांचा विवेक करू लागते. सामान्यतः जीवाला जी प्रवृत्ती होत असते त्याची प्रेरणा ही प्रकृतीची असते. म्हणजे प्रकृतीतील गोष्टी मिळवण्याचीच साधारण मनुष्याची प्रवृत्ती असते. सात्त्विक मनुष्याची बुद्धी प्रकृतीच्या या प्रभावातून निवृत्त होऊ पाहते, या मार्गात भय आणि अभय हे भाव अडथळे निर्माण करतात. भयाचा उद्भव हा पापापासून होतो, तर पुण्यामुळे मनुष्य निर्भय होतो. भय हे शारीरिक आणि मानसिक स्वरूपाचं असतं. भीतीची भावना मनात चिंता उत्पन्न करते - सुखसंवेदनांना दडपून टाकते. वासनांची विविध स्वरूपं आणि आसक्ती ही भीतीची उगमस्थाने असतात. भविष्यकाळ अज्ञात असल्यामुळे तिथे काय वाढून ठेवलं आहे, याविषयी मन चिंताग्रस्त झालेलं असतं. थोडक्यात, भीती आणि चिंता मनुष्याला जिवंतपणीच मारत असतात.

मनुष्याची बुद्धी सात्त्विक बनली असेल तर कशाची भीती बाळगावी आणि कशाला घाबरू नये, याचा विवेक करू लागते. अर्थातच पापकर्माला सात्त्विक मनुष्य घाबरतो पण पुण्यकारक विकास-कर्म करताना तो घाबरत नाही. मनातून भीती जाण्यासाठी परमेश्वरावर नितांत श्रद्धा असावी लागते. त्यासाठी, मागे भगवंतांनी सांगितल्यानुसार परमेश्वराची अव्यभिचारी भक्ती केली पाहिजे. आपल्या भक्तीत वासना असता कामा नये. निष्काम कर्मयोग करण्यातून सात्त्विक वृत्तीचा मनुष्य निर्भय होत असतो. अशाच सात्त्विक बुद्धीची विशेषता भगवान इथे वर्णन करतात.

यानंतर भगवान बंध आणि मोक्षाचा उल्लेख करतात. प्रकृतीच्या प्रभावातून सुटण्याची केवळ माहिती असून उपयोगाचं नसतं. कोणत्या कारणामुळे जीवाला बंध होतो आणि मोक्ष म्हणजे काय, याचाही विवेक बुद्धीला करता आला पाहिजे. बंध म्हणजे अविद्या, अज्ञान आणि प्रकृतिद्रव्यापासून बनलेल्या विज्ञानमयादी कोषांचं वेष्टण. हेच जीवात्म्याचं बंधन असतं. हे बंधन जेव्हा पूर्णपणे नष्ट होतं, तेव्हा जीवात्मा मुक्त होतो. म्हणजेच तो मोक्षाला प्राप्त होतो.

मोक्ष म्हणजे अविद्या किंवा अज्ञानातून मुक्त होणं. या अवस्थेत मनुष्य जीवभावातून समष्टिभावात जातो. म्हणजे तो विश्वव्यापक होतो, ब्रह्मरूप होतो. परंतु अद्याप तो ईश्वरी तत्त्वात विलीन झालेला नसतो. कारण ब्राह्मी अवस्था हीसुद्धा ईशनिर्मित आहे. त्यामुळे क्रममुक्ती साधत तो प्रजापतीबरोबर ईशतत्त्वात विलीन होतो.

मोक्षाचं हे स्वरूप सात्त्विक बुद्धीत उतरत असतं. यावरून सात्त्विक बुद्धीची श्रेष्ठता आणि आवश्यकता ध्यानात येऊ शकते.

संस्कार, अभ्यास आणि अनुभवाने ज्या व्यक्तीला शास्त्रविचार ज्ञात झालेले असतात, ती व्यक्ती कोणतं कार्य शास्त्रविहित आहे आणि कोणतं शास्त्रनिषिद्ध आहे, याविषयी विचारपूर्वक निर्णय घेत असते. असा विचार करणारी बुद्धी ती 'सात्त्विक बुद्धी.' अविद्येचं आवरण झुगारून मोक्षप्राप्ती कशी करून घ्यायची, याचं ज्ञान सात्त्विक बुद्धीलाच होत असतं.

यया धर्ममधर्मं च कार्यं चाकार्यमेव च ।
अयथावत्प्रजानाति बुद्धिः सा पार्थ राजसी ॥१८.३१॥
अधमर्ं धर्ममिति या मन्यते तमसावृता ।
सर्वार्थान्विपरीतांश्च बुद्धिः सा पार्थ तामसी ॥१८.३२॥

जिच्या योगाने धर्म-अधर्म, कार्य-अकार्य यांविषयी यथार्थ निर्णय होत नाही, ती बुद्धी म्हणजे पार्था, राजस बुद्धी होय. जी अज्ञानग्रस्त बुद्धी धर्माला अधर्म आणि अधर्माला धर्म मानते अशी (परस्परविरुद्ध अर्थ काढणारी) विपरीत बुद्धी म्हणजे तामस बुद्धी होय.

या दोन श्लोकांमधून राजसी बुद्धी आणि तामसी बुद्धी यांच्याबद्दलही भगवंतांनी विशद केलं आहे. जिच्या योगाने मनुष्य धर्म-अधर्म, कर्तव्य-अकर्तव्य यांना निश्चित रूपाने न जाणता केवळ अनिर्णित रूपाने जाणतो, ती राजसी बुद्धी! अज्ञानाने किंवा अविवेकाने आच्छादित झालेली जी बुद्धी अधर्माला धर्म समजते आणि बाकीच्या सर्व पदार्थांनाही विपरीत समजते ती तामसी बुद्धी. नीच लोकांच्या संगतीने मनुष्याची बुद्धी भ्रष्ट होते. मध्यम लोकांच्या संगतीने ती मध्यम होते आणि उत्तम लोकांशी संगत ठेवल्यामुळे मनुष्याची बुद्धी उत्तम होते. हा संगतीचा महिमा आहे. म्हणूनच मोरोपंत म्हणायचे, *सुसंगती सदा घडो.*

तहान लागली असता माणूस पाणी पितो. तहान भागवण्यापलीकडे अन्य कोणताही हेतू पाणी पिताना नसतो. त्याप्रमाणे आत्मप्राप्तीरूपी तृष्णा भागवण्याचा हेतू मनात बाळगून त्यासाठी आवश्यक असणारी शास्त्रविहित नित्य कर्मं सात्त्विक बुद्धीचा माणूस करतो. जी बुद्धी धर्माधर्मरूप कृत्य-अकृत्य यांची निवड न करता सरसकट आचरण करत राहते, ती राजसी बुद्धी असते. सोन्याची परीक्षा करता येत नाही असा मनुष्य सोने खरेदी करायला गेला तर बेंटेक्सचा दागिना घेऊन येईल! चुकून

सौदा बरोबर झाला तर तो योगायोगच असतो! अशा तऱ्हेने काम करणारी जी बुद्धी असते ती राजसी बुद्धी!

मागील श्लोकात भगवंतांनी सात्त्विक बुद्धीचं लक्षण सांगताना प्रवृत्ति -निवृत्ती, कार्य-अकार्य, भय-अभय आणि बंध-मोक्ष या चार परस्परविरोधी जोड्या सांगितल्या. राजसी बुद्धीची वैशिष्ट्यं सांगताना त्यांनी काय-अकार्य या एकाच जोडीबरोबर धर्म आणि अधर्म या एकाच जोडीचा उल्लेख केलेला आहे. याचं कारण म्हणजे राजस बुद्धीमध्ये दूरदृष्टी मुळीच नसते. त्यामुळे अंतिम भय-अभय, प्रवृत्ति-निवृत्ती आणि बंध-मोक्ष या विचारांचा उद्‌भव या बुद्धीत होण्याची शक्यताच नसते. ज्ञानाचा उद्‌भव हा सात्त्विक बुद्धीतच होत असतो. हे ज्ञान म्हणजे आत्म-परमात्मज्ञान. या ज्ञानामुळेच दूरदृष्टी असलेली सात्त्विक बुद्धी सत्त्वनिष्ठ जीवनाबरोबरच मोक्षाचीही इच्छा बाळगून असते.

राजसी बुद्धीत केवळ धर्माधर्म आणि कार्य-अकार्य हेच विषय उद्‌भवू शकतात. बुद्धी सात्त्विक झाल्याखेरीज प्रवृत्ति-निवृत्ती, भय-अभय आणि बंध-मोक्ष या विषयांचा बुद्धीत उद्‌भव होऊच शकत नाही. शिवाय धर्माधर्म आणि कार्य-अकार्य या विषयांचासुद्धा अनिर्णित उद्‌भव होत असतो. म्हणजे या दोन विषयांविषयीसुद्धा राजसी बुद्धीत संदिग्धता असते - निश्चिती नसते. कारण सृष्टीत धर्म-अधर्मादी परस्परविरुद्ध शक्ती आहेत. त्या शक्तींच्या प्रभावानंच सृष्टीमध्ये उत्पत्ति-स्थिति आणि लय होत असतात. त्यामुळे घटनेच्या दृष्टिकोनातून शक्ती म्हणजे धर्म असतो आणि विघटनाच्या दृष्टिकोनातून विचार केला तर हीच शक्ती अधर्म ठरते. अर्थात घटन म्हणजे धर्म आणि विघटन म्हणजे अधर्म. या साऱ्या सृष्टिकर्माचं स्वरूप वगैरेचं ज्ञान राजसी वृत्तीत सामावूच शकत नाही. म्हणूनच धर्माधर्माचा ती संकीर्णपणे विचार करूच शकत नाही. त्यात तिला रसही नसतो.

धर्म आणि अधर्म हा सृष्टीचा स्वभाव आहे. तो बदलता येत नाही. ती गोष्ट माणसाच्या हातात नाही. कार्य-अकार्याचा विचार मात्र माणसाच्याच हातात असतो. कार्य-अकार्याचा संबंध हा नीति-अनीतीशी असतो. नीति-अनीतीचीही रेषा निश्चित ठरवता येत नाही. स्थल-काल-परिस्थिती आणि इष्ट-अनिष्ट परिणाम यांवरून नीति-अनीती ठरवावी लागते. राजसी बुद्धी नीति-अनीतीचाही निश्चित निर्णय करू शकत नाही. म्हणजे अनिर्णित विचाराने भौतिक भोग मिळवणं एवढंच या राजसी बुद्धीचं जीवन उरतं.

यानंतर भगवंतांनी तामसी बुद्धीची गुणवैशिष्ट्यं सांगितली आहेत.

एखादी बुद्धी गुणांनाही दोषरूप मानते आणि शास्त्रांनी जे काही चांगलं सांगितलं

आहे, ते सारं पातकच आहे असं जी बुद्धी समजते, ती तामसी बुद्धी असते. म्हणजे तामसी बुद्धीत मुळातच मलिनता असते. अंधारात आपण सापाला दोरीच समजतो. म्हणजे आपल्या विपरीत समजेला अंधार कारणीभूत ठरलेला असतो. त्याप्रमाणे तामसी बुद्धी ही कायम अंधारलेलीच असते. तम म्हणजे अंधार. यावरूनच तामसी शब्दाची व्युत्पत्ती झाली. बुद्धी अंधारलेलीच असल्यामुळे तामसी बुद्धी सद्विचारांना अज्ञान मानते आणि स्वैराचारालाच ज्ञान मानते. चांगला माणूस वाईट भासतो तर वाईट जवळचा वाटतो. प्रामाणिक मनुष्य अप्रामाणिक वाटतो तर अप्रामाणिक मनुष्याशी त्याची मैत्री जडते. मित्र शत्रू वाटतो तर शत्रू मित्र! या विपरीत बुद्धीमुळेच तामसी मनुष्य सुखाला दु:ख समजतो आणि दु:खाला सुख समजतो. आणि मग तो त्या दु:खालाच कवटाळून बसतो. त्यातूनच सुख मिळवण्याचा प्रयत्न करतो. मग रात्रीस जे खेळ चालतात त्यांचं त्याला अधिक आकर्षण वाटतं. मद्यपान, रंगेलपणा, जुगार, मारामाऱ्या इत्यादी अनेक विषयांमध्ये तो अधिक रमतो. किंबहुना जीवन अंधकारमय करणारे हे विषय त्याला अज्ञानामुळे अधिक जवळचे वाटतात.

उच्चभ्रू सहकाऱ्यांबरोबर एखादा तामसी माणूस मद्यपान करत असतो. धर्माधर्म विवेक तर सोडाच; पण शेजारच्या मद्यपान न करणाऱ्या मनुष्यालाही तो आग्रह करत असतो, 'अरे घे, दारू प्यायल्याने काही होत नाही. मनुष्यजन्म मिळाला आहे तो चंगळ करण्यासाठीच!' अशा तऱ्हेचा अर्थ-अनर्थ यांचा विधिनिषेधही जी बुद्धी मानत नाही, ती तामस बुद्धी असते! भृंगराज कमलिनींमधला रस शोषून घेत असतो. संध्याकाळ झाली आहे हे त्याच्या ध्यानातच येत नाही. अंधार पडताच कमलिनी आपल्या पाकळ्या मिटून घेतात आणि भृंगराज त्यामध्ये अडकून मरतो. त्याप्रमाणे अंधार पडताच तामसी कृत्यांना ऊत येतो. आपली कृत्यं ही जीवनात रात्र घेऊन आली आहेत याचं भानही अशा तामसी बुद्धीला नसतं. कारण त्याच्या बुद्धीमध्ये अज्ञान वसून असतं. तामसी बुद्धीचा मनुष्य खचितच आत्मघात करत असतो. अशा तामसी बुद्धीच्या संगतीत कधी जाऊ नये. कारण ही बुद्धी फार घातक असते. ती दुसऱ्याचाही हमखास घात करते. म्हणूनच अशा लोकांची संगत सात्त्विक व्यक्तीने तरी निदान करू नये; अर्थात, सात्त्विक व्यक्ती अशा लोकांच्या संगतीत जातच नाही.

अशा तऱ्हेने भगवंतांनी अतिशय बारकाईने या तीन गुणांच्या बुद्धीचं वर्णन केलं आहे.

सात्त्विक बुद्धीच्या कर्मांना आत्मानंदाचं उद्दिष्ट असतं. राजसी बुद्धीला भोगांशिवाय कोणतंच निश्चित उद्दिष्ट नसतं; तर तामसी बुद्धीसमोर फक्त अंधारच असतो!

धृत्या यया धारयते मन:प्राणेन्द्रियक्रिया: ।
योगेनाव्यभिचारिण्या धृति: सा पार्थ सात्त्विकी ॥१८.३३॥
यया तु धर्मकामार्थान्धृत्या धारयतेऽर्जुन।
प्रसङ्गेन फलाकाङ्क्षी धृति: सा पार्थ राजसी॥१८.३४॥
यया स्वप्ने भयं शोकं विषादं मदमेव च।
न विमुञ्चति दुर्मेधा धृति: सा पार्थ तामसी॥१८.३५॥

ज्या एकनिष्ठ धृतीमुळे मनुष्य मन, प्राण आणि इंद्रियं यांच्या क्रियेचं साम्यबुद्धीने धारण करतो, ती धृती म्हणजे, हे पार्था, सात्त्विक धृती होय. ज्या धृतीच्या योगाने मनुष्य फलाकांक्षी होऊन प्रसंगानुरूप धर्म, अर्थ आणि काम यांना आसक्तिपूर्वक धारण करते, ती राजस धृती; तर ज्या धृतीने दुर्बुद्धी मनुष्य वृत्तीत उन्मत्तपणा कायम ठेवून निद्रा, भय, शोक आणि निराशाच धारण करतो, ती तामस धृती होय.

बुद्धीप्रमाणेच भगवंतांनी या श्लोकांमधून धृतीविषयी सांगितलं आहे. धृती म्हणजे धैर्य, कामना किंवा स्फूर्ती. 'मनाचा दृढनिश्चय' असाही 'धृती' या शब्दाचा अर्थ केला जातो. किंबहुना तोच अर्थ इथे अभिप्रेत आहे. निर्णय करणं हे काम बुद्धीचं असतं आणि हा निर्णय टिकवणं हे मनाचं काम असतं. म्हणजेच दृढनिश्चय करणं किंवा निर्णयाला बळकटी आणणं हा मनाचा धर्म असतो. म्हणूनच धृती किंवा मानसिक धैर्य हा गुण मन आणि बुद्धी या दोहोंच्या साहाय्याने उत्पन्न होतो असं म्हटलं पाहिजे. एखादं कार्य सिद्ध करायचं असेल तर मनाला आणि बुद्धीला मधल्या धृतीचा आधार हा घ्यावाच लागतो. ही धृतीसुद्धा गुणांनुसार तीन प्रकारची असते.

मोक्ष प्राप्त करून घ्यायचा असेल तर इंद्रियं, प्राण आणि मन यांचं संयमन करणं फार महत्त्वाचं असतं. संयमन म्हणजे मनाची वासना आणि इंद्रियांचे व्यापार दाबून टाकणं नव्हे तर बहिर्गामी असणाऱ्या या मनादी इंद्रियांना अंतर्मुख करून आत्मसाक्षात्काराच्या दिशेने वळवण्याचं अवघड कार्य साधकाला करावं लागतं.

मनामध्ये वासना, विकार आणि भावभावनांचं कार्य सातत्याने चाललेलं असतं. मनाकडूनच प्राण आणि इंद्रियांना प्रेरणा मिळत असते. त्यासाठी मन बुद्धीचा उपयोग करून घेत असतं तर बुद्धी आत्म्याचा प्रकाश मिळवत असते. असं हे अंत:करणाचं अत्यंत गूढ आणि प्रभावी यंत्र भगवंताने बनवलेलं आहे. यामध्ये बुद्धीचा संपर्क आत्म्याशी होत असतो. म्हणूनच आत्मसाक्षात्काराचं ध्येय ठरवल्यानंतर ते अधिकाधिक प्राप्त करण्यासाठी बुद्धीला तिथे अक्षरश: जुंपवावं लागतं. या प्रयासातून म्हणजेच साधनेतून बुद्धी समर्थ होऊ लागते - अधिक कार्यक्षम होऊ लागते. मग आत्मप्रकाशरूपी ज्ञान बुद्धीत उतरू लागतं. यालाच बुद्धीची वृत्ती म्हणतात. या वृत्तीत ज्ञानप्रकाश जसा तीव्र होत जातो, तसं वृत्तीत विवेक आणि वैराग्य वृद्धिंगत होत जातं. त्यामुळे इंद्रियांचा प्रत्याहार होतो. मग प्राणांचं संचालन सुनियंत्रितपणे घडतं आणि मनाची चंचलता कमी होत जाऊन ते आत्मनिष्ठ बनतं. अशी आत्मनिष्ठा म्हणजेच धृती.

अशा तऱ्हेने योगाने अचल झालेल्या ज्या धृतीने मन, प्राण आणि इंद्रियं यांच्या क्रिया धर्ममार्गात धारण केल्या जातात, ती सात्त्विक धृती असते. सात्त्विक धृतिशील मनुष्य इंद्रियांना आपल्या अंकित करून घेतो. सूर्योदयाबरोबरच अंधार नाहीसा होतो त्याप्रमाणे सात्त्विक धृतीमुळे इंद्रियांचे विषयांबरोबरचे व्यवहार आपोआप बंद होतात. ज्याचं धैर्य अव्यभिचारी असतं, ते सात्त्विक धैर्य किंवा धृती होय. सात्त्विक धृतीने जे कर्म केलं जातं, ते योगपूर्वक केलं जातं - एकाग्र चित्ताने फलाची आसक्ती सोडून केलं जातं.

धृतीचा दुसरा प्रकार म्हणजे राजसी धृती! जिच्या योगाने धर्म, अर्थ आणि काम हे तीन पुरुषार्थ अवश्य संपादन केले पाहिजेत, असं पुरुष समजतो आणि प्रसंगी फलाची आकांक्षा करतो, ती राजसी धृती असते.

चौतिसाव्या श्लोकात राजसी धृतीच्या संदर्भात केवळ धर्म-अर्थ आणि काम यांचाच उल्लेख केला आहे. म्हणजे मोक्षाचा उल्लेख या श्लोकात केलेला नाही. कारण राजसी बुद्धी कधीही मोक्षाचं नावसुद्धा काढत नाही. मोक्ष ही अशी अवस्था असते की जिथे सुख नसतं तसंच दु:खही नसतं. जीव केवळ आत्मानंद उपभोगत असतो; पण राजसी मनुष्य त्या अवस्थेविषयी साशंक असतो. त्याला मोक्षाची भाषाच उमजत नाही. किंबहुना त्या अवस्थेवर त्याचा विश्वासच नसतो. त्यामुळे जे दिसतं, त्यातलेच भोग मिळवण्यातच त्याला पुरुषार्थ वाटतो. तीच त्याची जीवननिष्ठा असते. त्यामुळे अर्थ मिळवण्यासाठी तो धर्माचा आधार घेतो. म्हणजे धार्मिक कृत्यं करून त्याला जीवनातील सारी सुखं मिळवायची असतात. आपण जी धार्मिक कृत्यं करतो, त्यामुळे आपली सारी संकटं दूर होतात असा त्याचा अजाणता विश्वास असतो. त्यामुळे

आपल्या बुद्धीने तो धार्मिक कृत्य करतो आणि कामवासना पुऱ्या करण्याचा प्रयत्न करतो. कौटुंबिक आणि सामाजिक व्यवस्थेत अशा वृत्तीची आवश्यकताही असते. अशा तऱ्हेने कामतृप्ती करून घेण्यासाठी जी चिकाटी लागते आणि धाडस लागतं, त्या धाडसालाच राजसी धृती म्हणतात.

थोडक्यात राजसी धृती ही फलाकांक्षी असते. धंद्यामध्ये व्यापारी भांडवल घालतो. त्या भांडवलाच्या चौपट प्राप्ती व्हावी असं त्याचं धोरण असतं. त्याच्या त्याच धोरणामुळे इतर अनेकांची पोटं भरत असतात. त्यामुळे समाजव्यवस्थेत अशा धाडसी धृतीची आवश्यकताच असते. तात्पर्य : राजसी मनुष्य कर्मरूपी भांडवलापासून चौपट फलप्राप्ती व्हावी असं धोरण ठेवतो. त्याला राजसी धृती म्हणतात.

मग भगवंतांनी तामसी धृतीची विशेषता सांगितली आहे. या धृतीत धर्म, अर्थ, काम आणि मोक्ष या सर्वांचाच अभाव असतो. त्याची जागा स्वप्न, भीती, शोक, विषाद आणि मद यांनी घेतलेली असते. मग अशा धृतीचा मनुष्य अविवेकी स्वप्ने पाहतो. चोरी-दरोडे अशी दुष्कृत्यं करण्यासाठी जे धैर्य लागतं, ते त्याच्याजवळ असतं. कारण धैर्याशिवाय असं कोणतं कार्य पार पडू शकेल? आपण दुष्कृत्य करत आहोत एवढी सुप्त जाणीव मात्र या तामसी धृतीमध्ये असते. म्हणूनच आपलं हे दुष्कृत्य कुणी पाहणार तर नाही, अशी भीती मात्र तामसी मनुष्याच्या मनात वसून असते. शिवाय आपलं दुष्कृत्य पकडलं तर जाणार नाही ना? कुणी पाहिलं तर? मग त्याचे घोर परिणाम तर भोगावे लागणार नाहीत? अशा विचारांनी त्याचं अंत:करण भयाने व्याकूळ झालेलं असतं. म्हणूनच तो नित्य शोकाने ग्रस्त असतो. कुकृत्य करताना तो सापडला तर त्याला विषाद वाटतो; पण तरीही आपण केलेल्या धाडसी कार्याची अथवा त्याच्या दृष्टीने पराक्रमाची त्याच्या मनावर धुंदी चढते. तो मदोन्मत्त होतो आणि अधिक कुकृत्य करायला तो प्रवृत्त होतो. ही प्रवृत्ती म्हणजेच तामसी धृती.

अशा तऱ्हेने भगवंतांनी तीन गुणांमधील धृतीचं वर्णन या तीन श्लोकांमधून केलं आहे.

धृती म्हणजे स्फूर्ती, धैर्य हेदेखील गुणांनुसार सात्त्विक, राजस आणि तामस अशा तीन प्रकारचं असतं. सात्त्विक धृती ही उत्कृष्ट, राजस धृती मध्यम तर तामस धृती निकृष्ट मानली जाते.

सुखं त्विदानीं त्रिविधं शृणु मे भरतर्षभ।
अभ्यासाद्रमते यत्र दुःखान्तं च निगच्छति॥१८.३६॥
यत्तदग्रे विषमिव परिणामेऽमृतोपमम् ।
तत्सुखं सात्त्विकं प्रोक्तमात्मबुद्धिप्रसादजम् ॥१८.३७॥
विषयेन्द्रियसंयोगाद्यत्तदग्रेऽमृतोपमम्।
परिणामे विषमिव तत्सुखं राजसं स्मृतम्॥१८.३८॥
यदग्रे चानुबन्धे च सुखं मोहनमात्मनः।
निद्रालस्यप्रमादोत्थं तत्तामसमुदाहृतम्॥१८.३९॥

भगवान सांगतात, अर्जुना, सुखही तीन प्रकारचं असतं, ते कसं ते ऐक. जे आरंभी विषासारखं, पण परिणामी म्हणजे अंतिमतः ज्ञानस्वरूप, आनंददायक म्हणजे अमृततुल्य असतं, असं ते आत्मनिष्ठ, बुद्धीच्या प्रसन्नतेपासून उत्पन्न होणारं म्हणजेच आध्यात्मिक सुख हे सात्त्विक सुख असतं. विषय म्हणजे उपभोग्य गोष्टी आणि इंद्रियं यांच्या संयोगातून उद्‌भवणारं सुख प्रारंभी अमृतासारखं आनंददायक वाटतं, परंतु परिणामी (अंतिमतः) विषासारखं असतं, ते राजसी सुख; आणि जे प्रारंभी आणि परिणामीही जीवाला मोहवश करणारं असतं, त्याचप्रमाणे आळस, प्रमाद यांपासून जे उत्पन्न होतं, ते तामस सुख असतं.

प्रस्तुत श्लोकांमधून भगवान आता सुखाचे तीन प्रकार वर्णन करून सांगतात.

वस्तूपासून जे मिळतं ते सुख, वस्तुविना जो मिळू शकतो तो आनंद. ध्यान-समाधी यांचा अभ्यास करताना प्रारंभी पुष्कळ सायास पडतात. शिवाय कित्येक सात्त्विक लोकांना प्रारंभी अनेक क्लेश सहन करावे लागतात. प्रारंभी क्लेश देणारं परंतु परिणामी अमृतासारखं मधुर असणारं जे सुख ते सात्त्विक सुख असतं. इथे सुखाचं आनंदातही पर्यवसान होतं. ज्ञान, वैराग्य इत्यादिकांच्या परिपाकामुळे आणि आत्म्याचं सतत चिंतन करणारी बुद्धी प्रसन्न झाल्यामुळे सुख अनुभवाला येतं.

भौतिक जीवनातही हा सिद्धान्त लागू पडतो. एखादा व्यवसाय करायचा असेल तर प्रारंभी कष्ट हे पडतातच; पण कालांतराने त्या कष्टाचं चीज होतं आणि सुख अनुभवायला मिळतं. व्यायाम करताना आणि शरीराचं आरोग्य राखताना प्रारंभी कष्ट हे घ्यावेच लागतात, पण सुदृढ मन आणि निरोगी आयुष्य हा अंतिमतः त्याचा परिणाम असतो.

सात्त्विकता जपणं फार कठीण असतं. पहिलीच्या परीक्षेत सोपा पेपर असतो; पण पदव्युत्तर परीक्षेचा पेपर हा अवघडच असतो. सात्त्विक व्यक्ती तसा पेपर देत असते. त्याचा परिणाम आनंददायकच ठरणार असतो. संसारातही सात्त्विकता जपणं कठीण असतं. कित्येक मित्र-नातेवाईक सात्त्विक वृत्तीच्या माणसाला त्रास द्यायला किंवा त्याची टर उडवायला टपलेलेच असतात पण तरीही सात्त्विक व्यक्ती आपली सात्त्विकता सोडत नाही. कालांतराने अशा व्यक्तीला सुख मिळू लागतं आणि ते सुख टिकणारं असतं. कारण अशा व्यक्तीने अवघड परीक्षा पार केलेली असते. मूल जन्माला येतं तेव्हा मातेला असह्य पीडा सहन करावी लागते. पण मूल जेव्हा तिच्या पुढ्यात येतं तेव्हा तिला आत्यंतिक आनंद होतो. क्षीरसमुद्राचं कष्टदायक मंथन केल्यावरच आनंदरूपी अमृत बाहेर पडतं. यज्ञादी कर्मं प्रारंभी जरी त्रासदायक वाटली तरी त्यामुळे स्वर्गप्राप्ती होणार असते. सात्त्विक सुखाचे हे प्रकार झाले.

याउलट इंद्रियं आणि त्यांचे विषय यांच्या संयोगापासून होणारं जे आधिभौतिक सुख हे प्रारंभी अमृतासारखं भासतं पण परिणामी विषासारखं असतं ते राजस सुख! उद्याचं कुणी पाहिलंय; आज सारं भोगून घ्या! अशा वृत्तीची जी माणसं असतात ती आज मिळणाऱ्या भौतिक सुखाच्या मागे लागतात, पण ते सुख परिणामी म्हणजे अंतिमतः विषासमान होतं.

एखादा तरुण (किंवा तरुणीही!) कॉलेजमध्ये गेल्यावर किंवा शिक्षण-करियर घडवल्यानंतर अहंग्रस्त होतात. भौतिक सुखाला ते पटकन चटावतात. मग सिगारेट-मद्यपान इ. व्यसने त्यांच्यावर आपले पाश टाकतात. ही व्यसने करण्यातही त्यांना प्रतिष्ठा वाटत असते. एकप्रकारचा अहंकारही वाटत असतो. प्रारंभी सुख देणारे असे विषय अंतिमतः दुःखच प्रदान करणारे असतात. वस्तू घरात आल्यानंतर जे सुख प्रारंभी मिळतं, ते सुख वस्तू जसजशी जुनी होत जाते, तसतसं ओसरत जातं. म्हणजे इंद्रियं आणि विषय यांचा संयोग झाला म्हणजे जी एक प्रकारची संवेदना शरीरात उद्भवते, ती सुखमय असल्याचा भास निर्माण होतो. ती तशी टिकाऊ नसते, कारण तो सुखाचा आभासिक क्षण निघून गेल्यानंतर पुन्हा इंद्रियांना शिथिलता येते. म्हणजे

सुखाच्या भावनेने जो प्राणप्रवाह अधिक प्रमाणात उत्सर्जित झालेला असतो, तो पुन्हा क्षीण होतो. विषयांचा उपभोग घेऊन झाल्यानंतर एकप्रकारचा थकवा येतो. बुद्धीला मांद्य येतं. अशा तऱ्हेने विषयसुख प्रारंभी अमृतमय वाटलं तरी ते परिणामी विषमय असतं. असं ते सुख हे राजसी सुख असतं.

महाभारतीय युद्ध का उभं ठाकलं, याची कारणमीमांसा करताना व्यास महर्षी 'उद्योग पर्वात' धृतराष्ट्राला अनेक कारणं सांगतात. त्यात तरुणांच्या मद्यपानाच्या पार्ट्यांचा स्पष्ट उल्लेख आहे. प्रारंभी, ऐन तारुण्यात जीवाला सुखासीन करणारा हा भोगवाद अंतिमतः दुःखकारकच ठरणार असतो.

याही खालची पायरी म्हणजे तामसी सुख! जे सुख आरंभी आणि परिणामीही मनुष्याला मोहित करतं ते तामसी सुख! निद्रा, आळस, प्रमाद यांच्यापासून तामसी सुख उद्भवतं. तामसी व्यक्ती उपभोगांच्या विषयावर आवेशाने तुटून पडते. त्यामुळे योग्य प्रकारे तिला त्या सुखाचा आनंद घेता येत नाही. शांतपणे, स्नेहपूर्वक आणि मार्दवतेने सुख उपभोगण्याकडे अशा तामसी व्यक्तीचा कलच नसतो. त्यामुळे घाईघाईत उपभोगलेलं सुख हे तिच्यासाठी प्रारंभीही सुखसंवेदना जागृत करणारं नसतं आणि परिणामी तर ते दुःखदायकच होतं. अशी तामसी व्यक्ती आत्मज्ञानापासून पूर्णतः वंचितच असते. ती प्रारंभी आणि अखेरीसही भोगांमध्येच अडकून पडलेली असते. ते भोग प्रारंभीही दुःखकारक असतात आणि परिणामी दुःखच देणार असतात, पण तामसी व्यक्ती त्याबाबतीतही अनभिज्ञच असते. कारण तामसी व्यक्तीमध्ये तशी समजही नसते.

स्त्रीसुखाची सतत अभिलाषा बाळगणारा पुरुष त्या सुखात प्रारंभी रममाण होतो, परंतु त्यामुळे अखेर एड्सरूपी मरणप्राय दुःख होण्याचीही शक्यता असते. आत्मसुखाच्या बाबतीत आरंभी आणि अखेरीससुद्धा अशा मनुष्यास भुरळ पडलेली असते. तो आळसात दंग असतो. स्तुतिपाठकांच्या शब्दांनी तो मोहित झालेला असतो. ते तामसी सुख होय.

प्रत्येक कर्म हे अधोगतीकडे किंवा उन्नतीकडे नेणारं असतं. जाता जाता ते कर्म मोहक फल देत असतं. त्यालाच 'सुख' म्हणतात. सुखाचा अनुभव हा प्रकृतीचा असतो तर आनंदाचा अनुभव हा आत्म्याचा असतो. म्हणून सात्त्विक सुख हे श्रेष्ठ असतं. राजसी सुख सुरुवातीला मिळतं आणि अखेरीस दुःखदायक ठरतं. तामसी सुख हे सुरुवातीला आणि अखेरीसही दुःखदायकच असतं.

न तदस्ति पृथिव्यां वा दिवि देवेषु वा पुनः ।
सत्त्वं प्रकृतिजैर्मुक्तं यदेभिः स्यात्त्रिभिर्गुणैः ॥१८.४०॥

या प्रकृतिजन्य तीन गुणांपासून (सत्त्व-रज-तम) मुक्त असा (कोणताही) प्राणी पृथ्वीमध्ये, स्वर्गामध्ये अथवा देवांमध्ये नाही.

हा फार मोठा सिद्धान्त या एका श्लोकात भगवंतांनी सांगितलेला आहे.

एकापेक्षा अनेक जीव जर जन्माला आले तर समाजव्यवस्था अस्तित्वात येते - मग ती मनुष्यांची असो; वा देवांची. कारण समाज हा परस्परावलंबीच असतो. तसा तो असलाच पाहिजे. अन्यथा कोणताही व्यवहार होणं शक्य नाही. परस्परावलंबी असण्यासाठीच त्रिगुणांची आवश्यकता असतेच. म्हणजे एखादा ज्ञानसाधना करतो किंवा ज्ञान देतो. दुसरा भोग मिळवण्यासाठी कष्ट करतो, तिसरा उपभोगातच रमतो; चौथा रक्षण करतो, किंवा पाचवा व्यवस्था पाहतो. अशी कर्मं करण्यामागे काही ना काही तरी कामना ही असतेच. ती कामनाच सर्व तऱ्हेच्या कर्मांना कारण ठरते. म्हणूनच समाजव्यवस्थेत या त्रिगुणांची आवश्यकता असते.

अर्थातच या ब्रह्मांडात जिथे जिथे समाज आहे, तिथे तिथे त्रिगुण हे असणारच आहेत. तेच वास्तव भगवान या श्लोकात सांगत आहेत.

कारण एकापेक्षा अनेकत्व होणं हा प्रकृतीचाच भाग असतो आणि प्रकृती ही तीन गुणांशिवाय कार्यरत होऊच शकत नाही. म्हणून मनुष्यलोक असो वा देवलोक असो; सत्त्व-रज-तम हे तीन गुण त्या त्या ठिकाणी असणारच आहेत. अर्थातच पृथ्वीवर किंवा स्वर्गात प्रकृतीपासून उत्पन्न झालेल्या तीन गुणांनी रहित असा एकही प्राणी आढळणार नाही.

अठराव्या श्लोकापासून या चाळिसाव्या श्लोकापर्यंत भगवंतांनी कर्माचं स्वरूप उलगडलेलं आहे. त्यात ज्यापासून कर्म निर्माण होतं, त्या त्रिविध कर्मचोदना आणि त्रिविध कर्मसंग्रह यांचं वर्णन केलं आहे. ज्ञान, ज्ञेय, परिज्ञाता, करण, कर्म आणि कर्ता

यांची विशेषता सांगितली आहे. कर्माच्या सुखरूपी फलाचं त्यांनी वर्णन केलं. या त्रिगुणात्मक कर्मातून कुणीही सुटलेलं नाही, असं ते या श्लोकात सांगतात. अर्थातच जोपर्यंत कुणी ईश्वरस्वरूपात विलीन होत नाही, तोपर्यंत कुणीही त्रिगुणांच्या तावडीतून सुटू शकत नाही. ज्याची सत्त्वशुद्धी झालेली असते तो ईश्वर स्वरूपाजवळ पोहोचलेला असतो, परंतु तो अद्याप गुणातीत झालेला नसतो किंवा मायेच्या प्रभावातूनही मुक्त झालेला नसतो.

जीवभाव पूर्णपणे मावळल्यावरच मनुष्य खऱ्या अर्थानं मुक्त होणार असतो. त्यासाठी अद्वैतात पदार्पण करणं जमलं पाहिजे. तरच मनुष्य गुणातीत होऊ शकतो. ती अवस्था गाठेपर्यंत कर्म हे करावंच लागतं. अर्थातच जीवाने प्रकृतीकडून कर्ज काढलेलं असतं. ते फेडल्याशिवाय गत्यंतर नसतं. अद्वैत अवस्था गाठल्यानंतरच जीव मुक्त होऊ शकतो. त्यासाठीच भगवंतांनी या अध्यायाच्या प्रारंभी अर्जुनाला त्यागाचं महत्त्व सांगितलेलं आहे. त्याचं गुणांनुसार स्वरूपही विशद केलं आहे.

निष्काम कर्माचं आचरण मनुष्य करू लागला की त्याग आणि संन्यासही साध्य होतो आणि कर्माची फेड करता करताच मनुष्य अद्वैत स्थितीत जाऊ शकतो. म्हणूनच भगवंतांनी ज्ञाता, ज्ञान, कर्ता, करण, बुद्धी, धृती आणि सुख यांचं सृष्टीतलं भेदमय स्वरूप आत्तापर्यंत उलगडलं. जोपर्यंत मनुष्याला प्रकृतीचं भेदमय स्वरूप उल्लंघून साम्यावस्था प्राप्त होत नाही, तोपर्यंत तो त्रिगुणांच्या खेळात अडकलेलाच राहतो. प्रकृतीसुद्धा साम्यावस्थेत असते तोपर्यंत तिचा विस्तार होत नाही, पण जेव्हा त्रिगुणांची कार्यं सुरू होतात, तेव्हा मात्र प्रकृतीचा विस्तार होऊ लागतो. हे ज्ञान देऊन भगवंतांनी अठराव्या श्लोकापासून सुरू झालेल्या विषयाचा या श्लोकात उपसंहार केला आहे.

जन्म आणि मृत्यू यांच्याप्रमाणेच सुख आणि दुःख हे काळावर अवलंबून असतं. काळ हा प्रकृतीशी संबंधित असतो आणि प्रकृतीचं अस्तित्व त्रिगुणांमुळेच असतं.

पाण्याशिवाय लाटा संभवत नाहीत. मातीशिवाय मातीचा घट अस्तित्वात येत नाही. धाग्याशिवाय कापड होत नाही त्याप्रमाणे गुणांशिवाय जग अस्तित्वात येऊ शकत नाही. केवळ तीन गुणांनी ही प्राकृत सृष्टी निर्माण झाली. खरोखर त्रिगुणांची ही केवढी अचाट शक्ती आहे! ज्या गुणांमुळे ब्रह्मा, विष्णू आणि महेश या त्रिदेवांचं कार्य निश्चित होतं, त्याचप्रमाणे स्वर्ग, मृत्युलोक आणि पाताळ या तिन्ही लोकांच्या मागेही तीच त्रिगुणात्मक शक्ती असते! चार वर्णाश्रम धर्मांची कर्तव्यं त्रिगुणांमुळेच ठरतात. कर्ता, कर्म आणि कर्मफल ही त्रिपुटीसुद्धा सात्त्विक-राजस आणि तामस या तीन गुणांनी गुंफलेली आहे.

सृष्टिनिर्मितीसंदर्भात हा सर्वश्रेष्ठ शोध म्हटला पाहिजे आणि तो भारतीय तत्त्वज्ञानाने जगाला दिलेला आहे. भौतिक शास्त्रज्ञ अद्याप जीवांच्या बाह्य उत्क्रांतीतच अडकलेले असताना भगवंतांनी संपूर्ण सृष्टीचं अत्यंत गहन असं वास्तविक स्वरूप या श्लोकांमधून उलगडलेलं आहे. त्रिगुणात्मक प्रकृतीमुळेच सृष्टीचा संभव होतो अन्यथा केवळ साम्यावस्थाच असते, हा गहन सिद्धान्त हे श्लोक सांगतात. मानसशास्त्राच्या दृष्टिकोनातूनही हा फार मोठा शोध आहे. त्रिगुणांचं स्वरूप, त्यांचे प्रभाव आणि ते आटोक्यात आणण्याचे उपाय यांतून मनोरुग्णांच्या संदर्भातले अथवा मानसिक ताणतणावांच्या संदर्भातले अनेक प्रश्नसुद्धा सुटू शकतील. भारतीय तत्त्वज्ञानातल्या अशा सिद्धान्तांचा अभ्यासक्रमात समावेश झाला, तर अनेक प्रश्नांना उत्तरं मिळू शकतील. यावर तरुण अभ्यासकांनी अधिक चिंतन केलं पाहिजे.

तात्पर्य, जे निर्गुण अथवा त्रिगुणातीत तत्त्व आहे तेच तत्त्व सर्वव्यापी आहे; आणि त्या तत्त्वामुळेच प्रकृती दृग्गोचर झाली आहे. दृग्गोचर झालेल्या प्रकृतीला त्रिगुणांचाच प्रमुख आधार लाभला आहे. अर्थातच त्रिगुणांमुळे सृष्टीचं अस्तित्व आहे; अन्यथा नाही!

जी त्रिगुणासहित आहे ती प्रकृती आणि त्रिगुणातीत आहे ते ब्रह्म होय. प्रकृतीचा खेळ सुरू झाल्यावर सत्त्व, रज आणि तम हे त्रिगुणच तिचे प्रमुख आधार ठरले. देवलोक, मनुष्यलोक अथवा सृष्टीमध्ये कुठेही गेलं, तरी या त्रिगुणांचं अस्तित्व असतंच असतं. त्याशिवाय मनुष्य-प्राणी-देव यांसहित सृष्टीच संभवत नाही.

ब्राह्मणक्षत्रियविशां शूद्राणां च परन्तप ।
कर्माणि प्रविभक्तानि स्वभावप्रभवैर्गुणै: ॥१८.४१॥

हे अर्जुना, ब्राह्मण, क्षत्रिय, वैश्य आणि शूद्र यांची कर्मं त्यांच्या त्यांच्या स्वभावजन्य (प्रकृतिसिद्ध) गुणांप्रमाणे विभागलेली आहेत.

सृष्टीचं संचलन आणि त्रिगुणांची आवश्यकता यांविषयी सांगितल्यानंतर भगवान पृथ्वीच्या संदर्भात त्रिगुणांचं स्वरूप आणि त्यांवर आधारलेली कर्मं यांविषयी या श्लोकातून सांगत आहेत.

चातुर्वर्ण्य व्यवस्थेविषयी भगवंतांनी चौथ्या अध्यायात सविस्तर विवेचन केलेलं आहेच; त्याचाच मथितार्थ इथे सांगितला आहे. चातुर्वर्ण्यव्यवस्था ही स्वभावजन्य गुणभेदाने निर्माण झालेली आहे. प्रत्येक मनुष्याचा व्यवहार-क्रम या नैसर्गिक व्यवस्थेमुळे निश्चित झालेला आहे. समाजामध्ये अर्थ आणि काम यांची व्यवस्था उत्तम असेल तरच त्या समाजाचा धर्म आणि संस्कृती उच्च होते. अर्थ आणि काम यांची अशी उत्कृष्ट व्यवस्था केवळ सनातन वैदिक धर्मामध्येच सांगितलेली आहे. त्यामुळेच वैदिक धर्म जगात श्रेष्ठ आणि अलौकिक मानला जातो. ही जी अर्थ-कामाची व्यवस्था आहे, तीच चातुर्वर्ण्यव्यवस्था असते.

आधुनिक काळात चातुर्वर्ण्यव्यवस्था असा शब्दप्रयोग केला गेला नाही, तरी ती अव्यक्त स्वरूपात अस्तित्वात असतेच. या व्यवस्थेत एखादा डोक्याचं काम करतो, दुसरा श्रमाचं काम करतो, तिसऱ्याला व्यापारात रस असतो तर चौथा विविध सेवा देणारा असतो. चातुर्वर्ण्य व्यवस्थेमुळे समाजव्यवस्था टिकून राहते. या व्यवस्थेमागे त्रिगुणच कारणीभूत ठरत असतात. म्हणूनच यापूर्वीच्या श्लोकांमधून भगवंतांनी त्रिगुणांची विशेषता समजावली. त्यासाठीच त्यांनी ज्ञान, ज्ञेय, परिज्ञाता, करण, कर्म आणि कर्ता यांचं स्वरूप उलगडलं. मग आपापल्या गुणांनुसार जे कर्म सिद्ध होतं, त्यातून कशा आणि कोणत्या सुखाची अपेक्षा कर्ता करतो, हेही सांगितलं.

अर्थातच प्रत्येक मनुष्याची सुखाची व्याख्या वेगळी असते. ती त्याच्या संस्कारांनुरूप ठरत असते. म्हणजे मार्क्सवादानुसार संपत्तीचं जरी समान वाटप झालं, तरी आपापल्या गुणांनुसार त्या संपत्तीचा प्रत्येक जण भिन्न भिन्न प्रकारे विनियोग करतो आणि त्यामुळेच संपत्तीमध्ये पुढे समानता राहत नाही. मार्क्स आणि लेनिन यांच्या विचारांमध्ये इथेच फरक पडला. कार्ल मार्क्सने मानवतेच्या दृष्टिकोनातून समाजातल्या प्रत्येक घटकाचा विचार केला. जर मनुष्य निसर्गतः जन्माला आला आहे तर मग सर्वांना या सृष्टीचे एकसारखे फायदे मिळायला हवेत; असा त्याचा विचार होता. वरवर दिसायला हा विचार अगदी योग्य वाटतो; परंतु संपत्तीचं समान वाटप झालं तरी त्यामध्ये समानता राहत नाही. किंबहुना त्यामध्ये लगेचच तफावत निर्माण होऊ लागते. त्याला कारण त्रिगुणच असतात.

मार्क्सवादात मनुष्याचा बाह्य विचार झाला; परंतु त्याच्या नैसर्गिक मनोधर्माचा अर्थात या त्रिगुणांचा विचार झालाच नाही. उदाहरणार्थ, चार लोकांना सरकारने प्रत्येकी शंभर रुपये देऊन संपत्तीचं समान वाटप केलं, तरी त्रिगुणांनुरूप होणाऱ्या विनियोगामुळे ती समानता राहत नाही. किंबहुना ती लगेच मोडकळीला येते. कारण संपत्तीचा समान भाग मिळालेला पहिला मनुष्य शंभरातले पन्नास रुपये वापरतो, वीस रुपयांमध्ये ज्ञानदायक पुस्तकांची खरेदी करतो आणि तीस रुपयांची बचत करतो. दुसरा मनुष्य दहा रुपयांची बचत करतो आणि नव्वद रुपये मौजमजेत उडवतो. तिसरा वीस रुपयेच स्वतःवर खर्च करतो, तीस रुपयांची बचत करतो आणि पन्नास रुपये नव्या व्यवसायासाठी भांडवल म्हणून वापरतो; तर चौथा कोणतीही बचत न करता शंभर रुपये दारूत खर्च करतो. म्हणजे संपत्तीचं जरी समान वाटप केलं, तरी ती समानता अशा तऱ्हेने टिकू शकत नाही.

लेनिनने यात बदल केला. पात्रतेप्रमाणे काम आणि कामाप्रमाणे दाम, हा विचार पुढे आणला. म्हणजे ज्या समानतेच्या भावनेतून कम्युनिझमचा जन्म झाला होता, ती समानता संपत्तीच्या समान वाटपातून येऊ शकत नाही हे लेनिनला कळून चुकलं होतं.

त्रिगुणांनुसारच मनुष्य विचार करतो आणि कर्म करतो; म्हणून केवळ बाह्य गोष्टींचा विचार करून उपयोगाचं नसतं, तर मनुष्याला होणाऱ्या अंतःस्थ प्रेरणा ही महत्त्वाच्या असतात. त्या प्रेरणा त्रिगुणांवरच आधारलेल्या असतात. त्याच त्रिगुणांवर आधारलेली समाजव्यवस्था कशी अस्तित्वात आली, तेच भगवान इथे सांगत आहेत.

या चातुर्वर्ण्यव्यवस्थेमध्ये प्रत्यक्षात उच्चनीच असा भेदभावच नाही. ते केवळ कार्याचं, कर्तव्याचं आणि व्यवस्थेचं झालेलं विभाजन आहे. वेगळेपणा किंवा परकेपणा यांचा अंतर्भाव या व्यवस्थेमध्ये नाही. हा जातिभेद नाही तर त्यात कर्माचं

विभाजन आहे, परंतु याची स्पष्टता नाहीशी झाल्यामुळे वर्णव्यवस्थेचं कालांतराने जातिभेदात रूपांतर झालं.

वर्णव्यवस्थेविषयीचा उल्लेख महाभारतामध्ये वनपर्वात नहुष-युधिष्ठिर संवादात आलेला आहे. शांतिपर्वामध्ये भृग-भरद्वाज संवादातही आलेला आहे. अनुशासन पर्वातल्या उमा-महेश्वर संवादातही चातुर्वर्ण्यव्यवस्थेचा उल्लेख आढळतो. सृष्टीच्या उत्पत्तीनंतर ही व्यवस्था भगवंतांनीच प्रत्यक्षात आणली. किंबहुना या व्यवस्थेचे जनक भगवंतच आहेत. यापूर्वीच्या श्लोकात त्यांनी सांगितल्यानुसार मनुष्यलोकच नव्हे; तर देवलोकांमध्येही त्रिगुणात्मक प्रकृती काम करते आणि तीच प्रकृती मनोधर्मरूपी वर्णव्यवस्थेला प्रोत्साहन देते.

अशी ही वर्णव्यवस्था परिवर्तनशीलसुद्धा असते. शुद्ध कर्मांमुळे शुद्ध मनाचा झालेला जितेंद्रिय शूद्रही ब्राह्मण्य प्राप्त करतो; मग तो ब्राह्मणापेक्षाही श्रेष्ठ समजला पाहिजे, असं स्वतः ब्रह्मदेवानंच सांगितलेलं आहे. जन्माने जे चार वर्ण केले आहेत, ते केवळ व्यवहारातील स्थानविभाग दर्शवण्यासाठीच आहेत, असंही ब्रह्मदेवांनी सृष्टी उत्पन्न करताना म्हटलं आहे. चातुर्वर्ण्य मानले नाहीत तरी प्रत्येक समाजव्यवस्थेत कर्मांचे चार विभाग हे असतातच. मग कुणी बुद्धीचं काम करतो, कुणी अंगमेहनत करतो, कुणाला सर्व्हिस इंडस्ट्री आवडते तर कुणाला सैन्यात जाऊन पराक्रम गाजवायला आवडतो.

व्यवहाराच्या दृष्टीने जाती अनेक असू शकतात. त्या भिन्न भिन्न व्यवसायांवरून ठरवल्या जातात. जात निश्चित ठरवल्यानंतर त्या त्या कुळात जन्म घेणाऱ्या जीवाला त्या त्या जातीचा मनुष्य म्हणतात; आणि मग ती एक रूढी बनते.

वर्ण मात्र तसे नाहीत; ते नैसर्गिक मनोधर्मावरून स्वभावतः होणारे विभाग आहेत. त्या वृत्तिविशेषांनाच ब्राह्मण, क्षत्रिय, वैश्य किंवा शूद्र म्हटलं गेलं होतं. त्यामध्ये मनुष्याच्या प्रतिष्ठेला उच्चनीच लेखण्याचा मुळीच हेतू नव्हता. उच्चनीचता आणि परस्परांचा द्वेष ही सामाजिक विकृती फार नंतरच्या काळात प्रस्थापित झाली.

म्हणूनच भगवान सांगतात, ब्राह्मण, क्षत्रिय, वैश्य आणि शूद्र यांची कर्मं त्यांच्या त्यांच्या प्रकृतीतील स्वभावजन्य गुणांप्रमाणे विभागलेली आहेत.

ब्राह्मण, क्षत्रिय, वैश्य आणि शूद्र यांची कर्मं यांच्या स्वभावजन्य प्रकृतिसिद्ध गुणांप्रमाणे विभागलेली आहेत. हा जातिभेद नसून ही वर्णव्यवस्था आहे आणि ही व्यवस्था परिवर्तनशील आहे.

शमो दमस्तपः शौचं क्षान्तिरार्जवमेव च ।
ज्ञाने विज्ञानमास्तिक्यं ब्रह्मकर्म स्वभावजम् ॥१८.४२॥

शम, दम, तप, शुचिर्भूतपणा, शांती, सरळपणा, ज्ञान, विज्ञान, आस्तिक्य बुद्धी ही ब्राह्मणाची स्वभावजन्य कर्मं होत.

भगवंतांनी ब्राह्मण्याची लक्षणं या श्लोकात सांगितली आहेत. अर्थातच ही ब्राह्मण वर्णाची आहेत; जातीची नाहीत, हे मागील विवेचनावरून ध्यानात आलं असेलच. ज्या मनुष्यामध्ये हे गुण अनायासे किंवा प्रयत्नपूर्वक आलेले असतात, तो मनुष्य ब्राह्मण असतो. भगवंतांनी सांगितलेल्या प्रत्येक गुणाचा थोडक्यात विचार करू.

चित्तशांती व समबुद्धी, इंद्रियनिग्रह, सद्वर्तन, शुद्ध कर्म, कायिक-वाचिक-मानसिक तपाचरण, अंतर्बाह्य पवित्रता, आर्जव, क्षमा, सरळपणा, ज्ञान (अध्यात्मज्ञान) विज्ञान (आत्मज्ञानासह सृष्टिज्ञान) आणि आस्तिक्यबुद्धी (श्रद्धाळूपणा) ही ब्राह्मणाची गुणानुसार कर्मं होतात. या गुणांचं संवर्धन करणं हे ब्रह्मकर्तव्य ठरतं.

शम

शम म्हणजे मन:शांती. या गुणाचा उत्कर्ष होण्यासाठी ज्ञान आवश्यक असतं. सद्वर्तनी ब्राह्मणाच्या वृत्ती बुद्धीच्या अधीन असतात; म्हणजेच वृत्तींवर त्याचा बुद्धिनिष्ठ संयम असतो. त्याची समबुद्धी आत्म्याच्या ठिकाणी अंतर्मुख होते. यालाच शम असं म्हणतात. जन्मोजन्मी विषयभोग भोगून त्यातील वैय्यर्थ आणि वैफल्य कळू लागतं, तेव्हा मनुष्यामध्ये विवेकजागृती होते. मग विषयवैराग्याची ठिणगी त्याच्या अंत:करणात पडते. मनाची चंचलता भोगवासनेवर अवलंबून असते. जो ब्राह्मण 'शम' अवस्थेपर्यंत पोहोचतो, त्याच्या मनातून भोगवासना निवृत्त झालेली असते; जीवामधील भोगवासनांचा शम झालेला असतो; त्यामुळे त्याला शांती लाभलेली असते. अशा मनुष्याच्या वृत्तीतून असंतोष आणि अतृप्ती नाहीशी झालेली असते.

तप

तप म्हणजेच ईशस्मरण आणि भगवद्कार्यार्थ झिजणं. म्हणजे समाज उन्नतावस्थेत यावा म्हणून सद्विचार समाजात नेण्यासाठी कायिक-वाचिक आणि मानसिक स्तरावर झिजणं. अशा प्रसंगी मनुष्याचं मन निर्विकार असतं तर शरीर विहित कर्मांचं आचरण करत असतं. अर्थातच त्याच्या हातून निष्काम कर्मयोग होत असतो. हे तप त्याला एकप्रकारची तृप्ती देत असतं. यामध्ये जी दु:खं भोगावी लागतात, ती असा ब्राह्मण निमूटपणे भोगतो. तो त्याच्या सात्त्विक वृत्तीला मुळीच सोडत नाही. आपण पृथ्वीवर परीक्षा देण्यासाठीच आलो आहोत किंवा हा सारा कर्मांचाच खेळ आहे हे असा मनुष्य जाणत असतो. म्हणून शास्त्रनियमांनुसारच तो वाचिक आणि मानसिक क्लेश स्वत:च्या उच्चतम आध्यात्मिक ध्येयसिद्धीसाठी आनंदाने सहन करतो. त्याचं हे तप कायिक-वाचिक आणि मानसिक स्वरूपाचं असतं.

दम

दम म्हणजे इंद्रियांचं दमन. हे इंद्रियांचं दमन ब्राह्मण जबरदस्तीने करत नाही. ते अनायासे होत असतं. कारण निग्रहाने नव्हे तर संयमानंच त्याने इंद्रियांचं आणि मनोवृत्तींचं दमन केलेलं असतं. भगवद्कार्यातच तो सतत व्यग्र असल्यामुळेसुद्धा भोगवादी वृत्तीचं अनायासे दमन झालेलं असतं. दमन झालेलं मन निदिध्यासपूर्वक अभ्यास आणि वैराग्याच्या साहाय्याने ताब्यात आणता येतं. अशा तऱ्हेने विवेकाने मनावर स्वामित्व गाजवता आलं, तर आपोआपच इंद्रियांचं दमन होतं.

शौचम्

शौच म्हणजे शुचिर्भूतता. ही पवित्रता अंतर्बाह्य असते. म्हणजे असा ब्राह्मण बाह्यत: शुचिर्भूत राहतोच; पण अंतर्यामीही तो शुचिर्भूत झालेला असतो. शरीराची बाह्य शुचिता ही मुखमार्जन, स्नान-संध्या यांनी होत असते. त्याचबरोबर आहार-विहार, निद्रा, विश्रांती, व्यायाम, योगासने आदी क्रियांनी शरीराचं आरोग्य राखणं हे बाह्य शौच असतं, तर अंतर्गत शुचितेमध्ये मनाला नेहमी पवित्र आणि सुसंस्कृत ठेवणं असतं. त्यासाठी कुविचार आणि कुसंगत टाळावी लागते. कुणाविषयी कठोर शब्द न वापरणं, अश्लिल, अभद्र आणि असभ्य न बोलणं, वाणीला सुसंस्कृत आणि मंगलमय बनवणं यांतून मन आणि वाणीची शुचिता होत असते. त्यासाठी बुद्धीमध्ये विवेक उत्पन्न व्हावा लागतो. बुद्धीला जीवनाचं तत्त्वज्ञान कळल्याशिवाय आणि मनाने ते आत्मसात केल्याशिवाय वासना, कल्पना आणि इच्छा-आकांक्षा पवित्र होऊ शकत नाहीत आणि बुद्धी निष्कपट होत नाही. पण ब्राह्मणत्वात मत्सर, द्वेष, अहंमन्यता,

स्वार्थ, स्पर्धा आणि भोगासक्ती निघून गेलेली असते. त्यामुळे अशा मनुष्याचं मन आणि बुद्धीही शुद्ध झालेली असते. म्हणजे अंतर्गत शुचितेत वाणी, मन आणि बुद्धी यांचं शुद्धीकरण झालेलं असतं.

क्षमा

सहनशीलता आणि क्षमा यांमधून अशी वृत्ती तयार होते. असमर्थ व्यक्तीने क्षमा करण्यात काही पराक्रम नसतो. जो समर्थ आहे त्याने क्षमा करण्यात श्रेष्ठता असते. प्रत्येक मनुष्यात भगवान वसून असतो. त्यामुळे त्या भगवंताचा अनादर होईल असं वर्तन न करता कुणाही व्यक्तीला - अगदी दुर्वर्तनी व्यक्तीलाही आदरपूर्वक जवळ करता आलं पाहिजे. म्हणून दुसऱ्याच्या अज्ञानाविषयी अवश्य क्षमा केली पाहिजे. स्वत:च्या अज्ञानाविषयी क्षमा करणं हे मात्र पाप ठरतं. म्हणून आपल्या अंतर्यामीच्या दुर्गुणांना दूर करतानाही क्षमाभाव जपता आला पाहिजे.

एकदा एक सत्त्वशील ब्राह्मण नदीकाठाने चाललेला होता. तेव्हा एक विंचू नदीत बुडताना त्याला दिसला. विंचवाची दया येऊन ब्राह्मणाने त्या विंचवाला बाहेर काढलं. तेव्हा तो विंचू ब्राह्मणाच्या हाताला कडकडून चावला. विंचू ब्राह्मणाच्या हातातून सटकला आणि पुन्हा पाण्यात पडला. परत एकदा ब्राह्मणाने त्याला पाण्यातून बाहेर काढलं; पण पुन्हा एकदा विंचू त्याला चावला. बराच वेळ असंच चालू राहिलं.

तिथून जाणाऱ्या मनुष्याने ते दृश्य बघितलं. तो ब्राह्मणाला म्हणाला, ''तुम्ही विंचवाचा नाद सोडून का देत नाही? तो तुम्हांला किती वेळा चावला! मरू देत ना त्याला!''

ब्राह्मणाने त्यावर उत्तर दिलं, ''चावणं हा विंचवाचा धर्म आहे तर परोपकार आणि दया हा माझा धर्म आहे.''

आर्जवम्

आर्जव म्हणजे निष्कपट वृत्ती. या वृत्तीत प्रांजळपणा आणि प्रामाणिकता यांचाही समावेश होतो. याउलट मनात एक भाव ठेवायचा आणि बाहेर बोलण्या-वागण्यात दुसराच भाव ठेवायचा ही कपटवृत्ती असते. म्हणून शत्रू, परका किंवा प्रतिकूल प्राण्याविषयी सरळता दर्शवणं म्हणजेच निष्कपटवृत्ती.

ज्ञान-विज्ञान

ज्ञान आणि विज्ञान असे दोन शब्द प्रस्तुत श्लोकामध्ये वापरले आहेत. त्याविषयी भाष्यकारांमध्ये भिन्न आणि परस्परविरोधी मतं आहेत. काही जण ज्ञानाला आत्मज्ञान

म्हणतात तर काही जण ज्ञानाचा अर्थ भौतिक विज्ञान असा करतात. याउलट काहींनी आत्मज्ञानाला विज्ञान म्हटलेलं आहे तर ज्ञानाला भौतिक विज्ञान ठरवलेलं आहे. त्याचा निर्णय आपण एकाच विचाराने करू शकतो. तो म्हणजे, ईश्वरप्राप्ती करून घेणं हे ज्ञान असतं आणि या ज्ञानाच्या अनुषंगाने येणारं विविध विषयांचं ज्ञान म्हणजेच विज्ञान असतं! थोडक्यात, ज्ञान म्हणजे थेट आत्मज्ञान आणि विज्ञान म्हणजे ज्ञाता, ज्ञेय आणि ज्ञान या त्रिपुटीद्वारा जे काही मिळवायचं असतं ते विज्ञान असतं. म्हणजे इंद्रियं-मन-बुद्धीद्वारे आत्मज्ञान करून घेण्याचा अभ्यास हे विज्ञान असतं.

आस्तिक्य बुद्धी

यानंतर भगवंतांनी आस्तिक्य बुद्धीची आवश्यकता सांगितलेली आहे. आस्तिक्य भाव हा ब्राह्मणत्वाचा मोठा स्वभावविशेष असतो. जीवन हे परमेश्वराचंच चैतन्यस्वरूप आहे याविषयी त्याची निश्चिती असते. म्हणूनच वैदिक शास्त्रांची आज्ञा मानणं, त्यांचं पालन करणं आणि ईश्वराला मानणं ही आस्तिक्य बुद्धी असते. पर्यायाने त्याचं आचरण पवित्र असतं. त्याची वाणी पवित्र असते. त्याचा संकल्प आणि विचारही पवित्र असतात. म्हणूनच त्याचं जीवन सात्त्विक बनतं. अशा तऱ्हेने हे गुण ज्या कर्मांमध्ये समाविष्ट होतात, ती ब्राह्मणाची कर्मं होतात. मग अनायासे त्याच्या अंगी परोपकार आणि दयाभाव जागृत होतो.

सद्वर्तनामुळे मनुष्याला ब्राह्मणत्व प्राप्त होत असतं. शम, तप, दम, शौच, क्षमा, आर्जव, ज्ञान-विज्ञान आणि आस्तिक्य बुद्धी हे गुण ज्या मनुष्यात असतात, तो मनुष्य ब्राह्मण म्हणून मानला जातो.

शौर्यं तेजो धृतिर्दाक्ष्यं युद्धे चाप्यपलायनम् ।
दानमीश्वरभावश्च क्षात्रं कर्म स्वभावजम् ॥१८.४३॥

अर्थ : शौर्य, दक्षता, तेजस्विता, धृती, युद्धातून पलायन न करणं, दातृत्व आणि (प्रजेवर) सत्ता चालवणं हे क्षत्रियांचं स्वभावजन्य कर्म होय.

कुणी कोणतं कर्म करावं, हा प्रकृतीच्या गुणभेदाचा परिणाम असतो. कुणाला ज्ञानसाधना करावीशी वाटते तर कुणाला शौर्य गाजवावंसं वाटतं. या अनुषंगाने ब्राह्मण्यामध्ये आवश्यक असणाऱ्या गुणांविषयी भगवंतांनी मागच्या श्लोकात सांगितलं. या श्लोकात ते क्षत्रियांची स्वभावजन्य कर्मं सांगत आहेत. या कर्मांचं अनुसरण हे गुणकर्मांवरून झालेलं होतं; जन्मावरून नव्हे हे मागच्या श्लोकात आपण वाचलंच आहे!

भगवान सांगतात, शौर्य, प्रगल्भता, धैर्य, दक्षता, युद्धातून माघार न घेणं, दान करणं, आपलं सामर्थ्य प्रकट करणं ही क्षत्रियांची स्वाभाविक कर्मं आहेत. स्वधर्माचं आचरण करत असताना क्षत्रियांना पाप लागत नाही. युद्धात हिंसा केल्याने क्षत्रिय पापाचा धनी होत नाही. क्षत्रिय कोणत्याही स्थितीत, एकाकी अवस्थेतसुद्धा युद्धासाठी सिद्ध असतो. तो शौर्यवान असतो. दिवस-रात्र, एवढंच काय पण निद्रेतही तो दक्षच असतो. आपलं शस्त्र तो अलंकार म्हणून सतत जवळ बाळगत असतो.

> ऑस्ट्रियन सैन्याशी लढत असताना लोदीजवळील आडा नदीवरच्या पुलापर्यंत नेपोलियन सैन्यासह येऊन ठेपला. पूल ओलांडला नसता तर ती संपूर्ण मोहीम फोल ठरली असती. याउलट नेपोलियनने पूल ओलांडला तर आपला पराभव निश्चित आहे हे ऑस्ट्रियन सेनानी जनरल बोलू याला कळून चुकलं होतं. म्हणून पुलाच्या दिशेने त्याच्या सैन्याने शस्त्रं रोखली होती. फ्रेंच सैनिकांनी पुलावर पाय ठेवताच त्याने पुलावर प्रचंड भडिमार सुरू केला. तोफा-बंदुका आग ओकू लागल्या. तेव्हा नेपोलियन स्वतः

पुलावर पुढे सरसावला आणि फ्रेंच सैनिकांना उद्देशून म्हणाला, ''चला, हा तुमचा सेनापती निघाला आहे.''

कुणीतरी म्हटलं, ''पूल ओलांडणं अशक्य आहे, सेनापती.''

तेव्हा तो धैर्यशील पुरुष गरजला, ''अशक्य हा शब्द माझ्या शब्दकोशात नाही!''

तोफांच्या भडिमारातच नेपोलियनने पूल ओलांडला. स्वतः नेपोलियन पुलावर आलेला पाहून जनरल बोलू अवाक झाला. ऑस्ट्रियन सैनिकही चकित होऊन नेपोलियनकडे पाहत राहिले. त्यामुळे थोडा वेळ गेला. नेपोलियनने एव्हाना निम्मा पूल ओलांडला होता. त्याचं धैर्य पाहून पाठोपाठ फ्रेंच सैन्यही पुलावरून निघालं. पुन्हा तोफा धडाडू लागल्या; पण तोपर्यंत नेपोलियनने आपल्या सेनेसह पूल ओलांडला होता.

साहसामुळे नेपोलियनला विजयश्री खेचून आणता आली. आता क्षत्रियांमध्ये असलेल्या प्रत्येक गुणाचा विचार करू.

शौर्य

न्याय-नीतिमत्ता यांना न सोडता ध्येयप्राप्तीसाठी अखेरपर्यंत वाटेल ते क्लेश सोसण्याची क्षमता आणि जिद्द असणं याला शौर्य म्हणतात. सुसंस्कृत मनुष्यच असा शूर असतो.

तेज

तेज हा दैवी गुण आहे. तेज म्हणजे बाह्य सौंदर्य नव्हे; धार्मिकता आणि नीतिमत्ता पालनातून क्षत्रियांमध्ये तेज येतं. अशा तेजस्वी क्षत्रियाच्या अंतःकरणात दयाभाव आणि कारुण्य असतं. म्हणूनच परपीडा निवारणार्थ क्षत्रिय प्राणपणाने झटतो. कोणत्याही आपत्तीत नीती, धर्म आणि कर्तव्य न सोडणे हेच क्षत्रियांचं तेज असतं.

धृती

धृती म्हणजे धैर्य. धृती शौर्याचीच प्रभावी शक्ती असते. कोणत्याही संकटाने खचून न जाणं आणि स्वतःच्या सामर्थ्याची पूर्ण जाणीव असणं म्हणजेच धृती.

दाक्ष्य

दाक्ष्य हा क्षत्रियाचा विशेष गुण असतो. राजनीती किंवा युद्धनीती दोन्ही ठिकाणी क्षत्रिय नित्य दक्ष असतो. दक्षतेसाठी मनाची सावध वृत्ती आणि बुद्धीही तीव्र असावी लागते. अर्थातच बुद्धीला चटकन निर्णय घेता आला पाहिजे. त्यासाठीच दक्षता हा गुण महत्त्वाचा असतो.

युद्धातून माघार न घेणं

क्षत्रिय सहसा युद्धातून माघार घेत नाहीत. लष्करी डावपेच म्हणून असा इथे माघार

शब्दाचा अर्थ नाही. भविष्यात जर काही अधिक प्राप्त करून घ्यायचं असेल तर एखाद्या छोट्या लढाईतून माघार घेणं हितकारक असतं; तो युद्धनीतीचा भाग असतो.

> नेपोलियनने जेव्हा रशियावर आक्रमण केलं, तेव्हा रशियन सेनेने मॉस्कोपर्यंत माघार घेतली. फ्रेंच सेना मॉस्कोपर्यंत पोहोचली तेव्हा त्यांनी मॉस्कोही सोडलं; पण माघार घेताना रशियन सैन्याने वाटेत दग्धभू धोरण स्वीकारलं. फ्रेंच सैन्याच्या मार्गातली शेती त्यांनी जाळून टाकली; कुठे अन्नाचा कणसुद्धा शिल्लक ठेवला नाही. गावागावात एक माणूससुद्धा उरला नाही. त्याचा परिणाम म्हणजे मॉस्कोपर्यंत धडकूनही फ्रेंच सैन्याच्या हाती काहीही लागलं नाही. किंबहुना त्यांचे अतोनात हाल झाले. परिणामी, विजयी होऊनही फ्रेंच सैन्याची धूळदाण उडाली आणि माघार घेऊनही रशियन सेना विजयी ठरली.

म्हणजेच, माघार घेण्यातूनही क्षत्रिय योद्धा अंतिम परिणाम साधत असतो.

दान

क्षत्रियांमध्ये हा फार महत्त्वाचा गुण असतो. रघू राजाने विश्वजित यज्ञात सर्व संपत्तीचं दान करून टाकलं हे सर्वश्रुत आहेच. त्याचप्रमाणे शिबी राजा, भीष्माचार्य, धर्मराज, अर्जुन आणि कर्ण या दानशूर क्षत्रियांची महती कवींनी रंगवलेली आहे.

ईश्वरभाव

ईश्वरी भावाशी नित्य तादात्म्य ठेवूनच क्षत्रिय राजे राज्य करत असत. शारीरिक बल, राजकोष, अधिकार आणि सामर्थ्य यांचा वापर ईश्वरभाव जागृत ठेवूनच ते राज्य करत असत. म्हणूनच अशा क्षत्रिय राजांना देवांसमान मानलं गेलं.

थोडक्यात, क्षत्रिय हा सदाचरणी असतो. तो नि:पक्षपाती, दयाळू, सद्विचारी असतो. दातृत्व, इंद्रियभोगांप्रति अनासक्ती, शासनकौशल्य, निरलसता, ज्ञानपीपासा आणि सत्श्रद्धा हे गुण क्षत्रियामध्ये असतात. स्वत:च्या नेतृत्वाविषयी आणि पुरुषार्थाविषयी निश्चिती असणारी व्यक्तीच क्षत्रिय या पदवीला पात्र ठरते.

कृषिगौरक्ष्यवाणिज्यं वैश्यकर्म स्वभावजम् ।
परिचर्यात्मकं कर्म शूद्रस्यापि स्वभावजम् ॥१८.४४॥

कृषी, गोरक्षा आणि वाणिज्य म्हणजे व्यापार हे वैश्यांचं स्वभावजन्य कर्म होय. तसंच सेवा देणं हे शूद्रांचं स्वभावजन्य कर्म होय.

शेती, गोरक्षण, व्यापार याबरोबर ज्ञानाचं अर्थात वाणीचं रक्षण करणारा तो वैश्य. शेती करण्याचा अधिकार ब्राह्मणांना नव्हता. म्हणजे ज्याने ज्ञान, विज्ञान, शम, दम, तप अशा जीवनपद्धतीचा स्वीकार केला आहे, त्याने कृषी-गोरक्षण आणि व्यापार करणं तत्कालीन समाजव्यवस्थेला मान्य नव्हतं. कारण व्यापारी वृत्ती ज्ञानात येता कामा नये, असा त्या काळी कटाक्ष होता. ज्ञान, पूजा, तप यामध्ये व्यापारी वृत्ती आली तर त्याचे समाजावर अनिष्ट परिणाम होत असतात. म्हणून हा वर्ण व्यवसायापासून दूर ठेवलेला होता. पार्ट टाइमसुद्धा ज्ञानदानाचा व्यवसाय त्या काळी करता येत नसे. अन्यथा ब्राह्मण्याचं हे अधःपतन होतं अशी त्या काळी मान्यता होती.

कोणत्याच वर्णात अधःपतन होऊ नये म्हणूनच तत्कालीन समाजव्यवस्थेत चातुर्वर्ण्याची चौकट होती. ज्याने त्याने आपलं काम विशुद्ध बुद्धीने करणंच अभिप्रेत होतं.

> पांडवांनी राजसूय यज्ञ केला तेव्हा देशोदेशीचे लोक किमती आहेर घेऊन पांडवांकडे आले. त्याप्रसंगी प्रत्येक अभ्यागताचं स्वागत करण्याचं काम युधिष्ठिराने अश्वत्थाम्याकडे सोपवलं होतं. आलेल्या प्रत्येक राजाकडून अश्वत्थामा आहेर स्वीकारत होता. काही वेळातच वार्ता आली की चीनहून आलेल्या ब्राह्मणांना अश्वत्थाम्याने हाकलून दिलं म्हणून. युधिष्ठिराने त्वरित अश्वत्थाम्याला बोलावून त्याच्याकडे विचारणा केली. तेव्हा तो म्हणाला, ''राजा, ते अभ्यागत चीनहून आले होते. ते ब्राह्मण होते तरी ते कृषी करत होते. शिवाय ते पुष्कळ उपायाने - आहेर घेऊन आले

होते. त्यांचं ते कृत्य धर्मविरोधी होतं. म्हणून मी त्यांना घालवून दिलं.''

त्यावर युधिष्ठिर म्हणाला, ''तू योग्य तेच केलंस. त्यांना इथूनच नव्हे; तर वेशीबाहेर घालवून दे!''

त्या काळी चातुर्वर्ण्याची किती कडक व्यवस्था होती, हेच यावरून निदर्शनास येतं. म्हणूनच कृषी, व्यापार आणि वाणीचं अर्थात ज्ञानाचं रक्षण-संवर्धन करण्याचं काम वैश्यांकडे असे. कारण ज्ञानयज्ञ करणं, ज्ञानाचं ग्रंथरूपात रक्षण-संवर्धन करणं यासाठी पुष्कळ द्रव्याची आवश्यकता असते. वैश्यांकडे विपुल धन असल्यामुळे त्यांच्यावर हे दायित्व सोपवलेलं होतं.

वैश्यांनंतर सर्वांत महत्त्वाचा वर्ण म्हणजे शूद्र! हा वर्ण समाजाच्या भौतिक गरजा पुऱ्या करत असे. समाजाचं भौतिक जीवन स्थिर नसेल तर तो समाज निरोगी राहणार नाही. या वर्गात वास्तुविशारद, विणकर, सुतार, लोहार, कारागीर अशा समाजाचं भरणपोषण करणाऱ्या लोकांचा समावेश होत असे. त्यांच्या आधारावर समाज चालत असतो. म्हणूनच तो समाजाचा पाया समजला जाई. या वर्णाकडे समृद्धी असते.

या श्लोकात 'परिचर्यात्मकं कर्म' असं म्हटलं आहे. त्या शब्दाचा हवा तसा सोयीस्कर अर्थ लावून आज चातुर्वर्ण्य व्यवस्थेवर टीका केली जाते. कित्येक युरोपियन विचारवंतांनी आपल्या डोक्यात एक भ्रामक गोष्ट घुसवलेली आहे. ती म्हणजे शूद्र वर्ग हा पीडित लोकांचा वर्ग होता. आपल्याकडच्या इंग्रजधार्जिण्या विद्वानांनी(!)देखील त्यांचीच तळी उचललेली आहे. यासंदर्भात पांडुरंगशास्त्रींनी 'परिचर्यात्मकं कर्म' याचा सूक्ष्मार्थ त्यांच्या 'गीतामृतम्'मध्ये विशद करून सांगितला आहे. 'परिचर्या' म्हणजे पाय चेपण्याचं काम असा अर्थ काही विद्वान करतात, पण पाय चेपण्यासाठी त्या काळी दुसऱ्याची गरज नव्हती. कारण कुटुंबव्यवस्थेत मुलगा वडिलांचे पाय चेपत असे; पण आज बापाचे पाय चेपायला मुलगा तयार नसतो! म्हणून आजचं चित्र पाहून तत्कालीन समाजव्यवस्थेचं चित्र रंगवणं ही अयोग्य गोष्ट आहे. पुढे पुढे शूद्रांचा अर्थ पाय चेपणारा समाज असा ठरवून काही लोकांनी त्या वर्णावर अन्याय केला; अनन्वित अत्याचार केले, परंतु भगवान श्रीकृष्णांना ती गोष्ट मुळीच अभिप्रेत नव्हती. सेवा करणारा नव्हे; तर सेवा देणारा समुदाय तो शूद्र. आजच्या समाजव्यवस्थेत ज्या सेवा दिल्या जातात (Services) त्यांनाच 'परिचर्यात्मकं' म्हणतात. म्हणूनच हा वर्ण म्हणजे समाजव्यवस्थेचा पायाच असतो.

चातुर्वर्ण्य व्यवस्थेवर सखोल चिंतन केलं तर एक गोष्ट ध्यानात येईल. ती म्हणजे ही व्यवस्था नीतिधर्मावर आणि परस्पर स्नेहभावावर अधिष्ठित होती. शिवाय, कुणीही कोणत्याही वर्णाचा स्वीकार करण्यास स्वतंत्र असे. म्हणजे कौटुंबिक परंपरेतून वर्ण

ठरत नव्हता. जेव्हा जातींचा उदय झाला, तेव्हा जातीनुसार कौटुंबिक परंपरा सुरू झाली. म्हणजे आज एखाद्या कुटुंबातला ब्राह्मण मुलगा सैन्यात जाऊन सीमेवर लढू लागला तरी तो ब्राह्मणच समजला जाऊ लागला. वास्तविकत: प्राचीन सनातन धर्मानुसार तो क्षत्रिय झालेला असतो. याउलट एखादा क्षत्रिय ज्ञानसाधना करत असतो किंवा शम-दम-तप करत असतो, परंतु आजच्या कौटुंबिक परंपरेनुसार त्याला ब्राह्मण न समजता क्षत्रियच समजलं जातं. हा काळाचाच महिमा मानावा लागेल. मात्र तत्कालीन वर्णव्यवस्थेत गुणकर्मांनुसार एखाद्या व्यक्तीने ज्या वर्णाचं अनुसरण केलेलं आहे, त्याच वर्णाची ती व्यक्ती समजली जाई. म्हणूनच भगवान सांगतात, की स्वभावजन्य कर्मांनुसारच वर्ण ठरवला गेला होता - अर्थातच कौटुंबिक परंपरेने नव्हे.

कृषी-गोरक्षण, व्यापार ही वैश्यांची कर्मं तर सेवा देणं हे शूद्रांचं कर्तव्य होतं. शूद्र हे क्षुद्र नव्हते तर ते प्रतिष्ठित, श्रेष्ठ आणि मान्यवर होते.

स्वे स्वे कर्मण्यभिरतः संसिद्धिं लभते नरः ।
स्वकर्मनिरतः सिद्धिं यथा विन्दति तच्छृणु ॥१८.४५॥

आपापल्या कर्मामध्ये नित्यरत असलेल्या मनुष्याला परमसिद्धी प्राप्त होते. स्वकर्मनिष्ठ मनुष्याला मोक्ष कसा मिळतो, ते ऐक.

चातुर्वर्ण्य व्यवस्थेमुळे मनुष्याच्या भौतिक जीवनव्यवस्थेचा पाया पिढ्यान् पिढ्या पक्का होत असे. पाया पक्का असल्यामुळे कुटुंबात जन्मलेल्या मुलाला भवितव्याची चिंता राहत नसे. मग भिन्न आणि अनावश्यक विषयाचं नव्याने शिक्षण घेणं, भोगवादी शिक्षणावर निष्कारण वारेमाप खर्च करणं, भवितव्य अंधारात असणं, पैसा हेच जीवनाचं उद्दिष्ट असणं किंवा केवळ करियरचाच उद्देशच डोळ्यांसमोर ठेवून जीवन संभ्रमितपणे जगणं असे प्रकार समाजात अस्तित्वातच नव्हते. त्यामुळे समाज निश्चिंत होता; हव्यास कमी होता. असा निश्चिंत मनुष्यच जीवनविकासार्थ कर्मं करत असे आणि कर्मं करता करताच त्याला वैराग्य प्राप्त होत असे. म्हणजे कर्म करता करता मनुष्य परमसिद्धी मिळवत असे आणि जीवनाचा वास्तविक उद्देश सफल करत असे. त्या समाजव्यवस्थेचं 'रामायणा'त विस्तृत वर्णन वाल्मीकींनी केलेलं आहे.

अशा तऱ्हेने चातुर्वर्ण्य व्यवस्थेमुळे कर्तव्यावर आधारलेला समाज अस्तित्वात येतो. म्हणजे हक्कांऐवजी कर्तव्य आणि भोगांऐवजी समर्पणावर आधारलेला समाज केवळ चातुर्वर्ण्य व्यवस्थेमुळेच प्रत्यक्षात येऊ शकतो. चातुर्वर्ण्य व्यवस्थेमध्ये प्रत्येक जण आपापलं स्वकर्म जाणत असे. तो प्रत्येक दुसऱ्या समाजाला पुष्टी देत असे. त्यामुळे वित्तप्रधानता जाऊन समाजजीवनात भावमयता आणि कर्तव्यप्रधानता निर्माण होई.

कोणताही आणि कोणत्याही काळातला समाज हा काही एका विशिष्ट आदर्शांवर जगत असतो. आदर्शांशिवाय जीवनाला दिशा मिळत नाही. मोठा खेळाडू पाहून एखाद्याला त्याच्यासारखं व्हावंसं वाटतं. किंवा एखाद्या उद्योगपतीचा आदर्श ठेवून

एखादा तरुण त्याचं अनुकरण करू पाहतो. म्हणजे समकालीन आदर्शांचाच समाजजीवनावर पगडा असतो. त्यामुळे आदर्श कोणते, यावर समाजाची घडी ठरत असते. तरुणांपुढे योग्य आदर्श नसतील तर ही समाजाची घडी विस्कटूही शकते. म्हणून कुणाला आदर्श ठरवायचं, हे विचारपूर्वक ठरवलं पाहिजे. प्राचीन काळी निरपेक्ष भावाने तप करणारे द्रष्टे तत्त्ववेत्ते हे आदर्श होते. मानवी मनाचं मनोविश्लेषण करूनच त्यांनी चातुर्वर्ण्याची व्यवस्था प्रस्थापित केली होती.

त्यामुळेच समाजात स्वास्थ्य होतं. आजचा समाज स्वस्थ आहे, असं म्हणणं धाडसाचंच ठरावं! थोडक्यात, तत्कालीन समाजमन हे तत्त्ववेत्ते घडवत होते तर आज बहुतांशी भोगवादी मनोवृत्ती समाजमन घडवत आहेत.

म्हणूनच गीताकार धनवानापेक्षा स्वकर्म आणि स्वधर्म यांत निरत असलेल्या मनुष्यालाच श्रेष्ठ मानतात. मनुष्य एकाच व्यवसायाला चिकटून राह्यला म्हणजे अमर्याद धनसंचयाचा प्रश्नच निर्माण होत नाही. मर्यादित आणि जीवनावश्यक तेवढंच धन मनुष्याला प्राप्त होतं. धन हे साध्य नसून ते साधन आहे आणि हेच जीवनाचं सूत्र असावं असं गीतेत भगवंत सांगतात. म्हणजे धन मिळवलंच पाहिजे पण त्यामागे नीतिमत्ता असावी. तर त्या धनापासून व्यक्तीला आणि पर्यायाने समाजालाही सुख लाभतं. अशी वृत्ती संपूर्ण समाजात प्रस्थापित झाली तर आज उद्‌भवलेले आणि विक्राळ स्वरूप धारण केलेले अनेक प्रश्न सुटू शकतील. म्हणून विहित कर्म हेच श्रेष्ठ कर्म आहे आणि विकासाचा तोच खरा मार्ग आहे.

मानवी जीवन हे ऐहिक, पारलौकिक आणि पारमार्थिक अशा तीन प्रकारचं असतं. या तिन्ही प्रांतांत जीवाने सुखाने नांदावं आणि मायेच्या प्रभावातील क्रीडा करून झाल्यावर आत्मानंदात विलीन व्हावं, असाच सृष्टीचा हेतू आहे. त्यामुळे प्राप्त जीवन समजपूर्वक आनंदाने जगण्याचा प्रयत्न झाला पाहिजे. मनाला सतत छळणारा कमतरतेचा भाव वृत्तीतून गेला तर जगण्यामधला आनंद अनुभवता येतो.

हा कमतरतेचा भाव जन्मोन् जन्म सुटणारच नसतो. अन्यथा आत्मविकासासाठी मनुष्य प्रयत्नच करणार नाही. म्हणूनच प्राप्त कर्म मोठ्या निष्ठेने करण्यात फार मोठं शास्त्र दडलेलं आहे. आपण ज्या वर्णातले असतो, त्या वर्णातली विहित कर्मं करता करता एक वेळ अशी येते की मनुष्य ती रूटीन कर्मं करता करता कंटाळून जातो. मग आता आणखी उन्नत कर्मं करण्याची किंवा तो ज्या वर्णातल्या ज्ञानाशी संलग्न असतो, त्यापुढचं ज्ञान प्राप्त करण्याची ऊर्मी त्याच्या मनात उफाळून येते. म्हणजे अशी ऊर्मी वृत्तीत निर्माण होण्यासाठी त्याने त्याच्या वर्णातलं कर्म यथोचित पार पाडणं आवश्यक

असतं, तरच त्याच्यामध्ये अशी उन्नत ज्ञान घेण्याची ऊर्मी निर्माण होत असते; अन्यथा नाही. म्हणजे माध्यमिक शाळेतील अभ्यासक्रम पुरा केल्यानंतर पुढच्या शिक्षणाचे वेध लागत असतात; तसंच हे आहे.

म्हणून ज्याप्रमाणे पावसाच्या पाण्याला नदी योग्य असते, नदीला जसा समुद्र योग्य असतो; त्याप्रमाणे मनुष्याला कर्तव्यकर्मच योग्य असतं. ते कर्तव्यकर्मच मनुष्याला शोभून दिसतं. त्या कर्तव्यकर्मातूनच तो विकास पावत जातो; ते टाळून नव्हे!

अशा तऱ्हेने मनुष्याच्या वाट्याला आलेलं विहित कर्म हे मौल्यवान रत्नाप्रमाणे असतं. मनुष्याने त्याचा जीवापाड सांभाळ केला पाहिजे. रत्नपारख्याकडून ज्याप्रमाणे रत्नांचं मोल जाणून घेतलं जातं, त्याप्रमाणे कर्तव्यकर्माचं मोल शास्त्रांकडून जाणून घेतलं पाहिजे. त्यानंतर त्या विहित कर्मांचं काटेकोर आचरण केलं पाहिजे. म्हणजे मग वैराग्य प्राप्त होऊन मनुष्याचं मोक्षमार्गावर पहिलं पाऊल पडतं.

वर्णाश्रमव्यवस्थेनुसार मनुष्याच्या वाट्याला जे कर्तव्यकर्म आलं असेल, ते मनुष्याने अंगीकारायला हवं. बुद्धीने समजून घेऊन त्या विहित कर्माचं पालन केलं पाहिजे. म्हणजे मोक्षमार्ग सुलभ होईल.

यत: प्रवृत्तिर्भूतानां येन सर्वमिदं ततम् ।
स्वकर्मणातमभ्यर्च्य सिद्धिं विन्दति मानव: ॥१८.४६॥

ज्याच्यापासून भूतमात्राची उत्पत्ती होते आणि ज्याने हे सर्व विश्व विस्तारित करून व्यापलं आहे, त्या ईश्वराची आपापल्या स्वाभाविक कर्माने आराधना केल्यामुळे मनुष्याला परमसिद्धी प्राप्त होते.

हा श्लोक म्हणजे कर्मयोगाचा परिपाकच म्हटला पाहिजे. या श्लोकात religion अर्थाने धर्माचा उल्लेख नाही तर मानवाच्या स्वाभाविक कर्माचा तेवढा उल्लेख आहे : *सिद्धिं विन्दति मानव:*! भगवंतांनी *सिद्धिं विन्दति 'हिंदवा'* असं म्हटलेलं नाही, तर फक्त मानवाचा उल्लेख आहे; कोणत्याही धर्माचा उल्लेख नाही. भगवद्गीतेची वैश्विकता इथे ध्यानात येते. कोणत्याही एका धर्मग्रंथावर विसंबून राहिलेल्या संप्रदायाचा आणि त्याच्या आत्मिक उत्कर्षाचा इथे विचार नाही. परमसत्तेचा आपल्या कर्मातला सहभाग ओळखून जो मनुष्य स्वकर्म करतो, तो परमसिद्धी प्राप्त करतो, हे भगवान सांगतात.

वर्णयुक्त राज्यव्यवस्थेमुळे संपूर्ण समाजाला भौतिक स्वास्थ्य लाभतं; आणि असा स्वास्थ्ययुक्त समाजच आत्मिक उन्नती साधू शकतो. जसजशी उन्नतावस्था प्राप्त होत जाते, तसतशी कर्माकडे बघण्याची दृष्टी बदलते. केवळ व्यवसाय म्हणून विहित कर्माकडे न बघता जगाच्या रहाटगाडग्यातलं एक गाडगं म्हणून मनुष्य कर्माकडे बघू लागतो. ज्या परमात्म्यामुळे जगाची प्रवृत्ति होते, उत्पत्ती होते, जी शक्ती सर्वांना व्याप्त करून असते, त्या शक्तीची अर्चना कर्ममाध्यमातून केली जाते. आपलं विहित कर्म करून मनुष्य त्या शक्तीचं पूजनच करत असतो. किंबहुना कर्म हे भगवंताच्या पूजेचं एक साधन आहे, हे समजून घ्यायला हवं. पूजा तर करायचीच! पण पूजेचं स्वरूप काय? तर आपल्या कर्मरूपी साधनानंच भगवंताचं पूजन केलं पाहिजे. प्रत्येक विहित कर्म हे भगवंताचं पूजन करण्याच्या दृष्टीने करा, असं भगवंत सांगतात.

कर्माकडे बघण्याची एक भव्य आणि दिव्य दृष्टीच गीतेमधून मिळते. म्हणजे उपासनात्मक कर्मकांडाच्या बाहेरचं प्रत्यक्ष कर्मरूपी पूजन भगवंतांना निर्विवादपणे अपेक्षित आहे. म्हणजे कर्मकांडाला विरोध नाही तर प्रत्यक्ष विहित कर्म त्यातलं परमेश्वराचं अधिष्ठान ओळखून झालं पाहिजे. एखादा कलावंत संगीतसाधना करत असेल तर त्या साधनेमधील प्रेरक शक्ती आणि प्रतिभा ही परमेश्वराची असते, हे वेळोवेळी ध्यानात ठेवलं पाहिजे. कलावंत हा केवळ माध्यम असतो. हा सिद्धान्त प्रत्येक क्षेत्रात लागू होतो. अर्थात साहित्य, शेतीकाम, व्यापार, मॅनेजमेंट, विविध कला, क्रीडा, व्यवसाय इत्यादी सर्वच क्षेत्रात हाच सिद्धान्त लागू होतो. त्यामुळे परमात्माच आपल्या कर्मात वसून असतो, अशी जाणीव जर निरंतर ठेवली तर मनुष्याच्या हातून शुद्ध कर्मंच केली जातील.

अशी शुद्ध आणि परमेश्वराला अभिप्रेत असणारी कर्मं जर हातून घडायला हवी असतील, तर सर्वप्रथम हे ज्ञान विचारांनी समजून घेतलं पाहिजे. ते बुद्धीत स्थिर केलं पाहिजे. मग बुद्धीत स्थिर केलेल्या सद्विचारांशी नित्य अनुसंधान ठेवलं पाहिजे. हे साध्य झालं की मग ते ज्ञान आपल्या कर्मात उमटू लागेल आणि भगवंतांना अभिप्रेत असं स्वकर्म मनुष्याच्या हातून घडू लागेल.

आपल्याजवळच्या कर्मशक्तीच्या साहाय्याने अर्चना आणि सेवा करून सिद्धी मिळवायची आहे, असं ध्येय मनुष्याने बाळगलं पाहिजे. विहित कर्माचं पालन करणं ही सिद्धी प्राप्त करून घेण्याची गुरुकिल्लीच आहे. या गुरुकिल्लीमुळे मोक्षरूपी प्रासादाचं द्वार उघडलं जातं.

आता प्रश्न पडेल की स्वकर्म म्हणजे प्राप्त कर्म करून मनुष्याला परमसिद्धी कशी काय प्राप्त होऊ शकते? याचं उत्तर म्हणजे कर्म करण्यामागचा अहंविरहित निरपेक्ष भाव मनुष्याला अर्थात जीवाला परमसिद्धीपर्यंत नेतो. एखाद्याने कर्मच केलं नाही तर पुढचा प्रवास थांबतो. म्हणून 'मी कर्म करतो,' असा अहंकार जर मनुष्याने सोडला आणि निरपेक्ष भावाने प्राप्त कर्म करत राहिलं, तर अशा कर्माचा प्रभाव मागे शिल्लक उरतो; तोच प्रभाव मनुष्याला परमसिद्धीकडे नेतो.

त्यासाठी आपल्याला सृष्टीचं स्वरूप समजून घेतलं पाहिजे. परमेश्वरापासूनच व्यक्त सृष्टी निर्माण झाली. त्रिगुणांचा खेळ सुरू झाल्यानंतर प्रकृती अस्तित्वात आली. त्रिगुणांच्या मायेत तयार झालेल्या जीवाला 'अहं'चं स्फुरण झालं. 'अहं'शिवाय जीव स्वतंत्रपणे कर्म करूच शकत नाही. 'अहं'चं स्फुरणच जीवाला प्रकृतीमधील पुनर्जन्माच्या खेळात अडकवतं. जीव नित्य कर्माभिमानाला चिकटून राहिल्यामुळेच तो या चक्रात अडकून पडतो. या चक्रातून सुटण्यासाठी आपल्या संकुचित 'अहं'ला

विशाल करता आलं पाहिजे; ही विशालता अखेर परमात्मस्वरूप व्हायला हवी. तीच 'अहं ब्रह्मास्मि'ची स्थिती असते. या क्रियेत निरपेक्ष कर्मांचे अव्यक्त प्रभाव परमात्मस्वरूपात विलीन होत असतात. मागे उरतात केवळ प्रकृतीचे अवशेष.

आपण प्रकृतीच्या स्वरूपाचा सूक्ष्म अभ्यास केला तर एक गोष्ट ध्यानात येते. ती म्हणजे प्रकृतीसुद्धा चैतन्यस्वरूपच आहे. पदार्थाचा सर्वात छोटा कण अभ्यासला तर तिथे केवळ आकाशच असल्याचं कळतं - दुसरं काही नाही. ते आकाशाचं स्वरूप हे ब्रह्म असतं आणि ब्रह्म हे परमात्म्याच्या अधीन असतं. त्या अवस्थेत जाण्यासाठी जीवाला प्रकृतीशी असलेला मायावी बंध तोडावा लागतो आणि त्यासाठी कर्मांचा अभिमान सोडणं ही गोष्ट अतिशय महत्त्वाची असते. तीच गोष्ट भगवान केवळ या एका ओळीतल्या श्लोकात सांगतात.

ते म्हणतात, भूतमात्रांची उत्पत्ती ही परमेश्वराचीच आहे आणि त्यानंच हे सर्व विश्व विस्तारित करून व्यापलेलं आहे. त्या ईश्वराची आपापल्या स्वाभाविक कर्मांनंच आराधना केली पाहिजे, तरच मनुष्याला परमसिद्धी प्राप्त होते; तो परमात्मस्वरूप होतो. जन्माला येताना मनुष्येहा स्व-भाव घेऊन जन्माला येतो, तो ईश्वरी भावातूनच जन्मलेला असतो. मनुष्य बाह्य जगात रमू लागल्यानंतर त्याचा अहंभाव काम करू लागतो. मग मनुष्य प्रकृतीमधले सारे सुखदुःखांचे प्रभाव झेलू लागतो. म्हणून भगवान सांगतात की, स्वाभाविक कर्मं अर्थात ईश्वरी भाव जागृत ठेवून कर्म केली पाहिजेत. मनुष्य अशी स्वाभाविक कर्मं करू लागताच परमात्मा संतुष्ट होऊ लागतो. त्यासाठी कोणत्याही भौतिक गोष्टींची त्याला आवश्यकता असते - ना धनाची; ना सोन्याची!

केवळ विहित कर्म निष्ठेने पार पाडणं हीच ईश्वराची आराधना असते. ते ईश्वराची आज्ञापालन करणंच असतं. त्यामुळे मनुष्याचं भौतिक जीवनही शांत आणि तृप्त होऊन जातं. कर्मकेंद्रित focused काम केल्यामुळे इतर व्यवधाने राहत नाहीत. बुद्धी इतर कटकटींमध्ये विखुरलीच जात नाही.

आज समाजात मोठ्या प्रमाणावर चिंता-ताण व्यापून राहिल्याचे आढळतात; नैराश्य तर पदोपदी दिसून येतं. प्राचीन भारतीय संस्कृतीत मात्र समाजाच्या सुयोग्य संरचनेमुळे नैराश्याला स्थानच नव्हतं. प्रत्येक जण स्वधर्माचरण निष्ठेने करत होता. स्वाभाविक कर्म निरलसपणे पार पाडूनच परमसिद्धी प्राप्त करून घेता येते. तत्त्वज्ञान आणि भौतिकशास्त्र अशा दोन्ही दृष्टिकोनांतून हा विचार पूर्णतः तर्कशुद्धच आहे.

आपली स्व-भाविक कर्मं निष्काम बुद्धीने आणि अहंकारविरहित करणं हे एक प्रकारे विराटस्वरूपी परमेश्वराचेच पूजन होतं; त्यामुळेच जीवाला परमसिद्धी प्राप्त होते.

श्रेयान्स्वधर्मो विगुणः परधर्मात्स्वनुष्ठितात्।
स्वभावनियतं कर्म कुर्वन्नाप्नोति किल्बिषम्॥१८.४७॥

परधर्म सुकर असला आणि त्यापेक्षा स्वधर्म (आचरण्यास) कमी प्रतीचा वाटला तरी स्वधर्मच श्रेयस्कर असतो. स्वाभाविक गुणांना अनुसरून असलेल्या कर्माचं आचरण करणाऱ्याला पाप लागत नाही.

समाजातले चार वर्ण हे परस्परांना पूरक असतात; ते एकमेकांचं शोषण करण्यासाठी नसतात. शिवाय त्यामध्ये उच्चनीचता नसते. कालपरत्वे तो तो धर्म महत्त्वाचा ठरत असतो एवढंच. त्यामुळे जो वर्ण आपल्याला प्राप्त झाला आहे किंवा आपण स्वीकारला आहे, त्याचं निष्ठेने आचरण करणं भगवंतांना अपेक्षित आहे. आपापल्या विहित कर्मांमध्ये तत्पर असलेला मनुष्य ज्ञाननिष्ठेच्या योग्यतेला पात्र होतो. त्यामुळे ज्याच्या त्याच्या धर्मानुसार ठरवलेली कर्मं प्रसंगी दोषयुक्त वाटली, तरी स्वधर्म सोडून त्या परधर्माकडे जाणं हितावह नसतं. कारण या जगात निर्दोष असं कोणतंही कर्म नसतंच.

सरकारी नोकरीतला एक माणूस मधल्या सुट्टीत मित्रांसमवेत जवळच्या हॉटेलमध्ये चहा घेत असे. हॉटेलमधल्या पदार्थांचे दर, सतत येणारी गिऱ्हाईकं, काठोकाठ भरणारा गल्ला हे पाहून त्याला वाटायचं, काय आपली नोकरी? त्यापेक्षा हॉटेल टाकलं असतं तर भरपूर पैसा मिळाला असता. जीवन सुखी झालं असतं.

मग प्रयोग म्हणून वर्षभराची बिनपगारी रजा घेऊन तो एक हॉटेल टाकतो. जागेमधलं भांडवल, फर्निचर, नोकरांचे पगार, त्यांच्या तऱ्हा, रोज हरतऱ्हेचे पदार्थ करणं, आचाऱ्याचं मनमानी वागणं, गिऱ्हाइकांची बोलणी, बँकेचे हप्ते या सगळ्या गोष्टींना तोंड देता देता तो अगदी मेटाकुटीला येतो. नोकरीवरून आल्यावर संध्याकाळी तो बायकोबरोबर फिरायला जात असे; पण आता ते फिरणं संपतं. मुलांमध्ये रमणं संपतं.

डोकं मात्र तणावग्रस्त झालेलं असतं. तेव्हा त्याला उमजतं की, मी फक्त हॉटेलचा गल्ला बघत होतो; त्या गल्ल्यासाठी मी जीवनातल्या किती तरी गोष्टींना आज मुकलो आहे. त्यापेक्षा नोकरीच बरी होती!

दुसऱ्याच्या पायाशी काय जळत असतं ते तिसऱ्याला दिसत नसतं. त्यामुळे वरवर दुसऱ्याचा पेशा जरी सुखाचा वाटला, तरी त्याला कोणतं ना कोणतं तरी दुःख किंवा अडचणी या असतातच. म्हणून परधर्म कितीही सुखावह वाटला तरी स्वधर्म सोडू नये, ही गोष्ट भगवंतांनी अतिशय विचारपूर्वक सांगितली आहे.

धर्म हा शब्द इथे 'रिलिजन' या अर्थाने वापरलेला नाही, हे लक्षात घेतलं पाहिजे. तथापि, रिलिजनस्वरूप धर्मालाही ही गोष्ट लागू पडते. आपल्या धर्मापेक्षा दुसऱ्या धर्मातल्या गोष्टी कोणाच्या तरी प्रभावामुळे चांगल्या वाटू लागतात. त्या पार्श्वभूमीवर स्वधर्म अगदीच कुचकामी वाटतो. मग मनुष्य परधर्म स्वीकारतो आणि इथेच तो फसतो. मग पश्चात्तापाचीसुद्धा अनेकांवर पाळी येते.

म्हणून भगवंतांनी धोक्याचा इशाराच देऊन ठेवला आहे - प्राप्त धर्म कितीही वाईट वाटला तरी तो आपल्या दृष्टीने हितावहच असतो. अग्नी ज्याप्रमाणे धूमाने आच्छादलेला असतो, त्याप्रमाणे प्रत्येक कर्म हे दोषाने युक्त असतंच; पण स्वधर्माचं आचरण करताना पाप लागत नाही. त्यामुळे व्यावहारिक दृष्ट्या, नैतिक दृष्ट्या, धार्मिकदृष्ट्या, पारलौकिक दृष्ट्या आणि आध्यात्मिक दृष्ट्यासुद्धा प्रत्येकाने प्राप्त कर्तव्य निष्ठेने पार पाडलं पाहिजे. त्यामुळेच मनुष्याची सर्वतोपरी प्रगती आणि उत्कर्ष होत असतो.

प्रत्येकाची आवडनिवड आणि संस्कार हे पुढील जन्मी जीवाला चिकटून जात असतात. म्हणजे कॅरी फॉरवर्ड होत असतात. पुष्कळ जण या विचाराचा प्रतिवाद करताना पुनर्जन्मच मानत नाहीत. या न मानण्यात त्यांचा काही विशेष अभ्यास नसतो, चिंतन नसतं किंवा अनुभूतीही नसते. कुणाच्या तरी प्रभावात येऊन केवळ प्रस्थापित तत्त्वविचार अजाणता धुडकावण्याकडेच त्यांचा कल असतो. अशा निरीश्वरवादी आणि पुनर्जन्म न मानणाऱ्या असंख्य लोकांना मृत्युपश्चात जीवनाची अनुभूती मिळाली आहे आणि ते पुनर्जन्म मानू लागले आहेत. त्यासंबंधी आता पुष्कळ संशोधनही झालं आहे. अशा विचारपरिवर्तन झालेल्या लोकांमध्ये कित्येक एम.डी. डॉक्टर आहेत, विचारवंत आहेत आणि शास्त्रज्ञसुद्धा आहेत.

त्यामुळे परमात्मस्वरूपात विलीन होईपर्यंत प्रत्येक जीवाचा पुनर्जन्म होतच असतो आणि अनायासे मागील जन्मातले संस्कारही कॅरी फॉरवर्ड होतच असतात. त्यातून जीवाचा एक पिंड म्हणजे characteristics तयार होतात. त्याला शास्त्रकारांनी

'पिंडे पिंडे मतिर्भिन्ना' असं म्हटलेलं आहे. जीवामधील पिंडाचे व्यक्त होणारे गुणधर्म म्हणजेच मनुष्याचा स्वभाव असतो. या स्वभावाला अनुसरूनच मनुष्याची सर्व इंद्रियं कार्यप्रवण होत असतात. लिंबाच्या झाडाला लिंबंच लागतात किंवा आंब्याच्या झाडाला आंबे! म्हणजे प्रत्येक जीवाचा गुणधर्म हा त्याच्या पिंडातून उगम पावलेला असतो. मग त्या पिंडामुळे बनलेल्या स्वभावानुसार त्या त्या गुणाच्या मनुष्याला स्वधर्मस्वरूप प्राप्त झालेलं कर्म विनासायास पार पाडता येतं.

पण स्वधर्मविरोधी कर्म मनुष्य करू लागताच ते त्याच्या विकासाला अडथळा आणू लागतं. अर्थातच ते पापकर्म ठरतं. इथे पापकर्म याचा अर्थ ज्या कर्मामुळे मनुष्याचं अध:पतन होतं आणि पुढील मार्गक्रमणाला विरोध उत्पन्न होतो ते पाप, या अर्थाने इथे पापकर्म म्हटलेलं आहे.

थोडक्यात आपापल्या पिंडानुसार बनलेल्या स्वभावानुसारच जर मनुष्य कर्म करत राहिला, तर त्याचा लवकर विकास होतो. कारण गुणांनुसार तसं स्वधर्मस्वरूप कर्म हे त्याच्यासाठी सहजकर्म होत असतं. याविषयी भगवान पुढच्या श्लोकात अधिक सांगणार आहेत. परंतु इथे एक गोष्ट ध्यानात घ्यावी लागेल. ती म्हणजे आपापल्या गुणांनुसार कर्म करताना कुकर्म करणं मात्र भगवंतांना मुळीच अपेक्षित नाही. गुणांनुसार आणि स्वभावानुरूप शुद्ध कर्म करणंच भगवंतांना अभिप्रेत आहे.

हातचं सोडून पळत्याच्या पाठीमागे लागू नये, ही म्हण तंतोतंत खरी आहे. आपलं जे क्षेत्र असतं, त्याच क्षेत्रात निष्ठेने काम केलं पाहिजे. वाऱ्याप्रमाणे वाहवत गेल्यामुळे कदाचित नैराश्य येण्याचीच शक्यता अधिक असते.

सहजं कर्म कौन्तेय सदोषमपि न त्यज्येत्।
सर्वारम्भा हि दोषेण धूमेनाग्निरिवावृताः ॥१८.४८॥
असक्तबुद्धिः सर्वत्र जितात्मा विगतस्पृहः ।
नैष्कर्म्यसिद्धिं परमां संन्यासेनाधिगच्छति ॥१८.४९॥

अर्जुना, स्वाभाविक प्राप्त कर्म सदोष असलं तरी त्याचा त्याग करू नये. ज्याप्रमाणे अग्नी धुराने युक्त असतो, त्याप्रमाणे सर्व कर्मं ही दोषांनी युक्त असतातच. (म्हणून) कोणत्याही कर्माच्या फलाविषयी आसक्ती न ठेवता, जितेंद्रिय बनून आणि मन ताब्यात आणून निष्काम बुद्धीने वागलं म्हणजे संन्यास योगाने परम नैष्कर्म्यसिद्धी प्राप्त होते.

कोणतंही कर्म हे सदोष असतं, असं भगवान सांगतात; त्याचा अर्थ जाणून घेतला पाहिजे. सृष्टीचा आरंभ झाला तेव्हाच सदोष कर्मांना सुरुवात झाली. ब्रह्माच्या अभिव्यक्तीचा तो प्रारंभ असतो. सृष्टी अस्तित्वात आली की त्रिगुणांचं कार्य सुरू होतं. कर्मामुळे त्रिगुणांच्या कार्याला गती प्राप्त होत असते. ही गती म्हणजेच जी ब्रह्माची मूळ साम्यावस्था असते, त्यामध्ये विकृती निर्माण होणं. ही विकृती म्हणजेच दोष. कारण प्रकृती कार्यरत झाली की विविधता सुरू होते आणि या विविधतेलाच विसर्ग म्हणजेच कर्म म्हणतात. मग *पिंडी ते ब्रह्मांडी* या न्यायाने तो दोष प्रत्येक कर्मात सामावलेला असतोच.

कोणतंही कर्म हे प्रकृतिजन्य आहे आणि ते सदोष आहे. त्यामुळे कर्म सदोष असलं तरी ते सोडता कामा नये. कारण ते सदोष कर्मच जीवाला निर्दोष साम्यावस्थेकडे नेणारं असतं. काटक्या पेटवल्यानंतर उत्पन्न होणारा अग्नी हा प्रथम धुराने व्याप्त असतो. तोच अग्नी नंतर उज्ज्वल होऊन प्रकाश देतो. त्याचप्रमाणे कर्म हे सदोष असलं तरी तेच इंद्रियांमधील दोष जाळून इंद्रियांना स्वच्छ करतात. मग स्वच्छ झालेली इंद्रियं कार्यक्षम होऊन त्यातून ज्ञानकिरण फाकू लागतात.

अशा तऱ्हेने त्याग आणि संन्यास यांमधील फरक सांगण्याचा भगवंतांचा उद्देश

आहे. देहधारी मनुष्याला कर्म टाकणं शक्य नाही. कितीही चांगलं वागलं किंवा कर्मात शुद्धता ठेवली, तरी कर्मदोष हा होतच असतो. अगदी व्यावहारिक जगातही त्याचा अनुभव येतो. एखाद्या तत्त्वनिष्ठ मनुष्याला कधी तरी खूप घाई असते; अगदी आणीबाणीचा प्रसंग असतो. समोर लाल सिग्नल असतो. मात्र तेवढा वेळही थांबणं शक्य नसतं. अशा वेळी एखादी व्यक्ती सात्त्विक असूनही सिग्नल मोडते. प्रचलित राजकीय आणि सामाजिक व्यवस्थेत कायदे मोडण्याचे प्रसंग सज्जन व्यक्तीवरही अनेकदा येतात. म्हणजे कर्मात सात्त्विक व्यक्तीकडूनही असे दोष राहू शकतात.

मग आता अशा कर्मांमधील दोष काढणार तरी कसे? त्यासाठीच भगवान कर्म करताना नैष्कर्म्य स्थिती आणायला सांगतात. संन्यास योगाने म्हणजे कर्मफलाच्या संन्यासाने (त्यागाने) नैष्कर्म सिद्धी प्राप्त होते. त्याकरता मन ताब्यात असणं अत्यंत आवश्यक असतं. बुद्धी निष्काम आणि आसक्तिरहित झाली तरच कर्मफलाचा त्याग साध्य होऊन नैष्कर्म्य सिद्धी प्राप्त होते. नैष्कर्म्य स्थिती जीवाला मूळ साम्यावस्थेकडे अर्थात दोषरूप प्रकृतीआधीच्या अवस्थेकडे नेत असते. आजच्या भाषेत सांगायचं तर दोषरूप कर्मांना तो ॲन्टिडोट असतो. त्या अवस्थेत जीवाला चिकटलेल्या सर्व दोषरूप कर्मांचा संन्यास होतो आणि त्याला नैष्कर्म्य स्थिती प्राप्त होते.

संन्यासमार्गीयांची दृष्टी केवळ मोक्षावर असते, परंतु भगवंत दोषरूप कर्मांनाही महत्त्व देतात. ती कर्मं करता करता ते नैष्कर्म्य स्थिती आणायला सांगतात. कर्म जरी दोषरूप असलं, तरी ते केलंच नाही तर नैष्कर्म्य स्थिती येणंही कठीण असतं.

सामान्यतः मनुष्य वासनेमुळे कर्मप्रवृत्त होतो. वासनाच नसेल तो कर्म करणार नाही. म्हणजे कर्मात वासना गुंफली गेली की कर्म दोषस्वरूपच होणार असतं. पण तरीही तसं कर्म करता करता जर ज्ञानदृष्टीचा अंगीकार केला, तर निष्काम कर्मयोगाकडे मनुष्याचा प्रवास सुरू होतो. असं निष्काम कर्म म्हणजे स्वाध्यायींसाठी भावफेरी-भक्तिफेरी असते तर ऋषि-संतांसाठी एकादशी असते. अशा तऱ्हेची निष्काम कर्मं करता करता जीवाला नैष्कर्म्य स्थिती प्राप्त होते. ही स्थिती कर्मातला दोष दूर करते आणि जीवाला साम्यावस्थेकडे अर्थात ईश्वरी भावात नेते. या दृष्टिकोनातून विचार केल्यास या श्लोकाचा उद्देश आणि महत्त्व उमजतं.

नैष्कर्म्य स्थिती म्हणजे कर्मबंधातून मुक्त होणं आणि सच्चिदानंद स्वरूपाची अनुभूती घेणं. अथवा अविद्या आणि अज्ञान यांचा नाश होऊन स्वस्वरूपाची पूर्ण जागृती होणं म्हणजे नैष्कर्म्य स्थिती. ही स्थितीच जीवाला मोक्षप्राप्तीकडे नेते.

थोडक्यात, समाजाचं धारण-पोषण होण्याकरता सर्व प्रकारच्या मनुष्यांची आवश्यकता असते. ज्ञान-विज्ञानयुक्त पुरुष, शूर क्षत्रिय, शेतकरी, वाणी, सुतार,

लोहार, कुंभार त्याचप्रमाणे कसाई, चांडाल या साऱ्यांची सारख्याच प्रमाणात समाजाला गरज असते. या सर्वांना मोक्षाची आस असेल आणि मोक्ष जर केवळ संन्यास घेऊनच मिळत असेल, तर अवघड परिस्थिती निर्माण होईल. सर्वांनी कर्मं करणं सोडून संन्यास घेतला तर जगाचा व्यवहारच चालणार नाही.

म्हणूनच भगवंतांनी कर्मसंन्यास न घेता कर्मफलाचा संन्यास घ्या, असं सांगितलं आहे. विहित कर्म कोणतंही असो; ते ज्या बुद्धीने केलं जातं त्या बुद्धीला महत्त्व असतं. कर्म जर निष्काम बुद्धीने केलं तर ते बंधक न होता उलट त्यापासून परम नैष्कर्म्य सिद्धीच प्राप्त होते.

नैष्कर्म्य स्थिती प्राप्त करून घेण्यासाठी सर्वप्रथम इंद्रियविजय महत्त्वाचा असतो. इंद्रियांनी विषय-वस्तूंची गुलामी सोडण्यासाठी मन-बुद्धीला इंद्रियांच्या गुलामीतून सोडवलं पाहिजे. अर्थात मनाला ताब्यात आणणं जमलं पाहिजे; त्यावर बुद्धीचा-विवेकाचा अंकुश ठेवला पाहिजे. कोणतंही कर्म केलं तरी मनाने त्यापासून कोणत्याही फलाची अपेक्षा बाळगता कामा नये. निरपेक्ष भाव बाणवणं ही स्वाभाविक क्रिया झाली पाहिजे. प्राप्त कर्म निरलसपणे आणि मोठ्या निष्ठेने हातून घडलं पाहिजे. यातून कर्मफलाचा संन्यास साधला जातो आणि तो परमसिद्धीला कारण होतो.

यानंतर भगवान मनुष्यामध्ये आवश्यक असणाऱ्या आणखी एका गुणाची आवश्यकता समजावतात. तो गुण म्हणजे निःस्पृहता. स्पृहा म्हणजे तृष्णा किंवा हवंहवंसं वाटणं. मनुष्याला काहीही करून ऐहिक आणि पारलौकिक सुख मिळवायचं असतं. कर्मामागची विषयासक्ती गेली, तरी विषयस्पृहा अर्थात विषयवासना उरतेच. ती विषयवासनाही वृत्तीतून जावी यासाठी सदोष कर्म करता करता आपल्या कर्मात आणि वृत्तीत आमूलाग्र परिवर्तन आणणं जमलं पाहिजे, तरच मनुष्य जितेंद्रिय बनतो.

तात्पर्य, इंद्रियविजय, नैष्कर्म्य स्थिती आणि निःस्पृहता या उपायांनी जीव प्रकृतीच्या चक्रातून सुटून मोक्ष प्राप्त करून घेऊ शकतो.

वारा जाळ्यामध्ये अडकत नाही त्याप्रमाणे कर्मयोगी संसाररूपी जाळ्यामध्ये अडकत नाही. राखेने अग्नी दडपला असता धूर निघत नाही. त्याप्रमाणे विषयांना बुद्धीच्या राखेने दडपलं म्हणजे त्यातून इच्छारूपी धूर निघत नाही. अशा तऱ्हेने ज्याचं मन विषयांपासून दूर झालेलं आहे, आसक्तिरहित झालं आहे आणि बुद्धीत निष्कामता आली आहे, त्याला कर्मफलाचा संन्यास साध्य होतो आणि नैष्कर्म्य सिद्धीही प्राप्त होते. ती स्थिती मोक्षाला कारण ठरते.

सिद्धिं प्राप्तो यथा ब्रह्म तथाप्नोति निबोध मे।
समासेनैव कौन्तेय निष्ठा ज्ञानस्य या परा ॥१८.५०॥
बुद्ध्या विशुद्धया युक्तो धृत्यात्मानं नियम्य च ।
शब्दादीन्विषयांस्त्यक्त्वा रागद्वेषौ व्युदस्य च ॥१८.५१॥

नैष्कर्म्य स्थिती प्राप्त झालेल्या व्यक्तीला ज्या पद्धतीने ब्रह्मप्राप्ती होते, ती पद्धत अर्थात ज्ञाननिष्ठा मी तुला संक्षेपाने सांगतो, ऐक. शुद्ध बुद्धीने युक्त, (सात्त्विक) धारणेने मनाचं आणि इंद्रियांचं नियमन करून, शब्दादी विषयांचा त्याग करून, रागद्वेषाला जिंकून... (यापुढचे गुण पुढच्या दोन श्लोकांमध्ये सांगून मग मनुष्य ब्रह्मपदाला कसा प्राप्त होतो, हे भगवान त्रेपन्नाव्या श्लोकात सांगणार आहेत.)

ब्रह्मरूप होण्यास कोणते गुण कारणीभूत ठरतात, त्याचं प्रस्तुत श्लोकांपासून वर्णन केलं आहे.

मनुष्याच्या मनामध्ये जर कर्मयोगाचा आणि पर्यायाने नैष्कर्म्य स्थितीचा विचारच नसेल तर तो आयुष्यभर सकाम कर्मं करत राहतो आणि त्याचे सुखदु:खरूप परिणाम भोगत राहतो; पण जेव्हा तो जाणीवपूर्वक आणि निदिध्यासपूर्वक कर्मयोग करत राहिला तर त्याच्यामध्ये ज्ञानाची अभिवृद्धी होते. अर्थातच तो ज्ञानपूर्वक निष्काम कर्मयोगाचं आचरण करू लागतो. अशा निष्काम कर्मात तो कर्माची सर्व फळं परमेश्वराला समर्पित करतो. त्यामुळे त्याच्या अंगी नैष्कर्म्य सिद्धीचा उदय होतो. ही सिद्धी म्हणजेच पराकाष्ठेचं ज्ञान होणं आणि प्रज्ञा जागृत होणं.

योगाभ्यासाने म्हणजेच यम-नियम, आसन, ध्यान, प्रत्याहार आदी यौगिक क्रियांमुळे मनाची धारणा होते - अर्थात मन दृढ होतं.

मग भगवान 'विशुद्ध बुद्धी'चा उल्लेख करतात. कामनाग्रस्त नाही ती विशुद्ध बुद्धी. ब्रह्मप्राप्तीसाठी बुद्धी विशुद्ध व्हायला हवी. आत्मजाणीव जेव्हा इंद्रियांना बिलगते, तेव्हा तिला बुद्धी म्हणतात. मग बुद्धी आत्म्यापासून स्वत:चं स्वतंत्र

अस्तित्व मानू लागते. त्यातून जीवामध्ये अहंभाव निर्माण होतो. त्यामुळे बुद्धी कामनाग्रस्त होऊ लागते. कामना म्हणजे भौतिक गोष्टींप्रति असलेली मनाची ओढ. त्या गोष्टी मिळवण्यासाठी मनात सतत विचारतरंग उठणं. शांत जलाशयात जर सतत दगड टाकत राहिलं तर अनेक तरंग उठून त्या जलाची शांती ढळते. ते जल गढूळ होतं. त्याचप्रमाणे अध्यात्ममार्गातही मन विचारतरंगहीन होऊन चित्तशुद्धी होणं अतिशय महत्त्वाचं असतं. बुद्धी शुद्ध होण्यासाठीसुद्धा अहंकार आणि वासना सुटल्या पाहिजेत. चित्त एकाग्र करायला बसलं असताना 'मला हे हवं, ते मला मिळवायचं आहे,' असे विचार मनात आले तर मनाची शांती ढळते. म्हणून असे विचारतरंग येता कामा नयेत. हे विचारतरंग आपण निग्रहाने थांबवू शकत नाहीत; तर त्यासाठी जीवनपद्धती, आचारपद्धती आणि उपासनापद्धती अशी हवी की मनाला कामना व्यापणारच नाहीत. अर्थातच जेव्हा असत् वस्तूंमधला फोलपणा ध्यानात येईल, तेव्हाच बुद्धी शुद्ध होईल. मनुष्याच्या हातून निष्काम कर्मयोग घडू लागला तर बुद्धी विशुद्ध बनेल.

त्यानंतर मनोनिग्रह आणि इंद्रियनिग्रह साधला पाहिजे. म्हणजे मनातले दोष आणि मनाची दुर्बलता काढून टाकणं साधायला हवं. 'कोण काय करतं हा माझा प्रश्न नाही; पण मी कोणतंही अशुद्ध, समाजविघातक आणि आत्मघातकी कर्म करणार नाही. कारण ती माझी संस्कृती नाही,' अशी मनामध्ये दृढता आली पाहिजे.

मग स्पर्श, रूप, रस आणि गंधयुक्त वस्तूंमधला उपभोगाचा दृष्टिकोन काढून टाकायला हवा. अर्थात वस्तूंना विषय बनवता कामा नये. सूर्यकिरणं नाहीशी झाल्यावर मृगजळही नाहीसं होतं. त्याप्रमाणे शब्दादी पाच विषयांचा त्याग केला असता विषयासक्तीसुद्धा गळून पडते. इथे भगवंत शब्दादी विषय टाकून द्यायला सांगत नाहीत. कारण तसं केलं तर चित्ताची एकाग्रता साधणार नाही. म्हणजे ध्यान करताना डोळ्यांसमोर भगवंतांची मूर्ती आणणंही शक्य होणार नाही! म्हणून विषय न टाकता वस्तूंमागील उपभोगाची दृष्टी दूर करून, विषयांना सामोरं गेलं पाहिजे. इष्ट विषयांविषयीची प्रीती आणि अनिष्ट विषयांचा द्वेषही सुटला पाहिजे. म्हणजेच मनाचं संयमन साधलं पाहिजे. म्हणजे इंद्रियांच्या मागे धावणारं मन निश्चयानं, निष्ठेने आणि विवेकाने आत्मतत्त्वाच्या ठिकाणी स्थिर केलं पाहिजे. या अभ्यासाने शब्दादी पंचविषयांचा त्याग करता येतो.

रागद्वेषांनी मलिन झालेलं मन इंद्रियांचं नियमन करू शकत नाही. त्यामुळे मनुष्याच्या वृत्तीत राग आणि द्वेष, प्रीती आणि अप्रीती, आवड आणि नावड हे द्वंद्व उत्पन्न होतं. म्हणजे पूर्वीचे चांगले दिवस, आवडती ठिकाणं-माणसं, आवडते प्रसंग याविषयी माणसाला प्रीती वाटते, परंतु एखाद्याचा मृत्यू, अडचणीचा काळ,

भविष्यातील संभाव्य दु:ख असे विषय माणसाला डोळ्यांसमोरही नको असतात. मात्र असे विषयच मनात घर करून राहिलेले असतात. असे हे विषय मनामध्ये रागद्वेष उत्पन्न करतात. चेंडू जितका खाली आपटला जातो, तेवढाच तो वर उसळतो. त्याप्रमाणे नको असलेले विषय जेवढे मनाआड करायचा प्रयत्न करावा, तेवढे ते उफाळून वर येतात. सुखद आणि दु:खद विषयांविषयी समदृष्टी साधली तर चित्तैकाग्रता सुलभ होते. संकुचित मनाला वैश्विक बनवता आलं; म्हणजेच परममनाशी जोडता आलं, तर मग वृत्तीत भीती राहतच नाही. म्हणून ब्रह्मभूय होण्याची पात्रता निर्माण करण्याचा प्रयत्न केला पाहिजे.

शुद्ध बुद्धी, मन, इंद्रियं यांचं धैर्याने नियमन करणं, विषयांमधील उपभोगाची वृत्ती सुटणं आणि सुखदु:खादी विषयांविषयी समदृष्टी आणणं हे साधलं पाहिजे.

विविक्तसेवी लघ्वाशी यतवाक्कायमानसः ।
ध्यानयोगपरो नित्यं वैराग्यं समुपाश्रितः ॥१८.५२॥

एकान्त सेवन करणारा, मिताहारी, वाणी, शरीर आणि मन यांचं नियमन केलेला, ध्यानयोगपरायण, वैराग्याचा नित्य आश्रय केलेला...

ब्रह्मरूप अवस्था साधण्यासाठी आवश्यक असणारे गुण भगवान याही श्लोकात पुढे सांगत आहेत. ५०, ५१, ५२ आणि ५३ असे चार श्लोक मिळून हे वाक्य आहे.

या बावन्नाव्या श्लोकात भगवान सांगतात, ज्याला ब्रह्मरूप अवस्था प्राप्त करून घ्यायची आहे, त्याने एकान्तवास साधला पाहिजे. एकान्तवासाची मनाला सवय लागायला हवी. त्यासाठी निवांत अशा निर्जन स्थळी जाण्यातून मनाला निश्चितच शुद्धता लाभते. निसर्गात सात्त्विक आनंद अधिक फुलतो. निसर्गातल्या सकारात्मक लहरींचा तिथे अनुभव मिळू लागतो. निसर्गाजवळ गेल्यामुळे माणसाचं मन मोकळं होतं. उल्हसित होतं.

दाट वस्तीत सहस्रो लोकांचे त्रिगुणात्मक भावयुक्त विचारतरंग अवकाश व्यापून असतात. सामान्यतः हे विचारतरंग आसक्ती आणि वासनेतून आविष्कृत झालेले असतात. आसमंतातल्या अवकाशात दाटून राहिलेल्या असंख्य लोकांच्या अशा वासनात्मक आणि नकारात्मक विचारलहरी साधकाच्या मेंदूला त्रासदायक ठरतात. मग त्याच्याही विचारात विनाकारण नकारात्मक भाव निर्माण करतात. अशा कल्लोळात एकान्तवास आणि चित्तैकाग्रता साधणं अतिशय दुर्लभ असतं. म्हणूनच योगी शुद्ध हवेत, हिमालयात किंवा दऱ्याखोऱ्यात जाऊन साधना करतात. त्यामुळे अरण्यात जाऊन राहण्यास कोणताच प्रत्यवाय नाही.

सामान्य व्यक्तीला संसार सोडून तसं करणं शक्य नसतं. म्हणून भूत-भविष्य -वर्तमान या त्रिकाळांपासून मनाला अलिप्त ठेवण्याचा अभ्यास साध्य केला पाहिजे; दुसरा मार्ग नाही. या अर्थाने हाही एकान्तवास होतो. असा अभ्यास साधला पाहिजे.

म्हणजे आपण राहत असलेल्या जागेत जेव्हा शांत - निवांत वेळ मिळेल, तेव्हा एकान्तात ध्यानाला बसण्याचा सराव केला पाहिजे. त्यामुळे मन शांतदान्त होऊन जातं. ते अधिक प्रगल्भ, शक्तिमान आणि प्रगमनशील म्हणजे प्रोग्रेसिव्ह बनू लागतं.

भूलोकात स्थूल शरीरानंच जीवन जगायचं असल्यामुळे त्या शरीराचं पोषण होणं आवश्यकच असतं, पण पोषण आणि खादाडपणा यांत फरक आहे. खादाडपणा केला तर त्याचा शरीरावर विपरीत परिणामसुद्धा होऊ शकतो. त्यामुळे शरीरात अनेक दोष निर्माण होऊन मनुष्य आपल्या साध्यापासून दूर जातो. म्हणून आहारावर नियंत्रण ठेवायला हवं. अर्थात अन्नग्रहणात परिमितता हवी. भूक लागली की विवेकी मनुष्य शरीराला आवश्यक तेवढंच अन्न सेवन करतो. केवळ भोजनाची वेळ झाली म्हणून तो भोजन करत नाही. भरपूर जेवण करून तो जमिनीवर लोळत पडत नाही. तो कधी आळसावलेला नसतो. इंद्रियांचे सारे भोग तो संतुलित आणि संयमित करतो.

त्यापुढची पायरी म्हणजे शरीर, मन आणि वाणी यांना निश्चित ध्येय असायला हवं. आपल्या इच्छेनुरूप त्यांचा वापर करता आला पाहिजे. याउलट सामान्य मनुष्य शरीर आणि मन यांचा गुलाम असतो; आणि ही इंद्रियं विषयभोगांतच रमलेली असतात. वाणी ही निर्मल, सुसंस्कृत, मंगल, मृदू, स्नेहपूर्ण, सत्यपूर्ण आणि निष्कपट होण्यासाठी मन आणि बुद्धीलाच योग्य वळण लावावं लागतं. अर्थात वाणी आणि मन यांचं तेव्हाच नियमन करता येईल, जेव्हा शरीर सुखासनात बद्ध झालेलं असेल! म्हणजे शरीराबरोबर वाणीचंही महत्त्व इथे अधोरेखित होतं.

शरीरशास्त्राप्रमाणे साधारणतः सात वर्षांनी जुन्या शरीरपेशी झडून त्या ठिकाणी नव्या शरीरपेशींची योजना होते. वेगळ्या शब्दात सांगायचं तर मनुष्य दर सात वर्षांनी आपली कात टाकून देतो. त्यामुळे नव्या पेशींचे गुणधर्म बदलून त्या काहीशा नव्या गुणधर्मांनी युक्त होतात. हे गुणधर्म शरीराला पुरवलेल्या अन्नानुसार बदलत असतात. त्यासाठीच भगवंतांनी सात्त्विक आहाराचं महत्त्व यापूर्वी सांगितलं आहे.

मनुष्याचं स्थूल शरीर म्हणजे अन्नमय कोष असतो. कारण तो अन्नापासूनच बनलेला असतो. आध्यात्मिक उन्नतीला पोषक असं संवेदनशील शरीर बनवायचं असेल तर त्यातील ज्ञानतंतू, मज्जातंतू आणि रक्तपेशींचे गुणधर्म बदलावे लागतात आणि ते कार्य अन्न करत असतं. त्यासाठी कोणत्या प्रकारचा सात्त्विक आहार घ्यावा आणि कोणता टाळावा, हे सांगण्याची आवश्यकता नाही.

वाणी आणि शरीर यांच्यापेक्षा अधिक महत्त्वाचं इंद्रिय म्हणजे मन. ध्यानयोगासाठी मन प्रसन्न व्हायला हवं - मन करा रे प्रसन्न! सात्त्विक जीवनपद्धतीचा

अवलंब केल्यानंतर मन प्रसन्न होतं. त्यासाठी मनातील आसक्ती आणि वासना जाणीवपूर्वक दूर करता आल्या पाहिजेत.

अशा तऱ्हेने स्वच्छ केलेल्या आरशात जसं स्वतःचं स्वच्छ रूप दिसतं, त्याप्रमाणे शरीर, मन आणि वाणी यांचं नियमन केलं असता आपलं अंतरीचं स्वच्छ रूप प्रत्ययास येऊ लागतं. असा मनुष्य आत्मज्ञानाची प्राप्ती करून घेण्यासाठी तत्पर असतो. ध्यानयोगासाठी आवश्यक असणाऱ्या क्रियांचा त्याचा अभ्यास असतो.

अशा पुरुषाला जीवनाचीही अभिलाषा नाही आणि मृत्यूचीही अभिलाषा नाही, अशा तऱ्हेचं वैराग्य त्याला प्राप्त झालेलं असतं. जो जन्माची अभिलाषा करतो त्याने अप्रत्यक्षरीत्या मृत्यूचीही अभिलाषा धरलेली असते. कारण जन्मानंतर मृत्यू येणं हे त्रिकालाबाधित सत्य असतं. त्याचप्रमाणे मृत्यूची अभिलाषा धरल्यामुळे पुढचा जन्मही निश्चित होत असतो. मात्र ज्याला जन्म-मृत्यूच्या फेऱ्यातून निसटून जायचं आहे, तो या दोन्ही अवस्थांची अभिलाषाच बाळगत नाही. हेच ते वैराग्य! ही सर्व तंत्रं अतिशय गहन आहेत. योग्य गुरूकडूनच ही विद्या घेतली पाहिजे.

एकान्तवास प्रिय असणारा, इंद्रियांचा संयमित आहार घेणारा, वाणी, शरीर व मन यांचं नियमन केलेला, ध्यानयोगाभ्यास करणारा आणि जन्म-मृत्यूची अभिलाषा न धरणारा पुरुष ब्रह्ममार्गावर जातो.

अहङ्कारं बलं दर्पं कामं क्रोधं परिग्रहम् ।
विमुच्य निमर्र्मः शान्तो ब्रह्मभूयाय कल्पते ॥१८.५३॥

तसंच अहंकार, बल, दर्प, काम, क्रोध आणि परिग्रह म्हणजे पाश सोडून शांत आणि ममत्वरहित झालेला (पुरुष) ब्रह्मस्वरूप होण्यास पात्र होतो.

ब्रह्मरूप अवस्था प्राप्त करण्याची तंत्रं आणि गुण भगवान मागील चार श्लोकांपासून सांगत आहेत. या श्लोकात त्यांनी या विषयाची समाप्ती केली आहे.

योग्याचा किंवा मनुष्याचा आपल्या मनोवृत्तींवर संयम असला म्हणजे 'ब्रह्मभूयाय' ही अवस्था येते. ज्याने सारे मायिक पाश तोडलेले आहेत, म्हणजे मायेचं स्वरूप ज्याला उमजलं आहे, अहंकार, बल, दर्प, काम आणि क्रोध यांच्यावर ज्याने विजय मिळवलेला आहे आणि जो शांत तसंच ममत्वरहित झालेला आहे, तो मनुष्य ब्रह्मभूत होण्यासाठी समर्थ ठरतो; पात्र ठरतो.

या श्लोकात भगवान प्रथम अहंकाररहितता आणायला सांगतात, परंतु अहंकार सोडणं शक्य नसतं. कारण अहंकार असल्याशिवाय स्वत:चं वेगळं व्यक्तित्व अथवा जीवदशा सांभाळता येणारच नाही. मग अहंकार कसा सोडायचा, हा प्रश्न स्वाभाविकच उपस्थित होतो. त्यासाठी अहंकाराचं स्वरूप समजून घेतलं पाहिजे. 'अहम्' म्हणजे जीवभाव आणि अहंकार म्हणजे स्वकर्तृत्वभाव. भगवान 'अहम्' नाही तर स्वकर्तृत्वभाव सोडायला सांगत आहेत. अहम् ही आत्मजाणीव असते तर अहंकार हा अनात्म गोष्टींशी म्हणजेच इंद्रियांशी आणि प्रकृतीशी जोडलेला असतो. असा नाशवंत प्रकृतीशी जोडलेला भाव साधनेने दूर करून साधकाने अहम्युक्त आत्मभावाशी जोडलं जाण्याचा ध्यानातून सराव केला पाहिजे. त्यातून स्वस्वरूपाचं ज्ञान होऊन जीवभावाशी असलेलं मायावी नातं उमजतं. या दृष्टिकोनातून वृत्तीत अहंकाररहितता आली पाहिजे.

यानंतर भगवान बलाचा उल्लेख करतात. इथे बल म्हणजे शारीरिक बल नाही तर बल म्हणजे दुराग्रह. हे बल मनुष्याला अनात्म गोष्टींकडे नेत असतं. कारण या बलात अहंकार आणि वासना दडलेल्या असतात. अशा प्रकारचं दुराग्रही बल मनुष्याच्या वृत्तीमध्ये कामक्रोधाचा उद्रेक घडवून आणतं. त्यामुळे आत्मिक विकासामध्ये हे बल अडथळा निर्माण करतं. म्हणून शारीरिक बल मिळवलंच पाहिजे. कारण तंदुरुस्त शरीराच्या साहाय्यानंच आत्मविकासार्थ साधना होऊ शकते; परंतु शारीरिक बल मिळवताना वृत्तीतलं दुराग्रहरूपी बल मात्र दूर केलं पाहिजे.

मग भगवान कामक्रोध सोडायला सांगतात. याविषयी आपण मागे पुष्कळ विचार केला आहे. थोडक्यात विचार करायचा तर काम-क्रोध हे भाव नैसर्गिक असतात आणि ते जीवनात आवश्यकही असतात; परंतु विषयासक्तीमुळे मनुष्याच्या मनात जो क्रोध निर्माण होतो, तो फार घातक असतो. म्हणून कामतृप्ती न झाल्यामुळे उत्पन्न होणारा क्षोभ आणि त्यामुळे होणारं मनाचं अस्वास्थ्य म्हणजे क्रोध. कामवासनेमुळे मनाचा तोल, शांती आणि समाधान बिघडतेच. पण या वासनेमुळे पुढे उत्पन्न होणारा क्रोध मनुष्याला वेडापिसा करतो. क्रोधाच्या भरात मनुष्य क्रूर, लज्जास्पद आणि अविवेकी कृत्यंसुद्धा करतो. पर्यायाने त्याचं अध:पतन होतं. म्हणून काम-क्रोधावर नियंत्रण आणलं पाहिजे.

ब्रह्मभूयाय अवस्था आणण्यासाठी पुढचा आवश्यक गुण म्हणजे अपरिग्रह. परिग्रह म्हणजे गरजा भागूनही अनावश्यक संपत्तीसह अनेक विषयांचा संग्रह करून ठेवण्याची वृत्ती. म्हणजे आवश्यक तेवढं धन मिळवलंच पाहिजे, पण त्यापुढचं विशेषत: वाममार्गाने मिळवलेलं धन मनाला अस्वस्थ करू शकतं. अस्वस्थ मन आत्मविकास करू शकत नाही.

जे काही आहे ते परमात्माच आहे; अशी निर्मम अवस्था आल्यानंतर मनुष्याच्या साऱ्या क्रिया या परमेश्वरासाठीच होतात. भोजन करणं ही क्रियादेखील स्वत:साठी न करता तो प्रभूला जेवायला घालायचं या दृष्टीने करतो. भोजनाप्रमाणेच अन्य भोग प्रभूला भोगवायचे आहेत या भावनेने भोगतो. ही अवस्था म्हणजे निर्मम अवस्था असते. जे आहे ते माझं नाही; तर ते प्रभूचं आहे आणि प्रभूसाठी आहे, अशी या मनुष्याची भूमिका असते. असा साधक अपरा-भक्तीकडून परा-भक्तीच्या मार्गाकडे चाललेला असतो.

आगगाडीतून एखादा प्रवासी पुण्याहून मुंबईला निघालेला असतो. मजल दरमजल करत गाडी मस्जिद बंदरला येऊन पोहोचते. श्रीशिवाजी टर्मिनसच्या आधीचं

हे स्टेशन असतं. गाडी मुंबईला आलेली असते, परंतु श्रीशिवाजी टर्मिनसपर्यंत पोहोचायला काही क्षणांचाच अवधी असतो.

त्याप्रमाणे ब्रह्मभूत अवस्था हे ब्राह्मी स्थितीच्या आधीचं स्टेशन असतं. आता केवळ काही कालावधीतच साधक ब्राह्मी स्थितीला पोहोचणार असतो. ब्राह्मी स्थिती म्हणजे स्थल-कालातीत, निष्फल, अपरिच्छिन्न, निर्द्वंद्व, आनंदस्वरूप, स्वयंभू, स्वयंपूर्ण, अज, अव्यय, निराकार अरूप, अमूर्त, निर्गुण, स्वयंप्रकाशित आणि मायातीत अवस्था. ती अनिर्वाच्च अवस्था असते. तेच जीवमात्रांचं अंतिम ध्येय असलं पाहिजे. कारण ब्रह्मविलीनतेपलीकडे काहीही साध्य नाही. अशी ही ब्राह्मी स्थिती येण्यासाठी ब्रह्मभूत अवस्था येणं आवश्यक असतं.

बी. ए.ची परीक्षा दिलेला विद्यार्थी आणि बी.ए. पास झालेला विद्यार्थी यांत जे आणि जेवढं अंतर असतं, तेवढंच अंतर ब्रह्मभूत आणि ब्राह्मी स्थिती यांमध्ये असतं. परीक्षा दिल्यानंतर निकाल लागतो आणि बी. ए.चं प्रशस्तिपत्रक हाती पडतं, तेव्हाच विद्यार्थी बी.ए. झाला असं म्हणतात. त्याप्रमाणे ब्रह्मभूतावस्था आल्यानंतर ब्राह्मी स्थितीचं जेव्हा शिक्कामोर्तब होतं, तेव्हाच ब्राह्मी स्थिती प्राप्त झाली असं म्हणता येतं. जोपर्यंत ते शिक्कामोर्तब होत नाही, तोपर्यंत तो साधक ब्रह्मभूतच मानला जातो. ती अवस्था आणण्यासाठीच भगवंतांनी या आणि मागील तीन श्लोकांमधून मार्गदर्शन केलं आहे.

ब्रह्म किंवा परमात्मा हा कालातीत आहे. पृथ्वीवरचं वर्ष ३६५ दिवसांचं असतं तर शुक्रावर ते पाचशेच्या वर असतं. म्हणजे केवळ आपल्या सूर्यमालेत इतका फरक पडतो; मग ब्रह्मांडातील काळाचा हिशेबच न केलेला बरा! परमात्मा या ब्रह्मांडातल्या काळात कुठेच अडकू शकत नाही. म्हणजेच तो स्थल-कालातीत आहे. परमात्म्याने काळ तयार केला; काळाने परमात्मा नाही! ती कालातीत अवस्था गाठता आली तरच जीव ब्राह्मी अवस्था अनुभवू शकतो. शास्त्रशुद्ध रीतीने ध्यान केलं तर श्वास पूर्णतः थांबतो, पण त्या परिस्थितीत शरीर मात्र पूर्णपणे कार्यरत असतं; आणि मनही जागृत असतं. किंबहुना ते अधिक संवेदनशील झालेलं असतं. अशा ध्यानाच्या साधनेतही ब्राह्मी अवस्थेची अनुभूती मिळू शकते.

अपराभक्ती चालू असताना मनुष्य केवळ साधक किंवा उपासकच असतो. पराभक्तीला प्रारंभ झाला म्हणजेच साधक 'ब्रह्मभूयाय' स्थितीला पोहोचतो. त्यासाठी अहंकार, बल, दर्प, काम, क्रोध आणि सारे पाश मनोमन सोडून शांत आणि ममत्वरहित होता आलं पाहिजे.

ब्रह्मभूतः प्रसन्नात्मा न शोचति न काङ्क्षति ।
समः सर्वेषु भूतेषु मद्भक्तिं लभते पराम् ॥१८.५४॥

ब्रह्मभावापर्यंत पोहोचलेल्या मनुष्याचं अंतःकरण प्रसन्नचित्त असतं. तो शोक करत नाही; कशाची आकांक्षा (अपेक्षा) धरत नाही. सर्वांभूती समभाव ठेवून तो माझी परमभक्ती प्राप्त करून घेतो.

बी.ए.ची परीक्षा दिल्यावर ज्याला पास होण्याची शाश्वती असते, तो विद्यार्थी निकालाच्या बाबतीत निश्चिंत असतो. त्याप्रमाणे ब्रह्मभूत झालेला साधकही निश्चिंत असतो. त्याला ब्रह्मस्वरूप होण्याची खात्री असते. म्हणूनच तो प्रसन्नचित्त झालेला असतो. या अवस्थेत त्याच्या मनामध्ये कसलीच अपेक्षा किंवा आकांक्षा उरलेली नसते. ज्या विद्यार्थ्याला परीक्षेत पास होण्याची शाश्वती नसते, तो अशांत आणि अस्वस्थ असतो. किंबहुना जो निश्चित पास होणारा असतो त्याच्याविषयी त्याला हेवा किंवा द्वेष वाटायला लागतो. ज्याला पास होण्याची शाश्वती आहे असा विद्यार्थी कुणाचाच द्वेष करत नाही. म्हणजे कुणाचा हेवा करायचं त्याला कारणच नसतं. त्याप्रमाणे ब्रह्मभूत साधकही कुणाचा द्वेष करत नाही किंवा हेवा करत नाही. सर्व जीवांच्या ठिकाणी एकमात्र चैतन्य पाहणारा ब्रह्मभूत मनुष्य 'ईश्वरेच्छा बलीयसी' मानतो. स्वतःच्या वेगळ्या आशा-इच्छा-आकांक्षा त्याला नसतात. असा भक्त ईश्वराच्या पराभक्तीला प्राप्त होतो.

मन प्रसन्न होण्याचा अभ्यास वाटतो तितका सोपा खासच नसतो. एकाच मनात अथवा अंतःकरणात बंधन आणि मुक्ती हे दोन्ही भाव वसत असतात. विषयवासनांनी लडबडलेल्या मनाची अवस्था म्हणजेच बद्धावस्था. आणि निर्विषय तसंच वासनारहित झालेल्या मनाची अवस्था म्हणजेच मुक्तावस्था. जो मन किंवा अंतःकरणाला 'मी' मानतो, तो या दोन्ही अवस्थांचा अनुभव घेतो, परंतु आत्म्यासाठी असा बद्धमुक्ततेचा संदर्भच येऊ शकत नाही. तो सदासर्वदा आनंदस्वरूपच असतो.

स्वत:ला ईश्वरी भावापासून वेगळा समजणाऱ्या जीवामध्ये अनेक जन्मांमधले नानाविध संस्कार एकत्र होऊन त्याचा एक पिंड बनतो. संस्कारांचा हा एकत्रित पिंड म्हणजेच अंत:करण. अनेक जन्मांमधल्या बऱ्या-वाईट संस्कारांच्या पुटांनी अंत:करण पुष्ट होत जातं. मग त्यात अनेक सुष्ट-दुष्ट आग्रह आणि विपरीत समजुती या एकच गोंधळ माजवून देतात. इतकंच नाही तर या गोंधळांचे अनेक स्तर बनतात. जेव्हा मनुष्य जागृतावस्थेत असतो, तेव्हा या गोंधळ उडवून देणाऱ्या स्तरांच्या प्रभावातच त्याचं अंत:करण गुंतलेलं राहतं. अर्थातच त्याचं अंत:करण त्यामुळे प्रसन्न होऊ शकत नाही. जेव्हा मनुष्य प्रगाढ निद्रेत असतो, तेव्हा त्याचं अंत:करण भुवरलोक अथवा स्वर्गलोक या स्तरावर कार्यप्रवण होतं. त्या वेळी मनुष्याच्या अंत:करणाला अजाणता एकप्रकारची प्रसन्नता लाभत असते; पण जागृती आली की पुन्हा संभ्रमित आणि अप्रसन्न अंत:करणाने त्याचा जीवनव्यवहार सुरू होतो. म्हणजे एकाच अंत:करणात प्रसन्नता आणि अप्रसन्नता वसून असतात. अप्रसन्न अंत:करण कोणत्याही उपायांनी सुखी, निर्भय, निश्चिंत आणि आनंदी राहू शकत नाही. किंबहुना ते अनेक प्रकारच्या वासनांमध्येच अडकलेलं राहतं. जोपर्यंत वासना कमी होत नाहीत, तोपर्यंत मन प्रसन्न होऊ शकत नाही. जेव्हा मनुष्य राजसी आणि तामसी भाव त्यागून सात्त्विक वृत्ती जोपासेल, तेव्हाच त्याच्या वासना कमी होत जातील.

अर्थात तेवढ्याने मन प्रसन्न होणार नाही, पण ते अप्रसन्न भावनेतून मात्र नक्कीच बाहेर येईल. मनाला नित्य प्रसन्नता लाभायला हवी असेल तर ते परमेश्वराशीच संलग्न करावं लागेल. थोडक्यात, सात्त्विक वृत्ती जोपासून श्रवणमननादी उपायांनी अंत:करणात ईशत्वाची ऊर्मी निर्माण होणं आणि ब्रह्मलीन होण्याच्या उन्मेषाने अंत:करण व्यापून टाकणं म्हणजेच ब्रह्मरूप स्थिती. ही स्थिती गाठल्यानंतर मनुष्याचं अंत:करण नित्य प्रसन्न होतं.

या संदर्भात एक कथा आहे.

> विंध्य पर्वताजवळच्या एका निबिड अरण्यात एक वेताळ येऊन राहिलेला असतो. त्याला कितीही भूक लागली तरी निरपराधी लोकांना तो लगेच ठार मारत नसे. कुणी त्याच्या हाती सापडला तर प्रथम तो त्याला प्रश्न विचारत असे आणि योग्य उत्तर मिळालं नाही तर त्याला ठार मारत असे. एकदा एक राजा रात्रीच्या वेळी चोरांचा बंदोबस्त करण्यासाठी त्या घोर अरण्यात येतो. तेव्हा वेताळ त्याच्या समोर उभा ठाकतो आणि म्हणतो, ''मी तुला आता खाणार आहे.''

राजा म्हणतो, ''तू तसा प्रयत्न तर करून पाहा; तुझ्याच मस्तकाची शंभर शकलं होतील.''

वेताळ म्हणतो, ''ठीक आहे, माझ्या प्रश्नांची योग्य उत्तरं दिलीस तर मी तुला खाणार नाही.''

वेताळ पहिला प्रश्न करतो, ''केळीच्या खांबात एका सोपट्याच्या आत दुसरं सोपटं असतं; त्याप्रमाणे सर्व पदार्थांमध्ये राहणारा कोण?''

राजा उत्तरतो, ''हे विश्व जरी वरवर विविध स्वरूपाचं दिसत असलं तरी ते ब्रह्माच्या आत केळीच्या सोपट्याप्रमाणे सामावलेलं आहे.''

वेताळ दुसरा प्रश्न विचारतो, ''ज्या अणूसमोर ब्रह्मांड, सूर्यमंडळ आणि मेरू पर्वतही परमाणूप्रमाणे लहान दिसतात, तो मोठा अणू कोण?''

राजा उत्तर देतो, ''तो परमात्मा अतिशय सूक्ष्म असल्यामुळे इंद्रियांना गोचर होत नाही आणि तोच परमात्मा अनंत असल्यामुळे मेरू पर्वतही त्याच्यापुढे परमाणूसारखा वाटतो. सारांश, परमात्मा सूक्ष्मही आहे आणि विराटही आहे.''

राजाचं उत्तर ऐकून वेताळाचं मन शांत होतं. तहानभूक विसरून तो मग आत्मचिंतन करू लागतो आणि ब्रह्मस्वरूप जाणायचा प्रयत्न करू लागतो.

या छोट्या पुराणकथेचं तात्पर्य मोठं आहे. ते म्हणजे, हे सारं विश्व चित्स्वरूप अणूमध्येच सामावलेलं आहे आणि त्या अणूशी एकरूप होण्याचा प्रयत्न करणं म्हणजेच ब्रह्मरूप होण्याचा अभ्यास! अर्थात ती ब्रह्मरूप अवस्था प्राप्त करण्यासाठी प्रथम मनातला वेताळ शांत झाला पाहिजे! हा वेताळ म्हणजेच राजसी-तामसी वृत्ती आणि मनाला अप्रसन्न करणारे जन्मोजन्मींचे संस्कार. शास्त्रशुद्ध योगमार्गाचं आचरण करण्यातून अंतःकरणावरची ही जन्मोजन्मींच्या संस्कारांची पुटं पुसली जातात आणि ईशभावाशी नित्य तादात्म्य साधून अंतःकरणाला निरंतर प्रसन्नता लाभू शकते. ही अवस्था म्हणजेच ब्रह्मभूय अवस्था. अशी ब्रह्मभूय अवस्था प्राप्त झाल्यानंतर मन निर्मळ झालेलं असतं. निर्मळ मन कशाचाच शोक करत नाही किंवा कसलीच अपेक्षा धरत नाही. शोक नेहमी अशाश्वताचा होत असतो; शाश्वताचा नाही. त्याचप्रमाणे पूर्णतेची अनुभूती नित्य मिळत राहिल्यामुळे असा ब्रह्मभूय मनुष्य नाशवंत भौतिक गोष्टींची तरी कशासाठी अपेक्षा धरील?

अशी ब्रह्मभूत अवस्था येण्याअगोदर जीव व्यवहार करत असतो. शिव पाहत असतो. नंतर जीव व्यवहार करतो आणि शिव नियमन करतो. त्यानंतरच्या अवस्थेत

केवळ नियमन न करता शिव मार्गदर्शन करतो, परंतु ब्रह्मभूत स्थिती प्राप्त झाल्यानंतर जीव आणि शिव हातात हात घालून काम करू लागतात. किंबहुना या ज्ञानी भक्ताच्या शरीरात वास करून शिवच व्यवहार करतो.

अशा तऱ्हेने आत्मबोध झालेला हा साधक ब्रह्मस्वरूप होण्याच्या योग्यतेला पोहोचतो. या अवस्थेत त्याला जी प्रसन्नता लाभते, तिला 'आत्मबोध प्रसन्नता' असं म्हणतात. एखादी वाट चालत-चालत मुक्कामाला म्हणजे डेस्टिनेशनला पोहोचल्यावर वाट तिथे संपते. त्याप्रमाणे ज्ञानमार्गावरून वाटचाल करत गेल्यानंतर ब्राह्मी स्थिती प्राप्त होते. ती स्थिती प्राप्त झाली म्हणजे जीवामध्ये वसून असलेलं सारं अज्ञान संपतं. मग अशा मनुष्यात अनायासे 'सर्वांभूती समभाव' निर्माण होतो. त्याच्यासाठी कुणी आपपर राहत नाही. असाच साधक परमभक्ती प्राप्त करून घेतो.

जाग यायला लागल्यावर झोप नाहीशी व्हायला लागते. त्याप्रमाणे ज्ञानाचा उदय व्हायला लागल्यावर अज्ञान नाहीसं होत जातं. मनाला प्रसन्नता लाभते. कमतरतेचा भाव नामशेष होतो. पूर्ण ज्ञान झालं म्हणजे अज्ञान पूर्णपणाने नाहीसं होतं. मग असा साधक परमभक्त होतो.

भक्त्या मामभिजानाति यावान्यश्चास्मि तत्त्वतः ।
ततो मां तत्त्वतो ज्ञात्वा विशते तदनन्तरम् ॥१८.५५॥

भक्तीच्या योगाने मी केवढा आणि कोण आहे, याचं त्याला तात्त्विक ज्ञान होतं. याप्रमाणे माझी तात्त्विक ओळख झाल्यावर तो माझ्या ठायीच प्रवेश करतो.

स्त्री-पुरुष विवाहबंधनाने बद्ध होतात. सहवासाने हळूहळू दोघांना परस्परांचा परिचय व्हायला लागतो. प्रारंभी ते केवळ बाह्यतः एकमेकांना जाणून घेतात. त्यानंतर हळूहळू एकमेकांच्या आवडी-निवडी समजायला लागतात. स्वभावातल्या विविध पैलूंचं दर्शन व्हायला लागतं. लग्नाला पंधरा-वीस वर्षं झाली म्हणजे पत्नी थोड्याफार प्रमाणात पतीला ओळखू शकते. पत्नी जिथे पतीला एकदम जाणू शकत नाही, तिथे भक्ताला परमेश्वराचं स्वरूप एकदम ओळखता येणं शक्य आहे का? सामान्य भक्ताला परमेश्वराचं दर्शन कधी तरी होतं देखील; पण त्याला ते ओळखता मात्र येत नाही. कारण ते ज्ञान तात्त्विक असतं; द्वैतातलं ते दर्शन असतं.

हे जाणण्यासाठी परमेश्वरावर पराकोटीची भक्ती जडणं अतिशय महत्त्वाचं असतं. *भक्ती ही कृती नसून वृत्ती असते,* असं पू. पांडुरंगशास्त्री आठवले म्हणतात. अर्थात भक्त म्हणजे ईश्वरी विचारापासून जो विभक्त राहू शकत नाही तो भक्त. भक्ती म्हणजे कोणत्याही प्रकारचं कर्मकांड नाही. कर्मकांड हे उपासनास्वरूप असतं आणि ते साधकाच्या वृत्तिपरिवर्तनासाठी असतं. ते तितकंच आवश्यकही असतं, पण कर्मकांड म्हणजे भक्ती नाही. एखादा मनुष्य कोणत्याही प्रकारचं कर्मकांड करत नाही, परंतु त्याची परमेश्वरावर पराकोटीची श्रद्धा असते. किंबहुना तो ते परमतत्त्व जाणून घ्यायचा निरंतर प्रयत्न करत असतो. अशा मनुष्यालाही श्रेष्ठ भक्त म्हटलं पाहिजे. अशा भक्ताला परमेश्वराकडे काहीही मागायचं नसतं. कारण मागणी आली की प्रकृतीचा प्रभाव सुरू होतो. मागणी आली की परमेश्वराशी व्यवहार सुरू होतो. अर्थात प्रकृतीमधले वासनात्मक भोग मिळावेत म्हणून परमेश्वराची उपासना करणं

योग्य नसतं. त्यातून मनुष्याचा उत्कर्ष होऊ शकत नाही. किंबहुना अध:पात होतो.

म्हणूनच भगवान या श्लोकात सांगतात, 'पराभक्तीच्या साहाय्यानंच माझं स्वरूप तत्त्वतः समजतं.' म्हणजेच ज्ञानभक्तीच्या योगाने जो परमेश्वराला तत्त्वतः जाणतो, तोच त्याच्या स्वरूपामध्ये प्रवेश करतो. ज्या भक्ताच्या शरीरामध्ये वास करून भगवंत कार्य करतात किंवा भक्ताच्या हातात हात घालून भगवंत चालतात, तो साधक ज्ञानमार्गावरचा केवळ प्रवासी राहत नाही; तर तो परमेश्वराशी एकरूप होतो.

एकदा नारदमुनी भगवान विष्णूंना विचारतात, ''असा कर्मयोगी ओळखावा कसा?''

विष्णू म्हणतात, ''पलीकडच्या झाडावर एक सरडा बसला आहे. त्याला जाऊन विचार.''

नारद जेव्हा त्या सरड्याला तो प्रश्न विचारतात, तेव्हा सरडा लगेच मरून पडतो. नारदांना आश्चर्य वाटतं. हा प्रकार नारद विष्णूंना सांगतात. तेव्हा विष्णू म्हणतात, ''आता तू पलीकडच्या झाडावर एक पोपट बसला आहे त्याला जाऊन तोच प्रश्न विचार.''

नारद तिथे जातात. त्याला तो प्रश्न विचारताच तो पोपटही मरून पडतो. नारदांना आश्चर्य वाटतं. ते पुन्हा भगवंतांकडे येतात. झाला प्रकार कथन करतात. तेव्हा विष्णू म्हणतात, ''ते जाऊ दे, तू आता पलीकडच्या राज्यात जा. तिथल्या राजाच्या पोटी एका बालकाने जन्म घेतला आहे. त्या बालकाला तुझा प्रश्न विचार.''

नारद त्या राज्यात जातात; त्या बालकाला तोच प्रश्न विचारतात, ''कर्मयोगी ओळखावा कसा?''

तो बालक सांगतो, ''गेल्या जन्मी मी पोपट होतो. त्या आधीच्या जन्मात मी सरडा होतो. दोन्ही जन्मांत तुमच्या दर्शनाने माझा उद्धार झाला आणि विकास पावत मी या मनुष्यजन्मात आलो.''

तेव्हा नारदांना ज्ञान होतं, आपणच तसे कर्मयोगी आहोत म्हणून! शास्त्रशुद्ध रीतीने कर्मयोगाचं आचरण करूनच मनुष्य ब्राह्मी स्थिती गाठू शकतो. वास्तविक आत्मा आणि अनात्मा हा विभक्तपणा हाच भासमय आहे - मायिक आहे. पर्यायाने जीव आणि शिव ही भाषासुद्धा अज्ञानमूलक आहे असं शास्त्रकार म्हणतात. द्वंद्व हेच असत्य असतं. निर्द्वंद्वस्थिती हीच काय ती खरी स्थिती असते. आत्मस्मृती झाल्यानंतर आत्मविस्मृती हा एक चमत्कारिक भ्रम होता, हे अशा ब्राह्मी अवस्था गाठलेल्या मनुष्याला उमजतं. हेच ते आत्मज्ञान. यालाच आत्मसाक्षात्कार म्हणतात.

म्हणूनच या श्लोकात भगवंतांनी 'अभिजानाति' अशा शब्दाची योजना केलेली आहे, ती विनाकारण नाही. आत्मविस्मृती जाऊन आत्मस्मृती होणं, यालाच 'अभिज्ञान' म्हणतात आणि हे अभिज्ञान भक्तीच्या साहाय्यानंच घडतं. म्हणजे भक्ती आणि अभिज्ञान यांचं स्वरूप एकच आहे. जीवा-शिवातील अथवा आत्मा-परमात्मा यांमधील भेद लुप्त होऊन ऐक्याची जाणीव जागृत होणं, हेच अभिज्ञान असतं. यात मनुष्य पूर्णतेचीच अनुभूती घेतो. यानंतर तीन पायऱ्यांनी जीव परमेश्वरस्वरूपात विलीन होतो. अभिज्ञान झाल्यानंतर त्या भक्तामध्ये 'ईश्वराहम्' ही जाणीव निर्माण होते. ही जाणीव त्याला 'अहं ब्रह्मास्मि' या दिव्य जाणिवेत नेऊन सोडते. आणि मग या 'अहं ब्रह्मास्मि' जाणिवेतून असा भक्त ब्रह्मनिर्वाणपदी म्हणजे 'सर्व खल्विदं ब्रह्म' या संपूर्ण ज्ञानसागरात विलीन होऊन जातो. एका जन्मातही कर्मयोगी ही अवस्था गाठू शकतो.

या दृष्टीने कर्मयोग साधून ब्राह्मी स्थिती आली की आपण आणि परमात्मा एकरूप आहोत हे ज्ञान होतं. अशा कर्मयोग्याच्या सान्निध्यात गेलं तरी त्या पोपट-सरड्यांसारख्या जीवांप्रमाणे व्यक्तीचा उद्धार होतो. ही स्थिती येईपर्यंत सारेच उपासक या मार्गावरचे केवळ प्रवासी असतात. प्रवासादरम्यान भगवंताचं दर्शन झालं म्हणजे सर्वस्व मिळालं असं होत नाही. कारण दर्शन होणं हे द्वैतभावाचं लक्षण असतं. मी वेगळा; परमात्मा वेगळा! कदाचित देवदेवतांचं द्वैतभावात दर्शन होऊ शकतं; पण ते परमात्म्याचं नसतं, हे ध्यानात घेतलं पाहिजे. दर्शन झालं यातच जे कृतकृत्य होतात, ते भक्त भगवंताला तत्त्वतः जाणू शकत नाहीत. भगवंतामध्ये एकरूप होऊ शकत नाहीत.

दोन आरसे समोरासमोर ठेवल्यावर दोघांचं स्वरूप परस्परांना एकच दिसतं. त्याप्रमाणे भक्ताला भगवंतस्वरूपाची तत्त्वतः ओळख झाल्यावर आरशाप्रमाणे एकच स्वरूप दिसतं. म्हणजेच पाहणारा भक्त आणि पाहिला जाणारा भगवंत हे दोघे बिंब आणि प्रतिबिंबच असतात! 'अहं ब्रह्मास्मि' जाणिवेतून ब्रह्मनिर्वाणपदी म्हणजे 'सर्व खल्विदं ब्रह्म' या संपूर्ण ज्ञानसागरात भक्त अंतिमतः विलीन होऊन जातो.

सर्वकर्माण्यपि सदा कुर्वाणो मद्व्यपाश्रयः ।
मत्प्रसादादवाप्नोति शाश्वतं पदमव्ययम् ॥१८.५६॥

माझा अनन्याश्रय केलेला (पुरुष) सर्वदा सर्व कर्मं करत असला तरी माझ्या प्रसादाने शाश्वत आणि अविनाशी असं स्थान प्राप्त करून घेतो.

साखर दुधात विरघळली की साखरेला वेगळं अस्तित्व उरत नाही. त्याप्रमाणे भक्त भगवंताशी एकरूप झाला की त्याला त्याचं स्वतःचं असं वेगळं अस्तित्व राहत नाही. असा ब्रह्मभूत भक्त भगवंताच्याच आश्रयाने राहत असतो. त्यामुळे कोणतंही कर्म केलं तरी त्या भक्ताला भगवंताच्या प्रसादाने शाश्वत आणि अव्ययपदच प्राप्त होतं.

नदीला सागराच्या मिलनाची आस असते. सागराशी तिला एकरूप व्हायचं असतं. त्याप्रमाणे ज्ञानी भक्ताला भगवंताच्या भेटीची ओढ असते. त्याला भगवंतामध्ये मिसळून जायचं असतं. असं असूनही तो सदा सर्वदा प्राप्त कर्मं मात्र करतच असतो. त्याच्या या कर्मयोगनिष्ठेवर प्रसन्न होऊन भगवंत त्याला शाश्वत पदाचा प्रसाद देतात.

कापरामधला सुगंध किंवा फुलांमधला सुगंध वेगळा वेगळा करता येत नाही. त्याप्रमाणे भक्त भगवंताचं तत्त्वतः मिलन झालं, म्हणजे त्या दोघांना वेगळं करता येत नाही. भगवंताशी एकरूपता साधलेला भक्त भगवंताची पूजा स्वकर्मरूपी फुलांनीच करत असतो; पूजेसाठी त्याला वेगळ्या फुलांची आवश्यकता भासत नाही.

असा भक्त बुद्धीनं, वाचेने आणि शरीराने भगवंताचाच आश्रय करून राहतो. अशा भक्ताच्या हातून चुकून निषिद्ध कर्म जरी घडलं, तरी ते कर्म निषिद्ध राहत नाही. गंगेच्या पाण्यात रस्त्यावरचं पाणी मिसळलं म्हणजे ते रस्त्यावरचं पाणी जसं पवित्र होतं, तसं ज्ञानी भक्ताच्या स्पर्शाने निषिद्ध कर्महीं शुद्ध होतं.

या श्लोकात भगवंत अनन्याश्रयाचं महत्त्व सांगतात. भगवंतांचा आश्रय बुद्धीनं, वाणीने आणि इंद्रियांनी होत असतो. भगवान विश्वव्यापक आहे, तो अनंत आहे आणि कालातीत आहे. तो जितका सूक्ष्म आहे, तितकाच विराट आहे. बुद्धीने हे

समजून घेण्याचा अभ्यास करणं हे बौद्धिक तप असतं. त्रिकालसंध्या करणं, स्तोत्र म्हणणं, नामजप करणं, सद्विचारांचं संकीर्तन करणं म्हणजे वाणीने केलेलं प्रगट-अप्रगट संकीर्तन म्हणजेच वाणीचं तप असतं. आणि भगवान जर माझ्या अंतर्यामी राहून निरपेक्ष कर्म करतो, तर मग मी तसं कर्म का करू नये, या भावाने निष्काम कर्म करणं हे शरीराने केलेलं अर्थात कायिक तप असतं. या तपात बुद्धी आणि मनाचा विकास अनुस्यूतच आहे.

भगवान कसा आहे, म्हणजे त्याचं स्वरूप कसं आहे, याविषयी मागे आपण विचार केलाच आहे. तथापि, इथे आपण पुन्हा परमात्मस्वरूपाचा बुद्धिनिष्ठ दृष्टिकोनातून थोडक्यात विचार करू. दृश्य विश्व म्हणजे एक असा प्रोग्रॅम की ज्याची आपण कल्पनाही करू शकत नाही. मूळ ज्ञानस्वरूप आनंदमय परमतत्त्वापासून अहम्‌चं स्फुरण होऊन ब्रह्म बाजूला निघालं. अहंकार आल्यामुळे त्या ब्रह्मातून सत्त्व-रज आणि तम त्रिगुण साकार झाले. ते त्रिगुण कार्यरत झाल्यामुळेच प्रकृती अस्तित्वात आली. प्रकृती म्हणजेच भौतिक सृष्टी अर्थात मटेरियल वर्ल्ड. या भौतिक सृष्टीत अब्जावधी ग्रहतारे तयार झाले, तसेच अब्जावधी जीवही तयार झाले. आता हे आपोआप तयार झाले का? आपल्याला ते समजत नाही म्हणून आपण ते आपोआप तयार झाले असं म्हणतो. सर्व सृष्टी आपोआप कशी तयार होईल?

आपली तशीच समज असेल तर कॉम्प्युटरही आपोआप तयार झाला असं म्हणणंही चुकीचं ठरणार नाही. शिवाय एका पृथ्वीवरच्या जीवांचं वैविध्य आणि त्यांमधील प्रोग्रॅमसुद्धा थक्क करणारा आहे. इतर जीवांचं राहू दे; मनुष्याच्या शरीरांतर्गत कार्यक्रम कसा तयार झाला आणि तो कोणत्या शक्तीवर चालतो, हेही आपण पूर्णपणे जाणू शकत नाही. मेंदूचंही मनुष्याला पूर्णपणे आकलन झालेलं नाही. आत्म्यामुळे शरीर चालतं किंवा आत्माच शरीर धारण करतो असं आपण तात्त्विक दृष्ट्या म्हणतो, परंतु मुळात आत्म्याचं स्वरूप तरी काय आहे, ते परमात्म्यापासून कसं वेगळं झालं, आत्माच शरीर कसा काय धारण करतो, हे आपण जाणू शकत नाही.

मनुष्यदेहसुद्धा असाच चमत्कारिक आहे. रक्त कसं बनतं, शरीरांतर्गत सर्व क्रिया कशा होतात, एकाच शरीरात कोट्यवधी पेशी अहंस्वरूप धारण करून कशा कार्यरत राहतात, पेशी वारंवार मरतात, तशाच नव्या पेशी वारंवार कशा जन्म घेतात हे आपण जाणू शकत नाही. कालपर्यंत विज्ञान सांगत होतं की, न्यूरॉन्स् फक्त मेंदूमध्ये असतात. पण आजचं विज्ञान सांगतं, न्यूरॉन्स हे मेंदूप्रमाणे हृदयातही असतात. प्रत्येक माणसाच्या हृदयामध्ये अव्यक्त आणि अतर्क्य असे तंतू असतात आणि ते तंतू प्रत्येक जीवाच्या हृदयाशी जोडलेले असतात, असाही नवा विचार शास्त्रज्ञांनी मांडला आहे.

याच तंतूंच्या जाळ्याला प्राचीन शास्त्रकार प्रजातंतू म्हणत असतील का? उत्क्रांतीचाही एक प्रोग्रॅम आहे; आणि तो बाह्य उत्क्रांतीचा नसून अंत:स्थ उत्क्रांतीचा आहे.

अशा थक्क करणाऱ्या रचनेप्रमाणे, दोन जीवांचं मिलन होऊन तिसरा जीव तयार होणं आणि त्या जीवामध्येसुद्धा अंत:स्थ सर्व क्रिया आपोआप कार्यरत होणं हीसुद्धा अतर्क्य गोष्ट आहे. आज मनुष्याने शेकडो सॉफ्टवेअर्स बनवली आहेत. नॅनो टेक्नॉलाजी तर थक्क करणारी आहे, पण टेक्नॉलॉजीसाठी आवश्यक ती सर्व साधने मुळात सृष्टीने देऊनच ठेवलेली आहेत. आज कॉम्प्युटर इंजिनिअर्स अनेक अजब अशा तंत्रज्ञानातून वेगवेगळा आविष्कार घडवत असतात. 'अवतार'सारख्या चित्रपटातून तर जेम्स् कॅमेरूनने याच तंत्रज्ञानातून प्रतिसृष्टी तयार केली. सेलफोन, इंटरनेट, असंख्य डिव्हायसेस यांबरोबरच विविध क्षेत्रांमध्ये मनुष्याने आज अद्‌भुत काम केलं आहे; ते निश्चितच कौतुकास्पद आहे. पण मनुष्याने केलेल्या अशा अतर्क्य कामांच्या अब्जावधी पट काम सृष्टिनिर्मात्या ब्रह्मदेवाने केलेलं आहे.

सेलफोनचा वापर करताना सेलफोन तयार करणारा आपल्याला दिसत नाही, म्हणून त्याचं अस्तित्व नाही असं होत नाही. त्याप्रमाणे सृष्टीचा सर्जक दिसत नाही म्हणून सृष्टीला सर्जक नाही, असं आपण म्हणू शकत नाही. या सर्जकाने ही वैविध्यपूर्ण आणि कल्पनातीत सृष्टी कशी तयार केली, हे मोठं गूढ आहे. ज्ञानी ऋषींना त्याचं ज्ञान झालं आणि ते ज्ञान त्यांनी वेदोपनिषदांमधून मांडलं. या ज्ञानात जीवाची धारणा, वृद्धी, मनाचे कप्पे, मेंदूची अतर्क्य संरचना, हृदयाचं स्पंदन, रक्तदाब, अन्नाचं विघटन इत्यादी शरीरांतर्गत होणाऱ्या क्रिया, जीवामध्ये सामावलेल्या सत्त्व-रज-तम या वृत्ती, त्यानुरूप मनात उद्‌भवणारे विचार; केलं जाणारं कर्म, मनात वसून असलेले षड्‌रिपू, सुख-दु:खांचे खेळ, मृत्यू, पुनर्जन्म, स्वर्गादी अनेक स्तर, अनेक ब्रह्मांडं, दृश्य सृष्टीतील अब्जावधी आकाशगंगा, भिन्न मितीतील अनेक विश्वं, विभिन्न ठिकाणांचा भिन्न काळ अशी व्यक्त सृष्टी कशी निर्माण केली, हे एक न उलगडणारं गूढ आहे.

बरं, जी सृष्टी आपल्याला दिसते ती आभासी आहे आणि मायावीसुद्धा आहे. आपल्या जाणिवांच्या संदर्भात ही फसवी रचना कशी केली गेली, हेही एक गूढ आहे. म्हणजे सृष्टी मुळात अतिशय सूक्ष्म किंवा छोट्या स्वरूपात असून मानवी दृष्टीला त्याचं विशाल दर्शन घडावं, असाही प्रोग्रॅम तयार केला गेला का? बरं, ही सृष्टी ब्रह्मदेवाने केवळ संकल्पाने निर्माण केली असंही म्हटलं जातं. म्हणजे आज आपण गुगल ट्रान्सलेटवर बोलतो, तेव्हा बोललेलं आपोआप टाइपसुद्धा होत जातं. म्हणजे प्रत्यक्षात आपण टाइप न करताही टाइप होत जातं! मनुष्य जर अशा प्रकारचे अनेक चमत्कार करू शकतो, तर ब्रह्मदेवाने केवळ संकल्पाने सृष्टी तयार केली असेल तर त्यात आश्चर्य

मानायचं काहीच कारण नाही. डिव्हाइसवर केवळ बोलण्यामुळे जर टाइप होत असेल आणि टायपिंगमध्ये जाणारा पुष्कळ वेळ वाचत असेल तर केवळ कल्पनेने ब्रह्मदेवाने अतिशय कमी कालावधीत ही सृष्टी कशावरून तयार केली नसेल? शिवाय ती निर्मितीची घटना काळ सुरू होण्यापूर्वी जर झाली असेल तर काळाचाही संबंध तिथे नसणार हे ओघानंच आलं. असा सृष्टिनिर्माता ब्रह्मा हाही परमेश्वर नाही. परमेश्वर त्यापलीकडे आणि सर्वव्यापक आहे. त्याचं हे सर्वव्यापकत्व कसं आहे, तेही आपण जाणू शकत नाही. विविध स्तरांवरचे देवसुद्धा परमात्म्याला जाणू शकत नाहीत, हे भगवंतांनी यापूर्वीच सांगितलेलं आहे.

थोडक्यात, परमात्मा खूप गहन आहे, परंतु भक्तासाठी मात्र तो तितकाच सहज-सोपा असतो. भगवंताच्या आराधनेसाठी आणि ध्यानासाठीच त्याच्या साकार मूर्तीची आवश्यक असते. परमेश्वराचा तोच सगुण-साकार आधार आपल्याला पूजाअर्चनेसाठी आणि ध्यानासाठी घ्यावा लागतो. म्हणूनच या श्लोकात भगवान सांगतात की, सर्वप्रकारची कर्मं माझं स्मरण ठेवून आणि माझा आश्रय न सोडता करत जा. भगवंताला सगुण साकार केल्यानंतर त्याचा आश्रय करणं सुलभ होतं.

मनुष्याच्या हातून निर्दोष कर्मं घडतातच असं नाही. किंबहुना प्रकृतीमध्ये निर्दोष कर्म घडू शकत नाही, हे भगवंतांनी यापूर्वीच्या श्लोकांमध्ये सांगितलेलंच आहे. कर्म निर्दोष झालं तरी परमेश्वराचा विसर मात्र पडू देता कामा नये. आपल्या हातून तशीच शुद्ध कर्मं घडायला हवीत. उपासना करतानाही अज्ञानामुळे अथवा शास्त्र माहीत नसल्यामुळे प्रमाद घडू शकतात, पण ते पापकर्म ठरत नाही. मात्र कर्म करताना भगवंताचा उपमर्द होईल अथवा त्याचा अवमान होईल अशा प्रकारचं कोणतंही वर्तन आणि कर्म आपण करत नाही ना, याचाही विचार झाला पाहिजे.

त्यासाठी भोगी दृष्टीने नाही तर अनन्य भावानंच परमेश्वराची आराधना केली पाहिजे. प्रत्येक कर्म करताना त्याचं विराट स्वरूप ध्यानात घेऊन अतिशय नम्रतेने हा अनन्य भाव जपला पाहिजे, तरच भगवान त्या जीवाला शाश्वत आणि अविनाशी स्थान प्राप्त करून देईल.

ज्ञानी भक्ताला मोक्षप्राप्तीसाठी अन्य कोणतंच अनुष्ठान करण्याची आवश्यकता नसते. कर्मसंन्यासही आवश्यक नसतो. केवळ कर्मयोगानेच ज्ञानी भक्ताला मोक्षासहित सर्व सिद्धी प्राप्त होतात. भगवंतांनी कर्माला किती महत्त्व दिलेलं आहे, हे यावरून ध्यानात येतं. अशा कर्मयोग्याला भगवान शाश्वत आणि अविनाशी स्थान प्राप्त करून देतो.

चेतसा सर्वकर्माणि मयि संन्यस्य मत्परः ।
बुद्धियोगमुपाश्रित्य मच्चित्तः सततं भव ॥१८.५७॥

मनाने सर्व कर्मं मला अर्पण करून मत्परायण होऊन बुद्धियोगाच्या आश्रयाने माझ्या ठायी नेहमी चित्त ठेव.

द्वंद्वमय जीवनात कर्म हे करावंच लागतं. याउलट निर्द्वंद्व जीवनात कर्माचा विचारच नाही. अर्थात त्या अवस्थेत जाण्यासाठी द्वंद्वमय जीवनातलं कर्म आपोआप सुटलं पाहिजे. मात्र कर्माचा बुद्धिपुरस्सर त्याग करायला गीता सांगत नाही; तर बुद्धियुक्त होऊनच गीता भगवंताच्या ठिकाणी चित्त ठेवायला सांगते. अशा तऱ्हेने ज्याची बुद्धी भगवंताशी जोडली गेली आहे, म्हणजे भगवंतालाच ज्याने बुद्धी समर्पित केलेली आहे, त्याला बुद्धियोग साध्य होतो.

याउलट जोपर्यंत साधकाची बुद्धी परमेश्वराशी जोडली जात नाही तोपर्यंत बुद्धियोग साध्य होत नाही. बुद्धी जर भोगांमध्येच गुंतून राहिली असेल तर ती परमेश्वराशी जोडली जाऊ शकत नाही. त्याचा परिणाम म्हणजे बुद्धिनाश होतो. म्हणूनच बुद्धी ही भगवंताशी जोडण्याचा शास्त्रशुद्ध रीतीने प्रयत्न केला पाहिजे; आणि मग प्राप्त भोग यदृच्छेने भोगले पाहिजेत. त्यासाठी ईश्वरी भावाकडे बघण्याचा दृष्टिकोन बदलला पाहिजे. म्हणजे भोगांच्या पूर्ततेसाठी परमात्मा नाही तर परमात्म्याच्या आश्रयाला राहून भोगांचा भावपूर्ण आस्वाद घेणं साधलं पाहिजे. अर्थात तशी वृत्ती बनली पाहिजे. आपले निर्णय आणि मनोकामना ईश्वरार्पण केल्या म्हणजे बुद्धी भगवंताशीच युक्त बनते. याउलट निर्णय आणि कामना जर स्वतःच्या हातात ठेवल्या, तर बुद्धी भ्रष्ट होऊन ती भोगवादी बनते. म्हणूनच कामना आणि अहंकार या गोष्टी ईश्वरार्पण केल्या पाहिजेत. तरच विशुद्ध मनाने कर्मं करण्याची क्रिया साध्य करून घेता येईल आणि बुद्धियोग साध्य होईल.

म्हणूनच भगवंत अर्जुनाला पुन्हा सांगतात, 'विवेकबुद्धीने तू माझ्या ठिकाणी सर्व

कर्मांचा त्याग कर. माझ्यामध्येच बुद्धी आणि चित्त स्थिर कर; आणि बुद्धियोगामध्ये निरंतर स्थिर राहून मत्परायण हो.'

बुद्धियोगाच्या या प्रक्रियेमध्ये कृत्रिमता येण्याचीही शक्यता असते. म्हणून कर्मत्यागाच्या किंवा बुद्धियोगाच्या या प्रक्रियेमध्ये अकृत्रिमता आणण्यासाठी चित्तवृत्ती आत्मविचाराकडे लावता आल्या पाहिजेत. म्हणजे आत्मविचाराच्या बलाने कर्म करूनही नामानिराळं राहता येतं आणि अंतिमतः ईशस्वरूपाशी एकरूपता साधू शकते.

जो परमात्मा दिसत नाही त्याच्याशी एकरूपता तरी कशी साधणार, असा प्रश्न उपस्थित होऊ शकतो. परमात्मा हा डोळ्यांना दिसण्याची गोष्ट नाही तर त्याला तात्त्विक दृष्टीनंच जाणायचं असतं. अर्थात परमेश्वर अज्ञात असला तरी त्याचं अस्तित्व अज्ञात नाही, हेही ध्यानात घेतलं पाहिजे. त्यासाठी परमेश्वरावर पराकोटीची श्रद्धा मात्र बसायला हवी. श्रद्धेचं महत्त्वही बुद्धीत उतरलं पाहिजे. श्रद्धेचं महत्त्व बुद्धीत उतरलं की त्याचं रूपांतर निष्ठेत होतं; आणि निष्ठेचं रूपांतर भगवद्भक्तीत होतं.

अशा तऱ्हेने बुद्धियुक्त होणं भगवंतांना अपेक्षित आहे. या योगात आपली सारी कर्मं ही ईश्वरार्पण बुद्धीने करायची असतात. म्हणजे आपलं भोजन, काम, व्यवहार, यश आदी सर्व भौतिक विश्वातली कर्मं ही मनोमन ईश्वरार्पण बुद्धीने करायची असतात. तशी कर्मं आपण करू लागलो की जीवनविचारात एकप्रकारची शुचिता येत जाते आणि मग आपल्या हातून त्रिगुणांनुसार शुद्ध कर्मं घडत जातात. अशी ईश्वरार्पण बुद्धीने केलेली कर्मं भगवान स्वीकारतो. कारण त्यामध्ये बुद्धिपुरस्सर कर्मामागच्या फलासक्तीचा त्याग होत असतो. पर्यायाने आसक्ती न धरलेल्या कर्मांच्या फळांचाही त्याग होतो. म्हणजे कर्मांचाच त्याग न होता इथे फलासक्तीचा त्याग होत असतो; आणि मग त्या निष्काम कर्माची फलं न्यूट्रल अर्थात प्रभावहीन बनून परमतत्त्वात विलीन होऊन जातात.

म्हणून हे शास्त्र बुद्धीनंच समजून घेतलं पाहिजे आणि त्यासाठी भगवद्गीता वारंवार अभ्यासली पाहिजे. जाणकार अभ्यासक किंवा गुरूंचंही मार्गदर्शन घेतलं पाहिजे.

या श्लोकात बुद्धियुक्त होण्याचा मार्ग सांगताना भगवंतांनी 'मत्पर' या भक्तिसूचक शब्दाचीही योजना केलेली आहे-ती विनाकारण नाही. गीतेत सांगितलेली कोणतीही गोष्ट अथवा मंत्र विनाकारण नाही. म्हणून इथेही त्यांनी हेतुपूर्वकच या 'मत्पर' शब्दाची योजना केलेली आहे. परमेश्वरावरील दृढ निष्ठेने आणि त्याच्या भक्तीने मन भारून गेल्यानंतरच मनुष्याला बुद्धियोगाचा लाभ होतो. त्यामुळे बुद्धी

प्रगल्भ होत जाते. अशा प्रगल्भ प्रज्ञेमुळे जीवनाचं रहस्य आणि हेतू साधकाला कळू लागतात. जीव-जगत् आणि जगदीश यांचा संबंध उमजू लागतो.

म्हणूनच या श्लोकात भगवान म्हणतात, *बुद्धियोगं उपाश्रित्य मच्चित: सततं भव*. म्हणजे माझ्यावरील एकनिष्ठ भक्तीमुळे लाभलेल्या बुद्धीच्या देणगीचा उपयोग करून माझ्याच ठिकाणी नित्य संलग्न राहा आणि सर्व कर्मं यथोचित पार पाडून मलाच अर्पण कर. म्हणून ज्ञानयोगाने जीवन नियमित करून, विषयांमागे धावणाऱ्या इंद्रियांना आवर घालून, योग्य तेच कर्म कर्तव्यबुद्धीने करणं म्हणजेच कर्मयोग. अर्थात कर्मयोग आणि बुद्धियोग यांमध्ये वेगळेपणा नाही. म्हणूनच भगवंतांनी मागे म्हटलं आहे की, *योग: कर्मसु कौशलम्*. असा बुद्धियोग अज्ञानाचा नाश करतो.

अशा तऱ्हेने अज्ञानाचा नाश झाला म्हणजे विनासायास कारणासहित कर्मामागच्या स्वकर्तृत्वभावाचा त्याग होईल. एकदा हा स्वकर्तृत्वभाव नाहीसा झाला म्हणजे उरतं ते केवळ आत्मतत्त्व. म्हणूनच 'त्या आत्मतत्त्वाच्या ठिकाणी बुद्धी एकनिष्ठ ठेव आणि एकचित्ताने माझंच चिंतन कर,' असं भगवंत अर्जुनाला सांगतात.

बुद्धियोग साध्य होण्यासाठी भोग्य गोष्टींचे सर्व विषय चित्तातून काढून टाकले पाहिजेत. असं विषयविकाररहित चित्त भगवंताला अर्पण करावं. मग बुद्धिपूर्वक एकाग्रचित्ताने भगवंताला भजावं. त्यातून जीव-जगत् आणि जगदीश हा संबंध साधकाला उमजतो. त्याचं जीवन कृतकृत्य होऊन जातं.

मच्चित्तः सर्वदुर्गाणि मत्प्रसादात्तरिष्यसि ।
अथ चेत्त्वमहङ्कारान्न श्रोष्यसि विनङ्क्ष्यसि ॥१८.५८॥

माझ्या ठायी चित्त ठेवलंस म्हणजे तू माझ्या अनुग्रहाने सर्व संकटं म्हणजे कर्माची शुभाशुभ फलं तरून जाशील. जर अहंकाराने माझं न ऐकशील तर (मात्र) नाश पावशील.

भगवंत अर्जुनाला सांगतात, ज्ञानी भक्ताला माझ्यात मिसळून जायचं असतं. दुसरं त्याला काहीही नको असतं. अर्जुना, विवेकबुद्धीने तूही माझ्या ठिकाणी सर्व कर्मांचा त्याग कर. माझ्यामध्येच बुद्धी आणि चित्त स्थिर कर. बुद्धियोगात निरंतर स्थिर राहून मत्परायण हो. म्हणजे मग माझ्या कृपेने तू सर्व संकटांमधून तरून जाशील.

संसाराला कारणीभूत होणारी कर्मं हीच संकटं असतात. संसारात कमी-अधिक होणारच असतं. त्याचं तुला काहीही वाटणार नाही; त्या संकटातून तू मुक्त होशील, अशी भगवान अर्जुनाच्या माध्यमातून आपल्यालाच ग्वाही देतात.

या श्लोकात अहंकाराचा परिणाम सांगितला आहे. माणूस उभ्या आयुष्यात सुखदुःखाच्या डोंगराखालीच सापडलेला असतो. सुखासीन असताना त्याला परमेश्वराची आठवण नसते; असलीच तर ती परमेश्वराने आपल्या सुख-संपत्तीची काळजी राखावी म्हणून असते. म्हणजेच सुखाचा डोंगर माणसाची वाट अडवून असतो. याउलट माणूस जर दुःखात खितपत पडलेला असेल, तर दुःखाचे डोंगर त्याची वाट अडवून बसतात. अशा वेळी मात्र त्याला भगवंताची आठवण प्रकर्षाने होत असते.

आपल्या कर्माची सुखदुःखरूपी फळं माणसाला केव्हा तरी भोगावीच लागतात. त्याने कुकर्म केलं, विपरीत भक्ती केली किंवा स्वप्रतिष्ठेसाठी किंवा दुराग्रहाने देवा-धर्माला वापरलं, भ्रष्ट कर्मकांड आचरलं, तर अशा मनुष्याला त्याच्या कर्माचं अशुभ फळ प्राप्त होतं. जन्मभर तो भोग भोगतोच; पण मृत्यूनंतरही पुन्हा मनुष्य अथवा प्राणीयोनीत आपल्या कुकर्मांनुसार जन्माला येतो आणि अशुभ फळं भोगतो.

यज्ञ-यागादी सत्कर्मं केल्यामुळे त्याच्या हातून थोडंफार पुण्य जरी घडलं, तरी

केवळ स्वर्गाप्रत जाऊन त्या कर्माची शुभफलं तो उपभोगतो. म्हणजे या दोन्ही अवस्थेत त्याला भगवद्प्राप्ती झालेली नसते. भगवंतप्राप्ती ही तत्त्वत: अजूनही दूरच असते. केवळ मृत्यूनंतर माणसाला भगवान प्राप्त होत नसतो. त्यासाठी अनेक जन्म अथक परिश्रम करावे लागतात. चित्त सतत भगवंताच्या विचारात ठेवावं लागतं. उठता-बसता, काम करताना, जेवताना, झोपताना, भगवंताला साक्षी ठेवावं लागतं. म्हणजेच भगवंत आपल्या प्रत्येक कृतीचा साक्षी आहे याची जाणीव व्हावी लागते. 'गतिर्भनाप्रभुसाक्षी...' तरच भगवंत-भेटीची शक्यता निर्माण होत असते. भगवंताची भेट होणं हे रूपक आहे. मात्र आपणच भगवद्स्वरूप होणं ही अनुभूती असते.

या श्लोकामध्ये 'प्रसाद' आणि 'विनङ्क्ष्यसि' या दोन शब्दांची भगवंतांनी योजना केलेली आहे. वरवर पाहिलं तर ती भगवंतांनी दिलेली धमकी वाटू शकते. म्हणजे जसं एखादा गुंड कुणाला तरी धमकावताना म्हणतो, की तू माझं हे काम केलं नाहीस तर याद राख! माझ्याशी गाठ आहे. त्याचे परिणाम वाईट होतील.

भगवंतांनी अशा तऱ्हेनंच अर्जुनाला काहीशा जरबेने निक्षून सांगितलेलं आहे असं वाटू शकतं. माझ्या ठिकाणीच मन ठेव अन्यथा नाश पावशील. मग भगवंतांना काहीही करून खूश ठेवायला हवं; अन्यथा ते माझा नाश करतील, अशी एखाद्या उथळ उपासकाची समजूत होण्याची शक्यता आहे. अशी समजूत झालेला उपासक मग एखाद्या अधिकारी व्यक्तीची जशी खुशामत करतो, तशीच भगवंताची विविध मार्गांनी खुशामत करू पाहतो. आणि मग आपल्या विषयवासना पुऱ्या करण्यासाठी त्याचं साहाय्य मिळवू पाहतो.

पण भगवंतांनी या अधिकारवाणीतून अर्जुनाला हे सांगितलेलं नाही, हे ध्यानात घेतलं पाहिजे. आत्तापर्यंत त्यांनी सांगितलेल्या भक्तीचं हे तात्पर्य नाही. किंबहुना भक्तियोगाचं महान तत्त्वज्ञान आणि सखोल तत्त्वार्थ भगवंतांनी आत्तापर्यंत सांगितलेला आहे. त्या भक्तिमार्गाचं यथोचित आचरण जर मनुष्याने केलं नाही तर त्याचा विनाश होण्याची शक्यता असते, हे सांगण्याचा त्यांचा हेतू आहे. शिवाय असा विनाश होण्याची स्वाभाविक कारणं त्यांनी पुढील दोन श्लोकांत सांगितलेली आहेत.

भगवान प्रेमस्वरूप आहेत. त्यांची यथाशास्त्र भक्ती केली तर भक्ताचा अहंकार प्रथम गळून पडतो. ईश्वरसाक्षात्कार हेच त्याचं आयुष्याचं ध्येय बनतं. त्याला सृष्टीच्या कणाकणात भगवंताचं अस्तित्व जाणवू लागतं. म्हणजे तशी प्रगल्भ दृष्टीच त्याला प्राप्त होते. भक्त जेव्हा ही स्थिती गाठतो, तेव्हा तो मायामोहाच्या प्रभावातून बाहेर पडतो.

जो भक्त या प्रकृतिस्वरूप विशाल सांसारिक मायावी जालातून सुटतो, त्याच्यासाठी उरते ती केवळ परमात्म्याची अनुभूती. मग त्या सत्यं-शिवं-सुंदरम् अशा परमात्म्याशी नित्य अनुसंधान ठेवून असा भक्त मायावी संसारातलं सुखदु:खं तटस्थपणे भोगत राहतो.

प्राप्त संकटं आणि सर्व प्रकारची दु:खं मायेच्या प्रभावाखाली असतात. ज्या भक्ताला भगवद्जाणिवेविषयी नित्य जागृतभाव आलेला असतो, अशा भक्ताला ती प्रभावित करू शकत नाहीत. मग तुकाराम महाराजांसारखा भक्त म्हणतो,

ठेविले अनंते तैसेचि रहावे। चित्ती असो द्यावे समाधान।
जैसी स्थिती आहे तैशापरि राहे। कौतुक तू पाहे संचिताचे॥

जीवन जर भोगानंदामध्येच अडकून पडलं आणि तसे भोग मिळवण्यासाठीच केवळ परमेश्वराची उपासना केली, तर अशी अलिप्त स्थिती येऊ शकत नाही. प्राप्त जन्मातच आनंदस्वरूपाला प्राप्त व्हावंसं वाटत असेल, तर भोगानंदाकडून भावानंदाकडे आणि भावानंदाकडून आत्मानंदाकडे प्रवास झाला पाहिजे. आत्मानंदी भक्त मग द्वैतभाव राखून नित्य परमानंदात मग्न राहतो. भगवंताच्या अनुभूतीत भौतिक सृष्टीतला आवाज, गडबड-गोंधळ नाही. किंबहुना आपण जितके शांत होत जाऊ, तितकी भगवंताची प्रशांत अनुभूती मिळत जाईल. आवाज हा उत्सवाचा भाग असू शकतो; भक्तीचा नाही. भक्ती करताना परमात्म्याच्या प्रशांत, परमसुंदर आणि परमसत्य स्वरूपाशी तशाच स्वरूपात अनुसंधान साधलं गेलं पाहिजे.

अशा तऱ्हेने भक्तीचं खरं तात्त्विक स्वरूप समजून घेऊन त्याप्रमाणे भक्ती केली तर भगवंताच्याच अनुग्रहाने जीव सुखदु:खांना तरून जाईल. याउलट अहंकारग्रस्त होऊन विपरीत भक्ती केली, तर मात्र नाश पावशील म्हणजे जीवाचं अध:पतन होईल, असा धोक्याचा इशारा भगवान अर्जुनामार्फत आपल्याला श्लोकातून देतात.

आपलं चित्त जाणीवपूर्वक परमेश्वराच्या ठिकाणी ठेवलं तर भगवंताचाच अनुग्रह होऊन सर्व संकटं किंवा शुभाशुभ फलं तरून जाता येतात. कारण मुळात सुख-दु:खं नसतातच. अहंकार जोपासल्यामुळे ती भासत असतात. म्हणून अहंकार बाळगून सर्व कर्मं केली, तर तो मनुष्य दु:खाला आणि पर्यायाने नाशाला कारणीभूत होतो. प्राप्त कर्म करतानाच अहंकाररहित होऊन परमेश्वरचिंतनातच साधकाने गढून गेलं पाहिजे. असा मनुष्य सुख-दु:खातीत होऊन जाईल.

यदहङ्कारमाश्रित्य न योत्स्य इति मन्यसे ।
मिथ्यैष व्यवसायस्ते प्रकृतिस्त्वां नियोक्ष्यति ॥१८.५९॥
स्वभावजेन कौन्तेय निबद्धः स्वेन कर्मणा।
कर्तुं नेच्छसि यन्मोहात्करिष्यस्यवशोऽपि तत्॥१८.६०॥

मी लढणार नाही असं जे तू अहंकाराने मानत आहेस, तो तुझा निश्चय व्यर्थ आहे. कारण तुझा क्षात्र-स्वभाव तुला युद्धासाठी प्रवृत्तच करील. हे अर्जुना, आपल्या स्वभावजन्य कर्माने बद्ध झाल्यामुळे मोहाने तू ते करू इच्छित नसलास, तरी तू परतंत्र असल्यामुळेच तुला ते करावंच लागेल.

गीतारूपी इतकं गहन उपदेशामृत पाजल्यानंतर आणि आता अर्जुन निश्चयाने युद्धप्रवृत्त झाल्यानंतर भगवंत जणू त्याला सस्मित वदनाने म्हणत आहेत, 'अर्जुना, तू आता पराभूत झालेला आहेस. संन्यास घेऊन रानावनात जाण्याच्या तुझ्या विचारांवर कर्मयोगाने विजय मिळवलेला आहे. मघाशी तू युद्ध न करण्याचा निर्णय घेतला होतास. मी लढणार नाही, असं तू अहंकारानंसुद्धा म्हणाला असशील; पण त्याबाबतीत तुझा पराजय झाला आहे. तू क्षत्रिय आहेस आणि तुझा क्षात्रधर्म तुला लढण्यासाठीच उद्युक्त करील! कारण ती क्षत्रियाची प्रकृती आहे. त्यामुळे तुझी लढण्याची इच्छा नसती तरीही तुला प्रकृतिधर्मामुळे लढावंच लागलं असतं.'

जो तो आपापल्या प्रकृतिधर्मानुसार कर्म करत असतो, हेच भगवंतांनी पुन्हा एकदा सूचित केलं आहे. गुणकर्मांचा तो सिद्धान्तच आहे. अंगावर कुणी धावून आला की क्षत्रियाचा हात शस्त्राकडे जाणारच! ब्राह्मणाच्या अंगावर एखादा माणूस धावून आला तर ब्राह्मण प्रथम हात जोडणार, सामोपचारानंच घेणार! वैश्याच्या अंगावर कुणी धावून आलं तर तो प्रथम हसून समोरच्याचा राग घालवणार, खिशात हात घालणार. कदाचित तडजोड करून तो स्वतःची सुटकाही करून घेणार! हा ज्याचा त्याचा स्वभावधर्म असतो.

द्रौपदी स्वयंवरासाठी ब्राह्मण वेषात गेलेल्या पांडवांना द्रुपदाने ओळखलं नव्हतं; पण अर्जुनाने जेव्हा 'पण' जिंकला, तेव्हा मात्र त्याला शंका आली. किंबहुना तो 'पण' अर्जुनाने जिंकावा म्हणूनच लावला होता.

द्रौपदीला जिंकून नेल्यानंतर द्रुपदाने आपला पुत्र धृष्टद्युम्न याला पांडवांमागोमाग पाठवलं. त्या वेळी पांडव गुप्तपणे एका कुलालगृहात (कुंभारवाड्यात) राहत होते. दुसऱ्या दिवशी तिथे जाऊन धृष्टद्युम्नाने पांडवांना भोजनासाठी निमंत्रण दिलं.

ते नक्की क्षत्रिय पांडववीर आहेत का, हे जाणून घेण्यासाठी द्रुपदाने राजप्रासादात एक प्रदर्शन मांडलं. त्यात तीन वर्णांना आवडणाऱ्या विविध वस्तू प्रदर्शित केल्या होत्या. एका भागात जानवी, माळा, विविध कमंडलू, पूजेचं साहित्य, ग्रंथ यांचं प्रदर्शन मांडलं होतं. तर दुसरीकडे अनेक प्रकारची शस्त्रास्त्रं, कवच, शिरस्त्राणं आदी वस्तू प्रदर्शित केल्या होत्या. तिसऱ्या ठिकाणी व्यापार-वाणिज्यासंबंधित वस्तू ठेवल्या होत्या.

प्रदर्शन पाहता पाहता सारे पांडव क्षत्रियांसाठी असलेल्या वस्तूंपाशी रेंगाळले. प्रत्येक शस्त्राचं मनापासून निरीक्षण करू लागले. ते पाहून, हे निश्चित क्षत्रिय वीर - अर्थात पांडवच आहेत हे द्रुपदाने ओळखलं.

प्रत्येक व्यक्ती ही आपल्या प्राकृतिक गुणांनुसार कार्यप्रवृत्त होतच असते. त्यामुळे प्रत्यक्ष युद्ध सुरू होऊन शत्रू अंगावर चालून आला असता, तर अर्जुनाने हातातून गळून पडलेलं धनुष्य पुन्हा खचितच उचललं असतं आणि तो शत्रूवर तुटून पडला असता! भगवंतांना हा 'जर-तर'चा धोका पत्करायचा नव्हता. म्हणून त्यांनी अर्जुनाला तत्त्वज्ञानामृत पाजलं आणि त्याला विचारांनी उभा केला. कारण त्याने निःशंक मनोवृत्तीने शत्रूशी लढणं त्यांना अपेक्षित होतं. त्यामुळे आता अर्जुनाची मूळ प्रकृती अर्थात क्षात्रवृत्ती आणि जोडीला दृढ विचार यांचा संयोग प्राप्त युद्धात होणार होता. अर्थातच त्याचा अनुकूल परिणाम होणार होता. ऐन युद्धाच्या तोंडावरसुद्धा भगवान श्रीकृष्णांनी केवढी मोठी कामगिरी केली होती, तेच यावरून दृष्टोत्पत्तीस येतं.

आपणही प्राकृतिक गुणांनुसार आपलं प्राप्त जीवन जगत असतो. अनेक प्रकारच्या सुखदुःखांना तोंड देत असतो. आपण सुखांनी सुखावून जातो आणि दुःखांनी मोडून जातो. आयुष्याच्या अखेरीपर्यंत हे सुखदुःखांचे प्रभाव संदिग्ध भावाने सोसत राहतो. भावी जीवनाविषयीची अनिश्चितता प्रत्येक जीवामध्ये वसून असतेच. अशा तऱ्हेच्या संभ्रमित जीवनात भगवंतांनी पाजलेलं उपदेशामृत निश्चितच साहाय्यभूत मार्गदर्शक

ठरतं. त्यामुळे जीवनाचा खरा हेतू उमजतो. जीवनाचा हेतू समजल्यानंतर आणि भगवंताची शास्त्रशुद्ध भक्ती आरंभल्यानंतर मनुष्य समर्थ होत जातो. सुखदु:खं त्याला प्रभावित करू शकत नाहीत, तर तो या सुखदु:खांवर आरूढ होतो. प्रकृतीचा मायावी खेळ तो अलिप्तपणे पाहत आपल्या गुणांनुसार प्राप्त कर्मं निरलसपणे करत राहतो. कारण त्रिगुणात्मक कर्मांमधून त्याची सुटका होऊ शकत नाही, हे त्याला कळून चुकतं. कारण देह धारण केल्यामुळे त्रिगुणांच्या प्रभावांचा त्याने जणू स्वीकारच केलेला असतो. म्हणजे एखादं सॉफ्टवेअर डाउनलोड करताना आपण Terms and Conditions accept करतो त्याप्रमाणे जीवधारणेपूर्वी आपण प्रकृतीचे नियम accept केलेले असतात.

आता यावर आपल्या मनात असा विचार येऊ शकतो की, जर आपल्या हातात काहीच नाही आणि प्राकृतिक प्रोग्रॅमप्रमाणेच अर्थात गुणांनुसारच सारं काही घडणार आहे, तर मग आपल्या हातून जी काही चांगली-वाईट कर्मं घडतात, त्याचं श्रेय हे प्रकृतीकडेच जातं; आपल्याकडे नाही! अशी समज भ्रामक आहे. गुण जरी प्राकृतिक असले तरी प्रत्येक मनुष्याला 'स्वतंत्र इच्छाशक्ती' अर्थात Free Will मिळालेलं आहे. Free Will मुळेच तर अर्जुन युद्धातून निवृत्त होऊ पाहत होता! अन्यथा तो त्याच्या प्रकृतिधर्मानुसार वागला असता. पण Free Will मुळे त्याने केलेला तो निवृत्तीचा विचार तेव्हा योग्य नव्हता. मात्र जेव्हा त्याचं मोहस्वरूप Free Will जाऊन त्याला सत्यस्वरूप उमजलं, तेव्हा तो स्वधर्मानुसार स्वकर्म करायला सिद्ध झाला. जर मनुष्याला Free Will मिळालंच नसतं तर तो कोणत्याही प्राकृतिक गुणांमध्ये अडकला नसता आणि पुनर्जन्माच्या खेळातून कायमचा मुक्त झाला असता. पर्यायाने या मायावी सृष्टीला काही अर्थच उरला नसता. मग सृष्टीचं चलन-वलन म्हणजेच विसर्ग झालाच नसता. म्हणून आपापल्या स्वधर्मानुसार कर्म होत राहणं हेच भगवंतांना अपेक्षित आहे. फक्त आपल्या स्वधर्मरूपी कर्मात ईश्वराचं अधिष्ठान मात्र ओळखता आलं पाहिजे आणि त्या आधाराने भक्ती केली पाहिजे. सर्वच समाज अशा रीतीने वर्तन करू लागला, तर पृथ्वीवर स्वर्ग निर्माण व्हायला अथवा सत्ययुग अवतरायला वेळ लागणार नाही.

प्रत्येक जण आपापल्या प्रकृतीनुसार म्हणजेच धर्मानुसार कर्तव्यकर्म करत असतो. फक्त त्याला विचारांची जोड मिळायला हवी. त्यासाठीच भगवद्गीतेचं प्रयोजन आहे. गीतेचं महत्त्व त्रिकालाबाधित आणि चिरंतन आहे. म्हणून गीता समजून घेणं आणि जीवनात उतरवणं हे प्रत्येकाचं आद्य कर्तव्य ठरतं.

ईश्वरः सर्वभूतानां हृद्देशेऽर्जुन तिष्ठति ।
भ्रामयन्सर्वभूतानि यन्त्रारूढानि मायया ॥१८.६१॥

हे अर्जुना, सर्व भूतांच्या हृदयात ईश्वर वास करत असून त्याने योगमायेच्या बळावर जे यंत्र तयार केलं आहे, त्या यंत्रामध्ये सर्व भूतांना अडकवून तोच त्यांना गरगर फिरवत असतो.

परमेश्वराने एक विशाल मायिक यंत्र बनवलेलं आहे, असं या श्लोकात भगवान निःसंदिग्धपणे सांगतात. या यंत्राचं स्वरूप कसं आहे? आधुनिक भाषेत सांगायचं तर ते एक ईशनिर्मित अतर्क्य असं प्राकृतिक सॉफ्टवेअर आहे. ते बनवताना त्यामध्ये प्रथम त्रिगुणांचा आविष्कार केला गेला. कारण तसा तो केला नसता, तर जीव परस्परांवर अवलंबून राहून व्यक्त आणि मायिक सृष्टीत रमलाच नसता. त्रिगुणांच्या प्रभावांमुळेच जीव या मायिक सृष्टीत रमणार होता; परंतु जीवामध्ये केवळ त्रिगुण घालूनही उपयोगाचं नव्हतं. जोपर्यंत शरीर धारण केलेल्या जीवामध्ये अहंकार उत्पन्न होत नाही, तोपर्यंत तो स्वार्थयुक्त कर्मं करणारच नाही.

जीवाने हालचाल करावी, विचार करावा, मोहग्रस्त होऊन भौतिक सृष्टीचा उपभोग घ्यावा आणि त्यातच कर्मानुसार पुनर्जन्माच्या फेऱ्यात अडकून फिरत राहावं यासाठी प्रोग्रॅम तयार करणं आवश्यक होतं. त्यामुळे सृष्टीत जे जीव तयार केले गेले, त्यांच्यामध्ये प्रथम ईशतत्त्व घातलं गेलं. ईशतत्त्व जीवांमध्ये अवतीर्ण होताच जीवाला 'अहं'चं स्फुरण होईल, अशी व्यवस्था केली गेली. ईशतत्त्वामुळेच जीव स्वतःला ईश्वरापासून वेगळा समजू लागतो आणि त्याच्या मनाप्रमाणे कर्म करून स्वतःच ही सृष्टी कार्यरत ठेवतो. कर्मानुसार पुन्हा पुन्हा जन्म घेत तो सृष्टीची गती स्वतःच राखतो.

आपण कमकुवत आहोत, आपल्याला अधिक काही मिळवलं पाहिजे अशा भावनेने मूळ शरीरांतर्गत पूर्णत्व असलेल्या ईशतत्त्वाचं विस्मरण होऊन प्रत्येक जीवाला विकासाची गरज भासू लागते. कृमिकीटक-प्राण्यांसाठी मग *जीवो जीवस्य*

जीवनम् हा भाव सुरू होतो. मनुष्यासाठी मात्र हा संदर्भ बदलतो. तो भौतिक प्रगती अवलंबू लागतो आणि त्या दृष्टिकोनातून वर्चस्व गाजवण्याचा प्रयत्न करू लागतो. विचारी जन मात्र सृष्टीचा आणि पर्यायाने सृष्टिकर्त्याचा शोध घेऊ लागतात. देवांच्या स्तरावर परमेश्वराच्या अस्तित्वाविषयी निश्चिती असते; स्वत:ला परमेश्वरस्वरूप बनवण्यासाठीच देव कर्म करतात.

कृमिकीटकांपासून देवांपर्यंत केली जाणारी ही सर्व कर्मं 'विसर्ग'स्वरूप धारण करतात अर्थात सृष्टिव्यापाराला चालना देतात आणि त्यामुळेच हा विशाल कार्यक्रम बनवल्यानंतर तो चालू ठेवण्यासाठी परमेश्वराला काहीही करावं लागत नाही. सृष्टीतलेच हे सारे घटक कार्यरत होऊन सृष्टिचक्र गतिमान ठेवतात. म्हणजे आपल्या अनुभवाला येणारं सृष्टीचं गतिमान मायावी चक्र याचा निर्माता परमात्माच आहे. या चक्रात परमात्म्याचा पूर्ण अंश आत्मविस्मरण झाल्यामुळे फिरत आहे आणि कर्मचक्रात अडकून पडला आहे.

म्हणूनच भगवान अर्जुनाला म्हणतात, ''मोह दूर झाला नाही तरी परतंत्र असल्यामुळे तुला युद्धकर्म करावंच लागेल. लढाईची इच्छा नसतानाही पूर्वसंस्कारांमुळे प्रकृतीच्या स्वाधीन होऊन तुला लढावंच लागेल. कारण कळसूत्री बाहुल्यांना खेळवणाऱ्या पुरुषाप्रमाणेच सर्व भूतांच्या अंतर्यामी स्थित राहून मीच सर्व भूतांना खेळवत असतो.''

यासंदर्भात आपण एक आधुनिक काळातील उदाहरण पाहू. जत्रेतल्या फिरत्या मेरी-गो-राउंडमधल्या घोड्यावर आपण बसलो आहोत. मेरी-गो-राउंडचं चक्र फिरू लागताच बाजूचं जगत् हळूहळू सारवल्याप्रमाणे धूसर दिसू लागतं. ज्याच्या आधारावर ते चक्र फिरत असतं, तो आधारही मग आपल्याला दिसू शकत नाही. पण फिरणाऱ्या चक्रातील सर्व घटक आपल्याला दिसत असतात. आपल्या पुढचे घोडे, त्यावर बसलेल्या व्यक्ती आपल्याला स्पष्ट दिसत असतात. ज्या आधारावर ते चक्र फिरत असतं, तो आधार जसा चक्र फिरत असताना आपल्याला दिसत नाही, त्याचप्रमाणे हे चक्र कोण आणि कसं फिरवत आहे, हेही आपल्याला समजत नाही.

आता तात्त्विक दृष्टीने या चक्राकडे बघायचं झाल्यास, चक्राची भौतिक संरचना म्हणजे प्रकृती असते आणि ज्या शक्तीमुळे चक्र फिरत असतं तो परमात्मा असतो! चक्र फिरत राहिल्यामुळे बाजूचं जे वास्तविक जगत असतं ते आपल्यासाठी धूसर किंवा अस्पष्ट झालेलं असतं. विशेष म्हणजे, एकदा का या विराट चक्रामध्ये बसलं की या चक्राबरोबर फिरण्याचं कर्म हे करावंच लागतं. या विराट चक्रात आपण अडकून पडलो आहोत, हे ज्ञानी लोकांना मात्र उमजत असतं.

शरीररूपी यंत्रावर भूतमात्रांना चढवून ते शरीररूपी यंत्र फिरवण्याचं कार्य भगवंत त्या भूतमात्रांच्या हृदयात बसूनच करत असतात. भूतमात्रांच्या इच्छेचा किंवा अनिच्छेचा तिथे प्रश्नच उद्‌भवत नाही. फिरत्या पाळण्यांच्या चक्रामध्ये आपण बसतो, तेव्हा तो आपल्या इच्छेने नाही, तर चालकाच्या इच्छेनुसार फिरतो. त्याप्रमाणे मनुष्यदेह आणि त्याचे व्यवहार किंवा कार्य ईश्वरी इच्छेनुसारच होत असतं.

हे ज्ञान सामान्य बुद्धीला कळण्यापलीकडचं आहे. आपल्या शरीरांतर्गत अतिशय प्रबळ असं एक तत्त्व वास करून असतं, ही गोष्ट आता सर्वमान्य आहे. ते तत्त्व हृदयातून निघून गेलं की मनुष्य मृत होतो. मनुष्याच्या प्रत्येक कृतीमागे त्याचीच शक्ती कार्यरत असते. मनुष्य शिकतो, यशस्वी होण्यासाठी रात्रंदिवस झटतो, आपली कारकीर्द घडवतो. आयुष्याच्या मध्यावर शांतपणे, विचारपूर्वक आपला भूतकाळ आठवला तर त्याच्या ध्यानात येईल की, सारं काही त्याच्या मनाप्रमाणे झालेलं नाही. ठरवल्याप्रमाणे काही गोष्टी होतातही, नाही असं नाही; परंतु सगळंच त्याच्या मनाप्रमाणे होत नाही. कर्म, संचित, प्रारब्ध, क्रियमाण, सृष्टिव्यापार अशा सर्वांचा परिणाम जीवनावर होतच असतो; होणारच असतो.

परमेश्वराचा हा विशाल प्रोग्रॅम समजण्यापलीकडचा आहे. प्रत्येकात वास करून हे प्राकृतिक चक्र त्याला हवं तशा प्रकारे तो फिरवत असतो. जीव केवळ या चक्रात अडकून अनुभव घेत राहतो. आपण कोणत्या चक्रात अडकलो आहोत आणि कुणी आपल्याला अडकवलं आहे, हे त्याला समजू शकत नाही. कॉम्प्युटर गेममधल्या व्यक्तिरेखेला आपली निर्मिती कुणी केली आणि कोण आपल्याला खेळवतो हे समजणं कदापि शक्य नाही, त्याप्रमाणेच भगवंताच्या या मायिक यंत्राची आपण कल्पनाही करू शकत नाही. केवळ फिरत राहणं एवढंच आपल्या हातात असतं.

मात्र भगवंतालाच अनन्य भक्तीने शरण गेल्यास आणि त्याचीच शास्त्रशुद्ध रीतीने अव्यभिचारी भक्ती केल्यास जीवाची या मायावी चक्रातून सुटका होऊ शकते. भगवंतांनी ही मोठी सवलत जीवांसाठी देऊन ठेवली आहे. या चक्रातून सुटण्याचं तंत्र अर्थात टेक्निकच भगवंतांनी गीतेतून सांगितलं आहे.

लोहचुंबकाच्या आकर्षणामुळे लोखंड चुंबकामागोमाग फिरतं. त्याप्रमाणे ईशसत्तेच्या आकर्षणामुळे प्राणी ईश्वराच्या मागे कळत-नकळत फिरतात. प्रत्येक जीव या विशाल चक्रात अडकलेला आहे आणि भगवंतांनीच हे मायावी चक्र निर्माण करून जीवांना त्यात अडकवून दिलेलं आहे. अहंकारामुळेच सृष्टीतला प्रत्येक घटक हे ईशनिर्मित चक्र फिरवतच ठेवतो.

तमेव शरणं गच्छ सर्वभावेन भारत ।
तत्प्रसादात्परां शान्तिं स्थाने प्राप्स्यसि शाश्वतम् ॥१८.६२॥
इति ते ज्ञानमाख्यातं गुह्याद्गुह्यतरं मया।
विमृश्यैतदशेषेण यथेच्छसि तथा कुरु ॥१८.६३॥

अर्जुना, सर्वभावाने तू त्यालाच शरण जा. त्याच्या कृपेने तुला परमशांती आणि परमपद प्राप्त होईल. गूढाहून अत्यंत गूढ असं हे ज्ञान मी तुला सांगितलं. त्याचा पूर्णपणे विचार करून (मग) तुझ्या इच्छेस येईल त्याप्रमाणे कर.

भगवंतांना सांगायचं होतं, अर्जुना, आतापर्यंत मी तुला जे काही सांगितलं त्याचा बुद्धीशी नीट घासूनपुसून पडताळा घे. बुद्धीने तुला मान्य झालं तरच ग्रहण कर... तुला जे इष्ट वाटेल ते कर. तथापि, तू त्यालाच म्हणजे परमेश्वरालाच शरण जा, असं भगवान सांगतात. त्याला शरण गेल्यामुळेच परमशांती आणि अढळपद लाभेल असं भगवान आश्वासन देतात.

या श्लोकात भगवंतांनी अर्जुनाला उपदेश करताना म्हटलं आहे, परमेश्वरालाच शरण गेल्यामुळे तुला परमशांतीचा लाभ होईल. आज बव्हंशी मनुष्यांना साधी शांती लाभत नाही तर परमशांती कुठून लाभणार? साधी शांती न लाभण्याचं कारण म्हणजे विषयासक्ती तथा वासना. वासनातृप्ती झाल्यानंतर जे सुख मिळतं, ते सुख हे तात्पुरतं सुख असतं. त्यामुळे असा क्षणिक भोग भोगून सुखाचा लोप झाला की मनुष्य पुन्हा नैराश्याने ग्रासला जातो. मग तो आणखी आणखी भोगांची वासना करत जातो.

विषयभोग आणि त्यातून मिळणारं सुख टिकवून ठेवणं मनुष्याला अशक्य होऊन जातं; त्यामुळे त्याचं अंतःकरण व्यथित होतं. अशा व्यथित अंतःकरणाला शांती तरी कशी मिळणार? म्हणून भोगी मनुष्याला परमशांती मिळणं ही खूपच दूरची गोष्ट असते. त्याने काही धार्मिक उपचार केले, तरीही त्यातून मिळणारी शांती ही परमशांती होऊ शकत नाही.

म्हणून परमशांतीचाच उपाय भगवान या श्लोकातून सांगतात. तो म्हणजे परमेश्वरालाच शरण जाणं. ज्या वेळी अनात्म गोष्टींमधली मनुष्याची आसक्ती सुटते, तेव्हाच त्याला परमशांतीचा लाभ होतो. अनात्म वस्तूंची आसक्ती सुटण्यासाठी आत्मवस्तूचा साक्षात्कार होणं आवश्यक असतं. त्यासाठी शाश्वत अशा परमतत्त्वालाच शरण गेलं पाहिजे.

'शरण' जाणं म्हणजे शब्दश: लोटांगण घालणं नव्हे; तर परमेश्वराशी साधर्म्य असणारे गुण स्वत:मध्ये आणण्याचा प्रयत्न करणं. परमात्म्याकडे प्रचंड शक्ती असते पण त्याला इच्छाच नसते. याउलट मनुष्याच्या मनामध्ये प्रचंड इच्छा दडलेल्या असतात पण त्या पुऱ्या करण्याइतकी शक्ती त्याच्याकडे नसते. परमात्म्याचा हा गुण प्रथम आपल्यामध्ये आणयचा प्रयत्न केला पाहिजे. त्यानंतर सर्व भूतमात्रांवर निरपेक्ष प्रेम करणं, निष्काम कर्मयोगाचं आचरण करणं, इच्छा-वासना-आसक्ती-अहंकाररहित कर्म करणं, परमात्म्यावर असीम प्रेम करणं, त्याच्यावर श्रद्धा ठेवून त्याच्याशी नित्य संलग्न राहणं हे साध्य झालं पाहिजे. अर्थातच अशा तऱ्हेचं आचरण करणं हे अतिशय कठीण आहे; पण अशक्य मात्र नाही. हे गुण ज्या मनुष्यात येतात, तो परमेश्वराचा खरा 'भक्त' होतो.

असे हे सर्व कर्मभाव अंगीकारणं म्हणजेच परमेश्वरापुढे 'शरणागत' होणं.

तसं पाहिलं तर त्रेसष्टावा श्लोक हा भगवद्‌गीतेचा शेवटचा श्लोक म्हटला पाहिजे. दुसऱ्या अध्यायातील 'कुतस्त्वा कश्मलमिदं...' पासून 'तमेव शरणं गच्छ...' या अठराव्या अध्यायातील बासष्टाव्या श्लोकापर्यंत जे काही भगवंतांनी सांगितलेलं आहे, ते सर्व गीतातत्त्वज्ञान आहे. सामान्यज्ञानापेक्षा हे ज्ञान परम अथवा अतिश्रेष्ठ असं ज्ञान आहे. हे ज्ञान केवळ ऐकण्यापुरतं अथवा शाब्दिक न राहता ते आपल्या अनुभवात मुरलं पाहिजे हे महत्त्वाचं. या ज्ञानाने बुद्धीचा कब्जा घेतला पाहिजे; आणि ते अंत:करणाला भिडलं पाहिजे. ज्याने हे ज्ञान संपादन केलं, तो चिंतारहित, समर्थ, सुज्ञ आणि ज्ञानवान बनतो. जीव-जगत् आणि जगदीश यांच्यासंदर्भातलं हे ज्ञान म्हणजेच गुह्य ज्ञान आहे. इथे भगवंतांनी केवळ 'गुह्य' ज्ञान असं म्हटलेलं नाही तर 'गुह्यात्गुह्यतर' ज्ञान असं म्हटलेलं आहे. ज्याला इंग्रजीमध्ये in nutshell म्हणतात तसं हे ज्ञान आहे. त्यातलं गूढ उकलण्याचाच सहस्रो वर्षं प्रयत्न सुरू आहे.

अशा या 'गुह्यात्गुह्यतर' ज्ञानात भगवंतांनी ज्ञान-कर्म आणि भक्ती यांचा समन्वय सांगितला आहे. त्याअनुषंगाने जीवनाचे समग्र विषय संक्षिप्तपणे का होईना, हाताळले आहेत. तत्त्वज्ञानाच्या संदर्भात यात काही सांगायचं राहिलं आहे, असं कोणत्याही विचारवंताला म्हणता येणार नाही, इतकं मुद्देसूद कथन भगवंतांनी थोडक्या कालावधीत

केलेलं आहे. गीतेवर बोलणं, गीतापठण करणं, गीताविचारांचं वाचन-चिंतन-मनन करणं इत्यादी उपचार केले पाहिजेत हे खरं; परंतु या ज्ञानाचा खरा उपयोग स्वत:चा उद्धार करण्यासाठी केला पाहिजे हे अतिशय महत्त्वाचं आहे. गीताग्रंथाचं केवळ भौतिक पूजन करून मात्र काही लाभ होणार नाही हेही लक्षात ठेवलं पाहिजे. कारण तेवढ्याने गीताग्रंथातून फाकणाऱ्या ज्ञानप्रकाशाचा लाभ साधकाला घडणार नाही; आणि तसा लाभ जर घडला नाही तर नुसती भौतिक ग्रंथाची उपासना ही व्यर्थच म्हणावी लागेल.

गीतेचे भाष्यकार नारायण गोविंद देसाई यांनी याचं सुंदर वर्णन केलं आहे :

गीतेचं संगीत हृदयात गायलं गेलं पाहिजे. जीवनाच्या वीणेवर प्राणांच्या तारांनी झंकार देऊन त्याची साथ केली पाहिजे. श्रवणेंद्रियांनी ते संगीत आतुरतेने पुन्हा पुन्हा ऐकून तृप्त झालं पाहिजे. नेत्रांनी तो ज्ञानप्रकाश टिपला पाहिजे. गीतेचा वैचारिक सुगंध घ्राणेंद्रियांनी पुन्हा पुन्हा हुंगला पाहिजे. जिव्हेने ते गीताज्ञान पुन्हा पुन्हा उच्चारून तिचा रसास्वाद घेतला पाहिजे आणि गीतागंगेमध्ये वारंवार मिज्जन करून आणि सुखद स्पर्श अनुभवून पावन झालं पाहिजे. चित्ताने त्याचं चिंतन केलं पाहिजे आणि बुद्धीने ते ज्ञान ग्रहण करून गीताज्ञानाच्या अनुभवानंदाने आत्मा सुखावला पाहिजे.'

असं हे गीतातत्त्वज्ञान मनुष्याच्या बुद्धीलाच केवळ चालना देतं. त्याला सत्यासत्याचा विचार करायला लावतं. ते मनुष्याचा सर्वतोपरी विकास घडवून आणतंच; परंतु त्याच्या मनाला सामर्थ्य देऊन ते त्याला जीवनाच्या उच्च पातळीवर नेऊन ठेवतं. विशेष म्हणजे इतकं गहन आणि ऊर्जस्वल तत्त्वज्ञान सांगितल्यानंतरही भगवान कोणत्याही प्रकारचा आग्रह धरत नाहीत.

खरोखर भगवान श्रीकृष्णांचं अंत:करण केवढं विशाल होतं! एवढं सखोल आणि प्रत्यक्षाचं ज्ञान देऊनही त्यांचा कोणत्याही प्रकारचा आग्रह नव्हता. विश्वरूपाचं दर्शन देऊनही त्यांच्यामध्ये कोणताही अभिनिवेश नव्हता. म्हणूनच भगवान श्रीकृष्णांना 'महान' म्हटलेलं आहे. नि:संशय तेच परमात्मा होते.

भगवद्गीता हे सर्व प्रचलित आणि आद्य ज्ञानाचं सार आहे. वेदान्ताचं ज्ञान म्हणून गीताशास्त्र नावारूपाला आल्यामुळे वेदान्ताचीही दिगंत कीर्ती जगात झाली. या गीताशास्त्रात वेद आणि उपनिषदं यांचा समन्वय साधून एकूणच तत्त्वज्ञानात समतोल आणला आहे. गीता कर्मामध्ये लिप्त व्हायला सांगत नाही आणि कर्म टाकायलाही शिकवत नाही. कर्म करून त्यापासून अलिप्त राहण्याची कला मात्र गीता शिकवते. दु:खमय, कटकटीच्या जगात राहूनही आत्मोन्नती करण्याचा मार्ग गीता

दाखवते. संसारात राहून कर्म करण्यापेक्षा संसाराचा त्याग करून रानोमाळ भटकत राहणं ही गोष्ट अधिक सोपी असते. संसार निष्ठेने न करता, कर्तव्यकर्म किंवा विहित कर्म न करता, देवाधर्माच्या नावाखाली भीक मागायला गीता शिकवत नाही. निवृत्ती म्हणजे कर्मांचाच त्याग करून दगडासारखं बसून राह्यलाही गीता सांगत नाही किंवा प्रकृतीच्या अधीन होऊन जायलाही ती सांगत नाही. दैनंदिन प्राप्त कर्मं करूनही मोक्ष कसा प्राप्त करून घ्यावा, याचं मार्गदर्शन मात्र गीता करते.

इतकं समतोल, मनुष्यमात्रांच्या अंतिम कल्याणाचं शास्त्र सांगून आणि विश्वव्यापी चमत्कार दाखवूनही भगवंतांनी पुढचा निर्णय अर्जुनावर सोपवलेला आहे हे विशेष. विश्वपुरुषाने (भगवंतानं) दाखवलेली ही नम्रता अलौकिकच म्हटली पाहिजे. भगवान आयुष्यभर असंच सामान्य बनून सामान्यांच्यात वावरले – सामान्यांना असामान्य करण्यासाठी! महापुरुषही तसंच काम करत असतात. एवढं कर्तृत्व दाखवूनही भगवान पुढचा निर्णय अर्जुनाच्या बुद्धीवर सोपवून देतात, यातच खरं त्यांचं श्रेष्ठत्व आहे.

'कुतस्त्वा कश्मलमिदं...'पासून 'तमेव शरणं गच्छ...' या अठराव्या अध्यायातील बासष्टाव्या श्लोकापर्यंत जे काही भगवंतांनी सांगितलेलं आहे, ते सर्व गीतातत्त्वज्ञान आहे. अत्यंत गहन शास्त्र सांगून झाल्यावर भगवंतांनी पुढचा निर्णय अर्जुनाच्या बुद्धीवर सोपवून दिलेला आहे. कोणतीही गोष्ट बुद्धीनंच समजून घेतली पाहिजे हीच गोष्ट यातून निदर्शनास येते. भगवंतांनी विश्वरूप दाखवलं म्हणून अर्जुनानंही आपली बुद्धी गहाण टाकलेली नव्हती. त्यानंही बुद्धीने हे तत्त्वज्ञान समजून घेतलं होतं. आणि आता कसं वर्तन करायचं, हा निर्णय भगवंतांनी त्याच्यावरच सोपवलेला होता.

सर्वगुह्यतमं भूयः शृणु मे परमं वचः।
इष्टोऽसि मे दृढमिति ततो वक्ष्यामि ते हितम् ॥१८.६४॥
मन्मना भव मद्भक्तो मद्याजी मां नमस्कुरु।
मामेवैष्यसि सत्यं ते प्रतिजाने प्रियोऽसि मे ॥१८.६५॥

आता मी तुला सर्व गुह्यांत अतिगुह्य असं जे काही आहे ते तुला सांगतो. माझं हे श्रेष्ठ वचन तू ऐकून घे. मी ते तुझ्या हिताचंच सांगणार आहे. माझ्या ठिकाणी मन ठेव, माझा भक्त हो, माझं यजन कर आणि मलाच नमस्कार कर. (म्हणजे) तू मलाच येऊन मिळशील. तू मला अत्यंत प्रिय असल्यामुळे मी तुला प्रतिज्ञेने हे सत्य सांगतो आहे.

वरील भाषण करण्यापूर्वी भगवंत मागच्या श्लोकात अर्जुनाला सांगतात, 'अत्यंत गुह्यांतील गुह्य अशी गोष्ट मी पुन्हा सांगतो, ती तू ऐक. तू माझा अत्यंत आवडता आहेस म्हणून तुझ्या हिताची गोष्ट मी तुला सांगणार आहे.'

गुह्य म्हणजे अतिशय गहन ज्ञान भगवान सांगत आहेत. हे ज्ञान त्यांनी यापूर्वी अनेकदा सांगितलं आहे, पण आता ते फक्त एका वाक्यात ते हे ज्ञान सारांशरूपाने सांगणार आहेत. या श्लोकाच्या रूपाने पुन्हा एकदा गीतेचं सारच ते त्याला ऐकवत आहेत. गीतेला निर्गुण ब्रह्म मान्य असून तेच परमेश्वराचं श्रेष्ठ स्वरूप आहे, असा गीतेत निर्णय केला आहे. तथापि भक्तांसाठी सगुणोपासना सुलभ आणि श्रेष्ठ आहे, असाही गीतेचा सिद्धान्त असल्यामुळे आणि भगवान श्रीकृष्ण स्वतःच्या व्यक्त सगुण रूपालाच उद्देशून इथे बोलत असल्यामुळे हा उपसंहार भक्तिपरसुद्धा आहे!

आता वाणीने कितीही सांगितलं तरी हे ज्ञान समजण्यासारखं नाही. ज्याला आंबा आवडतो त्याला आंबा खाताना काय सुख होतं, हे शब्दात सांगता येत नाही. एखाद्याला आवडीचं संगीत अचानक ऐकायला मिळाल्यावर काय आनंद मिळतो, त्याचं तो शब्दात कसं काय वर्णन करणार? म्हणजे भौतिक सृष्टीतले असे अनेक भोग मनुष्याला

सुखानंद देऊ शकतात तर आत्मिक सृष्टीतला परमानंद किती उच्च दर्जाचा आणि श्रेष्ठ असेल याची कल्पना आपण त्या अनुभूतीशिवाय कशी काय करू शकणार? तो साक्षात्काराचाच विषय असतो; शब्दांनी वर्णन करण्याचा नाही.

हे गुह्य ज्ञान भगवंत अर्जुनाला देतात, कारण तो त्यांना प्रिय आहे. परंतु भगवंतांना सारेच प्रिय असतात. त्यांच्यामध्ये एखाद्याविषयी प्रीती अथवा अप्रीती हा भाग असूच शकत नाही. इथे त्यांनी अर्जुनाला 'प्रिय' म्हणून त्याचा केवळ गौरव केलेला आहे इतकंच! तथापि, भगवंताकडून भक्ताचा असा गौरव होण्यासाठी दोघांमध्ये आत्मीय भाव असणं आवश्यक असतं. परमेश्वराकडे तो असतोच; पण भक्ताकडूनही तो तसा असला पाहिजे, तरच परस्परांच्या आत्मीय भावांमधून अशा भक्ताचा भगवंत 'प्रिय' म्हणून गौरव करतो. शिवाय भगवंताला प्रिय व्हायचं म्हणजे आपलं अविद्यारूपी अज्ञान दूर करण्याचा प्रयत्न करणं आवश्यक असतं.

असं ज्ञान संपादन केल्यानंतर त्याचप्रमाणे आत्मानुभवातून सत्यस्वरूप जाणल्यानंतरचे जगणं आनंदमय असं आध्यात्मिक जीवन असतं. या स्थितीत जीव आणि शिव किंवा भक्त आणि भगवंत यांच्यात अगदी थोडं अंतर राहिलेलं असतं. ते अंतर दूर झाल्यानंतर भक्त मुक्ती प्राप्त करतो; म्हणजेच तो ब्रह्मरूप होऊन जातो.

अर्जुन या सख्यभक्तीच्या स्तरावर जाऊन पोहोचला होता. त्याला तो मुक्तीचा अधिकार प्राप्त झाला होता. म्हणूनच तो भगवंतांना प्रिय आणि आत्मीय झाला होता.

त्यामुळे भगवान मोठ्या प्रेमाने अर्जुनाला सांगतात, 'तुला मी हे सारं पुनःपुन्हा का सांगितलं माहीत आहे? कारण'तू माझा अत्यंत प्रिय सखा आहेस! म्हणूनच तू मलाच नमस्कार कर आणि केवळ माझ्यातच विलीन होऊन पूर्णतेचा अनुभव घे! एक क्षण जरी हा अनुभव घेतलास तरी कोणत्याही प्रकारचं पाप तुझ्यामध्ये उरणार नाही.'

'तू मला अत्यंत प्रिय आहेस,' अशा तऱ्हेचा गौरव केल्यानंतर भगवान अर्जुनाला सांगतात, 'तू माझ्याच ठिकाणी मन ठेव.' भगवंताच्या ठिकाणी मन ठेवण्यासाठी प्रथम आपल्या मनातील वासना आणि आसक्तीची किल्मिषं दूर झाली पाहिजेत. शिवाय आपल्या सर्व तऱ्हेच्या कर्मांमागे केवळ ईश्वराचीच शक्ती आहे याचंही भान आलं पाहिजे. ते भान आल्यानंतर भक्त विनम्र होतो. त्याच्या भक्तीत भीती नाही तर सहजता येते.

भक्तीमध्ये कोणत्याही प्रकारची सक्ती नाही, हा अर्थही या श्लोकातून ध्वनित होतो. म्हणूनच भगवंतांनी मागील श्लोकात म्हटलेलं आहे, 'यथेच्छसि तथा कुरु.' अशी भक्ती ज्याने त्याने विचारपूर्वकच करायची असते. त्यासाठी निरहंकार होणं हेच जीवनाचं सार्थक असतं. भक्त निरहंकार झाला की त्याचं मन आणि अहंकार अनायासे

भगवंताकडेच ठेवला जातो. अर्थातच तो परमेश्वराचंच यजन करू लागतो; त्यालाच नमस्कार करतो.

अर्जुन त्या अवस्थेलाच पोहोचला होता. त्यानंतर तो सख्यभक्तीची आठवी पायरी ओलांडून 'आत्मनिवेदनम्'पर्यंत पोहोचणार होता. म्हणूनच भगवान त्याला आश्वासन देत आहेत, 'तू आता मलाच येऊन मिळशील, हे मी प्रतिज्ञापूर्वक सांगतो.'

अर्जुनाचं अंत:करण त्या वेळी किती उचंबळून आलेलं असेल याची आपण नुसती कल्पना करू शकतो! त्याचे नेत्र दिव्यानंदाने चमकू लागले असतील; आणि त्या भारावलेल्या मन:स्थितीत त्याने भगवंताचे पाय धरले असतील!

भगवंतांनी मोक्षप्राप्तीचा केवढा भव्यदिव्य मार्ग अर्जुनाच्या माध्यमातून आपल्याला दाखवला आहे! भगवान श्रीकृष्णरूपी सगुण रूपाचं यजन-पूजन केलं, त्यालाच नमस्कार केला आणि त्याच्या रूपाच्या आधाराने हळूहळू निर्गुण ब्रह्माची अनुभूती घेतली, तर अन्य कशाचीही आवश्यकता भासणार नाही. अन्य देवदेवतांबद्दल आदर अवश्य राखावा, परंतु 'एकोदेवा केशव:' या वृत्तीने फक्त एकाच परमात्म्याचं यजन-पूजन केलं तर पराभक्तीला लवकर प्रारंभ होईल. एका निश्चित मार्गाने जाणंच भक्तासाठी केव्हाही श्रेयस्कर असतं!

ज्याने साध्य, साधन आणि प्रयोजनभाव भगवान श्रीकृष्णांना समर्पित केला आहे, तो मनुष्य खचितच त्यांना प्राप्त होईल. भगवंत एकच आहे. त्याच्याशिवाय अन्य काहीही नाही!

सर्वधर्मान्परित्यज्य मामेकं शरणं व्रज ।
अहं त्वा सर्वपापेभ्यो मोक्षयिष्यामि मा शुचः ॥१८.६६॥

सर्व धर्म सोडून तू मला एकट्याला शरण ये. म्हणजे मी तुला सर्व पापांपासून मुक्त करीन. तू चिंता करू नकोस (शोक करू नकोस).

आत्तापर्यंत जीव-जगत् आणि जगदीश यांचं स्वरूप आणि संबंध समजावून झाल्यानंतर भगवान आता अर्जुनाला म्हणत आहेत, 'जीवनाचं खरं रहस्य समजून तुझा मोह दूर झाला आहे. प्रारब्धानुसार हे द्वंद्वमय जीवन कसं व्यतीत करायचं, हेही तुला समजलेलं आहे. आता दुसऱ्या कुणी तुला संभ्रमित करणारं ज्ञान देण्याची आवश्यकता उरलेली नाही. म्हणूनच मी तुला यथेच्छि तथा कुरु, असं सांगितलं. आता तू आपलं सर्वस्व परमेश्वरालाच समर्पित करून अहंकाराचा त्याग कर. या द्वंद्वमय जीवनातला फोलपणा तुला कळला असल्यामुळे आता तुला त्या प्रपंचाचं आकर्षण वाटणार नाही.'

इथे प्रपंच म्हणजे द्वंद्वमय जीवन. भगवान प्राप्त प्रपंचाचा त्याग करायला सांगत नाहीत, तर त्यातील सुखदुःखांचे प्रभाव अलिप्तपणे कसे सोसायचे आणि परमेश्वराशीच नित्य अनुसंधान आणि निष्ठा ठेवून कसं जगायचं, हे सांगत आहेत. या अवस्थेत प्रारब्धस्वरूप कर्मफळांचाही परिणाम भक्तावर होऊ शकत नाही. अशा माझ्यावरील एकनिष्ठ भक्तीमुळे मी तुला सर्व पापांपासून मुक्त करीन असं आश्वासन भगवान अर्जुनाला आणि पर्यायाने अशा एकनिष्ठ भक्ताला देतात.

मनुष्याच्या हातून पाप केव्हा होतं? जेव्हा तो प्रकृतीच्याच गुणांमध्ये अडकून राहतो तेव्हा. प्रकृतीतून उद्‌भवणारी कर्मं ही दोषस्वरूप असतातच. ते दोष मुळातले कसे असतात, याविषयी आपण मागे विचार केला आहेच. त्यामुळे प्रकृतीच्या प्रभावापासून स्वतःला अलिप्त ठेवण्याच्या अभ्यासातून सर्व प्राकृतिक उपाधींमधील दोष अर्थात पाप अनायासे दूर केलं जातं, या अर्थाने इथे पाप म्हटलं आहे. अन्यथा, कर्मानुसार जी काही पापपुण्यात्मक फळं मनुष्याला प्राप्त होतात, ती भोगण्यासाठीच

भगवंतांनी पुनर्जन्माचा खेळ रचलेला आहे. सृष्टीचं संचालन ठेवण्यासाठी तो आवश्यकच असतो. ज्याला या चक्रातून सुटायचं आहे त्याने दोषस्वरूप अशा प्राकृतिक इंद्रियांच्या प्रभावातून स्वत:ची योग्य साधनेने सुटका करून घेतली पाहिजे. जीवाने तशी मुक्तता करून घेतल्यानंतर तो आपोआप सर्वतऱ्हेच्या पापांमधून मुक्त होतो. भगवंतांनीच तसा प्रोग्रॅम तयार केलेला आहे. अर्थात त्यासाठी भगवंतांना काहीही करावं लागत नाही. ती एक सहज होणारी स्वाभाविक क्रिया असते.

या श्लोकातून सगुणोपासनाच श्रेष्ठ आहे, असं सगुणोपासक समजतात; तर निर्गुणोपासक निर्गुणोपासना श्रेष्ठ आहे, असं मानतात. भगवंतांनी आतापर्यंत गीतेमधून सगुण आणि निर्गुण या दोहोंनाही कमी लेखलेलं नाही - समान लेखलेलं आहे. निर्गुण ब्रह्म हेच परमेश्वराचं श्रेष्ठ स्वरूप आहे, असं भगवंतांनी (श्लोक ७.२४) सांगितलं आहे तर व्यक्तोपासना सुलभ आणि श्रेष्ठ आहे असंही (श्लोक १२.५) म्हटलं आहे.

सविकल्प समाधी - अतिशय उत्कृष्ट अशी सगुणोपासना - भगवंतांनी आतापर्यंत स्पष्ट केल्या. भगवंत माझ्या शरीरात राहून माझं जीवन चालवत आहेत, ही समजूत आत्मविश्वास वाढवणारी आहे, परंतु नंतर अशी एक अवस्था येते की हा जो स्वतंत्र 'मी' असतो, तोच नाहीसा होतो. मी गरीब, मी श्रीमंत, मी मोठा, मी लहान, मी वकील, मी लेखक, मी मुलगा, मी बाप हे भेद जाऊन मी कुणीच नाही ही स्थिती येते तिथे कोणत्याच प्रकारचा धर्म राहत नाही; म्हणजेच असा भक्त कोणत्याच धर्मात अडकत नाही. कारण इथे धर्म म्हणजे 'मी'पणा! धर्म म्हणजे मोक्षप्राप्तीची साधने संपादन करण्याचा खटाटोप आणि त्यातले अनेक फाटे! धर्म म्हणजे उपाधी, धर्म म्हणजे कर्मकांड. धर्माबाबत अनेकांची अनेक मतं असतात आणि आपलीच मतं किंवा सिद्धान्त कसे श्रेष्ठ आहेत, हे सांगण्याचा अट्टाहासही असतो.

हा सारा खटाटोप करण्यापेक्षा आपल्या अंतरीच्या परमेश्वरालाच ओळखण्याचा प्रयत्न का करू नये? तो सरळ-साधा मार्ग नाही का? भगवान तेच सांगतात, *मामेकं शरणं व्रज!* मलाच शरण ये. अर्थात अशा धर्मात न अडकता, 'मी' पणाचा त्याग करून मला एकट्यालाच शरण ये!

सर्व धर्मांचा त्याग कर, असं भगवान म्हणतात त्याचा आणखीही एक रहस्यमय अर्थ आहे. शरीर, मन, इंद्रियं, मन आणि बुद्धी या सर्व उपाधींच्या गुणधर्मांमधून मुक्त होऊन केवळ परमेश्वरी तत्त्वाशी योग साध्य करणं म्हणजेच सर्व धर्मांमधून - अर्थात इंद्रियांच्या धर्मामधून मुक्त होणं हाही या श्लोकाचा अर्थ आहे. त्यामुळे भगवान योगमार्गाचंही यातून समर्थनच करतात.

माणसाचा खरा धर्म एकच आहे. तो म्हणजे द्वैतभाव टाकून अद्वैताचा म्हणजे

पूर्णतेचा अनुभव घेणं. ही पूर्णतेची स्थिती क्षणभर जरी अनुभवता आली, तरी कोणत्याच प्रकारचं पाप उरत नाही. म्हणूनच भगवंत सांगतात, मला शरण ये, मी तुला सर्व पापांपासून मुक्त करीन. चिंता कशाची आणि कशाला करतोस? मी आहे ना! मी अगदी तुझ्या जवळ; तुझ्या अंतर्यामी आहे. मोक्ष मिळवण्यासाठी उगाच बाहेर कशाला फिरत बसतोस?

आपणही इतरत्र भटकत फिरण्याऐवजी अंतर्यामीच्या पूर्णतेची अनुभूती घेण्याचा प्रयत्न का करू नये?

अर्जुनाला वर्णसंकराच्या पापाची भीती वाटत होती. त्याची ती भीती भगवंत पूर्णपणे काढून टाकतात. भगवंत सांगतात, 'मत्परायण बुद्धीने स्वधर्माचं पालन कर म्हणजे इहलोकी आणि परलोकी तुझं कल्याण होईल. चिंता करू नकोस.' अर्जुनाला निमित्त करून भगवान जणू समस्त मानवमात्रालाच हे आश्वासन देत आहेत.

इदं ते नातपस्काय नाभक्ताय कदाचन।
न चाशुश्रूषवे वाच्यं न च मां योऽभ्यसूयति ॥१८.६७॥

हे (गुह्य गीताशास्त्र) ज्याला ऐकण्याची इच्छा नाही, तसंच जो याची निंदा करतो अशा तपोहीन आणि भक्तिहीन अंत:करणाच्या पुरुषाला तू हे कधीही सांगू नकोस.

एखादी गोष्ट वरवर अभ्यासून त्याचा सखोल अभ्यास न करता त्यावर मतप्रदर्शन करण्याची अनेकांना सवय असते. त्यामुळे बहुतेक वेळा शब्दांमागचा खरा किंवा गूढ अर्थ ते जाणू शकत नाहीत; किंवा खरा अर्थ जाणून घ्यायची त्यांची बौद्धिक पात्रताही नसते. सगुण भक्ती आणि कर्मयोग यांतील ज्ञान उच्चत्तम आणि गुह्य असं ज्ञान आहे; त्यामुळे पुष्कळ लोकांना ते समजणारही नाही. मग असमंजसपणे त्यातून कुणी एखाद्या श्लोकाचा भलताच अर्थ काढील. म्हणून जे खरे जिज्ञासू आहेत त्यांनाच हे ज्ञान द्यावं.

आजही जे गीता ऐकतात त्यांना प्रामाणिकपणे स्वत:चा आत्मोद्धार करण्याची मनापासून इच्छा असते. त्यांना जीवनाचं आणि पर्यायाने मृत्यूनंतरचंही ज्ञान करून घ्यायचं असतं. जे केवळ चिकित्साच करतात, त्यांची दृष्टी संकुचित असते. आजच्या दृष्टिकोनातून किंवा अर्वाचीन चष्म्यातून या प्राचीन, परंतु सर्वकालीन अशा श्रेष्ठ ज्ञानाची चिकित्सा करायची नसते. जर कुणाला त्यात कमतरता वाटली तर तो त्याच्या दृष्टीमधला दोष किंवा त्याच्या समजेचा प्रश्न असतो; मूळ तत्त्वज्ञानाचा नाही.

म्हणून जो तपोहीन आहे, ज्याच्या ठायी भक्ती नाही, ज्याचा सखोल अभ्यास नाही, ज्याला ज्ञानाची तितिक्षा नाही, जो अहंकारग्रस्त होऊन भगवंताची निंदा करतो आणि ज्याला हे ज्ञान समजून घेण्याची मुळीच इच्छा नाही, त्याला हे गुह्य ज्ञान कधीही सांगू नये, असं भगवंत बजावतात.

पालथ्या घड्यावर पाणी या म्हणीप्रमाणे अज्ञांना गुह्य ज्ञानाचं मर्म किंवा महत्त्व नसतं. त्यामुळे अशा श्रेष्ठ ज्ञानाची उपेक्षा होऊ नये म्हणून काळजी घेतली पाहिजे, हेच या श्लोकातून भगवान सांगतात.

गुह्य म्हणजे गूढ. भगवंताचं गूढ स्वरूप कर्म-ज्ञान-भक्ती-अनन्याश्रय यामुळेच उलगडू शकतं. मनुष्याची बौद्धिक पात्रता ठरावीक पातळीपर्यंत पोहोचल्यानंतरच सगुण-निर्गुणाची पराकाष्ठा ध्यानात येते. शारीरिक-मानसिक-बौद्धिक-आत्मिक स्थिती उन्नत झाल्यावरच या शास्त्रातलं अथवा ज्ञानातलं गुह्य ध्यानात येऊ शकतं.

कोणताही पेशा, कला किंवा शास्त्र शिकायचं असेल तर आधी तशी पात्रता मनुष्याच्या ठिकाणी असली पाहिजे. तरच ती कला, पेशा किंवा शास्त्र शिकता येतं. मग हे तर ज्ञानातलं गुह्यतम ज्ञान आहे. ते जाणून घ्यायचं असेल तर आधी तशी सर्वांगीण पात्रता मनुष्याच्या अंगी यायला नको का?

या श्लोकात कोण हे ज्ञान ग्रहण करायला योग्य आहे, हेही भगवान अप्रत्यक्षपणे सांगतात. त्या योग्य व्यक्ती म्हणजे तपस्वी, भक्त, शुश्रूष आणि परमेश्वराचा साक्षात्कार व्हावा म्हणून उत्सुक असणारा.

तपस्वी म्हणजे इंद्रियनिग्रह करणारा, अनासक्त बुद्धीने आपलं कर्तव्य पार पाडणारा आणि विशिष्ट दैवी ध्येयासाठी निष्ठेने अविरत प्रयत्न करणारा तो तपस्वी. तपस्वी मनुष्य भक्त नसेल तर तो हे ज्ञान ग्रहण करण्यासाठी पात्र होत नाही. जो अपार कष्ट घेतो, इंद्रियनिग्रह करतो, अनासक्तसुद्धा असतो; मात्र ज्याला भगवद्‌भक्तीची ओढ नसेल, ज्याचा अहंकार मावळलेला नाही, ज्याला केवळ सिद्धीच मिळवायच्या आहेत अथवा जो ईश्वरालाच मानत नाही, असा मनुष्य या ज्ञानासाठी पात्र ठरत नाही.

यानंतर उल्लेख केलेल्या 'शुश्रूष' शब्दाचे दोन अर्थ होतात- श्रवण करणारा आणि शुश्रूषा करणारा. अर्थात जो सेवाभावी नाही आणि ज्याला हे ज्ञान श्रवणच करायचं नाही त्याला हे ज्ञान देऊ नये.

त्यानंतर भगवान 'मां यो अभ्यसूयति' असा उल्लेख करतात. जो ईश्वराचीच निंदा करतो अथवा जो नास्तिक आहे, तो असूयाग्रस्त असतो. अशा निंदकालाही हे ज्ञान सांगू नये.

अशा तऱ्हेने भगवंतांनी कोणत्या वृत्तींना आणि विचारसरणीच्या मनुष्यांना हे ज्ञान देऊ नये हे या श्लोकातून सांगितलं आहे.

जे ईशनिष्ठ आहेत, जे भक्त आहेत आणि जे ज्ञाननिष्ठ आहेत अशा तिन्ही प्रकारच्या लोकांना हे ज्ञान द्यावं, हेच भगवान सुचवतात.

या दृष्टीनंच भगवंतांनी गीतेतून सर्वसामान्यांसाठी नैतिक भाव सांगितला आहे. साधकासाठी भक्ताचा उच्चभाव सांगितलेला आहे आणि जे भगवद्‌स्वरूपाजवळ पोहोचले आहेत, अशांसाठी ज्ञानाचा उच्चभाव सांगितलेला आहे.

भगवंताची निंदा करणारा जरी ब्रह्मदेवाच्या योग्यतेचा असला तरी त्याला हे गीताशास्त्र सांगू नये. जो खरा भक्त नाही त्यालाही हे गुह्य सांगू नये. त्याचप्रमाणे गीताश्रवणाची ज्याला चाड नाही, त्यालाही हे गीता तत्त्वज्ञान सांगू नये. मोती कितीही पाणीदार असला; पण त्याला जर वेझ नसेल तर त्यात धागा ओवला जात नाही. त्याप्रमाणे मनुष्य कितीही पंडित असला अथवा हुशार असला; पण त्याला जर गीताज्ञानाची गोडी नसेल तर हे ज्ञान त्याच्या बुद्धीत उतरणारच नाही. किंबहुना तो या ज्ञानाची कुचेष्टा करील. म्हणून अशा भक्तिहीन आणि तपोहीन मनुष्याला हे ज्ञान देऊ नये, असं भगवंत सांगतात.

य इमं परमं गुह्यं मद्भक्तेष्वभिधास्यति ।
भक्तिं मयि परां कृत्वा मामेवैष्यत्यसंशयः ॥१८.६८॥

हे परम गुह्य (ज्ञान) जो निःसंदिग्ध ज्ञानी माझ्या ठिकाणी पराकाष्ठेचं प्रेम ठेवून माझ्या भक्तांना सांगेल, तो निःसंशय मला प्राप्त होईल.

हे ज्ञान कुणाला सांगू नये हे भगवंतांनी मागच्या श्लोकात सांगितलं. आता ते कुणाला आणि कोणत्या भूमिकेतून सांगावं हे भगवान या श्लोकातून अर्जुनाला सांगतात. ते अर्जुनाला म्हणतात : अर्जुना, हे माझं मंतव्य आहे, माझं गुह्य आहे. परमेश्वरप्रेमात मग्न असणाऱ्या दुसऱ्या कुणाला जो हे माझं गुह्य ज्ञान योग्य तऱ्हेने सांगेल, तो उत्कृष्ट स्थिती प्राप्त करील यात मुळीच संदेह नाही.

या श्लोकात भगवान तीन गोष्टींचा उल्लेख करतात. पहिली गोष्ट म्हणजे हे ज्ञान अतिशय गूढ आहे; म्हणजेच ते कुणाला वरवर समजणारं नाही. शब्दांच्या कोड्यामधला वास्तविक अर्थ वेगळा असावा त्याचप्रमाणे गीतेतील प्रत्येक मंत्रामध्ये फार विशाल आणि गहन अर्थ दडलेला आहे. तत्कालीन समाजासाठीसुद्धा तो एकदम आकलनापलीकडचा होता; तर आज पाच हजार वर्षांनी आपण त्याचं पूर्णतः आकलन कसं करणार? शिवाय काळ जसा मागे सरतो तसा कालानुरूप नवा नवा अर्थ गीतातत्त्वज्ञानातून उलगडत जातो. म्हणूनच हे ज्ञान स्थिर अथवा स्टॅटिक नाही. कोणत्याही कालप्रवाहात ते मार्गदर्शन करतंच पण त्याचबरोबर ते कालातीत असं वास्तविक ज्ञानही देतं. म्हणूनच हे अतिगूढ अथवा परमगुह्य ज्ञान आहे.

दुसरे म्हणजे गीतातत्त्वज्ञानासंदर्भात कोणतीही संदिग्धता उरलेली नाही, अशा ज्ञानी मनुष्याने परमेश्वरावर पराकाष्ठेचं प्रेम ठेवून हे ज्ञान भक्तांना सांगावं. या भगवंतांच्या सांगण्यातही मोठा अर्थ दडला आहे. जेव्हा एखाद्यावर पराकाष्ठेचं प्रेम केलं जातं, तेव्हा 'स्व' त्यामध्ये विरघळून जातो. जर खरोखर भगवंतावर असं पराकाष्ठेचं प्रेम करून हे ज्ञान सांगताना सांगणाऱ्यामध्ये कोणत्याही प्रकारचा

अहंकार असता कामा नये. स्वप्रतिष्ठा जपण्यासाठी किंवा आपला उदोउदो करून घेण्यासाठी या भगवंताच्या ज्ञानाचा वापर करता कामा नये. जणू या ज्ञानाचा कॉपीराइट केवळ भगवंतांचा आहे किंवा भगवंतांनंतर, हे ज्ञान ज्यांनी लिखित केलं अथवा आपल्या शिष्यांना सांगितलं, त्या व्यासमहर्षींचा आहे. त्यामुळे हे ज्ञान सांगून सांगणाऱ्याने कोणत्याही प्रकारच्या मानसन्मानाची अपेक्षा बाळगता कामा नये.

तिसरी गोष्ट म्हणजे ज्यांचा परमतत्त्वावर पराकोटीचा विश्वास आहे, ज्यांना हे सृष्टीचं, ब्रह्मांडाचं, त्यातल्या पदार्थांच्या स्वरूपाचं आणि जीवांच्या निर्मितीचं ज्ञान हवं आहे, त्यांनाच हे ज्ञान दिलं पाहिजे. ज्या लोकांना अशा कोणत्याही ज्ञानात रस नाही, ज्यांच्यामध्ये भगवंताच्या सूक्ष्मातीत सूक्ष्म आणि अति विशाल स्वरूपाची कल्पना करण्याचीही कुवत नाही आणि भगवंताच्या उपासनात्मक कर्मकांडामधून केवळ भौतिक स्वार्थ साधण्याचाच ज्यांचा हेतू आहे, त्यांनाही हे ज्ञान देण्यात अर्थ नसतो. तात्त्विक दृष्ट्या सृष्टीचं सर्जन कसं झालं, परा आणि अपरा प्रकृती, जीवांमध्ये भरलेल्या त्रिगुणात्मक वृत्ती, त्यांचा पुनर्जन्माचा खेळ, आणि या सर्वांना व्यापून राहिलेल्या परमतत्त्वाचं ज्ञान करून घेण्याची इच्छा बाळगणारे फार थोडेच लोक असतात. मायेपलीकडच्या अशा अद्वितीय परमेश्वराचं कर्तृत्व ज्या भक्तांना मनापासून समजून घ्यायचं आहे, अशा भक्तांनाच हे ज्ञान ज्ञानी मनुष्याने दिलं पाहिजे.

थोडक्यात हृदयातील विशुद्ध 'मी'ला जो ओळखेल तोच हे ज्ञान ग्रहण करून परमात्म्याजवळ पोहोचू शकतो. परंतु ही गोष्ट तितकी सोपी नाही. कारण ते भगवंतांचं गुह्य आहे. त्या त्यांच्या मंतव्यामधला सूक्ष्मार्थ आणि गूढार्थ आधी भक्ताने समजून घेतला पाहिजे. आपल्या सोयीसाठी, फायद्यासाठी आपल्याला हवा तसा अर्थ भक्ताने त्यातून काढता कामा नये. गीता सांगून ज्याला स्वतःचा संप्रदाय वाढवायचा नाही किंवा बडेजाव मिरवायचा नाही, अशा श्रेष्ठ ज्ञानी भक्ताने खऱ्या अर्थाने गीता समजून घेतलेली असते. अन्यथा गीतेचा अभ्यास हा हेतुमूलक होईल. मग ते भगवंताचं गुह्य राहणारच नाही.

गीतेत प्रामुख्याने विविध योगमार्गांचं प्रतिपादन केलं आहे. अर्जुनाच्या हातून मोहाचं धनुष्य गळून पडलं, तो 'संन्यास' घ्यायला निघाला हे गीतेचं कारण आहे; तर अर्जुनाचा मोह दूर होऊन त्याने पुनश्च धनुष्य हाती घेतलं हा गीतेचा परिणाम आहे. भगवंतांना सामान्य जनांसाठी प्रामुख्याने कर्मयोग प्रतिपादन करायचा आहे. त्याचबरोबर त्यांनी ज्ञानयोग आणि भक्तियोगाचंही प्रतिपादन केलेलं आहे. किंबहुना ज्ञान-कर्म-भक्ती यांचा समन्वय गीतेत साधला आहे. पेढा खाताना आपण त्याचं वजन-आकार आणि चव एकदमच खात असतो, असं विनोबा भावे म्हणतात.

त्यामुळे गीता केवळ भक्तिपर आहे किंवा केवळ ज्ञानपर आहे असं म्हणून गीतेला आपल्याला हवी तशी वाकवणं योग्य ठरणार नाही. गीता केवळ ज्ञानपर असती तर एवढं तत्त्वज्ञान सांगायचे कष्ट भगवंतांनी कशासाठी घेतले असते? अर्जुनाच्या डोक्यावर हात ठेवला असता आणि त्याला ज्ञान झालं असतं किंवा अर्जुन केवळ कृष्णाच्या भक्तीला लागला असता तरी चाललं असतं!

परंतु गीतेची अखेर अर्जुनाने धनुष्य हाती घेण्याने होते, हे ध्यानात घेतलं पाहिजे. म्हणून भगवंतांचं गुह्य सूक्ष्मपणाने आणि निःस्वार्थी भावाने अभ्यासलं पाहिजे आणि ते त्यांचं गुह्य अहंकाररहित आणि फलाशारहित बुद्धीने दुसऱ्याला सांगितलं पाहिजे. मग असाच ज्ञानी आणि भक्त हे दोघेही भगवंताला प्राप्त होतील.

गीता प्रथम शुद्ध भावाने आणि निःस्वार्थ बुद्धीने समजून घेऊन दुसऱ्याला सांगितली पाहिजे. असा भक्त भगवंताला प्रिय होईल.

न च तस्मान्मनुष्येषु कश्चिन्मे प्रियकृत्तमः।
भविता न च मे तस्मादन्यः प्रियतरो भुवि ॥१८.६९॥

मनुष्यांमध्ये त्याच्यापेक्षा (हे गीताशास्त्र सांगणाऱ्यापेक्षा) मला अत्यंत प्रिय कुणीही नाही आणि पुढेही जगतात त्याच्यापेक्षा मला कुणीही अधिक प्रिय होणार नाही.

गीतेचं हे तत्त्वज्ञान कोणत्याही अपेक्षेविना आणि निःस्वार्थपणे शेवटच्या मुमुक्षू माणसापर्यंत जो पोहोचवील आणि त्याच्या जीवनात उतरवण्याचा प्रयत्न करील, त्या भक्तापेक्षा दुसरा कुणीही पुरुष भगवंताला प्रिय असणार नाही आणि पुढेही कुणी प्रिय होणार नाही, हे भगवंताचं निःसंदिग्ध सांगणं आहे.

भगवंतप्राप्ती हवी असेल तर गीता तत्त्वज्ञान प्रथम बुद्धीने समजून घेतलं पाहिजे. मग भावपूर्ण अंतःकरणाने दुसऱ्याला सांगितलं पाहिजे. (एखाद्याने बिदागी घेऊन गीता सांगितली तर त्या कर्माचा बंध त्याला नक्कीच होईल. कर्मसिद्धान्ताप्रमाणे फल मिळाल्यामुळे तो भक्त मोक्षास पात्र ठरणार नाही; भगवंतांनाही प्रिय होणार नाही.) स्वतःचं अधिष्ठान निर्माण करून, स्वतःला 'गुरू' समजून आणि दुसऱ्याला 'लघु' समजून केलेलं गीताप्रसाराचं कार्यही मोक्षास पात्र ठरणार नाही. मागील श्लोकात सांगितल्यानुसार गीता सांगण्यामधील अहंकार प्रथम सुटला पाहिजे. स्वार्थी भावाने हे तत्त्वज्ञान सांगणाऱ्या मनुष्याचा 'अहंकार' सुटलेला नसतो. अहंकार आणि फलाशा सुटल्याशिवाय मोक्षमार्गावर पदन्यास प्रारंभित होत नाही.

मानवी जीवनक्षेत्र शरीर, मन आणि बुद्धी अशा तीन प्रकारांचं असतं. आत्मप्रगतीसाठी या तिन्ही इंद्रियांचा साधन म्हणून विचार केला पाहिजे. स्थूल शरीर प्रगतीसाठी वापरण्याकरता योग्य आहारविहाराची गरज असते. मनाचंही तसंच असतं. विकार, विचार, संकल्प-विकल्प, वासना इत्यादी सर्व अंगांचं शुचित्व वाढवत जाण्यामुळे मन आध्यात्मिक प्रगतीसाठी उपयुक्त आणि कार्यक्षम होत जातं. बुद्धी आणखी सूक्ष्म द्रव्याची बनलेली असते. ती प्रगल्भ होण्यासाठी विवेकाचा उपयोग

करावा लागतो. बुद्धीचे व्यापार विवेकाच्या आधाराने मनुष्य सुधारू शकतो आणि त्यामुळे बुद्धीचा विकास होतो. थोडक्यात, शरीराचं चलनवलन स्थूल गोष्टींनी करता येतं तर मनाचं जीवन वासनेने सुरक्षित ठेवता येतं. बुद्धी मात्र ज्ञानाच्याच साहाय्याने विकसित करावी लागते. अशा तऱ्हेने बुद्धीचा विकास साधण्यासाठी उपयोगात आणावं लागणारं ज्ञान म्हणजेच तत्त्वज्ञान.

या श्लोकाच्या आधाराने बोलायचं झाल्यास गीतेतील ज्ञान सर्वोत्तम ज्ञान आहे. या तत्त्वज्ञानाचं स्वतः निदिध्यासपूर्वक आकलन करून प्रथम स्वतःचा विकास घडवून आणला पाहिजे. मग अज्ञ मुमुक्षूंना हे ज्ञान देऊन त्यांच्याही आत्मिक प्रगतीला हातभार लावणं अशा विकसित ज्ञानी मनुष्याचं कर्तव्य असतं. दुसऱ्याच्या शारीरिक गरजा भागवणं हे सत्कर्म असतं. दुसऱ्याची चित्तशुद्धी व्हावी म्हणून नीतिधर्माविषयी मार्गदर्शन करणं हे त्याहीपेक्षा मोठं पुण्य असतं; परंतु दुसऱ्या मनुष्याची बुद्धी प्रगल्भ व्हावी म्हणून त्याला तत्त्वज्ञान सांगणं हे महत्पुण्य अथवा परमपुण्य असतं. 'स्वतः गीता तत्त्वज्ञान आत्मसात करून दुसऱ्या मुमुक्षूंना देणारा मनुष्य माझा खरा भक्त असतो; तो मला अत्यंत प्रिय असतो,' असं भगवान म्हणतात. म्हणजेच ज्ञानदानापेक्षा श्रेष्ठतम ज्ञान दुसरं कोणतंही नाही आणि जो हे ज्ञानदानाचं काम करतो, तो श्रेष्ठ भक्त मला अत्यंत प्रिय असतो, हे भगवान या श्लोकातून सुचवतात.

तत्त्वज्ञान सांगणं म्हणजे नीतिधर्माचा पाठ देणं नव्हे; आज्ञा किंवा जबरदस्ती करण्यामुळे ज्ञानदान होत नाही. तत्त्वज्ञान समजून घेऊन त्यावर स्वतंत्र प्रज्ञेने सखोल चिंतन करील, त्याचं त्याला आकलन होईल; ते त्याच्या जीवनात उतरेल! ज्ञान लादणं आणि ते कुशलतेने सांगणं यांत महदंतर असतं. अशा तत्त्वज्ञानावर सर्वांचाच समान अधिकार असतो; ते कोणत्याही संप्रदायापुरतं संकुचित असूच शकत नाही.

त्यामुळे गीता स्वप्रतिष्ठा वाढवण्यासाठी सांगायची नसून भगवंतप्रतिष्ठा समजावून देण्यासाठी सांगायची असते. स्वतःची उन्नती करण्यासाठी निष्काम बुद्धीने गीता दुसऱ्याला सांगायची असते; केवळ दुसऱ्याला शिकवण्याच्या हेतूने नव्हे! कारण जो शिकणारा असतो, तो कदाचित गीता जगतही असतो! त्याचं अंतःकरण त्या उपदेश करणाऱ्या 'भक्ता'पेक्षा अधिक शुद्ध असण्याचीही शक्यता असते. त्यामुळे गीता समजून घेऊन निष्काम बुद्धीने दुसऱ्याला सांगताना 'स्व'चा अभ्यास होत असतो. असाच भक्त भगवंतस्वरूपाला जाऊन मिळतो.

आत्मोन्नतीकरता जो भक्त निष्काम बुद्धीने गीता दुसऱ्याला सांगतो, तो पुरुष भगवंताचा लाडका बनतो. भगवंतालाच तो प्राप्त होतो.

अध्येष्यते च य इमं धर्म्यं संवादमावयोः ।
ज्ञानयज्ञेन तेनाहमिष्टः स्यामिति मे मतिः ॥१८.७०॥

आपल्या दोघांच्या या धर्मसंवादाचं जो कुणी अध्ययन करील, त्याने ज्ञानयज्ञाने माझी पूजा केली, असंच मी समजेन.

भगवान श्रीकृष्ण आणि धनुर्धर पार्थ यांच्यामध्ये हा जो संवाद झाला, त्याला 'गीता' असं म्हणतात. हे भगवंताचं गीत आहे; गाणं आहे. नर-नारायणांचा तो संवाद आहे. म्हणूनच ते जीवनाचं पूर्णत्व पावलेलं तत्त्वज्ञान आहे. गीता हा सांप्रदायिक ग्रंथ नाही. तो अखिल विश्वातल्या मानवांसाठी आहे. तत्त्वार्थाने समग्र जीवनाचा थोडक्यात पण विशाल अर्थ सांगणारा दुसरा ग्रंथ या पृथ्वीवर क्वचितच असेल. जगातील महान विद्वानांनी या तत्त्वज्ञानाला तशी मान्यताच दिलेली आहे. म्हणूनच पू. पांडुरंगशास्त्री आठवले म्हणत, भगवद्गीता हा धार्मिक ग्रंथ नाही, तर तो मानवतेचा ग्रंथ आहे. त्यातलं तत्त्वज्ञान हे बुद्धीनंच समजून घेतलं पाहिजे आणि आपल्या कृतीत उतरवलं पाहिजे.

म्हणूनच अवतार असूनही भगवंतांनी चमत्कार दाखवून अर्जुनाला युद्धसन्मुख केलं नाही, तर त्याला कर्म करायला प्रवृत्त करण्यासाठी हा प्रासंगिक उपदेश केला. जीवनात भाव म्हणजे इमोशन्स हव्यात; अन्यथा जीवन नीरस होऊ शकतं, पण भावाला बुद्धीचंही अधिष्ठान असायला हवं. कोणताही निर्णय घेताना बुद्धी आणि भाव यांचं साहचर्य असेल तर निर्णय सहसा चुकत नाहीत.

अशा या गीतातत्त्वज्ञानाचा जो मनापासून अभ्यास-चिंतन-मनन करील आणि त्यानुसार आचरण ठेवील, त्याच्यावर माझं जितकं प्रेम असेल तितकं दुसऱ्या कुणावरही असणार नाही, असं भगवंत सांगतात. मुख्य म्हणजे भगवंतावरच्या प्रेमापायी त्याने गीतेचं पारायण केलं पाहिजे.

कृष्ण भगवान स्वमुखाने हे प्रेमाचं आश्वासन भक्ताला देत आहेत. 'माझी ही गीता हातात घ्या, त्याचं अध्ययन करा; म्हणजे ज्ञानयज्ञाने तुम्ही माझी पूजा केली आहे असंच मी समजेन.'

जो गीता हातात घेतो, त्याला खरी ज्ञानतृष्णा लागलेली असते. त्याला काही तरी जाणून घ्यायचं असतं आणि भगवंतांना असा जिज्ञासू किंवा ज्ञानलालसी मनुष्य प्रिय असतो. ज्याला शास्त्रातलं गुह्य ज्ञान जाणून घ्यायची आस असेल तोच गीतेला हात लावील. गीतेच्या तत्त्वज्ञानात मनुष्य जितका खोलवर जातो, तितकी गीता अधिक समजायला लागते. सागरामध्ये बुडी मारल्याशिवाय त्याचा ठाव लागत नाही, त्याप्रमाणे गीतेच्या ज्ञानसागरामध्ये बुडी मारल्याशिवाय तिचा ठाव लागणार नाही. अंधारातून बॅटरी घेऊन निघालं की बॅटरी योग्य दिशेने पण पायाखालचीच वाट दाखवत जाते. त्याचप्रमाणे आपण गीता तत्त्वज्ञानाचा जितका सखोल विचार करू, तितकं ते तत्त्वज्ञान अभ्यासकाला आणखी पुढे पुढे घेऊन जातं. आणि अखेर मोक्षमंदिर प्रकाशित करतं.

आज जगात अनेक नवे नवे शोध लागत आहेत. परामानसशास्त्र आणि मानसशास्त्रातही अनेक धक्कादायक शोध लागत आहेत. त्यातून पुनर्जन्म, स्वर्ग-नरक, शुद्धात्मे, उन्नत जीव, परमेश्वराचं जगड्व्याळ विश्व, त्यातल्या अल्पशा ज्ञात झालेल्या गोष्टी, अनेक मिती, अनेक विश्वं, प्रजातंतू इत्यादींचा विचार करायचा झाल्यास त्यातले बरेच शोध किंवा अनुभव गीता-सिद्धान्तांना बळकटी आणतात. यांमधून गीतेतल्या पुनर्जन्म, निष्कामकर्म आणि मोक्षादी सिद्धान्तांनाही पुष्टी मिळते. अर्थात गीतेतल्या सिद्धान्तांना पुष्टी देण्यासाठी भौतिक विज्ञानाची आवश्यकताच नाही. उलट गीतेमधले सिद्धान्त भौतिक शास्त्राला सिद्ध करता येत नसतील तर तो भौतिक शास्त्राचा उणेपणा म्हणावा लागेल.

अशा तऱ्हेने गीतेचा अर्थ जाणणाऱ्याला आणि गीतेचं पाठांतर करणाऱ्याला सारखंच फल प्राप्त होतं. आईला आपलं जाणतं मूल आणि अजाण मूल सारखंच असतं. त्याप्रमाणे गीतेला अज्ञ साधक आणि ज्ञानी साधक सारखेच वाटतात. अज्ञ किंवा ज्ञानी असा भेद गीतामाउली करत नाही.

तथापि या ज्ञानाचं जो अध्ययन करतो, तो श्रेष्ठच म्हटला पाहिजे. भगवानच या श्लोकात तसं म्हणतात. कृष्णार्जुनांच्या या संवादाचं अध्ययन करणं म्हणजे केवळ वाचन-पठण करणं नव्हे. अन्यथा ते एखादं पुस्तक वाचण्यासारखं होईल किंवा

परीक्षेतली उत्तरं पाठ केल्यासारखं होईल. एखादी पीएच.डी. मिळवण्यासाठी ज्या भौतिक क्षेत्रातील विषयांचा सखोल अभ्यास करावा लागतो, त्यापेक्षाही अधिक आस्थेनं, सातत्याने आणि निदिध्यासाने गीताविचारांचा अभ्यास करावा लागतो - कदाचित जीवनभर! मग असा हा अभ्यास म्हणजे अध्ययन होतं. म्हणूनच वेदांसारख्या प्राचीन भारतीय ग्रंथांच्या संदर्भात 'अभ्यास करणं' म्हणत नाहीत तर अध्ययन करणं असंच म्हणतात. म्हणजे तिथे अभ्यास करून काही मिळवण्याची आस नसते; किंवा केवळ उत्सुकता असूनही उपयोगाचं नसतं. तिथे जिज्ञासा आणि ज्ञानपिपासा आवश्यक असते. म्हणून आचार आणि विचार यांचा जिज्ञासेपोटी निष्ठेने केलेला अभ्यास म्हणजेच अध्ययन असतं. अशा या गीतातत्त्वज्ञानाच्या अभ्यासाने अज्ञान दूर होतं. संशयी वृत्तीचा विनाश होतो. आत्मानंदाचा सुगंध सर्वत्र पसरतो. त्यामुळे आसमंतात शुचिता, पावित्र्य आणि मांगल्य बहरू लागतं. गीतेच्या श्लोक-मंत्र पठणाने चिदाकाशात परमशांतीच्या लाटा उसळू लागतात. अशा या ज्ञानयज्ञामुळे परमात्मा तृप्त होतो. म्हणून गीताज्ञानयज्ञ म्हणजे परमेश्वराची परमभक्तीच सिद्ध होते.

जो मनःपूर्वक गीतेचा अभ्यास करतो आणि प्रेमभावाने जो गीतेचं पठण करतो तो मनुष्य-मग तो पृथ्वीवरचा कुणीही मनुष्य असो-तो जणू ज्ञानयज्ञाने भगवंताचंच पूजन करत असतो. अशा पूजनामुळे भगवान प्रसन्न होतात आणि त्या पूजेचा प्रेमाने स्वीकार करतात.

श्रद्धावाननसूयश्च श्रृणुयादपि यो नरः ।
सोऽपि मुक्तः शुभाँल्लोकान्प्राप्नुयात्पुण्यकर्मणाम् ॥१८.७१॥

आणि श्रद्धावान व असूयारहित (सहृदय) मनुष्य हे श्रवण करील तर तोदेखील (सर्व कर्मबंधनांतून) मुक्त होईल आणि पुण्यकर्मी पुरुषांच्या शुभलोकास प्राप्त होईल. (त्याला सद्गती मिळेल.)

भगवद्गीता तत्त्वज्ञानाचा अत्यंत जिज्ञासेने आणि शुद्धबुद्धीने जो मनुष्य अभ्यास करतो, त्यातलं रहस्य जाणण्याचा प्रयत्न करतो आणि जेवढं त्याला त्याचं आकलन झालं आहे त्याला अनुसरून जीवन जगण्याचा प्रयत्न करतो, तो मृत्युपश्चात निश्चितच पुण्यलोकाला जातो. कारण तो त्याचा महान असा ज्ञानयज्ञच असतो. कोणत्याही यज्ञांपेक्षा असा ज्ञानयज्ञ केव्हाही श्रेष्ठच असतो.

अशा ज्ञानसाधकाकडे असलेली योग्यता सर्वसामान्यांकडे कदाचित नसते. तत्त्वज्ञानाचा स्पर्शही कदाचित त्यांना नसतो. मग असे लोक या ज्ञानापासून आणि ज्ञानसाधकांना मृत्युपश्चात मिळणाऱ्या पुण्यलोकापासून वंचित राहतात का? भगवान सांगतात, मुळीच नाही; तेदेखील कर्मबंधातून मुक्त होऊन पुण्यलोकाला प्राप्त होऊ शकतात. फक्त असा मनुष्य सहृदय आणि अनसूय असला पाहिजे. अनसूय म्हणजे असूयाविरहित असला पाहिजे. तत्त्वज्ञानाचा द्वेष करून किंवा त्याविषयी अश्रद्धेचा भाव ठेवून तत्त्वज्ञानाचं आकलन होऊ शकत नाही. म्हणून श्रद्धा आणि अनसूयता हे दोन गुण जरी एखाद्या अज्ञ मनुष्याकडे असतील तरी गीतातत्त्वज्ञानाच्या दैवी प्रांतात प्रवेश करण्याची त्याच्यामध्ये पात्रता येते; मग तो कुणीही मनुष्य असो.

भगवद्गीतेच्या दिव्य शब्दांमध्ये असं सामर्थ्य आहे की ते शब्द नुसते कानी जरी पडले तरी वृत्ती बदलेल. घरातील लहान मुलांच्या कानावर काही चांगले श्लोक पडले तर ते त्यांच्या मनात घर करतात. ते श्लोक त्या मुलाला सुसंस्कारित करतात. संस्कार आणि श्रवण हे ज्ञानग्रहणाचं प्रवेशद्वार असतं. शिकवलं जातं ते शिक्षण

असतं आणि उचलले जातात ते संस्कार असतात, असं पांडुरंगशास्त्री तथा पू. दादाजी म्हणत. म्हणून मुलांच्या कळत-नकळत जरी वडीलधाऱ्या मंडळींनी घरी गीतापठण केलं, त्यावर मुलांदेखत चर्चा केली आणि त्यातला दैवी भाव घरात जपला, तरी त्याचे संस्कार मुलांवर होत जातात. ते संस्कार आपोआप उचलले जातात.

त्याचप्रमाणे भगवद्गीतेचे श्लोक कानी पडताच कोणताही मनुष्य असाच सुसंस्कारित बनेल. मग असं सुसंस्कारित मन गीतेकडे अनायासे आकृष्ट होईल. अर्थात ज्याच्या कानांवर हे भगवंताचे बोल पडतील, तो आपल्या कर्माकडे जाणीवपूर्वक लक्ष देईल. आपल्या हातून पाप घडणार नाही याची तो काळजी घेईल. निष्काम कर्म कसं करायचं हे तो जाणकाराकडून माहीत करून घेईल. हळूहळू अशा मनुष्याच्या मनात श्रद्धाभाव जागृत होईल. मग असा मनुष्य गीताविचार समजून घेण्याचा प्रयत्न करील. त्यामुळे मत्सरादी षड्रिपू नाहीसे होतील. अशा श्रद्धायुक्त अंतःकरणाने मत्सररहित होऊन जो पुन्हा पुन्हा गीता श्रवण करील, तोदेखील सर्व पापांमधून मुक्त होईल. एवढंच नाही तर जे ज्ञानवान लोक अशा तऱ्हेचं शुद्ध कर्म करून पुण्यलोक प्राप्त करून घेतात, त्या लोकांचा त्या सामान्य अज्ञ मनुष्यालाही लाभ घडेल. हे भगवंताचं आश्वासन आहे.

म्हणून मोठ्या श्रद्धेने आणि असूयारहित वृत्तीने गीता श्रवण केली पाहिजे. त्याचा भावार्थ समजून घेतला पाहिजे. गीता श्रवणाने मनुष्यधर्माचाही उत्कर्ष होतो. समाजात मांगल्य निर्माण होतं. समाज उन्नतावस्थेला पोहोचतो. कुटुंबात आणि समाजात शांती, समाधान आणि पावित्र्य या गोष्टी अस्तित्वात येतात. तोच गीतातत्त्वज्ञानाचा परिणाम असतो. कारण गीतासंदेश श्रद्धायुक्त अंतःकरणाने समजून घेतल्यामुळे भौतिक गोष्टींमधील वैय्यर्थ मनुष्याला कळून चुकतं. मग समाजव्यवस्था चालण्यासाठी आवश्यक तेवढ्याच भौतिक गोष्टींचा उपभोग घेतला जातो. माणूस सतत आत्मिक उत्कर्षासाठी प्रयत्न करतो. सामान्य माणसाला, कुटुंबाला, गावाला, एवढंच नाही, तर राष्ट्राला किंबहुना अखिल मानवमात्राला समर्थपणाने उभं करण्याची ताकद गीतेच्या सिद्धान्तांमध्ये आहे. गीतेतल्या एकेका शब्दावर विश्वास ठेवल्यानंसुद्धा कित्येक लोकांचं जीवन घडलं आहे.

अनन्याश्चिन्तयन्तो मां ये जनाः पर्युपासते
तेषां नित्याभियुक्तानां योगक्षेमं वहाम्यहम्

या एका श्लोकाच्या आधारावर पू. पांडुरंगशास्त्री आठवले यांनी वैश्विक स्वाध्याय परिवार उभा केला! ते म्हणत, *गीतेचे सिद्धान्त दोनशे टक्के खरे आहेत. मी त्याचा साक्षात अनुभव घेतला आहे.*

म्हणून भगवद्गीतेमधील तत्त्वज्ञानाचं सखोल आकलन झालं नाही, तरी हरकत नसते. अनसूय बुद्धीने त्यातील थोड्या विचारांचा जरी अंगीकार केला तरी जीवन बदलून जातं. ज्ञानाचे किरण अंत:करणात फाकू लागतात. मन समर्थ बनतं. सात्त्विक कर्मांचा आणि एकूणच जीवनाचा हेतू उमजतो. मग असा मनुष्य आत्मोन्नतीसाठी प्रयत्नशील राहतो आणि मृत्युपश्चात तो पुण्यलोकाला जातो.

मोठ्या निष्ठेनं, श्रद्धायुक्त अंतःकरणाने आणि मत्सररहित होऊन गीता श्रवण केली तर माणूस सर्व पापांमधून मुक्त होतो. त्याला स्वर्गादी शुभ लोक प्राप्त होतात. समाजात आणि कुटुंबात आणि व्यक्तिगत जीवनात सर्वार्थाने उत्कर्ष साधून सुख-शांती आणि मांगल्य निर्माण करण्याचं सामर्थ्य भगवद्गीतेमध्ये आहे.

कच्चिदेतच्छ्रुतं पार्थ त्वयैकाग्रेण चेतसा ।
कच्चिदज्ञानसम्मोहः प्रनष्टस्ते धनञ्जय ॥१८.७२॥

अर्जुन उवाच

नष्टो मोहः स्मृतिर्लब्धा त्वत्प्रसादान्मयाच्युत ।
स्थितोऽस्मि गतसन्देहः करिष्ये वचनं तव ॥१८.७३॥

हे पार्था, तू एकाग्र चित्ताने हे (गीताशास्त्र) श्रवण केलंस ना? तुझा अज्ञानरूपी मोह हे धनंजया, आता अगदी नष्ट झाला ना? (त्यावर अर्जुन कृतकृत्य होऊन म्हणतो) हे अच्युता, तुमच्या कृपेने माझा मोह आता नष्ट झाला आहे. (मी कोण आणि माझं कर्तव्य काय याची) मला स्मृती झाली आहे. मी संशयरहित होऊन गेलो आहे. तुम्ही जे उपदेशामृत मला पाजलंत, त्यानुसार कर्तव्य करायला आता मी सिद्ध आहे.

हे दिव्यामृत दोन-अडीच घटका प्राशन केल्यानंतर अर्जुन तृप्त होऊन गेला होता. त्या तृप्तीत तो काही काळ स्वतःला विसरून गेला. भगवद्गीता सांगण्यापूर्वी अर्जुन विमोहित झालेला होता. आत्मज्ञानासाठी तो व्याकूळ बनून गेला होता. युद्धात त्याच्या दृष्टीने होणारं पापकर्म टाळण्यासाठी आणि ज्ञानप्राप्तीसाठी तो रानावनात जाऊ इच्छित होता, परंतु अलौकिक तत्त्वज्ञानाचं दिव्यामृत प्राशन केल्यावर त्याला तृप्तीचा जणू ढेकर आला होता.

अर्जुनासारखा बुद्धिमान श्रोता केवळ दोन-अडीच घटकांमध्ये गीता तत्त्वज्ञान ऐकून मोहमुक्त झाला होता; निःशंक होऊन गेला होता. याचं कारण म्हणजे त्याने तो दिव्योपदेश प्रथम बुद्धीने आणि मग श्रद्धेने समजून घेतला होता. आता तो अंतर्मुख बनून गेला होता. भगवंतांना वाटलं, त्याच्या मनात अजूनही काही शंका असाव्यात. म्हणून भगवंत त्याला विचारत आहेत, धनंजया, आतापर्यंत मी जे काही तुला सांगितलं ते तू खरोखर एकाग्रचित्ताने ऐकलंस ना? माझ्या कथनाचा अर्थ तू बुद्धीने समजून घेतलास ना? खरंच तू समाधानी झाला आहेस ना? का तुझ्या मनात अजून काही

संदेह उरला आहे? तुझ्या संशयाची निवृत्ती झाली नसेल तर मला अवश्य सांग. मी तुझ्या सर्व संशयांची निवृत्ती आत्ताच करीन! खरंच तुझा मोह नष्ट झाला आहे ना?

अंतर्मुख झालेला अर्जुन भानावर येऊन तातडीने पण अत्यंत प्रसन्न अंतःकरणाने आणि विनयाने म्हणतो, 'अच्युता, सर्व अनर्थाला कारण होणारा मोह तुझ्या कृपेने आता पूर्णपणाने नष्ट झाला आहे. मी कोण आहे आणि मला काय केलं पाहिजे, याची मला पुरती जाणीव झालेली आहे. मी संदेहरहित झालोय. तू सांगशील ते करायला मी आता सिद्ध आहे.'

गीता ऐकून अर्जुनाच्या मनातल्या साऱ्या शंका-कुशंका नाहीशा झाल्या. त्यामुळे 'मला आता कुणीही चलित करू शकणार नाही,' असं तो म्हणतो. संपूर्ण गीतेचं सारच या श्लोकात भरलेलं आहे. गीता ऐकून मोह नष्ट होतो. साऱ्या शंका-कुशंका नाहीशा होतात. 'मी कोण' याची स्मृती माणसाला होते. तो संदेहरहित होतो. त्याला जीवनाचं सार कळतं. ध्येय निश्चित होतं. अशा माणसाची कधी फसगत होत नाही. गीता समजलेल्या माणसाला कुणी, 'देव दाखवतो' म्हटलं तर तो हिमतीने उत्तर देईल, 'मला तुझा देव पाहायचा नाही. कारण परमेश्वर ही दाखवण्याची गोष्टच नाही.'

गीतातत्त्वज्ञान सूक्ष्मपणे जाणून घेतल्यानंतर देव आहे का नाही, सृष्टी कशी निर्माण झाली, जीव कसे तयार झाले, त्यांच्यामध्ये वृत्ती का आणि कशा अंतर्भूत झाल्या, परब्रह्म आणि परमात्मा यांचं स्वरूप कसं आहे, ब्रह्मांड कसं तयार झालं, परा आणि अपरा प्रकृतींचं स्वरूप काय आहे, मृत्युपश्चात जीवन आहे का, मृत्यूनंतर मनुष्य का आणि कुठे जातो, मनुष्याला अनेक प्रकारचे त्रास का सहन करावे लागतात, कर्माचा सिद्धान्त निश्चितपणे कसं काम करतो, मोक्ष म्हणजे काय, यज्ञांचे प्रकार कोणते, योग म्हणजे काय, अध्यात्म म्हणजे काय, भक्तीचं खरं स्वरूप काय आहे, जीवभूत प्रकृती कशी काम करते, आत्मज्ञानाचे उपाय कोणते, इत्यादी अनेक विषय भगवद्गीतेत पूर्णतः बुद्धिनिष्ठ दृष्टिकोनातूनच समजावले आहेत. म्हणूनच गीतेचा अभ्यासक या तत्त्वज्ञानामुळे निःशंक होऊन जातो.

मात्र अशी निःशंकता येण्यासाठी मागील श्लोकात सांगितल्यानुसार वृत्तीत श्रद्धा आणि अनसूयता असली पाहिजे, तरच गीता वाचून-अभ्यासून मनातले सारे संदेह नाहीसे होतील. भगवंताचं कार्य निष्काम बुद्धीने करण्याची हिंमत अंगी निर्माण होईल. कोणत्याही प्रकारचा मोह मनुष्याला होणार नाही. मोह म्हणजे मायेचा प्रभाव. जो गीता जीवनात उतरवतो, तो मायेच्या प्रभावातून बाहेर पडतो.

वास्तविक, दहाव्या अध्यायापर्यंतच अर्जुनाचा मोह सरला होता. नंतर पुढच्या अठराव्या अध्यायापर्यंत त्याला 'मी कोण आहे?' ही स्मृती आली होती. म्हणजे

'कोऽहम्' पासून ते 'सोहऽम्'पर्यंत त्याचा प्रवास झाला होता. म्हणजेच स्व-स्वरूपाची स्मृती त्याला आली होती. आत्मविकासासाठी केवळ मोह सरून उपयोगाचं नसतं, तर 'स्मृती' येणंही तितकंच महत्त्वाचं असतं. स्मृतीमध्ये असंख्य विषयांचा अंतर्भाव होतो. 'मी कोण'पासून मी कुठून आलो? मी का आलो? मी काय करणं अपेक्षित आहे? मी देह सोडल्यावर कुठे जाणार आहे? मी काय बरोबर घेऊन जाणार आहे? मी जिथून आलो आणि जिथे मी जाणार आहे ते ठिकाण कोणतं? त्याचं स्वरूप काय आहे? ते कशाच्या आधारावर आहे? ते कुणी आणि कशासाठी निर्माण केलं? का केलं? मग हे करणारा 'तो कोण आहे?' अशी 'स्मृती' जीवाला त्याच्या निर्मात्यापर्यंत पोहोचवते. अकराव्या अध्यायानंतरच्या या पुढच्या अध्यायांचा तोच हेतू होता.

म्हणूनच अर्जुन म्हणतो, भगवंता, तुझ्या कृपेने माझा मोह आता नष्ट झाला आहे. मी कोण आणि माझं कर्तव्य काय, याची मला स्मृती आली आहे. मी संशयरहित होऊन गेलो आहे. तुम्ही जे उपदेशामृत मला पाजलंत, त्यानुसार कर्तव्य करायला मी आता सिद्ध आहे.

गीता बुद्धीने आणि श्रद्धेने समजून घेतली असता माणसाचा मोह नष्ट होतो. ऐहिक जीवनातही तो उत्कर्ष साधतो आणि त्याचं पारलौकिक जीवनही प्रकाशित होतं. विचाराने माणूस अंतर्बाह्य घडवण्याचं सामर्थ्य श्रीमद्‍भगवद्‍गीता या एकमेव तात्त्विक ग्रंथात आहे.

संजय उवाच

इत्यहं वासुदेवस्य पार्थस्य च महात्मनः ।
संवादमिममश्रौषमद्भुतं रोमहर्षणम् ॥१८.७४॥
व्यासप्रसादाच्छ्रुतवानेतद्गुह्यमहं परम् ।
योगं योगेश्वरात्कृष्णात्साक्षात्कथयतः स्वयम् ॥१८.७५॥
राजन्संस्मृत्य संस्मृत्य संवादमिममद्भुतम् ।
केशवार्जुनयोः पुण्यं हृष्यामि च मुहुर्मुहुः ॥१८.७६॥
तच्च संस्मृत्य संस्मृत्य रूपमत्यद्भुतं हरेः ।
विस्मयो मे महान्राजन्हृष्यामि च पुनः पुनः ॥१८.७७॥

संजय धृतराष्ट्राला म्हणतो, याप्रमाणे भगवान वासुदेव आणि महात्मा अर्जुन यांचा रोमहर्षक संवाद मी ऐकला. महर्षी व्यासांच्या कृपेमुळे योगेश्वर कृष्णांच्या मुखातून मी हे परमश्रेष्ठ गुह्य ऐकलं. हे राजा, केशव आणि अर्जुन यांच्यातला तो पवित्र आणि अद्‌भुत संवाद आठवून मला पुन्हा पुन्हा हर्ष होत आहे. श्रीकृष्णांचं अतिशय अद्‌भुत, दिव्य विश्वरूप आठवून तर मला मोठा विस्मय वाटतो आणि पुन्हा हर्ष होतो.

श्रीकृष्णांच्या मुखातून दिव्य तत्त्वज्ञान ऐकल्यानंतर संजयाचं अंतःकरण दाटून आलं होतं. अंतःकरणात आनंदाची भरती आली होती. जणू त्याच्या सर्वांगावर रोमांच उभे राहिले होते. सहजगत्या त्याच्या मुखातून शब्द बाहेर पडू लागले, 'महाराज, भगवान श्रीकृष्ण आणि महात्मा अर्जुन यांचा संवाद ऐकण्याचं भाग्य आज मला लाभलं. खरोखर! मी धन्य झालो आहे. कृतकृत्य बनून गेलो आहे... गुरू व्यास महर्षींनी माझ्यावर अनुग्रह करून मला दिव्यदृष्टी दिल्यामुळे मी साक्षात योगेश्वर श्रीकृष्णाच्या मुखातून परम योगरूप संवाद ऐकला. त्यामुळे मी संतुष्ट होऊन गेलोय.'

सुतपुत्र संजय हा व्यासांचा शिष्य होता. तो सात्त्विक वृत्तीचा होता; भगवद्‌भक्त होता. सात्त्विक वृत्तीच्या लोकांमध्येच भाव फुलत असतो. सत्यं-शिवं-सुंदरम्‌ची

अल्पशी अनुभूती मिळाली तरी सात्त्विक मनुष्य भावविभोर होऊन जातो. तो सर्व पापांमधून मुक्त होतो. संजयाचं तसंच झालं होतं. तो भावविभोर होऊन गेला होता. अर्जुनाप्रमाणेच त्यालाही गीतातत्त्वज्ञानाचा महाप्रसाद मिळाला होता.

याउलट धृतराष्ट्राची मानसिक स्थिती झाली होती. पुत्रमोहाने तो पछाडून गेला होता. कृष्णार्जुनांचा संवाद संजयामार्फत त्याने पूर्ण ऐकला होता; पण त्याच्यावर त्याचा काहीही परिणाम झाला नव्हता. अजूनही दुर्योधनाचाच विजय होईल असंच त्याला वाटत होतं. दैवाचे संकेत अशा अहंकारी आणि अज्ञ लोकांना समजत नसतात हेच खरं! म्हणून अजूनही तो विजयाची वेडी आशा बाळगून होता.

संजयाला मात्र त्या संवादातलं मर्म पूर्णपणे उमजलं होतं. तो दिव्य संवाद ऐकून त्याच्या अंगावर हर्षातिरेकाने रोमांच उभे राहिले होते. त्या श्रवणाने तो पवित्र झाला होता. गीतेच्या तत्त्वज्ञानाचं रहस्य त्याच्या अंतःकरणात पूर्णतः परावर्तित झालं होतं.

म्हणूनच तो म्हणतो, 'महाराज, एक गोष्ट आपल्याला सांगतो. योगरूप संवाद करणारा तो वासुदेव नव्हता की, नंदलाल नव्हता. तो साक्षात् भगवान होता. त्याचं रूपही अद्वितीय असंच होतं आणि त्याची वाणीही दिव्य होती. भगवंतांचे ते शब्द पुनः पुन्हा आठवूनसुद्धा माझं मन आनंदित होऊन गेलंय. धन्य होऊन गेलं!'

संजयाच्या या उद्‌गारांवरून आपल्या ध्यानात येऊ शकते, की गीतातत्त्वज्ञान सांगताना कृष्णाची भूमिका पूर्णपणे बदललेली होती. महर्षी व्यासांनी विनाकारण 'श्री भगवान उवाच' असं म्हटलेलं नव्हतं. साक्षात परमात्माच मनुष्यदेहातल्या कृष्णाच्या माध्यमातून हे गहन ज्ञान अर्जुनाला देत होता. भगवान आपलं मूळ स्वरूप निर्विवादपणे कायम ठेवून वाट्टेल तितकी रूपं घेऊ शकतो. मनुष्यनिर्मित एक सॉफ्टवेअरसुद्धा हा चमत्कार करू शकतं, तर परमात्मा का नाही करू शकणार? म्हणून कृष्णाच्या माध्यमातून साक्षात भगवानच बोलत होते ही गोष्ट दिव्य दृष्टी लाभल्यामुळेच संजयाने पूर्णपणे जाणली होती. म्हणूनच तो या दैवी संवादाबाबत पूर्णपणे निःशंक होता.

अशा या दैवी संवादाला अठरा अध्यायांमध्ये विभागून व्यासांसारख्या महान ऋषींनी त्या अध्यायांना 'योग' ही संज्ञा दिली. पहिल्या अध्यायाला त्यांनी 'अर्जुनविषादयोग' असं म्हटलेलं आहे. विषाद हा मनुष्याच्या जीवनाला कमी-अधिक प्रमाणात व्यापून असतोच. विषाद म्हणजेच एकप्रकारची खंत. त्यात नकारात्मक भाव दडलेला असतो. मनुष्याला सर्वकाही आपल्या मनाप्रमाणे व्हावंसं वाटत असतं, परंतु सर्वच काही त्याच्या मनाप्रमाणे होत नाही. मग त्याच्या मनात विषादाचा भाव जागृत होतो. तो हळूहळू माणसाचं मन व्यापून टाकतो. त्याचा परिणाम म्हणजे मनुष्य नैराश्याने ग्रासला जातो.

तथापि, हा विषादाचाच भाव विचाराला प्रवृत्त करतो. 'हे असं का?' असा प्रश्न जेव्हा विषादी मनुष्याच्या मनात उद्भवतो, तेव्हाच त्याचा विचारांकडे प्रवास सुरू होतो. भगवद्गीतेच्या तत्त्वज्ञानाचा अभ्यास आणि अंगीकार केला असता मनुष्यामध्ये त्याचा स्वत:चाच आत्मप्रकाश फाकू लागतो. मग विषाद मावळू लागतो. अर्जुनाच्या बाबतीत तेच झालं. त्याच्या आत्मविस्मृतीवर जमलेली अज्ञानरूपी जळमटं दूर झाली. त्यामुळे त्याची ज्ञानदृष्टी स्वच्छ झाली. म्हणूनच त्र्याहत्तराव्या श्लोकात अर्जुन नि:शंक मनाने म्हणतो, *नष्टो मोहः स्मृतिलब्धा.* अशा तऱ्हेने अर्जुनाचा अज्ञानरूपी मोह दूर झाल्यानंतर तो नि:संदेह झाला. त्यामुळेच *स्थितोस्मि गतसंदेहः* असे उत्स्फूर्त आणि प्रांजल उद्गार त्याच्या मुखातून बाहेर पडले. मग श्रीकृष्णाची आज्ञा शिरसावंद्य मानून तो नि:शंक होऊन म्हणाला- *करिष्ये वचने तव.* परमेश्वराची आज्ञा मानण्यात इथे भक्तीची परमावधी आणि पराकाष्ठाच दिसून येते.

ही कृष्णकथा ऐकून सामान्य भाविक माणूससुद्धा आज पाच हजार वर्षांनंतरही भारावून जातो, भावविभोर होऊन जातो. मग प्रत्यक्ष कृष्णाला पाहून, त्याच्या मुखातून ते दिव्य तत्त्वज्ञान ऐकून आणि त्याचं विश्वरूप अनुभवून संजयाचीसुद्धा काय अवस्था झाली असेल, ते या श्लोकांमधून समजून येतं. तो नक्कीच कृतकृत्य होऊन गेला असणार. जीवनाचं सार्थक झाल्यासारखं त्याला वाटत असणार.

म्हणून ही गीता ऐकत असताना किंवा वाचत असताना संजयासारखा भाव आपण जोपासला, तर आपणही मनोमन ती अनुभूती घेऊ शकतो. विषाद जाऊन 'स्थितोस्मि गतसंदेहः' ही अवस्था येऊ शकते.

संजयाच्या ठिकाणी आपण आहोत, आणि ते दिव्य तत्त्वज्ञान आपण साक्षात कृष्णाच्या मुखातून ऐकत आहोत अशी आपली मनोभूमिका केली, तर आपल्यालाही संजयाप्रमाणे अनुभूती मिळू शकेल. आपल्या मनातला विषाद दूर होऊन आपणही नि:शंक होऊन जाऊ.

संजय उवाच

यत्र योगेश्वरः कृष्णो यत्र पार्थो धनुर्धरः ॥
तत्र श्रीर्विजयो भूतिर्ध्रुवा नीतिर्मतिर्मम ॥१८.७८॥

जिकडे योगेश्वर श्रीकृष्ण आणि धनुर्धर अर्जुन आहे, तिकडेच श्रीः (शाश्वत लक्ष्मी), विजय, ऐश्वर्य आणि नीती निश्चित आहेत असं माझं मत आहे.

व्यास महर्षींनी संजयाला दिव्यदृष्टी प्रदान केली होती. त्या दिव्यदृष्टीच्या आधारे श्रीकृष्ण आणि अर्जुनाचा हा गीतारूपी दिव्य संवाद त्याने प्रत्यक्ष ऐकला होता आणि बघितला होता. अर्जुनाने जेव्हा 'करिष्ये वचने तव' असा शब्द भगवंतांना दिला, तेव्हा तिथेच गीतारूपी संवाद संपला. तो संवाद श्रवण केल्यानंतर संजय अगदी कृतकृत्य होऊन गेला होता. तो अद्भुत संवाद आठवून तो हर्षभरित होत होता. व्यासांनी दिव्यदृष्टी दिलेली असल्यामुळे श्रीकृष्णाचं अद्भुत दर्शनही त्याला ओघानंच घडलं होतं. मनाच्या त्या अत्यानंदाच्या अवस्थेतच त्याच्या मुखातून गीतेचा सारभूत असा हा श्लोक बाहेर पडला. खरोखर! हा श्लोक म्हणजे संपूर्ण गीतेचं सार म्हटलं पाहिजे. जिकडे योगेश्वर श्रीकृष्ण आणि धनुर्धर अर्जुन आहे, तिकडेच श्रीः म्हणजे शाश्वत लक्ष्मी, विजय, ऐश्वर्य आणि नीती निश्चित असते.

अर्थात मानवी प्रयत्न आणि ईश्वरी योग यांच्या संयोगामुळे कार्यसिद्धी निश्चित होत असते. या दोघांच्या संयोगातूनच यश, कीर्ती, संपत्ती, नीती या गोष्टी मनुष्याला निश्चित प्राप्त होतात आणि त्या अढळ असतात. मानवी शक्ती आणि ईश्वरी युक्ती यांचा मिलाप इथे झालेला आहे. अर्थात अर्जुनाने आपल्या संपूर्ण आयुष्यभर आधी कर्मयोग आचरला होता. स्वतःच्या शक्तिसामर्थ्यावर अनेक युद्धं त्याने जिंकली होती. त्याची शक्ती, सामर्थ्य आणि कर्मनिष्ठा पाहूनच भगवंतांनी त्याची धर्मसंस्थापनेच्या कार्यासाठी निवड केली होती. आपल्या युक्तीची जोड त्याच्या शक्तीला दिली होती. गीता ऐकल्यामुळे अर्जुन निर्भय झाला आणि युद्धाला सिद्ध

झाला. संजयावरही या गीता तत्त्वज्ञानाचा चांगलाच परिणाम झाला होता. सत्तेपुढे सत्य खपत नाही, हे माहीत असूनही संजयाने स्पष्टपणाने आणि निर्भयतेने हे सत्य धृतराष्ट्रासारख्या कुटिलनीतिज्ञ राजाला कथन केलं होतं. कारण त्याला सत्य केवळ कळलेलं होतं असं नव्हे; तर त्याने सत्याची साक्षात अनुभूती घेतली होती. म्हणूनच तो निर्भय बनून गेला होता.

गीता वाचून अशीच निर्भयता मनुष्यामध्ये बाणली जावी यासाठी हा कथनप्रपंच!

जोपर्यंत मनुष्यजात या पृथ्वीवर अस्तित्वात आहे, तोपर्यंत त्या त्या काळात मार्गदर्शन करण्यासाठी हा गीतारूपी दिव्य उपदेश उपयुक्त ठरणार आहे. पुरुषप्रयत्न आणि ईश्वरी विचारांचं पाठबळ यांचा संयोग झाला म्हणजे यश निश्चित मिळतं; अन्यथा यश मिळत नाही, हेच संजयाला या श्लोकाद्वारे सांगायचं आहे. पाच हजार वर्षांपूर्वी सांगितलेलं हे मानवजातीचं भाकित मानवजात अस्तित्वात असेपर्यंत सत्यच ठरणार आहे. आजही त्याची प्रचीती आपल्याला निष्काम कर्मयोगामधून घेता येते... श्रीकृष्णाने हे तत्त्वज्ञान पाच हजार वर्षांपूर्वी अखिल मानवजातीसाठी सांगितलं होतं. यावच्चंद्र दिवाकरौ हे तत्त्वज्ञान चिरंतन ठरणार आहे.

...धर्मसंस्थापनार्थाय सम्भवामि युगे युगे

भगवान श्रीकृष्णांच्या मुखातून गीतारूपी अलौकिक तत्त्वज्ञान श्रवण केल्यानंतर अर्जुनाचा मोह पुरता सरला. निःशंक मनाने त्याने पुनश्च धनुष्य धारण केलं आणि तो युद्धासाठी सज्ज झाला. यथावकाश महायुद्धाला प्रारंभ झाला. पांडवांच्या बाजूने सात अक्षौहिणी तर कौरवांच्या बाजूने अकरा अक्षौहिणी सैन्य कुरुक्षेत्रावर निर्णायक युद्धासाठी जमा झालं होतं. इतर अनेक कारणांबरोबरच दोन विचारधारांमधील ते युद्ध होतं - ईश्वराभिमुख समाज आणि ईश्वरविमुख समाज!

कुरुजांगल, रोहितकारण्य, मरुभूमी, आहिच्छत्र, कालकूट, गंगापूल, वारण, वाटधान अशा नगरांमधून उभय सैन्य पसरलेलं होतं. हस्तिनापुरापासून यमुनेच्या दक्षिण डोंगरापर्यंत म्हणजे शंभर कोस लांब आणि पन्नास कोस रुंद असा विस्तीर्ण प्रदेश उभय सैन्याने व्यापला होता. या एकाच प्रदेशात सर्व वर्णांचे लोक वेगवेगळे देश, नद्या, पर्वत, वने उल्लंघून आले होते.

कौरवांच्या बाजूने कुरुक्षेत्रापासून गांधार-कांबोजपर्यंतचे राजे युद्धात सहभागी झाले होते. सिंधखेड, काठेवाड, अवंती, अयोध्या, अंग, प्राग्ज्योतिष इथलेही राजे कौरवांच्याच बाजूने होते; तर पांडवांच्या बाजूने मथुरा, पांचाल, चेदी, मगध, काशी आणि मध्य भारतातील इतर राजे या महायुद्धात उतरले होते. उभय पक्षांची शेकडो शिबिरं त्या परिसरात स्थापन झाली होती. तिथे शेकडो शास्त्रविशारद, शल्यचिकित्सक आणि वैद्य होते; त्याचबरोबर नट, वेश्या, बाजारबुणगे होते; अन्य स्त्रियासुद्धा होत्या.

वरील वर्णन वाचून महाभारतीय युद्धाची व्याप्ती फार मोठी होती हे कुणाच्याही ध्यानात येईल. लाखो सैनिक प्राणांची आहुती देण्यासाठी एकाच ठिकाणी सज्ज झाले होते. अठरा दिवस युद्ध झालं आणि दोन्ही पक्षांकडील संपूर्ण सैन्य नामशेष झालं. पाच पांडव, अश्वत्थामा, श्रीकृष्ण हेच तेवढे मागे उरले. भगवान श्रीकृष्णांच्या अपेक्षेप्रमाणे आसुरी वृत्तीच्या लोकांचा या युद्धात समूळ उच्छेद झाला. एवढा मोठा संहार घडवून आणून श्रीकृष्णाने काय साधलं, असंही कुणाला वाटण्याची शक्यता आहे.

हा संहार म्हणजे त्याच्या कार्याचा अर्धविराम होता. कारण संहारानंतर त्याला पुनर्निर्मितीचं महान कार्य करायचं होतं. सुनियंत्रित राज्ययंत्रणा उभारायची होती. धर्माची पुनर्प्रस्थापना करायची होती. तेच तर श्रीकृष्णाच्या अवताराचं प्रयोजन होतं! ते पुढच्या तीस-पस्तीस वर्षांच्या काळात त्याने साध्य करून दाखवलं. या काळात युधिष्ठिराने राज्यशकट उत्तम रीतीने चालवला. सुमारे बत्तीस वर्षं राज्य केल्यानंतर परीक्षिताला राज्यावर बसवून, राज्यत्याग करून पांडव स्वर्गारोहणासाठी निघून गेले.

त्यापूर्वीच भगवान श्रीकृष्णांची अवतार-समाप्ती झाली होती. यादव कुळात अंदाधुंदी माजल्यामुळे त्या कुळाचं अधःपतन झालं. ते भगवान श्रीकृष्ण टाळू शकले नाहीत. आपला प्रयाणकाल जवळ आला आहे, हे त्यांनी योगमार्गाने जाणले होते. त्यांचं शारीरिक वयसुद्धा जवळपास एकशे वीस वर्षांचं झालं होतं. अवतारकार्यासाठी धारण केलेला देह सोडण्याची वेळ समीप आली होती. देह सोडण्यासाठी जरा नावाच्या भिल्लाचा एक बाण कारण ठरला! भगवान श्रीकृष्ण पुन्हा परब्रह्मस्वरूपात विलीन झाले. 'गीता'रूपी अलौकिक आणि चिरंतन तत्त्वज्ञानाचा अमूल्य ठेवा मागे ठेवून!

एका अवतार-समाप्तीमुळे भगवंतांचं कार्य कधी संपत नसतं. सृष्टीचं रहाटगाडगं जोपर्यंत चालू असतं, तोपर्यंत भगवंतांना युगायुगात पुन्हा पुन्हा अवतार धारण करावाच लागतो. सर्वत्र अधर्म बोकाळला की त्याला पुन:पुन्हा जन्म घ्यावाच लागतो. श्रीकृष्णावताराने केवळ तत्कालीन धर्मसंस्थापनेचं कार्य केलं नाही, तर पुढे येणाऱ्या अनंत पिढ्यांसाठी, मानवाच्या सर्वांगीण उन्नतीसाठी गीतारूपी तत्त्वप्रणाली दिली.

वेद आणि उपनिषदं यांचं सारभूत आणि संतुलित तत्त्वज्ञान असलेल्या या भगवद्गीतेला पाच हजार वर्षं पूर्ण झाली आहेत. काही अभ्यासकांच्या मते साडेसात हजार वर्षं झाली. मोठमोठ्या टीकाकारांनी आणि ज्ञानी पंडितांनी आजपर्यंत गीतेचं विविधांगांनी विवेचन केलेलं आहे. माझ्यासारख्या सामान्य मनुष्याच्या हातूनही हे गीता तत्त्वज्ञान सांगितलं गेलं हे माझं महत् भाग्यच म्हटलं पाहिजे. अर्थात गीतेवर निरूपण करताना माझी भूमिका विद्यार्थ्याचीच आहे आणि ती तशीच राहणार आहे. त्यामुळे हे 'गीताशास्त्र' प्रतिदिनी नियमित वाचलं पाहिजे. भगवद्गीतेचं वाचन, मनन, चिंतन केल्यास ऐहिक संसारातील प्रश्नांकडे बघण्याचा दृष्टिकोन बदलून जाईल; मनःशांती लाभेल आणि सकारात्मक वृत्ती वृद्धिंगत होऊन आत्मविश्वासही बळावेल, असा विश्वास वाटतो.

गीतेचा भाष्यकार, प्रवचनकार अथवा तत्त्वचिंतक या नात्याने भगवद्गीता सांगण्याचा मला कोणताच अधिकार नाही. या दैनंदिन भगवद्गीतेसंदर्भात मी केवळ निमित्तमात्र निरूपणकार आहे. माझी तेवढीच भूमिका आहे!

भगवद्‌गीतेचा भाष्यकार नसलो तरी माझ्या हातून 'गीतांबरी' ही कादंबरी, 'दैनंदिन भगवद्‌गीता' हा दैनंदिन वाचनासाठीचा ग्रंथ आणि 'गीताशास्त्र' हा मोठा ग्रंथ सिद्ध झाला. वेगवेगळ्या ठिकाणी संपूर्ण भगवद्‌गीतेवर मी निरूपण केलं.त्यानंतर आता 'सकाळ प्रकाशनाने' हे 'बृहत् गीताशास्त्र' प्रकाशित करण्याचं ठरवलं हे माझं महत् भाग्य म्हटलं पाहिजे.

यातील कोणत्याही कार्याचा मी स्वत: संकल्प केला नसताना, हे महत्कार्य कसं घडून आलं, किंवा मलाच भगवंतांनी माध्यम का केलं, हे मात्र कळायला मार्ग नाही! यातील कोणत्याच कार्याचा मी संकल्प केला नव्हता; त्यामुळे माझ्या हातून घडलेल्या या कार्याविषयी मला कोणत्याही प्रकारचा अभिमान वा अहंकार नाही. या देवकार्यासाठी मी माध्यम झालो, याचा आनंद निश्चितच आहे!

हे निरूपण करताना मी भगवद्‌गीतेवरील जवळपास पन्नास भाष्यग्रंथांचा संदर्भ घेतला होता. शिवाय मूळ महाभारतासह इतरही असंख्य ग्रंथांचा संदर्भ घेतला होता. त्याचबरोबर अनेक वैज्ञानिकांच्या आणि वैदिक अभ्यासकांच्या विचारांचाही आधार घेतला होता. इतक्या सर्वांचा नामोल्लेख करणे शक्य नाही; या सर्वांविषयी माझ्या मनात नितांत आदर असून मी या सर्वांचा अत्यंत कृतज्ञ आहे. ज्यांच्या विचारांचा मी आधार घेतला, त्यांचा नामोल्लेख मी वेळोवेळी केलेलाच आहे. या सर्व महनीय व्यक्तींविषयी मी इथे केवळ कृतज्ञताच व्यक्त करतो!

हे गीताज्ञान आपणा सर्वांच्या जीवनात सुख-शांती-समाधान आणून प्रत्येकाचा ज्ञानमार्गावर प्रवास प्रारंभित होवो अशी ईशचरणी प्रार्थना करून मी निरोप घेतो.

सर्वेत्र सुखिनः संतु, सर्वे संतु निरामयः।
सर्वे भद्राणि पश्यन्तु, मा कश्चित् दुःखमाप्नुयात्॥
॥ ॐशांति शांति शांतिः॥

॥ श्रीकृष्णार्पणमस्तु ॥

संदर्भग्रंथ सूची

- *ज्ञानेश्वरी:* संत ज्ञानेश्वर
- *गीतारहस्य:* लो. टिळक
- *गीतातत्त्वमंजिरी:* ज. स. करंदीकर
- *गीतामृतम्:* पांडुरंगशास्त्री आठवले
- *गीतापाथेय:* पांडुरंगशास्त्री आठवले
- *बालबोधिनी श्री भगवद्गीता:* वि. वा. बापटशास्त्री
- *कर्माचा सिद्धान्त:* हीराभाई ठक्कर
- *काशी रामेश्वर गीता कृष्णेश्वर:* न्या. रा. के. रानडे
- *श्री पञ्चरत्नगीता:* गीताप्रेस गोरखपूर
- *महाभारत खंड:* वि. वा. बापटशास्त्री
- *श्रीमद्भगवद्गीता:* संपादक सोनोपंत दांडेकर
- *श्रीकृष्ण चरित्र-रहस्य:* शं. गो. घैसास
- *श्रीकृष्ण जीवन-दर्शन:* पांडुरंगशास्त्री आठवले

- श्री. दिनकर विनायक भिडे कृत *'गीतार्थ कोश'* मधील टीकाकारांचे संदर्भ

  - संत तुकाराम
  - गीतावाचस्पती भिडेशास्त्री
  - महात्मा गांधी
  - Dr. Annie Besant
  - Dr. S. radhakrishnan
  - गीताप्रेस, गोरखपूर
  - F. T. Brooks
  - Baburao Patel
  - आचार्य विनोबा भावे
  - मुक्तेश्वर
  - उद्धवचिद्घन
  - भालचंद्र विष्णू कीर्तन
  - अनंततनय
  - रंगो गणेश मारुलकर
  - डॉ. ग. श्री. खैर
  - तुकाराम गगाराम चव्हाण
  - मोरोपंत
  - तुलसीदास
  - प्रज्ञानानंद
  - कृष्णाजी नारायण आठल्वे
  - मुकुंद गणेश मिरजकर
  - श्री. ग. गडकरी भारती (लीलाबाई पुरंदरे)
  - कृ. रा. गोखले
  - सेनापती बापट
  - द. तु. नंदापुरे
  - हरिपंडित
  - काशिनाथस्वामी
  - आठल्ये (केरळ कोकिळ)
  - वा. गो. थत्ते
  - डॉ. वा. दि. निंबकर
  - प्र. ना. देशपांडे
  - वा. चिं. नातू
  - शिवराम वि. मराठे

लेखक परिचय

राजेन्द्र खेर

(साहित्यिक, अभ्यासक, निरूपणकर्ते)

E-mail : rkher1961@gmail.com

Website : www.rajendrakher.co.in

रसिकमान्य ठरलेल्या ऐतिहासिक - पौराणिक - चरित्र कादंबऱ्यांचे लेखक. आजवर १८ पुस्तके प्रकाशित. विविध पुस्तकांचे इंग्लिश, गुजराती, हिंदी, तमिळ आणि मल्याळम भाषांमधून अनुवाद. चित्रपट क्षेत्रात सुमारे नऊ वर्षे लेखन-दिग्दर्शन, निर्मिती अशा विविध क्षेत्रांत काम. 'मायबोली' वाहिनीवर त्यांनी दिग्दर्शक म्हणून काम केले आहे. 'विहंग प्रकाशन'मार्फत मराठी, हिंदी, इंग्लिश, गुजराती या चार भाषांमध्ये उत्तमोत्तम पुस्तके प्रकाशित. प्राचीन भारतीय शास्त्रांचे अभ्यासक आणि निरूपणकर्ते . गीताशास्त्र, दैनंदिन भगवद्गीता, बृहत् गीताशास्त्र (दोन खंड) हे ग्रंथ प्रकाशित. अध्यात्म, श्रीमद् भगवद् गीता, महाभारत, यातील विविध विषयांवर जवळपास ५०० व्याख्याने. अनेक दिवाळी अंक, वृत्तपत्रे आणि नियतकालिकांमधून लेख, कथा प्रकाशित.

सकाळ प्रकाशनाची इतर पुस्तके

राजेन्द्र खेर लिखित पुस्तके

- बृहत् गीताशास्त्र - भाग १
- अवेकनिंग युवर ब्लिस (मराठी)
- Awakening Your Bliss
- आनंदाचे झाड

इतर लेखकांची पुस्तके

- श्री गीतायोग : शोध ब्रह्मविद्येचा : अध्याय १-१७
- श्री गीता टॅरो कार्ड सेट
- संपूर्ण 'योग' संग्रह : स्वामी विवेकानंद
- योगियांचा राणा (शेगावचे संत गजानन महाराज यांचे चरित्र)
- तुकाराम दर्शन
- हरिपाठ मंथन
- अवेकनिंग युवर ब्लिस
- समर्थांनी स्थापन केलेले अकरा मारुती

www.ingramcontent.com/pod-product-compliance
Lightning Source LLC
LaVergne TN
LVHW010055061026
849532LV00006BB/1920
* 9 7 8 9 3 4 8 0 4 8 4 1 7 *